அபிப்பிராய சிந்தாமணி

ஜெயமோகன்

பிறந்தது 1962, ஏப்ரல் 22ல். பள்ளி நாள்களில் 'ரத்னபாலா' என்கிற சிறுவர் இதழில் முதல் கதையை எழுதினார். 1987ல் 'கணையாழி'யில் எழுதிய 'நதி' சிறுகதை பரவலாகக் கவனம் பெற்றது. 1988ல் எழுதப்பட்ட 'ரப்பர்' நாவல் அகிலன் நினைவுப்போட்டியின் பரிசைப் பெற்றது. இது தவிர கதா விருதும் சம்ஸ்கிருதி சம்மான் தேசிய விருதும் பெற்றுள்ளார். இவர் எழுதிய 'விஷ்ணுபுரம்' தமிழ் இலக்கிய உலகில் பெரிய கவனத்தைப் பெற்றதோடு விவாதத்தையும் ஏற்படுத்தியது. இவரது படைப்புகள் தொடர்ந்து தமிழ் இலக்கிய உலகில் அதிர்வலைகளையும் புதிய சாத்தியங்களையும் ஏற்படுத்திய வண்ணம் உள்ளன. தமிழ் மற்றும் மலையாளத் திரைப்படத் துறைகளிலும் இவரது பங்களிப்பு தொடர்கிறது.

கிழக்கு பதிப்பக வெளியீடுகளாக ஜெயமோகனின் புத்தகங்கள்

வெண்முரசு (மகாபாரதம் நாவல் வடிவில்)

முதற்கனல்
மழைப்பாடல்
வண்ணக்கடல்
நீலம்
பிரயாகை
வெண்முகில் நகரம்
இந்திரநீலம்
காண்டீபம்
வெய்யோன்
பன்னிரு படைக்களம்
சொல்வளர்காடு

வெண்முரசு (நாவல் பகுதிகள்)

எரிமலர்
புல்லின் தழல்
செம்மணிக்கவசம்
இருள்விழி
ஆயிரம் கைகள்

பிற நூல்கள்

விஷ்ணுபுரம்
ஏழாம் உலகம்
உலோகம்
கன்னிநிலம்
ஊமைச்செந்நாய்
ஜெயமோகன் சிறுகதைகள்
ஜெயமோகன் குறுநாவல்கள்
விசும்பு (அறிவியல் புனைகதைகள்)
பேய்க்கதைகளும் தேவதைக்கதைகளும்
நாவல் (கோட்பாடு)
சாட்சிமொழி
முன்சுவடுகள்
வாழ்விலே ஒரு முறை
லோகி (லோகிததாஸ் நினைவு)
நவீன தமிழ் இலக்கிய அறிமுகம்
புதியகாலம் (இலக்கிய விமர்சனம்)
இன்று பெற்றவை (நாட்குறிப்புகள்)
சிலுவையின் பெயரால்
இந்து ஞான மரபில் ஆறு தரிசனங்கள்
இந்திய ஞானம்
புல்வெளிதேசம் (ஆஸ்திரேலிய பயணக்கட்டுரை) அண்ணா ஹசாரே
அபிப்பிராய சிந்தாமணி
ஈழ இலக்கியம்
இலக்கியவிவாதக் கட்டுரைகள்
அருகர்களின் பாதை
குகைகளின் வழியே
இந்தியப் பயணம்
நூறு நிலங்களின் மலை
சூரியதிசைப் பயணம்

அபிப்பிராய சிந்தாமணி

ஜெயமோகன்

கிழக்கு

அபிப்பிராய சிந்தாமணி
Abippiraya Sinthamani
Jeyamohan ©

First Edition: December 2016
768 Pages
Printed in India.

ISBN 978-81-8493-649-0
Kizhakku - 947

Kizhakku Pathippagam
177/103, First Floor,
Ambal's Building, Lloyds Road,
Royapettah, Chennai - 600 014.
Ph: +91-44-4200-9603

Email : support@nhm.in
Website : www.nhm.in

kizhakkupathippagam
kizhakku_nhm

Author's Email: jeyamohan.writer@gmail.com

Author's Website: www.jeyamohan.in | venmurasu.in

Kizhakku Pathippagam is an imprint of New Horizon Media Private Limited.

நண்பர் கமல்ஹாசனுக்கு

உள்ளடக்கம்

அபிப்பிராய சிகாமணி

அபத்தப் பகடி எழுதுவது மிக எளிது, நம் அபிப்பிராயங்களைச் சொன்னாலே போதும். இவை அவைதான். சென்ற காலங்களில் ரத்தம் கக்கி பல விஷயங்களைச் சொல்லியிருக்கிறேன். சொல்லி முடித்ததுமே 'ரெம்ப ஓவராப்போயிடுச்சோ' என்னும் சந்தேகம் வந்துவிடும். உடனே ஒரு பகடிக்கட்டுரையை எழுதுவேன். அது இந்தப்பக்கமாக ஓவராகப்போய்விடும். அடுத்து அந்தப்பக்கமாக ஓவராகப்போவதற்கான விசையை இது அளிக்கும். இப்படியாக எழுதப்பட்ட கட்டுரைகள் இவை.

நானெல்லாம் எழுதவந்த காலகட்டத்தில் பெருமூச்சுவாதம் என்னும் இலக்கிய அழகியல் பிரபலமாக இருந்தது. என்னத்தச் சொல்ல என்னும் பாவனையில்தான் கட்டுரைகள் ஆரம்பிக்கும். 'மூன்றாமுலகநாடுகளில் வஞ்சனைகளின் வரலாறு தொடர்ந்து கொண்டிருக்கும் இந்தக் காலகட்டத்தில் அழகியலும் அரசியலும்...' என்றிவ்வாறு கட்டுரைகள் நிகழ் அல்லது புதிய நம்பிக்கைக்கு எழுதலாம். அல்லது 'இவனுக்கு அலுப்பாக இருந்தது, ஏன் உயிர் வாழவேண்டும் என நினைத்துக்கொண்டான், நினைத்துக் கொண்டானே ஒழிய உயிர்வாழ்ந்துதானே ஆகவேண்டும்' என்று கதைகள் கணையாழிக்கு.

எனக்கு என்னவோ பெருமூச்சு சரியாக வரவில்லை. ஏற்கெனவே கடுமையான மனச்சிக்கல்கள். அதன் விளைவாக மற்றவர்களுக்கு மேலும் சிக்கல்கள். அவர்கள் அதன் விளைவாக நமக்களித்த சிக்கல்கள். ஆகவே கொஞ்சம் மஜாவாக இருப்போமே என்றுதான் நான் இலக்கியத்திற்கே வந்தேன். என் ஆரம்பகாலக் கதைகள் அனைத்திலுமே ஒரு நக்கலும் சிரிப்பும் இருந்துகொண்டிருக்கும். அதன்பின்னர் எழுதி எழுதித்தான் ஒருமாதிரி சமனப்பட்டு

‘சீரியஸான’ ஆளாக ஆனேன். இன்றைக்கு மாடன் மோட்சம் மாதிரியான கதைகளையெல்லாம் பார்க்கையில் அய்யோப்பாவம் எத்தனை சிக்கலுக்குள்ளாகியிருந்தால் இப்படியெல்லாம் பகடி எழுதியிருப்பான் இந்தாள் என்னும் அனுதாபம் ஏற்படுகிறது.

இந்தக் கட்டுரைகளை கட்டுரைகளா என்று கேட்டால் கதைகள் என்றும், கதைகளா என்று திடுக்கிட்டால், கட்டுரைகள் என்றும் சொல்லும்விதமாக எழுதியிருக்கிறேன். பலவிஷயங்களைப் பற்றிய என்னுடைய ஆழமான கருத்துகள் இதில் உள்ளன. மிக ஆழமானவையாதலால்தான் பகடியாகத் தோற்றமளிக்கின்றன. இணையத்தில் வெளிவந்தபோது பலர் இதற்காகச் சிரித்தார்கள்.

எழுத்துருமாற்றம், பெருந்தொகை நோட்டு அகற்றம் குறித்தெல்லாம் நான் எழுதிய கட்டுரைகளையும் இதில் கட்டாயம் சேர்க்க வேண்டும் என்று என் செல்லக்குட்டி சைதன்யா அடம்பிடித்தாள் என்றாலும் இன்னும் அதேபாணியில் கொஞ்சம் எழுதியபின் ஒன்றாகச்சேர்த்து வெளியிடலாமென்று இப்போது தோன்றுகிறது. வயதாக வயதாக நாம் எந்த முயற்சியும் செய்யாமலேயே நகைச்சுவை எழுத்தாளராக ஆகிக்கொண்டிருக்கிறோம்.

இந்நூலை என் அன்புக்குரிய நண்பர் கமல்ஹாசன் அவர்களுக்குச் சமர்ப்பணம் செய்கிறேன்.

ஜெயமோகன்
20 டிசம்பர் 2016

1

அன்னை

'ஏம்பா பாட்டிய கூட்டிட்டு வந்தாச்சா?' என்றார் இயக்குநர். ஏழெட்டு உதவி இயக்குநர்கள் ஒரே சமயம் அப்போது அவர்களுக்கு தோன்றிய திசைகளில் பாய்ந்தார்கள். ஒருவர் மட்டும் 'வந்தாச்சு சார்... டிபன் சாப்பிட்டுட்டு இருக்காங்க' என்றார்.

ஒருவர் பணிவுடன் 'சார், பாட்டிக்கு என்ன காஸ்டியூம்?' என்றார்.

'அதெல்லாம் ஒண்ணும் வேணாம். அவங்களே எல்லாம் போட்டுட்டுதான் வருவாங்க...'

குறு ஏப்பம் விட்டபடி ஓங்குதாங்கான பாட்டி கரைவைத்த கண்டாங்கியை பின்கொசுவமாகக் கட்டி, இரட்டைவடச்சங்கிலி, தோடு, இரட்டை மூக்குத்தி அணிந்து கால்களை திடமாக ஊன்றி வைத்து வந்தாள்.

'என்னலே மக்கா... இங்கிணதானே சிலுமா பிடிக்கே?'

'ஆமா பாட்டி... இங்கதான்... வாங்க... உக்காருங்க. ஒண்ணுமே இல்ல... நீங்க பயப்படக்கூடாது...'

'ஏலே நான் என்னத்துக்குலே பயருதேன்? எம்பத்தெட்டுலே நம்ம வீட்டுல திருடன் ஏறிப்போட்டான் பாத்துக்க. அருவாள தூக்கி பொறந்திருப்பி ஒத்த அடியுல்லா போட்டேன் மண்டையில... பயந்துகிட்டிருந்தாக்க பொளைப்பு ஓடுமாக்கும்... உனக்கு

பயமிருந்தாக்க சொல்லு...'

'அப்ப சரி... உக்காருங்க பாட்டி... இந்தா இங்க உக்காருங்க... சும்மா வழக்கமா நீங்க எப்டி உக்காருவீங்களோ அப்டி உக்காருங்க...'

'ய்யய்யா கைய இப்டி வைக்யலாமாய்யா?'

'வச்சுக்கோ பாட்டி... உங்களுக்கு எப்டி தோணுதோ அப்டி வச்சுக்கங்க... '

'ஏல, இம்பிடு பேரு கூடி நிக்காக? இவுக சிலுமாபுடிக்கப்பட்டதை பாக்கவா வந்திருக்காவ?'

'அவங்க நின்னுட்டு போறாங்க பாட்டி... நீங்க அவங்கள்லாம் இல்லைன்னே நெனைச்சுக்கிடுங்க... வெக்கப்படப்பிடாது.'

'ஏலே, என்ன பேச்சு பேசுதே? நான் எங்கலே வெக்கப்பட்டேன்? கெட்டிகிட்டு வந்தப்ப அவுகளை பாத்தே நான் வெக்கப்படல்ல? வெக்கப்படுகதுக்கு இங்க துணியில்லாமலா நிக்கோம்?'

'அப்ப சரி... ஒண்ணுமே இல்ல... நீங்க இங்க இருக்கீங்க...'

'ஆமா இருக்கேனே... '

'அந்தா அங்க உங்க வீட்டு வேலைக்காரன் மாட்டைபுடிச்சுகிட்டு வாறான்...'

'ஆரு பலவேசமா? கண்ணுக்கே காங்கலியே? வரவர கண்ணே மங்கலாப்போச்சு போ.'

'இல்ல பாட்டி... வேலைக்காரன் வரல்லை...'

'இப்ப வாறான்னு சொன்னே?'

'வாறான்னு நெனைச்சுக்கிடுங்க... அவ்ளவுதான்... அவனைப் பாத்து நீங்க ஏலே, செவத்த காளைய மேய்ச்சலுக்குவிட்டுட்டு எருமைக்கு தண்ணியகாட்டுலேன்னு ஒரு சத்தம் போடுறீங்க, அவ்ளவுதான்...'

'யய்யா மக்கா... ஆருக்க எருமைக்கி?'

'உங்க எருமைக்கு...'

'அதை வித்தாச்சே... இனிமே நாம சொன்னா நல்லாருக்குமா?'

‘இல்ல பாட்டி எருமை ஆளு ஒண்ணும் கெடையாது. சும்மா அப்டி கற்பனை செஞ்சுட்டு சொல்லுங்க…’

‘சும்மா சொல்லுவாளாக்கும் கோட்டிக்காரி மாதிரி… எங்க மாமியா இப்டித்தான் வயசான காலத்தில இல்லாத மாட்டை மேய்ச்சுட்டு கெடந்தா…’

‘இது நடிப்புதானே பாட்டி…’

‘அதைச் சொல்லு…’

‘எங்கபார்த்து சொல்லணும் தெரியும்ல? இந்தா நிக்காரே இவரைப் பார்த்து சொல்லணும்…’

‘இவனையா? மாடுமேய்க்கப்பட்டவன் மாதிரி இல்லியே இவனப் பாத்தா? தொப்பி வச்சுக்கிட்டு கோட்டிக்காரன் கணக்காட்டுல்லா இருக்கான்? அவனாரு கறுத்தபய, ஒளிச்சு நிக்கான்?’

‘அவரு கேமராமேன்…’

‘என்னது?’

‘ஃபோட்டோ பிடிக்கிறவரு…’

‘இங்கவந்து நிண்ணு ஃபோட்டோ எடுத்தா என்னவாம்? இப்பிடி வெக்கப்படுதான்?’

‘பாட்டி, நீங்க இந்தா இவரை மட்டும் பாத்தா போரும்… வேற ஒண்ணையுமே பாக்கப்பிடாது… நான் இப்ப சொன்னதை சொல்லுறீங்க… அவ்ளவுதான்…’

‘இம்பிடுதானா சிலுமா பிடிக்கப்பட்டது? செரி சொல்லிப் போடுதேன்… நீ அங்கிண போயி நில்லு… இப்பமே இதிலே சிலுமாவை போட்டு காட்டுவியா?’

‘இல்ல பாட்டி இது சும்மா வெள்ளைத்துணிதான்… வெளிச்சத்துக்கு வச்சிருக்கு… நீங்க அங்க பாருங்க’

‘இவன் என்னத்துக்கு இந்த வெள்ளிக்காயிதத்த கீளே பிடிக்கான் எச்சி துப்புகதுக்கா?’

‘வெளிச்சத்துக்கு பாட்டி…’

‘ஏலே, மொட்ட வெயிலுக்கே வெளக்கு போடுதியளாக்கும்? நல்ல கூத்துதான்… செரி… எடு.’

‘நீங்க என்ன சொல்லணும்…’

‘பலவேசம்பயகிட்ட காளையையும் எருமையையும் கொண்டாந்து கட்டிப்போட்டு தவிடு புண்ணாக்கு வச்சிட்டு ஆடுகள மேச்சலுக்கு பத்திட்டு போலே சவத்து மூதின்னு சொல்லிட்டு சாமிக்கண்ணு கிட்டே…’

‘இல்ல பாட்டி பலவேசம்கிட்ட மட்டும் சொன்னாபோரும்…’

‘…அம்பிடுதானா?’

‘இல்ல பாட்டி… அப்ப அவன் வரலேல்ல… உடனே நீங்க என்ன சொல்றீங்கன்னா… ஏலே வெறுவாக்கலப்பட்ட மூதி, கழிச்சலிலே போறவனே, எங்கலே ஒழிஞ்சேன்னு… ஏதாவது உங்க வாயில வாறதச் சொல்லுங்க… ‘’

‘ஏல, என்னலே வெளையாடுதியா? நெறைஞ்ச சுமங்கலி வாயாலே ஒருத்தனை கழிச்சலிலே போகச்சொல்லுறதா? நாம நாக்கெடுத்து சொல்லி ஒருத்தன் கஷ்டப்படுறதுக்கா? இண்ணைத்தேதிவரை ஒருத்தனையும் அப்ப்டி சொன்னதில்லை பாத்துக்கோ.’

‘செரி பாட்டி, அப்டி வேண்டாம்… லே மண்ணாப்போறவனே… எங்கலே போனேன்னு-’

‘ஏலே ஒனக்கு கோட்டி பிடிச்சிருக்காலே? சொல்லிகிட்டே இருக்கேன்… மண்ணாப்போறதுன்னா என்னலே? நாம நாக்கெடுத்து ஒருத்தனை சபிக்கலாமாலே? அப்பனாத்தா சொல்லித்தரல்லியா?’

‘இல்ல பாட்டி… நீங்க யாரையும் திட்டல… முன்னாடி யாரும் இல்லியே…’

‘நெனைச்சுத்திட்டினா போராதோ… பலவேசம் புள்ளக் குட்டிக்காரன்லா?’

‘நீங்க அவரை திட்டல்லியே… சும்மால்ல திட்டுறீங்க?’

‘அப்டியெல்லாம் சொல்லப்புடாது பாத்துக்கோ… சும்மா சொல்லச்சிலே நம்ம மனசில ஒரு வெறுப்புவந்து ஒருத்தன் மொகம் ஞாபகம் வந்துட்டாக்கா பாவம்லா?’

‘சுபிச்சம்!’ என்று பின்பக்கம் உதவி இயக்குநர் குரல் கேட்டது.

பெரும்பாலும் நடிகர்கள் அல்லாதவர்களையே நடிக்கவைத்துப் பழகிய இயக்குநர் பொறுமையை அணிகலனாக மட்டுமல்லாமல் ஆடையாகவும் கொண்டவர். ‘அது சரி பாட்டி… சும்மா திட்டுங்க… உங்க வாயில என்ன வருதோ அதைச் சொல்லுங்க… நீங்க திட்டுவீங்கதானே?’

‘ஆமா பின்ன? சொல்லுபேச்சு கேக்கல்லன்னா திட்ட மாட்டாங்களா?’

‘என்ன சொல்லுவீங்க?’

‘ஏலே எங்கலே போன மூதி? புடுக்க அறுத்து ஊறுகா போட்டிருவேம்லேன்னு சொல்லுவேன்.’

‘செரி அப்ப அதைச்சொல்லுங்க...’

‘ஏ மக்கா... இங்க அன்னிய ஆளுங்க நிக்காகள்லா? அவுக முன்னாடி எப்டி சொல்லுகது, பலவேசமானாக்க நான் வளத்த பய...’

இயக்குநர் ‘டே தண்ணி கொண்டாடா’ என்றார் களைத்து.

‘எனக்கும் தண்ணி குடுலே... லே மக்கா. நீ சிலுமா எடுத்துட்டு நம்ம வீட்டுபக்கமாட்டு வா என்னலே? கோளியடிச்சு கொளம்பு வைச்சுத்தாறேன்...’

இயக்குநர் ஆசுவாசப்படுத்திவிட்டு ‘பாட்டி இப்ப நீங்க பலவேசத்த திட்டுறீங்க... உங்களுக்கு என்ன தோணுதோ அதைச் சொல்லி திட்டுங்க... என்ன?’

‘ஆரை?’

‘பலவேசத்தை.’

‘அவன் இப்ப எங்க?’

‘அவன் இங்க நிக்கிறான்னு நெனைச்சுகிட்டு திட்டுங்க.’

‘நல்ல பயலாக்கும் பாத்துக்கோ ... நண்ணியுள்ளவன்.’

‘சரி... சும்மா திட்டுங்க... சினிமா எடுக்கணும்ல?.’

‘செரி... நீ போட்டோ பிடி... நான் சொல்லிப்போடுதேன்... அந்த கறுத்தபய என்னத்துக்கு சிரிக்கான்?’

‘சிரிக்கல்ல பாட்டி அவர் மொகமே அப்பிடித்தான்... நீங்க சொல்லுங்க.’

‘நீ என்னத்துக்குலே அதுக்கு அளுவுதெ? நான் சொல்லிடுதேன்...’

‘செரி... டேக்.’

‘செரிலே மக்கா...’

‘சவுண்ட்!.’

‘ரோலிங்.’

‘அங்க ஒருத்தன் காதுல போனுவச்சு பாட்டு கேக்கானே அவன் ஆரு?’

‘அது சவுண்டு எஞ்சினியர்... பாட்டி நீங்க திட்டுங்க... வேற எங்கயும் பாக்கவேண்டாம்.’

‘கேமரா.’

‘ரோலிங்.’

‘ஆக்ஷன்... பாட்டி சொல்லுங்க...’

‘லே பலவேசம் மயிராண்டி... எங்கல போனே லே...’

நாலாவது டேக்கில் இயக்குநர் ‘கட், ஓகே’ என்றார். ‘டே தண்ணி குடுரா.’

‘நல்லாருக்காலே மக்கா?’

‘சூப்பர் பாட்டி...’ என்றார் இயக்குநர்.

‘பாட்டி நடிகையர் திலகம்ல... டேய் பாட்டியை கூட்டிட்டுபோயி எளநீர் குடுரா’ என்றபடி ஒளிப்பதிவாளர் வந்தார்.

‘வாறேன்ல மக்கா... வெயிலிலே நிக்காத பாத்துக்கோ.’

பாட்டி போவதைப் பார்த்துவிட்டு ஒளிப்பதிவாளர் சொன்னார் ‘டிரில்லு வாங்கிட்டுது... இப்டி புதுஆளைப் போட்டு டேக் வாங்குற செலவுல பாதியிருந்தா மெட்ராஸிலேருந்து நடிக்கறதுக்கு ஆளைகூட்டிட்டு வந்திடலாம்...’

இயக்குநர் புன்னகையுடன் ‘கூட்டிட்டு வந்துடலாம்... ஆனா சும்மா ஒருபேச்சுக்குக்கூட ஒலகத்துல யாரையும் சபிக்கமாட்டேன்னு சொல்லுற தாயோட மொகம் கெடைக்கணுமே.’

- நவம்பர் 11, 2014

2

கனவின் கதை

பாலாவின் 'நான் கடவுள்' படத்துக்காக நானும் சுகாவும் காசியில் திவ்யா ஓட்டலில் ஒரே அறையில் தங்கியிருந்தோம். நான் இரவு ஏழு மணிக்கு வந்து சேர்ந்தபோது சுகா ஏற்கெனவே படப்பிடிப்பு முடிந்த குழுவினருடன் திரும்பி வெய்ய நீராடி, வெள்ளாடை புனைந்து, வெண்ணீறணிந்து, அஞ்செழுத்தை நெஞ்சழுத்தி உணர்ந்தோதி சிவப்பழமாக அமர்ந்திருந்தார். வெண்ணீறு துலக்கமாகத் தெரிவதற்கென்றே படைக்கப்பட்ட மேனி.

'எங்க போனீங்க?' என்றார்.

'மணிகர்ணிகா கட்டத்துக்கு' என்றேன், சட்டையை கழற்றியபடி.

'அப்டியா? டிபன் இப்ப வந்திரும்' என்றவர் சற்று அதிர்ந்து 'அது சுடுகாடுல்லா?' என்றார்.

'ஸ்மசானம்' என்று திருத்தினேன்.

'அதுசரி' என்று அரைமனதாகச் சொல்லி 'நீங்க அங்க எதுக்கு?' என்றார்.

'பதினெட்டு வருஷம் முன்னாடி இங்க பண்டாரமா வந்தப்ப பொணம் எரியறத முழுசாப் பாத்தேன். இப்ப பாக்க முடியறதான்னு செக் பண்ணலாம்னுதான்...' என்று ஆரம்பிக்கவும் சுகா அசௌகரியமாக அசைந்து தலையைத் திருப்பி பாத்ரூமைப்

பார்த்துவிட்டு 'ஆர்ட் டைரக்டர் கிருஷ்ணமூர்த்தி சார் இன்னைக்கு ஒண்ணு சொன்னார்' என்று ஆரம்பித்தார்.

'இன்னைக்கு மூணுமணிநேரம் அங்கேயே ஒக்காந்து பொணம் எரியறதை பாத்தேன்' என்றேன். 'வரிசையா வந்திட்டே இருக்கு, நாம பாத்தமே அந்தமாதிரி மஞ்சள் சரிகை துணி சுத்தி ஒத்தை மூங்கிலிலே கட்டிகொண்டுட்டு வராங்க. சைக்கிளிலே நெடுக்கு வாட்டிலே கட்டிக்கூடகொண்டு வராங்க. ஆட்டோ ரிக்ஷாமேலே கூட கட்டிக்கொண்டு வராங்க...'

'டிபன் சாப்பிட்டுட்டு நாம ஆரியா ரூமுக்கு போவோம்... ஏன்னா...'

'வெட்டியான்கிட்டே செத்தவங்களோட சொந்தக்காரங்க பேரம் பேசறத இங்கமட்டும்தான் பாக்கலாம். நடுவிலே பொணம் 'சீக்கிரம் பேசி முடிங்கய்யா' ன்னு போரடிச்சுப்போய் படுத்துக்கிடக்கு. சுத்தி நின்னுட்டு கத்தி ஏலம்போடுறாங்க. பொணம் செம கனம்னு காட்டுறதுக்காக வெட்டியான் அதை தூக்கி டம்முன்னு போடுறான். அதிலே கெடந்த பொணசேட்டு சேச்சேங்கிற மாதிரி தலைய ஆட்டுறார்.'

'...கிருஷ்ண மூர்த்தி சார் வந்து...'

'...ஒரு பொணம் எரியறப்ப அடுத்த பொணம் காத்திருப்பில இருக்கு. வெயிட்டிங் லிஸ்ட் உண்டு. ரிசர்வேஷன் எகன்ஸ்ட் கான்சலேஷன் உண்டான்னு தெரியலை. நான் பாத்தது ஒரு வத்திப்போன பாட்டி. சிதையப் பாத்தீங்கன்னா இந்தா இவ்ளவுதான் இருக்கும், சதுர வடிவமா ஒரு முப்ரேம் பண்ணினதுமாதிரி... மூணடி அகலம் நாலடி நீளம். தலையும் காலும் வெளியே நீட்டிகிட்டு இருக்கும். வெறகுமேலே ஒடம்பு மட்டும்தான். பாட்டியை தூக்கி வச்சப்போ அவங்க கொஞ்சம் அசௌகரியமாத்தான் படுத்திருந்தாங்க. மூக்கு எலும்பு பொடைச்சு உந்தி நின்னுது. வாய்க்குள்ள கறுப்பா நாலஞ்சு பல்லு... காலிலே ஒரு இரும்பு தண்டை.... மிட்டாய் சிவப்புகலர்லே சிந்தெடிக் பொடவை...'

'மோகன்... நாம அதை அப்றமா பேசலாமே... ஆர்ட் டைரக்டர் கிருஷ்ணமூர்த்திசார் என்ன சொன்னார்னா...'

'...அவர் என்ன பெரிசா சொல்லிடப்போறார்? இதக் கேளுங்க... சிதைக்குள்ள நல்லா வைக்கோலைப்போட்டு வச்சிருக்காங்க. சடலத்த வெச்சதுமே நல்லா மண் எண்ணெய விட்டுடறாங்க. கொளுத்தினதுமே வேண்டியவங்க போயிடறாங்க. சுரேஷ் நீங்க

பாக்கணும், தீயோட ஜ்வாலைபட்டதுமே பொணம் மேல வாற மாற்றங்கள... சிந்தெடிக் பொடவை அப்டியே பொசுங்கிப்போன பிறகு பொணம் நிர்வாணமாத்தான் இருக்கு. தோல் நெறம் அப்டியே மாறிட்டே வந்து தோல் காய்கறித்தோல் வெந்து வழியற மாதிரி உரிஞ்சு... தீக்கு வெளியிலே இருக்கிற பாட்டியோட மொகமும் காலும் அப்டியே மெழுகால செஞ்சது போல ஆயிடுது...'

கதவு தட்டப்பட்டது. பையன் டிபன் கொண்டுவந்தான்.

'மோகன் நீங்க வழக்கம்போல பழ உணவு சாப்பிடுங்க... நான் போய் ஆர்தர் வில்சன் ரூமிலே சாப்பிடறேன். பாவம் கம்பெனி இல்லாம கஷ்டப்படுறார்... வரட்டா?'

'நானும் வாரேன்... எனக்கு இப்ப பசிக்கலை... பழ உணவெல்லாம் லேட்டாத்தான் சாப்பிடணும்...'

'வேண்டாம் வேண்டாம்... இங்கியே சாப்பிடுதேன்.'

அமர்ந்தோம். நான் வாழைப்பழத்தை உரித்தபடி 'எங்கூர்லே நேந்திரம் பழத்தை சுட்டு சாப்பிடுவாங்க... தீயிலே டைரக்டா போட்டு... டேஸ்டா இருக்கும்' என்றேன்.

'சாப்பிடுங்க. தோசை இருக்கு மோகன். சாப்பிட்டுட்டு அப்றமா சில முக்கியமான விஷயங்கள் பேசலாம்... ஆர்ட் டைரக்டர் கிருஷ்ணமூர்த்திசாருக்கு உங்கமேல ஒரு வருத்தம் என்னன்னா...'

'அப்டியே மசாலாதோசையை மடிக்கிற மாதிரி சுரேஷ்... நடு உடம்பு வெந்ததுமே தண்ணியா விடுது... தோசை மாதிரியே சத்தம். அது நல்லா எரிஞ்சதும் குச்சியால அடிச்சு நடுவிலே மடிச்சு உள்ள தள்ளிட்டு சரக்கு மாஸ்டர் நடுவிலே மசாலா வச்சு மடிக்கிற மாதிரியே லாகவமா குச்சியால காலையும் தலையையும் எடுத்து உள்ள மடக்கிடறான்... தீ பட்டதும் பாட்டி முகத்துக்கு உள்ளே இருந்து ஒரு மண்டை ஓடு புடைச்சு வந்து மெதுவா சதையை விலக்கிட்டு வெளியே வந்து அப்டியே தனி மண்டை ஓடா மாறிடுது... மூக்குநுனியும் காதுமடலும்தான் முதலிலே உருகி போகுது... பாதம் அப்டியே மேல்நோக்கி வளைஞ்சு வலிப்பு கண்டவங்களை மாதிரி ஆயிடுது... ஏன் வேணாமா?'

'இல்ல. எனக்கு ராத்திரி தோசை சாப்பிட்டா தாகம் ஜாஸ்தியா வருது...'

'அப்ப சப்பாத்தி சாப்பிடுங்க... பொணம் கருகினதுமே தீ நல்லா எரிய ஆரம்பிச்சிருது... மண்டை ஓடுமட்டும் கொஞ்ச நேரம்

எரியும்... அப்றம் டப்புன்னு ஒரு சத்தம்... அவ்ளவுதான். எரிஞ்சு முடிச்சதுமே வெறக வெலக்கி நாம பலாக்கொட்டை சுட்டா பொறுக்குவோமே அதே மாதிரி எலும்பை பொறுக்கி மரக் குடுவையிலே குடுத்திடறான்... அதே சிதையிலே இன்னும் கொஞ்சம் வெறக அடுக்கி வெயிட்டிங் லிஸ்டிலே அடுத்த சீனியரை ஏத்துறான்... ஏன் பசியே இல்லியா? நீங்க இப்பல்லாம் நல்லா சாப்பிடறதே இல்லை.'

'ஆக்சுவலா நான் அப்பவே கிருஷ்ணமூர்த்தி சார்கூட பூரி சாப்பிட்டேன். அப்பதான் உங்களைப்பத்தி ஒரு விஷயம் சொன்னார்...'

'எரிக்கிற பையனுக்கு என்ன வயசுன்னு நினைக்கிறீங்க? பதினஞ்சு பதினாறு... படிக்கிறானாம்... அங்க ஏகப்பட்ட நாயிங்க. எல்லாம் கால பைரவர் வாகனம்... நாயி ஏன் அங்க சுத்தணும்... எதாவது மிச்சம் மீதி திங்குமோ? நீங்க என்ன நெனைக்கறீங்க?'

'நாளைக்கு ஏர்லி மானிங் ஷூட் உண்டுன்னு பாலா சொன்னார்... படுத்துக்கலாமா?'

'பயந்துட்டீங்களா?'

'சேச்சே... எதுக்கு பயப்படணும்?'

'அதானே. நீங்க சைவர்லே? காசியிலே உள்ள ரெண்டு ஸ்மசானமும் தான் உண்மையான கோயிலாம். இங்க மணிகர்ணிகா கட்டத்திலே சிதை அணையவேகூடாதுன்னு ஐதீகம். சுத்துவட்டத்திலே இருநூறு மைல் எங்க இந்துக்கள் செத்தாலும் இங்ககொண்டு வந்திடறாங்க. தினம் இருநூறு பொணம் வரை எரியுதாமே?'

'...ம்ம்ம்.'

'பெரிய சமையக்கட்டு மாதிரி இருக்கு... ஒரு நாலாயிரம்பேருக்கு சமைக்கிற கல்யாணச் சமையல்...'

'ம்.'

'பௌத்தர்களுக்கும் ஜைனர்களுக்கும் துறவி ராத்திரி சுடுகாட்டிலே தான் தங்கணும்னு சாஸ்திரவிதி இருந்திருக்கு. யதி சரியைங்கிற நூலிலே சொல்லியிருக்கு. சைவர்களுக்கு அவங்க தெய்வமே சுடலை ருத்ரன்தான். சுடுகாட்டிலே உக்காந்து தியானம் பண்றது ரொம்ப நல்லது சுரேஷ். மனசு ஒருமைப்படும். நம்ம மனசுக்குள்ள இருக்கிற சின்ன விஷயங்களெல்லாம் இல்லாம போயிரும். என்ன சொல்றீங்க?'

'கண்டிப்பா, சித்தர் பாட்டிலே சொல்லியிருக்கே... தூங்கலாமா?'

‘கிருஷ்ணமூர்த்திசார் என்ன சொன்னார்?’

‘விடுங்க. இனி அதைப்போய் என்ன பேசிட்டு.’

‘பயமுறுத்திட்டேனா?’

‘சேச்சே... என்ன மோகன்? நான்லாம் சைவன்லா? குட் நைட்.’

நள்ளிரவில் ஒரு வீறிடல். நான் எழுந்தோடி விளக்கைப் போட்டால் சுரேஷ் வாய் திறந்து கண்களை ஒருமாதிரி விழித்தபடி ‘போயிடுங்க போயிடுங்க’ என்றார்.

‘சுரேஷ், சுரேஷ்...’

‘மோகன் நீங்களா? நீங்க ஊருக்குப்போகலை?’

‘சுரேஷ், இங்க பாருங்க...’

‘தண்ணி இருக்குமா, தாம்ரவருணியிலே?’

‘சுரேஷ் என்ன ஆச்சு? இங்க பாருங்க. நாம இருக்கிறது காசியிலே திவ்யா ஓட்டல்...’

‘ஆமால்ல?’ என்று விழித்து ‘சொப்பனம்!’ என்றார்.

‘என்ன சொப்பனம்?’ என்றேன் ஆவலாக.

‘ஒண்ணுமில்லை. கிருஷ்ணமூர்த்தி சார் கூந்தலை விரிச்சு போட்டுட்டு பக்கத்திலே வந்து உத்துப் பாக்கிறார்...’

‘யாரை?’

‘பொணத்தை.’

‘அதை பாக்கிறது யாரு?’

‘அந்தப் பொணம்தான்’ என்றவர் பாய்ந்து எழுந்து ஓடிப்போய் சம்புடத்தைத் திறந்து கைப்பிடி விபூதியை அள்ளி பட்டையாக போட்டு கொஞ்சம் வாயிலும் போட்டு ஏதோ மந்திரம் சொல்ல ஆரம்பித்தார்.

‘கனவுகளுக்கு ஒரு லாஜிக் இருக்கு சுரேஷ்... கனவிலே பொணம் வந்தாலே விசேஷம்... எனக்கு ஒருவாட்டி இப்டித்தான் ஒரு படுபயங்கரமான கனவு... என்னான்னா...’

குறட்டை ஒலி கேட்டது. வழக்கத்தைவிட ரொம்ப உரக்கக் கேட்டதோ என்று இன்றுவரைக்கும் சந்தேகம்.

- டிசம்பர் 2007

3

பத்தாம் வகுப்பு தமிழாசிரியைக்கு...

பத்தாம் வகுப்பு தமிழாசிரியைக்கு பையனின் அப்பா எழுதிக் கொண்டது.

மதிப்புக்குரிய அம்மையார் அவர்களுக்கு,

வணக்கம்.

தங்கள் பத்தாம் வகுப்பில் பயின்று வரும் ஜெ. அஜிதன் என்ற மாணவனின் தந்தை நான். இது தங்களுக்கு நான் எழுதும் இரண்டாவது மடல். தங்களை 'தமிழ் மேடம்' என்று அழைக்கலாகாது என்றும் 'தமிழம்மா' என்று அழைக்கவேண்டும் என்றும் தமிழுள்ளத்துடன் நீங்களிட்ட கட்டளையை ஏற்று ஒரு அடிமேலே சென்று என் மகன் 'தமிழாத்தா' என்றழைத்தமைக்காக வருத்தம் தெரிவித்தும் மன்னிப்பு கோரியும் நான் ஒரு கடிதத்தை முன்னரே எழுதியிருந்தமை தாங்கள் நினைவுகூரத்தக்கது.

மேற்படி மாணவனுக்கு நீங்கள் பாடத்திட்டத்தில் உள்ள பழந்தமிழ்ப் பாடல்களைக் கற்பிக்கத்தான் வேண்டுமா என்ற ஐயத்தை எழுப்பவே இதை எழுதுகிறேன். இப்பருவம் புதிய ஒலிகளுக்காக காதுகள் திறந்திருக்கும் காலம் என்பதை நீங்கள் அறிவீர்கள். பயல்களின் காதுகளில் சென்றுவிழும் சொற்கள் கண்தெரியாதவன் விதைத்த தோட்டம்போல கண்ட மேனிக்கு வளர்கின்றன. சின்னாள் முன்பு மேற்படி ஜெ. அஜிதன் அவன்

தங்கை ஜெ. சைதன்யாவை 'என் பேனாவை எங்கடி வச்சே? ஈட்டு புகணந்தி பாணனீயெங்கயர் தம்வீட்டிருந்து பாடவிடி? அடிச்சு பல்லப் பேத்திருவேன்...' என்று சொல்வதைக் கேட்டு நான் கடும் பீதிகொண்டு அவனை அழைத்து 'என்னடா சொன்னே?' என்றேன்.

'சும்மா. இவ என் பேனாவ எடுத்திட்டு திருப்பி வைக்க மாட்டேங்கிறா அப்பா.'

'அதுசரி... அதுக்கு நீ என்னமோ கெட்டவார்த்தை சொன்னியே?'

'இல்லப்பா அது கெட்டவார்த்தை இல்ல...'

'பின்ன?'

'தெரியல்ல. சும்மா அப்டியே வாயிலே வருது...'

'நீ சொன்னத திருப்பிச் சொல்லு பாப்போம்.'

ஜெ. அஜிதன் மழுப்பலாகச் சிரித்து '... அது ஒண்ணுமில்லப்பா... சும்மா சவுண்டுதான்' என்றான்.

'அந்த சவுண்டை திருப்பிச் சொல்லு பாப்போம்... என்ன சொன்னேன்னு தெரிஞ்சுக்கிடணுமே?'

ஜெ. அஜிதன் ஒரு மாதிரி முழித்தபின் அவன் தங்கையைப் பார்த்து 'டீ நான் என்னடி சொன்னேன்?'

'திட்டினே.'

'இல்லட்டீ வேற ஒண்ணு சொன்னேனே?'

'சொல்லல்லியே.'

'இவ சரியான கூமுட்ட அப்பா... போடி வல்லைமன்ற நீ நயந்தளி...'

நான் அதன்பின் ஒன்றும் சொல்லவில்லை. அன்றெல்லாம் அமர்ந்து அவன் பாடநூல்களைக் கூர்ந்து கவனித்த பின்னர்தான் இவை தமிழ் பாடல்களின் துணுக்குகள் எனக் கண்டடைந்தேன். ஆயிரங்கால் அட்டை உடைந்து வளையங்களாகக் கிடப்பதுபோல பயல் நாவில் தமிழ்பாடல்கள் இவ்வாறு விசித்திர ஒலிகளாகச் சிதறி பரவிக் கிடக்கின்றன.

நவில்தொறும் நூநயம் என ஆன்றோரும் செந்தமிழும் நாப்பழக்கம் என சான்றோரும் சொல்வது சிறப்பேயெனினும் ஒரு சிறுவன் கொல்லைப்பக்கம் சாக்கடை அடைப்பினைக் குத்திவிடும்போது 'சரியான வண்பயனால்ல இருக்கு' என்பது புரிந்துகொள்ள முடிவதாக இல்லை. ' போட்டீ, நீ என்னோட ஒரு இணரெரிக்குச்

சமம்' என தங்கையிடம் சொல்லும்போது அச்சொல்லுக்கு மறை பொருளேதும் உண்டா என மனம் மயக்கம் கொள்கிறது. பேரகராதியை கைநடுங்கப் புரட்டுவதே வாழ்க்கையாக உள்ளது இப்போது. கடைக்குப்போய்வர அவன் அன்னையார் சொல்லும் போது 'நீ எவ்வளவு கொன்னே வெகுளி பெருக்கினாலும் என்னான்னு கேக்கமாட்டேன்' என்று ஒரு பயல் சொல்லுவானாகில் இல்லற அமைதி எங்ஙனம் பங்கப்படுமென எண்ணிப் பார்க்கக் கோருகிறேன்.

இதன் நடுவே மரூஉக்கள் ('மரூண்ணாக்க, நீ கிள்ளப்பிடாதுன்னு சொல்லுவியே அது'). நேற்று ஒரு கட்டைக்குரல் படிப்பொலி காதில் விழுந்தது. '...மண்தேய்ந்த புகழினார் ம.தி.மு.க மடவார்தம்...' வை. கோபாலசாமியின் மகளிர் அணி பற்றிய பாடல் அல்ல. சிலப்பதிகாரம். 'டேய் இப்டி படிக்கப்பிடாதுடா...' என நான் சொன்னபோது 'போப்பா இப்பல்லாம் பாடம் மாறியாச்சு' என்றான்.

'சரி, நீ தமிழ் படிச்சது போரும். வேற படி. இங்கிலீஷ் படி' என்று கண்ணீருடன் சொன்னேன்.

'எங்க இங்கிலீஷ் சார் வரல்லை.'

'ஏன்?'

'அவரு சரியான கொங்கலர்தார் அப்பா... மாசம் பத்துநாள் லீவ் போடறார்...'

இதற்கெல்லாம் என்ன பதில் சொல்வது? இதிலே 'அப்பா காமநோய்னாக்க எய்ட்ஸா?' என்று அறிவியல் ஐயம். பகீரிட்டு 'ஏண்டா?' என்றால் 'தலைவிக்கு காமநோய் வந்து உடம்பு மெலியுதே...'

'இது வேறடா... அப்றமா சொல்றேன்.'

'இல்லப்பா. அவ உசிரு போயிரும்னு எழுதியிருக்கே.'

இதை ஒரு மாதிரி விளக்கி முடிப்பதற்குள் 'பர்ர்' என்று வாயை மூடிக்கொண்டு ஒரு சிரிப்பு.

'என்னடா?'

'எங்க தமிழாத்தா சொல்றாங்க, தலைவி பெரிய பலாப்பழம் மாதிரி இருப்பாளாம். ஆனா அவளோட காம்பு ரொம்பச் சின்னதாம்.'

'சிறுகோட்டு பெரும்பழம் தூங்கியாங்கு இவள் உயிர்தவச் சிறிது காமமோ பெரிதே' என்ற கபிலர் பாடலைப் புரிந்துகொள்ளும் லட்சணம் இது.

புறநானூறில் ஒரு கேள்வி. 'ஞாயிறு அனையை நின் பகைவருக்கு திங்கள் அனையை எம்மனோர்க்கே' - என்னடா அர்த்தம்?'

'எனிமீஸக்கு நீ சன்டே. எங்களுக்கெல்லாம் ஹேப்பி மண்டே.'

அன்புள்ள அம்மையீர், தயவுசெய்து இவ்விண்ணப்பத்தைப் பரிசீலனை செய்தருள்க. உண்மையிலேயே இம்மாதிரி விடலைகளுக்கு சங்கத்தமிழும் பதினெண் கீழ்க்கணக்கும் தேவையா? ('மேல்கணக்கு இருக்கா அப்பா?') இப்பாடங்களுக்குப் பதிலாக இன்றைய அரசியல் மற்றும் சினிமா பற்றி சொல்லிக் கொடுத்தால் என்ன?

காலையிலே ஒரு கட்டைக்குரல் 'அஜிதன் இருக்கானா?' என்றது ஃபோனில். கொடுத்தேன். அதன் பின் குழூக்கூறி பேச்சு. கீழ்க்கண்டவாறு...

'ஃபஸ்ட் பீரியடா? மத்தவருலே யாத தறிந்திசினோரு... படுத்து வாருல்ல... நீ கையிலே நோட்ஸ் எடுத்துக்கோ.'

'என்னது?'

'கடாவினாருதானே? ... வரமாட்டாரு...'

'அவன் கிட்ட சரியான கேடணவு கேட்டியா? நீ அவன் பக்கத்திலே போக வேண்டாம். என்னமாம் சொன்னான்னா ஒரு எஞ்சுறா வச்சு காச்சிடணும். அப்பதான்லெ புத்திவரும் பயலுக்கு.'

இப்படியே அரைமணி நேரம்.

அம்மையீர், நொந்த நெஞ்சுடன் இதை எழுதுகிறேன். வேறென்ன செய்ய. பார்த்து ஏதேனும் செய்தருள்க.

அன்புடன்,

தங்கள் உண்மையுள்ள,

ஜெயமோகன்

- டிசம்பர் 2006, நவம்பர் 2014

4

அமெரிக்காவில் தமிழன்னைக்கு சமாதி!

கன்யாகுமரியில் திருவள்ளுவர் சிலை நிறுவப்பட்டபோது என் மாமனார், தமிழறிஞர் சற்குணம் பிள்ளை இங்கே இருந்தார். அய்யன் திருமுகத்தை முதல் நாளே பார்க்கவேண்டுமென்று திறப்பு விழாவுக்குப் போனார். நெரிசலில் சிக்கி, மூச்சு திணறி வந்து சேர்ந்த போது முகம் இருளடித்துக் கிடந்தது. காரணம் நான் கேட்கவில்லை. கேட்பேன் என்று எதிர்பார்த்து ஏமாந்து அவரே சொன்னார். 'ஒருத்தருமே திருவள்ளுவரைப் பத்தி பேசலியே. எல்லாரும் கலைஞரைத்தான் புகழ்ந்திட்டிருந்தாங்க...'

நான் அவருக்கு அப்போதைய போஸ்டர் வாசகம் ஒன்றை நினைவூட்டினேன். 'வாழும் வள்ளுவர் தானே இவரும்?' மாமனார் பெருமூச்செறிந்தார்.

சிலை அமைக்கப்பட்டு ஒரு வருடம் கழிந்தே நான் அதைப் பார்க்கப் போனேன். அச்சிலை என்னைப் பொறுத்தவரை ஆள்வோரின் அகங்காரத்தின் விசுவரூபம் மட்டுமே. ஆனால் இங்கே வருபவர்களுக்கு அது ஒரு சுற்றுலாக் கவர்ச்சி. அன்றுகூட வந்தவர் நாராயண குருகுல துறவியான சுவாமி தியாகீஸ்வரன். கவிஞர். நாராயண குருவால் மொழிபெயர்க்கப்பட்ட திருக்குறளுக்கு ஒரு நல்ல ஆய்வுரை எழுதியவர். 'தமிழர்களின் கடவுள்கள் எல்லாம் இதே போல பெரிதுதான். இதுவும் ஒரு முனியப்ப சாமி' என்றார்.

நான் வேதசகாய குமார் சொன்ன ஒரு சம்பவத்தைச் சொன்னேன். சிலையைச் சாரம் பிரிக்கும்போது வடங்களைக் கழற்றுகையில் ஒரு வடம் சரிந்து சிலையை வடித்த சிற்பியின் காலில் அடித்துவிட்டது. அவர் ஆஸ்பத்திரியில் படுக்க நேர்ந்தது. இதை ஒட்டி குமரி மாவட்டம் முழுக்க ஒரே வதந்தி அலை. சிற்பம் முழுமையடைய வில்லை; எனவே இது நடந்தது என்று ஒரு தரப்பு. சிற்பத்தின் முகத்தில் ரௌத்ர பாவம் குடிகொண்டிருக்கிறது, ஆகவேதான் இப்படி என்று இன்னொரு தரப்பு. சிலை சரிந்தால் கலைஞருக்கு ஆபத்துதான் என்பதனால் சென்னையிலிருந்து சோதிடர் குழு வந்து பார்த்துச் சென்றிருப்பதாகவும், நரபலி கொடுத்து சிற்பத்தை நிலைநிறுத்த கலைஞர் ஆணையிட்டிருப்பதாகவும் எங்கும் பரபரப்பாகப் பேசிக் கொண்டார்கள். வேதசகாய குமார் ஒரு நண்பரிடம் வேடிக்கையாக 'கதை தெரியுமா, பாண்டியன் கண்ணகிக்கு பொற்கொல்லர்களை பலி கொடுத்ததுபோல கலைஞர் 108 தமிழாசிரியர்களை திருவள்ளுவருக்கு பலி தரப் போகிறார்' என்றார். ஒரு வாரம் கழித்து ஒரு தமிழ்ப் பேராசிரியர் 'சேதி தெரியுமா, திருவள்ளுவர் சிலைக்கு ஒரு தமிழாசிரியரை பலி தந்து விட்டார்களாம்' என்றாராம்.

'நடக்கக்கூடாது என்றில்லை. பெரிய சிலைகளாக கடவுள்களை உருவகிப்பதும், பலி தருவதும் எல்லாம் பொதுவாக பழங்குடி களிடம் உள்ள ஒரு பழக்கம்' என்றார் தியாகி. எனக்கே பயமாகி விட்டது. கன்யாகுமரி என்றால் கடலோரப் பொதுக் கழிப்பிடம் என்று பொருள். இரண்டு காலை சேர்த்து ஊன்றினால் அது மலம் மீதுதான். அதையெல்லாம் சுத்தப்படுத்துவது கன்யாகுமரியின் தனித்தன்மையை இல்லாமலாக்குவதாகும் என்பது அரசின் கொள்கை. 18 புனித தீர்த்தப் படித்துறைகளில் அதிக நாற்றம் எடுப்பவை முறையே முக்கியத்துவம் உடையவை. இப்போது அங்கு எங்கே குந்தினாலும் அய்யனை தரிசித்தபடியே மலம் அறுத்து உய்வு பெறலாம். இப்போது சில கோடி செலவில் பாறைக்கே கடல் பாலம் கட்டப் போகிறார்கள். அய்யன் காலடியில் அமர்ந்து அதைச் செய்யும் பாக்கியம் தமிழ்க்குடிகளுக்கு கிடைக்கப் போகிறது. ஆட்சி மாற்றத்துக்கு பிறகு அய்யன் பாழடைந்த பாறைமீது சாம்பல் பூத்து பயங்கரக் கோலம் கொள்கிறார். மார்வாடிகள் கையிலிருக்கும் வரை விவேகானந்தர் பாறை சுத்தமாக இருக்கும் (அய்யனையும் அவர்களுக்கே ஈந்துவிட்டால் என்ன? அவர் குந்து குந்தாச்சாரியார் என்ற சமண முனிதான் என்று வரலாறு உண்டே?).

அமெரிக்காவில் அய்யன் சிலை நிறுவப்படப்போகிறது என்ற செய்தி காதில் விழுந்தபோது அங்கும் தமிழ் மணம் பரவப்

போகிறது என்ற இறும்பூது ஏற்பட்டது. அமெரிக்காவில் வசிக்கும் இலங்கைத் தமிழரான பஞ்சாட்சரம் என்பவர் இலங்கைத் தமிழ்ச் சங்கம் என்ற அமைப்பின் நிறுவனத் தலைவர். இவர் நியூயார்க் நகரில் உலகத் தமிழ் மையம் என்ற பிரம்மாண்ட கட்டடத்தைக் கட்டப் போகிறாராம். அதன் துவக்க விழா தமிழ் நாட்டில் நடந்தது. கலைஞர் அதன் சிறு மாதிரியைத் திறந்துவைத்து பேருரை ஆற்றினாராம். அதை மகாபலிபுரம் சிற்பக் கலைஞர் திருஞானம் என்பவர் வடிவமைத்திருக்கிறார். இதற்கு மட்டுமே ஆறு லட்சம் ரூபாய் செலவாம்! கட்டடம் ஆக்டகன் (எண்கோண) வடிவில் கட்டப்படுமாம். எட்டுத் திசைகளிலும் வாழும் தமிழர்களை இணைப்பதற்காக இந்த வடிவமாம் (விண்வெளியில் ஏதாவது கிரகங்களில் ஏன் தமிழ் பேசப்படக்கூடாது? தஞ்சை தமிழ் பற்கலை பேராசிரியர் எவராவது இது குறித்து கண்டிப்பாக ஆய்வு செய்திருப்பார்கள்).

இங்கு கலையரங்கம், தமிழ் நாட்டு நட்சத்திர உணவு விடுதி, முதியோர் விடுதி, தமிழ் நீச்சல் குளம் ஆகியவை அமைக்கப் படுமாம். ஓரத்தில் நூலகம், அருங்காட்சியகம் (அங்கு புலியை விரட்ட பயன்படுத்தப்பட்ட தமிழ் முறம்) ஆகியவையும் அமைக்கப்படுமாம். இந்தியப் பெருநகர்களில் உள்ள பிரம்மாண்ட மான தமிழ்ச் சங்கங்களில் நடப்பவற்றை வைத்து ஊகித்தால் கீழ்கண்டவற்றை எதிர்பார்க்கிறேன்.

கலை அரங்கத்தில் உதித் நாராயணன், ஹரிஹரன், மால்குடி சுபா (மலெ மலெ மல்லே மல்லே...) குழுவினரின் தமிழிசை, தமிழறிஞர் திண்டுக்கல் லியோனி, பெருங்கவிக்கோ வா.மு. சேதுராமன் ஆகியோரின் செவி விருந்து முதலியவை வழங்கப்படும். நூலகத்தில் அகப்பொருளாய்வுகள், ராஜேஷ் குமார் நூல்கள் அடுக்கப்படும். அனேகமாக செயலாளரிடமிருந்து என்னைப் போன்ற சிற்றிதழ் எழுத்தாளருக்கு எங்கள் நூல்களையும், சிற்றிதழ் களையும் எங்கள் தமிழ்ப்பற்றின் அடையாளமாகவும், அவர்கள் நிதி நிலையை கருத்தில்கொண்டும் இலவசமாக (அடிக்கோடு) அனுப்பி உதவும்படி கடிதம் வரும்.

'இருந்த பெரும் தமிழணங்கின்' பெருமைக்கு உகந்த நினைவுச் சின்னம்தான் என்பதில் ஐயமில்லை. தாஜ்மகாலில் இருப்பதுபோல இந்தக் கட்டடத்திலும் நிலத்தடித் தளத்தில் தமிழன்னையின் சமாதியோ அஸ்தியோ வைக்கப்படவேண்டும். அமெரிக்காவுக்கு வரும் கணிப்பொறித் தமிழர்களும் புலம் பெயர்க்கப்பட்ட தமிழர்களின் குழந்தைகளும் தமிழ்மொழி குறித்து கேள்விப்பட்டு அங்கு வந்து மலர் வளையம் வைக்க வசதியாக இருக்கும்.

தமிழன்னைக்கு சிலை வைக்கப்படும்போது அவள் தொன்மையைக் குறிக்கும் வகையில் நியாண்டர்தால் தோற்றம் கொடுக்கலாம் என்று என் நண்பர் சொல்கிறார், அது சற்று அதிகப்பிரசங்கித்தனம்தான். சங்க இலக்கியங்கள், காப்பியங்கள், கம்ப ராமாயணம், நீதி நூல்கள் முதலியவற்றை சுட்டு அச்சாம்பலைத் தூவி அதன்மேல் கட்டடம் கட்டலாம் என்ற கருத்து பரிசீலனைக்கு உரியது என்றுதான் படுகிறது.

ஆனால், ஏனோ இந்த மகத்தான செய்தி ஒருவகையான உற்சாகத்தையும் தமிழ் சூழலில் உண்டுபண்ணவில்லை. ஒவ்வொரு வருக்கு ஒவ்வொரு கவலை. புது மனைவியிடமிருந்து எப்படி பணத்தை லவட்டி அடுத்த இதழ் ஆரண்யத்தை கொண்டுவருவது என்று ஸ்ரீபதி பத்மனாபா; தமிழ் நாட்டில் கட்டுரை நூலையும், கவிதை நூலையும் பிரபல ஆசிரியர்கூட (திரும்பி வராத) சொந்தப் பணத்தில்தான் போடவேண்டும், கட்டுரைத் தொகுப்பு போட வைத்திருந்த பணம் இதய நோய்க்குச் செலவாகிவிட்ட கவலை நாஞ்சில் நாடனுக்கு. தமிழறிஞரும் இசை மேதையுமான லட்சுமண பிள்ளையின் இசைப் பாடல்களை 60 வருட இடைவெளிக்குப் பிறகு மறுபதிப்பு செய்வதற்கு நிதியுதவி செய்ய மலையாள வியாபாரிகள் எவரையாவது அணுகலாமா என்று வேதசகாய குமாருக்குக் கவலை. பாவண்ணன் பெங்களூரில் இலங்கை அகதிக் குழந்தைகள் அரைப்பட்டினியாக வதைபடுவதைப் பற்றிச் சொன்னார்.

சரவணன் 'அந்த ஆறு லட்சம் ரூபாய் இருந்தால் ஆறு சிற்றிதழ் தொடங்கி ஜாம் ஜாம் என்று நடத்தி தமிழ் இலக்கியத்தையே மாற்றி விடலாம்' என்றார். டி.எஸ். சொக்கலிங்கம் மொழிபெயர்த்து நாற்பதுகளில் வெளிவந்து மறுபதிப்பே வராத தல்ஸ்தோயியின் 'போரும் அமைதியும்' நூலை ஆயிரம் ரூபாய் செலவில் ஒளிநகல் எடுத்த அரவிந்தன் அந்த நூலையும் மறுபதிப்பே வராத பிற முக்கியமான நூல்கள் சிலவற்றையும் மறுபதிப்பு செய்யலாமே என்றார். பேராசிரியர் அ.கா.பெருமாள் மறுபதிப்பு செய்யப்பட வேண்டிய நூல்களின் பட்டியலையே சொல்ல ஆரம்பித்தார். பழைய புத்தகங்களை மட்டும் மறுபதிப்பு செய்தால் போதுமா புதிய நூல்கள் எத்தனை உள்ளன என்று சொல்ல ஆரம்பித்தார் இன்னொரு நண்பர்.

யாருக்குமே விஷயம் புரியவில்லை என்று எனக்குப்பட்டது. தமிழ் பண்பாட்டையும் நாம் கணக்கில் கொள்ளவேண்டும். வயிற்றுக்குச் சாப்பாடு இல்லையென்றாலும் தீபாவளிக்கு கடனில் பட்டுப் புடவையும் நகையும் எடுப்பவர்கள் நாம். மூதாதையர் பெருமையும்

சொந்தக்காரர் பெருமையுமே நம் பெருமை என்று எண்ணுவது நம் மரபு. அய்யனும் நியூயார்க்கில் சமாதியும் எல்லாம் யாருக்காக? நமக்குத்தான் நம்மைப் பற்றி தெரியுமே. அதெல்லாம் 'மாற்றான்' நம் பெருமையை அறிந்துகொள்ளும் பொருட்டு அல்லவா? நாளைக்கே அமெரிக்க அதிபர் சமாதிக்கு வந்து இட்லி சாப்பிட்டு, பசலை பரவும் விதங்களைத் தெரிந்துகொண்டு, அன்னைக்கு மலர் வளையமும் வைத்துச்சென்றால் வாளோடு முன் தோன்றி மூத்த குடிக்கு வேறென்ன வேண்டும்?

- டிசம்பர் 2001

൫

'பாப்பா, சாப்பிடு பாப்பா!'

அலுவலகத்திலிருந்து ஒரு பணியிடைப் பயிற்சிக்கு சென்னை சென்றிருந்தேன். ஊழியர்களின் திறனை மேம்படுத்த இவ்வாறு அடிக்கடி பயிற்சிகள் வைப்பது சமீபத்திய பழக்கம். பெரிய கல்லூரி போல, பயிற்சி நிலையம் சென்னையில் இருக்கிறது. எங்கள் துறையில் இப்போதெல்லாம் புதிதாக ஆளெடுப்பதேயில்லை. ஆகவே, ஊழியர்களில் நாற்பத்தைந்துக்குக் குறைவானவர்கள் அபூர்வம். அவர்களுக்கு இந்தப் பயிற்சி ஒரு இன்பக் குழப்பச் சிக்கல்.

சென்னைபோன்ற பெருநகரத்துக்கு வருதல், ஹாஸ்டலில் தங்குதல், தினமும் வகுப்புகள், வகுப்புத் தோழர்கள், அறைத் தோழிகள் என திடீரென்று ஒரு கல்லூரிக் காலம் தொடங்கிவிடுகிறது; வயதுபோன காலத்தில் தேனிலவுபோல. அதே மனைவி என்பதுதான் சிக்கல். ஒவ்வொரு முகத்திலும் ஒவ்வொரு பாவனை. ஆண்கள் இளமைக்குத் திரும்ப முயல்கிறார்கள். பவுடர் போடுவது, நாலைந்து முறை தலை சீவுவது, உரக்கச் சிரித்துப் பேசுவது, நண்பர்களின் தோள்களில் தட்டிக் கொள்வது, சிகரெட்டை வாயிலிருந்து பிடுங்கி இழுப்பது, படிகளில் குதித்து இறங்குவது... பலருக்கு அவர்களின் கல்லூரி நடவடிக்கைகள் நினைவில் இருக்கின்றன. அதன்பின் மாணவ வாழ்க்கையில் வந்த ஒரு மாற்றமும் தெரியாது.

ஒரு பெரிசு 'ஏண்டா பழி, மெஸ்ஸிலே அய்யன் சோறு போட்டுட்டானா?' என்று இன்னொரு தாத்தாவிடம் கேட்டார்.

‘பழி’ என்று ‘பசங்கள்’ சொல்லிக்கொண்ட காலம் ஐம்பதுகளாக இருக்குமோ? அறுபதுகளில் ‘மச்சான்’, எழுபதுகளில் ‘மாப்ள’, எண்பதுகளில் ‘தலைவா’, தொண்ணூறுகளில் ‘மச்சி’, இரண்டாயிரத்தில் ‘பாஸ்’ என இது அடைந்த மாற்றங்களை முதிய மாணவர் இன்னும் அறியவில்லை.

ஒரு குண்டு ஆசாமி படிகளில் தொந்திமேல் படிந்த டி ஷர்ட் குலுங்க, பாய்ந்திறங்கி, கால் மடங்கி, கட்டையைப் பிடித்து நின்று, என்னைப் பார்த்து, ‘கால் வழுக்கிட்டுது சார்!’ என்றார். ‘அப்டியா?’ என்றேன்.

பெண்கள் நேராக எல்.கே.ஜிக்குப் போய்விட்டார்களோ என்ற ஐயம் ஏற்படும். ஆண்களுக்கு ஆயிரம் கவலைகள். ‘வாசலில் சாக்கடை அடைத்துக் கொண்டதே, பயல் குத்திவிட்டுவிட்டானா?’, ‘பெண் டியூஷன் போய் திரும்பிவிட்டாளா?’, ‘வாழைக் கொல்லைக்கு தண்ணீர் ஊற்றியாகிவிட்டதா?’, ‘சுப்பையன் காசு கொண்டுவந்தானா?’. பெண்களுக்குக் கவலையே இல்லை. முதலில் சமையல் செய்யவேண்டிய பெரும் பொறுப்பிலிருந்து விடுதலை. அதுவே ஓர் அழியா மந்தகாசமாக முகத்தில் ஒளிவிடுகிறது. எல்லாவற்றையும் கொழுநன் தலையில் கட்டிவிட்டு ராத்திரி கூப்பிட்டு, ‘ஏங்க காயப்போட்ட துணிகள எடுத்து மடிச்சு வச்சீட்டீங்களா... எத்தன வாட்டி சொல்றது?’ என்று அதட்டினால் குடும்பப் பொறுப்பு முடிகிறது. மற்ற நேரமெல்லாம் கல்வி வாழ்க்கை.

பாட்டிகள் கிசுகிசுவென ஓயாமல் தோழிகளுடன் பேசி, கிளுகிளுவெனச் சிரித்தபடி, தோளில் கைபோட்டுக் கொண்டு உலவுவதைக் கண்டேன். சின்ன டப்பாவில் நெல்லிக்காய் வைத்து எடுத்துக் கடித்தார்கள். பத்துமணிக்கு வகுப்பு என்றால் ஒன்பதே முக்காலுக்கு வந்து அமர்ந்து பொறுப்பு மிளிர பென்சில் சீவினார்கள். பேப்பர், புத்தகம் எல்லாம் எடுத்து அடுக்கி வைத்து ஒருமுகப்பட்டு வகுப்பை கவனித்தார்கள். ‘எஃப்.எம்னா என்னா தெரியுமா?’ என ஆசிரியை கேட்க, ஒரு அம்மையார் நரைத்த தலையுடன் கையைத் தூக்கி எம்பி எம்பி அடங்கினார்.

‘சொல்லுங்க மேடம்,’ என்றாள் பாடம் நடத்திய இருபத்திநாலு வயதுப்பெண். மஞ்சள் பூசிய முகமும் மஞ்சள் படிந்த நரைத்த கன்னத்து மயிர்களுமாக மாணவி எழுந்து வெட்கி காலால் தரையில் ‘ட’ வரைந்து, தோழியை ஓரக்கண்ணால் பார்த்து, மழலையில் ‘ரேடியோ,’ என்றார். ‘ரொம்ப சரிம்மா... உக்காருங்க. ஆனா நாம இத நம்ம பாடத்துல ப்ரிக்வன்ஸி மாடுலேட்டர்னு

சொல்லுவோம்' என்றார் ஆசிரியை. மாணவி அமர்ந்ததும் சக மாணவி அவரை ரகசியமாகக் கிள்ள, 'போடி' என இவர்கள் கையால் அடித்தார்கள்.

மாணவர்கள் பலகாலமாகவே குடும்பத் தலைவர்கள். பிறர் பேசிக் கவனிக்கும் பழக்கத்தையே விட்டுவிட்டவர்கள். ஆகவே தாமரையிலைத் தண்ணீர்போல பாடம் அவர்கள்மேல் உருண்டு சென்றது. இதில் அடையாளச் சிக்கல்கள். 'ஒவ்வொருத்தரா பேரு, வேல செய்ற இடம், கேடர் எல்லாம் சொல்லுங்க' என்ற மீசை முளைக்காத ஆசிரியரின் கோரிக்கைக்கு ஒரு நரைத்தலையர், 'எம்பேரு V... மகரிஷி வேதாத்ரி சுவாமிகளோட தியான அமைப்பிலே கன்வீனரா இருக்கேன்... தியானம்னா என்னன்னாக்க...' என்றார். சிலர் எதையுமே விடாமல் சரசரவெனக் குறிப்பு எடுத்துக் கொண்டார்கள். அவர்களில் ஒருவரிடம் ஒரு ஐயம் கேட்டேன். 'தெரியலை சார், நான் ஸ்டெனோவா இருக்கேன். குறிப்பில என்ன இருக்குன்னு பாக்கிறதில்லை. அப்டியே எழுதிடறது' என்றார்.

வகுப்பில் பொதுவான விளக்கம் வரும்போது பெரிசுகள் அனுபவ அறிவை வெளிப்படுத்துகின்றன. 'இது யூஸர்ஸோட உலகம். புரடியூஸர்ஸ் டிஸ்ட்ரிப்யூட்டர்ஸ் எல்லாருமே அவங்களோட ஸெர்வெண்ட்ஸ் மட்டும்தான்...' முன்வரிசை பட்டைமூக்குக் கண்ணாடி வலுவாக ஆமோதிக்கிறது.

'ஆமா, எண்ணும் எழுத்தும் கண்ணெனத்தகும்னு சொல்லியிருக்கே.'

'பாடம் நடத்தும் பையன் குழம்பி, வகுப்பிலிருக்கும் மூத்த குடிமகன்களைப் பரிதாபமாகப் பார்த்தபின் '... அதனால நாம நம்ம உணர்ச்சிகளுக்கு முக்கியத்துவம் குடுக்கக்கூடாது. நமக்கு நெறைய அசௌகரியங்கள் இருக்கு. ஆனா அது கஸ்டமருக்கு முக்கியமில்லை,' என்றபோது பட்டைக்கண்ணாடிக்கும் அதே அபிப்பிராயம்தான்.

'... சரியா சொன்னீங்க. மயிர்சுட்டுக் கரியாகுமான்னு எங்கூர்ல ஒரு பழமொழி இருக்கு.'

பையன் திக்பிரமை பிடித்து நின்றபின் கழுத்தை இரும்பாக ஆக்கி வேறு பக்கம் திரும்பி மடமடவென ஒப்பிக்கத் தொடங்குகிறான்.

ஹாஸ்டலில் விதவிதமான ஆத்மாக்கள். ஆங்கிலேயர் இந்தியாவுக்கு வந்து சில காலத்திலேயே இந்தியர்கள் அதிபுத்தி சாலிகள் என்பதைப் புரிந்துகொண்டார்கள். ஆகவே அரசாங்க நிர்வாக அமைப்பை சிவப்புநாடா மூலம் விரிவுபடுத்தினர். இந்தியர்களில் மிகவும் புத்திசாலிகளைத் தேர்வுசெய்து அவர்களுக்கு

அரசு வேலை கொடுத்தார்கள். அவர்கள் ஆறுமாதத்துக்குள் பரம முட்டாளாக ஆவது உறுதி எனக் கண்டார்கள். முப்பது வருடம் சர்வீஸ் உடையவர் என்றால் கேட்கவே வேண்டாம். எதிரே என் அறைத்தோழர் வந்தார். 'மழையிலே நனைஞ்சிட்டேன் சார். மழை பெஞ்சா அப்டியே நனைஞ்சிடுது பாத்துக்கிடுங்க. மழை பெஞ்சு நனைஞ்சோம்னாக்க ஒடனே ஜலதோஷம் பிடிச்சிடுது... என்ன சார்?'

நான் கடும் தொண்டைப்புண்ணால் அவதிப்பட்டமையால் பதில் பேசும் பொறுப்பு இல்லை.

என்படுக்கைக்கு பின்பக்கம் இருவர். ஒருவருக்கு வாழ்க்கையின் உச்சகட்ட சாதனை பெண்ணை எஞ்சீனியரிங் படிக்க வைப்பது. 'எம்பேரு 'ங' சார். பொண்ணு எஞ்சீனியரிங் படிக்குறா... மெக்கானிக்கல் எஞ்சீனியரிங்கு சார்,' என்பதே சுய அறிமுகம். நல்ல குரல் வளம். பின்னால் அவரது குரல். மற்றவர் இவரது பேச்சை எப்போதுமே கேட்டுக்கொண்டிருக்கும், கேட்பதற்காகவே பிறந்த, குமாஸ்தாத்மா.

'...அப்பாலே மத்தியான்னம் ஒரு மணிக்கு சோறும் பூசணிக்கா கொழம்பும் சேனைக்கெழங்குப் பொரியலும் எல்லாம் கேரியரிலே போட்டுட்டு காலேஜுக்குப் போனேன் சார். கேக்கிறிகள்ல? உள்ர போயி என் பொண்ணைப் பாத்து, 'சாப்புட வா பாப்பா'ன்னு கூப்பிட்டேன். பொண்ணு சொன்னா, 'அப்பா இப்ப சாப்பாடு வேண்டாம் பசிக்கல்லை'ன்னு. நான் சொன்னேன், 'பாப்பா சாப்பிடு பாப்பா. அப்பா சாப்பாடு கொண்டாந்திருக்கேன்ல?' அதுக்கு அவ சொன்னா, 'இல்லப்பா இப்பதான் காபி சாப்பிட்டேன், வேணாம்'னு.

அப்ப நான் சொன்னேன், 'பாப்பா சாப்பிடு பாப்பா. சாப்பிடாட்டி உடம்பு என்னத்துக்கு ஆகும்?' அதுக்கு அவ சொன்னா, 'இல்லப்பா வயிறு ஒருமாதிரி திம்முன்னு இருக்கு'ன்னு. நான் அவகிட்டே, 'பாப்பா சாப்பிடு பாப்பா சாப்பிட்டாத்தானே உடம்பு தேறும்னு சொன்னேன்'... அதுக்கு அவ...'

காய்ச்சலின் குளிரில் போர்த்திப் படுத்திருந்தேன். காதுக்குள் விரலைத் திருகி திரும்பிப் படுத்தேன். ஆனால் குரலைத் தவிர்க்க முடியவில்லை. '... அவ சொன்னா, 'அப்பா சும்மா போங்கப்பா வேலை கெடக்கு'ன்னு. 'சாப்பிடு பாப்பா சேனைக்கெழங்கு பொரியல் இருக்கு'ன்னு சொன்னேன்...' எனக்குக் கண்ணாடியில் குண்டூசியை வைத்து கீறும் பரவசத்தில் உடல் குலுங்கியது.

எழுந்தோடி வெளியே போனேன். மழை. நேராக மெஸ்ஸுக்கு போய் அமர்ந்துகொண்டேன்.

அங்கே 'நூ' இருந்தார். இன்னும் சாப்பாடு அறிவிக்கவில்லை. நான் மெஸ்ஸில் சாப்பிடவில்லை. காய்ச்சல், தொண்டைப்புண். எதையும் முழுங்க முடியாது. யுவன் சந்திரசேகர் தன் வீட்டிலிருந்து தினமும் கஞ்சிகொண்டுவந்து கொடுத்துக்கொண்டிருந்தான். ஆனால் மெஸ்ஸுக்குப் பணம் கொடுத்தாகவேண்டும். வயிற்றுப் புண்ணுக்கு நன்றாகப் பால் சாப்பிடும்படி டாக்டர் அறிவுரை. நேற்று டீ கலப்பதற்காக டிரம்மில் வைக்கப்பட்டிருந்த பாலைப் பிடித்துக் குடிக்கும்போதுதான் 'நூ' அறிமுகம். நான் குடிப்பதைக் கூர்ந்து நோக்கியபின் என்னிடம், 'பால் எவ்வளவு வேணா சாப்புடலாமா சார்?' என்றார்.

'கணக்கு ஒண்ணும் இல்லேன்னு நெனைக்கிறேன்...' உடனே தண்ணீர் குடிக்கும் பெரிய டம்ளருடன் சென்று நிரப்பிவந்து என் முன் அமர்ந்தார். 'பால் சாப்பிட்டாக்க கண்ணு நல்லா தெரியும் இல்ல சார்?'

'ஆமாங்க,' என்றேன்.

'பால் சாப்புட்டாக்க புத்தி வளரும். பிள்ளைகளுக்கு பால் நெறைய குடுக்கணும் சார். இப்ப பாத்தீங்கன்னா இந்த அய்யமாருங்க நல்லா பாலு சாப்புட்டுதான் அய்யேயெஸ் படிச்சு பெரிய ஆளுகளா ஆயிடறாங்க.' மீண்டும் ஒரு டம்ளர்.

நூ சோர்வாக இருப்பதுபோலிருந்தது. நான் பால் எடுத்துக்கொண்டு நூ இடம், 'பால் சாப்புடலியா சார்?' என்றேன்.

'இல்ல சார். ஒத்துக்கலை. கழிஞ்சிடுது... பால் எல்லாம் அய்யமாருக்குத்தான் சார் சரிவரும்... என்னாங்கிறீக?'

ஙீ அவரது எஃப்.எம் ரேடியோவுடன் வந்தார். அதிலிருந்து தீப்பெட்டிக்குள் வண்டுபிடித்துப் போட்டதுபோல ஒரு ஒலி. நான் வந்த நான்கு நாளில் அது வேறு ஒலியையே எழுப்பவில்லை. ஙீ இரவு பகலாக அதில் ஈடுபட்டிருந்தார். அதன் அந்தரங்க பாகங்களை கரப்பாம்பூச்சிக்குடலை ஆராய்வதுபோல ஆராய்ந்தார்.

'என்ன சார் பிரச்னை?' என்றேன்.

'எஃபெம் ரேடியோ சார். மதுரை மாட்டுத்தாவணி பஸ் ஸ்டாண்டுலே ஒரு ஆளு வித்தான். டிராவல்ஸுக்கு கண்டிப்பா ஒண்ணு கையிலே இருக்கணும்னான் சார்...'

‘எதுக்கு?’

‘வெதர் கண்டிஷன்லாம் சொல்றான்ல?’

‘இத இப்பதான் எடுக்கிறீங்களா?’

‘ஆமா சார். வாங்கி மூணுவருசம் ஆச்சு. இப்பதானே டிராவல் பண்றேன்...’

அந்தக் கருவிக்குள் மின்சாரம் சென்றதும் சுழலும் ஒரு சிறு சக்கரம் மட்டுமே இருக்கும். அது தகரத்தில் உராய்ந்தபடி சுழலும் ஒலிதான்... நீ அதை காதில் வைத்தபடிதான் எந்நேரமும் காணப்பட்டார்.

ஒருவர் மஃப்ளருடன் வந்தார்.

‘என்ன சார் லேட்டு?’ என்றார் இன்னொருவர்.

‘நோட்ஸ் காப்பி பண்ணிட்டிருந்தேன் சார்.’

‘இதுக்கு பரிட்சை எல்லாம் ஒண்ணும் இல்லியே?’ என்றேன்.

‘அதான் சார் பயமா இருக்கு. ஒண்ணுமே புரியல்லை. சரி நோட்ஸாவது எடுத்துப்போமே...’

மொத்தம் நாலு நாள் பயிற்சி. ஆகவே தொடங்கியநாளே தேர்வுக் காய்ச்சலும் ஆரம்பித்தாகிவிட்டது. பெண்கள் விடுதி முன் ஒரு பெரிசு நின்று சக மாணவியுடன் பேசிக்கொண்டிருந்தது. மூட்டுவலி, பேத்தித் தொல்லை பற்றி அல்ல, பாடங்களைப் பற்றி. மாடி வராந்தாவில் இரு கிழவிகள் பாடப் புத்தகத்தை மார்பில் தட்டித் தட்டி மனப்பாடம் செய்கிறார்கள். ‘எ கஸ்டமர் இஸ் அவர் பேட்ரன் ஆண்ட் ஓனர். எ கஸ்டமர் இஸ் அவர் பேட்ரன் ஆண்ட் ஓனர். எ கஸ்டமர் இஸ்...’

ஒருமாதிரி தடுமாறி மீண்டும் அறைக்குப் போனேன். படுக்கைக்குப் பின்னால் குரல் ‘...அப்றமா நான் சொன்னேன், பாப்பா சாப்பிடு பாப்பா...’

- ஜூலை 2009

6

மேதைகள் நடமாட்டம்

‘திண்டுக்கல்லில் நள்ளிரவில் ரௌடி வெட்டிக் கொலை' - 2008 ஜனவரி 2, புதன்கிழமை தினமணி நாளிதழில் (நெல்லைப் பதிப்பு) ஒன்பதாம் பக்கத்தில் வந்த செய்தியைப் படித்தேன். ஒருகணம் ஒன்றும் புரியவில்லை. செய்தியேதானா?

> ‘திண்டுக்கல் சவரியார் பாளையத்தைச் சேர்ந்தவர் தில்லையப்பன். இவரது மகன்கள் சாக்ரடீஸ், காரல் மார்க்ஸ், பெர்னாட் ஷா, முட்டைக்கண் ரவி. இவர்கள் நான்குபேர் மீதும் பல்வேறு கொலை, கொள்ளை, கள்ளச் சாராயம் மற்றும் ஆள்கடத்தல் வழக்குகள் நிலுவையில் உள்ளன. இதில் சில ஆண்டுகளுக்கு முன் இவர்களுக்கும் இவர்களின் எதிர்கோஷ்டியினருக்கும் நடந்த மோதலில் சாக்ரடீஸ், காரல் மார்க்ஸ் இருவரும் வெட்டிக் கொல்லப்பட்டார்கள்.
>
> அண்ணன்கள் செய்துவந்த தொழிலையே பெர்னாட் ஷாவும் முட்டைக்கண் ரவியும் செய்துவந்தார்கள். இதில் பெர்னாட் ஷா திண்டுக்கல்லில் உள்ள சாலையோர வியாபாரிகளுக்கு வட்டிக்குப் பணம் கொடுத்துவந்தார்.
>
> இந்நிலையில் பெர்னாட் ஷா திங்கள்கிழமை நள்ளிரவு மது அருந்திவிட்டு பணம் வசூலிப்பதற்காக திண்டுக்கல் மேற்கு ரத வீதி அருகே இருந்த அரசமரத்தடி கருவாட்டுச் சந்தை பகுதியில்

நடந்துசென்றபோது அவரைப் பின்தொடர்ந்து வந்த மர்மக் கும்பல் வழிமறித்து அரிவாளால் சரமாரியாக வெட்டியது.

வெட்டுக்காயங்களுடன் விழுந்த அவர் திண்டுக்கல் அரசு மருத்துவமனையில் சேர்க்கப்பட்டார். பின்னர் மேல் சிகிச்சைக்காக மதுரை அரசு மருத்துவமனைக்கு எடுத்துச் செல்லப்படும் வழியில் பெர்னாட் ஷா உயிரிழந்தார்...'

சாக்ரடீஸ், காரல் மார்க்ஸ் ஆகியோரின் இளமைப் பருவம் எப்படி இருந்தது என்ற ஆர்வம் ஏற்பட்டது. என்ன இருந்தாலும் சாக்ரடீஸ் மூத்தவர். மேலும் 'உன்னையே நீ அறிவாய்' என்ற அமர தத்துவத்தை உலகுக்கு அளித்தவர். ஆனால் கோப்பையில் எது கொடுத்தாலும் அதை கவனமாக பரிசோதனை செய்த பின்புதான் குடித்திருப்பார். பக்கத்து வீட்டு கிரீட்டோவுக்கு கோழி ஏதேனும் திருப்பிக் கொடுக்க வேண்டியிருந்திருக்குமோ? ஆளைப் போட்டுத்தள்ளி அதுதான் முதல் கொலைவழக்காக இருக்குமோ?

காரல் மார்க்ஸ் என்ன இருந்தாலும் வேறு மாதிரியானவர். பக்கத்து வீட்டில் எங்கல்ஸ் என்ற பணக்காரப் பையன் இருந்திருப்பான். இவன் சொல்வது அவனுக்கு மட்டுமே புரிந்திருக்கும். அதிலிருந்து பல சிக்கல்கள் வந்திருக்க வாய்ப்பிருக்கிறது. ஆனால் கொலை? இருக்கலாம். அவர் சாத்விகராக இருந்தாலும் ராப்பகலாக, கூட்டக் கொலை, ரத்த ஆறு பற்றியே பேசி மற்றவர்களுக்கு வெறியைத் தூண்டிவிட்டிருக்கலாம். அதே தெருவில் ஸ்டாலின் என்ற இளவல் யாராவது அவருக்கு இருந்தார்களா என்று போலீஸார் கண்காணிக்க வேண்டும்.

இதிலே எங்கே வந்தார் பெர்னாட் ஷா? நம்மூரில் பேரைப் போட்டு குழப்பிவிடுவார்களே. ஷா என்றால் குஜராத்தி. பெர்னாட் என்றால் தூத்துக்குடி மீனவர். இனக்குழப்பமே அடையாளம் காணப் பட்டிருக்குமே. பரவாயில்லை, நகைச்சுவையை வைத்து சமாளித்திருப்பார்.

பரிதாபமாக இருப்பது கான்ஸ்டபிள்களை நினைத்துத்தான். ஒரு ஆசாமியை குடித்துவிட்டு துணியில்லாமல் முச்சந்தியில் கத்தியுடன் கலாட்டா செய்ததற்காகக் கைதுசெய்கிறார்கள். விசாரணை. லத்தியைச் சுழற்றியபடி கான்ஸ்டபிள் கண்ணுச்சாமிக் கோனார் புஸ்திமீசையை ஒதுக்கி பிரியாணி ஏப்பத்துடன் கேள்விகள் தொடுக்கிறார்.

'ஏண்டா எடுபட்ட பயலே. என்னடா நெனைச்சிருக்கே? ஏ? ரோட்டுமேல குண்டிடான்ஸா ஆடுறே? உட்டேன்னா நாயே கழிஞ்சுட்டு கெடப்பே... என்னடா பேரு?'

‘பெர்னாட் ஷா சாமி.’

கா.க. கோனார் வாயை அரைக்கணம் திறந்தபடி வைத்து அப்படியே விழித்துப் பார்க்கிறார். பிறகு எரிமலை பீறிடுகிறது. ‘தாயோளி, வெட்டி பொலி போட்டிருவேன். போலீஸ்னா புண்ணாக்குன்னு நெனைக்கிறியா? பேரச் சொல்லுடான்னா கிண்டல் மயிரு கேக்குதா? டேய்…’

‘சாமி சத்தியமா சாமி! அப்பன் மேல சத்தியமா பேரு அதுதான் சாமி…’

‘என்ன பேரு?’ கோனார் ஐயமாகக் கேட்டார்.

‘பெர்னாட் ஷா…’

‘டேய்…’

‘சத்தியமா அதுதான் சாமி பேரு… வேற பேரச் சொன்னா அதுக்கும் அடிப்பீங்க…’

‘என்ன பேரு?’

‘பெர்னாட் ஷா.’

‘கொன்னிருவேன்… கொன்னு போட்டிருவேன்…’ கோனாரின் குரல் உடைந்தது.

‘சாமீ! சாமீ! சத்தியமா பெர்னாட் ஷா சாமீ… பெர்னாட் ஷா சாமீ…’

‘கட்டையிலே போக. இத எளுதிவச்சா மேலே தொப்பி போட்ட தாயளிக நாம மப்புல இருந்தோம்னு சொல்லுவாங்கல… டேய், வேற பேரு இருக்காடா?’

‘இல்ல சாமி… இதாங்க பேரு…’

‘இந்த மாதிரி வேலைக்கு ஒரு ஸ்பேர் பேரு வச்சுகிட்டா என்னடே?’ என்றார் குட்டி கான்ஸ்டபிள் மாரிமுத்து.

கண்ணுச்சாமிக் கோனார் மீசையை உருவினார். ‘பெர்னாட் ஷா! எங்கியோ கேட்டபேரு… ஏன் மாரிமுத்து பெர்னாட் ஷான்னாக்க நம்ம அறிஞர் அண்ணாவுக்கு தெரிஞ்ச யாரோதானே?’

கான்ஸ்டபிள் மாரிமுத்து அதைவிடக் குழம்பி, ‘இவரு குமுதத்துல எல்லாம் காமடி பிட்டு எழுதப்பட்டவரு இல்ல?’

‘சேச்சே… மேடையிலே பேசுவாருன்னு நெனைக்கேன்… தூத்துக்குடி பார்ட்டி…’ கோனார் சமனமடைய முயன்றார். ‘… செரி விடு, நமக்கென்ன? எளுதிவைப்போம்.’

‘அக்கூஸ்டு மப்புலே இருக்கான் சார். அப்ப அவன் உளறியிருக்கலாம்ல?’

‘அது பாயிண்டு… டேய் ரேசன் கார்டு இருக்காடா?’ தொப்பியை எடுத்து, வழுக்கையைத் தடவி, கோனார் கேட்டார். நன்றாக வியர்த்துவிட்டது.

‘இருக்கு சாமீ… வீட்டுல இருக்கு…’

‘டேய், இங்க உன்னைய தெரிஞ்ச யாராவது இருக்காங்களாடா? உம் பேரு இதுன்னுட்டு சாச்சி சொல்லுறதுக்கு…’

‘இருக்கான் சாமி… இது என் அண்ணா… இந்தா நிக்கான்.’

‘அப்டி வா… டேய் இவன் பேரு பெர்னாட் ஷாவாடா? நாயே பொய்யச் சொன்னா பொளந்திருவேன்.’

‘ஆமா சாமி. சத்தியமா அதுதான் பேரு…’

‘ஆரு போட்ட பேரு?’

‘எங்கப்பாரு நாங்க பொறந்தப்பவே தூக்கி தலைவர் கையிலே குடுத்து போட்ட பேரு…’

‘அப்ப செரி… மாரிமுத்து எழுதிக்கோ… செரி, உம்பேரு என்ன?’

‘காரல் மார்க்ஸ்…’

ஒருகணம் மயான அமைதி.

ஈனஸ்வரத்தில் கோனார் குரல், ‘என்னது?’

‘காரல் மார்க்ஸ்…’

கோனார் தன்னை மறந்தார். ‘டேய், போலீஸ்காரன்னாக்க என்னடா நெனைச்சீங்க? தாயளி, குச்சி ஐஸூல்லா குடுக்கிறானுக? டேய்…’

‘சாமி சாமீ அடிக்காதீங்க சாமீ… சத்தியமா காரல் மார்க்ஸ் சாமி! சாமீ காரல் மார்க்ஸ் சாமி’.

லாக் அப்பில் நாடக மேதையும் புரட்சி ஞானியும் கோடுபோட்ட அண்டர்வேருடன் குந்தி இருக்கையில் உள்ளே ஒருவர் நுழைகிறார்.

கோனார் நாற்காலியில் அரை உயிராக சாய்ந்து கிடக்க, உள்ளே வந்த ஆள் கைகூப்பிப் பணிந்து தன் தம்பிகளை விடுவிக்குமாறும், ‘பார்த்துப் போட்டு எல்லாம் செய்துகொள்ளலாம்’ என்றும் சொல்கிறார்.

‘அது செஞ்சுபோடலாம், ஆனா தாளி, பேரக்கேட்டா பொய்யச் சொல்லுறான்…’ கோனார் கொதித்தார்.

‘அவங்க பேரு அதுதான் சார்.’

‘அது சரி...’ கோனார் வெடிகுண்டை நோக்குவதுபோல எச்சரிக்கையுடன் ஓரக்கண்ணால் பார்த்தபடி ‘உன் பேரு என்ன?’ என்றார்.

‘சாக்ரடீஸ்.’

சாந்தமே உருவான கான்ஸ்டபிள் கண்ணுச்சாமிக் கோனார் வெறி கொண்டெழுந்து, சவரியார் பாளையத்தைக் கலக்கி, தில்லையப்பனைக் கண்டுபிடித்து முட்டிக்கு முட்டி தட்டி தலைகீழாகத் தொங்கவிட்டு கண்ணில் மிளகாய் அரைத்து தேய்த்து, குதிகாலில் சூடு போட்டு, தாண்டவமாடியமைக்குக் காரணம் இதுதான்.

தில்லையப்பன் கதறினார், ‘...சாமீ விட்டிருங்க சாமீ, தெரியாம செய்துட்டேன் சாமீ... இதுக்கு அப்பவே இன்ஸ்பெக்டர் மாணிக்கம் என்னைய போட்டு மிதிச்சு எடுத்துட்டார் சாமி... கடசீ பிள்ளைக்கு சரியா பேரு வச்சிட்டேன் சாமீ...’

‘என்ன பேருடா?’ கோனாருக்கு நம்பிக்கை வரவில்லை.

‘முட்டைக்கண் ரவி சாமீ.’

‘அப்ப சரி.’

கான்ஸ்டபிள் கண்ணுச்சாமிக் கோனார் தண்ணீர்பட்ட அப்பளமாகத் தணிந்து, நாற்காலியில் அமர்ந்து, ‘டேய் அவனை விட்டுருடா,’ என்றார். ‘சூடா ஒரு வித்தவுட் டீ சொல்லும் ஓய்!’ என்று இளம் கான்ஸ்டபிளுக்குச் சொல்லிவிட்டு, ‘எல்லாத்துக்கும் ஒரு மொறை இருக்கே... இல்லாம பின்னே?’ என்று பெருமூச்சுவிட்டார்.

இப்படிக் கேள்விப்பட்டேன்.

- ஜனவரி 2013

7

கொஞ்சுதமிழ் குமரி

பூனைக்கும் நாய்க்கும் ஏன் ஆவதேயில்லை? பூனை மகிழ்ச்சியாக இருந்தால் வாலை செங்குத்தாகத் தூக்கும். நாய் அப்படித் தூக்கினால் அதற்கு கொலைவெறி என்று பொருள். நாய் மகிழ்ச்சியாக இருந்தால் வாலை பக்கவாட்டில் ஆட்டும். பூனை அப்படி ஆட்டினால் பாயப் போகிறது என்று பொருள். மொழிக் குழப்பம்.

இதுதான் நெல்லைக்கு மேலே உள்ள தமிழ்நாட்டுக்கும் குமரிமாவட்டத்துக்கும் உள்ள வேறுபாடு. மலைகளால் சூழப்பட்ட எங்கள் நிலத்தில் எங்களுக்கு மட்டுமேயான நிறைய சொற்கள் உண்டு. இதற்குமேல் மலையாளச் சொற்களை தமிழுக்கும் தமிழ்ச் சொற்களை மலையாளத்துக்கும்கொண்டுபோய் கலந்து பேசுவோம். ஆகவே பிறர் எங்களைப் புரிந்துகொள்வது கஷ்டம். நாங்கள் பிறரைப் புரிந்துகொள்வது அவர்களுக்குக் கஷ்டம்.

எங்கள் பக்கம் 'வண்ணம்' என்றால் குண்டு என்று பொருள். மலையாள அர்த்தம் அது. 'பெண்ணு கொறெ வண்ணம் கூடுதலு கேட்டியா? நல்லா தின்னு கெடக்கா'. ஆகவே 'வண்ணத்தமிழ் பெண்ணொருத்தி என்னருகே வந்தாள்' போன்ற வரிகளை எல்லாம் நாங்கள் சொந்தமாகப் புரிந்துவைத்திருக்கும் விதமே வேறு. 'கைவண்ணம் அங்கே கண்டேன் கால்வண்ணம் இங்கே கண்டேன்' எனும் வரிகளைக் கேட்டு தென்குமரி மக்கள் உபரியான கிளர்ச்சி கொள்வதற்குக் காரணம் இதுதான்.

அருண்மொழி கல்யாணமாகி வந்தபோது என் தங்கை வீட்டில் தங்கினோம். 'உணங்குத துணிய எடுத்து வை அருணா' என்றாள் விஜி. 'மடிச்சு வைக்கட்டா?' என்றாள் இவள். விஜிக்கு கோபம் வந்துவிட்டது 'என்னத்துக்கு மடிக்கணும்? நம்ம ஜோலிய மடி இல்லாம நாமள்லா செய்யணும்?'

மடி என்றால் சோம்பல் என்று நான் இவளுக்கு விளக்கினேன்.

இந்த மலையாள ஊடுருவலே பெரும் சிக்கல். 'அச்சி' என்றால் வைப்பாட்டி. 'கண்ணகி ஒரு தமிழச்சி' என்று வாசித்துவிட்டு எங்களூர் வாசகர் கேட்டார் 'மாதவிதானே கோவலனுக்கு அச்சி? இவ கெட்டின பொஞ்சாதியில்லா?' சொல்லிப் புரியவைப்பது கஷ்டம்.

இதைத்தவிர எங்களுக்கே உரித்தான சொற்கள். இங்கே வேலைக்கு வரும் ஆசிரியர்கள் முள்மேல் நடப்பதுபோல கவனமாக இருக்கவேண்டும். நான் எட்டாம் வகுப்பு படித்தபோது செல்வி என்று ஒரு ஆசிரியை தமிழ் இலக்கணம் பயிற்றுவித்தார். பாடத்தில் வெளவுதல்= பறித்தல் ஆகவே வெள = பறி என்று ஒரு வரி. ஆசிரியை போர்டில் எழுதி 'வெள என்ன அர்த்தம்? பறி' என்று நடத்த வகுப்பில் ஒரே சிரிப்பு. பெண்கள் வாய்பொத்தி தலைகுனிந்து கண்கள் ஒளிர குலுங்கினர். பறி என்றால் எங்களூரில் ஆண்குறி.

'வெள, என்ன அர்த்தம் நாகம்மை சொல்லு...' நாகம்மை எழுந்து தலைகுனிந்து நிற்க 'என்ன சிரிப்பு? சைலேன்ஸ்' என்று சீறிய ஆசிரியை 'செல்லம்மா சொல்லு' என்று மொத்த பெண் வரிசையையும் எழுந்து நிற்க வைத்தார். அவருக்கு ஒன்றும் புரியவில்லை. 'எம்.கணேசன் சொல்லு...' அவன் எழுந்து உச்ச குரலில் 'பறி... பறி டீச்சர்' என்று சொல்ல வகுப்பே தௌசண்ட் வாலா போல வெடிக்க ஆசிரியை குழம்பிக் கண்ணீர் மல்கினார்.

நாங்கள் அக்கலைச்சொல்லை உடனே கையாள ஆரம்பித்தோம். 'லே மக்கா எனக்க கிட்ட களிக்காதே கேட்டியா? வெளவிலே சவுட்டிப் போடுவேன்' என்ற மட்டில் வசனங்கள். 'அவனுக்க வெளவிலே வைவல ஒண்ணு' என்னும் ஆவேசங்கள். 'பறியிலே சொறியிருந்தால் பாகமான மருந்தைக்கேளு' என்பதுபோன்ற பழம்பாடல்களை வெளவாக மாற்றி எதுகை அமைக்கும் புலமைத்திறன் விளக்கங்கள்...

ஆசிரியை அன்றே விசாரித்து அறிந்திருப்பார்போல. மறுநாள் வகுப்பில் அந்த வரியைத் தவளைபோலத் தாவிச்சென்றார். கழுத்து இறுக்கமாக இருந்தது. பெண்கள் பாதிப்பேர் அப்போதும் சிரித்துக் கொண்டுதான் இருந்தார்கள்.

இதே கதை திருப்பியும் நடக்கும். குமாரசாமியின் காலில் தடி விழுந்தது. 'என்னன்லே விழுந்தது?' என்ற ராஜம்மாள் டீச்சரின்

கேள்விக்கு 'பனங்காதல் டீச்சர்' என்றான் அவன். பனையின் உள்ளே உள்ள கருந்தடி என்று பொருள். அவனை அடித்தே தலைமையாசிரியரின் அறைவரை தள்ளிச்சென்றார் கற்பரசி.

எங்களூரில் தூறல் என்று சொன்னால் முகம் சுளிப்பார்கள். பேதி என்று பொருள். ஆகவே 'கெ.பாக்யராஜின் தூறல் நின்னுபோச்சு' என்ற வண்ணச் சுவரொட்டி வாசகத்தைப் பார்த்து எங்களூர் கோலப்ப பிள்ளை 'இத ஒரு வலிய காரியமுன்னு அடிச்சு ஒட்டியிருக்கானே... காலம் கெட்டுல்லா போச்சு' என்று அங்கலாய்த்ததைப் புரிந்துகொள்ள வேண்டும்.

குமரி மாவட்டத் தமிழுக்கு 'மெட்டு' ஈழத்தமிழ் போலிருக்கும். என்னுடன் ஒருமுறை ஈழ வாசக நண்பர் ஆர்.டி.குலசிங்கம் பேருந்தில் சென்னையிலிருந்து நாகர்கோயில் வந்தார். அவர் என்னிடம் பேசிக் கொண்டிருந்ததைக் கேட்டு ஒரு மஞ்சாலு மூட்டுக்காரர் வந்து 'கொலசேகரத்துல மளையில வாளைக்கு நல்ல சேதம்னு டிவியில சொன்னானே வே... கேட்டுதா...?' என்று சொந்தமாகப் பேசத் தலைப்பட்டார்.

ஆனால் ஈழத்தமிழுக்கும் எங்களுக்கும் அலைகடலின் இடைவெளி. எனக்கு விசர், முசுப்பாத்தி போன்றவற்றைத் தாங்கிக் கொள்ள முடியும். 'வந்தனான்' 'கேட்டனான்' என்ற சொல்லாட்சி எப்போதுமே குழப்பம். நண்பர் சுமதி ரூபனிடம் கேட்டேன், 'பார்த்தேன் ரசித்தேன் பக்கம் வரத்துடித்தேன்' பாடலை ஈழத்தில் எப்படி பாடுகிறார்கள் என.

மொழி வேறுபாடு கலாசார, பழக்க மாறுபாடுகளாக மாறுகிறது. குமரியில் நாங்கள் யாரையும் 'வாங்க வாங்க வாங்க! எப்ப? ஏது இந்தப் பக்கம் காணுறதே இல்ல? இப்பதான் வழி தெரிஞ்சுதா?' என்றெல்லாம் வரவேற்பதில்லை. ஒரு புன்னகையுடன் சரி. அதே புன்னகை கிளம்பும்போதும் கிடைக்கும். வந்ததுமே 'சாய குடிக்கேளா காப்பியா?' என்று கேட்டால் சிந்திக்கவேண்டும். சாயா என்றால் டீ. காப்பி என்று சொன்னால் டிபன். நாலுதோசை டீ குடித்து எழுதலுக்குப் பெயர் காப்பி குடித்தல்!

கலாசாரக் குளறுபடி பல புரிதல்பிழைகளுக்கு இட்டுச்செல்கிறது. பல பிழைகள் நாற்பது ஐம்பது வருடங்களாக அப்படியே தொடர் கின்றன. டீக்கடையில் இருந்து பேசிக்கொண்டிருந்தோம். தமிழ் சினிமாப் பாடல்கள் விஷயம். 'என்னா பாட்டு எழுதுகானுகோ? சக்கரவள்ளிகெழங்கு சமைஞ்சுதா? ஊசிபோல ஒடம்பிருந்தா நூலு வேண்டாம்... மயிரப்பிடுங்கினானுக... பிள்ளை குட்டிகளோட இருந்து கேக்கப்பளுதுண்டா? விருத்திகேடு' என்றார் நமச்சிவாயம்பிள்ளை.

'உள்ளதாக்கும் அண்ணா... இருந்து கேக்கப்பளுதில்ல' என்றான் வேலப்பன். 'பின்ன ஒரு உபகாரம், சோலி மெனக்கெட்டு

கேக்கணும்ணு கேட்டா மட்டும்தான் பாட்டு கேக்கும். மத்தமாதிரி வெறும் கொட்டுச்சத்தம்தான்.'

நாராயணன் '...இப்பம் இல்லடே மச்சினா அந்தக் காலத்திலேயே இந்த பாட்டு கட்டுத பரதேசிப்பயக்க விருத்திகேடுதான் எளுதிவச்சிருக்காவ' என்றார்.

'அந்தக் காலத்திலே என்ன எழுதிட்டாங்க?' என்றேன். அதற்குள் கண்ணதாசன், வாலியின் பல வைர வரிகள் வழியாக மனம் கடந்து சென்றதனால் நான் நாணி முகம் சிவந்துவிட்டேன்.

நாராயணன் குரல் தாழ்த்தி திருட வரும் நாய் போல பார்வை சரித்துப் பார்த்து '...பொம்பிளையாளுக வெளிக்குப்போறதப் பத்தி யெல்லாம் பாட்டு எழுதியிருக்கானுக சார்' என்றார்.

நான் அதிர்ந்து 'யாரு?' என்றேன்.

என்னால் முத்துக்குமாரை நம்பினாலும் பா.விஜயை நம்ப முடிய வில்லை. '... இப்ப உள்ள சின்னப்பயக்க எவனாம் எழுதியிருப்பானுக.'

'இப்ப இல்ல சார் பத்து முப்பது வருசம் முன்னதான்...'

'அப்டி ஒரு பாட்டா?'

'ஆமா சார்.'

என்னால் கொஞ்ச நேரம் சிந்தனையை அசைக்க முடியவில்லை. சுதாரித்து 'என்ன பாட்டு?' என்றேன்.

நாராயணன் குரலை தாழ்த்தி எனக்கு மட்டும் கேட்கும்படியாக 'ஏரிக்கரை மேலே 'போறவளே' பொன்னுரங்கம்னு ஒரு பாட்டு சார்...' என்றார்.

நான் சிரிக்கமுடியாதபடி ஆகியிருந்தேன். உண்மைதான் ஏரிக்கரைக்கு பெண்கள் வேறு எதற்காக வேலைமெனக்கெட்டு போகவேண்டும்? மேலும் நாஞ்சில்நாட்டில் போறது என்றாலே பெரும்பாலும் ஒரே அர்த்தம்தான்.

இரண்டுநாள் கழித்துத்தான் என்னால் சிரிக்க முடிந்தது. உடனே நாஞ்சில் நாடனை ஃபோனில் கூப்பிட்டேன். நடந்த கதையைச் சொன்னேன்.

தீவிரமான குரலில் நாஞ்சில்நாடன் சொன்னார். 'நம்மள மாதிரி விஷயம் தெரிஞ்சவங்க அதுக்கு பொயட்டிக்கா அர்த்தம் குடுத்து எடுக்கலாம் ஜெயமோகன். நமக்கு கவிதை வாசிக்குத ஒரு பழக்கம் இருக்கு... சாதாரண ஆளு என்ன செய்வான்? உள்ள அர்த்தத்த அப்டியேதானே எடுத்துகிடுவான்?'

- ஏப்ரல் 2010

8

பப்படம்

கன்யாகுமரி மாவட்ட எழுத்தாளர்களில் நான் நாஞ்சில்நாடன், தோப்பில் முஹமது மீரான் ஆகியோரின் எழுத்துகளைப் படிப்பவர் களுக்கு மூவரும் மூன்று தேசத்தவர்களாகத் தோன்றலாம். நாஞ்சில் மருதம், நான் குறிஞ்சியும் முல்லையும் என்றால் தோப்பில் நெய்தல். இருபது கிலோமீட்டர் நீளமும் பதினைந்து கிலோமீட்டர் அகலமும் கொண்ட இந்தச் சின்ன நிலப்பகுதியில் எல்லாவகை யான நிலங்களும் உண்டு - பாலையைத் தவிர.

இதில் நாஞ்சில்நாடு பண்பாட்டால் அதிகமும் நெல்லைச்சாயல் கொண்டது. எங்கள் பகுதி கேரளப் பண்பாட்டுக்கு உள்பட்டது. தமிழ் நாட்டாரை ஒட்டுமொத்தமாக பாண்டிக்காரர்கள் என்றும் நாஞ்சில் நாட்டுக்காரர்களை அரைப் பாண்டிக்காரர்கள் என்றும் சொல்வோம். பந்தியில் பாயசத்துக்கு முன்னரே ரசம் சாப்பிடும் காட்டுமிராண்டிகள் என்ற எண்ணம்.

ஆகவே தமிழ்நாட்டு சினிமா ரசனைக்கும் எங்களுக்கும் ரொம்ப தூரம். எம்.ஜி.ஆர் சிவாஜி இருவருமே விளவங்கோடு கல்குளம் வட்டங்களில் பொருட்படுத்தப்படவில்லை. தமிழ் ஞானம் இல்லாமல் சிவாஜி பேசும் வசனம் புரிவதில்லை. எம்.ஜி.ஆரின் குரலே புரிவதில்லை (மயக்கின மரச்சீனிக் கெழங்க வாயில வச்சுகிட்டுல்லா பேசுகான்). பொதுவாக எங்களூர்க்காரர்கள் இழுத்துப்பேசுவோம் (எடீ யம்மா, அப்பன் செல்லிச்சூ, உப்பன்

மீனெங்கீ, கௌங்கு கிண்டாண்டாம்) மாறாக தமிழ் சரசரவென போவதாக ஒரு எண்ணம் ('எளவு சாரைப்பாம்பு போன போக்காட்டுல்லாடே பேசுகான்? பாம்பு போச்சு, தடமிருக்குன்னு அவன் பேசி முடிஞ்சுத்தான் நாம பொறத்தால போயி ஓரோண்ணாட்டு நெனைச்சு எடுக்க வேண்டியிருக்கு).

அத்துடன் எங்களூர் பேச்சில் உவமைகள், அணிகள், நக்கல்கள், மௌன அழுத்தங்கள் அதிகம். 'அண்டி தாங்கினாலும் ஆனைக்க அண்டி தாங்கணும்லே மச்சினா' என்பதுபோல உள்ளூர் பழமொழிகள். 'ஆனைக்கு வடம் வைக்கச் சொன்னா சேனைக்கு தடம் வச்சானாம்' என்பதுபோன்ற சொலவடைகள். எல்லா வற்றையும் பட்டவர்த்தனமாக பண்ணிப்பண்ணிச் சொல்லும் திராவிடத்தமிழ் ருசிப்பதில்லை. 'எளவு அது கொலசேகரத்தில பேண்டுட்டு களியலில ஒண்ணுக்கு போறதுமாதிரி ஒரு விருத்தி கெட்ட பேச்சுல்லா' என்றார் என் தமிழாசிரியர் ஞானசொரூபம். அடித்தொண்டையில் பேசும் கருணாநிதி வசனம் (ஓடினாள் ஓடினாள்...) கேட்டால் 'என்னெளவுக்கு கெடந்து காறுதான்? சுக்கு போட்டு இம்பிடு சூடு வெள்ளம் குடிச்சப்பிடாதா?' என்று கேட்பார்கள்.

எனவே தமிழ் சினிமா எங்களுக்குப் புரியவேயில்லை. அந்த இடத்தை தெலுங்கு டப்பிங் சினிமாக்கள் எடுத்துக்கொண்டன. அவற்றில் வசனம் நல்ல நிதானமாக நிறுத்தி நிறுத்தித்தான் ஒலிக்கும். தெலுங்கில் ஆரம்பத்திலேயே வாயை திறந்துவிடு வார்கள்போல. பாதிவசனம் 'பாரப்பா' என்றுதான் தொடங்கும். அதை உள்வாங்கி எங்களூரிலும் 'பாரப்பா' என்று சொல்ல ஆரம்பித்தோம். 'பாரப்பா - நான் ரௌடி - ஆனாலும் - ரொம்ப நல்லவன். ஏழைகளை - உதவி செய்வேன். 'ஒரு சிக்கலும் இல்லை, தெள்ளத்தெளிவு. அத்துடன் அந்தக்கால தெலுங்குப் படங்களில் வசனமே இல்லாத படங்கள்தான் எங்களூருக்கு வரும். நாங்கள் நாகேஸ்வர ராவை அறிந்ததே இல்லை. ராமராவ் பழக்கமில்லை. இங்கே ஓடும் படங்களில் கதாநாயகன் நாயகியுடன் பாட்டு பாடுவான். சண்டை போடுவான். நகைச்சுவை நடிகர்கள் தடுக்கி விழுந்து அடிவாங்குவார்கள். மிச்சம் காட்சிகள் நாலைந்துதான் இருக்கும்.

எங்களூரின் முதல் சூப்பர் ஸ்டார் 'காந்தராவ்' தான். அறுபதுகளில் அவரது மாயாஜாலப்படங்கள் குலசேகரம், அருமனை, தொடுவட்டி, குழித்துறை, மார்த்தாண்டம், களியிக்காவிளை அரங்குகளில் 'செம்மே' ஓடின. காந்தராவுக்கு பெண்மை மிளிரும் முகம். அதன்மேல் இணைசேரத் துடிக்கும் இரு பூரான்களைப்போல கோடுமீசை. பளபளா அங்கி. அதைவிட பளபளக்கும் கால்சராய்.

பேசும்போது அவரது வாய் பலவாறாக நெளியும். 'மணிமகுடம் எனக்கு. கையில் உள்ளது மந்திரவாள். கொடியவனே உன்னை விடமாட்டேன் 'பேசி முடித்தபின் சாணியிட்டு முடித்த எருமையின் குதம்போல ஓர் அசைவும் எஞ்சும். புருவங்களால் நடனமிட்ட படியே காதல் வசனங்களைப் பேசுவார்.

காந்தராவுக்கு எங்களூரில் சேனைத்தண்டன் என்று பெயர். அவரது கால்கள் இறுக்கமான சராய்க்குள் சேனைக்கிழங்கின் தண்டுபோல இருப்பதிலிருந்து வந்தது. இரண்டாவது சூப்பர் ஸ்டாரான கிருஷ்ணா. இளைஞர் மத்தியில் 'லிப்ஸ்டிக்' கிருஷ்ணா என்று அறியப்பட்டார். கிராமங்களில் 'நாரங்கா மிட்டாய்'. வாயில் புளிப்பு மிட்டாயை சப்புவதுபோன்ற உதட்டசைவின் காரணமாக. கதாநாயகர்களுக்கு இணையாக புகழ்பெற்றிருந்த 'டுபான்குயின்' விஜயலலிதா 'சூண்டி' என்று சொல்லப்பட்டார். சூண்டிப்புழு இலையில் இருந்து இலைக்கு தெறித்துச் செல்வதுபொல சண்டைக் காட்சிகளில் பாய்ந்துசெல்வதனால். பெண்களுக்கு வழக்கமாக இருப்பதற்கு மாறாக அவளது இரு முலைகளும் சமமான அளவில் இருப்பதைக் கண்ட எங்கள் ஊர் தேவாசீர்வாதம் புலவர் இட்ட பெயர் 'சோசலிசம்'.

டப்பிங் படங்கள் அக்காலகட்டத்தில் அதிகமும் புரட்சிதாசன் என்பரால் மொழிபெயர்ப்பு செய்யப்பட்டு குத்துமதிப்பாக டப்பிங் செய்யப்பட்டு வரும். தெலுங்கு பொதுவாக படுவேகமாக வாயை அசைத்து பேசவேண்டிய மொழி. ஆகவே ஆடு தழை தின்பது போன்ற வாயசைவுக்குமேல் வசனம் மெதுவாகவே ஓடிப் போகும். பப்படத்தை தின்றபடியே பேசும் வசனம் என்ற பொருளில் டப்பிங் படங்களை ஒட்டுமொத்தமாக பப்படம் என்று சொல்வது வழக்கம். 'மக்கா தொடுவட்டியில என்னலே பப்படம்?' 'சேனைத்தண்டன் சாதனமாக்கும் அம்மாச்சா... பாம்பு பாடுத பாட்டு கொள்ளாம் கேட்டுதா?' என்ற வசனத்தை பிறர் புரிந்து கொள்வது எளிதல்ல.

இதேபோல எங்களுக்கே உரிய கலைச்சொற்களும் ஏராளமாக இருந்தன. 'சீலைமாத்து' என்றால் கற்பழிப்புக் காட்சி. கிருஷ்ணா டூயட் பாடல்களில் தவறாமல் கதாநாயகியின் இரு கால்கள் நடுவே தன் கால்களை நுழைத்து அவளது ஒருகாலை தூக்கி அவள் காலையில் சாப்பிட்டதென்ன என்று முகர்ந்து பார்க்க முயல, அவள் அவர் சாப்பிட்டதை ஊகித்து முகத்தை திருப்பிக் கொள்வாள். இந்த காட்சி இல்லாத போஸ்டரே இல்லை. இதற்கு குலைத்த வாழைக்கு ஊன்றுகோல் நாட்டுவது என்ற பொருளில் 'ஊணுதாங்கு' என்று பெயர். டூயட் பாடலுக்கு 'மகர எளக்கம்' இளக்கம் என்றால் தறிகெட்ட துள்ளல். மகரம் என்றால் கார்த்திகைமாதம். அப்போது

தான் நாய்கள் ஒன்றை ஒன்று துரத்தி ஓடும். இது பின் சுருங்கி 'எளக்கம்' ஆகியது.

சண்டைக்காட்சிகளுக்கு 'தொளிசவுட்டு'. பிற ஊர்களில் இல்லாத ஒரு அம்சம் எங்களூர் வயல்களில் உண்டு. சதுப்பு நிலம். சேறு முழங்காலைத் தாண்டி தொடைவரை ஆழமிருக்கும். அதில் தழை வெட்டிப்போட்டுவிட்டு நிலைதடுமாறாமல் இருக்க நாலைந்து பேர் ஒருவரை ஒருவர் பற்றிக்கொண்டு சேற்றை மிதிப்பார்கள். உணர்ச்சிப் பிரவாகமான உச்சகட்ட காட்சி (பாரப்பா, இவ உன் மனைவி. நீ இவ கணவன். இதுதான் என் கடைசீ ஆசை...) இங்கே 'துட்டி' என்று சொல்லப்பட்டது. தெலுங்குப் படங்களில் எவராவது குண்டடிபட்டு நீள்வசனம் பேசி விலுக் விலுக் என துடித்துச் செத்தபடியே சாவார்கள். காக்காய் வலிப்பு என்ற பொருளில் அது 'சொழலி' என்றழைக்கப்பட்டது. வில்லன்கள் பொதுவாக 'மீசை' என்றும் கதாநாயகன் 'பெய' என்றும் கதாநாயகி 'குட்டி' என்றும் சொல்லப்பட்டார்கள். பின்னழகு சக்கை (பலாப்பழம்); முன்னழகு பனங்கா!

'எளுத்து நிறுத்தினப்பம் ஒடனே ஒரு நல்ல எளக்கம் மச்சினா. குட்டி நிண்ணு ஆடுதா. சக்கை கொள்ளாம். அப்பம் மீசை கேறிவந்து போட்டான். சீலைமாத்துக்கு அவன் பிடிச்சப்ப பய வந்ததனால ஒரு உசிரன் தொளிசவிட்டு...' இப்படியே செல்லும் ஒரு கதைச் சுருக்கத்தை இரண்டாவது ஆட்டம்விட்டு நடந்து செல்லும் இருவர் சொல்லக்கேட்டால் பாண்டிக்காரர்களுக்கு பருப்பு கலங்கிவிடும்.

திராவிட இயக்கம் ஆட்சிக்கு வந்து பாடத்திட்டங்கள் மூலம் எங்களூரிலும் பைந்தமிழ் பாகு காய்ச்சி ஊற்றப்பட்டபோது மெல்ல மெல்ல அடுத்த தலைமுறை ரஜினி, கமல் ரசிகர்களாக ஆனார்கள். தெலுங்குப் படங்கள் மறக்கப்பட்டன. நெற்றி மயிர் தார் போல அசையாமல் ஒட்டியிருக்கும் லிப்ஸ்டிக் கிருஷ்ணா கூலிங்கிளாஸ் தவறி விழாமலேயே அந்தர்பல்டி அடித்து சண்டை போடுவதும், டூயட் பாடலில் காலைத்தூக்கி கதாநாயகன் தோளில் அன்பாக வைக்கும் விஜயலலிதாவின் நளினமும் பழங்கதை. இப்போது அஜித், விஜய் படங்கள் போடப்பட்டு சுவரெல்லாம் ஒட்டப் பட்டிருக்கும் போஸ்டர்களில் கல்யாண வாழ்த்துகள், பிறந்தநாள் புல்லரிப்புகள். 'மலருக்கு மணமுண்டு! மணத்துக்கு குணமுண்டு!. குணத்துக்கு டென்னிசன்!!! குலத்துக்கு மரிய செல்வி!!! மணநாள் காண வாழ்த்துகிறோம்!!!!!' போன்ற நெகிழ்ச்சிகள். 'இல்லறச் சோலையிலே நல்லறப் பூக்களிலே மெல்லறத்தேன் குடித்து சொல்லற வாழ்த்துகிறோம்' போன்ற வாழ்த்துகள் கண்ணில் படும்

போது எங்களூர் சீரிளமைத்தமிழ் எங்கே போயிற்று என்று ஏங்குவதுண்டு.

ஆனால், தமிழை அழிக்க ஆகுமோ தகவிலோரால்? சென்ற நாளில் பேருந்தில் செல்லும்போது ஒருகுரல் ‘மக்கா, லே சினிமாவுக்கு வாறியாலே? பக்கறைக்க புதிய படம் கொள்ளாம்ணு சொன்னானுக’. ‘போலே, மனுசன் பாப்பானா அதை? அதுக்கு பேசாம போயி கிளிக்க படம் பாத்தா டான்ஸெங்கிலும் உண்டு...’ ‘மக்கா லே அவன் கொளுத்துக்க ரசிகனாக்கும்லே. அவன நீ அல்லாம மனியன் விளிப்பானா?’

சுத்தமாக புரியவில்லை என்பதே ஆழ்ந்த பரவசம் அளித்தது. விசாரித்து தெளிவடைந்தேன். தாடைக்கு கீழே சதை தொங்கு வதனால் கமலஹாசன் பக்கறை. எல்லா போஸிலும் கோணலாக நிற்பதனால் ரஜினிகாந்த் கொளுத்து. மழலை பேசுவதனால் விஜய் கிளி. வாழ்க எந்தமிழர். வாழிய வேணாடெனும் மணித்திருநாடு. வாழிய வாழியவே.

- ஜனவரி 8, 2008

௯

எஸ்ரா

எஸ். ராமகிருஷ்ணனை மதுரை பொருட்காட்சியில் ஒரு பெரியவர் நெருங்கிவந்தார். கைகூப்பியபடி 'வணக்கம்!' என்றார். ராமகிருஷ்ணனும் கைகூப்பி சிரித்தபடி 'வணக்கம்! வணக்கம்!' என்றார். பரவாயில்லை பெரியவர்கள்கூட ராமகிருஷ்ணனைப் படிக்கிறார்கள் என்று நினைத்துக் கொண்டேன். அவரும் அதற்கு ஏற்ற எழுத்தாளர்தானே. நம்மைப்போல சமயங்களில் ஷகீலா பட தளத்துக்கு நகர்வதில்லை. கைதவறி நகர்ந்தாலும் சுக்லம், சுரோணிதம் என்றெல்லாம் சமஸ்கிருதமாகச் சொல்லி ஏதோ புனித காரியம் போலிருக்கிறது என்ற எண்ணத்தை உருவாக்கிவிடுகிறார்.

ஆனால், வந்தவர் ராமகிருஷ்ணனின் அப்பா என்றார் சுரேஷ் கண்ணன். அவர்கள் வீட்டில் அப்படித்தான் பழக்கமாம். இரவு உணவுக்குப் பின்னர் அவர் அண்ணா டாக்டர் வெங்கடாசலம் தஸ்தயேவ்ஸ்கியை அலசுவாராம். குழம்பு சரியில்லாத அன்று தஸ்தயேவ்ஸ்கிக்குக் கெட்ட காலம்தானாம்.

வீட்டிலே இருக்கும்போது என்ன செய்வார்கள், எதிரே வரும் போதெல்லாம் கும்பிடுவார்களா என்று சுரேஷிடம் கேட்டேன். 'இருக்கலாம். அதனால்தானே இவர் தேசாந்திரியாகப் போயிருக்கிறார்?' என்றார்.

எங்களூரில் ராமகிருஷ்ணனுக்கு வாசகர்கள் அதிகம். எங்கள் அக்கவுண்ட் கிளார்க் என்னிடம் 'சார் உங்களுக்கு நெஜம்மாவே ராமகிருஷ்ணனை தெரியுமா சார்?' என்றார்.

'தெரியுமே.'

'உங்ககூட பேசுவாரா?'

'அப்பப்ப பேசுவார். சில சமயம் சிரிக்கக்கூட செய்வார்.'

'பெரிய ரைட்டர் சார். பாத்து பேசணும். யூ ஆர் லக்கி' என்றார் 'அவரு ஒரு தேசாந்தரி சார்.'

அந்த வார்த்தை அவருக்கு ரொம்ப பிடித்துவிட்டதுபோல. 'அந்தக் காலத்திலே ராணி வாராந்தரீன்னு ஒண்ணு வந்ததே' என்றேன்.

என்னை கனிவுடன் பார்த்து 'இது வேற சார். ஊரூரா ஜிப்பா போட்டுட்டு பைய தொங்கவிட்டுட்டு போய்ட்டே இருக்கிறது. கூட கோமாளியையும் சிலசமயம் கூட்டிட்டு போவார்போல.'

'கோணங்கி?'

'ஆமா சார். பாவம் சப்பாத்தி விரும்பிச் சாப்பிடுவார்போல. ஒரு வீட்டுலே இருபது சப்பாத்திக்கு மேலே குடுக்கமாட்டேன்னு கறாரா சொல்லிட்டாங்களாம். பாவம் சார். ஒருவாட்டி நம்ம வீட்டுக்கு கூப்பிட்டு சப்பாத்தி குடுக்கணும் சார். அவரு நல்ல தேசாந்திரி பாத்துக்கிடுங்க.'

விகடன் வாசகரான தக்கலை நாயர் ஒருவரும் ராமகிருஷ்ணனின் பரம ரசிகர். ஓட்டலுக்கே கதாவிலாசம் என்று பெயர் வைக்கப் போவதாகச் சொன்னார்.

ஆனால், எங்களூர்க்காரர் ஒருவர் ராமகிருஷ்ணன் வீட்டுக்குப்போய் சிக்கலாகிவிட்டது என்றார்கள். பேசிய பின் சாப்பிட அழைத்திருக்கிறார் ராமகிருஷ்ணன். கைகழுவிவிட்டு கொப்பளிப் பதற்கு முன்பாக அவர் 'சார் முற்றத்துலே துப்பட்டா?' என்று கேட்டிருக்கிறார்.

'துப்பட்டாவா? யம்மா!' என்று ராமகிருஷ்ணன் பாய்ந்து அறைக்குள் போய் கதவைச் சாத்திக்கொள்ள அவர் மனைவி கோபத்துடன் வெளியே வந்து 'எதுக்குங்க பயமுறுத்துறீங்க அவரை? ஏற்கெனவே கிலியடிச்சு கெடக்கார்.'

'துப்பட்டான்னுதான் கேட்டேன்.'

'துப்பட்டான்னாலே பயந்துக்கிறார். போனவாரம் இப்டித்தான்

குட்டி பத்மினி ஃபோன் பண்ணினாங்க. ஏங்க ஃபோன்ல குட்டின்னு சொல்றதுக்குள்ள மயக்கம் போட்டு விழுந்திட்டார்.'

ராமகிருஷ்ணன் மிகவும் கறாரான வாழ்க்கைமுறைகள் கொண்டவர். வீட்டில் சுவரில் ஒரு அட்டை. அதில் அதிகாலை ஐந்து பத்து துயிலெழுதல். ஐந்து இருபது பல்தேய்த்து முடித்தல். ஐந்து இருபத்தைந்து காப்பி. ஐந்து முப்பது உலக இலக்கியம் வாசித்தல். ஏழு ஐம்பது மனக்களைப்பு தீர சாரு நிவேதிதா, தங்கர் பச்சான் போன்றோரை நினைத்துக்கொள்ளுதல். எட்டுமணிக்கு டிபன்... என கச்சிதமான நிகழ்ச்சி நிரல்.

பிரமித்துப்போய் பார்த்தேன். பொறாமையாக இருந்தது. 'சூப்பர் ஐடியா ராமகிருஷ்ணன். இப்படித்தான் நேரத்த வீணாக்காம உழைக்கணும். உங்க வெற்றியோட ரகசியம் இப்பதான் தெரியுது' என்றேன்.

'இது ஒரு நல்ல வழிமுறை ஜெயமோகன். நீங்ககூட செஞ்சு பாக்கலாம்' என்றார் ராமகிருஷ்ணன்.

'வருஷம் தப்பா இருக்கு போலிருக்கே... இப்ப 2007 தானே?'

'அப்ப வச்சதுதான். மாத்தல்லை...' என்றார் ராமகிருஷ்ணன்.

'சினிமா இருக்கு பாக்கறீங்களா?'

ஒரு பெரிய பீரோ நிறைய செங்குத்தாக படங்கள். ஏழாயிரம் எட்டாயிரம் இருக்கும் '...நீங்க சினிமாவுக்குள்ள வந்துட்டீங்க. இனிமே கொஞ்சம் கொஞ்சமா சினிமா பாத்து பழகுங்க. மஸ்ட் வாச் அப்டீன்னு சொல்ற அளவுக்கு கொஞ்சம் கிளாசிக்ஸ் இருக்கு. அதை மட்டும் பாத்திடுங்க.'

'பாத்தாப்போச்சு... செலக்ட் பண்ணிக் குடுங்க'

'செலக்ட் பண்ணி வச்சதுதான் எல்லாமே... ஏங்கிட்ட என்ன பழக்கம்னா மஸ்ட் வாட்ச் கிளாசிக்ஸை மட்டும்தான் நான் பீரோவிலே வைப்பேன்...'

'மத்தது?' என்றேன்.

'அதெல்லாம் மச்சிலே கெடக்கு. நீங்க இதைப்பாத்த பிறகு அதை ஒண்ணொண்ணா பாக்கலாம்...'

'எனக்கு என்ன பிரச்னைன்னா சினிமா பாத்தா கண்ணீரா வருது ராமகிருஷ்ணன்...'

‘மலையாளப்படம் பாத்தாலே அப்டித்தான்...’

‘இது அதில்லை. டிஸ்கவரி சேனல் பாத்தாக்கூட கண்ணீருதான்... ஐ ஸைட் பிரச்னை...’

‘அதுக்கு நீங்க சினிமாப் பாக்கறதுக்குன்னு ஒரு கண்ணாடி செஞ்சிர வேண்டியதுதான்...’

நான் அடுத்ததை யோசிப்பதற்குள் ‘உங்களுக்கு கழுத்துவலி இருக்கிறதனால ஒரு காலர் போட்டுட்டு பாக்கலாம்...’ என்றார். அதுவும் போச்சு.

‘தினம் எத்தனை சினிமா பாப்பீங்க?’

‘பிஸியா இருந்தா மூணு... இல்லேன்னா நாலு... ராத்திரிதான் வாசிக்கிறது. விடியற்காலையில் எழுதுறது...’

‘தூங்குறது?’

‘சில நாளைக்கு அப்டியே தூங்கிருவேன்...’

ஒரு நாலு படத்துடன் தப்பினேன். அந்தப் படம் எடுத்தவரின் பெயர் நட்சத்திரம் ஜாதக பலன்கள் எல்லாம் சொன்னார். மனைவி அகன்றதும் இயக்குநரின் காதல் வாழ்க்கையை விவரித்தார். ஆங்கிலப் பட இயக்குநர்களின் வாழ்க்கைக்கு சென்சார் தேவை.

ராமகிருஷ்ணன் தேசாந்தரியாக ஆவதற்கு முன்னால் கொஞ்ச நாள் விருதுநகர் மகளிர் கல்லூரியில் ஆசிரியராக வேலை பார்த்தார். (பின் தலை மயிரை முன் தலை வெறுமைக்குக் கொண்டுவரும் வழக்கம் அப்போது வந்திருக்கலாம்.) துவைத்து வெளுத்து நீலம்போட்டு அயர்ன் செய்து மடித்து வைக்கப்பட்ட மல்மல் வேட்டி போன்ற சுத்தமான ஆத்மாவாகிய ராமகிருஷ்ணனை மகளிர் மட்டும் கல்லூரியில் ஒரே ஆண் ஆசிரியராக இருந்தபோது விருதுநகர் கன்னியர் என்ன கொடுமை செய்திருப்பார்கள் என்பது ஊகிக்கத் தக்கதே.

ஆகவே அவர் யார் கண்ணையும் பாராமல் கடுமையான முகத்துடன் சுட்டுவிரலைத் தூக்கி ஆட்டி கனகச்சிதமான சொற்களில் விரிவான தகவல்களுடன் பேசுபவராக தன்னை மாற்றிக்கொண்டார். குலுங்கிச் சிரித்துக்கொண்டே இருப்பவர் சட்டென்று இப்படி மாறும்போது நானெல்லாம் கொஞ்சம் அஞ்சித்தான் போவேன். அவரது ஆங்கில எம்.ஏ. படிப்பின் உறுதி வெளிப்படும் தருணங்கள்.

‘பிரதர்ஸ் கரமஸோவ்ஸ் நாவலிலே இருபத்தெட்டாம் அத்தியாயத்திலே என்ன நடக்குதுன்னா திமித்ரி அவன்

அப்பாகிட்டே சொல்றான்...' பேசி முடித்ததுமே கேள்வி கேட்பாரோ என்று பயம் ஏற்பட்டு நான் கவனமில்லாதது போல் நடிப்பேன். படிப்பை சொதப்பிய எனக்கு கேள்விகேட்டாலே கைகால் உதறும். என் மனைவிகூட கேள்வி கேட்பதில்லை. 'ஜெயன் நூறு ரூபாய்ல நீ கணக்கு சொன்ன அறுபது ரூபாய் போக இருபது ரூபாதான் சட்டைப்பையிலே இருக்கு!' என்று கேள்வி கேட்கப்படாத பதில்தான் சொல்வாள்.

இப்படி திட்டவட்டமாக பேசப்போய்தான் ராமகிருஷ்ணன் அவரது முக்கியமான சிக்கலில் இருப்பதாக அவரது 'உடனிருந்தே கொல்லும்' நண்பரான சுரேஷ் கண்ணன் சொன்னார். மதுரையில் 'நெடுங்குருதி' விமரிசன விழா... ராமகிருஷ்ணன் கடுமையான முகத்துடன் ஆணித்தரமாகவும் ஐயத்திற்கு இடமில்லாமலும் பேசுகிறார் '...வேம்பர்கள் கி.பி.பதினாறாம் நூற்றாண்டிலே தெற்கு திசை நோக்கி நகர்ந்திருக்கிறார்கள். இவர்களின் குலவழக்கப்படி சின்னக்குழந்தைகள் முதல் பிறந்தநாளின்போது மூக்கு குத்தி முடியிறக்கி...'

பேச்சு முடிந்து ஒருவர் பரவசத்துடன் ராமகிருஷ்ணன் கையைப் பிடித்துக் குலுக்கி '...சூப்பரா பேசினீங்க சார்' என்றார். ராமகிருஷ்ணன் மகிழ்ந்து வாசகர்களைக் காணும்போது மட்டும் அவர் அளிக்கும் ஒருவகையான சிரிப்பை வழியவிட்டு 'அப்டீங்களா? நன்றி' என்று சொல்லி 'என்ன பண்றீங்க?' என்றிருக்கிறார்.

'அருப்புக்கோட்டையிலே தாசில்தாரா இருக்கேன் சார்.'

இதன்பின் ஒருவருடம் கழித்து ஏழெட்டுபேர் டாட்டா சுமோவில் அவரைக் காணவந்திருக்கிறார்கள். மதுரைப்பக்க கட்டைப் பஞ்சாயத்து வழக்கப்படி வெள்ளை வேட்டிமேல் பச்சை பட்டை பெல்ட் அதன்மேல் வெள்ளை சட்டை ஏப்பம் செல்போன் எல்லாமுமாக. ஆகா வந்திட்டாங்கய்யா பஞ்சாயத்துக்கு. யார் அனுப்பியிருப்பார்கள்? கோணங்கி அடிக்க மாட்டாரே, நாவல் தானே எழுதுவார் என்று குழம்பியிருக்க அவர்களில் தலைவன் கும்பிட்டு அமர்ந்துகொண்டார்.

'சார் வார மார்ச் மாசம் எட்டாம் தேதி தமிழக வேம்பர் மாநாடு மதுரையிலே நடக்குது. நீங்க வரணும். பேசணும். வேம்பர்களை எம்.பி.சி கோட்டாவிலே சேக்கணும்னு தீர்மானம் போடப்போறம் சார். உங்களைப்போல ஆளுங்க ஆதரவு வேணும் சார்...'

'வேம்பர்களா? அப்டி ஒரு சாதியே இல்லியே?'

'இல்லாமலா நீ நாவல் எழுதினே? ... த்தா (தாத்தா) இந்த ரவுசுதானே வேணாம்கிறது... சாதி இல்லாமலா இப்ப நாங்களாம் இருக்கோம். இவரு நாகராஜ வேம்பர். நான் முனியப்ப வேம்பர். அவரு..'

கூட வந்திருந்த வயோதிகர் 'ஐயா நீங்க அறியாப்பையன். வரலாற்றை நல்லா படிக்கணும். கரிகால் சோழன் கல்லணைய கட்டினப்ப நாங்கதான் மண்ணு சுமந்தோம். ராஜராஜ சோழன் கடாரம் போனப்ப...'

'அதெல்லாம் இப்ப எதுக்கு. மூவேந்தர் பரம்பரையே நாங்கதான்னு சுருக்கமா சொல்லுங்க... தம்பியும் தெரிஞ்சுதானே பொஸ்தகம் எழுதியிருக்கு...' என்றார் இன்னொருவர்.

'வேம்பர்களை பாண்டியன் தொரத்தினப்ப அவங்க வந்து ஒக்காந்த வேம்ப மரம் இப்பவும் இருக்கு. வருசம் தோறும் அங்க கடாவெட்டும் உண்டு...'

'உங்களுக்கு சாதி சான்றிதழ் இருக்கா?' என்றார் ராமகிருஷ்ணன்.

'இருக்கே... அருப்புக்கோட்டை தாசில்தார் குடுத்திருக்கார்.'

'அடப்பாவி' என்று குமுறிய பின்னர் எஸ். ராமகிருஷ்ணன் சமாதான மாகப்போக முடிவுசெய்து 'சரிங்க செஞ்சிரலாம்... பாப்பம்' என்று கும்பிட்டு அனுப்பிவைத்து காய்ச்சலுக்கு மாத்திரை சாப்பிட்டாராம்.

காய்ச்சல் தணியும்போது அடுத்த செய்தி வந்தது. வேம்பர்களின் பூர்விகம் கேரளம். வேம்பநாட்டு காயல் அவர்களுக்குச் சொந்தம். அதை மீட்கும் போராட்டத்தில் முன்னணியில் நின்று போராடப் போகிறவர் ராமகிருஷ்ணனேதான். அறிவிப்பு வெளியாகி விட்டிருக்கிறது.

- ஜனவரி 10, 2008

10

அகச்சொற்கள் புறச்சொற்கள்

பொதுவாகவே மனிதர்கள் வயதான காலத்தில் வம்புச் சிக்கல்களில் போய் சிக்கும் வாய்ப்பு அதிகம். அவர்கள் எழுத்தாளர் களாக இருந்தால் இன்னும் அதிகம். முந்தைய தலைமுறை எழுத்தாளர் அவசர அவசரமாக ஒரு மின்னஞ்சல் செய்து கேட்டிருந்தார். pubic hair க்கு தமிழில் என்ன? ஆண் பெண் வேறுபாடு உண்டா? அவருக்கு என்ன அவ்வளவு பதற்றம் என்றும் தெரியவில்லை. நான் அச்சிக்கலில் என் மொழியறிவை போட்டு குழப்பினேன். அப்போதுதான் தமிழர்களாகிய நாம் எவ்வளவு நாகரிகமானவர்கள் என்ற எண்ணம் ஏற்பட்டு இறும்பூது எய்தினேன்.

நம் மொழியில் நிறைய விஷயங்களுக்குச் சொற்களே இல்லை. சில விஷயங்களுக்கு விதவிதமான சொற்கள். சங்க காலத்தில் தெருவெங்கும் முலைகள், கொங்கைகள், நகில்கள்... பாம்பின் படம் போன்ற அல்குல்கள். ஆனால், அல்குல் என்பது பெண்ணுறுப்பு அல்ல. செயிண்ட் தாம்ஸ் மவுண்டுக்கு பக்கத்தில் உள்ள வீனஸ் மவுண்ட் எனப்படும் பிராந்தியம்தான் என்றார் எம்.வேதசகாயகுமார். பெண்குறிக்குச் சொல்லே இல்லையாம். முதுமைக் காலத்தில் ஒரு கதையில் சுந்தர ராமசாமி ஆனந்த அல்குல் என எழுதப்போய் பட்டபாடு மறக்கவில்லை. இந்த மூத்த எழுத்தாளரும் அதேபோல விபரீதமாக ஏதாவது செய்யப் போகிறாரா என்ன?

சங்க காலத்தில் என்னென்ன இருந்தது என்பதைப்பற்றி ஐம்பதாண்டுகளாக ஆராய்ச்சி நடக்கிறது. இலக்கியக் குறிப்புகளை வைத்துப் பார்த்தால் பழந்தமிழனுக்கு ஆண்குறி இருந்தமைக்கான ஆதாரமே இல்லை. இந்தச் சீரில் முதுபெரும் எழுத்தாளர் கனிந்த வயதில் கேட்கும் ஐயத்துக்கு எங்கே போக?

யோசித்துப் பார்த்தால் எவ்வளவோ விஷயங்களுக்குச் சொற்கள் இல்லை. shitக்கு தமிழில் என்ன? மலம் என்பது சமஸ்கிருதச் சொல். அழுக்கு என்று பொருள். ஆணவமலம், கன்மமலம், மாயை மலம் என்றால் மூவகை மன இருள்களே ஒழிய மலச்சிக்கலின் மூன்று படிநிலைகள் அல்ல. மலமறுத்தல் என்றால் ஆமணக் கெண்ணெய் குடிப்பதுமல்ல. நிர்மலா என்றால் அழுக்கில்லாதவள், எனிமா கொடுக்கப்பட்டவளல்ல. சமஸ்கிருதத்தில் அமேத்யம் என்றால்தான் மலம். நைவேத்யம் என்றால் ஆண்டவனுக்குப் படைக்கப்படும் உணவு. முன்னால் ஒரு கேரள கிறிஸ்தவ மந்திரி குழம்பிப்போய் ‘சபரிமலை அமேத்யம் பாக்கெட்டுகளில் விற்கப்படும்’ என்று சொன்னதாகச் சொல்வார்கள்.

சபரிமலையில் ஒருநாளைக்கு எட்டு லட்சம்பேர் ஒரே பாதையில் மலையேறி காலைக்கடன் கழிக்கிறார்கள். ஏன் கடன்? திருப்பி நாம் எடுத்துக்கொள்ளப்போவதேயில்லையே? போகட்டும். அய்யப்பன்கள் எங்கும் மஞ்சளாகப் பூத்திருக்கும் அதை மங்கலமாக ‘பூச்சாமி’ என்று சொல்கிறார்கள். பம்பையில் மூழ்கி எழுந்தால் பூச்சாமி வந்து தோளைத்தட்டிக் கூப்பிடுமாம்.

இப்போது இடக்கரடக்கலாகக் கழிவு என்று சொல்கிறோம். மலையாளத்தில் திறமை என்று பொருள். ஜேசுதாஸ் ஒரு தொலைக் காட்சி பேட்டியில் சொன்னார். ‘என்னாலே நல்லா ராகங்களை அனுபவிச்சு பாடமுடியும். அந்தக் கழிவு எனக்கு ஆண்டவன் கொடுத்திருக்கான்...’

ஆண்டவனுக்கே இயற்கை உபாதைகள் உண்டு என்று சொல்வதாக எடுத்துக்கொண்டார்கள் பக்தர்கள். உருவ, சகுண வழிபாட்டின் உச்சம். சுத்த தன்மயீ பாவம்.

ஆகவே ass holeக்கு சொற்கள் இல்லாததில் ஆச்சரியமில்லை. குதம், ஆசனவாய் எல்லாம் சம்ஸ்கிருதச் சொற்கள். ஆசனம் என்றால் இருக்கை என்றுதான் பொருள். பழம்பெரும் பாடகி திருவிதாங்கூர் அரசவையில் பாடப்போனபோது அவர் அமரப்போகும் நேரத்தில் சமஸ்கிருத அறிஞரான மகாராஜா ‘டே, ஆசனத்தை தட்டிப் போடமாட்டியா?’ என்று தூசி தட்டச் சொல்ல கேட்டிருந்த

பிள்ளைவாள் அப்படியே செய்து, தலைக்கு தீம்பு வந்ததாக ஒரு வம்புக்கதை உண்டு.

சித்த வைத்தியம் கடல்கொண்ட தென்னாட்டின் மரபு என்பார்கள். அதன் அடிப்படைச் சொற்களான வாதம், பித்தம், கபம் மூன்றும் சமஸ்கிருதச் சொற்கள். அவற்றின் மூலம் அங்கேதான். பீதம் என்றால் மஞ்சள். நோய்பெயர்கள் பெரும்பாலும் சமஸ்கிருதம். மகோதரம், குன்மம், கண்டமாலை... நோய் சமஸ்கிருதத்தில் வருவதனால் மருந்தும் சமஸ்கிருதம். தசமூலாதி சூர்ணம், திரிரஸப் பொடி... சிட்டுக்குருவி சுத்த தமிழ்ப் பறவை என நினைக்கிறேன். சித்த வைத்திய மரபின் உச்ச சாதனை என்று இப்போது பறைசாற்றப் படுகிற சிட்டுக்குருவி லேகியம் தமிழகத்துக்கு அப்பால் பெரிய அளவில் புகழுடன் இல்லை. சிட்டுக்குருவி போல பறந்து பறந்து துய்ப்பதற்கு உதவியான இதை வயோதிக அன்பர்களுக்கு விற்கும் நபர்கள் டிவியில் வந்து '...உங்கப்பன் போலே சொல்றேன். எடுரா கைய' என்று கண்ணீர் மல்க அதட்டுகிறார்கள்.

எல்லா இடங்களிலும் உள்ளதுதான் இடக்கரடக்கல். பல இல்லங்களில் உடலின் பல இடங்களை, உடல்சார்ந்த பல பொருட்களை வாயால் சொல்லவே மாட்டார்கள். மதம் சார்ந்த விலக்குகளும் உண்டு. எனக்குத் தெரிந்த அய்யங்கார் வீட்டில் மீன் என்றே சொல்ல மாட்டார்கள். மீயன்னா என்பார்கள். கறிக்கு கானா. முஸ்லிம்களுக்கு பன்றி விலக்குண்டு. நானறிந்த ஒரு ராவுத்தர் டாக்டரிடம் கதறியபடி ஓடிப்போய் 'பேரு சொல்லப்படாததை பேரு சொல்லப்படாதது கடிச்சிட்டு துரை' என்று சொன்னார்.

நம்மிடம் எல்லாவற்றுக்கும் சொற்கள் இருந்திருக்கும். இல்லாமல் எண் அடையாளம் போட்டா அவற்றையெல்லாம் புழங்கி யிருப்பார்கள்? தமிழ் அவரை விதைபோல இரு பகுதி. ஒன்று செவ்வியல். அதுதான் நமக்கு ஏட்டுக்கு அடங்கியது. ஏட்டால் அணையிடப்படாத பெருவெள்ளமாக இன்னொரு தமிழ் உண்டு. முதலில் சொன்னது கன்னித்தமிழ். இது கள்ளித்தமிழ். நவீன மொழியியலில் வெளியே சொல்வடிவிலிருப்பது பரோல் (Parole) வெளிமொழி. மனதில் நுண்வடிவில், அர்த்த வடிவில் இருப்பது லாங்(Langue), அகமொழி. தமிழின் அகமொழி பல தமிழ்களுக்குச் சமம். அதில் தேறிய பிறகே நானெல்லாம் இதில் அறிமுகம் பெற்றேன்.

முற்றிலும் நாகரிகமான இந்த மொழியை வைத்துக்கொண்டு அந்தக் காலம் முதலே கலைஞர்கள் துன்புற்றிருக்க வேண்டும். தனக்கு

தமிழ் மொழி போதவில்லை என்ற துயர் நாஞ்சில்நாடனுக்கு இருக்கிறது. 'இருக்கிற தமிழ வச்சிட்டு நீங்க எழுதினது போரும் சும்மா இருங்க. வீட்டிலே சமைஞ்ச புள்ளை இருக்கு' என்று சொன்னேன்.

நாஞ்சில்நாடன் கைவசம் சொற்களஞ்சியம் ஒன்று நிரம்பி கனத்து துருப்பிடித்த பூட்டுடன் இருக்கிறது. என் கைவசம் அதைவிடப் பெரிய ஒன்று. அதிலிருந்து மூத்த எழுத்தாளரின் ஐயம் தீர சரம் சரமாக அனுப்பலாம்தான். அதற்கும் மரபு அனுமதிக்கவில்லையே. மேலும் நாளை கடும் சினத்தால் அவரை வைவதற்கும் அதே சொற்களைத்தானே நான் பாவிக்கவேண்டும்?

- ஜனவரி 12, 2008

11

கோணங்கி

கோணங்கியை நான் முதலில் சந்தித்தது - நீங்கள் எதிர்பார்ப்பது தப்பு, நள்ளிரவில் அல்ல. காஸர்கோடு தொலைபேசி நிலையத்தில் மத்தியான நேரத்தில் ஒரு பழைய பையும் கல்கத்தா ஜிப்பாவுமாக வந்து எனக்காகக் காத்து நின்றிருந்தார். யாரோ வந்திருக்கிறார்கள் என்று சொல்லப்பட்டு நான் சென்றபோது தாடையில் மட்டும் சிமினி விளக்கின் புகைக்கரி மேலே சுவரில் படிந்திருப்பது போன்ற மென் தாடியுடன் கறுப்பாக கொழுகொழுவென நின்று கொண்டிருந்தார். நான் புரியாமல் 'யாரு?' என்றேன்.

'நான் கோணங்கி' என்றார். இதயம் தெரியும் அந்தச் சிரிப்பு நான் நேரில் சந்தித்த சிறந்த சிரிப்புகளில் ஒன்று. லேசான திக்கல் காரணமாக தப்பு தப்பாக வாய்ப்பாடு ஒப்பிக்கும் பிள்ளைபோல ஒரு திணறல் பாவனையுடன் பேச்சு. 'உ.... உம்மை பாக்கணும்னு வந்தேன். பார்பர் ஷாப்ல போய் அட்ரஸ் கேட்டேன்... சொன்னாங்க...'

'ஏன் பார்பர் ஷாப்ல?'

'கேரளால பார்பர்ஷாப்லாம் அதிகமும் தமிழாளுங்கதான்...' அப்போதே நான் அவர் யார் என்று புரிந்துகொண்டேன்.

அப்போது நான் நான்கு கதைகள் மட்டுமே எழுதியிருந்தேன். என்னைக் காணக் கிளம்பி வந்திருந்தார். காஸர்கோட்டில் கடற்கரை ஓரமாக தென்னந்தோப்புக்குள் ஒரு பழைய முஸ்லிம் வீட்டை

வாடகைக்கு எடுத்து தன்னந்தனியாக தங்கி இரவுபகலாக வாசித்துக்கொண்டிருந்தேன்.

'வீட்டுக்குள்ள வேற யாரோ இருக்காப்ல...' என்றார் கோணங்கி.

'பெருச்சாளிகள்தான்' என்றேன்.'

'இலக்கிய பெருச்சாளிகளைத்தான் பயப்படணும்... நெஜப் பெருச்சாளின்னா சரியான துணைதான்...' என மகிழ்ந்தார்.

வீட்டுக்குள் வந்ததும் தப் தப் என்று சிறகடிப்பு... 'வவ்வால் உண்டோ?' என்றார்.

'இல்லாமலிருக்குமா?'

'அடாடா, வவ்வால் பெரிய இலக்கிய விமரிசகனாச்சேய்யா. நாம எழுதறத அவன் தலகீழா தொங்கி வாசிக்கிறான்...'

உள்ளே எங்கு பார்த்தாலும் குப்பை. புத்தகங்கள், சாப்பிட்ட தட்டுகள், பூசணம் பூத்த ரொட்டி... கோணங்கி மிகவும் சொந்தமாக அவ்விடத்தை உணர்ந்தார். 'நல்லா பாந்தமா இருக்குய்யா ரூம்...' என்றார்.

'பாலைக்கும் வசந்தம் உண்டு'வைப் பற்றவைத்து 'காகிதப் பறவைகளை' எரித்து டீ போட்டு கொண்டுவந்து 'அபிதான சிந்தாமணி' மீது வைத்து 'சாப்பிடுங்க கோணங்கி' என்றேன். மிக்சர் பொட்டலத்தைப் பிரித்து 'வருவாயா என்னுயிரே'யில் பிய்த்த தாளில் கொட்டி பரிமாறினேன். கோணங்கிக்கு பரவசம். 'வாரப்பவே நெனைச்சேன். இப்டி ஏதாவது இருக்கும்னு. ஒரு வேகத்தோட இருக்கேருய்யா... ஒரு கதைதான் படிச்சேன். ப-படுகை... ஒடனே கௌம்பிட்டேன். ஒண்ணு சொல்றேன்யா. நீரு தமிழ்நாட்ட ஒரு கலக்கு கலக்குவேரு... நீரு பெரிய கிளாஸிக் ரைட்டர்யா... நல்ல அருமையான இருட்டு... இருட்டுலதான்யா எழுத்தாளன் இருக்கணும். அப்பதான் சின்ன வெளிச்சமெல்லாம் கண்ணுக்குத் தெரியும்...'

எனக்கு அப்போது என்னிடம் பணம் ஏதும் எதிர்பார்க்கிறாரா என்ற ஐயம்தான் ஏற்பட்டது. அரைமணிநேரம் கழிந்து அவர் அதற்கெல்லாம் அப்பாற்பட்டவர் என்ற புரிதல் உருவான பின் வேண்டுமென்றே ஏதோ மிஸ்டிக்காகப் போட்டுத் தாக்குகிறார் என்ற எண்ணம் ஏற்பட்டது.

'இந்தூரிலே என்ன ஸ்பெஷல்?' என்றார்.

'பீஃப் ஃப்ரைதான்' என்றேன்.

'சாப்பிட்டுருவோம்' என்று தலையை ஆட்டிச் சிரித்தார்.

'நீங்க பீஃப் சாப்பிடுவீங்களா? தமிழ்நாட்டிலே இதெல்லாம் ரொம்ப ஆர்த்தடக்ஸா இருப்பாங்கள்ல?' என்றேன்.

'நாங்க தேவமாரு பொதுவா மாடு எல்லாம் சாப்பிடமாட்டோம். நான் எல்லாத்தையும் சாப்பிட்டுருவேன். இப்ப காதல் கவிதை எழுதறவனில ஒருத்தன போட்டுத்தள்ளி ஃப்ரை பண்ணி சாப்பிடணும்னு ரொம்பநாளா ஆசை...'

கோணங்கி நன்றாகச் சாப்பிடுவார், பில் பிறர் கொடுக்கையில். 'மெல்லென வந்து நில்லாது சென்று' உள்கட்டுகளில் உரித்துக்கு வித்த வெங்காய மலைகள், வழித்து வைக்கப்பட்ட மாவுக் குண்டான்கள், சாத்தப்பட்ட சட்டுவங்கள், கமறும் புகை நடுவே அழுக்கு வேட்டி கட்டி தலையில் துண்டு சுற்றிய சரக்கு மாஸ்டரை அணுகி 'அண்ணாச்சி நல்லாருக்கேளா? வீட்டுல எல்லாரும் சொகம்தானா?.'

அவர் திரும்பி 'இருக்காங்க... தம்பி ஆரு?'

'அண்ணாச்சி ஊத்தப்பமா ஒரு தோசை போடுங்க... எண்ணெய நல்லாவே ஊத்துங்க, பரவால்லை.'

'ஊத்தப்பமா தோசை' என இருவகைகளைக் கலப்பது கோணங்கியின் பாணி.

'...நமக்கு கோயில்பட்டிப்பக்கம். அண்ணாச்சிக்கு சங்கரன் கோயிலா?'

கோணங்கியின் திறமைகளில் முதலாவது ஒருவரைப் பார்த்தால் உடனே சாதி, பிராந்தியம் இரண்டையும் கண்டுபிடித்துவிடுவது. சரக்கு மாஸ்டர்களில் பொதுவாக வடநெல்லைக்காரர்கள் - இப்போதைய காமராஜ் மாவட்டம் - அதிகம். பெரும்பாலும் நாடார்கள். மதுரைக்காரர்களும் உண்டு, தேவர்கள் குறைவு. 'பேரணாம்பட்டிலே ஒரு சௌராஷ்டிர சரக்குமாஸ்டர் இருக்கார். அவரு ஒருத்தருதான் சமையல்பண்ற ஒரே சௌராஷ்டிரக்காரர்...' ஓட்டலில் ஆட்டுக்குழம்பை ஒருவாய் சாப்பிட்டு 'சமையக்காரர் கோனார்னு நெனைக்கிறேன்...' என்று சொல்பவர் அவர். எழுத்தாளர்கள்கூட இப்பிரிவினைக்குள் வருவார்கள் 'சமயவேல் வீட்டிலே சாப்பிட்டேன். ஆசாரிமார் வீட்டிலே மீன்கொழம்பு நல்லா இருக்கும்.'

கோணங்கி செல்லும் வீடெல்லாம் அவருக்கு சிறப்புதான். முதல் விஷயம் அவ்வீட்டில் உள்ள பெண்களைக் கையில் எடுத்துக்

கொள்வது. பெரும்பாலான பெண்கள் அடையாளம் காணப்பட, சற்றே புகழப்பட ஏங்குபவர்கள் என அவர் அறிவார். ‘வெளமீனுல ஓமத்தைக் கொஞ்சம் விட்டிருக்கீங்க பாருங்க, அங்கதான் நீங்க இருக்கீங்க... ஓமத்த அளவா விட்டாத்தான் நல்லாருக்கும்.’ இதெல்லாம் ‘அப்டியே’ வருவதுதான். எனக்குக் கல்யாணமான புதிதில் எங்கள் வீட்டுக்கு வந்தவர் எடுத்த எடுப்பிலேயே ‘பாப்பா, கொஞ்சம் தண்ணி கொண்டுவா பாப்பம்...’ என்றார். அருண்மொழிக்கு அக்கணமே அவர் ஒரு இலக்கிய மேதையாகத் தெரியலானார்.

கிழவி, கிழவர்களை முதல் சொல்லிலே கவர்வார். ‘என்ன பாட்டா, காலம் போற போக்கப் பாத்தீகளா?’ என்று கேட்டபடி அவர் கிழம் பக்கத்தில் அமரும்போது அதற்குச் சிரமமே இல்லை, நேராகத் தனது தேசியகீதத்துக்கு வந்து சேர்ந்துவிடலாம். ‘என்னத்த சொல்றது போ...’ என்று சிலர் கண்களைச் சுருக்கும்போது நானெல்லாம் மெல்ல நழுவிவிடுவேன்.

கோணங்கி ‘...என்ன அப்டிச் சொல்லிட்டீங்க? பெரியவங்களுக்கு ஒரு மரியாத இருக்கா நாட்டிலே?’ என்று அடியெடுத்தும் கொடுப்பார். சலிக்காமல் முழு ஆர்வத்துடன் இரண்டுமணிநேரம் பேசிக் கேட்டு, கும்பிட்டு அவர் போனால் பிறகு அந்தப் பாட்டா அச்சடித்த எந்தக் காகிதத்தைப் பார்த்தாலும் ‘அந்த கோமுட்டித்தம்பி நல்லாருக்குதா?’ என்று அருகிலிருப்பவரிடம் கேட்பார்.

ஆனால் ஒன்று உண்டு, கோணங்கி நடிப்பதில்லை. இதெல்லாமே மனிதர்கள்மேல் அவருக்கு உள்ள உண்மையான பிரியத்தில் இருந்து வருபவைதான். குழந்தைகளும் கிழடுகளும் போலி நடிப்பை உடனடியாகக் கண்டுபிடித்துவிடும். கோணங்கியின் முக பாவனையில் ஒரு செல்லக்குழந்தை வெளிப்பட்டபடியே இருப்பது இன்னொரு காரணம். அதேசமயம் குழந்தைகள்போல எங்கிருக் கிறாரோ அங்கே முற்றாக இருப்பவர் அவர். அவ்வூரைவிட்டு கிளம்பும்போதே அவ்வூர் சார்ந்த அனைத்தையும் விட்டுவிட்டு சுத்தமான சிலேட்டாகத்தான் அடுத்த ஊருக்குச் செல்வார்.

கோணங்கியின் பேச்சு முறை சிக்கலானது. அவரால் கருத்துகளை உருவாக்க முடியாது, சித்திரங்களை மட்டுமே உருவாக்க முடியும். அச்சித்திரங்களும் அவ்வப்போது மனதில் தோன்றும் வரிசையில் இருக்கும். எப்படி எங்கு உளறினாலும் வசீகரமான சித்திரங்களின் கவர்ச்சியால் காதூன்றிக் கேட்கவும் தோன்றும். நடுவே அவரைக் கவர்ந்த விசித்திரச் சொற்களை வெறும் ஒலியாகவே உள்வாங்கி பயன்படுத்தி இன்புறுவார். எல்லா புதிய சிந்தனைகளையும் இப்படி

ஒலியாகவே உள்வாங்கிக்கொண்டு முன்னால் சென்றபடியே இருக்கிறார். இதை ஒரு தனிச்சிறப்பாக அவரிடம் இளம் வாசகர்கள் சொல்ல, உற்சாகமாக அப்படியே ஒரு பாணியாக வளர்த்தெடுத்தார்.

'...மொழியோட அடுக்குக்குள்ள ஆம்ஸ்டர்டாம் இருக்கு. ஆம்ஸ்டர்டாமிலே நதிகள்லாம் பச்சையா ஓடிட்டிருக்கு. வின்சென்ட் வான்கா பச்சை நிறத்தில ஒரு ஆப்பிளைச் சாப்பிட்டுட்டு அப்டியே அதை தூக்கிப் போட்டப்ப மொளைச்சு தனித் தனியா எலை விரிச்சு நின்னிட்டிருக்குறப்ப அங்க ரெம்பிராண்டின் குகைக்குள்ள ஓவியங்கள் கண்முழிக்குது... (தீவிரமான முகபாவனையுடன் குரல் எழுப்பி) ஆம்ஸ்டர்டாம் தெருக்களிலே அலைஞ்சான் ஜி நாகராஜன்! அங்க மொழி குளிர்ந்து உறைஞ்சிருக்கு. மொழியிலயும் பனிக்கூம்புகள் தொங்கிட்டிருக்கு. கூர்மையா பளபளன்னு ஊடுருவிட்டு ஒளி போகுது. ஆம்ஸ்டர்டாமிலே இருக்கிற எல்லா வீட்டிலயும் தாய்மார்கள் சாப்பாடு எடுத்து வச்சிட்டு அவங்களோட புள்ளைங்க வருவாங்களா மாட்டாங்களான்னு உக்காந்து அப்டியே கம்பிளி நூலிலே பின்னல்வேலை செஞ்சிட்டிருக்காங்க...'

'இல்ல கோணங்கி, இந்த ஆம்ஸ்டர்டாம்னா...'

'அதான் சொல்லவரேன்' உற்சாகமாக '... ஆம்ஸ்டர்டாம் ஒரு நதி... அதிலே வின்சென்ட் வான்காவும் பாப்லோ நெரூதாவும் போட்லே போய்ட்டிருக்கிறப்ப மீன்கள் அப்டியே பளபளன்னு நீந்தி நீந்திப் போய்ட்டிருக்கு. அந்தச் செதில்களிலே எழுதியிருக்கிற புராதன மொழி என்ன? நகுலன் சாஞ்சிருக்கிற அந்த நாற்காலிய ஆம்ஸ்டர்டாம் தெருக்களிலே போட்டு வைப்போம் (உரக்க, ஆணித்தரமாக) மிஸ்டிக் கிழவன் நகுலன் ஆம்ஸ்டர்டாம் தெருவிலே சுசீலாவோட கூந்தலிழைகளிலே பின்னிய தூண்டிலோட உக்காந்திட்டிருக்கான். எதுக்கு? அவனோட புனைவுமொழியிலே தமிழ்ல உள்ள சொற்கள் வெட்டுக்கிளிகளைமாதிரி பறந்திட்டிருக்கு!!!'

நான் பரிதாபமாக '... இல்ல கோணங்கி இந்த ஆம்ஸ்டர்டாம்னா...' ஆனால் சுற்றிலும் நாலைந்து இளம் முகங்கள் பரவசம் பளபளக்க நிற்கின்றன.

'ஆமா, ஆம்ஸ்டர்டாம் வீடுகளிலே புகைக்கூண்டுமேலே ஒரு மாடப்புறா உக்காந்திட்டிருக்கு. புறாவோட சிறகுகளிலே இருந்து பனித்துளிகள் பாசிமணிகள் போல சிதறுது. அதிலே வெயில்பட்டு விப்ஜியார்னு நெறம்... விப்ஜியாரிலே எழுதப்பட்டிருக்கிற மந்திரச் சொற்களைப் படிக்கணுமானா சித்திரக்குள்ளர்கள் காவல் காக்கிற

ராஜகுமாரியோட அரண்மனைக்குள்ள போய் சாவியை எடுக்கணும். சாவியின் ரகசியத்தில் தொங்கி ஆடிட்டிருக்கு விப்ஜியார். அந்த ரகசியத்தை தெரிஞ்ச தங்கமீன் விப்ஜியாரை தன் இறகுகளால எடுத்துட்டு கடலுக்குள்ள போய்ட்டிருக்கு. விப்ஜியாரின் நிழல் கடல் அடி மண்ணில் விரிஞ்சிருக்குறப்ப மூழ்கிப்போன புராதன மரக்கலங்கள் ஆடுற நிழலில் விப்ஜியார்...

'இல்ல, கோணங்கி, இப்ப இந்த விப்ஜியார்னா...'

ஆரம்பகாலத்தில் கோணங்கி இயல்பாக இப்படிப் பேசும்போது ஒரு கவர்ச்சி இருந்தது. குறிப்பாக நகைச்சுவைச் சித்தரிப்பில். திருவண்ணாமலையில் ஒருமுறை பேசிக்கொண்டிருந்தார். நக்ஸலைட்டுகளை ஒடுக்கிய சித்தார்த்த சங்கர் ரேயை சிற்றிதழ் எழுத்தாளர் தொல்லையை ஒழிக்க தமிழ்நாட்டுக்கு அனுப்பு கிறார்கள். வேட்டை நடக்கிறது. க.நா.சு சாத்தனூர் சர்வ மானிய அக்ரஹாரத்தில் சவண்டியாகப் போய் ஒளிந்துகொள்கிறார். சுந்தர ராமசாமியிடம் ஒரு வாக்குமூலம் கேட்கப்படுகிறது, தன் டைப் ரைட்டரில் தினம் ஒரு எழுத்து மட்டுமே அடிக்கமுடியும் என்கிறார். நாலு எருமையை வைத்து பால் கறந்து பாலியல் கதைகளுக்கு தப்புகிறார் கிரா.

'கோணங்கி நான்? இதிலே நான் எங்க?' என்றார் கவிஞர் மீரா அன்னம். '... மதுரை கோனார் மெஸ்ஸிலே சித்தார்த்த சங்கர் ரே தலைக்கறியும் ரத்தப்பொரியலும் சாப்பிட்டுட்டு கைகழுவறதுக்குப் போறார். அப்ப நீங்க சாப்பிட்டுட்டு அப்டியே குறுக்காக போய்டறீங்க...'

'ஏன் கோணங்கி?'

'தமிழிலக்கியத்தில அவ்ளவுதான் சார் உங்க எடம். சும்மா இருங்க...'

விதிவசத்தால் தமிழில் யதார்த்தவாதத்தை ஒழிக்க ஆசைப்பட்ட விமரிசகர் நாகார்ஜுனன் என்ற ரமேஷ் கண்ணில் கோணங்கி பட்டார். திருவல்லிக்கேணி, ஆழ்வார்பேட்டை பிராந்தியங்களில் அம்பிகளுக்கு சின்ன வயதிலேயே சோடாப்புட்டி போடாவிட்டால் பிற்பாடு ஐ.ஐ.டியில் சீட் கிடைக்காத நிலை இருந்தது. ஆகவே அவரது அம்மா அம்பி ரமேஷுக்கு சோடாப் புட்டி போட முயற்சி எடுத்துக் கொண்டார்கள். பொடி எழுத்து கிளாஸிக்குகளை தினமும் கொடுத்து குறைந்தது நாநூற்று எண்பத்தெட்டு பக்கம் படித்து ஒப்பித்தால்தான் இரவில் தயிர்சாதம் கொடுக்கப்படும் என்றார்கள்.

கிளாஸிக்குகளில் படுத்து, நவீன இலக்கியங்களில் தலைவைத்து, பின்நவீனத்துவ எழுத்துக்களை போர்த்தித் தூங்கிய ரமேஷ்

அம்பிக்கு சோடாப் புட்டி விரைவிலேயே போடப்பட்டது. ஆனால், அவனது வாயிலிருந்து வந்த மொழியில் மேற்கோள்கள் பொன்மொழிகள் சொலவடைகள் என பலதும் கலங்கிப்போய் ஃபில்டர் காபியில் கள்ளைக் கலந்தது போல நுரைததும்ப இருந்தது.

அம்பி ஒருநாள் காலையில் எழுந்து படுக்கையில் அமர்ந்து தலையை உருட்டியபடி ‘ம்ம்ம் ம்ம்ம் நான் நாகார்ஜுனன்... நாகார்ஜுனன் வந்திருக்கேன்... ம்ம்ம்... கும்பிடுங்கடா...’ என்று சொல்ல ‘என்னங்க! சித்த வந்து பாருங்கோ! அம்பி முழியே சரியில்லியே! நேக்கு பயம்மா இருக்கே’ என்று மாமி கூவினாள்.

‘இருடீ ஊரைக்கூட்டாதே. அவனுக்கு ஒண்ணும் ஆகல்லை. நேத்து சேப்பங்கெழங்கு பொடிமாஸ் செஞ்சேல்லியோ. வாயுத் தொந்தரவு தான்...’ என்றார் மாமா.

பக்கத்துவீட்டு மாமாவுக்கு வேறுமாதிரி ஐயம் வந்து மாந்த்ரீகரை வரவழைத்துப் பார்த்தபோது அவர் ‘ஒண்ணுமில்ல நாகதோஷம் தான்... சரியான ஜாதகத்தோட ஒரு மாட்டுப்பொண் வந்துட்டாள்னா எல்லாம் சரியாயிரும்...’ என்றார்.

இந்நிலையில் நாகார்ஜுனன் பின் நவீனத்துவ முறைப்படி பின்னால் திருவல்லிக்கேணி தெருவில் நடந்துசெல்லும்போது ஒரு புல் அவரது காலைத் தடுக்க அவர் கீழே விழ நேரிட்டது. எழுந்து பார்த்த போதுதான் அது யதார்த்தவாதப்புல்! உடனே அதைப் பிடுங்கி காலால் உதைத்து கையால் பிய்த்து அழிக்க முற்பட அதன் ஆணிவேர் சிக்கவில்லை. கடுப்பாகி தன் குடுமியை அவிழ்த்துவிட்டு இனிமேல் யதார்த்தவாதத்தை வேரோடு அழித்த பின்னர்தான் முடிவேன் என்று சபதம் மேற்கொண்டார்.

குற்றாலத்துக்கு நாகார்ஜுனன் வந்தபோது ஐந்தருவிச்சாலையில் ஒரு வன்னி மரத்தில் கோணங்கி அமர்ந்து தான் இருந்த கிளையையே வெட்டிக்கொண்டிருப்பதைப் பார்த்தார். உடனே ஓடிப்போய் ‘நீதான் நான் தேடிய ஆள்...’ ‘என்று கட்டிக்கொண்டு அவர் வாயைத் திறந்து நாவை இழுத்து அதில் ரெய்னால்ட்ஸ் ஃபைன் டிப் பேனாவால் ‘ எழுத்தாளன் இல்லை, பிரதியும் இல்லை, விமரிசகன் மட்டுமே உண்டு’ என்ற பின் நவீன மூலமந்திரத்தை பொறித்தார். ‘யதார்த்தம் கொண்டான்’ என்ற பட்டத்தையும் அவருக்கு அளித்தார்.

அதன் பின் கோணங்கி குருகுல முறைப்படி ‘பின் நவீனத்துவம்’ ‘நான் லீனியர்’ ‘அ-புனைவு’ ‘மேஜிக்கல் ரியலிசம்’ ‘ஃபேன்டஸி’ போன்ற ஒலிகளை தலைக்குள் ஏற்றுக்கொண்டார். ‘போர்ஹெ’

என்று சொன்னால் வாசலை எட்டிப்பார்த்து ‘ஆரு போராஹோ?’ என்று கேட்கும் நெல்லைச்சீமையின் விதையை பாரீஸ் செடியாக மாற்ற நாகார்ஜுனன் எடுத்துக்கொண்ட பரிசோதனை முயற்சியின் விளைவே பிற்கால கோணங்கி.

அதன் பின்னால் சன்னதம் வந்த அம்மன் கொண்டாடிபோல ஆனார். அருள்வாக்கு சொன்னால் கேட்டுக் கொள்ளவேண்டியது தான். அதற்கு ஆட்டோமாட்டிக் ரைட்டிங் என்று பெயர். எழுதுவதற்கு கோணங்கி பொறுப்பல்ல. ‘பேனாவின் நுனி நகர்ந்து நகர்ந்து எழுதும் எழுத்துகளில் கசியும் உப்பு மின்னி சுருங்கி உருவாகும் புதிர்மொழிப்பாதைகளின் மண்புழுத்தடங்களில் சொல்லப்பட்ட மூதாதையரின் சொற்கள்...’ என அவற்றை கோணங்கி வகுத்துரைத்தார், குற்றாலம் அரங்கில்.

‘ம்ம்ஹாம்ம்ம் ம்ம்ஹாம்ம்ம்ம் அம்மன் வந்திருக்கேன்... எனக்க மக்கா நான் வந்தாச்சு... எனக்க மக்கா கோளி குடுங்கலே எனக்க மக்கா சேவக்கோளி குடுங்கலே...’ குலவையிட்டெழுந்த முத்தாலம்மனை கும்பிட்டு நின்று சிவனாண்டிநாடார் கேட்கிறார். ‘ஆத்தா பிள்ள இப்டி குண்டிசூம்பிக் கெடக்கே... அதுக்கொரு நல்ல காலம் உண்டா?’ கண்கள் பக்கவாட்டில் உருள ‘ம்ம்ம்ம் ம்ம்ம் ம்ம்ஹாம்... செஞ்சபாவம் சிவனை விடல்ல... செய்யாத பாவம் பிரமனை விடல்ல... கோளியிருக்கு குடலில்லே குடலிருந்த கோளியில்லே... ம்ம் ம்ம்ம்...’

‘இல்ல ஆத்தா நான் கேக்குறது இந்த பிள்ளைக்க காரியம்...’ - சிவனாண்டி நாடார் விடவில்லை. ‘ம்ம் ம்ம்ஹம்ம்ம் ம்ம்ம் ம்ம்ஹம்ம்ம்... ஆனைக்கு அடிசறுக்கும் பூனைக்கு முடிசறுக்கும் அறிஞ்சவனுக்கு ஆயிரம் அறியாதவனுக்கு ஒண்ணுமில்லே... லே... அம்மன் வந்திருக்கேண்டா செஞ்ச கடன் தீரு... பெஞ்ச மழைய பாரு... ம்ம்ம்.’

அதற்குமேல் கேட்டால் சாம்பல் விபூதி கண் மூக்கு தலையெல்லாம் விசிறப்பட்டு துப்பித்துப்பி கண்ணீர் மல்க வேண்டியிருக்கும். நாடார் பின்வாங்கிவிடுகிறார்.

‘அப்டீன்னா எதையும் எழுதலாமா?’ என்றார் ஒரு பெரியவர். கோணங்கி பரிவுடன் புன்னகைசெய்து, ‘எழுத்தின் புதிர் முடிச்சுகளில் முடிகள் அசைய செல்லும் கம்பிளிப்பூச்சியின் ஆயிரம் கண்களில் ஒளிந்துகிடக்கும் சுழற்சியின் வானம் அறிந்து அறிந்து எண்ணி எண்ணி அளிக்கும் கைவிரல்களில் எழுபது பனை மரங்களின் கரிய கால்களில் கள் நுரைத்து வழியும் சிறுத்தை போல

இந்த மரங்கள் பூத்து வரும்போது எதுமே எண்ணிச் சொல்லப்பட முடியாதென்பதனால் யதார்த்தம் செத்துவிட்டது...'

'இல்லே நான் கேட்டது...' என்று பெரிசு கேட்க பின் நவீனத்திறனாய்வாளர் எம். டி. முத்துக்குமார சாமி '... அவரு என்ன சொல்றார்னா இன்னைக்குள்ள பின் நவீன உலகிலே பிரதிகள் அர்த்தத்தை அழிச்சுட்டு புதுசாப் பொறந்து புதிய வாசகனுக்காக தேடிட்டிருக்கிற நேரத்திலே பன்முகப்பிரதிகள் உற்பத்தி செய்ற அர்த்தங்களும் மௌனங்களும் எந்த அளவுக்கு முக்கியம்னுதான்...'

'அதை இன்னும் விளக்கமாச் சொல்லலாம்' என்றார் படுத்துக்கிடந்த நாகார்ஜுனன் மேற்கூரையை நோக்கி: 'நான் இதை தெரிதாவை முன்வைச்சுதான் சொல்லுவேன். ஆக்சுவலா தெரிதா...'

'தெரியுது, சொல்லுங்க.'

'...பிரதி இறந்துவிட்டதுன்னு சொல்றச்ச பிரதியில உள்ள அர்த்தங்கள் என்ன ஆகிறதுங்கிற கேள்விக்குள்ள ஒருபக்கம் நாம போறப்ப தெரிதாவோட கோட்பாட்டுக்குள்ள போகலாம் போகாமலும் இருக்கலாம்ங்கிறபோது இதில கெஸ்டால்டுன்னு சொல்ற அர்த்தம் என்ன அதுக்கு கார்னிவல்ஸ் குடுக்கிற - கார்னிவல்னா நான் அத களியாட்டம்னு சொல்வேன், அது ஒரு திருவிழான்னு பக்தன் சொல்றதனால - தெரிதா சொல்ற அர்த்தம்...'

'கமலஹாசன் தோத்தாரு' என்றான் யுவன் சந்திரசேகர் என் காதருகில். பின்பு உரக்க 'நாகார்ஜுனன், அப்ப கோணங்கி சொல்றப்பவே என்ன சிக்கல்ங்கிறது எங்களுக்கு தெளிவாத்தான் இருந்திச்சு. இப்ப நீங்க ரெண்டுபேரும் பேசி முடிக்கிறப்ப சந்தேகம் தீந்திட்டுது...' என சிகரெட் பிடிக்க எழுந்து போனார்.

'...இப்ப நீங்க இதையெல்லாம் சேத்துத்தான் கத எழுதறீங்களா?' என்றார் பெரிசு விடாமல்.

'எனக்கு ஒண்ணுக்கு வருது. அப்றம் பேசுவோமே...' என்றார் கோணங்கி.

'முத்துகுமாரசாமி சார் எதுக்கும் இதயும் கொஞ்சம் மொழி பெயர்த்திருங்க...'

திடீரென்று நாகார்ஜுனன் திருமணம் செய்துகொண்டார். நாகதோஷம் முடிந்து அவர் மீண்டும் அம்பி ரமேஷாக மலையேற கோணங்கி திருவிழாவில் கைவிடப்பட்ட குழந்தையாக ஆனார். இதற்குள் அவருடைய மொழியே அவ்வாறாக வடிவாகியிருந்தது.

தூக்கத்தில் பதறி உளறினால்கூட 'ய்யோ... மண்புழுவின் சிறகுகளிலே உப்புக்கரிக்கும் விறகில் என்னமோ ஓடுது...' என்று எழுந்து '...இல்ல என்னமோ பிதுராகாச சொப்பனம்! 'என்று சொல்லும் அளவுக்கு. 'தம்பியை அந்த அம்பி ஒரு ரூமிலே போட்டு பூட்டி சாவிய வீசிட்டு லண்டன் போய் செட்டிலாய்ட்டான்' என்று கோணங்கியின் அண்ணா தமிழ்ச்செல்வன் பரிதாபமாகப் புலம்பினார்.

இத்துடன் கைக்குழந்தைக்கு கௌபாய்ச் சட்டை போட்டுவிடுவது போல இதழியலாளர்கள் அவருக்கு ஒரு இமேஜை வலுக்கட்டாய மாக உருவாக்கிவிட்டார்கள். அவர் நடுராத்திரியில் வந்து கதவைத் தட்டி 'ஆத்தா கூழு இருக்குமா? கடிச்சுக்கிட ஒரு பல்லு வெங்காயமும் குடுங்காத்தா' என்று கேட்பார் என்றும், சொல்லாம லேயே கிளம்பிவிடுவார் என்றும், சோறு பரிமாறிவிட்டு 'கோணங்கீ கோ-ணங்கீ' என்று கூப்பிடும்போது பை இருக்காது என்றும் ஆட்கள் உறுதியாக நம்பத்தலைப்பட்டார்கள். எப்போதும் பூசாரிதானே தெய்வத்துக்கான நடமாட்ட விதிகளை வகுக்கிறான்?

ஸ்ரீவில்லிபுத்தூர் பஸ் ஸ்டாண்டில் மதிய நேரம் ஒரு நண்பர் பசி மயக்கத்தில் கோணங்கியைப் பார்த்திருக்கிறார். சாப்பிட வைத்துக் கேட்டால் கொடுமை. அங்கே ஒரு நண்பரைப் பார்க்கவேண்டும். ஆனால் பகலில் போக முடியாதே. நள்ளிரவு ஆவதற்காக பசியோடு காத்திருந்திருக்கிறார் கோணங்கி.

கோணங்கிக்கு இப்போது சொற்களை அளிக்க நாகார்ஜுனன் இல்லை. மனம் தளராமல் அபிதான சிந்தாமணி, பேரகராதி எல்லாம் புரட்டி சுண்டலில் உப்புக்கல்போல அகப்படும் விசித்திரச் சொற்களைப் பிடித்துப் போட்டு எழுதி வைக்கிறார். ஆனால் அவரை முன்போல யாரும் இப்போது விசித்திரக் கவர்ச்சியுடன் பார்ப்பதில்லை. அன்புக்கு குறைவில்லை; ஆனால் அந்த ஈர்ப்பு இல்லாமலாகிவிட்டது. பாவம் அவரும்தான் என்ன செய்வார், முட்டையிடும் கோழியிடம் போய் முட்டையைக் குறை சொல்ல முடியுமா? அது பாட்டுக்கு முக்குகிறது, வருவதுதான் முட்டை.

கோணங்கிக்கு இப்போதைய சிக்கல் சில தீவிர சிஷ்யர்கள்தான். அவர் நாவல் எழுதி முடித்ததுமே மதிப்புரை வருகிறது. 'பாழியின் பல்தடங்களில் படிந்திருக்கும் பாசிமணிகளை கோணங்கியின் கைகள் தொட்டுச்செல்லும்போது மேகங்களின் சிறகுகளில் அசையும் புராதன நதிகளின்மேல் பறக்கும் கொக்குகள்...' என்ற வகையில். கோணங்கி குவார்ட்டர் அடித்தபின் தனித்திருந்தால்

மார்பில் ஓங்கி அறைந்து விம்மி அழுவார் என்று நினைக்கிறேன். எங்களூர் அம்புரோஸ் மகன் சார்லஸ் பக்கத்து வீட்டு சரோஜினிமேல் லவ் கொண்டிருந்தான். இரவில் மின்சாரம் போய் விளக்கேற்றுவதற்குள் கொல்லைப்பக்கம் வழியாகப் பாய்ந்து சரோஜினியை முத்தமிடப்போக அவள் கணவரால் முத்தமிடப் பட்டான். போதையில் அதை எண்ணி அப்படித்தான் அவன் அழுதான்.

ஆனாலும் மிட்டாய் கொடுத்து கூட்டிச்செல்லப்பட்டு நாக்கு அறுத்து பிச்சை எடுக்க வைக்கப்பட்டபின் கைவிடப்பட்ட குழந்தை போன்ற இம்மனிதனைத்தான் என் தலைமுறையின் முதன்மைச் சிறுகதையாளனாக நினைக்கிறேன். தமிழ்ப்பண்பாடு கண்ட மாபெரும் கலைஞர்களில் ஒருவனாகவும். மொழித்தேர்ச்சியின்றி சொல்லப்பட்டவையானாலும் அவரது ஆரம்பகாலக்கதைகளில் மனித உறவுகளின் விசித்திரமும் வசீகரமும் களங்கமில்லாத குழந்தைக் கதைகள் போல வெளிப்படும் விதம் அத்தகையது.

- ஜனவரி 16, 2008

12

யுவன்

எம். யுவன் என்றும் யுவன் சந்திரசேகர் என்றும் நண்பர்களால் யுவன் என்றும் நண்பரைப்போன்றே தோற்றமளிக்கும் சுரேஷ் கண்ணன் போன்றோரால் சந்துரு என்றும் அழைக்கப்படும் சந்திரசேகரன் ஸ்டேட் வங்கி ஊழியர். காலைமுதல் மாலைவரை ஒன்றுமுதல் பூஜ்யம் வரை சலிக்காமல் எண்ணும் கேஷியர். கவிதைகள் எழுதிக் கொண்டிருந்தான். அதில் ஒன்றைப்படித்து விட்டு கவுண்டரில் சின்னத் துளை வழியாக எட்டிப்பார்த்த ஒரு பெண் 'உங்க கதை படிச்சேன் சார். சூப்பரா இருந்திச்சு...' என்று சொல்லி பணம் வாங்கிப்போக உடனே கதைக்கு மாறியவன்.

நன்றாக உடையணிவதில் மோகம் உண்டு. வார இதழ்களில் பேட்டி என்றால் பித்தான்களைக் கழற்றி செயினை வெளியே எடுத்துப் போட்டு புல்லில் சரிந்து படுத்துக் கொள்வான். இருந் தாலும் தமிழ்ப் பண்பாடு பற்றிய புல்லரிப்புகள் ஏதும் அவனுக்கு இல்லை. 'என்னோட கதைகளிலே மாற்றுமெய்மைய ஊடுபிரதித் தன்மையோட சொல்றச்சே அதுல ஜெகெ சொல்ற பிறனோட தன்மைகள் கூடியும் கூடாமலும் இருக்கிறதனால அதுக்கு பல்குரல்தன்மை வந்துடறதுன்னு சொல்லலாம்னாக்க...' என்று பேசி பேட்டியெடுக்கும் இளம்பெண்ணை பீதியடைய வைப்பான்.

இலக்கியக் கூட்டங்களில் பெர்முடாஸ் அணிய விழைவான். காற்றோட்டமாக இருக்குமாம். ஆத்மா சிட்டுக்குருவிபோல

விட்டுவிடுதலையாகி நிற்கும் நிலை. மேலே டி ஷர்ட். அக்குளில் செண்ட் அடித்து பவுடர் போட்டு, முளைத்த கீரைவிதை போல நரைத்த தலையும் முகவாயில் 'முதைச்சுவர் கலித்த முற்றா இளம்புல்' போல தாடியுமாய் 'சின்னப்பொண்ணுங்க இருக்காய்யா இங்க?' என்பது போன்ற பார்வையும் சிரிப்புமாக வரும் யுவனை அவரது படைப்புகளைப் படிக்காத பெண்களுக்குப் பொதுவாகப் பிடிக்கும். அவரது பிளேபாய் (விளையாட்டுப்பிள்ளை) தோற்றத்தைப் பார்த்து மலையாளக் கவிஞர் பி. ராமன் வடித்த கவிதை ஒன்று இப்படி

'எவன் அவன்?

இவன்? யுவன்!!!'

இருபதுவருடம் முன்பு சந்திரசேகரை நான் குற்றாலத்தில் சந்தித்தேன். சோடாப்புட்டி அணிந்திருந்தான், அதை இப்போது அறுவை சிகிச்சை செய்து கழற்றிவிட்டான். ஆனால் அப்போதிருந்த பார்வையும் பாவனையும் அப்படியே தொடர்கிறது. சந்தித்த ஐந்தாவது நொடியில் என் தோளை ஆதரவாக அணைத்து 'மோகன் இப்ப நீ இத கவனிச்சேன்னாக்க...' என்று ஆரம்பித்துக் கவிதை பற்றி பேசினான். 'இப்ப ஒரு கவிதையிலே இப்டி வரதுன்னு வை, 'இந்தக் காலை நேரத்தில் நான் விடிந்துகொண்டிருக்கிறேன்'. இது எந்தக்காலம்?'

'விடியக்காலை.'

'மடையா. அது இறந்தகாலமா நிகழ்காலமா?'

'அத அவன் எழுதறப்ப நிகழ்காலம்...' என்றேன் மாட்டிக்கொள்ளக் கூடாது என்று.

யுவன் கவிதை விவாதங்களில் ஜல்லிக்கட்டில் மாடுபிடிப்பவனின் பாவனையில் நின்று கூர்ந்து நோக்குவது வழக்கம். பிடி கிடைத்ததும் ஒரு சிரிப்பு.

'அப்ப படிக்கிறப்ப?'

'படிக்கிறவங்களுக்கு அப்ப நிகழ்காலம்.'

'அதான்யா சொல்றேன். கவிதை அதை எழுதறவனுக்கும் வாசிக்கிறவனுக்கும் நடுவிலே ஒரு நித்யமான நிகழ்காலத்துல இருக்கு. ஏன்னா...'

அவனை நண்பனாக்கிக் கொள்ளலாம் என்று தீர்மானித்தேன். பேச்சைப் பார்த்தால் எப்படியும் ஒரு இருபதுவருடம் அப்படியே

பேசுவான் போலப்பட்டது. நமக்கும் ஒரு கவிஞன் நண்பனாக இருப்பது ஆத்திர அவசரத்துக்கு ஏந்தல்தானே? அவனது கவிதைகளை வாங்கிக்கொண்டுபோய் படித்துப் பார்த்தேன். சந்தேகம் தீரட்டும் என அப்போது காதலியாக இருந்த அருண்மொழியிடமும் காட்டினேன். அவளுக்கும் ஒன்றும் புரியவில்லை 'என்னமோ கவிதைன்னு நினைக்கிறேன் ஜெயன்' என்று சந்தேகமாகச் சொன்னாள். பரவசமாக உடனே 'கனவு' சுப்ரபாரதி மணியனுக்கு அனுப்பினேன். அவருக்கும் புரியவில்லை போலும், உடனே பிரசுரமாயிற்று.

ஆனால் யுவனுக்குக் கடும் சினம். அவை பொன்மொழிகளாகப் பிரசுரமாகியிருந்தன - பக்கங்களின் அடியில் நீளவாட்டில். சிந்தனையாளர் பிளேட்டோ, பெர்னாட் ஷா வரிசையில் வருவதில் இவனுக்கு என்ன வருத்தம் என்று தெரியவில்லை. 'மடையா, நான் செத்துப்போயிட்டேன்னு எல்லாரும் நெனைச்சிருவாங்கள்ல?' என்றான். 'அப்றம் நான் நேரடியா அனுப்பினாக்க போடமாட்டாங்க. இன்னொருத்தர் அனுப்பணும்னு நெனைப்பாங்க... எல்லாக் கவிதையையும் நீயே அனுப்ப முடியுமா சொல்லு.'

'ஆனா பிரேமா பிரசுரத்துல உனக்கு புக் போடுவாங்களே' என்றேன்.

குற்றாலத்தில் அருவியில் குளிக்கக் கண்ணாடியைக் கழற்றிய யுவனை நான் கையைப்பிடித்துக் கூட்டிச்செல்வேன். 'பாத்து வா... பாறை இருக்கு...'

'அங்கதானே பாறை?'

'அது கோணங்கி... நீ இந்தால வா...'

அருவியில் குளித்துவிட்டு நீளக்கூந்தல் அடர்தாடியுடன் வந்த பெங்களூர் மகாலிங்கம் ஒரு சிலுப்பு சிலுப்பி துளிதெறித்தார். 'ஏன் மோகன் இப்பல்லாம் அருவியில தண்ணி கொறைவாத்தான் இருக்கு இல்ல?'

'அது மகாலிங்கம் சார் தல தொவட்டினது... அருவி இனிமேத்தான் வரும்...' சிலசமயம் அவனை அப்படியே ஓடையில்விட்டுவிட்டுக் குளிக்கச் சென்றுவிடுவோம்: 'இதை அப்டியே செங்குத்தா நெனைச்சுக்கோ அதான் அருவி...'

மொழிவளம் உண்டு. தேவதச்சன் ஏதோ கோபத்தில் 'அருவியிலே போய் விழுய்யா' என்றதுக்கு சுடச்சுட 'அருவியில் நீர் விழும்' என்றவன்தான். ஆனால் கவிதையில் கொஞ்சம் வார்த்தைகளை வைத்துக்கொண்டுதான் எழுதுவான். கவிதையை இரு கட்டங்களாக எழுதுவான் என நினைக்கிறேன். வேகமாக எழுதி, பின்

நெளிந்து ஆசுவாசம்கொண்டு 'மற்றபடிக்கு...' என்று மீண்டும் தொடங்குவான். எல்லாக் கவிதையும் இரு பகுதிகளாக இருக்கும். பெருமூச்சுக்கு முன் பெருமூச்சுக்குப் பின். கேட்டுத் தெளிவுபடுத்திக் கொள்ளலாம்தான். ஆனால், யுவனிடம் அவன் கவிதைகளுக்கு விளக்கம் கேட்பது பொதுவாக அபாயகரமானது.

வட இந்திய ஃபட்படிகளைப் போன்ற கதைகளைப் பிற்பாடு எழுத ஆரம்பித்தான். பைக்குக்குப் பின்னால் எட்டுபேர் கொள்ளும் பெட்டியில் இருக்கும் நீளமான பெஞ்சில் ஐந்தைந்து பேராக அமரச்செய்தபின் அமர்ந்தவர்கள்மேல் ஆள் ஏற்ற ஆரம்பிப்பார்கள். ஒருமுறை என்னை ஒரு தீதியின் வளப்பமான மடியில் அமரச்செய்து என் மடியில் கடுகெண்ணெயைத் தலையில் பூசிய ஒரு கல்லூரி மாணவியை அமரச்செய்து அவள் கையில் ஒரு குழந்தையைக் கொடுத்துவிட்டார்கள். கடைசியில் ஏறமுடியாமல் தவிப்பவர் களைக் கதவால் அடித்து உள்ளே செருகி 'ரைட் ரைட் சலோ' அதன் பின் யாரும் எதுவும் செய்யமுடியாது. யுவன் கதையில் கதையில் கதையில் கதை உட்கார்ந்து கதையைக் கையில் வைத்திருக்கும்.

இருபது ரூபாய்க்கு அஜிதன் கணக்கு சொன்னான். 'எங்க கணக்கு சார் ஆளுக்கு அஞ்சு ரூபா கொடுக்கணும்னு சொன்னதனாலே... அஜய் பாலப்பன் என்னோட நோட்டைக் கிழிச்சுட்டான்மா. புது நோட்டு வாங்கப் போனப்ப டியூஷன் போயிட்டிருந்தோம்ல. நீதான் சொன்னியே டியூஷன் போறப்ப வேணுமானா மசாலா தோசை சாப்பிடுன்னு...'

அருண்மொழி கொதிப்புடன் 'போரும் போரும்... யுவன் கதை மாதிரி ஒண்ணுகேட்டா ஒம்போது விசயம் சொல்லிட்டிரு... மிச்சம் எவ்ளவுடா?'

'இல்லம்மா... அப்பதான் சமீர் சொன்னான்...' 'போரும் போ... வந்து வாச்சிருக்கு'

யுவனுக்கு போதிய வாசகர் இல்லாதது பற்றிய மனக்குறை உண்டு. நான் விடாமல் இருபது வருடங்களாக அவனை வாசித்து வருகிறேன். எனக்கு ஒன்றுமே ஆகவில்லை. ஆகவே தைரியமாகப் பிறருக்கும் நான் பரிந்துரைத்து நிறைய கட்டுரைகள் குறிப்புகள் எழுதியிருக்கிறேன்.

மாலைநேரத்தில் ஃபோன். 'மோகன், உனக்கு நான் ஒரு கொரியர் அனுப்பியிருக்கேன். அது உனக்கு நாளைக்கு எப்ப கெடைக்கும்?'

'ஏன், பன்னிரண்டு மணிக்குக் கெடைக்கும்.'

‘கெடைச்ச ஒடனே ஒரு எஸ்.எம்.எஸ் குடு என்ன. அர மணிநேரம் கழிச்சு நான் உன்னை கூப்பிடுறேன்…’

வயிற்றில் பதற்றத்துடன் ‘ஏன் என்ன ஆச்சு?’

‘இல்ல உனக்கு கொஞ்சம் கவிதைகள் அனுப்பியிருக்கேன். படிச்சு சொல்லு…’

நான் ‘எவ்வளவு கவிதைகள்’ என்றேன் பலவீனமாக.

‘இருபத்திமூணு. இருபத்திமூன்று கவிதைகள்னு பேரு வைக்கலாம்னு ஐடியா.’

‘ஏன் ரவுண்டா வச்சுக்கிடறது?’

‘மடையா, நான் பத்தொம்பதுதான் எழுதினேன். ரவுண்டா ஆக்கலாம்னு போய்த்தான் இருபத்தி மூணு ஆயிருக்கு. பேசாம மறுபடியும் ரவுண்ட் ஆக்கிரலாம்கிறியா?’

‘இல்லல்ல நான் மூணை வெட்டிடலாமேன்னுதான் சொன்னேன்’ என்றேன் பதறி.

‘செரி படிச்சிரு. நாளைக்கு பேசுவோம்.’

தன் கவிதைகளைப் பற்றிப் பேசத்தான் இப்படி ஃபோன் அழைப்பு. மற்றபடி சிக்கனத்தில் அவன் அருண்மொழிக்கு அண்ணா (என்னை ஏன் சொல்லவேண்டும்? நான் செல் பேச அருண்மொழி அனுமதிப்பதில்லை). எனக்கு அவன் மிஸ்டு கால் அனுப்பினால் நான் பதில் மிஸ்டு கால் அனுப்பி அவன் நாண நன்னயம் செய்தபோது கூப்பிட்டான். ‘ஒரு ரூபா செலவு பண்ணி கூப்பிட மாட்டியா?’

‘ஏன் நீ கூப்பிட்டா என்ன?’

‘இது நான் உன்னைப்பத்தி பேசத்தானே கூப்பிடறேன்?’

இந்தத் தர்க்கம் எனக்குப் புரிவதேயில்லை. ஆகவே ஒன்று செய்தேன். சுரேஷ் கண்ணனை அவனுக்கு அறிமுகம் செய்து வைத்தேன். அறிமுகம் நடந்த நாலாம் மாதம் யுவன் சொன்னான் ‘உமக்கு ஒரு பிளசண்ட் சர்ப்ரைஸ் வச்சிருக்கேன்யா.’

சுரேஷ் என்னை நிராதரவாகப் பார்த்துவிட்டு ‘என்ன?’ என்றார்.

‘நூத்தியெட்டு கதைகள்னு ஒண்ணு எழுதியிருக்கேன். படிச்சு சொல்லும்.’

நான் உற்சாகமாக ‘சுரேஷுக்கு ஜாலிதான்... ஏன் யுவன் ஆயிரத் தெட்டுதானே நம்ம டிரெடிஷன்? எழுதிக் குடுத்திடறது? காசா பணமா?’ என்றேன்.

சுரேஷ் பரிதவிப்புடன் சுவர்களைப் பார்க்க யுவன் ‘இல்லல்ல. இது நூத்தெட்டுதான்...’ என்றான்.

யுவன் டாய்லெட் போனதுமே ‘மோகன் நூத்தெட்டுல நின்னிருவார் தானே?’ என்றார் சுரேஷ்.

‘என்ன சுரேஷ் நீங்க? யுவனோட நூத்தெட்டு கதைன்னா முதலில நூத்தெட்டு கதைன்னு பேரு. உள்ள இருக்கிற கதைகளுக்கு வேற கணக்கு.’

சுரேஷ் வெளுத்துப் போனார். யுவன் வெளியே வந்து ‘அதுக்குப் பிறகுதான்யா நான் ஒரு நாவலை எழுதணும்னு நினைச்சிருக்கேன்... மகாபாரதத்த பின்னணியா வச்சு. எப்டியும் ஒரு ஆயிரம் கத இருக்கும்னு நெனைக்கிறேன்’ என்றான்.

‘மகாபாரதத்த வச்சு ஆயிரம் கதைதானா? அப்ப அதுக்குக் குறுநாவல்னுதான் பேரு... சுரேஷ் ஒரே ராத்திரியிலே படிச்சிருவார்...’ என்றேன்.

சுரேஷ் ரகசியமாகக் கண்ணீர் மல்கினார்.

யுவன் என்றாலே நெகிழ்ச்சி என்றுதான் பொருள். சும்மா நெகிழ்வதைவிடக் காரணத்தோடு நெகிழலாமே என்று இந்துஸ்தானி இசை கேட்பான். ‘மோகன் இன்னிக்கு காலையிலே ஜோஷி பாட்டு ஒண்ணு கேட்டேன். அப்டியே கரைஞ்சு அழ ஆரம்பிச்சுட்டேன்... நான் அழறதப் பாத்துட்டு உஷா அழ ஒரே அழுகைதான் போ... உனக்குத்தான் தெரியுமே நான் என்னிக்குமே இந்தமாதிரி அழக்கூடியவன் இல்ல...’

‘ஆனா, நேத்துகூட மல்லிகார்ஜுன் மன்சூர் பாட்டுக் கேட்டு அழுதியே’.

‘அடாடா அது பாட்டு... அப்டியே கரைஞ்சிட்டேன்... ஆனா இவனை விட இன்னொருத்தன் இருக்கான். அவன் பாட்ட நீ கேட்டேன்னு வச்சுக்கோ அப்டியே கண்ணுல ஜலம் வந்திரும்... உஷாவும் நானும் கேட்டு அழுதோம் பாரு அப்டி ஒரு அழுகை.’

காலையில் இப்படி அழும் குடும்பத்தைப்பற்றி அவரது பக்கத்து வீட்டுக்காரர்கள் என்ன நினைப்பார்கள்? அதுவும் அவர்கள் சங்கீதமறியா நாயர்களாக இருந்தால்?

யுவனுக்கு இசையை அறிமுகம் செய்தது தண்டபாணி. மதுரையில் வேலை பார்க்கிறார். யுவன் கதைகளின் சுகவனம் அவர்தான். யுவனுக்கு முழுக்க முழுக்க ஆதரவு கொடுப்பவர். யுவன் படைப்புகளின் ரசிகர். யுவன் நிழலாகவே கூட்டங்களுக்கு வருவார். ஒரே நெகிழ்ச்சியை இருவரும் சேர்ந்து நெகிழ்வார்கள்.

பிள்ளைகளைப் பற்றிப் பேசும்போதும் நெகிழ்ச்சி. யுவனுக்கும் வேதசகாயகுமாருக்கும் வசந்தகுமார் வைத்த பெயர் 'பாசமலர்கள்'. 'நான்?' என்று வசந்தகுமாரிடம் கேட்டேன். 'நீங்க மலர்ந்தும் மலராத பாதி மலர்போல ஜெயன்.' யுவன் அதில் 'ஆயிரம் இதழ்கொண்ட தாமரைப்பூ...' வகை.

'நேத்திக்கு அரவிந்தா வந்திருந்தான். உஷா வத்தக்கொழம்பும் சுட்ட அப்பளமும் செஞ்சிருந்தா... இன்னும் கொஞ்சம்னு கேட்டு வாங்கி சாப்புடுறான் ... வத்தக்கொழம்பு மோகன், புள்ளை ஆ... ஆசையா அப்- அப்- டியே...' கண்ணில் தண்ணீர், தொண்டை கரகரப்பு.

இந்த சீரில் குவார்ட்டர் அடித்தால் சுத்தமான பாகுதான். 'நேத்து நானும் உஷாவும் ரோட்ல போறச்ச அவ வா பஸ் வருதுன்னு என் கையப் புடிச்சா பாரு மோகன் அப்டியே...' விசும்பி விசும்பி அழுபவனை நான் தோளில் சாய்த்துக் கண்ணீர் துடைத்து 'போகட்டும்... போ நான் அவட்டே சொல்றேன். ஏதோ தெரியாம பண்ணியிருப்பா.'

யுவன் வீட்டில் மது அருந்துவதில்லை. அவன் குடிப்பான் என்பது வீட்டுக்குத் தெரியாது என்ற பாவனை. சென்னையில் பரமசுத்தம். வெளியூர் வந்தால் மிணுமிணுவென அதே நினைப்பாக இருப்பான். உடம்பெங்கும் ஒரு கிளுகிளுப்பு. நான் நடத்தும் இலக்கிய விவாதக் கூட்டங்களில் குடிக்குக் கண்டிப்பாக அனுமதி இல்லை. ஆனால் எல்லா அரங்குகளிலும் யுவன் என்னைக் கெஞ்சி மிரட்டிக் கண்ணீர் மல்கி என் கண்முன்னாலேயே குடித்திருக்கிறான். இருமுறை என்னிடமே பணம் வாங்கி.

குடித்ததுமே சற்று கூன் போடுவான். தண்டபாணிக்குப் புருவம் மேலேறிவிடும். கீழே வரவே வராது. 'வில்லெனப் புருவம் வளைத்தனை வேலவா அங்கோர் வெற்பு பொடிப்பொடியாயிற்று வேலவா'. யுவன் சொல்லும் ஒவ்வொரு சொல்லுக்கும் 'பின்னே?' என்பதுபோல தண்டபாணி புருவம் வளையும். சிரிப்பு தெய்வீகமாக வெளிப்படும்.

முதல் கட்டம் பழைய பாடல்கள். சி.எஸ். ஜெயராமன் குரலில். 'அன்பாலே தேடிய என் அறிவுச்செல்வம் தங்கம்...' அந்தத்

‘தங்க’த்தை ஏன் டம்டம் என்பதுபோல தனியாகச் சொல்ல வேண்டும்? சரி இசையில் என்னமோ செய்கிறார்கள் நமக்கென்ன அதில். எம்.கெ.டி. பாகவதர் தொண்டையைத் தீட்டிப் பாடும் ‘சியாமளா என் ஜீவப்பிரியே சியாமளா’, கண்டசாலா கத்திமுனையில் மிரட்டப்பட்டவர் போலக் கண்ணீர்தளும்பப் பாடும் ‘எங்குமே ஆனந்தம்...’

யுவன் பாடும்போது பெரும்பாலும் சுருதி வகையறாக்கள் சரியாக இருக்கும். மிச்சத்தை பாவத்தை வைத்து சமாளித்துவிடுவான். செட்டி முறுக்குதானே சரக்கு முறுக்கு? அடுத்த கட்டத்தில் பாரதியார் பாடல்கள். நாட்டுப்புறப் பாடல்கள். கடைசிக்கட்டத்தில் ‘மழபெஞ்சு ஊரெல்லாம் தண்ணி’.

யுவனுக்குக் காலில் ஒரு சிக்கல் உண்டு. தோலுக்கு அடியில் உள்ள மென் தோலில் செல்கள் சரியாக வளராது. அது ஒரு பிறவிக் குறை. சற்று நடந்தாலே கால்கள் பெரிதாகக் கொப்பளிக்கும். கடும் வலி. வெயிலில் நடக்கவே முடியாது. ஆனாலும் அவனைப் பல பயணங் களுக்குக் கூட்டிச்சென்றிருக்கிறேன். ஒரு பயணத்தில் அவன் கால்களை நான் தடவிவிட்டுக்கொண்டிருந்தேன். அப்போது ஒரு சந்தேகம்.

‘ஏன் யுவன், இப்ப என்னை யாராவது பார்த்தா பார்ப்பன அடிவருடீன்னு சொல்லிர மாட்டாங்க?’

‘சொல்லீட்டுப் போறாங்க... நான் கைபர் கணவாய், நீ ஆரல்வாய் மொழிக் கணவாய்... சரியாப்போச்சு.’

ஒருநாள் நான் யுவனிடம் பேசிக்கொண்டிருந்தபின் செல்லை ஆஃப் செய்தேன். ‘முடிச்சாச்சா? என்னதான் அப்டி பேச்சோ?’ என்றாள் அருண்மொழி.

‘அப்பா உன்னைய யுவன் மாமாவும் பெரியப்பாவும் மட்டும்தான் டேய்னு கூப்பிடறாங்க’ என்றான் அஜிதன்.

ஆமாம். யோசித்தபோது அது வியப்பாக இருந்தது. நான் ஒருமையில் குறிப்பிடும் ஒரே நபரும் அவன்தான்.

- பிப்ரவரி 29, 2016 / ஏப்ரல் 10, 2010

13

சங்கரப்பிள்ளையும் சக்கைக்குருவும்

என் அப்பா பழமைவாதி. காரணம் புதுமை என்று சில விஷயங்கள் இருப்பதை அவர் தெரிந்துகொள்ளவே இல்லை. அவருக்குப் பிடிக்காததை யாரும் அவரிடம் சொல்வதேயில்லை என்பதுதான் காரணம். ஆகவே குழந்தை பிறந்தபோது முறைப்படி அவரது அப்பாவின் பெயரை முதல் குழந்தைக்குப்போட்டார்- சங்கரப்பிள்ளை. இரண்டாவது குழந்தையாகிய எனக்கு அம்மாவின் அப்பா பெயர், பரமேஸ்வர பிள்ளை. தங்கை பெயர் அம்மாவின் அம்மாவுடையது லட்சுமிக்குட்டி அம்மா. நாங்கள் இப்பெயர் களைப்பற்றித் தெரியாமல் தவழ்ந்து விளையாடிய காலம். பரமேஸ்வர பிள்ளை அப்பெயரின் சுமையாலோ என்னவோ பலவீனமாகவே இருந்ததாக தகவல்.

அப்பாவின் தம்பி சுதர்சனன் நாயர் அப்போது புதுக்கோட்டையில் வேலை பார்த்தார். இலக்கிய ஆர்வம் உண்டு. பல நூலகங்களை நிறுவுவதில் பங்குகொண்டவர். அம்மாவுக்கு அவர் இலக்கிய சகா. பரமேஸ்வர பிள்ளையைக் கையில் எடுத்து 'எந்தாடா நின்னுடே பேரு?' என்றார்.

'பிறமேச பில்ல' என்றது நோஞ்சான்.

'சேட்டத்தியே இவனுக்கு இவனுடே பேரின் கனம்கூட இல்லியே...' என்றார். அம்மா மனம் வெதும்பினார்.

பெயர்களை உடனே மாற்ற சித்தப்பா நடவடிக்கை எடுத்துக் கொண்டார். தன் பெற்றோர் பெயரை மாற்ற அப்பா ஒத்துக் கொள்ளவில்லை. மற்ற பெயர் எக்கேடோ போகட்டும் என்று சொல்லிவிட்டதனால் பரமேஸ்வர பிள்ளை அவருக்கு எந்த சம்பந்தமும் இல்லா நெடுவிவாதம் வழியாக வங்க நாவலில் உள்ள குடிகாரக் கவிஞனின் பெயரான 'ஜெயமோக'னை அடைந்தார். பிற்பாடு அவர் தன்னைப் புரட்சி நெருப்பாகவும் ஆன்மிகச் செம்மலாகவும் உணர்ந்த நாட்களில் இந்த 'குஜால்' பெயரை எண்ணி மனம் வருந்தியிருக்கிறார்.

தங்கை பெயர் விஜயலட்சுமி ஆகியது. அண்ணாவின் பெயர் பாலசங்கர். விசித்திரக் கலவை. சங்கரன் எந்தக்காலத்தில் பாலனாக இருந்தார்? பாலவிஷ்ணு என்று யாராவது பெயரிட்டிருக்கிறார்களா என்ன? அப்பாவழிப் பாட்டிக்கு அவர் கணவர் பெயரைச் சொல்லக் கூச்சமில்லாவிட்டாலும் (கணவரையே சங்கு ஆசானே என்றுதான் அழைப்பாராம்) மரபுப்படி அண்ணாவுக்கு ராஜன் என்று இன்னொரு பெயரும் போடப்பட்டது. அண்ணா பாட்டிக்கு இருந்த சிறப்பான மூக்கை அடைந்தார் - நடிகர் நாஸரின் மூக்கு. கோபம் வரும்போது அது சற்றே அசையும். கோபம் அடிக்கடி வரும். நிமிடத்துக்கு இரண்டு தடவை.

முன்கோபம் எங்கள் குடும்பத்தின் சொத்து. சொந்தத்தில் கோபிநாதன் நாயர் முன்கோபிநாதன்நாயர் என்றும், கோபகுமாரன் முன்கோபகுமாரன் என்றும் ஊராரால் சிறப்பிக்கப்பட்டார்கள். அப்பாவுக்கு 'இஞ்சி' என்று பெயர் உண்டு. 'கடுவா' 'அசுரன்' என ஏராளமான பிறபெயர்கள். உடம்பெங்கும் முடி இருப்பதனாலோ பிடித்த பிடியை விடாததனாலோ கரடி என்றும் சொல்வதுண்டு.

அப்பாவின் முன் கோபத்துக்கு ஒரு நிகழ்ச்சியை உச்ச உதாரணமாகச் சொல்வார்கள். போஸ்ட் ஆபீஸில் அப்பா விலாசம் எழுதுவதற்காக ஒரு பேனாவை அங்கே நின்ற யாரோ ஒரு ஓய்வுபெற்ற மலையாள ஆசிரியரிடமிருந்து கடன் வாங்கினார். எழுதியபோது நிப் சிக்கியது. பொறுமையைத் தக்கவைத்தபடி எழுதிப்பார்த்தார். எழுதவில்லை. ஓங்கி அதைப் பலகையில் குத்தினார். நிமிர்ந்து பார்த்தபோது மலையாள ஆசிரியர் திக்பிரமை பிடித்து நிற்பதைக் கண்டு தார்மீக ஆவேசமடைந்து 'புலையாடிமோனே, கொண்டுபோய்க் குப்பையில் போடடா இதை' என்று பேனாவை அவரை நோக்கி விட்டெறிந்தார். அவர் பொறுக்கி செருகிக்கொண்டு வெளியே விரைய பின்னால் ஓடி குடையை ஓங்கியபடி 'நாயிண்டே மோனே, உங்கிடே குப்பையிலபோடத்தானேடா சொன்னேன்?' என்று கத்தினார்.

அவர் குடல் பதறி சைக்கிளை எடுத்துக்கொண்டு தப்பிக்க பின்னால் பாய்ந்து பிடிக்கமுடியாமல் திரும்பி வெறிகொண்டு அந்த சைக்கிள் சாய்த்து நிறுத்தப்பட்ட லாந்தர் கம்பத்தை ஓங்கிக் குடையால் நாலு அடி அடித்து மூச்சிரைத்தார். அதன் பின் அருகே சொத்தி நாராயணனின் வெற்றிலைபாக்குக் கடையில் சாய்ந்து அமர்ந்து காளிமார்க் சோடா குடித்து இளைப்பாறிவிட்டு வீடு திரும்பி என்னிடம் 'எரப்பாளியுடே மோனே, போய் குடையை எடுத்து கொண்டு வாடா' என்றார்.

நான் கீழே விழுந்த வவ்வால்போல பல கோணங்களில் விரிந்து கிடந்த குடையை எடுத்துக்கொண்டுவந்தேன்.

'நல்ல காரியம். அந்த விளக்குத்தூணுக்கு இனியாவது நல்ல புத்தி வரட்டும்...' என்று அம்மா சொன்னாள். 'புலையாடி மோளே உன்னையும் கொன்று நானும் சாவேன்' என்று அப்பா விசிறியுடன் பாய்ந்து கொல்லைக்கு வர அம்மா ஓடிப்போய் சமையலறைக் கதவை மூடிக் கொண்டாள். அப்பா கதவை காலால் நான்குமுறை உதைத்து மூச்சுவாங்க நின்று முறைத்தபின் போய் மீண்டும் சாய்வு நாற்காலியில் அமர்ந்துகொண்டார். அன்று மாலை காயத்திருமேனி எண்ணெய்விட்டு காலை அம்மா நீவி விட அப்பா வெற்றிலை குதப்பியபடி சரஸமாக உரையாடுவதைக் கண்டேன். முன்கோபத்தின் அன்றைய கணக்கு முடிந்தபின் அப்பா நகைச்சுவையுடனும் காதலுடனும் இருப்பார்.

அண்ணா பள்ளிநாளிலிருந்தே முன்கோபத்தைப் பல கோணங்களில் விஸ்தரித்து வந்தார். இரண்டு முறை எழுதி ஒரு எழுத்து சரியாக வரவில்லை என்றால் சிலேட்டை உடைப்பது வழக்கம். நோட்டு களை சுக்கல்சுக்கலாகக் கிழித்து வீசி ஒவ்வொரு துண்டையும் தனித்தனியாக மிதித்து அரைப்பார். எதிரிகள் எத்தனைபேர் இருந்தாலும் என்ன ஏது என்று பார்க்காத ஆவேசத்துடன் பாய்ந்து உள்ளே நுழைந்து எப்படி எங்கு என்ற சிந்தை இல்லாமல் தாக்குவார். எங்கள் பள்ளி வரலாற்றில் பள்ளி மாணவர்களின் சண்டையில் பாறாங்கல்லைத் தூக்கித் தாக்கவந்த முதல் மாணவர் அவரே. அவரை ஆசிரியர்களும் அஞ்சுவார்கள். கோபம் வந்தால் பெஞ்சுகள் வழியாகப் பாய்ந்துபோய் ஆசிரியரின் குரல்வளையைப் பிடித்துவிடுவார்.

அண்ணாவின் முன்கோபம் பள்ளியில் என்னுடைய பிரதான ஆயுதமாக விளங்கியது. எனக்கும் அவருக்கும் ஒருவயதுதான் வேறுபாடு. ஆனால் அவர் அன்றும் இன்றும் என் தந்தை ஸ்தானத்தில் இருப்பவர். நான் யாரையும் அடிப்பேன். மண்வாரி

வீசுவேன். கிள்ளுவேன். ஆனால் எவரும் என்னைத் திரும்ப அடிப்பது எனக்கு நியாயமாகப் படவில்லை. 'சேட்டா!' என்று அலறினால் தாக்க நினைப்பவர்கள் சிதறிவிடுவார்கள். ஒருமுறை தடியன் தங்கச்சன் என் மண்டையில் தட்ட நான் கதறியபடி பித்தான் இல்லாத சட்டை சிறகாகிப் பறக்க, நழுவும் நிக்கரை ஒருகையால் பிடித்தபடி, ராமசுப்ரமணிய அய்யர் நடத்திக்கொண்டிருந்த அண்ணாவின் வகுப்புக்குள் பாய்ந்தேறி 'சேட்டா என்ன அடிச்சான்!!' என்று கூவினேன்.

'ஆரெடா அவன்?' என்று அண்ணா பிளிறியபடி பாய்ந்து நாலைந்து பேரின் தலைமேல் எம்பி, ராமசுப்ரமணிய அய்யரைத் தள்ளி மல்லாக்கப் போட்டுவிட்டு வெளியே பீரிட்டு, அதற்குள் மலக்குடல் உள்ளே சுருள வெகுதூரம் ஓடிவிட்டிருந்த தங்கச்சனைத் தார்ச்சாலையில் நான்கு கிலோமீட்டர் துரத்தி, அவர்களின் குடியிருப்புக்குள் நுழைந்து, வீட்டுக்குள் போய் சமையலறையில் வைத்துப் பிடித்துக் கட்டிப்புரண்டு கலயங்களை உடைத்து மூடிபோடப்பட்ட கோழிகளைப் பறக்கவைத்து கொல்லைப்பக்கக் கரிய சேற்றில் குழம்பி எழுந்து கூட்டம் கூட்டமாகப் பெண்களால் பிடித்து விலக்கப்பட்டார். அம்மா ஏகப்பட்ட நஷ்டஈடு கொடுக்க நேர்ந்தது.

அண்ணாவுக்கு எப்போதும் பல அடிதடி வழக்குகள் உண்டு. அரசுவேலைக்குப் போன பின்னர்கூட சக ஊழியர்களை அடித்துப் பலதடவை தற்காலிக வேலைநீக்கம் செய்யப்பட்டிருக்கிறார். மேலதிகாரியை சுத்தியலால் மண்டையில் அடித்து ஒருவருடம் வரை வேலை இல்லாமலிருந்த அனுபவமும் உண்டு. அவருடன் தொழிற்சங்கப்பணிசெய்த பணிக்கரை திருவட்டார் முச்சந்தியில் போட்டு புரட்டி எடுத்தது முக்கிய நிகழ்வு. 'எரப்பாளி, என்ன தைரியம் இருந்தா எங்கிட்ட வந்து முகத்தப்பாத்து அப்படிச் சொல்லுவான்?' அண்ணா மறு வாரமும் குமுறினார். 'உபதேசிக்க வாறான் பரதேசி. அவனைக் கொல்லாமல் விட்டது தப்பு.' நான் அண்ணாவின் கோபத்தைப் பொருட்படுத்தமாட்டேன். என்னிடம் கோபித்ததே கிடையாது. தம்பி என்றால் எப்போதுமே வேறு கணக்கு.

'என்ன சொன்னார் அப்டி?'

'என்ன சொன்னானா? எரப்பாளி... அவனை...' என்று உடனே மீண்டும் அடிக்கக் கிளம்ப நான் 'செரி தெரியாமல் சொல்லி யிருப்பார்...' என்று சமாதானம் செய்து 'என்ன சொன்னார் அப்டி?' என்றேன்.

‘எனக்கு முன்கோபம் அதிகமாம். அடக்கல்லேன்ணா தப்பாம். முன்கோபம் அவன் அம்மாவோட... ‘அண்ணா நரம்பு புடைக்க சொல்லி ‘முன் கோபமாம்... ஆருக்குடா முன்கோபம்? எனக்கா? எரப்பாளி அவன் இனியும் என் கையிலே சிக்குவான்’ என்றார்.

சிங்கம்புலியுடனே வாழப்பழகியவர்கள் மனிதர்கள். அண்ணி அலட்டிக் கொள்ளாமல் வாழக் கற்றுக்கொண்டார்கள் என்றால் பிள்ளைகளுக்கு அவருக்கு முன்கோபம் உண்டு என்பதே தெரியாது. நான் அண்ணாவின் பையன் சரத்துக்கு ‘சங்கரப்பிள்ளைக்குப் பிள்ளை இல்லாமல் சக்கைக் குருவைத் தத்தெடுத்தார். சங்கரப் பிள்ளைக்கு மக்கள் உண்டானப்போ சக்கைக்குருவை சுட்டுத் தின்றார்’ (சக்கைக்குரு - பலாக்கொட்டை) என்ற பாடலைச் சொல்லிக் கொடுத்தேன். சரத்துக்கு நல்ல குரல்வளம். எம். ஆர். ராதா சின்னப்பிள்ளையாக இருக்கும்போது அப்படித்தான் பேசியிருப்பார். அண்ணா வீடுதிரும்பும்போது பாடலைக் கேட்டார். மூக்கு அசைந்தது.

‘ஆருடா பாட்டு சொல்லிக் கொடுத்தது?’ என்றார். ‘கொச்சச்சன்’ (சித்தப்பா).

அண்ணா மெல்ல அடங்கி ‘அவனுக்கு கிறுக்கு. இனி அந்த பாட்டை பாடக்கூடாது...’ என்று சொல்லி ஓய்வெடுக்கையில் அண்ணி வந்து ‘சக்கைக்குரு துவரன் வைக்கட்டா?’ என்று கேட்க அண்ணா ‘ச்சீ... எரப்பாளீடே மோளே... நீ என்னடீ சொன்னே?’ என்று சீறி எழ எப்போதும் எதற்கும் தயாராக இருக்கப் பழகிய அண்ணி ஓடித்தப்பினார்.

அண்ணா வீடுதிரும்பினால் டிவி பார்க்க விரும்புவார். ஆனால் ஒரே சானலைப் பார்க்கும் அளவுக்குப் பொறுமை இல்லை. ரிமோட்டைக் கையில் வைத்து அதிவேக டைப்பிஸ்ட் போல அழுத்திக்கொண்டே இருப்பார். பக்கத்து அறையிலிருப்பவருக்கு ‘மன்மதராஜா மன்மதராஜா என்று கருணாநிதி மின்னும் சிவப்பழகை நன்றாக அலசி நீரில் போட்டு முக்யமந்த்ரி நாயனார் வழங்குவது உங்கள் ராஜ் டிவி வந்து விளிச்சப்போள் ஆண்ட் எ டீர் இஸ் சம்திங் க்யூட் டெடிகேட் பண்ணப்போறீங்க?...’ என்று ஒரு நிகழ்ச்சியின் ஒலியைக் கேட்கும் அனுபவம் கிடைக்கும். அண்ணி ‘...ஆபீஸ்விட்டு வந்து கேறினா ஒடனே டிவிக்கு கிறுக்கு பிடிக்கும்’ என்பார்கள்.

அன்றைக்கு அண்ணா கைகால்கழுவி முகம் துடைத்து வந்ததுமே ‘ரிமோட் எங்கேடா?’ என்றார்.

ரிமோட் சிக்கவில்லை.

'டிவி இல்லாட்டியும் பரவாயில்லை ரிமோட் இருந்தாபோரும்' என்றார் அண்ணி.

'நீ போடி நாயே... ரிமோட் எங்கேடா நாறீடே மோனே?'

ரிமோட்டைத் தேடும் முயற்சியில் ஹாலில் உள்ள அத்தனை பொருட்களும் கலைத்து வீசப்பட்டன. பீரோ கவிழ்க்கப்பட்டது. சூட்கேஸ்கள் பிளந்து விசிறப்பட்டன. அண்ணி அதற்கு அலட்டிக் கொள்வதேயில்லை. 'ரிமோட் எங்கேடா?' அண்ணா கூவியபடி அங்குமிங்கும் ஓடினார். சுவரை ஓங்கி மிதித்தார். 'இந்த வீட்டில் ஒரு காரியமும் வச்ச எடத்திலே இருக்காது... நாசமாப்போற வீடு.'

எங்குமே ரிமோட் இல்லை. டிவியில் ஒருத்தி கலகலவென சிரித்தாள். அண்ணா திரும்பிப்பார்த்தார். 'ரிமோட் இல்லாம ஒரு டீவி... அதில ஒரு சிரிப்பு... மண்ணாங்கட்டி' என்று கூவியபடி பாய்ந்துபோய் டிவியை அப்படியே தூக்கி சொடேல் என்று தரையில் வீச அது கண்ணாடித்தொட்டி போல உடைந்து ஹால் எங்கும் பரவி முடிப்பதற்குள் மகன் சரத் 'அச்சா இந்தா ரிமோட்' என்று எடுத்து நீட்டினான்.

கையில் ரிமோட்டை வாங்கி அண்ணா சில கணங்கள் டிவியைப் பார்த்தபடி சிந்தித்தார் என்று அண்ணி சொன்னார்கள். அதையும் போட்டு உடைப்பதா வேண்டாமா என்று அவரால் உடனே முடிவு செய்ய முடியவில்லை.

- ஆகஸ்ட் 24, 2012

14

இசை விமரிசகரின் நண்பராக இருப்பதன் இருபத்திஐந்து பிரச்னைகள்

1. இசை விமரிசகர் என்றால் பந்தநல்லூர் பங்காரு பிள்ளை, கோனேரிராஜபுரம் கோவிந்தசாமி அய்யர் என்றெல்லாம் பெயர் இருந்தால் சிக்கலில்லை. இசை விமரிசகர் என்று அறிமுகப்படுத்திய பின்னர் '...பேரு ஷாஜி தாமஸ்' என்று சொல்லும்போது எதிரே நிற்பவர் முகத்தில் ஏற்படும் பதற்றம் காணச்சகிக்கத்தக்கதல்ல. சிலர் தங்கள் செவித்திறனை நம்பாமல் 'மேசை விற்கிறாருங்களா? எங்க?' என்று கேட்டு 'சார் ஆக்சுவலா இப்ப இந்த டபிள் ஃபோல்டு மேசை அந்தளவுக்கு ஸ்டிராங்கா இருக்குமா? எதுக்குச் சொல்றேன்னா நான் போனவாரம் ஒண்ணு வாங்கினேன்... என்ன வெலைங்கறீங்க...' என்று ஆரம்பித்துவிடுவார்கள்.

2. இசை விமரிசகர் குள்ளமாக ஜிப்பா போட்டு, செல்லத் தொப்பையுடன், மீசை இல்லாமல், பீடா வாயை தொட்டி போல ஆக்கி அண்ணாந்து நோக்கி தொண்டைகாறிவிட்டு பேசுபவராக இருப்பது தமிழ் வழக்கம். ஆறரையடி உயரத்தில் தடித்த மீசையும் சிவப்பு நிறமுமாக, டிஷர்ட் ஜீன்ஸ் அணிந்து, வில்லன் நடிகர் தேவனுக்கு தம்பி போல இருப்பதும் சிக்கலே. அவரை எம்.ஆர்.எஃப் டயர் ஏஜெண்ட் என்று நாம் சொல்லவேண்டுமென்றே தமிழுலகு எதிர்பார்க்கும்.

3. இசை விமரிசகர் எட்டு மொழிகளில் மலையாள நெடியுடன் பேசக் கூடியவர் வாய்திறக்கும் முன் அவரை பஞ்சாபி என்று சொல்லக்கூடுமென்றாலும் திறந்தபின் அவரை மலையாளி என்று சொல்லவேண்டிய தேவையே இல்லை. மலையாளி களுக்கு இசை இல்லை, தோணிப்பாட்டு மட்டுமே உண்டு (ஓஓஓ ஓஓஓ ஓ!) என்பது உலகமறிந்ததாகையால் 'சும்மா வெளையாடாதீங்க சார்!' என்று தமிழர்கள் சிணுங்குவது வழக்கம்.

4. இசை விமரிசகர் சகிக்க முடியாத குரல்கொண்டிருக்கவேண்டும் என்பது விதியாகையால் கேட்டால் பெரிய அளவுக்கு பயம் வராத குரலுடன் இவர் இருப்பதும் பிரச்னைகளை உருவாக்குகிறது.

5. டிசம்பரில் கிறிஸ்துமஸ் காலம் அன்றி இசை ஒலிக்காத கேரள மலைக்கிராமமான கட்டப்பனையில் பிறந்தவர் இவர். அங்கே சங்கீதத்தையே 'கிறிஸ்து பெறப்புக்கு கேக்குமே ஒருமாதிரி ஒரு சத்தம் - அது' என்றுதான் குருமிளகு கிராம்பு விவசாயிகள் அடையாளம் சொல்வார்கள்.

6. இசை விமரிசகர் காதலித்து மணம்புரிந்துகொண்டவர். மலரினும் மெல்லிய உணர்வுகள் கொண்டவர். ஜெஸ்ஸியைக் கண்டதுமே நேரில் போய் முகத்தைப் பார்த்து 'பச்சை மலையாளத்தில்' 'நான் உன்னை கட்ட விரும்புகிறேன். நீ ரெடி என்றால் நாளைக்குச் சொல்' என்று மயிலிறகுபோல மிருதுவாக காதலைத் தெரிவிக்க அவர் பதறியடித்து லேடீஸ் ஹாஸ்டலுக்குள் ஓடி உயிர்தப்பியதாக கூறப்படுகிறது. அவரது அறைத்தோழி 'ஆசாமி பெரிய மீசை வைச்சு ஆறடி உயரமா இருந்தானா?' என்று கேட்க இவர் 'ஆமாம்' என்று கண்கலங்க 'பயமே வேண்டாம். இதெல்லாம் ஹென்பெக்டாகவே டிசைன் பண்ணி மேலேருந்து கீழே அனுப்பப்பட்ட உயிர்கள். கழுத்தில் ஒரு சங்கிலி போட்டு சோபா காலில் கட்டிப்போடலாம்' என்று அனுபவசாலி சொல்லியதாகவும் மறுநாளே காதல் ஏற்றுக் கொள்ளப்பட்டதாகவும் விஷயமறிந்த வட்டாரங்கள் தெரிவிக்கின்றன.

7. மனைவியடிமைகளாக இருப்பவர்களை இசை விமரிசகர் கடுமையாக விமரிசனம் செய்வது வழக்கம். காரணம் அவர்களின் சகல ரகசியங்களும் இவருக்கு ஐயம் திரிபறத் தெரியும். செல் சிணுங்கியதுமே முதல் ஒலித்துளிக்குள்ளாகவே பாய்ந்து எடுத்து பதற்றத்தில் நாலைந்து பித்தான்களை அழுத்தி

காதில் வைத்து அறைமூலைக்கு ஓடி ஒருகையால் செல் வாயை மூடி சற்றே பவ்யமாகக் குனிந்து பரிதாபமாக 'ஆ ஜெஸ்ஸி' என்று இவர் சொல்லும்போது பார்க்கும் எவருக்கும் நெக்குருகும். பின்னர் எல்லா சொற்களும் சமாதானங்கள், சாக்குகள், அசட்டுச்சிரிப்புகள். இசை விமரிசகர் பல்லவி மீண்டும் மீண்டும் பாடப்படுவதில் ஆர்வமுள்ளவர். பேசிமுடித்து வரும் போது இவரில் தெரியும் விடுதலை உணர்வு ஆன்மிகமானது.

8. இசை விமரிசகர் மூவேளையும் பீஃப் பொரியலுக்கு தொட்டுக் கொள்ள சப்பாத்தியோ ரொட்டியோ சாப்பிடும் வழக்கம் கொண்டவர். சற்றே கொலஸ்டிரால் கண்டடையப்பட்டதும் சப்பாத்தியைக் குறைத்துக்கொண்டார்.

9. இசை விமரிசகர் சமீப காலம்வரை கிளிப்பச்சை நிறத்தில் மாருதி வாக்னர் கார் வைத்திருந்தார். பல்லாயிரம் கார்கள் நடுவே இந்தக் காரை கண்டடைதல் மிக எளிது. ஒரேதிசையில் ஸ்டீரிங்கை எண்பத்தாறுமுறை ஆவேசத்துடன் சுழற்றமுடியும் என்பதையும் அந்தக் கார் அதற்கு ஈடுகொடுக்கும் என்பதையும் இசை விமரிசகர் வழியாகவே இதை எழுதுபவர் அறிந்திருக்கிறார். எங்கும் எவ்விதமும் எப்போதும் காரைத் திருப்பும் நிபுணராகிய இசை விமரிசகருக்கு எப்படியும் பார்க்கிங் இடம் கிடைத்துவிடும். ஆனால் அவசரத்துக்கு ஒருமுறை நிறுத்திவைக்கப்பட்டிருந்த குவாலிஸ் காரின் திறந்திருந்த டிக்கிக்குள் இவர் தன் காரை ஏற்றி பார்க் செய்ததாகச் சொல்லப்படுவதில் சற்று மிகை இருக்கலாம்.

10. இசை விமரிசகர் நல்ல சமையற்காரர். ஆனால் சமையல் என்றாலே பீஃப் பொரிப்பது என்றுதான் இவர் அறிந்திருக்கிறார். சமைக்கும்போது தேர்ந்த இசை நடத்துநர் பணியாற்றும்போது ஏற்படும் மோனநிலை இவர் முகத்தில் குடியேறுகிறது. இவர் நடமாடும் வழிகளில் சமையலுக்கு தடையாக உள்ள அனைத்து பாத்திரங்களையும் பேரோசையுடன் ஒரு மூலைநோக்கி செலுத்துவது இவரது இயல்பு.

11. இசை விமரிசகர் மின்கருவிகளில் ஆர்வம் கொண்டவர். எங்கு எந்தக் கருவியைப் பார்த்தாலும் உணர்ச்சிவசப்பட்டு அக்கணமே அதை பிரித்துப் பரப்பும் பண்புநலன் கொண்டவர் - விருந்தாளியாகப்போன வீடுகளும் விதி விலக்கல்ல. ஒருமுறை ஒரு டிவியை பிரித்தபின் 'ஓகோ!' என்று இவர் வியப்படைய அதன் உரிமையாளர் சற்றே நம்பிக்கை மீளப்பெற்று 'என்ன ஆச்சு?' என்று வினவ 'இப்பல்ல தெரியுது?' என்று இவர் மேலும் வியக்க 'என்ன?' என்று அவர்

தவிக்க 'இந்த டைப்பை பிரிச்சா அப்டி ஈஸியா மாட்டிர முடியாது...' என்று இவர் தலையை ஆட்டினாராம்.

12. இசை விமரிசகர் சகல பொம்மைகளையும் வாங்கி சிலநாள் கையில் வைத்திருப்பார். '...இது ஒரு பேஜ் செல்போன். இதிலே இந்தா இந்த பென்சிலாலே எழுதினா போரும். அப்டியே எஸ்.எம்.எஸ் அனுப்பலாம்...' என்று குதூகலத்துடன் சொல்லி சிலேட்டில் எழுதும் எல்கேஜி பாப்பா போல நாக்கை துருத்தி ஒருமுகப்பட்டு எழுத தலைப்பட்டார். ஷாஜி சென்னை... 'கண்டோ?' அடுத்தமுறை அது கையில் இருக்காது. 'இந்த செல்போனிலே நாம சீட்டு வெளயாடலாம்...' இப்போதைய திட்டம் உயர்தர பைனாகுலர் ஒன்று வாங்க வேண்டும். எதற்கு? என்ன கேள்வி இது? அப்படி ஒன்று இருப்பதனால்தான்.

13. கடும் உழைப்பில் பிரியம் கொண்ட இசை விமரிசகர் இரவெல்லாம் தூங்காமலிருந்து பிரேம்நஸீர் பாடி நடித்த பழைய பாடலின் வாயில் தானே பாடிய நாலுபேர் கேட்க ஒவ்வாத பாடலை கனகச்சிதமாக 'ஸிங்க்' செய்து தானே பலமுறை கேட்டு சிரித்து மகிழ்ந்தபின் விடியற்காலையில் கண்ணயர்வார். 'இதெந்து ரோகம்?' என்று ஆரம்பகாலத்தில் வியந்த ஜெஸ்ஸி 'வேற ஒரு பிரச்னையும் இல்லியே... சரி' என்று ஆறுதலடைந்ததாக தகவல்.

14. இசை விமரிசகர் தீர்க்கமான முடிவுகளை எடுக்கக்கூடியவர். இவர் அமர்ந்து எழுதும் நாற்காலி சற்று பெரிதாகையால் அறைக்கதவை திறக்க முடியவில்லை என அறிந்ததும் அதை வேலைக்காரிக்குக் கொடுத்துவிட்டு உடனே போய் சிறிய ஒன்றை வாங்கிவந்து போட்டு அதில் கால்மடக்கி அமரவே முடியவில்லை என்று கண்டு, வேலைக்காரிக்குக் கொடுத்தது போலவே வேறு ஒன்றை அதே நிறத்தில் அதே வடிவில் வாங்கி வந்து போட்டுக்கொண்டு வேலைக்காரியால் விசித்திரமாகப் பார்க்கப்பட்டவர்.

15. இசை விமரிசகர் நேரடிச்சோதனை சார்ந்த ஆய்வுமுறைமையில் நம்பிக்கை கொண்டவர். இவர் எலிகளைப் பயன்படுத்து வதில்லை, எலிகளுக்கு தமிழ் தெரியாது. ஆகவே இவர் சுரேஷ் கண்ணனைப் பயன்படுத்துகிறார். தன் கட்டுரைகளின் கருவை முதலில் விரிவாக எடுத்துரைத்து, அதை சான்றுகளுடன் மெய்ப்பித்த பின்பு கட்டுரையை எழுதி அதை ஃபோனிலேயே வாசித்துக்காட்டி அதன் பின் அச்சேறிய கட்டுரையுடன்

அவசரமாக வந்து முழுக்க வாசிக்கும்படி செய்து முகபாவனைகளை கூர்ந்து அவதானித்து அதில் தான் எழுதவிட்டுப் போனவற்றை சொல்லி அவற்றுக்கும் எதிர்வினை வாங்கி (பிடுங்கி) பின்பு அக்கட்டுரைக்கு வரும் எதிர்வினைகள்மேல் கருத்துகளைத் தொகுத்துரைத்து ஆய்வுபகரணத்தில் அவை என்ன விளைவுகளை உருவாக்குகின்றன என்று கூர்ந்து அவதானிப்பது இவரது வழக்கம். மேலும் அவையனைத்தையும் அவ்வாய்வின் விளைவுகளுடன் சேர்த்து அக்கட்டுரைகளை முக்கி முக்கி மொழிபெயர்த்த இவ்வாசிரியரிடமே விரிவாகக் கூறும் வழக்கமும் இவருக்கு உண்டு.

16. இசை விமரிசகர் இங்கிதம் உள்ளவர். 'ஜெயமோகன் பிஸியா...?'

'ஆமா, கொஞ்சம் வேலை.'

'அதுசரி... நான் கூப்பிட்டது ஒரு முக்கியமான விசயம் சொல்றதுக்காக. ப்ளூஸ் மியூசிக்குக்கு ஒரு ஸ்பெஷாலிட்டி என்னான்னா...' என்று ஒன்றரை மணிநேரம் பேசிவிட்டு 'அப்ப சரி நான் அப்றமா கூப்பிடுறேன். எனக்கு ஒரு வேலை வருது...' என்று ஃபோனை வைப்பவர்.

17. இசை விமரிசகர் நாகரிக மரபுகளை வலியுறுத்துபவர். 'ரொம்ப மெனக்கெடுத்திட்டேனோ?' என்று ஒவ்வொரு நீள் உரையாடலுக்குப் பின்னும் கேட்க மறக்கமாட்டார். 'ஆமா...' என்று இதை எழுதுபவர் உண்மையைச் சொல்லும்போது 'சேச்சே... என்ன இது? ஒரு மேனர்ஸ் வேண்டாமா? ஜெயமோகன். இதையெல்லாம் என்னைக்கு கத்துக்கிடப் போறீங்க? 'நோ நோ ஆக்சுவலி இட் இஸ் எ பிளஷர்' னு இந்தக் கேள்விக்கு பதில் சொல்லணும். என்ன நீங்க?'

18. இசை விமரிசகர் ஒரே சமயத்தில் பல பணிகளில் ஈடுபடுபவர். கார் ஓட்டியபடியே இசை விவாதம் 'சலீல் சௌதுரியோட மியூஸிக் சுத்தமான வெஸ்டர்ன் அப்டீன்னு நமக்குத்தோணும். ஆனா அதுக்கு நம்ம ஃபோக் மியூசிக்கிலேதான் பெரிய வேர் இருக்கு. செம்மீனிலே உள்ள பாட்டுகள... டேய் த்த்தா லெஃப்ட்டுலே ஒடிடா... வாறான் பாரு... டேய் போடா... எப்பவுமே ஃபோக் பாட்டுகளாத்தான் நினைச்சிருக்காங்க. இப்பகூட கடலோரம் போய் உங்க ஜாதிப்பாட்டுகளைப் பாடுங்கன்னு சொன்னா செம்மீன் பாட்டுகளைப் பாடுறாங்க... ட்டேய் எவண்டாவன்?'

19. இசை விமரிசகர் நாத்திகர். அதாவது 'கடவுள் இன்மை' மேல் பெரும் பக்தி கொண்டவர். எங்கு எவர் கடவுள் பற்றி சொன்னாலும் பாய்ந்து கழுத்தைக் கடித்து ரத்தம் குடிப்பார். உலகில் பக்தர்கள் எல்லாரும் அனைத்துவகை துன்பங்களையும் அனுபவிக்க நாத்திகர்கள் மட்டும் மகிழ்ச்சியாக இருக்கிறார்கள் என ஏராளமான ஆதாரங்கள் மூலம் நிரூபிப்பார் - அதாவது நாத்திகர்களுக்குத்தான் கடவுளின் அருள் பூரணமாக இருக்கிறது என்று.

20. இசை விமரிசகருக்கு ஏசு, பாதிரி, சர்ச் என்ற மூன்றையும் கேட்டாலே சன்னதம் வரும். 'சொர்க்கம்னா என்ன? இங்கேருந்து மேலே போன பாதிரிமாரும் பக்தர்களும் அங்க ஒரு கெழட்டுப் பிதாவைச் சுற்றி உக்காந்து கண்ணைச் செருகி வச்சுட்டு ஓயாம அல்லேலூயா அல்லேலூயான்னு பாடிட்டே இருப்பாங்க. அந்தாள் மெண்டல் மாதிரி நாள்கணக்கா வருஷக்கணக்கா அதைக் கேட்டுட்டே இருப்பாரு... அவரு மனுஷ ஜென்மங் களைப் படைச்சதே இப்டி அவங்க பாடிதான் கேக்கணும்னு தான்... அதுக்கு சைக்காலஜியிலே என்ன பேர்னா...'

21. இசை விமரிசகர் புராணக்குப்பைகளை கிண்டிக் குவித்துவிடும் தீவிரம் கொண்டவர். 'ஹரித்வார மங்கலம்' என்று கேட்டதுமே ஹரிக்கு ஏது துவாரம் என்று கேட்கத் தயங்கமாட்டார்.

22. இசை விமரிசகர் டி.எம்.எஸ். குரலில் மேடைகளில் பாடியவர் - கட்டப்பனையில் எதுவுமே சாத்தியம். இப்போதும் இசை நுட்பங்களை விவரிக்க எந்த ரெஸ்டாரெண்ட் மேஜையிலும் தாளமிட்டு பாடத் தயங்கமாட்டார். 'பார்த்த முதல்நாளே - உன்னை பார்த்த முதல்நாளே... ஏசு அழைக்கின்றார் அல்லேலூயா ஏசு அழைக்கின்றார்!' என்று அவர் ஒலியெழுப்ப பக்கத்து ஸீட்டில் நாசூக்காக குலாப் ஜாமூன் சாப்பிடும் மார்வாடிக் குண்டர் ஸ்பூனில் ஜாமூனுடன் திகைத்துப் பார்ப்பதை இம்மியும் பொருட்படுத்தமாட்டார்.

23. இசை விமரிசகர் எப்போதுமே பாட்டு கேட்டுக் கொண்டிருப்பவர். அவர் எப்போது எந்தப் பாட்டைக் கேட்பார் என்பதை அவராலேயே ஊகித்துவிடமுடியாது. திடீரென்று காத்தனூர் கறுத்தம்மா குழுவினரின் ஒப்பாரிப்பாடல்களை அவர் கேட்க ஆரம்பித்தால்கூட இதை எழுதுபவர் ஆச்சரியப் படப்போவதில்லை.

24. இசை விமரிசகர் 'ஒன்று வாத்தியார் தலையிலே, இல்லாட்டி வகுப்புக்கு வெளியிலே' என்ற நிலைப்பாடுகள் கொண்டவர்.

ஏ- நல்ல பாடகி, ஆகவே அவர் ஒரு இதிகாசம். பி -க்கு சுருதி இல்லை ஆகவே அவரை குழிவெட்டி மூடி அதன் மீது தப்பான நினைவுக்கல்லையும் நாட்டவேண்டும். இந்த இயல்பு காரணமாக இசைக்கு வலப்பக்கம் இடப்பக்கம் உண்டுதானே என்று ஐயம் கேட்கும் ஒரு சுத்த நாயரை இவர் தன் முதல் இசைநண்பராக வைத்திருக்கிறார். நாயர் இசை பற்றி எப்பொருள் எவ்வாய் கேட்பினும் அப்பொருள் அப்படியே அங்கீகரிக்கும் தன்மை கொண்டவராதலால் இசை விமரிசகருக்கு நேர்மாறாக 'வைத்தால் குடுமி சிரைத்தால் மொட்டை' கோட்பாடு கொண்ட கவிஞர் யுவன் சந்திரசேகரிடமும் ஒரே சமயம் நட்பாக இருக்கிறார். அவர் பி-யை கோயில் கட்டிகும்பிட்டுவிட்டு ஏ-க்கு திவசம் செய்து சவண்டிக்கு சாப்பாடும் போடக்கூடாது என்று விளக்குவார்.

25. இசை விமரிசகர் எதைப்பற்றியும் கவலைப்படாமல் நண்பர்களை இடம் வலம் விளாசுபவர். சமீபத்தில் ஒரு வீடு வாங்கிய எஸ். ராமகிருஷ்ணன் மாட்டிக்கொண்டார் என்று கேள்வி. ஆனால் இவ்வாசிரியர் நாசூக்கும் நுட்பமும் கவனமும் கொண்ட எவருக்கும் இல்லாத அளவு தீவிரமான நெடுநாள் நட்புகள் இசை விமரிசகருக்கு மட்டும் இருப்பதை கவனித்திருக்கிறார். அவர் மனதிலும் இசை விமரிசகரின் இனியநினைவு பொழுது விடிந்த முதல்கணமே புன்னகையுடன் எழுவதையும் கண்டிருக்கிறார். எண்ணி எண்ணி எல்லாவற்றையும் செலவிடும் வாழ்வில் எதையும் எண்ணாமல் தோள் தொட்டு நிற்கும் ஒரு நட்பு என்பது ஒரு பெரிய வரம் என்று எண்ணிக் கொள்கிறார்.

(இசை விமரிசகர் உயிர்மை இதழில் எழுதிவரும் 'இசைபட வாழ்தல்' புகழ்பெற்ற தொடர். இப்போது உயிர்மை வெளியீடாக 'சொல்லில் அடங்காத இசை' என்ற நூல் வெளிவந்துள்ளது.)

- நவம்பர் 27, 2014 / ஜனவரி 2008

15

நாட்டியப்பேர்வழி

சைதன்யா பாய்ந்துவந்த வழியில் ஒரு செம்பும் இரு டம்ளர்களும் உருண்டன. நான் 'என்ன பாப்பா இது? இப்டியா அவுத்துவிட்ட கன்னுக்குட்டி மாதிரி வாறது?' என்றேன்.

மதியவேளையாதலினால் உபதேசிக்க நேரமிருந்தது. 'பின்ன எப்டி வாறது?' என்று வந்து அமர்ந்து நான் ஆய்ந்துகொண்டிருந்த முருங்கைக்கீரையை அள்ளி ஊதிப்பறக்க வைத்தாள்.

'வைடி அங்க... எரும மாடு' என்று பின்னணிக் குரல்கேட்க நான் நிதானமாக விளக்கினேன்: 'நீ இப்ப பெரிய பொண்ணுல்ல? பெரிய பொண்ணுங்கல்லாம் ஸ்டைலா, ஒருமாதிரி பந்தாவா நடந்துவரணும்... சினிமால வாறதுமாதிரி...'

'போப்பா. அதுக்குன்னு நாட்டியப்பேர்வழி மாதிரி கைல சொப்பு வச்சுக்கிட்டு ஆட்டிட்டே வரணுமா?' என்று சொல்லி தொற்றி ஜன்னல்மேல் ஏற நான் அவளைப்பிடித்து உட்காரவைத்து விசாரிக்கத் தலைப்பட்டேன். 'அதென்னதுடீ நாட்டியப்பேர்வழி?'

'அஜிதான் சொன்னான்... அந்த மாமிக்கு அப்டி ஒரு பேரு உண்டுன்னுட்டு.'

'எந்த மாமி?'

‘புருவத்திலே கசவு ஒட்டி வச்சுகிட்டு அதை ஆட்டி ஆட்டி கண்ணெமைய இப்டி படபடான்னு மூடிமூடி பேசுவாங்களே? வாயிகூட சின்னதா டப்பி மாதிரி இருக்குமே...’

எனக்குப் பிடிகிடைக்கவில்லை ‘ஆருடீ?’

அவள் கண்களை நாகப்பழம் போல உருட்டி ‘மூஞ்சியிலே செவப்பா பெயிண்டு அடிச்சிருப்பாங்களே? மூக்குத்தியும் போட்டிருப் பாங்க... தோளை இப்டி பயில்வான் மாதிரி தூக்கிட்டு நடப்பாங்க...’

சைதன்யா செய்யுள் தெரியாமல் பெஞ்சுமேலேறி நிற்க நேரிட்ட முகபாவனைகளைக் காட்டி சட்டென்று தெளிந்து ‘ஆ! அவுங்க பத்துமணிக்கு... இல்ல... அவங்க பேரு வந்து பத்துமணி... இல்ல அது அஜி சொல்றது. அவுங்கே...’

நாட்டியப்பேரொளி பத்மினி என்னுடைய அப்பாவின் கனவுக் கன்னியாக இருந்திருக்கிறார்கள் என்று அவரது பாலியநண்பர் நாராயணன் போற்றி சொன்னார். அப்பாவுக்கு நாயர் ஸ்திரீகளை மட்டுமே கனவுக்கன்னிகளாக ஏற்க முடியும். பத்மினிக்குப் பின்னால் அவர் கனவு காண்பது குறைந்துவிட்டாலும் ஒரே ஒருமுறை அப்பு அண்ணனிடம் அம்பிகா படத்தைக் காட்டி ‘ஆருடே இது?’ என்று கேட்டார். நாயர்தான் என்றும் உறுதிசெய்துகொண்டார்.

ஆகவே நான் பள்ளி நாட்களிலேயே பத்மினியை ஒரு சித்தி அந்தஸ்து கொடுத்துத்தான் வைத்திருந்தேன். கறுப்புவெள்ளைப் படமொன்றில் அவர்களின் குட்டைப்பாவாடை குடையாகச் சுழன்றெழுந்தபோது தலைகுனிந்து மேப்புறத்து பகவதியிடம் மனமுருகி பிரார்த்தனை செய்தேன். ‘நீலவண்ண கண்ணா வாடா’ என்று அவர்கள், பக்கத்து வீட்டிலிருந்து தூக்கிக்கொண்டு வரப்பட்டமையால் திருதிருவென விழிக்கும் குண்டுக் குழந்தையைக் கொஞ்சியபடி, பாடும் பாட்டைப் பார்த்து மனமுருகியும் இருக்கிறேன்.

‘அப்படியானால் சைதன்யாவுக்கு பாட்டி முறைதானே?’

‘அப்டில்லாம் சொல்லப்பிடாது... அவுங்கள பத்மினிப் பாட்டீன்னுதான் சொல்லணும்... என்ன?’

‘அப்ப நாட்டியப்பேர்வழின்னு அஜி சொல்றான்?’ என்று புருவத்தைச் சுளித்தாள்.

பொறுமையை சேமித்து ‘அப்டீல்லாம் சொல்லப்படாது பாப்பா. அவங்க எவ்ளவு கஷ்டப்பட்டு டான்ஸெல்லாம் ஆடறாங்க... பத்மினிப்பாட்டீன்னுதான் சொல்லணும்.’

பத்மினி நாயர்தானே, ஏன் அம்மச்சி என்றே சொல்லிவிடக்கூடாது? ஆனால் அஜிதனை அப்படிச் சொல்லவைப்பது கஷ்டம் என்று உணர்ந்தேன். அவனுக்கு பத்மினி என்றாலே சிரிப்பு. சிவாஜியுடன் அவர் சேர்ந்து நிற்பதைக் கண்டாலே அவன் வயிறு அதிரும்.

'செக்கச் சிவந்திருக்கும் முகத்தில்ல்ல்ல் புளிரசமும்...' என்று பாடி அறுபது பாகை சாய்ந்து முகத்தில் விரல்களை சரசரவென பரவவிட்டு புருவத்தை நெளிந்தாடச் செய்து ஆடிக்காட்டினான். எனக்கே தாங்க முடியவில்லை. முன்கோபக்காரரான அப்பா இருந்திருந்தால் உடனே குடையை எடுத்துக்கொண்டு நிரந்தரமாக வீட்டைவிட்டுக் கிளம்பிச் சென்றிருப்பார் - குடை இல்லாமல் அப்பா எங்கும் போவதில்லை.

இம்மாதிரி மூன்றாம் தலைமுறை பிறவிகளுடன் சேர்ந்து பழைய விஷயங்களைப் பார்ப்பது எப்போதுமே சிக்கல்தான், நம் கண்களும் அப்படியே ஆகிவிடுகின்றன. நாட்டியப் - சரிதான் - பேரொளி பத்மினியின் நடிப்பையும் நடனத்தையும் இப்போது பார்க்கும்போது சிரிப்பு வராமலிருக்க வேறு பத்திரிகை ஏதாவது புரட்டி கண்களை தாழ்த்திக் கொள்ள வேண்டியிருக்கிறது. ஆனாலும் காதுகளில் அவர்களின் நடிப்பு வந்து கொட்டியபடியேதான் இருக்கிறது.

அவர்களின் குரல் நல்ல நாயர்ப்பெண் குரல். ஓரம் உடைந்திருக்கும். என் சொந்தக்கார மாமா ஒருத்தர் திருவனந்தபுரத்தில் பத்மினி சாயலிலேயே ஒரு பெண்ணைப் பார்த்து மேற்கொண்டு யோசிக் காமல் கல்யாணம் செய்து கொண்டார். முதலிரவில் 'எந்தா பேரு?' என்றார். நாணத்துடன் தலை குனிந்து இருந்த மாமியிடம் 'எத்ர தவண கேட்டேன், பேரு சொல்லியால் எந்து, சியாமளே?' என்று பரிதாபமாக அவர் பத்தாம் முறை கேட்டபோது மாமி எம்.ஆர். ராதா குரலில் 'சியாமளை' என்றார். அதன்பின் அவர்களுக்குள் பேச்சுவார்த்தை குறைவு, எட்டு குழந்தைகள்.

தொலைக்காட்சியில் கேட்டிருக்கிறேன், நாயர் நடிகைகள் அம்பிகா, ராதா, சோபனா எல்லாருக்குமே அதே குரல்தான். சமீபத்தில் பாவனா பேசக் கேட்டபோது பக்கத்தில் யாரோ பேசுகிறார்கள் என்றே தோன்றியது. வால்மாட்டிய எலிபோன்ற டப்பிங் குரல்களுக்கு அதுவேமேல் என்று எனக்குப் படுவதற்கு சாதி காரணமல்ல என நினைக்கிறேன்.

மோகனாம்பாளாக வேஷமிட்ட சித்தி பதவிசாக நடந்துவரும்போது சைதன்யா சொன்னதுபோல இடது உள்ளங்கையில் ஒரு சின்ன செம்பையோ சம்புடத்தையோ வைத்து வலது உள்ளங்கையால்

அதைப் பொத்தி வயிற்றுடன் சேர்த்து வைத்து இருதோள்களையும் முன்னுக்கு சற்றே தள்ளி அவற்றை 'லெஃப்ட் ரைட்' என அசைத்தசைத்து வருகிறார்கள். நடையழகுக்கு அவர்கள் பின்னழகை நம்புவதில்லை, அவர்களுக்கு அப்படி ஒன்று இல்லை. பட்டுப்புடவைக் கொசுவம் விரிய விரைப்பாக நின்று கழுத்தை ஒருபக்கமாகத் திருப்பி 'வரதா அவரிட்ட சொல்லு...'

பத்மினியின் நடிப்புக்கு தோள்கள் உறுதுணையாக இருக்கின்றன. சோகத்தில் அவை எகிறி முன்னுக்கு வளையும்போது நடனத்தில் விம்மிப்புடைத்து 'வெற்பெனத் தூக்கிய தடந்தோள்'களாக ஆகின்றன. தோள்களுக்கு இத்தனை அருகே மார்பகங்கள் அமைந்துள்ள வேறு நடிகை உலகில் கிடையாது என்று படுகிறது. இது இப்போது கண்ணில்படுவது, அப்போதெல்லாம் கண்களை எப்படிக் கீழேகொண்டுவருவேன்? பத்மினி சோகத்தில் ஒரு கோணத்தில் சாய்கிறார். அடுத்த வசனத்தைக் கேட்டு புழுவாய் துடித்தபடி வெடுக் என திரும்பி மறுகோணத்தில் சாய்கிறார். புழுவாய் துடிப்பதே நடிப்பு என்பது அவர் நம்பிக்கை. இதே சாய்வு நடனத்திலும் உண்டு. கேவி அழும்போது சிறியவாயை லேசாக திறந்தபடி முகத்தைத்தூக்கி அண்ணாந்துவிடுகிறார்.

தமிழ்க் கதாநாயகிகளின் நடிப்புக்கு பத்மினியின் கொடை என சில உண்டு. எதையாவது கண்டு அஞ்சி கிரீச்சிட்டு அலறும்போது இடக்கையை சுழற்றி மேலெடுத்து புறங்கையால் வாயை மூடிக்கொண்டு விழிபிதுங்குவது அவற்றில் தலையாயது. வலக்கையில் அனேகமாக விளக்கோ விளக்குமாறோ இருக்கும். வேகமாக வந்து நின்று வேறுபக்கம் முகம்திருப்பி பார்வையை சரித்து ஒரு புருவத்தைமட்டும் வளைத்து தூக்கி 'ம்?' என்பது. அதை சரோஜாதேவி அடுத்த கட்டத்துக்குக்கொண்டுசென்றார். அப்போது பின்னல் நுனியை கையால் சுழற்றுவது சரோஜாதேவியின் கொடை. கடைசியாக, எப்போதுமே புருவங்களை வில்லென வளைத்து வைத்திருப்பது. சித்தியை எப்போது பார்த்தாலும் 'படிச்சியாடா?' என்று அவர்கள் அதட்டுவதுபோன்ற அச்சம் எனக்கு ஏற்பட்டமைக்குக் காரணம் அதுதான்.

அழும்போது வாயை கையால் பொத்திக் கொள்வது பத்மினியின் வழக்கம். அப்போதுதான் குலுங்கச் சௌகரியமாக இருக்கும். தமிழ்த் திரையுலகின் சீர்மிகு கண்டுபிடிப்பான 'எதிரொலி வசனமுறை'யை உச்சகட்டத் திறனுடன் கையாண்டவர் பத்மினியே. 'அப்படிச் சொல்லாதீர்கள் அத்தான், அப்படிச் சொல்லாதீர்கள்! உங்கள் காலில் விழுகிறேன் அத்தான், காலில் விழுகிறேன்!'

பத்மினி நடித்த வண்ணப்படங்களில் அவர் உடலில் எப்போதுமே ஏழு வண்ணங்களும் இருக்கும். அவர்களைத்தான் 'வண்ணத் தமிழ்ப்பெண்' என்று சொல்ல வேண்டும். 'தில்லானா மோகனாம்பாள்' படத்தைப் பார்த்துவிட்டு ஒளிப்பதிவாளர் மார்க்கஸ் பட்லே 'ஒருமுறை நன்றாக உரசிக் கழுவிவிட்டு ஓட்டினால் கண்ணுக்கு நன்றாக இருந்திருக்குமோ?' என்று அபிப்பிராயப்பட்டதாகச் சொல்வார்கள். பத்மினியை இன்னொருமுறை கழுவவேண்டியிருக்கும்.

பத்மினி புகழ்பெற்றது நடனத்துக்காகத்தான். சமீபத்தில் ஓட்டல் அறையொன்றில் நள்ளிரவில் பார்த்த ஒரு பழைய பாடலில் இருபெண்கள் ஒரு மன்னன் முன்னால் நின்று இடுப்பில் கைவைத்து 'அய்யே மூஞ்சியப்பாரு மூஞ்சிய, ஏய்யா நீயும் ஒரு ஆளா?' என்பதுபோல சைகை காட்டுவதைக் கண்டு சுவாரஸியமாக பார்த்தால் அது அக்கால அரசவை நடனக் காட்சி. ஆடுவது பத்மினியும் சகோதரி ராகினியும். இருவர் முகங்களிலும் சீனிப்பருக்கைகள் போல ஏதேதோ மினுக்கங்கள். இறுக்கமான கால்சராய் போட்டு ஒட்டியாணம் கட்டி தோள்வளை அணிந்து ஒரே இடத்தில் நின்று சுழன்று ஆடினார்கள். ஒருத்தி ஆடும்போது இன்னொருத்தி இடுப்பில் ஒரு கைவைத்து மறுகையை வளைத்து தொங்கவிட்டு 'ஆமா போடி' என்பதுபோல சில முகச்சுளிப்புகளை காட்டினாள். ராஜாவுக்கு கனிந்த வயோதிகம். அவர் 'மாதம் மும்மாரி பொழிந்தாலே இப்படித்தான்' என்பதுபோல பார்த்துக்கொண்டிருந்தார்.

பின்னர் பத்மினியின் நடனங்கள் புகழ்பெற்றன. தமிழ் நடனங் களுக்கு அவரது கொடை என மூன்றைச் சொல்லலாம். தென்னை ஓலை, புல்கதிர் போன்றவற்றை பிடித்து இழுத்து முகத்தின் குறுக்காக அசைத்துச் சரிந்து புருவத்தை 'எப்டி எப்டி?' என்பது போல அசைத்துச் சிரித்தல். மெல்லிய புடவை முந்தானையை தூக்கி அதனூடாக பார்த்துச் சிரித்து உடனே அதை உதறி ஓடுதல். கதாநாயகன் பிடிக்க வந்ததும் துள்ளி ஓடி எள்ளுக்கதிர் மிதிப்பது போல கால்சலங்கைகளை ஒலிக்க வைத்தல்.

ஆனால், தில்லானா மோகனாம்பாள்தான் அவரது நடனக்கலையின் உச்சம். 'மறைந்திருந்து பார்க்கும் மருமகனே' என அஜிதன் பாடும் அந்தப் பாட்டில் கோபுரப் பொம்மையைப் பார்க்கும் கோணத்தில் நாம் அவரைப் பார்க்க அவர் காலை தூக்கித் தூக்கி வைத்து ஆடும் அந்த அசைவு அதில் முதலிடம். 'நலம்தானா?' பாட்டில் இரு கைகளையும் கயிற்றில் கட்டி இழுத்து மேலே தூக்கியிருப்பது போன்ற பாவனையுடன் அவர் சுழன்றுவரும் சோகம் மிக்க அசைவு.

அதன்பின் அவர் செய்வதற்கு ஒன்றுமே இல்லை, இவற்றை அமெரிக்க மாமிகளுக்குச் சொல்லிக் கொடுப்பதைத் தவிர.

ஆனால் பாலும் பழமும் கைகளில் ஏந்தி மடிசார் உடுத்து பதவிசாக வந்த அவர் ‘பாலக்காட்டு பக்கத்திலே ஒரு அப்பாவி ராஜா...’ பாட்டுக்கு திடீரென்று பின்னலை தூக்கிப் பின்னால் போட்டு ஆடிய ஆட்டத்துக்கு இணையாக எதுவுமே என் நினைவில் இல்லை. அப்போது குலசேகரம் சென்ட்ரல் திரையரங்கில் நான் திடுக்கிட்டு கையிலிருந்த மொத்த பட்டாணிக்கடலையையும் கொட்டி விட்டேன்.

- ஜனவரி 23, 2008

16

‘இம்பிடு சுக்கு எடுத்து நசுக்கி...’

குமரிமாவட்டம் பொதுவாக மற்ற இடங்களை விட பசுமையானது. செடிகளின் வகைகள் ஏராளம். ஆகவே இங்கே ஆயுர்வேதமும் சித்த மருத்துவமும் வர்ம மருத்துவமும் வெட்டு மருத்துவமும் போட்டி போட்டு வளர்ந்ததைப் புரிந்துகொள்ள முடிகிறது. ஊருக்கு ஊர் பத்துப்பதினைந்து வைத்தியர்கள் இருப்பார்கள். எந்த சாயாக் கடையிலும் சாயா குடிக்கும் கும்பலில் ஒரு வைத்தியர் இருப்பார். டீக்கனார், மெம்பர், புலவர் ஆகியோரும் கண்டிப்பாக உண்டு. சர்ச்சில் எந்தப் பொறுப்பு வகித்தாலும் டீக்கனார்தான். ஒரேயொரு முறை பஞ்சாயத்து தேர்தலில் போட்டியிட்டாலும் வாழ்நாள் முழுக்க மெம்பரே. வில்லுப்பாட்டு தொடர்ச்சியாகக் கேட்டாலே புலவர்.

வைத்தியர்கள் பொதுவாக வைத்தியத்தை எல்லாப் பேச்சிலும் கலப்பவர்கள். ‘எம்ஜியாருக்குக் கருணாநிதி சூடு!’ என்று தினத்தந்தி வாசித்து ‘இவனுகளுக்கு தலைக்கு நல்லா நெல்லிக்காதளம் வைக்கணும் கேட்டேரா?’. ‘குமரிக்கு ரயில்வே வராவிட்டால் போராட்டம் காமராஜ் ஆவேசம்’ ‘அப்பச்சிக்கு வேற சோலி இல்ல. நல்லா காரையிலை போட்டு காலை உழிஞ்சிட்டு சாஞ்சு கெடக்குத பிராயம்லா? இப்ப செண்ணு சொன்னா கிராப்புக்காரி மயிரா மதிப்பா?’ ‘கற்பழித்த ஆசாமி கம்பிநீட்டினார்’. ‘கடுக்காய அரச்சு கலக்கி நல்லா நாலுநேரம் வீதம் குடிக்க வைச்சா பின்ன தெரியும்லே இவனுகளுக்க கம்பியும் கயறும்...’

ஆகவே எங்களூரில் எல்லாருக்குமே பச்சிலைகள் 'முறிமருந்துகள்' தெரிந்திருக்கும். நடைமுறையில் சின்னச்சின்னப் பிரச்னைகளுக்குப் பச்சிலைகளை நாடுவோம். காயம்பட்டால் தொட்டால்வாடி இலை அல்லது முறிபொருந்தி இலை. உள்ளே அடிபட்டால் வேலிப்பருத்தி. புண்ணுக்கு சோற்றுக்கற்றாழை... பேச்சில் அவ்வப்போது பச்சிலைகள் தலைகாட்டினால் ஒரு இது இருக்கும் என்பது சிறுவர்களாகிய எங்களுக்கே தெரிந்திருந்தது.

எனக்கு இலக்கிய ஆர்வம் ஏற்பட்டு அறிவுஜீவியாக ஆக ஆரம்பித்த நாட்களில் இந்தப் பச்சிலைப்பழக்கம் மட்டுப்பட்டது. ஒருமுறை அண்ணாவுடன் ஒருவரை நோய் விசாரிக்கச் சென்றபோது இது சிக்கலாகியது (எனக்கு நோய் விசாரிப்புக்குச் செல்வதெல்லாம் பெரிய மனச்சிக்கலைத் தருவன. மொழித்தடுமாற்றம் வேறு. காலில் அடிபட்ட அன்பையன் வைத்தியரைப் பார்த்துவிட்டு வரும்வழியில் தையல்கடை நாகப்பனிடம் 'அன்பையன் வைத்தியருக்கு துட்டி விசாரிச்சுட்டு வாறோம்' என்று சொல்லி அங்கேயே அண்ணாவால் அடிக்கப்பெற்றேன்). எங்களைக் கண்டதுமே பேத்தி நோயாளிக் கிழவியைத் தலையணை வைத்துத் தூக்கி அமரச்செய்தாள். கிழவி உற்சாகத்துடன் 'ஒண்ணும் சொல்லாண்டாம் எனக்க மோனே... இனி இப்டி ஜீவிச்சிட்டு ஒரு காரியமும் இல்ல... போனாப்போரும்...' என்று ஆரம்பிக்க அண்ணா 'அதென்ன பேச்சு அம்மச்சியே... நாங்களெல்லாம் அம்மச்சிய அப்டி விட்டிருவோமா?' என்றார்.

'சபாஷ்! சரியான பதில்!' என்ற முகபாவனையுடன் பாட்டி திரும்பி 'அப்ப நீ?' என என்னைப்பார்த்தாள். நான் அசட்டுச் சிரிப்புடன் அமர்ந்திருந்தேன். அரை நிமிடம் பொறுத்தபின் பாட்டி எனக்கு 'என்ன சொல்லுகது? எல்லாம் கண்டாச்சு. வேண்டப்பட்டவிக எல்லாம் போயாச்சு... இனி இங்கிண ஆரு கெடக்கா?' என்று ஒரு பந்தைப் போட்டுத் தந்தாள். நான் அதைத் தவறவிட்டு அண்ணாவைப் பார்த்தேன். அவர் முகத்தில் பலவித சைகைகள். ஒன்றும் புரியவில்லை. கிழவி 'ஆருலே இவன்?' என்ற மாதிரி வாயை அழுத்தி அண்ணாவை அரைக்கணம் பார்த்துவிட்டு 'வெறுதே பூமிக்குப் பாரம்... அல்லாம என்ன?' என்று மிக எளிதான ஒன்றை எனக்குப் போட்டுத்தர நான் அண்ணாவைப் புரிந்து கொண்டு பதிலளித்தேன்: 'பின்னே அல்லாம?'

அண்ணா திரும்பும் வழியிலேயே என்னை அடிக்கமுற்பட்டார். நான் கண்ணீருடன் 'நான் இப்ப என்ன சொன்னேன்? நான் வரமாட்டேன்னு அப்பமே சொன்னேனே?' என்றேன். 'டேய் கூமுட்ட நாயே, ஒரு ஆளைப்பாக்கப்போனா நாம ஆறுதலா நாலு வார்த்தை சொல்லணும் இல்லடா?'

‘எப்டி?’

‘வெளங்கும்… டே, ஆறுதலாட்டுடே, மயிரே. ‘இப்பம் கொள்ளாமா? செரியாப் போயிரும். மருந்து சாப்பிடுங்க’- எண்ணெல்லாம். நீ இனி நான் போற எடத்தில வந்து என்ன சொல்லு கேன்னு பாரு… எந்த நேரத்திலே பெத்தாளோ உன்னையெல்லாம்…’

கவனித்தபோது குழப்பம். ஒரு நோயாளி ‘நல்லா சோறு எறங்கல்ல கேட்டேளா?’ என்று சொல்லும்போது என்ன சொல்லவேண்டும்? அண்ணா ஒரு இடத்தில் ‘சோறு என்ன சோறு? மனசு இருக்குல்லா?’ என்றார். இன்னொரு இடத்தில் ‘இனி ஒரு பத்துநாளு கழிஞ்சா கோழி திங்கலாமே… டீக்கனாரு சமாதானப்படணும்’ என்றார். ‘வாதத்துக்க உபத்திரவம் மக்கா’ என்று கிழம் சொல்லும்போது’ வாற தைக்குள்ள சரியாப்போயிடும்’ என்றேன் ஒருமுறை. அதெப்படிச் சொல்லலாம் என்று அண்ணா வீடுவரை திட்டினார். கிழவர்களுக்கு வரும் வாதம் சிதையில்தான் போகுமாம். அதனால்தான் நேசமணி ஆசான் நான் அப்படிச் சொன்னதும் முகம் வெளுத்தாரா? அடப்பாவமே.

கடைசியில் கண்டுகொண்டேன். எளியவழி கைமருத்துவம் சொல்வதுதான். ‘ஒரு மாதிரி ஒரு வலிவு… சுவாசம் கிட்டல்ல’ என்று கிழவி சொன்னால் அண்ணா அனுதாபத்துடன் ‘… ஈருள்ளிய நல்லா நசுக்கி கொஞ்சம் சுக்கும் உப்பும் வச்சு கடிச்சுத் தின்னா ஒரு ஆசுவாசம் கிட்டுமே’ என்பார். அவள் ‘… எல்லாம் பாத்தாச்சு பிள்ளே’ என்று திருப்தியுடன் சொல்வாள். நிஜமாகவே ஈருள்ளி மூச்சுத்திணறலுக்கு மருந்தா? ஆனால் அண்ணாவிடம் கேட்க முடியாது.

எங்களூர்க்காரர்கள் யதார்த்தவாதிகள். ‘என்ன அம்மாச்சா? நல்லாருக்கியளா? என்ன, யாத்திரயா?’ என்று வழியில் நலம் விசாரித்தால் ‘நல்லா இருக்கேன் பிள்ள’ என்று சொல்பவர்கள் அருமை. கண் பட்டுவிடுமென்ற அச்சமும் உண்டு. ‘என்னத்த சொல்லுகது? இண்ணா கெடக்கோம், கஞ்சியும் பற்றும் குடிச்சிட்டு… சீவன் போகல்ல’ என்பதே வழக்கம். ‘ஏன், என்ன செய்யுது?’ என்று ‘கேட்காமல் போனால் மரியாதை இல்லை. ‘என்னன்னு சொல்லுகது? நாலஞ்சு நாளாட்டு ஒருமாதிரி ஏப்பம் கேறிவருது… (கேவ்வ்வ்…’ என்று அவர் சொல்லும்போது ‘வாளை சீசனில ஏப்பம் வரலேன்னா குசுல்லா வரும்’ என்று எண்ணினாலும் ‘குறே இஞ்சி எடுத்து உப்பு வச்சி சதைச்சு இத்திரி மிளகும் மஞ்சப்பொடியும் சேத்து சவைச்சரைச்சு விழுங்கப்பிடாதா? கேக்குமே?’ என்று

கேட்பதே மரியாதை. அப்படிச்சொன்ன அன்பையன் வைத்தியரிடம் நான் 'கேக்குமா வைத்தியரே?' என்றேன். 'கேக்கும், சீவனை' என்றார்.

என் அறிதல்களை நான் தொகுத்துக்கொண்டேன். வயிறு தொடர்பான எந்த நோய்க்கும் இஞ்சி, உப்பு இரண்டையும் அடிப்படையாக வைத்து மண்ணில் முளைக்கும் எதையும் சேர்க்கலாம். சளிமூச்சுத்திணறலுக்கு சுக்கு, குருமிளகுடன் எதுவும். தலைவலி கழுத்துவலி வகையறாக்களுக்கு நெல்லிக்காய் அடிப்படை. கைவலிகால்வலிக்கு அப்படி விதிகள் இல்லை, அப்போது ஞாபகம் வருவது எதுவும்.

ஆரம்பத்தில் கிழங்கள் நோயைச் சொல்ல ஆரம்பித்ததுமே என் மூளை நான்குகால் பாய்ச்சலில் ஓடும். இது வயிறா நெஞ்சா தலையா? பல கிழங்களுக்கு அப்படி தெளிவும் இருப்பதில்லை 'எல்லாம் தாழைமுக்கு சாத்தாதான் கேக்கணும் பிள்ளே, வயத்தில ஒரு உருளு கேறும்போ நெஞ்சில ஒருவேதன வரும் பாரு அப்பம் கேறி தலையில ஒரு பெருப்பு... என்ன சொல்லுகதுக்கு?' ஆனால் சீக்கிரமே தேறிவிட்டேன். 'அம்மச்சி ஒண்ணுகொண்டும் கவலைப் படப்பிடாது. இம்பிடு சுக்கெடுத்து நல்லா அரச்சு உப்புசேத்து...'

அதிலும் சிக்கல்கள் வந்தன. அண்ணா சில பாடங்கள் சொன்னார். அஞ்சறைப்பெட்டியில் இருக்கக்கூடிய பொருட்களாகவே சொல்லவேண்டும். 'காராம்பசுவின் பாலில் சர்ப்பகந்தி இலையைப் போட்டு நன்றாகக் காய்ச்சி...' என்றெல்லாம் சொல்லிவிடக்கூடாது. கைமருத்துவம் என்பது அடிக்கடி கையில் சிக்கும் பொருட் களினாலான மருத்துவம். அதேசமயம் சும்மா உப்பும் மிளகும் புளியும் சேர்த்து அரைத்து என்று துவையல் அரைக்கும் பக்குவத்தை யெல்லாம் சொன்னால் அது மருந்தாகவும் காதுக்கு ஒலிக்காது. ஒரு மருந்து மட்டும் சற்றே வித்தியாசமாக இருக்கவேண்டும். கடுக்காய், தானிக்காய், குறுந்தோட்டி வேர், சோற்றுக்கற்றாழை, சீனமுட்டிக் கிழங்கு இப்படி...

ஆனாலும் எனக்கு ஒரு உதறல் இருந்தது. யாராவது சுடச்சுடப்போய் செய்து பார்த்துவிட்டால்? 'போடா மடையா, ஒரு கெளவியாவது நாட்டு மருந்து தின்னு பாத்திருக்கியா? மரச்சீனி சீரணமாகல் லேன்னாகூட பெரிய குப்பிய எடுத்திட்டு கம்பவுண்டர் கலக்கிக் குடுக்குற சாயத்தண்ணிக்குப் போய் நிப்பாளுக. 'லாக்கிட்டரே, ஊசி போடுங்க லாக்கிட்டரே'ன்னு கெஞ்சுறாளுக...'

அது உண்மை. குறிப்பாக ஊசி என்பது எங்களூரில் ஒரு சஞ்சீவி போல. மருமகள் திட்டினால் 'ஒருமாதிரி ஒரு இது, லாக்கிட்டரே'

என்று சொல்லி கிழவிகள் போய் ஏசுவடியான் கம்பவுண்டரிடம் (அவர் போலி கம்பவுண்டர் என்பார்கள்) ஊசி போட்டு வருவார்கள்.

ஆகவே நான் துணிந்துவிட்டேன். யார் எது சொன்னாலும் அனுதாபத்துடன் கைமருத்துவம் - இருகைகளாலும். நாளடைவில் யோசிக்கவே வேண்டியதில்லை என்ற நிலை ஏற்பட்டது. சொல்லி விடைபெற்றபின் அந்த மருந்துக் கலவையை எண்ணி 'பரவால்லியே... நிஜம்மாவே இது மருந்து போல வேலை செய்யுமா என்ன?' என்று சிந்தித்து நடப்பேன். மருந்து வேலை செய்து அதற்கு நான் உரிமம் பெற்று கோடீஸ்வரனாக ஆவது பற்றிய பகல்கனவுகள் சுகமாக இருக்கும்.

சிலசமயம் என் வாயில் சரஸ்வதியே - அஸ்வினி தேவர்களோ? - வருவதுண்டு. 'இல்ல, இதாரு ஆசானோ? எங்க? காலத்தே கெளம்பியாச்சே' என்று நான் உற்சாகமாக நலம்விசாரிக்கையில் கைநடுங்க கண்மேல் பாலமிட்டுக் கூர்ந்து நோக்கி 'ஸாசம் கிட்டப்பளுதில்ல ஏமானே' என்று சொன்ன முண்டன் ஆசானிடம் 'அய்யோ... அப்டி விடப்பிடாதுல்லா? நல்லா மருந்து பாக்கணும்... சுக்கு இடிச்சுப் பிழிஞ்சு நாலு குருமிளகும் பொடிச்சு சேத்து ஒரு கரண்டி மண்ணெண்ணெயும்விட்டு குடிச்சா ஒருமாதிரி இருக்கும்லா?' என்று சொல்லிவிட்டு நான் கடந்து சென்றபோது இந்த மண்ணெண்ணெயை ஏன் சேர்த்தேன் என்று ஆழமாக சிந்தித்தேன். மூச்சுக்கு எளிதில் ஆவியாகும் பொருள் தேவை என்றா?

கிடைத்துவிட்டது. புல்லெண்ணெயைத் தண்ணீரில்விட்டு அதில் குருமிளகு போட்டு ஆவிபிடிக்கும் பழக்கம் என் பாட்டிக்கு உண்டு. புல் எண்ணெய் எப்படியோ நாக்கில் மண்ணெண்ணெய் ஆகிவிட்டது. ஆனால், அதுவும் கேட்க நன்றாகத்தான் இருக்கிறது. வேறு ஆளிடம் சொல்லலாமோ? ஆனால் இனி இப்படி பூரண தன்மய பாவத்துடன் சொல்லமுடியுமா? வேகமாகச் சொன்னால் எல்லாம் சரியாகப் போய்விடும். நாட்டுமருந்து சொல்லும்போது நடுவே கமா போடக்கூடாது. கிளம்பினால் முடித்துவிடவேண்டு மென்பது ஒரு பாடம்.

எட்டுநாள் கழிந்து முண்டனாசானின் பேத்தி செல்லம்மை என் அம்மாவிடம் சொன்னதைக் கேட்டு சற்றே அதிர்ந்துபோனேன். 'இப்பம் மண்ணெண்ணை விட்டாக்கும் குடிச்சியது. நாலஞ்சு நாளாட்டு நல்ல தெளிச்சி உண்டு கேட்டியளா அம்மிணி? பின்ன, நிதம் ஒரு கோரு மண்ணெண்ணை வேணும். சவம் போட்டு, இனி எம்பிடுநாள் கெடக்கும்னு நானும் ஒண்ணும் சொல்லுகதில்ல.'

ஒவ்வொருநாளும் ஆசானின் மரணச்செய்திக்காக காத்திருந்தேன். அவரது பதினாறடியந்திரத்தில் எனக்கு சோறு விக்குவதைப்பற்றி கற்பனை செய்தேன். ஆசானுக்கு அந்த வைத்தியத்தைச் சொன்னது நான்தான் என்று ஞாபகமிருக்க நியாயமில்லை. எதிரே வருபவர் கோமணம் அணிந்திருந்தால் மட்டுமே தான் கோமணம் அணிந்திருக்கிறோமா என்று குனிந்து பார்ப்பவர் அவர். ஆனால் அணையப்போகும் திரி ஆளி எரிந்தால் என்ன செய்ய முடியும்?

மதில்மேல் தேங்காயாக ஒவ்வொருநாளும் வாழ்ந்திருந்த ஆசான் நான் ஊரைவிட்டு வரும்வரையில் கிண் கிண் என்று இருந்தார் என்று சொன்னால் நம்பவேண்டும். ஆறுமாதம் கழிந்தபோது என் அச்சம் விலகியது. உண்மையிலேயே மண்ணெண்ணெய்க்கு ஏதோ மருத்துவ குணம் இருக்கிறது என இப்போது உறுதியாக நம்புகிறேன். சும்மாவா அதைக் கிருஷ்ணாயில் என்றார்கள். கிருஷ்ண கிருபையால் மேலும் ஏழுவருடம் வாழ்ந்து எண்பத்தெட்டு வயதில் ஆசான் சாகும்போது பேரன்பேத்திகள் கூடி 'வாறப்பல்லாம் மண்ணெண்ணெய் வேணும்னு கேப்பியே அப்பூ... இப்ப மண்ணெண்ணெயோட வந்திருக்கேன் எனக்க அப்பூ... போயிட்டியே...' என்றுதான் கதறியிருப்பார்கள்.

இந்த அதிநவீன மருத்துவ யுகத்திலும் கைமருத்துவம் சொல்லும் வழக்கம் நம்மிடையே பரவலாக இருக்கிறது. இன்றுகாலையில் கூட ஒருவர் நான் காலையில் சாப்பிடவில்லை என்பதை நோய் என எடுத்துக்கொண்டு 'மோரில் காயத்தவிட்டுக் கலக்கிக் கொஞ்சம் உப்பும் போட்டு...' என்று விரிவாகச் சொன்னார். மகிழ்ச்சியாக இருந்தது. நம் உடல்நலத்தில் உலகுக்கு அக்கறை இருக்கிறது. மேலும் மண்ணெண்ணெய் போல சில கண்டுபிடிப்புகளுக்கு அதில் வாய்ப்பும் இருக்கிறது. உதாரணமாக, இதை உங்களால் வேகமாகப் படிக்க முடியவில்லை என்றால் கொஞ்சம் வேப்பம்பூ எடுத்து லேசாக வறுத்து உப்பு சேர்த்து...

- ஆகஸ்ட் 25, 2012

17

வேதசகாயகுமார் அல்லது
‘எனக்கு பொறத்தாலே போ பிசாசே!’

இணைய விவாதமொன்றில் ஓர் ஆசாமி வேதசகாயகுமாரை ‘வேசகுமார்’ என்று வைதிருந்தார். வீட்டுக்கு வந்ததுமே ‘சார் உங்களுக்கு புதிய பேரு!’ என்று சொல்லி அதைக் காட்டினேன். தலையை ஆட்டி சிரித்து மகிழ்ந்தார். ‘வேத கஷாய குமார்ங்கிறதை விட இது இன்னும் பொருத்தமா இருக்கு இல்ல சார்?’ வேத சகாய குமார் சிரித்தபடி ‘இதுநாள் வரைக்கும் எப்டியும் ஒரு முப்பதுபேரு தேறும். பிசாசுங்கிற பேருதான் நிலைச்சு நிக்குது’ என்றார். ஹெப்ஸிபா ஜேசுதாசனிடம் இவர் தன் புகழ்பெற்ற பைபிள் ஐயங்களைக் கேட்கப்போக ‘ ‘எனக்கு பொறத்தாலே போ பிசாசே! உனக்க நாடகமெல்லாம் அறியிலாம்!’ என்று அவர் கூச்சலிட்டதாகவும் உடனே இவர் அம்மையாரின் பின்னால் சென்று நின்றுவிட்டதாகவும் வரலாறு.

சித்த வைத்தியரும் தமிழாய்வாளருமான ஆரல்வாய்மொழி முத்தையா நாடாரின் பிற பிள்ளைகள் அனைவருமே டாக்டர்கள். இவரை மொழியை (அறுவை சிகிச்சை செய்ய அனுப்ப வைத்தியர் எண்ணியிருக்கலாம். தந்தையின் மருத்துவக் கோட்பாட்டை வேத சகாயகுமார் அப்படியே பின்பற்றுகிறார். மூலச் சுவடிகளை முற்றோதிவிட்டு அப்படியே வெந்நீர் அடுப்பில் வைத்துக் கொளுத்திவிட்டு மனம் சொன்ன பாதையில்செல்வது இம்முறை.

தமிழகத்து முக்கிய தமிழறிஞர்களில் பெரும்பாலும் அனைவரையும் நானறிவேன், வேத சகாய குமார் அளவுக்கு ஆழ அகல தமிழைக் கற்றவர் என்று ராஜ்கௌதமன், பொ. வேல்சாமி போல சிலரையே என்னால் சொல்ல முடியும். அவரைப்போல மூலநூல்கள்மேல் பக்தி இல்லாத எவரையுமே கண்டதில்லை.

'ரோகி' முன்னால் வந்ததுமே அடிமுதல் முடிவரை கூர்ந்து கவனிக்கவேண்டுமென்பது ஆரல்வாய்மொழி பள்ளியின் வழிமுறை. காலில் வீக்கமென்றால் குதத்துக்கு உள்ளேயும் முத்தையா வைத்தியர் கூர்ந்து பார்ப்பார். வேத சகாய குமார் அவ்வண்ணமே முதலில் பிரதியை மூன்றுதடவை சுத்தமாகப் படிப்பார். எழுத்துப்பிழைகள் உள்பட அனைத்தையும் கவனத்தி லெடுத்துக் கொள்வார். 'நாஞ்சில்நாடன் கதைகள் தொகுப்பிலே நாநூற்றி பத்தொன்பதாம் பக்கத்திலே 'வெங்கப்பய வெளங்காப்பய'ன்னு ஒரு வரி வருது. வெங்கன்னு சொல்றதுக்கு என்ன அர்த்தம்? மொத்த நாஞ்சில்நாடன் கதைகளிலே இருபத் தெட்டு எடத்திலே இதே வார்த்தை வருது. மருந்தோ குழம்போ சுண்டிப்போறதுக்கு வெங்கிப்போறதுன்னு சொல்றதுண்டு…' இவ்வாறு பிரதி விளக்கம் விரியும்.

ஆனால், பிரதி ஆராய்ச்சி செய்யும் பண்டிதர்கள் போல அழகியலுணர்வைத் தவற விடமாட்டார். அவருக்கு எந்தப் படைப்பும் வாழ்க்கையைச் சொல்லி அவருக்கு கிளர்ச்சி ஊட்ட வேண்டும். கிளர்ச்சி ஏற்பட்டால் எங்கும் கால்தரிக்காது. பைக்கை எடுத்துக்கொண்டு விரைந்து வந்து உரத்த குரலில் 'சு. வேணுகோபால் எளுதின ஒரு கத இப்பம்தான் படிச்சேன்… அதுக்கு ஒரு உள்ளர்த்தம் என்னன்னா…' என்று உரத்த குரலில் உற்சாகமாகத் தொடங்கி சட்டென்று புருவம் மேலேறி முகம் தீவிரப்பட்டு (வேதசகாயகுமாரின் புருவம் அவரது உடம்பில் மிக சுறுசுறுப்பான ஓர் உறுப்பு) 'அந்தக் கதைய நாம அழகியல் ரீதியா மூணு கோணங்களில பாக்கலாம். ஒண்ணு…' என்று விரிவுரை ஆற்றி பைக்கில் ஏறி நாகர்கோயில் நகர்வாழ் பிற இலக்கிய நண்பர்களிடம் விரிவுரையாற்ற தடதடத்து விரைவார்.

வேத சகாய குமார் ஒரு லௌகீக ஞானி. சிமெண்ட் எது நல்லது (நாக்கில வச்சா சுண்ணாம்பு எரியணும், ஆனா மாவுமாதிரி சாம்பல் ருசி இருக்கப்பிடாது) எவர்சில்வர் பாத்திரம் அசலா என்று எப்படி அறிவது (விளிம்பைத் தடவிப்பாக்கணும். நல்ல எவர்சில்வரிலே விளிம்பு மொழமொழன்னு இருக்கும்.) பலாப்பழத்தில் சுளை எப்படி கண்டுபிடிப்பது (வெளியே புடைச்சு வளைஞ்சு இருக்கிற எடத்தில மட்டும்தான் சொளை இருக்கும்) போன்ற அரிய

தகவல்களின் சுரங்கம். ஆகவே இரவு பகலாக சொந்தக்காரர் களுக்காக கடைகள் ஏறி இறங்கி உழைப்பவர். மீன் சாப்பிட மாட்டார். ஆனால் நாஞ்சில்நாடனுக்காக மீன்வாங்க கடற்கரைக்குப்போய் மீன்வகைகளை விரிவாக விளக்கி மீன்களை நுண்ணிதின் ஆய்ந்து பொறுக்கிக் கொடுப்பார்.

வேத சகாய குமார் நல்ல ஓட்டுநர். அவரது பைக் பின்னால் நான் நம்பி ஏறுவேன். நிதானமாக எல்லாப் பக்கத்தையும் பார்த்து உரிய சாலைவசைகளுடன் ஓட்டுவார். வெள்ளைமாருதி வேனை ஆகாயவிமானம் ஓட்டும் நிபுணத்துவத்துடன் கொண்டுசெல்வார். அதேபோல எந்த ஒரு சரடையும் சங்க இலக்கியத்திலிருந்து தொடங்கி சிலப்பதிகாரம், கம்பராமாயணம், முத்தொள்ளாயிரம் வழியாக புதுமைப்பித்தன் சுந்தர ராமசாமி வரை கொண்டுவந்து சேர்த்துவிடுவார்.

‘சங்கப்பாட்டில மள்ளர்வயல்களில இருந்து வைக்கோல்கூளம் பறந்து உமணர் உப்புவயல்களிலே போயிருக்கு... அதனால அவங்களுக்குள்ள சண்டை நடக்குது. வயல் எப்டி உப்பளம் பக்கத்தில போச்சு? அப்டீன்னா அன்னாக்குள்ள விவசாயம் அழிமுகங்களிலே இயற்கையான வண்டல்படிவுகளில நடந்திருக்கு. மேட்டுநிலத்துல விவசாயம்லாம் ரொம்பப் பின்னாடி வந்தது. காவிரியிலே அணைகட்டின பெறகு... ஆனா சங்க இலக்கியங்களில இயற்கை நுட்பமே இல்லாத திணைன்னா கடல்தான். சும்மா கடல்காக்கை தாழைன்னு சொல்லிப் போய்ட்டே இருக்கான். மீனுன்னா அயிரையும் சுறாவும்தான். எல்லாம் வெள்ளாளன் அவன் வீட்டுத் திண்ணையிலே ஒக்காந்து எழுதினது... கடலுன்னா அவனுக்கு சாளைப்புளிமொளம்தான் ஞாபகத்துக்கு வரும்...’

அல்லது சமூகவியல் ஆய்வு.‘மருதத் திணையிலே தலைவன் தலைவிய இளம் எருமையேன்னு கொஞ்சுறான். இன்னைக்குக் கொஞ்சினா கஞ்சி கிடைக்காது. சங்ககாலப் பெண்கள் எலலமே மாமை நிறம்தான். ஆனா காப்பிய காலத்துக்குப்பிறகு வந்த எழுத்துக்களிலே பொண்ணுன்னாலே செவப்பு நெறம்தான். கண்ணகிக்கே தாமரை நெறம். செட்டிப்பொண்ணு எப்டி இருந்திருக்கும்? நல்லா குளுப்பாட்டின அம்மன்செலை மாதிரி இருந்திருப்பா. இளங்கோ அவ மேலே பெயிண்டு அடிச்சுட்டாரு... இந்த பெயிண்டு அப்டியே நம்ம தமிழ் பண்பாடுமேலே படிஞ்சிருக்கு... சொரண்டறது ரொம்ப கஷ்டம். இன்னைக்கும் நம்ம சினிமாவில ஒரு கறுத்த பொண்ணு கெடையாது...’

பேச்சு எல்லாம் விரிவாகத்தான். எழுதுவதென்றால்தான் பிரபஞ்ச இயக்கம் உறைந்துவிடும். மூன்றரை மணிநேரம் அவர் விளக்கி

இரண்டு சர்க்கரையில்லா டீ குடித்துக் கிளம்பும்போது 'சார், நீங்க இப்ப சொன்னதை இப்டியே எழுதிருங்க... நல்ல கட்டுரை ஆயிடும்...'

'சரியாச் சொன்னீங்க. நானே இதைத்தான் நெனைச்சேன். இப்பமே வீட்டுக்குப் போயி ஒக்காந்திர வேண்டியதுதான்...'

நேராகப்போகும் வழியில் மனைவிக்குத் தைக்கக் கொடுத்த ஜாக்கெட்டை வாங்கி, தங்கைக்காக மரக்கடையில் நுழைந்து மலேசியா கோங்கின் விலை விசாரித்துவிட்டு, அக்கா பையனுக்காக இருசக்கர உதிரிபாகமொன்றை ஐயம்நீக்கி நோக்கி வாங்கி, வீடுதிரும்பிப் படுத்து இளைப்பாறும்போது நான் கூப்பிட்டு 'சார் எழுதிட்டீங்களா?'

'இப்பதான் ஆரம்பிக்கணும்... இன்னைக்கு ராத்திரி ஒறக்கத்த விட்டிர வேண்டியதுதான்...'

நள்ளிரவில் கூப்பிட்டு 'ஜெயமோகன், தொடங்கியாச்சு. சூப்பரா வந்திட்டிருக்கு...' மறுநாள் அதிகாலையில் பைக்கில் கிளம்பி வந்து ஒரு கோடுபோட்ட அரைத்தாளை நீட்டி 'இப்ப இதுவரைக்கும்தான் எளுதியிருக்கேன்... பாத்து சொல்லுங்க.'

நான் அதில் உள்ள ஆறுவரிகளைப் பார்த்துப் பதைபதைப்புடன் 'இது என்ன சார்?'

'நேத்து சொன்னதை எளுதியிருக்கேன்... அப்ப ஒரு சந்தேகம். சங்க இலக்கியத்தில வாற அத்திரிதான் கோவேறு கழுதைன்னு யாரு சொன்னது? எந்த உரையாசிரியர்? உண்மையில அப்டி யாருமே சொல்லலை. அது இப்ப சமீபத்தில் நம்ம ஆளுக யாரோ சொன்னது. அதுக்கு ஒரு ஆதாரமும் இல்ல... அதைத் தேடிப்போனப்ப வேற ஒரு விஷயம் கெடைச்சுது...'

வேத சகாய குமார் துல்லியமான கணக்குகள் எழுதும் பொறுப்பான குடும்பத்தலைவர். கட்டுரைகளும் பற்றுவரவு பாணியில்தான்.

'... பாரதி ஒரு முன்னோடித் தமிழ்க்கவிஞர் என்பதை நாம் கணக்கில் கொள்ள வேண்டும். அவர் காலத்தில்தான் தமிழில் நவீனத்துவம் வந்தது என்பதையும் நாம் கணக்கில் கொள்ளத்தான் வேண்டும். அந்த நவீனத்துவத்தையே ந. பிச்சமூர்த்தி முதலியோர் நம்பினார்கள் என்பதும் நம் கணக்கில் இருக்கத்தான்வேண்டும்' என்ற கறாரான நடை 'மொத்தத்தில் பார்த்தால் பாரதி...' என்று முடிகிறது. விடை அல்லது ஈவு எப்போதுமே துல்லியம். கொஞ்சம் மெனக்கெட்டால் அவரது கட்டுரைகளைக் கட்டமிட்டு கணக்கு அட்டவணையாக மாற்றிவிட முடியும்.

வேத சகாய குமார் திட்டவல்லுநர். 1997ல் பாரதி பற்றி ஒரு விரிவான ஆய்வுநூல் திட்டமிடப்பட்டு பிரம்மாண்டமான விவாதங்களுக்கு ஆளாகியது. ‘பாரதியோட கவிதைகளிலே அந்தக்காலத்தில இங்க இருந்த சுத்த அத்வைதத்தோட பாதிப்பு அதிகம். அந்த வகை அத்வைதம் காஞ்சிமடத்தோட எழுச்சியில அப்டியே காணாமப் போச்சு. கடையநல்லூரில இருந்து அக்காங்கிற பேரில எழுதின ஒரு இளம் விதவையோட பல வரிகள் பாரதியிலே எடுத்தாளப் பட்டிருக்கு. அவங்க ஒரு பெண்துறவி. ஆனா அவங்களோட பேரை பாரதி எங்கயுமே சொல்லலை.’ உடனே அதே சூட்டில் கிளம்பி அயோத்திதாச பண்டிதர். ‘பண்டிதரோட பெரும்பாலான கட்டுரைகள் பாரதியோட நடந்த விவாதங்கள். அப்றம் வவேசு அய்யருக்கு பதில் சொல்றார். அவங்க ரெண்டுபேரும் இவர் பேரை எங்கியுமே சொல்லலை. நான் நெஜ பறையர்களிட்ட பேசறேன், பட்லர் பறையர்களிட்ட இல்லன்னு பாரதி சொல்றது இவரைப்பத்தித்தான்.’

அங்கிருந்து ஆவேசமாக எழுந்து நாஞ்சில்நாடன். ‘...நாஞ்சில் நாடனை சும்மா என்னமோன்னு நெனைச்சிட்டாங்க. அவரோட நுட்பங்கள் இவங்களுக்குத் தெரியல்ல. மண்ணில நின்னா அது நுட்பம் இல்லாத எழுத்தா? இவனுகள விடப்பிடாது ஜெயமோகன். நான் முடிவுசெய்தாச்சு...’

‘சார்!’

‘அதில்ல, ஒரு புக்கு எழுதிப்பிடவேண்டியதுதான். நாஞ்சில் நாடனுக்கு ஒரு எடமிருக்கு. அங்க அவர நிப்பாட்டணும்.’ அதிலிருந்து சுடச்சுட கால்டுவெல். ‘நம்ம இலக்கிய ஆராய்ச்சி களிலே முதல் சயண்டிஃபிக் குரல் கால்டுவெல்லுக்கு உரியது. தரவுகள் இல்லாம ஊகங்களே செய்றதில்ல அவரு. இன்னைக்கு வரை அதை யாரும் கவனிச்சதில்லை. ஒரு நல்ல புக்கு எழுதணுமா வேண்டாமா நீங்களே சொல்லுங்க.’

நாஞ்சில்நாடனைப்பற்றி நான் புத்தகம் எழுதுகிறேன் என்றபோது உவந்து சிரித்து ‘நல்ல வேலை... எழுதுங்க. நானும் சேந்து எழுதறேன். சேத்து அப்டியே போட்டிருவோம்.’

‘நீங்க சொல்லி ஆறு வருஷமாச்சே சார்?’

‘குறிப்புகள் எல்லாம் ரெடியா இருக்கு ஜெயமோகன். இப்ப ஆரம்பிச்சிரவேண்டியதுதான்... நான் ஒக்காந்தாச்சு.’

கடைசியாகப் பார்த்தபோது ‘நவீனத்துவத்திலே சுந்தர ராமசாமிக்கு இருக்கிற பங்கைப்பத்தி ஒரு நல்ல புக்கு எழுதிரணும். இப்ப அதாக்கும் பிளான்’ என்றார்.

எல்லாப் புத்தகங்களையும் போல பைபிளையும் ஆழக்கற்ற வேத சகாய குமார் தன்னிடம் ஆய்வுசெய்ய வந்த மாணவிக்கு 'விவிலியத்தில் தகாத பாலுறவுகள் - ஒரு சமூக உளவியல் நோக்கு' என்று தலைப்புக் கொடுத்து அந்த மாணவியின் மதபோதகத் தந்தையால் குடையுடன் துரத்தப்பட்டதாக செய்தி உண்டு. மாதாகோயில்களுக்குப் போவதில்லை. பொது இடங்களில் பாதிரிமார் அல்லது உபதேசிகள் அகப்பட்டால் பைபிளின் உள்ளர்த் தங்களை விளக்கி அவர்களுக்கு சாத்தானையே தரிசனம்செய்து வைப்பார். ரயிலில் சிக்கிய ஒரு ஃபாதர் கழிவறைக்குள் ஓடிக் கதவைத்தாழிட்டுக் கொண்டதாக வதந்தி.

தமிழறிஞர்களுக்குத் தமிழ் சொல்லிக் கொடுப்பதிலும் ஆர்வம் கொண்டவர். கல்லூரியில் ஒரு தமிழறிஞர் 'சிலப்பதிகாரத்தில் இளங்கோ கோவலன் தலை துண்டிக்கப்பட்டு நெடுநேரம் தாண்டிய பின்னரே அங்கு கண்ணகி வருவதாகச் சொல்கிறார். ஏன்? அன்று வெட்டப்பட்ட தலையை ஒட்டவைக்கும் மருத்துவ முறை இருந்தது. அதற்கு சித்த மருத்துவ ஆதாரம் இருக்கிறது. ஆகவே தான் கண்ணகி வந்த இடைவெளிநேரத்தை கச்சிதமாகச் சொல்கிறார் அடிகள்' என்று பேசிக்கொண்டிருக்கையில் ஒரு மாணவி எழுந்து 'ஐயா, சிலம்பிலே கோவலன் கழுத்தை காவலன் வெட்டியதாக யார் சொன்னது?' என்று கேட்க 'வேறு எப்படி வெட்டுவார்கள்?' என அறிஞர் சீற 'வாளால் 'நெடுகப் போழ்ந்ததாக' சிலப்பதிகாரத்திலே சொல்லப்பட்டிருக்கிறதே. நெடுக்காக வெட்டினால் அந்த சித்த மருத்துவ மருந்து வேலைசெய்யுமா?' என மாணவி கேட்க 'இங்க வாறப்பவே சொன்னாங்க, போகாதே, பிசாசு இருக்கிற காலேஜுன்னு... என் புத்திய செருப்பாலே அடிக்கணும்' என்று குமுறியபடி அறிஞர் இறங்கிச் சென்றாராம்.

வேத சகாய குமார்க்கு ஒரு பௌராணிகர் என்ற இடமும் குமரிமாவட்ட வரலாற்றில் உண்டு. அய்யன் திருவள்ளுவருக்கு 'நடமாடும் முத்தமிழ்' அவர்கள் குமரியில் சிலை வைத்தபோது இவர் ஓடும் ரயிலில் அமர்ந்து ஒன்றுமறியாதவராக 'இல்ல கேக்கேன், சத்தியமாட்டு அது என்ன செலை? காதைப் பாத்தேளா? கருணாநிதியின் குலதெய்வம் அய்யனாரின் சிலைதான். நூறடியிலே அய்யனாருக்கு சிலை வைக்கணும்னு வேண்டுதல். சர்க்கார் செலவிலே வைச்சா சிக்கலாயிரப்பிடாதேன்னு இப்டி வச்சிருக்காரு. பாத்தியளா, இடுப்பில ஒரு ஒடிவு. அது குதிரையில இருந்து விழுந்து வந்ததாக்கும். ஆனா பேர மட்டும் அய்யன்னு சரியா போட்டுட்டாரு...' என்று சொல்லி இரண்டே நாளில் அது பரவி இன்றும் நம்பப்படுகிறது.

சிலைக்குச்சாரம் கழற்றும்போது சங்கிலி விழுந்து சிற்பிக்குக் காலில் அடிபட்டபோது இவர் ரயில்நண்பரிடம் பரம ரகசியமாக 'சாஸ்திர தோஷம். அறம் பற்றிப்போச்சு கேட்டேளா? திருவள்ளுவர் இப்ப கோவமாட்டு இருக்காருண்ணு பிரஸ்னம் வச்சுக் கண்டுபிடிச்சிருக்காங்க...'

'எதுக்கு?'

'பின்ன இவனுக திருக்குறள் சொல்லிக் குடுக்குத லெச்சணத்துக்கு அவருக்கு அங்க உறக்கம் வருமா? பண்டு பாண்டியன் கண்ணகிக்கு நூத்தெட்டு தட்டான்மாரை பலி குடுத்தான்லா? அத மாதிரி திருவள்ளுவருக்கு நூத்தியெட்டு தமிழ் வாத்தியாருகளை பலி குடுக்கானுக. அஞ்சு பலி ஆயாச்சுன்னாக்கும் நான் கேட்டது... நமக்கென்ன, சர்க்கார் காரியம். நம்ம பிள்ளை உண்டு குட்டி உண்டு... என்ன சொல்றீய?'

ஒரே வாரத்தில் வதந்தி பரவி என்னிடமே பல தமிழாசிரியர்கள் திகிலுடன் சொல்லத்தலைப்பட்டார்கள். ஆஸ்பத்திரிகளில் சிகிச்சை எடுக்கும் தமிழாசிரியர்களைக் கண்டுபிடித்து அவர்களுக்கு ஊசி போட்டு பலி கொடுப்பதாக வதந்தி. தமிழாசிரியர்களுக்கு மாரடைப்பு வரவழைப்பதற்காக ஒரு மாத்திரை இறங்கியிருப்பதாக ஒரு சுழல் வதந்தி. 'சார் ஃபோனா வருதுசார்' என்றேன்...

'எனக்கு தினம் மூணு ஃபோன் வருது. அருமைநாயகம் காலில பட்டி கடிச்சிருக்கு, ஆஸ்பத்திரிக்குப் போனா ஊசி போட்டுக் கொன்னிருவாங்களான்னு இப்பதான் ஃபோன் போட்டுக் கேட்டார்.'

ஆனால் அவரது புராணிக திறனின் உச்சம் இதுதான். கன்யாகுமரி தேவி, சபரிமலை அய்யப்பனின் சித்தி முறை. சண்டை வராமலிருக்குமா என்ன? கோபத்தில் சித்தி 'லே மண்ணாப் போறவனே, என்ன பேச்சுலே பேசுதே வெளங்காப்பயலே. இப்ப சொல்லுதேம்லே... இனி உன் பக்தனுங்க வருசத்துல நாலுமாசம் சகல விருத்திகெட்ட தமிழ் சினிமாப்பாட்டையும் உனக்க சன்னிதானத்துல வந்து நின்னு பாடி உனக்க அடைப்ப உருவுவானுக பாத்துக்கோ... ஆஹா, எங்கிட்டயா வெளயாடுதே?' என்று சாபம் போட்டுவிட்டாள். அப்படித்தான் 'அப்படிப் போடு போடு போடு சரணம் போடு முன்னாலே', 'கன்னிச்சாமியா வரட்டுமா குருசாமியா வரட்டுமா?' , 'அய்யப்பராசா அய்யப்பராசா என்னைக் காவல் பண்ணேண்டா' போன்ற பாட்டுகளால் சபரிமலை நிறைந்தது.

பொறுத்துப் பார்த்த அய்யப்பன் தாங்க முடியாமல் வாவரிடம் குமுறினாராம்: 'செறுக்கிவிள்ள அடிவயித்துல சவிட்டிப் போட்டாளே பாய். இதுக்கு அவ செருப்பால நாலு அடி அடிச்சாலும் பட்டிருப்பேன்... புலையாடிமோள அப்டி விடப்பிடாது. இந்தா இப்பம் நானும் சாபம் போடுதேன். இனி எனக்க பக்தர்களில பாதிப்பேரு நேராப்போயி அவளுக்க கடற்கரையில பேண்டு வச்சிட்டுப்போனாத்தான் வெரதம் பூர்ணமாகக் கடவது. ஓம் தத் சத்!' அப்படித்தான் டிசம்பரில் கன்யாகுமரி மலக்காடாக ஆயிற்று.

நான் பாய்ந்து வேத சகாய குமார் கைகளைப்பிடித்துக் கண்ணீர் மல்கினேன். 'சார், இது மட்டும் வேண்டாம் சார். வேற யாரிட்டயும் வாயத்தெறக்காதீங்க. இந்து மதத்தைப்பத்தி உங்களுக்கு தெரியாது. உண்மையிலேயே இது ஒரு ஆசாரமா மாறி ஒரே வருசத்தில கன்யாகுமரி ஜில்லாவே அழிஞ்சிரும் சார்.'

பௌராணிகர் கனிந்த புன்னகையுடன் 'செரி விடுங்க அந்த அளவுக்கு சொல்றிய' என்றார்.

- ஆகஸ்ட் 27, 2012

18

மூதாதையரைத் தேடி

தக்கலையில் இருந்து வெளிவரும் ‘முதற்சங்கு’ என்ற சிற்றிதழ் பிராந்திய நலனுக்காக அயராது உழைப்பதுடன் உள்ளூர் பெரிய மனிதர்களை அறிமுகம் செய்தும் வைக்கிறது. 2007, நவம்பர் மாத 47 ஆவது இதழில் 13 ஆம் பக்கத்தில் ‘காளிவிளை ராஜா’ எழுதிய சீரிய ஆய்வுக்கட்டுரை ஒன்று உள்ளது. ‘ராவணன் பரம்பரை குமரியிலா?’

‘ராமனுக்கு இரு ஆண்மக்கள் பிறந்தனர். லவனும் குசனும். இவ்விருவர்களுக்குப் பின் ராமனின் பரம்பரை என்னவாயிற்று? அவன் வழிவந்த பரம்பரையினர் இன்றும் இருக்கிறார்களா?’ என்று கேட்கும் ஆய்வாளர் அதைக் கண்டுபிடிப்பது இன்றைய தலையாய ஆய்வுப்பணியாக இருக்க ஏன் அதை ஆய்வாளர் செய்யவில்லை என்று வியக்கிறார். அது இன்றைய பல பிரச்னைகளுக்கு தீர்வுகாண உதவும் என்கிறார்.

இதைத் தொடர்ந்து ‘இப்போது நம் முன் எழும் மற்றொரு கேள்வி இராமபிரானால் அழிக்கப்பட்ட இராவணன் பரம்பரையைச் சேர்ந்தவர்கள் இன்று இருக்கிறார்களா? ஆம் இருக்கிறார்கள்! அதுவும் குமரிமாவட்டத்தில் வாழ்ந்துவருகிறார்கள் என்ற வியப்பான செய்தி இப்போது கிடைத்துள்ளது! ‘என்று அறிவிக்கிறார் ஆசிரியர். ‘...விளவங்கோடு வட்டம் மருதங்கோடு பரக்குன்று, அகத்தீஸ்வரம் வட்டம், தெக்குறிச்சி போன்ற ஊர்களில்

அதற்கான தடயங்கள் உள்ளன. இங்கெல்லாம் இராவணனை தங்கள் குலமுன்னோராக போற்றும் மரபு சில குடும்பத்தாரிடம் இருந்துவருகிறது... இராவணனால் எழுதப்பட்ட தமிழ்ச் சுவடிகள் சிலவும் இவர்களிடம் இன்றளவும் உள்ளன.'

இதற்கான விரிவான ஆதாரங்களோடு நீளும் இக்கட்டுரை அடிப்படை யாக வைக்கும் கருத்துகளை இவ்வாறு சுருக்கிக் கூறலாம்.

1. குமரிமாவட்டத்தில் உள்ள நாடார் அல்லது சான்றோர் சாதியினரே ராவணனின் குலத்தவர்.

2. சான்றோர் சாதியில் முந்நூற்றுவர் என்ற பிரிவு உள்ளது. ராவணனின் படைப்பிரிவை முந்நூற்றுவர் என கம்பன் சொல்கிறார். அது இவர்களே.

3. ராவணன் சீதையை சிறைவைத்த இடம் குமரிமாவட்டத்தில் உள்ள மிஞ்சிறை என்ற ஊரே. இது உண்மையில் ராவணப் படையினரான சான்றோர் சாதியால் முன்சிறை என்று சொல்லப்பட்ட இடம்.

4. சான்றோர்கள் கேரளத்தில் ஈழவர் என்று சொல்லப் படுகிறார்கள். அவர்கள் ஈழத்தில் அதாவது ராவணனின் இலங்கையில் இருந்து வந்தவர்கள் என்பதற்கான ஆதாரம் இது.

5. ராவணன் மனைவி மண்டோதரி சான்றோர் குலத்தவள். அவள் அப்பா மயன். இவர் குமரிமாவட்டம் விளவங்கோடு வட்டத்தைச் சார்ந்தவர்.

6. இந்த மயன் மாபெரும் பொறியியல் மேதை. ஆகாயவிமானம் (வானூர்தி) போன்றவற்றைக் கண்டுபிடித்தவர். மயனச்சிற்பி என்றும் இவருக்கு பெயர் உண்டு. ஐந்திறம் போன்ற அரிய நூல்களை இவர் எழுதினார்.

7. எகிப்து பெரு முதலிய நாடுகளில் உள்ள பெருமேடுகள் (பிரமிடுகள்) இவரால் கட்டப்பட்டவையே.

8. திருவிதாங்கூர் மன்னர்கள் சான்றோர் குலத்தவரே.

ஆதாரங்களாக புலவர் குழந்தை எழுதிய ராவண காவியம், அரக்கர் நூல் (ஓலைச்சுவடி) கோயிலூட்டம்மை வழிபாடு - இராவணேசுவரன் பூசை (பதிப்பாசிரியர் சு. செல்வகுமார் 2004) குமரிமாவட்ட எழுத்தாளர்கள் யார் எவர் - மயன் மற்றும் திரு பாஸ்கரன் வைத்தியர் நேர்காணல் ஆகியவை சுட்டப்பட்டுள்ளன.

எனக்கும் இக்கட்டுரை பொருத்தமானதாகவே தோன்றுகிறது. காரணம் நான் சென்ற முப்பது வருடங்களாக நாயர் குலத்தைப் பற்றி, குறிப்பாக குமரிமாவட்ட நாயர்களைப் பற்றி ஆராய்ந்து சேகரித்துள்ள தகவல்களும் இந்தக் கோணத்துடன் பெரிதும் ஒத்துப்போகின்றன. குமரிமாவட்டத்தில் நாடார்களை விட்டால் பெரிய சாதி நாயர்களே. இவர்களே ராமாயணத்தில் விரிவாகப் பேசப்படும் வானரங்கள். இவர்கள் அதிகமாக வாழும் கல்குளம், விளவங்கோடு பகுதிகளே அந்தக் காலத்தில் கிஷ்கிந்தை என்று சொல்லப்பட்டிருக்கவேண்டும். இப்போதுகூட இப்பகுதியில் உயரமான மரங்களும் அவற்றில் சிறந்த பழங்களும் உண்டு என்பதை ஆய்வாளர் காணலாம். மூத்த நாயர்கள் சாயாக் கடைகளில் மாத்ருபூமி படித்தபடி கட்டன் சாயா குடிக்க அமரும் விதமும் இதற்கு அரண்சேர்க்கும் ஆதாரமாகும்.

ராமாயண ஆதாரங்களையே முதலில் விரிவாகக் காணலாம். பெயர்களே பொருத்தமாக உள்ளன என்பது முதலில் கவனிக்கத்தக்கது. ராவணன் நாடார். கும்பகர்ணன்நாடார், விபீஷணன் நாடார்... அதேபோல வாலிநாயர், சுக்ரீவன்நாயர், (வாலிப்பிள்ளை?) அங்கதக் குறுப்பு, கவயன்மேனோன், சுபாகுக் கைமள், தாரன் நம்பியார் - எல்லாருமே நாயர்களே.

வானரங்களின் வாழ்விடத்தை வான்மீகி ராமாயணம் கிஷ்கிந்தா காண்டம் 37 ஆவது சர்க்கம் தெளிவாகவே சொல்கிறது. அவர்கள் மகேந்திர மலை முதல் இமயமலை வரை பரவி வாழ்ந்தார்கள். மகேந்திரமலை இப்போது திருநெல்வேலி நாகர்கோயில் சாலையில் ஆரல்வாய்மொழிக்கு அருகே உள்ளது என்று சிறு குழந்தைகளும் அறியும். இமயமலையில் இருந்த வானரங்கள் என்ன ஆயின என்று தெரியவில்லை. 'மேற்குக் கடலுக்கு கிழக்கே இளம்சூரியனின் ஒளியுடன் மலைகள் உயர்ந்த மண்ணில் வானரங்கள் வாழ்கின்றன' என்று வான்மீகி சொல்கிறார். அது கேரளம் அல்லாமல் வேறு எந்த இடம்? வானரங்கள் மதுவை மிகவும் விரும்புபவை என்று வான்மீகி பலமுறை சொல்கிறார். நாயர்கள் அன்றுமின்றும் அந்திக் கள் அடிமைகள் அல்லவா?

இலக்கிய ஆய்வை நோக்குவோம். வாலி பெரிய வீரன். இவர் காலையில் சூரிய வணக்கம் செய்ய கடலின் நான்கு பக்கத்துக்கும் குதித்துச் சென்று அமர்வது வழக்கம். ஒரே செயலைச் செய்ய ஒருவர் நான்கு இடத்துக்குப் பாய்ந்தாலே அவர் நாயர் என்பதற்கு ஆதாரமாகிறது. அந்நிலையில் இவரது பலமறிய நினைத்த ராவணன் இவரது வாலைப்பிடிக்க இவர் அப்படியே அவரை வாலால் சுருட்டி முடிந்த பின் அப்படியே மறந்துபோனதாக

ராமாயணம் சொல்கிறது. முடிச்சு போட்டு வைத்தாலும் ஒன்றை மறந்துபோகும் ஒருவர் நாயரே என எவரும் சொல்வார்.

வாலி மனைவி தாரை. தம்பி சுக்ரீவன். அண்ணன் தம்பிக்கு இடையே சண்டை நடந்தது. வழக்கம்போல தம்பி போய் ராமன் என்ற ஆரியனை துணைக்குக் கூட்டிவந்தான். இதுவும் ஒரு நாயர் குணமே என்பதைச் சொல்லவேண்டியதில்லை. சண்டையில் வாலி இறக்க அவர் மனைவியை சுடச்சுட சுக்ரீவன் திருமணம் செய்து கொண்டான். ஏற்கெனவே இருந்த சொத்துச் சண்டையில் இவ்விஷயமும் அடக்கம் என்று நாம் ஊகிக்கலாம். இவ்வழக்கம் சமீப காலம்வரை நாயர்களிடம் இருந்ததை வரலாறு அறியும்.

இன்றும் நாயர்களிடம் உள்ள பல இயல்புகளை நாம் இதற்குரிய சமூகவியல் ஆதாரங்களாகச் சொல்லலாம். முதல் விஷயம், நாயர் குழந்தைகள் சிறுவயதிலேயே பெரிய வால்தனத்துடன் வளர்கின்றன. இந்த வால் நுண்ணுருவில் அவர்களிடம் எப்போதும் உள்ளது. ‘ஆளு பெரிய வாலாக்கும்’ என்ற சொற்றொடர் இன்றும் புழக்கத்தில் உள்ளது. நாயர்கள் பெரும்பாலும் ஒரு வயதில் அப்பெண்டிக்ஸ் அறுவைசிகிச்சை செய்தேயாகவேண்டும். அது அவர்களின் வாலின் உள் எச்சமே.

‘சீதை என்ன அழகாக இருந்து என்ன, நல்ல ஒரு வால் இல்லையே’ என்று ஒரு வானரம் குறைபட்டதாகச் சொல்லப்படுகிறது. நாயர் ஸ்திரீகளின் சென்ற நூற்றாண்டு வரையிலான உடை ‘ஒந்நர முண்டு’ ஆகும். இதில் பின்பக்கம் வால்போல நீளமான சரிகை குச்சம் தொங்கும். இது நாயர்களின் ஆழ்நனவிலியில் இருந்து வந்த அழகுணர்வே என ஆய்வாளர் அறியலாம்.

ராமன் திரும்பிவரும்போது ஒரு பெருவிருந்து சுக்ரீவனால் கொடுக்கப்பட்டபோது அனைத்து வானரங்களும் ஒரே சமயம் எம்பிக் குதித்ததைக் கண்டு அதிர்ந்து ராமன் விசாரித்தபோது ஒரு வானரம் அடைப்பிரதமனை வளைத்து அள்ளிக் குடித்தபோது அதில் இருந்த ஊறிய கிஸ்மிஸ் பழம் நழுவித்தெறிக்க அதைப் பிடிக்க அது தாவியதைக் கண்டு அனிச்சையாக மற்ற வானரங்களும் தாவிய கதை தெரியவந்தது. நாயர்கள் இந்த மனநிலையை இன்றும் கடைப்பிடிக்கிறார்கள். நூறுவருடம் முன்பு கர்னல் மன்றோ தலைமையில் பதினெட்டு பேர் கொண்ட ஒரு ஆங்கிலப்படை கோட்டாறுக்கு வந்தபோது அதை எதிர்த்து ஆயிரத்துக்கும் மேற்பட்ட நாயர்கள் ஈட்டிகள் ஏந்தி நடனமிட்டு போருக்குச் சென்றதாகவும், பிரிட்டிஷ் படையின் முதல் குண்டு குறிதவறிய ஒலி கேட்டு முதல்நாயர் ஓட மொத்தப்படையும் சிதறி ஓடியதாகவும் வரலாறு குறிப்பிடுகிறது.

நாயர்களை ராணுவமாக ஆக்க முனைந்த மார்த்தாண்ட வர்மாவின் டச்சு காப்டன் பெனடிக்ட்- டி - லென்னாய் அவர்களின் வலக்காலில் ஓலையும் இடக்காலில் சீலையும் கட்டி 'ஓலைக்கால்! சீலைக்கால்!' என்று கூவி லெஃப்ட் ரைட் கற்பித்ததாக வரலாறு சொல்கிறது. காயங்குளம் போரில் பல நாயர் கால்களில் ஓலைகள் கழன்றுபோனதனால் அவர்கள் சீலைக்காலை மட்டுமே தூக்கி வைத்து எம்பி எம்பிக் குதித்து போனமை அவர்களின் முன்னோர்களை நினைவூட்டுவதாக இருந்தது என்று சொல்லப்படுகிறது.

நாயர்கள் பாம்பை வழிபடுகிறார்கள். வானரங்களுக்கு பாம்பு எதிரி என்று இலக்கியங்கள் சொல்கின்றன. பாம்பைப் பிடித்த வானரம் அதை விடத்தெரியாமல் இறுகப்பிடித்து திரும்பி அமர்ந்து கண்களை மூடிக்கொண்டு பட்டினி கிடந்து செத்த கதையும் நாமறிந்ததே. பாம்பைக் கண்ட வானரம் தன் வாலையே அஞ்சும் என்ற கவி வாசகமும் நாயர்களின் குணத்தைக் காட்டுவதாகவே உள்ளது. அச்சமும் பிடித்த பிடியை விடாத பண்புமே இவர்களை பாம்பு வழிபாட்டாளர்களாக ஆக்கியிருக்கலாம். இதேபோல இவர்கள் புலிவாலையும் பிடித்திருக்கிறார்கள் என்பதை 'நாயர் பிடித்த புலிவால்' என்ற பழமொழியால் அறியப்படுகிறது.

இதிலிருந்து தெரிவது என்னவென்றால் ராமர் பாலம் கட்டியது நாயர்கள். அதை அவர்களிடம் ஒப்படைப்பதே நியாயம். அணிலுக்கு அது செய்த சேவைக்கு ஏற்ற பங்கு கொடுக்கப்படும். மேலும் நாயர்களே பரிணாமத்தில் முதலில் உருவானவர்கள். கல்தோன்றி மண்தோன்றா காலத்தே வாலோடு முன் தோன்றி மூத்த குடி!

- ஜனவரி 29, 2008

19

முடிசூடியபெருமாள் பிள்ளையின் முடிவடையாத ஆய்வு

எம். முடிசூடியபெருமாள் பிள்ளை 1963ல் முதுகலை சமூகவியல் முடித்து தென்திருவிதாங்கூர் இந்துக்கல்லூரி பூதப்பாண்டியில் ஆசிரியராக வேலை பார்க்கையில்தான் முனைவர்பட்ட ஆய்வுக்கு சேர்ந்தார், அன்று வளர்குழவியாக சமூகவியலின் இடுப்பில் அமர்ந்திருந்த மானுடவியலில் தெ. சக்ரபாணிக் கோனார் எம்.ஏ. டி.லிட். வழிகாட்டலில் மதுரைப்பல்கலை கழகத்தில்.

முதலில் தலைப்பு ஒன்றும் தகையவில்லை. பல கோணங்களில் யோசித்துப் பார்த்தார். மலைவாழ் மக்களைப்பற்றி ஆய்வுசெய்வது மரபு. ஆனால் தினமும் பிரம்ம முகூர்த்தத்தில் சிவாலய தரிசனம் செய்தே ஆகவேண்டிய தீட்சை எடுத்த சைவராகையால் அது முடியாது. உள்ளூர் தாழ்குடிகளைப் பற்றி செய்யலாம்தான். ஆனால் அவர்களில் நந்தனார் தவிர பிறர் நீசர்கள் என பிள்ளைவாள் நம்பினார். நந்தனார் பற்றி ஆராய்வது சைவமே ஒழிய மானுடவியல் அல்ல.

அப்போதுதான் அழகியபாண்டிபுரத்தில் தன் அம்மாச்சனின் வீட்டுக் கல்திண்ணையில் மதியச்சாப்பாட்டின் சூடு அடங்க துண்டுவிரித்துப் படுத்துக் கிடந்தபோது தாழக்குடி சுப்பையா பிள்ளை அந்தக் கருத்தை முன்வைத்தார்: 'ஏல மாப்ள நீ கண்ட

கண்ட களுதைகளை போட்டு நோண்டிட்டுக் கெடக்குகதுக்கு பேயாம நம்ம வெள்ளாம்புள்ளையள பத்தி ஆராய்ச்சி செய்லே... வேணுங்கிறத கேளு, சொல்லுகேன். பெண்டுபிள்ளையளப்பத்தி உன் மாமிட்டே கேளு, பிச்சுப் பரத்தி வைச்சுப்போடுவா. மிச்சத்துக்கு அடுக்களையிலே ஆச்சி வேற கெடக்கா... பின்ன என்ன வேணும்?'

முதலில் முச்சூபிள்ளைக்கு அது நல்ல யோசனையாகப்படவில்லை. வெள்ளாளர்களைப்பற்றி என்ன ஆராய வேண்டிக்கிடக்கிறது? 'சும்மா கெடயும் மாமா... நடக்கப்பட்ட காரியமா சொல்லும். இல்லேன்னாலும் வெள்ளாப்பயலுகளைப்பத்தி என்னத்த எளுத? சாளைப்புளிமொளம் எப்படி காச்சுகதுன்னா? சோலி மயிரப் பாரும்.'

'இல்லடே... நான் சொல்லுகது அதில்ல...' என்று தாசுப்பிள்ளை அருகே புரண்டுவந்தார். 'தாளி, இங்கிண இப்பம் நின்னவன் நடந்தவன்லாம் வெள்ளாளன்லா? வழிசுத்தம்னு சொன்னா சிரிக்கானுக. அப்டி விட்டா பின்ன எலவாணியனும் வளைச் செட்டியும் நம்ம வாசலில வந்து நின்னு பொண்ணு கேப்பானுக...'

'அதுக்கு இப்ப என்ன செய்யணும்கியோ? அடிமாட்டுக்கு வைக்குததுமாதிரி சுத்த வெள்ளாளனுக்கு எல்லாம் காதில சூடுபோட்டு முத்திர வைக்கணும்கியேளா?' முச்சூப்பிள்ளை கேட்டார்.

'அது வேண்டாம்லெ... இப்ப இருக்கப்பட்ட வெள்ளாளன்ல அசல் யாரு, மூப்பு யாரு, என்னென்ன கூறு இருக்கு எல்லாத்தையும் எளுதி ஒரு புஸ்தகமாட்டு போட்டிரு... பின்ன ஒண்ணும் செய்ய முடியாதுல்லா?' மேலும் நெருங்கி குரலைத்தாழ்த்தி 'நம்ம மேலத்தெரு அழகியநம்பியாபிள்ள என்னைக்கு பிள்ளை வாளானான்னு தெரியுமால ஒனக்கு? ஏல அவனுக பாண்டிநாட்டி லேருந்து வந்தவனுகள்லா? அங்க இவனுக யாரு என்னான்னு ஆரு கண்டா? நீ உனக்க எளுத்தில அவனுகளுக்கு ஒரு சவிட்டு வைக்கணும் கேட்டியா?'

இவ்வாறாக தலைப்பு உருவாகியது. 'தமிழ்நாட்டு வெள்ளாளர் சமூக அமைப்பும் பிரிவுகளும் வாழ்க்கைமுறையும் - இனவரைவியல் நோக்கில்' ஆய்வு பதிந்து உடனே முதற்கட்ட தகவல்திரட்டில் பிள்ளைவாள் இறங்கினார். வெள்ளாளர் சாதியின் ஒரு குடும்பமரம் ஒன்றை போடுதல். தன் வீட்டு வாசிப்பறைச் சுவரிலேயே மரத்தின் அடியை வரைந்தார். ஆணிவேரை நன்றாக நீட்டி குமரிக்கண்டத்தில் வாழ்ந்த நியாண்டர்தால் குரங்குவரைக்கும் கொண்டுசென்று

அடையாளம் செய்தார். மூன்று பக்கவேர்கள், சேரசோழ பாண்டியர்கள். சல்லிவேர்கள், பதினெண் வேளிர்கள். 'சல்லிப் பயக்க' என்று சொல்லி அவர்களுக்கு பெயர் சொல்லாமல்விட்டார். தாய்மரம் நாஞ்சிநாட்டு மருமக்கள்வழி வெள்ளாளர்களல்லாமல் யாராக இருக்க முடியும்? அஃதே ஆய்வின் விதையென்க.

நாஞ்சிநாட்டு மக்கள் வழி வெள்ளாளர்கள் தங்களை குமரிக்கண்ட 'ராமபிதாகஸ்' வம்சாவளியினர் என்றதை பிள்ளைவாள் ஏற்கவில்லை. ஆனால் முதல் 'ஹோமோஎரக்டஸே' நாங்கள்தான் என்று நெல்லைமாவட்ட சைவப்பிள்ளைமார் சொன்னபோது சற்று குழப்பமாகத்தான் இருந்தது. 'சீச்சீ அவனுகள்ட்ட அந்தப் பழக்கம்லாம் நானறிஞ்சவரை இல்லலே... அதுக்கு நாம ஏர்வாடிப் பக்கமா போகணும் கேட்டியா? இவனுக அங்கிண இங்கிண போய் தொடுப்பு தொக்குவச்சு சீக்கு வாங்குவானுகளே ஒழிய...' என்று தாசுப்பிள்ளை ஐயப்பட்டார்.

சோழியவேளாளர்களின் குடுமி சும்மா ஆடாது என்ற தகவல் கிடைத்தது. துளுவ வேளாளர் துளுநாட்டிலிருந்து வந்தவர்கள். சரி, தொண்டைமண்டல வேளாளர்கள்? கொங்குவேளாளர்? கார்காத்த வேளாளர்கள் எண்ணிக்கையில் குறைவு. செல்வாக்கு அதிகம். ஆகவே அவர்கள்தான் வேளாளர்களில் உயர்சாதி என்றார்கள் அவர்கள். 'எவன் சொன்னான்?' என்றார் சிவ தீக்கை வாங்கி கழுத்தில் உருத்திராக்கமிட்டு முக்கொட்டை பட்டம் பெற்ற திருநெல்வேலிச் சைவக்குலமணி குத்தாலிங்கம் பிள்ளை 'அவனுக தாலிய பாத்தேரா? தேவமார் தாலிமாதிரி இருக்கும்... அவன்லாம் தேவன்மார்லா? கார் காத்தன்னா என்ன அர்த்தம்? இல்ல கேக்கேன். மழைக்கு காத்திருக்கிறதுன்னுதானே? வே, அவனுக வானம்பாத்த பூமிக்காரனுகள்லா?'

கார்காத்தபிள்ளைவாள் குமரகுருப்பிள்ளை ஆவேசத்துடன் வெற்றிலை எச்சிலை எட்டித் துப்பிச் சொன்னதாவது, 'என்ன சொல்லுறானுக? கேக்க ஆளில்லேனேன்னா நாந்தான் அப்பன் நடராஜன் ஆடறதுக்கு மத்தளமடிச்சேன்னு சொல்லிருவானுக போல இருக்கே? இப்ப எழுதிக்கிடுங்க தம்பி. சோழியன்னா என்ன? அந்தக் காலத்திலே இவனுக நாகபட்டினம் காரைக்கால் கடக்கரையிலே சோழி பொறுக்கி கொண்டாந்து விக்கிறத எங்கப்பா கண்ணால பாத்திருக்காரு... சோழ ராஜாவா, இவனுகளா? நல்ல கணக்கு ஹெஹெஹெ.'

துளுவ வேளாளர்தான் ராஜராஜசோழனுக்கு பெண்கொடுத்த வெங்கிநாட்டார் என்றனர் அவர்கள். 'குந்தவை எங்க குடும்பத்து மருமகளாக்குமே... அவ நினைவாலே நாங்க இப்பவும் எங்க

கல்யாணங்களிலே பொண்ணை குந்தவைச்சுத்தான் தாலியக் கட்டுறது.' கொங்கு கவுண்டர்கள் கன்னடதேசத்து குடியேறிகளான கவுடர்களே என சைவவேளாளர் வாதாட அவர்கள் காவிரிப்பூம் பட்டினத்தில் ஒரு கோங்குமரத்தடியில் சிவபெருமானைக் கூடிய தேவகன்னிகை அங்கேயே பெற்றுப் போட்டுவிட்டுப்போன குழவியிலிருந்து உதித்த வம்சம் என்றார்கள்.

நாலைந்து மாதத்தில் ஒன்று தெரிந்தது எல்லா பிள்ளைமாருக்கும் அவர்கள்தான் அசல் என்றும் முதல் என்றும் நினைப்பு இருக்கிறது. தன் ஆய்வேட்டின் முதல் ஈவை பிள்ளைவாள் குறித்தார். 'ஒருவன் தன் சாதியையே பூமியில் முதல் சாதி என்று நினைக்கிறான் என்பது அவன் பிராமணன் என்பதற்கு ஆதாரம். ஒருவன் தன் சாதிப்பிரிவே வேளாளர்களில் முதலானது, உண்மையானது என்று சொன்னான் என்றால் மட்டுமே அவன் உண்மையான வேளாளன்.'

கொண்டைகட்டிப் பிள்ளைமார், கொடிக்கால் பிள்ளைமார், கீழ்நாட்டுப் பிள்ளைமார், காரைக்காட்டுப் பிள்ளைமார், நரங்குடிப் பிள்ளைமார், அரும்பூர் பிள்ளைமார், சிறுகுடிப் பிள்ளைமார், வீரக்குடிப் பிள்ளைமார், கோட்டைப் பிள்ளைமார், நீறுபூசிப் பிள்ளைமார், செந்தலைப் பிள்ளைமார், படைத்தலைப் பிள்ளைமார், வெள்ளிக்கைப் பிள்ளைமார், பவளக்கட்டிப் பிள்ளைமார், தொள்ளைக்காதுப் பிள்ளைமார், ஆற்றங்கரைப் பிள்ளைமார் என்று 'மற்ற பிள்ளைமாரை விட மேலான' பிள்ளைமாரின் எண்ணிக்கை நூற்றுக்கணக்காகப் பெருகியபடியே போயிற்று. வீட்டில் வரைந்த சாதிமரம் மச்சைத்தொட்டு பலகையில் மடங்கி விரிந்தது.

இதில் குறுக்கும் நெடுக்கும் பிரிவினைகள். சைவம் அசைவம். அசைவத்துக்குள் சைவம். 'நாங்கள்லாம் வெள்ளியும் புதனும் கறிகவிச்சி தொடமாட்டோம். கண்டகண்ட வரத்து-போக்கு வெள்ளாளனுகளைப்போல இல்ல. மொறையும் நெறையும் விடுகதில்ல' என்று அசல் நெடுங்காட்டுப் பிள்ளைமார்குலத்தைச் சேர்ந்த வள்ளியம்மை ஆச்சி சொல்லியதில் உச்சிக்காட்டுப் பிள்ளைமார் குறிப்புணர்த்தப்பட்டிருப்பதை உணரும்படி பிள்ளைவாள் அதற்குள் தேறியிருந்தார். ஆனால் 'நாங்கள்லாம் சைவப்பிள்ளை மாரிலே ஒரு பிரிவு. செத்தாலும் சிக்கன் சிக்ஸ்டி ஃபைவ் மட்டும் தொடமாட்டோம்' என்று சோங்குடிப் பிள்ளைமார் சொன்னபோது அவருக்குச் சற்று குழப்பமாகவே இருந்தது என்பது உண்மையே.

இதேபோல சைவத்துக்குள் அசைவமும் உண்டு. சைவப்பிள்ளை மாரில் ஒருவகையான நூற்றுக்குடைய பிள்ளைமார் காளிக்கு படைத்த கோழி ஆடு மட்டுமே உண்பார்கள். மற்றபடி சுத்த

சைவம். ஆத்திர அவசரத்துக்கு என காளியை வீட்டிலேயே நிறுவியிருப்பார்கள். பயணங்கள் பெருத்து ஓட்டல்களும் அதிகரித்தபோது சிறிய காளி சிலையை இடுப்பில் வைத்திருந்த தாகவும் இப்போது கழுத்திலேயே போட்டிருப்பதாகவும் தெரிவிக்கப்பட்டது. 'எல்லா பிள்ளைமாரும் சைவம்தான் கேட்டுக்கிடுங்கோ. என்னான்னாக்க சிவனுக்க சடையிலேருந்து பிறந்தவன் வெள்ளாளன். சிவன் எருதையும் யமன் எருமையையும் பரசுராமன் கலப்பையையும் குபேரன் தொப்பையையும் இவனுகளுக்குக் குடுத்து அனுப்பினாகன்னு ஐதீகம்...'

'சொல்லப்போனா இந்த சைவம்கிறது என்ன? என்னப்பன் அம்மையப்பன் விடமுண்ட கண்டன் ஆனையைக் கொன்னு போர்த்தினானே?' என்று சிதம்பரசேவுகம்பிள்ளை கேட்டார். 'அந்தக் காலத்திலே காப்பி குடிக்கலாமா கூடாதான்னு ஒரு பிராது வந்தப்ப எங்கப்பா சிவஞானப்பேரொளி காசிநாதப்பிள்ளைவாள் 'அவன் ஆலகாலம் உண்டவனல்லவோ, எல்லாத்தையும் அவனுக்கு அர்ப்பணித்து உண்பது சிவாயமே ஆம்' அப்டீன்னு சொல்லி தீத்து வைச்சாஹ...' சிதம்பரசேவுகம்பிள்ளை நெகிழ்ந்தார் 'மருந்திலரு மருந்துருவான பெருவிருந்தென்னப்பனல்லவோ?' பிள்ளை வாளுக்கு மேல்துண்டால் மறைத்து சற்றே 'மருந்து அருந்தும்' பழக்கமும் உண்டு. அமுது சிலசமயம் விருந்தாவது அவன் ஆடல். அப்போது சுட்டகருவாடும் சிவாயமே ஆம்.

கொண்டைகட்டிப் பிள்ளைமார் அந்தக் காலத்தில் பாண்டிய அவையில் கொண்டையுடன் செல்லும் உரிமை உடையவர்கள். இவர்களில் மூன்றுவகை. வலக்கொண்டை, இடக்கொண்டை, நடுக்கொண்டை. வழுக்கையரும் சாதியால் கொண்டையரே. வலக்கொண்டையே இதில் மேலானது என்ற கூற்றை பிற இருவரும் மறுத்தாலும் சமீபமாக பின்கொண்டைகட்டிப் பிள்ளைமார் என்று ஒருவகையினர் கிளம்பியிருப்பது மோசடி என்றும், அவர்கள் பிள்ளைமாரே அல்ல என்றும் ஒரே குரலில் சொன்னார்கள். கொடிக்கால் பிள்ளைமார் மதுரை ராஜ்ஜியத்து சிவன்கோயில்களில் கொடிஏற்ற கம்பம் கொண்டுவரும் கௌரவம் பெற்றிருந்தவர்கள். இவர்களில் நுனிக்கொடிக்கால்பிள்ளை அடிக்கொடிக்கால் பிள்ளை என்ற இரு பெரும் பிரிவும் நடுக்கொடிக்கால்பிள்ளை என்ற சிறு பிரிவும் உள்ளன.

கோட்டைப்பிள்ளைமார் புகழ்பெற்றவர்கள். கோட்டைக்குள் மட்டுமே வாழ்வார்கள், வெளியே செல்வதே இல்லை. பெண்ணெடுப்பதும் கொடுப்பதும் உள்ளேயே. ஆகவே இவர்களை அறியாமலேயே வெளியே கோட்டைப்புறம் பிள்ளைமார் என்ற ஒரு

தனிப்பிரிவு உருவாகிவந்தது. அது பின்னர் வலங்கோட்டை இடங்கோட்டை என்று இரண்டாகப் பிரிந்தது. நீறுபூசிப் பிள்ளைமார் என்பவர் சிவபண்டாரங்கள் என்றும் வைராவிகள் என்றும் சொல் உண்டு. இல்லை இவர்கள் சிவாச்சாரியார்கள் என்றும் சொல்வதுண்டு. அவர்கள் செந்தலைப் பிள்ளைமாரை 'அவனுக நேத்து வந்தவனுகள்லா? தம்பி நல்லா கேட்டுக்கிடுங்க. போர்ச்சுக்கல்காரனுக இந்தப் பக்கம் வந்து கோமணம் அவுத்த வகையில உருவானவனுக. செந்தலைன்னு சும்மாவா சொன்னான்?' என்றார்கள்.

ஆனால் ஊழிமுதற்றோன் ஆடிய கொடுகொட்டியில் அவன் சடையெல்லாம் செந்நிறம் கொண்டபோது உதித்தவர்கள் என்று அவர்கள் தரப்பு. ஆகவே அவர்கள் பாண்டியப்படை நடத்தியவர்களாகக் கருதப்படும் படைத்தலைப் பிள்ளைமாரை ஏற்பதில்லை. 'தம்பி, என்ன பேச்சு பேசுதீக? அவனுக படைத்தலையானது எப்ப? அவனுகளை நேத்துவரை நாங்க தலைப்படைப் பிள்ளை மார்னுல்லா சொல்லுவோம்? தலைச்சுமையாட்டு பலசரக்கு கொண்டுவந்து விப்பானுக. தலையில படைபிடிச்சு கெடக்கும்... ஸ்ஸ்ஸ்ஸல்லிப்பயக்க!'

சிறுகுடிப் பிள்ளைமாரில் மேலைச் சிறுகுடி கீழைச் சிறுகுடி என்ற இருபிரிவு உண்டு. மேலைச் சிறுகுடிக்குள் வெற்றிலைக்காரர், பட்டக்காரர், இல்லக்காரர் என்று மூன்று பிரிவு. இதில் வெற்றிலைக் காரரில் மட்டும் வடக்குநாட்டார், மழவர், உருமால்காரர், செங்காலர், சுக்காலர், தெக்குநாட்டார், கச்சைக்காரர் என்று ஏழுபிரிவு. இதிலே வடக்குநாட்டாரில் மட்டும் மூலைக்காரர், கொடுங்குடி, மூவாலர், பச்சைகாட்டார், வீரளர், குடும்பக்காரர், சிவப்பர் என்று ஏழு வகை. இதில் மூலைக்காரரில் ஏழுவகை மேலும் உண்டு. அவர்கள் வாழைக்காரர், குடிகாப்போர், உடன்குடியார், செக்காளர், முத்தாளர், மூத்தாளர், நெடும்பாளர். இவர்களில் வாழைக்காரரில் மட்டும்...

தொள்ளைக்காதுப் பிள்ளைமார் சமணர்களாக இருந்து தாய்மதம் திரும்பியவர்கள் என்றார் ஆய்வாளர் அ.தா.கோ.க. சரவணமுத்து முதலியார். சமணர்களிடம் மட்டுமே காது துளையிட்டு நீட்டும் வழக்கம் இருந்தது என்பதை பழைய சிற்பங்கள் காட்டுகின்றன. இவர்கள் காது நீட்டும் பழக்கத்தை மேலும் சில காலம் நீட்டியிருக்கலாம். இவர்களில் இரு பிரிவு. வலத்தொள்ளை, இடத்தொள்ளை. இப்பிரிவுகள் நான்கு நான்காக மேலும் பிரிகின்றன. பதினேழாம் நூற்றாண்டில் இஸ்லாமிய மதத்துக்கு

மாறி பதினெட்டாம் நூற்றாண்டில் தாய்மதம் திரும்பிய வேளாளரும் உண்டு. இவர்கள் எப்படி அழைக்கப்படுகிறார்கள் என்ற ஆய்வை பிள்ளைவாள் முடிக்கவில்லை.

ஆற்றங்கரைப் பிள்ளைமார் பண்டு மீன் பிடித்தார்கள் என்பது கார்காத்தார்களின் அவதூறாக இருக்க வாய்ப்பில்லை என்று முச்சூப் பிள்ளைவாளுக்கு பட்டாலும் இவர்களில் கால்நனைச்சகுடி, குளிச்செழுந்த குடி, தடுக்கிவிழுந்த குடி என மூன்று உள்பிரிவுகள் உண்டு என்பதை அவர் முழுக்க நம்பவில்லை. ஆனால் 1972ல் கால்நனைச்சகுடிப் பிள்ளமாருக்கும் தடுக்கிவிழுந்த குடிப்பிள்ளை மாருக்கும் இடையே சாதிக்கலவரம் மூண்டு கோமதியாச்சியின் பாம்படக்காது அறுக்கப்பட்ட நிகழ்ச்சியானது மேற்படி பிரிவினை பொய்யல்ல என்பதற்கான வெள்ளிடைமலை ஆதாரமாக நிலைநிற்கிறது.

வெள்ளிக்கைப்பிள்ளைமார் பழைய பொற்கைபாண்டியன் அவையில் இருந்தவர்கள். அவன் கதவைத் தட்டியபோது பக்கத்திலே நின்ற இவர்களும் என்ன ஏதென்றறியாமல் கதவைத் தட்டப்போய் அவன் கையை வெட்டிக் கொண்டபோது தாங்களும் வேறுவழியில்லாமல் வெட்டிக்கொண்டு பின்னர் தங்கள் சக்திக்கு ஏற்ப வெள்ளியால் செய்துகொண்டார்கள். ஆம், இவர்களில் மூன்று வகை. பத்துமாற்றுப் பிள்ளைமார், பத்தரை மாற்றுப் பிள்ளைமார், பதினாறுமாற்றுப் பிள்ளைமார். பதினாறுமாற்றுப்பிள்ளைமார் வீட்டில் மற்ற இருவரும் கை நனைப்பதில்லை. கைநனைக்காதவர் களை எதிரே கண்டால் கட்டித் தழுவி 'மாப்ளே, எப்டி இருக்கிய? மருமகப்புள்ள சொம்மா இருக்காளா?' 'ஆமா மாமா, ஆச்சிக்கு மண்டையிடிக்கு கொறவுண்டா?' என்றெல்லாம் உருகி வழிவது பிள்ளைமார் பண்பாடு.

இதைத்தவிர ஒட்டுமொத்த பெரும்பிரிவினை 'பஞ்சத்துப்பிள்ளை, பரம்பரைப்பிள்ளை' என்பது. பரம்பரைப்பிள்ளைமார் ஒரே ஊரில் வாழ்ந்து தலைமுறைக்கு ஒருமுறை பிளந்தபடியே இருக்கும் 'பதியெழுவறியா பழங்குடி'யினர். ஒரேயொரு குடும்பம் மட்டும் எஞ்சிய நல்லூர்ப்பிள்ளைமார் என்ற சாதியில் அப்பாவும் பிள்ளைகளும் இரு சாதிகளாகப் பிரிந்ததை பிள்ளைவாள் பதிவு செய்திருக்கிறார். 'அவனுக நீசப்பயக்கள்லா? சாதிசுத்தம் கெடையாது. சோத்தத் தின்னுட்டு எலைய வழிச்சுத் தின்னுற கூட்டம்!' என்று அப்பா பையன்களைப் பற்றிச் சொன்னதாகவும் சொல்லியிருக்கிறார்.

பஞ்சத்துப்பிள்ளைமார் என்பவர் பிறர் அவசரத்துக்கு எல்லாம் தங்கள் பெயருடன் பிள்ளை சேர்த்துக்கொள்வது. அதில் நாநூற்று

எண்பத்திஎட்டு முதல்கட்ட சாதிகளும் ஒவ்வொரு சாதியிலும் நூற்றுக்கும் மேற்பட்ட உபசாதிகளும் உண்டு என்க.

பிள்ளைவாள் ஆய்வுக்காக தமிழ்நாடு முழுக்க பயணம் செய்தார். 'எத்தனை பெரிய தொலைநோக்கி வருகிறதோ அந்த அளவுக்கு அதிகமாக நட்சத்திரங்கள் விண்வெளியில் தெரியவருகின்றன என்பதுபோல எந்த அளவுக்கு பயணம்செய்து எந்த அளவுக்கு முயற்சிசெய்கிறோமோ அந்த அளவுக்கு பிள்ளைமாரும் கண்ணில் படுகிறார்கள். இது உலக ஆய்வாளர்களுக்கு என்றும் வற்றாத ஒரு ஜீவநதியின் ஊற்று' என்பது அவரது முடிவடையா ஆய்வேட்டு முன்னுரைக் குறிப்பு.

1986 டிசம்பர் மாதம் 12 ஆம் தேதி முடிசூடியபெருமாள் பிள்ளை தன் ஆய்வேட்டுக்கான முன்வரைவை முடிக்காமலேயே காலமானார். ஆய்வுக்காக அவர் சேகரித்த தகவல்கள் ஏழு பெரிய மரப்பெட்டிகளிலாக அவருக்குப்பின் அவரது ஆய்வை முன்னெடுத்த க. சிவசுப்ரமணிய பிள்ளை எம்.ஏ அவர்களால் கொண்டுசெல்லப்பட்டது. சாதிமரம் மச்சுப்பலகை முழுக்கப்பரவி பக்கத்து அறைகளிலும் விரிந்து பரந்து கிடந்தது.

தன் ஆய்வேட்டுக்கான முன்வரைவில் வெள்ளாளப்பிள்ளைகளில் பதினெட்டு லட்சத்து எண்பத்து எட்டாயிரத்து அறுநூற்றுப் பன்னிரண்டு உட்பிரிவுகளை முடிசூடியபெருமாள் பிள்ளை எண்ணிக்கை வாரியாகப் பட்டியலிட்டிருந்தார். ஆய்வாளர்கள் செல்ல மேலும் வெகுதூரம் இருக்கிறது என்பது உண்மையாயினும் பிள்ளைமாரின் மொத்த எண்ணிக்கையை வைத்துப் பார்க்கையில் ஓர் உண்மை இடிக்கிறது. ஒரே பிள்ளைவாள் பல உட்பிரிவுகளில் ஒரேசமயம் திகழ வாய்ப்பு உண்டா என்ன?

- *ஜனவரி 31, 2013*

20

என்ன என்ன வார்த்தைகளோ!

‘ஜெயமோகன் புள்ளி உள்ளே’ என்ற என் இணைய தளத்தைப் பார்த்துவிட்டு வரும் வாசகர் கடிதங்கள் பலவகை. அன்பார்ந்த நக்கல்கள் முதல் பகுப்பு. ‘மூன்று சிறுத்தைகளும் ஒரு புலியும் என்பது நீங்கள் குடும்பத்துடன் காட்டுக்குப்போன அனுபவமாக இருக்கும் என்று நினைத்து படித்தேன்’ என்று ஒரு கடிதம். அருண் மொழியை புலி என்று சொல்வதை நான் ஏற்றுக் கொள்கிறேன். ஆனால் குட்டிகளை அப்படி சொல்லிவிட முடியாது. ஒன்று பதினாறு வயதில் மகரக்கட்டு வந்து குரல் உடைந்து கழுதைப் புலியாக மாறிவிட்டிருக்கிறது.

கைமருத்துவம் பற்றிய கட்டுரைக்கு சித்தமும் பித்தமும் (அதாவது ஹோமியோவும்) கலந்து சிகிச்சை அளிக்கும் பாண்டிச்சேரி நண்பர் ஒருவர் (எங்களூரில் ஹோமியோ டாக்டர் நாராயணனை ஹோமோ டாக்கிட்டர் என்று பலர் அழைத்தமையால் அவரே தன் பெயரை குளிகை டாக்டர் என்று மாற்றிக்கொண்டார்) உண்மையிலேயே மண்ணெணெய் மூச்சுத்திணறலுக்கு அளவோடு உபயோகப் படுத்தத்தக்க நன்மருந்து என்றும் நான் சரஸ்வதி அருளால் சரியான மருந்தையே சொல்லியிருக்கிறேன் என்றும் தெரிவிக்கிறார். சுக்கு முதலிய ஆயுர்வேத மருந்துடன் சற்று மண்ணெணெய் கலப்பது வயிற்றுப்புண் இல்லாதபோது நன்றாகவே வேலை செய்கிறதாம். ஆனால் யாரும் சோதித்துப்பார்க்க நான் ஆலோசனை சொல்ல மாட்டேன்.

என் வாசகர்கள் எழுதிய கடிதங்களிலேயே அபூர்வமானதாக நான் எண்ணுவது பம்பாய் வாசகர் ஒருவர் 'டார்த்தீனியம்' வந்தபோது எழுதியது. கிறுக்கலான கையெழுத்தில் 'அய்யா உங்கள் கடிதம் கண்டேன். அந்தச் செடியின் விதை எங்கே கிடைக்கும் என சொல்ல முடியுமா? அதை அவசரமாக தேவைப்படுகிறேன். கடைகளில் கேட்டால் இல்லை என்று சொல்கிறார்கள்...'

அதை எதிரி வீட்டில் நட விழைந்தாரா, தனக்குத்தானே நட்டுக் கொள்ளவா என்ற கேள்வி இப்போதும் உள்ளது.

தேவகிச்சித்தி இப்போது எப்படி இருக்கிறார், கல்யாணம் ஆயிற்றா, என்ன வயது இருக்கும் என ஆவலாக கேட்ட திருமணமாகாத நடுவயதுக்காரரை மன்னித்துவிடலாம். ஆனால் 'ஒன்றுமில்லை' வாசித்துவிட்டு தன் கையில் உள்ள கழலையை அறுவை சிகிச்சை செய்யலாமா கூடாதா, கடைசியாக நான் என்னதான் சொல்கிறேன் என்று கேட்ட வாசகர்மேல் எனக்குக் கோபம்தான். 'ஒன்றுமில்லை, சரியாய் போய்விடும்' என்று ஒரு வரி எழுதிப்போட்டேன்.

நெல்லை நண்பர் ஒருவர் ஃபோனில் கூப்பிட்டு ஆவேசமாக 'வெள்ளாளர் என்ற சாதியே உண்மையிலே கெடையாது சார்' என்றார்.

'அப்ப?' என்றேன்.

'சும்மா சொல்லுதானுக.'

'அப்ப?'

'வெளங்காப்பயக்க சார்...'

சற்றுநேரம் மௌனம். நான் ஆழ யோசித்து 'அப்டீன்னா இப்ப, அப்பிடி சொல்லிக்கிடுதவங்க உண்மையிலே கெடையாதுங்கிறியளா?'

'ஆமா சார். அதாக்கும் சொல்லிட்டிருக்கேன்.'

'அப்பம் இந்த சொல்லுதவனுக எங்க இருக்கானுக?'

அவரும் ஆழ யோசித்து 'அவனுக கெடையாது சார்!' என்றார்.

அவரது கோட்பாடு இதுதான். இன்று வெள்ளாளர் என்று அறியப்படும் அனைவருமே நாடார்கள்தான். பாண்டியமன்னனுக்கு பெண் கொடுத்து தணிந்துபோனவர்கள் அவர்கள். தணியாதவர்கள் நாடார்கள். தமிழில் நிறைய ஆதாரம் இருக்கிறது. வேளாளச் சான்றோர் என்று பல நூல்களில் சொல்லப்பட்டிருக்கிறது. அவர்கள் மாற்றானின் பிள்ளைகள் ஆதலால்தான் பிள்ளைகள் என்று சொல்லப் படுகிறார்கள். அந்த இழிவை நாடாதவர்கள் நாடார். தெளிவாக விளக்கினார். எட்டு வருடங்களாக ஆய்வுசெய்து வருகிறாராம்.

முக்கொட்டை என்று ஒரு பிள்ளைவாளை எழுதியதை ஆதரித்து வந்த கடிதம் உண்மையிலேயே அப்படி ஒரு வெள்ளாளப் பிரிவு இருப்பதை குறிப்பிடுகிறது. தெரிந்திலேன். காரணமும் அதுதானா? சீரக வெள்ளாளர் என்று ஒரு பிரிவு இருக்கிறதாம். சீரகம் விற்றார்களா இல்லை சீர்+அகம் கொண்டவர்களா என்பது ஆய்வுக்குரியது.

தேவதேவன் கருத்தரங்கச் செய்தியை வாசித்துவிட்டு அதற்கு வருவதற்கு முன் அவர் என்ன சாதி என்று கேட்டு அவசர மெயில் அனுப்பிய நண்பர் நீங்கள் என்ன சாதி என்று கேட்டு நான் பதில் அனுப்பிய பிறகு நாடவில்லை. கம்மாவார் பற்றி தான் ஆய்வு செய்துவருவதாகவும் உடனே முடிசூடிய பெருமாள் பிள்ளையின் ஆய்வுக்குறிப்புகள் தேவை என்றும் ஒருவர் எழுதிக் கேட்டார்.

நாவல் ஒரு சமையல் குறிப்பில் நாவலுக்குள் சமையற்குறிப்பு சொல்வதைப்பற்றி சொல்லப்படவில்லையே என்ற வாசக ஐயம் நியாயமானது. அவருக்கு லஷ்மி, ரமணி சந்திரன் போன்றவர்களின் சமையற்குறிப்புகள் உதவிகரமாக இருந்திருக்கின்றன, புல்லும் பறிக்கலாம் அண்ணனுக்கு பெண்ணும் பார்க்கலாம் என்ற சீரில். நாஞ்சிநாடனைப் பரிசீலிக்கலாமென்று எழுதினேன்.

'மூதாதையரைத் தேடி...' பலர் ஆய்வுசெய்துவருவதாகத் தெரிகிறது. மயன் ஒரு நாடார் என்று சொல்வது வரலாற்று மோசடி என்று ஒரு நண்பர் சொன்னார். அவருக்கு நேரடியாக என்னைத் தெரியும். இணையதள கட்டுரையை அச்சு எடுத்து அவருக்கு அவரது ஆதரவாளர் அனுப்பியிருக்கிறாராம். மயன் என்றால் விஸ்வகர்மா. விஸ்வகர்ம சமூகம் என்று ஒரு சாதியே இருக்கும் வரலாற்றுத் தகவல் எப்படி மறுக்கப்பட்டது?'

'ஆசாரிமாரா' என்றேன்.

'சேச்சே அவனுக குடிகாரப்பயக்க சார்... நான் சொல்லுகது செம்மான் சமுதாயத்தப்பத்தியாக்கும். வில்லுகுறியில எங்க பிரம்மசக்தி அம்மன் கோயிலுக்கு உள்ள மயனுக்க செலை இருக்கு... அவருக்க வாரிசுகள் இப்பமும் உண்டு...'

அவர்களுக்கும் நாயர்களுக்கும் சுமுக உறவு இருந்திருக்கிறது என்றார் ஆய்வாளர். கிஷ்கிந்தையை மயன் கட்டிக் கொடுத்ததை ராமாயணமே சொல்கிறதே. பத்மநாபபுரம் அரண்மனை உள்பட இங்குள்ள பல நாயர் இல்லங்கள் செம்மான் சமூக சிற்பிகளால் கட்டப்பட்டவையே என்று சொல்லி பலவற்றை பட்டியலிட்டார். தூத்துக்குடிப்பகுதியில் உள்ள நட்டாத்தி நாடார்கள் விபீஷணனின்

வழித்தோன்றல்கள் என்றார். அதற்கு அவர்கள் விபீஷணனைக் கோயில் கட்டி கும்பிடுவதே சான்று.

இதைத்தவிர என்னவென்று விளங்காத காரணத்தால் நான் 'இரவுக்கு ஆயிரம் கண்கள்' பாடலைப்பற்றி எழுதவேண்டும் என்று கேட்டுக் கொண்ட நண்பர், இசை விமரிசகர் ஷாஜி தாமஸுக்கு தன்னுடைய சொந்தப்பாடல்கள் அடங்கிய ஏழு சிடிக்களை அனுப்பலாமா என்று கேட்டவர், கோணங்கிக்கு உண்மையிலேயே கூழ் பிடிக்கும் என்ற தகவலைத் தெரிவித்தவர் எனப் பலவகை கடிதங்கள்.

நேரில் பார்க்க வரலாமா என்ற கடிதங்களுக்கு நான் பொதுவாக எதிர்மறையான பதிலை அளிப்பதில்லை என்றாலும் ஒருவர் எனக்கு பாடிக் காட்ட வரலாமா என்று எழுதியிருக்க வேண்டியதில்லை என்றே உணர்கிறேன். சங்கீதத்தை நான் மொழிபெயர்ப்புதான் செய்கிறேன். அந்நண்பர் ஷாஜிக்கு பாடிக் கேட்கச் செய்வதே முறை. ஷாஜி அதை எனக்கு மொழிபெயர்த்து தமிழில் சொல்லுவார்.

நாஞ்சில்நாடனுடன் மது அருந்த ஆவலாக இருப்பதாக வந்த கடிதங்களை நாஞ்சில்நாடனுக்கு அனுப்பலாமா என்ற ஐயம் இருக்கிறது. அவர் கேரள அவியலைப்பற்றி என்ன கருத்து கொண்டிருக்கிறார் என்று கேட்ட நண்பர் மலையாளக் கவிஞரும் கூட. கன்யாகுமரியில் மலம் கழிப்பது பற்றிய ஐதீகம் முன்னரே உண்டு என்று சொன்ன ஒருவர் ஒரு பழைய தீர்த்தயாத்திரை வருணனைப் பாடலில் (வண்டிக்காரன் பாட்டு) 'முக்கடல் முனையிலே மகிழ்ந்து காலைக்கடன் கழித்து பக்குவமாய் கடலாடி பக்தியுடன் எழுந்து திக்கெட்டும் ஒளிபரவும் தெளிசோதி கும்பிட்டு' என்ற வரியிலே காலைக்கடன் பற்றி சொல்லியிருப்பதை உணர்த்தினார். மகிழ்ந்து என்று அடிக்கோடும் போட்டிருப்பதனால் அப்படித்தான் இருக்க வேண்டும்.

ஆனால் எம்.ஜி.ஆர், சிவாஜி கணேசன், பத்மினி ரசிகர்கள் அனுப்பிய தனிப்பட்ட வசைகளில் உள்ள காவிய நயத்தைப்பற்றி தனியாகவே எழுதவேண்டும். சிவாஜிகணேசன் மிகை நடிப்பு செய்யவில்லை, அந்தக் கதாபாத்திரங்களின் உள்ளக் கொந்தளிப்பை வைத்துப் பார்க்கையில் அவர் உண்மையில் குறை நடிப்பையே வழங்கினார் என்று ஒரு நண்பர் வாதிட்டார். எம்.ஜி.ஆர் தெளிவாகத் தான் பேசினார் என்று சொன்ன நண்பர் அவர் அப்படி பேச ஆரம்பித்த பிறகே அவரது குரலுக்கு தனித்தன்மை ஏற்பட்டது என்றார். தன்னால் ஒருபோதும் சொல்லிவிட முடியாத 'ரத்தத்தின் ரத்தங்களே' என்ற அழைப்பை அவர் எடுத்துக்கொண்ட தீரத்துக்கு தலைவணங்க வேண்டும் என நான் எழுதியதை அந்நண்பரும் ஏற்றுக்கொண்டார்.

ஆனால், என் நெஞ்சை உடைய வைத்த கடிதம் காந்தராவைப் பற்றி நான் கிண்டலாக எழுதியிருக்கக்கூடாது என்று வந்ததுதான். அவர்தான் இந்திய திரை நடிகர்களிலேயே அழகானவராம். இன்றைய ரஜினிகாந்த் விஜயகாந்த் எல்லாம் காந்தராவைப் பார்த்து பெயர் சூட்டிக் கொண்டார்களாம். எழுதிய தாத்தா சின்னப்பையனாக இருந்தபோது ஏதாவது பாட்டி அவரை 'பாக்க அசல் காந்தராவு மாதிரி இருக்கீங்க, போங்க' என்று சொல்லியிருப்பாளோ?

- பிப்ரவரி 1, 2008

21

அமிர்தாஞ்சன் கீரை மிக்சர்

அப்படித்தான் அந்தக் காலத்து குமுதத்தில் வந்த விளம்பரத்தை நான் படித்தேன். ஒருமுறை அப்படிப் படித்தபின் அதே தடம் மூளைக்குப் பதிந்து வேறு சொல் உள்ளே செல்லவில்லை. வாய் வழியாக அது ஊரில் பரவியது. 'அமேரிக்கக் கீரையக் கடஞ்சு செய்த சரக்குல்லா?' என்று நாகலிங்கம் மூத்தாசாரி சொன்னார். அவருக்கு காலை எழுந்ததும் ஒரு கட்ட காப்பிக்குமேலே அமிர்தாஞ்சன் போட்டாகவேண்டும்.

எங்கள் வீட்டில் எப்படியும் தினம் இருபதுபேர் அமிர்தாஞ்சன் போட்டுவிடவோ செம்பருத்தி இலையில் வழித்து மடக்கிக் கொண்டுபோகவோ வருவார்கள். 'இம்பிடு வாரி வைக்கணும் அம்மிணியே... பொன்னுருக்கி வைக்கியது மாதிரில்லா வச்சு பிதுக்குது' என்று எலிசாள் உரிமையுடன் சொல்லி சுட்டுவிரலை உள்ளே போடப்போக, அம்மா 'நில்லு நில்லு. இதென்ன வெலை தெரியுமா? குப்பி தீந்தா என்னை கொல்லுவாரு...' என்றாள். மப்ளர் சுற்றி மருந்துக்குக் காத்திருந்த 'நோயாளி' சிவனணைஞ்சபெருமாள் நாடார் '... அது என்ன சரக்குன்னு அறியிலாமாட்டி நாயே... கைய நீட்டுதா பாரு... அதுக்கு தூக்கத்துக்குத் தூக்கம் பொன்னு குடுக்க இப்பம் ஆளுண்டு. என்ன நெறம் பாத்தியா... பாத்தா மின்னல்லா செய்யுது...' எப்படி வர்ணிப்பதென்று தெரியாமல் சற்றே தடுமாறி, ஆழமான பரவசத்துடன் 'நல்லா மயக்கின மரச்சீனி மாதிரில்லா' என்றார்.

கோட்டுச்சித்திரத்தில் ஒரு ஆள் சோழிசோழியாக பற்கள் தெரிய வாயை அகலத் திறந்து சிரிப்பதற்குக் கீழே 'எல்லா வலிகளுக்கும் அமிர்தாஞ்சன் கிரைப் மிக்சர்' என்று எழுதப்பட்ட விளம்பரத்தை நான் வெட்டி கதவில் ஒட்டியிருந்தேன். நோயாளிகள் அதை ஆராய்ச்சிக் கண்ணோட்டத்துடனும் அறிவுப்பசியுடனும் கூர்ந்து படிப்பார்கள். ' கொச்சேமானே இவனாக்குமா இந்த கீரைலேகியத்த உண்டாக்கின வைத்தியன்?'

'இல்ல, இவன் மருந்து போட்டுகிட்டவன்.'

'பின்ன சிரிக்கான்?'

இன்னொரு நோயாளி 'வலி போச்சுல்லா, பின்ன சிரிக்காம?'

'ஆருல இவன்? கொச்சேமான், இவன் எந்த ஊருகாரனாக்கும்?' என்றார்.

'அமெரிக்காவாக்கும்.'

அப்பா பொதுவாகவே தாராளமானவர். ஊர்மீதும் ஆட்கள் மேலும் உண்மையான பிரியம் உண்டு. ஆகவே அமிர்தாஞ்சன் தவிர சைபால், டிஞ்சர் அயோடின், பொட்டாசியம் பெர்மாங்கனைட், அனாசின் போன்ற மருந்துகளை நிறையவே வாங்கி தீரத்தீர ஒரு வினோலியா சோப்பு டப்பாவுக்குள் வைத்திருப்பார். ஊரில் சுயசவரம் செய்யும் சிலரில் ஒருவர். நாலைந்து முறை பயன்படுத்தப் பட்ட ஷேவர்-ஸ்விஷ் (கொச்சேமான் அதை ஒரு நாலஞ்சு பிராவசியம் சொல்லணும். கேக்க நல்ல ரெசமுண்டு) பிளேடுகளை நன்கு கழுவி இன்னொரு டப்பாவில் போட்டுவைப்பார். மூன்று மாதம் முன்னரே வரிசைப்படி பயனாளி அறிவிக்கப்பட்டிருப்பார். அப்பா அறுத்தடிக்களத்தில் சின்னக் கண்ணாடி மாட்டிவைத்து செம்பில் சுடுநீரும் சோப்புக் கிண்ணமும் டவலும் எடுத்துவைத்து முகத்தை அண்ணாந்து ஷேவ் செய்வதைப் பார்க்க நாலைந்துபேர் வந்து நிற்பார்கள். பயனாளியும் 'அந்த பிளேடு எனக்காக்கும்' என்ற பாவனையில் நிற்பதுண்டு.

அம்மாவுக்கு மருந்து கொடுக்கும் பதவி கிடைத்ததில் உவகைதான். ஆனால் பலசமயம் மூக்கு நமநமவென்பதனால் அமிர்தாஞ்சன் போடவரும் கிழவர்கள் ஆதிக்கம் செலுத்துவதை அவளால் தாங்க முடியாது. காதறுந்தா பாட்டி (இயற்பெயர் கடைசிவரை யாருக்கும் தெரியாது. கிழவியின் பாம்படத்தை திருடன் அறுத்து அறுபதாண்டு ஆகியபடியால் அவளுக்கும் நினைவில் இல்லை) அமிர்தாஞ்சனை ஈறுகளில் லேசாக தேய்த்துக் கொள்வாள். அதை தாங்கிக் கொண்ட அம்மாவால் 'வாச்சர்' ஏசுவடியான் (முன்னாள் பிரிட்டிஷ் தோட்டத்து வாட்ச்மேன். துப்பாக்கிகூட லைஸன்ஸ் இருந்ததாகச்

சொல்வார். துப்பாக்கி கொடுக்கப்படவில்லை) செம்பருத்தி இலையில் வாங்கிப்போகும் அமிர்தாஞ்சனை வைக்கோல்போரின் பின்பக்கம் போய் ஆசனவாயில் பூசுவதை ஏற்கவே இயலவில்லை. 'அங்கோட்டு போவும் ஓய்... விருத்திகெட்ட மனுஷ்யன்... கேறி வாறாரு...' என்று சீறுவாள். அவர் கரிய பற்களைக் காட்டி 'வல்ல சொரணையும் மிச்சம் உண்டெங்கி இப்பம் அங்கிணயாக்கும் அம்மிணி... போட்டு, கிளவனாக்குமே...' என்பார்.

அமிர்தாஞ்சன் அதன் பொன்னிறம் காரணமாகவே சற்று மதிப்பு கூடியதுதான். சைபால் நடுத்தரம். டிஞ்சர் நாலைந்துநாளான செத்த எலிபோல மணப்பது. ஆகவே நான் வாச்சரிடம் டிஞ்சரைக் கொடுத்து 'இது நல்லதாக்கும் அப்பச்சி' என்றேன். வைக்கோல் போரின் பின்னாலிருந்து 'ஏசுவே, ஏசுராசாவே! மாதாவே!' என்ற குரல் எழுந்தது. பயந்துபோய் நான் மருந்துகளை அப்படியே விட்டுவிட்டு பாய்ந்து ஆற்றுக்குள் இறங்கி மறுகரை ஓடி பெரியப்பா வீடு போய்விட்டு மாலையில்தான் திரும்பிவந்தேன். ஒன்றும் நடக்கவில்லை என்று தெரிந்தது. மறுநாள் வாச்சர் வந்து 'அந்த கீரையெளவு வேண்டாம் கொச்சேமான், நேத்துள்ள செவல வெள்ளம் குடுக்கணும். நல்ல எரிவுண்டெங்கிலும் சாதனம் கொள்ளாம் கேட்டுதா?' என்றதைத்தான் புரிந்துகொள்ள முடியவில்லை.

நாலைந்து மாதம் கழிந்துதான் அப்பா வாச்சரின் பிரச்னையை ஊகித்தார். 'இது கொக்கிப்புழுவாக்கும் வாச்சறே... நல்ல குளிகை உண்டு. ரண்டெண்ணம் திந்நால் அப்பமே கடி தீரும்' என்று சொன்னபோது வாச்சர் 'அய்யோ பொன்னு உடையதே... அது வேண்டாம் கேட்டுதா? இப்பம் அஞ்சு இந்திரியத்திலயும் அக்கினி கெட்டு கெடக்கேன். வல்ல இக்கிளியும் சுகமும் மிச்சம் உண்டுன்னாக்க இப்ப இதாக்கும். இதுமில்லேன்னா இனி ஜீவிச்சிருக்க ஒரு காரணம் இல்ல பாத்துக்கிடுங்க' என்று சொல்லிவிட்டதாகவும் போத்தியிடம் அப்பா சொன்னார்.

கிராமத்தில் மருத்துவம் பலதிசைகளில் நடந்துவந்தது. எங்கும் எப்போதும் நிகழும் கைமருத்துவம். ஞானவர்த்தினி, விவேகவர்த்தினி. போதவர்த்தினி, பிரபோதவர்த்தினி ஆயுர்வேத வைத்தியசாலைகள். ஒரே குடும்பத்து பங்காளிகள் நடத்துவ தென்பதை பஸ்ஸில் போகிறவர்களே ஊகிக்கலாம். இரண்டுநாள் இங்கே இலவச மருந்து வாங்கிவிட்டு மூன்றாம்நாள் அங்கே போய் இவரைக் குறைசொன்னால் மேலும் நாலுநாள் இலவசமாக மருந்துவாங்கலாம், நோயும் போட்டி போட்டு கவனிக்கப்படும். 'நரம்புகளில் கரன்டு சக்தி! மதன குஸுமம குளிகை' என்ற தகர போர்டு வைக்கப்பட்ட போகர் சித்தவைத்தியநிலையம், போட்டியான கோரக்கர் சித்த வைத்தியநிலையம்...

ஆனால், எல்லாரும் நம்புவது அச்சுதன் கம்பவுண்டரின் 'இங்கிலீஷ் ஆஸ்பத்திரி'யைத்தான். அங்கேதான் ஊசி போடப்பட்டது. நெடுங்காலம் ஊசி உச்சகட்ட புகழுடனிருந்தமையால் கம்பவுண்டர் வீடும் வயல்களும் காரும் வாங்கி இங்கிலீஷும் பேச ஆரம்பித்தார். குலசேகரத்தில் மாட்டாஸுபத்திரி வந்து அங்கே பசுக்களுக்கு ஊசி போட்டு சினைபிடிக்கச் செய்யப்பட்டபோது யாரோ ஊசிபோட்டால் கர்ப்பமாகும் என்று கிளப்பிவிட்ட வதந்தியால் பெண்கள் ஊசி போடுவது அறவே நின்றது. 'ஒரு ஊசி போட்டா சீக்கிரம் காச்சல் எறங்கும்...' என்று கம்பவுண்டர் தயங்கியபடி சொன்னால் பெண்டிர் வெட்கித் தலைகுனிந்து 'வேண்டாம் டாக்டரே, அவ்வோ என்னமாம் சொல்லுவாக' என்பது வழக்கமாயிற்று. 'ஓ, இனியிந்த வயசு காலத்திலயில்லா நான் சினைப்பற்றப்போறேன். பசுக்குட்டி பொறந்தா வளப்போம். அல்லாம பின்ன? குத்துங்க லாக்கிட்டரே' என்று துணியும் ஆச்சிகள் சிலரே.

எங்கள் வீட்டில் மருந்து சீசனுக்கு வேறுபடும். நடவு களையெடுப்பு காலத்தில் சைபால் தேடிவரும் விதவிதமான சேற்றுப்புண் கால்கள். மழைக்காலத்தில் மூக்குச்சளி காய்ச்சலுடன் வருபவர்கள் அமிர்தாஞ் சனுக்குமேல் 'அண்ணாச்சிக்குளிகை' எனப்பட்ட அனாசினும் வாங்கி விழுங்கி 'இத்திரிப்போலம் கஞ்சிவெள்ளம் கிட்டினா கொள்ளாம்... ஏக்கமாட்டுல்லா வருவு' என்று அதையும் வாங்கிக் குடித்து உரப்புரையிலேயே ஓய்வும் எடுத்துச் செல்வார்கள். கள்ளுக்குச் சில்லறை தேறாதபோது சரி என்று அமிர்தாஞ்சன் தேடிவருபவர் களும் உண்டு.

'இதெல்லாம் தெற்று. ஒரு சிகிச்சைன்னா அதுக்கொரு விதியுண்டு. சும்மாவா எங்கள அல்லோப்பதீன்னு சொல்லுதாக?' என்றார் அச்சுதன் கம்பவுண்டர். 'டேய், நீ நாகர்கோயில் ஆஸ்பத்திரியிலே தூத்து தொடைச்சவன் தானே? எப்பம்டே நீ கம்பவுண்டர் ஆனே?' என்று என் அப்பா கேட்டபோது 'ஒரு நல்லது சொன்னா கேக்க நாட்டில ஆளில்ல' என்று கம்பவுண்டர் சைக்கிளைத் திருப்பிக் கொண்டார்.

அப்பாவின் சொந்தத்தில் எனக்கு மச்சினன் முறையான சோமன் பிள்ளை அண்ணன் எட்டாம் வகுப்பில் பலமுறை தோற்று அவரது அப்பாவுக்குப் பயந்து எங்கள் வீட்டுக்கு வந்து நாலைந்துநாள் நின்றபோது இந்த மருத்துவத்தின் நுட்பங்களைக் கற்றிருக்க வேண்டும். ஒருமாதம் கழித்து தகவல் வந்தது அவர் ஆறுகாணி மலைப்பகுதியில் சிகிச்சை செய்துவருவதாக. கைப்புண்ணியம் உள்ள டாக்டர் என்ற பெயர் சீக்கிரமே கிடைத்தது. 'சோமன் டாக்டர் வந்து ஒண்ணு நின்னு பாத்தாப்போரும் ரோகிக்க அப்பனுக்க அப்பனுக்கு என்ன ரோகமாக்கும் இருந்ததுன்னு எண்ணிச்

சொல்லிப்போடுவார்... படிப்புன்னா அப்டி ஒரு படிப்பு. அல்லோபதியாக்குமே' என்று ஊரில் பேச்சு.

'அறியாத்த மருந்துக்குப் போறதில்ல மாமியே. இந்த சைபால், அனாசின், டிஞ்சர் எல்லாம்தான் நமக்கும் அங்க மருந்து. ஆனா அமிர்தாஞ்சனுக்கு சமானமாட்டு ஒண்ணுமில்ல. காட்டு சனங்களுக்கு மருந்துன்னா அதை போட்டதும் என்னமாம் நடக்கணும்... இது விறுவிறுன்னு இருக்கும்லா?'

குடும்பக் கட்டுப்பாடு சிவப்பு முக்கோணத்துடன் உச்சகட்ட ஆவேசமாக முன்வைக்கப்பட்ட எழுபதுகளில் சோமன் அண்ணா நிறைய பணம் ஈட்டினார். கிராமச் சுகாதாரச் செவிலியரிடம் படிவங்களையும் நிரோத்களையும் வாங்கிக்கொண்டு மலையேறி அங்கே அவற்றை இருபத்தைந்து பைசா அல்லது ஒரு கிலோ மரச்சீனி அல்லது சீனிக்கிழங்குக்கு விற்றார். வாங்குபவர்கள் படிவத்தில் கைநாட்டும் போடவேண்டும். பத்து விரல்களாலும் போடலாம். எத்தனை நிரோத் கொண்டுபோனாலும் ஒரே நாளில் தீர்ந்துவிடும். சொல்லிவைத்து எதிர்பார்த்து தினம் விசாரிப்பவர்களும் உண்டு.

எப்போதுமே மழை பெய்யும் மலைப்பிராந்தியங்களில் ரூபாய் நோட்டை நனையாமல் வைத்துக்கொள்ள உதவும் சுருக்குப்பையாக அது பயன்பட்டது. மடியில் கட்டி வைக்கலாம். இடுப்பில் செருகலாம். சோமன் அண்ணா 'சர்க்கார் சஞ்சி' (பை) என்று சொல்லி அதை விற்றார். அது பட்டாளத்தில் பணம்வைக்க பயன் படுத்தப்படுவது என யாரோ சொல்ல அதற்கு பட்டாளம்சஞ்சி என்ற பெயரும் கிடைத்தது.

உள்ளூர் மருந்துகளுடன் அலோபதி மருந்துகளைக் கலக்கும் மருத்துவமுறையை சோமன் அண்ணா கண்டுபிடித்து வெற்றிகரமாக கையாண்டார். குருமிளகை நன்றாக இடித்து தூளாக்கி அமிர்தாஞ்சனுடன்கலந்தால் அதன் வீரியம் பலமடங்கு அதிகரிப்பதுடன் அதன் அளவும் இரட்டிப்பாகிறது. தேன்மெழுகை சைபாலுடன் சேர்க்கலாம். டிஞ்சருடன் சற்றே பொட்டாசியம் பர்மாங்கனைட் தண்ணீரை. உள்ளே கொடுக்கும் மருந்துகளுடன் அமிர்தாஞ்சனை சற்றே கலந்தால் நோயாளிக்கு வீரியம் மிக்க மருந்து உள்ளே சென்றிருக்கிறது என்ற நம்பிக்கை தொண்டைமுதலே உருவாகும்.

ஒருமுறை சோமன் அண்ணா மாட்டிக் கொண்டார். கேரளத்திலிருந்து வந்து மலையை வளைத்து வேட்டையும் மலைவிவசாயமும் செய்த 'காடன்' மாப்பிளைகளில் ஆகக் கொடூரமானவரான கொச்சு தொம்மன் என்பவரின் ஆட்கள் மலையிறங்கிவந்து சோமன் அண்ணாவை நள்ளிரவில் கதவைத்தட்டி எழுப்பி கைப்பிடியாகக் கூட்டிக்கொண்டு மலையேறிச் சென்றார்கள். எல்லார் கையிலும்

நாட்டுத் துப்பாக்கி. பெரிய மீசை. சூடுசாராய வீச்சம். கொச்சு தொம்மன் எட்டுபேரைக் கொன்றவன். அவனைக்கொல்ல எத்தனையோ பேர் அலைந்துகொண்டிருந்தார்கள். அண்ணா வழியெங்கும் நடுநடுங்கி ஏதேதோ சொல்லி அழ அவர்கள் மழையின் ஒலியில் அதைக் கேட்கவேயில்லை.

போய்ச்சேர்ந்த இடம் ஒரு காட்டுவீடு. அங்கே உள்ளறையில் கொச்சு தொம்மனின் நாலாவது இளம் மனைவிக்கு பிரசவ வலி. 'என்றே ஈசோயே எனிக்கு வய்யாயே' என்று கதறல். கப்படா மீசையும் கிருதாவும் இருநூறுகிலோ எடையுமாக கொச்சுதொம்மன் அண்ணாவின் கையைப் பிடித்துக்கொண்டு 'என்றே கண்மணியை ரெட்சிக்கூ டோக்டர் சாறே...' என்று விம்மினாராம். அண்ணாவுக்கு நாக்கு உள்ளே இறங்கிவிட்டது. கைகூப்பி கும்பிட்டு கண்ணீருடன் 'நான் டாக்டர் இல்லை' என்றாராம். கொச்சுதொம்மன் கோபமும் கண்ணீருமாக 'நீ ஏது நாயிண்டே மோன் ஆயாலும் ரெட்சிக்கடா பந்நி...' என்றானாம்.

வேறுவழியில்லாமல் உள்ளே போனார். நிற்க முடியாததனால் கர்ப்பிணி அருகே அமர்ந்தார். என்ன செய்வதென்று தெரிய வில்லை. குழந்தை எவ்வழியாக வெளியே வருமென்பதும் அத்தனை திட்டமாக தெரியவில்லை. 'என் கொன்னைக்குளங்கரை கண்டன் சாஸ்தாவே நீயே சரணம்' என்று மனதுக்குள் கூவியபடி பையைத் திறந்தால் கையில்பட்டது அமிர்தாஞ்சன். நன்றாகக் குழித்து அள்ளி எடுத்து வயிறெங்கும் விரிவாகத் தடவினார். நோயாளியிடம் 'எல்லாம் சரியாகும். தெய்வம் உண்டு' என்றார்.

மெல்ல வெளியே வந்தால் காவலுக்கு ஒரு தடியன் நிற்பதைக் கண்டார். சிறுநீர் கழிக்கவேண்டும் என்று சொல்லி ஒரு சிறு புதருக்குள் போய் அங்கிருந்து ஓட்டம் பிடித்தார். ஆனால் வழிதெரியாத காடு. முட்புதர்கள். உடனேயே பிடித்துவிட்டார்கள். இழுத்து கொச்சு தொம்மன் முன் கொண்டுவந்தால் அவன் கண்ணீர் விட்டபடி அவரை ஆரத்தழுவி நூறு ரூபாயும் ஒரு புதுவேட்டியும் பரிசாகக் கொடுத்ததாக சோமன்பிள்ளை அண்ணா சொன்னார். ஆண் குழந்தை!

'இந்த அமிர்தாஞ்சன் கைவசம் உள்ளப்போ இனி நான் ஆனைக்கும் பிரசவம் பாப்பேன் மாமி... அமிர்தாஞ்சன்னா அது கீரையிலேருந்து எடுக்கப்பட்ட அமிர்தம்லா? ச்சு ச்சு ச்சு... கேட்டீயளா கௌளி செலைக்குது... சத்தியம்...' சோமன் அண்ணா பின்னர் ஆலஞ்சோலையில் வீடுகட்டி கல்யாணம் பண்ணி பிரமுகர் ஆனார். மூத்த மகள் பெயர் அமிர்தாம்பிகை.

- பிப்ரவரி 3, 2012

22

வாழும் தமிழ்

க்க்காங்... ரீங்ங்ங்ங்..... பேரன்பிற்கும்... ஓக்கே... பேரன்பிற்கும், வணக்கத்திற்குமுரிய மீனாட்சிபுரம் நகர் வாழ் எனதருமை பொதுமக்களே, இங்கே இன்றைய தினம் இந்த அருமையான மாலை நேரத்திலே எங்கள் அருமைத்தலைவர் ஆருயிர் அண்ணன் பொறுப்பு எம்ஜியார் (கைதட்டல்) அவர்களின் அன்பான ஆணையினை ஏற்று இன்றைய தினம் இங்கே இந்த அருமையான மாலை நேரத்திலே அருமையானதொரு பொதுக்கூட்டத்தினைக் கூட்டி எங்கள் அருமைத்தலைவர் ஆருயிர் அண்ணன் பொறுப்பு எம்ஜியார் (கைதட்டல்) அவர்களின் கொடியினை ஏற்றும் பொருட்டு இன்றைய தினம் இங்கே கூடியுள்ள அருமைத்தலைவர் ஆருயிர் அண்ணன் பொறுப்பு எம்ஜியார் (கைதட்டல்) அவர்களின் அருமைத்தொண்டர்களே... (கைதட்டல்) மற்றும் இந்த மாலை நேர பொதுக்கூட்டத்தினை இன்றைய தினம் மிகவும் சிறப்பாக தலைமை தாங்கி எங்களை யெல்லாம் வழிநடத்திக்கொண்டிருக்கும் நகர தீத்தீமுக பொதுச் செயலாளரும் எங்களுக்கெல்லாம் அரசியல் கற்பித்து மிகச் சிறப்பாக நாட்டுக்கு நல்லது செய்ய வேண்டுமென்ற எண்ணத்தோடு இன்றையதினம் இங்கே இந்த மாலை நேரத்திலே இன்றையதினம் இங்கு கூடி சிறப்பானதொரு பொதுக்கூட்டத்தை தலைமை தாங்கி மிகவும் சிறப்பாக நடத்திக்கொண்டிருக்கும் ஆருயிர் அண்ணன் மாவீரன் அஞ்சாத சிங்கம் எத்தனை எதிர்ப்புகள் வந்தாலும்

அதையெல்லாம் எதிர்த்து நின்று வாகை சூடுகின்ற சிறப்பான தலைவராக இருந்து இன்றையதினம் இந்த மாலை நேரத்திலே அருமைத்தலைவர் ஆருயிர் அண்ணன் பொறுப்பு எம்ஜியார் (கைதட்டல்) அவர்களின் கொடியினை ஏற்றி வைத்து அருமையானதொரு தலைமையுரையினை மிகவும் சிறப்பாக ஆற்றிவிட்டு அமர்ந்திருக்கின்ற நகர தீத்தீமுக பொதுச்செயலாளர் ஆருயிர் அண்ணன் சைக்கிள்கடை கோலப்பன் அவர்களே...

மற்றும் இங்கே இன்றையதினம் அருமையானதொரு சிறப்புரையினை ஆற்ற வந்துள்ள தலைமைக் கழகப்பேச்சாளரும் கழகத்தின் கூர்வேலும் கேடயமும் ஆக திகழக்கூடிய அண்ணன் சீறும் சிங்கம், பாய்ந்து வரும் புலி, சிறைக்கஞ்சா சிங்கம் எத்தனை வழக்குகள் வந்தாலும் அவற்றையெல்லாம் வென்று புறங்கண்டு அருமைத்தலைவர் ஆருயிர் அண்ணன் பொறுப்பு எம்ஜியார் (கைதட்டல்) அவர்களின் கருத்துகளை இன்றையதினம் மிகவும் சிறப்பாக மக்கள் மத்தியிலே கொண்டு சென்று இன்றையதினம் மிகவும் சிறப்பாக செயல்பட்டுக்கொண்டிருக்கும் ஆருயிர் அண்ணன் தருவை தெய்வ சிகாமணி அவர்களே...

மற்றும் அருமையானதொரு முன்னிலையுரையினை ஆற்றிவிட்டு அமர்ந்திருக்கின்ற நகரதீத்தீமுக பொருளாளரும் எங்களையெல்லாம் இன்றையதினம் அரசியலிலே நல்லதொரு வழியைக் காட்டி இன்றையதினம் மக்களுக்கு நல்லது செய்து அவர்கள் துயரங்களுக்கு தீர்வுகண்டு அருமைத்தலைவர் ஆருயிர் அண்ணன் பொறுப்பு எம்ஜியார் (கைதட்டல்) அவர்கள் காட்டிய வழியினிலே இன்றையதினம் மிகவும் சிறப்பாகச் செயல்பட்டுக் கொண்டிருக்கின்ற ஆருயிர் அண்ணன் முன்னாள் நகர்மன்ற உறுப்பினர் எங்களுக்கு மேல்நிலைத்தொட்டி இன்றையதினம் இந்த அருமையான மாலை நேரத்திலே இங்கு கூடியிருக்கின்ற திரளாகக் கூடியிருக்கின்ற மக்கள் மத்தியிலே அருமையானதொரு முன்னிலை யுரையினை மிகவும் சிறப்பாக அண்ணார் அவர்கள் வழங்கிவிட்டு அமர்ந்திருக்கின்ற இந்த வேளையிலே அண்ணாரைப்பற்றி ஒன்றைச் சொல்ல ஆசைப்படுகின்றேன். அண்ணார் அவர்கள் எதிரிகளைக்கண்டு அஞ்சுபவரல்ல. எத்தனை பேர் வந்தாலும் எதிர்த்து நின்று அருமைத்தலைவர் ஆருயிர் அண்ணன் பொறுப்பு எம்ஜியார் (கைதட்டல்) அவர்களின் கொள்கை வழிநின்று இன்றையதினம் சிறப்பாகச் செயல்பட்டுக்கொண்டு வருகின்ற அண்ணார் இடலாக்குடி பாஷா அவர்களே...

மற்றும் மிகவும் சிறப்பாக இங்கே சிறப்பானதொரு பேருரையினை நிகழ்த்தவிருக்கின்ற எங்களுக்கெல்லாம் காவல் தெய்வமாக

விளங்குகின்ற மிகவும் சிறப்பாக இன்றையதினம் இந்த நாகர்கோயில் நகரத்திலே அருமைத்தலைவர் ஆருயிர் அண்ணன் பொறுப்பு எம்ஜியார் (கைதட்டல்) அவர்களின் கொடியினை ஏந்தி இந்த ஏழை மக்களுக்கு சிறப்பானதொரு வாழ்க்கையை அளிக்கும் பொருட்டு மிகவும் சிறப்பாக இன்றையதினம் செயல்பட்டுக் கொண்டிருக்கும் அருமை அண்ணன் நகர கழக இலக்கிய அணிச் செயலாளர் மேடையிலே வீசுகின்ற மெல்லிய பூங்காற்று மாற்றான் தோட்டத்து மல்லிகைக்கும் மணமுண்டு என்று பேரறிஞர் அண்ணா அவர்கள் சொல்லியதுபோல நேருக்கு நேராய் வரட்டும் நெஞ்சில் துணியிருந்தால் என்று புரட்சித்தலைவர் எம்ஜியார் (கைதட்டல்) பாடியதுபோல இன்றைக்கு மிகவும் சிறப்பான செயல்பட்டுக் கொண்டிருக்கின்ற அருமை அண்ணன் கறிக்கடை கோவிந்தன் அவர்களே...

இன்றையதினம் இந்த அருமையான மாலைநேரத்திலே மிகவும் சிறப்பானதொரு வரவேற்புரையினை ஆற்றிவிட்டு அமர்ந்திருக்கின்ற ஆருயிர் தம்பி அருமைத்தலைவர் ஆருயிர் அண்ணன் பொறுப்பு எம்ஜியார் (கைதட்டல்) அவர்களின் போர்வாள் எத்தனை இடிகள் வந்தாலும் கலங்காமல் இன்றையதினம் முன்னால் நின்று அருமைத் தலைவர் ஆருயிர் அண்ணன் பொறுப்பு எம்ஜியார் (கைதட்டல்) அவர்களின் கொடியினை ஏந்தி அஞ்சாமல் முன்னால் சென்று மாற்றார் புறமுதுகிட்டு ஓட வாகை சூடி இன்றைய தினம் மிகவும் சிறப்பாகச் செயல்பட்டுக்கொண்டிருக்கும் அருமைத்தம்பி ஜெராக்ஸ் செல்லப்பன் அவர்களே...

- பிப்ரவரி 5, 2008

23

ஆற்றூர்

சுந்தர ராமசாமியின் வீட்டிற்குச் சென்றபோது ராமசாமி ஒரு சிறு பரவசநிலையில் இருந்தார். 'என்ன சார்?' என்றேன். 'ஆற்றூர் ரவி வர்மா வந்திருக்கார்...' என்று சொன்னார்.

அவரது 'ஜே.ஜே. சிலகுறிப்புக'ளை மலையாளத்துக்கு மொழியாக்கம் செய்ய ஆற்றூர் முனைந்திருப்பதைப்பற்றி நான் அறிவேன். ஆற்றூர் ரவிவர்மா மலையாளத்தில் முக்கியமான கவிஞர் என்பதைக் கேள்விப்பட்டிருக்கிறேன். முன் அறைக்குள் மேஜையில் அமர்ந்து பெரிய ஊற்றுப்பேனாவால் கைப்பிரதியை திருத்திக் கொண்டிருந்தவரை நான் எட்டிப்பார்த்தேன். கரிய நிறம், உயரமில்லை. மெல்லிய உடல்வாகு. கரிய பட்டையான சதுரச் சட்டம் கொண்ட மூக்குக் கண்ணாடிக்கு வெளியே சிறிதே மூக்கு மிஞ்சியிருக்கும். பிரெஞ்சுதாடிதான் அவரது அடையாளம்.

'உள்ள வாங்க' என்று அழைத்த சுந்தர ராமசாமி '...இவர்தான் ஜெயமோகன், சொன்னேனே.'

ஆற்றூர் ரவிவர்மா 'ஹ-ஹ-ஹ-ஹ!' என்று சிரித்தார். அப்படி என்ன சொல்லியிருந்தார் என நான் பீதியுடன் சுந்தர ராமசாமியைப் பார்த்தேன். ஒருவரை வரவேற்பதற்கு ஆற்றூர் ரவிவர்மா எழுப்பும் ஒலி என்பதை பிறகுதான் புரிந்துகொண்டேன். அவ்வளவாக நெருக்கமில்லாதவர் என்றால் 'அ-அ-' என்ற ஒலி.

‘...ஜெயமோகன் தமிழிலே நல்ல பிடி உள்ளவர். சங்க இலக்கியம்லாம் நல்லா படிப்பார்...’ என்றார் சுந்தர ராமசாமி.

‘இரிக்யா’ என்று திரிச்சூர் மலையாளத்தில் ஆற்றூர் ரவிவர்மா என்னை அமரச்சொன்னார். நான் பிருஷ்டத்தை நாற்காலியில் வைத்ததுமே வேலையைத் தொடங்கிவிட்டார். ‘கற்பழிப்பு எந்நால் எந்தாணு?’ நான் சங்கடமாக சுந்தர ராமசாமியைப் பார்க்க அவர் புன்னகையுடன் ‘பேசிண்டிருங்கோ’ என்று நகர்ந்தார்.

நான் என்னால் முடிந்தவரை விளக்க முற்பட்டேன். பத்துநிமிடம் கழிந்துதான் ஆற்றூர் ரவிவர்மா மனதில் கற்பு - கறுப்பு இரண்டும் ஒன்றாக பதிந்திருப்பதைப் புரிந்துகொண்டேன். ‘ஆட்டே, ஈ கற்பு எவிடயா உண்டாவுக?’ என்ற கேள்வி மூலம்.

இதன்பின் சுந்தர ராமசாமியின் விசேஷமான சொல்லாட்சியின் பொருளைப் புரிந்துகொள்ள நாங்களிருவரும் சேர்ந்து முயன்றோம். ‘உழைப்பு இல்லாமல் கற்பழிப்பு இல்லை.’ கற்பழிப்பது என்பது கடுமையான உடலுழைப்பு உடைய செயல் என்றே சினிமாக்களில் மட்டும் அதைக் கண்டுவந்த நான் புரிந்துகொண்டிருந்தேன். வில்லனும் கடுமையாக மூச்சு வாங்குவாரே. இங்கே சுந்தர ராமசாமி இயற்கையைப்பற்றி ஏதோ சொல்கிறார் என்ற பொதுப்புரிதலை இருவரும் அடைந்தபோது ஆற்றூர் ரவிவர்மா களைத்து ‘இனி ஒரு இடவேள’ என்றார்.

ஆற்றூர் ரவிவர்மாக்கு ஒரு ரேசர் வாங்கவேண்டியிருந்தது. பிரெஞ்சுதாடியைப் பராமரிப்பதென்பது ஓர் அன்றாடவேலை. தினமும் வடிவம் மாறுவது அது. நாங்கள் இருவரும் சேர்ந்து நாகர்கோயில்-ஆசாரிப்பள்ளம் தெருவில் நடந்தோம். ‘சார், ஒரு நிமிஷம்! ‘என்றேன். ‘என்ன?’ என்று பதறினார். சாலையோரம் ஒரு பெரிய பெண்பன்றியின் பெரிய காதுகள் மட்டும் சாக்கடைக்கு வெளியே தெரிவதைக் காட்டினேன். தலைவி சாலையை வேவு பார்க்கிறது. இதோ படை சாலையைக் கடக்கப்போகிறது. ஆற்றூர் ரவிவர்மா சுவாரசியத்துடன் நின்றுவிட்டார்.

முலைகள் அலைபாய ஓடும் சாக்குமூட்டை போல பாட்டிப்பன்றி ஒன்று ‘ம்றக்’ என்ற ஒலி எழுப்பி சாலையைக் கடக்க கரிய சேறு தடம் போட பத்துப்பதினைந்து பன்றிகள் ஆடியாடி வால் சுழற்றி மறுபக்கம் பாய்ந்தன.

‘ஒரே ஒரு பன்னிக்குட்டி மட்டும் வித்தியாசமா ஏதாவது பண்ணும் சார்’ என்று நான் சொல்லி முடிப்பதற்குள் ஒரு குழவி ஆற்றூரை நோக்கி வந்து மூக்கை நிமிர்த்தி ‘ம்ம்ம்றே?’ (மலையாளத்தானா

ஓய்?) என்று கேட்டது. அதன் தாயார் 'ம்ம்ரீஈ... றக்!' (கழிச்சலிலே போறவனே, வாலே இந்தால) என்று அதட்ட துள்ளித் திரும்பி ஓடியது.

'கொள்ளாமல்லோ... இது எங்ஙினெ அறியும்?' என்றார் ஆற்றூர் ரவிவர்மா பிரமிப்புடன்.

'பன்னிக்கூட்டத்திலே எப்பவும் ஒரு ரிபல் உண்டு சார்!)' என்று சொல்லி பன்றிகளைப்பற்றிய என் ஞானத்தை பகிர்ந்து கொண்டேன்.

திரும்பும் வழியில் ஆற்றூர் ரவிவர்மா 'எழுதாறுண்டோ?' என்றார். அப்போது நிகழ் இதழில் 'படுகை' வந்திருந்தது. 'ஒண்ணு ரெண்டு கதை...' என்று தயங்கியபடி சொன்னேன்.

'எழுதணும். தான் எழுத்துகாரனாணு...' என்றார் ஆற்றூர் ரவிவர்மா - என் ஒரு வரியைக்கூட படித்திராமல். அது என் குருநாதனின் ஆசி. இன்றுவரை என் பேனா வற்றியதில்லை. எதை எழுதவும் ஒரு கணம்கூட தயங்கியதில்லை. அமர்ந்தால் எழுதவேண்டியது தான். கைமட்டுமே களைக்கும். ஆம், 'உப்புக்கும் பாடி புளிக்கும் ஒரு கவிதை ஒப்பிப்பவ'ளைவிட நான் ஒருபடி மேல்தான். அவ்வருடமே 'ரப்பர்' எழுதி அதை ஆற்றூர் ரவி வர்மாவுக்கும் ஸ்ரீதேவி வர்மாவுக்கும் சமர்ப்பணம் செய்தேன். என் முதல் நூல்.

தமிழ் ஆற்றூர் ரவிவர்மாவை போட்டுப் பாடாய்ப்படுத்தியது. அவரது முதல் சிக்கலே தமிழில் முதலெழுத்தைப் போடும் பழக்கம் தான். அது கேரளத்தில் இல்லை. 'ஆராணு சிசு செல்லப்பா?'

'சார்!' என்று அலறிவிட்டேன்.

'அவரு சிசு இல்லை. வயசு எழுபதுக்கும் மேலே. கேள்விப்பட்டா கொலையே செஞ்சிருவார்...'

ஆற்றூர் ரவிவர்மா சுந்தரராமசாமியையே சொல்லக் கஷ்டப் படுவார். அதிலுள்ள ரரா அவருக்கு வராது. ஆனால் அஞ்சி பின்வாங்குபவரல்ல. மூச்சுபிடித்து சுந்த-ரரா-மசாமி என்று சற்றே ஜப்பானியச் சாயலுடன் சொல்லிவிடுவார். தமிழ் எழுத்தாளர்களை அவரது பேச்சில் அடையாளம் காண்பது கொஞ்சம் கஷ்டம். கூலிங் கிளாஸ் மாட்டி, தொப்பி வைத்து, கன்னத்தில் மரு ஒட்டி கறுப்புப் பல்லுடன் தென்படுவார்கள். 'வவே' சுப்ரமணிய அய்யர், 'குப' ராஜகோபாலன், 'தீ' ஜானகிராமன் 'நீலா' பத்மநாபன்...

எத்தனை தடைகள்! நள்ளிரவில் ஃபோன் போட்டு தெரியாத வார்த்தைகளை எழுதி வைத்துக் கேட்பார். திறன்? ஓ, திறக்குந்நவன்

அல்ல அல்லே? சரி, அடுத்தது, 'ஒட்டிக்' எந்நால் எந்து அர்த்தம்?' எனக்கு ஒன்றும் புரியவில்லை. 'சார் 'பத்திக்' தானே? மெழுகுவச்சு சேலைகளிலே படம் வரைவாங்களே அது?'

'அது எனிக்கு அறியும். இது ஒட்டிக்.'

'அப்படி ஒரு சொல்லே தமிழில் இல்லை' என்றேன்.

'இருக்கிறதே' என்றார்.

சரி அந்த வரியை முழுதாகப் படியுங்கள் என்று கேட்டுக் கொண்டேன். 'கையில் - ஒட்டிக் - கொண்டது' என்று வாசித்தார். நான் விளக்கியதும் 'அதுசரி இதினே ஞான் நாலு மணிக்கூர் நேரமாய் டிக்ஷனரியில் தேடியல்லோ' என்றார்.

ஒற்றெழுத்து மிகுதலை அவருக்குப் புரியவைக்க என் எளிய மொழித்திறனால் இயலவேயில்லை - கடைசிவரை. 'நல்லக்க்க் குழந்தை!' 'அடித்துக்க்க்க் கொலை!' தான்.

அதைவிடச் சிக்கல் உச்சரிப்புக்கும் எழுத்துக்குமான உறவு. அவர் மூச்சுப்பிடித்து உரக்கப் படிப்பார், 'ச்சூரியன்!' நான் திருத்துவேன் 'சார் அதை ஸூரியன்னு சொல்லணும்.'

உடனே 'ஸற்றே ஸாய்வான ஸூழல் நாற்காலியில்...'

நான் 'சார்! சார்!' என்றேன்.

மூக்குக் கண்ணாடியை தூக்கிவிட்டு 'எந்தா?' என்றார். அப்படியில்லை. ஏன் அப்படி இல்லை என்று சொல்ல முடியாமல் நான் ஸற்றே ஸாய்ந்து கறுப்பு டீ குடிக்கத் தலைப்பட்டேன். இதிலே நக்குலன் என்று ஸொல்லக்கூடாது நஹூலன் என்று சொல்ல வேண்டும் என்றெல்லாம் ஜொள்ளி எனக்கே மொத்தமாகக் குழப்பமாகிப்போய்விட்டது.

தமிழாய்வாளர்களை அவரால் நெருங்கவே முடியவில்லை. இவ்வளவுக்கும் அவர் ஒரு தூய்மைவாதி, கச்சிதவாதி. அவ்வகை தீவிரங்கள்மேல் அவருக்கு மோகம் உண்டு. தீவிரங்களுக்கு வாழ்க்கையில் பொருளே இல்லை, ஆனால் தீவிரம் இல்லையேல் வாழ்க்கையே இல்லை என்பது அவரது கோட்பாடு. ஞானி சாதிப் பெயர் எழுதமாட்டார். ஆகவே அவரை ஆற்றூர் ரவி என்றுதான் சொல்வார். 'அதெப்படி நம்ம வீட்டு நாய் வாலை பக்கத்து வீட்டுக்காரன் கட் பண்ணலாம்?' என்று சுந்தர ராமசாமி சினந்தார்.

'இரிக்கட்டே...' என்று ஆற்றூர் ரவிவர்மா சமாதானமடைந்தார். தமிழர்கள் சாதிகளைப்பற்றியும் பாலுறவு பற்றியும்

பேசமாட்டார்கள், ராப்பகலாக நினைத்துக்கொண்டிருப்பார்கள் என்று நான் அவருக்கு விளக்கினேன். ஞானியிடம் பொற்றேக்காட் என்பது சாதிப்பெயர் என்று சொல்லி அவர் 'எஸ்.கெ.' என்று மட்டுமே சொல்லலானார்.

வட்டார வழக்கு ஆற்றூரை விழி பிதுங்க வைத்தது. கேரளத்தில் உரைமொழிக்கும் வரைமொழிக்கும் இடையே இவ்வளவு பெரிய அகழி இல்லை. உரைமொழிகளுக்கு இடையேயும் இத்தனை பெரிய பிளவுகள் கிடையாது. 'ன்னா நன்சுக்னு கீறே நைனா? பட்டா, உட்டு ஆட்டிருவேன். ஒத துண்ணப்போற அக்காங். ஏய், ஸொம்மா டின்னு கட்ருவேன்... ன்னா மொறக்றே? நம்ம கைல வச்சுக்காதே... ன்னா?' போன்ற வசனங்களை பொறுமையாக வாசித்து ஒருமுறை மலையாள எழுத்தில் எழுதி மந்திரம்போல சொல்லிப் படிக்கும் ஆற்றூரைக் காண பரிதாபமாக இருக்கும்.

ஆனால் சளைக்காமல் எல்லாரையும் வாசித்துவிடுவார். மலையாளப் பேராசிரியராக இருந்து ஓய்வு பெற்ற பிறகுதான் ஆற்றூர் ரவிவர்மா தமிழ் ஆனா ஆவன்னா (எதுக்கு தமிழ் எழுத்துகளை ஆனையில் தொடங்கணும்? ஆனை கணபதியானதினாலேயா?) சிலேட்டில் எழுதிக் கற்றுக்கொண்டார். பதினைந்து வருடங்களுக்குள் மொழிபெயர்ப்புக்கு கேந்திர சாகித்ய அகாதமி விருது பெற்றார். பக்தி காலகட்ட கவிதைகளையும் புதுக்கவிதைகளையும் இருபெரும் தொகைகளாகக் கொண்டுவந்து தமிழைப்பற்றிய மலையாளக் கண்ணோட்டத்தையே மாற்றியமைத்தார்.

ஆற்றூர் ரவிவர்மாவின் வாழ்க்கையில் இருபது சதவீதம் நேரம் பிரம்மனால் கண்ணாடியை தேடுவதற்காக ஒதுக்கப்பட்டிருக்கிறது. எங்கும் இருக்க வாய்ப்புள்ளது அது. ஒருமுறை நான் அவர் வீட்டை நெருங்கும்போது முன்முற்றத்து மாமரத்துக் கிளைமேல் இருந்தது. அதை கையில் எடுத்தபடி கதவை தட்டினேன். திறந்து கண்ணாடியை கொடுத்ததும் 'ஹ-ஹ-ஹ' என்று சாதாரணமாக அதை வாங்கிக்கொண்டார். கைமறதியாக எனக்கு தபாலில் அனுப்பிவிட்டதாக நினைத்துக்கொண்டாரோ என்னவோ.

ஆற்றூர் ரவிவர்மாவை எல்லாரும் சிரித்த முகத்துடன்தான் அறிந்திருக்கிறார்கள். எப்போதும் அச்சிரிப்பு அவர் வீட்டுக்குள் கேட்டுக்கொண்டிருக்கும். எல்லா புகைப்படங்களிலும் வெடிச்சிரிப்புடனேயே பதிவாகியிருக்கிறார். சிந்திப்பதுபோன்ற ஒரு படத்துக்காக மாத்ருபூமி புகைப்படக்காரர் அவரிடம் பலவகையான சோகச்செய்திகளை சொல்லிப்பார்த்ததாகவும் அவற்றில் உள்ள வேடிக்கைகளைக் கண்டெடுத்து அவர் 'பொட்டிச்

சிரித்ததாகவும்' சொல்லப்படுகிறது. கடைசியில் சோகமாக ஆற்றூர் இருக்கும் அந்தப் புகைப்படம் ஏதோ கம்ப்யூட்டர் மோசடி என்று அவரை அறிந்தவர்கள் நினைக்க நேர்ந்தது. அதை எடுத்தபோது நிருபர் அவரே எழுதிய ஒரு கவிதையை வாசித்தாராம்.

ஆனால், இளம் வயதில் ஆற்றூர் ரவிவர்மா ஒரு அனல் பறக்கும் புரட்சியாளராக இருந்திருக்கிறார். பிளவுபடாத கம்யூனிஸ்டுக் கட்சியின் வெடிகுண்டு அணி. அவரது தலைக்கு திருவிதாங்கூர் அரசு விலை வைத்திருக்கிறது. சென்னை ராஜதானிக்குத் தப்பி அங்கேதான் மலையாளம் ஆனர்ஸ் முடித்தார். நக்சலைட் புரட்சி யாளர்களுடன் உறவுகொண்டு பணியாற்றியிருக்கிறார். எல்லாம் முடிந்து பிறகு வந்தது அந்த வெடிச்சிரிப்பு. அப்போதுதான் காதல் கல்யாணம். புரட்சிவாதி காதலித்துக் கல்யாணம் செய்யவேண்டு மென்றுதானே வங்க நாவல்கள் அறைகூவுகின்றன. காதல் கடிதத்தை கவிதைமயமாக எழுதியாகிவிட்டது. பார்த்தால் 'சாய்ஸே' இல்லை. ஊரில் ஒரே ஒரு பெண்ணுக்குத்தான் எழுதப்படிக்கத் தெரியும். அதிருஷ்டவசமாக அவளுக்குக் கல்யாணம் ஆகியிருக்கவில்லை. கோயிலுக்கு வந்த ஸ்ரீதேவி வாரியரை நிறுத்தி கடிதம் கொடுக்க காதல் கைகூடி திருமணம்.

ஆனால் அம்மையார் கடிதத்தை படிக்கவேயில்லை. ஆற்றூரின் கையெழுத்து அப்படிப்பட்டது. அப்படியானால் காதல் எப்படி தெரியவந்தது? இதென்ன அசட்டுச் சந்தேகம்? ஊரிலே ஒரு பையன் பெண்ணுக்கு கடிதத்தை வேறு எதற்காகக் கொடுப்பான்? பின்னர் அம்மணி ஆற்றூரின் பிரதம வாசகியாக விளங்கினார் என்பது கையெழுத்து பழகியதனால் அல்ல, அவர் வாசித்துக் கேட்கவைத்ததனால்தான்.

ஆற்றூர் வேகமாக எழுதுபவரல்ல. ஒருநாள் இரண்டுவரி எழுதினால் அபூர்வம். அதை மீண்டும் மீண்டும் சொல்லியபடி கைகை ஆட்டிக்கொண்டு வீட்டுக்குள் நடப்பார். சேப்பக்கிழங்கு வறுவல் தின்றவரைப்போல அவஸ்தைப்படுவார். எழுதி முடித்ததும் வனமிருகங்கள் எலும்பை புதைத்துப்போடுவதுபோல புத்தகங்களில் எங்காவது குழிதோண்டி புதைப்பார். ஆறுமாதம் வரை ஆகும் பதம் வருவதற்கு. பத்திரிகைகளில் இருந்து கட்டாயப் படுத்திக் கேட்டால் புத்தகங்களைத் திறந்து தேடினால் கவிதை அகப்படும். அது அனேகமாக ஓண மலர்களில். ஆகவே அவருக்கு 'சீசன்' கவிஞர் என்று பெயருண்டு. கவிதை சீசனில் அவரது முகம்சிவந்து காதருகே மதஜலம் வடியும் என்ற கூற்று பொய், நான் பார்த்தது இல்லை.

மேடைகளில் ஆறரை வரிக்குமேல் பேசமாட்டார். ஆனால் அந்தக் கூட்டத்திலேயே நினைவில் நிற்கும் வரி அவர் சொன்னதாகவே இருக்கும். வகுப்புகளில் ரத்தினச்சுருக்கமாக பேசுவார் என்கிறார்கள். ஒரு சிறு குரல் பிரச்னை நாற்பதுவயதில் வந்ததனால் குரல் உடைந்திருக்கும். பையன்கள் செல்லமாக கிளிவர்மா என்பார்கள். ஆனால், அவரது வகுப்புகள் எப்போதும் மாணவர்களாலும் ஆர்வலர்களாலும் நிறைந்து வழியும். ஓய்வுபெற்ற பின்னும் இன்று வரை தனியார் கல்லூரிகளின் நட்சத்திர ஆசிரியராக இருக்கிறார். கற்பிக்காமல் அவராலும் இருக்க முடியாது.

'பாடம் படிப்பிக்க ஆயிரம்பேர் உண்டு. சார் மட்டும்தான் புதிதாக ஏதாவது சொல்ல முடியும்' என்றான் அவரது இளம் மாணவன். ஒவ்வொரு வகுப்புக்கும் விரிவாகப் படித்து குறிப்புகள் எடுப்பார் ஆற்றூர் ரவிவர்மா. கச்சிதமான சிறு சொற்றொடர்களை மாணவர் மனதில் விதைத்து சிந்தனை பாரத்துடன் எழுந்துசெல்ல வைப்பார். இன்று அவரது மாணவர்களில் மூன்றாம் தலைமுறை மலையாள சிந்தனைத்தளத்தில் வேர் பரப்பி எழுந்திருக்கிறது. அவர் கேரள இலக்கியத்தில் ஒரு வலுவான, நுட்பமான மையம்.

எவரையும் விமரிசனம் செய்வதில்லை ஆற்றூர். யாரையுமே வெறுப்பதில்லை. எல்லா மனிதர்களுக்கும் பிரியமானவர். அவர் நடை சென்றால் ஆயிரம் வணக்கங்கள். லௌகீக உசாவல்கள். ஆனால் அவர் வாழ்வது வேறு ஓர் உலகில். அவரைப்பற்றி ஒரு புகழ்பெற்ற கதை உண்டு. அவரது புகழ்பெற்ற மாணவர் கல்பற்றா நாராயணன் சொன்னது: ஆற்றூர் ரவிவர்மா தலைசேரி கல்லூரியில் வேலை பார்த்த காலம். கையில் ஒரு பையுடன் மறுகையால் பஸ்ஸின் மேல்கம்பியை பிடித்தபடி ஆடியாடி நிற்கிறார். மனதில் கவிதைச் சிந்தனை. கண்டக்டர் வந்து 'டிக்கெட் டிக்கெட்' என்ற போது மேலே கம்பியை மோவாயால் சுட்டி 'இதைக் கொஞ்சம் பிடி... பையிலிருந்து பணமெடுத்து தருகிறேன்' என்று சொன்னாராம்.

- மே 30, 2016

24

'சார் பெரிய ரைட்டர்!'

பொதுவாக என்னை யாரிடமும் எழுத்தாளர் என்று அறிமுகம் செய்துகொள்ள விரும்புவதில்லை. நண்பர்களிடமும் என்னை அப்படி அறிமுகம் செய்யலாகாது என சொல்லியிருப்பேன். அனுபவ அமைதி. சமீபத்தில்கூட ஒருவர் பேருந்தில் பார்த்து 'சார்!' என்றார். நானும் 'சார்?' என்றேன்.

'நான் அருணாச்சலம் சார்... எல்லைஸியிலே இருக்கேன்.'

'நான் பீயெஸ்ஸென்னெல்லிலே.'

'ஓகே சார்' என்று போனார். அப்பாடா என்று மூச்சுவிட்டேன்.

ஆனாலும் சில நண்பர்களுக்குத் தாங்காது. தன் வட்டத்தில் இப்படி ஒரு விசித்திர உயிர் இருப்பதை பிற நண்பர்களுக்குச் சொல்லும் பெருமையை ஏன் இழக்கவேண்டும்? 'சார் பெரிய ரைட்டர்!' என்று நம் பக்கம் கைகாட்டி சொன்னார் முன்பு ஒரு நண்பர்.

'அப்டியா சந்தோஷம். எந்த ஸ்டேஷனிலே சார்?' என்றார் கனத்த தொப்பையும் காக்கைச் சிறகு மீசையும் கொண்ட அவர்.

நான் 'போலீஸ்லே இல்ல சார்' என்றேன்.

'அதானே பாத்தேன். சாரைப் பாத்தா அந்த லுக் இல்ல பாத்துக்கிடுங்க... டாக்குமென்ட் ரைட்டரா?'

‘இல்லீங்க… நான் பியெஸ்ஸென்னெல்லிலே…’ என்றேன்.

அவர் சற்றே குழம்பி ‘அப்டியா? அங்கயும் அப்டி கேடர் உண்டா சார்?’ என்றார்.

‘ஆமாம்’ என்று சொல்லி விடுபட்டேன்.

ஆனால் நண்பர் உற்சாகமாக நடுவே புகுந்து ‘அதில்லை பாஸ். சார் பெரிய எழுத்தாளர். நாவல் சிறுகதை எல்லாம் எழுதியிருக்கார்…’ ஆவேசமாக குரலை தூக்கி ‘ஸ்டோரி புக்ஸ் சார்!’ என்றார்.

‘அப்டியா?’ என்று அவர் உற்சாகமடைந்து ‘நான்லாம் காலேஜிலே படிக்கிறப்ப நெறைய புக்ஸ் படிப்பேன் சார். ஸ்டோரீஸ்… ரொம்ப திரில்லா இருக்கும். காமாட்சி நாதன்னு ஒரு பிள்ளைமார் வீட்டுப் பையன். இப்ப எங்கியோ வாத்தியாரா இருக்கான். அவன் நெறைய ஸ்டோரி புக்ஸ் கொண்டுவருவான். ஹாஸ்டலிலே ஸ்டோரி புக்ஸ் படிக்கிற விசயம் தெரிஞ்சாக்க தோல உரிச்சு போடுவாங்க. பாதிரிமார் நடத்துற காலேஜ் பாத்துக்கிடுங்க… ஆனா அவன் ஆளு ஆரு ஐட்டம்? பிள்ளமார்லா? சும்மா வேட்டிக்குள்ள வச்சு கொண்டாந்திருவான். நாலஞ்சு பயக்களாட்டு அப்டியே முந்திரிக்காட்டுக்குள்ள போயி ஒக்காந்து நெருக்கியடிச்சிட்டு எட்டிப்பாத்து படிப்போம்… அது ஒருகாலம். அப்பம் ஒண்ணும் தெரியாதுல்லா…?’

என்னால் நிற்க முடியவில்லை. தாகமோ தலைசுழற்சியோ எதுவோ வந்தது. ‘… இது வேற மாதிரி புக்ஸ் சார்…’ என்று சொன்னபோது நா வறண்டிருப்பதை உணர்ந்தேன்.

‘ஆமாமா… இப்பல்லாம் ஸ்டோரி புக்ஸ் வேற மாதிரி வருது சார். அன்னைக்கு என்ன, சும்மா ஆறணா, எட்டணாவுக்கு தந்தி பேப்பர் தாளிலே போட்டிருப்பான்… படம்லாம் ஒருமாதிரி பொகையடிச் சுத்தான் இருக்கும். இப்பம் எல்லாம் ஆப்செட்டுல்லா?’

தமிழ்நாட்டில் பொதுவாக எழும் கேள்வி ‘என்ன குடுப்பான்?’ என்பது. முன்பெல்லாம் நான் இலக்கியம் என்ற பயன் கருதா பொதுநலச் செயல்பாட்டை விளக்க முயல்வேன். பணம் ஏதும் கிடைப்பதில்லை என்றதுமே ஆர்வம் போய்விடும். பிறகு துணிந்து சாத்த ஆரம்பித்தேன் ‘…என்ன சார் குடுக்கான்? சும்மா… ஒரு பீஸுக்கு மிஞ்சிப் போனா பத்தாயிரம்… என்ன செய்ய? செரி போனாப்போவுது… என்ன?’

கேட்டவர் கண்களில் வரும் பகீரிடலும் ஒளிமங்கலும் என்னை உள்ளூரக் கூத்தாட வைக்கும்.

தருமபுரியில் ஒரு நண்பர் நான் தொகையைச் சொன்னதும் அதிர்ந்தார். நா அசையவில்லை. பின்னர் ரீங்காரமாக 'அவ்வளவு குடுப்பானா சார்?' என்றார்.

'களவாணிக சார்... பெரிய ரைட்டர்னாக்க அம்பதாயிரம் லெச்சம்னு குடுக்கானுக... நம்மள ஏமாத்துறானுக.'

அவர் 'நானும் சின்னவயசிலே எளுதியிருக்கேன் சார்' என்றார். 'இப்பல்லாம் ஏதுசார் நேரம்? எளவு இந்த வேல ஆள விடுதா?' சந்தேகமாக பார்த்து 'ஆனா அப்பல்லாம் அஞ்சு ரூபாதான் குடுத்தான் சார்.'

'எப்ப?' என்றேன்.

'ஒரு பதினஞ்சு வருசம் முன்ன...'

என்னால் நிதானிக்க முடியவில்லை 'எந்த பத்திரிகையிலே சார்?'

'தினத்தந்திதான் சார்... ஆனா நாம படம் வரைஞ்சு அனுப்ப வேண்டாம். அவனே வரைஞ்சுக்கிடுவான்.'

'எப்டி சார் எழுதுவீங்க?'

'அது ஒண்ணுமில்ல சார். நம்ம அண்ணனுக்கு பழைய பேப்பர் ஏவாரம். அதில வாற கதைகளை பாத்து அப்டியே போஸ்டு கார்டிலே எளுதி அனுப்பிர வேண்டியதுதான்...'

அவர் சொன்னது தந்தி வெளியிடும் 'சிரிப்பு!!!' துணுக்குகளைப் பற்றி.

இங்கே பெரும்பாலானவர்கள் கதை என்பதே காதல் என்ற கற்பனையில் இருப்பதை உணரலாம். 'அப்டியா சார்? ரொம்ப சந்தோஷம்... கதையெல்லாம் எங்க சார் படிக்கிறது? கதையிலே எல்லாத்தயும் ஏத்தி அடிச்சு எழுதிடறது. ஒருத்திய கட்டி ஒரு பிள்ளையும் ஆகி பிக்கலும் பிடுங்கலுமாட்டு கெடந்து அல்லாடுறப் பல்லா உள்ளது தெரியுது... எல்லாம் வேஸ்டு சார்' என்று சொல்லி 'சார் எங்க வேல பாக்குறீக?'

'பீயெஸ்ஸென்னெல்லிலே...'

'அப்டியா? என்ன செய்றிய?'

'கிளார்க்கு சார்.'

'அதுசெரி... நம்ம பய ஒருத்தன் அங்கிண டிவிசனல் எஞ்சீனியரோ என்னமாட்டோ வேல பாக்கானே...'

அதன் பின் டிவிஷனல் இன்ஜினியரின் தோழர் நமக்கு வாழ்க்கையை உபதேசம் செய்ய ஆரம்பிக்கிறார் '... எல்லாம் சும்மா சார். பணமிருக்கா எல்லாம் உண்டு... இல்லேன்னா ஒண்ணுமில்ல. சொல்லுதேன்னு தப்பா நெனைக்காதீய...'

அதிகாரிகள் மற்றும் பெரிய மனிதர்கள் தங்களுக்கு எதையும் தெரியாது என்று சொல்லிக் கொள்வதில்லை. அவர்கள் எழுத்தாளனை வழிநடத்தும் பொறுப்பில் இருக்கிறார்கள். ஆகவே, உடனே உட்காரச் சொல்லிவிடுகிறார்கள். அரைமணிநேரம் அவர்கள் ஃபைல்களைப் பார்க்க குளிர் சாதன அறைக்குள் நான் நாடி ஒடுங்கி நா தளர்ந்து கண்ணாடித் தாளைடைக் குமிழுக்குள் ஒளியைப் பார்த்தபடி ஒடுங்கி இருப்பேன். மூடிவிட்டு நிமிர்ந்து கண்ணாடியை கழற்றிவிட்டு ஒரு புன்னகை. 'ஸோ... யூ ஆர் எ ரைட்டர். குட்...' (எழுத்தாளனிடம் ஆங்கிலத்தில் பேசவேண்டும்).

'பொதுவா நான் யாரையும் இதுமாதிரி முன்னாடி உக்கார வைக்கிறது இல்ல. ஆனா நீங்க ரைட்டர்னு சொல்றீங்க... ரைட்டர்ஸெல்லாம் நாட்டு நலனுக்காக எழுதணும். இப்ப நான் படிக்கிறதில்லை. ஸீ, பொறுப்பு அதிகம். ஆக்சுவலி, நேரமே இல்ல. சின்ன வயசிலே நெறைய படிச்சிருக்கேன்... ஆர்க்கே நாராயணன்னு ஒருத்தர் மால்குடி சுபான்னு ஒரு நாவல் எழுதியிருக்கார். குட் வர்க். இப்ப இருக்காரா?'

'இல்ல சார். போயிட்டார்.'

'நைஸ். அப்றம்...' சிந்தனை பறக்க சுழல் நாற்காலியில் மல்லாந்து '...எ லாட் ஆஃப் புக்ஸ் யூ நோ... பெர்னாட் ஷான்னு ஒருத்தர். நாடகம்லாம் எழுதியிருக்கார். பிரிட்டிஷ் மேன்...'

'அவரும் போயிட்டார் சார்...'

'நைஸ்' சட்டென்று தீவிரமடைந்து '...குட். வாட் கென் ஐ டு ஃபர் யூ?'

பெரிய மனிதர்களை நான் மிகமிகக் குறைவாகவே சந்தித்திருக்கிறேன். பயம் காரணமாக தவிர்த்துவிடுவேன். ஆனால் பொது நிகழ்ச்சிகளில் மாட்டிக்கொள்வதுண்டு. அடிப்பொடியோ அமைப்பாளரோ குனிந்து பணிந்து குழைந்து நெளிந்து கும்பிட்டு சிரித்து '...இவரு ஜெயமோகன். நெறைய எழுதறாரு...'

பெரிய மனிதர் அழகாகப் புன்னகைசெய்து 'அப்டியா. நல்லது. நல்லா எழுதுங்க... சிறப்பா செய்யுங்க' என்று கைகூப்பி சென்று விட்டால் தப்பித்தேன். அவருக்கு தானொரு அறிவுஜீவி என்ற

எண்ணம் இருந்தால் நின்று மேலும் ஒரு புன்னகையுடன் 'இப்ப என்ன எழுதறீங்க?'

'விஷ்ணுபுரம்னு ஒரு நாவல்...'

அதைக் காதில் வாங்காமல் கைக்கடிகாரத்தைப் பார்த்துவிட்டு '... எழுதறப்ப நம்ம ஆத்மா அதில இருக்கணும். இப்ப திருக்குறளைப் பாருங்க. கொக்கொக்க கூம்பும் பருவத்துண்ணு சொல்றார். அதில ஆழமான கருத்து இருக்கு. யாவர்க்குமாம் இறைவர்க்கொரு பச்சிலைன்னு திருமூலர் சொன்னாப்ல நாமதான் எல்லாத்தையும் நுட்பமா பாத்து எழுதணும். நம்ம சைவத்திலே எவ்ளவோ இருக்கு. இப்ப யாரும் அந்தளவுக்கு பாத்து எழுதறதில்லை. அருணை வடிவேலு மொதலி எங்க அப்பாவைப் பாக்க வருவார். பாவம் கஷ்டப்பட்டவர். அப்பா அஞ்சோ, பத்தோ கொடுத்து அனுப்புவார். அவரு எழுதின சைவசித்தாந்த புஸ்தகத்தை படிச்சிருக்கிறீகளா?'

'இல்லீங்க.'

'படிக்கணும். படிச்சாத்தான் புத்தி தெளியும். புத்தி தெளிஞ்சா சித்தி.'

அடிபொடி, அமைப்பாளர், சூழ நிற்போர் அனைவரும் மெய்ஞானம் கேட்ட பெரும் பரவசத்தைக் காட்ட பெரிய மனிதர் தன்னடக்கமாகப் புன்னகை செய்து 'அப்ப பாப்போம். எப்பவாவது வாங்க பேசுவோம்... பேச நெறைய விஷயமிருக்கு... பேசப் பேசத்தான் ஈசன்...'

மீண்டும் பரவச அலை. 'சிவஞானம், அய்யா ஃபோன் நம்பரை வாங்கிக்கோ' அவர் முன்னகர பலர் என்னை 'பரவாயில்லியே இவன்' என்று நோக்க ஒருவர் 'உக்காருங்க சார். 'என்று உபசரித்து 'இப்பதான் வாறேளா?' என்றார்.

சினிமாவுக்குப்போன பிறகு இன்னும் சிக்கல். 'சார்தான் பாலாவோட 'நான் கடவுள்' சினிமாவுக்கு எழுதறார்... தெரியும்ல?' என்றால் உடனே ஏழெட்டு தலைகள் திரும்பிப் பார்க்கும். அப்பால் நின்று பல்லை நோண்டுபவரும் குச்சியை எறிந்துவிட்டு திரும்பிப் பார்ப்பார். ஏழெட்டுப் பேர் கண்களில் சிறு மின்னல்கள். அறிமுகப் படுத்தப்பட்ட நடுவயது வெள்ளைச்சட்டைக்காரர் ஆர்வமாக 'யாரு சார் ஹீரோ?'

'ஆரியா.'

'நல்ல பையன். இப்பக்கூட கஜினின்னு ஒரு படம் வந்ததே?'

'அது சூரியா. இது ஆரியா.'

உடனே ஒருவர் புகுந்து ‘அறிந்தும் அறியாமலும்’ படத்தில வில்லனா வருவாரே.’

இன்னொருவர் ‘அதுக்குப் பிறகு மூணுபடம் வந்தாச்சு. பட்டியல், வட்டாரம், ஓரம்போ...’

‘அய்யர்ரு வீட்டு பையனா? நார்த் இண்டியன் மாதிரி இருக்கானே?’

‘மலையாளத்தான். ஜம்ஷத்துன்னு பேரு...’

வெள்ளைச்சட்டை ஒளி பெற்று ‘ஆமா... தீப்பிடிக்கத் தீப்பிடிக் கன்னு ஒரு பாட்டுக்கு ஆடுவானே... என்ன சார் பாட்டு அதெல்லாம்? வைக்கப்படாத எடத்தில கைய வைச்சிட்டு அப்டி ஆட்டியாட்டி ஆடுறான்...’

‘தெரியல்ல சார்... அந்தப் படம் நான் பாக்கல்லை.’

‘டிவியிலே போடுறானே அடிக்கடி...’ திருப்தியுடன் ‘அவன் ஆளு எப்டி சார்?’

‘ரொம்ப நல்ல மாதிரி.’

‘அப்டியா? இந்த நடிகனுங்கள்லாம் ஒருமாதிரின்னு சொல்லுறாங்களே.’

‘அதெல்லாம் இல்ல சார். இவரு ரொம்ப நல்ல டைப்.’

‘இப்ப நாங்கள்லாம் பாக்க வந்தா மதிப்பாரா சார்? அந்த டேன்ஸில அவரோட எக்ஸ்பிரஷன்ஸ் ஆக்சுவலா பாத்தா அருமையா இருக்கும்... ஹீரோயின் யாரு சார்?’.

‘பூஜா.’

‘அவளா? சிங்களத்துக்காரி இல்ல? அவதானே ஆரியாகூட லவ்வுன்னு சொன்னாங்க?’

‘அது தெரியல்ல சார்.’

‘அவட்டே நீங்க பேசியிருக்கீங்களா சார்? அவ நம்மளயெல்லாம் பாத்தா எப்டி, பேசுவாளா இல்ல...’

மீண்டு வரவே முடியாது. எப்படியும் கடைசியில் ஒரு கேள்வி. உடனே எனக்கு தொண்டை அடைத்து கண்ணீர் மல்கிவிடும். ‘பாலா எப்ப சார் படத்த முடிப்பார்?’

ஆகவே நான் எழுத்தாளனே இல்லை. சாதாரண ‘பீயெஸ்ஸென்னெல்’ மட்டுமே.

- நவம்பர் 21, ***2014***

25

சிற்றிதழ்கள் – ஓர் ஆய்வறிக்கை

இந்திய அரசுப் புலனாய்வுத்துறை சமீபகாலமாக தமிழ்ச் சிற்றிதழ்களை கூர்நோக்குக்கு உட்படுத்தியதை சிற்றிதழ் வாசகர்கள் அறிந்திருப்பர். பூடக மொழியில் வெகுசில பிரதிகளே அச்சிட்டு நாலுபேர் கண்ணில் படாமலேயே விநியோகிக்கப்பட்டு வரும் இந்த இதழ்கள் தீவிரவாதிகளின் செய்தி ஊடகங்களாக இருக்கலாமென்ற ஐயம் ஏற்படவே அனைத்து இதழ்களையும் கைப்பற்றி ஆய்வுக்கு உட்படுத்தியபோது மேலும் குழப்பம் ஏற்பட்டது. ஆகவே திரு. கெ.எஸ். பார்த்தசாரதி ஐபிஎஸ் (புலனாய்வுத்துறை ஆணையர், ஓய்வு) முனைவர். வல.சுப.அதியமான் (தமிழ்த்துறை தலைவர், மனோன்மணியம் பல்கலை, ஓய்வு) மற்றும் திரு 'பூதத்தான்' (இதழாளர், இலக்கிய விமரிசகர்) ஆகியோர் அடங்கிய ஒரு மூவர் குழுவை அமைத்து இவற்றை ஆராய்ந்தது.

குழு சென்ற 22-4-2007 அன்று தன் இறுதியறிக்கையினை சமர்ப்பித்தது. அறிக்கை மூன்று பகுதிகள் அடங்கியது. முதல் பகுதியில் இலக்கியச் சிற்றிதழ் என்றால் என்ன, தமிழில் அதன் வரலாறு என்ன என்பவை அடங்கியது. இரண்டாம் பகுதி தமிழ் இலக்கியச் சிற்றிதழின் இலக்கணங்கள் என்னென்ன என்று ஆராய்ந்து அவற்றை அடையாளம் கண்டுகொள்ளும் விதம் குறித்தது. மூன்றாம் பகுதி தமிழிலக்கியச் சிற்றிதழ்களை எவ்வண்ணம் கட்டுப்படுத்துவது, கண்காணிப்பது என்பது பற்றியது. இவ்வறிக்கை

புலனாய்வுத்துறையால் ஏற்கப்பட்டு 1-1-2008 முதல் அமலுக்கு வந்திருக்கிறதென்பதை வாசகர்கள் அறிவார்கள்.

•

மேலைநாடுகளில், குறிப்பாக பிரிட்டன், பிரான்ஸ் மற்றும் அமெரிக்காவில்தான் சிற்றிதழ்கள் உதயமாயின என்கிறது அறிக்கை. அங்கே ஆரம்பகாலத்தில் அச்சிட்ட இதழ்களே குறைவாக இருந்தன. ரயிலில் செல்கையிலும் அரங்குகளில் காத்திருக்கையிலும் ஒரு இதழை வைத்து முகத்தை விசிறிக்கொள்வது சீமான்கள் மற்றும் சீமாட்டிகளின் கௌரவத்துக்கு உரிய விஷயமாக இருந்தது. நாளடைவில் தானியங்கி மின்னச்சு இயந்திரம் உருவானபோது இதழ்கள் பெருகி ரயில்களில் ஆயிரக்கணக்கானோர் கடும் பனிக்காலத்திலும் இதழ்களால் விசிறத்தலைப்பட்டபோதுதான் 'மாற்று இதழ்' என்ற எண்ணமானது முளைவிட்டது.

'சாதாரண' மக்கள் அறியாமல், அறிந்தாலும் வாங்க முடியாமல், வாங்கினாலும் படிக்க முடியாமல் இவற்றை நடத்த ஆரம்பித்தார்கள். சாதாரண இதழ்களுக்கு நேர் மாறாக இவை இருக்கவேண்டுமென்பதே விதி. படங்களுக்குப் பதில் முன்னட்டையிலேயே அச்செழுத்துக்கள் தொடங்குதல், இளம் பெண்களுக்குப் பதில் தாடை தொங்கும் தாத்தாக்களின் படங்களை அச்சிடுதல் போன்ற பல உத்திகள் கடைப்பிடிக்கப்பட்டன. பத்திகள் இல்லாமல் மொத்தமாக அச்சிடுதல், ஒரு வரியே ஒரு பக்கம் வரை நீளவிடுதல், ஒவ்வொரு சொல்லையும் வேறு பொருளில் பயன்படுத்துதல் (உதாரணமாக 'இனிமையான' என்றால் 'மேலோட்டமான' என்று அர்த்தம்) விசித்திரமான புதிய சொற்களை உருவாக்கி பயன்படுத்துதல், மிக நீளமான மேற்கோள்களைப் பயன்படுத்துதல், சிலசமயம் அம்மேற்கோளை பிறமொழிகளில் அமைத்தல் போன்றவற்றுடன் மிக அதிகமான விலையும் அமைத்துக்கொண்டு இவ்விதழ்கள் தங்களைப் பாதுகாத்துக்கொண்டன.

இவ்விதழ்கள் இவற்றை வாங்கியோ இரவல்பெற்றோ கையில் வைத்திருப்பவர்களுக்கு அவர்கள் வேறுவகையானவர்கள் என்ற இடத்தை உறுதிசெய்தன என்பதே இவற்றின் சமூகப்பங்களிப்பு என்று அறிக்கை குறிப்பிடுகிறது. சமூகத்தில் ஒருவருக்கு இடத்தை பெற்றுத் தருவதற்கு பலவகையான சடங்குகள் உலகமெங்கும் உள்ளன. ஒரேவகையாக முடிவெட்டிக் கொள்ளுதல், ஒரேவகை உடைகள் அணிதல் என அவை பல்லாயிரம். அதேபோல ஒருவரை சமூகத்திலிருந்து வெளியே அகற்றி நிறுத்தவும் பல வகைச் சடங்குகள் உள்ளன. சென்றகாலங்களில் சாத்தான் வழிபாடு, நரமாமிசம் தின்னுதல் என பல முறைகள் இருந்திருக்கின்றன என்று

குறிப்பிடும் அறிக்கை சிற்றிதழ்களில் இவற்றின் கூறுகள் பலவித மாற்றங்கள் அடைந்து குறியீட்டுரீதியாக உள்ளே உறைந்துள்ளன என்று விளக்குகிறது.

தமிழில் ‘ஆனந்தவிகடன்’ என்ற இதழ் வணிக இதழாக பெருவெற்றி அடைந்தமையே சிற்றிதழை உருவாக்கியது என்கிறது அறிக்கை. ஆனந்தவிகடனில் கல்கி, துமிலன், தேவன், எஸ்.வி.வி போன்று ஏராளமான எழுத்தாளர்கள் நகைச்சுவையாக எழுதினார்கள். அவற்றை பல்லாயிரம் பேர் வாங்கிப் படித்து வந்தனர். அப்போது திருவல்லிக்கேணியில் வாழ்ந்து வந்த மதுரை மாவட்டம் வத்தலக்குண்டுக்காரரான சி.சு. செல்லப்பா என்பவர் இம்மாதிரி பொதுப்போக்குகளை வெறுப்பவராக இருந்தார். மனிதர்கள் பற்களைக் காட்டி ‘ஹஹஹ’ என்ற ஒலியை எழுப்பி குலுங்குவதன் காரணமே அவருக்குத் தெரியாது. ஆகவே அந்த விளைவு வாசகர்களில் முற்றிலும் நிகழாதவண்ணம் ஒரு இதழை ஆரம்பிக்க அவர் முடிவுசெய்தார். தன் இதழில் படங்களே வராது என்பதைக் காட்டும் முகமாக அதற்கு அவர் ‘எழுத்து’ என்று பெயரிட்டார். 1958ல் தொடங்கிய இவ்விதழே தமிழ்ச் சிற்றிதழ்களின் விதை.

மேலைநாட்டு சிற்றிதழ்களை முன்னுதாரணமாகக் கொண்ட ‘எழுத்து’ எல்லா பக்கங்களிலும் பொடி எழுத்துக்களால் நிறைந்து பலவகை சோதனைகளை செய்து காட்சியளித்தது. இதில் மூன்று வகையான படைப்புகள் பிரசுரமாயின. வெங்கட் சாமிநாதன் போன்றவர்கள் நாலைந்து கட்டுரைகளை தனித்தனியாக எழுதி ஒன்றுக்குள் ஒன்றாகச் சேர்த்து நீளமான கட்டுரைகளை உருவாக்கினர். பிரமிள் போன்றவர்கள் நாலைந்து வகையான சொற்றொடர்களை தனித்தனியாக எழுதி அவற்றை கண்டபடி ஒன்றாக்கி மேலும் தீவிரமான கட்டுரைகளை எழுதினர். நகுலன் போன்றவர்கள் நாலைந்துவகை சொற்களை ஒன்றாக குலுக்கிக் கலந்து எழுதியவை கவிதைகள் எனப்பட்டன.

‘எழுத்து’ வழிநின்று பற்பல சிற்றிதழ்கள் வெளிவர ஆரம்பித்தன. இவை நிதிச்சுமையால் நின்றுபோனாலும்கூட மீண்டும் மீண்டும் அவை வெளிவந்தமைக்குக் காரணம் இவற்றை நடத்துபவர்களுக்கு பிறரை, குறிப்பாக நண்பர்களை, கடுமையாக வசைபாடுவதற்கு உரிமை இருக்கிறது என பரவலாக அங்கீகரிக்கப்பட்டமையே. மேலும் இவர்கள் ஒரே ஒரு இதழ் மட்டும் கொண்டுவந்து நிறுத்தி விட்டாலும்கூட மிஞ்சிய வாழ்நாளெல்லாம் புறக்கணிக்கப்பட்ட போராளிகளாகவும் மதிக்கப்படாத அறிஞர்களாகவும் உணர்ந்து தமிழ்ச் சமூகத்தை வசைபாடுவதற்கான தார்மீக உரிமையையும் பெறுகிறார்கள். ‘இலக்கியவட்டம்’ ‘சூறாவளி’ ‘கசடதபற’

'சதங்கை' 'வண்ணமயில்' 'படிகள்' 'வைகை' 'பிரக்ஞை' 'புதியதலைமுறை' 'நிகழ்' 'அஃ' 'ழ' போன்ற ஏராளமான சிற்றிதழ்கள் வந்திருக்கின்றன.

•

இரண்டாம் பகுதியில் அறிக்கையானது இன்றைய தமிழ்ச் சிற்றிதழ் களின் இலக்கணங்களென்ன என்பதை ஆராய்கிறது. இவ்விலக் கணங்கள் உள்ள ஒரு இதழே இலக்கியச் சிற்றிதழாகும். பிற பிரசுரங்களை கூர்நோக்குக்கு ஆளாக்கவேண்டிய தேவை உண்டு. இவ்விலக்கணங்களை பிறர் போலிசெய்ய இயலாதென்பதும் குறிப்பிடத்தக்கது.

(பகுதி அ)

1. ஒரு இலக்கியச் சிற்றிதழ் எண்பதுகளுக்கு முன்பு என்றால் கடினமான தாளில் ஸ்கிரீன் பிரிண்ட் செய்யப்பட்ட பெயரும் படமும் கொண்டிருக்கும். இப்போது வண்ண அச்சும் வழவழப்பான தாளும் இருந்தாலும் எழுத்துக்கள் மெழுகில் செய்யப்பட்டு தீயருகே போய்வந்தவை போல இருக்கும். படங்கள் கண்டிப்பாக விபரீதமாகவே காணப்படும். உதாரண மாக ஒரு சிற்றிதழ் அட்டையில் உள்ள முகத்தில் மூக்குக்கு கீழே வாய் இருந்தால் அது சிற்றிதழ் அல்ல, கால் அல்லது கை இருப்பின் அது சிற்றிதழ். கீழே உள்ள எழுத்துகள் வெறும் எழுத்துகளாகவே சாதாரண மனிதர்களுக்கு பொருள்பட வேண்டும். உதாரணமாக 'இனவரைவியலெழுத்தின் இயக்க முறைமையியல் பொருள் கோடல்கள் மற்றும் தகைமைகள்'.

2. சிற்றிதழ்களின் பெயரும் வேறுபட்டிருக்க வேண்டும், பலவகை யான வாசிப்புகள் அவற்றுக்கு சாத்தியமாக வேண்டும். இக்குழுவானது தமிழ்ச்சிற்றிதழ் பெயர்களை மூன்று தமிழாசிரியர்கள் அடங்கிய குழுவுக்கு வாசிக்கக் கொடுத்து பொருள் பெற்றபோது எட்டுவகை பொருள்கள் கிடைத்தன என்பதைக் குறிப்பிடவேண்டும். முக்கியமான இதழ்களின் பெயர்களுக்கு இக்குழு ஏற்றுக்கொண்ட அர்த்தங்கள் கீழ்க்கண்டவாறு. காலச்சுவடு = கால்+ அச்சு+வடு. காலில் அச்சுவடிவமாக உள்ள வடு. தீராநதி = நதியின் தீரம். அமிர்தா = இது ஒரு வினாச்சொல். அல்லது எதையோ கேட்கும் சொல். உயிர்மை = உயிர்+மை, அதாவது விந்து. மகோன்னதம், சூட்சுமம், அக்ஷரம், சுரோணிதம் போன்ற சமஸ்கிருதப் பெயர்களே முதல் தெரிவு.

3. சிற்றிதழின் முதல் இதழ் முன்னுரை ஒரு மாபெரும் வரலாற்றுப் புரட்சிக்கான அறைகூவல்களைக் கொண்டிருக்க வேண்டும். தமிழ் வாசிப்புச்சூழலின் மாசு, படைப்புச்சூழலின் சோர்வு, அரசியல் சூழலின் மந்தம், சுற்றுச்சூழலின் கேடு முதலிய இருபதுக்கும் மேற்பட்ட சீர்கேடுகளைக் களைவதற்கான திட்டங்கள் முன்வைக்கப்பட்டிருக்க வேண்டும். ஆசிரியர் குழுவில் எட்டுக்கும் மேற்பட்டவர்கள் சொல்லப்பட்டிருக்க வேண்டும்.

4. முதல் இதழ் முதலே சந்தா கேட்டு கெஞ்சி, மன்றாடி, மிரட்டி, ஆதங்கப்பட்டு, வெந்து, நொந்து, வைது குறிப்புகள் வெளியாக வேண்டும். சந்தா அளிப்பவர்களுக்கு புத்தகம் பரிசளிப்பது, சந்தாதாரர்களின் கவிதைகளைப் பிரசுரிப்பது போன்ற வாக்குறுதிகளை அளிக்கவேண்டும்.

5. பின் வரும் இதழ்களில் ஆசிரியர் குழு சுருங்கி ஒரே மனிதரில் வந்து நின்றாகவேண்டும்.

6. அஞ்சலிக் கட்டுரைகள் அனைத்திலும் தமிழ் வசைபாடப் பட்டிருக்க வேண்டும்.

7. கடைசி இதழில் (அனேகமாக இது இரண்டாமிதழ்), தமிழ் கலையிலக்கியச் சூழலின் சுரணையின்மை குறித்த ஆவேசமான சொற்களுடன் 'கடைவிரித்தேன் கொள்வாரில்லை' என்ற பொன்மொழியும் இடம்பெறவேண்டும்.

•

சிற்றிதழ்களின் உள்ளடக்கத்தைப்பற்றி ஒரு பொது இலக்கணத்தை குழு உருவாக்கியிருக்கிறது. அவையாவன:

(பகுதி ஆ)

1. ஐரோப்பிய அமெரிக்க இலக்கியங்களைப் பற்றிய கட்டுரைகள், ஐரோப்பிய அமெரிக்க அரசியல் போக்குகள் பற்றிய கட்டுரைகள், ஐரோப்பிய அமெரிக்க திரைப்படங்களைப் பற்றிய கட்டுரைகள், ஐரோப்பிய அமெரிக்க கவிதைகளின் மொழியாக்கங்கள், ஐரோப்பிய அமெரிக்க கதைகளின் மொழியாக்கங்கள், ஐரோப்பிய அமெரிக்க கோட்பாடுகளைப் பற்றிய விளக்கக் கட்டுரைகள், ஐரோப்பிய அமெரிக்க விவாதங்கள், மற்றும் மேற்குறிப்பிட்ட விஷயங்களைப்பற்றிய கடிதங்களும் சண்டைகளும் எண்பது விழுக்காடு இடத்தை அடைத்துக்கொண்டிருக்கவேண்டும்.

2. தமிழ்த் திரைப்படங்களைப்பற்றி நுண்மாண் நுழைபுலம் நோக்கி எழுதப்பட்ட விரிவான ஆய்வுக்கட்டுரைகளும் அவற்றுக்குமேல் விவாதங்களும் கடிதங்களும் மிஞ்சிய இடத்தில் பாதியை நிரப்பியிருத்தல் வேண்டும்.

3. இந்திய ஆங்கில இதழ்களில் இருந்து மறு ஆக்கம் செய்யப் பட்ட அரசியல் கட்டுரைகளும் அவற்றின் மீதான கருத்துரை களும் ஐந்து விழுக்காடு இடத்தைப் பெறலாம்.

4. இருபது கவிதைகள் இரண்டு பக்கங்களுக்குள் திணிக்கப் பட்டோ இதழ் எங்கும் கீரைவிதைபோல தூவப்பட்டோ காட்சியளிக்கலாம்.

5. தமிழில் எழுதப்பட்ட சிறுகதைகள் இடமிருப்பின் அவ்வப் போது சேர்த்துக் கொள்ளப்படலாம். அவற்றுக்கு தொடர் பில்லாத கோட்டுச்சித்திரங்கள் அவசியம். அவை கொடூரமான கோடுகளால் ஆனவையாக இருக்கவேண்டும்.

6. கண்ணுக்குத் தெரியாத எழுத்தில் ஒரு சொல்லும் புரியாத நூல் மதிப்புரைகள் அரைப்பக்க அளவில் போடப்படலாம்.

7. அவ்விதமே நடத்தும் விழாக்களைப்பற்றிய குறிப்புகளை கறுப்புமைக் கறை போன்ற படங்களுடன் அச்சிட இரு பக்கங்கள் ஒதுக்கப்படலாம்.

8. ஆசிரியர் பிறரை வசைபாடவும் தன் மீதான வசைகளுக்கு பதிலிறுக்கவும் இருபக்கங்கள் வரை ஒதுக்குதலும் மரபே.

9. ‘இன்னபிற’ வகையில் சூழியல் முதல் நிலவியல் வரை எதையும் போட அனுமதி உண்டு.

•

ஆனால், ஒரு இலக்கியச் சிற்றிதழில் ஒருபோதும் இருக்கக் கூடாதவையென சில உண்டு என்று குழு வகுக்கிறது:

(பகுதி இ)

1. தமிழ் பண்பாடு குறித்த ஆய்வுகள், பழந்தமிழ் இலக்கியம் கலை குறித்த கட்டுரைகள் முற்றிலும் தவிர்க்கப்பட்டாக வேண்டும்.

2. இந்திய தத்துவ, மத, அழகியல் மரபுகளைப்பற்றிய பேச்சுகள் அடாதவை.

3. ஒரு சிற்றிதழ் மறந்தும்கூட நாட்டார் கலையிலக்கியங்களைப் பற்றிய ஆய்வுகளைப் பொருட்படுத்தலாகாது.

4. தமிழ் வாழ்க்கையைப்பற்றிய பொதுவான பதிவுகளையும் ஆய்வு களையும் முடிந்த வரை தவிர்த்தல் நன்று.

•

மூன்றாவதாக தமிழ் சிற்றிதழ்களை எப்படி கட்டுப்படுத்துவது என குழு பரிந்துரை செய்துள்ள வழிமுறைகளாவன:

(பகுதி ஈ)

1. தமிழ்ச் சிற்றிதழ்களை சிற்றிதழ்களை வைத்தே கட்டுப்படுத்த முடியும். வைரஸை வைரஸே கட்டுப்படுத்த முடியும் என்பது போல. அச்சிற்றிதழுக்கு எதிரிச் சிற்றிதழ் கண்டிப்பாக இருக்கும். எதிரிச் சிற்றிதழ் இல்லாத சிற்றிதழ் சிற்றிதழே அல்ல என்பதை பகுதி 'அ'வில் ஒரு துணை வகுப்பாகச் சேர்க்கவும். அவ்வெதிரிச் சிற்றிதழைக் கண்டுபிடித்து அதைக் கூர்ந்து நோக்கி முந்தைய சிற்றிதழை உளவு பார்த்தல் எளிது. இச்சிற்றிதழை அச்சிற்றிதழால்.

2. ஒரு சிற்றிதழைத் தடைசெய்தல் முட்டாள்தனமானது. ஏற்கெனவே அவர்களே நிறுத்துவதற்குக் காரணம் தேடிக் கொண்டிருப்பார்கள். தடையைக் கொண்டாடி, தியாகிப் பட்டம் பெற்று, வரலாற்றில் இடம்பெற முயல்வார்கள். சில வருடங்களில் அவ்விதழின் எல்லா பக்கங்களும் அச்சில் வரும்.

3. சிற்றிதழ் மீது அடக்குமுறையை கட்டவிழ்த்துவிட முடியாது. அதை நடத்துபவர்களைத் தேடிக் கண்டடைவதற்கு விரிவான தேடுதல் வேட்டை தேவைப்படும். கண்டடையப்படுபவர் அந்தத் தேடுதல் வேட்டைக்கு ஆன செலவுக்குத் தகுதியான வரல்ல என அரசு சொல்லிவிடும்.

4. சிற்றிதழ்கள் மீது அவதூறு செலுத்த முடியாது. சிற்றிதழ்கள் பற்றிய எல்லா செய்திகளும் அவதூறுகளே. ஆகவே எல்லா அவதூறுகளும் செய்திகளாகிவிடும்.

5. ஆகவே, சிற்றிதழ்களை அழிக்க எளிய வழிகள் சில உள்ளன. அச்சிற்றிதழுக்கு மிகக் கடுமையான நடையுள்ள மிக நீண்ட கட்டுரைகளைத் தொடர்ந்து அனுப்புவது மிகச் சிறந்த வழி. அவர்கள் அதைப் போட்டதும் அதேபோன்ற வாசகர் கடிதங் களையும் அனுப்பலாம். பொதுவாக சிற்றிதழ்கள் அதிக வாசகர் கடிதங்கள் வரும் விஷயங்களை மேலும் மேலும் பிரசுரம்

செய்யும். இவ்வாறு முகத்தில் கீறி குசுவிட்ட நாய் போல அச்சிற்றிதழை எதுவும் புரியாமல் மிரள மிரள விழித்தபடி எங்காவது நிற்க வைத்துவிடலாம்.

6. அச்சிற்றிதழின் நடத்துநர்களில் ஒருவரது ஆக்கங்களை மட்டும் புகழ்ந்து வேறு இதழ்களில் ஒரு சில கட்டுரைகளை வெளியிடலாம்.

7. அச்சிற்றிதழுக்கு ஆயிரம் இரண்டாயிரம் ரூபாய் மதிப்புள்ள சில விருதுகளை வழங்கலாம்.

●

முடிவுரையில் குழு சில கருத்துகளைத் தொகுத்துக் கொடுத்துள்ளது.

சிற்றிதழ்கள், அடிப்படைப் பிரச்னைகளைப்பற்றி அவற்றால் நேரடியாகப் பாதிக்கப்படுபவர்கள் விவாதிக்காமல் தடுக்கும் தன்மை கொண்டவையாதலால் அவை சமூக அமைதிக்கு பெரும் பங்காற்றுகின்றன என்றே குழு கருதுகிறது. மேலும் சிற்றிதழ்களில் ஈடுபடுபவர்கள் அப்பணி தடுக்கப்பட்டு வேறு வேலைகளுக்குச் செல்ல நேர்ந்தால் உருவாகும் சமூக, பொருளியல் இழப்பும் அதிகம். பொதுவாக சிற்றிதழ்கள் வருவது நல்லது என்பதே குழுவின் கருத்தாகும். அது மேலும் சிற்றிதழ்கள் வராமல் தடுக்கும் இயற்கை அரண் ஆகவும் செயல்படுகிறது.

- ஜூலை 10, 2015

26

அய்யப்பண்ணனும் ஆச்சியும்

'அய்யப்பண்ணனை இன்னைக்கு காணல்லியே... வாற நேரமுல்லா?' என்று வேலப்பன் டீக்கடையில் பேச்சு எழுந்தால் புதியவர்கள் ஒரு ஐம்பது வயதுக்காரரை கற்பனைசெய்யக்கூடும். அய்யப்பன் பிள்ளைக்கு வயது அதற்கு இருமடங்கு. நூறு தாண்டிவிட்டது என்று ஐதீகம். கிருஷ்ணவகை சமுதாயக்காரர். இறுக்கமான ஒல்லி உடல். சுருங்கி சுருங்கி உள்ளே ஒடுங்கிய வயிறு. பழங்காலத்து முண்டாத்தசைகள் இப்போது சுருங்கி விட்டாலும் கைகள் நீளமாகக் காட்டுக்கொடிகள் போல இருக்கும். வாயில் பற்கள் இல்லை. ஆகவே மெல்லும்போது முகம் நெடுக்கு வாட்டில் அப்படியே சப்பிவிடும். மதியச்சாப்பாட்டுக்குப் பின் தூங்கி எழுந்து நான்குமணிவாக்கில் பொடிநடையாக டீ குடிக்க வருவார். பிள்ளைகள் எல்லாம் இறந்துவிட்டார்கள். பேரன்களே பலர் முதுமை எய்தி இறந்துவிட்டார்கள். அய்யப்பண்ணன் கிணற்றுக்குள் ஊறிய பழைய நெல்லிக்கட்டை. சில்லுன்னு இருப்பார்.

'நூறாச்சா?' என்றால் அய்யப்பண்ணனுக்கு பிடிப்பதில்லை. எழுபது என்றோ எண்பது என்றோ தோதுபோல சொல்வார். அந்தரங்கமாகக் கேட்டேன். 'அதிப்பம் கேட்டா பிள்ளே, அந்தக் காலத்தில வீரியம் கூடுதலாக்கும். இன்னைக்குபோல இல்ல. பக்கத்திலகூட ஒருநடை நடந்தா போரும், அப்பம் கெர்ப்பம் கேறிப்போடும்...' என்றார் அய்யப்பண்ணன்.

‘பிள்ளைய கூடுதலுல்லா? பிள்ளைய கணக்கே அன்னைக்கு திட்டமா தெரியாது. கிளவிகளிட்ட பிள்ளிய எம்பிடுன்னு கேட்டா பதினாறா பதினேளான்னு இல்ல பதினெட்டான்னு கண்ணு தள்ளி சிந்திப்பா… காலம்பற வெளிக்குப்போறது போலயாக்கும் பிள்ளைய வந்து விளுறது. அதில நாயெடுத்தது நரியெடுத்தது காஞ்சு விளுந்தது எல்லாம் போக மிச்சம் எம்பிடுன்னு நேரம் கிட்டும்போ எண்ணிப்பாப்பாவ. அப்பம் பின்ன வயசெல்லாம் எங்க எண்ணி வைக்குகது? அது இருக்கும் ஒரு எம்பது தொண்ணூறு… போட்டு மணிகண்டா, லே மக்கா, ஒரு வட எடுலே…’

பருப்புவடையை அய்யப்பண்ணன் விரும்பி சாப்பிடுவார். இரு முன் ஈறுகள் நடுவே வடையை கடித்து உடைத்து ஈறுகளாலேயே அதை நசுக்கி கடைவாயில்போட்டு ஊறவைத்து மீண்டும் ஈறுகளால் அரைத்து விழுங்கி நடுவே சூடான டீயையும் உறிஞ்சிக் கொள்வார். ஒரு டீ, ஒரு வடை, ஒருமணிநேரம் உலகம் போகிற போக்கை தெரிந்துகொள்ளுதல்.

‘இந்த பய கருணாநிதி என்னெடுக்கான்?’ என்று அரசியலில் புகுவார். ‘வெவரம்கெட்ட சின்னப்பயக்க வந்து ராஜ்ஜியம் ஆண்டா பின்ன மயிரா வெளங்கும்?’ என்ற வழக்கமான இறுதிக்கூற்றுக்குப் போகும் வழிதான் அது. கருணாநிதி அய்யப்பண்ணனைவிட முப்பதுவருடம் இளையவர், அவர் பார்த்து வளர்ந்த சின்னப்பயல். ‘நாடாரு இருந்தப்ப ஒரு கூறு இருந்தது. ‘காரிலே போனாலும் நிறுத்தி என்ன அய்யப்பான்னு அருமையாட்டு கேப்பாரே…’ காமராஜ் ஒருமுறை அய்யப்பண்ணனை காரிலேயே ஏற்றியிருக்கிறார்.

ஆனால் அய்யப்பண்ணன் ராஜபக்தர். ‘ராஜ்ஜியமுன்னா என்னலே? ஏல அது ராஜ்யலெச்சுமியாக்கும். கிரகலெச்சுமி மாதிரி. ஒருத்திக்கு ஒருத்தன்தாம்லே ஆமக்கன். லே, மக்கா, உனக்க கெட்டியவளுக்கு அஞ்சு வருசத்துக்கு ஒருக்கா ஆளுமாத்தி கெட்டணும்னா நீ சம்மதிப்பியாலே நீக்கம்புல போறவனே…’ ஆமக்கன் செத்தால் ராஜ்யலக்ஷ்மி அறுத்து கட்டலாமான்னு கேட்டு ஆறுமுகப் பெருமாள் நாடார் அய்யப்பண்ணனால் இன்றும் வசைபாடப் படுகிறார். ‘எல்லாரும் ராஜ்யமாளணும்கியானுக. லே அப்பம் ஆடுமாடெல்லாம் என்னலே தெற்று செய்து போட்டு…? அதுகளுக்கும் குடுங்கலே ஓட்டு… சனநாயகம்… மயிரு…’

காமராஜுக்கு ஒரு ராஜ லட்சணம் உண்டு, கைகள் முழங்கால்வரை வரும். ஆகவே பரவாயில்லை. அதற்குப் பின்னர்தான் மழை பொய்த்துப் போகத் தொடங்கிற்று.

‘இப்ப பெய்யுத இந்த மழை பின்ன என்ன?’ என்று நான் கேட்டேன். ‘பிள்ளய்க்கு ஒரு சொல்லுவெளக்கம் இல்லியே. இப்பம் அறுப்பு காலமாக்கும். இப்பம் பெய்யுத மழைய மழைன்னா சொல்லுகது? ஓரோந்நுக்கும் அதுக்குண்டான நேரம் காலம் உண்டுல்லா? கெட்டினவளானாலும் உச்சைக்கு உற்சவப் பறம்பிலே கோமணத்தை அவுக்கேன்னு சொன்னா வாரியல எடுத்துப் போடமாட்டாளா?’

அய்யப்பண்ணன் சொல்லும் பழமொழிகளை வேறு யாருமே சொல்லிக் கேட்டதில்லை. ‘நாறப்பயகிட்டே நாலு நல்ல வாக்கு சொல்லலாமுன்னு நின்னேன். பீயத்தொட்டு ஏனம் வெளக்கின கதையாட்டுல்லா போச்சு?’ தல்லுகொள்ளி அப்புக்குட்டனுக்கு உபதேசம் செய்ய முற்பட்டதன் அலுப்பு. ஆயா ஏசுநேசம்மையிடம் பேசிவிட்டு வந்து ‘...அவளுக்க பேச்சு... தூ... ஆமணக் கெண்ணெயக் கோரி குண்டி கழுவினமாதிரி...’

அய்யப்பண்ணன் அந்தக்காலத்தில் அழகுணர்ச்சி உடையவராக இருந்தார். பல தொடுப்புகள். அவை பற்றி ஆச்சிக்கு வருத்தம் இல்லையா என்றேன். நேர்மாறு என்றார். புருஷனுக்கு நல்ல தொடுப்புகள் இருப்பதில் ஆச்சிக்கு பெருமைதான். ‘நமக்கு ஒருநாளைக்கும் மூணுக்கு கூடினதில்ல, கேட்டேளா? எளவெடுத்த கெளவி ஆருகேட்டாலும் அஞ்சுக்கு கொறைக்க மாட்டா...’ ஆண்களின் பொற்காலத்தில் வாழ்ந்தவர். ஆனால், எப்போதும் அதில் கொஞ்சம் கவனமாக இருப்பார் ‘இல்லேன்னா ஆப்பை எடுத்துட்டு அண்டிய விட்ட கதையாட்டுல்லா போவும்?’

புதிய காலத்தை அய்யப்பண்ணன் ஐயத்துடன் கண்கள் மீது கைவைத்து வாய் திறந்து கூர்ந்து பார்ப்பார். ‘பிள்ள ஒரு நோக்கு பாக்கணும்... அந்நா போறது ஆணா பெண்ணா?’ நான் பார்த்து விட்டு ‘பெண்ணாக்கும்...’ என்றேன். ‘ஆமா. அதுவும் செரிதேன். கெட்டினவனுக்குத் தெரிஞ்சா போறாதா? போறவனும் வாறவனும் என்ன மயித்துக்கு ஆணா பெண்ணான்னு அறியணும்?’

ஆனால் பெண்களைப் பார்ப்பதில் அய்யப்பண்ணனின் மோகம் தணியவேயில்லை. ‘அதிப்போ, ஆணுக்க காமம் கண்ணிலயாக்கும் பிள்ளே. கண்ணுள்ளவரை காமம் உண்டு...’ சாலையில் போகும் பெண்ணை கூர்ந்து நோக்கி ‘பிள்ளே அவளுக்க கம்மலுக்குமேலே ஒரு செயினு இளுத்து காதிலே கெட்டியிருக்கே அது என்னத்துக் காக்கும்? கனக்கூடுதலு கொண்டா?’ அது ஒரு ஸ்டைல் என்று நான் விளக்கினேன். ‘என்னத்த டைலு? அந்தக் காலத்தில குணுக்கும் தக்கையும் பாம்படமும் போடுவாளுக. அதுமாதிரி வருமா?’

பாம்படம் போட்ட பெண்களை பார்த்தே பலவருடங்கள் ஆகின்றன என்று அய்யப்பண்ணன் ஒருநாள் சொன்னார்.

மறுவாரமே சாலையில் ஒரு பாட்டி கீரையுடன் சென்றாள். வேலப்பன் பரபரப்பாகி 'அந்நா போறா அய்யப்பண்ணனுக்க ஹீரோயின். விளி அவள... ஆச்சீ... இஞ்சேருங்க ஆச்சீ... கீர என்ன வெல?'

'விக்கதுக்கு இல்ல மக்கா' என்றாள் பாட்டி.

'வாருங்க ஒரு வாய் வெள்ளம் குடிச்சிட்டு போங்க' என்றான் வேலப்பன்.

'அய்யப்பண்ணா ஆளு வாறா..... இண்ணு அய்யப்பண்ணனுக்கு கோளுதான்...'

'போலே மயிராண்டி' என்று அய்யப்பண்ணன் வெட்கினார்.

'யப்போ... மாதாவே' என்று கிழவி அமர்ந்து 'கடுப்பம் கூட்டி இடு மக்கா...' என்றாள்.

'அய்யப்பண்ணா வல்லதும் கேக்கணும்' என்றான் வேலப்பன்.

அய்யப்பண்ணன் தொண்டையைச் செருமினார். முகம் சிவந்திருந்தது. புருவங்கள் எழுந்தெழுந்து அமர்ந்தன.

'என்னத்த கேக்க... கீர விக்கதுக்கு இல்ல...'

கிழவி குந்தி அமர்ந்து டீயை சுழற்றி ஊதும்போது அய்யப்பண்ணன் கம்மிக் குழறிய குரலில் முதல் கேள்வியை கேட்டார்.

'நீங்கள்லாம் செக்காலப்பிள்ளமாராட்டி?'

'இல்ல... ஆரு சொன்னா? நாங்க வேதம்கூடின நாடாக்க மாருல்லா?'

'சும்மா கேட்டேன்... கீரைய வெல சொல்லு...'

'சொன்னேம்லா? விக்கதுக்கு இல்ல.'

'அதுசெரி, நாப்பது ரூவாய்க்கு குடு.'

'இல்ல... விக்கதுக்கு இல்ல.'

அய்யப்பண்ணன் தன் முழுவலிமையையும் பெற்று 'கெட்டினவன் இருக்கானா?' என்றார்.

'இல்ல... அவிக போயி வருசம் பதினாறாச்சுல்லா?'

'உனக்க குடியெங்கடீ? பெருமாகோயில் பக்கமா?'

‘இல்ல... மாதாகோயில்பக்கமுல்லா?’ கிழவி எழுந்தாள். ‘வாறன் பிள்ள... நல்லா இரு.’

கிழவி போனதுமே வேலப்பன் வெடித்தெழுந்தான் ‘அய்யப் பண்ணா நீரு ஆளு ரெஸிகனாக்குமே... ஓம்மாணை ஓய், இந்தளவுக்கு நானும் நினைக்கேல்ல... நீரு செமினியில்லா, நல்ல ஒரிஜினல் செமினி!’

‘என்ன?’ என்றேன் புரியாமல்.

‘சாரு இங்க என்னத்த பாத்தது? அய்யப்பண்ணன் கேட்ட கேள்வி களை கெவுனிச்சியளா? அவ வந்து இருக்கப்பமே மாதாவேன்னு சொல்லியாச்சு. கண்டப்பமே நாடாத்தியாக்கும்னு தெரிஞ்சாக்கும் அய்யப்பண்ணன் செக்காலப்பிள்ளமாரான்னு கேக்காரு. களுத்தில நூலு இல்லேன்னு கண்டுட்டு கெட்டினவன் உண்டாங்கியாரு. நாடாக்கமாருன்னு சொன்னப்பறம் பெருமாகோயில் தெருவாங்கு தாரு... கீர விக்கமாட்டேன்னு சொன்னம் பெறகு வெல கேக்காரு...’

‘ஏன்?’

‘இல்லேன்னு சொல்லி தலைய ஆட்ட வச்சு பாக்குறதுக்கு... பாம்படக்காது ஆடணுமில்லா?’

நான் அய்யப்பண்ணனை பிரமிப்புடன் பார்த்தேன். அவரது ஆச்சியின் கணக்குதான் சரியாக இருக்கும் என்றுபட்டது. ஈறு தெரிய சிரித்தபடி ‘ஓடினாத்தான் குதிர, ஆடினாத்தான் பாம்படம்’ என்றார்.

‘அப்பம் அய்யப்பண்ணனுக்கு இன்னைக்கு கோளாக்கும்...’ என்றார் பெருமாள்நாடார்.

‘ஆமா... கோளு... ஏல எட்டுகட்ட டார்ச்சடிச்சு தேடியாக்கும் ராத்திரி ஒண்ணுக்கு போறது.’

‘முற்றத்தில எடம் தேடுவேளா?’ என்றேன்.

‘பண்டத்த தேடுவேன். வேலப்பா... இவரு ஒருமாதிரி மசப்பு சென்மமாக்குமே...’

‘அய்யப்பண்ணன் எப்பமாக்கும் கடைசீல வெடி பொட்டிச்சது?’ என்றான் வேலப்பன்.

‘சரித்திர சம்பவம்லா? எளுதி வச்சுக்கோ...’

‘தெரியணுமே..... எதுவரைக்கும் போவுதுன்னு. எங்க சென்மத்தில ஒரு நூறு வயசுக்காரன இனி எங்க காணப்போறம்? சொல்லும்...’

‘அதாச்சுடே ஒரு பதினாறுவருசம்...’

‘எம்மா! ...அப்பம் அய்யப்பண்ணனுக்கு வயது எம்பத்தியெட்டு... ஆளாராக்கும்?’

‘எம்பத்தெட்டு வயசு கெளவனுக்கு பின்ன கொமரி வருவாளா? அவதான்லே, உனக்க வலிய ஆச்சி...’

‘எனக்கு வல்லாதே வருதே... அப்பம் ஆச்சிக்கும் எம்பது இருக்குமே.’

‘இருக்கும்... ஒருபாடு நாளைக்குள்ள கணக்காக்கும். ஒருக்காலும் சம்மதிக்கமாட்டா... பக்கத்திலே செண்ணு கேட்டா பாக்கு வெட்டியால அடிச்சுப்போடுவா... வீட்டில எங்க பாத்தாலும் ஆளு. பேரப்பிள்ளைய, கொள்ளுப்பேரன் எள்ளுப்பேரன் சள்ளுப் பேரன்னு... என்னன்னு சொல்ல?’

‘ஆச்சிக்கு நல்லா காது கேக்காதுல்லா? நீரு ரகசியம் சொல்லணுமானா மைக்கு வேணுமே?’

‘அதுக்கெல்லாம் கைபாசை உண்டுலே...’

‘அப்பம் ஆச்சிக்கு அது ஓர்மை இருந்திருக்கு...’

‘அது மறக்குமா? அவ என்னை கெட்டும்பம் பத்து வயசு. எளுவது வருசமுல்லா பழகியிருக்கா?’

‘எழுபது வருஷம்!’ என்றேன் ‘அதுக்குள்ள இந்தியாவுக்கு சுதந்திரம் கிடைச்சு மறுபடியும் கைவிட்டு போயாச்சு.’

‘சங்கதியைச் சொல்லும் அய்யப்பண்ணா... ரெஸக்கொறை போடாம.’

‘என்ன... மனசுருகி பிரார்த்திச்சா மண்டைக்காட்டம்மை கேப்பாள்லா? மண்டைக்காட்டுக் கொடைக்கு வீடே கலைஞ்சு கெளம்பி போயாச்சு. செறு மழை உண்டு. வீட்டிலே நானும் கிளவியும் தனிச்சு... ஈச்சைநாயரு கடையிலே இருவது ரூவாய்க்கு அலுவா வேங்கிட்டு போனேன். அலுவான்னா அவளுக்கு ஒரு பெலஹீனதயாக்கும். சீனிக்க ரோகம் உள்ளதினால பேரப்பிள்ளைக கேட்டா வேங்கிக் குடுக்க மாட்டானுக... கண்டதுமே வந்து பிடிச்சுகிட்டா...’

‘அவள நீரு பிடிச்சுகிட்டீரு... ஜோருதான்...’

‘சோறும் கஞ்சியும்... ஒண்ணும் ரெசப்படேல்ல. அவளுக்கு எங்க தொட்டாலும் ஒரு இது இல்ல...’

‘இதுன்னா?’

‘லே கிக்கிளிலெ... சொரண... அது இல்ல. முகத்தப்பாத்தா நாம தொட்டோமா இல்லியான்னு நமக்கே சம்சயம் வந்துபோடும். ஒருவளியாட்டு கரகேறி மூச்சு எடுத்தேன். அவ இந்நான்னு கெடக்கா அலுவாயும் தின்னுட்டு...’

‘அப்பம் இதுக்கு தொண்ணூறு வரை கேரண்டி உண்டு...’ என்றான் வேலப்பன் பெருமூச்சுடன்.

‘எந்திரிச்சு நாலு சொல்லு நல்லா பேசிட்டிருந்தப்பம் அவளுக்க பாம்படத்தை எங்கேன்னு கேட்டேன். காது அறுந்திரும்னு களட்டி வச்சிட்டேன்னு சொன்னா... வடிச்சு நீட்டின காதைப் பிடிச்சு இளுத்தேன். யம்மா அய்யோன்னு ஒரே சிரிப்பு! நெளிவும், வளவும்... கிக்கிக்கீங்கியா... என்னான்னு சொல்ல? அங்கிண தொட்டாமட்டும் கூச்சமாம்... எளவு இப்பிடி ஒரு சூச்சுமம் இருக்குன்னு ஒரு பத்து நிமிசம் முன்னால தெரியாமப் போச்சேன்னு ஏங்கிப் போயிட்டேன்... நம்ம கொடுப்பினை அம்பிடுதான். அடுத்த மாசம் நாலு சுட்ட பனங்கெளங்கு தின்னவ நெஞ்சு எரிக்குதுன்னு வெள்ளம் கேட்டா. குடுக்கதுக்குள்ள போய்ச்சேந்தா...’

‘அய்யப்பண்ணன் அடிக்கடி நெனைக்கதுண்டா?’ என்றேன்.

‘பிள்ள ஒண்ணு எளுதி வச்சுகிடணும். சாதாரணமாட்டு கெட்டினவனை பெஞ்சாதிமார் கடசீவரைக்கும் மறக்க மாட்டாகன்னு சொல்லுகதுண்டு. மறக்க மாட்டாளுக. ஆனா நாலுபிள்ள பெத்துவளத்தா பின்ன அவளுகளுக்கு பிள்ளயும் பேரப்பிள்ளையுமெல்லாம்தான் முதல் கணக்கு. ஆனா ஆம்பிளப்பய கணக்கு அதில்ல. அங்கிண இங்கிண மோந்து நடந்தாலும் சங்குக்கு உள்ள கெட்டினவ அல்லாம அவனுக்கு வேற ஒரு மொகம் இல்ல... பெற்றம்மை, பெத்த பிள்ளைக ஒண்ணும் அவனுக்கு கணக்கு இல்ல பாத்துக்கிடுங்க. எனக்கு இந்நா எல்லாம் தீயணைஞ்சு சாம்பலாயாச்சு. இப்பமும் ராப்பகல் சவத்துமூதி நெனைப்புல்லா...? பாவிமகள மனசு நெறைஞ்சு நெனைக்காம எம்பது வருசத்தில ஒருநாளு இருந்திருக்குமா? போட்டு, நம்மள வச்சு அவன் களிக்குதான். களி முடிஞ்சா களம்விட்டு எடுப்பான்... வேலப்பா மக்கா ஒரு கடும் சாய எடுலே.’

- *ஜூலை 11, 2012*

27

நித்ய சைதன்ய யதி

'ஒரு துறவி அதுவும் குரு என்றால் ஒருவகையான அதிகாரம் இருக்கத்தான் செய்கிறது. அதற்கு பலரும் உள்ளூர ஆசைப்படுகிறார்கள். அதில் தப்பில்லை. ஆனால் குருக்களின் கஷ்டம் குருக்களுக்குத்தான் தெரியும்' என்றார் நித்ய சைதன்ய யதி.

'என்ன கஷ்டம்? என் காலில் இத்தனைபேர் விழுந்தால் நான் உயிரை பணயம் வைத்து தினமும் அதிகாலையில் எழுந்து குளிர்ந்த நீரில் குளித்துவிட்டு பகவத் கீதை படிப்பதற்கும் தயார்' என்றேன்.

'அது சாதாரண கொடுமை. வேறு எவ்வளவு இருக்கிறது!'

நித்யா சொன்னார். 'பிரச்னை ஒன்று, சாமியார்களுக்கு காவி இன்றியமையாதது. ஆனால் சாயம்போகாத காவித்துணி பருத்தியில் கிடைக்கவே கிடைக்காது. இது என் ஐம்பதாண்டுக்கால துறவு வாழ்க்கையின் அனுபவம். காவிச்சாயம் வியர்வையில் ஒட்டி இரவில் உடலில் பல இடங்களில் அடிபட்ட தடம் போல தெரியும். சாமியார் அடிபட்டிருக்கிறார் என்றால் அபவாதம் ஆகும்தானே? எங்காவது ஆற்றில் குளத்தில் குளித்தால் சாயம் கலங்கி ஓடும். அதை அழுக்கு என்று நினைத்து நம்மை குளிக்காத அழுக்குச்சித்தர் என்று நினைத்து பக்தர்கள் நமக்கு அணிமா மகிமா சக்திகள் உண்டா என்று கேட்க ஆரம்பித்துவிடுவார்கள். சாயம் போகிறது என்றால் சாமியார் சாயம் வெளுத்துவிட்டதே என்பார்கள்...'

‘பாலிஸ்டர் சாயம்போகாதே.’

‘போகாது. ஆனால் நான் அதை ஒற்றைவேட்டியாகத்தானே கட்ட முடியும்? கோவணம் வெளியே தெரியும். நான் அந்தராத்மா பற்றி ஆழமாக பேசிக்கொண்டிருக்கும்போது அடியவர்கள் அடியுடையைப் பார்த்தால் குழம்பிப்போக மாட்டார்களா? மேலும் அது காற்றடித்தால் இரு பக்கமும் எழுந்து பறக்கும், சிறகுகள் போல. குரு உடலுடன் சொர்க்கத்துக்கு எழுந்து செல்லப்போகிறார் என்று சில பக்தர்கள் எண்ணி பரவசம் அடைந்துவிட்டால் வேறுவழியே இல்லை. போய்த்தான் ஆகவேண்டும். எல்லாருமாகச் சேர்ந்து தூக்கி மேலே ஏற்றிவிட்டாலும் விடுவார்கள்... வம்பு.’

நித்யா படும் பாட்டை நானும் நேரில் பார்த்திருக்கிறேன். வேன் பிடித்து பக்த மகாஜனங்கள் கூட்டம்கூட்டமாக வந்து இறங்குவார்கள். ‘சசீ எடீ. அச்சன்றெ கையில் பிடிச்சு கொள்ளூ... நாராயணா மிண்டாதே வா’ என்றெல்லாம் கூச்சல்கள். எல்லாரும் இறங்கியபின் சின்னப்பிள்ளைகளை வரிசையாக நிறுத்தி உபதேசம். ‘குரு கேட்கும்போது பெயரை நன்றாகச் சொல்லவேண்டும். இல்லாவிட்டால் குச்சியாலே அடிப்பார். பாடச் சொன்னால் ‘தெய்வமே காத்துகொள்க’ பிரார்த்தனையை தெளிவாகப் பாட வேண்டும். அம்புஜம் நீ தெளிவாக பாடுவேதானே. நீ முன்னால் நில்லு. டேய், ராமா நீ சொதப்புவே. நீ பின்னால் நில்லு. உன் ஓட்டைப்பல்லை காட்டக்கூடாது. வீட்டுக்குப்போனால் கழட்டி கையில் கொடுத்துவிடுவேன்... அடீ பாகீரதீ பார்த்துவாடீ... தறவாட்டில் பிறந்தவளைப்போல இருடீ எரப்பே...’

‘எரப்ப உங்க தந்தை, கோரடிக்கல் கேசவன் வைத்தியர்... வந்திட்டாரு...’

‘சீ வாய மூடு நாயே... அடிச்சேன்னா.’

‘ஆமா அடிப்பீங்க... ஒருமாதிரி நல்லவார்த்தை வாயிலே வருது எனக்கு.’

‘அப்பா இங்க வச்சு சண்டை வேண்டாமே... இது குருகுலம்.’

‘குருகுலம் நொட்டிச்சு... இவளையும் கொன்னுட்டு நானும் சாவேன். பத்து முப்பது வருஷமா இந்த மாரணத்தை நான் கெட்டி சுமக்கிறேன்...’

‘மாரணம் சுமக்கத்தானே எங்கப்பா நாப்பது பவனும் எட்டேக்கர் ரப்பரும் தந்தார்?’

‘உங்கப்பன் குடம் உடைச்சான்... சும்மா வாடீ எரப்பே...’

ஒருவழியாக பக்தர்குழு குருகுல வாசலை அணுகுகிறது. அத்தனை பேரும் பிரமைபிடித்ததுபோல அமைதியாகிறார்கள். முகத்தில் எப்போதும் பாய்ந்து ஓடப்போவதற்கு முந்தைய பாவனை எஞ்சிநிற்கும். குடும்பத்தலைவர் கைகூப்பி வணங்கி உள்ளே செல்கிறார். வெளியே வரும் பிரம்மசாரி 'ஆரு?' என்றதும் 'குரு தர்சனத்துக்கு வந்ததாக்கும். குருவருள் அடியங்களுக்கு வேணும்...' 'உள்ள போங்க. சத்தம் போடப்பிடாது...'

அனைவரும் கனவில் செல்பவர்கள்போல மெல்ல நகர தரையில் அவர்களின் நிழல்கள்கூடவே செல்ல குழந்தைகள் பராக்கு பார்த்து 'அம்மா ஆனை.'

'சும்ம வாடா.'

'ஆனை கையிலே பூ...'

'சத்தம் போடாதே.'

'பூவிலே ஒரு லைட்டு.'

அம்மா பல்லைக்கடித்து உறுத்துப்பார்க்க 'ஏன், ஆனைய பாத்தா கிள்ளுறே?' மேலும் ரகசியக்குரலில் 'ஆனைய பாக்கக்கூடாதா?'

உள்ளே சென்று குருவைக் கண்டதும் குடும்பத்தலைவர் உரக்க 'குருர் பிரம்மா குருர் விஷ்ணோ குருர் தேவோ மஹேஸ்வரஹ! குரு சாட்சாத் பரப்பிரம்ஹா தஸ்மை ஸ்ரீ குருவே நமஹ!' என்று கர்ஜித்தபடி ஓடிப்போய் குருகாலில் விழப்போக கடிதங்களை உறைகிழித்து படித்துக்கொண்டிருந்த நித்யா கிழித்த உறைகளை போடுவதற்கு வைத்திருந்த குப்பைக்கூடை நடுவே இருக்க குடும்பத்தலைவர் குழம்பி குப்பைக்கூடை வழியாகச் சுற்றி அவர் காலைத்தொட்டு வணங்கி மும்முறை கண்களில் ஒற்றிக்கொண்டு பல்லைக் கடித்தபடி கிசுகிசுப்பாக 'கும்பிடுங்க... ம்ம்' என்றார். பிள்ளைகள் மிரண்ட கண்களுடன் திறந்த வாய்களுடன் கும்பிட பதின்பருவக்குமரி சிரிப்பை அடக்க கீழுதட்டைக் கடித்தபடி தவிக்க நித்யா 'நந்நாயி வரட்டே' என்று ஆசியளித்தார்.

'குரு இவளுக்கு கணக்கு கொஞ்சம் மோசம்... டியூஷன் வச்சாலும் படிக்க மாட்டாள். வெளையாட்டு... கும்பிடுடீ.'

பெண்மணி வணங்கி 'மனசுக்கு ஒரு சுகமில்ல குரு.'

நித்யா புன்னகையுடன் '...இனியும் ஒரு நூறு வருஷம் ஸ்த்ரீகள் ஆண்களை சகித்தும் மன்னித்தும்தான் ஆகவேண்டும். வேறே வழியில்லை... அவர்கள் அப்படித்தான்... போகட்டும்' என்றார்.

‘குரு இவளுக்கு எப்போதும் ஒரு கோபம். அடிக்கடி ஒற்றைத் தலைவலி. மூட்டுவலியும் உண்டு...’

‘எல்லாம் சரியாய் போய்விடும்’ என்றார் நித்யா. குழந்தையிடம் ‘உன்பேர் என்ன சஸிதரனா?’

நெற்றியில் சந்தனக்குறி போட்டிருந்த, மூக்குவியர்த்த சஸிதரன் அதை சரியாகக் கவனிக்காமல் உடனே பதற்றத்துடன் கைகூப்பி ‘தெய்வமே கைதொழாம் காத்தருள்க என்னெ நீ...’ என கீச்சுக்குரலில் அரைக்கால் கட்டையில் எடுக்க ‘அய்யே...’ என்று அக்கா வாய்பொத்திச் சிரிக்க குடும்பத் தலைவர் ‘... அவன் அப்டி ஒரு மடயனாக்கும் குரு... இன்னும் ஏபிசிடி படிச்சு முடியல்ல’ என்றார்.

‘ஆனா நல்லா பாடுறானே... நல்ல தைரியசாலியாகவும் இருக்கான். சஸி இங்க வா நாம ரெண்டுபேரும் சேர்ந்து பாடுவோம். தெய்வமே கைதொழாம். காத்தருள்க என்னை நீ...’

சஸிதரன் ஆங்காங்கே தப்பான இடங்களில் மூச்சு வாங்கியும் ஓரக்கண்ணால் சகோதரர்களைப் பார்த்தும் பாடி முடித்துவிட்டு திருப்தியுடன் ‘நான் ஜனகணமனவும் பாடுவேன்...’ என்று சொல்ல ‘அதை சாயங்காலம் பாடலாம்...’ என்றார் நித்யா.

‘நீங்க இந்தக் கம்பாலே அடிப்பீங்களா?’

‘இதுவா? இது சிங்கம் புலி காண்டாமிருகம் எல்லாவற்றையும் அடிப்பதற்கான கம்பு தெரியுமா?’

‘ஏன்?’

‘சின்னப்பிள்ளைகளை கடிக்கவந்தால் பின்னே சும்மாவிடுவதா? அடிக்க வேண்டாமா?’

‘துப்பாக்கியாலே டோ டோன்னு சுடணும்...’

‘அப்படியெல்லாம் சுடக்கூடாது. அப்புறம் அவர்களெல்லாம் போய் அப்பாவிடம் சொல்லிவிடுவார்கள். அப்பா நம்மை கூப்பிட்டு காதைப் பிடித்து கசக்கி இனிமே சுடுவியா சுடுவியான்னு கேட்பார்...’

சஸி ஓரக்கண்ணால் குடும்பத்தலைவரைப் பார்த்து ‘அப்பாவா?’ என்றான்.

‘இந்த அப்பா இல்லை. இது ஒரு பாவம் அப்பா. பெரிய அப்பா இருக்கார். என்னோட அப்பா...’

'அவருக்கும் தாடி உண்டா?'

'பின்ன? எனக்கே இவ்வளவு பெரிய தாடி இருக்கிறதே? அவர்தான் ஆடு மாடு நாய் கோழி எல்லாத்துக்கும் அப்பா...'

குடும்பத்தலைவர் 'சின்னப்பிள்ளை விளையாட்டை' ஒருவழியாக முடிவுக்குக் கொண்டுவந்து தன் ஆன்மிகச் சிக்கல்களைச் சொல்கிறார். ஆபீஸில் மதிப்பு இல்லை. மாடுமாதிரி வேலை செய்தாலும் வசைதான் மிச்சம். பெண் வயதுக்கு வந்தாகிவிட்டாள். அவள் படிப்பதில்லை. எப்போது பார்த்தாலும் டிவி. ஏதாவது சேர்த்து வைக்கலாமென்றால் வீட்டுக்காரி கண்ணில்பட்டதை யெல்லாம் வாங்குகிறாள். பிரிட்ஜ் இல்லாவிட்டால்தான் என்ன? குளிரவைத்த உணவு உடம்புக்கு கேடு. ஆயுர்வேதத்தில் சொல்லி யிருக்கே. குருவுக்குத் தெரியும்... பேசாமல் எல்லாத்தையும் தலை முழுகிவிட்டு குருகுலத்துக்கே சாமியாராக வந்துவிடலாமென்றால் பிள்ளைகளின் முகத்தைப் பார்த்தால் அப்படி மனம் வரவில்லை. குருவருள் இருந்தால் எப்படியாவது சமாளித்து மேலேபோகலாம்.

நித்யா அவர் தலையில் தொட்டு கண்மூடி ஏதோ சொல்லி ஆசீர்வாதம் அளித்தார். 'எல்லாம் சரியாகப்போய்விடும்...' என்றார்.

அவர் வணங்கி பின்பக்கம் காட்டாமல் நகர்ந்தார்.

நான் 'நித்யா, நீங்கள் என்ன மந்திரம் சொன்னீர்கள்?' என்றேன். 'மந்திரம் அவருக்காக அல்ல. எனக்காக. ஆசியளிப்பவன் அந்த இடத்தில் இருக்கவேண்டுமென்றால் அவனுக்கு மனவலிமை வேண்டும். அதற்குத்தான் மந்திரம்...'

'என்ன மந்திரம்?'

'மனிதர்கள் வருவார்கள். மனிதர்கள் போவார்கள். நான் மட்டும் சென்றபடியே இருப்பேன்!' என்றார் நித்யா ஆங்கிலத்தில்.

'எனக்கு ஆழமான ஒரு வலிமையை அளிக்கும் மந்திரம் அது... பள்ளிக்கூடத்திலேயே படித்துவிட்ட வரி...'

பக்தர்கள் நித்யாவை கடவுளுக்கு நிகராக கொண்டுசெல்லும் இடங்கள் உண்டு. பேதி கண்டிருந்தாலும் பாலும் பழமும்தான். சமயங்களில் மூன்றுவேளையும் அதுவே. ஒருமுறை நித்யாவின் ஆசிரியர் நடராஜ குருவை அழைத்துச் சென்ற ஒரு கூட்டத்தில் நீர் தெளித்து தெளித்து காலைமுதலே வைக்கப்பட்டிருந்த ரோஜா மாலையை சூட்டினார்கள். உடம்பெங்கும் படைபடையாகக் கொட்டிக் கடித்த சிற்றெறும்புகளால் நடராஜ குரு பல்லைக்கடித்துச் சிவந்து நடந்தபோது 'என்ன ஒரு தேஜஸ் இல்ல?' என்று கூட்டம்

மகிழ்ந்தது. 'தேள் கீள் இருந்திருந்தால் நடராஜ நிருத்யமே கண்டிருப்பார்கள்' என்றார் நித்யா.

சொற்பொழிவாற்றும்போது எந்த ஓசையும் இல்லாமல் கண்மூடி அமர்ந்து ஆழ்ந்து தியானம் செய்பவர்களே அதிகம். பேச்சுமுடிந்து கூட்டமாக 'ஓம் சாந்தி சாந்தி சாந்திஹி' என்று சொன்னதுமே சரியாக விழித்துக்கொண்டு நிறைவுடன் பெருமூச்சுவிட பழகியவர்கள். குரு ஆசியளித்து ஏதேனும் கொடுக்க வேண்டுமென்று ஆசைப்படு வார்கள். அவருக்கு கூழாங்கல் பொறுக்கும் வழக்கம் உண்டு. அழகிய கற்களைப் பொறுக்கி ஒரு சின்ன ஜாடியில் போட்டு வைப்பார். கொஞ்சநாள் அதில் ஒன்றை எடுத்துக் கொடுத்தார் - பக்தர்களில் ஒருவர் வந்து குரு ஆசியளித்துக் கொடுத்த சிவலிங்கத்தை பூஜையறையில் வைத்து மூவேளை நைவேத்யம் செய்து வணங்குவதாகச் சொல்லும்வரை.

இன்னொருவருக்கு அது சாளக்கிராமம் என்று எண்ணம். சைவ வைணவப் போரே நிகழ வாய்ப்பிருந்தது. 'அடாடா, இனி என்ன கொடுப்பது?' என்றார் நித்யா.

'நாமெல்லாம் இந்துக்கள். கொடுக்கும் எதையுமே கடவுளாக ஆக்க நம்மால் முடியும் குரு. ஆலஞ்சோலையில் ஒரு இடத்தில் பழைய இரும்புவாளி ஒன்று கவிழ்க்கப்பட்டு வழிபடப்படுகிறது' என்றேன்.

நித்யா பெருமூச்சுடன் 'தெய்வங்களை திட்டக்கூடாது. திட்டத் திட்ட தெய்வம் பெருகும். தெய்வம் இல்லை என்று சொன்னவன் உடனே தெய்வமாகிவிடுவான். அதனால்தான் யாராவது என்னிடம் கேட்டால் நான் அவன் என்ன சொல்கிறானோ அதையே சொல்லி தப்பித்து விடுகிறேன்.'

வேறுவகை ஆட்களும் வருவதுண்டு, ஞானம் தேடி. பரட்டைத்தலை, முகவாயில் மட்டும் தாடி, ஒல்லியான உடலில் ஜிப்பா. தோளில் பை. அதில் ஆன்மிக நூல்கள். குறிப்பேடு. பெரும் பாலும் நல்ல கணீர் குரல் இருக்கும். சமஸ்கிருதம் ஒலிக்கும் மலையாளம். சிலசமயம் ஆங்கிலம். அபூர்வமாக தமிழ். வந்ததுமே சம்பிரமமாக ஒரு நமஸ்காரம். சிலசமயம் நல்ல சமஸ்கிருத மந்திரம். ஒருவர் 'யாவர்க்குமாம் இறைவர்க்கொரு பச்சிலை!' என்று கூவியதைப் பார்த்திருக்கிறேன்.

ஒல்லி மனிதர் அமர்ந்ததும் ஆழமாகப் பெருமூச்சுவிட்டு குனிந்தே அமர்ந்திருக்க நித்யா அவர் பாட்டுக்கு புத்தகம் வாசித்தார். அவர் ஓரக்கண்ணால் பார்க்க நித்யா பொருட்படுத்தவில்லை. பார்வை

நகம் கடித்து அமர்ந்திருந்த என்னைத் தீண்டிச் சென்றது. மீண்டும் ஒரு பெருமூச்சு. அதற்கும் எதிர்வினை இல்லை என்று கண்டு அறுந்தது போல சடேரென்று '... இப்பதான் பாண்டிச்சேரியிலேருந்து வரேன்...'

'ஓகோ? அங்கயா வீடு?' என்றார் நித்யா.

பதிலுக்கு ஒரு சுயஏளனக் கசப்புச் சிரிப்பு. 'ஏது வீடு, என்ன வீடு? விட்டாத்தானே அது வீடு? விட்டவனுக்கு விட்டதெல்லாம் வீடுதானே? குரு, நீங்க என்ன சொல்றீங்க?'

'வாஸ்தவம்' என்றார் குரு தாடியைத் தடவியபடி கண்கள் சிரிக்க.

'அரவிந்தாஸ்ரமத்திலேருந்து அப்டியே எறங்கிட்டேன்...'

'அடாடா, பஸ்ஸுக்கு பணம்?' 'அதை நான் எப்பவுமே பையிலே வச்சிருப்பேன்... குரு, அரவிந்தர் ஸமாதியிலே புஷ்பங்கள் வைக்கிறாங்க. ஸமாதியிலே எதுக்கு புஷ்பம்? அது சாயங்காலமானா வாடும். வாடாத புஷ்பங்களை அல்லவா நாம் தேடணும்?'

'சமாதியிலே பிளாஸ்டிக் பூ வைக்கமாட்டாங்களே.'

அவர் சற்று தடுமாறி 'நான் அதைச் சொல்லல்ல. ஞானம் வாடாத பூ அல்லவா?'

'பரமார்த்தம்' என்றார் குரு.

'அதுக்கு முன்னாடி புட்டபர்த்தியிலே கொஞ்சநாள் இருந்தேன். ஆத்மாவிலே கேள்விகள் பெருகிட்டே இருந்தது...'

'ஆமாமா அங்க இருந்தா அப்டித்தான்...'

'...அதுக்கு முன்னாடி ரிஷிகேசத்திலே...'

'சிவானந்த ஆஸ்ரமத்திலே தானே?.'

ஆச்சரியத்துடன் அவர் 'எப்டித்தெரியும்?'

'அங்க சாப்பாடு நல்லா இருக்கும். சப்பாத்திக்கு நெய்விட்ட டாலும் சப்ஜியும் உண்டு. கோடைகாலமானா தயிர்...'

ஒல்லி சற்று சிந்தனை செய்து என்னை புருவம் வளைத்து நோக்கி 'சிவானந்தர் ஒரு ஞானி இல்லை. வெறும் சாமியார்...'

'ஆமா. மொட்டை வேறு போட்டிருக்கிறார்' என்றார் நித்யா.

'தாடி இல்லேன்னா என்ன சாமியார்?'

‘குரு, இனி எனக்கு நீங்கதான் குரு. எனக்கு மெய்ஞானம் வேணும் குரு...’

‘நீங்க சாப்பிட்டாச்சா?’

‘இல்லை. வந்ததுமே நேரா இங்கதான் வந்தேன். குருசரணம் மம ஸ்வஸ்தின்னு...’

‘போய் சாப்பிடுங்க. இங்கயும் இன்னைக்கு சப்பாத்திதான். பச்சைப் பட்டாணி குருமா...’

‘குரு, இதுக்கு என்ன மந்திரம்?’ என்றேன் அவர் போனதும். நித்யா கண்களால் சிரித்து ‘தண்ணீர்! தண்ணீர்! எங்கும் தண்ணீர்! குடிக்கத்தான் ஒரு துளி இல்லை!’ என்றார்.

- ஜுன் 3, 2016

28

'வாங்க! வாங்க! வாங்க...'

'வாங்க! வாங்க! வாங்க...' என்று வாய் முழுக்க பல்லைக்காட்டி வரவேற்காவிட்டால் 'வீட்டுக்குபோனா வான்னு ஒரு வார்த்தை சொல்லல்ல. இவன்லாம் என்னுக்கு மனுசானான்னு தெரியும்டே. இவனுக்க அப்பன் சுப்பையன் அந்தக் காலத்தில மலையில கெழங்கு பிடுங்கி தெருத்தெருவாட்டுகொண்டு வித்தவன்தான்லா...' என்று வசைபாடுவது தமிழ்ப்பண்பாடு. 'வந்தாரை வாவென்றழைக்கும் தமிழகம்' என்பது ஒரு குறைபடக்கூறல். 'வாங்க! வாங்க! வாங்க! வாங்க! வாங்க! வாங்க! வாங்க! வாங்க!' என்று நாற்பத்தெட்டுமுறை அழைப்பதே நந்தமிழர்தம் தொல்முறை யென்க. அதிலொன்று குறைந்தாலும் ஊடுதலும் மரபே ஆம்.

இதில் உருவாக்கப்பட்டுள்ள சொற்றொடர்களை மொழியறிஞர் இன்னும் ஆய்வுசெய்யத் தொடங்கவில்லை. பக்கத்து வீட்டுக்காரர் வந்தாலும் 'என்ன கண்ணுலே காணுகதுக்கே இல்ல...?' என்று சொல்லலாம்.

'காலம்பறதானேவே பாத்தோம்...?' என்று அவர் சொல்லப் போவதில்லை. 'பல சோலியில்லா? ஆச்சி இருக்காளா?' என்றபடி துண்டால் திண்ணையைத் துடைத்துவிட்டு 'எக்கப்போ செந்தி லாண்டவா...' என்றுதான் அவர் அமர்வார்.

பழந்தமிழகத்தில் பாதைகள் மிகச் சிக்கலானவையாக, ஓடையும் வழியும் ஒன்றேயாகி ஊரெல்லாம் வளைந்துசெல்லும் வடகேரளக்

கிராமங்களைப்போல இருந்திருக்கவேண்டும். அவற்றை நினைவில்கொள்வது எளிய மக்களுக்கு மிக்க இன்னலைக் கொடுத்திருக்கவும் கூடும் '...என்ன இந்த வளி மறந்துபோச்சு போல...' என்ற உபசார மொழி இதையே சுட்டி நிற்கிறது. வந்தவர் பங்காளி என்றால் 'ஆமா, இந்த வளியெல்லாம் அத்தானுக்கு இப்பம் ஏது ஞாபகம்...? போட்டும்...' என்று சொல்லப்படும். ஊர்ப் பண்ணையார் என்றால் 'மாமனுக்கு இந்த வளியொக்கே ஞாபகம் இருக்கப்பட்டது எங்கிளுக்க பாக்கியமுல்லா...' என்று சொல்லலாம்.

நலம் விசாரிப்பதில் பல போக்குகள். ஒவ்வொரு சந்தர்ப்பத்திலும் அதற்காக தொன்றுதொட்டுவரும் சொற்றொடர்களை மட்டுமே பயன்படுத்தவேண்டுமென்பது அவசியமென எனக்கு பல கசப்பான அனுபவங்களுக்குப் பின்னரே புரிந்தது. 'வீட்டிலே எல்லாரும் நல்லா இருக்காங்களா?' என்று வழக்கத்துக்கு மாறாக ஒரு கேள்வியை கேட்கப்போக தங்கையன் மெம்பர் உடனே கையிலிருந்த மண்வெட்டியை வைத்து தலையிலிருந்த ஏர்க்காலை சுவரில் சாய்த்து சும்மாடுத்துணியை எடுத்து முகம் துடைத்து 'பிள்ள என்ன கேட்டுது?' என்று ஆவலுடன் விசாரித்தார்.

மீண்டும் இருமுறை சொல்லி அவருக்குப் புரியவைத்தபோது ஏமாற்றம். 'அப்டியாக்குமா கேட்டுது? செரி... என்ன சொல்ல, அவிய அவியளாட்டுதான் இருக்கினும்...' என்று சலிப்புடன் சொல்லி 'பிடியுங்க... தொளியுளவுக்கு லாசரு நிக்கான்' என்றார். நான் என் கையிலிருந்த பையையும் பெட்டியையும் கீழே வைத்து கண்ணாடியைக் கழற்றிவிட்டு சாணியில் ஊறிய ஏர்க்காலைப் பிடித்து அவர் தலையில் ஏற்றிவிட்டு தண்ணீரில்லாததனால் சுவரில் கையை தேய்த்தபின் வீடு திரும்பும் மெல்லுணர்வுகளை முற்றாக இழந்து அசந்து மறந்து முகத்தின் வியர்வையைக் கையால் துடைத்துவிடக்கூடாது என்ற பிரக்ஞையை மட்டுமே சுமந்தபடி நடக்கவேண்டியிருந்தது.

தருணத்திற்கேற்ப பல சொற்றொடர்கள். போகிற போக்கில் 'அம்ம சும்மா இருக்காளா?' என்று கேட்டுச்செல்வது நாஞ்சில்நாட்டு மரபு. சும்மா என்பதற்கு சுகமாக என்றும் நோய்நொடி ஏதுமில்லாமல் என்றும் பொருளுண்டாயினும் அது சும்மா கேட்கப்படுவதென்பதே மெய்ப்பொருள். உண்மையிலேயே அவர் சுகமாக இருக்க வேண்டு மென்ற ஆசை உண்டாயின் நோய் சொல்லிக் கேட்கவேண்டும். கிராமத்தில் எந்தக் கிழவியைக் கண்டாலும் 'ஆச்சி காலுக்கு இப்பம் கொறவுண்டா?' என்றும், பீடிப்புகை நாறும் எந்தக் கிழவரிடமும் 'ஆசானே வலிவுக்கு எறக்கமுண்டா?' என்றும் துணிந்து

கேட்கலாம். எந்தப் பெண்ணிடமும் 'பிள்ளைக்கு இப்பம் எப்டி இருக்கு?' என்று ஆழ்ந்த அனுதாபத்துடன் கேட்கவேண்டுமென்பது மரபு. ஏதாவது ஒருபிள்ளைக்கு ஏதாவது இல்லாமலிருக்க வாய்ப்பில்லை.

விசேஷ தருணத்துக்குரிய சொற்றொடர்கள் தனி. புதிதாகக் குழந்தை பிறந்த தாயைப்பற்றி 'வலுதும் செறுதும் சும்மா கெடக்கா?' என்று கேட்பதை அம்மி ஆட்டுரல் தொடர்பான கேள்வி என எண்ணுவது மடமை. துட்டிவிசாரிக்கப்போனால் அரை நிமிடம் கண்களை நோக்காமல் குனிந்து இருந்தபின் 'நல்லாட்டுல்லா இருந்தாவ?' என்றோ '...இந்நேற்றும் கண்டேனே...' என்றோ அந்தரத்தில் தொடங்கி வேறு எங்கோ நோக்கி முனகவேண்டும். கல்யாண வீட்டில் பெண்ணின் தகப்பனிடம் 'பய என்ன செய்யுதான்?' என்றும் பையனின் தகப்பனிடம் 'நல்லா செய்தாவளா? நம்ம பய தங்கமாக்குமே?' என்றும் கேட்டல் அழகு.

'அச்சானியம்' பார்ப்பதன் விதங்களை அறிந்திராவிட்டால் அடியும் கிடைக்கலாம். 'எங்க போறிய?' என்று கேட்டால் கேட்கப்பட்டவர் 'ஒரு காரியத்துக்குன்னு போறப்ப அச்சானியமாட்டு வந்து வாய வச்சுப்போட்டானே, எளவால போறவன்...' என முகம் கறுக்கப் பெறுவது வழக்கம். 'மாமா, தூரமா?' என்றே கேட்கவேண்டும். அப்படி கேட்கப்படுகையில் 'இல்ல பக்கம்தான்.' என்று சொல்லி 'இந்த கரடி நாயருக்க எளைய பயலுக்கு தலைக்கு ஒரு கனக்கொறவு உண்டு... என்னெங்கிய?' என்று சாயக்கடையில் பேசப்பட்டேன்.

அதே கேள்வியைப் புதிதாக தென்காசியிலிருந்து ராகவையர் வீட்டுக்கு கட்டிவந்த ஜெயலக்ஷ்மி ஆற்றுக்குக் குளிக்கப்போன போது மீசை குருசப்பன் கேட்டபோது அந்தப் பெண் கதறியபடி ஓடி கோயில் மடப்பள்ளியில் நுழைய அவளை பின்தொடர்ந்து ஓடிய குருசப்பன் 'அம்மியாரே நிக்கணும்... என்னவாக்கும் காரியம்? நிக்கணும்' என்று கூவி மூச்சிரைக்க கோயிலருகே வந்து 'அம்மியாரு நிண்ண நிப்பிலே கரைஞ்சுகிட்டு ஒரு ஓட்டம். வல்லதும் கடிச்சிட்டுண்டுண்ணாக்கும் தோணுது...' என்றான்.

செய்யும் செயலையே சொல்லிக் குசலம் கேட்கலாம். மரச்சீனிக்கு மண் கிளைப்பவரிடம் 'அண்ணா மரச்சீனி கெளைக்கேளா?' என்று கேட்கலாம். சாப்பிட்டுக்கொண்டிருப்பவரிடம் 'வலிய மொதலாளி கஞ்சி குடிக்குதா?' என்று கேட்பதும் தலைதாங்காமல் தேங்காய் எடையுடன் செல்பவரிடம் ' நேசமணி மெம்பர் எங்க, சந்தைக்கா? தேங்காகொண்டு போறேளா?' என்று கேட்டு 'போட்டு போட்டு' என்றும் சொல்வது சாதாரண வழக்கம்தான்.

அதே கேள்விகளை நுட்பமாக்கும் மரபும் உண்டு. கோயிலுக்குச் செல்பவரிடம் 'கோனாரே கும்பிடு உண்டாக்கும்?' என்று கேட்கலாம். மீசை குருசப்பன் மீண்டும் ஜெயலக்ஷ்மியிடம் வம்பு செய்தபோது ஊர்பிரச்னையாகி கோயிலில் போற்றி தலைமையில் விசாரணை நடந்தது. ஆற்றுக்கு துணிகளும் சோப்புமாகச் சென்ற சின்ன மாமியிடம் மீசை, 'அம்மிணியே குளி உண்டா?' என்று கேட்டிருக்கிறான்.

பின்னாலிருந்து யாரையும் விளிக்கலாகாது. முன்னால் செல்பவரைக் கூப்பிடவேண்டுமானால் அவர் காது கேட்க அவர் பேரைச் சொல்லி 'நம்ம வடக்குமூட்டு அச்சுமாமனை பாத்தியளா?' என்று தென்னை மரத்திடம் கேட்கவேண்டும். அவர் திரும்பிப் பாராவிட்டால் மேலும் உரக்க. வீட்டுக்குள் நுழையும்போது அங்கே வந்திருக்கும் விருந்தினரிடம் '... அண்ணன் எப்பம் வந்தது?' என்று கேட்டு முகம் மலர்ந்தாக வேண்டும்.

அதற்கு 'இப்பம்தாம்லே' என்ற பதில் அனைவரும் சொல்வதாயினும் என் கணேசன் சித்தப்பா ஒருவர் மட்டும் 'நானா நான்...' என வாட்சைப் பார்த்து 'செரியாட்டு எட்டு இருபத்தஞ்சுக்கு அங்கிண வண்டி கேறினேண்டே... தேரிமுக்குல நிண்ணப்பம் மணி ஒம்பது எட்டு. இங்கிண வந்து குருவிக்காட்டுல எறங்கும்பம் பத்து அஞ்சு... அஞ்சு நிமிசம் நடந்தா வீடு... வந்து கேறும்போ மேல உள்ள கிளாக்க பாத்தேன். பத்து பத்து. அது நம்ம வாச்சைக்காட்டிலும் அஞ்சு நிமிசம் குறவாக்கும். நம்ம நேரம் ஸ்ரீலங்கன் நேரமில்லா?' என விரிவாக பதில் சொல்வார்.

பழங்காலத்தில் வீடுகளுக்குள் இருட்டாக இருந்திருக்கலாம். ஆகவே அரைநொடி கழிந்து ஆளை அடையாளம் காணும் வழக்கம் இருந்திருக்கிறது. அல்லது ஏதாவது சாளேசுவரம் தாத்தாக்கள் உண்டாக்கிய சொல்லாட்சியாக இருக்கலாம். ஒருவரைக் கண்டதுமே 'ஹ... இதாரு நம்ம குமரேசனா? லே, நீ கேறி பருத்துப் போயிட்டியேலே? நல்ல தீனி இல்லா?' என்று நலம் விசாரிப்பது பரவலாக உள்ள வழக்கம். இதை அடுத்த கட்டத்துக்கு நகர்த்தும் உள்ளூர்ப் பெரிசுகள் இளம்பெண்களிடம் ' குட்டீ நீ நீலாண்டன் மவ வள்ளியில்லா? நீ ஆளு செந்துளுவன் வாழமாதிரில்லா கொலைச்சுப் போயிட்டே... கொள்ளாமே... நீலாண்டன் தரம் வல்லதும் பாக்கானா?' என்ற கேள்வியுடன் ஆற அமர கூர்ந்து பார்த்து 'சவத்துக்க கண்ணில ஆசிட்ட ஊத்தணும்' என்று பெண்ணால் முணுமுணுக்கப்படுவார்கள்.

மிகப் பெரியவர்களிடம் நலம் விசாரிப்பதும் மரியாதைக்குறைவே. அவர்களிடம் மறுக்க முடியாத தெளிவான உண்மைகளை மட்டுமே

சொல்லவேண்டும். வெற்றிலை போட்டுக்கொண்டு ஈஸி சேரில் அமர்ந்திருக்கும் அப்பாவின் அம்மாவனிடம் மெல்லச்சென்று அவர் பார்வையில் படும்படி நின்று ஈனஸ்வரத்தில் '...வாறத பாத்தேன்...' என்றோ 'வந்ததாட்டு சொன்னாவ' என்றோ சொல்வதே முறையாகும். அவரும் பாக்கை அழுத்தமென்று தரையைப்பார்த்து 'ம்ம்ம்' என்பார். மேலும் சில கணங்கள் அவர் மெல்வதை நோக்கி விட்டு மெல்ல பின்வாங்கினால் உரிய மரியாதையை செலுத்தி விட்டதாக ஆகும்.

சாப்பிட்டாயிற்றா என்ற கேள்விக்கு எங்கும் எப்போதும் மதிப்புண்டு. சாப்பிடுவது தொல்தமிழர்தம் பண்பாட்டில் அரியதோர் செயல்பாடாக இருந்துவந்திருப்பதை நாம் இதனூடாக அறியலாம். வேணாட்டுப் பகுதிகளில் சோறு முன்பெல்லாம் கிடையாது. ஆகவே உணவே கஞ்சி என்றுதான் சொல்லப்பட்டது. ஐம்பதுவருடம் முன்புள்ள கல்யாணப் பத்திரிகையில் 'தாலி சார்த்து கழிஞ்சு கஞ்ஞி குடியும் உண்டாயிரிக்கும்' என்று அச்சடித்து நான் கண்டிருக்கிறேன். ஆகவே 'அம்மாச்சோ கஞ்சிகுடிச்சாச்சா?' என்று கேட்பது இயல்பே. காலையாயின் 'பளஞ்சி குடி முடிஞ்சா?' எனலாம்.

வீட்டுக்கு எந்நேரம் யார் வந்தாலும் 'இரியுங்க... இம்பிடு கஞ்சி குடியுங்க' என்று சொல்லலாம். அவரும் முகம் மலர்ந்து 'இப்பம் தான் குடிச்சேன்... வயறு கல்லாட்டுல்லா இருக்கு...' என்பார்கள். சாப்பிடக் கொடுக்காவிட்டால் உபசாரமாகாது என்பது பண்பாடாகையால் ஒரு கிளாஸ் கருப்பட்டிக் காபியாகினும் குடித்தேயாகவேண்டும். வெயிலானால் கருப்பட்டியும் புளியும் கலந்த பானகம் அல்லது மோர். தேனும் நீரும் கலந்த 'சர்வத்'. ஏதாவது சாப்பிடாமல் படியிறங்கினால் 'தாயளி அவனையும் கொன்னு நானும் சாவேன்... என்னன்னு நெனைக்கான்? கைநனைச்சாம படி எறங்கிருவானா அவன்?' என்று உபசாரம் தலைகீழாகும்.

இக்காரணத்தால் கல்யாணம் விளிக்கப் போவதற்குக் கடுமையான வயிற்றுத்திறன் உடையவர்களையே அனுப்புவது வழக்கம். தங்கை கல்யாணத்துக்கு 'நல்ல எளம் வயசுதானே... போகட்டு' என்று என்னையும் கிளப்பிவிட்டாள் மாமி. அம்மா கண்ணீர் மல்க 'அவனுக்கு அதினொநும் கழிவில்ல நாத்தூனே' என்று சொன்னதை மாமி மதிக்கவில்லை. களம் காணப்போகும் என்னை அம்மா அருகே அழைத்து நெற்றியில் விபூதி போட்டு பெருமூச்சுவிட்டு அனுப்பி வைத்தாள். பின்பக்கம் என் குடும்பமே சோகமாகப் பார்த்து நின்றது. நானும் அப்பு அண்ணாவும் கிளம்பினோம்.

முதல்வீட்டில் எருமைப்பால் கொழுக்கவிட்ட டீயும் சுட்ட நேந்திரம் பழமும்... இரண்டாம் வீட்டில் காப்பியும் இரண்டு இட்லியும். மூன்றாம் வீட்டில் கருப்பட்டிக் காப்பியுடன் உப்புக்கண்டம் மரச்சீனிக்கிழங்கு. ஐந்தாம் வீட்டில் அதற்குள் உலர்ந்து போய் மேல்சருமம் உருவாகிவிட்டிருந்த இட்லி. மீண்டும் கருப்பட்டிக் காப்பி. என் வயிறு பெருமூச்சுவிட்டது. குலுங்கியது. சீறியது. வெடித்தது. வழியில் நான் பாய்ந்தோடி அப்புப் பெருவட்டனின் தோட்டத்துக்குள் ஏறி அது அவர் வீட்டுப் பின்பக்கமென அறிந்து தயங்க பெருவட்டத்தி 'கொள்ளாம், கல்யாணம் விளிச்ச அடுக்களை வளியாட்டா வாறது? வாருங்க கேறி இருங்க...' என்று கொண்டுசென்று அமரச்செய்து கதலிப்பழமும் மீண்டும் கருப்பட்டிக் காப்பியும் தந்தாள். பெருவட்டர் 'கதலிப்பழம் நல்லதாக்கும். மலச்சிக்கலுக்கு சொயம்பு மருந்துல்லா?' என்றார்.

கலங்கிக் காலியாகி எழுந்து கைத்தாங்கலாக நாணு ஆசாரி வீட்டுக்குப் போய் மீண்டும் கருப்பட்டிக் காப்பியும் சீனிக்கிழங்கும் சாப்பிட்டேன். சுப்ரமணியன் ஆசாரி வீட்டில் மீண்டும் கருப்பட்டிக் காப்பி சாப்பிட்டு அரைப்பிரக்ஞையில் படியிறங்கி கோனார் வீட்டில் தோசையும் கருப்பட்டிக் காப்பியும் சாப்பிட்டு நேசமணி மெம்பர் வீட்டுக்குள் ஏறியபோது எசிலியம்மை 'தளர்ச்சியாக்கும் இல்லியா? பிள்ளய்க்கு வெயிலில எறங்கி நடக்குத சீலமில்லல்லா? புஸ்தகமும் கையுமாட்டு நெழலில இருக்கப்பட்ட ஆளாக்குமே... இருங்க ஒருவாயி கருப்பட்டி காப்பி இட்டுத் தாறேன். ஷீணம் மாறும்...' என்றாள். மாலையில் நான் எப்போது எப்படி வந்தேன் எங்கே படுத்தேன் எனத் தெரியவில்லை. காலையில் எழுந்தபோது உலகமே எடையில்லாமல் என்னைச் சுற்றி மிதந்துகொண்டிருந்தது.

கல்யாணத்தில் நானும் அண்ணாவும் வாசலில் நின்று வந்தாரை வரவேற்றோம். 'வரணும் வரணும்... இப்பமா வாறது... அண்ணனா வாங்க' என்று நான் காலை ஏழுமணி முதல் நள்ளிரவு வரை சொல்லிக்கொண்டே இருந்தேன். அதன் பின் யாரைப் பார்த்தாலும் என் வாய் அதுவே அப்படி சொல்ல ஆரம்பித்து 'என்னலே மொனங்குதே? சவம் தலைக்கும் வெளியில்லாமப்போச்சே' என்று மாமியால் மண்டையில் குட்டப்பெற்றேன். அதன் பின்னர் நானே என் முழுச்சக்தியாலும் என் நாக்கை ஒரு கட்டுக்குள்கொண்டுவந்து அச்சொற்களை உள்ளே அனுப்பப் பழகினேன்.

ஆனால் மாலைவெயில் நீளும்போது எங்களூர்ப்பக்கம் யாரும் யாரையும் ஒரு குறிப்பிட்ட முகமன் சொற்றொடரால் எதிர் கொள்ளலாம். சொன்னவரும் கேட்பவரும் தூய ஆன்மிக

பரவசநிலையில் இருக்கும் தருணம் அது. ‘அம்மாச்சா மீனுண்டா?’ ‘நாடாத்தியே என்னவாக்கும் மீனு?’ - எப்படியும் கேட்கலாம். ‘ஓ பிள்ள இண்ணு குதிப்பாக்குமே நாலணைக்கு எட்டு’ ‘வாளையில்லா கெடக்கு... மார்த்தாண்டவர்மா வாளுமாதிரி ரெண்டுவாளை எட்டணா...’ ‘சூரையாக்கும் கொச்சேமான். பிதலீஸு அந்தா கொடவண்டியும் கோப்புமாட்டு இத்தா பெரிய சூரை ஒண்ணுகொண்டுவந்து போட்டு அறுக்கான்... சிரிக்குது...’ என்ற மனம் நிறைந்த பதில்கள் எழும்.

முகமன் பேச்சுகளின் முக்கியமான சிக்கலே அக்கேள்விக்கு நாம் ஏற்கெனவே நன்கு தெரிந்த வழக்கமான பதிலை மட்டுமே சொல்ல முடியும் என்பதுதான். மீன் விஷயத்தில் மட்டும் அப்படி அல்ல. ஒவ்வொருநாளும் ஒவ்வொரு பதில், ஒவ்வொரு விலை. மலைகள் எல்லையிட்ட சின்னக்கிராமத்தில் எல்லையில்லாத கடல் உள்ளே நுழைகிறது அப்போது.

- ஜூலை 17, 2012

29

பத்தினியின் பத்துமுகங்கள்

வீடுதிரும்பும்போது அருண்மொழி சற்றே சோர்வுடன் காணப்படுவதுபோல இருந்தமையால் 'என்ன அருணா, எதாவது பிரச்னையா?' என்று கவனமாகக் கேட்கப் போக 'ஒண்ணுமில்ல' என்று ஆமோதித்து 'அம்மா கூப்பிட்டிருந்தாங்க…' என்றாள்.

'அப்டியா?' என்ற நிறமற்ற வசதியான சொல்லைவிட்டுவிட்டு முகம் பார்க்காமல் நேரம் கடத்தினேன்.

'…சும்மா கெடக்காம… போட்டுப் படுத்தறது. என்னால முடியாது' என்று மேலும் சொன்னாள்.

'அப்டியா?'

'நீ என்ன நெனைக்கிறே?'

இம்மாதிரி அபாயகட்டங்களை இலகுவாகத் தாண்டும் விற்பன்னனாகையால் 'பாத்து செய்யணும்' என்றேன் பொதுவாக.

'என்னத்த செய்றது? கொழந்தைங்களோட இப்ப கௌம்பி திருவாரூர்வரை போய்ட்டு வாறதுன்னா சும்மாவா? எப்டியும் மூவாயிரம் ரூபா ஆயிரும். அஜிக்கு வேற டியூஷன் இருக்கு…'

இங்கே அப்டியா என்று சொல்லக்கூடாது. மேலும் நிதானித்து 'ம்' என்றேன். 'நான் வரல்லேன்னு சொல்லியாச்சு… என்ன ஜெயன்?'

‘இல்ல அவங்க அப்டி சொல்றப்ப நாம முடியாதுன்னு சொன்னா நல்லா இருக்காது. போய்ட்டு வந்திடலாமே. செலவை பாத்தா நடக்குமா?’

தயக்கமாக ‘அதில்லே... அஜிக்கு டியூஷன்...’

‘ஒருநாள்தானே. அவன் படிச்சுக்குவான்... போகாம இருக்கப்பிடாது...’

‘போய்ட்டு வந்திருவோம்கிறியா?’

‘ஆமா. கண்டிப்பா போறோம்.’

‘உனக்கு லீவு ஒண்ணும் பிரச்சினை இல்லியா?’ என்று ஆதுரத்துடன் அருண்மொழி கேட்டாள்.

‘எனக்கென்ன எப்ப கேட்டாலும் லீவு... நான் ஆபீஸ்ல இருக்கிறதும் இல்லாததும் சமம்தான்...’

‘எனக்கு ரெண்டுநாள் லீவு போட்டா சண்டேயும் பக்ரீத்தும் சேந்துவருது...’ என்றாள்.

‘பின்ன? இப்பவே லீவு போட்டிரு... அப்றம் ஏதாவது சொல்லப் போறாங்க...’

‘நான் சாயங்காலமே லீவு குடுத்திட்டுதான் வந்தேன்...’

மிக மெல்ல வழுக்கும் பிராந்தியத்தை கடந்து ‘ஹீரோவை வேற வெட்டினரி கென்னலிலே கொண்டுபோய் விடணும்... சொல்லிடறேன்...’ என்றேன்.

அருண்மொழி, ‘நான் இப்பதான் டாக்டரை கூப்பிட்டு சொன்னேன்... அப்றம் ரொம்பல்லாம் துணி வேண்டாம். மூணு நாள்தானே? முக்கியமானதை மட்டும் எடுத்து சூட்கேஸிலே வச்சாச்சு. அஜி டியூஷன் சார்ட்டே கூப்பிட்டு சொன்னேன். சரீன்னுட்டார்... எனக்கு ஜாக்கெட் தைக்கக் குடுத்திருக்கு அதை வாங்கணும்... நியூஸ்பேப்பர் மூணுநாள் போடவேண்டாம்னு சொல்லிட்டேன். பால்...’ என்று ஆரம்பித்தாள்.

இதன் நடுவே சலிப்பு. ‘இப்பதானே போய்ட்டு வந்தோம். வருஷத்துக்கு ரெண்டு தடவைக்குமேலே போறதுன்னா வெட்டிச் செலவு... சொன்னா கேக்கிறதில்லை...’ அதன் பின் ஆறுதல் ‘சரி கௌம்பியாச்சு. இனி அதையெல்லாம் பாத்தா முடியுமா? என்ன ஜெயன்?’

ஆனால், அவள் அம்மா ஃபோனில் கூப்பிடும்போது வேறு தோரணை. ‘...இல்லம்மா, அவங்க ஆஃபீஸிலே என்னமோ

அர்ஜெண்ட் வேலையாம்... லீவே இல்லேங்கிறார். எப்டியாவது ஒரு மூணுநாள் லீவு எடுங்கன்னு சொல்லியிருக்கு. பாத்து சொல்றேன்னு சொல்லியிருக்கார். இங்க ஏகப்பட்ட வேலை கெடக்கு...'

அதாவது ஒரு பெரும்போராட்டத்துக்குப் பின்னர் தான் சம்மதிக்க வைத்திருப்பதாக.

கிளம்பும்நேரம் வர வர வீட்டில் எங்கெங்கு நோக்கினும் சக்தியடா. கட்டளைகள். 'வீட்டுச்செருப்பை எடுத்து பாலிதீன் கவர்லே மடக்கி பெரிய பேக்கிலே வச்சிரு. பிளாஸ்டிக் பாட்டிலை கழுவி வச்சியா? அஜி எங்க?' ஒரு கட்டளையை சிரமேற்கொள்வதற்குள் ஏழு கட்டளைகள் வந்து என் வன்வட்டு நிலைத்து நின்றுவிடுகிறது, திரையின் ஒளி மட்டும் மாறாமல்.

'என்ன அங்க மந்தஹாசமும் புன்னகையும்? ஒரு வேலையச் சொன்னா செய்றதில்லை. பஸ்ல ஏறின பெறகு அதக்காணும் இதக்காணும்னு சொன்னா அப்றம் இருக்கு...'

பேருந்தில் அமர்ந்து வியர்வை ஒற்றும்போது நான் திடீரென எண்ணிக்கொண்டு 'அருணா ரிசர்வ்பண்ணின டிக்கெட்ட எடுத்தியா?' என வினவ பதறிக் கதிகலங்கி கைப்பையைத் துழாவி எடுத்து'.. ஏன் ஜெயன் பைத்தியமா அடிக்கிறே? நாந்தான் அப்பவே எடுத்துவச்சு நாலுவாட்டி செக் பண்ணினேன்ல... ஒரு நிமிஷம் மனசே பதறிப்போச்சு.'

எடுத்துவைத்தவளுக்கு அந்தப் பதற்றம் இருந்தால் அதைப் பார்க்காதவனுக்கு எந்த பதற்றம் இருந்திருக்கும் என யோசிப்பதில்லை.

பேருந்து கிளம்பியதும் மலரும் நினைவுகள். 'திருச்சியிலே ஹாஸ்டலிலே இருந்து கெளம்பறப்ப நான் ஃபோன் பண்ணுவேன்... அப்பல்லாம் செல் கெடையாதுல்ல? ஃபோன் பண்றப்பவே எங்கம்மா ஒரே சத்தமா பேசுவாங்க. பாப்பா பத்திரமா வா பத்திரமா வான்னு ஒரு பத்துவாட்டி சொல்லுவாங்க...'

மெல்லமெல்ல பேருந்தின் வேகத்துக்கு ஏற்ப உள்ளே ஆள் மாறிக்கொண்டிருப்பதை நான் அறிவேன். அங்கே இறங்கியதும் நான் பார்த்துப் பழகியிராத புதிய பெண் ஒருத்தி பஸ்ஸைவிட்டு இறங்கி 'என்னங்க... பாத்து எறங்குங்க... அஜி அப்பா பைய வாங்கிக்கோ.' சட்டென்று என்னை மாற்றிக்கொள்வது கொஞ்சம் கடினம்தான், பழகிவிட்டது. 'கௌம்பறது வரைக்கும் இவங்களுக்கு லீவு கெடைக்குமான்னு ஒரே டென்ஷன்பா... அம்மா நல்லா இருக்கியா? ஏன் எளைச்சுப் போயிட்டே?'

அதைப் புரிந்துகொள்ளலாம், பயணம் முழுக்க ஒருகணம்கூட கண்விழிக்காமல் வந்த சைதன்யா மாறியிருப்பதை அறிவது திகிலூட்டும் அனுபவம். 'பாத்தி... எனக்கூ இங்க அரிக்குது பாத்தீ... இவேன் எம்மேல சாஞ்சு கனமா இருந்தான் தெரீமா?' பதினொரு வயது கைக்குழந்தையின் மழலை. 'இங்கியா பாப்பா? பாட்டி தடவி விடுவேனாம்... எஞ்செல்லக்குட்டி நல்லா தூங்கிச்சா? எங்க பாப்பா நல்ல எச்சி மணமா இருக்கே... ம்ம்ம்.'

'அப்பா இவ ஏம்பா இப்டி மாறியிருக்கா?' என்று சகிக்க முடியாமல் அஜிதன் என் தோளைப்பிடிக்க 'விடுடா... லேடீஸ்லாம் அப்டித்தான்.'

ஆனால், வீட்டுக்குள் சென்று சேர்வதற்குள் அருண்மொழியும் மாறி மழலைபேச ஆரம்பிப்பதை என்னாலும் தாங்க முடியாது. 'ஆபீஸ்லே ஒரே வே... லைம்மா... எப்ப பா... த்தாலும் ஒரே மா... திரி... போ.' இரு பாப்பாக்களும் மாறி மாறிக் கொஞ்சுகின்றன. பெரிய பாப்பா 'அம்மா காபிய இங்க கொண்டாயேன். காலு வலிக்குது...' சின்ன பாப்பா 'பாத்தீ எனக்கு காப்பி வேணாம். ஆர்லிக்ஸ் குதுப்பியா?' 'அப்டியே சாப்பிடுவேன்னு சொல்லுடீ போடி... நாயி நாயி, மழலை பேசுறா பாரு...'

'போடா அப்டித்தான் பேசுவேன். உங்கிட்டயா பேசறேன்? பாத்தீ அடிக்கான்...'

'அஜீ பாப்பாவ அடிக்காதே அவ கொழைந்தைதானே?.'

'அப்பா நான் இப்பவே இந்த வீட்டவிட்டுப் போறேன். இனி ஒரு நிமிஷம் இங்க இருக்க முடியாது.'

'டேய் விடுடா. லேடீஸ்லாம் அந்த மாதிரித்தான்... எல்லாத்தையும் தாங்கித்தானே ஆகணும்? இப்பவே பழகிக்கோ'.

'போப்பா நான் கல்யாணமே பண்ணிக்க மாட்டேன்...'

வந்து அரைமணிநேரத்துக்குள் நான் என்னையறியாமலேயே கடும்சினமும் கொல்வேலும் கொண்ட கொற்றவனாக உருமாறி யிருப்பதை அரைமணிநேரம் கழித்துத்தான் உணர்வேன். 'அஜீ இந்த லுங்கிய கொண்டாந்து உங்கப்பாவுக்கு குடு... இருங்க இந்தா காப்பி கொண்டறேன்... கோவிச்சுக்காதீங்க...' உள்ளே குரல்கள் 'காலைல எந்திரிச்சா உடனே காப்பி வேணும். இல்லென்னா சிங்கம்புலி கணக்கா நிப்பாங்க... காலம்பற நான் ஓடுற ஓட்டத்துக்கு என்ன பண்றது, எட்டு கையா இருக்கு?'

எங்கள் வீட்டில் நானேதான் எழுந்து முகம் கழுவி பாலில்லா டீ போட்டுக் குடிப்பேன்.

‘எப்டியும் அடுப்பு பத்தவச்சு டீ போட்டாச்சுல்ல? அப்டியே எனக்கும் ஒண்ணு போட்டா என்ன?’ ஆகவே அதையும் போட்டுத் தர ‘சக்கரை அளவாப் போட என்னைக்குத்தான் கத்துக்குவியோ?’ என்று சொல்லிக் குடிப்பாள். இங்கே பால்கனக்கும் காபிதான். ‘சும்மா இரு. பாலில்லா டீன்னா எங்கம்மா தரித்திரம்னு நெனைச்சுக்கப் போறாங்க. இங்க அதெல்லாம் யாரும் குடிக்கமாட்டாங்க. ஏற்கெனவே எங்கம்மா மலையாளத்தாளுங்க கஞ்சித்தண்ணிய குடிக்கிறாங்கன்னு கேவலமா நெனைச்சிட்டிருக்கு...’

பால்விட்ட காபி குடித்தால் எனக்கு காலையுணவு சாப்பிட முடியாது. வயிற்றுக்குள் ஒலிகள் அசைவுகள். ‘எட்டுமணிக்கு டிபன் சாப்பிட்டிருவாங்கம்மா...’ என்று உள்ளே ஒலி. உடனே என்னிடம் வந்து என் மாமனார் கேட்கும்படி பணிவும் பதற்றமும் கலந்து ‘இப்ப ரெடியாயிரும். அம்மா இப்பதான் பூரி சுடுறாங்க... கோவிச்சுக்காதீங்க.’

பூரி சாப்பிட்டால் நான் இரவுணவையே தவறவிடவேண்டும். எங்கே? மத்தியான உணவுக்கு மீன்வாங்க என் தமிழறிஞரான மாமனார் சக தமிழறிஞர்களுடன் நெய்தல் திணையை விவாதித்தபடி செல்வார். அவரைத் தெருவரை துரத்திச் சென்று கட்டளைகள், நுணுக்கமான ஆலோசனைகள். இருநூறு ரூபாய்க்கு அவர் மீன்வாங்கி வருவதைக் கண்டு சக தமிழறிஞர்கள் என் உணவுப் பழக்கத்தைப்பற்றி என்ன வகையான மனப்பிம்பம் கொண்டிருப்பார்கள்?

இரவுக்குள் நானே ஒரு கூண்டுப்புலியாக உருமாறி அறைக்குள் சுற்றிச் சுற்றி வரவும் கோபமும் அதிருப்தியும் கொள்ளவும் பழகியிருப்பேன். ‘எங்கே என் நீலஜட்டி?’ என்று முணுமுணுத்தால் வீடு அதிரும். ஜட்டி தேடி எட்டு பேர் எட்டுத்திசைகளில் பறப்பார்கள். அருண்மொழி உள்ளே வந்து ‘போட்டுப் படுத்தாதே... ஜட்டி உன் இடுப்பிலதான் இருக்கு’ என்று பல்லைக் கடிப்பாள்.

மாமனார் திராவிட இயக்க ஆதரவாளர். நாத்திகமணி. அண்ணாத்துரைமேல் மரியாதை உண்டு. கருணாநிதிமேல் ஈடுபாடு உண்டு என்பதை வெளியே சொல்லமாட்டார். ‘...இந்த கனிமொழி கவிதைகள்லாம்...?’ என இழுப்பார். கருணாநிதி கவிதைகள்மேல் அவருக்கே கருத்து உண்டு ‘அரசியலிலே எல்லாம் அப்டி தெளிவா பாக்க முடியாதுல்ல? பலவகையிலயும் முன்னபின்னதானே இருக்கும்?’

நான் போட்டு விளாசி முடிக்கும்போது ‘அப்டீங்கிறீங்க’ என்பார். அது அவரது வழக்கமான சொல்லாட்சி. ‘நீ அப்படிச் சொல்கிறாய், எனக்கென்ன’ என்ற உட்பொருள். வெளியே நின்று

கேட்கிறவர்களுக்கு மாப்பிள்ளைக்கு அளிக்கும் மரியாதையாகவும் தோன்றும்.

பேசி மூச்சுவாங்கும்போது அருண்மொழி பெருமிதத்துடன் வந்து 'போதும் போதும் சொற்பொழிவு... பக்கத்து வீட்டிலே ஆளு இருக்காங்க...' ஆனால் முடிவதற்கு முன் ஒருபோதும் சொல்ல மாட்டாள். 'சும்மா போட்டு மட்டையடி அடிக்கிறது... எல்லாம் அவங்களும் நல்லாத்தான் எழுதியிருக்காங்க... ஒரு மிடில்கிளாஸ் பொண்ணோட சென்ஸிபிலிட்டி அவங்களுக்கு இருக்கிறது எவ்ளவு பெரிய விஷயம். அது அவங்களுக்கு தனியான ஒரு கிரியேட்டிவ் செல்ஃப் இருக்குங்கிறதுக்கான ஆதாரம்... 'என்று அப்பாவுக்கு எடுத்துக் கொடுப்பாள்.

'அப்டியா பாப்பா?' என்று அவர் முகம் மலர்வார். தோற்கும் தரப்புக்கு ஆதாரமாகத் தாங்கி நிற்கும் பெருங்கருணை!

சொந்தக்காரர்கள் வருகிறார்கள். 'வாங்கத்தை... வாங்க சித்தி... உமா சௌக்கியமா? கார்த்திக் எப்டி இருக்கான்? பெரிய பாட்டிக்கு கால் சரியாயாச்சா?' தஸ்தாயெவ்ஸ்கி படிக்கிறவளுக்கு இந்தப் பெயர்களும் ஊர்களும் எல்லாம் எப்படி நினைவிருக்கின்றன? 'அருணா, நீ ரெண்டுல ஒண்ணுதான் நிஜம். ஒண்ணு நீ படிக்கிற புஸ்தகம் உண்மை. இல்லேன்னா இங்க நீ காட்டுற முகம் உண்மை...'

'ஆமா பெரிசா கண்டே... சும்மா கெட' என்று போய்விடுவாள்.

'உள்ளதான் இருக்கார். படிக்கிறார். எப்ப பாத்தாலும் படிப்பு. அப்டி என்னத்த படிப்போ? படிச்சு படிச்சு கண்ணே குழிவிழுந்து போச்சு... சொன்னா கேக்கிறதில்ல...'

வீட்டில் நான் யாருடனாவது அரைமணிநேரம் தொலைபேசினால் 'என்ன அப்டி பேச்சு? நீ கிரியேட்டிவ் ரைட்டர். அரட்டை அடிக்கிற ரைட்டர் உருப்பட மாட்டான். வார்த்தைகள விரயம் செய்றது அது... பேசிப்பேசி படிக்கிற நேரமே கொறைஞ்சாச்சு... படி, எழுது இல்லேன்னா வாக்கிங் போ. என்னத்துக்கு வெட்டிப்பேச்சு? கிக்கிக்கீன்னு சிரிப்பு?' என்று எரிந்து விழுபவள்! நல்ல வேளையாக சிங்கம்புலி படிமம் இருப்பதனால் என்னிடம் உறவினர்கள் ஒரு புன்னகை செய்து பீதியுடன் நகர்ந்துசென்றுவிடுவார்கள்.

ஒருவழியாக இரண்டுநாள் கழித்து வீடு திரும்பும்போது பேருந்தில் ஏறும்கணம்வரை நெகிழ்ச்சி... கண்ணீர். 'அம்மா உடம்பப் பாத்துக்கோ... வாக்கிங் போ. எப்ப பாத்தாலும் சீரியல பாத்துட்டு இருக்காதே... போனதுமே ஃபோன் பண்றேன்... -' கண்ணீருடன்

வண்டியிலேறி ஒருமணிநேரம் அதே மனநிலை. ‘எங்கம்மாவுக்கு இப்பல்லாம் முடியலை...’

‘ஆமாமா முன்னல்லாம் ஏழு சீரியல் பாப்பாங்கள்ல?’

மெல்ல மெல்ல சுமுக நிலை திரும்பி பழைய அருண்மொழி மீள்கிறாள். ‘டெட்டிக்கு பக்கத்துவீட்டுத் தாத்தா சாப்பாடு வச்சிருப்பாரோ என்னமோ... ஹீரோவ போனதுமே கூட்டிட்டு வந்திரு... பாவம் ஏங்கிப்போயிருப்பான்...’

‘அருணா சிவராம காரந்த்தோட பயாக்ரபி பேரு தெரியும்ல?’

‘பித்தனின் பத்துமுகங்கள்தானே?’

‘ஆமா. அதே மாதிரி நான் ஒண்ணு எழுதப்போறேன்...’

‘என்னது முட்டாளின் எட்டுமுகங்கள்னா?’

‘இல்ல, பத்தினியின் பத்தாயிரம் முகங்கள்!’

‘ஆமா... பெரிசா கண்டே.’

‘நிஜம்மாவே உன்னைப்பத்தி ஏகப்பட்டது எழுதறதுக்கு இருக்கு.’

‘தெரியும்ல, நான் மத்த ரைட்டர்ஸ் வைஃப் மாதிரி இல்ல. கிட்டத்தட்ட உன்னை மாதிரியே என்னாலும் எழுத முடியும். பேசாம இரு. ஒழுங்கா இல்லேன்னா உன் பயாக்ரஃபிய எழுதிருவேன், ஆமா.’

அந்தக் கடைசி அச்சுறுத்தலுக்கு நான் எப்போதுமே அடிமை.

- ஜூலை 19, 2012

30

தமிழ்ப்பெண்ணியம் – சுருக்கமான வரலாறு

பெண்ணியம் இந்தியாவில் பதினெட்டாம் நூற்றாண்டிலேயே உதயமாயிற்று என வரலாற்றாய்வாளர்கள் தெரிவிக்கிறார்கள். அப்போது தாதுவருஷப் பஞ்சம் என்ற ஒன்று நிகழ்ந்தது. இதற்கு அக்காலத்தில் இந்தியாவை அடிமைப்படுத்திவைத்திருந்த பிரிட்டிஷ் அரசின் சுரண்டல்முறையே காரணம் என்று தெரியவருகிறது. கடுமையான பஞ்சத்தில் தண்ணீர் தேடி வீட்டுக்குள் இருந்த உயிர்களெல்லாம் வெளியே கிளம்பியபோதுதான் இங்கே பெண் என்ற ஓர் உயிரினம் வாழ்ந்து வரும் செய்தி பரவலாக தெரியவந்தது. இதுவே பெண்ணியத்தின் முதல்புள்ளி என்பது ஆய்வாளர் துணிபு. தமிழ்ப்பெண்ணியத்தின் தொடக்கமும் இதுவே என ஜெ.எச். நெல்சன் (மதுரா கண்ட்ரி மேனுவல்) போன்ற ஆய்வாளர்களால் தெரியவருகிறது.

அதற்கு முந்தைய காலத்திலிருந்தே மானுடர் தங்கள் வீட்டு இருளுக்குள் மெல்லிய காலடியோசையுடன் கண்கள் மினுமினுக்கும் ஓர் உயிரின் நடமாட்டம் இருக்கும் தகவலை அறிந்திருந்தார்கள். சில நாட்டுப்பாடல்களிலும் பழஞ்சுவடிகளிலும் ஆதாரங்கள் இருந்திருக்கின்றன. மேலும் நள்ளிரவில் இருளுக்குள் காலடியோசை கேளாமல் சென்று அவ்வுயிரிடம் தானாகவே உடல் செய்யும் சிலவற்றைச் செய்து திரும்பினால் குழந்தைகள்

பிறக்குமென்ற அறிதலும் ஓரளவுக்கு இருந்திருக்கிறது. அதன் குரலைக்கூட சிலர் கேட்டிருக்கிறார்கள். கோயில் சிற்பங்களில் பலவகை நகைகள் அணிந்து சுளுக்குக்கு முந்தைய கணத்தில் நெளிந்து உறைந்துநிற்கும் மாறுபட்ட மானுட உருவங்கள் உண்மையில் பெண்களே என்ற தகவல் அக்காலகட்டத்தில் கிளர்ச்சியுடன் பேசப்பட்டிருக்கிறது என்று அக்கால ஏசுசபை பாதிரிகள் பதிவுசெய்கிறார்கள்.

இதன்பின்னால் பெண்களை வைத்துக்கொண்டு என்ன செய்வது என்ற கேள்வி எழுந்து சிந்தனையாளர்களைத் துன்புறுத்த ஆரம்பித்தது. என்னசெய்வதென்று தெரியாத நிலையில் ஒரு முடிவு எடுக்கப்படும்வரை அவளுக்கு அறிவுரைகள் மட்டும் சொல்லலாம் என்ற எண்ணம் சான்றோருக்கு எழுந்தது இயல்பே. ஆகவே மூதுரை, நன்னெறி, குடும்பநெறி முதலிய பல்வேறு நூல்கள் உருவாகின. பழமொழிகளும் புதுமொழிகளும் உருவாக்கப்பட்டன.

'அச்சம், மடம், நாணம், பயிர்ப்பு' ஆகிய குணங்களும் தனிமையி லிருக்கையில் அவ்வப்போது 'உயிர்ப்பு'ம் பெண்களும் தேவை என்று சொல்லப்பட்டது. நல்லுரைவழங்கும் இச்செயல் தொடர்ந்து பலகாலம் நடந்தபோது முதலில் இது ஏன் தொடங்கப்பட்டது என்பதை அறிந்த தலைமுறையினர் இல்லாமலானார்கள்.

அக்காலகட்டத்தில் ஒரு நூலை ஒரு புலவர் எழுதிவிட்டாரென்றால் அதேநூலை அத்தனை புலவர்களும் எழுதினால்மட்டுமே அவர் களை புலவரென அங்கீகரிக்க முடியுமென்ற நிலை நிலவியதனால் எந்தத் தடையுமின்றி நூல்கள் பெருகின. பத்தொன்பதாம் நூற்றாண்டின் தொடக்கத்தில் திகிலூட்டும் ஓர் உண்மை கண்டடையப்பட்டது. எந்த உயிரினத்துக்காக அத்தனை நீதி நூல்களும் எழுதப்பட்டனவோ அவ்வுயிரினத்துக்கு எழுதவோ, படிக்கவோ, படித்துச்சொன்னால் புரிந்துகொள்ளவோ தெரியாது!

ஆகவே முன்னோடிச் சிந்தனையாளர்களான சில சான்றோர் பெண்களுக்கு கல்வி கொடுப்பது அவசியமெனச் சொல்லத் தலைப் பட்டார்கள். அ. மாதவையா என்ற பிராமணர் கிறித்தவர்களின் துர்போதனையால் இப்படி சொல்ல முயன்றாரென்று சில நூல்கள் சொல்கின்றன. அ. மாதவையா அவர்கள் கல்விபயின்ற பெண்களின் சோக வாழ்க்கையைப்பற்றி 'பத்மாவதி சரித்திரம்' என்ற நாவலை எழுதியிருக்கிறார். ஒரு பெண் உண்மையில் தான் சோகமாக இருக்கிறோமென அறிந்து கொள்வதற்கு கல்வி அவசியமென்பது அன்னார் கருத்து. பெண்களை கோமாதாபோல பேணவேண்டுமென கருத்துள்ள சனாதனிகள் இதை எதிர்த்தமை நியாயமே.

கோமாதாக்களுக்கு மூக்குக் கயிறு போடுவதே வழக்கம். எள்ளுப் புண்ணாக்கு, பருத்திக்கொட்டை முதலியவை நல்ல ஊட்டச் சத்துக்கள். கல்வி கற்பித்தால் படிக்கவும் எழுதவும் பெண்கள் வெளிச்சத்துக்கு வரவேண்டியிருக்கும், அது அவர்களின் கண்களுக்கு தீங்கு விளைவித்து பார்வையை மாற்றியமைக்கும் என்று அவர்கள் கருதினார்கள். மேலும் கண்கள் இருந்தால்மட்டுமே அவர்கள் மாங்கல்யத்தை அவற்றில் ஒத்திக்கொள்ள முடியுமென்பதனால் இது குடும்ப அமைப்புக்கே ஊறுவிளைவிப்பதாகவும் கருதப்பட்டது.

இதற்குப் பதிலாக பெண்கள் இருளிலேயே நெடுங்காலம் வாழ்ந்து பழகியவர்களாதலால் இருளிலேயே அவர்கள் கற்கவும் செய்யலாமென பதில் சொல்லப்பட்டது. மேலும் கல்வி கற்று அரசுவேலைகளுக்குப்போன உயர்சாதியினரில் ஒரு சிறு தரப்பு கல்வி கற்ற பெண்களை விரும்பியது. ஒவ்வொருநாளும் துரைத்தனத்தாரால் மட்டம்தட்டப்பட்ட அவர்களின் ஆங்கிலப் புலமையை அங்கீகரித்து பாராட்டியாகவேண்டிய கட்டாய நிலையில் சொந்தமாக கைக்கடக்கமாக வீட்டிலேயே எழுத்தறிவுள்ள ஒருவர் இருப்பதன் வசதியை அவர்கள் நாடினர். இவ்வாறாக பெண்களுக்கு முதலில் வீட்டிலேயே கணவர்களால் கல்வி கற்பிக்கப்பட்டது. இதன் விளைவாக மக்கள்பேறும் அதிகரித்தது.

பத்தொன்பதாம் நூற்றாண்டின் தொடக்கத்தில் தென்னாட்டில் ஒரு அக்ரஹாரத்தில் ஒரு பெண் மிகுந்த தயக்கத்துடனும் கிலியுடனும் 'அ' என்ற எழுத்தை வாசித்தபோது தமிழக வரலாறு ஸ்தம்பித்து நின்று கவனித்தது என அலங்காரமாகச் சொல்லலாம். அப்பெண் விடாமுயற்சியுடன் மேலும் முன்னகர்ந்து 'ட்டிகை' என்று படித்து முடித்தபோது வரலாறு உருவாகிவிட்டிருந்தது. சின்னாட்களிலேயே அங்குள்ள மொத்தப் பெண்களும் அச்சொல்லைப் படித்து பரபரப்புடன் பேசிக்கொள்ளத் தலைப்பட்டனர். இதன்பின் பெண்கல்வி தீயெனப் பரவியது. பெண்கள் பள்ளிக்கூடங்களுக்குச் சென்று கல்வி பயில ஆரம்பித்தனர். பெண்கள் உள்ளே வளையம் செலுத்தி கொண்டைபோட்டுக் கொள்ளும் பழக்கம் இக்காலத்தில் உருவாகியது.

இக்காலகட்டத்தின் எழுத்தாளர் என்று வை.மு. கோதைநாயகியம்மாளைச் சொல்லலாம். இவரது நாவல்களில் இலட்சியவாதியான பெண் அனைத்துக் கொடுமைகளுக்கும் உள்ளாகி, கடுமையான சொற்பொழிவுகள் ஆற்றி பழிக்குப்பழிவாங்கி, கணவனையும் புகுந்தவீட்டையும் திருத்தி, நாட்டு விடுதலைக்கும் பாடுபடுவதுடன் துப்பறியவும் செய்கிறாளென்பதனால் அவை நீண்டுநீண்டு செல்வது இயல்பே. இது பெண்கல்வியின் தொடக்க காலம்.

‘தீவிளிக்கு இவாள் கைக்கெடியாரம் கோக்கிறா’ என்று கணவன் சார்பில் அப்பாவுக்கு கார்டு எழுதுமளவுக்கு தேறியதுமே இவர்களின் கல்வி முழுமை செய்யப்பட்டது. அதன்பின் முதுமை வரை ஸ்ரீராமஜெயம் எழுத இது உதவியது.

இக்காலகட்டத்தில் இந்தியாவுக்குச் சுதந்திரம் கிடைத்தது. எங்கும் கிராமக் கல்விச்சாலைகள் தொடங்கப்பட்டு பெண்களுக்குக் கல்வி கொடுக்கப்படவேண்டும் என்ற கருத்து வலியுறுத்தப்பட்டது. உயர்குடிப்பெண்கள் கல்வி கற்கப்போனமையால் பிற பெண்களும் போயாகவேண்டியிருந்தது. இக்காலகட்டத்தில் பெண்கல்விக்காக கு. காமராஜ் கடுமையாக முயற்சி எடுத்திருக்கிறார். விளைவாக பெண் கல்வி வளர்ந்தது. தமிழகத்தில் ரெட்டைச்சடை கண்டுபிடிக்கப் பட்டது இக்காலகட்டத்திலேயே.

பெண் கல்வியில் பல காலகட்டங்களை அறிஞர்கள் அடையாளப் படுத்தியிருக்கிறார்கள். பின்சடைக்காலம் கி.பி. 1950 முதல் 1965 வரையிலானது. ரெட்டைச்சடை ரிப்பனுடன் பின்னால் தொங்கிய இக்காலகட்டத்தில் பெண்கள் கல்விமூலம் வயதுக்கு வருவதாக நம்பப்பட்டது. அந்த விளைவை அடைந்ததுமே பெண்ணை படிப்பு நிறுத்தி கண்ணேறு கழித்து கட்டிக்கொடுக்கும் வழக்கம் நிலவியது. இப்பெண்கள் வீடு, பள்ளி என இரு இடங்களில் மட்டுமே கண்களைத் தூக்க பழக்கப்பட்டிருந்தார்கள். பிறவற்றை ஓரக்கண்ணாலேயே பார்க்கும் பழக்கம்கொண்டிருந்தமையால் இவர்களில் சிலர், ராணி, வாராந்தரி போன்ற இதழ்களைக்கூட ஓரக்கண்ணாலேயே படித்தார்கள்.

இவர்கள் கல்யாணத்துக்குப் பிறகு சமையல்செய்து கணவனை அனுப்பியபின் குழந்தையைத் தூங்கவைத்துவிட்டு அலங்காரத் தையல், ஒயர் கூடைமுடைதல் முதலிய கலாசாரச் செயல் பாடுகளில் ஈடுபட்டார்கள். வார இதழ்களில் வரும் தொடர்கதை களைச் சேர்த்து தைத்து எடுத்துக்கொண்டு பின்னலைத் தூக்கிப் போட்டு மல்லாந்து படுத்துக்கொண்டு தாலிச்செயினில் இருந்து எடுத்த ஊக்குப்பின்னால் பல்லைக்குத்தியபடி வாசிப்பது இக்காலத்தில் பரவலான வழக்கமாக இருந்திருக்கிறது. பானுமதி என்ற நடிகை முன்னுதாரணமாக இருந்த இக்காலகட்டத்தில் பெண்கள் அந்தப் பெண்மணியைப்போலவே குண்டாகி கழுத்து தெரியாமல் ஆவதே அழகென நம்பப்பட்டது. முழங்கைவரை வரும் கோடுபோட்ட ஜாக்கெட் இக்கால வழக்கம்.

1965 முதல் 1975 வரையிலான காலகட்டம் மாறுசடைக்காலம் என்று அறிஞர்கள் சொல்கிறார்கள். ரெட்டைச்சடைகளில் ஒன்றை முன்னால் தூக்கிப்போட்டுக்கொண்டு அதை லேசாகப் பின்னியபடி

படபடவென கண்களை அடித்தபடி பேசுவது இக்காலத்துப் புதுமை. இதற்கு சரோஜாதேவி என்ற நடிகை முன்னுதாரணமாக இருந்திருக்கிறார். பெண்கள் டைப் ரைட்டிங், டீச்சர் டிரெயினிங் கற்றால் வரதட்சிணைக்கு காசு சேர்ப்பது எளிது என்று கண்டு கொள்ளப்பட்ட காலம் இது. 'சம்பாதிக்கிறேங்கிற திமிர்'கொண்டு பிற்பாடு அடிவாங்கக்கூடிய பெண்களை ஆண்கள் விரும்பி மணந்திருக்கிறார்கள். பெண்கள் அதிகாலை எழுந்து சமையல் செய்து மாமியார் மாமனாருக்கு எடுத்துவைத்துவிட்டு அன்றைக்கு தேவையான சில்லறையை வாங்கிக்கொண்டு அலுவலகம்சென்று சம்பளத்தை அப்படியே கணவனிடம் கொடுத்தார்கள்.

இக்காலகட்டத்தில் பெண்ணியத்தின் முக்கிய குறியீடான வேனிடி பேக் அறிமுகமாகியது. இது கண்டக்டர் பைபோல் இருக்கிறதென ஆரம்பகாலத்தில் சொல்லப்பட்டாலும் டீச்சர்களின் பாலியல் ஈர்ப்புக்கு இது ஒரு முக்கிய காரணம் என விரைவிலேயே அங்கீகரிக்கப்பட்டது. இதற்குள் கசங்கிய ரூபாய், மூக்கு சிந்தி மடிக்கப்பட்ட கர்சீப், பவுடர் பொட்டலம், பஸ்ஸுக்கான சில்லறை, முப்பாத்தம்மன் பிரசாதம், தயிர்சாத டப்பா, குட்டிக் கண்ணாடி, சீப்பு, வார இதழ் என பலவும் வைக்கப்பட்டன. 'பெண்மனம்' என்று தொடர்கதைகளால் சொல்லப்பட்ட விஷயத்தின் குறியீடாக இது பார்க்கப்பட்டமையால் தாய் மற்றும் கணவர்களால் ரகசியமாகத் திறந்து பார்க்கப்பட்டு ஆழ்ந்து பரிசோதிக்கப்பட்டது. இது பின்னால் பித்தான்வைத்த குட்டைக்கை ஜாக்கெட் இருந்த காலகட்டமும்கூட.

இக்காலகட்டத்தில் லக்ஷ்மி (எ) திரிபுரசுந்தரி புகழ்பெற்ற எழுத்தாளராக இருந்தார். மனைவியைக் கொடுமைப்படுத்திவிட்டு விட்டுச்செல்லும் கணவன் கடைசியில் அவளிடமே வந்து நிற்கும் தண்டனைக்கு ஆளாகும் கதைகளை இவர் நிறைய எழுதி யிருப்பதாகத் தெரிகிறது. அதேசமயம் திரைப்படங்களில் 'என்னைக் கைவிட்டுவிடாதீர்கள் அத்தான் கைவிட்டுவிடாதீர்கள்' என்று கதறி அழுது காலில் விழும் பெண்களின் கதைகள் புகழ்பெற்றிருந்தன. இக்காலகட்டப் பெண்ணியத்துக்கு உதாரணமான பெரும்படைப்பு 'சித்திரப்பாவை' என்ற நாவல். ஆசிரியர் அகிலன் இதற்காக ஞானபீட பரிசு பெற்றார்.

இதில் ஒரு பெண் ஓவியன் ஒருவனைக் காதலிக்கிறாள். அவனுக்காக வீட்டைத் துறந்து வரும் வழியில் வில்லனால் வலுக்கட்டாயமாக முத்தமிடப்படுகிறாள். ஆகவே அவ்வில்லனையே திருமணம் செய்துகொண்டு அவன் செய்யும் கொடுமைகளுக்கு முறைப்படி ஆளாகிறாள். அதன் பின் அவனைத் துறந்து ஓவியனிடம் வந்துசேர்கிறாள். இனிமேல் யாரும் முத்தமிடாமல் இருக்கட்டும்

என அவன் கடவுளை வேண்டிக்கொள்வதுடன் நாவல் முடிவடைகிறது.

1975 முதல் 1985 வரையிலான காலகட்டம் முன்சடைக்காலம். இரு சடைகளையும் எடுத்து முன்னால்போட்டுக் கொள்வதும், இரண்டையும் கைகளால் பற்றியபடி தலையை ஆட்டி ஆட்டிப் பேசுவதும், நாக்கைக் கடித்துச் சிரிப்பதும், துள்ளி ஓடுவதும் இக்காலத்தில் வழக்கமாக இருந்தது. 'ஒரு டிகிரி இருக்கட்டுமே. களுத வீட்டில கெடந்து தின்னு பெருத்து தடிமாடாட்டு ஆறதுக்கு-என்ன?' என்று பெற்றோர் எண்ணிய இக்காலகட்டத்தில் கலைக் கல்லூரிகளில் பாதி இடங்கள் பெண்களுக்காக ஒதுக்கப்பட்டன.

அக்பர், வேர்ட்ஸ்வெர்த், இடுபொருள் துணைமதிப்பு என எதை வருடக்கணக்காக கற்றாலும் அரைநாளில் அவற்றை மறந்து இல்லறத்துக்குத் தயாராகியமை எந்தச் சூழலிலும் தகவமைவு கொள்ளும் பெண்ணின் திறமையையே காட்டுகிறது. இக்கால கட்டத்துப் பெண்கள் ஜெயலலிதா என்ற நடிகையால் பெரும் பாதிப்புக்கு ஆளாகியிருந்தமை இயல்பே. மேலும் சிவசங்கரி, இந்துமதி, வாசந்தி என்ற முப்பெரும் எழுத்தாளர்கள் தமிழ் வார இதழ்ச் சூழலில் உருவானார்கள். பேருந்தில் நான்காக மடக்கிய இதழில் தொடர்கதை படித்தபடி பறக்கும் முடியை கோதிக் கொள்ளும் பாவனையில் திரும்பிப் பார்க்கும் பெண்களை ஆண்களும் விரும்பியிருந்தார்கள். இப்பெண்களுக்கு 'மனசு ஹோவென்று கிடக்கும் தினுசில்' அவ்வப்போது இருக்கும். இவர்கள் 'யூ?' 'நெவர்' போல ஒருசொல் ஆங்கிலம் கலந்து கண்களைப் படபடவென அடித்துக்கொண்டு பேசுவதுடன் ஆண்களிடம் கரிசனமாக '...மதூ உனக்கு ஏன் என்னைப் புரியலை?' என்பது போல அறிவார்ந்த விவாதங்களிலும் ஈடுபடுவார்கள். ஆண்கள் காலையில் எழுந்து காபி போட்டு 'அனுக்கண்ணா காபிடா...' என்று தங்களை எழுப்பவேண்டுமெனக் கனவு கண்டு காதலிக்க முனைவார்கள். உண்மையிலேயே காதலித்து மாட்டிக் கொள்ளும் அசடுகளும் உண்டு.

கணவனிடம் புல்தளிர், சிட்டுக்குருவி, மழைமேகம், வண்ணத்துப் பூச்சி போன்றவற்றைப்பற்றி பகல் முழுக்க பேசவேண்டுமென்று வற்புறுத்தி கொடுமைசெய்தார்கள் இவர்கள் என்று சொல்லப் படுகிறது.

1985 முதல் 1995 வரையிலான காலகட்டத்தை சுடிதார் காலம் என்றும் பின்னர் உள்ளதை ஜீன்ஸ் காலம் என்றும் ஆய்வாளர் வகுக்கிறார்கள். சுடிதார் காலகட்டத்தில் பெண்விடுதலை மிதமிஞ்சிப்போய்விட்டதென்ற ஏக்கம் ஆண்கள் மத்தியிலே

உருவானதன் விளைவாக புதுக்கவிதை என்ற இலக்கிய வடிவம் உருவாகி மு. மேத்தா போன்ற கவிஞர்கள் தாவணிகளைப்பற்றி எழுத ஆரம்பித்தார்கள். பெண்கள் தொடர்கதைகளில் மெல்லமெல்ல நம்பிக்கை இழந்து ஒரே உணர்ச்சியை ஒவ்வொரு கதாபாத்திரமாக வரிசையாக அடையும் தொலைக்காட்சித் தொடர்களை நோக்கி திரும்பிய காலகட்டம் இது. இக்காலகட்டத்தில் பெண்கள் ஒவ்வொரு பேச்சுக்கு முன்னும் மிக மெல்லத் திரும்பிப் பார்க்கும் வழக்கம் ஏற்பட்டிருக்கிறது. தொலைக்காட்சித் தொடர் நாயகிக்கு பிரசவம் என்று பெண் ஊழியர்கள் விடுப்பு எடுக்கும் விஷயமும் சர்ச்சைக்கு உள்ளாகியிருக்கிறது.

பெண்ணியம் ஒரு தனி அழகியல் மற்றும் அறிவுத்துறையாக மலர்ச்சி அடைந்த காலகட்டம் இது. இக்காலகட்டத்தின் எழுத்தாளர் அம்பை என்னும் சி.எஸ்.லக்ஷ்மி. இவர் எழுதிய கதைகளில் பெண்கள் நிறைய படித்தமையால் ஒன்றுமே தெரியாமலாகி குழந்தைத் தனத்துடன் 'தோசை ஏன் வட்டமாக இருக்கிறது' போன்ற கேள்விகளை கிராமத்துப் பெண்களிடம் கேட்டார்கள். அம்பையின் நாயகி 'வாழ்நாளில் இதுவரை எத்தனை தோசை சுட்டிருப்பீர்கள்?' என்று கிராமத்து ஆச்சியிடம் கேட்டபோது பக்கத்து டீக்கடை ராமையாக் கோனார் அவர் அடித்த டீக்களின் கணக்கையும் கேட்பாளோ என்று அஞ்சி கடைபூட்டி அம்பாசமுத்திரத்துக்குக் கம்பிநீட்டியதாகச் சொல்லப்படுகிறது.

கணவனை 'டேய்' என்று அழைப்பது, நல்வழிப்படுத்தும் பொருட்டு மட்டும் அவ்வப்போது அவனை அடிப்பது, கணவன் நண்பனின் தோளில் சாய்ந்துகொண்டு ஆங்கிலச் செய்தித்தாள் படிப்பது போன்றவை இக்காலகட்டத்தில் வலியுறுத்தப்பட்டிருக்கின்றன. பேச்சில் 'ஷிட்' 'மென்ஸ்ட்ருவல் பிளட்' 'சிமோங் த பூவா' போன்ற சொற்கள் கலப்பது அவசியமாக இருந்திருக்கிறது. பொட்டு வைக்காமை, பிரா போடாமை போன்றவையும் அக்கால வழக்கம் எனச் சொல்கிறார்கள். சிகரெட் பிடிப்பதும் பீர், ஒயின் அருந்துவதும் சாலச்சிறப்பே.

பெண்ணிய ஆயுதமாக துப்பட்டா மாறியதை இக்காலகட்ட வரலாறு ஆவணப்படுத்துகிறது. துப்பட்டாவைத் தோளில்போட்டுக்கொள்ள இருநூற்று எண்பத்தேழு வழிகள் இருக்கின்றன. அதை மார்புகளை மறைக்கவும் பயன்படுத்தலாம், கல்யாணத்துக்குப் பிறகு. இலக்கிய மேடைகளில் துப்பட்டா கொடியாகப் பயன்படும்.

இக்காலகட்டத்தில்தான் பெண் கவிஞர்கள் நிறைய உருவாகி வந்தார்கள். 'நீ நீதான், நான் நான்தான்' என்பதே

இக்காலகட்டத்தில் எழுதப்பட்ட கிட்டத்தட்ட நாற்பத்தியெட்டாயிரத்தி அறுநூற்று எண்பத்தி மூன்று கவிதைகளின் மையக்கரு என்று தெரிகிறது. 'நல்லவன் இல்லையோ நீ?' என்று ஒரு பெண்கவிஞர் எழுதிய வரியை சில விஷமிகள் தவறாகப் படித்து பொருள்கொண்டமையால் ஏற்பட்ட பரபரப்பைத் தொடர்ந்து அதே சொல்லைப் பெண் கவிஞர்கள் அனைவருமே பாவிக்கவேண்டிய கட்டாயத்துக்கு ஆளானதை வரலாற்றுக் கொடுமை என்றே சொல்லவேண்டும். ஒரு பெண் கவிஞரின் கவிதைத்தொகுதியை நாயுடுஹால் ஸ்பான்ஸர் செய்து வெளியிட்டது என்ற செய்திக்கும் ஆதாரம் ஏதுமில்லை.

ஜீன்ஸ் காலகட்டத்தில் பெண்கள் இறுக்கமான டாப்ஸூம் அதைவிட இறுக்கமான ஜீன்ஸூம் அணிந்து இரண்டுக்கும் நடுவே அரையடி இடைவெளிவிட்டு சிவந்த சாயமிட்ட கூந்தலை அலைபாயவிட்டு குரல்வளை தெரிய சிரித்தார்கள். பைக்குகளில் பின்னால் கால்பரப்பி அமர்ந்து ஒட்டிக்கொண்டு சென்றார்கள். செல்ஃபோனில் பதினெட்டுமணிநேரம் பேசும் வழக்கம் இருந்தது. இப்பேச்சுகளை இடைவிடாது கேட்கும்பொருட்டு இளைஞர்கள் தன்னையறியாமலேயே 'உம்' கொட்டும் பழக்கத்தை உருவாக்கிக் கொண்டிருந்தார்கள்.

இவர்களின் ஊடகமாக இணையமே இருந்தது என்று வரலாறு ஆவணப்படுத்துகிறது. இவர்கள் அதிகமும் ஆர்குட் என்ற இணைய தளத்தை பயன்படுத்தினார்கள். 'தினத்தல்' என்று தமிழ்க்கொண்டல் மூலம்கிழார் அவர்களால் (பேரன் அவர் பெயரை பைல்ஸ்கிழார் என்று மாற்றியதாக கூறப்படுவது அவதூறு) தமிழாக்கம் செய்யப்பட்ட டேட்டிங் இக்காலகட்டத்தில் பரவலாக இருந்திருக்கிறது.

ஆர்குட் இணையதளப் பதிவுகளை விரிவாக ஆராய்ந்த மிச்சிகன் பல்கலையின் ஸ்டீஃபன் ரான் என்ற ஆய்வாளர் இக்காலகட்டத்தில் அச்சம், மடம், நாணம், பயிர்ப்பு கொண்ட பெண்கள் நிறையவே இருந்திருக்கிறார்கள் என்றும்; இவர்கள் ஏராளமாக ஆண்களைக் கவர்ந்திருக்கிறார்கள் என்றும் தன் ஆய்வேட்டில் சொன்னதை உடனே மறுத்து முனைவர் ஆர். நாராயணசாமி அவர்கள் எல்லாம் பெண் பெயரில் எழுதிய ஆண்கள் என்று நிறுவுகிறார். அவர்களால் கவரப்பட்ட ஆண்கள் அனைவரும் மாற்றுப்பெயர் சூட்டிக் கொண்ட பெண்கள் என்றும் அவர் விளக்குகிறார். இதில் எதை பெண்ணியம் என்பது என்று ஆய்வாளர் நடுவே நீடித்த விவாதம் உள்ளது.

- ஆகஸ்ட் 21, 2008

31

அறிவுஜீவிக் குரங்கும் ஆப்பும்

ஊருக்கு முதல்வனையும் போருக்கு முதல்வனையும் யமனே நேரடியாக வந்து கூட்டிச்செல்லவேண்டுமென்ற விதி இருந்தாலும் குரங்குகளுக்கு அது செல்லுபடியாவதில்லை. ஆகவே முதலில் 'அனுமதி' என்று போட்டிருந்த நீண்ட வரிசையில் அறிவுஜீவிக் குரங்கை நிற்கவைத்தார்கள் கிங்கரர்கள். வாலைச் சுருட்டிக் கொண்டு சாதுவாக நின்று வேடிக்கை பார்த்தது.

வரிசையில் முன்னால் நின்றது ஒரு சிங்கம். 'எப்படி?' என்று அறிவுஜீவிக்குரங்கு நலம் விசாரித்தது. 'கிணற்றுக்குள் இருந்த சிங்கத்தைப் பிடிக்கப்போனேன்' என்றது காட்டரசன். 'அது பஞ்சதந்திரக் கதைகளில்தானே?' என்றது அறிவுஜீவிக்குரங்கு. 'அது எங்கள் கொள்ளுத்தாத்தாவுக்கு தாத்தா. பொதுவாக இது எங்கள் பரம்பரை வழக்கம்...'

'ஓகோ' என்றது அறிவுஜீவிக் குரங்கு.

'உள்ளே இருந்த சிங்கம் சரியான முட்டாப்பயல். நான் குதித்ததும் அவனும் என்னை நோக்கி பாய்ந்துவந்தான். ஒதுங்கு ஒதுங்கு என்று நான் கத்திக் கொண்டேதான் போனேன். முட்டிக் கொண்டோம்...'

'அங்க என்ன பேச்சு? இது உங்க பூலோஹம் இல்லை. யமலோஹ மாக்கும். வாய மூடுங்கோ' என்றது அவ்வழியாகச் சென்ற முயல்.

‘நீங்க?’ என்றது அறிவுஜீவிக் குரங்கு.

‘நாந்தான்... தெரியலையா? நாலுவேதம் ஆறு சாஸ்திரம் படிச்ச மொசல்னு ஒரு திருநவேலி சைவப்பிள்ள என்னைப்பத்தி எழுதியிருக்காரே...’

‘ஆமா... எல்லாம் முடிவிலே இன்பம்-ங்கிற கதை. புதுமைப்பித்தன் எழுதினது... நீங்கதானா அது? எங்க அந்த கறுப்புநாய்?’

‘அவாளுக்கெல்லாம் நரஹம். மாம்சம் சாப்பிடுற நீஜாள். சத்தம் போடாதீங்கோ...’

‘சைலேன்ஸ்!’ வைதீக முயல் அதட்டிவிட்டு ‘தாசாரதே!’ என்று அலுத்தபடி அந்தப்பக்கமாகப் போயிற்று. அறிவுஜீவிக்குரங்குக்கு சற்று களைப்புதான். வரிசை மெல்லமெல்லத்தான் சென்றது. பக்கத்திலே விறகுவண்டிகள் உள்ளே சென்றுகொண்டிருந்தன. எண்ணெய்க் கொப்பரைகளைக் காய்ச்சுவதற்கான விறகு என்றது அருகே நின்ற பன்றி.

ஒருவழியாக பெயர் பதிந்து துண்டுச்சீட்டு வாங்கிக்கொண்டு உள்ளே போய் நின்றபோது சற்றே கண்ணசத்தியது. உட்கார்ந்து தூங்க கொழுகொம்பு இல்லாமல் கஷ்டமாக இருந்ததனால் வாலால் பக்கத்தில் நின்ற வெள்ளாட்டின் கழுத்தைச் சுற்றிக் கொண்டாலும் ஒன்று குறைந்தது. ‘எக்ஸ்யூஸ் மி’ என்றது அறிவுஜீவிக்குரங்கு.

‘என்னாது?’ என்றார் கிங்கரர்.

‘ஒரு பின்நவீனத்துவக் கட்டுரை கெடைக்குமா? கண்ணசத்துது... தூங்கலாம்னு பாக்கிறேன்...’

‘இங்க லைப்ரரியிலே அதெல்லாம் கெடையாது. வந்துசேரலை...’ என்றார் இன்னொரு ஒல்லி கிங்கரர்.

‘நாங்கள்லாம் இப்பமும் பழைய ரஷ்ய முற்போக்கு கோட்பாடுதான் படிச்சுட்டிருக்கோம். ஒரு எழவும் புரியல்ல்லே...’

‘வெறகு வண்டிகளைப் பாத்தப்பவே நெனைச்சேன்’ என்ற குரங்கு ஆவலாக ‘ரஷ்ய ஆட்கள்லாம் எங்க இருக்காங்க?’ என்றது.

‘பல எடங்களிலே பரவி இருக்காங்க. அவங்களுக்கு ஒண்ணும் தெரியாது. அவங்க அதையெல்லாம் படிக்கலை. அச்சடிச்சதுமே ஏற்றுமதி பண்ணிடுவாங்களே...’

‘அப்ப தோழர்கள்ட்ட கேட்டுப்பாக்கிறது?’

‘வெளையாடாதீங்க. அவங்க எங்க படிக்கிறாங்க? அவங்க விக்கிறதோட சரி.’

அறிவுஜீவிக் குரங்கு கொட்டாவிவிட்டு ‘சரி அப்ப அதையாவது குடுங்க... தூங்கணும்ல?’ என்றார்.

பிளாட்டானோவ் எழுதிய ‘இலக்கியம் என்பது என்ன?’ என்ற தடிமனான நூலின் ரா. பூர்ணையா தமிழாக்கம். ‘பூர்ணையா இங்கதானே இருக்கார்?’ என்றது அறிவுஜீவிக்குரங்கு அதை பிரித்துக்கொண்டே.

‘ஆமா. நரகத்தை பத்தி நாங்க சொர்க்கத்துக்குக் குடுக்கிற ரிப்போர்ட்டெல்லாம் அவர்தான் டிரான்ஸ்லேட் பண்றார்...’

அழைப்பு வந்தபோது அறிவுஜீவிக் குரங்கு எழுந்து மிடுக்காக நடந்து உள்ளே போயிற்று. யமதருமனைப் பார்த்ததும் அவருக்கு சற்றே குழப்பம். எங்கேயோ பார்த்த முகம். ‘ய்யே கொக்குமக்கா, யாருய்யா இவுஹெ?’ என்று யமன் கேட்டதுமே தெளிந்து சிரிப்பை அடக்கிக்கொண்டது குரங்கு.

யமன் சினந்து மீசையை முறுக்கியபடி ‘சிரிக்காதே வானரப்பதரே. எனக்கு உருவம் கிடையாது. உனக்குள் இருக்கும் யமனுருவில் என்னை நீ காண்கிறாய்... நெடுங்காலம் ஹெரான் ராமசாமி வடிவிலே என்னைப் பார்த்த மானுடப்பதர்கள் இன்று...’ என்று சொல்லிவந்து சட்டென்று மனமுடைந்து நாத்தழுதழுக்க ‘என்ன மயித்துக்குடா நீயெல்லாம் ‘இந்திரலோகத்தில் நா அழகப்பன்’ மாதிரி படம்லாம் பாக்கணும்? எடுபட்ட பயலே?’

‘நான் அறிவுஜீவிக் குரங்கு யமதருமரே’ என்றது அறிவுஜீவிக் குரங்கு.

‘குரங்கு வம்சம்தான். ஆனால் நாங்கள் பரிணாமத்தின் அடுத்த படி...’

‘அதென்ன ஜீவி? வனஜீவி என்றுதானே கேட்டிருக்கேன். கொழப்பமா இருக்கே... அவூஊ’ என்று பம்மிய யமதருமன் சித்திரபுத்திரனிடம் ‘யோவ் கணக்கு, என்னய்யா இது?’ என்றார்.

‘அப்படி ஒரு ஜீவி பூலோகத்திலே உலவுகிறது மன்னரே’ என்றார் சித்திரபுத்திரன். ‘இது அதில் ஒருவகை’. அறிவுஜீவிக்குரங்கை யமன் கூர்ந்து நோக்கி ‘இது என்ன பண்ணும்?’ என்றார்.

‘தாவும். வேற என்னத்த பண்ணப்போகுது?’

‘நான் புஸ்தகம் படிப்பேன்...’ என்றது அறிவுஜீவிக்குரங்கு.

‘எதுக்கு?’ என்றார் யமதருமன்.

‘இது என்ன கேள்வி? திட்றதுக்குத்தான்.’

‘அட நாதாரிப்பயலே... அப்றம்?’

‘நானே புஸ்தகம் எழுதுவேன்...’

‘ஆத்தீ, அது எதுக்கு?’

‘மன்னா நீவீர் இத்துணை கேணையனாக இருத்தல் தகாது...’ என்றார் சித்திரபுத்திரன் ‘பிறரும் திட்டவேண்டாமா? அதற்குத்தான்.’

யமன் மீசையை முறுக்கியபடி உற்று நோக்க அறிவுஜீவிக்குரங்கு ‘என்னை அப்படி சும்மா எடைபோட்டுவிடாதீர்கள் மன்னா. என் நாவல்களை எடைபோட முடியாமல் பூலோகத்தில் திணறிக் கொண்டிருக்கிறார்கள்...’

சித்திரபுத்திரன் ‘பக்’ என்று சிரித்து ‘யமலோகத்தைத் தவறாக எண்ணிவிட்டீர் ஐயா. இங்கே நாங்கள் அவற்றை எடைபோட்டு விட்டோம்...’

‘எப்படி?’

‘எளிது. முதலில் அவற்றை ஒரு படகில் ஏற்றி நீரில் மிதக்க விட்டோம். அமிழும் இடத்தை அடையாளம் செய்தபின் அதேயளவுக்கு மண்ணை ஏற்றினோம். அந்த மண்ணை அளந்து நோக்கினோம்...’

அறிவுஜீவிக்குரங்கு சற்றே சோர்ந்து ‘பெரிதாக ஒன்று எழுதிக் கொண்டிருந்தேன். அப்போதுதான் இப்படி ஆயிற்று...’ என்றது.

‘என்னாது?’ என்று யமதருமன் ஐயத்துடன் கேட்டார்.

‘அங்கதம்!’

சித்திரபுத்திரன் ‘வாலியின் தம்பிதானே? அவன் என்ன செய்தான்?’

அறிவுஜீவிக்குரங்கு தவித்து ‘இது வேறு, இது பாரடி’ என்றது.

‘பிழை. நீவிர் சித்திரபுத்திரனைக் குறிப்பிட்டிருந்தால் பாரடா என்றிருக்கவேண்டும்’ என்றார் யமதருமன்.

அறிவுஜீவிக்குரங்கு குழப்பமாக வாலை சுழற்றியபின் ‘மன்னா இது கிண்டல். நக்கல்.’ சித்திரபுத்திரன் ‘அதுவா? சுருக்கமாச் சொன்னா வாய்க்கொழுப்பு சீலையிலே வடியறது...’ என்றார்.

‘அப்டி என்னத்தை செய்து தொலைச்சீர்?’ என்றார் யமதருமன். ‘என்ன சொல்றது போங்க. விதி. எங்க காட்டிலே ஒரு மரத்திலே நாங்க பத்திருபதுபேரு ஒரு குழுமமா உக்காந்துபேசிட்டிருந்தோம்...’

‘எல்லாமே வானரம்தானா?’

‘இல்ல. எல்லா இனமும் உண்டு. வாயப்பொளந்து கேட்டுட்டு மட்டும் இருக்கிற முதலைகூட நாலஞ்சு உண்டு...’

‘ஸ்திரீகள்?’ என்றார் யமதருமன்.

‘உண்டு, உண்டு... வேறு கோணத்தில் எல்லாவற்றையும் புரிந்து கொள்வார்கள்’ என்றது அறிவுஜீவிக்குரங்கு.

‘வேறு கோணத்தில் என்றால்?’

அறிவுஜீவிக்குரங்கு மன்னிப்புகோரும் புன்னகையுடன், ‘தப்பாகப் புரிந்துகொள்வதைத்தான் அறிவுஜீவி மொழியிலே அப்படிச் சொல்வோம்...’ என்றது.

‘சரி... அங்கே என்ன செய்தீர்கள்?’

‘வேறு என்ன செய்வது, விவாதித்தோம்.’

‘எதை?’

‘விவாதத்தை.’

‘அப்புறம்?’

‘அங்கே ஒரு திருநெல்வேலி சைவப்பிள்ளைக் குரங்கு.’

‘அடப்பாவி அப்டியா நீ இந்த கதிக்கு ஆளானாய்?’ என்று யமன் அலறினார்.

‘விதி வலிதல்லவா மன்னா?’ என்று சித்திரபுத்திரன் பெருமூச்சு விட்டார். அறிவுஜீவிக்குரங்கும் கண்ணீர் உகுத்தது.

‘சரி போனது போகட்டும். என்ன நடந்தது?’ என்றார் சித்திரபுத்திரன். ‘அந்தப்பாவிதான் நீ நன்றாகக் கடிக்கிறாய் என்று என்னை பாராட்டினான். முதலில் ஒரு ஆட்டைக்கடித்துப் பார். பிரச்னை இல்லை என்றால் பிறகு மாட்டைக் கடித்துப்பார்க்கலாம் என்று சொன்னான்... அப்படியே கடிக்கப்போய்த்தான்...’

‘அதுசரி... கடைசியில் என்ன ஆயிற்று?’ என்றார் யமதருமன்...

‘இன்னும் என்ன ஆகவேண்டும்? இதோ வந்து நிற்கிறேனே இது போதாதா? வரலாற்றையே உலுக்கக்கூடிய நாவலை பாதியிலேயே விட்டுவிட்டு...’

‘அதை இங்கே வந்து உலுக்கலாமே...’ என்றார் யமதருமன் ஆறுதலாக.

குரங்கு கடுப்பாக ‘இங்கே எங்கே வரலாறு இருக்கிறது? எங்கே பார்த்தாலும் ஒரே புராணம்...’ என்றது.

சித்திரபுத்திரன் 'எனக்கு ரிப்போர்ட் அனுப்ப தேவைப்படுது. நடந்த சம்பவத்தைச் சொல்லும் ஓய்' என்றார்.

'போகிற வழியில் ஒரு கொட்டகைக்குள் பாதி அறுத்த ஒரு மரத்தைப் பார்த்தேன்... ஆப்பு வைத்து அகற்றியிருந்தார்கள்...'

யமதருமன் புன்னகையுடன் சித்திரபுத்திரனைப் பார்க்க அவர் தலையசைத்தார். 'நான் அங்கதம் ஒன்றை எடுத்துவிட்டபோது மரம் வாய் திறந்து சிரிப்பதுபோல இருந்தது. ஆப்பை எடுத்துவிட்டால் இன்னும் அகலமாகச் சிரிக்குமே என்று எண்ணி போய் உட்கார்ந்து-'

'அட எடுபட்ட பயலே... இதைத்தானே அந்தக் காலத்திலேருந்தே உங்க ஆளுங்க செய்து வராங்க...'

'அவர்கள் செவ்வியல் குரங்குகள். அவர்கள் செய்ததை நான் பலமுறை நூல்களில் படித்திருக்கிறேன். ஏன், அதைப்பற்றி நானே ஒரு நூலும் எழுதியிருக்கிறேன்... நான் பின்நவீனத்துவச் சாயல் கொண்டவன்...'

'அதென்னாது சாயல்?'

'சாய்ந்து நின்றபோது ஒட்டியது. அதனாலே நான் இன்னும் ஆழமாகச் சிந்தித்தேன்'.

'சிந்தித்து?'

'முதலிலேயே வாலை வெளியே எடுத்து அக்குளில் இடுக்கிக் கொண்டேன். அதன் பிறகுதான் ஆப்பைப் பிடுங்கினேன்...'

'ஆத்தீ... பெரிய ஆளா இருக்கியே... அப்றம் என்ன ராசா?'

'வேறு ஒன்றை எடுக்க மறந்துவிட்டேன்'.

- நவம்பர் 2, 2011

32

புதுக்கவிதை சுருக்கமான வரலாறு

புதுக்கவிதை என்று தமிழில் இப்போது வழங்கிவரும் இலக்கிய வடிவம் மிகமிகப் பரவலானதும் பல்நோக்குப் பயன்பாடு கொண்டதுமாகும். இன்றைய சூழலில் இவ்வடிவத்தைப்பற்றிய ஒரு வரையறையை அளிப்பது எளிதல்ல என்னுமளவுக்கு இது பரந்து விரிந்திருக்கிறது. ஆகவே கோட்பாட்டுரீதியாக 'ஒரு மொழியில் ஒரு சொல்லுக்குப் பின் இன்னொரு சொல் வரக்கூடியதும் எழுதியவராலோ பிரசுரித்தவராலோ வாசித்த வராலோ அல்லது சம்பந்தமில்லாத பிறராலோ கவிதை என்று கருதப்படுவதுமான ஓர் மொழியமைப்பே கவிதை' என்ற பொது வரையறை இங்கே அளிக்கப்படுகிறது.

புதுக்கவிதை என்ற பெயரை இதற்குப் போட்டவர் க.நா. சுப்ரமணியம் என்ற இலக்கிய விமரிசகர். ஆங்கிலத்தில் new poetry என்ற சொல்லை எஸ்ரா பவுண்ட் என்ற கவிஞர் பயன்படுத்தியிருப் பதைக் கண்ட இவர் 'அப்டீன்னா நமக்கும் இருக்கட்டும் ஒண்ணு... என்னங்கிறேள்?' என்று தன் தோழர் சி.சு. செல்லப்பாவுடன் பூரிக்குத் தொட்டுக்கொள்ள புதினாச் சட்டினி கொடுக்கும் ஒரு ராயர் காபி கிளப்பைத் தேடி திருவல்லிக்கேணி வழியாகச் சென்று கொண்டிருந்தபோது சொன்னார் என்பது வரலாற்றுத்தகவல். அதற்கு சி.சு. செல்லப்பா 'கெடந்துட்டு போகுது களுத... ஓஞ்சவேளைக்கு போதுபோகும்' என்று ஆமோதிப்பு அளித்தார்.

உடனே வீடு திரும்பிய க.நா.சுப்ரமணியம் தன் பழைய நாட்குறிப்பை எடுத்து அதில் உள்ள அன்றாடக்குறிப்புகளை எஸ்ரா பவுண்டின் கவிதைகளின் வடிவுக்கு மடக்கி எழுதலானார். நாற்பது கவிதைகளை இவ்வாறு பெருமாச்செட்டி பென்சிலால் பிரதி எடுத்தபின் விடியற்காலையில் பிளாஸ்கில் எஞ்சியிருந்த காப்பியையும் குடித்தபின் அவற்றின் அடிப்படையில் எஸ்ரா பவுண்டின் புகழ்பெற்ற புதுக்கவிதை இலக்கணத்தின் சாயலில் (A Retrospective to Modernism) இவர் புதுக்கவிதைக்கு ஒரு இலக்கணம் உருவாக்கினார் அவையாவன:

1. ஒருவரி எக்காரணத்தாலும் சாதாரண அளவுள்ள விரலில் ஒரு விரலுக்கு அதிகமாக நீளக்கூடாது (வரி நீளமாக அமையும்போது அதற்கேற்ப விரலை நகட்டி அளவிடுதல் தகாது).

2. வரிகளைக்கீழ் கீழாக எழுதும்போது எதுகை மோனை முதலியவை நிகழாமல் கவனம் எடுத்துக்கொள்ளவேண்டும்.

3. பெண்கள் என்றால் மார்புகள், கூந்தல், இடுப்பு, உதடுகள் மற்றும் அல்குல் போன்ற உறுப்புகள் வர்ணிக்கப்படலாகாது.

4. ஆண்கள் என்றால் தோள்கள், புஜங்கள், மீசை போன்றவை வர்ணிக்கப்படக்கூடாது.

6. ஆண்களும் பெண்களும் அறுபது வயதுக்கு மேற்பட்டவர்கள் என்றால் விதி 3, 4 லில் இருந்து விலக்கு உண்டு.

7. வரிகள் எந்நிலையிலும் எவராலும் பாடும்படி அமையலாகாது.

8. மளிகைப்பட்டியலை எண்வரிசை இல்லாமல் எழுதியது போன்ற வடிவம் கொண்டிருக்கவேண்டும்.

9. தினத்தந்தி நாளிதழ் பயன்படுத்தாத எந்தச் சொல்லையும் பயன் படுத்தக்கூடாது. குறைந்தபட்சம் தினமணியாவது அதைப் பயன்படுத்தியிருக்கவேண்டும்.

10. ஒருசொல் சிற்றிதழில் உருவானதாக இருந்தால் விதி 9ல் இருந்து விலக்கு உண்டு.

11. பிரசுரிக்கும் இதழாசிரியருக்குப் பொருள் புரியக்கூடாது.

12. இதழாசிரியரே அக்கவிதையை எழுதினார் என்றால் விதி 11ல் இருந்து விலக்கு உண்டு. ஆனால் அதை அவர் அனுபவித்தாக வேண்டுமெனக் கட்டாயமில்லை.

13. வாசகர்கள் (இருக்கும் பட்சத்தில்) தங்களுக்குத் தோன்றிய பொருளை அளிக்கும்படி சொற்சேர்க்கை இருக்கவேண்டும்.

14. கவிதை வாசகர்களுக்குப் புரியும்படி இருக்குமென்றால் கவிஞரே அதை விளக்கி பேட்டிகள் கொடுத்து கவிதையாக ஆக்க உரிமை உண்டு. பேட்டிகளை விளக்க மேலும் பேட்டி கொடுக்கலாம்.

15. சராசரிக் கைவிரலில் ஒரு விரல் அளவுக்குக் கவிதையின் நீளம் அமையலாம். அதற்குமேல் நீளுமென்றால் அதேயளவுள்ள பத்திகளாக அமைக்கலாம்.

இந்த இலக்கண அடிப்படையில் அன்று காலையிலேயே க.நா. சுப்ரமணியம் கீழ்க்கண்ட விமரிசன மதிப்பீடுகளை உருவாக்கினார்.

1. சிறந்த கவிதை சி.சு. செல்லப்பா எழுதாததாகவே இருக்க இயலும்.

2. புதுக்கவிதையில் மேஜர் போயட் என க.நா.சுவைச் சொல்லலாம். பிறர் எதிர்பார்க்கப்படுகிறார்கள்.

3. சிறந்த கவிதை கவிதைபோல இருக்காது. உரையாடல் போல இருக்கும். நல்ல உரையாடல் எங்ஙனம் கவிதையாக உள்ளதோ அதைப்போல.

அதேநாளில் கிட்டத்தட்ட அதேவேளையில் அதே திருவல்லிக் கேணியில் அரிக்கேன் விளக்கொளியில் சி.சு. செல்லப்பாவும் புதுக்கவிதைக்கான இலக்கணங்களை உருவாக்கிக்கொண்டிருந்தார். எஸ்ரா பவுண்டின் அதே கட்டுரையை அவரும் வாசித்திருந் தமையால் கிட்டத்தட்ட அதே இலக்கணங்களையே அவரும் உருவாக்கியிருந்தார். உபரியாக அவர் உருவாக்கிய இரு இலக்கண விதிகள் கீழ்க்கண்டவை:

1. புதுக்கவிதை அலங்காரமில்லா மொழியில் எழுதப்பட்டிருக்க வேண்டும். உதாரணம், 'அதற்கு' என்பது அலங்கார மொழி. 'அதுக்கு' என்பது கவிதைமொழி.

2. தமிழ்ப்பண்டிதர்களைத் தூக்கிலே போடவேண்டும். சேர்த்துப் போடுவது நிர்வாகச் சிக்கல்களை உருவாக்கும் என்றால் ஒவ்வொருவரையாகப் போடலாம். அவர்களை எப்படிக் கண்டுபிடிப்பது? 'யாரையோய் நீ?' என்று கேட்டால் 'யாரைப்பாத்து ஓய்னு சொல்றே?' என்று கேட்காதவர்கள் தமிழ்ப்பண்டிதர்கள்.

இதைத்தவிர அவர் மூன்று விமரிசனக் கோட்பாடுகளை உருவாக்கினார். அவையாவன:

1. சிறந்தகவிதை க.நா. சுப்ரமணியம் எழுதாததாகவே இருக்க இயலும்.

2. புதுக்கவிதையில் ‘மேஜர் போயட்’ என சி.சு. செல்லப்பாவைச் சொல்லலாம். பிறர் எதிர்பார்க்கப்படுகிறார்கள்.

3. சிறந்த கவிதை கவிதைபோல இருக்காது. உரையாடல் போலவும் இருக்காது. அது பாட்டுக்கு இருக்கும்.

விளைவாக மறுநாள் காலை பத்துமணி அளவில் திருவல்லிக்கேணி ராயர் காபி கிளப்பில் வைத்து புதுக்கவிதை இயக்கம் வரலாற்றுச் சிறப்புமிக்க பிளவுக்கு ஆளாகியது. கோபத்துடன் வீடுதிரும்பிய சி.சு. செல்லப்பா, உடனே தன் கையாலேயே தலைப்பை வரைந்து ‘எழுத்து’ என்ற சிற்றிதழை உருவாக்கினார். இவ்விதழ் தமிழ்ப்புதுக் கவிதைக்கான அடிப்படைகளை அமைத்தது.

இவ்விதழில் பல இளைஞர்களைத் திரட்டி எழுதவைத்து தன் தரப்பை வலுவாக நிறுவினார் செல்லப்பா. தன் வீட்டுமுன் பெட்டிக்கடை வைத்திருந்த நாரண நாயுடு என்பவரைப் பற்றி ந. பிச்சமூர்த்தி எழுதிய ஒரு கட்டுரையைப் புதுக்கவிதை வடிவுக்கு ஒடித்து அமைத்து இவர் இதழில் வெளியிட்டார். ‘பெட்டிக்கடை நாரணன்’ என்ற அக்கவிதையின் சாயலில் எழுதுபவர்களின் பெயர்கள் வெளியே விடப்படமாட்டாது என்ற உறுதியையும் அளித்தார்.

தொடர்ந்து ‘எழுத்து’ இதழில் ஏராளமான பேர் எழுதினாலும் மூவர் முக்கியமான முன்னுதாரணங்களாக அமைந்தனர். நாகர்கோயிலைச் சேர்ந்த சுந்தர ராமசாமி என்பவர் பசுவய்யா என்ற மாற்றுப்பெயரில் ‘அம்மா இங்கே வா வா’ கவிதையால் ஊக்கம் பெற்று அவர் எட்டாம் வகுப்பில் படித்தபோது டிரில் வகுப்பில் சொல்லிக்கொடுக்கப்பட்ட பாடத்தை மையக்கருவாகக்கொண்டு ‘நகத்தை வெட்டு உன் நகத்தை வெட்டு!’ என்ற கவிதையை எழுதினார்.

திருவனந்தபுரத்தைச் சேர்ந்தவரும் சிறிய செவிச்சிக்கல் கொண்டவருமான டி.கெ. துரைசாமி என்பவர் நகுலன் என்று பெயர் சூட்டிக் கொண்டு அவரது சமீபத்திய தடுமாற்றம் ஒன்றை எழுதி அனுப்பினார்.

‘ராமச்சந்திரனா என்று கேட்டேன்
ராமச்சந்திரன் என்றான்
ராமச்சந்திரன்தானா என்றேன்
ஆமாய்யா என்றான்
ராமச்சந்திரனேதானா என்றேன்
டேய் ஆமாடா என்றான்’

என்ற இக்கவிதையை மேலும் சுருக்கி சி.சு. செல்லப்பா தன் இதழில் வெளியிட அது புகழ்பெற்றது.

மறுமாதத்திலேயே சிவராமன் என்ற இலங்கைக்காரர் தருமு சிவராமு என்றும் சீவராம், பிரமிள் என்றும் பலவாறாகப் பெயர் சூட்டியபடி அவர் ஹோமியோபதி மருத்துவருக்குத் தன் நோய் குறித்து எழுதியளித்த குறிமானத்தை கவிதை வடிவுக்கு மாற்றி அனுப்பி அச்சாயிற்று. 'புறந்தோலில் அழுக்குத்தேமல் மருதி புணர்ந்து பாயும் விந்து...' என்ற அவ்வரிகள் அவரது கையெழுத்து புரியாமையால் 'பூமித்தோலில் அழகுத்தேமல் பரிதி புணர்ந்து பாயும் விந்து' என்று பிரசுரமாகி தமிழில் படிமக்கவிதைக்கான தொடக்கப்புள்ளியாக அமைந்தது.

டைரிக்குறிப்பு, தடுமாற்றம், படிமம் என்ற இம்மூன்று அம்சங்களின் நீட்சியாகவும் கலவையாகவும் தமிழில் புதுக்கவிதைகள் சரமாரியாக உருவாயின. இவற்றுக்கு இரு தரப்பிலிருந்து கடும் எதிர்ப்பு உருவாகி வந்தது. தமிழ்ப்பேராசிரியர்கள் எதிர்த்தமைக்குக் காரணம் புதுக்கவிதைக்கு உரைபோட முடியாது என்று கோனார் நிறுவனம் மறுத்துவிட்டமையே.

க. கைலாசபதி, நா. வானமாமலை போன்ற இடதுசாரிகள் எதிர்த்தமை அரசியல் நெடுநோக்கினால். எதிர்காலத்தில் புரட்சி வெடித்து சோஷலிஸ ஆட்சி ஏற்பட்டு அவர்கள் கலாசார கம்மிஸார்களாக உருவாகும்போது கவிதை எழுதுபவர்களை எதிர்புரட்சிக்காகக் கைதுசெய்து ராஜஸ்தானில் கட்டாய உழைப்பு முகாமுக்கு அனுப்புகையில் தங்களுடையது கவிதையல்ல லாண்டிரி பட்டியல் அல்லது மச்சினிக்குக் கடிதம் என்று சொல்லி புதுக்கவிதையாளர்கள் தப்பிக்க வழியிருக்கிறது என அவர்கள் அஞ்சினர். மேலும் கவிதைகளைக் கண்டுபிடிக்கும் தானியங்கிக் கருவிகள் உருவாக்கப்படும்போது அவற்றுக்கு குழப்பம் வராமலிருக்க தெளிவான திட்டவட்டமான வடிவம் இருப்பது அவசியம். அது யாப்பே என்றனர் இவர்கள்.

குடத்திலிட்ட விளக்காக வெளியே புகை மட்டும் விட்டுக் கொண்டிருந்த புதுக்கவிதை இயக்கத்தை மேடைகளுக்குக் கொண்டுவந்தவர்கள் நா. காமராசன், மு. மேத்தா, அப்துல் ரகுமான் ஆகியோர். இவர்கள் 'வானம்பாடிகள்' என்ற இதழை நிறுவி கவிதைகளை வெளியிட்டமையால் வானம்பாடிக் கவிஞர்கள் என்று அழைக்கப்பட்டார்கள். சி.ஆர்.ஐ. முறுக்குக் கம்பிகளின் விளம்பரத்தை அடியொற்றி மு. மேத்தா எழுதிய ஒரு நெம்புகோல் கவிதையால் இவர்களை நெம்புகோல்கள் என்றும் அழைக்கத் தலைப்பட்டார்கள்.

மேற்கண்ட நெம்புக்கவிதை வானம்பாடிகளுடைய அதிகாரபூர்வ பிரகடனமாக வரலாற்றில் இடம்பெற்றது. பிற்காலத்தில் ஒரு விருது வழங்கும் விழாவில் தொழிலதிபர் ஒருவர் 'இவர் இந்தப் பந்தையெல்லாம் போட்டு நெம்புற அந்தக் குச்சி பத்தி எழுதின ஒரு கவிதை...' என்று நெற்றியைத் தட்டியதாகவும் விடலைகளின் நகைப்பைத் தவிர்க்க அருகே அமர்ந்திருந்த அமைச்சர் 'கால்ஃப், கால்ஃப்' என்று அடியெடுத்துக் கொடுத்ததாகவும் சொல்லப்படுகிறது.

வானம்பாடிக் கவிதைகளின் இலக்கணம் மூன்று. அவையாவன:

1. உரக்கச்சொல்லப்படும் வரிகளே கவிதை எனப்படுகின்றன.

2. சொற்றொடர்களுக்கு முன் ஆ! ஏ! ஓ! போன்ற உயிரெழுத்துக்கள் அமைதல் வேண்டும் (அதிகப்பிரசங்கித் தனமாக ஈ!, ஊ! என்றெல்லாம் எழுதலாகாது).

3. ஒவ்வொருவரியையும் இரண்டுமுறை சொல்லுதல் வேண்டும். (கைதட்டலை எதிர்பார்த்து அதிகபட்சம் நான்குமுறை மட்டும் சொல்லலாம். மேலே போவது அடுத்த கவிஞரின் நேரத்தை எடுத்துக் கொள்ளுதலாகும்.)

4. கைதட்டல் எப்பகுதியில் விழவேண்டும் என எழுதும்போதே கவிஞனே முடிவுசெய்து அதற்காக இடைவெளிவிட்டு காத்து நிற்றல் வேண்டும்.

5. எதுகைமோனைகளை எங்கு வாய்ப்பு கிடைத்தாலும் சேர்க்கலாம்.

6. சொற்பொழிவுக்கும் கவிதைக்கும் ஒரே வேறுபாடுதான், பிந்தையது கவியரங்கத்தில் ஒலிக்கும்.

7. முதிர்கன்னிகள், வண்ணத்துப்பூச்சிகள், தீக்குச்சிகள், அக்கினிக் குஞ்சுகள் ஆகியவற்றைப் பற்றி ஒரு கவிதையாவது எழுதியிருக்கவேண்டும்.

எழுபதுகளில் இந்திராகாந்தி அம்மையார் நெருக்கடிநிலையைக் கொண்டுவந்தபோது வானம்பாடிகள் மறைந்தார்கள். கோவை ஞானி தலைமையில் சிறு குழு மட்டும் எஞ்சி ராப்பாடிகள் என்று பெயர் மாற்றி சிலகாலம் இயங்கியதாக தெரியவருகிறது. இவர்களில் பலர் பின்னர் திரைப்படப் பாடல்கள் எழுதத் தலைப் பட்டார்கள். ஆவாரம்பூ என்ற பூவை திரைப்பாடலில் அழுத்தமாக நிறுவியவர்கள் இவர்களே. எதற்கெடுத்தாலும் லாலால லாலா என்று மோகனத்தில் மெட்டமைத்த இளையராஜாவே இதற்குக் காரணம் என்று ஒரு கவிஞர் இதைப் பற்றிச் சொல்லியிருக்கிறார்.

வானம்பாடிகளின் சாதனை என்பது கவிதையை மக்கள்மய மாக்கியது. இவர்களின் கவிதைகளைக் கேட்கும் எவரும் 'இம்புட்டுத்தானா? தாளி, இதை நானே எழுதுவேனே' என்ற தெளிவை அடைந்தமையால் எங்கும் கவிதை பெருகியது. இளைஞர்களின் செலவில்லாப் பொழுதுபோக்காக கவிதை மாறியது. காதல் கடிதங்கள் புதுக்கவிதையில் எழுதப்பட்டன. இவ்வகைப்பட்ட கவிதைகள் ஏறத்தாழ ஒரு லட்சத்தி அறுபதாயிரம் வரை ஒரு மாதத்தில் வெளியாவதாகத் தெரியவருகிறது. சமீபத்திய தொகுதிச் சீரமைப்பில் நெல்லை பணகுடி நடுவே இவர்கள் ஒரு தனித்தொகுதி கேட்டுப் போராடியிருக்கிறார்கள்.

இவ்வகைக் கவிதைகள் மூன்று வகை என விமரிசகர் வகுத்துள்ளனர்.

1. 'அடி இவளே' பாணி. இதற்கு முன்னோடியாக விளங்குபவர் அண்ணன் என்று சான்றோரால் அழைக்கப்படும் அறிவுமதி அவர்கள். உதாரணம்,

   'இனியவளே
   நான் என் காதலை விளக்கினேன்
   நீ வாரியலால் விளக்கினாய்.'

2. 'ஏ சமுதாயமே! ' பாணி. இவ்வகைக் கவிதைகளுக்கு எழுச்சிக் கவிஞர் காசி ஆனந்தன் முன்னோடியாவார். உதாரணம்,

   குனிந்து பெருக்காதே
   நிமிர்ந்து கூட்டு!
   புதிய திட்டம் வகுத்திடு!

3. 'ஓ இளைஞனே' பாணி. இவ்வகைக் கவிதைகளுக்கு முன்னோடி என திரைப்படத்துக்கு எழுதுவதற்கு முந்தைய வைரமுத்து குறிப்பிடப்படுகிறார். பள்ளி மாணவர்கள் அதிகமும் இதை எழுதுகிறார்கள். உதாரணம்,

   இளைஞனே நீ
   பேனாவை எடு
   அது போர்வாள்
   ஒழிக சார்வாள்!

புதுக்கவிதையின் வளர்ச்சிப் படிக்கட்டில் உச்சநிலை திரைப் பாடலாக அதன் பரிணாமம். இரு கவிதைகள் இதன் சிறந்த உதாரணங்களாகும்.

மாறுகோ மாறுகோ மாறுகயீ
ஜோருகோ ஜோருகோ ஜோருகயீ
அஜக்கு இன்னா அஜக்குதான்
குமுக்கு இன்ன்னா குமுக்குதான்!

புதுக்கவிதையின் பிதாமகர்கள் விழைந்த முடிவிலாது பொருள் கொள்ளும் தகைமை கொண்ட வரிகளை இங்ஙனம் தமிழ்ப் புதுக்கவிதை அடைந்தேவிட்டது!

- ஆகஸ்ட் 28, 2012

33

மருந்தென வேண்டாவாம்!

டாக்டர் வீரமணி B. SC, M. B. B. S, FCGP அவர்களால் எழுதப்பட்டு, அறிவுலகம் 6, 3 ஆவது அவின்யூ அசோக்நகர், சென்னை 600083 லிருந்து டிசம்பர் 2004ல் வெளியிடப்பட்ட ‘சித்தர்கள் போற்றிய சிறுநீர் சிகிச்சை’ என்ற நூலை என் நட்புக்குரிய வாசகர்களுக்கு திட்டவட்டமாகப் பரிந்துரைப்பதில் பெருமகிழ்ச்சி அடைகிறேன். காரணம் நான் இன்னும் அம்முறையை பரிசீலனைசெய்து பார்க்கவில்லை. வாசகர்கள் முயன்று விளைவுகளை அறிவித்தால் நல்லதென்பதே நோக்கம்.

நிற்க, இந்நூலை முதலில் அறிந்துகொள்வோம். ‘டாக்டர் வீரமணி B. SC, M. B. B. S, FCGP அவர்கள் ஆங்கில முறை மருத்துவநிபுணர். சாதி மத இன மொழி பாகுபாடு அற்றவர், ஈதல் இசைபட வாழ்ந்திடும் தகைமையாளர், தன்னலமற்ற பொதுநலச் சேவகர். இசைப்பிரியர். இரண்டே ரூபாயில் ஏழை எளியோருக்கு ஊசி போட்டு மருந்தும் கொடுத்திடும் மனிதநேயர்...’ என பின்னட்டையில் குறிப்பிடப்படுகிறார் நூலாசிரியர்.

தன் சிறுநீரை குடிப்பதனால் அனைத்து நோய்களும் நீங்கப்பெற்று நூறாண்டு வாழலாம் என்று ஆணித்தரமாகக் கூறும் நூல் இது. சிறுநீர் அதன் பெயர் சொல்வதைப்போல அத்தனை சிறிய விஷயமன்று என்பதனாலும், பெருநீர் என்றால் பொருள் மயக்கம் ஏற்படுவதனாலும், ‘தன் நீர்’ என்று அழகிய தமிழில் இந்நூலில்

குறிப்பிடப்படுகிறது. இதனை சித்தர்கள் சிவாம்பு மருத்துவ முறை என்றார்கள். 'ஒருகாசும் செலவில்லாதது, வேறு எவர் உதவியும் தேவைப்படாதது, கலப்படமற்றது' என இம்மருந்தை ஆசிரியர் சொல்வதை அட்டையிலேயே காணலாம்.

தன் நீர் மருத்துவத்தை இந்நூலில் நாம் வாசிக்கும்போது பல அரிய தகவல்களைக் காண்கிறோம். பதிப்பாசிரியர் தமிழ்மறையான் இம்மருந்தின்மூலம் எயிட்ஸ் என்னும் பால்வினை நோய், கேன்ஸர் என்னும் புற்றுநோய், டிபி என்னும் எலும்புருக்கி நோய், ஆஸ்துமா என்னும் மூச்சிளைப்பு நோய் முதலியவற்றை முற்றாக நீக்கி முழுக்குணம் பெறலாம் என்று சொல்கிறார். ஆனால், சிவபெருமானே பார்வதிக்கு இந்த மருத்துவத்தை அந்தரங்கமாக விவரித்ததாக 'சிவாம்பு கல்பம்' என்ற சித்தநூலில் சொல்லி யிருப்பதாக டாக்டர் கூறியதை தான் நம்பவில்லை, தெய்வங்கள் ஒருபோதும் அப்படிச் சொல்லும் வழக்கம் இல்லை என பதிப்பாசிரியர் தமிழ்மறையான் கருதுகிறார்.

மேலும் 'மாணவ மூத்திரம்' என்ற நூலிலே டாக்டர் பிரக்ஜிபாய் தேசாய் என்பவர் தன் சிறுநீரை தானே உண்டு எண்பதுவயதிலும் இளைஞராக செயல்பட்டார் என்றும் அவரது குடும்பமே தன் நீர் (தம்நீர்?) அருந்தி ஆரோக்கியத்துடன் வாழ்ந்ததாகவும் பதிப்புரை சொல்கிறது. தேவையான மூத்திரம் மாணவர்களிடமிருந்து பெறப் பட்டதா, எங்ஙனம் என்பது நூலில் தெளிவுற இல்லை. பள்ளிகளில் இதற்கான அமைப்பு இருந்திருக்கலாமென ஊகிக்கிறேன்.

நூலுக்கு அனுபவம் சார்ந்து அணிந்துரை எழுதியிருக்கும் கெ. நடராஜன் MD அவர்கள் பெரியார் நெறிவழுவா பகுத்தறிவாளர் என்றும் மனிதநேயர் என்றும் நூலின்கண் குறிப்பிடப்படுகிறார்.

> 'கண்டு கேட்டு உண்டு உயிர்த்து உற்றறியும் ஐம்புலனும்
> ஒண்டொடி கண்ணே உள'

என்ற 'திரிக்குறள்' பாடலை இம்மருத்துவத்துக்கான முக்கியமான ஆதாரமாகக் காணலாமென்பது அவர்தம் தரப்பாகும். இதில் உண்டு என்ற சொல் காதல்-காம மயக்க நிலையில் பெண்ணின் சிறுநீரை உண்ணுதலையே குறிக்கும் என்பது அவர் துணிபு. இதன் மூலம் புணர்ச்சி நீள்கிறது, வீரியம் கூடுகிறது என்பது அவர்தம் அனுபவ உண்மை. கண்டு என்பது சிறுநீர் கழிப்பதைக் காணுதலும் கேட்பதென்பது அவ்வொலியை செவிகூர்தலும் உயிர்த்தல் என்பது அதை முகர்ந்து நோக்குதலும் உற்று என்பது அதை உடலெங்கும் பூசிக்கொள்ளுதலும் ஆகும்.

திரிக்குறளில் இன்னும் பல பாடல்களில் இம்மருத்துவத்துக்கான விளக்கம் உள்ளது.

தம்மில் இருந்து தமது பாத்து உண்டற்றால்
அம்மா அரிவை முயக்கு

உணலினும் உண்டது அறல் இனிது காமம்
புணர்தலின் ஊடல் இனிது

இக்குறள்களில் தம்மில் இருந்து வரும் நீரை உண்பதையும் உண்ட நீர் சிறுநீராக வெளிவரும்போது (அறல்) அருந்துதலையுமே குறிப்பிடுகிறது என்பது கெ. நடராஜனார் அவர்களின் கருத்தும் தமிழ்மறையான் அவர்களின் ஆமோதிப்பும் ஆகுமென்பதை பதிப்புரையும் சுட்டி நிற்கின்றது. உணவை விட 'உண்டது அறலே' மேலும் இனிது என தெய்வப்புலவர் சொல்வதை நான் ஆழ்ந்து நோக்குகிறேன்.

மேலும் குறள்களைக் காணலாம்.

இழிவறிந்து உண்பான்கண் இன்பம்போல் நிற்கும்
கழிபேர் இறையான் கண் நோய்

மருந்தென வேண்டாவாம் யாக்கைக்கு அருந்தியது
அற்றது போக்கி உணின்

உலகம் இழிவாகக் கருதிய நீரை அறிந்து உண்பவனிடம் நோய் நிற்காது என முதல் குறள் சுட்டுதலை அறிவுடையோர் உணர்வர் என்பது தமிழ்மறையான் நோக்கு. இழிதல் என்பதே நீர் வழிவதைச் சொல்கிறதென ஏன் கருதலாகாது? அதேபோல அருந்தியது அற்றது என்ற சொல்லாட்சி அருந்திய நீர் தன் நீராக வெளிப்படுதலையன்றி வேறெதைக் குறிக்கிறது? முதல் குறளில் தன் நீர் அருந்துதல் கண்நோய்க்கு சிறந்தது என்ற குறிப்பும் உள்ளது என்பது என் பொருட்கோடல்.

ஆனால் திருவள்ளுவர் அருந்தினாரா என்ற வினாவை தமிழ் மறையனார் அவர்கள் எதிர்கொண்டமை என் நெஞ்சை மருக வைக்கிறதென்பதையும் ஈண்டு நுவலல் தகும். இந்த அளவு சொன்னவர் அருந்தாமலிருப்பாரா? தமிழ்மறையனாரோ செந்நாப் போதார் நாவை அதற்கு பயன்படுத்தினாரென்பதை வலியுறுத்திச் சொல்லல் அவர்தம் நாப்பெருமைக்கு இழுக்கெனக் கருதுவதனால் 'திருவள்ளுவர் அருந்தினாரா என்ற கேள்வி எழுப்பாதீர். கள்ளின் கொடுமையைக் கூறுபவர் கள் குடித்தவராகத்தான் இருக்க வேண்டும், சூதின் விளைவைச் சொல்லியவர் சூதாடியவராகத்தான்

இருக்கவேண்டும் என்பதில்லை' என அளிக்கும் விளக்கம் பொருத்தமானதாக இல்லை.

டாக்டர் கெ. நடராஜனார் அவர்கள் சிறுவயதிலேயே காசநோய்க்கு ஆளாகி மருந்துகள் பயனளிக்காமல் இறப்பின் எல்லைவரை சென்று தன் நீர் அருந்தி நோய் நீங்கப்பெற்றமையை விவரித்து, அவ்வண்ணம் நெடுநாள் வாழ்ந்து தன் முதியவயதில் இரு தொகுதிகளாக தன் தன் வரலாற்றை எழுதி வெளியிட்டதுடன் காசநோய் விடுதிக்குச் சென்று நோயாளிகளுக்கு பிஸ்கட் பாக்கெட்டுகளை (மட்டும்) அளித்ததாகவும் சொல்கிறார்.

மேலும் இந்நூலுக்கு மதிப்புரை வழங்கியிருக்கும் டாக்டர் ஈ. மங்கள கௌரி HPSM அவர்கள் இம்மருந்தை பெரிதும் விதந்தோதுகின்றார். சித்த நூல்களில் சிவாம்பு என்றும் அமரி என்றும் சிவநீர் என்றும் சொல்லப்படும் சர்வரோக நிவாரணி இதுவே என்றும் இவ்வாறு குறிப்பிடுவது தன்நீரையே என்றும் அவரது குருநாதரான டாக்டர் R. துரைராஜ் அவர்கள் சொல்லியதாகச் சொல்லும் ஈ. மங்கள கௌரி HPSM அவர்கள் இம்மருந்துக்கு பெண்ணிய நோக்கிலும் விளக்கம் அளிக்கிறார். பெண்கள் தங்கள் நோய்களை வெளியே சொல்ல வெட்கம் கொள்ளுதல் இயல்பே. அவர்களுக்கு இம்மருந்து ஒரு வரப்பிரசாதம், இரண்டாம் நபர் அறியாமல் இம்மருந்தை அருந்தி நோய் நீங்கப்பெறலாம் என்கிறார் ஈ. மங்கள கௌரி HPSM.

'நாம் என்ன செய்கிறோம் எதை உட்கொள்கிறோம் என்று யாருக்கும் தெரியாது. காசு செலவோ கடைக்குச்சென்று வாங்கிவர பிறர் தயவோ தேவையில்லை. இரவோ பகலோ நாம் தனித்திருக்கையில் நாமே பிறர் உதவியின்றிச் செய்துகொள்ளும் சிகிச்சை இது...' சிகிச்சையின்போது இப்பெண்டிரை கணவர்கள் முத்தமிடலாமா என்ற ஐயம் ஏற்பட்டது. தனித்திருக்கும் மனைவியரின் கணவர்கள் இதைப்பற்றி சற்றே கவனம் எடுத்துக்கொள்வது தகும் என்று மட்டும் சொல்லிச் செல்கிறேன்.

இம்மருந்தின் சிறப்பு என்னவென்றால் இதன் சுத்தசுயம்புநிலைதான் என்கிறார் ஈ. மங்கள கௌரி HPSM. பிற மருந்துகளைத் தண்ணீர் சேர்த்து அல்லது வேறுசில பொருட்களுடன் கலந்தும் காய்ச்சியும் எல்லாம்தான் அருந்தவேண்டும். உள்ளே குடிக்கும் மருந்தை வெளியே பூசவோ திருப்பிச்செய்யவோ கூடாது. ஆனால் தன்நீர் மருந்தினை எப்படி வேண்டுமானாலும் உள்ளும் புறமும் பயன்படுத்தலாம் என்கிறார் அவர். சுவைக்காக சர்க்கரை சேர்த்துக் கொள்ளலாமா என்றும், மேலும் சுவையுடன் அதிகமுறை அருந்தும்

பொருட்டோ விருந்தினருக்குப் பரிமாறும் பொருட்டோ எலுமிச்சம்பழச்சாறு முதலியவற்றைக் கலக்கலாமா என்றும் குளிர்காலத்தே சூடாக அருந்தலாமா என்றும் ஐயம் எழுகிறது.

இதன் பின்னர் விரிவாக சிறுநீர் என்று சொல்லப்படும் அமுதமருந்தின் சிறப்புகளை நூலாசிரியர் விளக்குகிறார். தொண்ணூறுக்குமேல் வயதிலும் உற்சாகமாக இருந்த மொரார்ஜி தேசாய்தான் தனக்கு இந்த முறையின் முதல் முன்னுதாரண அறிமுகம் என்று சொல்லும் நூலாசிரியர் தன் 71 வயதில் இதய அறுவை சிகிச்சை செய்து கடும் மருத்துவச்செலவுடன் துயருற்றிருந்த நாட்களில் ஒரு நண்பரால் ஆற்றுப்படுத்தப்பட்டு சிறுநீரை 2001 மே மாதம் எட்டாம் தேதி முதன்முதலாக குடித்ததாகச் சொல்கிறார். நமது கார்ப்பரேஷன் நீர் போல குளோரின் துர்நாற்றமும் இல்லை, நமது அலோபதி மருந்துகள் போல கசப்பும் துவர்ப்பும் இல்லை என்று உணர்ந்தபின் தொடர்ந்து குடிக்க ஆரம்பித்து சிலநாட்களிலேயே நோய் நீங்கி நலம்பெற்றதாகக் குறிப்பிடுகிறார்.

சிவபெருமான் பார்வதிக்கு தன்னீர் மருத்துவம் பற்றிச் சொல்லும் 107 சுலோகங்கள் அதர்வ வேதத்தில் உள்ளனவாம் என்று சொல்லும் நூலாசிரியர் போகர், அகத்தியர், திருமூலர், தேரையர் போன்ற சித்தர்கள் இதை அருந்தியே பலநூறாண்டுகாலம் வாழ்ந்தார்கள் என்கிறார். சித்தர்கள் அருந்தியிருக்கக் கூடும். ஆனால் பார்வதிக்கு சிறுநீர் உண்டா என்ற ஐயம் எழுந்து என்னைப்படுத்துகிறது.

தொடர்ந்து சிறுநீர் மருத்துவம் மூலம் உலக அளவில் நிகழ்ந்த அற்புதங்கள், அதைப்பற்றி எழுதப்பட்டுள்ள நூல்களை விரிவாக ஆதாரமாக்கி இம்மருத்துவத்தின் மேன்மையை ஆசிரியர் விளக்கிச் சொல்கிறார். காலையில் வரும் முதல் சிறுநீரை மூன்றாக பகுக்கலாம். முதலில் வரும் மூன்றில் ஒருபங்கையும் கடைசியில் வரும் மூன்றில் ஒருபங்கையும்விட்டுவிட்டு நடுவே வரும் மூன்றில் ஒருபங்கை அருந்தவேண்டுமென்று சிவன் பார்வதிக்குச் சொல்லி யிருக்கிறார்.

இதை குடிக்கலாம். சளி முதலியவற்றுக்கு சில சொட்டுகள் மூக்குவழி உறிஞ்சலாம். காது நோய்க்குக் காதில் விடலாம். கண்நோய்க்குச் சில சொட்டுகள் கண்ணிலும் விடலாம். சரும நோய்க்கு உடம்பெல்லாம் தேய்த்துக் குளிக்கலாம். தேய்த்தபின் கையில் சோப்பும் சுருட்டிய துண்டுமாக அப்படியே ஆற்றுக்குப் போவது நல்லதல்ல என சொல்ல வேண்டியதில்லை. உடலின் எந்தப்பகுதியில் எந்த நோய் வந்தாலும் அப்பகுதியில் இதை போடலாம். சிறுநீர் உறுப்புகளில் நோய்கள் வந்தால் இதை திரும்ப ஏற்ற முயலலாமா கூடாதா என தெளிவுறுத்தப்படவில்லை.

இத்தகைய அருமருந்தினை ஏன் அரசு ஊக்குவிக்கவில்லை என ஐயம் எழுகிறது. இதன் பல சிக்கல்களை நான் எதிர்நோக்காமலு மில்லை. உதாரணமாக சிறுநீர் பிடித்து அருந்தும் கோப்பையை கழிப்பிடத்திலேயே வைப்பதும் வேறு விஷயங்களுக்கு பயன் படுத்துவதும் பிழை. பிறர் அதில் அறியாமல் கழிப்பிடம் கழுவ அமிலம் எடுக்க நேர்ந்தால் பெரும் பிழையாகும். அதே கோப்பையை சமையலறைக்குக் கொண்டுவருவதும் அடாது. அதை துணிகளுடன் பீரோவில் வைக்கலாம். மேலும் எத்தனை கழுவினாலும் அதில் சற்றே பாக்டீரியாக்கள் இருக்க வாய்ப்புண்டு. நேரடியாகவே சிறுநீரை குடிப்பதற்காக குழாய்கள் உருவாக்கப் படுவது இன்றியமையாதது.

வள்ளுவர் கூற்றுப்படி துணைவியின் சிறுநீரை கணவன் அருந்து வதைப்போல மனைவியும் கொழுநன் தொழுதெழுந்து நீரை அருந்துதலே கற்பென வகுத்தல் நலம். சான்றோர்தம் சிறுநீர் நற்பண்புகளை வளர்க்கும். தலைவர்களின் நீரை உயரிய வண்ணப் புட்டிகளில் அடைத்து விற்றால் அரசுக்கு பெரும் வருவாய் ஈட்ட முடியும். ஆயின் வணிக நோக்குடன் முதிய வயது தலைவர்களுக்கு மிதமிஞ்சி நீரைப் புகட்டி சிறுநீர் பெருக்கும் கொடுமைகள் உருவாகாது காத்தலும் வேண்டும்.

ஆவின் பால்வளத்துறைபோல சுமூத்ரா, நீர்தன், Self Water போன்ற பெயர்களுடன் தனிவாரியம் அமைக்கலாம். சிறுநீர் உற்பத்தியைப் பெருக்க வீரிய வகைகளை உருவாக்குவதும் தகுமே. அனைத்துக்கும் மேலாக நம்மிடையே உள்ள மக்கள் செல்வம் காரணமாகவே உலகுக்கே நாம் தன்னீர் ஏற்றுமதிசெய்யலாம். அனைவரும் நோயற்றிருக்கும் நிலையை இந்தியா உலகுக்கு அளிக்கும்! ஆம், இந்தியா உலகுக்கு அளிக்கும்!

- நவம்பர் 25, 2014

34

பெயர்கள்

தெரிந்த பெண், கைக்குழந்தையுடன் அருகே வந்தபோது 'ஜூஜூஜூ...' என்று அதன் கன்னத்தைத் தட்டி குட்டிக்கன்னம் உப்ப முறைக்கப்பட்ட பின் அவளிடம் 'பிள்ளை பேரென்ன?' என்றேன். 'பாகுலேயன் பிள்ளை' என்றாள். ஒருகணம் முதுகெலும்பில் ஒரு தொடுகை. அப்பாவை நான் அந்நிலையில் எதிர்பார்க்கவில்லை. கன்னத்தைவேறு தட்டிவிட்டேன். '...போய் சோலிமயிரைப் பாருடா... நாயுடே மோனே' என்று கனத்த குரலில் எக்கணமும் அது சொல்லக்கூடும் என்று தோன்றியது.

'என்னத்துக்கு இந்த மாதிரி பேரெல்லாம்?' என்றேன்.

'என்ன செய்ய? இது அவருக்க அப்பா பேரு. கேக்க மாட்டார்...' கூப்பிடுவது 'ஜிங்கு' என்று சொன்னாள் தாய்.

'ஜிங்க்க்க்கு...' என்றேன். இன்னும் அதிகமாக முறைத்தது. 'மூனூண்ணு கூப்பிட்டாத்தான் அவனுக்கு இஷ்டம்...'

அதென்ன பெயர் என்று நான் திகைக்க அவள் 'மூணுன்னு அர்த்தம். அவனுக்கு மூணுன்னா பிடிக்கும்...'

அதுசரி. பிள்ளைகள் சிறுவயதில் ஏராளமான, நிறைய, பெரிய என்பதற்கு அப்படி ஒரு எண்ணை எண்ணிக் கொள்கின்றன. 'மூனூ... மூனூட்டா' என்றேன். வெட்கி அம்மா தோளில் முகம் புதைத்தான்.

பெயரிடுவது கஷ்டம்தான். பெற்றோரின் கனவுகளும் மோகங்களும் மொழிப்பிரச்னைகளும் பக்கத்துவீட்டாருடன் உள்ள உறவுகளும் எல்லாம் சேர்ந்து குழந்தைகளின் பெயர்களை தீர்மானிக்கின்றன. பொதுவாக சமஸ்கிருதப் பெயரே வழக்கம். அர்த்தம் தெரியாமல் வெறும் ஒலியின்பம் நோக்கியே பெயரைப் போடலாம். 'கிருஷ்ண பிரசாந்த் - நல்லாருக்கா சார்?'

'கிருஷ்ணபிரசாத் தானே?'

'இல்ல சார். அப்டித்தான் பக்கத்துவீட்டிலே டீச்சர் சொன்னாங்க. நாந்தான் இப்டி போட்டேன்...'

'அப்டியா நல்லாருக்கு.'

'சமஸ்கிருதத்திலே இது என்ன சார் அர்த்தம்?'

'கரிய பேரமைதி' என்று சொல்ல முடியுமா என்ன? கரிய பேரமைதி மிட்டாய்ச் சிவப்பு சட்டையுடன் குமுதத்தைக் கைகளால் அள்ளி வாய்க்குக்கொண்டுபோக முடியுமா என முயன்றுகொண்டிருந்தது. மார்பில் எச்சில் கண்ணாடிக்குழாய்.

'தெரியல்ல சார்' என்றேன்.

'கிருஷ்ணனுக்கு பிரியமானவன்னு அர்த்தம் சார்' என்றார் அவர், 'எங்க போஸ்ட்மாஸ்டர் சொன்னார்.'

வாழ்க மனிதாபிமானிகள். ஏற்கெனவே ஒரு போஸ்ட்மேன் பெண்ணுக்கு சாரதா என்று பெயர் வைத்து அதன் பொருள் என்ன என்று கேட்க 'கறுப்பி' என்று ஆத்மார்த்தமாகச் சொல்லி வசை கேட்டேன். கோயில் அய்யர் 'அம்பாளோட பேருன்னா... அஷ்ட ஐஸ்வரியமும் உள்ளவள்னு அர்த்தம்... தட்சணை வைங்கோ' என்று சொல்லி போட்ட பெயராம்.

சமஸ்கிருதப் பெயர் பொருள் தெரியாமலிருக்கையில்தான் அதன் நளினம் அதிகரிக்கிறது. கிஷோர் என்றால் பொருள் 'பையன்' என்று சொல்ல முடியுமா? ஆனால் தர்மபுரிப்பக்கம் வன்னியர்கள் நடுவே 'சின்னப்பையன்' என்று பெயர் உண்டு. எழுபது வயதான சின்னப்பையனைப் பார்த்திருக்கிறேன். நாட்டுக்கோட்டை செட்டியார்களில் 'குழந்தையன்' சாதாரணமாக இருந்திருக்கிறது. மொழியறிஞர் குமரிமைந்தனின் பெயர் பெரியநாடார் - சின்னக் குழந்தையாக இருக்கும்போதே!

நண்பர் ஒருவரின் குழந்தைபெயர் 'நிஷாத்'. காட்டுமிராண்டி! அவரது வீட்டுப்பெயர் 'மா நிஷாதத்' - கூடாது காட்டுமிராண்டியே!

வான்மீகி ராமாயணத்தின் முதல் இரு சொற்களாம். ஒரு சாமியார் போட்டபெயர்கள். கிரௌஞ்சம் நோக்கி அம்பு தொடுக்கும் வேடனைப் பார்த்து ஆதி கவி மனமுடைந்த ஒலி. அது ஒரு மந்திரம்தானே?

சமஸ்கிருதமே அல்லாமல் அப்படியே ஒலிக்கும் சொற்களில் பெயரிட்டுவிட்டு 'என்ன சார் அர்த்தம்?' என்று கேட்கப்படும் கொடுமைக்கு ஆளாவது சமீப கால வழக்கம்.

'ஜிஷாத் சார்...'

'அப்டியா? ஜிஹாத்-தானே கேள்விப்பட்டிருக்கேன்.'

'இது சமஸ்கிருதத்திலே சார். ஜிஷாத்.'

பெருமூச்சுடன் பேசாமலானேன். சமஸ்கிருதத்தை என்ன வேண்டு மானாலும் செய்ய ஒரு இந்துவுக்கு உரிமை உண்டு.

இந்தி வழி சமஸ்கிருதச் சொற்கள் வருகையில் அவை உருமாறி நாம் ஏதாவது கேட்கப்போகும் முன் வாயில் விரல்வைத்து 'உஷ்! உஷ்!' என அதட்டுகின்றன. சுமேஷ் (சும+ ஈஸன்), சுரேஷ் (சுர+ ஈஸன்), கணேஷ் (கண+ஈஸன்), ரமேஷ் (ரம்+ ஈஸன் அல்ல ரம + ஈஸன்) - சரி. ஏன், கர்நாடகப்பக்கம் உள்ள குகேஷ்கூட பரவாயில்லை. இதே ஒலிக்கு எதிரொலியாக வைக்கப்படும் ரினீஷ், துமேஷ், ஜிலீஷ் எல்லாம் என்ன கணக்கு? ஏதோ டம்ளர் கைநழுவி கல்லில் விழுந்த ஒலிகள். 'டணால்' 'டுமீல்' 'தடார்' என்றெல்லாம்கூட பெயர்கள் எதிர்காலத்தில் வருமோ என்னவோ?

இந்தப் பக்கம் தூய தமிழ்ப்பெயர்கள். தேன்மொழி, மான்விழி எல்லாம் சரிதான், ஆனால் என் தமிழியக்க நண்பர் ஒருவரின் பெண்ணின் பெயர் கனிச்சாறு. அடுத்த குழந்தைக்கு பழக்கூழ் என்று பெயரிட்டுவிடுவாரோ என்று எனக்கு அச்சம். ஆகவே கேட்கவேயில்லை. என் நெருக்கமான நண்பர் ஆசிரியர் தங்கமணி தருமபுரி மாவட்டம் மூக்கனூர்பட்டியில் வசிக்கிறார். அங்கே பெரும்பாலானவர்கள் குடியேற்ற கொங்கு கவுண்டர்கள். கிராமமே சுயமரியாதைக் கிராமம். பக்கத்து வீட்டில் பாரதிதாசன் பரம்பரைக் கவிஞரான கண்ணிமை அவர்களின் பெண்களுக்கு இனமானம், தன்மானம் என்றுபெயர். இரண்டுக்கும் முரண்பாடு வரும்போது என்ன செய்வார்கள் தெரியவில்லை. பக்கத்தில் யாரும் செட்டி யார்கள் இல்லை, வருமானம் என்று பெயரிட.

மற்ற மொழியாளர்களுக்கு இத்தகைய பெயர்கள் சிக்கலை அளிக்கின்றன. கவிஞர் அறிவுமதி பெயரைக் கேட்டு கல்பற்றா நாராயணன் சொனனர். 'என்னது, அறிவு மதி என்றா சொல்கிறார்?'

(மதி - போதும்) நான் சொன்னேன் ‘ இதைச் சொல்கிறீர்கள், காதல்மதி என்றே ஒருவர் இங்கே இருக்கிறார்.’

‘மதிமதி... கேட்டது மதி...’ என்றார் கல்பற்றா.

வடமொழிப்பெயர்களைத் தமிழ்ப்பெயர்களாக ஆக்கிக் கொள்ளலாம். பரிதிமால் கலைஞர் போல, தில்லை வில்லாளன் போல. ஆற்றலரசு போல... ஆனால் பெண்கள் அதிகமும் இப்படி பெயர் மாற்றம் செய்துகொண்டதில்லை என்பதனால் ஒரு ஆறுதல். நாகவேணி பாம்புக்கூந்தலி ஆகவும் ஜலஜா நீர்மகள் ஆகவும் (தண்ணிப்பொண்ணு என்றால் இன்னும் சரியாக இருக்குமோ?) வனஜா காட்டுக்குட்டி ஆகவும் மாற்றப்பட்டால் நாட்டில் பிள்ளைப்பேறு விகிதமே குறைந்துபோய்விடும்.

கொள்கையைப் பெயரிடுவது தந்தையை யாரெனக் காட்டுகிறது. மைந்தர்களை தந்தையின் கொடியடையாளமாக்குகிறது. ‘புரட்சி’ என்று பெயருள்ள தோழர்மைந்தன் என்னுடன் படித்தான். புரட்டாசி என்று கூப்பிடுவோம். லெனின், ஸ்டாலின் பெயர்கள் வழக்கமென்றாலும் டிராட்ஸ்கி என்று பெயரிடப்பட்ட ஒருவரையும் கண்டிருக்கிறேன். ஸ்வெஸ்திலோவ், விஸாரியோவிச் போன்ற பெயர்களும் எங்காவது இருக்காமலா போய்விடும்? கேரள முற்போக்கு எழுத்தாளர் ஒருவர் பெண்ணுக்கு வோட்கா என்று பெயரிட்டதாக வதந்தி. வேட்கை என்ற சொல்லில் இருந்துதான் அச்சொல் பிறந்தது என்பது தேவநேயப் பாவாணர் கூற்று என்பர் நூலோர். இஸ்வெஸ்தியா என்றெல்லாம் பெயரிடலாகாது. ‘இழுத்துவச்சியா?’ போல அஃதோர் வினா என பாமரர் எண்ண ஏதுவாகும்.

தருமபுரியில் ஒரு ஊழியர் பெயர் ‘கடவுள் இல்லை’. வருடம் தோறும் மலைக்கு மாலை போடுவார். ‘ஆனா அய்யப்பன் இருக்கார் சாமி’ என்பார். அங்கேயே ‘பகுத்தறிவு’ என்று ஒரு நண்பர் இருந்தார். பக்கு என்று நண்பர்கள் சுருக்கமாகக் கூப்பிடுவதை விரும்பமாட்டார். ‘கும்பிடுறேன் சாமி’ என்று ஒரு தலித் இருந்ததாகச் சொன்னார்கள். உயர்சாதியினர் அவர் பெயரை சொல்லி அழைக்கவே முடியாது. ‘பெரும்பண்ணி’ என்று தன்னை ஒரு ஆதிவாசி அறிமுகம் செய்துகொண்டார் பெண்ணாகரம் அருகே. அது உயர்சாதியினரே அவருக்குப் போட்ட பெயராக இருக்கலாம்.

தங்கம், வைரம், முத்து, ரத்தினம் என்றெல்லாம் மனிதப்பேராசை பெயர்களாகிறது. கல் மண் பெயர்கள் பழங்காலத்தில் உண்டு. கடற்கரை என்ற பெயர் இருக்கிறது ஒரு இதழாளருக்கு. நான்கு வருடம் முன்பு குளச்சலைச் சேர்ந்த கடற்கரை ஒருவர் பெயரை

தமிழில் கடற்கரை என்றும் ஆங்கிலத்தில் 'Beach' என்றும் ரேஷன் கார்டில் எழுதியிருந்தார்கள் என ஒரு வழக்குவிவரம் தினத்தந்தியில் வந்தது. சு. சமுத்திரம் பெயரை S. Ocean என்று எழுதியிருப்பார்கள்.

கடற்கரைப்பக்கம் வினோதமான போர்ச்சுகீசிய பெயர்கள் உண்டு, கரைமானுடர் அவற்றை தங்களுக்கு ஏற்ப மாற்றுவது வழக்கம். பங்கிராஸ் என்ற பெயர் பான்கிரியாஸ் சுரப்பியாக உருமாறி ஆவணங்களில் பதிந்து பிரச்னை உருவாகியிருக்கிறது. தனிஸ்லாஸ் என்ற பெயரை தனுசுவாசு என்று கணக்கெடுப்பு அதிகாரி திருத்தி யிருக்கிறார். எங்கள் கல்லூரி நண்பனும் இப்போது பாதிரியாராக இருப்பவனு(?)மாகிய கிளிட்டஸை நாங்கள் பிரியமாக கிளிட்டோரிஸ் என்று அழைத்திருந்தோம். என் நண்பர் ஷாஜி அவரது பிஷப்பை ஃபாதர் சிஃபிலிஸ் மார் கொனோரியஸ் என்று சொல்லி தன் நாத்திகக் கடுப்பை வெளிக்காட்டுவார்.

குமரிமாவட்ட வெள்ளாளப் பெயர்களில் பலபெயர்களை சுருக்கியே அப்பெயராளி உயிர்வாழமுடியும். ஆய்வாளர் அ.கா. பெருமாளின் பெயர் காக்கும்பெருமாள். அவரை பிறர் காக்க வேண்டியிருக்கும். ஆபத்து காத்த பிள்ளை, நின்றருளிய பெருமாள் பிள்ளை, குன்றேறிய பெருமாள் பிள்ளை எனப் பல. நல்ல குத்தாலம் பிள்ளை, சிதம்பரம் பிள்ளை என ஊர்ப்பெயர்கள். மகாலிங்கம் என்ற பெயரை கேரளத்தில் பெண்கள் மத்தியில் சொல்லலாகாது. அணைஞ்ச பெருமாள் என்ற பெயரை அடிக்கடி காணலாம். சிவன் அணைந்த பெருமாள் என்பதன் சுருக்கம். அதை மேலும் சுருக்கி அணஞ்சி என்பார்கள். பொய்சொல்லாமெய்யன் பிள்ளை என்று ஒரு பெயர் உண்டு. நீளம்கருதி பொய்யன்பிள்ளை என்று சுருக்குவார்கள்.

என் ஆருயிர் நண்பர் 'அன்பு'வின் மனைவி பெயரும் 'அன்பு'தான். பெண் பெயர் சாஹித்யா. அன்பும் அன்பும் இணைந்தால் இலக்கியம் பிறந்துதானே ஆகவேண்டும்? மு.அறம் என்று ஒரு காந்திய அறிஞர் இருந்திருக்கிறார். அன்பும் அறனும் உடைத்தாயின் பண்பும் பயனும் அது. பண்பு என்றபெயர் எங்காவது உண்டா?

ஆதி கிறித்தவப்பெயர்களும் ஆர்வமூட்டுபவை. பள்ளிக்குட்டி நாடார் என்பவர் சர்ச் அதாவது பள்ளியில் பிறந்தவர். பள்ளிக்கண், பள்ளிப்பிள்ளை என்ற பெயர்களும் உண்டு. பள்ளிமணி என்ற ஒரு பெயரும் தொலைபேசிப் பட்டியலில் உண்டு. வேதம் என்றால் பைபிள் ஆகையால் வேதக்கண், வேதஜெபம் இருப்பது சாதாரணம். வேதமணியும் உண்டு. வேதசகாயமும் இல்லாமல் இல்லை. வேதப்பால் என்ற பெயரை எளிதில் புரிந்துகொள்ள

முடியாது, வேதம் என்ற பசுவின் பால் பகவத் கீதைதானே? இந்த பால் என்பது Paul என அறிய நாம் கிறித்தவ வரலாற்றுக்குள் செல்லவேண்டும். அடிக்கடி நடக்கக்கூடிய காரியமல்ல.

நாயர்கள் அந்தக்காலத்தில் சிண்டன், கண்டன், கோப்பன், கோமன் என்றெல்லாம் பெயரிட்டு திடீரென தங்கள் உயர்சாதி என்று பிரக்ஞையை அடைந்து, தூயசமஸ்கிருதத்தில் சிந்தனைக்கனம் கொண்ட பெயர்களை போட்டுக்கொள்ள ஆரம்பித்தார்கள். 'அமிர்தமதனன் நாயர்' (அமுதம் கடைந்த நாயர்) 'விஸ்வபூக்ஷமன் நாயர்' (உலக நல நாயர்) போன்ற விபரீதப் பெயர்களையும் காணலாம். பின்னர் ஈழவர்களும் அப்படி போட ஆரம்பித்தார்கள். கோவையில் ஒரு கேரள மருத்துவர் நித்ய சைதன்ய யதியின் பேணுநர். பெயர் டாக்டர் ரிதுபர்ணன்.

நரிக்குறவர்கள் குழந்தை பிறந்த ஊர்களையே பெயர்களாக போடுவார்கள். ஆகவே நாகர்கோயில், குழித்துறை, பனச்சமூடு போன்ற ஆணும் பெண்ணும் அவர்களில் உண்டு. இப்போது நடிகை நடிகர் பெயர்கள். அதிக பிரபலமான பெயர் குஷ்புதான். இடுப்பில் தாயத்து மட்டும் அணிந்த குஷ்பு என்னைப் பார்த்து அன்பாகச் சிரித்து 'ஷாமி ஒரு ரூவா குடு ஷாமி...' என்றார்.

'எதுக்கு, சினிமா பாக்கத்தானே?' என்று கேட்டேன்.

'இல்ல, பாக்கெட்டிலே போடுகதுக்கு' என்றார்.

'பாக்கெட் எங்க?'

குஷ்பு கைநீட்டி 'பாவா சட்டையிலே.'

செய்தித்தாள்களும் பெயர்களை உற்பத்தி செய்கின்றன. குமரி மாவட்டத்தில் 'மானேக்ஷா' என்றபெயர் பரவல். மானேக்ஷாக்கள் அநேகமாக 1970 வாக்கில் பிறந்தவர்கள். முஜ்புர் ரஹ்மான்களும் அதேவயது கொண்டவர்களே. தக்கலையைச் சேர்ந்த ஒரு முஜ்புர் ரஹ்மான் இணையத்தில் அதிசிக்கலான பின்நவீனக் கட்டுரைகள் எழுதி அவை புரியாமல் நம்மிடமே ஐயம் கேட்பார். அதேவயதுள்ள இரு யாஹ்யாகான்களையும் எனக்குத் தெரியும். இப்போது நாற்பத்தைந்து தாண்டிய ஒருவரின் பெயர் 'தாஷ்கண்ட்'. நீலகண்டன் இருக்கையில் ஏன் கூடாது தாஸகண்டன்?

பொதுவாக சதாம் ஹுசைன்களுக்கு பத்துவயதுக்குள் இருக்கும். யாஸர் அராபத்துகள் சற்று மூத்தவர்களாக இருப்பார்கள். பின் லாடன்கள் இப்போதுதான் மொட்டைத்தலையில் பட்டைவரியாக முடிவெட்டி அதன்மேல் வெள்ளைக்குல்லா போட்டு சீனிமிட்டாய்

சப்பி அப்பா கையைப் பிடித்துக்கொண்டு மதரஸாக்களுக்கு போக ஆரம்பித்திருப்பார்கள்.

ஜெயமோகன் என்ற பெயர் பிடிக்காமல் நான் பத்து பெயரில் எழுதியிருக்கிறேன். இலட்சியம், கனவு எதுவுமே இல்லாத சப்பைப் பெயர். சேட்டுப்பையன்களின் பெயர் போல. ஆனால் பெயரில் என்ன இருக்கிறது என்று பிற்பாடு புரிந்தது. மம்மூட்டி என்ற பெயர் இப்போது ஓர் அழகனை குறிக்கிறது. அதற்கு இணையான ஒரு தமிழ்ப்பெயர் என்றால் சுப்புக்குட்டி என்று சொல்லலாம். கேட்டதுமே '...ஸ்ஸபீடா இட்லி வடை போண்டா பஜ்ஜி சாதாதோசை மசால்தோசை ஆனியன் ஊத்தப்பம் பொங்கல் பூரி இருக்குசார்' என்ற குரல்தான் காதில் விழுகிறது இல்லையா?

- ஜனவரி 26, 2013

35

யாப்பு

அந்நாட்களில் குழந்தைகள்மேல் பெரியவர்களின் வன்முறையைத் தடுப்பதற்கான சட்டங்கள் இல்லையாதலால் எட்டாம் வகுப்பிலேயே யாப்பிலக்கணம் சொல்லிக் கொடுக்க ஆரம்பித்திருந் தார்கள். துடிப்பான பையன்களாக இருந்தோம். தமிழய்யா ஏசுஞானமரியதாசன் அவர்கள் இடைவேளையில் மோதகம் தின்று டீ குடித்துவிட்டு புன்னகையுடன் வகுப்புக்கு வந்து சாக்குக்கட்டியால் கரும்பலகையில் 'யாப்பு' என்று எழுதி அடிக்கோடிட்டதுமே சிரிப்பு ஆரம்பம். எங்கள் பள்ளியில் இயல்பாகப் புழங்கி வந்த ஒரு சொல்லுக்கும் அதற்கும் அரைக்கணமே வேறுபாடு.

'லேய் என்னலே சிரிப்பு, மயிராண்டி. செருப்பால அடிச்சி தோல உரிச்சிருவேன். சிரிப்பு... சிரிக்கப்பட்ட மோரைகளைப் பாரு... ஏலே உனக்க அம்மைக்க ஆமக்கன் இஞ்ச துணியில்லாம நிக்கானேலே? வாய மூடுங்கலே நாறப்பயக்கலே... வெவரமும் கூறும்கெட்ட இந்த ஊருல என்னைய வேலைக்குப்போட்ட தாயளிய மொதல்ல போயி மண்டையில அடிக்கணும்... காலையில எந்திரிச்சு வந்திருதானுக வாயையும் களுவாம...' என்று ஏசுஞானமரியதாசன் முன்னுரை வழங்கிவிட்டு நேராகப் பாடத்துக்குள் புகுந்தார்.

'ஓரோ பயக்களும் கண்டிப்பாட்டு யாப்பு அறிஞ்சிருக்கணும்...' என்றார் ஏசுஞானமரியதாசன்.

‘ஓம் சார்!’ என்றான் தங்கச்சன்.

‘என்னலே ஓமு?’

‘சார் சொன்னது உள்ளதாக்கும்.’

ஏசுஞானமரியதாசன் தலைசரித்து அவனைப் பார்த்தபின் ‘என்னத்துக்கு?’

‘நாளைய தலைமுறைக்கு சார்!’

தங்கச்சன் எஸ்எஃப்ஐ உறுப்பினர். சகாவு ஹேமச்சந்திரன் நாயரா லேயே பெயர்சொல்லி அழைக்கப்படும் தகுதி கொண்டவன்.

‘இரிடே தங்கச்சா... அப்பம் சங்கதி அதாக்கும். நாளைய தலை முறையை உருவாக்குததுக்கு யாப்பு அத்தியாவிசியமாக்கும். கேட்டுதால மயிராண்டிமாரே... இருந்து பாக்கானுக பாரு... இவனுக கண்ணைக்கண்டாலே எனக்கு ஒருமாதிரி கேறிவருதே...’

அடுத்த சொல்லாக ‘அசை’ என்று எழுதியதுமே நான் அதை என் நோட்டில் அவசரமாக எழுதினேன்.

‘...ஆகா எளுதிப்போட்டாம்லே... கரடிக்க மகன் எளுதிப் போட்டாம்லே... என்னலே எளுதினே...?’

‘அசை.’

‘அசைண்ணா என்னலே அர்த்தம்?’

‘துணிகாயப்போடுத கயிறு சார்.’

‘அய்யட, உடுத்தா வேட்டி கிளிச்சா கௌபீனம்னு சொல்லுத மாதிரி... வந்து சேருதானுக... ஏல மலையாளத்து மயிரான்லாம் வந்து தமிளு படிக்கல்லேண்ணு இஞ்ச எவன்லே கேட்டான்? இங்கிணயுள்ளவன் படிச்ச தமிளுக்கே நாடு நாறிட்டு கெடக்கு... ஏலே அசைண்ணா...’

‘மாடு அச போடுகது சார்’ என்றான் ஸ்டீபன்.

வகுப்பில் ஆழ்ந்த அமைதி நிலவியது. ஏசுஞானமரியதாசன் ஸ்டீபனை உற்றுப் பார்த்து சில நிமிடங்கள் நின்ற பின் மென்மை யான குரலில் ‘லே மக்கா, உனக்க அப்பன் ஞானதாஸு கள்ளுக் கடையில வடைண்ணு நெனைச்சு வேதக்கண்ணுக்க மூக்கு பொடிக்குப்பிய எடுத்துக் கடிச்சவனாக்கும். நீ அதைச் சொல்லல் லேண்ணாத்தான் நான் நிண்ணு பாக்கணும். வித்தில உள்ளதுல்லா கொத்துல நிக்கும்?’ பெருமூச்சுவிட்டு ‘ஆரும் தோக்குக்கு உள்ள கேறி வெடி வைச்ச வேண்டாம். பூர்வஜென்ம பாவத்தினாலே ஒருத்தன் இஞ்ச கெடந்து மூச்சறுக்குத எளவ கேட்டு மனசிலாக்கி

படிச்சாப்போரும்…' என்றபின் 'அசைண்ணா வார்த்தைக்க ஒரு துண்டாக்கும். இப்பம் இந்த ஆயிரங்காலட்டய நாம நாலஞ்சா வெட்டினாக்க ஓரோ துண்டும் ஒத்தைக்கு ஊர்ந்து போவும்லலே, அதைமாதிரி ஒரு வார்த்தைய நாம வெட்டினாக்க தனியாட்டுபோற துண்டுகளாக்கும் அசைண்ணு சொல்லுதது…'

எனக்குப் பளீரென்று மின்னியது.

'…ஆனா போற போக்குல பீடிக்கடையில தடம் போயில நறுக்குதது மாதிரி போட்டு வெட்டப்பிடாது. அதுக்கொரு கணக்கு இருக்கு. அந்தக் கணக்கயெல்லாம் அந்தக் காலத்தில சோலிமயிருகெட்ட பண்டிதனுங்க தேமா புளிமாண்ணு வாயி புளிச்சா மாங்கா புளிச்சாண்ணு தெரியாம எளுதி வச்சிருக்கானுக. அத இப்பம் உங்ககிட்ட சொன்னா அதவச்சுகிட்டு புதிசாட்டு நாலஞ்சு கெட்ட வார்த்தைய உருட்டி வைப்பிய… அதனால நான் ஒரு கணக்காட்டு சொல்லுதேன்… லே சாம்ராஜு அங்க என்னலே முளிக்கே… முளி செரியில்லியே…'

சட்டென்று ஒரே வகுப்பில் பாடல்களை அசைபிரிக்கும் கணக்கை இலகுவாகச் சொல்லிக் கொடுத்துவிட்டார் ஏசுஞானமரியதாசன். அந்த ஒரு மணிநேரத்தில் கற்ற கணக்கு இந்தநாள் வரை செய்யுட் களைப் படிப்பதற்குக் கை கொடுக்கிறது. யாப்பை முதலில் அசைபிரிக்கக் கற்றுக்கொடுத்தபடி தொடங்கவேண்டும் என்பது பழைய கவிராய மரபின் வழிமுறை. அசைபிரிக்கத் தெரிந்ததுமே பழந்தமிழ்ப் பாடல்கள் பிசுக்கு நீக்கப்பட்ட கண்ணாடி வழியாகத் தெரிவதுபோல தெளிவடைகின்றன. கண்ணில்பட்ட அனைத்துச் சொற்சேர்க்கைகளையும் பாடல்களையும் அசைபிரிக்க ஆரம்பித்தோம். 'ஐந்து கரத்தனை யானைமுகத்தனை' முதல் 'சும்மா இருந்தா அம்மைதாலி அறுப்பேன்…' போன்ற நாட்டுப்புற இலக்கியங்கள் வரை.

நாலாம் நாள் ஏசுஞானமரியதாசன் மீண்டும் வகுப்பில் யாப்பு தொடங்கியபோது பலரும் பிரகாசமாக அதை எதிர்கொண்டோம். 'ஏம்லெ எல்லா கெட்டவார்த்தைக்கும் அசைபிரிச்சாச்சாலே… இல்ல இனி வல்லதும் பாக்கி உண்டா?'

முனகல் ரீங்கரிக்க 'என்னலே சத்தம்?'

'பிரிச்சாச்சு சார்…'

'லே ஜெயமோகன் எந்திரி, பேரு வச்சிருக்கான்பாரு கரடிநாயரு, லே உனக்கு வல்ல சிண்டன் கோரன் கடுத்தாண்ணு நல்ல நாயருக்க பெர வச்சா என்னலே…? செரி அதுபோட்டு, தலையெளுத்துல்லா

பேரா வந்து சேருது... நீ சொல்லுலே... தேமாங்காய்ண்ணா என்ன வார்த்தையாக்கும்?'

நான் வெட்க, 'சார் அவன் நல்ல பயலாக்கும், கெட்ட வார்த்தை சொல்லமாட்டான்...' என்றான் ஜெபக்குமார்.

'கெட்டவார்த்தை சொல்லாத நாயரா? என்னலே புதிய கதயாட்டிருக்கு?'

'நான் சொல்லுகேன் சார்.'

'ஆமா. நீ வெளைவே. நீ டீக்கனாருக்க பயல்லா... அவரு சிலுவை யிட்டு கும்பிடுத சமயத்திலயும் வாயில கெட்ட வார்த்தையில்லா சொல்லுவாரு... நீ அதைச் சொல்லணும். நான் அதை நிண்ணு கேக்கணும்... செரி, சகல தேமாங்காக்களும் கேளுங்க, இண்ணைக்கு அடுத்த பாடம். சீர்!'

நான் சீர் என்று வாய்க்குள் சொல்லிக்கொண்டேன். 'ஒரு பாட்டில இருக்கப்பட்ட ஒரு வரிய நாம ஒரு மூங்கில்னுட்டு வைப்போம். என்னலே?'

'முளை சார்.'

'ஆமா. முளை. அதில இருக்கப்பட்ட ஒரு கணுவாக்கும் சீருங்கியது. வல்லதும் மனசிலாச்சாடே புளிமாங்கா?'

'ஆமா சார்'

'என்ன புளிமா மனசிலாச்சுது?'

'திருக்குறளிலே ஏழு கணு இருக்கும் சார்!'

'அடிச்சான்பாரு லக்கி பிரைஸ்... உனக்க அப்பன் கரடி பாகுலேயன் பிள்ள கோமணம் அவுத்த நேரம் கொள்ளாம், கேட்டியாலே? சீராத்தான் இருக்கு...'

ஏசுஞானமரியதாசன் கரும்பலகையில் 'மங்காத சீரகத்தைத் தந்தீரேல் வேண்டாம் பெருங்காயம் ஏரகத்துச் செட்டியாரே' என்று எழுதி அதை என்னிடம் சீர் வகுத்து அசைபிரித்து எழுதச்சொன்னார். நான் எழுதி முடித்ததும் 'அம்பிடுதான்லே யாப்பு. இனி காசுள்ளவனைபற்றி பாட்டெளுதி கும்பி நனைச்சலாம். கோப்பு இருந்தா பெண்ணடிகளைப்பத்தி பாட்டெளுதி அவளுகளை வளைச்சும் எடுக்கலாம்... என்னலே? ஆனா பாதிக் கவிஞனுங்க கூவிளங்காய்களையாக்கும் எளுதுகது...'

பையன்கள் சிரித்தார்கள்.

'நாலு இல்லேண்ணா எட்டு இல்லேண்ணா பதினாறு சீரு சேந்தா ஒரு அடி...' என்றார் ஏசுஞானமரியதாசன். 'அடிமேல் அடி வைச்சா அம்மியும் நகரும்ணுட்டு அம்மி நகருததுவரை பாடிட்டிருக்கப் பிடாது. வெண்பாவுக்கும் விருத்தப்பாவுக்கும் எல்லாம் நாலு அடியோட நிறுத்தணும். அதிலயும் வெண்பாண்ணாக்க இட்ட அடி நோக எடுத்த அடி கொப்பளிக்க சமைஞ்ச குட்டி தண்ணிக்குப் போறாமாதிரி ஒரு இதுவாட்டு இருக்கணும் கேட்டியாலே?'

பிறகு தனக்குத்தானே ஒரு சிரிப்பு 'பின்ன, சைவசித்தாந்தம் வல்லதும் பாடணுமானா கையில கழி வச்சிருக்கது நல்லது. ஒரு காட்டுவழி பயணமுல்லா? நாய்நரி குரைச்சு வரும்லா? அதுக்காக்கும் கழிநெடிலடிண்ணு ஒரு எனம் வச்சிருக்கு... அது பிறவு பாக்கிலாம்...'

அடுத்தது தொடை 'தொடைண்ணா என்னலே?' திரும்பி எங்களைப் பார்த்து 'சிரிக்கானுக பாரு... லே உன்னையெல்லாம்... இல்ல எனக்க வாயால அதைச் சொல்லமாட்டேன். குருசாபம் என்னத்துக்கு?' என்ற பின் 'தொடுக்குதது தொடை. ஏல, தொட்டுக்கிட்டிருந்தா அது தொடை. ரெண்டும் போயித் தொடுத எடம் முக்கியம்லே... என்னலே?'

'ஆமா சார்.'

'நீ கண்டே.... செரி போட்டு. அப்பிடித் தொடுகதுக்கு ஒரு கணக்கு இருக்கு. சும்மால்ல... ஏன் அப்பிடி ஒரு கணக்கு வச்சிருக்கான்?'

வகுப்பை உற்று நோக்கிய பின் ஏசுஞானமரியதாசன் 'லே குட்டடப்பன் ஆசாரி சொல்லுலே. எதுக்குலே கணக்கு?'

'கணக்கு இல்லேண்ணா கோணலா இருக்கும் சார்.'

'பாத்தியா ஆசாரிண்ணா ஆசாரிதான். அவன் மூளை, அது வேற... அதாக்கும்லே காரியம். அழகுண்ணா என்னாண்ணு நெனைக்கே? அழகுண்ணா கணக்குலே... இந்த மேசைக்க நாலு காலும் அளவோட கணக்கா இருந்தா அது மேச. இல்லேண்ணா அது வெறகு... கணக்குகள் செரியா இருந்தா கண்ணுக்கு அளகு. காதுக்கு அளகு. நாக்குக்கு அளகு. மனசுக்கு அளகு. எரிசேரிக்கு ஒரு உப்புண்ணா புளிசேரிக்கு உப்பு வேற கணக்கு. ஏல, எத்தன வருசம் இருந்து தின்னுபாத்து நாயம்மாரு அதை கண்டுபிடிச்சிருப்பானுக? சிந்திச்சுப் பாக்கணும். மூப்பிலான்மாரு சொல்லித்தாற கணக்குகளில இருக்கப்பட்டது அவனுக தலைமுறை தலைமுறையா அனுபவிச்சு அறிஞ்ச அழகுகளாக்கும்...'

ஏசுஞானமரியதாசன் உற்சாகமாகத் தொடர்ந்தார். 'எந்த ஒரு உருப்படிக்கும் ரெண்டு கணக்குகள் உண்டு. ஒண்ணு அளவுக் கணக்கு இன்னொண்ணு தொடுப்புக் கணக்கு... ஏம்லே ஆசாரி?'

'ஆமா சார்.'

'அதுதான்லே மக்கா கவிதைக்கும். இதுவரை அசை சீரு அப்டீண்ணு நாம படிச்சதெல்லாம் அளவுக்கணக்கு. இப்பம் தொடைண்ணு படிக்கப்பட்டது தொடுப்புக்கணக்கு. ரெண்டு கணக்கும் சேந்தா அதுக்குண்டான ரூபம் வந்துபோட்டு... இப்டி ஓரோ பாட்டு முறைக்கும் ஓரோ கணக்கு இருக்கு கேட்டியளாலே?'

ஏசுஞானமரியதாசன் கவிதைமுறைகளுக்குள் புகுந்தார். 'பண்டுகாலத்திலே வாத்தியான்மாரு பாடப்பட்டது ஆசிரியப் பாண்ணு ஆரும் நெனைச்சுக்கிடப்பிடாது. அது, சும்மா வெறும் வாயோட இருக்கதுக்கு பாடிப்பாப்பமேண்ணு பொதுவான விசயங்கள நீட்டிச் சொல்லுகதுக்குண்டான வடிவமாக்கும். கூறுகெட்ட ஆசாரி கலப்பை செய்யுகது மாதிரிண்ணு வையி. செத்தி நீட்டினாப்போரும், கலப்பை வந்திரும். இழுக்கப்பட்டது மாடுதானே. உப்புபுளிக்கு ஆசாரிச்சி அகப்பை செய்யுகது மாதிரியாக்கும் வெண்பா. மூணுவரி சிரட்டை. முக்காவரி கோலு, அம்பிடுதான்லே... இது ரெண்டுக்கும் நல்ல ராகம் கெடையாது பாத்துக்க. ஆசிரியப்பாவுக்கு சும்மா சொல்லப்பட்ட சத்தம். அகவலோசைண்ணு சொல்லுவாக. கேட்டுப்பாத்தா ஒருமாதிரி ஒப்பாரிச்சத்தம் காதில விழும் பாத்துக்கோ... வெண்பாவுக்கு அறைதல் ஓசை. என்னத்த அறைதல்? வண்ணாத்தி துணி வெளுக்குத சத்தம் இல்லலே மக்கா... உறப்பிச்சு சொல்லுத சத்தம். இந்நா பிடிலே மயிராண்டி வெண்பா-ண்ணு எடுத்து வச்சா அது வெண்பா...'

ஒரே நாளில் சரசரவெனப் பாடல் வகைகளுக்குள் போய் முடித்தே விட்டார். எதிலும் குழப்பமே இல்லை. அவரது மிகச்சிறந்த அறிவுரை யாப்புக்காக மனக்கணக்கு போடக்கூடாது. வகைக் கொன்றிரண்டாகப் பாடல்களை மனப்பாடம் செய்து வைத்து வேகமாக அவற்றை வாய்க்குள் சொல்லிப் பார்க்கவேண்டும். அதே மெட்டில் சரசரவென எழுதினால் பெரும்பாலும் அந்தப் பாடல் வகை வந்துவிடும். பாடலை நேரடியாக எழுதக்கூடாது. சொல்லியபின் எழுதினால் யாப்பு சீராக வரும். அதாவது நம் கவிதை நம் காதுக்குக் கேட்க வேண்டும். யாப்பை காதுதான் நன்றாக உணரும். எழுதியபிறகு மெதுவாகத் தளைதட்டுகிறதா என்று சரிபார்த்தால் போதும்.

எங்கள் வகுப்பிலிருந்து பத்துக்கும் மேற்பட்ட கவிஞர்கள் உணர்ச்சிவசப்பட்டு பீறிட்டுக் கிளம்பினோம். எதற்கும் வெண்பா, ஆசிரியப்பா. கார்பன் டையாக்சைட் தயாரிப்பது பற்றி நான் எழுதிய எட்டு விருத்தப்பாக்களைக் கேட்டு அறிவியல் ஆசிரியர் வில்லியம் என்னை பெஞ்சுமேல் ஏறி நிற்கவைத்து முன் இருக்கை கார்த்தியாயினியின் உருவாகிவந்த முலையிடைவெளியை பார்க்கவைத்தார். தங்கச்சன் தனித்தமிழில் எழுதிய 'தாயோளி என்றாலும்...' எனத் தொடங்கும் வெண்பா பலகாலம் அப்பிராந்தியத்தில் புகழ்பெற்றிருந்தது.

வண்ணார்காவு கண்டன் சாஸ்தாவைப்பற்றி ஒரு காவியம் எழுதவேண்டுமென ஆசைகொண்டு நான் இருநூறுபக்க நோட்டு வாங்கி முந்நூறு விருத்தங்களும் நாற்பது வெண்பாக்களும் எழுதினேன். அதை திருவனந்தபுரம் நவராத்திரி பூஜையில் அரங்கேற்றுவதைப்பற்றி விரிவாகக் கற்பனைசெய்தேன். அக்கற்பனை எளிதாகவும் சுகமாகவும் இருந்ததனால் காவியம் எழுதுவது நின்று போனது.

'யாப்புண்ணாக்க ஒரு சுக்கும் இல்ல கேட்டுக்கோ. அஞ்சாம்கிளாஸ் கணக்கக் காட்டிலும் சுளுவாக்கும். அப்பம் எல்லாவனும் கவித எளுதீர முடியுமாலே? எல்லா ஆசாரியும் எல்லாம் செய்யுதான். நூற்றில ஒருத்தனாக்கும் உளிக்க ஒப்பம் மனசையும் ஆத்மாவையும் கொண்டு வாறவன்... அப்பிடிச் செய்த ஓரோ உருப்படியிலயும் செய்த ஆசாரிக்க ஆத்மாவு நிக்குதுலே... உருப்படியத் தொட்டா மண்ணடிஞ்ச அந்த ஆசாரியைத் தொட்டது போலயாக்கும். பாறசாலையிலே ஒரு நாயரு வீட்டிலே காலம்கழிஞ்ச அச்சு மூத்தாசாரிக்க உருப்படி ஒண்ணு இருக்குண்ணு சொல்லிக்கேட்டு நானும் பாகுலேயன்பிள்ளயும் நாராயணன் போத்தியும் குமாரசாமியு மாட்டு பாக்கப்போனோம். அச்சு மூத்தாசாரிய கேட்டிருக்கியளாலே?'

'ஆமா சார்.'

'ஆருலே?'

'திருவட்டார் கோவில் மண்டபத்த கெட்டின ஆசாரி சார்...'

'ஆமா... அதைக்கண்டு மார்த்தாண்ட வர்மா மகாராஜா நீரே பெருந்தச்சன்னு சொல்லி அப்டியே காலில விளுந்து கும்பிட்டு தெட்சிணை வச்சாருண்ணு சொல்லு வழக்கு. பெருந்தச்சன் இந்த பாறசாலைத் தறவாட்டுக்கு ஒருக்கா வந்திருக்காரு. காட்டிலே ஒரு மூத்த பிலாமரத்தைப் பாக்கதுக்கு. சாய்ப்புவீட்டிலே அன்னாகாரம் கழிஞ்சு கிடந்து உறக்கத்திலே இருக்கிறப்ப அந்த வீட்டுக் கொளந்தை ஒண்ணு அங்கிண வந்து ஆசாரி மேலே கேறிக் களிச்சிருக்கு.

ஒருவயசுப் பெண்குழந்தை. அத எடுத்து முத்தினவரு உளிய எடுத்து அங்க கிடந்த மரத்தில ஒரு களிப்பெட்டி செய்து குடுத்திட்டு போனாரு... அந்த குழந்தை வளந்து நூறுவயசு இருந்து செத்து அவளுக்க வழிப்பேரன்மாராக்கும் இப்பம் அந்தப் பெட்டிய வச்சிருக்கியது...'

'நீங்க பாத்தியளா சார்?'

'எவன்லே இவன்? பாக்காம பின்ன? பத்துசக்கறம் பணமிறக்கி பஸ்ஸு பிடிச்சு பின்ன மயித்துகதுக்கா போவானுக?' மந்தகாசத்துடன் மேஜைமேல் அமர்ந்து 'பன்னிரண்டு கண்ணால பாத்தேன்லே... பத்து வெரலுக்க கண்ணும் ரெண்டு முகத்துக் கண்ணுமாட்டு... பெருந்தச்சன் சும்மா ஒரு அர நாழிகையிலே செத்திக்குடுத்திட்டுப்போன களிப்பெட்டி. ஆனா அதுபோல ஒண்ணு இன்னொருத்தன் செய்யமுடியாது. அத அப்பிடியே அளந்து எல்லா அளவும் கணக்கும் செரியாக் குறிச்செடுத்து அதே மரத்தில இன்னொருத்தன் செஞ்சாக்கூட அது இந்த களிப்பெட்டி மாதிரி இருக்காது' என்றார்.

'லே, இது வேறலே... இதுக்க கணக்கு வேற. ஏலேகணக்கு நிக்கது ஜடத்திலே... கையில நிக்கும் மெய்யில நிக்கும் கல்லிலயும் மரத்திலயும் நிக்கும். கல்லும் மண்ணுமாலே ஒலகம்? பரலோகத்தில இருக்கப்பட்ட பரமபிதா கண்ட சொப்பனமுல்லாலே இந்த ஒலகம்? சொப்பனத்துலே ஏதுலே கணக்கு? ஆனா பாரதி சொல்லுகான், மண்ணைக்கட்டினா விண்ணைக் கட்டலாம்னுட்டு. அதாக்கும் மக்கா சூச்சுமம். மண்ணைக் கட்டுத கலை தெரிஞ்சவனாக்கும் பெருந்தச்சன், தாயளி விண்ணையும் கட்டிப்போட்டான். கணக்கறிஞ்சவன் ஆசாரி. கணக்கு நெறைஞ்சவனாக்கும்லே பெருந்தச்சன்...'

'செரிலே மக்கா... இண்ணையோட நாம யாப்பு நிறுத்துகோம். பெரிய பரிச்சை வரப்போவுது. பாடம் கொறே கெடக்கு பாத்துக் கிடுங்க. பின்ன, இப்பம் ஒண்ணு சொல்லுகேன். நம்ம பாஷை யிலயும் பல பெருந்தச்சனுங்க உண்டுலே... தேவசில்பி மயன் கண்டாலும் கையெடுத்துக் கும்பிடுத தச்சனுக. ஆனாக்க தச்சனுக் கெல்லாம் தச்சன்னா அவன் கம்பனாக்கும். கம்பராமாயணத்த நீங்க படிக்கணும்லே மக்கா... இப்பம் சொன்னா உங்களுக்கு மனசிலாவாது. இடுப்புக்குக் கீழயாக்கும் சந்தோசம் இருக்குண்ணு நெனைச்சிட்டு அலையுத பிராயம்... லே மக்கா அதெல்லாம் எண்ணெய் தீந்து அணையுத வெளக்குலே... நெஞ்சுக்குள்ள உள்ள வெளக்குக்கு ஆத்மாவாக்கும் எண்ணெய் கேட்டுக்கிடுங்க. கர்த்தாவாகிய ஏசுகிறிஸ்துவுக்க மெய்யான வசனங்களை படியுங்க,

அது ஆத்மாவுக்கு பிரகாசம். கம்பனுக்க பாட்ட படியுங்க, அது ஆத்மாவுக்கு மதுரம்... லே இப்பம் ஒண்ணு சொல்லுதேன், கம்பனைப்படிச்சவனுக்கு பின்ன ஜீவிதத்திலே துக்கம்னு ஒண்ணு இல்லலே...'

நீங்களும் புதுக்கவிதை எழுதலாம்

புதுக்கவிதை எழுதப்போகும் இளைஞர்களுக்கு சில ஆலோசனைகள்.

முதலில் நன்றாக நிமிர்ந்து அமர்ந்துகொள்ளவும். கைகால்களை இலகுவாக்கிக் கொள்ளுங்கள். மூச்சை இழுத்துவிடுங்கள். நம்பிக்கை இருந்தால் குலதெய்வத்தை நினைக்கலாம். ஒன்றும் ஆகப்போவதில்லை. தைரியமாக இருங்கள். இதுவரை பல்லாயிரம் பேர் எழுதிவிட்டார்கள். இனியும் எழுதுவார்கள். சிறந்த புதுக்கவிதை கொந்தளிப்புகளை உருவாக்கும் - அக்கவிதையில். அதைப் படிப்பவர்கள் உச்சகட்ட எதிர்வினைகளை உருவாக்குவார்கள், தங்கள் கவிதைகளில். ஆகவே கவிதை என்பது கவிதைக்காக மட்டுமே நிகழும் ஒருசெயல் என்பதை மீண்டும் நினைவுகூருங்கள்.

ஆரம்பிக்கும் முன்பாக உங்கள் கற்பனைக் குதிரையைத் தட்டி விடுங்கள். பின்நவீனத்துவக் கவிஞர் என்றால் பின்பக்கமாக. முற்போக்கு பின்நவீனத்துவம் என்றால் நீங்கள் பின்னால் திரும்பி அமரவேண்டும். உங்கள் புனைவுத்திறனின் உச்சம் வெளிப்படும் தருணம் ஆரம்ப கணத்திலேயே தேவையாகிறது என்பதே கவிதையெழுத்தின் வசீகரமான ரகசியம். ஆம், உங்களுக்கு ஒரு பெயர் தேவை. புனைபெயர்! புனைபெயரில்லாத கவிஞன் மல்லிகை சூடாத விலைமகள் போல. கண்ணடித்தாலும் கண்டுகொள்ளாமல் கண்நோய்க்குக் கைமருத்துவம் சொல்வார்கள்.

புனைபெயரில் என்ன இருக்கிறது என்று எண்ணவேண்டாம். உங்கள் அனைத்துக் கவிதைகளுக்கும் அர்த்தம் அளிக்கும் முதல் புள்ளி புனைபெயர்தான் என்பது புதுக்கவிதையின் ஆரம்பப் பாடம்.

> 'அம்மணக் குழந்தையின்
> அர்ணாக்கொடியில்
> ஆடுகிறது
> மாலைக் காற்று'

என்ற கவிதையை 'பிரபஞ்சாதீதன்' எழுதியிருந்தால் என்ன பொருள், 'செந்நிலவன்' எழுதியிருந்தால் என்ன பொருள்வேறுபாடு, 'சங்கிலிக்கருப்பு' எழுதியிருந்தால் என்ன உட்பொருள் என

யோசியுங்கள். முறையே உள்ளொளி, புரட்சி, தலித் கவிதைகளாக இது ஆகிவிடுகின்றதல்லவா? நீங்கள் யார் என்பதை உடனடியாக முடிவுசெய்யுங்கள்.

சுயபெயரிட்டுக் கொள்ள இரு தளங்கள் உள்ளன. 'அண்டபேரண்டன்' போன்ற பெயர்கள் ஓர் எல்லை. அப்படிப் பட்டபெயர்கள் அதிகம் காதில்விழுந்தால் 'சுப்பம்பட்டி குப்புசாமி' போல மறு எல்லைக்குப் போகலாம். பெயரைக் கேட்ட எவருமே 'யார்யா இவன்?' என்று அரைக்கணம் யோசிக்கவேண்டும். கவனியுங்கள் ஒரு கவிஞனின் பெயரை நினைவுகூரும்போது அதற்குப் பாடபேதம் உருவானால் மட்டுமே அது நல்லபெயர். உதாரணமாக முகுந்த் நாகராஜன் என்ற கவிஞரை '... இந்த உயிர்மையில ஒரு கவிஞர்... பேரு... ஒருமாதிரி... முதுகு... பாம்புன்னுகூட ஏதோ வரும்சார்... அந்தமாதிரி... ஒரு கவிதை எழுதியிருக்காரு பாருங்க...' என்று ஒரு வாசகர் நினைவுகூர முற்பட்டார்.

நீங்கள் எந்தவகைக் கவிஞர் என்பதை முதலில் வகுத்துக் கொள்ளுங்கள். இ.இ கவிஞர், வா.இ கவிஞர், சி.இ கவிஞர் என கவிஞர் மூவகைப்படுவர். இ.இ கவிஞர் இலவச இணைப்புகளில் கவிதை எழுதுகிறார்கள். வா.இ வார இதழ்களில். மூன்றாமவர் சிற்றிதழ்களில்.

காரைக்குடி கணேசன், ஆர். அமிர்தகடேசன் வத்ராயிருப்பு போன்று பெயரிட்டு எழுதப்படும் கவிதைகள் கவிதைகள் அல்ல. அசின்பிரியா, 'தமனா'கிருஷ்ணன் போன்ற பெயர்கள் போட்டுக் கொண்டு எழுதப்படும் இ.இ கவிதைகளில் இருந்தே தமிழ்ப்புதுக் கவிதை தொடங்குகிறது. காதல், சமூகக் கோபம், தன்னம்பிக்கை ஆகிய மூன்று தலைப்புகளுக்குள் பலநூறு விஷயங்கள் எழுதப்படலாம்.

கண்ணே
நீ லிப்ஸ்டிக் போடாதே
உனக்கு
'செவ்வாய்' தோஷம் என்பார்கள்!!!

என்பது போன்ற வரிகளில் முதலிரு தலைப்புகளையும் வெற்றிகரமாக நாம் இணைக்க முடியும். இ.இக்கள் அவற்றை ஒன்றுக்கு மேற்பட்ட ஆச்சரியக்குறிகளுடனும் இண்டியன் இங்கில் வரையப் பட்ட தபால் தலையளவு நவீன ஓவியத்துடனும் (கண்கள் நடுவே மூக்குக்குப்பதில் பௌண்டன் பேனா!) முழு விலாசத்துடனும் வெளியிடும்போது உங்களுக்கு 'மஞ்சுளாதாசன்', 'பருவம்'குமார், மிருதுளா கண்ணன், செல்வக்குமரி தங்கரத்தினம்

போன்றவர்களிடமிருந்து வாசகர் கடிதங்கள் வரும். அஞ்சக்கூடாது. அவர்களும் கவிஞர்களே. அனைவரும் ஆண்கள் என்பதை அறிகையில் மனம் உடைவதும் கூடாது.

வா.இ. என்பது டூட்டோரியல் கல்லூரிகள் போல. அங்கே கவிஞர் ஆகவேண்டுமென்றால் நீங்கள் ஒன்று இ.இ. கவிதைகளிலிருந்து தேறி வந்திருக்கவேண்டும். அல்லது சி.இ. கவிதைகளில் இருந்து தவறி வந்திருக்கவேண்டும். நேரடியாகப் பிரசுரம் பெற இயலாது. அங்கே காதல் மட்டுமே பாடுபொருள். கல்யாணமான பெண்கள் வேறு தலைப்பில் எழுதலாம் - கசந்த காதல் பற்றி. கவிதைகள் புகைப்படங்களுக்கு அடிக்குறிப்பாக ஆவது குறித்த கவலையை விட்டுவிடுங்கள். தலையில் டர்க்கிடவல் கட்டி குனிந்து கோலமிடும் பெண்கள், ரெட்டைச்சடை போட்டு தாவணி உடுத்தி பிளாஸ்டிக் குடத்தில் தண்ணீர் கொண்டுசெல்லும் பெண்கள் என பலவிதமான பெண்கள் உங்கள் கவிதைகளைக் காட்சிப்படுத்தி யிருப்பார்கள்.

'இரட்டைச்சடை அசைவில்
தார்க்குச்சி தட்டும் வண்டிக்காளைகள் போல
ஒற்றையடிப்பாதையில் விரையும் என் பாலியம்'

போன்று காமம் கலந்த இறந்தகால ஏக்கங்களுக்கு இக்கவிதைகளில் மைய இடமுண்டு. காதலைச் சொல்வது, சொல்லமுடியாமல் போவது, காதல் மறுக்கப்படுவது, ஏற்கப்படுவது, இழந்தகாதல் நினைவுகூரப்படுவது எனப் பல தளங்கள் இருந்தாலும் பழைய காதலியை முப்பதுவருடம் கழித்து சந்தித்தபோது அவள் செயற்கைப் பல் கட்டியிருந்த விஷயத்தைக் கவனித்து அதைக் கவிதையாக்கிய கெ.ஸ்ரீனிவாசநரசிம்மன் என்ற ஆழ்வார் பேட்டைக்காரர் வார இதழ்களால் அவரது வீட்டுக்கே ஆளனுப்பி மிரட்டப்பட்டார் என்ற தகவலையும் நினைவில் வையுங்கள்.

சி.இ. கவிதைகளை நீங்கள் எளிதில் எழுதிவிடமுடியாது. முதலில் சிற்றிதழ்களை ஆறுமாதம் கூர்ந்து நோக்குங்கள். அப்போது கவிதைகளின் ஒரு பொதுவான சித்திரம் உங்களுக்கு பிடிகிடைக்கும். சிற்றிதழ்களையே பொதுவாக இரண்டாகப் பிரிக்கலாம். வண்ண அட்டை இதழ்கள், கோட்டோவிய இதழ்கள்.

இரண்டாம் வகை இதழ்கள் மனிதனா தவளையா என்று தெரிந்து கொள்ள முடியாத விசித்திர உடல்களை ஆதிமூலபாணி எழுத்து களுடன் அட்டையில் போட்டு காசாங்குப்பம், முனியமேடு போன்ற ஊர்களிலிருந்து ராஜாளிவேந்தன், சித்திரவதையன் போன்ற

புனைபெயருள்ளவர்களால் மும்மாதமொருமுறை என்ற நம்பிக்கையில் எப்போதாவது வெளியாகும் இதழ்கள். 'காசுள்ள போதே (பகைவரை) தூற்றிக்கொள்' என்ற பழமொழிக்கு ஏற்ப வெளியாகக் கூடியவை. அவற்றுக்கு நீங்கள் கவிதைகளை தபாலில் அனுப்பிவிட்டு உடனடியாக மறந்துவிடவேண்டும். அனுப்பிக் கொண்டே இருந்தால் அவை எங்கோ எப்படியோ வெளிவந்து கொண்டே இருக்கும். ஆனால் இதனால் பெரும்பாலும் பயன் கிடையாது. இவை சந்திரமதி தாலிபோல யார் கண்களுக்கும் படாத வரம் கொண்டவை.

வண்ண அட்டைச் சிற்றிதழ்களுக்கு வாசகர் கடிதத்துடன் கவிதை அனுப்புவது சிறந்த வழிமுறை. அதன் ஆசிரியரால் எழுதப்படும் கட்டுரைகளுக்குப் பாராட்டுடன் அனுப்புவது மேலும் சிறந்தது. அவ்வாசிரியர் தன் எதிரி இதழுக்கு சவால்விட்டு எழுதிய கட்டுரையைப் பாராட்டி எழுதுவது மேலும்மேலும் சிறந்தது. சாது ஆத்மாக்கள் ஆயுள் சந்தாவுடன் கவிதை அனுப்பலாம். ஒரு சிற்றிதழில் கவிதை வெளிவந்தால் உடனே அதன் போட்டிச் சிற்றிதழுக்கு அனுப்புவது உடனடி பலனளிக்கிறது. பொதுவான வண்ண அட்டைச் சிற்றிதழ்கள் இக்காலத்தில் தமிழ்ப்பெண்களைக் கவிஞர்களாக்கும் வேள்வியில் ஈடுபட்டிருப்பதனால் பெண்பெயரில் கவிதைகளை அனுப்பலாம். கவிதையில் 'நீ என்னை புணரும் போது' போன்ற வாக்கியங்கள் முக்கியம்.

சிற்றிதழ்க் கவிதைகளைப்பற்றிய ஒரு பொது வடிவநிர்ணயம் இன்றைய அவசியத்தேவை. தேர்ந்த திறனாய்வாளர்களால் உருவாக்கப்பட்ட அவ்விதிகளைக் கீழே அளிக்கிறோம். இவை கவிதை எழுதுவதற்கான பயிற்சியுமாகும்.

1. எழுவாய் பயனிலை கொண்ட வரிகள் எழுவதால் பயனில்லை. 'நான் நேற்று ஒரு மஞ்சள் பறவை சிறகடித்து நீல வானத்தில் பறந்துகொண்டிருப்பதைப் பார்த்தேன்' என்ற வரி கவிதை அல்ல. 'நீலவானத்தை ஒரு மஞ்சள் பறவை சிறகடித்துப் பறக்கப் பார்த்தபோது' என அதை மாற்ற முடியுமா என்று பாருங்கள்.

2. வரிகள் ஒழுங்காக அமைந்திருப்பது நவீன கவிதை அல்ல. உடையுங்கள். கைக்குழந்தை தோசையைப் பிய்ப்பதுபோல நடுவே பிடித்து பிய்த்தெடுங்கள். 'சிறகடித்து நீலவானத்தைப் பறந்த ஒரு பறவையின் மஞ்சளைப் பார்த்து' கவிதைமாதிரி ஆகிவிட்டதல்லவா?

3. உடைந்த தனிச்சொற்களின் சேர்க்கையே கவிமொழியாகும். இதை உருவாக்க சிறந்த வழி அவ்வப்போது சில சொற்களை வெட்டிவிடுவதே. ஒரு தமிழ்க் கவிஞர் படிக்கத்தெரியாத தன் எல்கேஜி குழந்தையிடம் கொடுத்து 'உனக்குப் பிடிக்காத வார்த்தையை வெட்டு பாப்பா' என்று சொல்லி கவிதைகளை உருவாக்குகிறார். கிளிகளையும் பயன்படுத்தலாம் 'சிறகடித்து ஒரு வானநீலப் பறவை மஞ்சள்' அற்புதமான ஒரு புதுக்க விதையின் நுனியை இப்போது நீங்கள் பார்த்துவிட்டீர்கள்!

4. கண்ணால் கண்ட ஒரு காட்சியை என்ன ஏது என்றெல்லாம் சிந்திக்கப் புகாமல் இம்மாதிரி கவிதையாகக் கலைத்துவைப்பது போதுமானது.

பயிற்சி: 'நான் நேற்று மஞ்சள் பறவை சிறகடித்து நீல வானத்தில் பறந்துகொண்டிருப்பதைப் பார்த்தேன். அதன் சிறகுகள் அழகாக இருந்தன. அவற்றில் இருந்து ஒரு இறகு விழுந்து தரையில் கிடந்தது. எடுக்கப்போகும் முன் காற்றில் பறந்துபோய்விட்டது. எடுத்திருந்தால் ஆனந்தமாகக் காதுகுடைந்திருக்கலாம். இப்போது என் காதுக்குள் ஒரே நமைச்சல். அடுத்த பறவை எப்போது வரும்?'

இதைப் புதுக்கவிதையாக ஆக்குங்கள் பார்ப்போம்.

சிற்றிதழ்களிலும் பேரிதழ்களிலும் ஐம்பதுக்கும் மேற்பட்ட கவிதைகளை நீங்கள் எழுதிவிட்டபின்னர் ஒரு கவிஞன் என்ற தகுதி உங்களுக்கு வந்துவிட்டிருப்பதை அந்தரங்கமாக உணர்வீர்கள். இது பதின்பருவத்தில் உணர நேர்ந்த பல அந்தரங்கக் கண்டடைதல் களுக்கு நிகராகவே மனக்கிளர்ச்சி ஊட்டுவதென்பதை அறிவீர்கள். இதன் பின் நீங்கள் தொகுப்பு போடாமலிருக்க முடியாது. அரசு வேலையில் இருப்பீர்கள் என்றால் வைப்புநிதியில் கடன் பெறுங்கள். இல்லாவிட்டால் தொடக்க வேளாண் வங்கியில் (மனைவி) நகைக்கடன்.

ஒரு கவிதைத் தொகுதிக்கான இலக்கணங்கள் சில.

1. ஐம்பது கவிதைகளுக்குக் குறைவிலாதிருக்கவேண்டும். குறைந்தால் நவீன கோட்டோவியங்களைப் போடலாம்.

2. வண்ண அட்டையில் நவீன வண்ண ஓவியங்கள் தேவை. ஆதிமூலம் வரைவது தொல்மரபு. மருது, சந்தானம் பின் மரபு. இணைய இறக்கமே இந்நாள் வழக்கம்.

3. கவிதைத்தொகுதிக்கான தலைப்புகள் நான்கு வகை. அவையாவன:

அ) பன்மைப்பெயர்கள்: உணர்ச்சிப்பூக்கள், ஏறாத குன்றுகள், நிலவுமழைகள் போல பன்மையில் சூட்டப்படும் பெயர்கள். இவை அதிகமும் உருவகங்கள். இவை பொதுவாக இ.இ கவிதைகளுக்கு உரியவை.

ஆ) கடிநாக்குப் பெயர்கள்: வாசகனின் நாவைப் பல் கடிக்கும் வாய்ப்புள்ள பெயர்கள் இவை. இதில் இரண்டுவகை. சுரோணிததளம், அட்சரலட்சியம் போல சமஸ்கிருதப் பெயர்கள். நிலையிலியலை, பிரதியழிந்த சுவடி போல தமிழ்ச் சொற்கள்.

இ) முன்னது இரண்டிலிருந்தும் முற்றாக வேறுபடும் நோக்கம் கொண்ட தலைப்புகள்: 'சைக்கிள்' 'சின்னமைத்துனி' போல. ஆனால் இத்தகைய தலைப்புகளுடன் கொடுக்கப்படும் படங்களில் கவனம் தேவை. சைக்கிள், இளம்பெண் படங்கள் அளிக்கப்பட்டால் முறையே சுயபராமரிப்பு அல்லது பலான நூல் என்று மயங்கி வாசகர் வாங்கி ஏமாறக்கூடும். முறையே நெருக்கக் காட்சியில் தொப்புள், உரித்துத் தொங்கப்போடப் பட்ட மாட்டுத்தொடை போன்ற படங்கள் இருப்பது இது கவிதைநூல் என்ற எண்ணத்தை உருவாக்கும்.

ஈ) கிராமத்துத் தலைப்புகள்: 'மாமோய், கஞ்சி கொண்டாந் திருக்கேன்!' 'கம்மங்கூழ்' போன்ற தலைப்புகள். இங்கும் கவனிக்க வேண்டியதொன்றுண்டு. இத்தகைய நூல்களின் அட்டை அதிநவீன முறையில் அச்சிடப்பட்டிருக்க வேண்டும். இல்லையேல் குஜிலி இலக்கியம் என்று வாசகர் மயங்குவர்.

4. கவிதைகளைப் பெயர் போட்டோ போடாமலோ அச்சிடலாம். கவிதைக்கு மேலேயோ அடியிலோ வெற்றிடம் விடலாம். பதிலுக்கு விடலாகாது. வெள்ளைத்தாள் என்பது வரிகளைக் கவிதையாக ஆக்கும் தன்மை கொண்டது. முழுத்தாளின்கீழ் நுனியில் 'காகம் கறந்து போயிற்று/காவென்று' என்று ஒரு வரி மட்டும் இருந்தால் அது கவிதையாக ஆகும் விந்தை சிந்தைக்கு இன்பமளிப்பது.

5. பின்னட்டையில் இருவகைக் குறிப்புகள் இருக்கலாம் என ஆய்வறிஞர் வகுத்துள்ளார்கள். 'தன்னிலையழிந்த கீழைமனத்தின் இன்னுமுணரப்படாத மெய்ப்பாடுகளில் உறங்கும் தொன்மங் களிலும் வாழ்க்கைநுண்மைகளிலும் அழியாது வாழ்ந்து கொண்டிருக்கும் ஓராயிரம் புராதனச் சொற்களின் வழியாகப் பீறிட்டெழும் கனவுகளில் இருந்து வழியும் குருதியும் சுக்கிலமும் பற்பல நிலவெளிகளின் வழியாக அருவிபோல ஒலித்து ஓடிக்கொண்டிருக்கும்போது நாம் அறியும் மௌனத்தைப்

பேசுபவை இக்கவிதைகள்' என ஏதாவது மூத்த எழுத்தாளர் அல்லது கவிஞரிடமிருந்து சொற்களை வாங்கிப் போடலாம். அற்றகைக்கு நாமே இவ்வாறு சொற்றொகை எழுதலும் ஆகும்.

அல்லது ஒரு கவிதைவரியை மட்டும் எடுத்துக் கொடுக்கலாம்:

'நினைவின் காட்டுப்பாதை
கரிய குதிரை
நான் அலையும்போது
யாரின் குரல்?'

போதும். இது கவிதைத்தொகை என்ற இறும்பூது வாசகர்களுக்கு ஏற்படுதல் திண்ணம். பொதுவாகக் கவிதைத்தொகுதிகளின் பின்னட்டைக் குறிப்பென்பது வேறுநூலென எண்ணி வாங்கும் வாசகர்களின் வன்முறையில் இருந்து தப்பிக்கும் நோக்கம் கொண்டதென உணர்க.

ஒரு மாற்றத்துக்காக கவிஞரின் கையெழுத்திலேயே கவிதையை வெளியிடலாம்.

'எதிரே போன பெண்ணின் (பசுவின்) நடை (இடை) அசைவில் பறக்கும் (ஆடும்) வண்ணத்துப்பூச்சி (பட்டாம்பூச்சி) முந்தானை (வால்) சிறகடிப்பு'

என்று ஒரு வரி பின்னட்டையில் உரிய அடித்தல்களுடன் இருந்தால் கவிஞன் சிந்தனைப் பழக்கமுள்ளவன் என்பதற்கு உறுதியான சான்றாக ஆகிறது.

6. உள்ளே கவிஞனின் முன்னுரை அவசியம். அது சலிப்பின் குரலில் அமைந்திருத்தல்வேண்டும். 'இருப்பின் துயரவெளி களில் அலையும்போது மடியில் கட்டப்பட்டிருக்கும் பொரிகடலை எனக்குக் கவிதை' போன்ற சில சொற்றொடர்கள்.

7. மூத்த கவிஞர் ஒருவரின் முன்னுரையும் நல்லதே. ஆனால் அவர் 'இனிமேலாவது ஒழுங்கா எழுதுடா மசிரே' என்ற பொருளில் '...அண்டபேரண்டனிடமிருந்து இன்னும் நிறைய எதிர்பார்க்கிறேன்' என்று எழுதிவிடலாகாது.

கவிதைநூல்களைக் கவிஞனே அச்சிடுவது பழைய வழக்கம். பதிப்பகத்தாருக்குப் பணம் கொடுத்து வெளியிடுதல் புது வழக்கம். நாமே அச்சிடும்போது அன்பளிப்பாக அளித்த எண்பது பிரதிகள், மதிப்புரைக்கு அனுப்பிய இருபது பிரதிகள் தவிர மீதி எண்ணூற்றித் தொண்ணூற்றியெட்டை என்ன செய்வதென்று சிக்கல் ஏற்பட்டு மனைவியால் தினமும் 'சனியன்பிடிச்ச பொஸ்தகங்கள். இத எங்கிணயாம்கொண்டு போறேளா இல்ல வெந்நீரடுப்பில

செருகவா?' என்று வசைபாடப்படும். பதிப்பகத்தார் எனில் அவர்கள் நமக்களிக்கும் நூறு பிரதிகளுக்கு மேலாக ஐந்து பிரதிகள் மட்டுமே அச்சிட்டு புத்தகக் கண்காட்சிக்கு மட்டும் வைப்பார்கள் என்பதனால் அப்பிரச்னை இல்லை. நம் நூல் உலகெலாம் வாசிக்கப்படுகிறதென்ற இன்பமும் நமக்குண்டு.

மதிப்புரைகள் பொதுவாக வருவதில்லை என்பதனால் பிரச்னை இல்லை. கவிஞர் தன் கவிநண்பர்களுக்கு உரியமுறையில் கப்பம் கட்டியிருந்தால் மதிப்புரைகள் வரும். மதிப்புரைகள் என்பவை சொற்களே. கவிதை மதிப்புரைகள் என்பவை கலைந்த சொற்கள். கவிதை என்பது பறவையடைந்த மரம் மீது வீசப்பட்ட கல் அல்லவா? ஆகவே 'மொழியின் நுண்காடுகளில் அலையும் சொற்களின் பிரதிமைகளின் பேச்சுமொழி அண்டபேரண்டனின் கவிதைகளின் பிரதித்தன்மையிலிருந்து கமழ்கிறது...' என்பது போன்ற வரிகளுடன் அவை சிற்றிதழ்களில் வெளிவரலாம்.

புதுக்கவிதை எழுதுவதனால் என்ன லாபம் என்ற வினா எப்போதாவது வந்து உங்களை மதுக்கடை நோக்கி உந்தக்கூடும். புதுக்கவிதை எழுதுபவனுக்குப் பணமோ புகழோ கிடைப்ப தில்லையாயினும் தமிழ்மக்களின் கவிதையுணர்வைக் குறை சொல்லவும் தமிழ்க் கவிதையின் தரவீழ்ச்சியைப்பற்றி வருந்தவும் உரிமை கிடைக்கிறது, இது வாழ்நாள் முழுக்கச் செல்லுபடியாகக் கூடியதுமாகும். ஆகவே எழுதுக கவிதை!

பி.கு.

பயிற்சிக்காக நீங்கள் எழுதிய கவிதை கீழே காணும் கவிதையின் எழுபது விழுக்காட்டை அடைந்திருந்தால் நீங்கள் கவிதைத் தேர்வில் வென்றிருக்கிறீர்கள் என்று பொருள். வாழ்த்துகள்.

சிறகடித்து ஒரு வானநீலப்
பறவை மஞ்சள்
சிறகுகள் உதிர் இறகு
காற்றில்
பறக்க
எடுத்திருந்தால்
என் ஆனந்தக் காது.
நமைச்சல்
எப்போது
அடுத்த பறவை?

- ஆகஸ்ட் 15, 2012

36

'XXX' தொல்காப்பியம்

நாகர்கோவிலைச் சேர்ந்த தமிழறிஞரும் வழக்கறிஞருமான நா. விவேகானந்தன் எம். ஏ. பி. எல். , தொல்காப்பியத்தில் அகப்பொருள் என்ற தலைப்பில் ஒரு உரைநூலை ஆக்கியிருக்கிறார். இவர் ஏற்கெனவே திருக்குறள் காமத்துப் பாலுக்கு உரை எழுதியவர். இரு பாகங்களாக கைவல்ய நவநீதத்துக்கு உரை எழுதியிருக்கிறார். பகவான் இராமகிருஷ்ணர் பரம்பொருளை அடைந்தது எப்படி, இயேசுவின் யோகம், திருக்குறள் அகழ்வாராய்ச்சி போன்ற பல நூல்களை இயற்றியவர்.

தொல்காப்பியம் முற்றிலும் அகப்பொருளை சொல்லுகிற ஒரு இலக்கண நூல் என்பது இவர் ஆய்ந்து தெளிந்த முடிவாகும். இவர் இதற்கென தொல்காப்பியப் பாக்களை நுணுக்கமாக ஆய்வு செய்து உப்பக்கம் கண்டிருக்கிறார். மூதறிஞர் கலைஞர் ஆக்கிய திருக்குறள் அகப்பொருள் ஆய்வுகளே தனக்கு வழிகாட்டியாயின என்று முன் பக்கத்திலேயே ஆசிரியர் இதை உருக்கமாகச் சொல்லியிருக்கிறார். இந்நூலை முக்கியமான தமிழ்ச் சான்றோர் புகழ்ந்தேத்தியுள்ளனர் என்பது முற்றிலும் இயல்பேயாகும். நல்லாசிரியர், கவிஞர், வெண்பாவேந்தன் (முன்னாள் தமிழ்த் துறைதலைவர், தேவாங்கர் மேல்நிலைப்பள்ளி, அருப்புக்கோட்டை) அவர்கள் தன் சாற்று கவியில் இங்ஙனம் சாற்றுகிறார்:

ஒன்பான் இயல்களிலும் ஓவியக் காட்சிபோல்
இன்ப அகப்பொருளை ஏற்றிவைத்த நின்பெருமை

எண்ணி மகிழாதார் இல்லரென்பேன் எந்தமிழின்
புண்ணியத்தால் நீ பிறந்தாய் பார்!

கல்லூரிப் பாடத்தில் கட்டாயம் சேர்த்திட்டால்
எல்லாரும் போற்றி எதிர் கொள்வார் - வல்லவரே
வேகமாய் ஆயும் விவேகானந்தா உன்னால்
தாகம் தணியும் தமிழ்!

முனைவர் எஸ். செல்லையா பிள்ளை எம் ஏ. ஏ.எம்.ஏ, எம் ஃபில், பி.ஹெச்.டி (நாகர்கோவில் தென் திருவிதாங்கூர் இந்துக்கல்லூரி இலக்கிய ஆய்வுத்துறை தலைவர்) அவர்களோ உரையாசிரியரின் துணிச்சலையும் அறிவாற்றலையும் புகழ்ந்து உச்சி முகர்ந்து இவ்வாறு ஏத்துகிறார்: 'புறத்திணையியல் உட்பட்ட அனைத்து ஒன்பது இயல்களுமே அகப்பொருளை சிறப்புற விளக்குகின்றன என்பதை எடுத்துக்காட்டுகிறார்... தமிழ்கூறு நல்லுலகம் இவ்வரிய உரையை படித்து இன்பம் பெறும் என நம்புகிறேன்.'

செந்தமிழ் சுடர், கவிஞர் விஸ்வதிலகன் எம்.ஏ,பி.எட் (மேல் நிலைப்பள்ளி ஆசிரியர் பணி நிறைவு. செயலாளர் கன்யாகுமரி மாவட்ட கம்பன் கழகம்) இங்ஙனம் விதந்து கூறுகின்றார். 'மிகப் பொல்லாதவர் ஐயா இந்த தொல்காப்பியர் என வியந்து கூறும்படியாக தொல்காப்பியரை நம் கண்முன் நிறுத்திக் காட்டுகிறார் இந்நூலாசிரியர்.'

இம்மட்டோ எனின் டாக்டர் பூதலிங்கம் எம்.ஏ, பி.ஹெச்.டி அவர்கள் (முதல்வர், சர்தார் ராஜா கலை அறிவியல் கல்லூரிகள் வடக்கன்குளம்) 'மாணவர்களுக்கு இது ஒரு வைரச்சுரங்கம். ஆய்வாளர்களுக்கு இது ஓர் அறிவுக்களஞ்சியம்' என்று நெக்குருகிப் பாராட்டுகிறார். தமிழ்ப்பணி, திருக்குறள் ஞாயிறு, அருண்மொழிச் செல்வர், முனைவர் பா. வளன் அரசு (முன்னாள் தமிழ் துறைதலைவர், தூய யோவான் கல்லூரி, பாளையங்கோட்டை) அவர்கள் புகழ்ந்து சொல்லும் அணிந்துரையே இவற்றுக்கு மகுடமென திகழாநிற்கிறது. 'தொல்காப்பியத்தை புதுப்பார் வையுடன் மதுகை நோக்கில் ஆராயத் தூண்டும் இந்நூல் மாணவரும் அறிஞரும் ஆழ்ந்து கற்கவேண்டும் எனத் தெளிவுறுத்துகிறது' என்கிறார் அச்சான்றோர்.

இவ்வளவு பெருமையுள்ள அளவிற் பெரிதான இந்நூலினை சுருக்கமாகச் சொல்வது அதற்கு இழைக்கும் தீங்கெனவே அறிஞர் கூறுவர். அனைவரும் கற்று உணர்ந்து செயலில் காட்டி வாழ்வாங்கு வாழ வழி வகுக்கும் முதனூல் இது. இதன் ஆய்வுமுறையை தெளிவாக்கும் சில குறிப்புகளையும் சில எடுத்துக்காட்டுகளையும் சொல்லி அமைவதே என் போன்ற எளியவனுக்கு இயல்வதாகும்.

தொல்காப்பிய அருஞ்சொற்களுக்கு இதுகாறும் பழைமைவாதிகள் கூறிவந்த பொருளை மறுத்து ஆசிரியர் புதுப்பொருள் கண்டடைகிறார் என்பது முதற்கண் குறிப்பிடத்தக்கது. ஐவகை நிலம் என்பது உண்மையில் நிலமல்ல என்கிறார் ஆசிரியர். நிலம் என்பது கன்னிப்பெண்ணையே குறிக்கும் உவமச் சொல்லாகும். பூ என்பது பூழை என்ற சொல்லுக்கு உவமமாகும். பூழை என்பது துளை என்பதன் வேறு சொல். பூவை அணிந்தவன் என்பது புணர்ச்சியையே குறிப்பிடும். தொல்காப்பியர் பொருள் என்று குறிப்பிடுவது பெண்ணின் பிறப்புறுப்பையே. பெண்ணுறுப்பை ஆசிரியர் நூலில் இளமைப் பொருள் என்று சொல்கிறார். அவ்வுறுப்பின் ஆழத்தை அடிப்படையாகக்கொண்டு பெண்களை ஐந்து பெரும் பிரிவுகளாக தொல்காப்பியர் கூறுவதாக ஆசிரியர் பிரித்துக்காட்டுவது எண்ணி எண்ணி இன்புறத்தக்கது.

இதேபோல பொழுது என்பதை 'புணர்ச்சிக்கு ஏற்ற காலம்' என்றும் உரிப்பொருள் என்பதை 'காம உறுப்புகளின் இயக்கம்' என்றும் ஆசிரியர் பொருள் கொள்கிறார். பல சொற்கள் தொல்காப்பியரால் சரியாகவே கூறப்பட்டபோதிலும் பிற்கால பண்டிதரால் திரிபு செய்யப்பட்டன என்று ஆசிரியர் கூறுவது சிந்திக்கத்தக்கது. உதாரணமாக 'தொடை' என்பது பெண்ணின் தொடையையே குறிக்கும். 'வாயிற் மறுத்தல்' என்பது வாய்வழிப் புணர்ச்சிக்கு மறுத்தல் என்று தெளிவுற இருந்தபோதிலும் புலவர் அவற்றை வேறுபட்டு பொருள் கொண்டமை குறித்து ஆசிரியர் கூறுவது பலவகையானும் முக்கியமான ஓர் ஆய்வாகும். அதைப்போல கைக்கிளை என்பது கையால் செய்துகொள்ளப்படும் சுய இன்பமே என்று ஆசிரியர் ஐயம் திரிபற விளக்கிச் சொல்வது வியத்தற்பாலது.

இனி இக்கட்டுரையில் பழைமைவாதிகள் தொல்காப்பியப் பாக்களுக்கு அளிக்கும் பொருளும் நம் நூலாசிரியர் அளிக்கும் புதுப்பொருளும் சில எடுத்துக்காட்டுகள் மூலம் காட்டப்படுகின்றன.

•

மாயோன் மேய காடுறை உலகமும்
சேயோன் மேய மைவரை உலகமும்
வேந்தன் மேய தீம்புனல் உலகமும்
வருணன் மேய பெருமணல் உலகமும்
முல்லை குறிஞ்சி மருதம் நெய்தல் எனச்
சொல்லிய முறையால் சொல்லவும் படுமே

(அகத்திணையியல் 5)

பழைய உரை: மாயோன் மேவுவது காடுடைய நிலம். சேயோன் மேவுவது மேகம் சூழ்ந்த மலை உள்ள நிலம். தேவர் குல மன்னன் மேவுவது மிகுதியான நீர் உள்ள நிலம். வருணன் மேவுவது மணல் நிறைந்த நிலம். இந்த நான்கு நிலங்களும் முல்லை குறிஞ்சி மருதம் நெய்தல் என்று முன்னோர் சொன்ன முறைப்படி சொல்லப்படும்.

புது உரை (திரு விவேகானந்தன் அருளியது): மாயோனின் குண முள்ளவன் மேய (புணர்ந்து அனுபவிக்க) விரும்பும் பெண் காடு போன்ற இளமைப்பொருள் உடையவள். சேயோனின் குணம் உள்ளவன் மேய்வதற்காக மலைபோன்ற இளமைப்பொருள் உள்ள பெண். வேந்தனைப்போன்றவர்கள் மேய வயல் போல ஊற்று உள்ள இளமைப்பொருள் உள்ள பெண். வருணனைப் போன்றவர்கள் மேய மணற்பாங்கான நிலம் போன்ற இளமைப்பொருள் உள்ள பெண் என்று பெரியோர் சொல்லியுள்ளனர்.

●

திணை மயக்குறுதல் கடிநிலை இலவே
நிலன் ஒருங்கு மயங்குதல் இல்லென மொழிப
புலன் நான்கு உணர்ந்த புலமையோரே

(அகத்திணையியல் 14)

பழைய உரை: திணைக்குரிய செயல்கள் மாறுபடுவதை தவிர்க்க முடியாது. ஆனால் நிலங்கள் ஒன்றோடொன்று மயங்கிக் கலப்பது கூடாது. பொருளிலக்கணம் அறிந்த அறிஞர் இவ்வாறு கூறுவர்.

புது உரை:ஐவகை பெண்கள் தங்கள் ஒழுக்கம் கெட்டு கைக்கிளை போன்ற ஒழுக்கங்களைச் செய்வது தவிர்க்கக் கூடியதல்ல. அதேசமயம் ஒரு பெண்ணின் இளமைப்பொருள் இன்னொரு பெண்ணின் இளமைப்பொருளைத் தேடி மயங்காது என்பார்கள் ஐவகை இளமைப்பொருள்களைப்பற்றி நன்கு அறிந்தவர்கள்.

●

உரிப்பொருள் அல்லது மயங்கவும் பெ

(அகத்திணையியல் 15)

பழைய உரை: ஆனால் தனக்குரிய உரிப்பொருள் (உயிருறுப்பின் தொடர்பு) இல்லாத சமயம் ஒரு இளமைப்பொருள் இன்பத்துக்காக வேண்டி வேறு ஒரு பெண்ணின் இளமைப்பொருளைத் தேடி மயங்கலாம்.

●

வேந்து வினை இயற்கை வேந்தன் ஒரீஇய
ஏனோர் மருங்கினும் எய்து இடன் உ

(அகத்திணையியல் 36)

பழைய உரை: *பிரிவு என்பது வேந்தர்க்காக தலைவன் தூது முதலிய வினைகளை ஆற்றுவதனாலும் வேந்தனைத்தவிர அமைச்சர் முதலியோருக்காக அச்செயல்களை ஆற்றுவதனாலும் நிகழலாம்.*

புதிய உரை: *உயிருறுப்பு செய்ய வேண்டிய செயல்களை வேறு உறுப்புகள் (நாக்கு, விரல்) செய்து தலைவி அகப்பொருள் காண்பதற்காக புணர்விலிருந்து பிரிவதும் உண்டு.*

•

வெறியறி சிறப்பின் வெவ்வாய் வேலன்
வெறியாட்டு அயர்ந்த காந்தளும்

(அகத்திணையியல் 63)

பழைய உரை: *ஆநிரைகளை மீட்க வந்த வீரர்களிடம் வெறியின் இயல்பறிந்த வலிமையான நுனியுள்ள வேலேந்திய வேலன் வெறியாட்டு ஆடி அதனால் அவனணிந்த காந்தள் மலர் மாலை கசங்குதல்.*

புதிய உரை: *காம களியாட்டத்தின் சிறப்பினை அறிந்த வலிமையான வேலைப்போன்ற உயிருறுப்பை எதிர்த்த புணர்வில் பழக்கமில்லாத குறிஞ்சி நிலப்பெண்ணை விடாது உயிருறுப்பு காந்தள் பூவாகிய சிவந்த இளமைப்பொருளினுள்ளில் காமவிளையாட்டு ஆடிய ஆட்டத்தினால் அவள் இளமைப்பொருள் அயர்வு அடைந்தது.*

•

அடுத்து ஊர்ந்து அட்ட கொற்றத்தானும்

(புறத்திணையியல் 65)

பழைய உரை: *வஞ்சி திணையில் படை நாட்டைக் கைப்பற்ற ஊர்ந்து செல்லும் வழியில் எதிர்த்த வீரர்களை அழிப்பது.*

புதிய உரை: *புணர்வுக்கு சென்ற தலைவனின் கைகளும் ஏனைய உறுப்புகளும் மெதுவாக பக்கத்தில் ஊர்ந்து சென்று நிமிர்ந்து நின்ற மார்பகங்களையும் ஏனைய உறுப்புகளையும் பற்றி வெற்றி பெறுதல்.*

•

பொருளின்று உய்த்த பேராண் பதக்கம்

(புறத்திணையியல் 65)

பழைய உரை: எதிர்த்தவர்களைப் பொருட்படுத்தாது துணிச்சலுடன் நாடு பற்ற செல்லும் அரசனின் மிகப்பெரிய ஆண்மை.

புதிய உரை: எதிர்நின்ற உறுப்புகளையெல்லாம் ஒரு பொருட்டாக கருதாது தலைவனின் உயிருறுப்பு தலைவியின் இளமைப் பொருளை நோக்கி செல்லும் ஆண்மை.

●

வருவிசை புனலை கற்சிறைபோல
ஒருவன் தாங்கிய பெருமையானும்

(புறத்திணையியல் 65)

பழைய உரை: வேகமான வெள்ளம் கல்லணைக்குள் பாய்வதுபோல தன்னை எதிர்த்தவர்களை ஒருவனே நின்று எதிர்க்கும் பெருமைநிலை.

புதிய உரை: வேகமாகப் பாயும் வெள்ளம் கல்லணைக்குள் பாய்வதுபோல தலைவனின் உயிருறுப்பில் இருந்து இளமைப் பொருளுக்குள் மிக வேகமாகப் பாய்ந்த விந்துவை முல்லை நிலப்பெண் தனி ஒருவளாக தாங்கி வெற்றி பெற்ற பெருமைப் படத்தக்க நிலை.

●

அறத்தோடு நிற்கும் காலத்து அன்றி
அறத்தியல் மரபு இலள் தோழி என்ப

(பொருளியல் 203)

பழைய உரை: தலைவி அறத்தோடு நிற்கும் காலத்து அன்றி தோழி தானே அறத்தோடு நிற்கும் மரபு இலள்.

புதிய உரை: ஒருவர் நின்றுகொண்டு தருமம் செய்வதாகவும் மற்றவர் முட்டங்காலிட்டு அத்தருமத்தை பெறுவதாகவும் இருக்கும் நிலையில் தலைவியும் தோழியும் கொள்ளும் புணர்வு முறையில் (இதை அறத்தோடு நிற்றல் என்பது மரபு) நிற்பது தலைவிக்கு மரபு தோழிக்கு மரபல்ல.

●

உயர் மொழிக்கிளவி உறழும் கிளவி
ஐயக் கிளவி ஆடூவிற்கு உரித்தே

(பொருளியல் 233)

பழைய உரை: உயர்வான சொற்களைக் கூறுதலும் மாறுபாடான சொற்களைச் சொல்லுவதும் கெஞ்சும் வகையில் பணிவாகப் பேசுதலும் ஆண்மகன் இயல்புகள்.

புதிய உரை: நாவினால் தலைவியின் இளமைப்பொருளை புணரும் கூற்று, நாவினால் இளமைப்பொருளினுள்ளில் மேலும் கீழும் தடவும் கூற்று, பிச்சை பாத்திரம் போல நாவை வைத்துக்கொண்டு இளமைப்பொருளை நீவிவிடும் கூற்று ஆகியவை தலைவனுக்கு உரியவை.

•

போக்கியல் வகையே வைப்பு எனப்படுமே

(செய்யுளியல் 441)

பழைய உரை: சுரிதகம் வகைதான் வைப்பு என்று கூறப்படும்.

புதிய உரை: தனக்கு என ஒரு மனைவி இருக்க வேறு ஒருத்தியுடன் போகும் முறைக்கு வைப்பு (வைப்பாட்டி) என்று பொருள்.

•

எண் இடை ஒழிதல் ஏதம் இன்றே
சின்னம் அல்லா காலை ஆன.

(செய்யுளியல் 449)

பழைய உரை: தனிச்சொல் இல்லாத இடத்து அம்போதரங்க எண் நடுவே இல்லாமல் ஆவதனால் குற்றம் இல்லை.

புதிய உரை: தலைவன் புணர்ச்சிக்கு இல்லாத சமயம் எண் பகுதி (கந்துபகுதியே எண் எனப்படும். இது ஆங்கிலத்தில் கிளிடோரிஸ் எனப்படும். இது ஒன்று (1) போல காணப்படும்) உள்ளே சுருங்கி விடுவது குற்றம் ஆகாது.

•

இந்த சில வரிகள் கடலில் சிறுதுளிகளே என கற்றோர் ஊகித்திருக்கக் கூடும். வாயுறை வாழ்த்து என்பதை வாய்வழிப் புணர்ச்சி என்றும், யாப்பியல் முழுக்கவே புணர்ச்சி வகைகள்தான் என்றும் தக்க ஆதாரங்களுடன் ஆசிரியர் நிறுவுகிறார் (இதில் எளியேனாகிய எனக்கு சிறு ஐயமுள்ளது. கிழவன் கிழவி என தொல்காப்பியர் தெளிவுறச் சொல்லியிருந்தும்கூட அவற்றை தலைவன் தலைவி என்ற பொருளில் எடுத்துக்கொள்வது சரியா?) கருவிகள், விலங்குகள் முதலிய அனைத்து விதங்களிலும் பண்டைத் தமிழன் காமக்கலைத் தேர்ச்சி அடைந்தான் என்பதைப் பார்க்கையில் இன்றைய XXX இணைய தளங்களுக்கே தமிழன்தான் முன்னோடி என்று எண்ணத் தோன்றுகிறது.

இந்த அரிய உண்மையை அறியாமல் இணைய இறக்ககங்களில் தமிழ் மாணவர்கள் பணமும் நேரமும் வீணடிப்பதை என்னென்பது? இந்நூலை வழிமொழிந்துள்ள மூத்த ஆசிரிய பெருந்தகைகள் இவ்வுண்மையை மாணவர் சமூகத்துக்கு எடுத்துச் செல்ல முயல வேண்டும். அம்மட்டுமோ, இனி தமிழர் இல்லங்களிலெல்லாம் தொல்காப்பியம் அதன் இம்மெய்யுருவில் பயிலப்பட வழிவகை செய்தல் வேண்டும். தொலைக்காட்சி எனும் அயல் நாட்டு அரக்கியை நந்தமிழ் மண்ணிலிருந்து ஒழிக்க இதுவே சாலும் வழியெனலாம். முன்னுரை பகர்ந்த அச்சான்றோர் (தங்கள் மூத்த பிராயத்தையும் பொருட்படுத்தாமல்) இதற்கு முன்னுதாரணமாகி வழிகாட்டுவார்கள் என்பதில் கிஞ்சித்தும் ஐயமில்லை!

தொல்காப்பியத்தில் அகப்பொருள் - நா விவேகானந்தன் எம்.ஏ.பி. எல். விவேகானந்தா பதிப்பகம், 47-அ1 மேல சூரங்குடி, கோணம் அஞ்சல், நாகர்கோவில். குமரிமாவட்டம், தமிழ்நாடு, இந்தியா. பின்கோடு. 629002. தொலைபேசி (04652) 236625, பக்கம் 300, விலை ரூ: 70

- ஜனவரி 6, 2002

37

நமது பக்திப்பாடல் மரபு – ஒரு வரலாற்று நோக்கு

பக்தி என்பது என்ன என்பதை முதலில் விளக்கியபிறகு மேலே செல்லலாம். ஐந்து இலக்க சம்பளத்தில் வேலை, பெண்ணுக்கு அமெரிக்க மாப்பிள்ளை, லட்ச ரூபாய் செலவிட்டும் தீரா வியாதி ஒரேநாளில் சரியாகப்போய்விடுதல் முதலிய பெரிய வரவுகளுக்காக ஐந்து ரூபாய் ஊதுபத்தி பழம், நான்கு ரூபாய் தேங்காய், ஒரு ரூபாய் சூடம் முதலிய சிறிய செலவுகளைச் செய்வதும் நடுவே உள்ள இடைவெளியை உணர்ச்சிப்பெருக்கால் நிரப்பிக் கொள்வதுமாகும்.

இவ்வாறு உணர்ச்சிப்பெருக்கால் நிரப்புவது மனிதர்களால் இயல்பாக சாத்தியமற்றது என்பதனால் அதற்கு உதவும்பொருட்டு நாமாவளிகள், மந்திரங்கள், தோத்திரங்கள் ஆகியவை பயன் படுத்தப்படுகின்றன. ஆயினும் தொன்றுதொட்டே பாடல்களே அதற்கான சிறந்த வழிமுறையாக இருந்துள்ளன என்பதை நாம் காணலாம். பாடல் என்பது பொய்யான உணர்ச்சிகளை உண்மை யானதாகக் காட்டுவதற்கான மிகச் சிறந்த வழிமுறை. பக்திக்கு அடுத்தபடியாக காதலுக்கே பாடல்கள் பயன்படுத்தப்படுகின்றன என்பதும் இதற்கு சான்று.

பக்திப் பாடல்களின் வரலாறு நெடியது. பண்டைத்தமிழகத்தில் பாணர்கள் தங்கள் யாழ்களையும் கிணைகளையும் மீட்டி ஊர்

ஊராகச் சென்று அங்கே தலைக்குமேல் கூரையுடன் இலைபோட்டு சாப்பிடும் தகுதியில் இருந்த அனைவரையும் 'பார்வேந்தே' என்றழைத்துப் பாடல்கள் பாடி, ஆமையிறைச்சியுடன் கள் அருந்தி, மேல்வரும்படியாகப் பரிசிலும் பெற்று மீளும் வழக்கம் இருந்தது. ஆகவே தமிழ்நிலமெங்கும் மக்களைவிட மன்னர்கள் பெரும் பான்மையினராக வாழ்ந்து வந்ததாக பிற்காலத்து நான்காம் தமிழ்ச்சங்க அறிஞர்கள் மயங்கும் நிலை ஏற்பட்டதையும் குறிப்பிட்டாகவேண்டும்.

இவ்வகைப் பாடல்களே இன்றைய தமிழ் பக்திக் கவிதைகளின் அடிப்படை. அக்காலத்தில் உடனடி பலனளிக்கும் 'அன்றன்று கொல்லும்' வேந்தர்களே தெய்வங்களாக இருந்தார்கள், கல்லாக 'நின்று கொல்லும்' வானுலக தெய்வங்கள் பெரிதாகப் பொருட் படுத்தப்படவில்லை என்பதற்குக் காரணம் சங்க காலத்துக் கவிஞன் தேறல் மாந்தாத நேரங்களில் தெளிவாக இருந்தான் என்பதே. வேந்தன் என்பதற்கே கடவுள் என்ற பொருளும் புழங்கிய காலம் இது.

மேற்கண்ட பக்திக் கவிதைகளின் இயல்புகளை பொதுவாக இவ்வாறு வகுத்துச் சொல்கிறார்கள் அறிஞர்கள். அவையாவன:

1. சுடு சோற்றை ஓரமிருந்தே அள்ளுவது போல பாடப்படு பவனின் ஊருக்குப்போகும் வழி அவனுடைய ஊர், அங்குள்ள கோட்டை, அரண்மனை முதலியவற்றை விரிவாகப் பாடி முன்னே செல்வது. பெரும்பாலான நேரங்களில் பாடப்படு பவனைப்பற்றி பாடுபவனுக்கு ஒன்றும் தெரியாமலிருப்பது இயல்பாகையால் மையம் வரை செல்லாமல் போகும் வழியைப்பற்றியே பாடி பரிசில் பெற்று மீள்வதற்கான உத்தியாக பாவலர்களால் இது கண்டுபிடிக்கப்பட்டது. மேலும் உயிருக்குப் பயந்து மன்னர்கள் அரண்மனைக்குள்ளேயே வாழ்பவர்கள் ஆதலால் எந்த மன்னரும் பாவலன் சொல்லை உண்மையா என்று சோதித்து அறிய வாய்ப்பில்லை.

இதன் முறைமைகள் கீழ்க்கண்டவை:

அ. பாடல் பெறுபவன் பொதுவாக மூவேந்தர்களால் எளிதில் தேடிப்பிடிக்கப்பட முடியாதவன். ஆகவே அவனது ஊர் ஐவகை நிலங்களையும் தாண்டிச் செல்லும் படி இருக்கும். போகிற வழியில் குறவர், எயினர் முதலியவரிடம் மட்டுமல்லாமல் மயில், கடம்பமரம், மேகம் போன்றவற்றிடமும் வழி கேட்க வேண்டியிருக்கும்.

ஆ. பாடல்பெறுபவன் உயரமான மதிலுக்குள் இருப்பதைக் கருணையுடன் புரிந்துகொள்ளவேண்டும் கவிஞன். அந்த மதிலை மந்தியும் தாண்டாது. காகங்கள் முயலலாம். அதன் வாசல்கள் கவிஞர்களுக்கு அடையாத கதவு கொண்டவை, அதாவது வற்றி வதங்கிய பாணர்களைக் கண்டால் மட்டும் எட்டிப்பார்த்துவிட்டுத் திட்டிவாசலைத் திறப்பதுண்டு.

இ. அருகே சென்று மல்லாந்து படுத்த கோணத்தில் நோக்கி அவனது அரண்மனை வானுற ஓங்கிய மாடங்கள் கொண்டது என்று துணிந்து பாடலாம், அதை மக்கள் சரிபார்த்துக் கொள்ள வாய்ப்பே இல்லை.

2. பாடல்பெறுபவனின் துணைவியை அடுத்தபடியாகப் புகழ்ந்து பாடுதல்வேண்டும். பெண் என்றாலே கொங்கை, அல்குல் மற்றும் கற்பு ஆகியவற்றின் தொகையே. முறையே முன்னது இரண்டையும் மறைத்துக்கொண்டு பின்னது பேணப்படுகிறது. அல்லது பின்னது முன்னது இரண்டையும் பேணுகிறது. அவற்றைப் புகழ்ந்து பாடவேண்டும். தோள்களையும் பாடலாம். சமஸ்கிருதத்திலே பாடினால் பின்னழகையும் வருணிக்கலாம், தமிழ்ப்பெண்கள் அவ்விடத்தை வரலாற்றில் பதியவைக்க விரும்புவதில்லை.

3. பாடப்படுபவனின் மக்கட்செல்வத்தையும் புகழ்ந்து பாடலாம், அத்துமீறிவிடக்கூடாது. தலையிருக்க வாலாடுதல் வழூஉ.

4. பாடப்படுபவனின் நாட்டுவளத்தையும் பாடலாம். அது அந்த நாடு பற்றியதாக இல்லாமலிருக்கும்தோறும் கவிதைக்கு எழில் ஏறுகிறதென்பதே கவியிலக்கணம் என்ப. அனைத்து அணிகளையும் ஒன்றன் மீது ஒன்றாக ஏற்றி அமரச்செய்யும் இயற்கை வருணனைகளுக்கு வாய்ப்புள்ள இடம் இஃதென உணர்வர் புலவர். 'யானைகள் பாறைகள் போலத்தெரியும் உனது ஓங்கிய மலையின் கீழே காட்டில் இருந்து கிளிகள் பறந்து வந்து அமரும் வயல்வெளிகளில் மேய்ந்துவிட்டு திரும்பும் எருமைகளை ஆய்ச்சியர் பால்கறக்கையில்' என்று நால்வகைத் திணைகளையும் வயின் வயின் கலந்து பாடிய கலவைக்கிழார் என்பவர் முக்குறுணி நெல் பெற்று அதை முக்குறுணிப் பொன் பெற்றதாகப் பாடி மேலே ஒரு குறுணி கொசுறு பெற்றுக்கொண்டதை சரித்திரம் கூறும்.

5. பாடப்படுபவனின் கொடி, அவனுடைய ஆயுதம், அவன் ஏறும் யானை, ஊரும் குதிரை, வைத்திருக்கும் வைப்பு (நிதி) போன்றவற்றை ஏத்திப்பாடுதல் நன்று.

6. பாடப்படுபவனின் குலப்பெருமை, போர்த்திறம், கொலை நுட்பம், அவன் அடைந்த வெற்றிகள் ஆகியவற்றை விதந்தோதுதல் அழகு. பெரும்பாலான அவைகளில் அவைப் புலவரே அவற்றைத் தொகுத்து வருகைதரும் புலவர்களுக்கு அளிப்பர்.

7. பாடப்படுபவனின் உடலுறுப்புகளைப் பாடுதல் மரபு. ஆண் என்பவன் தோள்களினாலானவன். அவற்றைப் பாடிப் பரவலாம். இரண்டுக்கும் நடுவேயுள்ள மார்புகளையும் பாடுவது உண்டு. தொப்பை, பிருஷ்டம், தொடைகள் போன்றவற்றைப் பாடுதல் கூடாது.

8. பாடப்படுபவனுக்காக அரிவை, தெரிவை, பேரிளம்பெண் வரிசையினர் கைவளை கழல கலுழ்வதைப்பற்றிய வருணனைகள் தேவை. மேகலை, ஆரம் முதலியவை நழுவுதலையும் பாட்டில் வடிக்கலாம். காமவசப்பட்ட பெண்டிர் தரையில் சிந்திய தண்ணீரையும் கதவு நிழலையும் எல்லாம் புடவையென எடுத்து அணிந்துவிட்டு நடமாடுவதை வர்ணித்த கவிஞர் ஒருவர் யானையைப் பரிசில்பெற்று பாகனாக மாறியமை வரலாறு. பாடல் தலைவர்கள் மங்கையரின் உடல்களையே தங்கள் உடலுக்கு வாசனைத்திரவியங்களைப் பூசிக் கொள்ளப் பயன்படுத்திவந்தார்கள் என்பதையும் நூல்கள் நவல்கின்றன.

ஒட்டுமொத்தமாகப் பார்த்தால் பாடப்படுபவனின் கொடைச் சிறப்பை அவனுக்கே எடுத்துச்சொல்லி அவன் அதை ஏற்கச் செய்வதில்தான் கவிஞனின் திறமையே இருக்கிறது. அதற்குத்தான் முந்தைய புகழ்ச்சிகள் உதவிகரமாகும். பழம் வேண்டும் கொட்டை வேண்டாம் என்று சொல்லும் அறிவாளிகளை முன்னரே உய்த்தறிதல் வேண்டும். இதற்குரிய வழிமுறைகள் கீழ்க்கண்டவாறு:

அ. அவன் ஏற்கெனவே கொடுத்த கொடைகளை நினைவு படுத்துதல். அரிசியில் கிழாருக்கு அரிசி வாங்கப் பணம் கொடுத்த அரியல்லவா நீ என்கிற மாதிரி.

ஆ. அவனுடைய பக்கத்து நாட்டான் கொடுத்த கொடையைப் புகழ்ந்துபேசி இவனை உசுப்பேற்றுவது. 'மாசில் ஓரி வாரிக் கொடுத்தான். காசில் பாரி கை நிறையக் கொடுத்தான்' என்ற வகை வர்ணனைகள் பொதுவாக உதவுகின்றன.

இ. அண்டைநாட்டான் கொடுத்த கொடையை இகழ்ந்து இவனை மகிழச்செய்வது. 'அவன் என்னாபெரிசா கொடுத்தான், நாலு

யானை. அதுக்கு அம்பாரம். கட்டிப்பொன்னால அதுக்கு சங்கிலி. நீ குடுக்கப்போறதுக்கு முன்னாடி அதெல்லாம் என்ன பெரிசு?' என்றவகை.

ஈ. உன்னை நம்பி உலையில் அரிசி போட்டேனே போன்ற பிலாக்கணங்கள்.

உ. அற்றகைக்குச் செய்யவேண்டியது, அவன் கொடுக்கப்போகும் பொருட்களைப் பட்டியலிட்டு அவற்றைக் கொடுத்த உனக்கு என்ன வாழ்த்துச் சொல்லுவேன் என்று கண்ணீர் மல்கிவிடுவது. தப்பவே முடியாது.

இவ்வாறாகப் பரிசில்பெற்று வாழ்ந்த பாணர்கள் வரலாற்றின் பயங்கரத் திருப்பம் ஒன்றால் அழிந்துபடலானார்கள். நடுநாட்டு களப்பிரர் என்போர் தமிழ்நாடுமீது படைகொண்டுவந்தார்கள். அப்போது தென்னாட்டில் மண்ணெல்லாம் தமிழ்ப்பாடல்கள் நுரைத்து வழிந்திருந்தமையால் நம் வீரர்கள் பாட்டில் சொன்னபடி வேலும் வாளுமேந்தி, பாணர் பரணிபாட, முழவும் கிணையும் தாளமிட, செம்பொற்கழல்கள் கிண் கிண் என்றொலிப்ப, போருக்குச் சென்றார்கள். காட்டுமனிதர்களான களப்பிரர் எந்தத் தாளமும் இல்லாமல் கண்டபடி போரிட்டமையால் நந்தமிழர் போரில் தோற்கா நின்றனர்.

அவ்வண்ணம் தமிழகத்தை வென்ற களப்பிரர் என்ற இசையிலா சமணர் கொழுவிய மானிறைச்சியும் கள்ளும் கொடுக்கப்பட மாட்டாது என்று சொல்லி பாணர்களை விளிம்புநிலைக்குத் தள்ளினர். அறம்பொருள் இரண்டையும் பாடியபின்னரே இன்பத்தைப்பற்றி பாட வேண்டும் என்று சொல்லி கொடுமை செய்து நற்றமிழ் விறலிசூழ் பாணர்குலத்தைப் படிப்படியாக அழித்தனர்.

இதன் பின்னர் சமணர்களின் கொடுங்கோலாட்சியை ஒழிக்க ஆடியவனும் அளந்தவனும் சேர்ந்து முடிவெடுத்ததன் விளைவாகத் தென்னாட்டில் சமண இருள் களையப்பட்டது. களப்பிரரை விரட்ட என்ன வழியென திகைத்த சைவ வைணவருக்கு தங்கள் ஆட்சியிலே களப்பிரர் தடுத்து வைத்திருந்த இசையும் பாடலும் தமிழ்க் கடவுள்களின் கருணைத் திறத்தாலே நினைவுக்கு வந்தன. ஆகவே அமண்சமணர் காதுகூசும்படி பாணர் பாடவும் விறலியர் ஆடவும் தலைப்பட்டார்கள். பாட்டுடைத்தலைவர்கள் முன்னரே பட்டு விட்டிருந்தமையால் ஆங்காங்கே உறையும் இறைவர்களையே பாட்டுடைத்தலைவர்களாகக் கொண்டார்கள். இங்ஙனம் இந்நிலத்தில் உருவானதே பக்தி இயக்கமாகும்.

சமணர்களைத் துரத்த சில இலக்கிய முயற்சிகளும் செய்யப்பட்டன. பொதுவாக ஆறு அக்காலத்தில் அறிவுகெழு சான்றோள் ஆகக் கருதப்பட்டது. ஆகவே சுவடிகளை ஆற்றில் போட்டு எவை எதிரே வருகின்றன என்பதை வைத்து இலக்கிய நயம் தீர்மானிக்கப்படும் அறிவார்ந்த முறை நிலவியது. சமணர் சுவடிகளுடன் பக்திச் சுவடிகளும் ஆற்றில் போடப்பட்டபோது சமணர் தியானம் செய்ய பக்தர்கள் ஆற்றில் இடுப்பளவில் இறங்கி எதிரே நின்று அடிவயிறதிர கிணைமுழக்கி பாடல்கள் பாட அவர்களின் சுவடிகள் மட்டும் சிற்றலைகளில் நீந்தி எதிரே சென்றன. சமணர்கள் சிதறி ஓடிப் பாடல்கள் காதில் விழாத காடுகளுக்குள் சென்று குடியேறினார்கள்.

பக்தி இயக்கத்தின் பாடல்கள் அனைத்துமே முன்னர் இங்கு சொல்லப்பட்ட பத்து இலக்கணவிதிகளையும் துணை இலக்கண விதிகளையும் அப்படியே கடைப்பிடிப்பவையாக இருந்தன என்பதனை ஆய்வறிஞர் அறியலாம். பரிசிலை உடனடியாக கையில் பெற்றுச் செல்வதில் மட்டுமே சிறு மாற்றம் உருவாயிற்று. இக்காலகட்டத்தில் ஆழ்வார்கள் நாலாயிரம் பாடல்களாக பிற்பாடு தொகுக்கப்படும் பாடல்களைப் பாட மறுபக்கம் சைவத் திருமுறைகளும் உருவாயின. பழைய பாணர்களைப்போலவே சமயக்குரவர்களும் வழிதேடி விசாரித்து கோயில்கள் தோறும் போய் அங்கே இருக்கும் அரவணையானையும் விடையேறியானையும் பத்து விதத்திலும் துதித்துப்பாட பக்தி இயக்கம் அலைமோதி எங்கும் பரவியது.

இது முதற்பக்திகாலகட்டம் என்று ஆய்வாளர்களால் சொல்லப் படுகிறது. இதில் மூன்று கட்டங்கள் உள்ளன. முதல்காலகட்டம் குரவர் கட்டம். இக்காலகட்டத்தில் ஆழ்வார்கள் நாயன்மார்கள் முதலியோர் உருவாகி ஊர்தோறும் சென்றார்கள். அடுத்து, தொகுப்புக்காலகட்டம். இக்காலகட்டத்தில் சைவ வைணவ பக்தி நூல்கள் தொகுக்கப்பட்டு எண்ணிக்கை நிர்ணயிக்கப்பட்டது. அதன் பின்னர் வந்த ஆழ்வார்கள் உள்ளே அனுமதிக்கப்படவில்லை. புதிதாகக் கிளம்பிய நாயன்மார்கள் சிதையில் ஏறி எரிந்து சொர்க்கத்துக்குச் செல்லும்படி அறிவுறுத்தப்பட்டார்கள். பெரும் பாலானவர்கள் பின்வாங்கினாலும் நந்தன்சாம்பான் என்ற தீண்டப் படாத சாதி மனிதர் மட்டும் நம்பி மோசம்போனதாகத் தெரிகிறது.

அடுத்த காலகட்டம் புராண காலகட்டம். இக்காலகட்டத்தில் பக்தி இயக்கத்தைச் சேர்ந்தவர்கள் ஆற்றிய அரியசெயல்களைப்பற்றி புராணங்கள் வனையப்பட்டன. ஒரு நாயனார் நெய்விட்ட அக்கார அடிசிலை தினம் நானாழி கொடுக்கவே எலும்பும்தோலுமாக மெலிந்திருந்த ஒரு பெண் பட்டினி நீங்கிப் பருத்ததை

வெள்ளெலும்பைப் பெண்ணாக்கிய படலம் என்று பௌராணிகர் எழுதியதே தொடக்கம். பின்னர் படலம் படலமாகப் புராணங்கள். வேறு ஜோலியாகப்போன பார்வதியின் முலை உண்டு பாடல் பாடியது, கோயில் கதவு எளிதே திறக்க உயவுக்கு துளி ஆமணக் கெண்ணெய் போடலாகாதா என்று பாடிய பாடல் எனப் பல.

கடலைக் கடக்க கட்டுமரத்தில் ஏறுகையில் அலைபாயாமலிருக்க கட்டுமரத்தில் கனத்தகல் ஒன்றைக் கட்டிய மீனவன் செயல்கண்டு குலைபதறிய குரவரொருவர் 'நமச்சிவாயம்' என்று கதறி, பின்னர் அதையே 'கற்றுணைப் பூட்டி கடலிற் பாய்ச்சினும் நற்றுணையாவது நமச்சிவாயமே' என்று பாடி அழியாப்புராணமானார். திருமண முகூர்த்தத்தில் வந்து பற்று ஓலையைக் காட்டி கலாட்டா செய்த கடன்கொடுத்த செட்டியைப்பற்றி பெண்வீட்டார் விசாரிக்கையில் அது செம்பொன்மேனி சோதியனே என்று சமாளித்த நாயனும் நயத்தக்கவரானார் என்பது வரலாறு.

இதன்பின் இரண்டாம் பக்திக் காலகட்டம் வந்தது ஐந்தாறு நூற்றாண்டுகள் தாண்டி... இருபதாம் நூற்றாண்டின் தொடக்கத்தில் சிறிய தோசைக்கல் வடிவில் மெழுகுத்தட்டுகளில் பாடல்களை பதிவுசெய்து அவற்றை சிறிய இயந்திரங்களில் ஓடவிட்டு சீரான கீரீச் என்ற ஒலியையும், கற்பனைவளமுள்ளவர்கள் ஊடே பாடலையும் கேட்பதற்கான அறிவியல் வழி தோன்றியதே இந்த இரண்டாம் பக்திக் காலகட்டத்தின் தோற்றத்துக்கான காரணமாகும். இக்காலகட்டத்தில் பாணர்களும் குரவர்களும் வழக்கொழிந்து வெற்றிலை குதப்பிய வாயுடன் தொடையை அடித்துப் பாடும் பாகவதர்கள் என்ற இனம் உருவாகியிருந்தது.

கூடவே திருநெல்வேலி வட்டாரங்களில் 'வேய்! உறு தாளி, பன் கன்! வீடே முண்டக் கெண் டேன்!' என்று பாடும் ஓதுவார்களும் உருவாகியிருந்தார்கள். இவர்கள் பக்திப்பாடல்களைப் பாடி அவை தட்டுகளில் பரிமாறப்பட்டு நடுத்தெருக்களில் ஒலிக்கலாயின. பெரும்பாலான ஆலயங்களில் இப்பாடல்களைக் காலையிலும் மாலையிலும் ஒலிபரப்பினர். இக்காலகட்டம் தட்டுக்காலகட்டம் என அறிஞர்களால் அழைக்கப்படுகிறது.

இரண்டாம் பக்திக் காலகட்டத்தின் பொற்காலம் தொடங்குவது பாடல்களை நாடாவில் பதிவுசெய்து வெளியிடலாம் என்ற நிலை உருவானபோதுதான். இதை நாடாக்காலம் என்கிறார்கள். முதல் நாடாக் காலகட்டத்தில் தேரும் கொடியும் கொண்ட பெரிய தெய்வங்களே அதிகம் பாடப்பட்டன. இரண்டாம் காலகட்டத்தில் சபரிமலை சாஸ்தா, பல்வேறு அம்மன்கள், மாடசாமிகள், முனிய சாமிகள், கருப்பசாமிகள் பாடல்பெற்றனர். இக்காலகட்டத்தில்

ஒருமணி நேரத்துக்கு சராசரி எட்டு பாட்டு வீதம் தமிழர்கள்கேட்டு பரவசமடைந்ததாகச் சொல்லப்படுகிறது.

இவ்விரு பாடல்வகைகளும் அதிகாலைகளில் ஏக காலத்தில் ஒலிப்பதனால் இவற்றுக்கு இடையேயான வேறுபாட்டைப் பாமரர் புரிந்துகொள்வது கடினம். இவை வெவ்வேறு வர்க்கங்களுக்கு உரியவை என்று மார்க்ஸிய அறிஞர் செந்தீபன் எழுதிய ஆய்வுக் கட்டுரை சொல்கிறது. ஆதாரமாக இவ்வர்க்கங்களின் பேச்சுமுறை சுட்டப்படுகிறது. உயர்குடியினர் 'நீயெல்லாம் நல்லாயிருப்பியா? உன் மனசுல என்ன நினைச்சிருக்கே...? உன்னையெல்லாம் பெத்தேனே... என்னைய மதிக்காம நிக்கிறியே நஞ்சறுவானே... உருப்படுவியா?' என்றுதான் ஊனுருக வசைபாடுகிறார்கள். ஆகவே பக்திப்பாடல்களும் அவ்வண்ணமே 'என்ன கவி பாடினாலும் உந்தன்மனம் இரங்கவில்லை...' என்றுதான் ஒலிக்கின்றன.

நேர் மாறாக அடித்தள மக்கள் 'பாரச்சனியனே, ஊத்த வாயி, கூமுட்ட, சிறுக்கிபெத்த நாயே...' என்றிங்ஙனம் பலபெயர் சொல்லி படுவேகமாக அழைப்பதை தங்கள் வசைமுறையாகக் கொண்டுள்ளமையால்தான் 'அங்காளம்மா கொப்புடையம்மா காளியம்மா நீலியம்மா சூலியம்மா' என்று அதிவேகமாக அடுக்கும் பாடல்களைப் பாடித் துதிக்கிறார்கள் என்று அக்கட்டுரையில் செந்தீபன் அவர்கள் சொல்கிறார்கள்.

இன்றும் சங்ககாலம் முதல் தொடர்ந்துவரும் பக்திப்பாடல் முறையே நம் மரபில் பின்பற்றப்படுகிறதென்றாலும் இன்றைய நவீன காலகட்டத்துத்தேவையை ஒட்டி மேலும் பல பாடு முறைகளும் உருவாகி வந்துள்ளன. அவையாவன:

1. சாமியை சடுதியாக வரச்சொல்லிப் பாடுதல். வரும்போது அடையாளம் காண வாகாக உரிய தோற்றத்துடன் தேவையான பொருட்களுடன் வரவேண்டும் என்ற விண்ணப்பம். 'முருகா வா. வேலேந்தி வா. மயிலுடனே வா. வள்ளிக்குறத்தியுடனே வா' சும்மா ஜீன்ஸ்பாண்டும் தெத்துப்பல்லுமாக வந்து நின்றால் போடா மயிராண்டி என்று நாம் பழனியாண்டவனைச் சொல்லிவிட மாட்டோமா என்ன?

2. பிறரிடம் சாமியின் புகழ்பாடி அருளுக்கு உத்தரவாதத்தை நாமே அளித்தல். 'ஒருதரம் மருதமலைக்கு வந்து பாருங்க. சிவன் மகனோடு மனம்விட்டு பேசிப்பாருங்க. தீராத வினைகளெல்லாம் தீர்ந்து போகுங்க. அது தீராவிட்டால் வந்து என்னைக் கேளுங்க.' இத்தகைய பாடல்களை எழுதுபவர் முகவரியைக் கொடுப்பது வழக்கமன்று.

3. சாமியின் சொந்த பந்தங்களையும் சாதி சனத்தையும் புகழ்ந்து பாடுதல். 'கந்தன் காலடியை வணங்கினால் கடவுள்கள் யாவரையும் வணங்குதல் போலே.' செந்தட்டிக்காளைச் சாமி கந்தனின் காவலன் வீரபாகுத்தேவரின் ஒன்றுவிட்ட மருமான் என்பதை ஒப்புக் கொள்ளலாம். கந்தனுக்கு ஏசு சித்தப்பா என்று சொல்லும் அதீதபாவனைகளை ஏற்றுக்கொள்வதில் சிக்கல்கள் உண்டு.

4. சாமியின் சகல பெயர்களையும் ஒட்டுமொத்தமாக வாய்ப்பாடு ஒப்பிக்கும் வேகத்தில் சொல்லுதல். 'கந்தா கடம்பா கதிர்வேலா முருகா. அத்தா அப்பா ஆறுமுக வேலா...' ஏதாவது ஒன்று அவரது உண்மையான பெயராக இருந்தாலும் திரும்பிப்பார்க்க மாட்டாரா என்ன?

5. சாமியின் ஊர்களை வரிசைப்படுத்திச் சொல்லுதல். அறுபடை வீடுகளைச் சொல்லி சலித்துப் போய்விட்டது. ஆகவே இப்போது சிற்றூர்கள் மற்றும் பஞ்சாயத்துகள் கவனத்துக்கு உள்ளாகின்றன. அடிக்குரலில் ஊர்ப்பெயர்களை நீட்டிப் பாடுதலும் இசையே. 'காட்டாங்குளத்தூரிலே கண்ணுடைய மாரியம்மா. காலுவச்சகண்மாயிலே காலடிஎடுத்த மாரியம்மா. புதுமாட்டுச்சந்தையிலே பூமாரியம்மா பொம்மநாயக்கன் கொட்டாயிலே காடுகாத்த மாரியம்மா...'

6. கூழ்குடிக்க மாரியம்மனையே அழைத்தல், மொட்டை போட முனீஸ்வரனையே அழைத்தல் போன்ற அதீத கற்பனைகள். 'ஆழாக்கு அரிசிய பாழாக்கிப் போடாம தின்னுப்புட்டு போடியம்மா.'

7. திரைப்பாடல் மெட்டுகளுக்கு சுடச்சுட பக்திப்பாடல்களை அமைத்தல். 'வள்ளிக் குறத்திக்கும் முருகன் சாமிக்கும் கல்யாணம், அந்த தேவர் குல கூட்டமெல்லாம் ஊர்க்கோலம்' போன்ற மங்கலப் பாடல்கள். 'கத்தாழ வேலாலே குத்தாதே மாரியம்மா... இல்லாத அருளெல்லாம் தாராயே மாரியம்மா' போன்ற குத்து மெட்டுக்கள். பொதுவாக அய்யப்பன் சாமிக்கு மெட்டுமாற்றுப் பாட்டுகள் உகந்தவை என்ப.

8. சமஸ்கிருத சுலோகங்களைக் குத்துமதிப்பாக மொழியாக்கம் செய்தல். 'சாந்தா ஆரம்போட தோளில் படுத்து' (சாந்தாஹாரம் புஜக சயனம்) முதலிய வரிகள் தமிழுக்குப் புத்தெழில் ஊட்டுபவை.

எல்லா பக்திப்பாடல்களும் கடைசியில் 'நீ குடுக்க மாட்டியா என்ன? சும்மா வெளையாடாதே. கண்டிப்பா குடுப்பே. அதான் ஏற்கெனவே அவனுக்குக் குடுத்திருக்கியே. முன்னாடிகூட நெறைய குடுத்திருக்கே. நீ குடுத்தா நான் உன்னையப் பாடுவேனாம். நீ

என்னை சோதிச்சுப் பாக்கிறே. அதெல்லாம்விட்டுர மாட்டே. நீ கண்டிப்பா குடுப்பே. ஏம்மா சும்மா நிக்கிறியே, உன் வீட்டுக்காரன் கிட்டே கொஞ்சம் எடுத்துச் சொல்றது. பிள்ளைங்களும் சொல்லுங்க. நான் எவ்வளவு தூரத்திலே இருந்து வாரேன். அங்க ஆயிரம் ஜோலி கெடக்கு. சட்டுன்னு குடுத்தா போய்ச் சேருவேன்ல. குடுத்திருங்க சாமி. எவ்ளவு நேரம்தான் பாடுறது? எல்லாத்துக்கும் ஒரு லிமிட் இருக்குல்ல? குடுக்கிறவன்தான் நீ. இப்ப என்னமோ பிகு பண்றே. சரி, உனக்கு எம் மேல நம்பிக்கை வரல்லை. உன்னைய பாடின வாயாலே அவனைப் பாடமாட்டேன். அவனைப் பாடின வாய வேணுமானா கழுவிடறேன். உன்னைத்தவிர வேறு யாரைப் பாடுவேன்? நான்லாம் உன் அடிமையாக்கும். நாயேன். உன் காலடியில உக்காரக்கூட எனக்கு யோக்கியதை கெடையாது. இருந்தாலும் எனக்கு வேற யாரு இருக்கான்னு உங்கிட்ட வந்தேன். நல்லா பாடுவேன். இப்ப பார் நான் எண் சீர் விருத்தத்திலே பாடுறேன். சரி, இப்ப என்ன வேணுமாம்? சிரிக்கிறே, அதானே, நீ குடுத்திருவே. நீ குடுக்காம விட்டா உனக்குத்தானே கேவலம்? எவ்ளவு பெரிய ஆளு நீ? எவ்ளவு பெரிய கோட்டை கொடிமரம் ஆனை அம்பாரி. உன் பெஞ்சாதியும் அழகாய்த்தான் இருக்கா. அவளோட... சரி, நிப்பாட்டிடறேன். குடுத்திரு...' என்றவகையில் உச்சம் கொள்வதே சங்ககாலம் முதல் நம் மரபாகும்... இன்றும் பெரும்பாலான பாடல்களை நாம் இந்த வகைப்பாட்டுக்குள் அடக்கலாம்.

இக்காலகட்டத்தில் எழுதப்படும் அரசியல் பாடல்களையும், அரசியல் பாடல்களின் ஒரு பிரிவான திரைப்படநாயகனின் அறிமுகப் பாடல்களையும் நமது நெடிய பக்திப்பாடல் மரபின் ஒரு சிறு பகுதியாகவும் இன்றியமையாத நீட்சியாகவும் கருதலா மென்பது அறிஞர் கூற்று. 'நீ நடந்தால் நடையழகு. அழகு' போன்ற லாலிபாப் பாடல்களும் 'நீ கண்ணுறங்கா சீயெம். என் வாக்ஸினுக்கு ஸீரம்' என்றவகையில் எழுதப்படும் வாலிபாப் பாடல்களும் இவ்வகைமையில் சேர்த்தியே.

அதேபோல மேடைகளில் பாடப்படும் வரவேற்புப் பாடல்கள், வாழ்த்தி அளிக்கப்படும் இதழ் விளம்பரங்கள், சுவரோவிய வரிகள், சுவரொட்டி வரிகள் ஆகியவையும் நமது பக்திப்பாடல் மரபின் வளமான நீட்சிகளே. தமிழ்ப்பண்பாட்டை பக்தியில் இருந்து பிரிக்க முடியாதென்பதனால் இன்னும் பெருமளவுக்கு பக்திப்பாடல் முறைகள் தமிழில் உருவாகுமென எதிர்பார்க்கலாம்.

- ஆகஸ்ட் 16, 2012

38

தோசைக்கல்லை புக் ஷெல்பிலே வச்சது யாரு? இப்ப தெரிஞ்சாகணும்!

பிள்ளைகளின் சீருடைகளை இஸ்திரிபோட்டுக்கொண்டிருக்கும் போது அருண்மொழி ஒரு நாளும் தவறாமல் கடுமையான கடமையுணர்ச்சியுடன் செய்யும் ஒரு செயல், சாம்பார் விட்ட இட்டிலித் தட்டுகளைக் கொண்டுவந்து அதே மேஜையில் சட்டைகள் படும் தூரத்தில் வைத்துவிட்டு புயலெனத் திரும்பிச்செல்வது.

தூங்கி வழியும் புத்தர் போல அமர்ந்திருக்கும் அஜிதனுக்கும் காலை எழுந்ததுமே பொதுவாக நம் கல்விமுறையை எண்ணி சற்றே மனம் வெதும்பி விசும்பி முடித்து அஜிதனுடன் எவ்வகையில் சண்டை போடலாமென சிந்திக்கும் சைதன்யாவுக்கும் உரத்த குரலில் கட்டளைகளைப் பிறப்பிப்பது, அடுப்பில் புகையும் சீழ்க்கை அடிக்கும் கருகும் வெடிக்கும் சீறும் பல்வேறு கலங்களை கட்டுக்குள் வைப்பது, வெளியே காது பறக்க எம்பி எம்பிக் குதித்து குரைத்தபடி ஏதோ கோரிக்கையை அயராது முன்வைக்கும் ஹீரோவைப் போய் பார்த்து 'என்ன இப்ப? நீ என்ன ஸ்கூலுக்கா போற? மூஞ்சியப்பாரு கறுப்பும் கண்ணுமா' என்று வைதுவிட்டு அதேமூச்சில் 'ஜெயன் போறதுக்குள்ள ஈரத்துணிகளை எடுத்து வெளியபோட்டிரு. மழைவருமோ என்னவோ' என்று கூறி 'மாமவ சதா ஜனனி' என்று சம்பந்தமில்லாமல் ஏதோ முனகுவது என உள்ளும் புறமும் எங்கெங்கு நோக்கினும் பல்லாயிரம் கைகளுடன்

தென்படும் அருண்மொழியை நோக்க நோக்கக் களியாட்டமாதலினால் நான் கவனிக்காமல் சாம்பாரில் சட்டையை சற்றே புரட்டி எடுத்து, 'யாரும் கவனிக்கவில்லையே' என்று நோக்கினேன்.

அதற்கென்றே காத்திருந்த சைதன்யா 'அய்யே, என்னோட சட்டையிலே சாம்பார்... நான் ஸ்கூலு போமாட்டேன்...' என்று சொல்லி கூவ 'திரும்பி வாறப்ப நீ கொண்டுபோற சாம்பாரும் உன் கூட்டுகாரிகொண்டுவாற சாம்பாரும் எல்லாம் பட்டிருக்கே...' என்று நான் சொல்ல, 'மாட்டேன்... இந்த சட்டையைப் போடமாட்டேன்' என்று சைதன்யா அடம்பிடிக்க 'எத்தனை வாட்டி சொல்றது அருணா, தட்டைக் கொண்டுவந்து இப்டி வைக்காதேன்னு...' என்று நான் கத்த, நேத்தைக்கு என் மேத்ஸ் நோட்டுமேல வச்சிட்டாங்கப்பா...' என்று அஜிதன் குறைபட, அனைத்துக்கும் ஒட்டுமொத்த பதிலாக அருண்மொழி '...வெந்நீர் போடறதுக்கு போட்டு வைச்ச ஹீட்டரை யாரு அணைச்சது? ஜெயன், உங்கிட்ட இது பத்தாயிரம் வாட்டி சொல்லியாச்சு... அறிவே கெடையாதா? இனி எப்ப தண்ணி சூடாகி எப்ப அவள அனுப்பறது. எந்திரிச்சு மூச்சா போடி மூதேவி...' என்பாள். 'நான் ஸ்கூலுக்கு போமாட்டேன்' என்று பதில்பெறுவாள்.

ஒட்டுமொத்தமாக காலைநேர ரகளையில் ஒவ்வொருவரும் இன்னொருவர் தவறுகள் மீது முட்டிமோதி குற்றம் சாட்டுவோம்.

'அம்மா... நான் நேத்து போட்ட அழுக்குச் சட்டையை அப்பா அயர்ன் பண்ணி வச்சிருக்காங்க...'

'ஜெயன் என்ன இது...'

'இங்கதானே சட்டையை எடுத்து வச்சே?'

'டேய் நீ எதுக்குடா அழுக்குச் சட்டையை உள்ள போடுறே? வெளியேகொண்டு போடணும்னு நேத்தைக்கும் சொன்னேன்ல?'

'இவ தான் அப்பா என்னோட பைனாக்குலரை எடுத்து கிங் ஃபிஷர் பாக்கணும்னு சொன்னா...'

'இல்லப்பா அவன்தான் நீ கலர் பென்சில் குடுத்தேன்னா பைனாகுலர் குடுக்கிறேன்னு சொன்னான்.'

'நான் எப்படி சொன்னேன்? எப்ப சொன்னேன்?'

'மூஞ்சி, சைதாப்பேட்டை...'

'சைதாப்பேட்டை உங்க அப்பன்.'

'அப்பா உன்னை சொல்றாப்பா.'

‘டேய் அஜி நீ கெளம்பறியா இல்லியா?’ என்று எங்கெங்கோ திசைமாறி செல்லும் பேச்சின் இறுதியில் மீண்டும் அதே சிக்கல்...

‘அப்பா, ஒம்பது மணியாயாச்சு. நான் இதே சட்டைய போடவா?’

‘போட்டுட்டு போடா. பத்தாம்கிளாஸ் பயக்களையெல்லாம் பொண்ணுக பாக்க மாட்டாங்க.’

‘அப்பா நீ ஒழுங்கா இரு. எங்கிட்ட வேணாம்.’

‘ஜெயன் அழுக்கான சட்டைன்னா காலரைப்பாத்தே தெரிஞ்சுக் கிடலாம். ஒருவாட்டி பாத்தாத்தான் என்ன?’

‘அயர்ன் பண்றப்ப பாத்தேன், தோய்ச்சதுக்கு அப்பறமும் அழுக்கு போகலைன்னு நெனைச்சுகிட்டேன்...’

‘வெளங்கும். மோந்து பாக்க வேண்டியதுதான?’

‘பின்ன, இவங்க போடுற அழுக்கையெல்லாம் மோந்து பாக்கிறது தானே என் வேல?’

‘என் செல்லங்கள மோந்து பாக்க நீயெல்லாம் குடுத்து வச்சிருக்கணும்ல?’

‘அருணா, நான் எத்தனை வாட்டி சொல்லியிருக்கேன், வாஷிங் மெஷின்லே சட்டையைப்போடுறதுக்கு முன்னாடி பஸ் டிக்கெட் இருக்கான்னு பாருன்னு... நீ பாத்தியா? நீலச்சட்டையை பாரு எப்டி இருக்குன்னு...’

‘அதெல்லாம் பாத்துத்தான் போடுறது. சிலசமயம் எப்டியோ இருந்திடுது.’

‘ஏன் பணம் மட்டும் ஒருநாளும் அப்டி இருக்கிறதில்ல?’

‘பெரிய பணம். ஜெயன் இந்த பாத்திரத்திலே இருந்த கஞ்சித்தண்ணி எங்க? புடவைக்கு போடணும்னு எடுத்து வச்சேன். கொட்டிட்டியா? அய்யோ இந்த வீட்டிலே ஒண்ணுமே ஒரு ஒழுங்கா இருக்காதே...’

‘கஞ்சித்தண்ணிதானே அந்தா இருக்கு...’

‘இதுவா? நான் மோர்னு நினைச்சேன். அப்ப மோர் எங்க?’

கல்யாணத்துக்கு முன்னர் நான் ஒழுங்கின்மையை என் வாழ்க்கை ஒழுங்காகக்கொண்டிருந்தேன். ஒழுங்கு என்பது நாம் அறிந்த வரிசைமுறையையும் தர்க்கத்தையும் கொண்டது. ஒழுங்கின்மை என்று நாம் சொல்வது நமக்குத் தெரியாத ஒழுங்கை. பிரபஞ்சத்தில் எல்லா நிகழ்வுகளுக்கும் உள்ளார்ந்த காரணம் கண்டிப்பாக இருக்கும். இதை விரிவாகச் சிந்தித்து என்னை தொகுத்துக்

கொண்டிருந்தமையால் நான் அதிகம் அலட்டிக் கொள்வதில்லை. ஒழுங்குவாதத்தின் அப்போஸ்தலரான சுந்தர ராமசாமிதான் மிகவும் கஷ்டப்படுவார். அவரது வீட்டு மாடியிலிருந்த விருந்தினர் அறையில் நான் காலையில் இடுப்பில் சுற்றப்பட்ட டவலோடு சுழன்று சுழன்று வர, அவர் மூக்கு சிவந்து கன்னங்கள் சிவந்து கடைசியில், 'என்ன தேடுறீங்க?' என்றார்.

'சீப்பு சார்... சீப்பு எங்க வச்சேன்னே தெரியல்ல...'

'பனியன் போடுவேளா?'

'போடுவேன் சார்.'

'அப்ப அதைப்போட்டுண்ட அப்றம்தானே சீப்பை தேடணும்? மொதல்ல அதைப் போடுங்கோ. போடுறப்ப நெதானமா யோசியுங்க.'

பனியன் போட்டபோது யோசித்தேன்.

'சார், தகழி என்னைக்குமே நேரடியா மார்க்ஸியத்தைப் பேசுற கதாபாத்திரங்களை எழுதினதில்ல, பாத்தீங்களா?'

'நீங்க இப்ப சிந்திக்கவேண்டியது சீப்பைப்பத்தி.'

'உண்மைதான்' என்றேன்.

'சீப்பை வழக்கமா எங்கே வைப்பீங்க?'

'ஷேவிங் பாக்ஸிலே.'

'ஷேவிங் பாக்ஸ் எங்கே?'

'ஷேவ் பண்ணின எடத்திலே.'

'அங்க பாத்தேளா?'

'பாத்தேன் சார், காணும்.'

'ஷேவ் பண்ணிட்டே எங்கயாவது போனீங்களா?'

'ம்ம்ம், சும்மா போயி வேப்பமரத்தை பாத்தேன்...'.

'வேப்பமரத்துகிட்ட போய் பாருங்க.'

சீப்பு கிடைத்தது. நான் பரபரப்பானேன்.

'இப்ப என்ன?'

'சட்டை சார்...'

'சட்டைய எடுத்துட்டு வெளியே எங்கியும் போகலியே?'

'இல்ல சார்... இருங்க கீழ நீங்க கூப்பிட்ட சத்தம் கேட்டு எட்டிப் பார்த்தேன். அப்ப...'

‘சரி மாடிப்படிச் சுவரிலே பாருங்க’

நாங்கள் கெ.பி. ரோட்டில் நடக்கச்செல்லும்போது சுந்தர ராமசாமி சொன்னார். ‘இன்னைக்கு தமிழ் நாட்டிலே முக்கியமான கலாசாரப் பிரச்னை ஒண்ணை தீக்கணுமானா நீங்க உடனடியா கல்யாணம் செஞ்சுக்கணும்...’

‘சார்!’

‘கண்டிப்பா. பெண் உதவி இல்லாம உங்களால வாழ முடியாது.’

நான் சற்றே யோசித்து ‘வைஃப் வந்தா இதெல்லாம் சரியாயிருமா?’

‘கண்டிப்பா. அவங்களுக்கு ஒரு சென்ஸ் அஃப் ஓர்டர் இருக்கு. அது சின்ன வயசிலேருந்தே சொல்லிச் சொல்லி வளக்கிறதனால வரக்கூடியது. ஒரு சமையலறைய கொஞ்சமாவது ஒழுங்கா வச்சுக்கலேன்னா சமையலே பண்ண முடியாது... ஸோ, சீக்கிரமே கல்யாணம் பண்ணிக்கிடுங்க...’

நான் சிந்தனை செய்தபின் ‘எல்லாரும் இதுக்காகத்தான் கல்யாணம் பண்ணிக்கிறாங்களா?’ என்றேன்.

‘இதுக்கும்கூடத்தான்... இல்லேன்னா நீங்க ஒரு பெரிய பிரச்னையா மாறிடுவீங்க. ரொம்ப கஷ்டம்...’

‘அப்டியா சார்?’

‘நான் மத்தவாளைச் சொன்னேன்.’

சுந்தர ராமசாமி ஜே.ஜேயில் இருந்து அரவிந்தாக்ஷ மேனனை நோக்கி நகர்ந்துகொண்டிருந்தவர். அந்நகர்வு அவரது மனைவி வந்த பிறகே தொடங்கியது என்றார். நானும் கல்யாணம் செய்துகொள்ள முடிவு எடுத்தேன்.

சில நாட்களிலேயே பெண் அகப்பட்டது. தெய்வீகக்காதலேதான். ஒழுங்கைப்பற்றி அவளிடம் பேசவில்லை, கண் அழகாக இருந்தது. தஞ்சாவூர் தமிழ் வேறு. உடனே கல்யாணம். கல்யாணமான சில நாட்களிலேயே அருண்மொழி என் ஒழுங்கின்மையை சரி செய்யும் பொறுப்பை எடுத்துக்கொண்டாள். ‘நீ உருப்படணுமானா ஒண்ணு சொல்றேன் ஜெயன், இந்த நகம் கடிக்கிற பழக்கத்தை விடணும். எழுதுறப்ப எதுக்கு வேஸ்ட்தாளைச் சுருட்டி அப்டி வீசுறே? ஓரமா போட்டா போதாதா? கழட்டின துணிகளையெல்லாம் அப்டி வீசிப்போட்டா என்ன அர்த்தம்? இதுவரை நீ பேண்டை ஒழுங்கா கழட்டி நான் பாக்கலை. ஒரு காலு உள்ள ஒரு காலு வெளியேன்னு தான் கழட்டறே. வெக்கமா இல்ல? புஸ்தகங்களை மட்டும் பத்திரமா ஜாக்கிரதையா வைக்கிறே, ஏன் அதை மாதிரி பாத்திரங்கள

வச்சா என்ன கேடு? தோசைய தின்னுட்டு தட்ட அப்டியே தள்ளி மேஜைக்கு அடியில வச்சுட்டு போயிட்டே. நாலு நாளா அது அங்க நாறிட்டிருக்கு... என்ன ஜெயன் கேக்கிறியா இல்லியா? உங்கிட்ட இருக்கிற முக்கியமான கெட்ட குணமே இதுதான். ஏதாவது ஒண்ணு சொன்னா எங்கியாச்சும் பாத்துட்டு என்னமாம் யோசிக்கிறது...'

மகிழ்ச்சியாக இருந்தது, என்னிடம் உள்ள முக்கியமான ஒழுங்குக் குறைபாடுகள் ஒவ்வொன்றாக வெளியே இழுத்துப்போடப்பட்டு சலவைக் கணக்குபோல பட்டியலிடப்பட்டன. அவற்றைத் தீர்க்கும் வழிமுறைகளும் மீண்டும் மீண்டும் சொல்லப்பட்டன. எனவே இதுதான் குடும்ப வாழ்க்கையா? ஆகா!

ஒரு சிறு சிக்கல். இதே வேலையை நானும் செய்ய வேண்டியிருந்தது. 'அருணா காம்பவுண்டு சுவர் மேல தட்டில் உளுந்து இருக்கே, நீயா வைச்சே?'

'அய்யோ, கல்லு பொறுக்கிட்டே மாமிகிட்டே பேசிட்டிருந்தேன். அடுப்பை அணைக்க வந்து அப்டியே மறந்துபோச்சு. சித்த எடுத்துட்டு வரியா?'

'அங்கிள் உங்கவீட்டு துணியெல்லாம் பறந்து எங்க வீட்டுக்கு வந்திட்டுது இந்தாங்க' சிறுமி போனதும் 'ஏன், ஒரு கிளிப் போட்டா என்ன அருணா, எவ்ளவு காத்தடிக்குது?'

'போடணும்னுதான் நெனைச்சேன்...'

'நெனைச்சா போறாது, போட்டாத்தான் காத்துல பறக்காது. சரியான கருத்துமுதல்வாதியா இருக்கியே.'

இப்படியே சிக்கல்கள். புத்தகவிளிம்புகளை மடிப்பது, புத்தகங்களை குப்புறக் கவிழ்த்துவது, புத்தகத்துக்குள் சீப்பு, பொரிக்காத பப்படம், சீனிக் கரண்டி முதலியவற்றை வைப்பது, சமையல் பாத்திரங்களை புத்தக அடுக்குகளுக்குள் வைத்து மறப்பது, அலாரம் கடிகாரத்தை பீரோ துணிகளுக்குள் வைத்து மறந்து அது நேரமில்லா நேரத்தில் அலற வீடே கலவரமடைவது என முடிவில்லாத சிக்கல்கள். சமையலறை அருண்மொழியின் நனவிலிபோல. எது எங்கே இருக்கிறதென அவளுக்கே தெரியாது. இருக்கிறதா என்றும் தெரியாது. ஆனால், அதனதன் நேரத்தில் எப்படியோ கைக்கு வந்துவிடும். ஊழ்வினை உருத்து...

அதற்கு அவள் வாய்க்குள் நாக்கு போல சமையலறைக்கு உள்ளே கொதித்து குமிழியிட்டு கொந்தளித்து சுழன்றோடி 'எங்கே வச்சேன்? எங்க போச்சு? இது ஒண்ணு... வச்சா வச்ச எடத்துல

இருக்காது...' என்று தனக்குத்தானே பேசி செயல்பட்டபடியே இருக்கவேண்டும். பால்கொதித்து வழிவதும், பாத்திரங்கள் கருகி உருகி புகைந்து நான்காம் வீட்டு பாட்டி வந்து சத்தம்போடுவதும் பெரும்பாலான நிகழ்வுகள். 'அந்த பாட்டி என்னை ஒழுங்கே இல்லாத பொண்ணுன்னு சொல்லிட்டாங்க ஜெயன். ஒரு மாதிரி இருக்கு.'

'அந்த தாத்தாட்டே போய் கேட்டுப்பாரு. பொலம்புவாருன்னு நெனைக்கிறேன்.'

மெல்ல மெல்ல தராசு சமனமடைந்தபோது குடும்ப வாழ்க்கை 'நதியோட்டமாக' (பிரயாகை கங்கை) போக ஆரம்பித்தது. அவள் என் குறைபாடுகளைச் சொல்லும்போது நான் அவள் குறைபாடு களைச் சொன்னால் போதும் என்ற சகஜச்சமநிலை உருவாயிற்று. அதற்கேற்ப, ஆச்சரியமாக, இரு பக்கமும் இரு தவறுகள் எப்போதும் சேர்ந்தேதான் நிகழும். 'ஜெயன் பால்பாயின்ட் பேனாவை பாக்கெட்டிலே வைச்சு சட்டையை அப்டியே கழட்டி வெயிலிலே போட்டுட்டு போயிருக்கே. அங்க பார் உருகி வழிஞ்சு... அவ்ளவுதான் அந்த சட்டை, எனக்கென்ன?' என்பதற்கு 'அடுப்பிலே என்ன போட்டே? ரயில் எஞ்சின் நாத்தம் வருது?' என்று பதில் சொல்வேன்.

சுந்தர ராமசாமியிடம் சொன்னேன். 'சார், இப்ப எனக்கு என்ன மாற்றம்னா சின்ன சின்ன தப்புகள்லாம் கண்ணிலேபடுது.'

'உண்மையிலே நம்ம கண்ணில படறதுதான் முக்கியம். நமக்கே தெரிஞ்சுதுன்னா படிப்படியா மாத்திண்டுடலாம்.'

'சார் எனக்கு அருண்மொழி பண்ற தப்புகள் மட்டும்தானே கண்ணிலே படுது?'

சுந்தர ராமசாமி முகம் சிவந்து வேறு பக்கம் பார்த்தார். பண்பான வராதலால் மனதில்கூட 'வெளங்கினாப்லதான்' என்று சொல்லி யிருக்க வாய்ப்பில்லை.

அதன் பின் குழந்தைகள் பிறந்தன. அஜிதன் சிறுவயதிலேயே எங்கள் இருவரின் சின்னச் சின்ன தப்புகளை வாரிசுரிமையாகப் பெற்று வளர்ந்தான். ஒரு பொம்மையை எடுக்க சிரித்தபடி வாயில் கோழை வழிய தவழ்ந்து சென்று செல்லும் வழியில் இன்னொன்றை பார்த்து அதை துரத்திப்போய் நெருங்கி அதனருகே உள்ள இன்னொன்றை எடுத்து வாயில் வைத்துக் கடிப்பான். செருப்பைக் கடிப்பது, புத்தகங்களைக் கரம்புவது, மேஜை விரிப்பை இழுத்து மொத்த

இலக்கிய உலகையும் குப்புறச் சரிப்பது, மண்ணை அள்ளி தன் தலையில் போட்டுக்கொண்டு மகிழ்வது, வண்டுகளை பிடித்து வாயில் போட்டுக்கொண்டு மோனநிலை அடைவது, ஒரு துளி முக்கி சிறுநீரடித்து உடனே ஜட்டி மாற்றப்பட்டதும் தாராளமாக பெய்ய ஆரம்பிப்பது, டாக்டர் வீட்டுக்குப் போனால் பக்கத்து இருக்கை பாட்டி வைத்திருக்கும் மருந்துச் சீட்டை வாங்கி வாயில் போட்டு ஊறவைப்பது என அவன் எப்போதும் தப்பான செயல்களையே செய்துவந்ததாகவே நினைவு.

'உன்னைய கொண்டுவந்து சேர்ந்திருக்கு... எப்டித்தான் ஒண்ணொண்ணா கண்டுபிடிச்சு செய்றானோ...' என்று அருண் மொழி கத்த பதிலுக்கு நானும் அவன் அவளுடைய பிழைகளின் மானுட வடிவம் என்று சொல்வேன். சைதன்யா பதினாறடி பாய வந்து சேர்ந்தாள். அதன் பின் நாய்கள் வந்தன. பொதுவாக நாய்கள் ஒழுங்குமரியாதையுடன் இருக்கும் என்பது நம்பிக்கை. இவையோ சைதன்யாவால் வளர்க்கப்பட்டவை. நூலைப்போல சேலை.

ஹீரோ வெளியே தேடி எடுத்த குப்பையை மிகக் கவனமாக வீட்டுக்குள் கொண்டுவந்து போடும். அனேகமாக மறுபிறப் படைந்து இதே வளாகத்தில் வாழும் எலியின் பழைய உடல். கொடியில் இருந்து விழுந்த சட்டையை தன் கென்னலுக்குள் கொண்டுபோய் விரித்து படுத்துக்கொள்ளும் டெட்டி. இருவருமே என் உள்ளாடைகள் எங்கிருந்தாலும் பொக்கிஷமாக எண்ணி எடுத்து பதுக்கிவிடுவார்கள். ஓணானைக் கொன்றால் அதை என் உணவுத் தேவைக்காக வீட்டு முன்புகொண்டுவந்து போட்டு கூப்பிட வேண்டும் என்று டெட்டி நினைக்கிறான்.

மொத்தத்தில் வீடு எப்போதுமே அதிர்ந்துகொண்டிருக்கும். ஒவ்வொருவரும் பிறரை ஒழுங்கு பண்ண கத்திக்கொண்டிருப் போம். 'சைது படிக்கிறியா இல்லியா? அங்க என்ன சிரிப்பு?' என்று நான் கத்த, 'அப்பா நீ டீ டம்லரை கம்ப்யூட்டர் பக்கத்திலே வச்சிருக்கே' என்று சைதன்யா சொல்ல, அருகே அஜிதன் 'அப்பா இவ என் பேக் மேலே காலைப்போடுறா' என்பான். பதிலுக்கு 'என்னோட ரப்பரைக் காணும் அப்பா. இவந்தான் எடுத்தான்' என்பாள். 'ரப்பர்னா அது கண்டிப்பா ஹீரோதான் எடுத்துக்கொண்டு போயிருப்பான். இந்நேரம் கடிச்சு பீஸ் பீஸாக்கியிருப்பான்' என்பான் அஜிதன்.

'அவந்தான் ரப்பரை எடுக்கிறான்னு தெரியுமே அப்றம் எதுக்குடீ கீழ வைக்கிறே, எத்தனை ரப்பர் வாங்கறது? இனி உனக்கு ரப்பர் கெடையாது' என்பாள் அருண்மொழி.

‘ரப்பர் இல்லேன்னா நான் ஸ்கூலுக்கு போகல்லை’ - சைதன்யாவுக்கு உலக நிகழ்வுகள் அனைத்தையும் பள்ளி செல்வதைத் தவிர்க்கும் காரணங்களாக ஆக்கமுடியும்.

‘அருணா நீ சும்மா கத்தாதே... என்னால இங்க படிக்க முடியலை’ என்பேன்.

‘சரித்தான், உக்காந்து இண்டர்நெட்டு படி, எவனாவது காஞ்சபய உனக்கு அறிவே கெடையாது, எழுதப்படிக்கவும் தெரியாதுன்னு திட்டியிருப்பான்...’

உண்மையிலேயே ஓர் அறிவுஜீவி அப்படித்தான் சொல்லியிருந்தார். நான் சோகமாக ‘நீ சும்மா இருக்கியா இல்லியா? நானே நொந்து போயிருக்கேன்...’ என்றேன்.

அருண்மொழி ‘ஒண்ணு சொல்லவா? நீ எப்ப எல்லாத்தையும் ஒழுங்கா வச்சுகிட ஆரம்பிக்கிறாயோ அப்பதான் உருப்படுவே... நீ எழுதினதே உனக்கு ஞாபகமில்ல’ என்றாள்.

எனினும் யாராவது விருந்தினர் வந்துவிட்டால் வீடே ஒழுங்காகி விடும். இது எப்படி என்பது பல கோணங்களில் யோசித்தும் புரிந்துகொள்ள முடியாதது. எல்லாம் அதனதன் இடத்தில் இருக்கும். யாரும் எதையும் தேடுவதில்லை. குறைசொல்லி கத்துவதில்லை. எல்லாமே சுத்தம். குழந்தைகள் தேவதைச்சாயலுடன் இருக்க ஹீரோகூட பதவிசாக வந்து மோந்து பார்த்துவிட்டு சிம்ம கம்பீரத்துடன் படுத்திருப்பான்.

என்ன நடக்கிறது? சமீபத்தில் ஈழ எழுத்தாளர் மௌனகுரு வருவதற்கு முன்னர் ஒருநாள் முழுக்க வீட்டை ஒழுங்குபடுத்தும் பணி. குறைசொல்லி கூச்சல்கள், வசைகள், பிள்ளைகள் நடுவே அடிதடி, கூடத்தின் நடுவே ஹீரோ உட்கார்ந்து குதவாயை நக்குதல் என உச்சகட்ட ரகளை. பின்னர் வரும் இரண்டுமூன்று நாட்களின் சிக்கல்கள் அந்நாளிலேயே தீர்ந்து காலியாகிவிடுகின்றன போலும். அதேசமயம் மறுபடி எப்போது தொடங்கலாம் என்று ஒவ்வொருவரும் விம்மி வெடித்து காத்திருப்போம்.

யோசித்துப் பார்த்தால் பயமாக இருக்கிறது. எங்கள் வீட்டில் எல்லாருமே மனம் திரும்பி சீராக மாறினால் பிறகு என்ன எஞ்சும்? குடும்ப வாழ்க்கை என்பதே பல்லாயிரம் தவறுகள்மூலம் உருவாகும் ஒரு சரிதானே?

- 2006, நவம்பர் 23, 2014

39

நீங்களும் பின்நவீனத்துவக் கட்டுரை வனையலாம்

இப்போதைய சிற்றிதழ்கள் பொதுவாக நீளமான கட்டுரைகளை வெளியிடுவதில்லை என்பதை நீங்கள் அறிவீர்கள். வெளியிட்டால் அவை பின்நவீனத்துவக் கட்டுரைகளாகவே இருக்கும். பழங் காலத்தில் கப்பல்களில் அடிக்குவட்டில் எடை வேண்டு மென்பதற்காக உப்பு ஏற்றப்பட்டது போல சிற்றிதழ்களை தீவிர இதழ்களாக தோற்றமளிக்கச் செய்வதற்கு பின்நவீனத்துவக் கட்டுரைகள் பயன்படுத்தப்படுகின்றன.

ஒரு நல்ல பின்நவீனத்துவக் கட்டுரையானது பின்நவீனத்துவக் கட்டுரை எழுதும் அல்லது எழுத விரும்பும் பிறரால் மட்டுமே படிக்க முயலப்படும் என்பதை முதலில் உணரவேண்டும். எனவே துணிந்தவனுக்கு துக்கமில்லை என்பதே பின்நவீனத்துவ எழுத்தின் முதல்கொள்கையாகும்.

பின்நவீனத்துவத்தின் முதல்கோட்பாடு ‘ஆசிரியனின் மரணம்’. பின்நவீனத்துவ ஆசிரியன் எண்பதுகளின் தொடக்கத்தில் ரோலான் பார்த் என்பவரால் கொலைசெய்யப்பட்டார். இப்போது எழுதுபவர்கள் ஆசிரியனின் ஆவிகளே. ஒரு பின்நவீனத்துவ ஆசிரியன் என்பவன் தனக்குத்தானே ஆவியாக நின்று எழுதுபவன்

என உணர்க. பிறருக்கும், உரிய முறையில் கௌரவிக்கப்பட்டால், அவன் ஆவியாக ஆகலாம்.

ஆவிகளின் இயல்புகள் ஐந்து.

1. ஆவிகளுக்கு கால்தரிக்காது. ஆகவே பின்நவீனத்துவர் எங்கும் நிலைக்க வேண்டியதில்லை. எழுதும் கட்டுரைக்கான நிலைப்பாட்டை அதற்கு சிற்சில மணித்துளிகளுக்கு முன்னர் படித்த கட்டுரையிலிருந்து பெற்றுக்கொள்ளலாம்.

2. ஆவிகள் தலைகீழாகத் தொங்கும் பான்மை கொண்டவை. ஆகவே பின்நவீனத்துவர் கருத்துலகில் எப்போதும் நேர்மாறான காட்சிகளைக் கண்டு சொல்லவேண்டிய நிலையில் இருக்கிறார்.

3. ஆவிகள் பிற உடலில் கூடும் இயல்புள்ளவை. பின் நவீனத்துவர் தன் சீடர்கள் உடல் வழியாக பேசுவதும் வழக்கமாகும். அப்படிப்பேசும்போது பலமொழிகள் பேசுதல், முகத்திலும் உடலிலும் வலிப்புகள் காட்டுதல், சிரித்தல், விசும்பி அழுதல் முதலிய மெய்ப்பாடுகள் காணப்படும்.

4. ஆவிகள் பிளான்செட் முதலிய ஊடகங்கள் வழியாக தங்களை வெளிப்படுத்திக் கொள்கின்றன. பின்நவீனத்துவர் அவருக்கான சிற்றிதழ்கள் தேவைப்படும் நிலையிலிருக்கிறார். உடைவு, ஒடிவு, சதைவு, வாதம், பித்தம், கபம் அல்லது மாற்று, ஊற்று, கலக்கு, குடி, உமிழ் முதலிய பெயர்களில் இவ்வூடகங்கள் அவ்வப்போது அச்சிடப்பட்டு வெளியிடப்படுகின்றன.

5. ஆவிகளை மந்திரித்து ஓட்டமுடியும். பின்நவீனத்துவர்களை பின்நவீனத்துவ மந்திரங்கள் மூலமே ஓட்ட முடியுமென உணர்க. அதைச்சொல்ல இன்னும் பெரிய பின்நவீனத்துவ ஆவி தேவையாகிறது. 'பேச்சு பேச்சென்னும், பெரும் பிரேம் வந்தக்கால் கீச்சு கீச்சென்னும் சாரு' என்ற பழமொழியை நினைவுகூர்க.

பின்நவீனத்துவர்கள் மொழியையே அனைத்துமாகக் கருது கிறார்கள். அதிகாரம், அரசியல், பண்பாடு, மனம், நனவிலி எல்லாமே மொழிதான். சமீபத்தில் பின்நவீனத்துவர் ஒருவருக்கு வயிற்றுச்சிக்கல் வந்தபோதுகூட மொழிக்குதான் மருந்து கொடுத் திருக்கிறார்கள். மொழி என்பது ஒரு அமைப்பு என்பது அமைப்பியலாளர் கூற்று. பின்அமைப்பியலாளர் மொழியை ஒரு பின்அமைப்பு என்று கருதுகிறார்கள். இவர்கள் பின்னால் சென்று பின்அமைப்புகளை விரிவாக ஆராய்ச்சி செய்கிறார்கள்.

பின்நவீனத்துவர்களைப் பொறுத்தவரை மொழி என்பது மொழிதல் என்ற செயல்பாடு மட்டுமே. ஆகவே அச்செயல் இருக்கும் வரைதான் எல்லாமே இருக்கும். அவர்கள் அயராது மொழிய நேரிடுகிறது. 'நான் பேசுகிறேன் ஆகவே நான் இருக்கிறேன்' என்று பண்பலை வானொலிகளால் இன்று பாவிக்கப்படும் வரியானது உண்மையில் பின்நவீனத்துவர்களிடமிருந்து எடுத்துக் கொள்ளப் பட்டதாகும்.

பின்நவீனத்துவத்தைப் பற்றிய கீழ்க்கண்ட வரிகள் உங்கள் கவனத்துக்குரியவை.

1. பின்நவீனத்துவத்தை எப்படி புரிந்துகொள்வது என்பது அல்ல வாசகன் முன் உள்ள வேலை, எப்படி எதிர்கொள்வது என்பதே.

2. பின்நவீனத்துவத்தைப் புரிந்துகொள்ள முயலாமல் இருப்பதே அதைப் புரிந்துகொள்ள உகந்த வழியாகும்.

3. பின்நவீனத்துவத்தைப் புரிந்துகொள்ள பின்நவீனத்துவக் கட்டுரைகளைப் படிப்பதைவிட அவற்றை எழுதுவதே சிறந்த வழி.

4. பின்நவீனத்துவக் கட்டுரை என்பது கருத்துகளினால் ஆனது அல்ல, மொழியால் ஆனது. (மொழி என்பது வார்த்தைகளினால் ஆனது. வார்த்தைகள் ஒலியால் ஆனவை. ஒலி என்பது ஓர் அமைப்பு அல்ல, செயல். ஒலித்துக்கொண்டிருப்பதனால் அது ஒலி.)

பின்நவீனத்துவக் கட்டுரை தன்னைத்தானே நிகழ்த்திக் கொள்வது என அதன் முன்னோடிகள் சொல்லியிருக்கிறார்கள். சிறுநீர் கழிப்பதுபோல. அதற்கான உந்துதல் வந்ததும் நாம் செய்ய வேண்டியதெல்லாம் உரிய இடத்தை தேர்வுசெய்வது மட்டுமே. நடுவே நிறுத்துவது கடுப்பைக் கிளப்பும். 'பாஷை என்பது வேட்டைநாயின் கால்தடம்' என்பது நவீனத்துவக் கூற்று. 'பாஷை என்பது நாட்டு நாயின் நீர்த்தடம்' என்பதே பின்நவீனத்துவம். சகநாய்கள் மட்டுமே அவற்றை மோந்து கண்டுபிடிக்கின்றன.

பின்நவீனத்துவக் கட்டுரைகள் கீழ்க்கண்ட ஐந்து இயல்புகளைக் கொண்டிருக்க வேண்டும்.

1. கட்டுடைத்தல். ஏற்கெனவே எழுதிக்கொண்டிருக்கும் கட்டமைகர் களைப் பிடித்து வாகாக நிறுத்தி உடைப்பது. கட்டுடைப்பதில் இருவகை உண்டு. ஒன்று, உடைத்தவற்றை கூடையில் அள்ளி அப்பால் கொட்டும் முறை. இதை விமர்சகர் நாகார்ஜுனர் என்பவர் செய்து மேற்கொண்டு உடைக்க ஒன்றுமில்லாமலாகி லண்டனில் போய் அமைந்தார். இரண்டு. உடைப்பதற்கு முன்னரே உடைத்த

துண்டுகள் என்னவாக இருக்கவேண்டுமென்ற திட்டத்துடன் செயல்படுதல். இதை அ.மார்க்ஸ் என்ற அறிஞர் செய்து வழிகாட்டினார்.

2. அங்கதம். இது கிட்கிந்தையில் மன்னர்கள் வாலி சுக்ரீவர் முன்னே அங்கதன் என்பவரால் செய்து காட்டப்பட்டமையால் இப்பெயர் பெற்றது. வாலாட்டுதல் என்று நாட்டு வழக்கு. இளித்துக் காட்டுதலும் உண்டு. பின்நவீனத்துவ அங்கதம் என்பது செவ்வியல், கற்பனாவாத, நவீனத்துவர்களைக் கண்டு எம்பிக்குதித்தும் அந்தர்பல்டி அடித்தும் வாலாட்டிக்காட்டியும் இளித்தும் சொறிந்தும் குறிகாட்டியும் அவர்களை அழஅழ அடிப்பதாகும். இதற்கு ஒவ்வாமல் அவர்கள் செவ்வியல் அங்கதம் என்கிற வாழைப் பழஊசியை (அல்லது குதக்கடப்பாரையை) பயன்படுத்தினால் ஐம்பத்தெட்டு பக்கங்களுக்கு விசும்பி விசும்பி அழுவதும் பின்நவீனத்துவ முறைமையே ஆகும்.

3. மேற்கோள். பின்நவீனத்துவம் என்பதே ஒட்டுமொத்தமாக ஒரு மாபெரும் மேற்கோள் ஆகும். எனவே, மேற்கோள் இல்லாமல் பின்நவீனத்துவம் இல்லை. எந்த நூலில் இருந்தும் எப்படியும் மேற்கோள் காட்டலாம் என்பதே பின்நவீனத்துவமாகும். மேற்கோள்களுக்கு நடுவே உள்ள சொற்றொடர்கள் இளைப் பாற்றும் தன்மைகொண்டிருக்கவேண்டும். மேற்கோள்கள் எத்தனை நீளமாக இருக்கின்றனவோ அந்த அளவுக்கு கட்டுரை சிறப்புறுகிறது. பின்நவீனத்துவக் கட்டுரை மேற்கோள்களினால் ஆனது என்பதனால் மேற்கோள்களுக்குள் மேற்கோள்களுக்குள் மேற்கோள் இருப்பதும் இயல்பேயாகும்.

4. அடிக்குறிப்பு. பின்நவீனத்துவக் கட்டுரைகள் தங்கள் சொந்த சிம்மாசனத்தின் மீது அமர்ந்திருப்பவை, அனுமார் ராவணன் சபையில் தன் வாலையே சுருட்டிவைத்து அமர்ந்ததுபோல. அடிக்குறிப்புகள் மூலக்கட்டுரையைவிட பெரிதாக இருப்பது நல்லது. குறிப்புகள் பலவகை.

அ. நூலடைவு. 'பார்க்க - ரோலான் பார்த்தின் குறியியலும் காயத்ரி ஸ்பிவாக்கின் பின்குறியியலும் ஓர் இணைவு' என்பதுபோல. சொற்களை கலைக்களஞ்சியத்தில் நோக்கி அச்சொற்களுக்குக் கீழே உள்ள நூல்களை இங்கே எடுத்து எழுதுவது மரபு. மொத்த கலைக்களஞ்சியத்தையுமேகொண்டுவர எண்ணலாகாது. கலை க்களஞ்சியங்கள் பொதுவாக பின்நவீனத்துவக் கட்டுரைகளை விட நீளமானவை.

ஆ. கட்டுரைக்குள் சொல்லிய விஷயத்தின் நீட்சி. உதாரணம், 'பின்அமைப்பியலைப்பற்றிய இக்குறிப்புக்கு ஸ்ரீவித்யா, மடோன்னா ஆகியோருக்கு நன்றிக்கடன்பட்டிருக்கிறேன்.'

இ. எதிரிகளைப் புகைமூட்டமாக வசைபாடுவது. உதாரணம். 'இந்த விஷயத்தைப் பற்றி ஒரு நண்பர் எழுதிய கேணத்தனமான உளறலில் தெரிதா தன்னிலையின் இறுக்கத்தைக் கட்டவிழ்த்தார் என்று சொல்லியிருந்தார். தெரிதாவுக்கு அந்த வழக்கமே கிடையாது.'

ஈ. தன்னுடைய பிற கட்டுரைகளை தொகுத்தளித்தல். 'மூலநூல் வாதம் பற்றிய இந்த விஷயத்தை மேலும் காண இவ்வாசிரியர் எழுதிய 'பௌத்திர நிவாரணி அல்லது அறுவைசிகிச்சை தேவை இல்லை' என்ற நூலைப்பார்க்கவும்.

உ. பிறவகை. அதாவது இன்னதென தெரியாத அடிக்குறிப்புகள். இவை பெரும்பாலும் சொல்லிணைவுகளாக இருக்கும்: 'முழுமையின் தன்னிலையைப்பற்றிய இவ்வரிகளுக்கு தன்னிலையின் முழுமையைப்பற்றிய சார்த்தரின் கூற்றுகளோடு ஒப்புமையும் முழுமையும் இருப்பதைக் கவனிக்கும்போது உருவாக்கும் கருத்துநிலையின் முழுமையிலிருந்து பெறும் தரவுகளும் அவற்றின் விளைவுகளும் இவற்றின் பின்பொருட் சூழலில் கவனத்துக்குரியன' என்பதுபோல.

5.கலைச்சொற்கள். கலைச்சொற்கள் இல்லாமல் பின்நவீனத்துவம் இல்லை. பலரும் பிழையாக எண்ணுவதுபோல கலைக்கும் இவற்றுக்கும் தொடர்பு இல்லை. கலைந்த சொற்கள், கலையும் சொற்கள், கலைக்கும் சொற்கள் என்னும் பொருளில் உருவாகிவந்த சொல்லாட்சி இது. கலைச்சொற்கள் எப்போதும் ஆங்கில மொழியில் இருந்து மொழியாக்கம் செய்யப்படுவன. மூலமொழிச் சொல் காதில் விழும்போது ஒரு பரவசம் ஏற்படுகிறது. அதன் உடனடி எதிர்வினையே கலைச்சொல்லாக ஆகி மூலச்சொல்லை நிரந்தரமாகக் கலைத்துவிடுகிறது.

கலைச்சொல்லாக்கத்துக்கு பல வழிகள் உள்ளன என்றாலும் தொடக்கநிலையாளர்களுக்காக ஓர் எளிய உத்தியைச் சொல்லலாம். எந்த ஒரு சொல்லுடனும் இயல் என்ற சொல்லைச் சேர்த்தால் கலைச்சொல்லாகிறது. 'பருப்புவிலையேற்றத்தால் மக்கள் துயரம்' என்பது செய்தி. 'பருப்பியல்தளத்தின் விலையியல் மாற்றங்களால் உருவாகும் வாழ்வியல் துயரம்...' என்பது பின் நவீனத்துவ வரி. இதேபோல 'ஆக்கம்' 'மயமாதல்' போன்ற சொற்களையும் கையாளலாம்.

கலைதல் என்பது ஒரு தொடர்செயலாதலால் கலைச்சொற்களும் புதிதாக வந்தபடியே இருக்கின்றன. ஒரு பொருளில் ஒன்பதுபேர் ஒன்பதுசொல்லைப் பயன்படுத்தும்போதே அது கலைச்சொல் என்ற அங்கீகாரத்தைப் பெறுகிறது. ஃபார்மலிசம் என்ற சொல்லை உருவவியல் என்றும் வடிவவியல் என்றும் பலவகையில் சொல்லும்போது தாலுகா ஆபீஸ் குமாஸ்தாவாக வேலைசெய்யும் பின்நவீனத்துவர் ஒருவர் படிவவியல் என்று மொழியாக்கம் செய்தது தெரிந்ததே.

ஒரு நல்ல பின்நவீனத்துவக் கட்டுரையானது. தேவையான இடத்தில் கலைச்சொற்களைப் போட்டு எழுதுவதாகும். இரு முற்றுப்புள்ளிகளுக்கு நடுவே கால்புள்ளிகளாலும் அரைப்புள்ளி களாலும் பிரிக்கப்பட்டு தரப்படும் இடம் முழுக்கவே தேவையான இடம்தான் என்பதே பின்நவீனத்துவக் கோட்பாடாகும். ஒரு கலைச்சொல்லை விளக்க இன்னொரு கலைச்சொல்லையே பயன்படுத்தவேண்டும்.

6. பிரதி இன்பம். இது ஒருவகை சுயஇன்பம். மலையாளப் பட தனிமொழியில் இன்பசுகம். நவீனத்துவக் கட்டுரைகளைப் படிக்கும்போது நாம் இருத்தலிய துயரம் அடைகிறோம். மாறாக பின்நவீனத்துவக் கட்டுரைகளைப் படிக்கும்போது படுத்தலிய இன்பம் கிடைக்க வேண்டும். மனிதர்களுக்கு உச்ச கட்ட இன்பத்தை வழங்குவது வசையே - பிறரை பிறர் வசைதல். எனவே பின்நவீனத்துவக் கட்டுரைகளில் ஆழமான வசைகள் நிறைந் திருத்தல் வேண்டும்.

பின்நவீனத்துவக் கட்டுரைகளை வாசகர் எளிதில் இனம்கண்டு விலகும்படி அமைக்கவேண்டும் என்பது மரபு. ஆகவே எண்பது சொற்களுக்கு குறையாத சொற்றொடர்கள் அமைப்பதும் இரண்டு பக்கங்களுக்கு நீளும் பத்திகளை அமைப்பதும் வழக்கம். இதழாசிரியரும் மிகச் சிறிய எழுத்துருவில் அவற்றை அச்சிட்டு நமக்கு உதவி செய்கிறார்.

நெடுங்காலமாக மொழியானது இரண்டு அடிப்படைக் கருதுகோள் களினால் கட்டுப்படுத்தப்பட்டிருந்தது. அவற்றிலிருந்து விடுதலை பெறுவதே பின்நவீனத்துவ உரைநடையின் இயல்பு என்க.

ஒன்று, இலக்கணவாதம். மொழிக்கு இலக்கணம் தேவை என்றும் அவ்விதிகளுக்கு அது கட்டுப்பட்டே ஆகவேண்டும் என்றும் சொல்லும் அடக்குமுறைக்கு எதிராக பின்நவீனத்துவம் கலகம் செய்கிறது. எழுவாய், பயனிலை, செய்வினை, செயப்பாட்டு

வினை, தன்னிலை, பிறனிலை, காலம் போன்றவற்றை உதறும் போதும் மொழிக்கு அலாதியான ஒரு வல்லமை கிடைக்கிறது. அதன்பிறகு அது எதற்குமே கவலைப்படத் தேவையில்லை. குறிப்பாக அச்சுப்பிழை என்ற சிற்றிதழ் பூதம் அதை ஒன்றுமே செய்யமுடியாது.

இரண்டு, பயன்பாட்டுவாதம். மொழி என்பது ஒரு நிகழ்வு. ஆறு போல, பாறை போல. அது ஒரு குறிப்பிட்டவகையில் பயன்படும் பொருட்டே இயங்கவேண்டும் என்பது மொழியின் மீதான சமூகத்தின் அத்துமீறலாகும். மொழிக்கு அப்படிப்பட்ட பயன்பாட்டு நோக்கமேதும் இருந்தாகவேண்டிய தேவை இல்லை. மொழி மொழியாக மட்டுமே தனித்து இயங்க முடியும். அவ்வப் போது அதில் அர்த்தமும் வந்து செல்லலாம். அது மொழியின் பிழையல்ல.

செந்தமிழும் நாப்பழக்கம். எக்கலையும் கைப்பழக்கம். பின்நவீனத்துவம் 'ஆர்ட் இஸ் ஃபார்ட்' என்ற கோட்பாடுகொண்டதாக இருப்பதால் அதுவும் பழக்கமே. பழகிவிட்டால் நம்மை மீறி நம்மிடமிருந்து பின்நவீனத்துவக் கட்டுரை வந்தபடியே இருக்கும். அந்தப் பழக்கம் வரும்வரை சாதாரணமான கட்டுரைகளை மனதுக்குள் எழுதி அவற்றை பின்நவீனத்துவக் கட்டுரையாக மாற்றுவதே சிறந்த வழியாகும்.

தினமணி நாளிதழை எடுத்துக் கொள்ளுங்கள். ஏதேனும் ஒரு செய்திக்கட்டுரையைப் பிரித்து வைத்துக் கொள்ளுங்கள். ஆழமாக அதை இருமுறை படியுங்கள். மேலே சொன்ன விதிகளைப் பயன்படுத்தி அதை பின்நவீனத்துவக் கட்டுரையாக ஆக்குங்கள்.

'எழுபதுகளின் இறுதியில்தான் பிராய்லர் கோழிகளை வளர்த்தல் பரவலாகியது. அரசின் ஊக்குவித்தலுடன் நாமக்கல் ஈரோடு வட்டாரங்களில் கோழிப்பண்ணை வைப்பது பெருந்தொழிலாக வளர்ந்தது. அன்றுவரை விவசாயத்தின் ஒரு பகுதியாக இருந்த கோழி வளர்த்தல் என்பது ஒரு தொழிற்சாலை உற்பத்தியாக மாறியது. இதன் விளைவாக கோழியிறைச்சி மற்றும் முட்டை விலை ஒப்புநோக்க மலிவாகியது. தமிழர்கள் ஞாயிறுதோறும் கோழியிறைச்சி உண்ண ஆரம்பித்தார்கள். முன்பெல்லாம் இது வருடத்துக்கு ஒருமுறை விசேஷ தினங்களில்தான் என்பதை நாம் நினைவுகொள்ளவேண்டும். கோழிவளர்த்தல் தொழிலாக மாறி லாப நோக்கம் கொண்டபோது சுகாதார விதிகள் புறக்கணிக்கப் பட்டு தோல் தொழிற்சாலைக் கழிவுகளை கோழிகளுக்குக்

கொடுத்து அவற்றை பருக்க வைத்தல், ஊக்க ஊசிகளைப் போடுதல் போன்ற முறைகேடுகள் நிகழ ஆரம்பித்தன. இதன் மூலம் சமூக ஆரோக்கியம் பாதிப்படைந்தது. அதிக புரோட்டீன் உற்பத்திமூலம் மக்கள் ஆரோக்கியம் மேம்படுதல் என்ற நிலைக்கு நேர் மாறான நிலை இது என்பதைக் காணலாம்.'

இந்தப் பத்தியை பின்நவீனத்துவக் கட்டுரையின் ஒற்றை வரியாக மாற்ற ஒரே வழிதான் உள்ளது. 'எங்கிருந்தாவது தொடங்கி எப்படியோகொண்டுபோய் எங்கோ முடித்தல்' என அதை அறிஞர்கள் வகுத்திருக்கிறார்கள். பார்ப்போம்.

'கோழியிறைச்சி மற்றும் முட்டையின் விலையியலில் ஏற்பட்ட மலிவியல் மாற்றமானது எழுபதுகளின் இறுதிக்காலகட்டத்தில் நாமக்கல் மற்றும் ஈரோடு பகுதியில் கோழிப்பண்ணையியலில் ஏற்பட்ட தொழில்மயமாதல் மற்றும் பெருந்தொழிலாக்கம் மற்றும் வேளாண்மையியலாக்க நீக்கம் முதலிய பண்புக்கூறேற்றம் மற்றும் அரசுமுறை சார் ஊக்குவித்தலடிப்படையின் நிகழ்முறை விளைவாக்கம் ஆகியவற்றின் அடிப்படையில் உருவான ஒரு தலைகீழாக்க மாக நிகழ்ந்த காரணத்தினால் தொழிற்சாலைத் தன்மையும் உற்பத்தி யியலில் ஒட்டுமொத்தமயமாதலும் நிகழ்ந்து உருவான வேளாண்மை மற்றும் பெருந்தொழில் சார் ஈரடித்தலின் விளைவாக நிகழ்ந்த நுண்குடிமை வளர்ச்சிப்போக்கு என்று சொல்லும்போது அதில் இயல்பாக குடியேறிய தொழிலியல் இலாபநோக்கின் அதீதப் பெருக்கம் காரணமாக சுகாதாரவியல் விதிகளின் புறக்கணிப்பாக்கம் நிகழ்ந்து அதன் ஊடுவிளைவாகவும் இடுபொருளியக்கமாகவும் தோல்தொழிசாலைக் கழிவுகளையும் (கழிவுகள் என்பவை உற்பத்தியின் பேரளவான பண்பியல் கூறுகளினால் விளிம்புநிலைக்குத் தள்ளப்பட்ட பொருள்நிலைகளே என்று லக்கான் சொல்வதை இங்கே கணக்கில் கொள்ளவேண்டும்) மற்றும் ஊக்கமருந்துகளையும் (ஊக்க மருந்துகள் செயற்கையாக உருவாக்கப்படும் விரிவாக்க முயற்சிகள் என்பதுடன் அவை எந்தச் சூழலில் எவற்றை ஊக்குவிக்க அளிக்கப்படுகின்றன, அவற்றின் உள்ளார்ந்த அரசியல் என்ன என்பதையும் ஊக்குவிக்கப்படும் கூறுகள் எவையெவற்றை அடிப்படுத்தவும் மறைக்கவும் காரணமாக உள்ளன என்பதையும் கருத்தில்கொண்டு அளிக்கப்படும் விரிவான நுண்ணாய்வுக்கான தரவுகள் நம் பண்பாட்டுத்தளத்தில் உள்ளுறைந் துள்ளன என்ற விஷயத்தை இங்கே விரிவாக விவாதிக்க இடமில்லை யாதலால் குறிப்புணர்த்தியாகவேண்டும்) கோழிகளுக்கு அளிப்பதனூடாக அவற்றை அதிகளவிலான புரோட்டீன்

உற்பத்திக்கான கருவிகளாக ஆக்கி அவற்றின் மூலம் நுகர்வியலின் அடித்தளமாக உள்ள சுவைமையில் பாரதூரமான விளைவுகளை உருவாக்கி பொதுச்சுகாதாரத்தை சீரழிக்கும்நிலையில் நாம் கருத்தில் கொள்ள வேண்டியதாக உள்ள கருத்தமைவென்பது அதிக புரோட்டீன் அதிக ஆரோக்கியத்தை உருவாக்குமென்ற செவ்வியல் நிலைப்பாடுகளின் முழுமறுப்பாக்கமும் மாற்றுக்கூற்றுகளின் தோற்றவியலுமாகும் என்ற நிலையில்...'

இவ்வண்ணம் நான்கு கட்டுரைகளை எழுதிப் பார்த்த பிறகு நீங்களே சுயமாக கட்டுரைகளை எழுதி சிற்றிதழ்களுக்கு அனுப்பலாம். அவை அச்சிடப்படாவிட்டால் சுயமாக இணையத்தில் 'கசந்தவனின் அசைவுகள்' அல்லது 'கூறிலியின் கூற்று' என்ற பெயரில் வலைப்பூ தொடங்கி அவற்றை வரலாற்றில் ஏற்றலாம். தொடர்ந்து இப்படி கட்டுரை எழுத எழுத பின்நவீனத்துவம் என்றால் என்ன என்று உங்களுக்குப் புரிந்து ஒருமாதிரி சமநிலை கைவரும்போது நிறுத்திக் கொள்வீர்கள்.

- ஆகஸ்ட் 20, 2008, அக்டோபர் 19, 2014

40

சாரு

சாரு நிவேதிதா என்று ஒருவர் இல்லை. அது புனைவு என்பதே ஆய்வாளரின் துணிபு. அப்புனைவை உருவாக்குபவரது பல்வேறு வகையான எழுத்துகளில் இருந்து இந்த தகவல்கள் தொகுக்கப்பட்டு வாசக கவனத்துக்காக அளிக்கப்படுகின்றது.

சாரு நிவேதிதா டிசம்பர் மாதமானால் பாரீஸ் கார்னருக்குச் சென்றுவிடுவார். துரதிருஷ்டவசமாக டிசம்பரில்தான் சென்னையில் புத்தகக் கண்காட்சியும் பெரும்பாலான இலக்கியக் கூட்டங்களும் நடக்கின்றன. பாரீஸிலிருந்து அவர் இலக்கியக் கூட்டங்களுக் கெல்லாம் வந்துகொண்டிருக்க முடியாது. எல்லா இலக்கியக் கூட்டங்களும் அவருக்கு பெரும் சலிப்பையே உருவாக்குகின்றன. காரணம் எல்லாமே ஒரே மாதிரி நவீனத்துவக் கருத்துகளையே சொல்லிக்கொண்டிருக்கின்றன. ஒன்றுகூட விதிவிலக்கு இல்லை. இதை அவரால் உறுதியாகவே சொல்லமுடியும், அவர் போகாத இலக்கியக் கூட்டமே சென்னையில் நிகழ்வதில்லை.

சாரு நிவேதிதா ஒரு பின்நவீனத்துவ எழுத்தாளர். அறைக்குள் அடைத்துக்கொண்டு இரவு பகலாக வாசித்து செவ்விலக்கியம் படைத்துவிடலாம் என்ற மூடக்கற்பனைகொண்டு தலையணை களை அச்சிட்டு வெளியிடும் இலக்கியவாதிகளை அவருக்குப் பிடிக்கவே பிடிக்காது. இலக்கியம் என்பது விளிம்புநிலை மக்களில் இருந்து உருவாகவேண்டும். கல் உடைப்பவர்கள், பல்

உடைப்பவர்கள், பாலியல் தொழிலாளிகள் ஆகியோரிடையே இருந்து வரவேண்டும். சாதாரணத் தொழிலாளிகள் பற்றி எழுதினால் அது முற்போக்கு யதார்த்தவாதம் மட்டுமே.

இந்தக் கருத்தை அவர் இருபது வருடங்களாகக் கடுமையாகச் சொல்லி வலியுறுத்திக்கொண்டு வந்திருக்கிறார். இதற்காக அவர் ஒருநாளில் இருபத்தாறு மணிநேரம் வேலை செய்கிறார், மறுநாளில் இருந்து இரண்டுமணிநேரம் கடன் வாங்கி. ஆகவே அவர் ஒரு குகை மனிதனைப்போல வாழ்கிறார். வெயிலை அவர் பார்ப்பதே ஜன்னல் கண்ணாடி வழியாகத்தான். சமீபத்தில் மனுஷ்ய புத்திரன் என்ற ஆய்வாளர் அவரை அகழ்ந்து கண்டுபிடித்து வெளியேகொண்டுவந்தபோது வெளியே கண்கூசியது. 'பரவாயில்லை மேலே நல்ல பிரகாசமான விளக்கு போட்டிருக் கிறார்கள்' என்று அவர் சொன்னபோது மனுஷ்ய புத்திரன், 'அதுதான் சூரியன்' என்று சொன்னார். அதை முன்னரே வின்செண்ட் வான்கா படங்களில் பார்த்திருப்பதை அப்போதுதான் சாரு நிவேதிதா நினைவுகூர்ந்தார்.

சாரு நிவேதிதா டெல்லியில் இருந்தபோது ஆழமாக இலக்கிய வாசிப்பில் ஈடுபட்டிருந்தமையால் பெரும்பாலான மனிதர்களை அவருக்குத் தெரியாது. ஒருமுறை குல்லாவும் கறுப்புக்கண்ணாடியும் போட்ட ஒருவர் தன்னை தமிழக முதல்வர் என்று அறிமுகம் செய்துகொண்டபோது சாரு, 'தமிழ்நாடு என்றால் இந்தியாவின் தென்பகுதிதானே' என்று கேட்டார். அவர் ஆமாம் என்று சொல்லி பேனாவால் வரைந்தும் காண்பித்தார் என்று நம்பத்தகுந்த வட்டாரங்கள், அதாவது சாரு, தெரிவிக்கின்றன.

சாரு நிவேதிதா தமிழில் கடந்த நாற்பது வருடங்களாக எதுவுமே வாசிப்பதில்லை. ஆகவே தமிழில் எதுவுமே இலக்கியமல்ல என்ற தெளிவை அவர் கொண்டிருக்கிறார். ஆகவே அவர் துணிந்து தமிழில் எழுதுகிறார். ஆகவே அவை உலக இலக்கியம் என்று அவர் கருதுகிறார். ஆகவேதான் அவர் தமிழில் எதுவுமே படிப்பதில்லை.

வான்கா போலவே காதை அறுத்துக்கொள்ளும் அளவுக்கு கடுமையான வறுமையில் இலக்கியத்துக்காக உயிர்வாழ்ந்து கொண்டிருக்கிறார் சாரு நிவேதிதா. வீட்டில் ரேஷன் அரிசியை உப்பு போட்டு காய்ச்சிக் குடிக்கிறார்கள். அடுத்த ரேஷனைப் பற்றி அடுத்தவாரம்தான் சிந்திப்பதே. அவருக்கு உதவ உலகமெங்கும் இருக்கும் தமிழர்கள் முன்வருவதே பின்நவீனத்துவ சேவையாகும். மின்னஞ்சல் இணைப்பு. வருமானவரி விலக்கு உண்டு. இலக்கியவாதி இலக்கியம் அன்றி வேறு வேலைசெய்யக்கூடாது

என்று பாரீஸில் சொல்லிக்கொள்கிறார்கள். அங்கெல்லாம் இலக்கியவாதிகள் பெட்காபியை நைட் கிளப்புகளில்தான் குடிக்கிறார்கள்.

காலை எழுந்ததும் வீட்டிலேயே அமர்ந்து 'தி இந்து' படிப்பவர் களை பின்நவீனத்துவம் சாம்பார்சாதம் என்றும், பஸ்பிடித்து ஆபீஸ் போகிறவர்களை புளிசாதம் என்றும், ஞாயிற்றுக்கிழமைகளில் சிற்றிதழ்களில் இலக்கியம் படைப்பவர்களை தயிர்சாதம் என்றும் அழைத்து மகிழ்கிறது. ஆகவே சாரு நிவேதிதா காலை எழுந்ததும் ஓட்ஸ் கஞ்சி குடித்துவிட்டு ஏரோபிக்ஸ் செய்ய நேர்கிறது. மாலையில் 'ப்ளூலெதர்' 'ரெட்ஃபீஸ்' போன்ற உயர்தர பார்களில் ஷாம்பேய்ன் அருந்திய பின்னர் அழகிய இளம்பெண்களுடன் நடனமிடுவதற்கு ஏரோபிக்ஸ் பயிற்சி மிக அவசியமானது. ஷாம்பேய்ன் ஷிவாஸ் ரீகல் போன்றவற்றுக்குக் கீழே இறங்கிவந்து குடிப்பவர்களால் விளிம்புநிலை பற்றி எழுத முடியாது.

பொது இடங்களில் 'கக்கா' போய் வைக்கும் அநாகரிகமான மனிதர்கள் நடுவே சாரு நிவேதிதா போன்ற பின்நவீன எழுத்தாளர் வாழ்வது கஷ்டம். அவர்களுடன் பஸ்ஸில் போவதை நினைத்துப் பார்க்கவே முடியவில்லை. ஒருநாளைக்கு ஐம்பதாயிரத்துக்கு குறையாமல் செலவிடும் நண்பர்கள் இருப்பதனால் சாரு நிவேதிதா சமாளிக்க முடிகிறது. அவர்களுக்கு இன்னொரு ஐம்பதாயிரம் பட்ஜெட் நண்பர் சலிப்பு மூட்டுவதனாலும் ஸ்காட்ச் விஸ்கிக்கு மேல் ஸ்காட் நகைச்சுவைகளை சொல்லி நடித்துக்காட்ட ஆஸ்தான கலைஞர்கள் தேவையாக இருப்பதனாலும்தான் இன்று தமிழில் பின்நவீனத்துவம் செழிப்பாக வளர்கிறது.

பின்நவீனத்துவக் கலைஞன் ஒரு கோமாளி. ஏனென்றால் உலக முதலாளித்துவம் மூன்றாமுலகைச் சுரண்டி தின்று குடித்து பருத்து உப்பிக்கொண்டே இருப்பதன் பின் விளைவாக உருவாவது அது. பின்நவீனத்துவம் சுரண்டலுக்கு எதிரான பெரும் எதிர்ப்புக்குரலாகும். அது தெருவில் வாழும் விளிம்பு மனிதர்களின் எழுத்து. ஆகவே சுரண்டல்வாதிகள் வெட்கி நாணும்படி அவர்களுடைய சொல்லாடல்களை குடித்துமுடித்த ஒயின் கோப்பைகளைப்போல தலைகீழாகக் கவிழ்ப்பதே பின் நவீனத்துவமாகும். இதைக்கண்டு அஞ்சி அவர்கள் உடனே அடுத்த கோப்பைக்கு ஆணையிடுகிறார்கள். பின்நவீனத்துவக் கலைஞன் ஒரு பெரும் கலகக்காரன்; ஆகையால் அவர்கள் அவனுக்கும் சேர்த்தே சொல்லிவிடுகிறார்கள்.

பின்நவீனத்துவக்கலை என்பது உயர்வான விஷயங்களுக்குப் பதிலாக கீழான விஷயங்களால் ஆனது என்பதை வாசிப்பவர்கள்

அறிவார்கள். ரத்தம், மூத்திரம், விஸ்கி, விந்து ஆகியவற்றால் ஆன இவ்வுலகில் எதுவும் முன்பின் தொடர்புடன் இருக்க வாய்ப்பில்லை. விமான நிலையங்களில் மூத்திரக்கோப்பைகளில் முறைப்படி நீர் பீய்ச்சி சுத்தம் செய்யத் தெரியாமல் வெளியே போகும் முட்டாள்களின் நாட்டில் பின்நவீனக்கலைஞனுக்கு மரியாதை இல்லாமல் இருப்பது ஆச்சரியத்துக்குரியது அல்ல. சிங்கப்பூரில் சாலையில் குப்பை போடுபவனைச் சாட்டையால் அடிக்கிறார்கள். தொண்டுக்கிழவர்கள் ராத்திரியெல்லாம் ஓயாமல் நகரத்தைச் சுத்தம் செய்கிறார்கள். ஆகவே அங்கேதான் பின்நவீனக்கலைஞன் வாழ விரும்புகிறான்.

பின்நவீனக்கலை மட்டுமே இப்போது கலைநேர்த்தியுடன் வெளிப்படுகிறது. பிறவற்றில் மானுட அறம் வெளிப்படவில்லை. ஆகவேதான் தமிழில் ஒரே ஒருவர் மட்டும் பின்நவீனக்கலையை உருவாக்க நேர்கிறது. ஆர்ட் என்பது ஃபார்ட் ஆக வெளிப்படக் கூடியது. அவருக்கு மலச்சிக்கல் உண்டு. எழுதாதபோது வாழைப்பழம் அதற்கு ஏற்றது என அவர் கண்டுபிடித்திருக்கிறார். தயிர்சாதத்தைப்போலன்றி வாழைப்பழம் குளிர்ச்சியானது.

தமிழ்நாட்டில் எழுத்தாளனைக் கொண்டாடமாட்டேன் என்கிறார்கள். எழுத்தாளன் தெருவில் இறங்கினாலே மக்கள் அவனைப் பார்த்து மகிழ வேண்டும். அவன் பேசும்போது விழுந்து விழுந்து சிரிக்க வேண்டும். மேலும் எழுத்தாளன் இறந்தும் நீண்டநாள் ஆகிறது. செத்துப்போன எழுத்தாளர்களுக்கு பாரீஸில் அங்குள்ள மக்கள் சிறப்பாக திவசம் கொடுக்கிறார்கள் என்பதனால் அது பண்பட்ட நாடு. அங்குள்ள எழுத்தாளர்கள் எழுத்தாளர்களாக இருந்தாலே போதும், எழுதக்கூட வேண்டியதில்லை.

சாரு நிவேதிதா இந்தியாவை வெறுக்கிறார். அவருக்குப் பிடித்த மான நாடு பிரேஸில். அதேபோல அவர் எழுத விரும்பும் மொழி ஸ்வாஹிலி. பிரேஸில் போய் ஸ்வாஹிலி கற்றுக்கொண்டு எழுதி அதை பிரேஸில் மக்கள் ஸ்வாஹிலி கற்றுக்கொண்டு படிக்கும் வரை காத்திருக்க முடியாமல் அவர் தமிழில் எழுதி வருகிறார். தாய்லாந்தையும் அவருக்கு பிடிக்கும். அங்கே பத்தாம் கிளாஸ் பெண் பிளஸ்டூ பையனை காதலிக்கும் ஆபாச சினிமாக்களுக்கு பதிலாக ஆம்ஸ்டர்டாம் டிவிடிக்கள் மட்டுமே கிடைக்கின்றன. கைக்குழந்தையானாலும் உரிய மருத்துவச் சான்றிதழுக்குப் பிறகே அனுமதிக்கிறார்கள்.

பின்நவீனத்துவக் கலைஞனான சாரு நிவேதிதா புனிதங்களைக் கட்டுடைக்கிறார். கட்டுடைக்கப்பட்டவர்கள் எப்போது வேண்டு மானாலும் திருப்பி உடைக்க வரக்கூடுமென்பதனால் எப்போதும்

பவ்யமாகவும் பிரியமாகவும் விளங்குகிறார். பின்நவீனத்துவக் கலைஞன் சாமி, பூதம், மதம், சாமியார், ஆன்மிகம் போன்றவற்றை அடிக் குமட்டில் ஏறி மிதிப்பதே அழகு. அதிலும் ஆங்கிலத்தில் புத்தகமெழுதும் மலையாளச் சாயார்களை புகழ்ந்து கட்டுரை எழுதும் இலக்கியவாதிகள் தோலுரித்து தொங்கவிட்டு தொடைக்கறி கிலோ நூற்றைம்பதுக்கு விற்கத்தக்கவர்கள்.

பின்நவீனத்துவத்தின் ஒரு பகுதியே மாய யதார்த்தமாகும். மாய யதார்த்தத்தில் வெறும்கையில் லட்டு எடுத்து சாதாரண பக்தர்களுக்கும் சிவலிங்கம் எடுத்து பணக்காரர்களுக்கும் கொடுக்க வாய்ப்பிருக்கிறது என்று கலியுக கிருஷ்ணாவதாரமான பகவான் ஸ்ரீ சத்ய சாயிபாபா சாருநிவேதிதாவின் கனவில் நேரில் வந்து சொல்லி வழிகாட்டியிருக்கிறார். கணிப்பொறிமேல் சாய்பாபா படம் வைத்தால் வைரஸ் தாக்குதல் மட்டுப்படுவதோடு பின்நவீனக் கட்டுரைகளும் பின்நவீன சினிமா விமரிசனங்களும் நிறையவே எழுத முடிகிறது. தமிழ் சினிமா திடீரென பின்நவீனமயமாகி வருவதனால் சாரு நிவேதிதாவுக்கு வாய்ப்புகள் அதிகமாகி வருகின்றன.

பின்நவீனத்துவத்தின் தத்துவ சாதனை முரணியக்க இயங்கியலை மறுத்ததாகும். ஆகவே சாரு நிவேதிதா எப்போதும் முரண் பாடுகளே இல்லாமல் எழுதவும் பேசவும் செய்துவருகிறார். சாரு நிவேதிதா வளமான கற்பனைத்திறன் கொண்டவர். ஆகவே தொடர்ந்து சுயசரிதை நாவல்களும் அனுபவக் கட்டுரைகளும் எழுதி வருகிறார்.

- மார்ச் 23, 2008

41

உரை வளம்

ஏராளமான தமிழ் வாசகர்கள் உரை என்பது உரைத்தல், உரைநடை போன்ற சொல்லாட்சிகளில் இருந்து வந்தது என்ற எண்ணத்தில் இருக்கிறார்கள். அது பிழை. உறை என்ற சொல்லே தொடக்க காலத்தில் புழங்கிவந்திருக்கிறது. பின்னர் அதற்கு பாடபேதம் உருவாயிற்று, பாடபேதமில்லா உரை உரையே அல்ல என்பதனால். பாலில் சிறிதளவு பழைய தயிர்விட்டு உறைகுத்தும் செயலில் இருந்தே இச்சொல் வந்திருக்கவேண்டும் என்பது நூலோர் ஆய்வு முடிவு. நமது சொந்தச் சிந்தனையை பழைய சிந்தனையின் ஒரு துளியைவிட்டு புளித்து நுரைக்க வைப்பதே உரைவகுத்தல் எனப்படும்.

இவ்வாறு பால்கள் வழியாக தயிரானது அழிவிலாது ஓடிக்கொண்டிருக்கிறது. இன்று மதுரையில் உண்ணப்படும் தயிருக்கு மதுரைக்கூலவணிகன் சீத்தலை சாத்தனார் காலத்திலேயே தொடக்கம் இருந்திருக்க முடியும்; ஏன், கபாடபுரம் தென்மதுரை தாண்டி அதற்கும் அப்பால் இருந்த குமரிக்கண்டம் வரை வரலாறு பின் நீண்டு சென்றிருக்க முடியும் என்று எண்ணும்போது உறைகுத்துதலின் மாண்பு நம்மை விம்மிதமடையச் செய்கிறது. அந்த முதல் துளித்தயிர் தமிழன் புளிக்க வைத்ததாக அன்றி வேறு எங்ஙனம் இருக்க முடியும்?

உரைகுத்த மிகச் சிறிதளவே மூலநூல் போதுமானது என்பதை நாம் காணலாம். நம்மிடம் எவ்வளவு பால் உள்ளது என்பதை ஒட்டியே

உரையின் அளவு அமைகிறதேயொழிய மூலத்தயிரின் அளவையோ சிறப்பையோ ஒட்டி அல்ல என்று உணர்க. ஆயினும் அத்துளி இல்லாது மரபின் தொடர்ச்சி அமைவதில்லை.

இன்னொருசாரார் உரைத்துப் பார்த்தல் என்ற செயலில் இருந்து இச்சொல் வந்திருக்கலாம் என்று எண்ணுகிறார்கள். பொற் கொல்லர்கள் கடினமான கல்லில் தங்க நகைகளை உரசி நோக்கி மாற்று அறிவதுபோல மூலநூலின் மாற்று அறிவதற்கும்கூடவே ஒருபகுதியைச் சுரண்டி எடுத்துக் கொள்வதற்கும் இம்முறையானது பயன்படுத்தப்படுகிறது. எஞ்சி நம் கையில் நிற்கும் மூலநூலானது நூலோர் சுரண்டிய பழனி நவபாஷாண முருகன் போன்றது, மரபான முன்பக்கத் தரிசனமே சிறப்பு.

இன்றும் தமிழில் உரையர்தான் அறிஞர். 'நரையும் உரையும் நாவலர்க்கழகு' என்பது பழமொழி. மேலும் பிறரது உரைகளை நமது உரை வழியாகவே எதிர்கொள்ள முடியும். ஆகவே உரை வகுத்தலுக்கான சில முறைமைகள் இங்கு சுட்டப்படுகின்றன.

முக்கியமானது உரைக்குப் பலியாகும் நூல். எந்தப் பலிக்கும் கழுத்தில் மாலை போடவேண்டியது அவசியம். நேர்ந்து நெடுநாள் விட்ட பின்னர் மேளதாளங்களுடன் அழைத்துவரப்படவும் வேண்டும். தெய்வத்தின் வடிவமாக எண்ணி வணங்குதலும் மரபே. அனைத்துக்கும் மேலாக பலியானது தன்னைப் பலிகொடுக்க தானே தலையாட்டி ஒப்புதல் அளிக்கவும்வேண்டும். மூலநூல்களில் பலசுருதி அல்லது நூற்பயன் மற்றும் பாயிரங்கள் இதன் பொருட்டே உள்ளன.

மூலநூல் செறிவான பாக்களால் ஆனதாக, சிறியதாக இருத்தல் நல்லது. பகவத்கீதை, பிரம்மசூத்திரம், திருக்குறள், தொல்காப்பியம் போல. அஃதன்றி வியாச மகாபாரதத்துக்கு விரிவுரை வழங்க முற்படுதல் அதிதுணிவு. அவரவர் விதிப்பயனை அவரே அள்ளல் வேண்டும். மூலநூலானது சூத்திர வடிவில் இன்னதென்றறியாத சொற்களில் அமைந்திருக்குமென்றால் மிக்க நல்லது. 'மெல்தோறும் அவல்நயம், நவில்தோறும் நூல்நயம்' என்று பழஞ்சொல். வெறும் வாய்க்கு அவல் என்றும் பாடபேதம். ஒரு அம்பில் ஏழ்மரம் கொண்டவனின் கதை போல ஒரே நூலில் ஏழு நூல் காணும் தகைமை வேண்டற்பாலது. எழுநூறு நூல் காண்பவனை நூலோனும் வணங்குவான்.

அதற்கு மூலநூலை 'இந்நூல் அன்றி எந்நூல்' என்றும் 'அண்டங்களை அடக்கிய ஆனையன் வயிறிது' என்றும் சொல்லி முன்னரே நிறுவி வைத்தல் தேவை. திவசம் கொடுக்கும்தோறும் முன்னோர்

தெய்வமாகிறார்கள், உரை எழுதும்தோறும் மூலநூல் தெய்வச் சொல்லாகிறது. மூலநூல் தெய்வத்தால் நேரடியாக அருளப்பட்டது என்று சொல்வது மத்தியாசிய வழக்கம். அருளியவனை தெய்வ மாக்குதல் நம் வழக்கம். தமிழ்க்கடவுளே நேரில் வந்து வேலை சுவரில் சாற்றி வைத்துவிட்டு இருகைதட்டி ஆமோதித்ததாக எல்லாம் புராணம் உண்டு. பாடலைக் கேட்டு ஆடவல்லான் துள்ளிஎழுந்து ஆடிமகிழ்ந்ததாகக்கூட ஓர் புராணம் இருந்து, சற்றே மிகை என்றுபட்டதால் பின்னர் அது ஒதுக்கப்பட்டதாகத் தெரிகிறது.

கடுகைத் தறித்து, அதில் ஏழ்கடலைப் புகட்டி, இரண்டிலொன்று எனத் துணிந்து குறுகத்தறிக்கவும் துணிவுளோரே உரையர் என்க. நூலை எஞ்ஞான்றும் புகழ்ந்து ஒரு முன்னுரை வனைவது அவர் தம் இயல்பு. நூலைப் புகழ்தலென்பது உண்மையில் நம் உரையை மறுக்க ஒண்ணாததாக ஆக்குவது என்றறிக. அதில் அந்நூல் அளித்த மெய்ஞானத் திறவுகோலைப்பற்றிய விவரணைகள் தேவை. பின்னர் நூலுக்குள் நுழைக.

நூலை அவ்வக்கணத்தில் அந்தந்தச் சொல்லில் நின்று வாசித்தல் உரையருக்கு உரிய வழி. 'தோள்கண்டார் தோளே கண்டார்' என்று இதை கம்பன் சொல்வதை அறிக. 'கற்க கசடற' என்று கண்டால் கற்க என்னும் சொல்லிலேயே 'திருகும் குடுமி விடியளவும் தேய' நின்றாடுதல் நன்று. கற் என்றும் க என்றும் பிரிக்கலாம். கல் என்றும் கலம் என்றும் கலி என்றும் எத்தனையோ பொருள் கொள்ளலாம். பொதுவாக தமிழன்னை தன் பிள்ளைகளை விளையாடவிட்டு ஓரமாக நின்று நோக்கி மகிழ்பவளாதலால் எதற்கும் அனுமதியுண்டு. மூங்கிலை வளைத்து கூடை வனைதல் போல பின்னர் அச்சொற்களை வளைத்து நாம் சொல்ல நினைப்பதை யெல்லாம் சொல்லலாம் என்பதே உரையெனப்படும்.

உரையிற் பலவகை உண்டென்றறிக. அவை இரும்புக்கிரும்பு, இரும்புக்குப் பஞ்சு, பஞ்சுக்கிரும்பு, இரும்புக்கு உப்பு, பஞ்சுக்கு நெருப்பு என ஐந்து வகைப்படும். காண்போம்.

அ. இரும்புக்கிரும்பு

இது ஏற்கெனவே இரும்புக்கடலை என நுவல்வோர் பல்லை உடைக்கும் நூலுக்கு எடைக்கு எடை இரும்பு அளித்தல். உதாரணம் திருவெண்ணை நல்லூர் மெய்கண்டதேவர் அருளிச்செய்த சிவஞான போதமும் வார்த்திகமென்ற பொழிப்புரையும். திருவாவடுதுறை சிவஞான சுவாமிகள் அருளிச்செய்த சிற்றுரையோடு யாழ்ப்பாணத்து நல்லூர் ஆறுமுகநாவலரவர்கள் பரிசோதித்து மேற்படியூர்

சதாசிவப்பிள்ளையவர்களால் சென்னபட்டணம் வித்தியாநுபாலன யந்திரசாலையில் அச்சிற் பதிப்பிக்கப்பட்ட பதிப்பு.

நூற்பா :

அந்தக் கரண மவற்றினொன் றன்றவை
சந்தித்த தான்மாச் சகசமலத் துணரா
தமைச்சர சேய்ப்பநின் றஞ்சவத் தைத்தே!

உரை: சூத்திரக் கருத்துணர்த்துதனுதலிற்று. இலக்கணமிரண்டாலும் பொருளுண்மை பெறற்பாற்றென்னு முறைமைபற்றி மேற்பிரமாணத்தாற் பெறுவிக்கப்பட்ட பதிபாச பசுக்களுக் கிலக்கணம் எதிர்நிறனிறையாக வைத்து கூறுவான்றொடங்கி அவற்றுன் இது மேலடுக்க நின்ற ஆன்மாவிலக்கணங் கூறுதனுதலிற்று.

சொற்பல்காமைப்பொருட்டும் ஒத்து வேறாயவழியும் இயை புடைமையுணர்ந்து கோடற்பொருட்டும் ஈண்டு இதுவுமதுவென மாட்டெறிந்துரைத்த ஆசிரியர் இங்ஙனமுரைத்தது...

ஆ. இரும்புக்குப் பஞ்சு

இது இரும்புக்கு நிகராக எடைக்கு எடை பஞ்சை வைத்தல். குண்டு எடைக்கு வண்டி அளவு நிகர் என்பதே இதன் சூத்திரமாகும். மணல் வண்டி அல்லது மிருச்ச கடிகம் என்றும் பாடம்.

உதாரணம் பிரம்மசூத்திரம். விளக்கம். அ. வெ. சுகவனேஸ்வரன். கலைஞன் பதிப்பகம்

நூற்பா

ஆனந்தமய: அப்யாஸாத்!!

உரை: மறுபடியும் மறுபடியும் சொல்லப்படுவதனால் பிரம்மமானது ஆனந்தமயமானதாக உள்ளது. தைத்ரீய உபநிஷத் மந்திரங்கள் 1-5 அடிப்படையில் இந்த சூத்திரம் அமைந்துள்ளது. ஆத்மா முதலில் உணவுமயமானதாகவும் பிறகு மூச்சுக்காற்றாகவும் அதற்குப் பிறகு மனோமயமாகவும் நான்காவதாக அறிவுமயமானதாகவும் இருப்பதாக உபநிஷத் கூறுகிறது. மேலும் அது பேசுகிறது. இந்த விஞ்ஞானமயத்திலும் வேறானது இதனுள் இருக்கும் ஆத்மா (தஸ்மாவ ஏதஸ்மாத் விக்ஞானமயாத் அன்யோஸ்ந்தர ஆத்மா ஆனந்தமய தை உ 11 5) உணவுமயமான உடலில் இருந்து படிப்படியாக மேலே போய் முடிவில் எல்லாவற்றிலும் உயர்ந்ததான ஆத்மாவைக் காண்கிறோம். இது எல்லா உறை களுக்குள்ளும் (கோசங்களுக்குள்ளும்) புதைந்து கிடக்கிறது. ராமானுஜர் இந்த ஆத்மா...

இ. பஞ்சுக்கு இரும்பு

இது பஞ்சுப்பொதிக்குமேல் அதே அளவு இரும்பை ஏற்றிவைத்தல். பஞ்சு பறக்காமலாவதுடன், சமயங்களில் சப்பி பாடமாகி பின் பலகையாகவும் ஆக வாய்ப்புள்ளது. இதை 'பழி ஓரிடம் பாவம் ஓரிடம்' என்றும் சொல்வதுண்டு.

உதாரணம் வள்ளலாரின் அருட்பெரும்சோதி அகவல் உரை சரவணானந்தா. தயவுநூல் வெளியீட்டு அறக்கட்டளை. திண்டுக்கல்.

நூற்பா

சாதியும் மதமும் சமயமும் பொய்யென
ஆதியில் உணர்த்திய அருட்பெருஞ்சோதி!

(உ-வி): ஒன்றான மக்கட் சமுதாயம் ஆன்மநேய ஒருமைப்பாட்டால் ஒத்துவாழவேண்டியதுதான் திருவருளாணையாம். சுத்த ஆன்ம உண்மை மனிதனின் பொறிபுலனுணர்வுக்கும் மனோகரண அறிவுக்கும் உயிர்விளக்கத்தன்மைக்கும் வெளியாகாதிருப்பதனால் உண்மைகொண்டு வாழமுனையாது புறத்தோற்றம் குணம் செயல் முதலியனகொண்டும் இயல்பாயிலாது கற்பித்துக் கொள்ளப்பட்ட சாதிமதசமயம்கொண்டும் மக்கள் பிணக்குறுகின்றனர். சாதியும் மதமும் சமயமும் மக்களினத்தை வேற்றுமைப்படுத்தியும் பிரித்து வைத்தும் முக்கியமாக வாழ்வில் சமநோக்கோடு பழக முடியாது செய்துவிடுவதனால் இவையெலாம் வெறுக்கப்படுகின்றன மெய்யறிவுளோர்களால்.

ஈ. இரும்புக்கு உப்பு

இதை 'நஞ்சு எதுக்கு நாலுநாழி?' என்ற பழமொழியினூடாகவும் சொல்வர். 'மரத்தை மறைத்தது மாமதயானை' என்றும் பாடம். மூலநூலை படிப்படியாக உண்டு செரித்து தன்னுள்தானாகி நிற்றலை இது குறிக்கிறது. வாதாபியை உண்ட அகத்தியன் இவ்வுரையனுக்கு உவமை. வயிறுகிழித்து வெளிவர வாதாபி முயன்றாலும் இஞ்சிக்கஷாயம் குடித்து, 'வாதாபி செரித்தழிக!' என்று சொல்லி 'தன்னுள் தானடங்கி' தான் அமர்ந்திருத்தல் இவ்வுரையர் இயல்பு. ஆயினும் உரையில் மூலநூல் நுண்வடிவமாகக் கலந்திருக்கும்.

உதாரணம் மாமுனிவர் கபிலரின் ஸாங்கிய தத்துவம். தமிழ் உரை கடலங்குடி பிரம்மஸ்ரீ நடேச சாஸ்திரிகள். கடலங்குடி பப்ளிகேஷன்ஸ். கல்யானையை கரும்புவாங்க வைத்தல் போல எல்லா தத்துவத்தையும் பாடிப்பாடியே வைதீகக் கரும்பை வாங்க வைத்துவிடலாம் என்பதற்கான உதாரணமிது என்பர்.

உ. பஞ்சுக்கு நெருப்பு

இதை 'பத்த வச்சுட்டியே பரட்டே!' என்ற பழமொழியால் குறிப்பிடுவர். உரைக்குப் பின் பஞ்சும் நெருப்பும் மறைந்து சுத்த துலாம்பாம்பரமான வெட்டவெளியெனும் சாம்பலே எஞ்சி நிற்பதனால் இப்பெயர். இதற்கு பென்னம்பெரிய உதாரணமாகி நிற்பது ஸ்ரீ ஜயதயால் கோயந்தகா அவர்களின் ஸ்ரீமத் பகவத் கீதா - தத்வவிவேசனீ - தமிழ் விரிவிரை. (கீதா பிரஸ் கோரக்பூர்) எந்த 'மீசையில் மணிகட்டிய' கிண்ணன் தத்துவத்தையும் கொஞ்சம் முயன்றால் சப்பாத்திக்கு மாவு பிசைந்து வைத்துவிட்டு அப்படியே ஓடிப்போய் ஒருகுடம் தண்ணீரும் சேந்திக்கொண்டுவரச் செய்துவிடமுடியும் என்பதற்கான உதாரணமிது என்று எண்ணி அறிஞர் இறும்பூது எய்துவதுண்டு.

உரைகளில் பலவகையான தமிழ்கள் பயின்று வருவதை பயில்வோர் அறியலாம். தமிழன்னை மாறுவேடமிடுவதில் திறன் கொண்டவ ளென்பது வரலாறு. 'உயிர்நிலத்து வினைவித்திட்டார்க்கு விளைவும் அஃதேயாகலின் நோயெல்லாம் நோய் செய்தார் மேலவாமென்றார்... இது சொற்பொருட் பின்வருநிலை. இவையிரண்டு பாட்டானும் அது செய்தார்க்கு வருந்தீங்கு கூறப்பட்டது' என்று பரிமேலழகர் உரைசாற்றுகையில்

'நாம் நமது சூக்கும புத்தியை கெடுத்து தமோ குணத்தையளித்து தீரா நரகத்தையும் அடைவிக்கவல்ல புலாலை அபேக்ஷயாது எவ்வுயிர்களையும் நம்முயிர் போலெண்ணி எக்காலமும் நற்காரியங்களிலீடுபட்டு அனைவருக்கும் பரோபகாரமுள்ளவர் களாய் சரியை கிரியை யோகங்களையியற்றி ஞானமடைந்து முக்தியடைய எல்லாம் வல்ல கருணாகரக் கடவுளாகிய நம் இறைவனைப் பிரார்த்திப்போமாக' என்று ஜமீந்தாரிணி கி.சு.வி. லட்சுமி அம்மணி உரை நடைகொள்கிறது.

வைணவ உரை என்பது தமிழ்த் தளிகையில் சமஸ்கிருதம் கைதவறி விழுந்ததன் ருசி. புளியோதரையில் அக்கார அடிசில் என்றும் பாடம். 'வெண்கலக் கடையில் யானை' என்றும் சொல்பவரும் உளர்.

இருபதாம் நூற்றாண்டில் உரைகள் பல உருவாகியுள்ளன. பதிப்பக மென்றால் ஆளுக்கொரு திருக்குறள் போட்டாகவேண்டும் என்ற எண்ணம் பெருகவே நூல்கள் நனிசிறந்தன. பாடபேதத்தையே புதிய உரையெனக் கொள்ளலாம் என்பது இவ்வுரைகள் வழியாக தமிழகம் அறிந்த செய்தி. 'மக்கள் மெய்தீண்டல் உடற்கின்பம் மற்றவர் சொற்கேட்டல் இன்பம் செவிக்கு' என்ற பாடலை தன்

மக்களைத் தழுவி மற்றவர் குரலை (ஸ்டீரியோ சிடி பிளேயரில்) கேட்டல் இன்பமானது என்பது போன்ற நவீன உரைகள் இவ்வாறு உருவானவையே.

எனினும் 'உண்மை என்பது சுருங்கச் சொல்லல்' என்ற கோட்பாட்டினடிப்படையில் உரையாசிரியர் சுஜாதா என்னும் ரங்கராஜாச்சாரியார் அளித்த குறள் உரையே ஈடிணையற்றதாகும். குறுகத்தறித்த குறளை மறுகத்தறித்த உரை இது என்பர் சான்றோர். இதையொட்டி உருவான பற்பல உரைகள் இன்று காணப்படுகின்றன. 'குழலினிது யாழினிது என்பர் தம் மக்கள் மழலைச்சொல் கேளாதவர்' என்ற குறளுக்கு 'பசங்க பேச்சு கேக்கறதுக்கு ஜாலி' என உரையமைக்கும் இன்றைய போக்கு இங்ஙனம் உருவானதே.

ஆயினும் நந்தமிழில் எதையும் புதிதாகச் செய்யலாகாது, முன்னோடி ஒருவர் இருந்தேயாவார். 'முகத்தான் அமர்ந்தினிது நோக்கி அகத்தானாம் இன்சொலினிதே அறம்' (முகத்துக்கு நேர் அமர்ந்து இனிது நோக்கி அகம் நிறைந்து சொல்லும் சொற்கள் சிறந்த அறமாகும்) என்று வள்ளுவர் பரவசமாகச் சொன்னதை 'நல்ல வசனத்தினாலே புண்ணியமுண்டு' என்று விரிவாக விளக்கி உரை எழுதிய கவிராஜ பண்டிதர் மேற்படி சுஜாதா என்னும் பிரதிவாதி பயங்கரன் ரங்கராஜாச்சாரியாரின் முன்னோடியாவார்.

- ஜூன் 16, 2014

42

ஃபைல்கள்

நீங்கள் அரசுப்பணியில் குமாஸ்தாவாக நுழைந்து கையெழுத்திட்டு முடிந்ததும் பேனாவை பையில் செருகி பாவமாக நிற்க அதிகாரி ‘இந்த ஃபைல்களையெல்லாம் எடுத்திட்டுபோய் படிச்சுப்பாருங்க’ என்கிறார். நீங்கள் சுற்றுமுற்றும் பார்க்கிறீர்கள். அப்படி எதுவும் கண்ணில் படுவதில்லை. ‘என்ன? ஃபைல் சார்?’ அதிகாரி புன்னகை செய்து ‘இதெல்லாம் ஃபைல்தான்’ என்கிறார்.

நீங்கள் அதற்குமுன் சினிமாக்களில்தான் ஃபைல்களைப் பார்த்தது. ‘மிஸ்டர் ராஜா, நீங்க கண்டுபிடிக்கவேண்டிய அந்த இன்டர் நேஷனல் குற்றவாளியோட எல்லா டீட்டெயிலும் இந்த ஃபைலிலே இருக்கு’ என்று மேஜர் சுந்தரராஜன் சொல்லி ஒரு அழகான அட்டைமடிப்பை நீட்டுவார். இவையோ நான்குபக்கமும் சுருண்டுகொண்டு நிறம் மங்கிய காகிதங்கள் மர்மமான ஏதோ காரணத்தால் ஒன்றாக இணைந்திருப்பதாகத் தெரிகின்றன.

அதன்பின்னர் சீனியர் உங்களுக்கு ஃபைல் என்றால் என்ன என்று சொல்லித் தருகிறார். அரசாங்கத்தில் ஃபைல்கள் ஆங்கிலேயர் காலம்முதல் பயன்படுத்தப்பட்டு வருகின்றன. காகிதங்களை இரு அட்டைக்குள் உள்ள ஒரு முள்கயிற்றில் கோர்த்துப் போடுவதே கோப்பு எனப்படுகிறது. காகிதங்கள் தொலைந்துபோகாமலிருக்கவே அவை சேர்த்துக் கட்டப்படுகின்றன. பழைய கதை நினைவிருக்கலாம், சாகக்கிடந்த தந்தை தனயர்களுக்குச்

சொன்னது. தனித்தனிச் சுள்ளிகளை உடைப்பது எளிது. சேர்த்துக் கட்டினால் எவராலும் உடைக்கவே முடியாது. கோர்த்துப் போடப்பட்ட காகிதம் தனியாகத் தொலையாது.

அரசாங்கத்தைப் பொறுத்தவரை காகிதம் தொலைந்தால் ரகளைதான், ஃபைல் தொலைந்தால் அது நடைமுறை. ஃபைல்கள் இரு பகுதிகளாக ஆனவை. ஒருபகுதி வலதுகைப் பக்கம் எல்லாக் காகிதங்களையும் கோர்த்து உப்பிக்கொண்டே இருக்கும். இடக்கைப்பக்கம் உள்ள தாள்களில் வலப்பக்கம் கோர்க்கப்பட்ட காகிதங்களின் எண்ணும் குறிப்பும் இருக்கும். அவற்றைப் பார்த்த அதிகாரியின் கையெழுத்தும் மற்ற குறிப்புகளும் இங்கே பொறிக்கப்படும்.

ஒரு ஃபைலின் முக்கியமான இன்னொரு அம்சம் அதன் பெயர். அந்த ஃபைல் எந்தத் துறையைச் சேர்ந்தது, எந்த விஷயம் சார்ந்தது, எந்த வருடத்தையது, எந்த எண் கொண்டது ஆகிய நான்கு பகுதிகளின் இணைப்பே பெயராகும். அப்பெயர் நடைமுறையில் சுருக்கப்பட்டு 'ஈ' என்றும் 'டீ' என்றும் அழைக்கப்படுவதை புதிதாக வருபவர்கள் கண்டு குழம்புவது தினமும் பழந்தின்று கொட்டையை வீட்டுக்குக் கொண்டு சென்றபடியே இருக்கும் சீனியர்களுக்கு இன்பமளிப்பது. 'ஏயில போய் டீய வாங்கி ஈய போட்டுட்டு வா!'

எந்தக் காகிதத்தை எந்த ஃபைலில் போடவேண்டும் என்ற பிரித்தறிவே ஓர் இளம் குமாஸ்தாவின் முதல் திறன் ஆகும். மாற்றிப் போட்டுவிட்டாலும் உரிய குறிப்புகளுடன் அதை சரிசெய்தல் பணிமுதிர்வு கொள்வதன் அடையாளம். குறிப்புகளைத் தவறாக எழுதினாலும் சாரத்தை நினைவில் வைத்திருத்தல் பணிமூப்பரின் இயல்பு. எங்கே எதைப்போட்டாலும் இந்தியாவுக்கு ஒன்றும் ஆகப்போவதில்லை என்று உணரும்போது நாம் ஓய்வுபெறும் நிலையை அடைகிறோம்.

ஓர் அலுவலகம் என்பது ஃபைல்களை நகர்த்துவதற்கான ஓர் அமைப்பு. ஆனால் நல்ல அலுவலகம் ஃபைல்கள் நகராமலேயே வேலை செய்யும். ஃபைல்கள் வைரஸ் போல தன்பெருக்கித்தனம் மிக்கவை. ஓர் அலுவலகத்தில் பத்து ஃபைல்கள் இருந்தால் அந்தப் பத்து ஃபைல்களைப் பற்றிய இன்னொரு ஃபைலை நாம் உருவாக்கிக் கொள்ள வேண்டியிருக்கிறது. பத்து ஃபைல்களின் பெயர் உள்ளடக்கம் மற்ற விவரங்களை அவற்றில் தெளிவாகப் பதிந்து வைத்தால் ஃபைல்கள் தொலைந்துபோகும்போது எந்த ஃபைல் தொலைந்து போயிற்று என எளிதில் கண்டுபிடிக்கலாம்.

அப்போதுதான் தொலைந்துபோன ஃபைல்கள் பற்றித் தனியாக ஒரு ஃபைல் திறக்க முடியும்.

அலுவலகம் என்றால் அதற்கு மேல் அலுவலகமும் கீழ் அலுவலகமும் கண்டிப்பாக இருக்கும். ஆக மேலே இருக்கும் அலுவலகமும் ஆகக் கீழே இருக்கும் அலுவலகமும் அலுவலகங்களே அல்ல. கீழிருந்து அறிக்கைகளைப் பெற்று மேலே அறிக்கைகளை அனுப்புவதையும் மேலிருந்து வரும் அறிக்கை களைக் கீழலுவலகத்துக்கு மறித்தனுப்புவதையும் ஓர் அலுவலகத்தின் சுவாசம் எனலாம். கீழிருந்து கிடைக்கும் அறிக்கை களை ஒன்றாக்குவதும் மேலிருந்து கிடைக்கும் அறிக்கைகளைப் பலவாக்குதலும் நுரையீரலின் பணிகள். மார்ச் மாதம் அலுவலகங் களுக்கு ஆஸ்துமா ஏற்படுவது வழக்கம்.

மேல் அலுவலகங்கள் கீழ் அலுவலகங்கள் மேல் வேறுவகை வாயுக்களை உமிழ்வதும் உண்டு. ஃபைல்களில் குறிப்பெழுதுவது குமாஸ்தாக்களாலும் குட்டி அதிகாரிகளினாலும் ஆரம்பகாலத்தில் மிக விருப்புடன் செய்யப்படுகிறது. அழகிய கையெழுத்துடனும் தேர்ந்தெடுத்த சொல்லாட்சிகளுடனும் துணிந்தவரென்றால் மேற்கோள்களுடனும் இவை எழுதப்பட்டு வரலாறாகப் புதைக்கப் படுகின்றன. காலம் செல்லச் செல்ல எதிர்வீட்டுக் கன்னிக்கு காதல்கடிதம் எழுதி நம் சட்டைப்பையிலேயே வைத்திருப்பது போல நாம் மட்டுமே அறிந்து நமக்குநாமே புன்னகை செய்யும் ஓர் இன்பம் அது என்று அறிய நேர்கிறது. அனுபவமுள்ள குமாஸ்தாக்களின் குறிப்புகள் ஒருவகை அடையாளங்கள் போல. அவை என்னவென எல்லாருக்கும் தெரியுமென்றாலும் யாராலும் படிக்க இயலாது.

ஃபைல்களின் கடிதங்களை இந்தியாவில் பிரிட்டிஷ் ஆங்கிலத்தி லேயே எழுதுகிறார்கள் என்பது ஓர் ஆய்வாளரின் கண்டுபிடிப்பு. ‘தங்கள் மேலான கவனத்துக்கும் அதன்பிரகாரமான உரிய நடவடிக்கைக்குமாக உரியமுறையில் தொகுக்கப்பட்ட தகவல் களுடன் முன்வைக்கப்படும் அதிகாரபூர்வமான பரிந்துரையை இக்கடிதத்துடன் இணைத்தனுப்புவதைப் பணிவுடன் தெரிவித்துக் கொள்கிறோம்’ என்பது போன்ற நடையில் பழைய பிரிட்டிஷ் மிடுக்கு இருக்கத்தான் செய்கிறது. நான்கு வரிக்கு ஒருமுறை ஒரு சொல்லை மட்டும் படித்துச் சென்று ஒரு கடிதத்தைச் சற்றும் பிழையில்லாமல் புரிந்துகொள்ள முடியும் என்றால் மட்டும்தான் அது பிரிட்டிஷ் ஆங்கிலமாகும்.

ஆனால் நாம் பிரிட்டிஷார் மீது மானசீகமான அடிமைத்தனத்துடன் இருக்கிறோம் என்பது பொய். அவை உண்மையில்

பிரிட்டிஷாராலேயே எழுதப்பட்டவை. கடிதங்களை முந்தைய கடிதங்களை நோக்கி அப்படியே பிரதி எடுப்பதே அலுவலக மரபு. பிரிட்டிஷார் பிரிட்டிஷ் ஆங்கிலம் எழுதாமல் வேறு என்ன எழுதுவார்கள்? தொன்மையான அலுவலகங்களில் நூறாண்டு கண்ட எழுத்துப்பிழைகள் உள்ளன என்றும் அவற்றுக்கு விழாவே எடுக்கலாமென்றும் சொல்லப்படுகிறது. ஓர் அலுவலகத்தில் புழக்கத்திலிருந்த விடுப்புச் சிபாரிசான 'Relieve with prostitute' என்ற சொல்லாட்சி இப்படிப்பட்ட ஒரு பிழையாகவே இருக்க வேண்டும்.

ஃபைல்மொழி என்பது ஒரு அரசாங்கமறியும் ஒரு தனி மொழி. நேரடியாகச் சொல்லும் ஒரு சொற்றொடர் வளைந்த பொருள் கொள்வதும் வளைந்த சொற்றொடர் நேர்பொருள் பெறுவதும் இத்தளத்தின் இயல்பாகும். 'டிஸ்மிஸ்' என்றால் சுருக்கமாகச் சொல்லமுடியுமா என்று பாருங்கள் என்றும் இந்த கருத்துப் பரிமாற்றம் உசிதமான நிறைவை நெருங்கிவிட்டதாக இதனால் தெரியப்படுத்தப்படுகிறது என்பது 'பொத்திட்டுப் போ' என்றும் பொருள்படுகிறது.

ஃபைல்களின் சிறப்பியல்பு என்ன என்றால் ஃபைல்கள் அதிகரிக்கும்தோறும் அவை மேலும் அதிக ஃபைல்களுக்கான தேவையை உருவாக்குகின்றன என்பதே. அத்தனை ஃபைல்களையும் பட்டியல் இட்டு, அட்டவணையிட்டு, அவற்றின் போக்குவரவு களைக் குறித்துவைக்க ஃபைல்கள் தேவை என்பதே காரணம். அப்படிக் குறித்துவைத்த ஃபைல்கள் அதிகரிக்கும்போது அவற்றைப்பற்றியும் அதேபோல ஃபைல் தேவையாகிறது.

மேலும் ஃபைல்களின் இன்மை என்பதும் ஒரு ஃபைலே என்பதை நாம் புரிந்துகொள்ளவேண்டும். தொலைந்துபோன ஃபைல் பற்றிய கடிதங்கள், விசாரணைகள், விளக்கங்கள், மறு விளக்கங்கள், நிராகரிப்புகள், மேல்நடவடிக்கைகள், முறையீடுகள், மேல் முறையீடுகள் சிபாரிசுகள், எச்சரிக்கைகள், தண்டனைகள் - இவை ஒவ்வொன்றுக்கு நடுவிலும் குறைந்தது நான்கு நினைவூட்டல்கள் - ஆகியவை அடங்கிய ஃபைல்கள் பெரும்பாலும் முந்தைய ஃபைலை விட பெரிதாக அமைவதுடன் பல்கிப்பெருகுவதும் வழக்கமாகும்.

பழைய ஃபைல்கள் பொதுவாக அழிக்கப்படுவதில்லை. அவை டிரேயில் இருந்து பீரோவுக்கும் பீரோவிலிருந்து உள்ளறைக்கும் அங்கிருந்து குடோனுக்கும் செல்கின்றன. இவற்றை முறையே ஓர் அலுவலகத்தின் மேல்மனம், ஆழ்மனம், நனவிலி என்று சொல்லலாம். மூன்றும் ஒன்றின் வேறுவடிவங்களே. எந்த

நடவடிக்கையும் முந்தைய உதாரணத்தைப் பின்பற்றியே அமைய வேண்டுமென்பது அரசு விதி என்பதனால் இவை எப்போதும் தேவையாகலாம். முன்னுதாரணம் கிடைக்கும்வரை நடவடிக்கை ஒத்திப்போடப்படுவது வழக்கம். பலமாதத் தேடலுக்குப் பின்னர் அதேபோல ஒத்திப்போடப்பட்ட முன்னுதாரணம் கண்டடையப் படுகிறது.

அரசுக் கடிதங்கள் எப்போதும் மூன்று பிரதிகள் கொண்டவை. தன்மை, முன்னிலை, படர்க்கை. ஒரு பிரதி தனக்கு. இன்னொரு பிரதி அனுப்பப்படுபவருக்கு. மூன்றாம் பிரதி கண்டும் காணாமலும் எங்குமுள பரம்பொருளுக்கு. எல்லாக் கடிதங்களையும் கார்பன்தாள் வைத்துப் பிரதியெடுப்பது அரசு வழக்கம். கார்பன்தாளைப் பலநூறுமுறை பயன்படுத்துவதும் அதன்பின் அடுத்த மேஜை குமாஸ்தா தூக்கிப் போட்ட பழைய கார்பன்தாளை வாங்கி எழுதுவதும் வழக்கமேயாகும். ஒருமுறை முதலிரு பிரதிகளும் அனுப்பப்பட்டு எஞ்சிய அலுவலகப் பிரதியில் ஒரு குறிப்பைச் சேர்க்க அதிகாரி சொன்னதும் அதற்கும் இரண்டு கார்பன்தாள் வைத்து எழுத முற்பட்ட ஒரு குமாஸ்தா அதற்காக அரசு விருதைப் பெற்றார் என்பார்கள்.

பின்னர் 'காகிதமில்லா நிர்வாகம்' வந்தது. அலுவலகங்களில் கணிப்பொறி வந்தமர்ந்தது. எல்லா ஃபைல்களையும் கடும் ஓவர்டைம் செய்து கணிப்பொறியில் ஏற்றியதுமே காகித ஃபைல்கள் கடினமாயின. கணிப்பொறி ஃபைல்கள் மெல்லி யலாளாயின. சக்தி இல்லையேல் சிவம் இல்லை. ஆகவே எல்லாக் காகிதமும் கணினியில் உடனே ஏற்றப்பட்டது. ஆனால் சக்தியை நம்ப முடியாது. எனவே, எல்லாக் கணினி ஃபைல்களும் காகிதத்தில் அச்சிடப்பட்டு வன் ஃபைல்களாக ஆக்கப்பட்டன.

ஃபைல்கள் மும்மடங்கு குவியவே அதைப்பற்றி மேலலுவலக விசாரணை நடைபெற்று அதற்கான ஃபைல்கள் மேலும் குவிந்தன. காகிதமில்லா அலுவலகம் பற்றிய கருத்துகள், ஆலோசனைகள், மேலாலோசனைகள், சிபாரிசுகள், பரிந்துரைகள், குறிப்புகள், சுற்றறிக்கைகள் எல்லாம் வன்பிரதி செய்யப்பட்டு ஃபைல்களாகத் தொகுக்கப்பட்டன. இப்போக்கு மெல்ல மெல்ல 'நிர்வாகமில்லாக் காகிதம்' என்ற நிலையை அடைந்தபோது மேற்கொண்டு என்ன செய்வது என்ற வினா எழுந்து பல்வேறு சிபாரிசுகள் வந்தன.

மிக எளிய வழிமுறையாக ஒட்டுமொத்தமாகக் கொளுத்தி விடலாமென்று சொல்லப்பட்டாலும் அதற்கு தீப்பெட்டி மண் எண்ணெய் வாங்குவதில் தொடங்கி பலவற்றுக்கும் டெண்டர்

விடவேண்டும் என்பதும் கொளுத்தப்பட்ட ஃபைல்களின் பெயர் உள்ளடக்கம் அனைத்தையும் அட்டவணையிட்டு அவற்றைக் கணினியில் ஏற்றி அந்த மென்ஃபைல்களுக்கு வன்ஃபைல்கள் எடுக்க வேண்டும் என்பதும் அவற்றுக்கான புது ஃபைல்கள் திறக்க வேண்டும் என்பதும் கருத்தில் கொள்ளப்பட்டுத் திட்டம் மறுபரிசீலனைக்கு உள்ளாகியதாகச் சொல்லப்படுகிறது.

ஃபைல்கள் நடுவே நுழையும் நீங்கள் முதலில் அவற்றின் ஒழுங்கையும் முறையையும் கண்டு மகிழ்ந்து அவற்றை சொந்த வாழ்க்கையில்கூட தீவிரமாகச் செயல்படுத்த முயல்கிறீர்கள். பணி சற்று நீண்டபின் ஃபைலிங் என்பது நிகழ்ந்தேயாக வேண்டிய ஓர் இன்றியமையாமை என்று புரிந்து அதிலிருந்து மீள உங்கள் ஆத்மாவால் துடிக்கிறீர்கள். அப்படித் துடிப்பதும் ஒருவகை அன்றாட அலுவலகப் பணியே என்று புரியும்போது அமைதி யடைந்து ஃபைல்களை எதிர்கொள்ள சிறந்த வழி என்பது உதாசீனமே என்று உணர்ந்துகொள்கிறீர்கள்.

மேலும் சில ஆண்டுகள் கழிந்து அனிச்சைச்செயல்பாடாக ஆன ஒன்றே முற்றிலும் உதாசீனப்படுத்தப்பட முடியும் என்று உணர்கிறீர்கள். அதற்குப்பின் ஒன்றும் செய்யமுடியாது. குமாஸ்தாவாக ஓய்வுபெற்று இருபது வருடமான சிவகோலப்ப பிள்ளைப் பாட்டா டாக்டரிடம் சென்று 'Files ஆபரேஷன்' செய்து கொள்ள முயன்றதே இதற்கு ஆதாரமாகும்.

- மே 8, 2015

43

மேலைத்தத்துவம் ஒரு விவாதம்

டெல்லியில் ஜவகர்லால் பல்கலையில் அகில தத்துவ மாநாட்டுக்காக உலகமெங்கிலும் இருந்து தத்துவப் பேராசிரியர்கள் வந்து குழுமி, பல ஐரோப்பிய மொழிகளில் குழறி, காகிதக்கோப்பைகளில் காப்பி குடித்து, 'வேணுமானா நீயே எடுத்து தின்னுக்கோ' முறையில் வரிசையாக நின்று உணவருந்தி, கைகுலுக்கியபின் அதிகாரபூர்வமாக கருத்தரங்கு முடிவுற்றதாக அறிவிக்கப்பட்டது. அவர்களை உற்சாகப்படுத்தும்முகமாக காசிரங்கா சரணாலயத்துக்கு ஒரு சிறு பயணம் ஏற்பாடு செய்யப்பட்டது.

வேறு எதைப்பற்றியுமே பேசியறியாத தத்துவப்பேராசிரியர்கள் காற்றுருளை ஊர்தியின் வசதியான இருக்கைகளில் சாய்ந்தமர்ந்து தத்துவ விவாதம்செய்தபடி சென்று காட்டுக்குள் இறங்கினர். தத்துவ விவாதம்செய்தபடி விடுதிக்குள் சென்று, தத்துவ விவாதம் செய்தபடி பெட்டிகளைப் போட்டுவிட்டு, தத்துவ விவாதம் செய்தபடி டீயும் பிஸ்கோத்தும் அருந்தி, தத்துவ விவாதம்செய்தபடி கால்களில் கானுலாவுக்கான கனத்த காலணிகளும் தொப்பிகளும் அணிந்துகொண்டு, தத்துவ விவாதம்செய்தபடி முன்னால்செல்லும் வழிகாட்டியைத் தொடர்ந்து காட்டுக்குள் சென்று, தத்துவ விவாதம் செய்தபடி கொடிகளிலும் வேர்களிலும் தடுமாறி அடர்காட்டை அடைந்து, தத்துவ விவாதம் செய்தனர்.

அப்போது லூங்கா என்று உள்ளூர் வன உலாவிகளால் அழைக்கப் பட்டதும், ஏற்கெனவே காட்டுக்குள் நுழைந்த நாற்பத்தெட்டு பேரைக் கொன்றதுமான, மாபெரும் காட்டுயானை மண் செறிந்து சிறு புற்கள் முளைத்த முதுகும், பனிச்சறுக்குக் கால்கட்டைகள் போன்ற வெண்தந்தங்களும் முகமெங்கும் ஆப்ரிக்கர்களின் சட்டை போல கன்னாபின்னாவென்று சிவப்பு பூக்களுமாக ஒரு கரும்பாறைக்கு அருகே நின்று வெயில் காய்ந்துகொண்டிருந்தது. லூங்கா பொதுவாக சூழியல்வாதிகளையும் சூழியல் சுற்றுலாப் பயணிகளையும்தான் விரும்பிக் கொன்றுவந்தது. தத்துவஞானி களை அது பார்த்தது இல்லை.

அமெரிக்க நடைமுறைவாதியான ஃப்ராங் ஓ கானர் குளிக்கும் பழக்கத்துக்குப் பதிலாக நறுமணத்தைலம் அடித்துக் கொள்வது 87 சதவிகித நேரத்தை மிச்சப்படுத்துகிறது என்று இருபது வருடங்களுக்கு முன்னரே கண்டுகொண்டவர் என்பதை துதிக்கை தூக்கி உணர்ந்த லூங்கா மூக்குநுனியால் ‘ச்சீய்ய்' என்று சீறி ரயில் இயந்திரம் போல ஓர் ஒலியை வெளியிட்ட அக்கணமே வனவழி காட்டி துப்பாக்கியுடன் தப்பி ஓடி மறைந்ததை தத்துவ விவாதம் செய்தபடி வந்த அறிஞர்கள் அறியவில்லை.

ஐயவாதியான பிரெஞ்சு தத்துவஞானி கிளாட் ஷபீல்ட்ஸ் தன் மூக்குக் கண்ணாடியை இன்னொரு முறை துடைத்துப் போட்டுக் கொண்டு அமெரிக்க அனுபவவாதி ஸ்டீவ் மெக்கானிடம் ‘அருமையான நண்பரே, இது நல்ல காலைநேரம்' என்றார்' ‘தத்துவ நோக்கில் ஒரு காட்டுப்பாறையானது பாம்பு சீறுவதுபோன்ற சத்தமெழுப்புவதற்கான வாய்ப்புகள் எத்தனை சதவீதம் உள்ளன என்று சொல்வதற்கு தங்களுக்கு ஆட்சேபணைகள் இருக்காதல்லவா?' என்று கேட்டார்.

‘ஆம் அருமையான நண்பரே, இது சிறந்த காலை நேரம்' என்றார் அனுபவவாதியான ஸ்டீவ் மெக்கான். ‘இந்த கால- இடச் சூழலில் நாம் விவாதத்துக்கு எடுத்துக்கொண்டுள்ள இந்த விஷயத்தை விரிவாக ஆராய்வதற்கு முன் நமக்குக் கிடைத்துள்ள தரவுகளை நாம் தொகுத்துக் கொள்ளுதல் வேண்டும். முதலில் காட்டுப்பாறை எங்கே உள்ளது, அதன் அமைப்பு மற்றும் தோற்றம் என்ன, அதற்கும் நமக்கும் இடையேயான தூரம் என்ன, அதை நாம் பார்க்கும் கோணம் என்ன, அதை நாம் எந்தப் பொதுஅளவுகோல்களின்படி மதிப்பிடப் போகிறோம் - இவற்றின் அடிப்படையிலேயே நாம் மேற்கொண்டு சிந்திக்கமுடியும் என்பதை நாம் இங்கே குறிப்பிட வேண்டியிருக்கிறதல்லவா?'

நடைமுறைவாதியான ஃப்ராங் ஓ கானர் 'இது பயனுள்ள காலைநேரம் என்பதில் எனக்கும் பெருமளவுக்கு உடன்பாடு இருக்கிறது' என்றார். 'ஆனால் இந்த விவாதத்தை நாம் தொடங்கு வதற்கு முன்னர் ஒரேயொரு புள்ளியை மட்டுமே தெளிவுபடுத்திக் கொள்ள வேண்டும். ஒரு பாறை ஒலியெழுப்புமா இல்லையா என்ற வினாவை நாம் எதற்காகப் பரிசீலிக்க விரும்புகிறோம்? அதன் மூலம் நமக்கு கிடைக்கும் விடையை வைத்து நாம் என்ன செய்யப் போகிறோம்? அவ்வாறாக நாம் எதிர்பார்க்கும் விடையின் அமைப்பை முன்னரே வகுத்துக்கொண்டால் மட்டுமே என் இனிய நண்பர் அனுபவவாதியான ஸ்டீவ் மெக்கான் அவர்கள் கேட்ட கேள்விகளை தொகுத்துக்கொள்ள முடியும்...'

புதுபிளேட்டோவியரான பிரிட்டிஷ் பேராசிரியர் ஜோசஃப் மெக்கின்ஸி கொம்புக்கண்ணாடிச் சில்லுகள் வழியாக கூர்ந்து நோக்கி '...தெய்வீகமான காலை நேரம் இனிய நண்பர்களே...' என்றார்.

'...ஆனால் அதற்கு முன்னால் எதைப்பற்றி நாம் பேச விரும்புகிறோம் என்பதை வகுத்துக் கொள்வதே சாலச்சிறந்தது அல்லவா? நாம் பாறை என்ற சொல்லால் சுட்டப்படும் ஒன்றைப் பற்றி பேசவிரும்புகிறோம். ஆனால் அத்தகைய ஒன்று நமக்கு வெளியே உள்ளதா இல்லை உள்ளேயா? உதாரணமாக நான் இதோ எனக்கு முன்னல் தெரியும் இந்த கரிய உருண்ட அமைப்பைப் பார்க்கிறேன். இது என் கண்ணாடியின் மேலே உள்ள சில்லு வழியாக ஒரு பெரிய காட்டுமிருகம் போல தெரிகிறது. அவ்வடிவத்தை நான் இக்காட்டில் உள்ள யானை, காண்டாமிருகம், மறிமான் அல்லது வேறு ஏதோ ஒரு மிருகமாக எண்ணிக் கொள்ள வாய்ப்புள்ளது. ஆனால் என் கீழ்ச்சில்லு வழியாக நோக்கும்போது அது ஒரு மொத்தையான புல்மேடு போல தெரிகிறது. இந்த அம்சத்தை விரித்து நோக்குவோம். இங்குள்ள அனைவருமே இரட்டைச்சில்லு கண்ணாடி போட்டிருக்கிறோம். ஆகவே இங்குள்ள பத்துபேரும் நமக்கு முன்பாக இருபது வெவ்வேறு பொருட்களையே காண்கிறோம். இந்த இருபதில் எது உண்மை? அதை எப்படி அறிவது?' பேராசிரியர் நாடகீயமாக நிறுத்தினார்.

'இது அப்பட்டமான கருத்துமுதல்வாதப் பிற்போக்கு ஃபாஸிசக் கூற்று என்று சொல்லி வன்மையாகக் கண்டிக்கிறேன்' என்றார் ஜெர்மானிய மார்க்ஸியரான ஹென்றிச் ஸ்கட்டர்.

'இதோ நமக்கு முன் ஒரு அமைப்பு உள்ளது. இதை அறிய இயற்கை நமக்கு ஐந்து புலன்களை அளித்துள்ளது. அப்புலன்களைக்கொண்டு தொகுத்து நோக்கும் பகுத்தறிவை நாம் பரிணாமம் மூலம் அடைந்திருக்கிறோம். மேலும் நம்பொருட்டு துணிந்து முன்னால்

சென்று அதைத் தொட்டுநோக்கி தன் அறிதல்களை நம்மிடம் சொல்வதற்கு தியாக உள்ளமும் அர்ப்பணிப்பும் கொண்ட உழைக்கும் வர்க்கத்தையும் நாம் வரலாற்றின் மூலம் அடைந்திருக்கிறோம்... உதாரணமாக இங்கே நம்முடன் வந்த அந்த இந்தியப் பாட்டாளி--' ஹென்றிச் ஸ்கட்டர் திரும்பிநோக்கி முகம் வெளுத்து '...துரோகி, ஐந்தாம் படை.... ஓடிவிட்டான், தோழர்களே!' என்று கூவினார்.

'தத்துவம் தனித்துநின்று இயங்கக்கூடியது' என்றார் புதுபிளேட்டோவியரான ஜோசஃப் மெக்கின்ஸி. உற்சாகமாகத் தொடர்ந்தார் 'அதற்கு புற அமைப்புகளின் உதவி தேவையில்லை. ஆக, நாம் வெளியே நோக்கி அறியும் இந்த அமைப்புக்கு அர்த்தமளிப்பது நமக்குள் உள்ள கருத்துவடிவமேயாகும். அந்தக் கருத்து வடிவமே நாம் அருந்தும் பானம். இந்த வெளிவடிவம் அந்தப் பானம் இருக்கும் பாத்திரமே என்று சொல்வதில் உவகை கொள்கிறேன்...'

'இதை கருத்துலகத்து தலைகீழ் நடை என்று மார்க்ஸ் டூரிங்குக்கு மறுப்பு என்ற நூலிலே சொல்கிறார்...' என்று ஜெர்மானிய மார்க்ஸியரான ஹென்றிச் ஸ்கட்டர் தொடங்க இடைமறித்த புதுபிளேட்டோவியரான ஜோசஃப் மெக்கின்ஸி '... இப்படி நீங்கள் சொல்லக்கூடுமென உணர்ந்தே சற்றுமுன் நான் தலைகீழாக குனிந்தும் இந்தக் காட்சியைப் பார்த்தேன். உண்மையில் இருபத்தி ஒன்றாவது வடிவத்தையே நான் கண்டேன்...'

மார்க்ஸியரான ஹென்றிச் ஸ்கட்டர் கோபமாக 'உங்கள் உள்ளத்தில் உள்ள கருத்து அதோ தெரியும் அப்பொருளை மாற்றியமைக்குமா நண்பரே? முட்டாள் மாதிரி உளற வேண்டாம் என்று மரியாதையுடன் கேட்டுக் கொள்கிறேன்...' என்றார்.

'உங்கள் குதவாயை மூடும்படி நானும் மரியாதையுடன் கேட்டுக் கொள்ள அனுமதி உண்டல்லவா?' என்ற புதுபிளேட்டோவியரான ஜோசஃப் மெக்கின்ஸி '...அந்தப் பொருள் என்ன செய்தாலும் அதன் மூலம் என் உள்ளே உள்ள கருத்து எவ்விதத்திலும் மாறுவதில்லை என்றால் நீங்கள் என்ன செய்வீர்கள்?'

'நல்லடக்கம் செய்வோம், வேறென்ன?' என்றார் மார்க்ஸியர்.

தொப்பியைக் கையில் எடுத்து தலையை ஆட்டிய நடைமுறைவாதியான ஃப்ராங் ஓ கானர் ' ஓ! காளைச்சாணம்!' என்று சொல்லிக் கொண்டார். அதை ஐயவாதியான கிளாட் ஷபீல்ட்ஸ் 'பெரும்பாலும்... !' என தரித்தார்.

‘ஓ ஃபிராங் நீங்கள் செய்வதாக எனக்கு தோன்றுவது என்ன?’ என்று ஐயவாதியான கிளாட் ஷபீல்ட்ஸ் கேட்க ‘முதலில் அறிபடு பொருளைப்பற்றிய தரவுகளைச் சேகரிப்பது இன்றியமையாதது என்பதனால் அது நிற்குமிடத்தை சுற்றியுள்ள மரங்களின் இலைகளின் மாதிரிகளை சேகரிக்கிறேன்’ என்றார் நடைமுறை வாதியான ஃப்ராங் ஓ கானர்.

‘ஆனால் அந்த பொருள் வெகுவாக அப்பால் அல்லவா காணப்படுவது போல தெரிகிறது?’ என்றார் ஐயவாதியான கிளாட் ஷபீல்ட்ஸ்.

‘ஆம், ஆகவே இங்கேயே தரவுகளை சேகரிப்பதுதான் பொதுவாக பாதுகாப்பானது என்பது நடைமுறைவாதத்தின் முதல் பாடம்...’ என்றார் ஃப்ராங் ஓ கானர்.

‘ஒரு பாறையை நாம் அறிந்துகொள்வதென்பது அதைப்பற்றிய நம் அச்சங்களில் ஒன்று களையப்படுகிறது என்று மட்டுமே பொருள் படுகிறது. பாறை என்பது ஒரு புறப்பொருள். புறப்பொருளை நாம் முடிவின்மைவரை அச்சப்படலாம் என்பதனால் ஓர் அச்சம் குறைவ தென்பது குறைவதாகவே ஆகாது. முடிவின்மையில் எதைக் கழித்தாலும் முடிவின்மையே எஞ்சும் அல்லவா?’ என்றார் இருத்தலியரான சாம் ஃபெர்கூஸன்.

‘நாம் என்ன செய்து தொலைக்கவேண்டும் என்று நீங்கள் எண்ணுகிறீர்கள் என்பதை நாம் அறிந்து கொள்ளலாமல்லவா?’ என்றார் மார்க்ஸியர் ஹென்றிச் ஸ்கட்டர்.

‘ஒன்றின் இருத்தல் என்பது அதனாலேயே தீர்மானிக்கப் படுகிறது...’

‘ஆகவே நாம் அதனிடமே போய் கேட்கலாம் என்கிறீர்களா?’ ஹென்றிச் ஸ்கட்டர் கேட்டார்.

‘ஆனால் அது அதன் புறச்சூழல்களின் ஒரு விளைவு மட்டும்தானே?’ சாம் ஃபெர்கூஸன் மென்னகையுடன் சொன்னார்.

‘அதைத்தான் செய்துகொண்டிருக்கிறேன். சூழல் குறித்த தகவல்களை திரட்டுகிறேன்...’ என்றார் நடைமுறைவாதி.

‘அந்த மையம் இருப்பதனால்தானே இவை புறச்சூழல்கள் ஆகின்றன? அதை விலக்கி இவற்றை எப்படி அறிய முடியும்?’

‘இனிய நண்பரே, நாம் வேறு எதைச்செய்து பிசாசை புணர வேண்டும் என்று சொல்ல முடியுமா?’ என்றார் மார்க்ஸியர் ஸ்கட்டர் பொறுமை இழந்து.

‘நாம் விவாதிக்கலாம். அதை மட்டுமே நம்மால் செய்ய முடியும்’ என்றார் இருத்தலியர்.

‘இனிய காலைநேரம் நணபர்களே’ என்றார் மறைஞானவாதியான லூஸியன். ‘நாம் எதைப்பற்றி விவாதித்துக்கொண்டிருக்கிறோம் என்பதை நாம் அறியலாமா?’

தத்துவஞானியர் சற்றே திகைத்ததனால் ஆழமான அமைதி நிலவியது. மார்க்ஸியர் மட்டும் மெல்லிய குரலில் ‘மூன்றாமுலக நாடுகளில் கரிய பாறைகளை உருவாக்கும் ஏகாதிபத்தியம்பற்றி நாம்கொண்டுள்ள முரண்பாடுகளையும் அது தத்துவஞானத்தில் உருவாக்கும் பாரதூரமான விளைவுகளையும் பற்றிப் பேச ஆரம்பித்திருந்தோம் என நினைக்கிறேன்…’ என்றார்.

‘பேசப்படும் விஷயம் முக்கியமல்ல. பேசும் முறைமையே முக்கிய மானது…’ என்றார் அனுபவவாதி.

‘நாம் இங்கே எதைப்பற்றி பேசினோம் என்றால் ஒன்றை நாம் எவ்வண்ணம் தர்க்கபூர்வமாக வகுத்துக்கொள்வது என்பதைப் பற்றியாகும்…’

ஐயவாதி மெல்லிய குரலில் ‘அன்புள்ள நண்பர்களே நாம் முதலில் தர்க்கம் என்றால் என்ன என்பதை வகுத்துக்கொண்டோமா?’ என்றார். ‘அதற்குமுன் வகுத்தல் என்றால் என்ன என்பதைப்பற்றியும் நாம் சிறிது பேசவேண்டியிருக்கும் என நினைக்கிறேன்…’

‘நண்பர்களே, வெளியே காணப்படும் இந்நிகழ்வுக்கு இணையான நம் அகச்சித்திரம் எத்தகையது என்பதே முக்கியமானது. புறப்பொருளை அளவிட அகக்கருத்து அளவிடப்படுதல் வேண்டும்…’ என்றார் நிகழ்வியலாளரான சைமன் ஃபெளரியர்.

‘நாம் புறவய தர்க்க முறைமைகளை உதறி மேலெழுந்து ஏன் ஒரு உச்சகட்ட ஊகத்தை செய்யக்கூடாது? வெளியே நின்று கொண்டிருக்கும் இது ஓர் யானையாக ஏன் இருக்கக்கூடாது?’

மார்க்ஸியர் ஸ்கட்டர் கொல்லென்று சிரித்து ‘முட்டாள்தனம். கருத்துமுதல்வாதம் எந்த வடிவில் வந்தாலும் அதை நாங்கள் எதிர்ப்போம்’ என்றார்.

‘நாங்கள் என்றால்?’ என்றார் ஐயவாதியான கிளாட் ஷபீல்ட்ஸ்.

‘உலகளாவிய பாட்டாளி வர்க்கம்தான்…’ ஸ்கட்டர் சற்று குன்றி ‘மன்னிக்கவும் கோட்பாட்டுப்படி நாங்கள் அப்படி பன்மையில்தான் சொல்லவேண்டும். இந்த விதி இருப்பதனால் எங்கள் எதிரியையும் பன்மையில் சொல்லியாக வேண்டியிருக்கிறது…’

அனுபவவாதியான ஸ்டீவ் மெக்கான் 'முட்டாளைப்போல பேசவேண்டாம் சைமன். வெளியே உள்ள பொருள் ஏன் ஒரு பாறை அல்ல என்பதை நாம் இன்னும் நிறுவவில்லை. அப்படியானால் அது எப்படி அடுத்த ஊகத்துக்கு இடம் கொடுக்கும்?'

'இல்லை, நான் சொல்லிப் பார்த்தேன்... ஏனென்றால் நிகழ்வியலின் படி...' என சைமன் ஃபெளரியர் தயங்கினார்.

'நிகழ்வியல் குதம் வழியாக புணரட்டும்' என்று கருத்துமுதல் வாதியான ஜோசஃப் மெக்கின்ஸி ' நமக்கு முன் ஒரு பொருள் உள்ளது என்பதை முதலில் நாம் அனைவருக்கும்பொதுவாக எப்படி நிரூபிப்பீர்கள் என்று நான் கேட்கிறேன்.'

'நாம் அப்பொருளை பார்ப்பதில் வேற்றுமை இருந்தாலும் அப்பொருள் நம்மை பார்ப்பதில் ஒருமை இருக்கும் அல்லவா?'

'பெர்ட்ரண்ட் ரஸ்சலை நாம் புதைத்து அதன் மீது நியூட்ரல் மோனிசத்தின் நடுகல்லையும் நிறுவிவிட்டோம் என்று நினைக்கிறேன்' என்றார் மார்க்ஸியரான ஸ்கட்டர். 'மேலும் கார்ல் மார்க்ஸ் மூன்றாம் நாள் உயிர்த்தெழுந்து, 'பிதாவே இந்தப் பாவிகளை மன்னியும் இவர்கள் செய்வதென்ன என்று இவர்கள் அறியமாட்டார்கள்...' என்று அலறியதுபோல அவர் செய்யவு மில்லை.'

'இது ஒரு யானை என்றால் நமக்கு ஆபத்து உள்ளதல்லவா என்ற ஐயத்தில் கேட்டேன்...' என்றார் சைமன் பரிதாபமாக.

நடைமுறைவாதியான ஃப்ராங் ஓ கானர் 'வடிகட்டிய முட்டாள் தனம். இந்தச் சூழல் முழுக்க சிறிய கற்கள் உள்ளன. ஆகவே இதோ தெரியும் இதுவும் ஒரு கரும்பாறையாகவே இருக்க முடியும்... ஆகவே, ஒரு பாறை நம்மைப் பார்க்கமுடியும் என்பது நடை முறைவாதக் கோட்பாட்டின்படி செல்லுபடியாகக் கூடியதல்ல.'

'நாம் ஏன் இந்த இடத்தில் பொதுவாக காணக்கூடிய ஒன்று என்னவாக இருக்கமுடியும் என இங்கிருக்கக் கூடியவர்களிடம் கேட்கக் கூடாது? ஏனென்றால் அவர்கள் இங்கு என்ன நிகழும் என்பதை உணர்ந்திருப்பார்கள். இயற்கையில் நிகழ்பவைக்கு ஒரு தொடர்நீட்சி உள்ளது...' என்றார் நவஇயற்கைவாதியான டேவிட் ஃபோர்டைஸ்.

நான்கு அறிஞர்கள் ஏககாலத்தில் தங்கள் தொப்பிகளை எடுத்து அசைத்துக் காட்டி 'ஓ, வரலாற்றுவாதக் காளைச்சாணம்' என்று அதை நிராகரித்துவிட்டார்கள்.

டேவிட் ஃபோர்டைஸ் அவசரமாக, 'நண்பர்களே, உண்மையில் இது புதுவரலாற்றுவாதம். இங்கே உள்ளவர்கள் இதைப்பற்றி என்ன சொல்கிறார்கள் என்பதை நாமே ஏன் சொல்லிக்கொள்ளக்கூடாது என்றுதான் நான் கேட்டேன்.'

'இதை நிபந்தனைகளுடன் ஒத்துக்கொள்ளலாம்' என்றார் ஐயவாதி. நடைமுறைவாதி புன்னகை செய்தார். அனுபவவாதி அப்புன்னகையை அங்கீகரித்து புன்னகைக்க சைமன் ஃபெளரியர் அதை புன்னகையால் வழிமொழிந்தார்.

'இந்தச் சூழலில் நாம் எதைப்பற்றி விவாதிக்கவிருக்கிறோம் நண்பர்களே?' என்றார் மறைஞானியான லூசியன் மெல்ல தன் தொப்பியை எடுத்தபடி 'இனிய தென்றல் வீசுகிறதல்லவா?'

அதற்குள் பொறுமையிழந்த லூங்கா ஆவேசமாக முன்னால் வந்து ஐயவாதியை தூக்கி வீசியது. புதருக்குள் விழுந்த அவர் எழுந்து தன் மூக்குக் கண்ணாடியைத் தேடி எடுத்து பொருத்தியபடி 'நாம் ஒரு பாறையைப் போய் முட்டுவதுபோல ஒரு பாறை நம்மை வந்து முட்டுவதற்கும் சரிசமமான வாய்ப்புகள் இருக்கின்றன - அவ்வாய்ப்புகள் அடிக்கடி பயன்படுத்தப்படாவிட்டாலும்கூட' என்ற தேற்றத்தை அடைந்து தன் பைக்குள் இருந்து குறிப்பேட்டை அவசரமாக எடுத்தார்.

லூங்கா மார்க்ஸியரை சுருட்டித் தூக்கியதும் அவர் 'சதி! இது அப்பட்டமான ஏகாதிபத்திய சதி!' என்று காட்டுத்தனமாகக் கத்தியதனால் திகைத்துவிட்டுவிட்டது. 'நான் இதை விடப்போவதில்லை. இந்த சதியை நான் கட்டுடைப்பேன். கண்டிப்பாக கட்டுடைப்பேன்! அதுசரி, அந்த அளவுக்கு போய் விட்டாயா? இரு உன்னை... நீ ஒரு பிற்போக்கு, வகுப்புவாத, பிரிவினைவாத, திரிபுவாத, முதலாளித்துவ, ஏகாதிபத்திய, ஃபாஸிஸ, திருத்தல்வாத, தனிநபர்வாத, புரட்டுவாத ஐந்தாம் படை!!! ஜாக்கிரதையாக இரு... இன்னும் பத்தே நாளில் உன்னை கட்டுடைக்கிறேனா இல்லையா பார்... என்ன என்று நினைத்தாய்? அதன்பிறகு நீ ஒட்டுமொத்த வடிவமாக இப்படி நடமாடமுடியும் என்று நினைத்தாயா? கட்டுடைத்தால்தான் நீயெல்லாம் சரிவருவாய்...! ஆ! ஆ! ஆ!' என்று நவமார்க்ஸியர் ஹென்றிச் ஸ்கட்டர் குதித்து கைகால்களை ஆட்டிக் கத்தினார்.

சத்தம் தாங்காத லூங்கா எதற்கு வம்பு என்று பின்னால் நகர்ந்து விட்டது. கடுப்புடன் திரும்பிச் சென்ற வழியில் கருத்துமுதல் வாதியான புதுப்பிளேட்டோவியர் ஜோசஃப் மெக்கின்ஸி நின்று

கொண்டிருந்தார். சினம் கோண்ட லூங்கா கொம்புகளை ஆட்டி உரக்க சின்னம் விளித்தபடி அவரை நோக்கிச் சென்றது.

அவர் புன்னகைசெய்து ‘இல்லை. இது என் எண்ணத்தில் ஏற்படும் ஒரு கரிய அலை மட்டுமே. தத்துவார்த்தமாக என் முன் யானையோ கரிய பாறையோ ஏதும் இல்லை. கருத்துரீதியாக என் முன் வெற்றிடமே உள்ளது’ என்றார்.

லூங்கா ஆவேசமாக கொம்புகுலுக்கி பிளிறியபோது புதுப்பிளேட்டோவியரும் கருத்துமுதல்வாதியுமான ஜோசஃப் மெக்கின்ஸி ‘நீ ஆயிரம் தடவை பிளிறினாலும் என் தத்துவநிலைப் பாட்டை நான் மாற்றப் போவதில்லை. நீ வெளியே இல்லை. என் உள்ளே இருக்கும் நீ ஒரு வெற்றிடம் மட்டுமே’ என்றார்.

லூங்கா எதற்கும் இருக்கட்டுமே என்று இன்னொரு தடவை பிளிறிப்பார்த்தது.

‘முட்டாள்தனம். வெற்றிடம் ஒருபோதும் ஒலி எழுப்புவதில்லை. வாயை மூடு’ என்றார் ஜோசஃப் மெக்கின்ஸி.

லூங்கா ஐயத்துடன் திரும்பி உக்கிரமாக விவாதித்தபடி நின்றிருந்த பிறரைப் பார்த்தது. பிறகு பலவீனமாக முனகியது.

‘ஏற்க முடியாது...’ என்று சொல்லி கருத்துமுதல்வாதியான ஜோசஃப் மெக்கின்ஸி உதடுகளை இறுக்கிக்கொண்டார்.

லூங்கா மேற்கொண்டு என்ன செய்வதென தெரியாமல் தடுமாறி இனிமேல் இங்கே நிற்பதில் பொருள் இல்லை என்று உணர்ந்து போகத்தலைப்பட்டபோது பேராசிரியர் ஜோசஃப் மெக்கின்ஸி புன்னகையுடன் ‘நல்லது இனிய நண்பர்களே, இந்த இனிய மாலையில் இந்த விஷயம் நிறுவப்பட்டுள்ளது. பொருள் என்பது வெளியே இல்லை. அது உள்ளே உள்ள கருத்தின் வெளிவிளக்க மாகும். ஆகவே இதோ வெளியே நிற்கும் இது உண்மையில் இல்லை’ என்றார்.

‘யார் நானா?’ என்று லூங்கா பீதியுடன் கூவினாலும் பக்கவிலா அதிர்ந்ததே ஒழிய குரல் எழவில்லை. லூங்கா தன்னைத் தானே திரும்பிப்பார்க்க ஆசைப்பட்டாலும் யானைகளால் அது முடியா தென்பதனால் மேலும் பீதியடைந்து தலையை நன்றாகத் தாழ்த்தி துதிக்கையை நீட்டி ‘எதற்கும் நன்றாகப் பார்த்துச் சொல்லுங்கள் துரையே... பாவம், வாயில்லாபிராணி...’ என்று விம்மியது. அக்குரலும் எழவில்லை.

அனுபவவாதி 'ஆம், உண்மை. நானும் இப்போது ஓர் இன்மையையே அங்கே காண்கிறேன்' என்றார்.

மறைஞானியான லூசியன் 'நல்லது இனிய நண்பர்களே, நாம் இப்போது எதைப்பற்றி பேசிக் கொண்டிருக்கிறோம் என்பதை அறியலாமா? ஏனெனில் நான் என்னைத்தவிர எதையுமே காணவில்லை!' என்றார்.

அதன்பின் லூங்கா உயிர்தரிக்க முடியவில்லை.

ஓடிப்போன காவலன் ஆட்கள் பந்தங்களுடன் வந்து பேராசிரியர்களை மீட்டபோது அவர்கள் செத்துக்கிடந்த யானையைச்சுற்றி அமர்ந்து தத்துவ விவாதம் செய்துகொண்டிருந்தார்கள். அவர்களை அள்ளி ஜீப்பில் அடைத்து காட்டிருளுக்குள் விரையும்போதுதான் தத்துவ விவாதம் உண்மையில் சூடுபிடித்தது.

நெருக்கியடித்து ஜீப்பில் செல்லும்போது ஐயவாதியான கிளாட்ஷபீல்ட்ஸ் தன் ஆகச்சிறந்த கோட்பாட்டை வந்தடைந்தார். அதை மறக்காமல் இருக்கும்பொருட்டு உடனடியாக தன் பைக்குள் கையைவிட்டு குறிப்பேட்டை எடுத்து அதிர்ந்துகொண்டிருந்த நுரை ரப்பர் இருக்கை மீது வைத்து இருட்டிலேயே குறித்துபோட்டார். ஆனால், அந்தக் கோட்பாட்டின் மூலம் அவர் உலகப்புகழ்பெற இயலவில்லை. அதை அவர் அருகே இருந்த நவமார்க்ஸியரான ஸ்கட்டரின் அகன்ற பிருஷ்டத்தில்தான் எழுதியிருந்தார். பின்னாளில் அமெரிக்க பல்கலைக் கழகங்களில் ஐயவாத அடிக்குறிப்பு கொண்ட மார்க்ஸியர் என்று ஸ்கட்டர் குறிப்பிடப் பட்டமைக்குக் காரணம் இதுவே.

- ஏப்ரல் 11, 2008

44

வேதமூலம்

கரிய மெலிந்த உடலில் ஏராளமான ரத்தக்குழாய்களுடன், ஒட்டிய கன்னங்கள் மீது நான்குநாள் தாடியும், கூர்மையாக முறுக்கப்பட்ட அடியில் நிக்கோடின் பழுப்பு படிந்த வெள்ளை மீசையும் பச்சைநிறத்தில் முண்டாசுக்கட்டுமாக ஒரு மனிதர் தேடிவந்தார். 'அய்யா வணக்கமாக்கும்' என்றார்.

'வாங்க' ' என்றேன்.

'அஞ்சு நிமிஷம் கிட்டுமா?' என்றார் பணிவுடன்.

'எதுக்கு?' என்றேன், என்ன விற்கிறார் என்று குழம்பி.

'சதுர்வேதங்களைக் குறிச்சு ஒரு குறெ வர்த்தமானம் சொல்லணும்.'

என் திகிலை அனுமதியாகப் பெற்று உள்ளே வந்து அமர்ந்தவர் 'சாய வேண்டா, நான் பால் குடிக்குக இல்ல' என்றார்.

'கடும் சாய?' என்றேன்.

'கருப்பட்டி சேர்த்தால் ஆகாம்' என்றார். அருண்மொழியிடம் சொன்னேன்.

'என் பேரு சிருதன். சிருதன் காணி எந்நாக்கும் முழுப்பேரு. இப்பம் ஜாதிப்பேரு சொல்லுந்நது பேஷன் இல்ல அல்லயோ?'

ஆனால் நல்ல மலையாளம் கலந்தது போன்ற பேச்சுமொழி.

‘ஸாறு நினைக்கப்பட்டது சத்தியமாக்கும். நான் காணி பாஷையிலே பேசமாட்டேன். என்னுடைய இடம் நெடுமங்காடுக்கு அந்த பக்கம், கோழிமலை. நான் காட்டாக்கடை, வேங்கவிளை, ஆரியநாடு எல்லா ஸ்தலத்திலேயும் மலையாளம் டீச்சரா இருந்து ரிட்டையர் ஆனேன். தமிழிலும் வ்யுல்பத்தி உண்டும். பலகாலம் நான் ரிசர்ச் செய்த காரியங்ஙளை எஸ்டாபிலிஷ் செய்யுகதுக்கு அலையுந்நேன்...’

நான் நிமிர்ந்து அமர்ந்தேன். இன்று ஆபீஸுக்கு போக முடியாது. இவரையே கிளப்பிக்கொண்டு ஆபீஸ் போனாலென்ன? ஆனால் நல்ல மணிக்குரல். அந்த வளாகமே அதிரும். ஒரு மலையிலிருந்து இன்னொரு மலைநோக்கிப் பேசிப்பழகிய மனிதர். அடிப்படையி லேயே தொலைபேசிக்கு எதிரானவர்.

‘ஸாறு வாசிப்பும் வ்யுல்பத்தியும் உள்ள ஆளாக்குமே. வேதம் எந்நால் எந்து?’ என்றார்.

நான் தயங்கி ‘வேதம்னா புராதன புஸ்தகங்கள்... சமஸ்கிருதத்தில் உள்ள பழைய பாட்டுகளும் பிரார்த்தனைகளும் எல்லாம் சேர்ந்தது. பின்னே, முஸ்லீம்களும் கிறிஸ்தவர்களும் அவங்க புஸ்தகங் களையும் வேதம்னு சொல்லுவாங்க’ என்றேன்.

‘செரியாக்கும். இந்நே வரை மனுஷனுக்கு கிட்டியிட்டுள்ள கிருதிகளிலே பழைய கிருதிகள் வேதங்ஙள். ரிக், யஜுர், சாமம், அதர்வம் எந்நு நாலு. சதுர் வேதம். அல்லயோ?’ என்றார்.

‘ஆமா’ என்றேன்.

அவர் திருப்தியுடன் புன்னகைசெய்து ‘எந்நால் இந்நுவரை ஆராவது அந்த நாலுவேதத்துக்கும் மூலவேதமாய் ஏதாவது உண்டா எந்நு நோக்கினார்களா? இல்ல, கேக்கேன்.’

அப்படி யாரும் பார்த்த மாதிரி தெரியவில்லை.

‘அதெப்டி பாக்கறது? வெள்ளைக்காரன் சொன்னதுக்குப் பிறகு?’ என்றேன்.

‘ஸாறு என்ன சொல்லுகது? வெள்ளைக்காரன் சொல்லை மனுஷன் கேப்பானா? நான் சொல்லுகது நல்ல படிப்பும் குடுமியும் குடவண்டியும் உள்ள பிராமணன்மாரை...’

நான் பெருமூச்சுடன் ‘அவங்க எப்டி பாப்பாங்க? பச்சரிசிப் பிரச்னையில்லா?’ என்றேன்.

‘அதே அதே’ என்றார் மகிழ்ந்து. ‘அதனால அவ்விதம் நோக்கிக்காணும் பொறுப்பு இப்பம் நமக்காக்கும்... அல்லயோ?’

‘உங்களுக்கு சம்ஸ்கிருதம் தெரியுமா?’ என்றேன்.

‘நந்நாயி தெரியும் சார். வேதங்ஙளை நான் எழுத்தெண்ணி படிச்சிட்டுண்டு...’ என்றபடி அவர் தன் தோல்பையைப் பிரித்து காகிதக் கட்டுகளை எடுத்தார். நுண்ணிய கையெழுத்தில் மலையாளம், தமிழ், தேவநாகரி எல்லாவற்றிலும் எழுதப்பட்ட தாள்களைப் பரப்பினார். அவற்றிலிருந்து இரு நூல்களை எடுத்தார்.

‘வேதங்களைப்பற்றி படிக்கும்போ இந்நாட்டில் வேறே அதே போலுள்ள பழைய கிருதிகள் உண்டோ எந்நாக்குமே முதலில் நோக்க வேண்டியது. துரைமார் நோக்கியாரில்லை. நான் நோக்கினேன். அப்போ கண்ட காரியம் இதாக்கும். வேதங்ஙள் அப்படியே வரிக்குவரி வேறே கிருதிகளில் உண்டாயதாய் காணுந்நு. வேதத்தை விட பழைய கிருதிகளில்!’

‘உள்ளதா?’ என்றேன்.

‘பின்னே அல்லாம?’ என்று ஒரு வெடிச்சிரிப்பு சிரித்தபடி ஒரு தாள் கட்டை எடுத்து என்னிடம் நீட்டினார். ‘படிச்சு நோக்கணும் ஸாறே.’

கவிதைகள் போன்ற மலையாளத்தமிழ் வரிகள், தமிழ் லிபியில். ‘என்ன இது?’ என்றேன்.

‘ஸாறின் கையில் உள்ளது ரண்டு கிருதிகள். ஒந்நு கெ. பானூர் எந்ந கேரள ஆந்த்ரபாலஜிஸ்ட் கேட்டு எழுதி புஸ்தகமாக்கிய ‘மலை வேடர்மொழிகள்’ எந்ந கிருதி. மற்றொந்நு நான் புஸ்தகமாக்கிய ‘மலங்காணிகளுடே மாயாத்த பாட்டுகள்’ எந்ந கிருதி. பின்னே உள்ளது நான் நான் தேடி பதிஞ்ஞு எடுத்த காணிப்பாட்டுகள். இனியும் புஸ்தகமாய் வந்நிட்டில்ல...’

நான் படித்தேன். காணிகள் பூசையின்போது பாடும் பாடல்கள் அவை. நானே பலமுறை அவர்கள் பாடும்முறையைக் கேட்டிருப்பதனால் எனக்கு அந்த ஓசையே காதில் கேட்டது.

‘மலந்தீ தேவே நின்னே கும்பிடுந்நேனய்யா
எல்லாம் காணுந்ந சோந்ந கண்ணல்லயோ நீயி?
நீ ஞங்ஙக்கு தருவே நல்ல பய்யினே
குடிக்கான் சூருள்ள கள்ளினே தருவே
நிம்முடே சங்கு குளுந்நாச்சால் தருவல்லோ
பொன்னும் முத்தும் நல்ல கொம்பும் குருவுமெல்லாமே
மலந்தீ சாமியே கனியேணமய்யா
நின்னே கும்பிடுந்நேருக்குகொண்டு வரே
இனிப்பிக்குந்ந தீனியெல்லாம் சாமியே... ’

பழங்கால குறமொழியில் அமைந்த பிரார்த்தனை. 'ஸாறு வாசிச்சு அல்லயோ? இப்போ நான் வாசிக்காம்' என்றார் சிருதன் காணி.

'அனைத்தயும் காணும் அக்னி
மிக்க தீனியுள்ள குதிரையை
மனிதனுக்குத் தருகிறான்.
செல்வத்துக்காக சீரிய சோமபானத்தை
அக்கினி அளிக்கிறான்
அவன் மனமகிழ்ந்தால்
செல்வத்தை வாரிவழங்குகிறான்.
அக்கினியே
உன்னை போற்றுபவர்களுக்கு
நல்ல உணவைக்கொண்டுவருக!'

படித்து முடித்து 'இது ரிஷி வசுதன் ஆத்ரேயன் அக்னியை நோக்கி சொல்லிய ரிக்வேத சூக்தமாக்கும். கண்டல்லோ? ரண்டும் அப்பிடியே ஒந்நாக்கும்' என்றார் காணி.

என்னால் கொஞ்சநேரம் ஒன்றும் சொல்ல முடியவில்லை. சொல்லப்போனால் காணிகளின் பாடலில் அக்னியை அனைத்தையும் காணும் கண் என்று மட்டுமல்ல, சிவந்த கண் என்று சேர்த்து இன்னும் அழகாகச் சொல்லியிருக்கிறது. அடுத்தடுத்த பாடல்கள்கூட அப்படியே ரிக்வேத வரிகளாக வரும்படியாக அமைத்திருந்தார் சிருதன்.

நான் சற்று கழிந்து 'ஆனால் வேத ரிஷிகள் இயற்கையைத்தானே தெய்வமாக கும்பிட்டாங்க?' என்றேன். 'காலைநேரத்தையும் சாயங்கால நேரத்தையும் எல்லாம் தனித்தனியாக கும்பிட்டாங்களே?'

'நங்ஙளும் அப்படித்தான் கும்பிடுந்நது' என்றார் சிருதன் காணி. உடனே ஒரு தாளைப் பிரித்து படிக்கச் சொன்னார்.

'பொலர்ச்சயுடே பெண்ணே
என்றே கொச்சு மாதீ
காக்கயும் கரிங்குருவீம்
கூடுவிட்டு பறந்நல்லே
ஞங்ங தேனெடுக்கானாயீ போணூ
நீ ஞங்ஙக்கு நல்ல தேனும் மீனுமாயி வா'

எளிமை! கண்டிப்பாக இதே வரி வேதத்தில் எங்காவது இருக்கும் என்று அவர் அவசரமாக தேடும்போதே தெரிந்தது. உடனே படிக்க ஆரம்பித்தார். ரிஷி பாரத்வாஜன் தேவியான உஷையை நோக்கி பாடியது.

'உஷாதேவி
பறவைகள் அதிகாலையில்
கூடுவிட்டெழுகின்றன
மனிதர்கள்
உணவுதேடி கிளம்புகிறார்கள்
அருகிலிருப்பவனும்
அவியளிப்பவனுமாகிய
எனக்கு
செல்வத்தை ஏந்தி வருக!'

கொஞ்சநேரம் பரவசமா பிரமையா என்றறியாத நிலையில் தாள்க்கற்றைகளை நோக்கி அமர்ந்திருந்தேன். புராதனமான ரிஷிகுலம் 'ஓய்யாரே ஓய்யாரே ஓய்யா! தெய்யாரே தெய்யாரே தெய்யா!' என்று பாடியபடி ஜாலியாக தேனெடுக்கப் போகும் காட்சியைக் கண்டேன். பின்னர் மெல்ல 'ஆனா வேதத்திலே வரி முக்கியமில்லை. அதைச் சொல்ற சந்தஸ்தான் முக்கியம். அதிலேதான் சக்தி இருக்கு...'

'சரியாக்கும். காணிப்பாட்டிலும் அதேதான். பாட்டில் அல்ல காரியம். அப்பாட்டை எப்டி, எவ்விதம், ஏது ராகத்தில் பாடணும் எந்நும் உண்டு. அப்படி பாடியால் மாத்ரமே அந்த தேவியும் தேவனும் வருவார் எந்நாக்கும் சட்டம். பாட்டு மாத்ரமல்ல ஒப்பம் கொட்டும் தாளமும் அந்த வாத்யமும் கணக்காய் சொல்லி யிட்டுண்டு. மாற்ற முடியாது.'

'வேதம் ஓதும்போது நிறைய சைகைகள் உண்டே. கோகர்ணம், பசுவின் காது மாதிரி கையால் காட்டுறது... இந்தமாதிரி.'

'ஸாறே எங்களுக்கு கஜகர்ணம் உண்டு! ஆனைக்காது!'

மேலே என்ன சொல்ல? தத்துவம்? நான் மெல்ல ரிக்வேதம் பத்தாம் மண்டலத்தைப் புரட்டினேன்.

'புருஷன் அளவிலா தலைகளும் அளவிலா கண்களும் அளவிலா கைகளும் அளவிலாக் கால்களும் உடையவன். அவன் பூமியின் எல்லா திசைகளிலும் நிரம்பி தன் விரல்களால் நிறைகிறான்.'

வாசித்து முடிப்பதற்குள் 'இது காட்டம்மையைப் பற்றியுள்ள காணிப்பாட்டாக்குமே ஸாறே' என்று படித்தார். காட்டம்மாவுக்கு அளவிலாத நாக்குகளும் கூடுதலாக இருந்தன. அவளும் இருக்கும், இருந்த, இருக்கப்போகும் அனைத்துமாக இருந்தாள். எங்கும்

பரவியிருக்கும் அது ஒன்றே என்ற வேததத்துவம் நீரிலும் வானம் பரவியிருப்பதைப் பற்றிய சித்திரமாக இங்கே காணக் கிடைத்தது.

'அப்போ சங்கதி இதாக்கும். சத்தியத்தில் வேதம் ஆருக்குள்ள ஞானமாக்கும்?' என்றார் சிருதன்.

'அப்டிக் கேட்டா, இப்ப, வேதம்லாம் பத்து மூவாயிரம் வருஷம் பழக்கமுள்ள பாட்டுண்ணாக்குமே பேச்சு...'

'இருக்கும். ஆனா நங்ங பாடும் பாட்டும் அதேபோல பழைமை யாக்குமே. பந்நிமலை உண்டாகுந்நதுக்கு முன்னால உள்ள பாட்டு எந்நாக்கும் கணக்கு. பந்நிமலையை சயண்டிஸ்டுமாரைக்கொண்டு பரிசோதிச்சால் இந்தப் பாட்டுகளுடே காலமும் தெளிஞ்ஞு கிட்டும்.'

'வேதத்தோட காலத்தை அந்த பாஷையை வச்சு சொல்றாங்க'.

'நங்ங பாட்டையும் பாஷையை வைச்சு சொல்லட்டே.'

'வேதத்தில் உள்ள தகவல்களும் ரொம்ப பழைய காலத்தை காட்டுது. உதாரணமா அவங்களுக்கு எழுதத் தெரியாதுன்னு...'

'-நங்ஙளுக்கும் தெரியாது.'

'வேதகால ஆரியர்கள் தினமும் தீ மூட்டி அதிலே அவிஸ் போட்டு யாகம்லாம் செய்தாங்க...'

'நங்ங தீ மூட்டி அவிஸு போடாம ஒரு நாளுகூட இருந்நது இல்ல ஸாறே.'

நான் சற்றே மூச்சுத்திணறி, 'வேதத்திலே உள்ள வாழ்க்கை ரொம்ப பழசு... அப்ப ராஜாவும் ராஜ்யமும் ஒண்ணும் இல்லை...'

'ஸாறே, நங்ஙக்கு இப்பமும் ராஜ்யம் இல்ல.'

மேலே என்ன சொல்வது? இவர்கள் இப்போதும் கணங்களாக வாழ்கிறார்கள். ஏன், சில இறைச்சிகளைச் சுடாமல் உண்கிறார்கள். வேதத்தில் இறைச்சியை சுடாமல் உண்பது பற்றிய தகவல் உண்டா? இல்லை என்றேபட்டது. போட்டி என்று வந்தால் கண்டுபிடித்து விடுவார்கள்தான், இருந்தாலும்... நான் மோவாயைத் தடவியபடி அவரையே பார்த்தேன்.

'அப்பம் வேதம் ஆருடேதாக்கும்? நங்ங வேதத்தை அவருமார் எடுத்து வச்சதாக்கும் அல்லயோ? அதைக் காட்டி அவர் இப்போ வலிய ஆளுகளாய் மாறினார். தோளில் பூணூல் இட்டு கோவிலான கோவிலுகள் முழுக்க சொந்தமாக்கினார். பொன்னும் பணமும் கூட்டி வச்சார். நல்ல நெய்விட்டு குழச்சு சாப்பிடுந்நார்-'

ஆழமான அமைதி ஏற்பட்டது. உண்மையிலேயே இது ஒரு பெரிய கேள்விதான். உடனடியாக இதைச் சமாளித்தால் நான் மதியம் ஆபீஸ் போக முடியும். நான் சொன்னேன் 'சிருதன் மாஸ்டரே, எனக்கு ஒரு சிந்தை தோணுது.'

'எந்தா?'

'வேதம் உங்க ரண்டாளுக்கும் உள்ளதல்ல. ரண்டாளும் எடுத்துக் கொண்டதாக்கும்.'

ஐயத்துடன் 'ஆரில் இருந்நு?' என்றார்.

'ரண்டாளுக்கும் முன்னால ஜீவிச்ச ஆளுகளில் நிந்நு... '

'ஆராக்கும் அவன்மார்? இப்போ உண்டோ?'

'இல்ல. செத்தழிஞ்சு போயிட்டார். நியாண்டர்தால் இனம்ணாக்கும் அவனுக பேரு...'

'அதுசெரி...' என்றார் சிருதன் பெருமூச்சுடன். நல்லவேளையாக அவர் அப்பெயரை கேள்விப்பட்டதில்லை. ஆனாலும் ஒரு தயக்கம். கண்களில் ஒரு மங்கல். சற்று நேரம் மீசையை முறுக்கிய பின்னர் 'ஸாறே, அப்பம் ஒரு சம்சயம்' என்றார்.

'சொல்லுங்க.'

'இப்பம் நங்ஙக்கு பூணூல் இல்ல. பிராமணர்க்கு பூணூல் உண்டு... அதாக்கும் நாங்க ரண்டாளுக்கும் உள்ள ஒரே வித்தியாசம்'.

'சரியாக்கும்.'

'இந்த நியாண்டறன்மாருக்கு பூணூல் உண்டா? எந்தினு கேக்குந்நேன் எந்நால் அது வச்சு கண்டுபிடிக்கலாமே ஆராக்கும் மூத்தது எந்நு?'

அது எனக்கு தெரியவில்லை. ஐயத்தை வலுவாக ஊன்றிவிட்டு சிருதன் போனபின் நான் டாக்டர் எஜன் டியுபூவா எழுதிய தொல்மனிதனைப் பற்றிய அசல் ஆய்வுகளைப் புரட்டினேன். எங்காவது ஏதாவது தகவல் இருக்கிறதா என்று. வரலாறு எப்போது எப்படிப் போகுமென்று யார் கண்டார்கள்?

- ஜூன் 28, 2015

45

இந்து தத்துவ மரபு – ஒரு விவாதம்

காசிரங்கா சரணாலயத்தில் ஒரு ஆண்யானை இறந்தது விரிவான அலைகளை ஊடகங்களில் உருவாக்கியது இயல்பே. ஏனென்றால் அந்த யானை 'ஆதிமூலமே' என்று அலறியபடி விழுந்து உயிர் துறந்திருந்தது. அதற்குச் சாட்சியாக இருந்த நான்கு வனக்காவலர்கள் தொலைக்காட்சித்திரையில் கண்ணீரும் கைகூப்பலுமாகத் தோன்றி அக்காட்சியை வருணித்தபோது நாடெங்கும் ஆத்திகர்கள் அழுதார்கள். காசிரங்கா காட்டு அலுவலகம் சென்று அந்த யானையை தரிசனம் செய்ய தில்லியிலிருந்து தனி ரயில்கள் விடப்பட்டன. அந்த யானை முக்தியடைந்த ஒரு ரிஷி என்று மதத்தலைவர் மகந்த் விஸ்வமோகன் மகாபாத்ரா கருத்துரைத்தார். யானைகள் ஒருபோதும் ஆதிமூலமே என்று அலறுவதில்லை என்பதை தில்லியைச் சேர்ந்த நாத்திகவாத அமைப்பான யுக்திவாத் சங்ஹடன் விரிவான ஆதாரங்களுடன் நிரூபித்தது.

இந்திய பாரம்பரிய மருத்துவர் சங்கம் அந்த யானைக்கு மூலவியாதி இருந்ததா என்று ஆராயவேண்டும் என்று அரசைக் கேட்டுக் கொண்டது. 'அறுவை சிகிச்சை தேவையில்லை' என்ற தலைப்பில் அந்த அறிவிப்பு வெளியிடப்பட்டது. அகில இந்திய அலோபதி கழகம் யானைக்கு மூலநோய் வருவதில்லை, அதிக எடை காரணமாக ரத்த அழுத்தம் மட்டுமே வர வாய்ப்புள்ளது என்றது.

அந்த யானை திரேதாயுகத்தில் ஆங்கிரீஸ முனிவரின் சாபத்தால் யானையாக ஆன ஒரு யட்சன் என்று வேம்பட்டி ஸ்ரீனிவாஸய்யா

என்ற புராண அறிஞர் சொன்னபோது பிரச்னை சூடு பிடித்தது. யானையை அடக்கம் செய்வதா அல்லது எரிப்பதா என்ற கேள்வியே பிரதானமாக எழுந்து தேசிய ஆங்கில நாளிதழ்களில் கட்டுரைகளும் தேசிய ஆங்கில தொலைக்காட்சிகளில் விவாதமும் நடைபெற்றது. அமெரிக்க நிதியுதவி பெற்ற நவீன ஆய்வுகளின்படி திராவிடத் தமிழ்நாட்டில் யானைகளே கிடையாது, அவை ஆரிய இறக்குமதிகள், ஆகவே இப்பிரச்னைக்கும் தமிழ்நாட்டுக்கும் தொடர்பே இல்லை என்று எஸ்.எம்.பாண்டியராஜா என்ற ஆய்வாளர் சொன்ன கருத்து வழக்கம்போல தேசிய அளவில் அனைவரையும் விரிவாக மகிழ வைத்தது. இந்து அமைப்புகள் மத்திய அரசு பதவி விலகவேண்டுமெனக் கோரி ஆர்ப்பாட்டம், கண்டன ஊர்வலம் முதலியவற்றை நிகழ்த்த இந்து அமைப்புகளை இடதுசாரிகள் கண்டித்தனர். பிரச்னை சிக்கலானபோது அரசு வழமைபோல ஒரு கருத்தறிவாளர் குழுவை அமைத்தது.

கருத்தறிவாளர் குழுவில் இந்து மெய்ஞான மரபைச் சேர்ந்த எல்லா தரப்பினரும் பங்குகொள்ளவேண்டும் என்று கேட்டுக் கொண்டதற் கேற்ப ஒன்பது பேர் கொண்ட குழுவாக அது உருவாக்கப்பட்டது. அவர்கள் தனி ரயில்மூலம் காசிரங்கா காட்டுக்குக் கொண்டுவரப் பட்டார்கள். அவர்களில் வேதஞானியாகிய வாரணாசி கஸ்யப கோத்ரம் ஹரிராம்ஜி தீன்தயாள்ஜி அக்னிஹோத்ரிஜி மஹராஜ் பல்லக்கு அன்றி எந்த வாகனத்திலும் ஏறுவதில்லை என்பதனால் அவரை பல்லக்கில் இருத்தி அதை அப்படியே சுமந்தபடி போகிகள் ஒரு கூட்ஸ் ரயில் பெட்டியில் ஏறி மெல்ல முன்னும்பின்னும் நடந்தபடி இருக்க ரயில் விரைந்து காசிரங்கா காட்டை அடைந்தது. அவருடன் அதே ரயிலில் வேதகோஷம் எழுப்பும் மாணவர்கள், ஒரு நாட்டு யானை, ஒட்டகம், கோவேறு கழுதை, பால் மற்றும் கோமூத்திரம் அளிக்கும் காராம்பசு, பின்பக்கத்தை பூசைக்குக் காட்டும் வெள்ளைப்பசு, பதாகை ஏந்திகள், பந்தமேந்திகள் முதலிய உயிரினங்களும் பயணம் செய்தன. அவர்களும் ரயிலுக்குள் நடந்துதான் சென்றார்கள்.

குவாஹாத்தியைச் சேர்ந்த ஏழு சோதிடர்கள் சேர்ந்து நன்னாள் குறிக்கையில் அவர்களுக்கிடையே கடும் வாக்குவாதம் ஏற்பட்டமையால் தலைமைச்செயலர் தலைமையில் ஏற்பட்ட சமரசத்திட்டத்தின்படி மார்ச் ஏழாம் தேதிக்கும் எட்டாம் தேதிக்கும் நடுவே நள்ளிரவு பன்னிரண்டு மணிக்கு அலஹாபாதிலிருந்து இதற்கென வந்திருந்த வைதீகர்கள் கணபதி ஹோமத்தைத் தொடங்கி மறுநாள்வரை நீட்டி மங்கலமாக விவாதத்தைத் தொடங்கி வைத்தார்கள். அஸ்ஸாமியக் கலை மற்றும் பண்பாட்டு

அமைச்சர் சந்திரதர பரூவா இந்தியப் பண்பாடு மிகவும் ஆழமானது என்று உரையாற்றி விவாதத்தை முறைப்படி தொடங்கிவைத்தார். விவாதத்தை ஒட்டி கலாமந்திர் சுஜாதா பாணிக்ராஹியின் கீதோப தேசத்தைச் சித்தரிக்கும் ஒடிஸி நடனமும் அஸ்ஸாமிய பழங்குடி நடனமும் நடைபெற்றது.

வேதஞானியாகிய கஸ்யப கோத்ரம் ஹரிராம்ஜி தீன்தயாள்ஜி அக்னிஹோத்ரி மஹராஜ் அவர்கள் பலசாதியினருக்கும் தரிசனம் கொடுக்க நேரும் தருணங்களில் மாட்டுத்தொழுவிலேயே தங்குபவராதலால் அவருக்காக காசிரங்கா காட்டில் இருபத்திரண்டு லட்ச ரூபாய் செலவில் டெல்லியைச் சேர்ந்த புகழ்பெற்ற சிற்பி வசீம் பதம்ஜி அவர்களால் வடிவமைக்கப்பட்ட தொழுவம் அச்சு அசல் தொழுவம்போலவே இருந்ததாகப் பாராட்டப்பட்டது. அதில் ஒரே ஒரு பசு மட்டும் கட்டப்பட்டு அதன் சாணியை உடனடியாக அள்ளி அகற்ற இரண்டு சேவகர்கள் நியமிக்கப்பட்டார்கள். குளிர்சாதன வசதி செய்யப்பட்ட தொழுவுக்குள் விருந்தினர் அமர திண்டுகளும், அதிநவீன உலர்கழிப்பறைகளும், ஓய்வெடுக்க படுக்கையும், தொலைக்காட்சிப்பெட்டியும், கணிப்பொறியில் இணைய வசதியும் இருந்தன. ஏ.ஸி குளிரில் பசு நடுங்கியதனால் அதற்கு காஷ்மீரக் கம்பிளி போர்த்தப்பட்டிருந்தது.

நன்னாளில் வேதஞானியாகிய கஸ்யப கோத்ரம் ஹரிராம்ஜி தீன்தயாள்ஜி அக்னிஹோத்ரி மஹராஜ் அவர்கள் ஸ்தலத்துக்கு எழுந்தருளி தங்க சிம்மாசனத்தில் வீற்றிருக்க அவருக்கு அவரது ஏழு சீடர்களும் முப்பது உயரதிகாரிகளும் பதினேழு தொழிலதிபர்களும் அவர்தம் மனைவியரும் கால்கழுவி பாதபூஜை செய்தனர். அந்த நீர் பக்தர்களுக்கு விநியோகம் செய்யப்பட்டது. ஏழைகளின் தேவையைக் கருதி அத்துடன் பல குடங்கள் நீர் மேலும் சேர்க்கப் பட்டு குறைந்த விலையில் விற்கப்பட்டது. அதன் பின்னர் 'கர்மதர்ம விதிகளின் பிரகாரம் அவரவர்களுக்கு விதிக்கப்பட்ட வற்றை அவரவர் திறமைக்கேற்றபடி செய்து அவரவருக்குரிய முக்தியை அடையப்பெறுவது அவரவர் கடமையாகும்' என்ற கருத்தை தன் முன்னோடியிடமிருந்து கற்றுக்கொண்டதன்படி நான்கு மணிநேரம் உபன்யாசம் செய்து கேட்டவர்களுக்கு காணிக்கையாக வந்த வாழைப்பழங்களை எடுத்து எறிந்துகொடுத்த பின்னர் மகாராஜ் ஓய்வெடுக்கச் சென்றமையால் அன்றைய கூட்டம் அத்துடன் ஒத்திவைக்கப்பட்டது.

லூங்கா குளிரூட்டப்பட்டு பாதுகாக்கப்பட்ட கண்ணாடிப் பேழைக்குள் துதிக்கை சுருட்டி குறுகிப் படுத்திருக்க அதற்கு மத்திய காவல்படைப் பாதுகாப்பு இருந்தது. இரண்டாம் நாள்

வழக்கம்போல ஹரிராம்ஜி தீன்தயாள்ஜி அவர்கள் தனது பூஜைதரிசனங்களை முடித்துவிட்டு வருவதற்கு தாமதமானதனால் மதியத்தில்தான் விவாதம் ஆரம்பித்தது. முதலில் ஹரிராம்ஜி தீன்தயாள்ஜி அவர்கள் வேத மந்திரம் ஓதினார். பின்னர் மலர்ந்த முகத்துடன் 'இங்கே ஒரு திவ்யமான ஆத்மாவின் பரிசுத்தமான பரிபூரணத்தின் பொருட்டு நாம் கூடியிருக்கிறோம். அந்த ஆத்மா ராமநாமம் மூலம் முக்தியடைந்துள்ளது என்பதனால் அதன் உடலை நாம் முறைப்படி சம்ஸ்காரம் செய்து அந்த இடத்தில் ஒரு சமாதிஸ்தானம் அமைக்க வேண்டுமென்பதே சாஸ்திர விதியாகும்' என்று சொல்லி 'இதை வேதங்களில் இவ்வாறு சொல்லியிருக்கிறது. 'ரிஜீஷனனே நீ சோமத்தைப் பருக இந்த தர்ப்பைக்கு விண்ணிலிருந்தோ வானிலிருந்தோ வா. உன்னுடைய குதிரைகள் நீ எங்கள் துதிகளைக் கேட்கவும் இன்பமாகவும் உன்னை இங்கு எங்களிடம் ஏந்தி வருவதாக!' என்றார். உடனே இரு சீடர்கள் பக்தியுடன் கண்ணீர் மல்கி அவரை வணங்கினர்.

சற்று நேரம் அமைதி நிலவியது. சாங்கிய தரிசனத்தில் முனைவர் பட்டம்பெற்றவரும், இருபது நூல்களின் ஆசிரியருமான பிரதீஷ் பட்டாச்சாரியா மெல்ல தொண்டையைக் கனைத்தபடி '...இந்த வேதவரிகளுக்கும் நாம் இங்கே பேசவிருக்கும் பிரச்னைக்கும் என்ன தொடர்பு என்று அறியலாமா?' என்றார்.

'வேதம் அனைத்துடனும் சம்பந்தமுடையது. ஆகவே அதற்கு சர்வஸ்வம் என்று பெயர். அது அனாதி. அனந்தம். சர்வ வியாபி. ரிக்வேதத்தில் ஏழாம் மண்டலத்தில் இருபத்துமூன்றாம் சூக்தத்திலே ரிஷி மைத்ராவருணி வசிஷ்டன் இவ்வாறு சொல்கிறான்: 'இந்திரனே மதமளிக்கும் இந்த பானங்கள் உன்னை போதைப்படுத்துக. துதிக்கும் எனக்கு வலியவனும் மிக்கசெல்வனுமாகிய புதல்வனைக் கொடு. நீ ஒருவனே தேவர்கள் நடுவே மனிதர்களிடம் கருணையுடன் இருக்கிறாய். இந்த வேள்வியில் உனக்கு நல்ல போதையுண்டாகட்டும்.'

சாங்கியரான பிரதீஷ் பட்டாச்சாரியா திக்பிரமையடைந்து நியாய வைசேஷிக சிறப்பு அறிஞரான கோனேரி லட்சுமிநரசிம்மையாவை ஒருமுறை நோக்கியபின் எச்சிலை விழுங்கி '...இந்த வரிகளின் சம்பந்தம் எனக்கு மேலும் புரியவில்லை' என்றார்.

'வேதங்களின் பொருளைக் கேட்பது வேதநிந்தை. வேதம் என்பது சப்தம். சப்தத்தை மட்டுமே கேட்கவேண்டும்...' என்றார் பூர்வ மீமாம்சகரான கும்பகோணம் ராமகிருஷ்ணய்யர்.

'அதெப்படி' என்று பிரதீஷ் பட்டாச்சாரியா ஆரம்பிக்க, கும்பகோணம் ராமகிருஷ்ணய்யர் 'ரீமிக்ஸ் பாட்டையெல்லாம்

கேட்கிறீர்கள் அல்லவா? அதுபோலத்தான்' என்று விளக்கி 'வேதத்தை சுருதி என்று சொல்கிறார்கள். வேதம் சுருதி என்றால் மீமாம்சமே நாயனமாகும். நாதஸ்வரத்தை கேளுங்கள், வம்பாக சுருதியைத்தான் கேட்பேன் என்று அடம்பிடிக்காதீர்கள்' என்று அறிவுறுத்தினார்.

'வேதநிந்தை ஆயிரம் பசுக்களைக் கொன்ற பாவத்துக்கு நிகர். வைதீகரை நிந்தை செய்தல் ஆயிரம் வேதங்களை பகுத்து ஆராய்ச்சி செய்த பாவத்துக்கு நிகர்' என்றார் ஹரிராம்ஜி தீன்தயாள்ஜி சாந்தமாக.

'நாம் விவாதத்துக்கு திரும்புவோமா?' என்றார் அத்வைதியும் கவிஞருமான யதீந்திரநாத் கோத்தாரி. 'இந்தக் காட்டில் ஒரு யானையை அனைவரும் தங்கள் ஐம்புலன்களால் உணர்ந்திருக் கிறார்கள். ஆகவே அந்த யானை பாவம். அதைப்பற்றிய ஒட்டு மொத்தமான மனச்சித்திரம் பிரதிபாவம். அப்படியானால் இதோ கண்ணாடிக் கூண்டில் இருப்பது என்ன? இதுதான் இங்கே நாம் சந்திக்க வேண்டிய கேள்வி...'

'செத்த பிணம் வேறு என்ன, ஆபாஸம்தான்' என்றார் வைசேஷி கரான மைசூரைச் சேர்ந்த கோனேரி லட்சுமிநரசிம்மையா.

'சாங்க்ய தத்துவத்தின்படி பிரபஞ்சம் என்பது ஐந்து பருப்பொருட்களின் கலவை. வெற்றிலை, பாக்கு, சுண்ணாம்பு போட்டு மென்றால் சிவப்பாக தாம்பூலம் உருவாவதுபோல நீர், நிலம், நெருப்பு, காற்று, வானம் என்ற ஐந்து பொருட்களின் கலவை யால்தான் பிரபஞ்சம் உருவாகியிருக்கிறது...' பிரதீஷ் பட்டாச்சாரியா சொன்னார்.

'அப்படியானால் ஈஸ்வரன்?' என்றார் மீமாம்சகர் கும்பகோணம் ராமகிருஷ்ணய்யர் பீதியுடன்.

'அது ஜரிதா. வேண்டுபவர்கள் வைத்துக்கொள்ளலாம். கும்மென்றிருக்கும்...' என்று சொன்ன பிரதீஷ் பட்டாச்சாரியா 'யானை என்பது ஐந்து பூதங்களினாலானது. ஐந்துபூதங்கள் தங்களுக்குள் சமநிலையில் இருந்தபோது பெருவெடிப்பு ஏற்பட்டு அவை-'

'மன்னிக்கவும்' என்று குழுவின் கால்நடை மருத்துவர் இடைபுகுந்தார் '... யானை பெருவெடிப்பால் இறக்கவில்லை. அதன் பிருஷ்டத்தில் ஒரு வெடிப்பு இருந்தது உண்மைதான் என்றாலும்...'

குழுவில் ஏற்பட்ட பேரமைதியைக் கண்டு மருத்துவர் தயங்க சூழியலாளர் டேவிட் தருமன் 'உண்மையில் இயற்கையில் ஐந்து

யானைகள் ஒருபோதும் சமநிலையில் இருப்பதில்லை. கொம்பனும் பிடியுமாக இரண்டு யானைகள்தான் சமநிலையில் ஈடுபடும். அதற்கு டிசம்பர் மாதம்தான் உரிய பருவகாலம். மேலும் அப்போது…' என்றார்.

இரு உதவியாளர்கள் வந்து நிபுணர்களை அமைதிப்படுத்திய பிறகு விவாதம் நீடித்தது. 'பெருவெடிப்பில் அவற்றின் சமநிலை கலைந்து அவை ஒன்றோடொன்று தழுவியும் இணைந்தும் உருவாக்கிய கோடானுகோடி பருவடிவங்களில் ஒன்றே யானை என்பது. ஆகவே யானையை நாம் மீண்டும் பஞ்சபூதங்களுக்கு திருப்பியனுப்புவதே சிறந்த வழியாகும்' பிரதீஷ் மீண்டும் தொடர்ந்தார்.

'அதில் உள்ள ஈஸ்வரன்?' என்று மீமாம்சகர் கும்பகோணம் ராமகிருஷ்ணய்யர் கடும்சினம்கொண்டு தொடையில் ஓங்கி அறைந்து கேட்டார்.

'அதை அதனிடமே மரியாதையுடன் திருப்பி அனுப்பிவிடலாம்' என்றார் சாங்கியரான பிரதீஷ் பட்டாச்சாரியா.

'யானை என்பது பல்லாயிரம் கோடி நுண்ணணுக்களினால் ஆனது. ஒவ்வொரு அணுவுக்கும் யானைத்தன்மை உண்டு. அதற்கு விசேஷாத் குணபர்யதை என்று சொல்வோம்…' என்று நியாயவை சேஷிகரான கோனேரி லட்சுமிநரசிம்மையா ஆரம்பிக்கவும் துவைதி யான புல்லள்ளி பீமாச்சாரியார் உள்ளே புகுந்து 'யானைப்பிண்டம் யானையணுக்களினாலானதா இல்லை பிண்டாணுக்களாலானதா?' என்றார். விக்கித்துப்போன நியாய வைசேஷிகரால் ஒன்றும் சொல்ல முடியவில்லை.

மத்வ துவைதியான புல்லள்ளி பீமாச்சாரியார் புன்னகையுடன் 'யானையானது பிண்டத்தை உற்பத்திசெய்வதுபோல பிரம்ம சொரூபனாகிய பெருமான் பிரபஞ்சத்தை உற்பத்தி செய்கிறார். போட்டுவிட்டு யானை தன் வழிக்குப் போவதுபோல அவர் வேறு லீலைக்குப் போய்விடுகிறார். பிண்டத்தில் உருவாகும் பல்லாயிரம் பூச்சிகள், கிருமிகள் போன்றவை ஜீவாத்மாக்கள்…'

'நாம் நம் சுயசரிதையை விவாதிக்க இங்கே கூடியிருக்கவில்லை…' என்று சொன்ன அத்வைதியான யதீந்திரநாத் கோத்தாரி 'யானையன்றி வேறு எதுவுமே இல்லை. யானை மெய், பிண்டம் மாயை என்பதே உண்மையாகும்' என்றார். 'இதை பிண்டமாயை என்று சொல்லலாம். 'கஜசத்ய:பிண்டமாயா' என்று சூத்திரம்.'

'அந்த யானையை உரித்து அதன் தோலைப் போர்த்தியவர் எம்பிரான்…' என்றார் சைவசித்தாந்த சாகரம் தச்சநல்லூர் சங்கரநயினார் பிள்ளை.

‘அந்த யானை ஆதிமூலமே என்று எங்கள் பெருமானை மட்டுமே அழைத்தது. சுடலைக்காட்டுப் பிச்சைக்காரர்களை அழைக்க வில்லை. சக்கரமேந்தி அவன் தோன்றி முதலை வாயிலிருந்து மீட்டான்’ என்ற விசிஷ்டாத்வைதியான பிரதிவாதி பிரியங்கரம் ஸ்ரீரங்கம் வரதாச்சாரியார், ‘அந்த முதலை ருத்ராட்சக் கொட்டை போட்டு முதலைக் கண்ணீர் வடித்ததாகவும் பேச்சு உண்டு’ என்று தெளிவாகவே முணுமுணுத்தது பிள்ளைவாளுக்குக் கேட்டது.

‘உங்கள் பிண்டத்துக்கு காவல்னுதானே வேய் இப்ப உடுப்பிக்காரன் சொல்லிட்டுப்போனான். அவனைப்போயி கேளும்வே’ என்று பிள்ளைவாள் தமிழில் எகிறியபோது ‘நேர்ப்பேச்சு வாணாம்... நேர்ப்பேச்சு வாணாம். நேக்கு பயமா இருக்கு’ என்றார் விசிஷ்டாத் வைதியான அய்யங்கார். பிற ஞானிகள் உள்ளே புகுந்து சட்டம் ஒழுங்கு நிலைநாட்டப்பட்டது.

‘அணுக்கொள்கைப்படி யானை என்ற குணவிசேஷத்துக்கு யானை என்ற பருவடிவம் கிடைத்தது. அப்பருவடிவம் இல்லாமலான தனால் அதை என்ன செய்தாலும் யானையை ஒன்றும் செய்ததாக ஆகாது...’ என்றார் கோனேரி லட்சுமிநரசிம்மையா. ‘தன்மாத்ரை களான விசேஷ குணங்கள் நிரந்தரமானவை.’

‘குணவிசேஷம் அப்படி சரீரபூதத்தைவிட்டுப் போவதில்லை. அது அழியாத கறைபோல எப்போதுமே படிந்திருக்கும் என்று மத்வர் மகாபாஷ்யத்திலே சொல்கிறார்’ மத்வ துவைதியான புல்லள்ளி பீமாச்சாரியார் சொல்ல, ‘அதைச் சொல்லணுமாக்கும்? உடுப்பி ஓட்டல் காபி டபராவைப் பாத்தாலே தெரியுமே’ என்று பிள்ளைவாள் முணுமுணுக்க மீமாம்சகரான கும்பகோணம் ராமகிருஷ்ணய்யர் அவரைப்பார்த்து லேசாகக் கண்ணடித்துச் சிரித்தார்.

‘இப்படி தனித்தனியாக பேசவேண்டிய அவசியமே இல்லை. எல்லாவற்றையும் வேதங்களிலே தெளிவாகச் சொல்லியிருக்கிறது’ என்றார் ஹரிராம்ஜி தீன்தயாள்ஜி அக்னிஹோத்ரி மஹராஜ். ‘பலவானாகிய மகவானே, நீ தாகமடைந்த மானைப்போல சோமரசம் இருக்கும் இடத்துக்கு துள்ளி ஓடி வா. விருப்பம் போல அள்ளிக் குடி...’

சாங்கியரான பிரதீஷ் பட்டாச்சாரியா கண்ணீர் மல்கி உதடு துடிக்க நியாயவைசேஷிகரான கோனேரி லட்சுமிநரசிம்மையாவைப் பார்த்துவிட்டு ‘எனக்கு இதன் இப்போதைய பொருத்தம் என்ன என்று எத்தனை யோசித்தாலும்...’ என்று தழுதழுத்தார்.

‘ரிக் வேதம் எட்டாம் பாதத்தில் ரிஷி தேவாதிதி கண்வன் சொல்லும் அந்த வரி ஆழமான தத்துவ அர்த்தம் கொண்டது. யக்ஞாதி

கர்மங்கள் பிரபஞ்ச அனுஷ்டானங்களுக்கான ஸபீக்ஷ்மதலத்துக் கான திருஷ்டாந்தங்களாக இருப்பதனால் அவற்றை நாம் ஓஜஸுள்ள ரஸம் அல்லது மது அல்லது அதிசூக்ஷ்மமான வியாக்யானத்திலே சொன்னோமென்றால் திவ்யமான ஆனந்தமாக எடுத்துக் கொள்ளும்போதுதான் சத்சித்ஆனந்தம் என்று சொல்லும் திரிமுக ஸ்வரூபநிலையில் பகவானை காண்கிறோம் என்று இந்த வரியிலே ரிஷி தாத்பரியப்படுத்துகிறார் என்பதோடு...' என மீமாம் சகரான கும்பகோணம் ராமகிருஷ்ணய்யர் ஆரம்பிக்கவும் அத்தனை பேரும் பாய்ந்து அவரை முழுமையாக ஆமோதித்து அவர் பேச்சை நிறுத்தி ஆசுவாசப்பட ஹரிராம்ஜி தீன்தயாள்ஜி அக்னிஹோத்ரி மஹராஜ் மென்மையாகப் புன்னகைசெய்தார்.

'ஆனந்தத்தைப் பற்றி பேசுவதானால் பிரம்மஸ்வரூபன் அக்கார அடிசிலிலே நெய்போலப் பரவி சர்வ மதுரமாய் நிற்கிறான் என்று பதினாறாயிரத்தெட்டாம் படியிலே சொல்லியிருக்கிறது...' விசிஷ்டாத்வைதியான ஸ்ரீரங்கம் வரதாச்சாரியார் ஆரம்பித்தார்.

'ஏன், புளியோதரையிலே புளின்னு சொல்றது?' என்றார் பிள்ளைவாள், அய்யங்கார் காதில் விழும்படி.

'நேரில பேச வாணாம்னு சொல்லுங்கோ. நேக்கு பயம்மா இருக்கு' என்றார் அய்யங்கார்.

அத்வைதியான யதீந்திரநாத் கோத்தாரி 'இதை இன்னொரு கோணத்திலே சொல்லலாம். யானையைப் பார்த்த ஒன்பது வெள்ளைத் தத்துவ ஞானிகளின் கதையை நாம் பள்ளிக்கூடத்தில் படித்திருப்போம். ஒருவர் அதன் வாலைத்தொட்டு கயிறு என்றார். இன்னொருவர் அதன் கால்களைப் பார்த்து தூண் என்றார். இன்னொருவர் அதன் தலையையும் தும்பிக்கையையும் பார்த்து விட்டு மாபெரும் வாக்வம் கிளீனர் என்றார். பிண்டத்தை மிதித்துப் பார்த்துவிட்டு பிட்ஸா என்றவரும் உண்டு. ஆகவே ஒருபோதும் யானையை நம்மால் முழுதாகப் பார்த்துவிட முடியாது...'

சற்றே புன்னகைசெய்தபின் அத்வைதியான யதீந்திரநாத் கோத்தாரி தொடர்ந்தார் '...அதாவது நாம் பார்க்கும் யானை யானையே அல்ல. ஆகவே யானையை நாம் பார்க்கவே முடியாது. ஆகவே யானையே இல்லை. இருப்பது யானையைப் பற்றிய நமது பாவம்தான். நாம் யானையைப்பற்றி கேள்விப்பட்டவற்றையும் நாமே கற்பனை செய்துகொள்பவற்றையும் அந்த எளிய மிருகம் மீது ஏற்றுகிறோம். இதை நாங்கள் அத்யாரோபம் என்கிறோம்...' என்றார் 'பாவம், வாயில்லா ஜீவன். அத்தனை பெரிய அத்யாரோபத்தை அது எப்படித் தாங்கும்? எங்கள் மகாகுரு சங்கர பகவத்பாதரே

சிஷ்யர்களின் அத்யாரோபம் தாங்காமல்தான் முப்பதுவயதிலே முக்தியடைந்தார் என்பார்கள்...'

'ஆகவே என்ன செய்வது?' என்றார் வைசேஷிகரான கோனேரி லட்சுமிநரசிம்மையா.

'உயிருள்ளவை அத்யாரோபத்தை தாங்காது. ஆனால் கல் தாங்கும். அதற்காகவே நமது முன்னோர்கள் கோயில்களில் கற்சிலைகளை நிறுவியிருக்கிறார்கள். இந்த சடலத்தை ஏதாவது செய்துவிட்டு இந்த யானைக்கு ஒரு நல்ல கற்சிலையை நிறுவலாம்...'

'அதைத்தானே நானும் சொல்கிறேன். அந்தச் சிலையைச் சுற்றி ஒரு கோயில் இருந்தால் சிலைக்கு பாதுகாப்பு...' என்றார் மீமாம்சகரான கும்பகோணம் ராமகிருஷ்ணய்யர். 'அதைச்சுற்றி ஒரு அக்ரஹாரம் இருந்தால் கோயிலுக்கும் பாதுகாப்பு.'

அத்வைதியான யதீந்திரநாத் கோத்தாரி 'அதைப்பற்றி எங்களுக்கு கவலை இல்லை. நாங்கள் கோயிலுக்குப் போவதில்லை, மனைவிகளையே அனுப்புகிறோம்' என்றார்.

'ஆகவே நாம் மீண்டும் வேதஞானத்தையே வந்தடைந்திருக்கிறோம்...' என்றார் ஹரிராம்ஜி தீன்தயாள்ஜி அக்னிஹோத்ரி மஹராஜ். ' ரிக்வேதம் எட்டாம் பாதத்தில் ரிஷி இந்திராதி கண்வன் பாடியதுபோல 'அத்வர்யுவே நீ இந்திரனுக்கு சோமபானத்தை துரிதமாக ஊற்றிக்கொடு. அவன் தாகத்தோடு ஓடிவந்திருக்கிறான். அவன் தன் வலிமையான குதிரைகளை இணைத்து விருத்திரனைக் கொல்லப்போகிறான்'என்பதல்லவா மெய்ஞானம்?'

சாங்கியரான பிரதீஷ் பட்டாச்சாரியா கைகூப்பி கண்ணீர் வழிய 'என்னிடம் கருணை காட்ட வேண்டும். இந்த வரிகளுக்கு இங்கே என்ன பொருத்தம் என்பதை தயவுசெய்து சொல்லியருளவேண்டும்' என்றார்.

மீமாம்சகரான கும்பகோணம் ராமகிருஷ்ணய்யர் ஊடே புகுந்து, 'தெளிவாகத்தானே இருக்கிறது? ஸர்வகல்யாணசுகுணமுபூஷிதனும் ஸர்வ மங்கலவிபூஷிதனுமாகிய எம்பிரான் பிரபஞ்சாதி சிருஷ்டிஜாலங்களையெல்லாம் காருண்யாதி அனுக்ரஹங்களினாலே போஷித்தும் ஜீவாம்ருதமாகிய ஊர்ஜம் வர்ஷித்தும் ஆண்டு கொண்டிருக்கிற தன் உஜ்வல மஹத்வ ஸ்வபாவத்தினாலே...'

பிரதீஷ் பட்டாச்சாரியா மீமாம்சகரான கும்பகோணம் ராமகிருஷ்ணய்யரின் காலடியில்போய் விழுந்தார். பிறர் அவரை தூக்கி ஆசுவாசப்படுத்த அவர் விம்மிக்கொண்டே இருந்தார்.

ஹரிராம்ஜி தீன்தயாள்ஜி அக்னிஹோத்ரி மஹராஜ் தெய்விகமாகப் புன்னகைசெய்தார்.

மத்வ துவைதியான உடுப்பி புல்லள்ளி பீமாச்சாரியார் 'துவைத சித்தாந்தத்தின்படி நாம் மரணத்தைப்பற்றி பொருட்படுத்த வேண்டிய தேவையே இல்லை. எம்பெருமானின் லீலையினாலே வாழும் ஜீவாத்மாக்களெல்லாம் பிறந்து இறந்து ஒன்று இன்னொன்றாக மாறிக்கொண்டே இருக்கின்றன...' என்றார்.

'உடுப்பி ஓட்டலிலே சோறு இட்லியா மாறுத மாதிரி...' என்றார் தச்சநல்லூர் சங்கரநயினார் பிள்ளை. கும்பகோணம் ராமகிருஷ்ணய்யர் புன்னகை செய்தார்.

அத்வைதியான யதீந்திரநாத் கோத்தாரி உற்சாகமாக 'மரணமும் பிறப்பும் மாயை. ஏனென்றால் எது பிறப்பிறப்புக்கு ஆளாகிறதோ அது மாயை. அது ஏன் மாயை என்று கேட்டோமென்றால் அது மாயை இல்லை என்றால் அதை நம்மால் மாயை என்று சொல்ல முடியாது என்பதனால்தான். எது மாயை என்று உணரப்படுகிறதோ அதுவே மாயையாகும். மாயையை விஷயமாக அறிவதை பானம் என்கிறோம். விவேகசூடாமணியில் சங்கரபகவத்பாதர் என்ன சொல்கிறார் என்றால் பார்ப்பதெல்லாம் பார்க்கும் அறிவே. அறிவே அறியப்படுகிறது. அறிவே அறிவாக ஆகிறது. அறிவதும் அறியப் படுவதும் அறிபொருளாவதும் அறிவே. ஆகவே யானை என்பது தூய அறிவேயாகும்...' என்றார். மேதமை தவழ புன்னகைசெய்து 'அறிவை அடக்கம் செய்வதா புதைப்பதா என்று என்ன பேச்சு? என்ன மதியீனம் இது?'

'பின்னே என்னதான் செய்வது?' என்றார் வைசேஷிகரான கோனேரி லட்சுமிநரசிம்மையா.

'அறிவை என்ன செய்யவேண்டும்? அறிய வேண்டும். எப்படி? அறிவைப்பற்றி விவாதிப்பதன் மூலம்! அதைத்தான் நாம் செய்கிறோம். வேறு ஒன்றுமே செய்யவேண்டியதில்லை. அதுவே ஏதாவதுசெய்துகொள்ளும் வரை நாம் விவாதிக்க வேண்டியது தான்...'

'வேதாந்தி ஒருவர் பிரம்மத்தைப் பார்த்தால் அதையும் வேதாந்த விவாதத்துக்கு அழைப்பார் என்பார்கள்' என்றார் கும்பகோணம் ராமகிருஷ்ணய்யர்.

'யானைக்கு ஏழறிவு. அதனால்தானே வினாயகப்பெருமானுக்கு துதிக்கை இருக்கிறது...' என்றார் பிள்ளைவாள் மையமாக. மேற்கொண்டு சொல்ல முனைந்து பிடி நிற்காமல் நழுவவே

வழக்கமான சைவசித்தாந்தத்துக்குள் சென்று அமைந்து 'பதி பசுவை மேய்க்கும் கோலே ஞானம். அதிலே மூணு மலம் படிஞ்சிருக்கு...' என்றார்.

'சீச்சீ' என்றார் விசிஷ்டாத்வைதியான வரதாச்சாரியார் 'கைதவறி கீழ விழுந்துரிச்சோ?'

'டேய் குடுமி... உங்காளு மண்ண அள்ளி வாயில போட்ட மாதிரீன்னு நெனைச்சியா? சைவத்த தொட்டே மவனே அசைவ மாயிருவேன்... ஆமா' என்று பிள்ளைவாள் எகிற 'நேர்ப்பேச்சு வாணாம், நேக்கு பயமாருக்கு' என்று அய்யங்கார் அலறினார்.

'அமைதி அமைதி' என்றார் வேதஞானியாகிய கஸ்யப கோத்ரம் ஹரிராம்ஜி தீன்தயாள்ஜி அக்னிஹோத்ரி மஹராஜ் அவர்கள். 'ஆகவே நமது விவாதம் இங்கே உரிய முடிவை அடைகிறது. சமாதியடைந்த பூஜ்ய கஜராஜனை வேதவிதிப்படி இங்கே பிரித்வி சம்ஸ்காரம்செய்து ஒரு ஆலயம் எழுப்பி வேதவிதிகளின்படி உரிய பூஜாதி கர்மங்கள் செய்து உலக க்ஷேமத்துக்கு ஆவன செய்ய வேண்டியது...'

'இதில் யாருக்கும் மாற்றுக் கருத்து இல்லை என்று எண்ணுகிறேன்... இதன் அடிப்படையில் நாம் உடனே இங்கு பேசப்பட்டவைக்கு ஒரு பதிவுக்குறிப்பு தயாரித்து மேலே அனுப்பிவிடலாம்...' என்றபடி கும்பகோணம் ராமகிருஷ்ணய்யர் ஓரக்கண்ணால் சாங்கியரான பிரதீஷ் பட்டாச்சாரியாவைப் பார்த்தார். அவர் கண்ணீர்ததும்பிய கண்களுடன் வேதஞானி கஸ்யப கோத்ரம் ஹரிராம்ஜி தீன்தயாள்ஜி அக்னிஹோத்ரி மஹராஜ் அவர்களையே பார்த்துக்கொண்டிருந்தார்.

'ஆகவே நாம் ஒருமனதாக வேத விதிப்படி இந்த முடிவை எடுத்திருக்கிறோம்...' என்ற கும்பகோணம் ராமகிருஷ்ணய்யர் அனைவரையும் நோக்கினார்.

'அத்வைத வேதாந்தப்படி வேதம் பிரம்மம். பலிமிருகமும் பிரம்மம். ஹோதாவும் பிரம்மம். அக்னியும் பிரம்மம். பலி ஏற்கும் தேவனும் பிரம்மம். ஆகவே பிரம்மம் பிரம்மத்தைப்பற்றி என்ன சொன்னாலும் பிரம்மத்துக்கு அதனால் பிரச்னை இல்லை. அதை நாம் தொந்தரவு செய்யாமலிருந்தால் போதும்...' என்றார் அத்வைதி யான யதீந்திரநாத் கோத்தாரி.

'வேதத்துக்கு நாங்க எதிரிகள் கெடையாது. ஏன்னாக்க, வேதமே அந்தக் காலத்திலே குமரிக்கண்டத்திலே இருந்த சைவப்பிள்ளைமார் செஞ்சதுதான்' என்று சைவ சித்தாந்தி தச்சநல்லூர் சங்கரநயினார்

பிள்ளை தமிழில் சொன்னார். 'அங்கேருந்துதான் திருநவேலிக்கு வந்து குடியேறியிருக்காஹ. நம்மாளு ஒருத்தன் இன்னொருதனிட்ட சொன்ன 'வே, அது' ங்கிற ரெண்டு வார்த்தையிலேருந்துதான் வேதமே வந்திருக்கு. சுவடி இருக்குவெ...'

நியாயவைசேஷிகரான கோனேரி லட்சுமிநரசிம்மையா ஓரக்கண்ணால் பிரதீஷ் பட்டாச்சாரியாவைப் பார்த்தார். குழப்பமாக இன்னும் ஒருமுறை பார்த்தபின் 'வேதம் என்பது வேத அணுக்களினாலும் சப்த தன்மாத்ரைகளினாலும் ஆனதினால்...' என்று ஏதோ ஆரம்பித்தார். பிரதீஷ் வெறித்த கண்களுடன் வேதஞானியையே நோக்கி அமர்ந்திருக்கக்கண்டார்.

'திருப்பதி லட்டை பிச்சுப்பிச்சு பூந்தியா மாத்தி இந்த கொள்கையக் கண்டுபிடிச்சான்போல' என்றார் பிள்ளைவாள்.

கும்பகோணம் ராமகிருஷ்ணையர் பிள்ளைவாளிடம் புன்னகை செய்துவிட்டு 'கடைசியாக என்னதான் சொல்கிறீர்கள்?'

'அதாவது இருபத்துநான்கு அடிப்படை தத்வங்களும் அவற்றுக்கான விசேஷகுணங்களும்...'

'சேத்து உருட்டினா லட்டு...' என்ற கும்பகோணம் ராமகிருஷ்ணையர் 'அப்புடு ஓக்கேன்னு செப்பேரா...'

'ஓக்கே ஸ்வாமி, ஓக்கே' என்றார் கோனேரி லட்சுமிநரசிம்மையா.

'அப்படியானால் பிரச்னை தீர்ந்தது' என்று கும்பகோணம் ராமகிருஷ்ணையர் வேகமாக எழுத ஆரம்பித்தார்.

சாங்கியரான பிரதீஷ் பட்டாச்சாரியா மெல்ல எழுந்து உடைந்த குரலில் 'மகராஜ், நான் என்ன கேட்கிறேன் என்றால்...' என்று ஆரம்பித்தார்.

'நீங்கள் கேட்பதை ரிக்வேதத்தின் எட்டாம் பாதத்தில் ரிஷி இம்பிஷ்டி காண்வர் விளக்கிச் சொல்கிறார் 'நான் சோமரஸத்தால் உன் வயிற்றை நிரப்புகிறேன். அது உன் அங்கங்கள் எல்லாம் பரவட்டும். உன் நாக்கால் இனிய சோமத்தை ருசித்துப்பார்' என்று...'

பிரதீஷ் 'ஆ!' என்று கூவிய பின்னர் சட்டென்று தன் கால்சட்டையைக் கழற்ற ஆரம்பிக்க அவரை காவலர் பாய்ந்து பிடித்தார்கள்.

அவ்வாறாக தத்துவ விவாதம் முடிவுக்கு வந்தது. அறிக்கை மேலிடத்துக்கு சமர்ப்பணம் செய்யப்பட்டது. பிரதீஷ் பட்டாச்சாரியாவுக்கான மருத்துவச்செலவை முழுமையாகவே

மடம் ஏற்கும் என்று கஸ்யப கோத்ரம் ஹரிராம்ஜி தீன்தயாள்ஜி அக்னிஹோத்ரி மஹராஜ் அவர்கள் பெருங்கருணையுடன் அறிவித்தார்.

நான்குமாதம் கழித்து சைத்ரமாதம் புர்ணமி நன்னாளில் பரமபூஜனீய லூங்காஜி பரமஹம்ஸ மகாராஜ் அவர்களின் சமாதிஸ்தானில் கட்டவிருக்கும் பேராலயத்துக்கு கஸ்யப கோத்ரம் ஹரிராம்ஜி தீன்தயாள்ஜி அக்னிஹோத்ரி மஹராஜ் அவர்கள் அடிக்கல் நாட்டியருளினார். தொடர்ந்து வேள்விகளும் பூஜைகளும் நடந்தன. கலைநிகழ்ச்சிகளும் புராணப் பிரசங்கங்களும் நடைபெற்றன. நான்குவருடம் கழித்து ஜனாதிபதி தலைமையில் மகந்த் விஸ்வமோகன் மகாபாத்ரா உள்பட எட்டு மதத்தலைவர்கள் முன்னிலையில் கோயில் கும்பாபிஷேகம் செய்யப்பட்டது.

- மே 13, 2008

46

மூத்த எழுத்தாளர்கள் அடிக்கடி சொல்லும் பொய்கள்

1. விருதுகளினால் இலக்கிய மதிப்புகள் தீர்மானமாவதில்லை. ஆகவே, எனக்கு விருதுகளில் நாட்டமில்லை. சென்ற வருடத்திய விருது .... க்குக் கொடுக்கப்பட்டதில் எனக்கு மகிழ்ச்சியே.

2. எனக்கும் மற்ற மூத்த எழுத்தாளர் .... க்கும் காழ்ப்பும் போட்டியும் நிலவுவதாகச் சொல்லப்படுவது அவதூறு. நான் அவருடன் உண்மையில் மிகுந்த நட்பு கொண்டவன். அவர் என் வீட்டில் சாப்பிட்டிருக்கிறார் தெரியுமா?

3. நல்ல எழுத்தாளனாக இருக்க நிறைய படிக்கவேண்டும். நான் நிறையவே படிப்பேன் (என் நூல்களை).

4. இன்றைய இலக்கியப் போக்குகளை ஊன்றிக் கவனித்து வருகிறேன். சிறு பையன்கள் எழுதுவதையெல்லாம்கூட படிக்கிறேன்.

5. இளம் எழுத்தாளர்கள் சிறப்பாக எழுதுகிறார்கள். குறிப்பாக, ... ஆகியோர் அருமையாக எழுதுகிறார்கள். அவர்களுடைய எழுத்தில் உள்ள சுதந்திரம் எனக்கு மிகவும் பிடித்திருக்கிறது.

6. இளம் எழுத்தாளர்களுக்கும் எனக்கும் நடுவே தலைமுறை இடைவெளி ஏதும் இல்லை. சொல்லப்போனால் எனக்கு இளம் எழுத்தாளர்களின் நடுவேதான் சுதந்திரமே இருக்கிறது.

7. பாராட்டி எழுதும் விமரிசனங்கள் எனக்கு மகிழ்ச்சியை அளிப்பதில்லை.

8. எழுத்தாளர் ....எழுதிய நூலுக்கு நான் முன்னுரை எழுத நேர்ந்ததனால் அதைப் பாராட்டவில்லை. உண்மையிலேயே அது எனக்குப் பிடித்த நூல்.

9. தலித் எழுத்தாளர்கள் நம்மை நிராகரிப்பது நியாயம்தானே. அவர்களின் வரலாற்று வலி அப்படிப்பட்டது.

10. என்னை விமரிசிக்கும் உரிமை எல்லாருக்கும் உண்டு. என் விமரிசகர்களும் என் நண்பர்களே.

11. நான் ஒருபோதும் சன்மானத்தை வைத்து பத்திரிகைகளை அளப்பதில்லை.

12. நான் பத்திரிகை ஆசிரியர்களைச் சந்தித்ததே இல்லை

13. நான் எழுத வந்ததே விபத்துதான். ....சொல்லித்தான் நான் எழுதுவது இலக்கியம் என்றே எனக்கு தெரியும். எழுத வந்ததில் எனக்கு மகிழ்ச்சி இல்லை.

14. விமரிசகர் .... என்னைத் தூக்கிவிட்டதாகச் சொல்லப் படுவது பொய். அவர் என் நண்பர். அவரை நான் நேர் பேச்சில் கடுமையாக விமரிசிப்பேன் தெரியுமா?

15. நான் எந்த இலக்கியக் குழுவிலும் இல்லை. இலக்கியத்தில் குழு அரசியல் அபாயகரமானது.

16. இலக்கிய வம்புகளை நான் படிப்பதே இல்லை.

17. நான் எழுதுவது எனக்காகவே.

18. என் மனைவி நான் எழுதுவதை விரும்பிப் படிப்பாள்.

19. என் கடிதங்களைத் தொகுப்பதை நான் விரும்பவில்லை.

20. எனக்கு பாராட்டுக்கூட்டங்கள், விமரிசனக் கூட்டங்கள் ஆகியவற்றில் நாட்டமே இல்லை. அவற்றில் பொய்யான புகழுரைகள் பேசப்படுகின்றன.

21. ஓர் எழுத்தாளனாக எனக்கு நிறைவு உள்ளது. நான் எழுதிய படைப்புகள் ஆயிரம் வருடம் நிற்கும். அந்த நம்பிக்கை எனக்கு உண்டு.

22. நான் என்னை வயதானவனாக உணர்வதில்லை.

23. எனக்கு அரசியலில் நம்பிக்கை இல்லை.

24. எனக்கு சாதி மத நம்பிக்கைகள் இல்லை. என் குழந்தைகள் கலப்புத் திருமணம் செய்துகொண்டால் ஆதரிப்பேன். ஆனால் அவர்களைக் கட்டாயப்படுத்தமாட்டேன்.

25. நான் டிவி சீரியல்கள் பார்ப்பதே இல்லை (அதில் வரும் பெண்களை ஏறிட்டும் பார்க்கமாட்டேன்).

- 2010, ஜூன் 23, 2015

47

இலக்கிய இடக்கரடக்கல்கள்

அறிமுக இலக்கிய வாசகர்களுக்காக ஒரு சிறு பட்டியல். கீழ்க்கண்ட சொற்றொடர்களுக்கு அடைப்புக்குள் உள்ள பொருள் இருக்க வாய்ப்புண்டு.

1. தேர்ந்த வாசகர்களுக்காக மட்டும் எழுதும் படைப்பாளி இவர் (அதிகம்பேர் இவரைப் படிப்பதில்லை).

2. இந்த எழுத்தாளர் அனைத்துத் தரப்பினரும் விரும்பி வாசிக்கும்படி எழுதுகிறார் (எழுதிப் பிழைக்கிறார்).

3. இந்த இளம் படைப்பாளியிடம் மேலும் மேலும் சிறந்த ஆக்கங்களை எதிர்பார்க்கலாம் (இப்போது ஒன்றும் தேறாது).

4. மிகையில்லாத நடையில் சித்திரிப்புகளை அளிப்பவர் இவர் (தாசில்தார் அறிக்கை போல).

5. ஆற்றொழுக்கான நடை கொண்ட எழுத்து இவருடையது (வழக்கமான பத்திரிகை நடையில் நீளமாக எழுதுவார்).

6. சமகால சிக்கல்களை இவர் தன் எழுத்தில் எதிர்கொள்கிறார் (எல்லாரும் சொல்வதையே இவரும் சொல்கிறார்).

7. முற்போக்கான அரசியல் மற்றும் சமூக நிலைப்பாடு கொண்ட படைப்பாளி (கட்சி ஆள்).

8. விமரிசனங்களைப் பெருந்தன்மையுடன் ஏற்றுக்கொள்ளும் படைப்பாளி அவர் (பொருமுவதோடு சரி).

9. ஆரம்பத்தில் கவிதைகளும் எழுதிய பின் உரைநடைக்கு வந்தார் (நல்லவேளை).

10. இவ்விரு படைப்பாளிகளையும் இரட்டையர் என்றே சொல்லலாம் (இருவரும் ஒரே சாதி).

11. நேர்கோடற்ற எழுத்துமுறை இவருடையது (நினைவுக்கு வந்த வரிசையில் எழுதுவார்).

12. இவரது எழுத்துமுறை தானியங்கி எழுத்து வகையிலானது (எழுவாய் பயனிலை இருக்காது).

13. எழுத்தாளர் எம் சிற்றிதழ்களைக் கூர்ந்து படிப்பார் (தன்னைப் பற்றி என்ன வந்திருக்கிறது என).

14. அவரது எழுத்து எப்போதும் சுயசரிதைத்தன்மை கொண்டது (கற்பனை செய்ய அவரால் முடியாது).

15. அவருடைய எழுத்தில் நகைச்சுவை அதிகம் (வசைபாடும் போது).

16. மேலைச்சிந்தனைகளைத் தமிழுக்குக் கொண்டுவருகிறார் (மேற்கோள் பொறுக்கி).

17. தீவிரமான கோட்பாட்டு நடை கொண்டவர் இவர் (தானே புரிந்துகொள்ளாமல் எழுதுகிறார்).

18. இவரைத் தமிழ் சமூகம் பொருட்படுத்தவேயில்லை (ஒரு முழுத்தொகுப்பு கொண்டுவந்தால் ஆள் அவ்வளவுதான்).

19. அழகான கட்டமைப்பு கொண்ட நூல் இது (அட்டை கண்ணைக் குத்துகிறது).

20. இளம் எழுத்தாளர்களை ஊக்குவித்த விமரிசகர் இவர் (எல்லாரையும் பாராட்டுவார்).

21. கறாரான இலக்கிய நிலைப்பாடுகள் கொண்ட விமரிசகர் இவர் (எல்லாரையும் திட்டுவார்).

22. இலக்கியம் மக்களுக்குப் பயன்படவேண்டும் (கட்சிநிலைப் பாடை ஏற்றுக்கொள்வதன் வழியாக).

23. எதிர்கால வாசகனுக்காகவே எழுதுகிறேன் (தயவுசெய்து இப்போது யாராவது படியுங்கள்).

24. கவிதைகளை தபால்கார்டில் அனுப்பவேண்டாம் (சந்தா பணத்துடன் அனுப்பவும்).

25. தமிழிலக்கியம் சீர்கெட்டுக் கிடக்கிறது (ஆகவே சிற்றிதழைத் தொடங்குகிறோம்).

26. தமிழிலக்கிய உலகம் சீர்குலைந்துவிட்டது (ஆகவே சிற்றிதழை நிறுத்திக் கொள்கிறோம்).

27. ஆதரவளித்த நெஞ்சங்களுக்கு நன்றி (சந்தாவைத் திருப்பியளிக்க முடியாது).

28. ஆர்வமூட்டும் வாசிப்புத்தன்மை கொண்ட படைப்பு (ஆழமில்லை. பொழுதுபோகாவிட்டால் படிக்கலாம்).

29. பெண்களின் அகச்சிக்கல்களை எழுதிய பெண்கவிஞர் இவர் (வழக்கமான புலம்பல்).

30. எழுத்தாளர்கள் சமூக நலனுக்காகப் பாடுபட வேண்டும் (ஊழலை நாங்கள் செய்துகொள்கிறோம்).

31. திராவிட இயக்கத்தில் நல்ல எழுத்தாளர்கள் இல்லை என்று யார் சொன்னது? (அவரை மட்டுமாவது சொல்லிவிடுங்கள்).

32. பல தளங்களைத் தொட்டுச்செல்லும் படைப்பு இது (எங்கேபோவதென்றே தெரியாமல்).

33. தாவித்தாவிச் சொல்லிச் செல்லும் சிறிய நாவல் (குறிப்பு களையே நாவலாக்கிவிட்டிருக்கிறார்).

34. இந்த நாவலாசிரியர் கடும் உழைப்பாளி (நன்றாக முட்டிப் பார்த்திருக்கிறார்).

35. மொழியைத் தன் கட்டுப்பாட்டில் வைத்திருக்கிறார் (ஒரேமாதிரித்தான் எழுதுவார்).

36. நுட்பமாக எழுதும் பழக்கம் கொண்டவர் இவர் (முக்கி முக்கி தினம் கால்பக்கம் எழுதுவார்).

37. மூலநூலின் சுவை குன்றாமல் மொழிபெயர்க்கப்பட்டுள்ளது (கதைச்சுருக்கம்தான்).

38. மூலத்துக்கு நேர்மையான மொழிபெயர்ப்பு (படிக்க முடியாத நடை).

39. அவரது கடிதங்களில் அவர் வேறொருவராக வெளிப்படுகிறார் (வெளிப்பட்டுவிடுகிறார்).

40. அறக்கோபம் வெளிப்படும் கவிதைகள் இவை (கூச்சல்கள்).

41. இவர் வளரும் எழுத்தாளர் (நெடுநாட்களாக எழுதியும் ஒன்றும் பேரவில்லை).

42. இந்த நூலைப்பற்றிப் பேசுவதற்கு முன் சில விஷயங்களைத் தெளிவுபடுத்தவேண்டியுள்ளது (நூலை நான் இன்னும் படிக்கவில்லை).

43. மூத்த எழுத்தாளரின் கருத்துக்கு மதிப்பளிக்கிறேன் (அவருக்கு இப்போது ஒரு மதிப்பும் இல்லை).

44. எழுத்தாளர் 'கெ' ஒரு சகாப்தம் (பழைய கட்டை).

45. இவர் எழுத்தில் மண்மணம் வீசுகிறது (கிராமத்திலே கேள்விப் பட்டவற்றை எழுதுகிறார்).

46. இவர் இலக்கிய வம்புகளில் ஈடுபடுவதேயில்லை (ஆர்வ மாகப் படித்துப் பேசிக்கொண்டிருந்தாலும் எழுதமாட்டார்).

47. இந்த முழுத்தொகுப்பைக் கொண்டுவருவதில் பெருமை அடைகிறோம் (இனிமேல் புட்டுப்புட்டும் கொண்டு வருவோம்).

48. எங்கள் இதழ் பத்தாயிரம் பிரதி விற்கிறது (அவர்கள் மட்டும் எட்டாயிரம் சொல்கிறார்களே).

49. நல்ல படைப்பு, சற்று சுருக்கியிருக்கலாம் (விட்டுவிட்டுதான் படித்தேன்).

50. இவர் பழகுவதற்கு எளிமையானவர் (நன்றாக எழுதுகிறீர்கள் என்று சொன்னதுமே நம்பிவிடுவார்).

51. சமூகத்துக்கு எதிரான கலகக்காரர் (தண்ணி கேஸ்).

52. முற்போக்கான புரட்சிகர அரசியல் கொண்டவர் (இந்திய எதிர்ப்பாளர்).

53. சமூகசேவைகளில் ஈடுபடுகிறார் (என். ஜி. ஓ. தொடர்புகள் உண்டு).

54. இளம் எழுத்தாளர்கள் நிறையப் படிக்கவேண்டும் (கொஞ்சம் கம்மியாகவே எழுதலாம்).

55. ஊடக ஆய்வு (சினிமா விமரிசனம்).

56. சிறுகதையின் திருமூலர் (வேறு பலரால் உருவாக்கப்பட்டவர்).

57. தமிழியக்கவாதி (தமிழாசிரியர்).

58. இலக்கணநோக்கு கொண்டவர் (புரூஃப் பார்ப்பார்).

59. வித்தியாசமான பேராசிரியர் (குறைந்த வட்டிக்குப் பணம் விடுகிறார்).

60. வித்தியாசமான எழுத்தாளர் (எல்லா எழுத்தாளர்களையும் போல).

- ஆகஸ்ட் 8, 2015

48

இந்திய இலக்கியம் ஒரு விவாதம்

ஞாயிற்றுக்கிழமை இணைப்பின் இலக்கியப்பக்கத்தில் டைம்ஸ் ஆஃப் இண்டியா ஒரு புத்தக விமர்சனத்தை முழுப்பக்க அளவுக்கு வெளியிட்டது. அலன் மிசௌக்ஸ் (Allan Michaux) என்ற பெல்ஜிய எழுத்தாளர் எழுதிய 'The Story Of An Indian Elephant Killed by Panegyric Fallacy' என்ற நாவலைப் பற்றி மிருணாளினி முகர்ஜி எழுதிய மதிப்புரை. கொல்கொத்தா சாந்திநிகேதன் ஆசிரியையான மிருணாளினி முகர்ஜி பெல்ஜியத்தில் நடந்த எழுபத்தியெட்டாவது சர்வதேசக் கவிதை மாநாட்டுக்கு கணவருடன் சென்று வந்தவரென்பதனால் Cajoling To The black Void என்ற தலைப்புள்ள அம்மதிப்புரை பெருமதிப்பு கொண்ட ஓர் உரையாகவே இருந்தது இயல்பே. காசிரங்கா காட்டில் தத்துவச் சிக்கலால் மாண்ட ஒரு யானையைப்பற்றிய நாவல் அது.

கதை மிகவும் எளிமையானது. காலூ என்ற யானையானது காசிரங்கா காட்டில் நாணல்களைத் தின்று தன்னிச்சையாக வளர்ந்து கொண்டிருக்கும்போது அந்தக் காட்டுக்குள் வழிதவறி வரும் எம்மா என்ற சிறுமியை அது சந்திக்கிறது. எம்மா ஒரு 'முப்பெருக்கல்' படத்தைத் தோழிகளுடன் பார்த்துவிட்டு சற்றே சரஸ் புகைத்து கண்ணயர்ந்தபோது கனவில் சிவலிங்கத்தைக் கண்டதனால் அந்த ஆன்மிக அனுபவத்தின் தாத்பரியத்தை அறியும்பொருட்டு இந்தியா வந்தவள். எம்மாவை காலூ தன் மீது ஏற்றிக்கொண்டு நாணல் காட்டுக்குள் செல்கிறது. அங்கே எம்மா ஒரு குடிசையை

நாணலினாலேயே கட்டிக்கொண்டு வாழ்கிறாள். காலூவுக்கும் அவளுக்கும் ஆழமான நட்பு ஒன்று உருவாகிறது. உம்பே என்ற காட்டுப் பன்றி, ஒற்றைக்கொம்புள்ள காண்டாமிருகமான நோஸி, பிராட்டில் என்ற பெயருள்ள பச்சைக்கிளி ஆகியோர் எம்மாவுக்கு நண்பர்களாக ஆகிறார்கள். லூசியன் என்ற கொடிய ராஜநாகம் எதிரியாக இருக்கிறது. அந்தக் காட்டில் உள்ள ஒரு ஆப்பிள் மரத்தில் இந்த நாகப்பாம்பு வழக்கமாகச் சுற்றிக்கொண்டு கிடந்து எம்மா அந்தப் பக்கமாகப் போகும்போது உஸ் உஸ் என்று ரகசியமாக அழைக்கிறது.

ஒருநாள் அந்த ஆப்பிள் மரத்தில் இருந்து பாம்பால் உதிர்க்கப்பட்ட ஆப்பிள் ஒன்றை எம்மா எடுத்து தின்றுவிடுகிறாள். உடனே அவள் தன் ஆடைகளைக் களைந்துவிட்டு நிர்வாணமாக காட்டுக்குள் ஓடுகிறாள். காட்டுமிருகங்கள் அவளுடன் இணக்கமாகின்றன. அவை பேசும் சொற்கள் அவளுக்குப் புரிய ஆரம்பிக்கின்றன. அவளிடமிருந்து காட்டுமிருகங்கள் உலக சிந்தனைகளைக் கற்றுக் கொள்கின்றன. அவர்களிடையே நிறைய உரையாடல்கள் நிகழ்கின்றன. காலூ யானை இந்திய மெய்ஞானத்தை நன்றாக அறிந்த ஒன்று. காரணம் அதன் தந்தை ஒரு கோயில்யானையாக இருந்தது. இந்நாவலின் சிறப்பே இப்பகுதியில் எளிமையாகவும் சற்றே நகைச்சுவை கலந்தும் அளிக்கப்பட்டுள்ள தத்துவ உரையாடல்களே என்று மிருணாளினி முகர்ஜி கருதுகிறார். குறிப்பாக உம்பே எதிலும் உள்ளார்ந்து கிடக்கும் பொருளை அகழ்ந்து எடுப்பதில் திறன் உடையதாக இருக்கிறது.

இச்சமயம் எம்மா பருவமடைகிறாள். இந்தக் காட்சி மிகுந்த கலைநயத்துடன் எழுதப்பட்டிருப்பதாக மிருணாளினி முகர்ஜி கருதுகிறார். அதன் பின்னர் அவள் ஒரு மரக்கிளை மேலே ஏறி மேற்கு திசையை நோக்கி எப்போதும் அமர்ந்திருக்கிறாள். அப்போது ஸ்டீவ் ஆதாக்ஸ் என்ற பெயருள்ள ஓர் கிரேக்க இளைஞன் காசிரங்கா காட்டுக்குள் வழிதவறி வந்து அலையும் போது மரக்கிளையில் நிர்வாணமாக உட்கார்ந்திருக்கும் எம்மாவைக் காண்கிறான். அக்கணமே அவர்கள் பதினேழு பக்கத்துக்கு உறவு கொள்கிறார்கள்.

பின்பு காட்டு நீரோடையில் உடல்சுத்தம் செய்துகொண்டிருக்கும் போது ஆதாக்ஸ் அவளது பெயர் என்ன என்று கேட்கிறான். அவள் எல்லாவற்றையும் சொல்கிறாள். உடனே அவளை ஊருக்கு வரச்சொல்லி அவன் அழைக்க எம்மா மறுத்துவிடுகிறாள். அவனை அவள் தந்திரமாகக் கூட்டிச் சென்று அந்த ஆப்பிளை உண்ணவைக்கவே அவனும் உடனடியாக ஆடைகளைக் கழற்றி

வீசுகிறான். அவர்கள் அதன் பின்னர் சுமார் இருபது பக்கங்களுக்கு ஒருமுறை பல்வேறு துவாரங்கள் வழியாக மொழி நுட்பங்கள் கொண்ட உடலுறவை மேற்கொள்கிறார்கள். எஞ்சிய நேரத்தில் அவர்கள் காட்டுக்குள் பல்வேறு புழுக்கள் பூச்சிகள் பறவைகள் மற்றும் மிருகங்களுடன் உரையாடியபடி உற்சாகமாக வாழ்கிறார்கள். அவ்வப்போது லூசியன் செய்யும் இடர்கள் இருந்தாலும் அவர்கள் மகிழ்ச்சியாகவே இருக்கிறார்கள். அந்தக் காட்டுக்கு அவர்கள் 'வால்டன்' என்று பெயரிடுகிறார்கள்.

இந்நிலையில் காணாமல்போன இருவரைப்பற்றியும் செய்தி பரவுகிறது. இந்திய அரசு அவர்களைத் தேடி அலைகையில் லூசியன் அவர்களை காட்டுக்குள் இட்டுவந்து காட்டிக் கொடுக்கிறது. இவ்வாறாக அரசுக்கு அவர்களைப்பற்றிய தகவல் கிடைக்கிறது. அவர்களை ஊருக்குத் திரும்பவேண்டுமென அனைத்து தரப்பினரும் விடுத்த விண்ணப்பத்தை அவர்கள் நிராகரித்துவிடுகிறார்கள். மனித நாகரிகம் என்பது தோற்றுப்போன ஒன்று என்று எம்மா சொல்கிறாள். ஆதாக்ஸ் சொல்லும் பதிலில் பதினெட்டு பக்கங்களுக்கு நாணல் பற்றி வரும் விவரணை ஆழமான கவித்துவமும் குறியீட்டுத்தன்மையும் உடையதாகும் என்று மிருணாளினி முகர்ஜி எழுதிச்செல்கிறார்.

இதன்பின்னர்தான் மனித நாகரிகத்தின் சிறப்பையும் வெற்றி களையும் அவர்களுக்குச் சொல்லிபுரியவைக்கும் முகமாக யுனெஸ்கோ ஏற்பாட்டில் தத்துவஞானிகள் காசிரங்கா காட்டுக்குக் கிளம்பிச் செல்கிறார்கள். உண்மையில் நாவல் இங்கேதான் தொடங்குகிறது. முதல் எட்டு அத்தியாயங்கள் இந்தத் தத்துவ ஞானிகளைப்பற்றியும் அவர்களின் இந்தியப் பயணங்களைப் பற்றியும் உள்ள விரிவான வருணனைகள்தான். அவர்கள் காட்டில் எம்மாவைச் சந்திக்கும் இடம் தீவிரமான இலக்கிய அனுபவத்தை அளிக்கிறது என்று மிருணாளினி முகர்ஜி சொல்கிறார். எம்மா அந்த தத்துவ ஞானிகள் தன்னிடம் பேசுவதைவிட தன்னுடைய ஞானகுருவான காலூவிடம் பேசுவதே பொருத்தமானது என்று தெரிவிக்கிறாள்.

இதன்பின்னர்தான் உச்சகட்டம். காலூவுக்கும் மேலைத்தத்துவ ஞானியருக்கும் இடையேயான நாற்பதுபக்க விவாதம் இந்நாவலின் சிகரம் என மிருணாளினி முகர்ஜி (கை விரல் மடக்கி) எண்ணுகிறார். இதில் எல்லா தத்துவ அடிப்படைகளும் விரிவாகப் பேசப்படுகின்றன. தத்துவ ஞானிகள் விரிவாக முன்வைத்த கருத்துகளை ஜென் சாயல் கொண்ட சுருக்கமான பிளிறல்கள் மூலம் எதிர்கொண்ட காலூ மெல்லமெல்ல அந்த மேலைநாட்டினர்

வலையில் விழுவதை நுட்பமாக ஆசிரியர் சுட்டிக்காட்டுகிறார். அதற்கு லூசியன் அவர்களுக்கு உதவிசெய்கிறது. அவர்கள் காலூ ஒரு அவதூதர் மற்றும் சித்த புருஷர் என்று அதை நம்ப வைக்கிறார்கள். அத்தகையோர் எதையும் தர்க்கபூர்வமாக விவாதிப்பதில்லை, அவர்கள் தங்களையே ஒரு மாபெரும் குறியீடாக ஆக்கிக்கொள்கிறார்கள் என்று சொல்கிறார்கள்.

கிரேக்க சட்டசபை போல ஆளுக்கு ஆள் பேசி தர்க்கபூர்வமாக இப்படி நிறுவியதையே ஆசிரியர் தருக்கப்பிழை என்கிறார் என்பது தெளிவு. ஆனால், அதை உணராத காலூ தன்னை பிள்ளையார் போல அமரவைக்க முயல்கிறது. பிருஷ்டத்தில் அமர்ந்து முன்கால்களைத் தூக்கி துதிக்கையைச் சுருட்டி அது காட்சிதர முயன்றபோது மலக்குடலுக்குள் மற்ற குடல்கள் அனைத்தும் போய் செருகிக் கொள்ள அப்படியே விழுந்து மரணமடைகிறது. மேல்நாட்டு தத்துவஞானிகள் வெற்றிக் களிப்புடன் ஊருக்குச் செல்கிறார்கள். கீழ்நாட்டு தத்துவ ஞானிகள் அதற்கு உடனே கோயில் கட்டுகிறார்கள்.

மனம் உடைந்த எம்மாவும் ஆதாக்ஸூம் காசிரங்கா காட்டிலிருந்து மலையேறிச் செல்லும் இடத்தில் நாவல் முடிகிறது. அவர்கள் மேலும் ஏறிச்செல்லவேண்டிய பனி படர்ந்த இமய மலை முடிகளைக் காண்கிறார்கள். ஆதாக்ஸ் அதை எம்மாவுக்குச் சுட்டிக் காட்டுகிறான். அவள் அவனை அணைத்துக் கொள்கிறாள். ‘அங்கே... இனிமேல்...’ என்று அவன் சொல்ல ‘ஆம் அன்பே, இனிமேல் அங்கே...’ என்று அவள் சொல்கிறாள். அப்போது அவர்கள் அறியாமல் அவர்களை லூசியனும் பின்தொடர்ந்து சென்றுகொண்டிருக்கிறது. நாவல் முடிகிறது.

இந்நாவலின் மிக முக்கியமான சிறப்பம்சம் இது கீழைஞானமரபு மற்றும் கீழைத் தொன்மமரபு ஆகியவற்றில் ஆழமாக வேரூன்றி முழுக்க முழுக்க இந்தியத்தன்மையுடன் எழுதப்பட்டிருப்பதுதான் என்று மிருணாளினி முகர்ஜி விரிவாகவே விளக்குகிறார். ஆப்பிளைத் தின்றபின் எம்மா தன் உடைகளை ஒவ்வொன்றாகக் களையும் இடமும் சரி, எம்மா பருவம் அடையும் இடமும் சரி கீழைநாட்டு தாய்த்தெய்வ வழிபாட்டு மரபின் நுண்ணிய அர்த்த தளங்களை தன்னகத்தே கொண்டுள்ளன என்று விளக்கும் மிருணாளினி முகர்ஜி அதற்கு ஆதரவாக டி.டி. கோஸாம்பி, ஏ.எல். பாஷாம் போன்ற இந்தியவியலாளர்கள், அநேகானந்த பாரதி போன்ற தாந்த்ரீக ஆய்வாளர்கள், டி.கோபிநாதராவ் போன்ற இந்திய சிற்பவியல் நிபுணர்கள் ஆகியோரை விரிவாகவே துணைக்கு அழைக்கிறார். ‘சென்ற நூறாண்டுகால இந்தியப் புனைகதை எழுத்தில் எந்த ஒரு படைப்பும் இந்நாவலைப்போல்

இந்திய மெய்ஞானமரபுக்குள் நுழைந்துசென்றது இல்லை' என்ற அவரது வரியை உடனடியாக அந்நூலை வெளியிட்ட 'கோல்டன் பால்ம்' பதிப்பகம் தன் அடுத்த பதிப்பின் பின்னட்டைக் குறிப்பாக எடுத்துக்கொண்டது.

தொடர்ந்து இந்திய ஆங்கில இதழ்களில் ஆறுமாதகாலத்துக்கு அந்த நாவலைப்பற்றிய கட்டுரைகள், ஆசிரியரின் பேட்டி, வாழ்க்கை வரலாறு ஆகியவை வெளிவந்தன. அவர் டெல்லி வந்து தாஜ்மகாலின் முன்னாலும், ஒரு கறுப்புப் பிச்சைக்காரக் குழந்தை அருகிலும் கறுப்புக்கண்ணாடியுடன் நின்று புகைப்படம் எடுத்துக் கொண்டு ஜனாதிபதி, பிரதமர் ஆகியோரையும் சந்தித்துவிட்டு, நெருக்கியடித்த நிருபர்களுக்கு 'காந்தி இந்தியாவின் ஆன்மா' என்று பேட்டி கொடுத்துவிட்டு பாங்காக்குக்கு பறந்துசென்றார்.

ஆங்கில ஞாயிறு இணைப்புகள் சிற்றிதழ்களின் வழிவிளக்கு களாகையால் இந்திய மொழிகளில் யானைப்புரட்சி ஆரம்ப மாகியது. 'எழுத்துவட்டம்' சிற்றிதழில் 'மாண்ட மிருகம் - அலன் மிசௌளக்ஸின் நாவலில் தென்னகப் பண்பாட்டுக்கூறுகள்' என்ற தலைப்பில் அந்நாவலைப்பற்றி வி. எஸ். துரைராஜ் மிக நீளமான ஒரு கட்டுரையை எழுதினார். அதில் நாவலின் ஒட்டுமொத்த சுருக்கத்தைக் கொடுத்துவிட்டு அந்நாவலின் சிறப்புகளை விரிவாக விளக்கியிருந்தார். அலன் மிசௌளக்ஸின் நாவல் பலவகையிலும் தமிழுக்கு முக்கியமானது என்று சொன்ன வி.எஸ். துரைராஜ் அதற்கு சொல்லியிருந்த காரணங்களில் முக்கியமானது, காளை போன்ற வெண்ணிற மிருகத்துக்குப் பதிலாக யானை என்ற கரிய மிருகத்தை கதைநாயகனாக எடுத்துக்கொண்டதன் வழியாக ஆலன் மிசௌளக்ஸ் இந்திய மெய்யியலின் ஆன்மா திராவிட சிந்தனையே என்பதையே வலியுறுத்துகிறார் என்பது.

மேலைநாடு கீழைநாடு இரண்டின் சிந்தனைகளும் ஆக்கபூர்வமான ஓர் உரையாடலில் ஈடுபடவேண்டுமென்பதே அலன் மிசௌளக்ஸ் முன்வைக்கும் கருத்து என்பதை ஆழமாக விவாதித்து பதிவுசெய்யும் வி.எஸ்.டி. அவர்கள் ஆனால் நாவலின் உச்சமென்பது எம்மாவும் ஆதாக்ஸூம் நாகரிகத்தைவிட்டு அடுத்தபடிக்கு நிர்வாணமாக நடந்துசெல்வதே என்றும் இது பௌத்தம் கூறும் நிர்வாணத்தையே சுட்டுகிறது என்றும் குறிப்பிட்டார். இதுவரை எண்பத்திமூன்று உலகப்பெரும்படைப்புகளைப் பற்றி மாபெரும் கட்டுரைகளை எழுதியிருக்கும் வி.எஸ்.டி அவர்கள் தமிழில் வந்த எந்தப் படைப்பைப்பற்றியும் குறிப்பிடும்படி எதுவும் எழுதாமைக்குக் காரணம் அவை எதுவும் இலக்கிய ரீதியாகத் தேறவில்லை என்பதே. தேறுவனவாக இருந்திருந்தால் அவற்றைப்பற்றி

ஆங்கிலத்தில் எழுதப்பட்ட கட்டுரைகள் உசாத்துணையாகக் கிடைத்திருக்குமே என்பதுதான் அவர்தம் தரப்பாகும்.

ஏறத்தாழ எல்லா இந்தியமொழிகளிலும் இந்நாவலைப்பற்றிய கட்டுரைகள் வந்தன. மலையாளத்தில் கெ.எஸ்.ஸ்ரீவத்ஸன் 'ஆனையுடே ஆத்ம நொம்பரங்ஙள்' என்றபெயரில் மாத்ருபூமியின் எட்டு இதழ்களிலாக ஒரு கட்டுரையை எழுதினார். கன்னடத்தில் ஹொரசனூர் நாகலிங்கையா எழுதிய கட்டுரை அதைவிடப் பெரியது. கட்டுரைகள் வர வர கட்டுரைகள் எழுதுவது மேலும் மேலும் எளிதாகியபடியே சென்று கட்டுரை எழுதுவதிலிருந்து கட்டுரையாசிரியர்கள் விலகி நிற்கவே முடியாது என்ற இக்கட்டுநிலை ஏற்பட்டது. விளைவாக இந்திய நகரங்களில் எல்லாம் நாவலின் 'வைக்கோல்கூழ்த்தாள்' பதிப்புகள் சகாய விலையில் கிடைக்கப்பெற்றன, பழைய புத்தகக் கடையில் மேலும் சகாயமாக. அவற்றில் முதல் பக்கத்திலேயே எந்தெந்த பக்கங்களில் பசுமை உள்ளது என்ற குறிப்பு பரோபகாரிகளால் அளிக்கப் பட்டிருந்தது.

இதைத்தொடர்ந்து இந்திய மொழி இலக்கியங்களில் இந்நாவலின் செல்வாக்கு வெளிப்படையாக தெரிய ஆரம்பித்தது. விமரிசகர் குலசேகரன் '...பின்நவீனத்துவ சொல்லாடல்களும் மாற்றுஅரசியல் மற்றும் மெய்யியல்சார் மறுவாசிப்புகளும் கொண்ட இப்பிரதியானது இந்திய சனாதன மற்றும் மறுமீட்சி சனாதன கட்டமைப்புகளுக்கு எதிரான ஓர் அமைப்புசார்ந்த மீள்நோக்காகவும் அவை கட்டமைக்கும் புதிய கலாசார மற்றும் சமூகவியல் கருதுகோள்களுக்கு எதிரீடாகவும் அமையும் அதேசமயம் ஊடுபிரதித்தன்மை மூலம் புதிய வாசிப்பின்பங்களைக் கட்டமைத்து அக்கட்டமைப்புகளினூடாக கட்டமைப்புகளுக்கு எதிரான கட்டமைப்பு ஒன்றை கட்டியெழுப்புவதாகவும் அமையும்போதே நாம் நின்று வாசிக்கும் தளங்களின் அடியில் ஓடும் தொன்மக் கட்டமைப்புகளின் பொய்மையையும் சுட்டிக்காட்டுவதாக அமைந்து பக்தின் சொல்லும் களியாட்டக்கோட்பாட்டின் அடிப்படையில் எழுந்து நவ சசூரிய முற்கோள்களை மீறிச்செல்கிறது...' என்று நீளும் ஒரு கட்டுரையை எழுதி இதே போன்ற பிரதிகளை எழுதாமல் நமது எழுத்தாளர்கள் மூளை செத்துப்போய் கிடப்பதைப்பற்றி மனவருத்தம் கொண்டிருந்தார்.

இதையொட்டி டெல்லியில் சாகித்ய அகாதமியால் ஏற்பாடு செய்யப்பட்ட "Elephant - Indian New Writing' சிறப்புக் கருத்தரங்கில் தமிழின் சார்பாக இருவர் கலந்துகொண்டார்கள். காதல் கதைகளும் சுயமுன்னேற்ற நூல்களும் எழுதுபவரான பிரபல

எழுத்தாளர் சுதா சுந்தரி மற்றும் சிவகாசியைச் சேர்ந்த மயிலேறும் பெருமாள். மதுரைப் பல்கலையின் முனைவர் மாணிக்கவேலு அவர்களின் மொழியில் 'மண்ணின் மணம் கமழும் எழுத்துக்குச் சொந்தக்காரரான' மயிலேறும்பெருமாள் முதன் முதலில் விமானத்தில் ஏறுபவரானதனால் தன்னை நோக்கிக் கும்பிட்ட விமானப்பணிப்பெண்ணுக்கு பெட்டியைத் தரையில் வைத்துவிட்டு 'வணக்கம்மா... ரொம்ப சந்தோசம்...' என்று உரக்க பதில் சொல்லி அவளை திடுக்கிடவைத்தார். அதன் பின்னர் பயணம் முழுக்க அந்தப் பெண்ணை திரும்பிப் பார்த்து மேலும் உரக்க 'வணக்கம்மா... எடம் போட்டாச்சு...' என்றும் 'சாப்பிட்டீங்களா? நான் சாப்புட்டாச்சு!' என்றும் கேட்ட தோடல்லாமல் இறங்கும்போது 'சொல்லிட்டுப்போக' தேடி அவளை அஞ்சி கழிப்பறையுள் பதுங்கும்படிச்செய்தார். ஏஸி அறையில் குளிரை குறைக்கத்தெரியாமல் முண்டாசு கட்டி கம்பிளி போர்த்திக்கொண்டு டிவி பார்த்து 'இவிங்ய இந்தூரிலே இந்தியில கிரிக்கெட் வெளயாடுறாய்ங்கபோல' என்று எண்ணிக்கொண்டார்.

சுதாசுந்தரி விமானத்திலேயே பிறந்து வளர்ந்தவர். அனுமதி கிடைத்தால் வடநாட்டு ரயில் பயணிகளைப்போல ஓரமாக ஸ்டவ் வைத்து சப்பாத்தி சுடவும் தயங்காதவர். வந்திறங்கியதுமே அவர் நகரின் முக்கிய அரசியல்வாதிகளையெல்லாம் தொலைபேசியில் அழைத்து தன் வருகையை அறிவித்துவிட்டு அலாரம் வைத்துவிட்டு தூங்கச்சென்றார். அதிகாலையில் எழுவது அவரது இளமையின் ரகசியம் - நான்குமணிநேரம் ஒப்பனைக்குச் செலவிடுவார்.

இந்தியா இண்டர்நேஷனல் கட்டடத்தின் குளிரூட்டப்பட்ட கருத்தரங்க அறையில் விவாதம் தொடங்கியது. சாகித்ய அகாதமியின் செயலரும் மலையாளிகளால் செல்லமாக 'டூரிங் பொயட்' என்று அழைக்கப்பட்டவருமான சரத்சந்திரன் அவர்கள் அன்றுகாலை புதாபெஸ்டிலிருந்து வந்திறங்கி குளித்து சந்தனப் பொட்டு போட்டு தட்டுவேட்டி கட்டி சுடச்சுட கட்டன் சாயாவுடன் அமர்ந்து 'புதாபெஸ்டிலே புதிய மஞ்ஞ' என்ற தலைப்பில் பதிநான்கு பக்க அளவுக்கு ஒரு கவிதை எழுதி மாத்ருபூமிக்கு அனுப்பிவிட்டு எழுந்து சூட் அணிந்து சந்தனப்பொட்டை துடைத்துவிட்டு காரில் ஏறி கருத்தரங்குக்கு வந்து வந்த வேகத்தி லேயே '...கி.மு. ஆறாம் நூற்றாண்டில் புஷ்கர நகரத்துக் கவிஞனான பிரதாபகேசன் எழுதிய அமரசந்தேசம் என்ற காவியத்தில் குழியில் விழுந்த யானையைப் பழக்கும்பொருட்டு அதன் முன் வைதீகர் கூடி வேதமந்திரங்களை உச்சரித்து அதன் வயிற்றைக் கலக்கும் வழக்கம் இருந்த தகவல் நமக்கு

கிடைக்கிறது...' என்று தன் கட்டுரைப் பேருரையை ஆரம்பித்தார். அவர் அதை எண்பத்தியெட்டாம் முறையாக பேசுகிறார் என்பதுடன் அக்கட்டுரை ஏற்கெனவே மலையாளத்திலும் இண்டியன் ரைட்டிங் என்ற அகாதமி இதழிலும் வெளியாகியது என்பதும் குறிப்பிடத்தக்கது.

அவர் முடிக்கும்வரை அரங்கில் அமைதி நிலவியது. மயிலேறும் பெருமாள் சட்டென்று 'இங்கிலீசிலேல்லய்யா பேசுறாய்ங்ய?' என்று புரிந்துகொண்டு சுதாசுந்தரியைப் பார்க்க அவரது முகத்தில் பரதநாட்டியத்தின் மிகையான அபிநய பாவங்கள் மேலும் மிகையாக வெளிப்படக்கண்டு வியந்து வாயைத் திறந்து மூடமறந்தார். சட்டென்று 'தெருவில் வாரானோ என்னைத் திரும்பிப் பாரானோ' என்ற பாவமும் அதைத் தொடர்ந்து 'சுவாமியை வரச்சொல்லடீ' என்ற பாவமும் வரக்கண்டு பீதியடைந்து மற்றவர்களைப் பார்த்தார். அவர்களில் மூன்று பெண்கள் கடுமையான ஒப்பனைக்கு உள்ளே அவர்கள் பாட்டுக்கு அமர்ந்திருக்க ஒரிய எழுத்தாளரான ஹரிணி மகாபாத்ரா பாஞ்சாலி போல விரித்திட்டிருந்த மாபெரும் கூந்தலைக் கண்டு மேலும் பீதியடைந்து சரத்சந்திரனின் பொன் கட்டிய பல்லையே பார்க்க ஆரம்பித்தார்.

சரத் சந்திரன் ஏராளமான கனைப்புகளுக்கு நடுவே பேசி முடிந்ததும் சுதாசுந்தரி எழுந்து 'ஓ மை காட்! மை காட்! ஐ ரியலி கான்ட் பிலீவ் திஸ்... சரத்... யு டிட் எ ஸ்ப்ளெண்டிட் ஜாப் யார்! ' என்று பரவசமான குரலில் கூவ சரத்சந்திரன் 'ஹஹஹ தேங் யூ' என்றார். ஹரிணி மகாபாத்ரா மார்பில் கை வைத்து தலையை சரித்து 'சரத்... யூ ஆர் ஏ டேர்ட்டி பேட் பாய் யூ நோ... ஹவ் யூ டு ரைட் ஆல் தீஸ் கிரேட் ஐடியாஸ் இன் சச் ஏ ப்யூடிஃபுல் லேங்வேஜ்... ஓ நோ!' என்றபின் மொத்த முடியையும் வாரி பின்னால்போட்டாள். 'கம்மத்தட்டைய காய வைக்கிற மாதிரில்லா இருக்கு...' என்று எண்ணினார் மயிலேறும்பெருமாள்.

உடனே வங்க எழுத்தாளர் அமித் பானர்ஜி தோளில் சால்வையும் வாயில் வெற்றிலையும் பைஜாமா குர்த்தாவும் சீவாத நரைத்த தலையுமாக எழுந்து தொண்டையைக் காற, மயிலேறும்பெருமாள் 'பாட்டுக்கச்சேரி உண்டோ' என்று எண்ணி அதேபோன்ற தோற்றத்துடன் இருந்த மேலும் மூவரை நோக்க அமித் பானர்ஜி உரத்த குரலில் 'யூ நோ மிஸ்டர் சொரொத்சொந்த்ரா யூ ஆர் எ ஃபூல் அன் இடியட்!' என்று ஆரம்பித்தார். இந்தியாவில் உயர்தர இலக்கியம் இருக்கும்போது யாரோ ஒரு பெல்ஜியத்தான் எழுதிய அரைவேக்காட்டு எழுத்தை நாம் ஏன் கொண்டாடவேண்டும்? இந்த அடிமுட்டாள்தனத்துக்கு சாகித்ய அகாதமி பல லட்சம் பணத்தை

அள்ளி வீசுகிறது. இலக்கியத்தின் அடிப்படை விதிகள்கூட இவர்களுக்குத் தெரியவில்லை. இலக்கியம் என்பது முதன்மையாக பொங்ளோ மொழியில் எழுதப்பட்டிருக்கும். கொல்கொத்தாவில் வெளியிட்டிருப்பார்கள். உதாரணமாக இந்த வருடமே யானையைப்பற்றி ஏழு நாவல்கள் வெளியாகியிருக்கின்றன. அவற்றில் மிகச்சிறந்த நாவலாக அமித் போந்த்யோபோத்யோய் எழுதிய 'கஜத்வேஷ்' கொண்டாடப்படுகிறது.

சுதாசுந்தரி 'வாட் ஏ மார்வலஸ் ஸ்பீச்... அமித் யூ டிட் இட் எகெய்ன்! ஓ!' என்று சொல்லி முடிப்பதற்குள் தோளில் சால்வையும் வாயில் வெற்றிலையும் பைஜாமா குர்த்தாவும் சீவாத தலையுமாக ஓர் ஒல்லி இளைஞன் எழுந்து 'அமித்-தா நீங்கள் ஒரு விஷயத்தை கவனிக்க வில்லை. நீங்கள் பதினேழு வருடம் முன்பே செத்துவிட்டீர்கள். கொல்கொத்தாவில் உங்களுக்கு நாங்கள் சமாதி கட்டி அங்கே மலர் வளையமும் வைத்துவருகிறோம்...'அபய் சஞ்சார்' வெளிவந்த மறுநாள் காலை இலக்கிய உலகம் அதை அறிவித்தது. இங்கே உங்களுடைய ஆவிதான் சத்தம் போடுகிறது என்றால் அதற்கு இண்டியன் காஃபி ஹவுஸிலே பொரித்த சால மீனின் தலையையும் நாட்டுச்சாராயத்தையும் படைத்து நாங்கள் சாந்திசெய்ய கடமைப் பட்டிருக்கிறோம். ஆகவே வாயை மூடுங்கள், கொல்கொத்தாவில் இந்த ஆண்டே நான்கு நாவல்கள் வெளிவந்துள்ளன. அபய்குமார் சர்க்கார் எழுதிய 'கஜவிராஜித்' அதில் உச்சகட்ட சாதனை என்று விமரிசகர்கள் கொண்டாடுகிறார்கள்...' என்றான். சுதாசுந்தரி ஆனந்த பரவசத்துடன் 'ஓ அபய்...! யூ ஆர் சச் ஏ டார்லிங்!' என்றார்.

உடனே மற்ற இரு சால்வைக்காரர்களும் எழுந்து ஒருவரோடொருவர் சத்தம்போட ஆரம்பித்தார்கள். வெற்றிலைச் சாறு தெறிப்பதிலிருந்து காத்துக்கொள்ள பிறர் முடிந்தவரை தலை தாழ்த்தி அமர்ந்திருக்க சரத் சந்திரன் தன் அடுத்த கருத்தரங்குக்கான உரையை ஒரு தாளில் கவனமாக எழுதிக்கொண்டிருந்தார். ஹரிணி மகாபாத்ரா மெல்ல தன் கைப்பையைத் திறந்து ஏதோ பார்க்கும் பாவனையில் லிப்ஸ்டிக் வரியை சரிசெய்ய மயிலேறும்பெருமாள் 'சண்டைபோடுதானுக, ஒருத்தனும் சமாதானம் செய்யியதாக காணல்லியே... எந்திரிச்சி வெலக்கி போடலாம்ணாக்க எளவு இவனுகளுக்க பாசையும் தெரியல்லியே... பாப்பம். கையை கீயை நீட்டினானுங்கண்ணாக்க எந்திரிச்சி நல்ல சாத்தூர் சாத்து நாலு சாத்திப்பிடவேண்டியதுதான்...' என்று எண்ணிக்கொண்டார். ஆனால் சட்டென்று யாரும் எதுவும் சொல்லாமலேயே சண்டை முடிந்து நால்வரும் அமர்ந்து கொண்டார்கள். சரத்சந்திரன் அடுத்த

படியாக காசி பல்கலை பேராசிரியரும் நாவலாசிரியருமான சிவ்சங்கர் ஜா பேசுவார் என்று சொன்னார்.

சிவ்சங்கர் ஜா எழுந்ததும் ஒரு குரல் 'சிவ்சங்கர் தும் ஜா...' என்று சொன்னது. சிவ்சங்கர் 'அந்தக் குரலை நான் அறிவேன். நான் இப்போது லண்டனில் எட்டுமாதம் இலக்கியப் பயிற்சி வகுப்புக்காக சென்றதனால் ஏற்பட்ட பொறாமையால் இந்தக் குரல் எழுகிறது. அந்தக் கும்பலை நான் சந்திக்க வேண்டிய இடத்தில் சந்திப்பேன். இப்போது நான் லண்டனில் வெளியான என் நாவலின் மொழிபெயர்ப்பை இங்கே ஆளுக்கு ஒரு பிரதி அளிக்க விரும்புகிறேன்... இதை நீங்கள் படித்து உங்கள் மொழியில் மொழி பெயர்த்தால் இந்திய ஒருமைப்பாடு வளரும்... இந்தியாவெங்கும் இந்தி இலக்கியம் பரவுவதும் இந்தி எழுத்தாளர்கள் ஒன்றும் அறியாதவர்களாக இருப்பதுமே இந்திய ஒற்றுமைக்கு அவசியம் என்று மகாத்மா காந்தி சொல்லியிருக்கிறார்...' என்று சொல்லிக் கொண்டிருக்கும்போதே புத்தகங்கள் அனைவருக்கும் வழங்கப் பட்டன. அனைவருமே அதன் பிரசுரகர்த்தர் பெயரை மட்டும் பார்த்தபின் வைத்துக்கொண்டார்கள். சுதாசுந்தரி மட்டும் 'ஷிவ், யூ டிட் இட் யார்!' என்றார். சிவ்சங்கர் தன் லண்டன் அனுபவங்களை விரிவாகச் சொல்லிக்கொண்டிருக்கும்போது நேரம் தாண்டி விட்டதனால் அமரச்செய்யப்பட்டார்.

சிவ்சங்கர் பேசிக்கொண்டிருக்கும்போதே வங்க எழுத்தாளர் நால்வரும் வெளியே போய் வராந்தாவில் நின்று ஒருவரை ஒருவர் கட்டிப்பிடித்தபடி உரக்கச் சிரித்துப் பேசி முதுகில் அறைந்து குலாவிக்கொண்டிருந்தார்கள். அடுத்து பேசவந்த கன்னட எழுத்தாளர் ஹெக்கள்ளி அப்பய்யா '...அந்த நாவலில் யானை வருவது சரி, வெள்ளைக்காரி ஏன் வருகிறாள்? சரி அவளே தவறிப்போய் வந்துவிட்டாள், ஏன் வெள்ளைக்காரன் வருகிறான்? எதற்கெடுத்தாலும் வெள்ளைக்காரர்களை மேற்கோள் காட்டுவது ஒரு மனநோய். லண்டனில் போய் ஆங்கிலம் படித்தால் உள்ளூர் மாத்வர்கள் கிரேக்கர்கள் ஆகிவிடுவார்களா?' என்றார். உடனே கன்னட எழுத்தாளர் டி.கெ.நாகார்ஜுனா எழுந்து 'மைசூரில் கிணறுகளை இறைத்து சுத்தம் செய்து நெடுநாளாகிறது. தவளைகளின் தொடைக்கறி ஜப்பானில் மிக விரும்பி உண்ணப் படுகிறது' என்றார். ஒருவரை ஒருவர் தாக்கிக் கொள்ளும்போது கன்னட தலித் எழுத்தாளரான சிவப்பா எழுந்து அவர்கள் இருவரையும் தாக்க அவர்கள் இருவரும் ஒன்றாகி அவரைத் தாக்கினார்கள். வாய்ச்சண்டை முற்றி அழுத்தமான கன்னடச் சொற்கள் பறக்க ஆரம்பிக்க சரத் சந்திரன் எழுந்து ' தனிப்பட்ட தாக்குதல்கள் வேண்டாமே' என்றார்.

தெலுங்கு (சமையல்) எழுத்தாளரான சீதாதேவி தன் மொழியில் எழுதும் எண்பத்தியெட்டு குறிப்பிடத்தக்க இளம் எழுத்தாளர்களின் பெயர்களைச் சொல்லி முடிப்பதற்குள் மலையாள எழுத்தாளர் நடுவட்டம் கேசவனை பேசக் கூப்பிட்டுவிட்டார்கள். நடுவட்டம் எழுந்து 'நாம் இங்கே யானையைப்பற்றி பேச ஆரம்பிக்கும் முன் நான் யானைகளின் சொந்தம் நாட்டிலிருந்து வருபவன் என்பதைச் சொல்லிக்கொள்ள ஆசைப்படுகிறேன். தகழி சிவசங்கரப் பிள்ளையிடம் மார்ஷல் டிட்டோ இருமுறை சொன்னார், மிஸ்டர் தகழி நீங்கள்தான் உலகிலேயே மிகப் பெரிய எழுத்தாளர், நீங்கள் சட்டை போடாமலிருப்பதில் இருந்து அதைத் தெரிந்துகொண்டேன் என்று...' என்று சொல்ல உருது எழுத்தாளர் அப்துல் சமீர் கான் 'மலையாளத்தில் மூத்த எழுத்தாளர்கள் சட்டை போடுவதில்லை என்பதனால் அவர்களின் அக்குள்கள் அவர்களின் எழுத்துகளைவிட மலையாளிகளுக்கு நன்கு அறிமுகமானவையாக இருக்கும்' என்று சொல்லி 'எனக்கு வைக்கம் முகமது பஷீரின் அக்குள்கள் பிடிக்கும். அவற்றை மொழிபெயர்க்க வேண்டிய தேவையும் இல்லை...' என்று சொல்ல அவையில் சிரிப்பொலி பரவியது.

சரத்சந்திரன் 'அது உண்மைதான்...' என்று தீவிரமாகச் சொல்லி மூன்றாமுலக நாடுகளில் கி.பி. பதினாறாம் நூற்றாண்டுவாக்கில் எப்படி சட்டை அறிமுகமாயிற்று என்றும் அதற்கு பக்தி இலக்கியத்தில் உள்ள இடமென்ன என்பதைப்பற்றியும் சட்டைகள் புழக்கத்துக்கு வந்த ஆரம்ப நாட்களில் ஒருநாள்விட்டு ஒருநாள் மட்டும் சட்டைப்பை இருக்கும் சட்டைகள் புழக்கத்திலிருந்ததாகத் தெரிகிறது என்றும் விளக்கியபோது மேலும் ஏதேனும் சொல்லப் போய் அவரைச் சீண்டுவது உசிதமல்ல என்று அவை கண்டுகொண்டது. மயிலேறும்பெருமாள் மட்டும் 'எல்லாவனும் இங்லீசிலே பேசுதானுக. ஆனா ஆளுக்கொருமாதிரில்லா பேசுதானுக... இங்கிலீசும் தண்ணிக்கேத்தாப்ல மாறும்போல...' என்று எண்ணிக்கொண்டார். சிந்தி எழுத்தாளர் அவர் எழுதிய கவிதை ஒன்றைப் பாடி முடித்ததும் மதிய உணவுக்கு விடப்பட்டது.

பஃபே முறையில் உணவுகளை எடுத்து உண்ணுவது மயிலேறும் பெருமாளுக்கு அவமானமாகப்பட்டது. 'பொம்பிளையாளுக எடுத்து குடுக்கணும் ஆம்பிளைக திங்கணும்... அது மொறை. சரி காலம்கெட்டுக்கிடக்கு' என்று எண்ணிக்கொண்டு முதலில் கண்ட சோற்றை அள்ளிப்போட்டுக்கொண்டு 'நிண்ணுட்டு திங்கணுமாம். போற போக்கப்பாத்தா நிண்ணுட்டு ரெண்டுக்குப் போறதுக்கும் வளி கண்டுபிடிச்சிருவானுகபோல' என்றபடி மற்ற உணவுக்குவியல்களை ஒவ்வொன்றாக பார்த்தார். அடிவயிற்றைக் கலங்கடிக்கும் ஒரு மஞ்சள் திரவத்தை சற்றே அள்ளிவிட்டுக்

கொண்டு அது என்ன என்று தெரியாமல் தட்டின் மூலையில் ஒதுக்கிவிட்டு குல்லாபோட்ட ஆளிடம் 'சாம்பார்... வெயர்?' என்று என்று கேட்க அவன் 'ஸெர், திஸ் இஸ் சாம்பார்...' என்று அதே மஞ்சள் திரவத்தை மேலும் இரு கரண்டி அள்ளி சோற்றில்விட்டு விட்டான்.

தன்னந்தனியாக நின்று 'ஒரு தனி ஒலகம்போல... எளவு, சந்தையில தரகு பேசுற சத்தமாட்டுல்லா இருக்கு!' என்று எண்ணிக்கொண்டபோது ஹரிணி மகாபாத்ரா அவரைக் கண்டு லிப்ஸ்டிக் வரிவரியாக வெடித்து விரிய சோழிப்பற்களைக் காட்டி சிரித்தபடி அருகே வந்து 'ஹாய்...' என்றாள். மயிலேரும் பெருமாள் 'என்ன கேக்கா, எளவு வெள்ளையானை மாதிரி நாலஞ்சு குண்டிகளோடல்லா இருக்கா?' என்று எண்ணிக்கொண்டு 'வணக்கம். குட்மார்னிங்' என்றார்.

'அயம் ஹரிணி மகாபாத்ரா...' என்று அவள் சொன்னாள்.

'பாத்திரமா?' என்று வியந்த மயிலேறும்பெருமாள் மறுசிந்தனை அடைந்து 'ஒருகணக்கிலே செரியாத்தான் இருக்கு' என்று உள்ளூர மகிழ்ந்துகொண்டார்.

'ஐயாம் மயிலேறும் பெருமாள்...'

'ஓ, மையி... மயிரேர்... ஐயம் ஸாரி' என்றாள் அவள்.

'கெடுத்தாளே' என்று எண்ணி 'நோ நோ மயிரேறும் பெருமாள் இல்லை. அது போக்கத்தவனுக சொல்லுறது. மீ மயிலேறும் பெருமாள்' என்றார்.

'ஐ ஸீ...' என்று ஆரம்பித்து பத்துமுறை தலைமுடியைத் தள்ளும் வரை அவரிடம் பேசிவிட்டு அடுத்த ஆளைநோக்கிச் சென்றாள்.

'இவ மதிச்சு வந்து பேசுதா. மண்ணுக்க மதிப்பு அவளுக்குத் தெரியுது. நம்மூருகாரி எட்டிப்பாக்குதாளா பாரு?' என்றார் மயிலேறும்பெருமாள் தனக்குள்.

மதிய உணவு முடிந்ததுமே மீண்டும் வங்க மொழி எழுத்தாளர் ஒருவர் பேச மிச்சம் மூன்றுபேரும் எழுந்து ஓங்கிக் கத்தி கைநீட்டிப் பாய்ந்து ரகளைசெய்துவிட்டு உடனே சால்வைகள் சரிய தழுவிக் குலாவிக் கிளம்பிச்சென்றார்கள். அடுத்து மைதிலி மொழி எழுத்தாளர் ஒருவர் தட்டித்தடுமாறி எதையோ மைதிலியிலேயே படித்து முடிக்க பாதிப்பேர் மெல்லிய குறட்டை ஒலியுடன் தூங்க தமிழுக்காக பேச சுதாசுந்தரி எழுந்தார். எழுதிக் கொண்டுவந்திருந்த நீண்ட கட்டுரையை ஏராளமான மெய்ப்பாடுகளுடன் படித்தார்.

‘இந்திய ஒருமைப்பாடு கிராமங்களில்தான் இருக்கிறது என்றார் காந்திஜி. ஏனென்றால் கிராமங்களில் யானைகள் நிறைய இருக்கின்றன. யானை நமது தேசிய பெருமிதமாகும்...’ சிவ்சங்கர் உரக்க ‘சுதா, இது ஜனாதிபதி உரை போல் இருக்கிறது...’ என்று சொல்ல அரங்கமே உரக்கச் சிரித்தபோது சுதாசுந்தரி நன்றிப் பரவசத்துடன் பரதநாட்டியதாரகை போல குனிந்து வணங்கி அமர்ந்தார்.

அடுத்தது மயிலேறும்பெருமாளின் முறை. அவருக்கு வியர்வையில் உள்ளங்கையில் வழவழத்தது. நாற்காலி வழுக்கியது. இத்தனைக்கும் அவர் அங்கே பேசுவதாக இல்லை. தமிழிலக்கியத்தில் யானைகளின் நிலையை சங்கம் தொட்டு பாரதிவரை விரிவாக ஆராய்ந்தபின் நவீன இலக்கியத்துக்கு வந்து யானை பற்றிய நூற்றுக்கணக்கான தகவல்கள் கொண்ட மாபெரும் கட்டுரையை அவர் பத்துநாள் உழைத்து எழுதியிருந்தார். காட்டில் யானை பிருஷ்டத்தை உரசி பளபளப்பாக ஆக்கிவைத்திருக்கும் மரத்தில் பிள்ளையார் செய்து அதை வீட்டில் நிலையில் பொருத்தினால் அந்த வீட்டில் செல்வம் பெருகும் போன்ற பல தகவல்கள் அதில் கொட்டிக்கிடந்தன. அதை ஒருவாரம் முன்னரே சுதாசுந்தரியிடம் கொடுத்து ஆங்கிலத்தில் அதை மொழிபெயர்த்துச் சொல்லமுடியுமா என்றும் கேட்டிருந்தார். அதை அழகாகச் சுருக்கிச் சொல்லலாம் என்று அவர் ஆலோசனை சொன்னார். சுதா சுந்தரி மயிலேறும் பெருமாளின் கட்டுரையின் பிரதி ஏதும் கையில் இல்லாமல் படுவேகமாக ஆங்கிலத்தில் எட்டு சொற்றொடர்கள் சொல்லி, ‘தேங்க்யூ’ என்றதும் சபை கைதட்டியது.

‘எல்லாத்தையும் சொல்லிட்டியளா?’ என்று மயிலேறும் பெருமாள் கேட்க ‘சொல்லிட்டேன்... கேட்டீங்கள்ல?’ என்றார் சுதாசுந்தரி. ஆங்கிலம் எத்தனை சுருக்கமான மொழி என்று மயிலேறும் பெருமாள் எண்ணிக்கொண்டார். மாலையில் சரத் சந்திரன் ‘இந்த கருத்தரங்கில் வெற்றிகரமாக மீண்டும் ஒருமுறை பண்பாட்டுப் பரிமாற்றம் நடந்துள்ளது...’ என்று சொல்லிக் கொண்டிருக்கையில் நடுவட்டம் அவரை நோக்கி கட்டைவிரலைக் காட்டி தாகம்சம்பந்தமாக ஏதோ சைகைசெய்தார். அவர் புருவம் மட்டும் அசைத்து பொறு என்றபடியே பேசி முடித்தார். சுதாசுந்தரி ‘சரத், யூ லிட்டில் ராஸ்கல், யு டிட் இட் அகெய்ன்... டியர்...’ என்று சொன்னாள். ‘சச் எ நைஸ் மீட்டிங் சரத்’ என்று மகாபாத்ரா முடியை மொத்தமாகப் பின்னால் தள்ளினாள்.

அவர்களுக்கெல்லாம் ஆளுக்கு ஒரு துணிப்பை அளிக்கப்பட்டது. ‘சூப்பர் பை!’ என்று மயிலேறும்பெருமாள் எண்ணிக்கொண்டார்.

எல்லாரிடமும் சொல்லிக்கொண்டு போகமுடியாவிட்டாலும் அந்த பெரும்பாத்திரத்திடமாவது ஒரு சொல் சொல்ல வேண்டுமென மயிலேறும்பெருமாள் ஆசைப்பட்டாலும் அவள் அவரைக் கண்களால் சந்திக்கவேயில்லை. பையுடன் ஊருக்குக் கிளம்பினார். அந்தப் பை அவர் முதல்முறை மளிகை வாங்கும்போதே அறுந்து தெருவில் பருப்பும் உளுந்துமாகக் கொட்டியது. அத்துடன் அவர் சின்னவனுக்கு பாலிகா பஜாரில் வாங்கிய சட்டை அவன் கைதூக்கியதுமே அக்குள் கிழிந்தது. 'முமுமுகம்' சிற்றிதழில் தன் டெல்லி பயணம் பற்றி மயிலேறும்பெருமாள் 'ஆனைமேலே அம்பாரிமேலே ஆடு' என்று ஒரு கட்டுரை எழுதினார். ஒருவழியாக அது ஆறுமாதம் கழிந்து அச்சேறும்போது அலன் மிசெளக்ஸ் பற்றி யாருக்குமே நினைவிருக்கவில்லை, யானையைப்பற்றியும்தான்.

எயிட்ஸ் ஒழிப்புக்கு வாய்வழிப்புணர்ச்சி சிறந்த வழியாகுமா என்பதை ஆராய்வதற்காக ஆம்ஸ்டர்டாமில் நடந்த பண்பாட்டுக் கருத்தரங்குக்காக சுதாசுந்தரி சென்றுவிட்டிருந்தார். சரத்சந்திரன் தன் சொந்த கிராமமான ஆதிரப்புழைக்குப் போன அனுபவம் பற்றி ஒரு பயணக்கட்டுரை எழுதி வெளியிட்டார். மிருணாளினி முகர்ஜியின் அடுத்த கட்டுரை வெளியாயிற்று. அமெரிக்க இந்திய எழுத்தாளரான சுசித்ரா சர்க்கார் எழுதிய நாவல் ஒன்று புலம்பெயர்ந்த இந்தியர்களின் அடையாளப் பிரச்னைகளை இந்திய-ஐரோப்பியப் பண்பாட்டுப் பின்புலத்தில் விரிவாகப்பேசுவதை அவர் அதில் விளக்கியிருந்தார். சுசித்ரா சர்க்கார் கிண்டர்கார்ட்டன் படித்துக் கொண்டிருக்கிறார் என்பதும் அவரது தந்தை அமெரிக்காவில் நியூயார்க் டைம்ஸ் இதழில் உதவி ஆசிரியர் என்பதும் குறிப்பிடத்தக்கவை.

- ஜூன் 10, 2008

49

மது : சில கலைச்சொற்கள்

மலையடிவாரப் பிராந்தியங்களில் மது வடித்தல் என்பது அன்றாட வாழ்க்கையின் ஒரு பகுதி. பழங்குடிகள் பொதுவாக பல வகையான மதுவகைகளைத் தாங்களே வடித்துக் குடிப்பார்கள். மலைக் கிராமங்களில் அந்தப் பழக்கம் கசிந்திறங்குகிறது. பழங்குடிகளுக்கு மது ஒரு புனிதப்பொருள், காரணம் அவர்களுக்கு அநேகமாக அனைத்துமே புனிதப்பொருட்கள்தான். மதுவை அவர்கள் தங்கள் கடவுள்களுக்குப் படைக்கிறார்கள், காரணம் அவர்கள் அநேகமாக அனைத்தையுமே கடவுளுக்குப் படைப்பார்கள். ஒவ்வொரு சாமிக்கு ஒவ்வொரு மது. அல்லது ஒவ்வொரு மதுவுக்கு ஒவ்வொரு சாமி.

பழங்குடிகள் வடிக்கும் மதுக்களில் பலவகை உண்டு. பலவகை யான பழங்களை ஒன்றாகப் போட்டு நொதிக்க வைத்து எடுக்கும் மதுவே அதிகமாக உண்ணப்படுகிறது. எளிதில் மாவாக ஆகக்கூடிய ஒருவகை மலை நெல்லை முதிர்வதற்கு முன்னரே எடுத்து நீருடன் அரைத்து பாலாக்கி அதைப் பற்பலநாள் புளிக்கச் செய்து வாற்றி எடுக்கும் மது முதல் பலவகையான பட்டைகளையும் வேர்களையும் நீரில் ஊறச்செய்து எடுக்கும் மதுவகைகள் (ஊமத்தை வேரை தேனில் ஊறவைத்து மது செய்யும் ஒரு பக்குவம்கூட உண்டு என்று கேள்விப்பட்டிருக்கிறேன்) வரை ஏராளமான மதுத்தயாரிப்பு வகைகள் உண்டு. பானையில் அடைத்து மண்ணில் புதைத்துப்போட்டு பல வருடம் கழித்து தோண்டி எடுக்கும்

மதுக்கள் உண்டு. அந்தப் பக்குவங்களை அவர்கள் மத ரகசியங்களாக வைத்திருப்பார்கள்.

ஆனாலும் அவற்றில் பல பக்குவங்கள் ஊருக்குள் பரவிவிடும். ஒவ்வொன்றும் ஒவ்வொரு வகை போதைகள். நாளொரு மேனியும் பொழுதொரு வண்ணமுமாக குடிப்பவர்களுக்கு உரிய வகை பேதங்கள். பனங்கருப்பட்டியைப் பொடித்துப் போட்டு ஊறலாக்கி வாற்றி எடுக்கும் வழக்கமான சாராயமே எங்களூரின் சிறப்பு. அவ்வட்டாரங்களில் பெயர் சொன்னாலே தெரியும் தரம் எளிதில் விளங்கும் ஊர் எங்களுடையது. மற்ற வகை போதைகளும் சாதாரணமாகவே நடமாடும்.

ஒவ்வொன்றுக்கும் தனித்தனியான பெயர்கள் உண்டு. இப்பெயர்கள் காரணப்பெயர்களாக அமைவதே வழக்கம். காரணம் விளைவுகள் வழியாக மதுவுக்குச் சென்று சேர்வது. குடிகாரர்களுக்கு வசதி என்பதுடன் ஒரு மதுவின் பெயரே அதன் விளம்பர வாசகமும் ஆக இருப்பதும் நன்றே. சில பெயர்கள் மது அருந்திகளின் மாற்றுத் தரப்பினரான மனைவிகள், வழிநடையர்களால் சூட்டப்பட்டதாக இருக்கும். ஒரே மதுவுக்கு பல தரப்புகளில் பல பெயர்கள் புழங்குவதும் உண்டு. மொழியியலாளர்களின் மேலதிக ஆய்வுக்காக அச்சொற்கள் இங்கே தொகுத்து அளிக்கப்படுகின்றன.

1. நாறவெள்ளம்

இது மதுவுக்குப் பொதுவான பெயர். மனைவிமாரால் சகஜமாக பாவிக்கப்படுவது. ‘எனக்க பொன்னேசுவே... இண்ணைக்கும் வலிச்சு கேற்றிப்போட்டானே நாற வெள்ளத்த... நான் செண்ணு சாவுதேன்... எனக்கு வய்யாமே’ என்ற கதறல்களை மாலை நேரங்களில் சாலைகளில் கேட்கலாம்.

2. ஊறவெள்ளம்

இதுவும் மதுவுக்கான பொதுப்பெயரே. முதலில் சொன்ன சொல்லாட்சிக்கான எதிர்வினையாக மதுவர்களால் உருவாக்கிப் புழங்கப்படுவது. ஊறச்செய்து வாற்றி எடுக்கப்படுவதனால் இது அமைந்தது. ‘ஆருல இவ? போடீ, இது ஊற வெள்ளமாக்கும்... நான் ஊற வெள்ளம் குடிச்சா நீ ஆருட்டீ கேக்க?’

3. பீநாறி

இது மாமிசத்தை அழுக வைத்து எடுக்கப்படும் ஒரு குறிப்பிட்டவகை மதுவின் பெயர். பழங்குடிகள் மானிறைச்சியை வைத்து இதை எடுக்கிறார்கள். உள்ளூரில் ஆட்டிறைச்சியை.

ஏழெட்டுநாள் அழுகினால் சாராயமாகிறது. கழுத்தை எரிக்கும். சமயங்களில் குருடாகவும் ஆக்கும். அது குடித்து குருடான சிலர் ஏசுவையும் சிலர் அய்யப்பசாமியையும் பார்ப்பதாகச் சொல்லப் பட்டது. வாசனை அச்சு அசல் அதுபோலவே இருப்பதனால் இந்தப்பெயர்.

4. பீகலக்கி

முந்தையதையும் இதையும் குழப்பிக் கொள்ளலாகாது. அதிகநீர் சேர்க்கப்பட்டுப் பக்குவமிழந்த பனங்கள்ளே இவ்வாறு அழைக்கப் படுகிறது. இது அசாதாரணமான பின்விளைவுகளை உருவாக்கு வதனால் இப்பெயர் கொண்டது. நீரால் இழக்கப்படும் போதையை சீமையுரம் எனப்படும் அமோனியம் சல்பைட் மூலம் ஈடுகட்ட முயல்வதனாலும் இவ்விளைவு உருவாகிறது என்பர் அறிஞர்.

5. மணவாட்டி

சிறப்பான இந்த மதுவைக் குடித்தால் அதன் பின் தலையைத் தூக்கவே முடியாது. மணமகள் போல தலைகவிழ்ந்து இருப்பார் குடியர். மோவாயைப் பிடித்துத் தூக்கி ‘என்னவே குடிச்சேரு?’ என்று கேட்டு கையை விட்டால் உடனே மோவாய் மீண்டும் மார்பில் முட்டும். ‘அதுபின்ன கேக்கணுமா? மணவாட்டிதான். இனி பஸ்டுநைட்டு களிஞ்சு பாத்தாப்போரும்’ இதன் தயாரிப்பில் ஊமத்தைக்கு முக்கிய இடம் உண்டு.

6. கொட்டுவடி

ஆசாரிமார் வைத்திருக்கும் ஆகப் பெரிய மரச்சுத்தியல் இது. சிறிய கொட்டுளியால் ஆப்பு அல்லது ஆணியை அடித்து நிறுத்திவிட்டு கொட்டுவடியை எடுத்து ஒரே அடி. ஆப்பு இறுகி அமைந்துவிடும். அதேபோல குடித்ததுமே அப்படியே அடித்து இறுக்கும் குடிவகை. தயாரிப்பில் ஊமத்தைக் காய் மற்றும் வேர் ஊடுபுகும் என்று கேள்வி.

7. வெட்டிரும்பு

வெட்டிரும்பு என்பது சிறப்பான ஒருவகை உருக்கு. இதில் அக்காலத்தில் கடுமையான பொருட்களை வெட்டும் இரும்பு ஆயுதங்களைச் செய்வார்கள். இரும்பை வார்த்தபின் நெடுநாள் வெப்பத்தில் வைத்து மிகமிக மெள்ளக் குளிர வைத்து இதைத் தயாரிக்கிறார்கள். குடித்தபின் உடனே உக்கிரம்கொண்டு காதுமடல் களையும் மூக்கையும் தகதகக்கச் செய்து மெள்ளமெள்ளக் குளிரும் குடிவகை. நாட்டுச் சாராயமே அனேகமாக வெட்டிரும்பு எனப்படுகிறது.

8. போஸ்ட்மேன்

இது பொதுமக்களால் சூட்டப்படும் பெயர். குடித்தவர் தன் தெருவில் தன் வீட்டைத் தேடி கதவு கதவாகத் தட்டிச் செல்வார். பொதுவாக (அத்துமீறிய) ஆயுர்வேத விதிகளின்படி காய்ச்சப்படும் 'அரிஷ்ட'ங்களுக்கு உள்ள விளைவு.

9. சுவருமுட்டி

இதுவும் பொதுமக்களால் சூட்டப்பட்ட பெயரே. குடித்தவர் சென்றுகொண்டே இருப்பார். எங்கே அவர் சுவரில் முட்டிக் கொள்கிறாரோ அங்கேயே மேலும் நாலைந்து தப்படி எடுத்து வைக்க முயன்றபின் அப்படியே படுத்து ஆழமான இரவுறக்கம். வேலிசாடி என்றும் இதைச் சொல்வதுண்டு. அரிஷ்டமே. பஞ்சமூலாதி என்று வைத்தியர் தரப்பில் சொல்லப்படும். ஐந்து வகை வேர்களில் ஊமத்தை அதிமதுரம் இருக்கும்.

10. எரிப்பன்

சற்றே பதம்கெட்ட நாட்டுச் சாராயம். குடித்ததுமே தொண்டையும் இரைப்பையும் தீயாக எரியும். காதுகள் சூடாகும். கண்களில் ஆனந்த பாஷ்பம் வழியும். மீதேல் ஆல்கஹால் என்றும் பாடம்

11. ஆளுமாறி

இது மனைவியரால் சூட்டப்பட்ட பெயராக இருக்கலாம். குடித்தவருக்குத் தன் மனைவிமக்கள் மாற்றான் மனைவி மக்கள் என்ற பேதம் இல்லாமலாகிறது. 'ஏட்டி செல்லம்ம, வாடி இஞ்ச... இம்பிடு சுக்குவெள்ளம் கேட்டா குடுக்கமாட்டியா? கெட்டினவன்னா உனக்கு புல்லு, இல்லட்டி? அடி பொளந்து போடுவேன் பாத்துக்கோ...'

'நீக்கம்புல போறவன் கண்ட ஆளுமாறி வெள்ளமும் குடிச்சுட்டுக் கேறி வந்திட்டானே... ஏட்டீ செல்லம்மா உனக்க கெட்டினவனை இப்பம் விளிச்சிட்டு எறங்கு. இல்லேண்ணா சவத்தெளவானை இப்பம் வெட்டி போட்டிருவேன். கண்ணாணை வெட்டிப் போடுவேன்... ஏசுவே, இப்பம் நமக்க எளவெடுத்தான் வந்து இதை கண்டாண்ணு சொன்னா பின்ன வேற புலிவாலு வேணுமா... போவும் வே...'

பொதுவாக, கஞ்சாச் சருகு போட்டு ஊறவைத்த கள், சாராயம் இவ்விளைவுகளை உருவாக்கும்.

12. சவுட்டுமருந்து

சுருக்கமாக சவிட்டு. இதைக் குடித்தவர் நின்ற இடத்திலேயே கால் மாற்றி வைத்து அவசரமாக நடந்துகொண்டே இருப்பார். வழிப்போக்கர்கள் அவரைத் தாண்டிப் புயல்வேகத்தில் சென்று மறைய அவரது வழி முடிவிலாது கிடக்கும். ‘எளவு, அத்து விளுகுதுண்ணுல்லா ஓடுதானுக? ஒரு மனிசனைக் கண்டா நிண்ணு நாலு நல்ல வர்த்தமானம் செல்ல ஆளுண்டா?’ என்ற புலம்பல்.

13. சினேகலெச்சுமி

இது ஒரு சிறப்புப்பெயர். உயர்தரமான மதுவாகிய பறங்கி மாம்பழம் போட்டு வாற்றிய சாராயம். ஃபெனி என்று கோவாவில் சொல்லப்படும். இதைக் குடித்தவர் ஆன்மிக உன்னதம் அடைந்து சக குடியர்கள், சக மனிதர்கள், குடும்பத்தினர், பொதுவாக உலகம் மேலேயே பேரன்பு கொள்கிறார். ‘...லே மக்கா தாணு... உன்னாணை சொல்லுகேன்... நீ எனக்க செல்லமாக்கும். கண்ணாணை... நீ சொன்னா உனக்காச்சுட்டி நான் சாவேன்ல... உனக்கு நான் எனக்க சொத்த தருவேன்... இப்பம் என்ன வேணும்? இந்தா டைட்டன் வாச்சு வச்சுக்கோ... வச்சுக்கோலே... இந்தா பேனாக்கத்தி வச்சுக்கோ மக்கா... இந்தா எனக்க செருப்பு. பேட்டா வாக்கும்... நாப்பது ரூபா வெலெ... எடுத்துக்கோலே மக்கா...’

இது கிறிஸ்துமஸ், ஈஸ்டருக்கு உகந்தது.

‘பேதீல போவான் சினேகலெச்சுமிய குடுச்சிட்டு சோலி செய்து கொண்டுவந்த பைசவயெல்லாம் கண்டவனுக்கு குடுத்திட்டு வந்து நிக்கானே... நான் என்ன செய்வேன் எனக்க முத்தாலம்மோ... எனக்கு வய்யாமே.’

14. வழிமறிச்சான்

இதுவும் சாதாரணமாக பட்டைச்சாராயத்துக்கான பெயர். குடித்தவர் சாலைப் போக்குவரத்தைத் தன் கட்டுப்பாட்டுக்குக் கொண்டுவருகிறார்.

15. சட்டிநக்கி

பொதுவாக பழங்களைப் போட்டு புளிக்க வைக்கும் மென்மையான பானங்கள் அளிக்கும் விளைவுகளில் ஒன்று. சுவை சுவைஞருக்குப் பிடித்துப் போகிறது. மெள்ள மெள்ள போதையும் ஏறுகிறது. குடித்த டம்ளரை நன்றாக அண்ணாக்கில் விட்டபின் விரலைவிட்டு வழித்துக் குடிப்பது, பிறரது டம்ளர்களை வழிப்பது, டம்ளர்களில் தண்ணீர்விட்டுக் கலக்கிக் குடிப்பது, டெஸ்கில் வழிந்திருப்பதை ஆள்காட்டிவிரலால் வழித்துக் குடிப்பது என இது நீள்கிறது.

16. சிரியன் அல்லது 'சிரியன் கிறிஸ்தியன்'

இது இளம்பாக்கை (களிப்பாக்கு) போட்டு புளித்து எடுக்கும் கள்ளினால் உருவாவது. இதில் கொட்டுவடி விளைவும் உருவாகும். ஆனால் அதிகமாக உருவாகும் விளைவு இதுவே. சிரிப்பு. உலகமே சிரிப்பாய் சிரிக்க ஆரம்பிக்கிறது. சிரியன் என்ற பெயர் இதிலிருந்து வந்தது. அதை உள்ளூர் ஆட்கள் ரப்பர் முதலாளிகள்மேல் உள்ள கடுப்பினால் சிரியன் கிறிஸ்தியன் ஆக்கினார்கள். கள் பரிமாறும் 'கடுவா' அம்மிணியைப் பார்த்துதான் முதல் சிரிப்பே. 'ஏல, என்னவாக்கும் ஒரு சிரிப்பு? பீயக் கண்ட பண்ணி கணக்காட்டு? பக்கறையச் செத்தி எடுத்து நாய்க்குப் போடுவேன் மயிராண்டி... போலே லே' என்ற அவளது வசையில் இருந்து உலகம் இன்பமயமாகிறது.

18. போக்குவரத்து

ஜாதிக்காய்க்கு இந்த விளைவு உண்டு என்பார்கள். ஜாதிக்காய் அல்லது அதன் வேர் போட்டு காய்ச்சும் சில குடிவகைகளில் இவ்வாறு நிகழ்கிறது. நுகர்வோர் பத்தடி முன்னால் நடந்தால் கச்சிதமாக பத்தடி பின்னாலும் வந்துவிடுவார். வீடு சேர்வதில்லை.

19. நிண்ணுகுழி

ஜாதிக்காயின் விளைவுகளில் ஒன்றுதான் இதுவும். ஏறியதுமே குடியாளுநர் எந்த இடத்தில் நிற்கிறாரோ அந்த இடத்தில் அவரது குதிகால் குழி விழும் அளவுக்கு பதியும் அங்கேயே நாற்புறமும் திரும்பி வசைபாடுதல் உலக நலன் விசாரித்தல் எல்லாம் உண்டு. காலைத் தூக்க மட்டும் முடியாது. 'திருகும் குடுமி விடியளவும் தேயும்' வகை.

20. பட்டிமூக்கு

பட்டி என்றால் நாய். இதைக் குடித்தால் உடனே பலவகையான நாற்றங்கள் தென்பட ஆரம்பிக்கும். அதன் பின் எப்போதும் மூக்கு சுளித்தே இருக்கும். குடிக்கும் கோப்பை, நக்கும் ஊறுகாய், தானே கையோடுகொண்டுவந்த டார்ச் லைட் எல்லாவற்றையும் முகர்ந்து பார்த்தல். புது மனிதர்களைப் பார்த்ததுமே முகம் சுளித்து மணம் பிடிக்க யத்தனித்தல் என இது நிகழும். கஞ்சா இலை போட்டு வாற்றும் சாராயங்களில் உள்ள ஐம்பெரும் விளைவுகளில் ஒன்று இது

21. பரிசுத்தி

பரிசுத்த ஆவி என்பதில் இருந்து வந்த சொல்லாட்சி. குடித்தவரில்

ஒரு சில மீதேன் ஆவிபறக்கும் ஏப்பங்களுக்குப் பின் ஆவிக்குரிய எழுப்புதல் நிகழ்கிறது. அவர் ஏசுவைப்பற்றியும் சாத்தானின் 'களி' களைப் பற்றியும் பேச ஆரம்பிக்கிறார். '...கர்த்தாவாகிய ஏசு கிறிஸ்துவானவர் ஹாலேலூயா! வானபரியந்தம் ஏறின குரிசுமேலே ஹாலேலூயா! அதாகப்பட்டது பரிசுத்த பிதாவானவர் மனம்கனிந்து ஹாலேலூயா! மண்ணுக்கு அனுப்பிய... மக்கா ஊறுகாய எடு ஹாலேலூயா! கர்த்தாவான ஏசு கிறிஸ்துவானவர் ஹாலேலூயா! ஸ்தோத்திரம் பிதாவே! கர்த்தாவான ஏசுகிறிஸ்து வானவர் சாத்தானிடம் ஹாலேலூயா! சார் வாருங்க, இரியுங்க... எனக்கு பொறத்தாலே போ சாத்தானே ஹாலேலூயா! சாத்தானாகப் பட்டவன் ஹாலேலூயா!' என்றிவ்வாறு.

22. அடப்புருவி

இது குடியின் இயல்பா குடிகாரரின் இயல்பா என்று சொல்வது கடினம். பொதுவாக அந்திக்கள்ளுக்கு இவ்வியல்பு உண்டு என்பர் சான்றோர். அடைப்பை (மூடியை) உருவிவிட்டதுபோல் கொளகொளவென்று சொற்கள் வெளியே கொட்டிக்கொண்டே இருத்தல் இதன் அறம். '...கொலேரத்திலே வாழைக்கொல விக்க போவும்பம் அந்தா நிக்கான்... ஆரு நிக்கான்? கண்ணு மின்னால வந்து நிக்கான்... நிக்காண்ணு சென்னா அதொரு நிப்பாக்குமே மச்சினா... நான் பாத்தப்பம் அவன் கேறி நிக்கான்... அய்யோ இதிவனுல்லா நிக்கான்னு நான் நெனைச்சேன்... கண்ணாணை மச்சினா நிண்ணுட்டிருக்கான்... அப்பம் நான் செல்லிட்டுவந்த கதை என்னா? ஆ, அதாக்கும். கொலேரத்திலே வழைக்கொல விக்கபோவும்பம் அங்கிண நிக்கான். அய்யோ இவன் எங்கலே இஞ்ச வந்தான் எண்ணு நான் நெனைச்சேன்... உம்மாணை மச்சினா... ஏது கதை... அவன் தே இப்பிடி... இப்பிடி வந்து கண்ணுமுன்ன நிக்கான்வே... அப்பம் நான் செல்லிட்டுவந்த கதை என்னா? ஆ, அதாக்கும் கொலேரத்திலே வழைக்கொல விக்கபோவும்பம்... ' என்று விடியவிடிய.

24. மாம்பட்டை

இதுவும் சாதாரண சாராயமே. உபரி விளைவுக்காக மாமரப் பட்டைகளை செதுக்கிப் போட்டுக் காய்ச்சுவார்கள் என்பது காய்ச்சு வதைப்பற்றி அறியாத எளிய அருந்துனர் கருத்து. அதனால் இப்பெயர்வந்தது. மாம்பட்டை அல்ல போடப்படுவது மஞ்சணாத்தி, காட்டுக் காஞ்சிரம் போன்று அதற்கு வேறு பட்டைகள் உண்டு.

26. மூத்தா

இது இறையியல் பெயர். மது சாத்தானின் மனைவி என்பது

அங்கிபோட்ட பாதிரியார்களின் கருத்து. லூசிஃபர் ஏசுவின் அண்ணா. அவரது மனைவி ஏசுவுக்கு அண்ணி. அந்தவகையில் நாட்டுக் கள் என்பது ஏசுவுக்கு அண்ணி முறை.

27.பள்ளிக் கள்ளு

ஒயின் இவ்வாறு பக்தர்களால் அழைக்கப்படுகிறது. ஏசுவின் ரத்தம் இது என்றும் பேச்சு உண்டு. பள்ளி என்றால் குமரிமாவட்டத்தில் சர்ச்.

28. பிரசாதம்

இது இந்து தர்மம் சார்ந்த பெயர். கதலிப்பழம் போட்டு வாற்றி எடுத்த உயர்தர சாராயம். ஆலயங்களில் கதலிப்பழம் மட்டுமே நைவேத்யமாக ஆக்கப்படுவது குமரி மாவட்ட வழக்கம். ஆகவே மாடன், வாதை, சொடலைப்போத்தி போன்ற தெய்வங்களுக்கு இந்தவகை சாராயமே படைக்கப்படுகிறது.

29. செளிநாறி

இது சோற்றைப் புளிக்க வைத்து எடுக்கப்படும் ஒரு குறிப்பிட்ட வகை மதுவின் பெயர். இதை சென்னையில் சுண்டச்சோறு கொண்டிச்சோறு என்பர். பழையசோறு பானைகளில் மூடப்பட்டு பத்து பதினைந்துநாள் புதைக்கப்பட்டு எடுக்கப்படும். கலங்கிய மழைச்சேறு போல் இருப்பதனால் காரணப்பெயர் இது. கல்குழிகளுக்குள் நீண்டநாளாக தேங்கிக் கிடக்கும் நீரின் உக்கிரமான நாற்றம் இருக்கும்.

30. தாக்கோல்

தாழ்க்கோல் என்ற தூய தமிழ்ச்சொல்லின் மரூஉ. குலநாயர் ஸ்த்ரீகளில் பலர் இரவுகளில் கையில் குப்பியுடன் வந்து சன்னல் வழியே தூக்கிக் காட்டும் கணவர்களுக்கு மட்டுமே வாசல் திறப்பர். ஆகவே இது ஆகுபெயர். பெரும்பாலும் பிரசவத்தை ஒட்டி இது பழக்கமாகிறது. எப்போதுமே இது பிராந்திதான்.

- செப்டம்பர் 8, 2012

50

உங்கள் நூலகம்

கடந்த நாலைந்து வருடங்களில் நான் எந்த நகைச்சுவைக்கும் இருக்கையில் இருந்து எழுந்து ஓடி சிரித்தது இல்லை. அத்தகைய நகைச்சுவையை இன்று படித்தேன்

வலது கம்யுனிஸ்டுக் கட்சியின் சார்புள்ள என். சி. பி. எச் வெளியிடும் 'உங்கள் நூலகம்' புத்தக ஆர்வலருக்கான முக்கியமான மாதஇதழ். என்.சி.பி.எச் வெளியிட்டுள்ள முக்கியமான நூல்களை அது வாசகர்களுக்கு அறிமுகம் செய்கிறது. அபூர்வமாக பிற நூல்களைப் பற்றிய மதிப்புரைகளையும் காணலாம். பல்வேறு எழுத்தாளர்கள் எழுதும் ஆய்வுக் கட்டுரைகள் இதழுக்கு அறிவார்ந்த முக்கியத்துவத்தை அளிப்பவை.

இவ்விதழ் பாப்லோ நெரூதா பற்றிய சிறப்பிதழாக வந்திருக்கிறது. 'நெரூதாவை படிப்போம்' என்று எஸ்.வி. ராஜதுரை ஒரு கட்டுரை எழுதியிருக்கிறார். பாப்லோ நெரூதாவைப்பற்றிய வரலாற்றுக் குறிப்புகள் அவரது மனைவியின் நினைவுக்குறிப்புகள் ஆகியவையும் யூமா வாஸுகி மொழியாக்கம் செய்த நெரூதா எழுதிய 'என் கவிதை வாழ்க்கை' என்ற நெடுங்கட்டுரையும் இடம்பெற்றுள்ளது.

'உங்களச் சுற்றியிருப்பவற்றிலிருந்து நீங்கள் துண்டித்துக் கொள்கிறீர்களா?' என்ற வினாவுக்கு 'நான் துண்டித்துக் கொள்கிறேன். சட்டென்று அவையெல்லாம் அமைதியடைகின்றன. அப்போது

அது என் அமைதியை குலையச் செய்கிறது' என்ற விசித்திரமான, கற்பனையைத் தூண்டும், பதிலைச் சொல்கிறார் நெரூதா.

காஃப்காவைப்பற்றி இரு கட்டுரைகள் உள்ளன. காஃப்கா பற்றிய பேச்சுகள் இப்போது தமிழில் மிகவும் குறைவு. அவரை சென்றகால எழுத்தாளர்களில் ஒருவராக நமது இலக்கிய உலகம் அடையாளம் கண்டுகொண்டிருக்கிறது. இக்கட்டுரைகள் புதிய கண்ணோட்டங்கள் இல்லாவிட்டாலும் அவரை நினைவுறுத்துகின்றன எனலாம்.

எஸ்.வி. ராஜதுரை அவரது கட்டுரையை இப்படி முடிக்கிறார். 'இயற்கையை தரிசிப்பதில் நெரூடாவுக்கு அத்தனை விருப்பம். புள்ளினங்கள் மீது அவருக்கு கொள்ளை ஆசை... இயற்கையை, புள்ளினத்தை கண்டு பரவசப்படும் சமகாலத் தமிழகக் கவிஞர்களை தேடினால் இன்குலாப் போன்று யாரோ ஓரிருவர் மட்டுமே நம் கண்ணுக்குப் புலப்படுகின்றனர். நெரூடாவை படிப்போம்.'

சிரித்து, விக்கி, கண்ணீர் மல்கிவிட்டேன். மார்க்ஸிஸ்டுகளால் நகைச்சுவை விருந்தளிக்க முடியாது என்பது ஒரு முதலாளித்துவப் பொய்தான், சந்தேகமே இல்லை.

- ஜுன் 21, 2008

51

ஒரு குட்டிக்கதை

அன்புள்ள ஜெயமோகன்,

சாரு ஆன்லைன் என்ற இணையதளத்தில் சாரு நிவேதிதா என்பவர் உங்களை மோசமாக தாக்கி எழுதிக்கொண்டே இருக்கிறாரே. ஏன்?

சரவணன்

அன்புள்ள சரவணன்,

அடாடா, இணையத்திலும் இப்படி பால் வடியும் வாசகர்களா? மகிழ்ச்சியாக இருக்கிறது. உங்கள் பிள்ளைமனம் மகிழ ஒரு குட்டிக்கதை சொல்லட்டுமா?

ஒரே ஒரு காட்டிலே ஒரே ஒரு யானை இருந்ததாம். பெரிய யானை. அந்த யானை தும்பிக்கையும் தந்தமுமாக 'அங்கிட்டும் இங்கிட்டும்' அலைந்துகொண்டிருப்பதை அந்தக் காட்டிலே இருக்கும் ஒரு பூரான் பார்த்ததாம். யானை பிளிறியபோது காடு முழுக்க அது கேட்டதாம். பூரான் 'அய்யோ நான் என்றைக்கு அந்த மாதிரி காடுமுழுக்கக் கேட்கிறமாதிரி கத்தப்போகிறேன்' என்று நினைத்ததாம். சரி இந்த யானையை கடித்து வைப்போம். அது கத்தும். அந்தக் கத்தலை கேட்பவர்கள் ஏன் கத்துகிறது என்று கேட்பார்கள். அப்போது நம்மைப்பற்றி நாலுபேருக்கு தெரியும் என்று நினைத்ததாம்.

அந்தப் பக்கமாக யானை வந்தபோது பூரான் நறுக் என்று கடித்ததாம். யானைத்தோல் கூடாரத்தோல்தானே? யானைக்கு வலிக்கவில்லை. கொஞ்சம் அரிப்புதான் எடுத்தது. சொறிந்துகொண்டு சோலியைப் பார்க்கப் போயிற்றாம்,

ஆனால், பூரான் விடவில்லை. தேடிப்போய் மீண்டும் கடித்ததாம். பூரான் கடிக்கக் கடிக்க யானைக்கு அந்த சொறியும் சுகம் ரொம்பப் பிடித்துப் போய்விட்டதாம். அதனாலே யானைக்கு பொழுது போகாதபோது அதுவே பூரானிடம் வந்து காலைக் காட்டி கடிவாங்கி சொறிந்து மகிழ ஆரம்பித்ததாம். பூரானுக்கும் சந்தோஷம் இம்மாம் பெரிய யானையே நம்மளை தேடிவருதே என்று. யானைக்கு காலில் கடிபடுவது அலுத்துப்போய் முதுகிலும் தும்பிக்கையிலும் எல்லாம் பூரானை பிடித்துவிட்டு கடிவாங்கும் வழக்கம் ஏற்பட்டதாம்.

அப்டியே கொஞ்சநாள் போயிற்றாம். ஒருநாள் யானையிடம் அதன் ஃப்ரெண்ட்ஸ் கேட்டாங்களாம். ‘அதென்ன கையிலே வைச்சிருக்கீங்க?’ன்னு.

யானை சொல்லிச்சாம், ‘இதுவா? இது ஒரு பூரான். காது குடையறதுக்கு வச்சிருக்கேன்... சும்மா உள்ளவிட்டு குடைஞ்சா ஜிர்ரின்னு இருக்கும்’னு.

கதையோட நீதி, ‘சிறு துரும்பும் காதுகுடைய உதவும்.’

- ஜூன் 24, 2008

52

தவசதாரம்

பக்கத்து வீட்டுப்பையன் அவன் குடும்பத்துடன் ‘தவசதாரம்’ என்ற படம் பார்த்துவிட்டு வந்திருப்பதாகச் சொல்லி கேட்டுக்கு வெளியே நின்று ‘உங்க வீட்டு நாய் கட்டியிருக்கா? கட்டினியள்னா நான் உள்ள வந்து கத சொல்லுவேன்’ என்றான்.

‘கட்டியிருக்கு. உள்ள வா’ என்றேன்.

உள்ளே வந்தவன் தாடையைத் தரைமேல் வைத்துப் படுத்து, கண்களைமட்டும் மேலே தூக்கிப் பார்த்த ஹீரோ அருகே போய் ‘ஈரோ! ஈரோ!’ என்று கூவியபின் ‘கடிக்காது’ என்று என்னிடம் சொன்னான்.

‘உள்ள வா’ என்றேன்.

‘எனக்கு பிஸ்கட் வேண்டாம்’ என்று உள்ளே வந்தான்.

‘எங்க வீட்டுல டப்பா கம்ப்யூட்டர் இருக்கே’ என்று லாப்டாப்பை பார்த்துச் சொல்லிவிட்டு கட்டிலில் அமர்ந்தான். பிஸ்கட் கொடுத்ததை தின்றான்.

‘என்ன படம் பாத்தே?’

அவன் வாயைத் துடைத்துவிட்டு ஒரு பிஸ்கட்டைச் சட்டைக்குள் வைத்தான் ‘இது ரூபிணிக்கு.’

‘அவளுக்கு நான் வேற தரேன். என்ன படம்?’

‘தவசதாரம். கமல் நடிச்ச படம்.’

‘நல்ல படமா?’

‘சூப்பர் படம்...’

பாய்ந்து கீழிறங்கி ‘டிசூம் டிசூம்... ஃபைட்டு...’ என்றான்.

‘என்ன கதை?’

‘கதையா?’ என்றான்.

‘படத்தில உள்ள கதை என்ன?’

அவன் விரல்களை நக்கி ‘படத்துல கதை சொல்லலியே’ என்றான்.

‘பின்ன கதை சொல்றேன்னு சொன்னே?’

‘அது எங்கம்மா சொன்ன கதைல்லா?’

‘என்ன கதை?’

‘தவசதாரம் கதை.’

இப்போது எனக்கே சற்று குழம்பியது. சரி, வேறு இடத்தில் ஆரம்பிப்போம் என்று யோசித்து ‘படத்துல உனக்கு ரொம்ப பிடிச்சது என்ன?’ என்றேன்.

‘டான்ஸு’ என்றான்.

‘என்ன டான்ஸ்?’

‘ஒரு அக்கா ஜட்டி போட்டுட்டு ஒரு கம்பியப் பிடிச்சிட்டு இப்டியே ஆடுவாங்களே... காலெல்லாம் இப்டி இருக்குமே...’ அவன் கதவை பிடித்து ஆடிக்காட்டினான்.

சரிதான், விளையும் பயிர்.

‘அப்றம்?’

‘அந்த அக்காதான் மூணுசக்கர சைக்கிளிலே போற தாத்தாவை பென்சிலாலே குத்திக் கொன்னுட்டாங்க... சாகறப்ப அந்த தாத்தா சிரிச்சார். ஏன்ன அவர் ரொம்ப நல்லவர் தெரியுமா?’

‘சரி.’

‘அது ரூபிணி ஓட்டுகிற மூணுசக்கர சைக்கிள் கடையாது. பெரிய அங்கிள்ஸ் ஓட்டுற சைக்கிள். அப்பா எனக்கு வாங்கிக் குடுத்தா அதுல ஏறி நான் உங்க வீட்டுக்கு வருவேன்.’

சைக்கிளை திசைதிருப்பாமல் முடியாது. ‘அந்த தவசதாரத்திலே ஃபைட் உண்டுல்ல?’

‘நெறைய ஃபைட் உண்டு. கையிலே ஒரு கத்தி வச்சிருக்கான்ல அத வச்சு கழுத்த அறுத்துருவான்...’

‘ஆரு?’

‘டாய் சோல்ஜர்... வாய இப்டி வச்சுகிட்டு பேசுவான்... பிஸ்கத்த உள்ள வச்சுட்டு பேசுவோமே அப்டி... உங்க வீட்டுல ஐஸ்கிரீம் உண்டா?’

‘கெடையாதே’ என்றேன்.

‘டாய் சோல்ஜர் ஹெலிகாப்டரிலே வந்து ஸ்பைடர்மேன் மாதிரி கம்பிய வீசி அப்டியே கிர்ருன்னு வந்திருவான். ரொம்ப கெட்டவன். காரு ஓடுறப்ப தரையில தீ வரும் தெரியுமா? ஏன்னா அமெரிக்கால எல்லாம் தரையில எல்லாம் தீயா போட்டு வச்சிருப்பாங்க இல்ல?’

‘யாரு சொன்னாங்க?’

‘எங்க அப்பா?’

‘நீ கேட்டியா?’

‘ஆமா. அப்பா என்னை படம்பாருடான்னு சொன்னார்.’

துரத்தல் நடக்கும்போதே கேட்டிருப்பான்போல, அதுதான் அந்த அவசர விஞ்ஞான பதில்.

‘அப்றம் எவ்ளோ தண்ணி... ஜுனாமி... அந்த ஜுனாமி வரும்போது குட்டிக் குட்டி கப்பல்லாம் ஆடும்... அதெல்லாம் ஜிராபிஸ்...’

‘என்னது?’

‘எங்கப்பா சொன்னார். டாய் சோல்ஜர் மேலே கம்பு குத்திடும். கொடி கட்டின கொம்பு... ஆகஸ்ட் பிஃப்டீந்து கொடி இருக்கே அது...’

‘என்னதுண்ணு உங்க அப்பா சொன்னார்?’

‘ஜிராமுபி... இல்ல, ஜிராமுபிஸ்... கம்ப்யூட்டரிலே செய்வாங்களே.’

‘பாட்டி எப்டி?’

‘எந்தப் பாட்டி?’

‘ஃபோட்டோ வச்சிருப்பாங்களே?’

‘படத்துலே பாட்டி கடையாது. அசின்தான் உண்டு. அவுங்க பொம்மைய வச்சுகிட்டு பெருமாளேண்ணு பாட்டு பாடி

காஃபின்லே போட்டு மூடிருவாங்க... சினிமால எல்லாம் காட்டுவாங்களே டெட்பாடிய காஃபீன்ல போட்டு மூடி ப்ரேயர் பண்ணி மண்ண அள்ளி போட்டு...'

'சரி, பாட்டி இருந்தாங்க மனோஜ்... நீ பாத்தே.'

அவன் ஐயத்துடன் 'அசினா?' என்றான்.

'பாட்டி பாட்டி...'

நானே நடித்துக் காட்டினேன்.

'ஆ, ஒண்ணுக்குப்போகனும்ணு சொல்லுவாங்களே.'

'ஆமா அவங்கதான்'.

'அவங்க நல்ல பாட்டி' என்றான் சுருக்கமாக.

'தாடி வச்சுகிட்டு ஒருத்தர் டான்ஸெல்லாம் ஆடுவாரே' என்று எடுத்துக் கொடுத்தேன்.

'ரூபிணிக்கு ரெண்டு பிஸ்கட் வேணுமாம்... அவ இல்லேண்ணா அழுவா'.

'சரி குடுக்கேன்... இந்த தசாவதாரத்ல- இல்ல தவசதாரத்தில ஒரு மாமா பெரிய தொப்பிவச்சு தாடியோட வந்து டான்ஸ் ஆடுவாங்களே...'

'ஆமா... சுடிதார் போட்டிருப்பாங்களே, அவங்கதானே?' என்றான் உற்சாக வேகத்துடன்.

'வெத்தில போட்டு துப்புவாங்க... அக்குத்தாத்தா மாதிரி...' எழுந்து எம்பிக்குதித்து 'அப்றம் கயித்த கட்டிகிட்டு இப்டியே ஜம்ப் பண்ணி... சூப்பர் பாட்டு... ஜுனாமியிலே ஒரு கொழந்தைசெத்துப் போச்சு. கறுப்புமாமா வந்து கால் மாட்டி... மக்களேண்ணு கூப்பிடுவாரே.'

'உசரமான ஒருத்தர்கூடவருவாரே.'

'ஆமா... அவர் காலிலே கம்பு கட்டிட்டு நடக்கிறார். எங்கப்பா சொன்னார். மூஞ்சியிலே மாஸ்க் போட்டிருப்பார். எதுக்காக உடம்பிலே ஊசி குத்துறாங்க?'

'யார?'

'தாடி வச்சவர?'

'அவரு நல்லவருல்லா? அதனால கெட்ட ராஜா ஊசியால குத்துறார்.'

'சாமி செலைய கடலில போட்டுட்டாங்க... போட்டுல போயி... அப்றம் ஜுனாமியிலே ஜிராபிஸ் வந்தபோது...'

'என்னது?' என்றேன், துணுக்குற்று.

'தண்ணி... நெறைய தண்ணி வந்ததுல்ல அப்ப... கார்லாம் போட்டுமாதிரி போச்சு... ஆனா கார் மிதக்காது முழுகிரும். போட்டுதான் மிதக்கும்... ஒரு பிஸ்கெட் எனக்கா?.'

'சாப்பிடு' என்றேன்.

'உங்கம்மா என்ன கதை சொன்னாங்க?'

'எந்த கதை?'

'தவசதாரம் கதை?'

'சாமிசெலை ஒடைஞ்சதனால கடலில தூக்கிப் போட்டுட்டாங்கள்ல? அது அப்டியே ஜிராமுபிஸ்ல, இல்ல, ஜுனாமியிலே திரும்பி வந்திட்டுது. கன்யாகுமரியிலே நாம செருப்ப தூக்கிப் போட்டா திரும்பி வந்திரும்ல? சுகுணா அக்காவோட செருப்பு வரல்லை. அவ அழுதா...'

'அப்றம் அந்த செலையை என்ன செஞ்சாங்க?'

'மறுபடியும் கடலில ஆழமாகொண்டு போட்டிருவாங்க... அம்மா சொன்னாங்க.'

என்ன ஒரு தெள்ளத் தெளிவான கதை.

'ஒரு ஃபிஷ்கூட அப்ப அங்க நீந்திட்டிருந்திச்சே?'

பிஸ்கட் தின்னப்பட்டு வாய் துடைக்கப்படும்வரை பொறுமையாக காத்திருந்தேன். அதன் பின் '...அந்தப் படத்துல கமல் எத்தனை வேஷத்தில நடிச்சிருக்காரு தெரியுமா?' என்றேன்.

'எத்தனை?'

'ப்ப்ப்பத்து!'

இவ்வளவுதானா என்ற பாவனையுடன் அடுத்த பிஸ்கட்டை எடுத்தான். 'அது ரூபிணிக்குல்ல?'

'அவளுக்கு பிஸ்கட் பிடிக்காது' தின்று முடிப்பதுவரை மீண்டும் காத்திருந்தேன். 'ஆனை அக்காவைத் தூக்கி குச்சியிலே குத்திவச்சது. டாய் சோல்ஜர் அவளை டுமீல்னு'.

'அந்த டாய் சோல்ஜர் யாரு தெரியுமா? அது கமல்தான். அப்றம் அந்த உசரமான ஆள் அவரும் கமல்தான். அப்றம் கராத்தே சண்டை

போடுவாரே அவரும் கமல்தான்...'

'தீ மேலே கார் ஓட்டிட்டு போறவர்?' என்றான்.

'அவரும் கமல்தான். அந்த பாட்டிவேஷம்கூட கமல்தான்...'

'பாட்டி வேஷம் போடல்லை... எப்பமுமே பாட்டியாத்தான் இருக்காங்க... ' என்றான்.

எப்படி விளக்குவது? '...அந்தப் பாட்டி... அதாவது அந்த பாட்டிக்குள்ள கமல் மாமா இருக்காங்க...'

சொல்லியிருக்கக் கூடாது. பீதியுடன் 'உள்ரயா?' என்றான்.

'ஆமாம்' என்றேன் பலவீனமாக.

'தின்னுட்டாங்களா?'

என்னடா சிக்கலாகப் போய்விட்டது என்று எண்ணி 'கன்யாகுமரியில பயில்வான்பொம்மைக்குள்ள நீ போய் கையை ஆட்டியிருக்கேல்ல அத மாதிரி... ' என்றேன்.

அவன் புரிந்துகொண்டதாக தெரியவில்லை. 'பாட்டி அழுதாங்க... நல்ல பாட்டி... கைமட்டும் அவளோ பெரிசு... வையாபுரி குச்சிமேல ஓடுறப்ப கீழ விழுந்திட்டான்.'

'பத்து வேஷம் நடிச்சிருக்காங்க தெரியுமா?'

'யாரு?'

'கமல்.'

'கமல் யாரு இதில?'

'அதான் பைக் ஓட்டுவாரே... அசின்கூட.... அவருதான் மத்த எல்லாருமே...' என்றேன்.

'அந்த டாய் சோல்ஜர், உசரமான ஆள் எல்லாருமே கமல்தான்.'

'அப்ப கமல் யாரு?'

எனக்கே தசாவதாரத்தின் கதை கேயாஸ் ஆகிவிட்டதனால் பையனை அனுப்பிவிடலாம் என்று எண்ணினேன். அவனே 'எங்கம்மா கூப்பிடுறாங்க...' என்று கட்டிலில் இருந்து இறங்கி 'உங்க கம்பூட்டர் குடுப்பிங்களா? படம் பாத்துட்டு குடுக்கிறேன்.'

'அது உடைஞ்சிரும். உங்கப்பாகிட்ட கேளு.'

'எங்கப்பா கிட்ட பைசா இல்லியே. அவரு பூவர் மேன்... பூவர் மேன் ஹேஸ் நோ மனி. எங்க மிஸ் சொன்னாங்க. பூவர் மேன் இஸ் கால்ட் அ பெக்கர்!'

‘சரி’ என்றேன்.

‘அவர் கிட்ட நான் சொல்றேன்.’

அவன் வெளியே போய் ‘ஈரோ கடிக்குமா?’ என்று கேட்டபின் ‘ஈரோ! ஈரோ! ‘என்று குரல்கொடுத்து கேட்டருகே போனான். என்னை நோக்கித் திரும்பி ‘நாங்க தவசதாரம் படம்பாத்தமே...’ என்றான் ‘சூப்பர் படம்.’

- ஜூன் 30, 2008

53

சைவசித்தாந்தம் ஒரு விவாதம்

காசிரங்கா காட்டில் நடந்த புகழ்பெற்ற இந்து தத்துவ மரபு - ஒரு விவாதம் அப்படி புகழ்பெறும் என்று எவரும் எண்ணியிருக்கவில்லை. எண்ணியிருந்தால் அதில் பங்குபெறும் தத்துவத் தரப்புகளின் எண்ணிக்கை கட்டுக்கடங்காமல் பெருகி அதன் மூலம் அரசு நிர்வாகமும் அவற்றின் பிரதிநிதிகள் தேர்வுக்கு நிகழும் உக்கிரமான போட்டிகளால் சட்டம் ஒழுங்கும் தேசிய அளவில் ஸ்தம்பித்திருக்கக் கூடும். எற்கெனவே டெல்லியில் செம்மொழி கருத்தரங்கு, சித்த மருத்துவர் சங்கக் கருத்தரங்கு இரண்டிலும் பங்கெடுத்து அந்த விலாசம் பல ஆவணப்பதிவுகளில் இருந்தமையால் வசமாகச் சென்று மீண்ட தச்சநல்லூர் சங்கரநயினார் பிள்ளை அதில் பங்குபெற்றவர்களில் இருவரைத்தவிர பிறர் அனைவருமே சொல்லிக்கொண்டதுபோல, தன் தரப்பு அனைத்து பிற தரப்புகளையும் தோற்கடித்து வெற்றிகொண்டதாக அறிவித்துக்கொண்டார். சொல்லாதவர்களில் ஒருவர் மனநலமருத்துமவனையில் இருந்த சாங்கிய சிந்தனையாளரான பிரதீஷ் பட்டாச்சாரியா. வேதஞானி கஸ்யப கோத்திரம் ஹரிராம்ஜீ தீனதயாள்ஜீ மகாராஜை பொறுத்தவரை அதை உலகமே சொல்லியது. அவருக்கு சீடர்கள்தான் உலகம், உலகமே சீடர்கள்.

தச்சநல்லூர் சங்கரநயினார் பிள்ளைக்கே அதன் முக்கியத்துவம் தெரியவில்லையாதலால் அவர் திரும்பும் வழியில் சென்னையில் ஈஞ்சம்பாக்கத்தில் இருந்த தன் மகள் ஆவுடையம்மை வீட்டில்

பத்துநாள் நின்று விருந்தாடி, 'சிலந்தி' 'குருவி' என இரு படங்களும் பார்த்துவிட்டு மெதுவாகக் கிளம்பி நெல்லை எக்ஸ்பிரஸில் திருநெல்வேலிக்குச் சென்றார். அதற்கு அடுத்தவாரம் திருநெல்வேலி சுத்தசைவ ஆதிவெள்ளாளர் நலச்சங்கச் செயலாளர் காந்திமதிநாதன் சங்கத்தின் அடுத்த பெரும்போராட்டத்துக்கான துண்டுப்பிரசுரம் மற்றும் ரசீது புத்தகத்துடன் வீட்டுக்குவந்தார். மாங்காய் தொக்கு தொட்டுக்கொண்டு தேங்காய்தோசை தின்றபடி சங்கத்தின் இரட்டைக் கோரிக்கைகளை முன்வைத்தார். திராவிடசாதிகளில் மூத்ததும் முந்தையதுமான திருநெல்வேலி சைவப்பிள்ளைமாரை தமிழகத்தின் தலைச்சான்றோராக செம்மொழி உயராய்வு மையம் (இதை என்ன காரணத்தினாலோ செம்மொழி உராய்வு மையம் என்றே காந்திமதிநாதன் எண்ணிவிட்டிருந்தார்) அங்கீகரிக்க வேண்டும். அவர்களை கௌரவிக்கும் முகமாக அவர்களை மிகவும் பிற்படுத்தப்பட்டோர் பட்டியலில் சேர்க்கவேண்டும்.

'இன்னுமொண்ணு திங்கியாடே காந்தி?' என்று கேட்ட கோமதிஆச்சி பேச்சுவாக்கில் 'அதுபின்ன அப்டித்தானே... என்ன சொல்லுதே? ... இப்பம் இவிஹ அஸாமுல காட்டுக்குள்ள போயி சைவசித்தாந்தம் தான் ஒலகத்திலேயே ஒசத்தீன்னு காட்டி அத அங்க உள்ள பிராமணனுஹக்ள்லாம் சம்மதிச்சு ஒரு நல்ல சமக்காளமும் குடுத்து அனுப்பியிருக்காஹ... இங்க ஆரு கேக்கா?' என்று சொன்னாள். உட்குறிப்பைப் புரிந்துகொண்ட காந்திமதிநாதன் விரல்களை ஒவ்வொன்றாக நக்கியபடி '...கேள்விப்பட்டேன் ஆச்சி. நம்ம சூனாகானாவவுஹ சொல்லிட்டிருந்தாஹ... என்ன எடமாக்கும் அது?' 'எடமா? எடம்னு கேட்டேண்ணா... இண்ணா இங்க நிக்குலே... வரமாட்டேங்குது... என்னமோ கால் செரங்குண்ணுல்லா சொன்னாஹ?' என்றாள்.

'சமுக்காளம் இல்லட்டி சவத்து மூதி... அது சால்வைல்லா? சவத்துக்கு சொல்லியும் மாளல்லியே' என்று பக்கத்து அறையில் சாய்வு நாற்காலியில் படுத்திருந்து கடுப்பான பிள்ளைவாள் 'அது ஒண்ணும் இல்லடே காந்தி, சுத்த சத்து சுயம்புவா இல்லியான்னு ஒரு கேள்விய எடுத்துப்போட்டேன்... கண்ணக் கண்ண முளிக்கானுஹ. செரிடேன்னு ஒரு அரமணிநேரம் மெய்கண்ட சாத்திரத்த தொட்டுக்கிட்டு எடுத்துச் சொன்னேன்... பயக்க ஒருமாதிரி ஆயிட்டானுஹ... அவனுக எங்க கண்டானுக, சுத்ததத்துவமும் அவன் அம்மைக்க தாலியும் ஹெஹெஹெ...' என்று சிரித்தார்.

'அதைச் சொல்லணுமா? அதுக்கு தாம்ரபர்ணி தண்ணிகுடிக்கணும்னு எளுதியிருக்கே...' என்று மையமாகச் சொல்லிக்கொண்டு கிளம்பிய

காந்திமதிநாதன் அந்த மாத சங்கமலரிலேயே ஆவேசமான ஒரு நெடுங்கட்டுரையைத் தீட்டிவிட்டிருந்தார். அஸாமுக்குச் சென்று அங்கே உலகத்தின் தலைசிறந்த தத்துவ அறிஞர்கள்நடுவே சைவசித்தாந்தமே உலகின் தலைமைக்கொள்கை என்பதை நிலைநாட்டித் திரும்பிய தச்சநல்லூர் சங்கர நயினார் பிள்ளை சங்கத்தின் முன்னாள் செயற்குழு உறுப்பினர் என்பதையும் சுட்டிக் காட்டி சைவத்துக்கும் தமிழுக்கும் எதிரான சக்திகளுக்கு கடும் எச்சரிக்கை விடுத்திருந்தார். இதற்கு அடுத்தவாரம் 'நெல்லை துணிக்கடல்' உரிமையாளர் சுப்ரமணியபிள்ளை ஒரு செவ்வாய்க்கிழமை கடைவிடுமுறை நாள் காலை பத்துமணி சுமாருக்கு தன் நண்பர்கள் ஏழுபேருடன் அம்பாசிடர் கார்களில் வந்திறங்கி பிள்ளைவாள் வீட்டுத் திண்ணையில் நின்றார். பிள்ளைவாள் பாய்ந்துவந்து சுப்ரமணியபிள்ளையைக் கண்டதும் மேல்துண்டை முந்தானையாகப் போட்டுக்கொண்டு 'வாங்கோ வாங்கோ' என்றார்.

சுப்ரமணியபிள்ளையும் தோழர்களும் நாற்காலிகளில் அமர்ந்து கொழுமையான காபி குடித்து முகமனும் பேசி முடித்ததும் 'அய்யாவவுஹ எந்திரிக்கணும்' என்று கேட்டுக்கொண்டு எழுந்திருந்த பிள்ளைவாளின் கைகளில் ஒரு பெரிய தாம்பாளத்தில் வெற்றிலைபாக்குபழங்களுடன் நூறுரூபாய்க் கட்டு ஒன்றும் வைத்து அப்படியே நீட்டினார். 'அய்யாவவுஹ செய்தது ரொம்ப பெரிய காரியம்... சேரன் செங்குட்டுவன் இமய மலையில போயி சிலலிங்கத்துக்கு கல்லு கொண்டாந்தது மாதிரி இப்ப சைவத்தோட புகழ அங்க போயி நெலைநாட்டிப்புட்டீஹ... எங்க மரியாதையா ஏதோ கொஞ்சம்...' என்று இழுத்தார் சுப்ரமணியபிள்ளை. உணர்ச்சிவசப் பட்ட பிள்ளைவாள் 'நமச்சிவாயம்! நமச்சிவாயம்!' என்று ஓலமிட கூடவந்திருந்தவர்களும் ஆறெழுத்தை ஏற்று முழங்கினர்.

சுப்ரமணியம்பிள்ளை அவரது சொந்தக் கல்யாணமண்டபத்தில் மாதத்தில் இரண்டாவது செவ்வாய்க்கிழமையன்று 'தென்பொருநைத் தென்றல்' என்ற பெயரில் ஒரு சைவசித்தாந்த ஆய்வு மன்றம் நடத்திவந்தார். அதில் பிள்ளைவாளைக் கூப்பிட்டு கௌரவிக்க விருப்பதாகச் சொல்லி உத்தரவு வாங்கிச் சென்றார். போகும்போது ஒருவர் சுப்ரமணியபிள்ளையை பணிந்து வணங்கி '...இல்ல மாமா... செங்குட்டுவன் கல்லு கொண்டாந்தது கண்ணகி செலைக்குல்லா?' என்றார்.

'அப்பிடியா? சிவலிங்கத்துக்குண்ணுல்லா சொல்லிக் கேள்விப் பட்டேன்?' என்ற சுப்ரமணியபிள்ளை 'என்ன பெரியப்பா, நீங்க என்ன சொல்லுதீஹ?' என்றார். சுப்ரமணியபிள்ளையின்

கணக்குப்பிள்ளையுமான 'சைவநெறிக்காவலர்' பிச்சையா பிள்ளை '...சிவலிங்கத்துக்குத்தான் கொண்டாந்தான்... கண்ணகிக்குன்னும் சிலர் சொல்லுகதுண்டு. மனுச நாக்குல்லா?' என்றார்.

விஷயம் உடனடியாகப் பற்றிக்கொண்டுவிட்டது. மறுநாளே பிள்ளைவாளைத் தேடி நூற்றாண்டு பழக்கமுள்ள அகத்தியர் கழகத்தின் செயலாளர் நாறும்பூநாதன் வந்து திண்ணையில் அமர்ந்து வாங்கு வாங்கென்று வாங்கிவிட்டார் 'என்ன நெனச்சுட்டு வந்திருதேண்ணு சொன்னிஹ? ஒரு வார்த்தை எங்கிட்ட கேட்டிருக் கலாமுல்லா? அவன் யாரு? என்னைக்கு அவன் சைவப்பிள்ளையா ஆனான்? வே, அவன் பணகுடிப்பக்கம் துணிமூட்டை சொமந்து வித்தவன்லா? நாலு கோமணத்தை வித்து சில்லறையச் சேத்துப்புட்டாண்ணா கொலம் வந்திருமா? ஏ, அவன் அம்மைக்க மூத்தவள நாஞ்சிநாட்டு வெள்ளாளன்லா கெட்டியிருக்கான்? சாதி வெள்ளாளன் சைவசித்தாந்தம் பேசினா இவனும் பேசிருவானா? நாட்டில ஒரு மொறை கெடயாதா? இதுக்கு நீரும் எடம் கொடுக்கேரா?' என்றார்.

'நான் எங்க எடம் கொடுத்தேன் நாவன்னா? இவிகள்லா தாம்பாளத்த பாத்ததும் வேட்டிய காலில இடுக்கிட்டு ரெண்டு கையையும் நீட்டினாஹ?' என்றாள் ஆச்சி.

'வச்சு சாத்திப்போடுவேன்... செறுக்கிவிள்ளா, நீயில்லாட்டி அவனுகளுக்கு வெள்ளி டம்ளரிலே காப்பிய கொண்டாந்து வச்சே?'

'அது நான் கண்டனா யாருக்கு என்ன வளிசுத்தம்னுட்டு? காப்பி குடுத்தா நாங்க களுவி கமத்துதோம்... பெறவென்ன?'

'செரி செரி இதுக்காக நீங்க சண்டைபிடிக்க வேண்டாம்... நாங்க ஒரு நல்ல பாராட்டுக் கூட்டம் நடத்துதோம்... வந்திருங்க' என்றார் நாறும்பூ நாதன்.

'பின்ன வராம? வே, நீரு நம்ம மாப்பிள்ளைல்லா... வந்திருதேன்' என்ற பிள்ளைவாள் அவர் போனபின் '... சாதியும் வளிசுத்தமும் இவன் பேசுதான்... ஏட்டி உனக்கு தெரியாதா, இவனுக்க அக்காளையில்லா மதுரையில குடுத்திருக்கு... என்னமோ துளுவனோ என்னெளவோ சொன்னானுக?' என்றார்.

'அது பின்ன இவன் லெச்சணம் தெரியாதா?' என்று ஆச்சி சொல்லிவிட்டாள்.

தொடர்ந்து மொத்தம் இருபத்தெட்டு அமைப்புகள் கிட்டத்தட்ட ஒரே நாளில் பிள்ளைவாளுக்கு பாராட்டுக்கூட்டம் நடத்த

முன்வந்தன. தாமிரவருணிக்கரையில் அமையாத அமைப்புகள் உடனடியாகக் களையப்பட்ட பிறகும் ஒன்பது அமைப்புகள் எஞ்சின. திருவாவடுதுறை ஆதீன வித்வான் சண்முகம்பிள்ளை தலைமையில் சன்னிதி தெரு நூலகக் கட்டடத்தில் கூடிய சமாதானக்குழு சைவத்தின் ஒற்றுமையைக் கருதி ஒன்பது அமைப்புகளும் ஒன்றாகச் சேர்ந்து பாராட்டுக்கூட்டத்தை நடத்துவதாக முடிவெடுத்தது. அதை ஒரு சைவ சித்தாந்த கருத்தரங்காகவே நடத்திவிடலாமென்று ஏற்பாடு செய்யப்பட்டது.

செவ்வாய்க்கிழமை கடைவிடுமுறைநாளில் சுப்ரமணிய பிள்ளையின் கல்யாண மண்டபத்தில் கருத்தரங்கு தொடங்கியது. வழக்கப்படி உள்ளூர் ஓதுவார் பிரமநாயகம்பிள்ளை தன் கட்டைக்குரலில் ஏராளமான கனைப்புகளுடன் நட்டபாடை என்ற தூய தமிழ்ப் பண்ணில்

‘கட்டேலேநீ றேகனீ அப்பமோ டவல்பொரீ

கப்பிய கரிமுக நடிப்பே நீ…’

என்று கடவுள்வாழ்த்தைப் பாடி விழாவைத் தொடங்கிவைத்தார். சித்தாந்த சிரோன்மணி இலஞ்சி மாணிக்கவாசகம்பிள்ளை தலைமை வகித்து தச்சநல்லூர் சங்கர நயினார் பிள்ளைக்கு சால்வை மலர்மாலை அணிவித்து நான்கே சொற்களில் பாராட்டிவிட்டு தத்துவச் சிக்கல்களுக்கு சடுதியாய் வந்துசேர்ந்தார். மூன்று மையப் பெரும் வினாக்கள். அவற்றுக்குப் பதில் கிடைக்காமல் சைவம் தழைப்பது எளிதல்ல. ஆன்றோர் கூடிய இச்சபையில் உடனடியாக இதை விவாதித்து முழு உண்மை கண்டு மனம்தெளிந்தாகவேண்டியது இன்றைய அவசர, அவசிய, உடனடிக் கடமையாகும் என்று சொல்லி அமைந்தார். அவையாவன. வேதமா ஆகமமா எது முதன்மை யானது? சைவம் தமிழர் கொள்கையாகின் மூல நூல்கள் எங்ஙனம் வடமொழியிலமைந்தன? சித்தாந்தமா வேதாந்தமா எது மூத்தது?

அவையில் எழுந்தருளியிருந்த சைவகுருமணி ஸ்ரீலஸ்ரீ காசிவாசி வடவை ஆதீனகர்த்தர் மீனாட்சிசுந்தர பண்டார மகாசன்னிதானம் அவர்கள் சற்றே ஏப்பம்விட்டு அருகே இருந்த ஸ்ரீவிசாலா செங்கல் சூளை உரிமையாளர் உமையொருபாகம்பிள்ளையிடம் ‘நல்லா சொல்லிட்டான் மாணிக்கம்… இவன் அப்பன் கந்தையா நாப்பத்தி யெட்டிலே இதே திண்ணவேலியிலே நடந்த முப்பத்தாறாம் சித்தாந்த மாநாட்டிலே இதே மூணு பிரச்னையக் கௌப்பி அதகளம் பண்ணிப்பிட்டான்ல?’ என்றபோது அவர் ‘அது பின்னே இல்லியா? இந்த மூணும் நம்ம சைவசித்தாந்தத்துக்கு ஆதிநாள் முதல் பேசுததுக்குண்டான அடிப்படைப் பிரச்னைகள்லா?’ என்றார்.

‘ஆம் ஐயா, சைவத்தோட சிறப்பே அலைகடலென ஓயாது அடிக்கும் இந்த ஐயங்கள் அல்லவா?’ என்றார் இந்துக்கல்லூரி தமிழாசிரியர் ‘தமிழேரி ’ வள்ளிநாயகம் பிள்ளை - மாணாக்கர் நடுவே காட்டேரி.

முதல் வினாவுக்கு மேடைப்பேச்சாளர் அழ.குழ.கருப்பையா கலகலப்பாக பதில்சொல்ல அரங்கு களைகட்டியது. எது முதன்மை என்று கேட்டால் ஐயமின்றி வேதமே முதன்மை என்போம். வீட்டில் ஐயாவே முதன்மை என்பதுபோல். ஊருலகமும் நூல்நெறியும் சொல்வது அவ்வாறுதானே? ஆனால் ஆச்சியும் ஆகமமும்தான் அடிப்படைச்சக்திகள் என நாம் ஒவ்வொருவரும் அறியோமா என்ன?

‘கருப்பையா நீ செந்தமிழ்க் கருப் பையா?’ என்று சிலேடையில் சாத்தியபடி பேசத் தொடங்கிய ‘சைவமுரசு’ தணிகாசலம்பிள்ளை அடுத்த வினாவுக்கு பதில் சொன்னார். ‘சைவத்தைப் பற்றி சைவர் பேசினாரென்றால் அதற்கென்ன பொருள்? எதிரே சைவ மறுப்பாளன் ஒருவன் வந்து நின்றிருக்கிறான் என்றுதானே? அவனது புன்மொழியின் பொருளறுத்து அவனைக் கழுவேற்றுவதற்கன்றி வேறெதன்பொருட்டாவது சைவர் சைவசித்தாந்தம் பற்றி பேசுவாரா என்று எண்ணிப் பார்க்கவேண்டும். கேட்பவனுக்குப் புரியாமல் எங்ஙனம் பேசலாகும்? ஆகவே தான் நம் சைவ முதனூல்கள் வடமொழியிலமைந்தன. நந்தமிழையும் நற்சைவத்தையும் இகழ்வோர் வடமொழியினரன்றி வேறெவர்?’ பலத்த கைதட்டலுடன் சைவமுரசு ஓய்ந்தது.

சித்தாந்தமே வேதாந்தத்துக்கு அன்னை என்று சொல்லவந்த கொக்கிரகுளம் சுப்பையாபிள்ளை குமரிக்கண்டத்துக்குச் சென்று தமிழ்க்குரங்கு லெமூர் என்ற மிருகம் ஆகியவற்றைப்பற்றி விளக்கி பாவாணர் மரபை ஒட்டி சொற்பிளப்புக்குள் வழிதவறி வேதம் அவேதம் சுவேதம் என்ற சிக்கல்களுக்குள் மாட்டி சித்தாந்தம் அசித்தாந்தம் என்ற இருமையைக் கண்டடைந்து மேலே செல்ல முடியாமல் திடீரென உடைந்த எட்டு கட்டையில் ‘மனமெனும் தோணி பற்றி மதியெனும் கோலையூன்றி’ நொண்ட ஆரம்பித்த போது வழக்கம்போல மைக் அணைக்கப்பட்டது.

பின்னர் பேசிய கருங்குளம் சிவகுருநாதன் சுருக்கமாக குமரிக் கண்டத்தில் மனிதன் பிறந்தான் என்ற பரிணாமக் கொள்கைக்கு திருநெல்வேலி சைவர்களே வாழும் ஆதாரம்; மதுரைப் பக்கத்து பிறமலைக் கள்ளர்களிடம் வெள்ளைக்காரன் குரோமொசோம் எடுத்து சோதனை செய்ததுபோல பிள்ளைமாரிடம் சோதனை

செய்தால் உண்மை வெளியாகும் என்றும் அறைகூவினார். 'இங்கே கூடியிருக்கும் எண்ணில்லாத வேளாண் சமூகத்தினர் ஜீன் அளிக்க தயாராகவே உள்ளனர் என்பதை சொல்லிக் கொள்ள விரும்புகிறேன். ஆருயிர் அண்ணாச்சி சுப்ரமணிய பிள்ளை அளிக்க மாட்டாரா? விழா நாயகர் தச்சநல்லூர் சங்கரநயினார் பிள்ளையண்ணன் அளிக்கமாட்டாரா? 'சைவமுரசு' தணிகாசலம் பிள்ளை அளிக்கமாட்டாரா? ஏன், மூதறிஞர் கொக்கிரகுளம் சுப்பையா அவர்கள் அளிக்க மாட்டார்களா?' என்று பேச கூட்டம் சிரிக்க, கொக்கிரகுளத்தார் நாணி 'வே நம்மை விடும்வே... நமக்கு வயசாச்சுல்லா?' என்றார்.

பிறகு வழக்கம்போல பசுபதிபாசம். பதி என்றால் பதிவது என்ற புது விளக்கத்தை சைவப்பேழை பழனியப்பன் சொன்னதும் விவாதம் பற்றிக்கொண்டது. அடியார் நெஞ்சில் பதிவது எதுவோ அது பதி. அவரது சம்பந்தி 'சைவநிலா' குமாரசாமி எழுந்து 'அப்படியானால் அடியவர் வயலில் மேய்வதுதான் பசுவா?' என்று வினவ அவருடன் வந்த சொந்தக்காரர்கள் சிரிக்க, 'லே, நீ என்னைக்குலே மயிராண்டி சைவத்தைக் காண ஆரம்பிச்சே? ஏல, பாசம்னா என்னான்னு கேட்டப்ப எம்ஜியார் நடிச்ச படம்னு சொன்னவந்தானலே நீ?' என்று சைவப்பேழை கத்த 'எவம்ல அது எம்ஜியாரச் சொன்னவன்? அடிலே அவனை' என்று இவர்கள் எகிற சண்டை கொழுந்துவிட்டது.

உடனே சைவ குருமணி ஸ்ரீலஸ்ரீ காசிவாசி வடவை ஆதீனகர்த்தர் மீனாட்சிசுந்தர பண்டார மகாசன்னிதானம் அவர்கள் பலத்த ஏப்பம்விட்டு மணிக்குரலில் 'உலகெலாமுணர்ந் தோதற் கரியவன். நிலவு லாவிய நீர்மலி வேணியன்!' என்று எடுக்க படிப்படியாக அமைதி உருவாகியது. பண்டார சன்னிதி 'பசு பாசத்தால் பதியைவிட்டு விலக்கப்பட்டிருக்கிறது. பாசமறுத்து பதியை அடைகையில் பரமானந்தமாகிய பால் சொரிகிறது. பசுவின் நான்கு காம்புகள் நான்கு பூதங்கள் என்றறிக. பசுவை பாசத்தாலாட்டி பின் தன் கழல் சேர்த்து உய்விப்பது அலகிலா ஆடலுள்ளான் அகம் நிறைக் கருணையே ஆமென்றறிக' என்று மூன்றரை மணிநேரம் விரிவாக உரையாற்றி முடித்தபின் அரங்கில் சண்டைக்கு குரலெழுப்பும் தெம்பு எவருக்குமிருக்கவில்லை.

'சன்னிதானம்ணாக்க சும்மாவா? ஆதீனத்த சோழராஜா நிறுவி இண்ணைக்கு ஆயிரம் வருசம் ஆகுதுல்லா? அண்ணைக்குமுதல் இண்ணைக்குவரை ஒரே அருளுரைதான். அம்மியிம்மி அங்கயிங்க மாறிப்போகணுமே? எங்க?' என்றார் 'சைவமுரசு' தணிகாசலம் பிள்ளை.

'சொல்லணுமா? நானும் அறுபது வருசமா கேட்டுட்டுல்லா இருக்கேன்? அது மாறணுமானா பொதிகைமலை வடக்க போகணும்' என்றார் கொக்கிரகுளம் சுப்பையா.

மேலே பேசவந்த 'சிவப்பிழம்பு' தென்காசி குத்தாலம்பிள்ளை விவாதத்தைத் தீவிரமாக திசைதிருப்பினார். பாசம் என்பது கயிறென பொருள்படும். பாசமோ மும்மலம். ஆகவே பாசத்தை மூன்று புரிகள் கொண்ட கயிறென உணர்ந்தனர் ஆன்றோர். அதுவே முப்புரி நூலாம். அதையணிந்தவர் ஆதிசைவர்களாகிய நாமே. சைவ கோயில்களைக் கைப்பற்றிய பார்ப்பனர் முப்புரி நூலையும் தங்களுடையதெனக் கொண்டனர். இதுவே தென்பொதிகை அகத்தியர் வழிவந்த தொல்குடி தன் பெருமை கெட்டு வடநாட்டு லாலாக்களெல்லாம் தெருத்தெருவாய் கடைதிறந்து அல்வா கொடுக்கும் இழிநிலை அடைய காரணமாகும்.

பின்னர் நடந்த உற்சாகமான விவாதம் மாலையாகியதும் ஒரு மையப்புள்ளியில் உச்சம் கொண்டது. ஒட்டுமொத்த பார்ப்பனர் களையும் கழுவேற்றுவதா இல்லை தூக்கிலிட்டாலே போதுமா? 'என்ன இருந்தாலும் கழு நமக்கு சாத்திர சம்மதம் உள்ளதாக்கும்' என்றார் பார்வையாளராக வந்திருந்த தென்தாமரைக்குளம் கோலப்ப பிள்ளை.

'சீ எவம்லே அவன்? சைவத்தப்பத்தி நாஞ்சிநாட்டான் வாயத் தெறக்கிறது? நாங்க குமரிக்கண்டத்திலேருந்து வாய வச்சிருக்கிறது பின்ன சும்மா புட்டமுது திங்கவாலே? வாய முடு' என்றார் கொக்கிரகுளம் சுப்பையாபிள்ளை.

'போறபோக்கப்பாத்தா துளுவனும் சோழியனும் தொண்டையனும் கொங்கனும் எல்லாம் வந்து சைவத்தப்பத்தி நம்மகிட்ட தர்க்கம்பண்ண ஆரம்பிச்சிருவான்போல இருக்கே?' என்று 'சைவமுரசு' தணிகாசலம்பிள்ளை மனம் உடைந்து சொன்னார். ஆகவே, தூக்கு போதும் என ஏகமனதாக முடிவெடுக்கப்பட்டது.

இதன் நடுவே பழனி சித்தவைத்தியர் சிவமுருகன் நைச்சியமாக மூதறிஞர் கொக்கிரகுளம் சுப்பையா அவர்களை நண்ணி 'வயசாச்சுண்ணு யாரு சொன்னாஹ? ஆச்சி சொன்னாஹண்ணாக்க லேஹியம் இருக்கு' என்றார். 'வாழும்சைவம்' இதழாசிரியர் வீரவாகுப்பிள்ளை பேசிக்கொண்டிருந்தபோது முன்னரே வீடு சென்று சிரமபரிஹாரம் செய்து வேறு உடை மாற்றிவந்த சுப்ரமணியபிள்ளை தன் கணக்குப்பிள்ளை 'சைவநெறிக்காவலர்' பிச்சையா பிள்ளையிடம் 'பசுபதீண்ணாக்க, இந்த வெயில் படத்தில நடிச்சானே அந்தப் பயதானே?' என்று விசாரித்தறிந்துகொண்டார்.

விழாவில் பேசியே ஆகவேண்டும் என்று எழுத்தாளர் பண்முதல்வனை பத்துப்பேர் சூழ்ந்து வற்புறுத்தவே அவர் வெட்கி மறுத்தபடியே எழுந்து மேடையேறி 'நான் இங்கே பேசவர வில்லை. பெரியவர்களை பார்க்கத்தான் வந்தேன்... தச்சநல்லூர் மாமா, ஆழ்வார்க்குறிச்சி ஆயான் எல்லாம் என் மனதுக்கு எவ்வளவு இனியவர்கள். வேப்பம்பூ உதிர்ந்து கிடக்கும் முற்றங்களில் அவர்களுடன் அமர்ந்து எறும்புகள் ஊர்வதைப் பார்த்த நாட்களை மறக்க முடியுமா? உள்ளங்கைக்குள் பொத்தி வைத்த மகிழம்பூவின் மணம் சாயங்காலம் டிபனுக்கு தொட்டுக்கொள்ளும் புதினாச் சட்டினியுடன் கலப்பதை எப்படி நினைக்காமலிருக்க முடியும்?' என்று பேசிவிட்டு அமர்ந்தார்.

மூத்த விமரிசகர் அ.க. அருணந்தி அவர்களை விழா ஆரம்பம் முதலே பலர் பலவகையிலும் தடுத்து நிறுத்தியிருந்தார்கள். அவர்கள் அசந்திருந்த தருணத்தில் அவர் பாய்ந்து மேடையேறி உடனடியாக இந்த அவையில் சைவத்துக்கான ஆறு கோட்பாடு களை வகுத்தாக வேண்டும் என்று சொல்லி எழுதிக்கொண்டு வந்திருந்த உரையை படிக்க ஆரம்பித்தார். அந்த நெடிய உரையின் சுருக்கம், சைவம், மார்க்ஸியம், தலித்தியம், தமிழியம், பெண்ணியம், பெரியாரியம், அண்ணாயியம், ஸ்டாலினியம் ஆகியவற்றை மிதமான வெப்பத்தில் கலக்கினால் ஒன்றாக ஆக்க முடியும் என்பதும், அது மிக உறுதியானது என்பதுமாகும்.

'வயசானாலும் விடமாட்டாருபோல' என்று இளம் கவிஞர் அண்டசித்தன் அருகே இருந்த முற்போக்கு விமரிசகர் செந்தழலோனிடம் சொல்ல அவர் 'அதுபின்ன ஆளு எம்வியில்லா? அவனுக அசந்தா ஆனைமுதுகுக்கே பட்டா வாங்கிப்போடுவானுக' என்றார். 'எம்விண்ணாக்க?' என்று அண்டசித்தன் கேட்ட கேள்வியிலிருந்தே அவர் ஆள் வேறு என்று புரிந்துகொண்ட செந்தழலோன் மையமாகச் சிரித்து பாசம் எப்படி மாயையில் இருந்து பிறக்கிறது என்பதை ஒரு பேராசிரியர் வரைபடத்துடன் விளக்கியதை கவனிக்க ஆரம்பித்தபிறகுதான் மோட்டார் வெயிட்டிங் என்ற விரிவாக்கம் அண்டசித்தன் அகத்தே உதித்தது.

உள்ளூர் பிள்ளைவாள்கள் அனைவரும் பேசி முடித்து ஒருவழியாக இரவு ஒன்பதுமணி வாக்கில் கருத்தரங்கு நிறைவுக்கு வந்தது. சித்தாந்த சிரோன்மணி இலஞ்சி மாணிக்கவாசகம்பிள்ளை தன் தலைமைநிறைவுரையில் மும்மலங்களை விரிவாக எடுத்துரைத்தார். அவை ஆணவம், கன்மம், மாயை. நானே சைவ சித்தாந்தி என்றும் நானே சைவத்தின் புகழை பரப்பினேன் என்றும் எண்ணிக் கொள்வதே ஆணவமலம் என்க. கன்ம மலம் என்பது பிரார்த்தம்

சஞ்சிதம் ஆகாமியம் என்று மூவகை. முன்வினை நிகழ்வினை வருவினை என தமிழ். முன்னர் கற்ற பிழைகள். இப்போது சொல்லும் பிழைகள், பித்தம் தலைக்கேறி இனி சொல்லப்போகும் பிழைகள் என நாம் அன்றாடம் இழைக்கும் பிழைகளும் மூவகை. அவையே கன்மமலம் என்க என்று சொல்லி அவர் விழா நாயகனை நோக்கி புன்முறுவல் பூத்தபோது அவையும் மென்சிரிப்பால் ரீங்காரம் இட்டது.

மாயையைப்பற்றி சொல்லவே வேண்டாம் என சித்தாந்த சிரோன்மணி இலஞ்சி மாணிக்கவாசகம்பிள்ளை மீண்டும் விளக்கினார். கேட்பதையெல்லாம் நம்புவதும் நம்புவதையெல்லாம் சொல்வதுமாக நாம் வாழும் இந்த உலகமே ஒரு மாயை அல்லவா? அந்த மாயையை நாம் அனுதினமும் கண்டுகொண்டிருக்கிறோம். ஏன் இந்தமேடையே ஒரு மாபெரும் மாயை அல்லவா? நாடகீயமாக நிறுத்தி அவையை சிம்மப்பார்வை பார்த்தபின் சித்தாந்த சிரோன்மணி இலஞ்சி மாணிக்கவாசகம்பிள்ளை அவர்கள் தச்சநல்லூர் சங்கர நயினார் பிள்ளை அவர்கள் மேன்மேலும் புகழ்பெற்று உலகெலாம் உணர்ந்தோதற்கரியவன் புகழை உலகெங்கும் பரப்ப அவனே அருள் புரியட்டும் என்று சொல்லி முடித்தார்.

அதன்பின் முதலில் சைவகுருமணி ஸ்ரீலஸ்ரீ காசிவாசி வடவை ஆதீனகர்த்தர் மீனாட்சிசுந்தர பண்டார மகாசன்னிதானம் அவர்கள் காலில் விழுந்தவர்களுக்கெல்லாம் விபூதி வழங்கி விடை கொண்டனர். விபூதி தீர்ந்த பின்னும் அவர் விபூதி படிந்த வெறும் கையை வழங்கியது விட்டும் விடாத மாயையின் வன்மையைக் காட்டுவதாக இருந்தது என்று இலஞ்சி மாணிக்கவாசகம்பிள்ளை சொன்னார். அதன்பின் ஒவ்வொருவராக தச்சநல்லூர் சங்கர நயினார் பிள்ளை அவர்களிடம் சொல்லிக்கொள்கையில் அவரது கூப்பிய கரங்களுக்குள் பத்து இருபது ரூபாய் தாள்களைச் செருகி அவரை 'என்ன இது? ஹெஹெஹெ' என்று சிரிக்க வைத்து 'இருக்கட்டும் மாமா ஹெஹெஹெ' என்று தானும் சிரித்து கிளம்பினர். ஆச்சி உடனே அவற்றை மஞ்சள்பைக்குள் வாங்கிவைத்துக்கொண்டாள்.

நாறும்பூநாதன், காந்திமதிநாதன் இருவரிடமும் நன்றி சொல்லி விட்டு மலர்மாலை மற்றும் சால்வைகளுடன் ஆட்டோவில் ஏறும் போது தெரு இருட்டில் யாரோ 'தச்சநல்லூரான் இன்னைக்கு நல்லா அறுவடை செஞ்சுட்டான் வே... நாலாயிரம் தேறும்னு கேள்வி...' என்று சொல்வது பிள்ளைவாள் காதில் விழுந்தது. 'கட்டேல போக' என்றாள் ஆச்சி.

- ஜூலை 11, 2008

54

தலைமறைவு

தமிழ்நாட்டில் அதிகமாகப் புழங்கும் சொல் என்ன என்பதைத் தெரிந்துகொள்ள ஒரு வாய்ப்பு கிடைத்தது. செல்பேசியை எடுத்ததுமே ஹலோ என்பதற்குப் பதிலாக அதைச் சொல்லலாம் என்றும். ஆரம்பத்தில் அதிர்ச்சிதான்.

'ஹலோ நான் ஜெயமோகன் பேசுறேன்...' என்ற பவ்யமான குரலுக்குப் பதிலாக 'தாயோளி!' என்று தெளிவாக ஒரு குரல்.

'யாரு வேணும்?'

'நீதாண்டா வேணும் தாயோளி.'

'ஸாரி நீங்க வேற யாரையோ கேக்குகிறீங்க... அது நான் இல்ல...'

'டேய் தாயோளி.'

'ஸாரி சார், நீங்க நம்பர் செக் பண்ணுங்க...'

'டேய் நீதாண்டா... அது...'

'அப்டீங்களா?'

'ஆமாடா தாயோளி, எங்க தெய்வத்தப்பத்தி நீ எழுதிருவியாடா? எழுதிட்டு வாழ்ந்திருவியா? டேய்...'

அனுபவப் புரிதல்களின் நாட்கள். ஒட்டுமொத்தமாகப் புரிந்து கொண்ட விஷயம்: இலக்கியம் ஒருபோதும் வெகுஜனப்

புகழ்பெறக்கூடாது. பெரும்பாலான செல் அழைப்புகள் ஒரே இடத்திலிருந்து எழுந்தவை. ஒருவர் மூச்சிரைக்கப் பேசி முடிக்கிறார். '… தாயளி டேய், தாயளி வெட்டிருவோம்டா… தாயளி துண்டு துண்டா நறுக்கிருவோம்டா… டேய் தாயளி… டேய்… தாயளி… ' ஒரே சொல்லை மேற்கோள் குறி, ஆச்சரியக்குறி, அரைப்புள்ளி, கால்புள்ளி, முற்றுப்புள்ளி எல்லாவற்றுக்கும் எப்படி பயன்படுத்துகிறார்கள் என்பதில் எனக்கு சற்றே இலக்கணச் சிக்கல். பேசியவர் உடனே '… மச்சான் நீ பேசுடா…' என்று குடுக்க இன்னொருவர் செல்பேசியை வாங்கி ஆவலுடன் மூக்கருகேகொண்டுசென்று 'புஸ்ஸ்ஸ்' என்று சீறி மீண்டும் ஆரம்பிக்கிறார். 'தாயோளி… டேய்…'

பதினைந்து நாட்களுக்குள் நானே ஒருமாதிரி 'கண்டிஷன்' ஆகி செல்லை எடுத்ததுமே சாந்த கம்பீரத்துடன் 'தாயளி ஜெயமோகன் பேசுறேன் தாயளி' என்று பேச ஆரம்பித்தேன். வீட்டிலும் அவ்வப் போது சோம்பல் முறிக்கையிலும், கனமாக எதையாவது தூக்கும் போதும், எண்பது கிலோ எடையுடன் ஹீரோ என் கால்நடுவே புகுந்து மறுபக்கம் (ஊழையும் உப்பக்கம் காண்டல்) செல்லும் போதும் அச்சொல் கசிய ஆரம்பித்தது. பேப்பர் போடவோ தபால் கொடுக்கவோ யாராவது வந்தால்கூட நான் கெட்டவார்த்தை கேட்கத் தயாராக ஆகி பவ்யமாக நின்றேன். அவர்கள் விசித்திர மாகப் பார்த்து திரும்பிச் செல்லும்போது சமயங்களில் கொஞ்சம் ஏமாற்றமும் வர ஆரம்பித்தது.

'அப்பா, நீ கொஞ்சம் கொஞ்சமா ஸ்க்ரூ லூஸாகிட்டு வாரே' என்றான் அஜிதன்.

'அப்பவெ இப்டித்தானே இருக்காரு?' என்றாள் மனைவி. ' ஜெயன், நீ இங்க இருந்தாத்தானே பிரச்னை? பேசாம எங்கியாம் வெளியூரு போயிட்டுவா…' என்றாள்.

'அப்பா… யூ ஆர் எ சைக்காலஜிகல் புல் ஷிட்' என்றாள் சைதன்யா. ரஸ்ஸல் க்ரோ மறைகழன்றவராக நடிக்கும் 'ஏ ப்யூடிஃபுல் மைண்ட்'ல் இருந்து பொறுக்கிய வசனம். 'மை மதர் இஸ் அ ப்யூடிஃபுல் வுமன் ஆன்ட் மை ஃபாதர் இஸ் அ ப்யூடிஃபுல் மைண்ட்' என்று சைதன்யா கண்டுகொண்ட நாட்கள்.

'வெளியூருக்கு எப்படிப்போவது? யாராவது கண்டுகொண்டால்?'

'ஆமா நீ பெரிய உலகப்புகழ்… யாரு கண்டுக்குவா? பேசாம போ…' என்றாள் அருண்மொழி.

'தமிழ்நாட்டிலே பத்திரிகையிலே பேரு வரக்கூடிய யாருமே பஸ்ஸுல போகமாட்டாங்க அப்பா…'

எங்கே செல்வது? பாலா ஷூட்டிங்குக்குக் கூப்பிட்டுக்கொண்டே இருந்தார். போய் பத்து நாள் நிற்கலாம். சிங்கம்புலியிடம் பேசினால் சிரிப்பு. ஆர்தர் வில்சனைக் கண்டாலே மனம் மலரும். மேலும் சினிமா ஷூட்டிங்கில்தான் நாம் ஒரு முக்கியமான மனிதர் என்ற தகவலை நாம் அறிகிறோம். சும்மா இருந்து களைத்துப் போகும்போது ஆப்பிள் ஜூஸ் தருவார்கள்.

சரி என்று துணிந்து கிளம்பினேன், நள்ளிரவில். கரெண்ட் கட்டாகியிருந்த நேரம். முழுக்கைச் சட்டை பாண்ட் ஷூ போட்டு, தலையில் ஒரு மங்கி கேப் போட்டு கண்ணாடியும் வைத்துக் கொண்டபோது என் உடலில் மூக்கும் உதடும் மட்டுமே வெளியே தெரிந்தது. மூக்கையும் வாயையும் மறைப்பது காஷ்மீர் வழக்கம். நம் ஊரில் செய்தால் தீவிரவாதி என்பார்கள். ஏர் பேகுடன் வெளியே வந்தபோது ஹீரோ பயந்து பின்வாங்கி ஒருகணம் ஸ்தம்பித்து ஸ்டீரியோபோனிக் ஒலியில் 'பவ் பவ்' என்றது. 'டேய்' என்றேன். மூக்கைத் தூக்கி முகர்ந்து வாலை ஆட்டியது. ஆனாலும் ஜாக்ரதையாக பக்கத்தில் வராமல் நின்றுகொண்டிருந்தது.

இரவின் வழியாகச் சென்றேன். எதிரே வந்த ஒருவர் திடுக்கிட்டு என்னைப் பார்த்தபின் சாலையோரம் ஒதுங்கி அதிகபட்ச இடைவெளி விட்டார். நான் பேருந்துக்கு நின்ற இடத்தில் இருவர் நின்றிருந்தார்கள். என்னைப் பார்த்ததும் வேட்டியைக் கீழே தழைத்து குரலைக் குறைத்து நழுவினார்கள். உருட்டுவண்டி டீக்கடைக்காரர் விளக்கை ஊதி அணைத்துவிட்டு 'வணக்கம் சார்' என்றார். மங்கி கேப்பை ரோந்து போலீஸ்தான் போடுமோ? மாமூல் ஏதாவது கொடுப்பாரோ என்ற நப்பாசை. ஆனால் வேறு யாராவது கிரிமினல்கள் அடித்துவிட்டால்?

பஸ் வந்தது. ஏறி அமர்ந்துவிட்டேன். செல்ஃபோன் அடித்தது. எடுத்து 'தாயளி?' என்றேன்.

'ஜெயன், இது நாந்தான். பஸ் ஏறிட்டியா?'

'ம்' என்று சொல்லி அணைத்துவிட்டு டிக்கெட் எடுத்தேன். ஓரமாக அமர்ந்து கண்களை மூடினேன். ஆனால் மனம் விழித்திருந்தது. யாரும் எக்கணமும் தோளில் தட்டி 'சார் நீங்க?' என்று கேட்கக் கூடும். கற்பனைக்கைகள் தோளுக்கு அரை அங்குலம் அப்பால் நின்றிருந்தன. அசைந்தால் அவை என் மீது பட்டுவிடும். மீண்டும் செல். எடுத்தேன்.

'தாயேளி... டேய்...'

இது எந்த ஊர் என்று தெரியவில்லை. உச்சரிப்பில் ஊருக்கு ஊர் வேறுபாடு உண்டு. 'தாளி' என்றால் அது நெல்லை. 'தயளி' என்றால் சேலம். இப்படியே போனால் பத்துநாளில் நெல்லைக்கும் கோயில் பட்டிக்கும்கூட வித்தியாசம் தெரிய ஆரம்பித்துவிடும்போல.

மதுரைவரை ஒவ்வொருகணமும் எதிர்பார்த்த எதுவும் நடக்க வில்லை. மதுரை பேருந்து நிலையத்தில் குனிந்து நடந்தேன். மார்ச் மாத வெப்பத்தில் உள்ளே தலை புழுங்கி மூக்கு அடைத்தது. மாட்டுத்தாவணி மத்தியப் பேருந்து நிலையத்திலேயே ஒரே ஒரு மண்டையில்தான் மங்கிகேப் இருந்தது. சிறுநீர் கழிக்கப்போனேன். யாருமில்லை. சூட்கேஸைக் கீழே வைக்கமுடியாமல் இரவெல்லாம் பெய்த சிறுநீர் பெருநீராக ஓடிக் கொண்டிருந்தது. ஒருகையால் காரியம் முடித்துவிட்டு மங்கிகேப்பை எடுத்து மூளைக்கு சற்று ஆசுவாசமளிக்க விரும்பினேன். காலிடுக்கில் சூட்கேஸை இடுக்கிக்கொண்டு கேப்பை எடுக்க சூட்கேஸ் நழுவியது அதைப் பிடிக்கும் பதற்றத்தில் மங்கிகேப் கீழே விழுந்தது.

தலைகுனிந்து நான் வெளிவந்ததைப் பார்த்தால் யாரோ என்னை கழிப்பறைக்குள் வைத்து கற்பழித்துவிட்டதாகவே தோன்றும். எதிரே ஒரு முரட்டு ஆள் வந்தவன் என்னைக் கூர்ந்து பார்த்தபின் கடந்துசென்றான். கையில் ஆயுதமேதும் இல்லையோ? ஆட்களை கூட்டிக்கொண்டு வரச்சென்றிருக்கிறானோ?

கடைக்குப்போய் 'ஒரு மங்கி கேப் குடுங்க' என்றேன்.

'மங்கியா சார்?'

'ஆமா.'

'கைப்பிள்ளைக்கா?'

'இல்ல எனக்குத்தான்.'

கடைக்கார பாய் என்னைக் கூர்ந்து நோக்கியபின் பிரமை பிடித்தது போல மங்கி கேப் எடுத்துத் தந்தார். போட்டுக் கொண்டேன். 'ஆஸ்த்மாவா சார்?'

'ஆமா...'

'வெறும் வயத்துல நல்லா வெந்நீ குடி சார். ஆஸ்துமா பறந்துரும்...'

'டிரை பண்றேன் பாய்...' ஏறிக்கொண்டேன். பஸ்ஸின் இரு வாசல்கள் வழியாகவும் பலர் ஏறினார்கள். சன்னல் வழியாக குதிக்கமுடியுமா என்று பார்த்தேன். முயற்சி செய்யலாம்தான்.

தேனியில் பப்பீஸ் ஓட்டலில் இருந்த வாட்ச்மேன் பொருட்படுத்த வில்லை. அப்போது விடிய ஆரம்பித்திருந்தது, சாரல் மழைவேறு. காலையில் ஆர்தர் வில்சன் வந்தார். அதன் பின் சிங்கம்புலி. அதன் பின் ரவி. யாருக்கும் என்ன பிரச்னை என்றே தெரிந்திருக்கவில்லை.

'ஆமா யாரோ என்னமோ சொன்னாங்க... என்ன பிரச்னை?' என்ற அளவில் உரையாடல்கள் தொடங்கின.

'இதெல்லாம் சினிமாவுக்குள்ள பத்துமடங்கு பேசுற விசயம்சார்... இதுக்குப் போயா கலாட்டா?'

'சார் எளுதிட்டாரே. பேசுறது வேற எளுதறது வேற...'

'நம்மாளுக புத்தி எப்டீன்னா சினிமால கவர்ச்சி காட்டலாம் நேரில செய்யப்பிடாது. நேரில புகை பிடிக்கலாம் சினிமால புகை பிடிக்கப்பிடாது...'

ஏழெட்டு தேனிக்காரர்கள் வந்திருந்தார்கள். பாலா எல்லாருக்கும் அறிமுகம் செய்து வைத்தார் 'சார் பெரிய எழுத்தாளர். தலைமறைவா இருக்காரு...'

'தாய்லாந்திலயா சார்?'

'இல்ல இங்கதான்...' என்றேன் பலவீனமாக.

பாலா சொன்னார் 'சாருக்கு நெல்லிக்கா ஜூஸ் குடுரா... தலைமறைவா இருக்காருல்ல?'

சிங்கம்புலி சொன்னார் 'சார் அந்த எடம் ஃபீல்டு... அந்தப்பக்கமா போயி தலைமறைவா நின்னுக்குங்க...'

பி.ஆர்.ஓவைக் கூப்பிட்டு நான் தலைமறைவாக இருப்பதைப் பற்றி செய்திகள் போடலாம் என்று விவாதம் நிகழ்ந்தது. புகைப்படங்கள் பின்னாலிருந்து எடுக்கப்படும், மங்கி கேப்புடன்தான்.

கொஞ்சநாளில் தலைமறைவாகவே அலைவது நன்றாகப் பழகிவிட்டது. சென்னைப் பல்கலைக்கு ஒரு கருத்தரங்குக்காகப் போனேன். எழுத்தாளர்கள் தலைமறைவாக அலைய பல்கலைக் கழகத்தைவிட சிறந்த இடம் வேறு ஏது? மலையாளக் கவிதை பற்றி அரங்கிலிருந்து கேள்வி. 'கேள்வி புரியலீங்க, இன்னும் கொஞ்சம் சத்தமா கேட்டா தாயளி... இல்ல தெளிவா கேட்டா தேவலை...'

சிதம்பரம் நாட்டியாஞ்சலிக்குப் போனேன். கடலூர் சீனு வந்து பக்கத்தில் அமர்ந்து 'சார், நம்மாளுக எல்லாரும் உங்களைத்தான் பாக்குறாங்க...'

‘அய்யோ எல்லாருக்கும் தெரியுமா?’

‘பின்ன தெரியாம? உங்களை தெரியாதா? ஆனா பக்கத்துல வரமாட்டாங்க... நீங்க தலைமறைவால்ல இருக்கீங்க?’

‘அவங்களுக்கு எப்டி தெரிஞ்சுது?’

‘நான் சொல்லிட்டேன்ல?’

திரும்பி வரும்வழியில் ஆசுவாசம். அப்பாடா பத்துநாட்கள் தாண்டிவிட்டன. பத்துநாட்களுக்குமேல் ஒரு விஷயத்தை நினைவில் நிறுத்திக்கொள்ள தமிழ் மக்கள் என்ன முட்டாள்களா? செல்பேசி அழைப்புகளும் ஒருநாளுக்கு இருபது முப்பதாகக் குறைந்துவிட்டன. ஆனால், அதோ கும்பகோணத்தில் போஸ்டர்கள். வண்ணப் புகைப்படங்கள்... நானேதான்! கல்கி வார இதழின் அட்டைக்கட்டுரை. என்ன உரையாடல் நடந்திருக்கும்?

‘மாப்ள தப்பிச்சிட்டானேடா... என்ன பண்றே உங்க பத்திரிகையில நீ ஒரு கவர் ஸ்டோரி போடறே... தாயளி ஓடட்டும். என்ன சொல்றே?’

மீண்டும் மங்கி கேப். அதைக் கண்டுபிடித்தவன் அவன் தலைமறைவாக அலையும்போது கண்டுபிடித்திருப்பானோ? அண்ணாச்சி ராஜகோபால், டாக்டர் பிரகாஷ் அளவுக்கு நானும் புகழ்பெற்றுவிட்டேன். ஆனால் ஜனங்களின் நினைவு கொஞ்சம் குழப்பமானது. ஜீவஜோதியைப் பற்றி என்னிடம் நலம் விசாரித்தாலும் விசாரிப்பார்கள்.

தஞ்சையில் ஒரு குண்டான கறுப்பான ஆசாமி என்னை உற்றுப் பார்த்தார். சற்றே திடுக்கிட்டார். மீண்டும் பார்த்தார். சிந்தனை செய்தார் மீண்டும் பார்த்தார். குழம்பினார். சட்டைக்குப் பின் இருந்து - அரிவாள் அல்ல - கர்சீப்பை எடுத்து முகம் துடைத்தபின் என்னை மீண்டும் பார்த்தார். சரிதான். மங்கிகேப் அத்தனை பிரயோசனமானது அல்ல போலும். என்ன செய்வது? எழுந்து போனால் அவரைத் தாண்டித்தான் போகவேண்டும். மேலும் இன்னும் சிலர் பார்க்கவும் இடமாகும். அய்யா என்று காலில் விழுந்தால்? அடித்தால் ஏர் பேகை வைத்து தடுக்க முடியுமா? வாய்ப்பில்லை. ஊமை மாதிரி கதறினால் என்ன? அனுதாபம் கிடைக்கும்தான். ஆனால் நடந்ததைச் சொல்லி உதவியே கேட்க முடியாமலும் போகுமே.

அவர் என் எதிரே வந்து அமர்ந்து ஓரக்கண்ணால் பார்த்தார். இதயம் வேகமாக அடித்தால் ஹார்ட் அட்டாக் வருமா? இதயம் பற்றிய எந்த சந்தேகத்தையும் நாஞ்சில்நாடனிடம்தான் கேட்கவேண்டும்.

தன் இதயத்தை ஒரு செல்லப்பிராணிபோல பேணி வளர்த்து வருகிறார். சட்டென்று யாரையெல்லாம் செல்பேசியில் கூப்பிடலாமென்று சிந்தனை செய்தேன். சுகாவை கூப்பிடலாம். என்ன ராகத்தில் அழுவதென்றாவது சொல்லுவார். ஈரோடு கிருஷ்ணன்? 'முதல்ல நீங்க அடிய பட்டிருங்க சார், அதுக்கு ஐபிஸியிலே என்ன கிளாஸ்னு பாப்போம்.'

ஆசாமி மீண்டும் பார்த்தார். மீண்டும் பார்த்தபின் எழுந்து அருகே வந்தார். 'அது நான் இல்லை' என்று சொல்லப்போனேன். வாய் அசையவில்லை.

'சார் நீங்க?' என்றார்.

நான் பலவீனமாக புன்னகை புரிந்து இல்லாத எச்சிலை விழுங்க முயன்றேன். 'நீங்க?' என்று மேலும் தயங்கியபின் 'நீங்க கோபால கிருஷ்ணன்தானே? சோளிங்கர்ல ரைஸ்மில் வச்சிருக்கீங்கள்ல?.'

என்ன ஏது என்று புரியவில்லை. 'ஏது இந்தப்பக்கம்? என்னத் தெரியல?'

'நான் வேற சார்... ஆளு மாறிட்டுது உங்களுக்கு...'

'அப்டியா?.'

'ஆமா சார், நமக்கு திருவனந்தபுரம்...' என்றேன்.

'அப்டியா?' என்று மீண்டும் பார்த்தபின் 'சாரி சார் மங்கிகேப் இருக்கறதனால ஆள தெரியல... ரொம்ப நாளாச்சு பாத்து' என்றார்.

'பரவால்ல' என்று நெடுமூச்சு விட்டேன்.

ஆனால், கொஞ்சம் ஏமாற்றமாகத்தான் இருந்தது.

- மே 28, 2015

55

குஷ்பு குளித்த குளம்

பத்மநாபபுரம் அரண்மனையை அடிக்கடி நான் சுற்றிப்பார்ப்ப துண்டு, யாராவது விருந்தினர் வந்தால் கூட்டிச்செல்வேன். சென்னைவாசிகள் மெரினாவுக்கு போவதுபோல. பலமுறை வந்ததனால் சைதன்யாவே தெளிவாக வழிகாட்டிகளுக்குரிய கவனமில்லாத நிச்சயத்துடன் 'இது ராஜாவோட கட்டில். வெயில் அடிக்குறப்ப இதிலதான் படுத்து தூங்குவார்...' என்றெல்லாம் சொல்வாள். வெயில் அடிக்கிறதுவரை தூங்கும் வழக்கம் அக்காலத்து மன்னர்களுக்கு இல்லை. அக்காலத்தில் அவர்களின் முக்கியமான கடமையே அதிகாலையில் கோயில்களுக்குப் போய் சாமி கும்பிடுவதுதான். அதன்பின்னர்தான் அமிர்தேத்து, சம்பந்தம் முதலியவை. அதாவது சாப்பாடு, தாம்பத்யம்.

எண்பதுகளில் நான் கல்லூரியில் படிக்கும் நாட்களில் தன்னந்தனி யாகத்தான் செல்லவேண்டும். அகன்ற மரஅறைகள் முற்றிலும் மௌனத்தில் அரையிருள் பரவி விரிந்து கிடக்கும். நம் காலடி யோசை பல இடங்களில் எதிரொலிசெய்து மர்மமான குரல்களாக மாறி நம்மை பின்னால் வந்து தொடும். ஏராளமான மோகினிப் பேய்கள் அங்கே உலவிவருவதாக அக்காலத்தில் வதந்தி இருந்ததனால் உள்ளூர்க்காரர்கள் அரண்மனை வட்டாரத்திலேயே நடமாடமாட்டார்கள். நானே ஒரு மோகினிப்பேயைக் கண்டிருக்கிறேன். என்னைக்கண்டதும் 'உஸ்ஸ் உஸ்ஸ்' என்று

அழைத்து ஜாக்கெட்டைத் திறந்து காட்டி அழைத்தது. நான் குடல் பதறி ஓடி வெளியே வந்து மூச்சிரைத்தேன்.

அதன்பின்னர்தான் அரசாங்கம் சுற்றுலா வளர்ச்சியில் தனி ஈடுபாடு காட்ட ஆரம்பித்தது. ஆங்காங்கே விளம்பரப்பலகைகள் வைக்கப் பட்டன. கன்யாகுமரியில் இருந்து திற்பரப்புக்குப் போகும் வழியில் அரண்மனை இருப்பதன் அனுகூலம் பயன்படுத்தப்படப்பட்டது. வந்துசேரும் கிராமத்து ஜனங்களுக்கு கேரள வரலாறு பற்றி ஒன்றும் தெரியாது. ஏனென்றால் அவர்களுக்கு தமிழ்நாட்டு வரலாறு பற்றியும் ஒன்றும் தெரியாது. ஆரம்பகாலத்தில் அரண்மனை வழிகாட்டிகள் சொல்லித்தான் பார்த்தார்கள். '1740லே அன்னைக்குள்ள திருவிதாங்கூர் மகாராஜாவான மார்த்தாண்ட வர்மா கெட்டிய கொட்டாரமாக்கும் சார். நல்ல உறப்புள்ள பிலாவு மரத்திலயாக்கும் கெட்டியிட்டுள்ளது...'

மந்திரம் கேட்டு சும்மா இருக்கும் மூல விக்ரகம் மாதிரி மக்கள் வெறித்துப் பார்த்து நகர்வார்கள்.

சிலர் சொந்த உள்ளுணர்வால் அரண்மனையைப் புரிந்துகொள்ள முயல்வதும் உண்டு.

'மாப்பு, லே, முச்சூடும் மரமாக்கும்லே... ஒரு தீக்குச்சிய கொளுத்திப்போட்டேன்னா நாலுநாளு நிண்ணெரியும் கேட்டியா?'

தூண்களைத் தட்டிப் பார்த்தல், தரையை உதைத்துப் பார்த்தல், சிற்பங்களின் முலைகளைத் தடவிப்பார்த்தல், இண்டு இடுக்குகளில் வெற்றிலை துப்பத் தோது பார்த்தல் என்று அரண்மனையைக் கூர்ந்து அவதானித்தபின் 'ஆசாரிமாரை வச்சு கட்டியிருக்கான் வே' என்ற முடிவுக்கு வந்து, குமரிக்குற்றாலத்துக்கு கிளம்பிச் செல்வார்கள்.

தொடர்ந்து தமிழ் சினிமாக்காரர்கள் அரண்மனையைக் கண்டு பிடித்தார்கள். முதலில் புகழ்பெற்ற படம் 'வருஷம் பதினாறு'. அதன் ஏகப்பட்ட படங்கள். ஒருவர் அரண்மனையின் தூண்கள்மேல் ஆரணங்குகளை ஏற்றிவிட்டு ஆடவைக்க அரண்மனையே சற்று ஆடியது. விளக்குகள் வைக்க சிலபகுதிகளை சற்றே இடிக்கவும் செய்தார்கள். ஊர்க்காரர்கள் அடிக்கவந்து கலாட்டா ஆனபின் இப்போது அங்கே படப்பிடிப்புக்கே அனுமதி இல்லை.

ஆனால், இப்போது வழிகாட்டிகள் உற்சாகத்துடன் விவரிப்பதற் கான வரலாறு நிறையவே இருக்கிறது. உள்ளே நுழைந்ததுமே 'இதாக்கும் பூமுகம். கொட்டாரத்துக்கு முகப்பு. இங்கதான்

'வருஷம் பதினாறு' படத்திலே பூர்ணம் விஸ்வநாதன் குடும்பத்தோட உக்காந்து க்ச்சேரி கேப்பார். இந்த திண்ணையில தான் ஜனகராஜ் ஒரு வேலைக்காரிகிட்ட சில்மிஷம் செய்வார்... ஓர்மை இருக்குல்லா?' தெள்ளத்தெளிவான வரலாறு. ஜனங்களுக்கு உற்சாகம் ஏறி ஏறி மேலும் வரலாறு தெளிவாகிறது. சலசலப்புகள் மேற்கொண்டு விசாரணைகள். துல்லியமான தகவல்களுக்காக ஏங்கும் கண்ணாடி போட்ட வழுக்கைத்தலை மனிதர் 'ஸ்ரீவித்யா சாய்ஞ்சு நின்ன தூண் எங்க?' என்று கேட்டார். 'சாந்தி இங்கபாரு... 'வருஷம் பதினாறு' மண்டபம்...'

சின்னக் குழந்தைகளுக்கு பெற்றோரால் வாய்மொழி வரலாறு செவிவழி பரிமாறப்பட்டு காலத்தில் பதிவுசெய்யப்படுகிறது. 'வருஷம் பதினாறு மண்டபம் பாத்துக்கோ... பூப்பூக்கும் மாசம் தைமாசம்... அந்தப்பாட்டு உள்ள படம். கார்த்திக் குஷ்பு ஜோடி. சார்லி காமெடி... இங்கதான் பாட்டு எடுத்தாங்க...' வழி காட்டியிடம் தனக்கும் விஷயம் தெரியும் என்று காண்பிக்க வேண்டியிருக்கிறது. 'ஃபாசில்தானே டைரக்‌ஷன்? அவருகூட மலையாளிதானே?' 'ஆமா சார்... இங்க மலையாளப் படமெல்லாம் கூட எடுத்திருக்காங்க...'

பூர்ணம் விஸ்வநாதன் இறங்கிவந்த படிகள் வழியாக ஏறி, ஸ்ரீவித்யா வாளை எடுக்கும் சபா மண்டபத்தைப் பார்த்துவிட்டு, சார்லி ஓடும் ஊட்டுபுரைக்குவந்து, அப்படியே வலப்பக்கமாகத் திரும்பினால் குஷ்பு குளித்த குளம். முதலில் அங்கே ஒரு குளம் இருக்கும் தகவலே சொல்லப்படாது. எல்லாரும் இடப்பக்கம் தெரியும் பழைய அரண்மனையைப் பார்த்து அங்கே என்ன காட்சி எடுத்திருப்பார்கள் என்று மூளையை கசக்கிக்கொண்டிருக்கும் போது வழிகாட்டி தந்திரமான அலட்சியத்துடன் 'சார் இந்நா பாருங்கோ, இதாக்கும் குஷ்பு குளிச்ச குளம்...' என்பார். உடனே ஒட்டுமொத்த ஜனங்களும் பாய்ந்து போய் சிறிய படித்துறை வழியாக பாசிபிடித்த நீரை பார்க்கிறார்கள். இழுக்கப்பட்ட மூச்சுகள், திறக்கப்பட்ட வாய்கள்.

'மீன் உண்டுமா?' என்று ஒரு கேள்வி. 'வருஷத்தில ஒருமுறை பிடிச்சு லேலம் விடுறதுசார்!'

மரத்தாலான உப்பரிகையில் ஏறி ஒருவர் 'கார்த்திக் இங்க நின்னு தானே பாப்பான்?' நடிகர்களை ஒருமையிலழைப்பது தமிழ் மரபு.

'போடா அது வேறபடம்... சார் விக்ரமன்கூட ஒரு படம் இங்கதானே எடுத்தாரு?'

'ஆமா... சங்கீதாவும் வேற ஒரு மலையாளப்பொண்ணும் நடிச்சது. விஜய்படம்... சூப்பர் டைலாக் ஒண்ணு உண்டுடா. ஜெயிக்கிறதுக்கும் தோக்குறதுக்கும் காதல் ஒண்ணும் ஸ்போர்ட்ஸ் இல்ல... காதல் ஒரு ஃபீலிங். விஜய் சூப்பரா சொல்லி யிருப்பார்டா... ஏன் சார், இந்த குளத்தில விஜய் குளிச்சிருக்காரா?'

'போடா அந்தப் படத்தில விஜய் குளிக்கவே மாட்டாரு.'

'இல்ல சார் சும்மா ஷூட்டிங் இல்லாத நேரத்திலே குளிச்சிருக்காரா?'

'ஷூட்டிங் இல்லாத நேரத்திலே அவங்கள்லாம் கன்யாகுமரி ஹோட்டலிலே... அங்கே பார் உண்டுல்லா?'

'அது 'பூவே உனக்காக'ங்கிற படம் **1996** லே வந்தது...'

படிகளில் நின்று புகைப்படம் எடுத்துக் கொள்கிறார்கள். கணவன் மனைவியின் இடையை வளைக்க நாத்தனார் புகைப்படம் எடுக்கும் அற்புதம். குஷ்பு ஏறிய படிகள் வழியாக வந்து குஷ்பு தலை துவட்டியிருக்க வாய்ப்புள்ள இடத்தில் நின்று நோக்கி குஷ்புவை பிறர் நோக்கிய வழிகளில் நடந்து சார்லியும் ஜனகராஜூம் கலாட்டா செய்யும் இடத்தை அடைகிறார்கள் பார்வையாளர்கள். அங்கிருந்து அந்தப்புரங்கள். அங்கேதான் ஸ்ரீவித்யா, கனகா முதலியோர் இருந்தார்கள். அதன்பின் கீழே இறங்கினால் 'மணிச்சித்ரத்தாழ்' படத்தில் சோபனா நடனமாடிய கலையரங்கு வந்துவிடுகிறது. அதை மோகன்லால் பார்த்த சிறிய மர அறைகள்.

'மணிச்சித்ரத்தாழ்' படத்தைத் தழுவித்தான் 'சந்திரமுகி' எடுக்கப் பட்டது என்ற தகவலை தெரியாதவர்களுக்கு எடுத்துரைக்கிறார்கள். 'லகலகலக டைலாக் மலையாளத்தில இல்லடா மாப்பு... சூப்பர் டைலாக் அது.'

சிறுமி அம்மாவின் முந்தானையைப் பிடித்துக்கொண்டு 'ஜோதிகா அக்கா இங்கதானே டான்ஸ் ஆடினா?'

அம்மா ஆதுரமாக அணைத்து 'இல்ல கண்ணு... அவங்க ஆடினது வேற எடத்துல... இது சோபனா மாமி ஆடின எடம்...'

'அவங்களும் லகலக டான்ஸூ ஆடினாங்களா? டிவியிலே லகலக டான்ஸ் ஆடினப்ப ஒரு மாமா கொட்டு அடிச்சாங்களே...'

பரதநாட்டியம் புதுப்பெயர் பெற்றதை வரவேற்கலாமென்றாலும் அதேபோன்ற ஒப்பனையும் ஒரு மரபாக ஆகிவிடுவதைத் தடுத்தாகவேண்டும்.

‘எம்ஜியார் சிவாஜி படம்லாம் இங்க எடுத்ததில்லியா?’ என்றார் ஒருவர்.

‘சிவாஜி திற்பரப்பு அருவியிலே வந்து நடிச்சிருக்கார். தேவிகாவும் அவரும் நடிச்சபடம். திற்பரப்பு அருவி சூப்பர் எடம்... அங்கதான் ‘உல்லாசப்பறவைகள்’ங்கிற படத்தை எடுத்தாங்க... எஸ்.எஸ். ராஜேந்திரன் டைரக்ஷ்ன் பண்ணின படம் அது.’

‘தம்பி அது சி. வி. ராஜேந்திரன்... அவரு ஸ்ரீதர் குரூப்ல உள்ள டைரக்டர். சிவாஜி நடிச்ச ‘சந்திப்பு’கூட அவரு டைரக்ட் பண்ணின படம்தான்... ஜாலியான படமா எடுப்பார்... ‘உல்லாசப்பறவைகள்’ 1980லே வந்தது... அப்ப அது ஒரு ஆவரேஜ் ஹிட்டுதான். பாட்டெல்லாம் பின்னாடித்தான் ஹிட்டு. இளையராஜா மியூசிக்...’
‘சுருளிகூட அதில நடிச்சிருந்தாரே?’

‘ஏங்க அதிலேதானே ஒருபாட்டு அளகு ஆயிரம் உலகம் முளுவதும்னு...’

‘ஆமா... ரதி கோத்தாரி நடிச்சது... பாரதிராஜாதான் அவளை அறிமுகம் செஞ்சார். ‘புதியவார்ப்புகள்’ படத்திலே. அதில பாக்யராஜ் ஹீரோ. நூறுநாள் ஓடின படம்.’

‘சார், ரத்தி அக்னிஹோத்ரின்னு அவ பேரு. அய்யமார் வீட்டுப் பொண்ணு... உசரமா இருக்கும்... இப்பகூட இந்தி சீரியலிலே நடிக்கிறா’ என்று கண்ணாடிபோட்ட மூத்த மனிதர் பிழைகளைக் களைந்தார்.

‘மச்சான் ‘உல்லாசப்பறவைகள்’ படத்திலதானே அந்தப்பாட்டு? தெய்வீக ராகம் தெவிட்டாத பாடல் கேட்டாலும் போதும்...’

‘சூப்பர் பாட்டு இல்ல?’

அரண்மனைவிட்டு வெளியே வந்ததும் ‘அங்க என்னசார்?’

‘அது மியூசியம். அங்கதான் பழைய மகாராஜாக்களோட வாள் எல்லாம் வச்சிருக்காங்க...’

‘அங்கதானே மேட்டுக்குடி எடுத்தது?’

‘இல்ல சார்... அது இங்க எடுக்கல்லை.’

‘சரி போவம்டா... வெயிலுக்கு முன்னாடி திற்பரப்புக்கு போயிடுவோம்... அங்க கமல் குளிச்சிருக்காருல்ல?’

‘படத்துக்காக குளிச்சதில்லை... ஷூட்டிங் வந்தப்ப குளிச்சிருப்பார்... ‘குரு’ படத்துல ஸ்ரீதேவிதானேசார் ஜோடி?’

‘எப்டிரா? அவ்வளவு கூட்டம் இருக்கிறப்ப?’

‘டேய் யார்ரா இவன்? பகலிலயா குளிச்சிருப்பாங்க? நைட்ல ஸ்பெஷல் பர்மிஷன் கேட்டுட்டு ஜோடியா வந்து குளிச்சிருப்பாங்க.’ ஆழமான அமைதி. வரலாறின் பாரம்.

‘மச்சான் நம்மூருலே இந்த மாதிரி ஷூட்டிங் பண்ற அரண்மனைல்லாம் இல்லியாடா?’

‘இருக்குடா... பாக்யராஜ் மீனா ரெண்டுபேரும் நடிச்ச ஒரு படம் இருக்கே... ஒண்ணு...’

‘தம்பி அது மைசூர் பேலஸ்... அந்தப் படம்பேரு...’

கும்பல் கிளம்பிச்செல்கிறது. வாசலருகே இன்னொரு கும்பல் பிரமிப்புடன் ‘அடி இவளே, இங்க பாருடீ, இங்கதான் விஜய் படம் சூட்டிங் நடந்திருக்கு... எம்மாம் உசரம் பாத்தியா?’

எப்படியோ மக்களுக்கு வரலாறு தேவையாகத்தான் இருக்கிறது.

- ஜனவரி 4, 2013

56

‘நூஸ்’

நகைச்சுவை நாணி ஆசாரிச்சியைத்தான் ஊரிலே ‘நூஸ்’ என்றழைப் பார்கள். அதிகாலையிலேயே எழுந்துவிடுவாள். எப்போதும் ஏதாவது சில்லறை வியாபாரம் கையிலிருக்கும். வீட்டைவிட்டுக் கிளம்பும்போது காலிக்கடவம்தான். போகும் இடங்களில் சக்கைக்குரு, முருங்கைக்காய் என கொள்முதல் செய்வாள். அவற்றை விற்கப்போகும் இடங்களில் கிடைக்கும் வாழைக்காய், கோழிமுட்டை எதையும் வாங்குவாள். வியாபாரம் முடியும்போது சமயங்களில் கடவம் நிறைந்திருக்கும். நேராக அந்திச் சந்தைக்குப் போய் அவற்றை விற்று பணமாக்கி முந்தியில் முடிந்து கடவத்தி லேயே மரச்சீனியும் மீனும் அரிசியும் வெஞ்சனமும் வாங்கிக் கொண்டு அப்படியே மண்ணாத்தி வீட்டுக்குப் பின்னால் ஒதுங்கி அரைக் கோப்பை நாறவெள்ளம் மோந்தி ‘இப்ப என்ன நடந்து போச்சு? ஒண்ணுமில்லியே’ என்ற பாவனை முகத்தில் தெரிய வீடு திரும்புவாள்.

வீட்டில் ‘சப்பாணி’ குருவன் கிழவன் மட்டும்தான். பிள்ளைகள் இல்லை. வாங்குகிறார்களோ இல்லையோ எல்லா வீடுகளிலும் நாணிக்கு கணக்கு உண்டு. அவள் ஒருநாளைக்கு வராவிட்டாலும் பல பெண்களுக்கு விசித்திரமான பதற்றம் ஏறும். கைவேலியருகே நின்றுகொண்டு ‘ஓ, இந்த நாணியச்சி எங்க போயி தொலைஞ்சாளோ... அசத்து. அவளும் அவளுக்க நடையும்... வரட்டு...’ என்று பொருமுவார்கள். நாணியச்சி மிக மெல்லத்தான்

இடைவழிகளின் வழியாக நடப்பாள். கால்களில் நகரும் எந்த உயிரினத்திடமும் இரண்டு சொல் பேசாமல் இருப்பதுமில்லை. 'ஓ... ஆராக்கும் அது? டீக்கனாரா? என்னவே நாடாரே, உம்ம கோயிலில ஒரு சிறுப்பக்காரிக்கு வாயு கோபம்ணாக்குமே கேட்டது? சும்மாருக்காளா?'

'வாயுவா? என்னத்த வாயு?'

'அது கொள்ளாம். நாடாருக்கு தெரியாத்த வாயு கோபமா? சும்மா கிட்டுதேண்ணு ஆவேற்றம் பிடிச்சு கண்டதையும் வலிச்சு உள்ள கேற்றினா அது சும்மா இருக்குமா? உள்ள கேறி பெருக்கும்... வாயு பெருப்பமானா வயறு வீங்கும். ஏக்கமும் மயக்கமும் வரும். மண்ணத் தின்னட்டா சாம்பலத் தின்னட்டாண்ணு கேக்கும்... வாயு எறங்கினா பின்ன அதுக்குண்டான பண்டுவமும் பாப்பும்... போட்டு... பொட்டு... எல்லா வாயுவுக்கும் அதுக்குண்டான மருந்தும் இருக்கே... வேதக்கோயிலானா ஆணும் பெண்ணும் கேறியெறங்கினா ஆரு கேக்குதது? நல்ல வாயு குளிகை வேங்கிக் குடும்வே நாடாரே... நீரும் ஒரு சீட்டுக்கு கையெறக்கி யிருப்பிருல்லா?'

'நீக்கம்புல போற கௌவி... நிக்கவச்சு பழையோலை சாத்தி சுடணும்... சீ போடீ' என்று டீக்கனார் பாய்ந்து ஓடையிலிறங்கி மறைவார். எல்லாருக்கும் நாணிப் பயம்தான். நாணியின் சிறிய பெருச்சாளிக் கண்களுக்கு யாரும் தப்பமுடியாது. 'அம்மிணி கொஞ்சம் வெளுத்துப்போச்சே... மினுமினுப்புண்டு... சுண்டில எளம் சிரி... ஏமான் நாயரு திருவோந்தரம் வேலைக்கு போயி மாசம் ஆறாச்சுல்லா? ஏக்கோபு நாடான் பனைகேறவும் வாறான். வெத்தில போட்டா நாக்கு செவக்கியது ஒரு நல்ல லெச்சண மாக்கும். அதுபின்ன அதாக்குமே... மனுஷஜென்மம் சந்தோசமா இருக்கணும்... அதுக்காத்தானே மேல உள்ளவன் கொண்டியையும் தாழையும் உண்டாக்கி கீழ விட்டிருக்கான்? ஏது நான் சொல்லுகது?' என்று தேங்காயெண்ணெய் ஊற்றுவதுபோல மென்மையாக வழுக்கி உரிய இடத்துக்கு வந்துவிடுவாள்.

ஆனாலும் எல்லாருக்கும் நாணியின் தேவை இருந்தது. நாணி இல்லாவிட்டால் நாலுகரையும் நடுவயலும் கோயிலும் கொண்ட ஊருக்கு ஒன்றோடொன்று தொடர்பே இல்லை. பெண் சமைதல்கள், காதல்கள், பெண் தேடுதல்கள், கல்யாண நிச்சயங்கள், கொடுக்கல் வாங்கல்கள், மறுவீடுகள், சீர்செய்வதன் சிக்கல்கள், ஏக்கக்கொடைகள், மசக்கை, பிரசவம், குழந்தையின் சாடைகள், கள்ளக்காதல்கள், கருக்கலைப்புகள் என்று நாணி

சுமந்துசெல்லும் தகவல்களுக்கு எல்லையே இல்லை. ஊரின் அயல்மகரந்தச் சேர்க்கையை நிகழ்த்தும் கொங்குத்தேர் வாழ்க்கை அஞ்சிறை தும்பி.

'அம்மிணியே இம்பிடு தேங்கா துருவிப்போட்டு கொஞ்சம் வெள்ளம் எடுக்கணும்... கருப்பட்டி இருக்கா?' என்று கேட்டால் சுடச்சுட கஞ்சி கும்பா நிறைய வந்தாகவேண்டும். இதைத்தவிர அடிக்கடி அன்பளிப்புகள். செய்தியின் கனத்தைப் பொறுத்து.

'...அப்டி கெடக்கு நாடு... என்னத்தச் சொல்லி என்ன எடுக்க... ஒண்ணும் கேக்காதீய. ஒரு மூணுரூவா இருந்தா எடுக்கணும் அம்மிணியே. பல்லு நோவு சகிக்கக் களியல்ல... மேலேக்காவு அய்யரிட்ட சூர்ணம் வல்லதும் உண்டோண்ணு கேக்குதேன்.'

மறுக்க முடியாது. மறுத்தால் நாலைந்து நாள் நாணி அந்தப்பக்க மாகச் செல்வதில்லை. முதல் மூன்று நாள் செய்தி இல்லாமல் வரும் நிலைகொள்ளாமை. நாலாம்நாள்முதல் நாமே செய்தி ஆகிவிட்டோமா என்ற பீதி. அது ஊறியபின் நாணி அவ்வழியாக அவசரமாக வேறு இடம் செல்வாள்.

'நாணியே... என்ன கண்ணுலயே காணுகதுக்கில்லியெ?'

'ஓ, நம்மள ஆரு கண்டா என்ன, காணல்லேண்ணா என்ன? சாவுகதுக்கு மாட்டாம நாம அலையுதோம்... ஒரு பல்லுவேதனைக்கு சூர்ணம் வேங்கணுமானா இப்பம் அஞ்சு ரூவா வேணும். எங்கிண போயி கேக்குதது? இந்நா கெடக்கேன் சாவும் வராம... போறேன் அம்மிணியே... நாலு வீடு எரந்தாத்தானே நமக்கு கஞ்சி?'

'நீ கேறி வா நாணியே... பணத்துக்கு நாம வழி உண்டாக்குவோம்.'

நாணியச்சியின் நுண்ணோக்கும் கற்பனை வளமும் இரு தளங்களைச் சேர்ந்தவை. ஒன்று சின்னஞ்சிறு தகவல்களில் இருந்து செய்திகளை ஊகிப்பது. அதாவது பேனில் அவதரிக்கும் பெருமாள். இரண்டு செய்திகளை ஒன்றுடன் ஒன்று இணைத்து தொடர் செய்தியாக்குவது. அதாவது மொட்டைத்தலை முழங்கால் கோட்பாடு. எதிலும் செய்தி உறங்குகிறது.

'...அம்மிணியாணை அம்மிணியே, நான் கள்ளம் சொல்ல மாட்டேன்... நான் கண்ணுகொண்டு கண்டதாக்கும். நான் கேறிவாற நேரத்தில அந்நா அந்த குட்டி நிண்ணு ஓக்காளமிடுதா... அவ அம்மை நிண்ணு இடுப்பு தடவுதா... என்னைக் கண்டதும் ஒண்ணு பம்மினா... நான் என்னத்துக்கு இதையெல்லாம் போயி

சொல்லுதேன்? நமக்கு என்னத்துக்க கேடு? ஆரு ஆருகிட்ட கொளுவி என்னத்த வாங்கி வச்சா எனக்கென்ன? உண்டாக்கினவ அளிப்பா. என்ன சொல்லிதீய?'

'ஆரு நாணியே? ராதாமணியா? டைப்பு படிக்கப் போறாளே அவளா?'

'என்னத்த டைப்பு அடிச்சாளோ, ஆரு அடிச்ச டைப்போ? நமக்கென்னத்துக்கு? நாம நம்ம சோலிய பாத்து கிஷ்ணா ராமாண்ணு ஜீவிச்சுதோம்...'

'சும்மா அபவாதம் சொல்லாத நாணியே... பிள்ளை ஒரு துண்டு சக்கையோ மாங்கையோ திண்ணு வயத்துக்குப் பிடிக்காம ஆயிருக்கும்... அது வச்சு நாக்கெடுத்து வளைச்சு சொல்லிப் போடுகதா? இப்பம் இவளுக்கும் முந்தா நேத்து ஒரு வயறுகடியும் ஓக்கானமும். கேட்டா சக்கைக்குரு சுட்டு தின்னிருக்கா' சொல்லிவரும்போதே பங்கஜவல்லி மாமிக்கு உறைத்து, நாக்கு கடிபடுகிறது. நாணியின் கண்களுக்குள் ஒரு சிறு ஒளிவந்து உடனே அணைந்துவிடுகிறது.

'சீ! செண்ணு நாக்க கழுவணும் அம்மிணியே... ஆருகிட்ட ஆர நிறுத்தி பேசுகது? எனக்க தங்கம் இப்பம் குருத்த பட்டு வாழை யெலையில்லா? அந்த மூதேவிகிட்ட எனக்க தங்கக்கொடத்தை உபமானம் சொன்னா பின்ன நான் ஆரு என்னாண்ணு பாக்க மாட்டேன்...'

நாணி சீறியபின் உஷாதேவியக்காவுக்கு திருஷ்டி முறித்துவிட்டு 'நான் என்னத்துக்கு இல்லா வசனம் சொல்லுகேன்? எனக்கு என்ன கேடு? பின்ன நான் வாறப்ப என்னத்துக்கு அவ அம்மை ஓடி ஒளிச்சா பிள்ளயையும் வலிச்சுகிட்டு? அது போட்டு... ஏந்தின பாத்திரம் எறக்கும். எல்லா பூட்டுக்கும் உடைய தம்புரான் தாக்கோலும் செய்திருப்பானுல்லா? கொலையானைக்கும் அதுக்கான கம்பும் கொண்டு பாகன் வாறானே... நல்லா இருக்கட்டும்... நான் வாறேன் அம்மிணியே சோலி கெடக்குல்லா? ஒரு அஞ்சு ரூபா எடுக்கணும் அம்மிணியே... கௌவனுக்கு நல்ல சுகமில்ல. இருந்து சுமைக்கு தான்...'

ஐந்தென்ன அம்பது கேட்டாலும் கொடுக்காமல் இருக்க முடியாது. மூன்றாம் நாள் தகவல் வளர்ந்திருக்கும். 'எனக்க மண்டைக்காட்டு பகவதியாண சத்தியம் அம்மிணீ... இது நான் கண்ணுகொண்டு கண்டதாக்கும். நான் போறப்ப அந்த தெங்குக்க மேலே இருக்கது ஆரு? நம்ம லாரன்ஸுப்பய... அவனைக் கண்டப்பவே நான்

எண்ணி வச்சதாக்கும். அவனுக்க நிப்பும் நடப்பும் படுவரும்... அவனையெல்லாம் நிக்க வச்சு சுடணும்... குடும்பம் கலக்கி... பாவப்பெட்ட பெண்ணுகளுக்க ஜீவிதமில்லா வச்சு களிக்கான்? இதைக்கேக்க இங்கிண சாமியில்லியே... போட்டு. நமக்கென்ன? நம்ம சோலி உண்டு நம்ம வவுறுண்டு... பின்ன தவளை பாம்புக்குள்ள தானே கேறாதுல்லா? அதுவும் நாம பாக்கணுமே...'

அடுத்தநாள் அடுத்த செய்தி. 'அம்மிணியே கேட்டுதா இந்த லாரன்ஸூப்பய நேத்து சர்க்காராசுபத்திரிக்குப் போயி ஊசி போட்டிருக்கான்... சீக்குல்லா? அந்தக் குட்டிக்க கெதி இனி என்னமோண்ணு நெனைச்சா எனக்கு சங்கு கலங்குது. அம்மிணி கேட்டிருக்கியளா நம்ம ஒலப்பறம்புல கிரேஸியம்மைய? அவளுக்கு வால்பாறை எஸ்டேட்டில இருந்து சீக்கு கிட்டிப்போச்சு... சாம்பல்குழியில கெடக்கப்பட்ட நாயி போலயில்லா நரகிச்சு செத்தா? ஓரோ விதி...'

நாணியம்மையை வாயடைக்கச் செய்ய யாராலும் முடிவதில்லை. அவளை பலர் அடித்திருக்கிறார்கள். அவளை அடிப்பது பீயில் கல்லை விட்டெறிவது போல என்பார்கள். அவளுக்கு அது இன்னும் சூடான செய்தி. 'இந்த அநியாயத்த கேட்டுதா அம்மிணியே? அந்த குமாரோயில் முருகனும் மண்டைக்காட்டு பகவதியும்தான் நிண்ணு கேக்கணும்... அவன் என்னை நிறுத்தி அடிச்சுப்போட்டான்... அவனுக்க பெஞ்சாதியப்பத்தி நான் இல்லாவசனம் சொன்னேன்னு சொல்லுகான்... நான் என்ன சொன்னேன்? அவளுக்கு வாளை மீனு இஷ்டம். இவனுக்க நெத்தோலி அவளுக்கு வேண்டாம்... நானா சொல்லுகேன்? திண்ண சோற நீ கையிலயும் காலிலயும் வச்சிருக்கேல்லா? அந்த ஊற்றத்தை வேற எடத்துலகொண்டுட்டு போறதுக்கு வல்ல மருந்தோ மாயமோ உண்டுண்ணாக்க செய்யி... அதில்லாம நடக்கமுடியாத கெளவிய அடிக்க வந்தா உனக்க கை புளுக்காதா?'

'அப்பம் சங்கதி அதாக்கும் இல்லியா நாணியே?' என்று கேட்கும் அக்காக்களின் கண்களில் என்ன ஒளி. நாணிக்கு தெரியாத உலக விஷயங்கள் கிடையாது.

'பாம்பு பத்தியெடுத்தா கொறே நேரம் நிண்ணு ஆடிட்டுல்லா கொத்தணும் அம்மிணியே? அதுக்கு வளியிருக்கு. நல்ல காஞ்சிரம் சாறெடுத்து கொஞ்சம்போல கடுகும் குறுந்தோட்டியும் சேத்து காய்ச்சி பசையாக்கி பூசிவிட்டா பின்ன அது ஆசானுக்க செலம்புக்கம்புல்லா? நிண்ணு மடங்குமா? காட்டுபொத்தையில சங்கரனுக்கு கரும்பனைமாதிரி பெஞ்சாதி நாலாக்கும். பின்னையும்

அவனுக்கு நெறையல்ல. காஞ்சிரம் களிக்குத களி... காஞ்சிரத்தில் சாறெடுத்து கடுகொடு தோட்டிவேரில் காய்ச்சினால் காண்பாயடீ காஞ்சனப்பூமகளே... அதாக்கும் கதை.'

'குட்டிக்கூரா' அப்புபோத்தி போகாத இடமில்லை. ஆனால் போத்தியைப்பற்றி நாணி வாயே திறப்பதில்லை. 'அதெந்து களி போத்தியே?' என்று கோபாலன் நாயர் கேட்டார்.

'இந்த நுயூஸ் பேப்பர்கொண்டு மனுஷனுக்கு ஜீவிக்க வழியில்லாம கெடக்கே? போத்தியக்கண்டா அவ பம்முதாளே? என்னவாக்கும் சங்கதி?'

'அது ஒரு ரகசியமிருக்கு மக்கா. அதைச்சொன்னா பின்ன அது அங்காடிப்பாட்டாக்குமே? அந்த வெடி நம்ம கையில இருக்கப் பட்ட வரைக்குமுல்லா யட்சி நம்ம ரெத்தம் குடிக்காம போவா?'

போத்தி கடைசிவரை ரகசியத்தைச் சொல்லவேயில்லை. நானும் போத்தியும் 'தங்கமலை ரகசியம்' பார்த்துவிட்டு நள்ளிரவில் திரும்பிக்கொண்டிருக்கும்போது போத்தி யாருக்கும் தெரியாமல் ஓடைக்குள் சென்று ஒரு மிடறு 'மோந்தி'விட்டு வந்தார். நல்ல ஏப்பங்களாக வந்துகொண்டிருந்தன.

'இந்த சாதனத்தில உள்ள சொகம்ணாக்க இந்த ஏப்பமாக்கும் மக்கா... எனக்கு சக்கைக்குரு பிடிக்கும் கேட்டியா? சுட்டு தின்னா பின்ன ஒருநாள் முழுக்க நல்ல எதமான குசுவிட்டு ரெஸிக்கலா முல்லா?' போத்தி சொன்னார். அங்காலமுக்கு வருவதற்குள் அவரில் மெய்ஞானம் ஓங்க ஆரம்பித்துவிட்டது.

'மக்கா சொல்லுகேண்ணு தப்பா நெனைக்காதே... நான் உனக்கு மூத்தவன். உனக்க அப்பன் எனக்கு கொறே நல்லது செய்திட்டுண்டு. நீ எனக்க தம்பி மாதிரியாக்கும். அதனால சொல்லுகேன்.'

'சொல்லுங்க போத்தி...' 'லே மக்கா ஜீவிதம் ஒரு பொகையாக்கும் கேட்டியா? பொகை.'

அந்தத் தத்துவம் வழியாக வெகுதூரம் சென்றார் போத்தி.

வாழ்க்கை ஒரு புகை. எது எரிந்தாலும் புகை வரும். ஆனால் எல்லா புகையும் ஒன்றுதான். புகை பெரிய மலைபோல தெரியும் ஆனால் அதற்கு உடம்பே இல்லை. புகை நம் கண்களை மறைத்து உண்மையான மலையையே காணாமல் ஆக்கிவிடும். புகை என்பது உடல்நலத்துக்கு தீங்கானது. ஆனால் சொக்கலால் ராம்சேட் பரவாயில்லை. ப்ளேசர் சிகரெட் உத்தமம். கத்திரி மார்க் சுமார். செய்யது, காஜா போன்றவை துலுக்கர்கள் செய்பவை.

குலநாயர்களும் பிராமணர்களும் கையால் தொடக்கூடாது. ஆனால், குளிருக்கு அவசரமென்றால் பிடிக்கலாம். செய்யது பீடி சிறப்பாக மலம் வரவழைக்கும். காரணம் அதற்குக் காரம் அதிகம். ஆகவே என்ன சொன்னேன், வாழ்க்கை என்பது ஒரு புகை...'

'நான் ஒரு கிண்ணனாக்கும் ஊருக்குள்ள பேச்சு... என்னத்த கிண்ணன்? லே மக்கா, குருடன் மாமரத்துல கல்லெறிஞ்சது போலயாக்கும். சிலசமயம் வாடலோ காக்கா கொத்தினதோ வந்து விளும். கல்லுவந்து தலையில விழுத கதையாக்கும் கூடுதல். ஒண்ணு சொல்லுகேன் கேட்டுக்கோ. இந்த பொம்பிள வீரனுக சொல்லுகது முக்காலும் பச்சப்பொய்யாக்கும். பாதி இவன் நெனைச்சு உண்டாக்கி சொல்லி பரப்புகது. மீதி இவனுக்க மேல மத்தவனுக கேற்றி வைக்குதது. பொம்பிளை வீரனுக பத்துபேரு அவன் கண்ட அனுபவங்களைச் சத்தியமாட்டு வெளிய சொன்னான்னாக்க நாட்டுல உள்ளவனுக எல்லாவனும் நல்லவனாகிப்போடுவாண்டே... நக்குத நாய்க்கு நாப்பதெடத்துல கல்லெறியும் ஒரெடத்தில எச்சில் எலயும் தான் கிட்டும்... என்ன சொல்லுதே? நான் வாரியலால அடி வேங்கியிருக்கேன்டே... அது எந்த மன்மதனா இருந்தாலும் மகாராஜாவா இருந்தாலும் பொம்பிளைக்கா எறங்கினா செருப்படி உறப்பாக்கும்...'

போத்தி நடுச்சாலையில் குந்தி அமர்ந்து தேம்பி அழ ஆரம்பித்தார். என்ன செய்வதென்று தெரியவில்லை. நான் நகம் கடித்தபடி நின்றேன். 'போத்தி வரணும்...' என்று பலமுறை அழைத்தேன். அவர் எழுந்து கண்களை துடைத்துக்கொண்டு ஒரு பீடி பற்றவைத்தார்.

'போத்தியை நம்ம நூஸ்பேப்பர் ஒண்ணுமே செய்யுகதில்லையே. என்னவாக்கும் மந்திரம்?'

'மந்திரமும் இல்ல மயிரும் இல்ல. நம்மப்பத்தியும் சொல்லிட்டு அலைஞ்சாள். ஓடையில அவள மறிச்சு அவளுக்க சீலையை பிடிச்சு உரிஞ்சேன்... அதுக்குப்பிறவு பொத்திகிட்டா.'

'ஏன்?'

'அவளுக்க சங்கதி எனக்கு தெரிஞ்சுபோச்சுல்லா?'

'என்ன சங்கதி?'

போத்தி சிரித்தார். என்னைப் பார்த்துவிட்டு பீடிப்புகையை ஊதிவிட்டபின் இடுப்பில் கை வைத்து பயங்கரமாகச் சிரித்தார். 'அதுவா? அவளுக்கு நாணப்பன்னு ஒரு தம்பி உண்டு... அவன நான் பாத்தேன்...'

- ஏப்ரல் 10, 2016சு

57

வாடிக்கையாளர்கள்

எங்கள் நிறுவன வளாகத்துக்குள் என் அலுவலகத்துக்கு முன்னால் மாடியில் பில் கட்டும் அலுவலகம். வாடிக்கையாளர் சேவை மையம். அதைத்தாண்டி ஒரு கட்டடத்தின் மாடியில் முதல் திருப்பத்தில் என் அறை. வாடிக்கையாளர் சேவைமையம் போவதற்குக் கொட்டை எழுத்துப் பலகை உண்டு. இதுபோக பாதுகாவலர் வாய்மொழியாகவும் வழிகாட்டுவார். இருந்தும் தினம் நான்குபேர் படியேறி மூச்சிரைக்க என் அறைக்கு வெளியே வந்து பாதி முகம் காட்டுவார்கள். ஒரு தாத்தா அந்த போர்டுமேலே வெற்றிலைச் சுண்ணத்து மிச்சத்தைத் தீற்றியபின் நேரே என்னை நோக்கி வருவதை நானே கண்டேன்.

‘வாங்க... என்ன வேணும்?’

பார்த்ததுமே தெரிந்துவிடும். கையில் பணம், பில் பிரதி.

‘பில்லு பணம் கெட்டணும்.’

‘அந்தால போங்க. அந்தப் படியேறி அங்க போகணும்...’

ஆனால் வழக்கமாக ஒன்று செய்வேன். எழுந்து சன்னல் வழியாக சுட்டிக் காட்டுவேன். அதுவே போதும் நாம் ‘பொலைட்’ ஆக இருக்கிறோம், வாடிக்கையாளருக்காக சிரமம் எடுத்துக் கொள்கிறோம் என்று தோன்றச்செய்துவிடும். பெரும்பாலும் ‘எனக்க மண்டைக்காட்டம்மோ, இன்னும் படி கேறணுமா?

பதினெட்டாம்படி போலல்லா இருக்கு... செரி, பிள்ள இருக்கணும்... நான் போறன்...' என்று சென்றுவிடுவார்கள்.

பாட்டி தாத்தாக்கள் சும்மாதானே இருக்கிறார்கள் என்று கொடுத்தனுப்புவது வன்கொடுமை செய்வது - அவர்களை எதிர்கொள்பவரை. பெரும்பாலான பாட்டாமார்களுக்கும் தாத்தாக் களுக்கும் முக்கிய பிரச்னைகள் வேறுபல இருக்கின்றன. 'என்ன வேணும் பாட்டா?' என்ற கேள்விக்குப் பதிலாக 'ஓ, ஒண்ணும் சொல்லுகதுக்கில்ல. இந்நா கெடக்கேன், சாவ மாட்டாம...' என்ற பதில்தான் கிளம்பும்.

'அதில்ல பாட்டா என்ன பிரச்னை?'

'என்ன பிரச்னை? பிள்ளே, வயசானா கட்டை சாயணும். இல்லேண்ணா எல்லாம் பிரச்னைதான். வாதத்துக்க எடைச்சில் உண்டு கேட்டியளா... பின்ன எரை எடுக்காது. ஒருபிடி சோறு திண்ணா இந்நா இங்கிண கேறி நிக்கும். ராத்திரி உறக்கமும் இல்ல.'

பொறுமையாக அடுத்த தளங்களுக்கு நகர்ந்தாக வேண்டும். முள்ளின்மேல் போட்ட சேலைபோல.

'அது சத்தியமாக்கும் பாட்டா... ஆனா பாட்டா ஏன் இந்த ஆபீசுக்கு வந்தீக?'

'ஏ?'

'இந்த ஆபீஸுக்கு ஏன் வந்தீக?'

'பய சென்னான்... தாணுபிள்ள.'

'என்ன காரியமாக்கும்?'

'அது ஒண்ணும் சொல்லாண்டாம். அவனுக்கு நல்லது கெட்டது வகைதிரிவில்ல. பத்து காசு கிட்டினா அதுக்கு சாராயம் மோந்திப் பிடுவான். பின்ன நாலுகாலிலேயாக்கும் நடப்பு. பெஞ்சாதி பிள்ளை யளுக்க தலையெளுத்து... என்ன சொல்ல? நான் ஒண்ணும் கேக்கப் போறதில்ல. நமக்கோ வயசாச்சு... அப்பன்னு பாக்கமாட்டான். பிடிச்சொரு தள்ளு தள்ளினாக்கூட நமக்கு தெக்கோட்டுள்ள வளி தெளிஞ்சுப்போடும்...'

அமைதி. இலை முள்ளில் விழுந்தாலும் முள் இலையில் விழுந்தாலும் கிழிவது இலையே. அமைதி. பொறுமை பொன் போன்றது.

'அது உள்ள காரியமாக்குமே பாட்டா... செரி அதுக்கு இங்க என்ன வேல?'

‘இங்கிணயா?’

‘ஆமா.’

‘எனக்கா?’

‘ஆமா.’

‘பயல்லா சொன்னான்?’

‘என்ன சொன்னான்?’

‘துண்டுகொண்டு குடுக்கியதுக்கு.’

‘என்ன துண்டு?’

‘இந்தத் துண்டு.’

காகிதத்தில் பில் எண், பணம் தொகை எல்லாமாக சுருட்டி வியர்வை ஊறி ‘மிச்சம் பைசாக்கு வெள்ளம் குடிக்க சொன்னான்.’

பாட்டாவை இன்னொருவர்மேல் ஏவி விடுவதில்தான் என்ன இன்பம்! குதூகலமாக நானே எழுந்து கைபிடித்து, ‘பாட்டா வாருங்க... நான் எடம் காட்டுதேன். அங்கிணகொண்டுபோயி பணம் கெட்டுங்க... பாத்து... படி இருக்கு...’

‘சின்னவன் நல்ல பயலாக்கும். இப்பம் கேரளத்தில கொத்த வேலைக்குப் போறான். அவன் இன்னும் பெண்ணு கெட்டேல்ல கேட்டுதா?’

பாட்டிகள் வேறுவகை. கதவருகே புடவை அசைவு மட்டும் தெரியும். ‘வாங்க’ என்றதுமே நாணத்தாலே கால்கள் பின்னப் பின்ன நடக்கும் நாடகமாக வந்து மூச்சுத் திணறி நாலைந்துமுறை சும்மா வாயசைந்து பின்பு ‘எளையவன் தந்நு அயச்சதாணு.’

‘எந்து?’

‘ரூபா.’

‘எந்தினு?’

‘பில் அடைக்கான்.’

‘பில்லு இவிடெ அல்ல... ஆ கெட்டிடத்திலாணு.’

‘அப்போ அவிடெயும் காசு கொடுக்கணோ?’

‘அவிடே மாத்ரம் காசு கொடுத்தால்மதி.’

‘அப்போ இவிடேயோ?’

‘இவிடே கொடுக்கண்டா.’

உடனே ஒரு பெருமூச்சு. மெல்ல நடந்து திரும்பி ஐயமாக 'அப்போ இவிடே எத்ர ரூப கொடுக்கணும்?'

'இவிடே ரூபா வேண்டா.'

'அப்போ ஈ ரூபா எந்துசெய்யும்?'

'அவிடே அடைக்கணும்.'

'இவிடே?'

ஆனால் வேறுவகையான ஆட்கள் அடிக்கடி வருவதுண்டு. முன்தினம் ஒருவர் வந்தார். 'பில் கெட்டணும்' என்றார் விரைப்பாக. முப்பது வயதிருக்கும். கட்டைகுட்டையான உருவம். கெட்டி மீசை. சம்மர் கிராப். சின்னக் கண்கள். அநேகமாக ஏதோ டிரைவராக இருப்பார் என்று உள்ளுணர்வு சொல்லியது. நான் வழக்கம்போல முன் கட்டடத்தைச் சுட்டிக்காட்டினேன்.

'அதிப்பம் அப்டி சொன்னா ஆச்சா? இங்கேண்ணுல்லா சொன்னாக?' என்றார்.

நான் புன்னகைசெய்து 'வழியில எழுதி வச்சிருக்குல்லா... முன்னால மாடியிலதான் போகச்சொல்லியிருப்பாங்க' என்றேன்.

கடுப்பாக 'எனக்க கிட்ட இங்க வாறதுக்காக்கும் சொன்னது' என்றார்.

நான் 'இது வேற எடம். பில்லுக்கும் எனக்கும் சம்பந்தமில்ல. இங்க ஊழியர்களுக்க சம்பளம் லீவு எல்லாம்தான் பாக்குதோம்.'

'ஆளாளுக்கு ஒண்ணு சொன்னா வாறவன் என்ன செய்யியது? எனக்க கிட்ட இங்க மேல ஏறி வந்து அடைக்கவாக்கும் சொன்னது...'

நான் 'சரி, தெரியாம சொல்லிப்போட்டார்... நீங்க அந்த மாடியிலே் ஏறிபோயி...'

'வேய், எனக்க கிட்ட இங்கிண வந்து அடைக்கல்லாவே சொன்னான்?'

பரிதாபமாக, 'இங்க பணம் வாங்க முடியாதே. பணத்தை அங்கதான் வாங்கி ரசீது குடுப்பாங்க. இது வேற ஆபீசுல்லா?' என்றேன்.

'அது சொன்னா ஒக்குமா? கேட்டில நிக்கப்பட்டவன் இங்கெல்லா வந்து அடைக்கியதுக்கு சொன்னான்?'

'இங்க அடைக்க முடியாதே.'

‘என்னவே வெளையாடுதீரா? அங்க ஒருத்தன் இங்க வரச் சொல்லுவான். இங்க வந்தா அங்க போவச்சொல்லுதீரு... மாறிமாறிச் சவிட்டிக் களிக்குததுக்கு என்னவே பந்தாவே? இல்ல கேக்கேன்.’

நான் எழுந்து கண்களை மங்கவைத்த கோபத்துடன் ‘பின்ன?’ என்றேன்.

‘எனக்க கிட்ட இங்கயாக்கும் வந்து பணம் கெட்டச் சொன்னது.’

மெல்ல கோபத்தை அடக்கினேன். இம்மாதிரி சந்தர்ப்பங்களில் வேண்டுமென்றே உதட்டை விரித்து சிரிக்க முயல்வது ஒரு நல்ல பழக்கம். உடனே மனதிலும் சிரிப்பு வருவதைக் காணலாம். புன்னகைத்தபடி ‘நீங்க சொல்லுதது நியாயம்தான்... வாங்க உக்காருங்க...’ என்றேன். சந்தேகத்துடன் வந்து நாற்காலியை இழுத்துப் போட்டு அமர்ந்தான். ‘பாப்போம்... இருங்க’ என்றேன்.

என்னுடைய வேலைகளைக் கவனிக்க ஆரம்பித்தேன். ஐந்து நிமிடம் கழித்து ‘என்ன செய்யுதது?’ என்றார்.

பேனாவை வைத்துவிட்டு ‘அதைப்பத்தி நாம பேசுவோம்...’

‘என்ன பேசுகது?’ என்றார் மேலும் ஐயமாக.

‘இப்ப நாம என்ன செய்யுகது? ரெண்டுபேரும் இருந்து பேசி ஒரு முடிவுக்கு வருவோம்.’

‘என்ன முடிவு?’

‘இல்ல எல்லாத்துக்கும் ஒரு வழி இருக்குல்ல... முதலில நீங்க உம்ம சைடை சொல்லுங்க. என்ன செய்யலாம்?’

அவர் தடுமாறி ‘பில்லடைக்கணும்’ என்றார்.

‘சரி. எனக்கு என்ன பிரச்னைண்ணா இங்க பில்லு வாங்குததுக்கு உண்டான ஏற்பாடு இல்ல. ரசீது புக்கு இல்ல...’

‘அப்டிச் சொன்னா ஆச்சா? நான் வந்தப்ப அந்த கேட்டில நிக்குத தொப்பிக்காரன்...’

‘செரிதான். அதுக்குத்தான் என்ன செய்யுததுண்ணு சிந்திப்போம். நீங்க இங்க பணம் அடைக்கணும் இல்லியா?’

‘ஆமா.’

‘அதுக்கு சர்க்கார் எதிராக்கும். நீரு அடைக்கணும். நான் வேங்கணும். நடுவிலே சர்க்கார் நிக்குது. என்ன செய்வோம்?’

அவர் என்னைக் குழப்பமாகப் பார்த்தார். 'சர்க்கார் இப்பிடி சொன்னா நாம என்ன செய்யுதது? வேணுமானா சர்க்காருக்கு ஒரு மனு குடுக்கலாம். இந்த மாதிரி இன்னாரு -பேரென்ன சொன்னீங்க?'

'எம்.இன்னாசிமுத்து.'

'நம்பர்?'

சொன்னார். 'செரி. நீங்க பணம் அடைக்கதுக்கு ஆசைப்படுதீங்க. உமக்கு அதுக்குண்டான சௌகரியம் செய்து குடுக்க வேண்டியது சர்க்கார் கடமை. அதுக்கு சர்க்காருக்கு உங்க உத்தேசம் தெரியணும். எழுத்து குத்தெல்லாம் உங்க பேரிலதானே?'

சற்றே கவலையுடன் 'ஆமா' என்றார்.

'அப்பம் பிரச்னை இல்ல. வெள்ளத்தாளிலே இன்னின்னமாதிரி இன்னின்ன காரணங்களினால நான் இந்த ஆளிட்ட பணம் அடைக்கணும்னு ஆசைப்படுதேன். அதுக்குண்டான சௌகரியம் செய்து தரணும்ணு தாழ்மையாகக் கேட்டுக்கொள்கிறேன்னுட்டு எழுதிக்குடுங்க... தமிழிலே எழுதினா போரும்.'

பேப்பர் எடுத்து வைத்து 'பேனா இந்தாங்க.'

எழுதாமல் தயங்கியபடி 'எளுதிக்குடுத்தா?' என்றார்.

'நாங்க நேரா இதை மேலே அனுப்புவோம். ஆபீசர் அதைக் கையெழுத்துப் போட்டு அவருக்கு மேலே அனுப்புவாரு. அவர் கையெழுத்துப் போட்டு அதுக்கு மேலே அனுப்புவாரு... அவரு கையெழுத்துப் போட்டு...'

'செரி...' பேனாவைத்து ஸ்தோத்திரம் எழுதி 'என்ன எளுதணும்?'

'பில்லு காப்பி இருக்கா?'

'இல்ல நம்பர் குறிச்சிட்டாக்கும் வந்தேன்.'

'அய்யோ. பில்லு காப்பி வேணுமே. அதிலதான் மத்த தகவல் எல்லாம் இருக்கும். ஒண்ணு பண்ணுங்க. ஓடிப்போயி எடுத்துட்டு வந்திருங்க.'

'வீடு வள்ளம்குமாரவெலையில.'

'அப்ப ஒரு ஆட்டோ எடுத்துகிட்டுப் போங்க.'

'அதிப்பம்...'

'அவசரமில்லேண்ணா நாளைக்குக்கூடகொண்டுவந்து குடுத்தாப்

போரும்...'

'செரி' என்று ஆசுவாசமாக எழுந்தார்.

'இருங்க... முழுக்க சொல்லலல்லியே. நீங்க குடியிருக்கப்பட்ட எடத்துக்கு ஆதாரம் இருக்கா?'

'என்னது?'

'ரேசன் கார்டு கரம் கெட்டின ரெசீது?'

'இருக்கு.'

'அதில ஒரு செராக்ஸ் காப்பி எடுத்துட்டு அதை தாசில்தாரிட்ட இல்லாட்டி விஏஓட்ட குடுத்து அட்டெஸ்ட் பண்ணி சைன் வேங்கிருங்க... பின்னால தேவைப்படும். நீங்க குடியிருக்க எடம் இன்னதுண்ணு தெளிவா இருக்கணும்ல?'

'செரி. நான் வாறேன். பிளாக்காபீசுக்கு போகணும்...'

'ஒரு அரமணிக்கூர் இருந்தீங்கன்னா எங்க ஆபீசர் வருவாரு. எதுக்கும் அவரை நேரில பாத்து ஒரு வார்த்தை சொல்லுகது நல்லது.'

'இல்ல பிள்ளை. எனக்கு பல சோலி கெடக்கு... வரட்டா.'

'செரி வாங்க. எல்லாத்தையும் நாளைக்குகொண்டுவந்து குடுங்க... இங்ககொண்டுவந்தா போரும்.'

அவர் 'செரி' என்று சொன்னார். தூய காற்றுதான் வாயிலிருந்து வந்தது. நான் எழுந்து விடை கொடுத்தேன். வந்தபோது வலுவான கால்களை அழுந்த ஊன்றி நிலமதிர வந்தவர் ஹைட்ரோசில் அறுவை சிகிச்சை முடிந்து போவதுபோல சென்றார்.

- ஆகஸ்ட் 26, 2012

58

விசிஷ்டாத்வைதம் ஓர் அறிமுகம்

காசிரங்கா காட்டில் இருந்து விசிஷ்டாத்வைதியான பிரதிவாதி பிரியங்கரம் ஸ்ரீரங்கம் வரதாச்சாரியார் நேராக மதுரா போய் கள்ளக்காதலிசமேத கிருஷ்ணனை சேவித்துவிட்டு டெல்லிக்குச் சென்று தன் மருமான்கள் பாச்சாவையும் கிச்சாவையும் பார்த்து விட்டு மெதுவாகத்தான் திரும்பி வந்தார். மருமான்களுக்கு டெல்லியின் அதிகாரச் சதுரங்கம் அன்றி வேறெதுவும் தெரியாது. மற்ற எல்லா கிச்சா பாச்சாக்களையும்போலவே 'எங்க அண்டர் செகரட்டரி ஒரு வேஸ்டு. ஒரு மண்ணும் தெரியாது. ரிசர்வேஷனிலே வந்துட்டான்...' என்ற முதல்வரியுடன் தங்களின் ஆபீஸ் விளையாடல்களைப் பற்றி ஓயாமல் பேசுவார்கள். அவர்களின் மனைவிமார்களுக்கு பாலிகாபஜாரில் பேரம்பேசும் கலை மற்றும் சினிமா நுண்தகவல்கள் ஆகியவை மட்டுமே தெரியும். ஆகவே 'இங்க அசாமிலே ஒரு சின்ன தத்வ ஸதஸுக்காக வந்தேன்பா' என்று சொல்லி வரதாச்சாரியார் நிறுத்திக்கொண்டார். ஏதோ கூட்டுபஜனை என்று அவர்களும் நினைத்துக்கொண்டார்கள்.

விசிஷ்டாத்வைதியான பிரதிவாதி பிரியங்கரம் ஸ்ரீரங்கம் வரதாச் சாரியார் ரயிலில் வரும்போது வேறு ஒன்றும் செய்வதற்கில்லாமல் வெளியே நகர்ந்த பொட்டல்காடுகளைக் கண்டு பெருமூச்சுவிட்டுக் கொண்டிருந்தபோதுதான் அவர் ஒரு பெரிய விஷயத்துடன் ஊர்திரும்பும் விஷயம் அவருக்கே தெரியவந்தது. அவரருகே

இருந்த மனவாடு ஒருவரின் கையிலிருந்த புளிசாதம் கட்டிய ஈநாடு நாளிதழில் ஜாங்கிரி வரிசையாக தெரிந்த எழுத்துக்களின் நடுவே கோனேரி லட்சுமிநரசிம்மையா எண்ணெயூறிய மஞ்சள் பருக்கை ஒட்டியிருக்க ஒரு சால்வையைப் போர்த்திக்கொண்டு அமர்ந்து 'பீரோமேலே இருந்து தலையணையை எடுடா' என்னும் பாவனையில் அக்குள் ரோமம் தெரிய கைநீட்டுவதைக் கண்டார். என்ன விஷயம் என்று கேட்டபோது காசிரங்கா காட்டில் நடந்த தத்துவ விவாதத்தில் அவர் லட்டுவை புட்டு வைப்பதுபோல தத்துவங்களை விளக்கி அனைவரையும் வென்ற தகவலை புளிசாத வாயால் எக்குண்டி சுப்பையா நாயுடுகாரு சொன்னார்.

வரதாச்சாரியார் சென்னையில் இறங்கி கையிலிருந்த பணத்துக்கு நல்லியில் நாலைந்து பட்டுச்சால்வைகளும், சரவணாஸில் ஒரு பொற்கங்கணமும் வாங்கிக் கொண்டார். அடுத்த ரயிலில் ஸ்ரீரங்கம் கிளம்பியபோது அவர் முகத்தில் தேஜஸ் இருந்தது. தனக்குத்தானே மெல்லிய மந்தஹாசமும் புரிந்துகொண்டார். ரயிலைவிட்டு இறங்கியதுமே அவரை கூட்டிக்கொண்டு போக வந்திருந்த எதிர்வீட்டு அம்பி கோபாலனிடம் 'க்ஷேமமா இருக்கியோ?' என்று கேட்டு ஆசியளித்தார். அவன் கவலைக்குறியுடன் 'ஆட்டோலே போலாம் மாமா' என்றதும் 'நமக்கென்ன? சர்வஜனோ சுகினோ பவந்து' என்று சொல்லி தெய்விகமாக புன்னகை செய்தார். அவனுக்கு பீதி கிளம்பி அவரைப் பார்த்துவிட்டு நாலு பக்கமும் பார்த்தான்.

வெளியே வரும்போது, 'காபி சாபிடுறேளா மாமா?' என்றான் கோபாலன்.

'சாப்பிட்டா போச்சு. ஆயுஸத்வபலாரோக்ய சுஹப்ரீதீ விவர்த்தனஹ! ரஸிய ஸ்னித்த ஸ்திர ஹ்ருத்வ ஆஹாரா ஸாத்விகப்ரியா' என்றார் வரதாச்சாரியார்.

அவன் திகிலடைந்து அவரைப் பார்த்துவிட்டு பெட்டியுடன் முன்னால் நடந்தான். காபி சாப்பிட்டுக்கொண்டிருக்கும்போது 'என்னடாது கூட்டம் ஜாஸ்தியாயிடுத்து? சம ஸத்ரௌ ச மித்ரே ச ததா மானாபமானயோஹ...'

கோபாலன் மறித்து உள்ளே நுழைந்து 'மாமா, இந்தமாதிரி சுலோகம்லாம் சொல்லாதீங்கோ. ஆட்டோக்காரன் வண்டிச்சத்தம் ஜாஸ்தியா கேட்டுரப்போறான்... போனமாசம் மூணாம் வீட்டு எஞ்சீனியரை தஞ்சாவூரிலேருந்து கொண்டாந்ததுக்கு மூவாயிரம் கேட்டுட்டான். அவரு காரோட ஸீட்டை கிழிச்சுட்டருன்னு சொல்றான். அது ஏற்கெனவே கிழிஞ்சிருந்ததுன்னு சொன்னா

வக்காளின்னு மதுரைப்பக்கம் ஒரு கெட்டவார்த்தை இருக்கே அதை வாய்கூசாமச் சொல்றான் நீசன். அவரு அப்டி ஸீட்டையெல்லாம் கிழிக்கமாட்டார் மாமா, சும்மா அவர் பாட்டுக்கு கிரிக்கெட் கமெண்டிரி சொல்ற ரேடியோ மாதிரி அவரே பேசிண்டிருப்பார். வாங்கோ' என்றான்.

ஆட்டோவில் ஏறும் முன்பு வரதாச்சாரியார் தன் கையை மார்பில் வைத்து கணீரென்று, 'சர்வ பூதெஷு யேனைகம் பாவமவியயமீக்ஷதே அவிபக்தம் விபக்தேஷபி தத்ஞானம் விதி ஸாத்விகம்!' என்றார். ஆட்டோக்கார டில்லிபாபு திரும்பி சற்றே கூர்ந்து நோக்கியபின், 'சந்துக்கு உள்ரயெல்லாம் போவ முடியாது சாமி, வெளியே எறக்கிவிடுறேன்' என்றான்.

'போதும்பா. மாமா ஏறுங்கோ' என்றான் கோபாலன்.

'அஸம்ஸயம் மகாபாஹோ! மனோ துர்நிக்ரஹம் சலம்' என்றார் வரதாச்சாரியார். ஆட்டோ பாபு மீண்டும் திரும்பிப் பார்த்தான். சாவடி தாண்டும்போது அவன் மெல்லத் திரும்பி நோக்கி 'சாமிக்கு மெட்ராஸா?' என்றான்.

'இல்லே, இங்கேதான். மெட்ராஸ் போயிட்டு அவரே, தனியா, கூட யாருமே இல்லாம, ரயிலிலே வரார்' என்றான் கோபாலன்.

'இப்பல்லாம் மொட்டைப்பாட்டிகள் தனியா அமெரிக்கா போயிட்டு வராங்க... போனவாட்டி இப்டித்தான் பாத்தீங்கன்னா...' என்று ஆட்டோ பாபு ஆரம்பிக்க வரதாச்சாரியார் 'குலக்ஷயே ப்ரணயஸ்யந்தி குலதர்மா சனாதனா' என்றார்.

ஆட்டோபாபு சரிந்து அமர்ந்து பாதி கண்ணை பின்னால் திருப்பிப் பார்த்து 'சாமி இப்ப சொன்ன பாட்டுக்கு என்ன அர்த்தம்?' என்றான்...

'அதாண்டா, பொம்பிள சிரிச்சா போச்சு' என்றார் வரதாச்சாரியார். ஆட்டோ பாபு பரவசமாகி 'இதெல்லாம் பாட்டில சொல்லியிருக்கா சாமி?' என்றான்.

'பின்னே இல்லியா? ஸங்கரோ நரகாயைவ குலக்நாநாம் குலஸ்ய நரகாய ஏவ' என்றார் வரதாச்சாரியார் 'அதாவது சங்கரனை கும்பிடுறவங்க குலத்தோட நரகத்துக்குத்தான் போவாங்கன்னு கீதையிலே பகவான் சொல்றார்.' ஆட்டோபாபுவின் பின் கழுத்து புல்லரித்தது. 'நாங்கள்லாம் வீரமுனியசாமியத்தான் கும்பிடுறோம் சாமி' என்றான். 'க்ஷேமமா இருங்கோ' என்றார் வரதாச்சாரியார்.

ஸ்ரீரங்கத்தில் இறங்கியதும் ஆட்டோபாபு அப்படியே புழுதியில் விழுந்து அய்யங்காரை வணங்கினான். அவர் 'ஸுகினோபவந்து'

என்று ஆசீர்வாதம் அளித்தார். கோபாலன் பணம் கொடுத்தபோது ‘இருக்கட்டும் சின்னசாமி. பெரியசாமிய கொண்டாந்துவிட்டது பெரிய ஆசீர்வாதமுல்ல? சாமி, கும்பிடுறேன்’ என்று சொல்லி அவன் கிளம்பிப்போனான். கோபாலனால் வாயை மூட முடியவில்லை. தெருவில் சில கணநேர ஸ்தம்பிப்பு ஏற்பட்டது.

அலமு மாமி முந்தானையில் கை துடைத்தபடி வந்து ‘வந்தாச்சா? ஏது தாக்கலே இல்லியேன்னு பாத்தேன்... வண்டி லேட்டாடா கோபாலா?’ என்றாள். அவள் தன் காலில் விழுந்து ஆசீர்வாதம் வாங்குவதற்காக விசிஷ்டாத்வைதியான பிரதிவாதி பிரியங்கரம் ஸ்ரீரங்கம் வரதாச்சாரியார் கம்பீரமாக காத்து நின்றார்.

‘என்னடாது, காசைக்கீசைத் தொலைச்சுட்டாரா? ஒருமாதிரி முழிக்கிறார்?’ என்றாள் மாமி.

‘இல்லே மாமி, எல்லாரும் இப்ப மாமா காலிலே விழுந்து கும்புடுறா.’

‘இவா காலிலயா?’ என்றாள் மாமி ஐயமாக ‘தடுக்கி விழுந்திருப்பா.’

‘இல்ல மாமி. நானே நேர்ல பாத்தேன். நம்ம ஆட்டோபாபுவே இப்பதான் கும்பிட்டுட்டு போறான்...’

‘தெரியாம கும்புட்ருப்பாண்டா... அதான் இப்டி எண்ணெய குடிச்ச எருமை மாதிரி முழிக்கறாரா...? உள்ள வரச்சொல்லு. வெந்நி போடறேன்.’

‘அலர்மேல் மங்கை’ என்றார் வரதாச்சாரியார் ஸ்பஷ்டமாக. மாமி கிட்டத்தட்ட அசரீரி கேட்டதுபோல பிரமித்துப்போனாள்.

‘ஆச்சரியோ வக்தா குஸலோஸ்ய லப்தாஸ்சரியோ ஜ்ஞாதா குஸலானுசிஷ்டஹ’ என்ற வரதாச்சாரியார் இளம் மந்தஹாசத்துடன் ‘கடோபநிஷத்தில சொல்லியிருக்கு ஆத்மாவைப்பத்தி தெரிஞ்சு ஞானம் அடைஞ்சவன் ஆச்சரியத்துக்குரியவன்னுட்டு... சேவிச்சுக்கோ.’

மாமி முகவாயில் கைவைத்து ஒரு கணம் நின்றாள். கோபாலன் தழுதழுத்த குரலில் ‘மாமா, மன்னிச்சுக்குங்கோ நான் நீங்க பழைய ‘மோருஞ்சா’ வரது மாமான்னு நெனைச்சுண்டுட்டேன்...’ என்று சொல்லி பாய்ந்துவந்து காலில் விழுந்து ஆசீர்வாதம் பெற்றான்.

மாமி திறந்து விடப்பட்ட எலிபோல நான்குபக்கமும் தத்தளித்து ‘இருங்கோ... தோ வந்துடறேன்... கிருஷ்ணா, பெருமாளே, நேக்கு

கையும்காலும் ஓடலையே... ஜானகி இங்கபார்... உங்கப்பாவுக்கு ஞானம் கெடைச்சுடுத்து' என்றபடி உள்ளே ஓடினாள். அவள் தாம்பாளத்தில் நீருடனும் மலருடனும் வந்து அவருக்கு பாதபூஜை செய்து உள்ளே கொண்டுபோகும்போது தெருவே அவரைப் பார்க்கக் கூடிவிட்டது. ஊஞ்சலில் அமர்ந்து 'தூத்தம்' சாப்பிட்டு வந்தவர்களை வரிசையாக சமஸ்கிருதத்தில் ஆசீர்வாதம் செய்தார். அன்றைக்கென அவர் வாயில் கீதையும் உபநிஷத்துக்களும் பீறிட்டு வந்தபடியே இருந்தன.

மாலைக்குள் ஸ்ரீரங்கம் பிராந்தியத்தின் சகல அய்யங்கார்களும் கலை வேறுபாடின்றி அவருக்கு ஞானம் கிடைத்த விஷயத்தைத் தெரிந்து கொண்டார்கள். வரதாச்சாரியாரின் தென்கலை சம்பிரதாயத்தைச் சேர்ந்தவர்கள் உடனே அவருக்கு ஒரு பாராட்டுவிழா ஏற்பாடு செய்துவிடலாமென்று எண்ணி சித்ரா டுட்டோரியல்ஸ் மாடியைக் கேட்டுப்பார்த்துக்கொண்டிருக்கும்போதே ஸ்ரீலஸ்ரீ அழகியசிங்க மணவாள வேதாந்த மகாதேசிக மடத்திலிருந்து அழைப்பு வந்து விட்டது. வரதாச்சாரியார் தன் சால்வைகள், கங்கணம் எதற்கும் இருக்கட்டுமென எடுத்துக்கொண்ட பழைய நூல்கள் எல்லாமு மாகக் கிளம்பிச் சென்று பாறையில் ஏணி சாத்தி வைத்ததுபோல நடு உச்சிவரை சென்ற பிரம்மாண்டமான நாமம் தரித்து இருந்த கிழவரை வணங்கினார். ராணுவத்தில் மேஜராக இருந்து ஓய்வு பெற்று எட்டுபெண்களுக்கு கல்யாணம்செய்துவைத்து பதிமூன்று பேரன்பேத்திகளைப் பார்த்தபின் துறவு பூண்டு முப்பது வருடங்களாக ஜீயராக இருந்தார்.

கிழவரின் உடலெங்கும் நாமங்கள் இருந்தமையால் ஏகப்பட்ட அய்யங்கார்களை ஒன்றாகக் குவித்து வைத்திருந்தது போலிருந்தது. காதும் சுத்தமாகக் கேட்காது என்று தெரிந்திருந்தமையால் வரதாச்சாரியார் நேராகச் சென்று நெடுஞ்சாண்கிடையாக விழுந்து சேவித்தார்.

'ராமானுஜமாடா?' என்றார் கிழவர்.

ராமானுஜம் வரதாச்சாரியாரின் நாற்பது வருடம் முன்பு காலம்சென்ற தந்தை.

'ஆமா' என்றார் வரதாச்சாரியார், சொல்லிப்புரியவைக்க அவருக்கு திராணி இல்லை.

'க்ஷேமமா இரு... ஆச்சாரியன் அனுக்ரஹம் இருக்கட்டும்...' என்ற கிழவர் 'என்ன குடுத்தாங்கோ?' என்றார்.

‘சால்வை?’

‘என்னது, தேவலையா. நோக்கு உடம்பு முடியாம இருந்துத்தா என்ன? அதான் போர்வையால போத்திக்கறயா? இதென்ன கம்பிளியா? சேப்பா இருக்கு?’

‘இது, கங்கணம்... கங்கணம் குடுத்தா... கங்ங்ங்க்கணம்!’

‘என்னாது? மங்கையா? அவ போய்ட்டாளே? இந்த கால்தண்டை அவளுதா? பாச்சாட்ட குடுத்துரு... அவன் குடுத்திருவான்.’

ஒருவழியாக ஒரு சால்வையும் ஆசியும் பெற்று வெளியே வரும் போது பின்னால் வந்த கணக்குப்பிள்ளை ராகவாச்சாரி ‘பணம்லாம் நெறைய குடுத்தாளோ? பார்க்க தேஜஸ் தெரியறதே’ என்றார்.

‘போங்காணும்... நானே வெடிச்சத்தம் கேட்ட கோழிமாதிரி கெறங்கிப்போய் இருக்கேன். ஓய், இதுட்ட பேசறதுக்கு நேரடியா பெருமாளிட்டயே பேசிடலாம் போல இருக்கே’ என்று சலித்துக் கொண்ட வரதாச்சாரியார் ‘அங்க போயி தர்க்கத்திலே ஜெயம் பண்ணிண்டு வந்திருக்கேனாக்கும்... கீதையிலே சொல்றது மாதிரி... ஸ்ரேயோ ஹி ஞானமப்யாஸா...’ அதற்குள் கூப்பிடாத குரலுக்கு ‘தோ...’ என்று பதில்கொடுத்து ராகவாச்சாரி நகர்ந்தார். மேற்கொண்டு என்ன செய்வதெனத்தெரியாமல் வரதாச்சாரியார் சற்றே தயங்கி நின்றபின் எதிரே நின்ற காவல்கார உப்பிலியிடம் ‘பன்னிரண்டாம் அத்யாயம் பன்னிரண்டாம் சுலோகம். அதாவது சாஸ்திரப்பயிற்சியை விட ஞானம் மேல்னு சொல்றார் பகவான். ஆம, நீ என்ன கண்டே?’ என்று வெளியே வந்து வீடு திரும்பினார்.

தெருவழியாக அவர் குடுமியின் கீழே நடந்துசெல்வதை பாரத்மாதா இண்டர்நெட் பிரவுசிங் - பிரிண்ட் அவுட் ரூ. 2 மட்டுமே - சென்டரில் இருந்த நாணா பார்த்து அவசரமாக குறுகிய படி வழியாக இறங்கி ஓடிவந்தான். ‘மாமா நில்லுங்கோ... சேவிச்சுக்கறேன்...’ என்று அவன் குனிய நெரிசலில் ஒரு சைக்கிள் அவன் பின்பக்கம் பட்டு அவன் மண்டையை வரதாச்சாரியாரின் இடுப்புக்குக் கீழே அபத்திரமாக முட்டவைத்தது. அவர் பின்னால் விலகி ‘ஆயுஷ்மான் பவ’ என்றபின் ‘சொல்ரா’ என்றார்.

‘டெல்லிக்குப் போயி தர்க்கத்திலே ஜெயிச்சுண்டு வந்திருக்கேள்... உங்களைப் பாத்ததுமே எல்லாரும் ஓடிட்டான்னு கேழ்விப் பட்டேன்... அதான்’ என்றான்.

‘பாத்ததுமே பொத்திண்டு ஓடறதுக்கு நான் என்னடா குளிக்காமலா போனேன்? டேய் சாஸ்திரம் பேசி ஜெயிச்சு வந்திருக்கேண்டா.’

'சரி மாமா... இப்ப என்ன? நம்ம ஹிந்து தர்மத்த ஜெயிக்க வைச்சுட்டேள்.'

'நான் விசிஷ்டாத்வைதத்தைன்னா ஜெயிக்க வைச்சேன்?'

'ஆமா மாமா... அது ஹிந்து தர்மம்தானே?'

'மத்தவாளும் ஹிந்துக்கள்தானே?'

'அப்ப இன்னும் நல்லது மாமா... அவாளும் ஜெயிச்சுண்டுதானே போயிருப்பா?'

'அதெப்பிடடா?'

'மாமா, பேசாதீங்கோ. ஹிந்துதர்மம் என்னிக்குமே தோக்காது...'

'சரிடா அம்பி... அதுபாட்டுக்கு க்ஷேமமா இருந்துண்டு போறது... வரட்டுமா, நேக்கு இன்னிக்கு பல ஜோலி இருக்கு...'

நாணா, 'மாமா நம்ம வக்கீலாத்து மாடியிலே உங்களுக்கு ஒரு நல்ல பாராட்டுக்கூட்டம் ஏற்பாடு செய்யலாம்னு இருக்கேன்... ஒரு சால்வை போத்தி மாலைபோட்டு மங்களபத்ரம், வாசிச்சு...'

'டேய் ஏற்கெனவே நம்மளவா சொல்லியிருக்காளே...'

'அப்டி கலைபிரிச்சு பண்ணா நல்லாருக்காது மாமா... இதிலே எல்லாரும் வரட்டும்... ஹிந்து தர்மத்தை சேர்ந்த எல்லாருமா கூடி விழா எடுக்கணும்... '

'அப்டீன்னா நானா ஜாதியும் வருமோடா? அவா கிட்டே நாம ப்ரசாதம் குடுக்கலாம், ஞானம் குடுக்கலாமோ? பகவான் என்ன சொல்றார்னா, குலஸ்ய-'

'படுத்தாதீங்கோ மாமா... நம்ம ரெண்டு குரூப்புதான்... நாயக்கர் போர்வெல்ஸ் முதலாளிட்டே ஸ்பான்ஸர் மட்டும் கேட்டிருக்கேன்... சாயரட்சை வீட்டுக்கு வந்து மிச்சத்தைச் சொல்றேன்... ஜானகி இப்பல்லாம் மெயில் பாக்க வரதேயில்ல...'

மறுநாள் வக்கீல் ஆளவந்தார் வீட்டு மாடியில் விரிக்கப்பட்ட கம்பளத்தில் நாற்பது அய்யங்கார்கள் கூடி அமர்ந்து கேஸரியும் பஜ்ஜியும் காப்பியும் சாப்பிட்டார்கள். 'பத்மா, பஜ்ஜியிலே சோடா உப்பு கலந்தியோ? புஸ்ஸுன்னு இருக்கு?' என்றார் உபய வேதாந்த கானசாகரம் பார்த்தசாரதி அய்யங்கார்.

'ஆமா மாமா, அவளே சோடாப்புட்டி போட்டுண்டு புஸ்ஸுன்னு

தான் இருக்கா' என்றான் கிருஷ்ணசாமி. அவனுக்கு ரெயில்வேயில் எஞ்சீனியர் வேலை. ஒழிந்தவேளைகளில் குமுதத்தில் கதைகள் எழுதுவான். ரங்குமாமாதான் ஆதர்சம்.

'நாலு பஜ்ஜியை எவ்வளவு நேரம்தான் தின்பேள்? கொஞ்சம் பாருங்கோ... விழாவை ஆரமிச்சுடலாம்... ஓய் ரங்காச்சாரி கவனியும்... என்ன பார்வை அங்க?' என்றார் வக்கீல் ஆளவந்தார்.

'அட் திஸ் திவ்ய முகூர்த்தம், வென் த ஹோலி ப்ளெஸ்ஸிங்ஸ் ஆஃப் அரங்கன் இஸ் போரிங் ஆன் அஸ், வி ஆர் அஸெம்ப்ள்ட் டு கன்கிராஜுலேட் அவர் ஹானரபில் மாமா...' என்று ஆரம்பித்து கூட்டத்தின் நோக்கத்தைத் தெளிவுபடுத்தினார்.

பிரதிவாதி பிரியங்கரம் ஸ்ரீரங்கம் வரதாச்சாரியார் அவர்கள் காசிரங்கா காட்டில் நடந்த தத்துவ விவாதத்தில் மாயாவாதம்பேசி வந்தவர்களையும் சித்தாந்தம் பேசிவந்தவர்களையும் ஓட ஓடத் துரத்தி பட்டுச்சால்வையும் கங்கணமும் பரிசாகப்பெற்று வந்ததை விளக்கி 'ஆன்ட் நவ் இட் இஸ் அகெய்ன் ப்ரூவ்ட் தட் த வைஷ்ணவ தத்துவம் ஆஃப் அவர் ஆசாரியன் இஸ் த ஒன் ஆண்ட் ஒன்லி ஃபிலாசஃபி இன் த ஹோல் வர்ல்ட்...' என்று முடித்ததும் விவாதம் ஆரம்பித்தது.

'மாமா நீங்க அங்க என்ன சொன்னேள், அதைச் சொல்லுங்கோ மொதல்லே' என்றான் நாணா.

'ஆமா அதுக்கப்றம் பேச ஆரமிக்கலாம்' என்றார் வெங்கடரமண தாத்தாச்சாரியார் உவேசி. வரதாச்சாரியார் தொண்டையைக் கனைத்து, '...அதாவது சங்கரன் என்ன சொல்றான்னா...' என்று ஆரம்பிக்கவும் '...மாமா நம்ம வைஷ்ணவ தத்துவம் ராமானுஜர் உண்டுபண்ணினதில்லையோ? சங்கரன்ங்கிறேள்...' என்றான் கிருஷ்ணசாமி.

'...யார்ராவன்? சங்கரனை வெய்யாம எப்டிரா விசிஷ்டாத்வைதத்தப் பத்தி பேச ஆரமிக்கிறது? சுத்தப் புளியோதரையான்னா இருக்கன்?' என்றார் கானசாகரம் பார்த்தசாரதி அய்யங்கார். 'நீங்க சொல்லுங்கோ...'

'அதாகப்பட்டது நீச சங்கரன் என்ன சொல்றான்னா எல்லாம் ஒரே ஆத்மா, அதுவே பரமாத்மான்னு ஏகான்மவாதம் பேசறான்... அதை அங்க ஒரு வடக்கத்தியான் குர்த்தா போட்டுட்டு வந்து சொல்றான். ஒரே ஆன்மான்னா நீயும் நானும் ஒண்ணாடான்னேன். ஆமான்னான். அப்டீன்னா நான் சொல்றது நீ சொல்றதான்னேன்...'

'விடமாட்டானே?' என்று தாத்தாச்சாரியார் குதூகலித்தார். வரதாச்சாரியார், '... அவனுக்குத்தான் பிரதிபிம்பவாதம் இருக்கே... பரமாத்மாங்கிற சூரியனோட பிம்பம்தான் ஜீவாத்மாங்கிறான். டேய் அப்ப நீ ஷாக்கடையிலே தெரியற சூரியனைப்பாத்து ஸந்த்யா வந்தனம் செய்வியாடான்னேன். ஆமான்னானே பாக்கணும்' என்றார்.

'அப்றம்?' தாத்தாச்சாரியார் கிளுகிளுத்தார்.

'விடுவேனா? சரி, எல்லா சூரியபிம்பமும் ஒண்ணுதான் ஷாக்கடையும் தூத்தமும் வேற வேறதானே? தூத்தத்துக்கு பதில் ஷாக்கடையை குடிப்பியான்னேன். சரீன்னு சொன்னா ஒடனே ஒரு கிண்டி ஷாக்கடைய அள்ளி குடுத்துடலாம்னு பாத்தா அவன் அப்டியே ஜர்தாபீடாவை வாய்க்குள்ள போட்டுண்டுட்டானே பாக்கலாம்... ஹெஹெஹெ.'

'ஆசாரியன் சொல்றது என்னான்னா...' என்றார் பேரா. மணவாளன் எம். ஏ. டி. லிட் 'பரமாத்மாவே ஜீவாத்மான்னா ஜீவாத்மா பண்ற சகல மொள்ளமாரித்தனமும் பரமாத்மா பண்றதா ஆயிரும். சீட்டுபோடுறது, ஏமாத்தறது, பொய்க்கணக்கு எழுதறது இதெல்லாம் பரமாத்மா செய்றதுன்னா அப்றம் அயோக்கியனுங்க தப்பிச்சுருவானுக. ஸ்வாமி நான் எங்க பண்றேன், பெருமாள்னா பண்றார்னு...'

'சீட்டுபத்தி நேரில பேசுவோம்... இங்க வாணாம்' என்றார் ராமசாமி அய்யங்கார்.

'இங்க நாம மாமாவுக்கு துண்டுபோத்துறதுக்காக வந்திருக்கோம்.' கானசாகரம் பார்த்தசாரதி அய்யங்கார் 'பிரம்மஸ்வரூபத்தை நாம ஈஸியா தெரிஞ்சுக்க முடியறதில்லை. பாக்கறதெல்லாம் பிரம்மம். ஆனா பிரம்மம் பிரபஞ்சத்தைவிட இன்னும் பெரிசு...' என்றார்.

கிருஷ்ணசாமி ரகசியமாக மணவாளனிடம் 'அதுக்கு அவாபோட்டிருக்கற சொக்காயே உபமானம். பாதி தொப்பை வெளியே வழிஞ்சிருக்கு' என்றான்.

'...எதுக்குச் சொல்றேன்னா உடையவர் அப்பிரதக்ஸித்தின்னு இதைச் சொல்றார். பிரம்மம் ஜீவாத்மா பிரபஞ்சம் மூணும் ஒண்ணு. ஒண்ணிலேருந்து ஒண்ணை பிரிக்க முடியாது...'.

'யாராவது டிரை பண்ணி பாத்திருக்காளா?' என்று கிருஷ்ணசாமி அறிவியல்தாகத்துடன் கேட்டான். சற்று நேரம் அமைதி நிலவியது.

'மாயையை எம்பிரானோட குணாதிசயமா காட்டுறது தப்புன்னு உடையவர் சொல்றார்...' என்று மணவாளன் மீண்டும் ஆரம்பித்தார்.

‘அவன் சகல கல்யாண குண கோலாஹலன். அவன்கிட்ட மாயை எப்டி தங்கும்? மாயை இருக்கறது நம்ம மனசிலே... நம்ம ஆத்மாவோட யவனிகைன்னா அது? அதை இழுத்துப்போட்டுண்டு உள்ள உக்காந்து சீட்டுப்பணத்துக்கு கள்ளக்கணக்கு எழுதிண்டிருக்கோம்.’

ராமசாமி அய்யங்கார் ‘சீட்டு பத்தி பேசற எடமில்ல இது...’ என்றார்.

‘ஸ்வேதாஸ்வேதரோபநிஷத்திலே என்ன சொல்லியிருக்குன்னா அபாணிபாதோ ஜவனோ க்ரஹீதா பஸ்யத்யக்ஷுபி ஸ ஸ்ருணோத்யகர்ணஹ. அதாவது பரமாத்மா கையில்லாம எடுத்துக்கறது. காலில்லாம நடக்கறது. கண்ணில்லாம பாக்கறது. காதில்லாம கேக்கறது’ என்றார் வரதாச்சாரியார்.

‘கிட்டத்தட்ட இப்ப இருக்கிற ஜீயரை மாதிரியே இருக்குமோன்னு படறது’ என்றான் கிருஷ்ணசாமி.

அவையில் எச்சில் விழுங்கும் ஒலிகள் கேட்டன.

‘சுருக்கமாச் சொல்றதுண்ணா எம்பிரான் முமுட்சுகளில் ஞானமாகவும் பக்தர்களில் ப்ரபத்தியாகவும் புஷ்பங்களிலே சுகந்தம் போலவும் ஜலத்திலே ப்ரகாசம்போலவும் வாக்கிலே அர்த்தம்போலவும் ஸங்கீதத்திலே பாவம்போலவும் வாஸம் செய்கிறான்’ என்று வரதாச்சாரியார் சொல்வதை பலமாக ஆமோதித்து கிருஷ்ணமாச்சாரியார் ‘ஆமா... அதைத்தானே ஆழ்வார் ‘மாயன்’ என் நெஞ்சினுள்ளான் மற்று எவர்க்கும் அதுவே காயமும் சீவனும்தானே காலுமெரியும் அவனே’ன்னு சொல்றார்’ என்றார்.

‘அதெப்டி சொல்லப்போச்சு? மற்று எவர்க்கும்னா எல்லாத்தையும் சேத்து சொல்லிடரதா? ஒரு பேதம் இருக்கு இல்லையா? பரமாத்மாவா இருந்தாலும் அதையெல்லாம் பாத்துன்னா வாஸம் பண்ணணும்?’ என்றார் அதுவரை பேசாமலிருந்த ஸ்ரீனிவாசன். அவர் வடகலை.

‘ஸரீரம் ஸர்வவியாபியான பரமாத்மா வாஸம்செய்கிற கிருஹம்னு சொல்லியிருக்கு... கிருஹஸ்பதி சும்மா கண்ட கண்ட வீடுகளிலே குடியேறிப்பிடுவானா, வாசல் இருக்கா சன்னல் இருக்கா, கோலம் போட்டிருக்கா சமையல்உள் ஆசாரமா இருக்கான்னு பாக்கா மாட்டானா? என்ன பேச்சு பேஷறேள்?’

‘அப்ப என்ன சொல்றீர் ஸ்வாமி?’ என்றார் தாத்தாச்சாரியார்.

ஸ்ரீனிவாசன் ‘சும்மா நீசபாஷைலே ஏதோ சொல்லியிருக்கறதை சொல்லிக்காட்டவேணாம். வைஷ்ணவம்னா மணிப்பிரவாளத்திலே

தான் இருக்கும். ஆயிரம் வர்ஷமா கஷ்டப்பட்டு பிராக்டீஸ் பண்ணிண்டு வர்ற பாஷை அது. எதுக்கு பெரியவா அதை கண்டுபிடிச்சா? நாம வைஷ்ணவா பேஷறது மத்தவாளுக்கு புரியப்படாது. நமக்கும் கொஞ்சமாத்தான் புரியணும்... நாம பேஷறதை தமிழன் கேட்டான்னா அவன் மண்டைய பிச்சுக்கணும். சம்ஸ்கிருதம் படிச்ச வடக்கன் கேட்டான்ன வேஷ்டிய அவுத்துண்டு வடக்கயே ஓடிப்பிடணும்... இந்த டெக்னிக்கை வச்சுத்தான் நம்ம முன்னோடிகள் ஞான சதஸுகளிலே ஜெயம் பண்ணி ஸால்வை யோட வந்தா... சும்மா அதைவிட்டுட்டு ஆயிரம்படி பதினாயிரம் படின்னு அளந்து விட்டா எப்டி வைஷ்ணவம் வளரும்? ஓய் நீர் இப்ப ப்ரபந்தம் சொன்னேரே, எவனாம் தமிழ் பண்டிதன் வந்து கேட்டா அர்த்தம் சொல்வீரா ஓய்?' என்றார்.

'அதெப்டி? அது ஸமுத்ரமாக்குமே... ஆழம் காண முடியாது. நாம ஏதோ கரையிலே நின்னுண்டு காத்து வாங்கிண்டிருக்கோம்...'

'கரெக்ட். அதாவது காத்துவாங்கறோம்... அப்ப ஒரு நல்ல ஸால்வையை போத்திண்டிருமே... அந்தப்போர்வைதான் மணிப்பிரவாளம். தமிழ்படிச்சவன் வந்தான்னாக்க ஸால்வையாலே முகத்தை மூடிண்டு தப்பிச்சுண்டுடலாம். எதுக்குச் சொல்றேன்னா பிருஹதாரண்யக உபநிஷதத்திலே சொல்லியிருக்கு, அதோ கல்வாஹபி காமாய ஏவாயம் புருஷஹ... அதாகப்பட்டது மனுஷாளோட ஆசையும் காமமும் எவ்விதமோ அவ்விதத்திலே மற்ற குணகர்மாதிகள் நிலைகொள்கின்றன... சாந்தோக்ய உபநிஷதத்திலே சொல்லியிருக்கு அதோ கலு க்ருதுமயா புருஷாஹ. என்னன்னா, புருஷன் சிந்தாமயமானவன்...'.

இதுவே நொறுக்குத்தீனிக்கு ஏற்ற இடம் என்பதை அனுபவத்தில் புரிந்துகொண்ட வக்கீல்மாமி முறுக்கு, அதிரசம் ஆகியவற்றைக் கூட்டத்தில் பரிமாறினாள். ஸ்ரீனிவாசன் வாயோரம் எச்சில் நுரை ததும்ப பேசி முடித்து ஒரு மெதுவடை எடுத்துக்கொண்டார். சற்றுநேரம் அமைதி நிலவியது. ஸ்ரீரங்கம் வரதாச்சாரியார் துணிந்து பாஷ்யங்களுக்குள் புகுந்துவிடுவோமா என்று சிந்தித்தார். வசமாக சந்து எதுவும் மாட்டவில்லை. மெள்ளக் கனைத்துவிட்டு 'அதனாலே நீச சங்கரன் சொல்ற விவர்த்தவாதம் பொய்யின்னு சொல்லிட்டேன். பரமாத்மாவிலிருந்து பசுவிலிருந்து பால் வர்ரது மாதிரி பிரபஞ்சம் வந்துண்டிருக்கு. ஐந்து முலைக்காம்புகளும் பஞ்சேந்த்ரியங்கள்...'

'நாலுதானே?' என்றார் தாத்தாச்சாரியார் ஐயமாக.

‘நாலுதான் கண்ணுக்கு தெரியும். அஞ்சாவது இந்த்ரியமான மனஸ் சூக்ஷ்மரூபி’ என்று விளக்கிய வரதாச்சாரியார் ‘...அப்டி பாலை கறந்துக்கறது நம்மளோட மாயைன்னு சொன்னேன். வாயை மூடின்னுட்டான்.’

‘சிலபேர் அதைக்கடைஞ்சு வெண்ணெயே எடுக்கறா’ என்றான் நாணா. அது அத்தனை ஆழமாகத் தோன்றியதால் அதை அவன்தான் சொன்னானா என்ற ஐயம் அறிஞர்களுக்கு ஏற்பட்டு அவனை முற்றாகத் தவிர்த்துவிட்டார்கள்.

ராமசாமி ‘பரமாத்மா அசல், பிரபஞ்சம்லாம் அதன் வட்டீன்னு ஏன் சொல்லப்படாது? ஜனங்களுக்கு புரியறாப்ல இருக்குமே?’ என்றார்.

மணவாளன் ‘அதிலயும் கள்ளக்கணக்கா? கிழிஞ்சது’ என்றார்.

‘சீட்டுப்பணம் பத்தி பேசற எடமில்ல இது. நாம மாமாவுக்கு வஸ்த்ரதானம் பண்ண வந்திருக்கோம்’ என்றார் ராமசாமி.

கிருஷ்ணசாமி ‘என்னமோ சிலந்தியிலேருந்து வலை வர்ர மாதிரீன்னு சொல்வாளே’ என்றான்.

அதற்கும் எதிர்வினை இல்லாது போகவே ‘இப்ப பிரபஞ்சம் ஹார்ட்வேர்னா பிரம்மம்தான் சாஃப்ட் வேர்னு ஏன் சொல்லப் படாது?’ என்றான். மேலும் உற்சாகமடைந்து ‘நாம பாக்கிற தெல்லாம் அப்டியே விண்டோஸ் விண்டோஸா தெறக்கறது பாருங்கோ... பாபத்தை வேணுமானா வைரஸுனு சொல்லிடலாம்...’

‘சொல்லிட்டுப்போங்கோ... இப்ப என்ன கெட்டுப்போச்சு’ என்று தாத்தாச்சாரியார் சொன்னார்.

‘எதுக்குச் சொல்றேன்னா நம்ம பசங்களுக்கு இப்ப இதெல்லாம் தான் புரியறது...’

‘பேஷா சொன்னேள்’ என்றார் ஸ்ரீனிவாசன். ‘பரிணாமவாதம் தான் நம்ம ஸம்ப்ரதாயத்தோட ஆதார ஸ்ருதி. ஆனா வெள்ளைக்காரன் சொல்ற பரிணாமத்லே சின்னது பெரிசாறது. நம்ம தத்வத்திலே பெரிசிலேருந்து சின்னது வரது. பிரம்மம் பிரபஞ்சமா ஆறது. ஜீவாத்மாக்களா ஆறது. அப்டித்தான் வடகலையிலேருந்து தென்கலை வந்திருக்கு...’

தாத்தாச்சாரியார் ஏதோ சொல்ல வர ஸ்ரீனிவாசன் வேகமாக அதைத் தாவிக்கடந்து சொல்லிக்கொண்டே சென்றார் ‘அதாகப்பட்டது அஹங்காரமும் அதோட சேந்த மமஹாரமும் அக்னியிலே ஸமித்து

மாதிரி ஞானத்திலே பொசுங்கின பிறகு தென்கலை வந்து வடகலை யோட கால்களிலே பணிஞ்சு இல்லாம போயிடறது... அதை முக்தீன்னு ஆபஸ்தம்ப ஸபீத்ர பாஷ்யம் சொல்லுது.'

'யாரோட பாஷ்யம்?'

'நானே எழுதின பாஷ்யம். அச்சில இருக்கு.'

'மாமா அப்டி சொல்லாதீங்கோ. நாமெல்லாம் ஹிந்துக்கள். பேதமில்லா ஹிந்துஸ்தானத்தோட பிரஜைகள்... அதனாலே' என்றான் நாணா.

'ஆமா... எதுக்கு அந்த பேதம்லாம்?' என்றார் தாத்தாச்சாரியார்.

ஸ்ரீனிவாசன் கோபத்துடன் ' ஓய், அப்ப பரமாத்மாவும் ஜீவாத்மாவும் ரெண்டா ஒண்ணா?' என்று கேட்டார்.

தாத்தாச்சாரியார் 'நம்ம சம்பிரதாயப்படி ரெண்டு... ஆனா...'

'ஆனாலாவது ஒண்ணாவது. அதனால வடகலையும் தென்கலையும் ரெண்டுதான். சாஸ்திரத்த மாத்தப்பிடாது...'

வரதாச்சாரியார் 'ஆனா... இப்ப வைஷ்ணவ ஸம்பிரதாயத்லே...' என்று ஆரம்பிக்கவும் ஸ்ரீனிவாசன் எகிறி 'என்னய்யா சொல்றீர்? அப்ப பிரம்மமும் பிரபஞ்சமும் ஒண்ணா? நீச சங்கரனை மாதிரியா நீரும் பேசுறீர்?' என்றார்.

'அப்டி சொல்லலை.'

'பின்ன?'

'இல்ல அதுவேற இது வேறன்னா? ஆழ்வார் சொல்றார், குறிக்கொள் ஞானங்களால் எனையூழி செய்தவமும் கிறிக்கொண்டிறப்பே சிலநாளில் எய்தினன் யான்...'

'தப்பு தப்பு' என்றார் ஸ்ரீனிவாசன்.

'ஏன்?' என்றார் வரதாச்சாரியார் குழம்பி.

'தமிழ்லன்னா இருக்கு... அதான்' என்றார் ஸ்ரீனிவாசன். 'ஞானம் வந்தவனுக்கு ஏது இறப்பு? அதான் சொல்றேன், முண்டகோபநிஷதத்திலே என்ன சொல்லியிருக்கு? ந சக்ஷுபிஷா கிருஹ்யதே நாபி வாசா... பிரம்மம் அதி சூக்ஷ்மமானது. அதை அவிவேகிகள் அறிஞ்சுக்கறது ஸாத்யமில்லை. அவிவேகிகள்னா யாரு?'

'யாரு?' என்றார் வரதாச்சாரியார் பரிதாபமாக.

‘அதைத்தான் வடகலை தென்கலைன்னு அப்பவே பிரிச்சு வைச்சா...’

‘அதெப்டி?’ என்றார் தாத்தாச்சாரியார் அதிர்ந்து.

‘பிரம்மத்தை அறிஞ்சவன் பிராமணன். வடகலைன்னா பிராமணாள்’ என்றார் ஸ்ரீனிவாசன்.

‘அப்ப தென்கலை?’

‘அவாள்லாம் தென்கலை, அவ்ளவுதான்.’

‘ஓய் வடக்கபோயி எவனையெல்லாமோ ஜெயிச்சு வந்தீரே... இவன் வாயை மூடும் ஓய்’ என்று தாத்தாச்சாரியார் ரகசியமாகச் சொல்லி வரதாச்சாரியாரின் இடுப்பில் குத்தினார்.

‘நேக்கு ஒண்ணுமே புரியலை... கொழப்பமா இருக்கு’ என்றார் வரதாச்சாரியார், தன் தேஜஸையெல்லாம் இழந்து பரிதாபமாக.

‘நீர் இப்ப பேசலன்னா வெளிய போனதும் நான் உம்ம குடுமிய பிச்சு கொப்பரைய வெளிய எடுப்பேன்.’

‘நேக்கு ரொம்ப கொழப்பமா இருக்கே.’

‘பேசும் ஓய்.’

வரதாச்சாரியார் தொண்டையைக் கனைத்து ‘வேதம் வேற ப்ரபந்தம் வேற இல்லை... ஆக்சுவலி, நாதமுனிகள் சொல்றார், வேறொன்றும் நானறியேன்... வேதம் தமிழ்செய்த மாறன் சடகோபன்...’ என்று ஆரம்பிக்க,

‘அதைத்தான் ஓய் நானும் சொல்றேன். வேற ஒண்ணும் தெரியாதுல்லியா? அப்ப வாய மூடிண்டிரும்...’ என்று ஸ்ரீனிவாசன் சொல்லி தன் நண்பர்களைப் பார்த்தார்.

அவர்கள் முறுவலித்தார்கள். ‘பேசும் ஓய்’ என்று தாத்தாச்சாரியார் இடுப்பில் இடிக்க ‘என்னை விட்டிருங்கோ... நேக்கு ஒண்ணுக்கு வருது’ என்றார் வரதாச்சாரியார் கண்ணீருடன்.

‘சண்டைவேணாம்... நாம இப்ப மாமாக்கு போத்திவிடுறதுக்கு வந்திருக்கோம்...’ என்றார் ராமசாமி அய்யங்கார்.

‘நாணா துண்டை எடுரா...’

நாணா சால்வையை எடுத்து ஸ்ரீனிவாசனிடம் அளிக்க அவர் எழுந்து ‘வைஷ்ணவ ஸம்ப்ரதாயத்தோட புகழை உலகத்துக்கு காண்பிச்சிருக்கேர்... உம்மை எப்டி பாராட்டறதுன்னே தெரியல்லை’ என்று சொல்லி சால்வையைப் போர்த்தினார்.

‘எந்திரிங்கோ மாமா... வக்கீல்வாள் சாலை போத்துறார்ல?’ கைகூப்பி கண்ணீர் மல்கி அதைப் பெற்றுக்கொண்டபோது மனசுக்குள் இந்த சால்வை அவரே நல்லியில் வாங்கிக்கொண்டு வந்ததல்லவா என்று வரதாச்சாரியார் எண்ணிக்கொண்டார். எல்லாரும் கைதட்டி மிக்சர் பொருக்கைகளையும் சுத்தம் செய்துகொண்டார்கள். மணிப்ரவாள மங்களபத்ரத்தை நாணா நாலைந்துவரி வாசித்துவிட்டு ஸ்ரீனிவாசனிடமே கொடுத்து விட்டான்.

மேலும் சற்று நேரம் பொதுவாக பேசிக்கொண்டிருந்துவிட்டு கிளம்பும்போது நாணாவிடம் வரதாச்சாரியார் ரகசியமாக ‘ஏண்டா, இந்த சால்வை ஏதுடா உனக்கு?’ என்றார்.

‘ஜானகி குடுத்தாள்... கிளம்பறேளா மாமா... இந்தாங்கோ கேஸரி... ஜானகிக்கும் மாமிக்கும் குடுங்கோ. காலம்ப்ற வர்ரேன்... ஜானகி ஒரு ஸி.டி கேட்டிருந்தா’ என்றான் நாணா.

- ஏப்ரல் 6, 2015

59

ஆத்திசூடி ஒரு கிறித்தவ நூலே

ஆத்திசூடி ஒரு கிறித்தவ நூலே என்று நிறுவும்பொருட்டு பிரபல தோமா கிறித்தவ ஆய்வாளரும் அதன் நிறுவனருமான முனைவர் ஆ.ஆ.தெய்வீகராகம் அவர்கள் எழுதிய ஆய்வுக்கட்டுரையின் சுருக்கத்தை இங்கே அளிக்கிறோம். முனைவர் ஆ.ஆ.தெய்வீகராகம் அவர்கள் ஏற்கெனவே தொல்காப்பியம், எட்டுத்தொகை, பத்துப்பாட்டு, ஐம்பெருங்காப்பியங்கள், ஐஞ்சிறு காப்பியங்கள், கம்பராமாயணம், பெரியபுராணம், திருவிளையாடல்புராணம், அரிச்சந்திரபுராணம், நளவெண்பா, கலிங்கத்துப்பரணி, கச்சிக்கலம்பகம், நாலாயிர திவ்வியபிரபந்தம், தேவாரம், திருவாசகம், திருமந்திரம், சிவஞானபோதம், மீனாட்சியம்மை பிள்ளைத்தமிழ், முத்துக்குமாரசாமி பிள்ளைத்தமிழ், கூளப்ப நாயக்கன் காதல், விறலிவிடுதூது, பாரதியார் பாடல்கள் ஆகியவை கிறித்தவ இலக்கியங்களே என்பதை ஐயம்திரிபற அமெரிக்காவில் விளக்கி அங்குள்ள துரைத்தனத்தார் அதை ஏற்றுக் கைதட்ட வைத்தவர் என்பதை இங்கே குறிப்பிடவேண்டியுள்ளது. தேம்பாவணியும் இரட்சணிய யாத்ரீகமும்கூட கிறித்தவ நூல்களே என்று நிரூபித்திருக்கிறார்.

அத்துடன் அன்னார் அவர்களின் புதல்வி முனைவர் வேதபலா அவர்கள் புதுமைப்பித்தன் கதைகள், க.நா.சு. நாவல்கள், கு. ப. ராஜகோபாலன் சிறுகதைகள், மௌனி விடுகதைகள், ஜெயகாந்தன்

கு.அழகிரிசாமி ப.சிங்காரம் படைப்புகள் ஆகியவற்றுடன் - மின்னஞ்சல்களையும் சேர்க்கும்போது எழுபதாயிரம் பக்கங்களுக்கு நீளும் சுந்தரராமசாமி எழுத்துக்கள் அனைத்துமே கிறித்தவ இலக்கியமே என்று ஆணித்தரமாக நிறுவியிருப்பதைச் சுட்டிக்காட்டவேண்டும். இவ்வாய்வுகள் முற்றிலும் உண்மை என்பதை ஆய்வேடுகளின் கீழே அவர்கள் கைநாட்டுப் போட்டு அதற்கு கொங்குஞானி, மாவடுதுறை ஆதீனம் போன்றவர்கள் சாட்சிக்கையெழுத்தும் போட்டிருக்கிறார்கள். சாரு நிவேதிதாவின் எழுத்துக்களும் கிறித்தவ எழுத்துக்களே என்று அவர் தொலைபேசியில் ரகசியமாக அச்சுறுத்தப்பட்டிருப்பதாகவும் தெரிகிறது.

ஆத்திசூடி என்ற பெயர் தவறானது என்று ஆ.ஆ.தெய்வீகராகம் அவர்கள் குறிப்பிடுகிறார்கள். அது கி.பி. எட்டாம் நூற்றாண்டு வாக்கில் ஆரிய பிராமணக் கொலைவெறியர்களால் திரிக்கப் பட்டது. உண்மையில் அத்திசூடி என்றுதான் இருக்க வேண்டும். அது அத்திப்பழத்தையே குறிக்கிறது. ஆத்திசூடி நூலின் முதல் செய்யுளான காப்புச்செய்யுளில் உள்ள 'அத்திசூடி அமர்ந்த தேவனை ஏத்தி ஏத்தி தொழுவோம் யாமே' என்ற வரியானது அப்படியே ஒரு கிறித்தவப் பாடல் வடிவில்தான் உள்ளது. (எத்தி எத்தி என்று இரண்டாம் வரி இருக்க வேண்டும்.) அகரவரிசையில் உள்ள ஆத்திசூடியின் முதல் எழுத்து 'ஆ'வாக இருப்பதற்கு வாய்ப்பே இல்லை என்பதை ஆய்வாளர் கவனிக்கவேண்டும், இதுவே அது அத்திசூடிதான் ஆத்திசூடி அல்ல என்பதற்கான மறுக்க முடியாத ஆதாரம் என்று முனைவர் ஆ.ஆ.தெய்வீகராகம் அவர்கள் குறிப்பிடுகிறார்கள்.

அத்திப்பழம் உண்பதைப்பற்றிய எந்தத் தகவலும் தமிழிலக்கிய மரபில் இல்லை. அதேசமயம் பைபிளில் அத்திப்பழம் புனித உணவாகப் பல இடங்களில் சொல்லப்படுகிறது. அத்திப்பழத்தைக் கையில் வைத்துக்கொண்டு அதைத்தின்றபடியே மலைப் பிரசங்கத்தை ஏசு நிகழ்த்தியிருக்க வாய்ப்புள்ளது. ஆகவே அத்திசூடி என்று குறிக்கப்படுபவர் ஏசுபெருமானே. 'அத்தி பூத்தது போல' என்ற பழமொழி ஏசு உயிர்த்தெழுந்த அற்புதத்தையே குறிப்பிடுகிறது. 'அத்திப்பழத்தைப் புட்டுப்பார்த்ததுபோல' என்ற பழமொழி ஏசுவின் புனித உடலை பக்தர்கள் பிய்த்துத் தின்னும் குறியீட்டுச்செயல்பாட்டைக் குறிப்பிடுகிறது.

அத்திசூடி நூலை எழுதியவர் அவ்வையார் என்று சொல்லப் படுகிறது. இவரது உண்மையான பெயர் ஏவாள் என்பதாகும். அதன் திரிபே அவ்வை. இவர் கன்னியாகவே இருந்தார் என்ற வரலாறு உள்ளதை நாம் கவனிக்கலாம். கன்னிமரபு என்பது கிறித்தவம்

அன்றி வேறென்ன? ஆகவே அவ்வையார் கி.பி. ஒன்றாம் நூற்றாண்டுவாக்கில் மயிலையில் புனித தோமையர் நிறுவிய கன்னியர்மடத்தின் தலைவியாக இருக்க வாய்ப்புள்ளது. இவர் 'எட்டேகால் லெட்சணமே எமனேறும் பரியே' என்று ஒரு செய்யுள் எழுதியிருப்பதிலிருந்து இவருக்கு 'விரியன்பாம்புக்குட்டிகளே' என்றெல்லாம் முச்சந்திப்பிரசங்கம் செய்யும் திறனிருப்பதும் தெரியவருகிறது.

இவரது கதையில் இவர் முருகனுக்கு ஞானப்பழம் கொடுத்ததைப் பற்றிப் பாடியிருப்பதாகத் தெரிகிறது. முருகன் என்பது ஏசுவே என்று ஏற்கெனவே நிரூபிக்கப்பட்டுவிட்ட நிலையில் ஞானப்பழம் என்பது ஏவாள் ஆதாமுக்குக் கொடுத்த ஞானப்பழம்தானா என்பதை ஆராயவேண்டியிருக்கிறது. பழனிமலையில் ஏசுவானவர் கோவணத்துடன் ஆண்டியாக நிற்பது ஏன் என்பதும் ஆராயத்தக்கது. அவரது உடைகளைக் கல்வாரியில் காவலர்கள் பகிர்ந்து எடுத்துக்கொண்டபின் உள்ள நிலையை அது குறிப்பிடுகிறது என்று ஊகிக்கலாம்.

ஆத்திசூடியின் முதல் செய்யுள் 'அறம்செய விரும்பு' என்று சொல்கிறது. அறம் செய்கிறார்களோ இல்லையோ அதைச் செய்வதற்கு ஞாயிற்றுக்கிழமை தோறும் விரும்புவது கிறித்தவர் களின் இயல்பு. அதுவே அவர்களின் மதத்தின் முதல்கட்டளை ஆகும். அதையே இச்செய்யுள் குறிப்பிடுகிறது என்று முனைவர். ஆ. ஆ. தெய்வீகராகம் அவர்கள் குறிப்பிடுகிறார்கள். பிற மதங்களில் அறம் என்பது செய்யவேண்டிய ஒன்றாக இருக்கிறதே ஒழிய விரும்பமட்டும் வேண்டிய ஒன்றாக இல்லை.

'ஆறுவது சினம்' என்ற செய்யுளானது ஏசுவின் காயங்களையே குறிப்பிடுகிறது என்பது வெள்ளிடைமலை (இந்தச் சொல்லாட்சி கல்வாரி மலையைக் குறிப்பது என்பதும் வெள்ளிடைமலை). சினத்தால் யூதர்கள் உருவாக்கிய ஏசுவின் புண்கள் தெய்வீக அருளால் ஆறுவதை ஈவையார் குறிப்பிடுகிறார்.

'இயல்வது கரவேல்' என்ற மூன்றாவது செய்யுள் வெளிப்படை யாகவே கிறித்தவம் சார்ந்தது. தங்களால் இயன்றவரை கரைந்த படியும் கரைத்தபடியும் இருப்பது ஒவ்வொரு கிறித்தவனுக்கும் ஏசுவானவர் விதித்த ஆணித்தரமான கட்டளை அல்லவா? 'ஈவது விலக்கேல்' என்பதும் இதையே குறிப்பிடுகிறது. கிறித்தவர்கள் ஒருபோதும் வெளிநாட்டினர் ஈயும் நன்கொடைகளை விலக்கல் ஆகாது. 'உடையது விளம்பேல்' என்பதும் இதன் தொடர்ச்சியே. கிறித்தவ நிறுவனங்களில் உடைய செல்வம் என்ன என்பதை பிதாசு

தன் பரிசுத்த ஆவியினர் சேர்ந்துவந்து வினவினாலும் சொல்லக் கூடாது.

அடுத்தசெய்யுளான 'ஊக்கமது கைவிடேல்' என்பதை வைத்தே அத்திசூடி கிறித்தவ நூல் என்பதை உள்ளங்கை நெல்லிக்கனியாக நிரூபித்துவிடலாம் (உள்ளங்கையில் நெல்லிக்காயை வைத்து ஜெபம் செய்வது அராமிக் பண்பாடு என்பதை விளக்க வேண்டியதில்லை). ஊக்கம் + மது என்று பிரித்தால் வரும் அந்த மது என்ன? கிறித்தவர்களுக்கு ஊக்கம் அளிக்கும் மது என்ன? தேவாலயத்தில் ஏசுவின் குருதி என்று கொடுக்கப்படும் அந்த புனிதமது- ஒயின் அல்லவா இங்கே குறிப்பிடப்படுகிறது? இன்றும் ஊக்க மதுவை வழிபாட்டாளர்களுக்கு அளிக்கும் வழக்கம் கத்தோலிக்க தேவாலயங்களில் உள்ளது. அப்போது அந்தக் கோப்பை கைநழுவுவதும் சாதாரணம். அப்போது புனிதகுருவானவர் இந்த செய்யுளைத்தான் இப்போதும் சொல்வது வழக்கம்.

'எண் எழுத்து இகழேல்' என்ற செய்யுள் குறிப்பிடுவதற்கு ஒரே பொருள்தான் இருக்க முடியும். எண்கள் போடப்பட்ட எழுத்துக்கள் பைபிளில் மட்டுமே உள்ளன. எந்த இந்திய நூலிலும் அந்த அமைப்பு இல்லை. பழங்காலத்தில் பைபிள் 'எண்ணெழுத்து' என்றே அழைக்கப்பட்டிருந்தது என்பதற்குக் கல்வெட்டுச் சான்று உள்ளது, கல் ரோமாபுரிக்குக் கொண்டுபோகப்பட்டிருக்கிறது. பைபிளை இகழக்கூடாது என்றுதான் புனிதகன்னி ஈவையார் ஆணித்தரமாகச் சொல்கிறார்.

'ஏற்பது இகழ்ச்சி' என்ற செய்யுளைப் படிக்கும் எவரும் அது கிறித்தவப் பண்புநலன் என்பதைப் புரிந்துகொள்ளலாம். ஓர் உண்மைக்கிறித்தவன் ஒருபோதும் பிறர் சொல்லும் எதையுமே ஏற்கலாகாது என்பதே இச்செய்யுளின் பொருளாகும். அதன் மூலம் அவனுக்கு இகழ்ச்சியே ஏற்படும்.

'ஐயம் இட்டு உண்' என்ற செய்யுளையும் நாம் இவ்வாறே காண வேண்டும். பிறரில் ஐயங்களை உருவாக்கி அதைவைத்துத் தங்கள் வாழ்க்கையை அமைத்துக்கொள்ளவேண்டும் என்பதே இச்செய்யுளின் சாரம். இப்பொருளைக் கொள்ள முடியாத பிராமண வெறியர் ஐயம் என்றால் உணவைப் பகிர்தல் என முற்றிலும் ஆதாரமில்லாத பொருளைக் கொள்வது நகைப்புக்கிடமானது. 'ஒப்புரவு ஒழுகு' என்றால் தேவாலயங்களில் கிறித்தவர்கள் ஒப்பாக அதாவது சமமாக ஒழுகி வழிபடுவதைக் குறிப்பிடுகிறது. அடுத்த செய்யுளில் 'ஓதுவது ஒழியேல்' என்பது பைபிளை ஒவ்வொரு நாளும் ஓதுக என்றே பொருள்படும்.

'ஔவியம் பேசேல்' என்ற செய்யுள் கிறித்தவர்கள் ஒருபோதும் பிற கருத்துகளைப் பேசக்கூடாது என்று பொருள்படும். அராமிக் மொழியிலோ வேறு ஏதாவது ஒரு மொழியிலோ ஔவியம் என்றால் பழிக்கப்பட்டது என்று பொருள் என்பதை இங்கே திட்டவட்டமாகக் குறிப்பிட வேண்டியுள்ளது.

இவ்வளவு தூரம் வந்தபின் கடைசிச் செய்யுளான 'முகஞ் சுருக்கேல்' என்பதும் கிறித்தவப் பொருள் உடையதே என்பதை சொல்லவேண்டியதில்லை.

தமிழர்களே உலகுக்கு மெய்ஞானத்தைக் கற்பித்தவர்கள். இந்தியா வெங்கும் உள்ள எல்லா மொழிகளும் தமிழில் இருந்து வந்தவையே. உதாரணமாக பார்+அது என்று தமிழர்கள் சொன்னதனாலேயே பாரதம் என்ற பெயர் வந்தது. இந்தியாவில் இருந்துதான் மெய்ஞானம் சீனா முதலிய நாடுகளுக்குச் சென்றது. 'தமிழ்' என்ற சொல்லை சீனர்கள் தங்களால் இயன்றவரை சொல்ல முயற்சித்ததன் விளைவே 'தாவோ' ஆகும். இந்தக் கோணத்தில் ஆராயும் எவரும் மாவோ என்ற சொல் மாமன் என்ற சொல்லின் திரிபு என்று கண்டுகொள்ள முடியும். ஆகவே தமிழே உலக ஞானத்துக்கு அடிப்படை. தமிழ் ஞானத்துக்கு தாமையர் அடிப்படை.

இந்த உணர்வை அடைந்து ஒன்றே குலம் (ஏசு) ஒருவனே தேவன் என்ற தமிழ்க் கோட்பாட்டை ஏற்று புனித தாமையர் மதத்தை மேலும் செம்மைப்படுத்தி அதைத்தழுவி உய்வோமாக. வாழிநலம்சூழ! ஓம்! அதாவது ஆமேன்!

- ஜூலை 27, 2012

௬0

அன்னை

'**ஏ**ம்பா பாட்டிய கூட்டிட்டு வந்தாச்சா?' என்றார் இயக்குநர். ஏழெட்டு உதவி இயக்குநர்கள் ஒரே சமயம் அப்போது அவர்களுக்கு தோன்றிய திசைகளில் பாய்ந்தார்கள். ஒருவர் மட்டும் 'வந்தாச்சு சார்... டிபன் சாப்பிட்டுட்டு இருக்காங்க' என்றார்.

ஒருவர் பணிவுடன் 'சார், பாட்டிக்கு என்ன காஸ்டியூம்?' என்றார்.

'அதெல்லாம் ஒண்ணும் வேணாம். அவங்களே எல்லாம் போட்டுட்டுதான் வருவாங்க...'

குறு ஏப்பம் விட்டபடி ஓங்குதாங்கான பாட்டி கரைவைத்த கண்டாங்கியை பின்கொசுவமாகக் கட்டி, இரட்டைவடச்சங்கிலி, தோடு, இரட்டை மூக்குத்தி அணிந்து கால்களை திடமாக ஊன்றி வைத்து வந்தாள்.

'என்னலே மக்கா... இங்கிணதானே சிலுமா பிடிக்கே?'

'ஆமா பாட்டி... இங்கதான்... வாங்க... உக்காருங்க. ஒண்ணுமே இல்ல... நீங்க பயப்படக்கூடாது...'

'ஏலே நான் என்னத்துக்குலே பயருதேன்? எம்பத்தெட்டுலே நம்ம வீட்டுல திருடன் ஏறிப்போட்டான் பாத்துக்க. அருவாள தூக்கி பொறந்திருப்பி ஒத்த அடியுல்லா போட்டேன் மண்டையில... பயந்துகிட்டிருந்தாக்க பொளைப்பு ஓடுமாக்கும்... உனக்கு பயமிருந்தாக்க சொல்லு...'

‘அப்ப சரி... உக்காருங்க பாட்டி... இந்தா இங்க உக்காருங்க... சும்மா வழக்கமா நீங்க எப்டி உக்காருவீங்களோ அப்டி உக்காருங்க...’

‘ய்யய்யா கைய இப்டி வைக்யலாமாய்யா?’

‘வச்சுக்கோ பாட்டி... உங்களுக்கு எப்டி தோணுதோ அப்டி வச்சுக்கங்க... ‘

‘ஏல, இம்பிடு பேரு கூடி நிக்காக? இவுக சிலுமாபுடிக்கப்பட்டதை பாக்கவா வந்திருக்காவ?’

‘அவங்க நின்னுட்டு போறாங்க பாட்டி.... நீங்க அவங்கள்லாம் இல்லைன்னே நெனைச்சுக்கிடுங்க... வெக்கப்படப்பிடாது.’

‘ஏலே, என்ன பேச்சு பேசுதே? நான் எங்கலே வெக்கப்பட்டேன்? கெட்டிகிட்டு வந்தப்ப அவுகளை பாத்தே நான் வெக்கப்படல்ல? வெக்கப்படுகதுக்கு இங்க துணியில்லாமலா நிக்கோம்?’

‘அப்ப சரி... ஒண்ணுமே இல்ல... நீங்க இங்க இருக்கீங்க...’

‘ஆமா இருக்கேனே... ‘

‘அந்தா அங்க உங்க வீட்டு வேலைக்காரன் மாட்டைபுடிச்சுகிட்டு வாறான்...’

‘ஆரு பலவேசமா? கண்ணுக்கே காங்கலியே? வரவர கண்ணே மங்கலாப்போச்சு போ.’

‘இல்ல பாட்டி.... வேலைக்காரன் வரல்லை...’

‘இப்ப வாறான்னு சொன்னே?’

‘வாறான்னு நெனைச்சுக்கிடுங்க... அவ்ளவுதான்... அவனைப்பாத்து நீங்க ஏலே, செவத்த காளைய மேய்ச்சலுக்குவிட்டுட்டு எருமைக்கு தண்ணியகாட்டுலேன்னு ஒரு சத்தம் போடுறீங்க, அவ்ளவுதான்...’

‘யய்யா மக்கா... ஆருக்க எருமைக்கி?’

‘உங்க எருமைக்கு...’

‘அதை வித்தாச்சே... இனிமே நாம சொன்னா நல்லாருக்குமா?’

‘இல்ல பாட்டி எருமை ஆளு ஒண்ணும் கெடையாது. சும்மா அப்டி கற்பனை செஞ்சுட்டு சொல்லுங்க...’

‘சும்மா சொல்லுவாளாக்கும் கோட்டிக்காரி மாதிரி... எங்க மாமியா இப்டித்தான் வயசான காலத்தில இல்லாத மாட்டை மேய்ச்சுட்டு கெடந்தா...’

‘இது நடிப்புதானே பாட்டி...’

‘அதைச் சொல்லு...’

‘எங்கபார்த்து சொல்லணும் தெரியும்ல? இந்தா நிக்காரே இவரைப் பார்த்து சொல்லணும்...’

‘இவனையா? மாடுமேய்க்கப்பட்டவன் மாதிரி இல்லியே இவனப் பாத்தா? தொப்பி வச்சுக்கிட்டு கோட்டிக்காரன் கணக்காட்டுல்லா இருக்கான்? அவனாரு கறுத்தபய, ஒளிச்சு நிக்கான்?’

‘அவரு கேமராமேன்...’

‘என்னது?’

‘ஃபோட்டோ பிடிக்கிறவரு...’

‘இங்கவந்து நிண்ணு ஃபோட்டோ எடுத்தா என்னவாம்? இப்பிடி வெக்கப்படுதான்?’

‘பாட்டி, நீங்க இந்தா இவரை மட்டும் பாத்தா போரும்... வேற ஒண்ணையுமே பாக்கப்பிடாது... நான் இப்ப சொன்னதை சொல்லுறீங்க... அவ்ளவுதான்...’

‘இம்பிடுதானா சிலுமா பிடிக்கப்பட்டது? செரி சொல்லிப் போடுதேன்... நீ அங்கிண போயி நில்லு... இப்பமே இதிலே சிலுமாவை போட்டு காட்டுவியா?’

‘இல்ல பாட்டி இது சும்மா வெள்ளைத்துணிதான்... வெளிச்சத்துக்கு வச்சிருக்கு... நீங்க அங்க பாருங்க’

‘இவன் என்னத்துக்கு இந்த வெள்ளிக்காயிதத்த கீளே பிடிக்கான் எச்சி துப்புகதுக்கா?’

‘வெளிச்சத்துக்கு பாட்டி...’

‘ஏலே, மொட்ட வெயிலுக்கே வெளக்கு போடுதியளாக்கும்? நல்ல கூத்துதான்... செரி... எடு.’

‘நீங்க என்ன சொல்லணும்...’

‘பலவேசம்பயகிட்ட காளையையும் எருமையையும் கொண்டாந்து கட்டிப்போட்டு தவிடு புண்ணாக்கு வச்சிட்டு ஆடுகள மேச்சலுக்கு

பத்திட்டு போலே சவத்து மூதின்னு சொல்லிட்டு சாமிக்கண்ணு கிட்டே...'

'இல்ல பாட்டி பலவேசம்கிட்ட மட்டும் சொன்னாபோரும்...'

'...அம்பிடுதானா?'

'இல்ல பாட்டி... அப்ப அவன் வரலேல்ல... உடனே நீங்க என்ன சொல்றீங்கன்னா... ஏலே வெறுவாக்கலப்பட்ட மூதி, கழிச்சலிலே போறவனே, எங்கலே ஒழிஞ்சேன்னு... ஏதாவது உங்க வாயில வாறதச் சொல்லுங்க... ''

'ஏல, என்னலே வெளையாடுதியா? நெறைஞ்ச சுமங்கலி வாயாலே ஒருத்தனை கழிச்சலிலே போகச்சொல்லுறதா? நாம நாக்கெடுத்து சொல்லி ஒருத்தன் கஷ்டப்படுறதுக்கா? இண்ணைத்தேதிவரை ஒருத்தனையும் அப்பிடி சொன்னதில்லை பாத்துக்கோ.'

'செரி பாட்டி, அப்டி வேண்டாம்... லே மண்ணாப்போறவனே... எங்கலே போனேன்னு-'

'ஏலே ஒனக்கு கோட்டி பிடிச்சிருக்காலே? சொல்லிகிட்டே இருக்கேன்... மண்ணாப்போறதுன்னா என்னலே? நாம நாக்கெடுத்து ஒருத்தனை சபிக்கலாமாலே? அப்பனாத்தா சொல்லித்தரல்லியா?'

'இல்ல பாட்டி... நீங்க யாரையும் திட்டல... முன்னாடி யாரும் இல்லியே...'

'நெனைச்சுத்திட்டினா போராதோ... பலவேசம் புள்ளக் குட்டிக்காரன்லா?'

'நீங்க அவரை திட்டல்லியே... சும்மால்ல திட்டுறீங்க?'

'அப்டியெல்லாம் சொல்லப்புடாது பாத்துக்கோ... சும்மா சொல்லச்சிலே நம்ம மனசில ஒரு வெறுப்புவந்து ஒருத்தன் மொகம் ஞாபகம் வந்துட்டாக்கா பாவம்லா?'

'சுபிச்சம்!' என்று பின்பக்கம் உதவி இயக்குநர் குரல் கேட்டது.

பெரும்பாலும் நடிகர்கள் அல்லாதவர்களையே நடிக்கவைத்துப் பழகிய இயக்குநர் பொறுமையை அணிகலனாக மட்டுமல்லாமல் ஆடையாகவும் கொண்டவர். 'அது சரி பாட்டி... சும்மா திட்டுங்க... உங்க வாயில என்ன வருதோ அதைச் சொல்லுங்க... நீங்க திட்டுவீங்கதானே?'

'ஆமா பின்ன? சொல்லுபேச்சு கேக்கல்லன்னா திட்ட மாட்டாங்களா?'

'என்ன சொல்லுவீங்க?'

'ஏலே எங்கலே போன மூதி? புடுக்க அறுத்து ஊறுகா போட்டிருவேம்லேன்னு சொல்லுவேன்.'

'செரி அப்ப அதைச்சொல்லுங்க...'

'ஏ மக்கா... இங்க அன்னிய ஆளுங்க நிக்காகள்லா? அவுக முன்னாடி எப்டி சொல்லுகது, பலவேசமானாக்க நான் வளத்த பய...'

இயக்குநர் 'டே தண்ணி கொண்டாடா' என்றார் களைத்து.

'எனக்கும் தண்ணி குடுலே... லே மக்கா. நீ சிலுமா எடுத்துட்டு நம்ம வீட்டுபக்கமாட்டு வா என்னலே? கோளியடிச்சு கொளம்பு வைச்சுத்தாறேன்...'

இயக்குநர் ஆசுவாசப்படுத்திவிட்டு 'பாட்டி இப்ப நீங்க பலவேசத்த திட்டுறீங்க... உங்களுக்கு என்ன தோணுதோ அதைச் சொல்லி திட்டுங்க... என்ன?'

'ஆரை?'

'பலவேசத்தை.'

'அவன் இப்ப எங்க?'

'அவன் இங்க நிக்கிறான்னு நெனைச்சுகிட்டு திட்டுங்க.'

'நல்ல பயலாக்கும் பாத்துக்கோ ... நண்ணியுள்ளவன்.'

'சரி... சும்மா திட்டுங்க... சினிமா எடுக்கணும்ல?.'

'செரி... நீ போட்டோ பிடி... நான் சொல்லிப்போடுதேன்... அந்த கறுத்தபய என்னத்துக்கு சிரிக்கான்?'

'சிரிக்கல்ல பாட்டி அவர் மொகமே அப்பிடித்தான்... நீங்க சொல்லுங்க.'

'நீ என்னத்துக்குலே அதுக்கு அளுவுதெ? நான் சொல்லிடுதேன்...'

'செரி... டேக்.'

'செரிலே மக்கா...'

'சவுண்ட்!.'

'ரோலிங்.'

'அங்க ஒருத்தன் காதுல போனுவச்சு பாட்டு கேக்கானே அவன் ஆரு?'

‘அது சவுண்டு எஞ்சீனியர்... பாட்டி நீங்க திட்டுங்க... வேற எங்கயும் பாக்கவேண்டாம்.’

‘கேமரா.’

‘ரோலிங்.’

‘ஆக்ஷன்... பாட்டி சொல்லுங்க...’

‘லே பலவேசம் மயிராண்டி... எங்கல போனே லே...’

நாலாவது டேக்கில் இயக்குநர் ‘கட், ஓகே’ என்றார். ‘டே தண்ணி குடுரா.’

‘நல்லாருக்காலே மக்கா?’

‘சூப்பர் பாட்டி...’ என்றார் இயக்குநர்.

‘பாட்டி நடிகையர் திலகம்ல... டேய் பாட்டியை கூட்டிட்டுபோயி எளநீர் குடுரா’ என்றபடி ஒளிப்பதிவாளர் வந்தார்.

‘வாறேன்ல மக்கா... வெயிலிலே நிக்காத பாத்துக்கோ.’

பாட்டி போவதைப் பார்த்துவிட்டு ஒளிப்பதிவாளர் சொன்னார் ‘டிரில்லு வாங்கிட்டுது... இப்டி புதுஆளைப் போட்டு டேக் வாங்குற செலவுல பாதியிருந்தா மெட்ராஸிலேருந்து நடிக்கறதுக்கு ஆளைகூட்டிட்டு வந்திடலாம்...’

இயக்குநர் புன்னகையுடன் ‘கூட்டிட்டு வந்துடலாம்... ஆனா சும்மா ஒருபேச்சுக்குக்கூட ஒலகத்துல யாரையும் சபிக்கமாட்டேன்னு சொல்லுற தாயோட மொகம் கெடைக்கணுமே.’

- நவம்பர் 11, 2014

61

அத்வைதம் ஒரு விவாதம்

காசிரங்கா ஞானசபையில் அத்வைதத்தை நிலைநாட்டிய பேரறிஞரும் கவிஞரும் கலை விமரிசகருமான டாக்டர் யதீந்திரநாத் கோத்தாரி அவர்களுக்கு கொல்லம் ஸ்ரீ நாராயண சத்குரு தர்ம சமாஜம் சார்பில் ஒரு வரவேற்பு அளிக்கவேண்டும் என்று தீர்மானமாகியது. தீர்மானத்தை தலைவர் முச்சுள்ளி கேசவன் முன்வைக்க துணைத்தலைவர் பெரும்பாடன் நீலகண்டன் ஆதரித்தமையால் ஏகமனதாக நிறைவேற்றப்பட்டது. அதன்பின் மூத்த உறுப்பினர் நரிமடையில் நாராயணன் வைத்தியர் 'இந்த கோத்தாரி என்பவன் என்ன ஆள்?' என்றார். கேசவன் 'நல்ல ஆள்தான்' என்றார். 'அப்படி ஒரே வார்த்தையில் சொல்லிவிட முடியாதல்லவா? நல்ல ஆள் என்றால் அந்த நல்ல தன்மைகள் வந்த வழி என்று ஒன்று இருக்கவேண்டுமே?' என்றார் வைத்தியர்.

வைத்தியர் சொல்ல வந்ததை முச்சுள்ளி கேசவன் உடனே புரிந்து கொண்டார். நாராயணகுருவின் ஆணித்தரமான இரு உபதேசங் களை அவர்கள் பின்பற்றிவந்தார்கள். 'ஒன்று கள்ளு செத்தக்கூடாது, விற்கக் கூடாது, குடிக்கக் கூடாது.' முச்சுள்ளி கேசவன் எப்போதுமே டீச்சர்ஸ் விஸ்கிதான். பெரும்பாடன் நீலகண்டனுக்கு அப்படி பிராண்ட் ஏதும் இல்லை. வாங்கிக்கொடுப்பவர்களின் தேர்வு அது. கள்ளை மட்டும் தொடமாட்டார். வைத்தியர் ஆயுர்வேத அரிஷ்டங்களில் நம்பிக்கை கொண்டவர். இரண்டாவது

கட்டளையான 'ஜாதி கேட்கக்கூடாது சொல்லக்கூடாது நினைக்கக் கூடாது' என்ற சொற்களும் மீறமுடியாதவையே. ஆகவே பல்வேறு இடக்கரடக்கல்களும் நுண்சொற்களும் புழக்கத்தில் வந்திருந்தன. ஒரு கட்டத்தில் குறிப்பிட்ட ஒரு முகபாவனையுடன் எந்தச் சொல்லைப் பயன்படுத்தினாலும் பொருள் விளங்கும் என்ற அளவுவரை அவர்களின் நுண்ணுணர்வுகள் வளர்ச்சி கொண்டிருந்தன.

முச்சுள்ளி கேசவன் புன்னகையுடன் 'நான் அவரிடம் கேட்டேன். நம்முடைய கேள்வியைப் புரிந்துகொள்ள அவருக்கு கொஞ்சம் தாமதமாகியது. கடைசியில் புரிந்துகொண்டார். அவருக்கு அப்படி ஒன்றும் பேதம் இல்லை, நாணுகுரு சொன்னதையே அவரும் சொன்னார். ஒரு சாதி ஒரு மதம் ஒரு தெய்வம்...' என்று சொல்லி முடிப்பதற்குள் அவை கைதட்டியது.

'கோத்தாரன் யதீந்திரநாதன் நம்முடைய ஆள் என்று ஆன நிலையில் அவனுக்கு நாம் கம்பீரமான ஒரு வரவேற்பு கொடுப்பதில் தவறில்லை. மட்டுமல்ல அவனுக்கு அத்வைதமும் ஆயுர்வேதமும் தெரிந்திருக்கிறது...' என்றார் வைத்தியர்.

'ஆயுர்வேதம் அவருக்கு தெரியுமா?' என்று ஒரு குரல் கேட்க வைத்தியர் திரும்பி 'ஆரடா அவன், சும்பன்? அத்வைதமும் ஆயுர்வேதமும் ஒன்றுதான்...' என்றார்.

குறிப்பிட்ட ஒரு வேர் கிடைக்கவில்லை என்றால் எந்த வேரையும் பதிலுக்குப் பயன்படுத்தலாம், அனைத்தும் ஒன்றே என்பதே வைத்தியரின் ஆயுர்வேத-அத்வைத அடிப்படை. பேதபுத்தியே அறியாமை. அறியாமையே நரகம்.

அறிவிப்பு கேரளகௌமுதியில் வெளியாகிய அன்றே கொல்லம் சட்டம்பி சுவாமிகள் தர்மசம்ஸ்தாபன சங்கம் தலைவர் 'பிரசிடெண்ட்' கொச்சு குஞ்ஞுப்பன் நாயர் அவசரமாகக் கோமணத்தை இறுக்கிக் கட்டிக்கொண்டிருக்கும்போது செயலாளர் கங்காதரன் பிள்ளை வியர்வையுடன் 'உஃப்!' என்று வந்துசேர்ந்தார்.

'கொஞ்சம் சீக்கிரம் கிளம்புங்கள் ஆசானே... நான் வயிற்றிலெ தீயோடு வந்திருக்கிறேன்...'

'பிரசிடெண்ட்' கொச்சு குஞ்ஞுப்பன் நாயர் கிட்டத்தட்ட பதிமூன்று அமைப்புகளின் தலைமைப்பொறுப்பில் இருந்தார். அவரைக் கண்டால் எந்தக் குருடனும் சுத்த நாயர் என்று சொல்லிவிட முடியும் என்பதே அதற்குக் காரணம்.

‘இருடே மக்களே... நல்ல நாயருக்கு லட்சணம் நாலு. தாரணம் நாலு. சிந்தை நாலு... தெரியுமாடே?’ என்றார் ‘பிரசிடெண்ட்’ கொச்சு குஞ்ஞுப்பன் நாயர்.

‘சொல்லுங்கள்’ என்றான் கங்காதரன்பிள்ளை சலிப்புடன்.

எண்ணற்ற மேடைகளில் சொல்லிய அந்த விஷயத்தை ‘பிரசிடெண்ட்’ கொச்சு குஞ்ஞுப்பன் நாயர் மீண்டும் சொல்லாமல் விடமாட்டார் என்று அவருக்கு தெரியும்.

தொந்தி, வழுக்கை, காதில் மயிர், வெட்டுக்காயம் என்பவை லட்சணங்கள். தலைப்பாகை, மேல்துண்டு, வெற்றிலை, கோமணம் ஆகியவை தாரணங்கள். பழங்காலத்தில் வேட்டி கட்டாயமல்ல. சாப்பாடு, ஸ்திரீ சம்பந்தம், கோர்ட், குடும்பப் பாரம்பரியப்பேச்சு ஆகியவை சிந்தனைகள்.

‘பிரசிடெண்ட்’ கொச்சு குஞ்ஞுப்பன் நாயர் ‘டே மோனே, இந்த கோமணம் நாயர்களுக்கு ஜென்மசொத்து. அந்தக் காலத்திலே மருமக்கத்தாயம் இருந்ததனாலே நாயர்களுக்கு சொத்துரிமை கிடையாது. அதாவது ஸ்தாவரம் இல்லை. ஜங்கமம் மட்டும்தான். அதை பத்திரமாக பாதுகாக்கத்தான் நாயர்கள் கோமணத்தை கண்டுபிடித்தார்கள்...’ என்றார்.

நல்ல கதகளி காணும்போது நாயர்கள் அதை நுட்பமாக ரசிக்கும்திறன்கொண்டிருந்தார்கள் என்பதை ‘கோமணம் எடுத்து அவன் சாமரம் வீசி!’ என்ற ஓட்டன்துள்ளல் பாடல்வரியில் இருந்து அறிகிறோம்.

ஒருவழியாக ‘பிரசிடெண்ட்’ கொச்சு குஞ்ஞுப்பன் நாயர் கிளம்பினார். நல்லநாயர் நாழிகைக்கு நாற்பதடிதான் எடுத்துவைக்க வேண்டும் என்று கணக்கு இருப்பதனால் நடை மெதுவாகத்தான். ‘மந்தகமனம்’ என்று சமஸ்கிருதம். காலில் மந்து ரோகம் இருப்பது உபரி காரணம். சட்டம்பி சுவாமிகள் தர்ம சம்ஸ்தாபன சங்க அலுவலகத்துக்கு வந்தபோது அங்கே கூடியிருந்தவர்கள் கொதி நிலையில் இருந்தார்கள். ‘பிரசிடெண்ட்’ கொச்சு குஞ்ஞுப்பன் நாயர் அவர்களைக் கண்டதுமே மேலேபுரைக்கல் சங்கரன்நாயர் ஓடிவந்து உரக்கக் கூவினார் ‘அத்வைதம் செத்துப்போச்சு பிரசிடெண்டே!! சோவன்மார் அதை புதைக்கப்போகிறார்கள்!’

‘பிரசிடெண்ட்’ கொச்சு குஞ்ஞுப்பன் நாயர் சரியாகக் கேட்காமல் ‘சஞ்சயன கர்மம்[1] என்றைக்கு வைத்திருக்கிறார்கள்?’ என்றார்.

இந்தக் கிழத்துக்கு எப்போதும் சாவுச்சடங்குச்சாப்பாடு நினைப்பு தான் என்று எண்ணிக்கொண்ட கங்காதரன்பிள்ளை ‘இது

அத்வைதம் பிரசிடெண்டே... சட்டம்பி சுவாமிகள் சொன்ன தத்வசாஸ்திரம்...' என்றார்.

'ஓ!' என்று சொன்ன 'பிரசிடெண்ட்' கொச்சு குஞ்ஞுப்பன் நாயர் 'அத்வைதத்திலே சாவடியந்தரம் பற்றி என்ன சொல்லியிருக்கிறது? சஞ்சயன கர்மத்தை பத்தாம்நாள் நடத்துவதா இல்லை ஏழாம் நாளே நடத்திவிடலாமா?' என்றார்.

குசும்பன் என்று புகழ்பெற்ற திருவல்லபபுரம் பார்கவன் கர்த்தா தீவிரமாக '... அத்வைதப் பிரகாரம் சஞ்சயனம் ஐந்தாம்நாள்தான். பகவத்கீதையிலே கிருஷ்ணபகவான் 'மாமகா பாண்டவாச்சைவ கிமகுர்வத சஞ்சய:' என்றுதானே சொல்லியிருக்கிறார். அதாவது, பாண்டவர்கள் அஞ்சாம் நாள்தான் சஞ்சயனம் செய்தார்களாம்...'

'பிரசிடெண்ட்' கொச்சு குஞ்ஞுப்பன் நாயர் அப்படியே நின்று 'ஓகோ?' என்றார்.

'ஆனா பாலடைப்பிரதமன் விளம்பிய பிறகுதான் மோருக்குச் சோறு போடவேண்டும் என்று சங்கரர் அடித்துச் சொல்கிறார்!'

'பிரசிடெண்ட்' கொச்சு குஞ்ஞுப்பன் நாயர் மகிழ்ந்து சிரித்து, 'நான் சொன்னேனே? அவன் நம்பூதிரியாக்கும். சாப்பாட்டைப்பற்றி கடைசி வார்த்தையை சொல்ல ஒரு நம்பூதிரியால் மட்டும்தான் முடியும். யோக்யன், பரம யோக்யன்!' என்று மகிழ்ந்துகொண்டார்.

சபை கூடியது. 'பிரசிடெண்ட்' கொச்சு குஞ்ஞுப்பன் நாயர் அமர்ந்து கோமணத்தை சற்றே இளக்கிவிட்டு பலத்த ஏப்பம்விட்டு 'வாயு...' என்று பக்கத்திலிருப்பவர்களிடம் சொன்னார். நல்ல நாயர்களுக்கு கண்டிப்பாக வாயுப் பிரச்னை இருக்கும். இலைபோட்டு உண்டால் இல்லாமலிருக்குமா என்ன? நாயர் மகாத்மியம் வாழ்ந்த பழைய காலத்தில் நாயர்களுக்கு இதற்காகவே இன்னொரு துளை இருந்ததாகச் சொல்லப்படுவதில் சற்றே மிகை இருக்கலாம், ஆனால் புராணத்தில் அனுமன், பீமன் போன்றவர்கள் வாயுபுத்திரர்கள் என்றுதானே சொல்லப்பட்டிருக்கிறார்கள்? உடனே எல்லாரும் ஏப்பங்கள்விட்டு அவரவர் வாயுக்களின் கலவை விகிதாசாரம் பற்றிபேசியபின் சிங்கம்பள்ளி ஸ்ரீதரன் நாயர் மெல்ல விஷயத்துக்கு வந்தார். அவரை ஸ்திரீதரன் நாயர் என்று சொல்வதுண்டு. மெல்லிய குரல். முலைகளும் உண்டு.

'அப்போ நாம் என்ன செய்யப்போகிறோம்? யதீந்திரநாதன் வந்து அத்வைதத்தைப்பற்றி பேசிவிட்டுப்போனால் நாம் பிறகு எந்த முகத்தை வைத்துக்கொண்டு கொல்லத்தில் வாழ்வது? ஈழவர்கள் நம்மைப்பார்த்து நமுட்டுச்சிரிப்பு சிரிக்க மாட்டார்களா?' என்றார் சிங்கம்பள்ளி ஸ்ரீதரன் நாயர்.

'இப்போதே சிரிக்கத்தானே செய்கிறார்கள் சிங்கம்பள்ளியே?' என்று ஒரு குரல் கேட்டது.

'தனிப்பட்ட தாக்குதல்கள் வேண்டாம்' என்றார் 'பிரசிடெண்ட்' கொச்சு குஞ்ஞுப்பன் நாயர்.

'யதீந்திரநாதா முட்டாளா, நின்னெ ஞங்கள் எடுத்தோளாம்' என்று ஒரு ஆர்ப்பாட்டம் நடத்தினால் என்ன?' என்றார் தோழர் ராமச்சந்திரன் நாயர்.

'அது கடைசியாக. அதற்கு முன்னால் வேறு வழி ஏதாவது பார்ப்போம்.'

அச்சுதக்குறுப்பு 'கோத்தாரி என்று சொன்னால் வட இந்தியன்தானே? பண்டு என் பாட்டியை ஒரு வட இந்தியன் சம்பந்தம் செய்திருக்கிறார். அவன் ஒரு மகாராஜா. ஓலை இருக்கிறது?' என்றார்.

கொஞ்சநேர அமைதிக்குப் பின் 'என்ன ஓலை?' என்றார் சாலூர் ராகவன் தம்பி.

'காதிலோலை[2]தான். அந்த வடக்கன் வாங்கிக் கொடுத்தது. பொன் என்று சொல்லிக் கொடுத்திருக்கிறான். ஆனால் செம்பு' என்றார் அச்சுதக்குறுப்பு.

'என்னுடைய முப்பாட்டியை முன்பு மூலம்திருநாள் மகாராஜாவின் மருமகனின் தம்பியின் மாமன் சம்பந்தம் செய்திருந்தபோது இப்படித்தான்...' என்று கேசவன் தம்பி ஆரம்பித்தபோது 'சம்பந்த காரியங்களைப் பேச நாம் இங்கே வரவில்லை...' என்றார் தலைவர்.

'பிரசிடெண்டே எந்தச் சடங்கு என்றாலும் இந்தமுறை கண்டிப்பாக கடலைப்பாயசம் வேண்டாம். போனதடவை தேங்காய்ப்பாலில் கடலை இழையவில்லை' என்றார் கருணாகரன்நாயர்.

'பொட்டுக்கடலையைப்போட்டு வெல்லம்காய்ச்சி ஊற்றி ஒரு பாயசம் செய்வார்கள். அதிலே வாழைப்பழம் போட்டு பிசைந்து சாப்பிடலாம்' என்றார் சிவகுருநாதபிள்ளை.

அவரது முன்னோர்கள் தென்காசியிலிருந்து வந்து நாயருலகில் கலந்தவர்கள்.

'அது அங்கே பாண்டியிலே. நல்ல நாயர் பொட்டுக்கடலையை பாயசத்திலே போடுவானா?' என்றார் சதானந்தன்.

கங்காதரன் பிள்ளை 'சம்பந்தத்தைவிட்டா சாப்பாடு... சேச்சே... என்றைக்குதான் நாம் திருந்துவது? அத்வைதத்தைப்பற்றி நாம்

பேசவந்தோம்... அதைப்பற்றி சொல்லுங்கள்' என்று அதட்டினார்.

சற்று நேரம் ஆழமான அமைதி நிலவியது. அதன்பின் பார்கவன் பிள்ளை தன் குடும்பத்தின் கோர்ட் வழக்கு பற்றி ஏதோ சொல்ல பேச்சு அங்கே திரும்பி குமாரபிள்ளையின் பாட்டா செய்த அடிதடிகளைப்பற்றி விளக்கி மீண்டும் சாப்பாட்டில் வந்து நின்றது. மூன்றரை மணிநேர விரிவான சர்ச்சைக்குப் பின்னர் பருப்பு வடையும் சாயாவும் அருந்தி அடுத்த கூட்டத்தில் முடிவெடுக்கலாம் என்று ஏகமனதாக முடிவெடுத்து அவர்கள் பிரிந்தார்கள். செல்லும் வழியில் பார்கவன்பிள்ளை 'இந்த கோத்தாரியை நாமே கூப்பிட்டு ஒரு வரவேற்பு கொடுத்தால் என்ன?' என்றார். கங்காதரன் பிள்ளை அப்படியே திகைத்து நின்றுவிட்டார். என்ன ஒரு அருமையான எண்ணம்! இது ஏன் தோன்றாமல் போயிற்று?

உடனடியாக தீர்மானம் எடுக்கப்பட்டு பிரசிடெண்ட் ஆணையின் படி கங்காதரன் பிள்ளை அலஹாபாத்துக்கு கிளம்பினார். கோத்தாரியைச் சந்தித்து விழாவுக்கு அழைத்தார். ஆனால், அவர் நாடெங்கும் நாள்தோறும் பாராட்டப்பட்டுக்கொண்டிருந்தமையால் நாள் இல்லை. ஏற்கெனவே கொடுத்த ஒரேநாள்தான் கொல்லத்துக்கு. அதுவும் காலையில் எர்ணாகுளத்தில் ஒரு பாராட்டுக்கூட்டம் முடிந்து காரில் மாலையில் வந்து சேர்ந்துபேசி விட்டு உடனே கிளம்பி திருவனந்தபுரம்போய் மறுநாள் காலையில் மகாராஜாவைப் பார்க்கவேண்டும்.

வேறுவழியில்லாமல் இருதரப்பும் இணைந்தே வரவேற்பை நிகழ்த்துவது என்று முடிவாயிற்று. கொல்லம் அமிர்தா கலையரங்கில் மாலை ஏழுமணிக்கு கலாசார அமைச்சர் கே. வி. தோமா தலைமையில் விழா. கோத்தாரி கிளம்பிவிட்டார் என்று தகவல் கிடைத்தது. அரங்கமே பரபரத்தது. வழக்கம்போல 'பிரசிடெண்ட்' கொச்சு குஞ்ஞுப்பன் நாயர் தலைமை. சமநிலைக்காக நரிமடையில் நாராயணன் வைத்தியர் முன்னிலை. கங்காதரன் நாயர் வரவேற்புரை. அமைச்சர் வரவேற்புரை. 'நாராயண தர்மகாகளம்' ஆசிரியர் சிவானந்தன் தத்துவப்பேருரை. 'ஞானமேரு' குஞ்ஞன்பிள்ளை இன்னொரு வரவேற்புப் பேருரை. இரண்டு அத்வைத முரசுகள் அதன்பின் கோத்தாரி ஏற்புரை.

கே. வி. தோமா செல்ஃபோனில் பேசியபடியே வந்து செல்ஃபோனில் பேசியபடியே அனைவரையும் வணங்கிச் சிரித்து செல்ஃபோனில் பேசியபடியே டீ குடித்து செல்ஃபோனில்பேசிய படியே மேடை ஏறி அமர்ந்து செல்ஃபோனில்பேசியபடியே காத்திருந்தபோது கோத்தாரி ஆறடி உயர உடலில் மிகப் பெரிய

பட்டு ஜிப்பாவும் மார்புவரை வெண்தாடியும் பிடரியில் வழிந்த வெண்மயிரும் சிரிப்புமாக கும்பிட்டபடியே வரவும் செல்ஃபோனில் பேசியபடியே எழுந்து செல்ஃபோனில் பேசியபடியே வணங்கினார். கங்காதரன் பிள்ளை மைக்கருகே வந்து காசிரங்கா காட்டில் நடந்த விவாதத்தில் அத்வைதம் வெற்றிமுரசு கொட்டுவதற்குக் காரணமாக அமைந்த டாக்டர் யதீந்திரநாத் கோத்தாரி அவர்களைப் பாராட்டியே தீரவேண்டும் என்று கொல்லத்தைச் சேர்ந்த இரு அமைப்புகளும் ஏன் ஒரே மனதாக முடிவெடுக்க நேர்ந்தது என்று விளக்கி அவரை வரவேற்றார்.

தலைவர் 'பிரசிடெண்ட்' கொச்சு குஞ்ஞுப்பன் நாயர் அத்வைதம் சட்டம்பி சாமிகள் நாயர்களுக்குக் கொடுத்துவிட்டுப்போன குலச்சொத்து என்று சொல்லி நரிமடையில் நாராயணன் வைத்தியர் அவர்களைப் பார்த்தபோது சபையில் மென்சிரிப்பு ஒலித்தது. தன்னுடைய தறவாட்டு வீட்டில் அந்தக்காலத்தில் அத்வைதத்துக் காகவே ஒரு தனி அறை ஒதுக்கப்பட்டிருந்தது என்று சொன்னதோடு நிற்காமல் அத்வைதம் உடம்புக்கு மிகவும் நல்லது, புத்துணர்ச்சியும் உத்வேகமும் அளிப்பது என்று அவர் சொன்னபோது சபையில் சிறிய குழப்பம் நிலவியது உண்மை. இளைஞர்கள் மட்டுமல்லாமல் முதியவர்களும் அத்வைதத்தில் தயக்கமில்லாமல் ஈடுபடவேண்டும் என்று அவர் சொன்னபோது தெளிவு உருவானது. கூட்டத்துக்கு சற்றுமுன்னால் 'இரண்டும் ஒன்றாவதே அத்வைதம்' என்று தலைவருக்கு விளக்கிய செயலாளர் கங்காதரன் பிள்ளை பின்னால் நின்று கண்ணீர் மல்கினார்.

முன்னிலை வகித்த நரிமடையில் நாராயணன் வைத்தியர் நாணுகுரு அத்வைதத்தை ஈழவர்களிடம் ஒப்படைத்தது அவர்கள் ஒத்தி, பாட்டம் அடங்கல் ஈறாக சர்வ சுதந்திரத்துடன் அதை அனுபவிப்பதுடன் சந்ததிகளுக்கு கொடுக்கவோ விலையாதாரம் பதிக்கவோ செய்யும் உரிமையுடன் உரியமுறையில் தீர்வைகட்டி, இண்டாஸ் செய்து கைவசம் வைத்து பாத்தியதை கொள்ளவும் ஆகலாம் என்பதற்காகவே என்றும், மேலதிகமாக அதில் விளையும் எல்லா ஸ்தாவரங்களும் அவர்களுக்கு மட்டுமே உரியதாகும் என்றும் விளக்கமாகச் சொன்னார். அவரிடம் அத்வைதம் என்பது 'எல்லாவற்றுக்கும் ஆதாரமாக நிற்கக்கூடியது' என்று சொல்லப் பட்டிருந்தது.

கே. வி. தோமா செல்ஃபோனை அணைத்து பின்னால் நின்றவரிடம் கொடுத்துவிட்டு மைக் முன்னால் வந்து தன்னம்பிக்கை மிளிரும் சிரிப்புடன் அவையினரைப் பார்த்து புன்னகைசெய்தார். முகமன்

களை முணுமுணுப்பாகச் சொன்னபின் உரத்த குரலில் 'அத்வைதம் இந்த நாட்டின் தத்துவ சொத்து!' என்றார்.

'...இந்த நாட்டின் கோடிக்கணக்கான ஏழைகளின், பட்டினிப் பாவங்களின் துயரைத் துடைக்கும் வழிமுறைதான் அத்வைதம். அவர்களுக்கு ஒருவேளை கஞ்சியாவது அளிக்க வேண்டும் என்ற நல்லெண்ணத்தின் அடிப்படையில் உருவான சிந்தனை அது. உழைக்கும் மக்களுக்காக ஸ்ரீசங்கரர் உருவாக்கிய கோட்பாடு! மார்க்ஸியமும் அத்வைதமும் இரு கண்களைப் போன்றவை. நாராயணகுருவும் கார்ல்மார்க்ஸும் உடலும் தலையும் போல பிரிக்கமுடியாதவர்கள் (கைதட்டல்). எங்கள் முதல்பேராசான் இ.எம்.எஸ்ஸின் பெயரும் சங்கரன் என்பது ரகசியமல்ல (நமட்டுச் சிரிப்புடன் அவையை நோக்குதல்). ஆகவே அத்வைதமும் எங்கள் செங்கொடிக்குக் கீழே நின்று இங்குலாப் சிந்தாபாத் என முழங்கும்!' (பலத்த கைதட்டல்).

அதன்பின் பேசவந்த 'நாராயண தர்மகாகளம்' ஆசிரியர் சிவானந்தன் நாராயணகுருவின் 'தெய்வமே காத்துக்கொள்க நீ' என்ற குருவின் பாடலை உரக்க கைகூப்பி பாடியபோது தலைவர் 'பிரசிடெண்ட்' கொச்சு குஞ்ஞுப்பன் நாயர் தன் இடது காலைத்தூக்கி வலதுகால்மேல் போட்டு மேல்துண்டை முறுக்கி காதைக்குடைய ஆரம்பித்தார். நரிமடையில் நாராயணன் வைத்தியர் கைகூப்பி கண்மூடி பிரார்த்தனைசெய்தார். சிவானந்தன் வாழ்த்துரைக்குப் பின் நேரடியாகவே தத்துவத்துக்கு வந்தார்.

'அவித்யை என்றால் என்ன? (ஸ்ரீவித்யையின் தங்கை என்று அவையில் ஒரு பின்குரல்') அத்யாரோபம் மூலம் நாம் பிரம்மத்தில் பிரபஞ்சத்தை ஏற்றிக் கூறுகிறோம். பரப்பிரம்மத்தை பிரபஞ்சமாக நமது ஞானத்தால் உருவகித்துக் கொள்கிறோம். அத்வைதத்தின்படி அனைத்து ஞானமும் உண்மையில் பிரம்மத்தைத் தவறாகப் புரிந்து கொள்ளச் செய்யும் அஞ்ஞானமே ஆகும். ஞானத்தை விலக்கினால் நீரில் பாசி விலகுவதுபோல தெளிந்த அடித்தளமாக உள்ள பிரம்மம் தெரியும். இதை பிரதிபிம்ப வாதம் என்று சொல்லலாம். நாம் பார்க்கும் எல்லாமே பிரம்மத்தின் தோற்றங்களே. நானும் பிரம்மம். தலைவரும் பிரம்மம். தலைவர் சுத்த பரப்பிரம்மம். அவர்மேல் நாம் தலைவர் பதவியை அத்யாரோபம் செய்திருக்கிறோம். இதுவே அவித்யை என்பது. (கைதட்டல்) அவித்யை விலகினால் துணி உருவப்பட்டு சுத்த துலாம்பரமான தலைவரை நாம் காணமுடியும் (பலத்த கைதட்டல்).

அசக்யாதி என்று இதை அத்வைதம் சொல்கிறது. இல்லாத ஒன்றை

உள்ளதாக அறிவது. நம் அறிதல் மூலமே அனைத்தும் உருவாகி வருகின்றன, உள்ளதென நாம் அறிவதெல்லாமே நம்மால் நம் புலன்கள் மற்றும் உணர்வுகளுக்கு ஏற்பத் திரித்து அறியப்படுபவையே. இங்கே நமக்கு தலைவர் அமர்ந்திருக்கிறார் என்று எண்ணுகிறோம். ஆனால் அவர் உண்மையில் இங்கே இல்லை. அது ஜடம். வெறும் ஜடத்தை ஆத்மாவாக எண்ணுவதும் ஆத்மாவை பரப்பிரம்மமாக எண்ணுவதும்தான் அசக்யாதி என்று சொல்லப்படுகிறது.

உதாரணமாக நாற்பதடி தூரத்தில் வரும் நல்ல நாயர் நம்பூதிரியின் சாயலைக்கொண்டிருப்பார் என்று ஒரு சொலவடை உண்டு. நெருங்கி வரும்தோறும் அவர் நாயராக ஆகி நம்மைக் கடந்து போகும்போது வேறு பலவாக ஆகிறார். பரிணாமத்தின் எல்லா படிக்கட்டுகளையும் நாம் இவ்வாறு காணமுடிகிறது, இதை அத்வைதத்தில் விவர்த்த வாதம் என்கிறார்கள். அதாவது உருமயக்க வாதம். தலைவரைப்பற்றி பேசுவதானால் அதை நாம் வியர்த்தவாதம் என்றும் சொல்லலாம் (கைதட்டல்).

அத்வைதம் நம்முடைய ஞானத்தின் சிகரம். அதை வைத்து நம்மால் எல்லாவித சிந்தனைகளையும் ஆற்றமுடியும். ஏன் கார் ரிப்பேர்கூட செய்யமுடியும் (பயங்கரமான கைதட்டல்). நானே மிக்ஸி ரிப்பேர் செய்து பார்த்திருக்கிறேன். அதை நாணுகுரு நமக்கெல்லாம் கற்பித்திருக்கிறார். அத்தகைய அத்வைதத்தை வைத்து யானையை அடக்கம் செய்வதற்கான சாத்திரங்களை கோத்தாரி அவர்கள் உருவாக்கியது ஆச்சரியமல்ல. ஏன், யானைக்கு பதினாறாம் நாள் காடாத்து, நாற்பதாம் நாள் நீரூற்று, ஆண்டு முடிவு சிராத்தம் வருடம்தோறும் பலி தர்ப்பணம் எல்லாவற்றுக்கும் நாம் அத்வைதத்தையே பயன்படுத்த முடியும். வாழ்க அத்வைதம். வாழ்க சங்கர பகவத் பாதர் வாழ்க நாணுகுரு' என்று சொல்லி 'நாராயண தர்மகாகளம்' ஆசிரியர் சிவானந்தன் அமைந்தார்.

அவர் அருகே வந்ததும் தலைவர் அவருக்குக் கைகொடுத்து நெகிழ்ந்து நன்றி சொன்னார். ஒரு ஈழவர் தன்னை இந்த அளவுக்குப் பொருட்படுத்திப் பாராட்டுவார் என்று அவரே எதிர்பார்க்கவில்லை.

நாலடி உயரமே இருந்த 'ஞானமேரு' குஞ்ஞன்பிள்ளை மைக்கைத் தாழ்த்தி வைத்தபின்னும்கூட எம்பி எம்பி பேசும் தன்மையைக் கொண்டிருந்தார். ஸ்பிரிங் குஞ்ஞன்பிள்ளை என்று அவருக்கு பெயர் உண்டு. அவர் சட்டம்பி ஸ்வாமிகளின் சுலோகம் ஒன்றை உரக்க பாடியபோது நரிமடை நாராயணன் வைத்தியர் ஏப்பம்விட்டு வாயருகே ஒரு சில சொடக்குகள் போட்டார்.

‘சதசத் பேதஞானமே ஞானத்தின் அடிப்படை’ என்றார் ‘ஞானமேரு’ குஞ்ஞன்பிள்ளை. சத் அசத் என்று இரண்டையும் பிரித்து அறிய வேண்டும். சத்புருஷர்கள் சாத்விக பாவம் கொண்டவர்கள். நமது தலைவரைப்போல. சத் ரூபம் என்றால் அதுதான். அதேசமயம் நமது நாட்டில் பல அசத்துக்கள்[3] நடமாடுகிறார்கள். அசத் என்ற சொல்லையே பிராமணர்கள் அஷ்டு என்றும் பிற தமிழர் அசடு என்றும் சொல்கிறார்கள். அசத்துக்கள் வைக்கவேண்டிய இடங்களில் வைக்கப்படவேண்டியவர்கள். அதற்காக நான் நாணுகுருவைக் குற்றம் சொல்லவில்லை. அவர் மகான்.

அனுபலப்தி பிரமாணம் என்பது பட்டமீமாம்ஸையின் அடிப்படையான ஒன்று. ஒன்று இல்லாவிட்டால் அதன் இல்லாமையை நாம் உடனடியாக உணர்கிறோமே. இப்போது இங்கே என் ஆருயிர் நண்பர் ‘நாராயண தர்மகாகளம்’ ஆசிரியர் சிவானந்தன் பேசியதே அனுலப்திக்கு சரியான உதாரணம். அவரை நாம் ஒரு சரியான பிரதிநிதியாகவே காணவேண்டும். அனுலப்தியை நாம் அவரைப் போன்றவர்களை எங்கே கண்டாலும் உணரலாம் (டேய்! டேய்!). நான் சாதாரணமாக ஒரு உதாரணம்தான் சொன்னேன் (உட்காருடா சோற்றுப்பொறுக்கி நாயரே) அவர் என் ஆருயிர் நண்பர். நாங்கள் ஒரே வகுப்பில் சேர்ந்து படித்தவர்கள். அப்போது அவர் வட்டக்குடுமி வைத்திருப்பார். நாங்கள் அவரைக் கொட்டி என்று கூப்பிடுவோம். (அடிடா அவனை) பிரபஞ்சம் மாயையால் ஆனது என்றாலும் பிரம்மம் அதற்கான நிமித்திக காரணமாக நிலை நிற்கிறது. (உட்காருடா... உட்காருடா). இந்த கலவரத்துக்கு நிமித்திக காரணம் என்ன என்பதை நான் அறிவேன்.

ஒரு நாற்காலி வந்து ‘ஞானமேரு’ குஞ்ஞன்பிள்ளையின் பேச்சை நிறுத்தியது. தொடர்ந்து நாயர்களுக்கும் ஈழவர்களுக்கும் நடுவே தொன்றுதொட்டு நடந்துவரும் வீரவிளையாட்டுகள் நடந்தன. தலைவர் ‘பிரசிடெண்ட்’ கொச்சு குஞ்ஞுப்பன் நாயர் மேடையில் நின்று உரத்த குரலில் ‘ஓதிரம் கடகம்... வலத்து சவிட்டி வலிஞ்ஞு வெட்டி எட்டு முன் வச்சு எட்டு பின்வச்சு எடுத்தடிச்சு மலர்த்திக்கெட்டி நின்னு சுற்றி வந்நடிச்சு வைச்சடி எடுத்து அடிடா... டே அடிடா’ என்று களரிப்பயற்றுக்கான வாய்த்தாரிகளைச் சொல்லி ஊக்கமூட்டினார். நரிமடையில் நாராயணன் வைத்தியரும் மேடையில் நின்றபடி ‘சுரிதகத்தில் குத்து... கீழே அவனுடைய கீழ்மர்மத்தில் அப்படி...’ என்று வர்மக்கலை நுட்பங்களை எடுத்தோதினார்.

பதினொருபேர் சரிந்து ஆஸ்பத்திரிக்குக் கொண்டுசெல்லப்பட்ட பின் மெள்ளமெள்ள அமைதி நிலவியது. ஒருங்கிணைப்பாளரான

கங்காதரன் பிள்ளை உரத்த குரலில் 'சேச்சே என்ன இது? நாமெல்லாம் மலையாளிகள். பூரண எழுத்தறிவு பெற்ற மக்கள். நம்மிடையே சண்டையா? வெட்கம்!' என்று கூவியபோது பலருக்கு பண்பாடு, வேட்டி ஆகியவற்றின் நினைவு வந்தது. அவை அமைந்தபின் யதீந்திர நாத் கோத்தாரியைக் காணவில்லை என்று அறிந்து தேடியபோது அவர் சரிந்துகிடந்த மேஜைக்குப் பின் நடுங்கிக்கொண்டிருப்பது கண்டுபிடிக்கப்பட்டது. அவர் ஆறுதல் செய்யப்பட்டு சோடா கொடுக்கப்பட்டு மலையாளப் பண்பாட்டு வழிமுறைகள் சுருக்கமாக விளக்கப்பட்ட பின்னர் ஏற்புரை வழங்கும்படி கோரப்பட்டார்.

யதீந்திரநாத் கோத்தாரி ஏழெட்டுமுறை தாடியை நீவியபோது அவரில் மீண்டும் ஞானப்புன்னகை மிளிர ஆரம்பித்தது. நேரடியாகவே அவர் ஒரு சமஸ்கிருத சுலோகத்தைச் சொன்னார். கிலியடித்துப்போன ஈழவர்கள் நாற்காலிகளில் ஒட்டிக் கொண்டார்கள். சமஸ்கிருதம் நாயர்களில் வயாகராவின் விளைவை உருவாக்கும் என்பதை அறியாத யதீந்திரநாத் கோத்தாரி அந்தப் பரவசம் தன் ஞானத்தால் பிறந்தது என்று எண்ணி உற்சாகமடைந்து விரிவான பேருரைக்குள் புகுந்தார்.

அவரது பேச்சை மாத்ருபூமி கொல்லம் நிருபரான சதானந்தன்நாயர் அவருக்குப் புரிந்தவகையில் சுருக்கமாக இவ்வாறு மறுநாள் அச்சில் வரச்செய்திருந்தார். பாஸ்கரர் சொல்லும் பேதாபேதவாதம் என்றால் என்ன? பிரம்மமும் பிரபஞ்சமும் இரண்டேயாயினும் ஓர் உச்ச நிலையில் ஒன்றே. அந்த உச்சநிலை எப்போது வருகிறது? அந்த உச்சநிலையை முடிந்தவரை ஒத்திப்போடுவதில்தானே இன்பம் இருக்கிறது? அதையே யோகம் என்கிறோம். அதற்கும் ஒரு யோகம் வேண்டும் என்று பொருள்.

இதிலிருந்து அப்ரதக்சித்தி என்ற தத்துவம் பிறக்கிறது. மூன்றையும் பிரித்துப்பார்க்க முடியாது என்ற ஞானமே அது. பிரபஞ்சம் ஆத்மா பிரம்மம் மூன்றும் பிரித்துப்பார்க்க முடியாதபடி ஒன்றே. ஆனாலும் பிரம்மம் அப்படி பிரித்துப் பார்த்தலுக்கு அப்பாற்பட்டதாகும். பிற இரண்டும் பிரம்மம் செயல்படுவதற்கு துணை நிற்பவையானாலும் முக்கியமான செயல்பாடுகளில் அவை நுழைவதில்லை.

அர்த்தாபத்தி பிரமாணம் என்பது இல்லாத ஒன்றை நம் பிரக்ஞை உருவாக்கி அறிவதாகும். பிரபாகர மீமாஞ்சையில் இது ஒரு முக்கிய கோட்பாடு. ஒன்றை பிறிதெனக் கண்டு இல்லாத ஒன்றை புதிதாக மனம் உருவாக்கிக்கொள்கிறது. ஆகவே ஞானத்தை நாம் அஞ்ஞானமாக மயங்குகிறோம். இல்லாத யானையை அடக்கம்

செய்ய நாம் முற்பட்டமைக்கு காரணம் இதுவே. நான் செய்த தெல்லாம் இல்லாத யானையை அவர்களுக்கு தெளிவாகக் காட்டிக் கொடுத்து விளக்கியதுதான். ஐம்புலன்களும் மாயைகளே. சப்த ப்ரமாண ஸித்தாந்தம் இதிலிருந்தே தேவையாகிறது. அதாவது பிரத்யட்சம், அனுமானம், சுருதி என்ற மூன்று பிரமாணங்களில் முக்கியமானது சுருதி அல்லது முன்னறிவே. முன்னறிவென்பது ரிஷிகளால் சொல்லப்பட்ட ஆப்தவாக்கியங்களே. ரிஷிகள் தாடி வைத்திருப்பார்கள் (கைதட்டல்).

தலைவர் யதீந்திரநாத் கோத்தாரிக்கு மலர்மாலைபோட்டு வாழ்த்தினார். தொடர்ந்து வைத்தியரும் அவ்வாறே வாழ்த்தினார். அனைவரும் அவருடன் நின்று புகைப்படம் எடுத்துக் கொண்டார்கள். மாத்ருபூமியில் வந்த படத்தில் கோத்தாரி அருகே நின்ற எவரும் கேரள கௌமுதியில் வந்த படத்தில் நிற்கவில்லை. இதில் நின்றவர்கள் அதில் நிற்கவில்லை. ஒரு செய்தியில் வெளியான ஒரு பெயர், ஒரு சொல்கூட அடுத்த செய்தியில் வெளியாகவில்லை. இரு செய்திகளுக்கு ஒரு நிகழ்ச்சி ஆதாரமாக இருப்பதே உண்மையான அத்வைதம் என்று வைத்தியர் மறுநாள் கொல்லம் ஸ்ரீ நாராயண சத்குரு தர்ம சமாஜம் படிப்பகத்தில் வைத்து விரிவாக விளக்கினார்.

குறிப்புகள்

1. *சஞ்சயனம்:* மரணச் சடங்கு.

2. *காதிலோலை:* ஒரு வகை நகை. காதில்போடப்படுவது. பொன்னால் ஆனது.

3. *அசத்து:* கேரளத்தில் ஒரு வசை. அசடு என்பதன் சமஸ்கிருத மூலம். அறிவிலி.

- அக்டோபர் 5, 2008

62

தமிழிலக்கியம் ஒருவிவாதம்

மயிலேறும்பெருமாள் யானையைப்பற்றி சேர்த்த தகவல்களை அவரால் சுமக்க முடியவில்லை. இலக்கிய அரட்டைகளில் மட்டு மல்லாமல் மேடைகளிலும் அவர் யானையைப்பற்றியே பேசிக் கொண்டிருந்தார். 'அணு ஒப்பந்தமும் ஆக்க இலக்கியமும்' என்ற தலைப்பில் முன்னேற்ற எழுத்தாளர் சங்கம் நடத்திய இலக்கியக் கூட்டத்திலும் அவர் யானையைப்பற்றியே பேசினார். அதற்கு முன்னர் 'டங்கலின் தடங்கல்' என்ற தலைப்பில் அவர்கள் நடத்திய இலக்கிய ஆய்வுக்கூட்டத்திலும் அதையே பேசியிருந்தார். ஆகவே ஒருவாறாகத் துணிந்து அதன் பொதுச்செயலாளர் தமிழரசன் - செம்மொழிநிதி கிடைத்தபின் தமிழரசனார் - அவரைத் தோளில் கைபோட்டு அழைத்துச்சென்று டீக்கடையோரமாக ஒதுக்கி பேசலுற்றார். செங்கொடி வட்டாரத்தில் டீக்கடையோரம் ஒதுக்குவது என்றாலே அறிவுரை என்பதனால் மயிலேறும் பெருமாள் நள்ளிரவில் கதவு தட்டப்பட்ட ஸ்டாலின் ரஷ்ய எழுத்தாளர் போல குலைநடுங்கலானார். ஆனால் தமிழரசனார் அவரது பேராசிரியர் வருணனாரைப்போல தத்துவ மேற்கோள் ஏதும் காட்டமாட்டார் என்பதை எண்ணி சற்றே ஆறுதலுற்றார்.

தமிழரசனார் மெல்ல டீயைக் குடித்தபின் நாலைந்து பொது விஷயங்களுக்குப் பின் பேச்சைத் தொடங்கினார். 'அதிலே பாருங்க தோழர், நீங்க யானையைப்பற்றி சூப்பரா பேசறீங்க. யானையைப் பற்றி நம்ம தரப்புக்கு ஸ்டிராங்கான அபிப்பிராயம் இருக்கு. நல்ல

முற்போக்கான விலங்கு. அதனாலதான் மாயாவதியை பிரைம்மினிஸ்டரா ஆக்கலாம்னு சொல்றோம்...' என்று ஆரம்பித்தார்.

'ஆமா' என்றார் மயிலேறும்பெருமாள், ஊகங்களை நிகழ்த்தியபடி.

'யானையை நாம சும்மா விடக்கூடாது தோழர். உங்களுக்கு தெரியுமோ இல்லியோ மாஸ்கோவிலேகூட அந்தக் காலத்திலே ஒரு யானை இருந்தது...' என்று மேலும் புதரைச் சுற்றி அடித்த பின்னர் '... எதுக்குச் சொல்றேன்னா நீங்க ஏன் யானையப்பத்தி ஒரு நாவல் எழுதப்பிடாது? இப்ப இங்க உள்ள மதவாதிகள் யானையை அவங்களோட மிருகம்னு ஒரு வரலாற்றுப்புரட்டை செய்ய ஆரம்பிச்சிருக்காங்க... வரலாற்றை அப்டி வேற ஆளுங்க புரட்டுறதை நாம அனுமதிக்கலாமா?'

மயிலேறும் பெருமாளும் 'ஆமா, பின்ன வேற என்னத்துக்கு நாம கெடந்து பாக்கோம்' என்று ஆணித்தரமாகவே சொன்னார்.

'அதனால நீங்க என்ன பண்றீங்க, ஒரு நல்ல நாவலை எழுதிடறீங்க... இப்ப நீங்க சொன்ன விசயங்கள்லாமே சூப்பரா இருக்கு. ஒரு நாவலுக்கு இவ்வளவுபோரும். இப்ப சொன்ன எல்லாத்தையும் ஒண்ணொண்ணா சேத்து ஒருநாவலை எழுதிடுங்க.'

மயிலேறும் பெருமாள் சற்று பிரமித்துவிட்டு '...இதிலே கதை ஒண்ணும் இல்லியே...' என்றார்.

'என்ன தோழர், எவ்வளவு காலமா நீங்க நம்மகூட இருக்கீங்க? இது தெரியாம என்ன? எந்த விசயத்திலயும் ஒரு மொதலாளியை கொண்டாந்துட்டோம்னாக்க உருக்கமான கதையா ஆயிடுமே...'

'இல்ல, நவீன எலக்கியவாதிங்க என்னமாம் சொல்லுவானுக... அவனுகளுக்கு தொழிலாளின்னா அவ்ளவா பிடிக்கிறதில்லை.'

'அப்ப அவனை கொஞ்சம் அந்தப் பக்கமா நகத்துங்க... விளிம்பு நிலைக்கு போயிருவான்... போரும். ரொம்ப நகத்திரப்பிடாது, அப்டியே மறுபக்கம் விழுந்திட்டான்னாக்க அது வம்பு...'

மயிலேறும்பெருமாள் இன்னும் விலகா ஐயத்துடன் 'கோட்பாட்டை வச்சு கொடைவானுக பாவிக...' என்றார்.

'அதுக்கும் நாம வழி கண்டுபிடிச்சாச்சே... அஞ்சு பாராவுக்கு ஒரு பாராவை எழுவாய் பயனிலையை திரும்பிப்போட்டு கொழப்பமா எழுதிட்டா அவனுக அங்கேயே மோந்துட்டு கெடப்பானுக... நாம கோடாங்கிய அவனுக மேலே ஏவி விட்டிருக்கோம்ல? வக்காளிக

துண்டக்காணம் துணியக்காணம்னுல்லா ஓடுதானுக? சும்மா எழுதுங்க தோழர். என்னமோ சுவரெழுத்து, துண்டுபிரசுரம் எழுதறது மாதிரி மலைச்சு போயிட்டீங்க... நாவல்தானே?' என்று மெல்ல மயிலேறும் பெருமாளை வழிக்குக் கொண்டுவந்தார். மயிலேறும் பெருமாள் சிந்தனைக்கனத்துடன் மேலுமொரு வடை எடுத்துக்கொண்டார்.

தமிழரசனார் மெல்ல '...அதனால இனி நாவல் எழுதுற வரைக்கும் விசயங்களை வெளியே விடாதீங்க' என்று எச்சரித்துவிட்டுச் சென்று தன் இளவலும், உறுதியான சீன ஆதரவாளருமான சூ.வெங்கிடம் 'அப்பாடா, இனி ஒரு வருசம் நிம்மதி... ஆள் வாயில கார்க்கை வைச்சாச்சு' என்றார்.

'அதுக்கப்புறம்?' என்றார் சூ.வெங் கவலையுடன்.

'அப்ப நாம ராகுல்காந்தியோட கரங்களை வலுப்படுத்துறதிலே மும்முரமா இருப்போமே... அப்ப பாத்துக்கலாம்...'

ஆனால், அவர்கள் மயிலேறும்பெருமாளைக் குறைத்து மதிப்பிட்டிருந்தார்கள். அடுத்தவாரமே எண்ணூறு பக்க கைப்பிரதியுடன் மயிலேறும் பெருமாள் அவர்களைத்தேடிச்சென்று 'அம்பாரியானை' என்ற தன் நாவலைக் கொடுத்துவிட்டார். அதை அப்படியே அமுக்கிவிடுவதற்கு ஒரே வழி அதை அச்சிடுவதுதான் என்ற அனுபவ விவேகம் அவர்களுக்கு இருந்தமையால் நாவல் உடனே ஆஸ்தான பிரசுரத்தில் அச்சாகி நூலக உத்தரவு பெற்று அடுக்குகளுக்குள் ஒளிந்துகொண்டது. தீக்கொடி, செம்மாலை போன்ற கட்சி இதழ்களில் மதிப்புரைகள் வழக்கமான சொற்றொடர்களுடன் வந்தபின் அத்தரப்பினர் அனைவருக்கும் அதைப் படிக்கவேண்டிய தேவை இல்லை, உறுதியாக ஆதரித்தால் மட்டும் போதுமானது என்ற தெளிவும் உருவாகிவிட்டிருந்தது.

இந்நிலையில் 'புதிய பண்பாடு' என்ற கலாசார இதழில் 'தமிழ்நெஞ்சன்' என்பவரால் எழுதப்பட்ட நெடுங்கட்டுரை ஒன்று மயிலேறும் பெருமாளின் நாவலைப்பற்றி எழுதப்பட்டிருந்தது. பதினேழு பக்கம் நீளமுள்ள அக்கட்டுரையில் அதிகமாக பயன்படுத்தப்பட்டிருந்த மொள்ளமாரித்தனம், வேசித்தனம், மாமா வேலை, மயிரைப்பிடுங்குதல், சிரைத்தல், மலக்கிடங்கு போன்ற கலைச்சொற்களைத் தவிர்த்தால் அது ஒன்றரைப்பக்கக் குறிப்பாகச் சுருங்கியது. அப்படி கல்நீக்கி மணிநோக்கி வாசிக்கும் பழக்கம் இருந்த மயிலேறும் பெருமாள் கட்டுரையைப் படித்து உறைந்து போனார். 'இந்திய உழைக்கும் மக்களையும் அடித்தட்டினரையும் சிறுவணிகர்களையும் சுரண்டிக்கொழுக்கும் அம்பானியை ஆதரித்து

வெளிப்படையாகவே ஒரு நாவலை முற்போக்கு இயக்கத்தினர் என்று சொல்லிக்கொண்டிருக்கும் ஒருவர் எழுதியிருப்பதைக் கண்டாவது அந்த அமைப்பில் உள்ள தோழர்கள் மெய்யான உண்மையை அறியவேண்டும். பாவிகளே, விரியன் பாம்புக் குட்டிகளே, மனந்திரும்புங்கள் புரட்சி மீண்டும் வருகிறது' என்று அக்கட்டுரை சொன்னது.

மயிலேறும் பெருமாள் கட்டுரையுடன் தமிழரசனாரை நோக்கி ஓடினார். அவர் அப்போது வீட்டுத்திண்ணையில் சட்டை இல்லாமல் படுத்துக்கொண்டு 'நெடுநல்வாடையில் நெடிய சிந்தனைகள்' என்ற நூலை வாசித்துக்கொண்டிருந்தார் 'வாங்க தோழர், மார்க்ஸியச் செம்மொழி இயங்கியல்நோக்கிலே பாத்தோம்னாக்க நெடுநல்வாடைகூட ஒரு முற்போக்கு நூல்தான்... ஏன்னா பரத்தை சொல்றா என் கொங்கையிலே...' என்று அவர் ஆரம்பிக்கவும் 'அவ கெடக்கா தோழர், இதைப்படிங்க... இந்த அக்குருமத்துக்கு அளவே இல்லியா?' என்றார் மயிலேறும் பெருமாள். தெய்வீகப் புன்னகையுடன் அதைப் படித்த தமிழரசனார் 'என்ன தோழர் இதுக்கா பயப்படுறீங்க? அவுங்க ஒரு சாஃப்ட்வேர் வச்சிருக்காங்க. கட்டுரையை எழுதினதுமே அதை ஆன் பண்ணுவாங்க... மூணு வார்த்தைக்கு பதிமூணு வார்த்தைங்கிற மேனியிலே அதுவே கெட்டவார்த்தைகளை போட்டு ரொப்பிடும்...' என்றார் தமிழரசன்.

'... அது என் கண்ணுலேயே படலே தோழர். இந்தமாதிரி என்னைய அம்பானி ஆளுன்னு சொல்லிட்டாங்களே வீணாப்போனவிங்க... நான் மொபைல்கூட ஏர்டெல்லுதான் தோழர் வச்சிருக்கேன்...'

தமிழரசனாருக்கும் அது புரியவில்லை. அவர் கட்டுரையை மீண்டும் படித்தார். '...ஏட்டி ஒரு டீ குடு' என்று உள்ளே நோக்கிச் சொல்லி விட்டு மீண்டும் படித்தார். ஒரு பிடியும் கிடைக்கவில்லை. 'அநியாயமா சொல்றதானாக்கூட நாம ஒரு நியாயத்துக்கு கட்டுப்பட்டுதானே தோழர் சொல்றோம்... இதெல்லாம் ரொம்ப ஓவர்...' என்று மயிலேறும் பெருமாள் புலம்பினார். டீகொண்டு வந்த மனைவியிடம் தமிழரசனார் '...பாத்து, மொள்ளமாரி கொண்டுவாரது...' என்று சொல்லிவிட்டு சிந்தனையுடன் மயிலேறும்பெருமாளைப் பார்த்தபோது தான் ஏதோ தப்பாகச் சொல்லிவிட்டோமா என்ற எண்ணம் வந்த அதே கணத்தில் அவருக்கு பிடிகிடைத்தது. 'ஆ!' என்றார்.

'தலைப்பை பாருங்க தோழர்... அந்தாள் நாவல் தலைப்பை மட்டும்தான் படிச்சிருக்கான். அதையும் தப்பா படிச்சிட்டான்!' என்றார்.

நாவலைப்பற்றி சொல்லுமிடமெல்லாம் கட்டுரையில் 'அம்பானி யானை' என்றுதான் இருந்தது.

தமிழரசனாரின் மனைவி '...இந்தக் கண்றாவியையெல்லாம் படிக்காதீங்கன்னு சொன்னா கேக்குதியளா? பரத்தை செவத்தைன்னு இப்ப வாயில வாறதெல்லாம் நாலுபேருகேட்டா நாத்தமால்ல நாறுது...' என்று நூலை எடுத்துக்கொண்டு சென்றாள்.

தமிழரசனார் சிரித்து 'ஒண்ணுமில்லை தோழர், கலித்தொகையை அவகிட்ட படிச்சு காட்டினேன்... பரத்தை தலைவனோட புதுப்புனல் ஆடுறப்ப அவனுக்கு முற்போக்கா ஒண்ணு பண்றா...' என்றார்.

'இப்ப என்ன செய்றது தோழர்? டாட்டான்னு சொன்னாக்கூட பரவால்லை, அவரு நம்மாளு. அம்பானீன்னுல்லா சொல்லிட்டான்?' என்று மயிலேறும் பெருமாள் இடைமறித்து பிலாக்காணம் வைத்தார்.

தமிழரசனார் மோவாயைத் தடவினார். 'ஒரு கண்டனக்கூட்டம் போட்டா என்ன தோழர்?' என்றார் மயிலேறும் பெருமாள்.

'சேச்சே அது வேலைக்காவாது. நம்மாளுகளே சேம்சைட் கோல் போட்டுருவானுக. பெரிய நாவல்னாலே பூர்ஷ்வாத்தனம்னு அன்னிக்கு செல்வரசன் சொன்னார்...' என்றபின் 'ஒண்ணு பண்ணுவோம் தோழர், ஒரு விசயத்தை மறுக்கணுமானா அந்த விசயத்தை யாருக்குமே புரியாம ஆக்குறதுதான் நல்ல வழின்னு மார்க்ஸ் சொல்லியிருக்கார்...' என்றார் தமிழரசனார்.

'அதனாலதான் அவரு இப்ப பெரியாரைவிட்டுட்டு காந்தியை புடிச்சுகிட்டாரா? பாவம் காந்தி...'

'...இது பழைய மார்க்ஸ், மூலதனம் எழுதினதைப்பத்தி சொன்னது... நாம ஒரு விமரிசனக்கூட்டம் போடுவோம். எல்லா நவீன எழுத்தாளர்களையும் கூப்பிடுவோம்... அவங்க பேசி முடிச்சபிறகு உங்களுக்கே உங்க நாவலிலே என்ன இருக்குன்னு கண்டுபிடிக்க முடியாது...'

'சின்ன நாவலா எழுதினா படிச்சுடறாங்க. நீலமேகன் மாதிரி தலைகாணியா எழுதினா படிக்காமலே பாராட்டிட்டு போய்ட்டே இருப்பாங்கன்னு தப்புக் கணக்கு போட்டுட்டேன் தோழர்... இப்டி அடிவயித்திலே அடிச்சிட்டானுங்க...' என்று மயிலேறும் பெருமாள் புலம்பியபடியே இருந்தார்.

திட்டமிட்டபடி மதுரையில் நாவலுக்கு விமரிசனக்கூட்டம் ஏற்பாடு செய்யப்பட்டது. பொது அமைப்பான 'மூர்த்தன்யம்' சார்பில் அதன் அமைப்பாளர் 'கார்க்கிபுத்ர ராகுலன்' ஏற்பாடு செய்திருந்த

நிகழ்ச்சியை தங்கள் குடும்ப விசேஷம்போல எடுத்துக்கொண்டு கவிஞர் 'வேதாள'ரும் அவரது மூன்று குடிப்பொடிகளும் இரண்டுநாள் முன்னரே வந்துசேர்ந்தனர். ஊரிலிருந்தே போதையில் கிளம்பி வழியிலெல்லாம் குடித்து பேருந்து நிலையத்தில் மீண்டும் குடித்து ஆட்டோவில் ஏறி குடித்தபடியே வந்து ராகுலன் வீட்டுமுன் இறங்கினர். பிற மூவரும் ஆட்டோவிலேயே குடித்தபடி அமர்ந்திருக்க வேதாளமண்ணாச்சி நதியின் கரையோரம் நாணல் போல நெளிந்தாடி ராகுலன் வீட்டுக் கதவைத்தட்டி அவர் திறந்ததும் 'என்னடா மசிரு கூட்டம் நடத்துறே? நான் நடத்துறேண்டா கூட்டம் டேய்... ' என்றார்.

ராகுலன் 'பைசா இல்ல அண்ணாச்சி... சத்தியமா பைசா இல்லை' என்று சொல்ல '...டேய் வெளையாடாதே... கவிதையைப்பத்தி பேசுவோமா? விடியவிடிய பேசுவோமா?' என்றார் வேதாள மண்ணாச்சி.

அந்த ஆயுதத்தை எதிர்கொள்ளும் திறன் தமிழகத்தில் எவருக்கும் இருப்பதில்லை என அவர் அறிவார். குலைநடுங்கிய ராகுலன் இருநூறு ரூபாயை அவரிடம் கொடுத்து 'கொல்லாதீங்கண்ணாச்சி... பிள்ளகுட்டிக்காரன்...' என்று கண்ணீர் மல்கக் கைகூப்பினார்.

'அமோகமா இரு' என்று அண்ணாச்சி ஆசீர்வாதம் அளிக்க ஆட்டோவின் உள்ளே இருந்த சரஸ்வதிமணாளன் 'அந்த தேவ்டியா பையனிட்ட என்ன பேச்சு, பைசாவ வாங்கினோமா போனமான்னு இருக்க வேண்டாமா?' என்றார்.

ஆட்டோக்குழு கிளம்பி நகரில் வாழ்ந்த பதிமூன்று இலக்கிய வாதிகளிடம் கப்பம் வசூலித்து முடித்து விடிகாலைவரை டாஸ்மாக்கில் சலம்பிவிட்டு இளம்கவிஞர் 'எட்டடிசுடலையன்' தங்கிய அறைக்குள் ஆக்ரமித்துப் படுத்து சிறுநீர் கழித்து அதன் மேலேயே தூங்கியது.

நிகழ்ச்சி தொடங்கியதுமே வேதாளமண்ணாச்சி குளித்து ஈரக்கூந்தல் ஆற்றி நெற்றியில் நீறணிந்து சிவப்பிழம்பாக சீடர் சூழ வந்து அமர்ந்திருந்தார். அவரைத் தொடர்ந்து எல்லாக் கூட்டங்களுக்கும் முன்னதாகவே சென்றுவிடும் அரங்க.ஆடலரசன் கையில் தோல்பையுடன் வந்து ராணுவ முக்கியத்துவம் கொண்ட இடத்தைத் தேர்வுசெய்துகொண்டு அமர்ந்து ஒருமையுள் ஆமைபோல தன் ஐம்புலன்களையும் உள்ளிழுத்துக் கொண்டார்.

நிகழ்ச்சியின் முதல்பேச்சாளரான பேராசிரியர் வருணன் 'அம்பாரி யானை' சமூக யதார்த்தத்தைச் சொல்லக்கூடிய முற்போக்கான படைப்பு என்று சொன்னார். யானையைப் பற்றி இந்துத்துவ அலை

ஒன்று கிளப்பிவிடப்பட்டிருக்கிறது. யானைதான் மிருகங்களில் உழைக்கும் வர்க்கம், அதற்குத்தான் துதிக்கை இருக்கிறது. யானையால் மட்டுமே தன் கையை தலைக்குமேல் தூக்கி கோஷம் போடமுடியும். அப்பேற்பட்ட மிருகத்தை காசிரங்கா காட்டில் கூடிய வகுப்புவாதக்கும்பல் தங்கள் சின்னமாக ஆகியதை தோலுரிக்கும் ஒரு அரிய இலக்கியப் படைப்புதான் அம்பாரியானை என்ற வருணன் அதன் பல பகுதிகளை கண்ணாடிபோட்டுக் கொண்டு குனிந்து வாசித்து முடித்தபோது டீ வந்துவிட்டிருந்தது. டீக்காக அனைவரும் கலைந்தபோது வேதாளமண்ணாச்சியும் பரிவாரமும் கூட்டத்தில் ஊடுருவி பணம்சேர்த்து வெளியே கிளம்பினார்கள். அரங்க. ஆடலரசன் அண்ணாச்சியை மட்டும் சந்தித்து வாழ்த்துகளைச் சொன்னார். அடுத்து பேசிய நவீன எழுத்தாளர் பால்வண்ணன் அம்பாரி என்பது ஏழைகள்மீது ஏற்றி வைக்கப்பட்டிருக்கும் சுமை என்று சொல்லி அந்த எளிமையான யானை அம்பாரியைச் சுமந்து கஷ்டப்படுவதை வாசித்தபோது தான் கண்கலங்கியதாகச் சொல்லி அப்போதும் சற்றே கண்கலங்கினார்.

போதையில்லாதபோது நிகழ்வதை போதையில் புரிந்து கொள்வதும் போதையில் நிகழ்வதை போதையில்லாதபோது புரிந்துகொள்வதும் வேதாளமண்ணாச்சியின் வழக்கம். பிறர் எந்நிலையிலும் எதையும் புரிந்துகொள்வதில்லை. அவர் மீண்டும் அரங்குக்கு வந்தபோது பின்அமைப்பியலாளரான முத்துஅறிவழகன் பேசிக்கொண்டிருந்தார். நிறுத்தி நிதானமாக பல கோட்பாடுகளைப் பேசிக்கொண்டே வந்தவர் ஒரு இடத்தில் மூச்சுவாங்கியபோது வேதாளமண்ணாச்சி எழுந்து ‘இப்ப யானையோட பின் அமைப்பியல்னு சொன்னீங்க. யானையோட பின் அமைப்புக்கு கஜபிருஷ்டம்னு சொல்லுவாங்க. சில கோயில்களின் கருவறைகளிலே அந்த அமைப்பு உண்டு...’ என்றார். ‘இல்லண்ணாச்சி நான் இங்க கட்டுடைச்சுட்டு இருக்கேன்’ என்றார் முத்துஅறிவழகன்.

‘அடப்பாவி... வண்டிக்காளயத்தான் எங்கூர்லே கட்டுடைப் பாங்க...’ முத்து அறிவழகன் சற்றுநேரம் பிரமித்து நின்றபின் ‘நான் கொஞ்சம் பேசுறேனே அண்ணாச்சி’ என்றார். ‘பேசு... ஆனா இனிமே முன் அமைப்பைப் பத்தியும் பேசு... முன் அமைப்புதான் தமிழ் பண்பாடு... மத்தது பஞ்சாபிப் பண்பாடு.’

‘இது அதில்ல அண்ணாச்சி, இது பின்நவீனத்துவம்...’

‘ஏன் முன் நவீனத்துவத்தைப்பத்தி பேசப்பிடாதோ? நாயுடுஹால்காரன் கொண்டுவந்தானே...’

‘ சரி, பேசுறேன் அண்ணாச்சி.’

‘நல்லா இரு’ என்று வேதாளமண்ணாச்சி அமர்ந்துகொண்டார்.

நவீன விமரிசகர் பே. செங்குட்டுவன் ‘யானையின் பண்பாட்டுக் கூறுகளின் தரவமைப்புகளில் கட்டமைக்கப்பட்டிருக்கும் ஆதிக்கப் பண்புக்கூறுகளில் இருந்து எழுகின்ற இருத்தலியல் ஈரடிப்புகளின் சாராம்சத்திலிருந்து நுண்ணோக்கு இயங்கியல் அணுகுமுறைமூலம் கட்டமைக்கப்பட்ட எதிர்ப்புக்கூறுகளின் பன்னிலையும் தன்னிலையும் செறிவுறுத்தும் கலாசார ஊடறுப்புகளின் குறிகளும் அவற்றின் முரண்படும் இயங்கியலும் அறிவார்ந்த தளத்தில் உருவாக்கும் அதிர்வுகளை பல்பகுப்புவாதம் மற்றும் டில்யூஸ் கட்டாரி முன்வைக்கும் ஊடகப் பகுப்புமுறைமையைக்கொண்டு நோக்கும்போது மொழியியலில் தெரிதா முன்வைத்த நழுவல்வாதமும் ஃபூக்கோவின் தழுவல்வாதமும் இணைந்து மிரட்டும் அறிவார்ந்த கட்டமைப்புக்குள் நிகழ்வதென்ன என்பதை நாம் ஆராய்ந்து பார்க்கவேண்டியிருக்கும் இந்த காலகட்டத்தில் கிராம்ஷி கூறுவதென்ன...’ என்ற வகையில் வாசித்துச் சென்றபோது சரஸ்வதிமணாளன் உற்சாகமானார்.

பொதுவாக அவர் பத்தாம்வகுப்பு துணைப்பாடத்துக்கு அப்பால் இலக்கியம் எதையும் வாசித்ததில்லை என்றாலும் அவருக்கு ஊடுருவவேண்டிய சந்து தெரியும். பே.செங்குட்டுவன் பேசிமுடித்ததும் அவர் எழுந்து ‘இப்ப இந்த சபையிலே ஒரு தத்துவார்த்த கருத்து பேசப்பட்டிருக்கு. ஈரடிப்புகளின் சாராம்சத்தில இருந்து கலாச்சார ஊடறுப்பு வாறப்ப நுண்ணோக்கு இயங்கியல் என்ன செய்யுதுன்னாக்க தெரிதா முன்வைத்த நழுவல்வாதம் அதுக்கு பக்கத்தில நின்னுட்டிருக்கு. அதேசமயத்திலே பன்னிலையும் தன்னிலையும் ஆதிக்கப்பண்புக்கூறுகளிலேருந்து என்ன செய்றதுன்னு பாக்காம இதை இங்க பேசுறதில அர்த்தமில்ல... இதையெல்லாம் யோசிச்சோம்னாக்க பல்பகுப்பு வாதம் மற்றும் டில்யூஸ் கட்டாரி இதெல்லாம் வேறமாதிரி ஆயிரும்...’ என்றார்.

அதிதீவிர முகபாவனையுடன் சிந்தனையின் திணறலுடன் அவர் பேசி முடித்தபோது அவை தீவிரம் கொண்டது. தான் பேசிய சொற்களே வேறுவகையில் ஒலிக்கின்றன என்பதை பே.செங்குட்டுவன் உணர்ந்தாலும் அந்த சபையில் தனக்கு மட்டும் தீவிரமான எதிர்வினை ஒன்று உருவானதை நிராகரிக்க விரும்பாமல் ‘நீங்க சொல்றதுமாதிரிகூட எடுத்துக்கிடலாம்னாலும் மேல்கட்டு மானம் அடித்தளத்தை எப்டி பாதிக்கிறதுன்னு எடுத்துக்கிட்டு

இயங்கியல் ரீதியா ஹெகிமனியோட பல்பரிணாமத்தை சூட்சுமமா நாம பாக்கிறப்ப அதுக்கு வேற தளங்களிலே பெரிய பொருளிருக்குன்னு தோணறது' என்றார்.

'வெள்ளக்காரிக்க பல்லைப்பத்தி பேசுதானுக' என்று மயிலேறும் பெருமாள் புரிந்துகொண்டார்.

'அப்டிப்பாத்தாக்கூட ஹெகிமனி எங்கயும் இருக்கும்னாலும் சூட்சுமம் அதுக்கு வேற பரிணாமங்களை குடுக்கிறத நாம கவனிச்சாத்தான் இங்க நாம மேல்கட்டுமானத்தைப்பத்தி பேச முடியும்...' என்றார் சரஸ்வதிமணாளன்.

அந்த உரையாடல் ஓர் உடைந்த கண்ணாடியில் தன்னைப்பார்த்துக் கொள்வதுபோல என்று பே.செங்குட்டுவன் உணர்ந்துகொண்டார், அவரது பிம்பத்தையே அது வேறாக மாற்றி அவருக்கே காட்டும். என்ன சொன்னாலும் சுடச்சுட பதில்பிம்பம் வந்துவிடும். போதுமான அளவுக்குப் பேசிவிட்டோமென்று புரிந்ததும் சரஸ்வதி மணாளன் 'ரீசார்ஜ்' செய்வதற்காகக் கிளம்பினார். அண்ணாச்சியும் மெல்ல தொய்ந்து நாற்காலியில் அமர்ந்தபடியே 'முன் நவீனத்துவம் பேசுடா' என்று குரல் எழுப்புவதுடன் நின்றுவிட்டார்.

கவிதைகளும் நாவல்களும் எழுதுபவரான தவம் சோமசேகர் பேசவந்தபோது வெளியே நின்றவர்களெல்லாம் உள்ளே வந்தார் கள். அண்ணாச்சி 'தமிழனுக்கு இருக்கிறது முன் அமைப்பியலுடா' என்றார். தவம் சோமசேகர் தன்னம்பிக்கையுடன் மைக்கை முகர்ந்துவிட்டு குறுந்தாடியைச் சரித்து அவையைப் பார்த்தபின் திடுதிப்பென்று 'இந்த நாவலிலே ஒரு யானை காட்டிலே ஒரு மரத்துல அதோட பின்பக்கத்தைத் தேய்க்குது. அந்த மரம்பேரு இலந்தைன்னு நாவலாசிரியர் சொல்றார். காட்டுல நிக்குற அத்தனை மரங்களிலே ஒருமரத்திலே மட்டும் யானை ஏன் அப்டி பின்பக்கத்தைத் தேய்க்குது? அப்டி ஒரு யானை பின்பக்கத்தைத் தேய்ச்சு ஒரு மரத்தை வழவழப்பா ஆக்கின பின்னாடி அந்த யானை செத்துபோய்டுத்துன்னா அப்றம் அந்த மரத்தில் இருக்கிற வழவழப்புக்கு என்ன அர்த்தம்? அந்த வழவழப்பை நாம ஒரு வகையான யானைன்னு சொல்லிடமுடியுமா? இதைத்தான் நாம யோசிச்சுப்பாக்கணும்... அப்டி அதை யானைன்னு சொன்னாக்க காட்டுல இருக்கிற எல்லா மரத்திலயும் யானைகள் இருக்குன்னு சொல்லலாமில்லியா? அப்டியானா பாறைகளிலே இருக்கிற வழவழப்பெல்லாம் அதைவிட பிரம்மாண்டமான யானைகளா? மேகங்களை யானைன்னு நாம சொல்றோமே அதுதானா?' என்று ஆரம்பித்து விரிவாகப்பேசினார்.

கூட்டத்தில் பதம்கெட்ட அல்வா சாப்பிட்டதுபோல அழுத்தமான அமைதி நிலவியது. அண்ணாச்சி ‘முன் அமைப்பியலைப்பத்தி பேசுங்கய்யா’ என்றார்.

மயிலேறும்பெருமாள் ‘ஆனைக்குண்டிக்கே இந்த அளவு உணர்ச்சி வசப்படுறானே...’ என்று எண்ணிக்கொண்டார்.

கேள்வி நேரத்தில் ஒரு இளைஞன் எழுந்து ‘தரிசனி கதையிலே லா. ச. ரா ஒரு பொண்ணோட பின்பக்கமா போயிட்டே இருக்காரே... அந்த தரிசனம் இதிலே இருக்குன்னு சொல்லலாமா?’ என்றார்.

‘அம்பாளை பின்னாலேருந்து தரிசனம் பண்ணியிருக்கார்’ என்று தவம் சோமசேகர் பதில் சொன்னார்.

‘முன் அமைப்பியலைப்பத்தி பேசுங்கய்யா’ என்றார் அண்ணாச்சி கனவுக்குள்ளிருந்து.

வீல்வேந்தன் எழுந்து ‘அருமையான கருத்து. ஆழமாச் சொல்லி யிருக்கார். இதுக்கு முன்னாடி இந்துத்துவாக் கொள்கையை இப்டி யாரும் தெளிவா முன்வைச்சதில்லை’ என்று சிலாகித்துவிட்டு, ‘இப்ப அய்யா என்ன சொல்றார்னா யானையை வினாயகப் பெருமானா கும்பிடுறது சரிங்கிறார். அதாவது பிள்ளையார் விசர்ஜன ஊர்வலங்களை நியாயப்படுத்துறார். பிள்ளையார் ஊர்வலங்களாலே நம்ம நாட்டிலே இந்துத்துவா வளருது. பிள்ளையார் தமிழன் தெய்வம் கெடையாது. வடக்கேருந்து வந்தவர். ஏன்னா வடக்கே உள்ளவங்கதான் தேவையில்லாத விஷயங்களிலே மூக்கை நீட்டுவானுக... அதுமட்டுமில்லாம திராவிடர்களுக்கு காது அப்டி நீளமா இருக்கிறதில்லை...’ என்றார்.

திராவிட என்ற சொல்பட்டதும் அரங்க. ஆடலரசனின் அனைத்துப் புலன்களும் சிலிர்த்து விழித்துக் கொண்டன. அவர் எழுந்ததும்தான் அந்த இடத்தின் முக்கியத்துவம் அவைக்குப் புரிந்தது. மொத்தக் கூட்டமும் அவரை நோக்கித் திரும்ப வேண்டியிருந்தது. மணிக்குரலில் ‘ஐயா அவர்கள் மிகவும் அருமையாகச் சொன்னீர்கள். பார்ப்பன சூழ்ச்சியாலே இன்றைய தினம் திராவிடத்தமிழினத்தின் பண்பாடு அழிக்கப்பட்டுக்கொண்டிருக்கிறது. தமிழர்கள் திரைப்படங்களிலே முனைமழுங்கி செத்த பிணமாக திரிகிறார்கள். ஆரிய மாயையினாலே அரைகுறையாக சிலவற்றை எழுதிவிட்டு அவற்றை புத்திலக்கியமென்று சொல்லி திரிகிறார்கள் புல்லர்கள் சிலர். தமிழுக்கு மரபுண்டு. மரபுக்கு தமிழுண்டு. மரபே தமிழ். தமிழே மரபு. மரபில் எழுதிய என் இனமானக் கவிதையை இங்கே

வாசிக்கிறேன்...' என்று வாசித்து முடித்தபின் உறவுச்சம் தணிந்து மெல்ல வியர்த்து பெருமூச்சுவிட்டு அமர்ந்தார்.

'முன் அமைப்பியலைப்பத்தி பேசுங்கய்யா' என்றார் அண்ணாச்சி ஆழத்தில் எங்கோ. அடுத்த நான்காவது நிமிடத்தில் அரங்க. ஆடலரசன் தன் பையுடன் பவ்யமாகக் கிளம்பிச் சென்றார்.

பின்னமைப்புவாதியான பேரா.முழுநிலவன் எழுந்து மேடைக்கு வந்து சற்றுநேரம் அமைதியாக நின்றார். பின்னர் மெல்ல 'மூன்றா முலகச் சூழலிலேயே பின்நவீனத்துவத்தைப் பத்தி பேசறதிலே எந்த அர்த்தமும் இல்லை. அதனாலே அர்த்தமில்லாம பேசறதுதான் பின்நவீனத்துவம்னு சொல்லலாம் (கைதட்டல்). அர்த்தங்களை கட்டவிழ்க்கிறப்ப அனர்த்தங்கள் சம்பவிக்குது. அதுதான் இலக்கியம். ஆனா இந்த நூற்றாண்டோட கலைன்னா அது இலக்கிய விமரிசனம் மட்டும்தான். இலக்கியம் இருந்தாத்தான் விமரிசனம் இருக்கமுடியும்ங்கிறது பழைய கருத்து. இலக்கிய விமரிசனத்தையே இலக்கிய விமரிசனம் பண்ண முடியும். அர்த்தம் சொற்கள் மேலே முடிவில்லாம வழுக்கிச் செல்கிறதுன்னு தெரிதா சொல்றார். வழுக்க ஆரம்பிச்சா முழுசா வழுக்கி விழுற வரைக்கும் ஒண்ணும் செய்யமுடியாது. அந்த முதல் வழுக்கல் எப்ப நடந்ததுன்னா எப்ப ஆதாமுக்கு ஏவாள் அவளோட ஆப்பிளை கொடுத்தாளோ அப்பதான். பைபிளிலே பாபேல் கோபுரத்திலே பேசிய மொழியை கடவுள் சிதறடிச்சார்னு சொல்லியிருக்கிறதை நாம குறியியல் சார்ந்து பார்க்கணும். ஃப்ராய்டு அதை ஆதிபாவம்னு சொல்றார். வேணுமானா அதைநாம குளோட் லெவிஸ்டிராஸ் சொல்றதுமாதிரி சேவேஜ் மைண்டுன்னும் சொல்லலாம். எதுக்குச் சொல்றேன்னா இலக்கிய விமரிசனம் இலக்கியத்துக்குமேலே முடிவில்லாம வழுக்கிப் போயிட்டே இருக்கு...' என்று பேசிக்கொண்டே சென்றார். நடுவே அண்ணாச்சி 'முன் அமைப்பியலைப்பத்தி பேசுங்கய்யா' என்றார்.

அரங்கில் அப்போது சரஸ்வதிமணாளன் இல்லாமலிருந்ததனால் பேராசிரியர் தப்பினார். '...அதனாலே மேடைப்பேச்சுங்கிறது பேசுறதை முடிவில்லாம ஒத்திப்போடுறதுதான்' என்று அவர் முத்தாய்ப்பாக முடித்து தான்கொண்டுவந்த மிகத் தடித்த புத்தகத்துடன் போய் அமர்ந்தபோது யாரும் எதற்கும் துணியவில்லை.

மார்க்ஸிய விமரிசகராக பிறரால் சொல்லப்பட்ட மருதுபாண்டியன் குத்துமதிப்பாக 'மார்க்ஸியத்திலே அந்தக் கோட்பாடு இருக்கு.

உண்மையான புரட்சிங்கிறது புரட்சியை முடிவில்லாம ஒத்திப் போடுறதுதான்னு மார்க்ஸ் எங்கல்ஸிட்ட ஒரு வாட்டி சொல்லி யிருக்கிறார்' என்றார்.

'ஹை!' இலக்கியச் சிற்றிதழின் ஆசிரியரான உன்னதன் 'அது அன்னியமாதல். உற்பத்தி சக்திகளிலேருந்து உழைப்பாளி அன்னியப் படுறப்ப அந்தமாதிரி நிகழுது... இப்ப சிங்குர் கிராமத்தையே எடுத்துக்கிட்டோம்னாக்க நேனோ கார் உற்பத்திபண்ற சக்திகளிட்டே அங்கயுள்ள உழைப்பாளி அன்னியப்படுறப்ப புரலட்டேரியன்கள் உள்ர பூந்து...' என்று சொல்லவும் எழுத்தாளர் சமரசன் 'மார்க்ஸியத்திலேருந்து உழைப்பாளி அன்னியப் படுறதைப்பத்தி மார்க்ஸியத்திலே சொல்லியிருக்கா' என்றார்.

'உற்பத்தி சக்திகள்ட்டேருந்துதானே அன்னியப்பட முடியும்? உற்பத்தி இல்லென்னா அன்னியப்படறதில்லியே... இப்ப ஒரு ஃபேக்டரிய எடுத்துகிட்டோம்னாக்க அங்க உற்பத்தி இல்லேன்னா ஒரு பிரச்னையும் கெடையாதே...' என்றார்.

சர்ச்ஆர்கனை பியானோ என்று நினைத்து நூறு கவிதைகள் எழுதி தொகுப்பாகக்கொண்டுவந்து புகழ்பெற்றவரான 'அய்யாஸ்' எழுந்து கடும் கோபத்துடன் '...அதெப்டி சொல்லலாம்? இதை நான் கடுமையா எதிர்க்கிறேன். இது ஒரு வன்மையா எதுக்க வேண்டிய கருத்து... அன்னியமாதலுக்கு உற்பத்தி சக்திகள் எதிரா இருக்குன்னு எப்டி சொல்லலாம்?' என்று வெடித்தார்.

தூங்க ஆரம்பித்திருந்த பலர் திடுக்கிட்டுக் கண்விழிக்க ஹால் வாட்ச்மேன் உள்ளே சந்தேகமாக எட்டிப்பார்த்தார்.

முழுநிலவன் மெல்ல அசைந்து 'அன்னியமாதலைப்பத்தி பேசுறப்ப கிராம்ஷி என்ன சொல்றார்னாக்க...' என்று ஆரம்பிக்கவும் கண்ணபிரான் எழுந்து ஆவேசத்துடன் 'கிராம்ஷியப்பத்தி ஒரு வார்த்தை இங்க பேசப்பிடாது... கொலை நடக்கும்... கிராம்ஷியப் பத்தி பேச எவனுக்குமே உரிமை கெடையாது...' என்றார்.

அவர் ஒருபடி மேலே சென்றுவிட்டதை உணர்ந்த கவிஞர் 'அய்யாஸ்' சட்டென்று சமாதானக்குரலில் 'விடுங்க கண்ணன்... அத அப்றம் பாத்துக்குவோம். நான் என்ன சொல்றேன்னா அன்னிய மாதலைப்பத்தி பேசுறப்ப நாம ஏன் காலம் வெளிக்குள்ள சுருண்டு கெடக்குறதப்பத்தி பேசப்பிடாது? அதைப்பத்தி நம்ம நாவலாசிரியர் என்ன சொல்றார்?'

'காலம் வெளிக்குள்ள எப்டிய்யா போச்சு? அதைப்பத்தி நாம பேச வேண்டாமா? அதிலே நெறைய பேசுறதுக்கு இருக்கு, இன்னிக்கு

முழுக்க பேசலாம்' என்று அய்யாஸின் குருநாதர் சிற்பதேவன் வெற்றிலையைத் துப்பிவிட்டுச் சொன்னார்.

'இருங்க... நாவலாசிரியர் சொல்லட்டும்... நீங்க என்ன நெனைக்கிறீங்க? சும்மா சொல்லுங்க' மயிலேறும்பெருமாள் குழம்பி 'எங்கூர்ல அப்டி கெடையாது...' என்று முனக, அண்ணாச்சி எங்கோ 'முன் அமைப்பியலைப்பத்தி பேசுங்கய்யா' என்று குரலெழுப்பினார்.

'நாம இப்ப எதைப்பத்தி பேசிட்டிருக்கிறோம்...' என்று தவம் சோமசேகர் கேட்க அவரை நோக்கி கைநீட்டி கூவிய வீல்வேந்தன் 'பார்ப்பனிய மாயை இலக்கியத்தை சீரழிச்சிட்டிருக்கு. பிள்ளையார் ஊர்வலத்தைப்பத்தி பேசுறவங்க மாரியம்மன் கூழ் ஊத்துறதைப்பத்தி ஏன் பேசுறதில்லை?' என்றார்.

ஊடே 'காலம்னாக்க அது வெளிக்குள்ள இருக்கா இல்ல வெளிய இருக்காங்கிற கேள்விய நாம ஏன் பேசுறதேயில்ல?' என்று சிற்பதேவன் வினவ அய்யாஸ் 'காலம் வெளிக்கு போறப்ப நிகழக்கூடிய மொழியதிர்வுகள்தான் கவிதை!' என்று ஓங்கிச்சொல்ல 'கவிதையைப்பத்தி பேசுறப்ப ஆப்ரிக்க கவிஞர் அபே நகூம்பெ ஒண்ணு சொல்றான்' என்று யாரோ எங்கோ சொல்ல 'நாம இப்ப எதைப்பத்தி பேசிட்டிருக்கிறோம்...' என்று தவம் சோமசேகர் மீண்டும் மன்றாட அண்ணாச்சி நடுவே 'முன்நவீனத்துவத்தைப்பத்தி பேசுங்கய்யா' என்று குரலெழுப்பினார்.

போதிய அளவுக்கு கூட்டம் நிகழ்ந்துவிட்டது என்று உணர்ந்ததும் தமிழரசன் தலையாட்ட 'கார்க்கிபுத்ர ராகுலன்' எழுந்து மைக்கைப் பிடித்து உரக்க 'இத்துடன் இந்த இலக்கிய ஆய்வுக்கூட்டம் நிறைவுக்கு வந்தது' என்றார். அதை யாரும் கேட்கவில்லை. அவர் ஏழெட்டுமுறை உச்சகட்டத்தில் சொன்னபோது மெல்ல கூட்டம் அடங்கியது. 'நாம இதை அப்றமா ரூம்போட்டு விடிய விடிய பேசுவோம்' என்றபின் சிற்பதேவன் வெற்றிலைப் பொட்டலத்தை அவிழ்த்தார். மனநிறைவுடன் மயிலேறும்பெருமாள் அனைவரையும் கும்பிட்டு வழியனுப்பி வைத்தார். சிறுகுழுக்களாக விவாதித்தபடி அனைவரும் கிளம்பும்போது காலி நாற்காலிகளில் ஒன்றில் வேதாளமண்ணாச்சி மட்டும் கைமறதியாக விடப்பட்டு 'முன்நவீனத்துவத்தைப்பத்தி பேசுங்கய்யா' என்று முனகிக் கொண்டிருந்தார்.

- அக்டோபர் 10, 2008

63

நீங்களும் மேடைப்பேச்சாளராகலாம்

மேடைப்பேச்சுக்கு முதலில் தேவையானது மேடை என்ற புரிதலே நல்ல மேடைப்பேச்சாளனுக்கு இன்றியமையாதது. ஆகவே எப்போதும் எந்த மேடைக்கும் ஏறிச்செல்வதற்கான யத்தனிப்புடன் இருப்பவராகவே மேடைப்பேச்சாளர் இருக்கவேண்டும். மேடைக்கு முன்னால் மனிதர்கள் இருக்கவேண்டியதில்லை. ஆகவே குட்டி அரசியல்கட்சிகளின் தெருமுனைக்கூட்டங்கள் தொழிற்சங்க உள்ளறைக் கூட்டங்கள் கரகாட்டம் தொடங்குவதற்கு முன்புள்ள ஒலிப்பெருக்கி ரீ...ங்கிடும் மதச்சொற்பொழிவுகள் எதையும் ஒரு பேச்சாளன் தவிர்த்துவிடக்கூடாது. எந்தக் கலையும் அக்கலைஞனுடைய ஆத்மநிறைவுக்காகவே நிகழ்த்தப்படுகிறது. மேடைப்பேச்சு ஒரு கலை. கலை கலைக்காகவே.

மேடைப்பேச்சை பயிலத்தொடங்குவதற்கான சில ஆரம்ப கட்டங்கள் உண்டு. பிறமேடைப்பேச்சுகளுக்கு கேள்வியாளர் களாகச் செல்வதும் அம்மேடைப்பேச்சு முடிந்ததும் எழுந்து உடல் படபடக்க குரல் தழுதழுக்க முகம் வியர்க்க ‘இப்ப நான் கேக்கிறது, அதாவது நீங்க பேசினதுலே நான் என்ன கேக்கறேன்னாக்க, ஆக்சுவலி இந்தமாதிரி ஒரு விசயத்திலே நான் கேக்கவாறது... பட்...’ என்ற வகையில் வினாக்களைத் தொடுப்பது.

பழகுநருக்காக கீழ்க்கண்ட குறிப்புகள். நவீன இலக்கியவாதி என்றால் ‘கலை கலைக்காகவா இல்ல மக்களுக்காகவா?’

முற்போக்கு மேடையில் 'இந்த விஷயத்திலே தொழிலாளியோட நெலைப்பாடு என்னவா இருக்கணும் தோழர்?' தமிழியக்கக் கூட்டத்தில் 'இனமானப்பகைவர்களை வேரறுக்கிறதுக்கு மொழியை கருவியா பயன்படுத்தறதைப்பத்தி என்ன நெனைக்கிறீங்க?' - இம்மாதிரி கேட்கலாம். இவை கடந்த பத்தாண்டுகளாக தொடர்ச்சியாக கேட்கப்பட்டு வருபவையாதலால் அவர்களுக்கு பதில் சொல்வதிலும் பெரிய சிக்கல் இராது. இதைவிட எளியவழி அவர்கள் பேசியவற்றில் ஒரு சொற்றொடரையே கேள்வியாக மாற்றி அவர்களிடமே கேட்பது. அதற்குப் பின்னால் அவர்கள் சொல்லிய வரிகளை பதிலாகச் சொல்வார்கள். இருசாராருக்கும் திருப்தி.

நம் குரலை நாமே கேட்க ஆரம்பிக்கும்போது ஏற்படும் பரவசமே மேடைப்பேச்சாளனை உருவாக்கும் அடிப்படை. அதன்பின்பு அடுத்த கட்டத்துக்குச் சென்று ஒரு கேள்வியை இருபது நிமிடங்களுக்கு தயாரித்துக்கொள்ளலாம். அதை எந்த மேடையிலும் எந்த பேச்சாளரும் பேசி முடித்தபின்னர் எழுந்து கேட்கலாம். 'லூயிபுனுவலும் நிஜின்ஸ்கியும்' என்ற கூட்டத்துக்குச் சென்று கலையழகனின் கவித்திறனைப்பற்றி கேள்வி கேட்பது தமிழ்நாட்டில் அனுமதிக்கப்பட்டிருக்கிறது. கேள்வி பத்து நிமிடங்களுக்குமேலே செல்லும்போது 'விஷயத்துக்கு வாங்க' என்ற மன்றாடல் நிமிடத்துக்கொருமுறை ஒலிப்பதை அஞ்சாது புறக்கணித்தல் வேண்டும்.

இந்தக்கட்டத்தில்தான் குஞ்சு கோழியாவது போல பேச்சாளர் 'கூவித் தெளிகிறார்'. அதற்கான பயிற்சிகளில் முதன்மையானது நேரம்காட்டும் குரலைப் புறக்கணிப்பது. நாமே மின்னணுக்கருவி ஒன்றில் மெல்லிய குரலில் 'நேரமாச்சு, முடிச்சிடுங்க' என்று ஐந்து நிமிடங்களுக்கொருமுறை ஒலிப்பதுபோல அமைத்துவைத்துவிட்டு அதனால் சற்றும் பாதிக்கப்படாமலிருக்கும்படியாக நம் பேச்சுமுறையை பயிற்சி செய்துகொள்வது நல்லது.

'சொல்வலான் சோர்விலன் அவனை இருக்க வைத்தல் யார்க்கும் அரிது' என்ற மூதாதைக்கூற்று இருப்பதனால் நாம் ஒருபோதும் பேச்சில் சோர்வுறலாகாது. சோர்வு நம் முன் விதிவலியால் வந்து அமர்ந்திருக்கும் கேள்வியாளர்களுக்கு மட்டுமேயுரியதென்க. 'எதுவரை போகுமோ அதுவரை போகலாம்' என்ற கவியரசின் வரியே நமக்கு வழிகாட்டியாம். ஆயினும் பேச்சுக்கு முன்னர் நம் கைக்கடிகாரத்தைக் கழற்றி நிலைமேஜைக்குமேல் வைத்துக் கொள்ளவேண்டும் என்பதை மூத்த பேச்சாளர்கள் செய்வதிலிருந்து கற்றுக்கொள்ளலாம். அவர்கள் நிறுத்தக்கடிகாரத்தை பயன்படுத்து

கிறார்கள். பேசி முடித்தபின் வந்தமர்ந்து அவர்கள் அதை ஓடவிடுவதைக் காணலாம்.

நல்ல பேச்சாளன் தன் பேச்சை மூன்றாகப் பகுத்துக்கொள்ள வேண்டும். முதல்பகுதியில் தான் பேசப்போவதென்ன என்று சொல்ல வேண்டும். அடுத்த பகுதியில் தன் பேச்சை நிகழ்த்த வேண்டும். கடைசிப்பகுதியில் பேசியதென்ன என்று சொல்ல முற்படவேண்டும். பேச்சை ஒன்றோடு இரண்டு என்ற மரபுமுறைப் படி கரித்தாள் வைத்து பிரதியெடுத்து மூன்றையும் சேர்த்துவைத்து மனப்பாடம்செய்து பேசிப்பழகுதல் நல்லது.

மேடைப்பேச்சாளனுக்குச் சில விதிகள் உள்ளன. ஒருபோதும் அவன் எதையும் சொல்லவோ கேட்கவோ கூடாது. சொல்லிக் கொள்ளவும் கேட்கவும் ஆசைப்பட மட்டுமே வேண்டும். அச்சு ஊடகத்தில் முக்கால்குறிகள் அரைக்குறிகள் கால்குறிகள் உள்ளது போல மேடைப்பேச்சிலும் உண்டு, அவை சொற்கள் வடிவில் உள்ளன. ‘ஆகவே நான் சொல்ல வருவதென்னவென்றால்’ என்பது முக்கால்முறி. முக்கால்பங்கு பேச்சு மிஞ்சியிருக்கிறதென்றாலும் இது பேச்சு முடியக்கூடுமென்ற நப்பாசையை கேள்வியாளர் மனதில் உருவாக்கி கூட்டம் கலைவதைத் தடுக்கும். ‘இன்னும் பலர் பேசவிருப்பதனால் நான் விரிவாகச் சொல்லாமல் சுருக்கமாக சொல்லி முடிக்க விரும்புகிறேன்’ என்பது அரைப்புள்ளி. ‘என்னுடைய கருத்து என்னவென்றால்’ போன்ற சொற்றொடர்கள் கால்புள்ளி.

‘இன்றையதினம்’ ‘அதேசமயம்’ போன்ற சொற்களுக்கு மேடைப் பேச்சில் பொருள் இல்லை என்றறிக. அவை கணிப்பொறித் தட்டச்சில் இடைவெளிப் பொத்தான் போன்றவை. ‘எல்லா சொல்லும் பொருளுடைத்தற்றே’ என்ற தொல்காப்பியச் சூத்திரம் இதையே குறிப்பிடுகிறது. மேடையில் பேசப்படும்போது எல்லா சொற்களும் மெல்லமெல்ல தங்கள் பொருள்களை உடைத்து எறிந்துவிட்டு விடைபெறுகின்றன. அந்நிலையில் எந்தச் சொல்லும் எதையும் குறிக்கும். புரட்சி வெடிக்கும் என்ற சொற்றொடர் சாயங்காலம் வீட்டுக்குச் செல்வோம் என்ற பொருள் தரலாம். கொலைவாளினை எடடா என்ற சொற்றொடர் தாராளமாக நிதிவழங்குங்கள் என்ற பொருள்பெறலாம்.

பேச்சாளருக்கு மனைவி மிக முக்கியம். அவளை வைத்தே அவர் நகைச்சுவை விருந்து படைக்கமுடியும். நடுவர் அல்லது தலைவர் வெண்பல் காட்டி நகைத்து ‘இன்னிக்கு வீட்டிலே பூரிக்கட்டை தான்... ஹூம்’ என்று தலையாட்டும்போது ‘தலைவரவர்களே நாங்கள் அதற்காகவே ஹெல்மெட் வைத்திருக்கிறோம்’ என்று

சொல்லி மெள்ளக் குரல் தாழ்த்தி 'ஹெல்மெட் ஹெல்மெட்' என்று சொன்னால் அரங்கு அதிராதா என்ன? மேடையில் அச்சுத்தமிழ் பேசி நாக்கு களைத்துவிடும்போது கிராமத்தமிழுக்கு மாறி 'எங்கூட்டுக்காரி இருகாகளே அவ, என்னத்த சொல்றது போங்க...' என்று சற்றே இளைப்பாறலாம்.

மேடைப்பேச்சில் நிலைப்பாடு எடுப்பது அவசியம். நீங்கள் யார்? புரட்சியா? அப்படியானால் ஒலிப்பெருக்கிக்கு உங்கள் இடத்தோளைக் காட்டி பக்கவாட்டில் திரும்பி நில்லுங்கள். வாத்தைப் பிடிப்பதுபோல ஒலிப்பெருக்கியின் கழுத்தைப்பிடியுங்கள். பேச்சு சூடுபிடிக்க பிடிக்க மாறி மாறி இரு தோள்களையும் ஒலிப்பெருக்கிக்குக் காட்டுவது கலையழகூட்டும். நீங்கள் நகைச்சுவைப் பேச்சாளரானால் மைக்கை கிட்டத்தட்ட விழுங்குபவர் போல நெருங்கிவிடுங்கள். உங்கள் முக்கல் முனகல்கள் மேடைக்கு முக்கியம்.

அறிவுஜீவிப்பேச்சு என்றால் நிலைமேடையில் இரு கைகளையும் மடித்து ஊன்றிக்கொள்ளலாம். இது தொடைநடுக்கத்தைக் குறைப்ப தோடு தொப்பை மற்றும் கூனையும் மறைக்கும். நிலைமேடை இல்லாதபோது அறிவுஜீவிப்பேச்சாளர்கள் காற்சட்டைப்பைக்குள் கைகளைப்போட்டுக்கொள்வது நன்று. கைநடுக்கம் மறையும். பக்திப்பேச்சு என்றால் அமர்ந்துகொள்ளலாம். சப்பணமிட்டு அமர்ந்தால் மரபுத் தொடர்ச்சி ஏற்படுகிறது. பத்மாசனம் என்றால் நீங்கள் ஞானகுரு.

எந்நிலையிலும் மேடைப்பேச்சு சாதாரண தொண்டையில் அமையலாகாது என்று அறிக. 'சாம்பார் கொண்டுவா' என்று சொல்வதுபோல 'எழுந்திரடா இளஞ்சிங்கம்!' என்று சொல்ல முடியாதல்லவா? அடித்தொண்டை நன்று. சிம்மக்குரலுக்கு தனி குரல்வளம் தேவை. உறுமல், கர்ஜனை, பிளிறல், முழங்குதல் மட்டுமே பேச்சு. பேசுதல் பேச்சல்ல. பெரும்பேச்சாளர்கள் அவர்களுக்கே உரித்தான சைகைகள், அடையாளங்கள் மூலமே அறியப்படுகிறார்கள். ஆண்கள் முறுக்கு மீசை, பட்டைமீசை, தோள் துண்டு, வண்ண சால்வைகள், சல்வார்-கமீஸ், சுடிதார் போன்றவற்றை நாடலாம். பெண்கள் ஜிப்பா, ஜீன்ஸ் அணிவது சிறப்பு. மீசைகூட வைக்கலாம். சுட்டிக்காட்டுவது வெட்டிக் காட்டுவது ஓட்டிக் காட்டுவது போன்ற கையசைவுகளும் துண்டை இழுத்துவிட்டுக் கொள்ளுதல் சட்டைக்கையை மடித்துக் கொள்ளுதல் காலரைத் தூக்கிவிட்டுக்கொள்ளுதல் மீசையை முறுக்குதல் போன்றவையும் பேச்சுக்கு வலுக்கூட்டுபவை. நழுவும் பான்ட்டை இழுத்து மேலே விடுதல் அவ்வாறல்ல.

'சுற்றி வளைப்பது' 'அடுக்கிச் சொல்லுவது' போன்றவை நல்ல பேச்சுக்கு அழகு. நல்ல அகராதியை வாங்கி ஒரே போல ஒலிக்கும் சொற்களைக் குறித்துக்கொண்டு அவற்றை நன்றாக மனப்பாடம் செய்துகொண்டால் சொல் சிறக்கும். அடுத்த வரி அகப்படும் வரை அதேவரியில் மேயாத மானாக நின்றுலாவ முடியும். 'முந்திரிப் பருப்பிருக்கிறது. அதிலே சிறப்பிருக்கிறது. நல்ல கொழுப் பிருக்கிறது. சற்றே இனிப்பிருக்கிறது. தின்னும் விருப்பிருக்கிறது' என்று சென்றுகொண்டே இருக்கலாம்.

சொல்ல வந்த கருத்தைச் சுற்றிக் கும்மியடித்தல் ஒரு கலை. 'இன்றைய தினம் இங்கே நடந்துகொண்டிருப்பது என்ன? நம்மை யெல்லாம் வாட்டிக்கொண்டிருப்பது என்ன? தாய்மார்களைக் கண்ணீர்விடவைப்பது என்ன? அவர்களின் குழந்தைகளை அழுவாச்சியடிக்க வைப்பது என்ன? நாட்டிலுள்ள நல்லோர் அஞ்சி நடுங்குவது என்ன? நாமெல்லாம் இங்கே பேசக்கூடியிருப்பது என்ன?' என்று சொல்லிச்சென்றால் யாதும் ஊரே, எதுவும் உரையே.

எதுகை மோனையை நம்பினோர் எதற்கும் அஞ்சார். நாம் விரும்புவது டிவி. அதிலே அழைப்பார் கூவி. பார்த்து அழுவோம் கேவி. அதைத் தடுப்பார் சில பாவி. அவர்களுக்கு வைக்கவேண்டும் ஆவி... என்று சொல்லிக்கொண்டே செல்லலாம். இரட்டுற மொழிதலும் விரும்பப்படும். மேடையில் அறிவு நடமாடுவதற் கான சான்றாகவும் அத்திறன் அமையும். 'நிலக்கடலை பயிரிட்ட வயல். அலையலையாய் கண்டேன் நிலக்கடலை!' என்றொரு எடுப்பெடுத்தால் தலைவர் 'நீங்க தின்னது உப்புக்கடலை' என்று சொல்லி அவையைக் குதூகலிக்கச் செய்ய ஏதுவாகும். இரட்டுற மொழிதலில் கௌரவமிருப்பது நன்று. கௌரவம் இழக்கத் துணிந்தால் எதுவும் இரண்டுபொருள் கொள்ளும். 'திங்கக்கிழம போயிருந்தேன்' என்று கோணலுதடுகொண்டு சொல்லி ஒரு இழுப்பிழுத்தால் தெருமுனை கேள்வியாளர் இறும்பூது எய்துவர்.

கைதட்டல் இல்லையேல் மேடைப்பேச்சு இல்லையென்றறிக. கைகள் ஒருபோதும் தானாகவே தட்டாதென்றறிந்தவனே மேடைப் பேச்சாளன். எங்கே கைகள் தட்டப்பட வேண்டுமென்பதை பேச்சாளர் பேச்சுமுறைமூலம் ஐயம்திரிபற அவைக்கு அறிவித்தாக வேண்டும். பேச்சு நடுவே சொன்ன வரியை வேறு தொனியில் மீண்டும் சொல்லி இடைவெளி விடுதல். ஒரு சொற்றொடரை உரக்கச் சொல்லி அவையோரை சிம்மபாவனையில் பார்த்தல். கைகளைத் தூக்கி ஆணித்தரமாக உரைத்தல். சட்டென்று குரலை குறைத்தோ இழுத்தோ ஒன்றை உரைத்தல் என அதற்கான

அடையாளங்கள் பல. எங்கே கைதட்ட வேண்டுமென நாம் பார்வையாளருக்கு உணர்த்திவிட்டால் தமிழக மக்கள் தட்டாமல் விடாரென்பதை நம்புக.

கடைசியாக, நல்ல மேடைப்பேச்சு என்பது கேட்டு முடித்தகணம் கேள்வியாளருக்கு ஏராளமாகக் கேட்டுவிட்ட எண்ணத்தை உருவாக்கும்போதே மறுநாள் முழுமையாக அவர் மனதிலிருந்து மறைந்துவிடக்கூடியதாகவும் இருக்கவேண்டும். இல்லாவிட்டால் நாள்தோறும் எப்படி பேச்சாளர் பேசமுடியும்? நல்ல பேச்சும் சங்கீதமும் ஒன்று. இரண்டிலும் ஒரேவரியை ஓராயிரம் முறை நிரவல் செய்யலாம்.

- ஜூலை 22, 2012

64

மாலை நேரத்து மயக்கம்

மாலை நாளிதழுக்கும் காலை நாளிதழுக்கும் உள்ள அடிப்படை வேறுபாட்டைத் தெரிந்து கொண்டபின்னர் அவற்றைப்பற்றிப் பேசுவதே முக்கியமானது. காலையில் வருபவை நாளிதழ்கள். மாலையில் வருபவை தாளிதழ்கள்தான். ஆகவே மாலை நாளிதழை அதற்குரிய நுகர்வோரிடம்கொண்டுசென்று சேர்க்கவேண்டிய தேவையும் கட்டாயமும் அவற்றை நிகழ்த்துவோருக்கு இருக்கிறது.

அதாவது காலை நாளிதழ் இளைஞனுக்கு அளிக்கும் ஊக்க மருந்து. மாலை நாளிதழ் முதியோருக்கு அளிக்கப்படும் மறு ஊக்க மருந்து. வீரியம் அதிகமாகத்தான் இருக்கவேண்டும். மாலை நாளிதழ்களின் உதவியாசிரியர்களை பொதுவாக விசித்திரவீரியர்கள் என்று சொல்லலாம். எந்த ஒரு செய்தியிலும் பற்றி எரியும் ஓர் அம்சம் உண்டு என்பதை அவர்கள் கண்டுகொண்டு அவற்றை வீரியத்துடன் எழுதியாகவேண்டும். 'சூடான செய்தி' என்பது பழைய சொல். 'வெடிச்செய்தி' என்பதே புதிய சொல். நெல்லைப்பகுதி நாளிதழ் ஒன்று தன் வேனுக்கு விலாவில் HIGHLY EXPLOSIVE என்று எழுதி வைத்திருந்ததாகச் சொல்லப்படுவது பொய்யல்ல.

எரியும் செய்திகள் பலவகை. படிப்பவர்களின் வயிறு எரிவது முதல் பாணி. 'முதியவர் கைது!!!! லாட்ஜில் நான்கு அழகிகளுடன் ஜல்ஸா!!!!!' எரியும்செய்திக்குப் பின்னால் வரும் குறி ஆச்சரியத்தின் அடையாளம் என்று சிலர் எண்ணுவது பிழை, அது எரிதழலின்

அடையாளமே. செய்திக்குரியவரின் ஆத்மாவே பற்றி எரியும் செய்திகளும் உண்டு 'மாமனாருக்கு அடி உதை!!! மருமகளிடம் வம்பு?' தேசம் எரியும் செய்திகள். 'நாடாளுமன்றத்தில் அமளி!!! எம்பிக் குதித்த எம்பிக்கள்!!!' நாட்டுமக்கள் எரியும் செய்திகள் அவ்வப்போது, 'ரூ நாலாயிரம் கோடி அபேஸ்?'

ஆசாமி, ஜல்ஸா, கும்மாளம், அபேஸ், கைவரிசை, கம்பிநீட்டல், கட்டிப்புரண்டு சண்டை, அடிதடி, கதறக்கதறக் கற்பழிப்பு, ஓட்டம், துரத்தித் துரத்திப் படுகொலை, வெட்டிக்கொலை, குத்திக்கொலை, கள்ள உறவு, கள்ளக்காதல் போன்ற கலைச்சொற்கள் மாலை நாளிதழ்களை உற்சாகமான வாசிப்பனுபவமாக ஆக்குகின்றன. அக்கலைச்சொற்களில் அறிமுகம் இல்லாதவர்களே 'அழகிகள் கைது!!!' என்ற செய்தியைத்தொடர்ந்து அவ்வழகிகளுக்கு முறையே 48, 46, 39 வயதாகியிருப்பதைப் புரிந்துகொள்ளாமல் அல்லல் படுவார்கள். விபசார அழகிகள் என்ற கலைச்சொல்லின் சுருக்கமே அழகிகள். விபசாரம் செய்யும் அனைவருமே அழகிகள் என்று பொருள். காரணம் அவை விபசாரத்துக்குச் செல்லும் வாடிக்கை யாளர்களின் கோணத்தில் எழுதப்பட்டுள்ளன.

செய்திகளுக்குப் பல பரிணாமங்களைக் குறியீடுகள் மூலம் கொடுக்க முடியும் என்பதை மாலை நாளிதழ்கள் நிறுவியிருக் கின்றன. 'நாகர்கோயிலில் சினிமா படப்பிடிப்பு' என்பது செய்தி. 'நாகர்கோயிலில் சினிமா படப்பிடிப்பு!!!!' என்பது பரபரப்புச் செய்தி. நூறுகோடி லஞ்சம் என்பது ஊகம். 'நூறுகோடி லஞ்சம்?' என்பது அதிரடிச் செய்தி. 'இளம்பெண் மாயம்' என்ற செய்தியை 'இளம்பெண் எங்கே?' என்றால் நம்மருகே அவள் நின்று கொண்டிருக்கும் உணர்ச்சியை நாம் அடைந்து திரும்பிப் பார்க்கிறோம் அல்லவா? பெண் இளம்பெண் ஆகும்போது செய்திக்கு விறுவிறுப்பேறும்.

கொட்டைச்செய்தி என்று இன்னொன்று உண்டு. 'ஆபரேஷன் தேவையில்லை' என்ற வீக்க விளம்பரம் அல்ல. மந்திரி வருகை என்பது சிறிய செய்தி. அதை 'க்க்க்க்கொட்டை' எழுத்தில் போட்டால் அது கொட்டைச்செய்தி!!! சமீபகாலத்தில் ஒரு மாலை நாளிதழ் வாசகர்களுக்கு ஒரு பூதக்கண்ணாடியை இலவச இணைப்பாக வழங்கப்போவதாகச்செய்திகள் சொல்கின்றன. அதை அணிந்து பார்த்தால் 'சான்றிதழ் காணவில்லை' விளம்பரம்கூட கொட்டை எழுத்துச் செய்தியாகி நாளிதழே பற்றி எரியுமாம்.

மாலை நாளிதழ் நெல்லைப்பதிப்பில் 'கயத்தாறு அருகே கொலை' 'கோயில்பட்டி அருகே பஸ் மோதியது' போன்ற செய்திகளுக்கு

நிரந்தரமான டெம்ப்ளேட் இருந்துவந்தது. நேரம், பெயர்கள் போன்றவை மட்டும் தினமும் நிரப்பப்படும். பரிதாபமாகச் செத்தார். கதறி அழுதது பரிதாபமாக இருந்தது. ரத்த வெள்ளத்தில் மிதந்தார் போன்ற சொற்றொடர்களை ஒருவகைச் சொற்களாகவே நாம் காணவேண்டும்.

பொதுவாக கடற்கரை மீனவர்களுக்காகவே மாலைநாளிதழ்கள் வெளிவருகின்றன என்பது ஒரு உள் தகவல். அவர்கள் அதிகாலையில் மீன்பிடிக்கப்போய்விட்டு மாலையில் திரும்புகிறார்கள். கடல் கொந்தளித்துக்கொண்டே இருப்பதைப் பார்த்துப் பழகிய அவர்களுக்கு நிலம் உறுதியாக இருப்பது ஏமாற்றத்தை அளிக்கிறது. ஆகவேதான் செய்தி அலைகள். பொதுவாக அவர்களுக்கு எல்லாமே கொஞ்சம் தூக்கலாக இருக்கவேண்டும். மிளகாய் பஜ்ஜிக்கு தூவுவதற்கு நல்லமிளகுப்பொடி கேட்பவர்கள்.

இதைத்தவிர நாளிதழ்களின் பிரதான நுகர்வோர் அதை காகித ஜமுக்காளமாகப் பயன்படுத்துபவர்கள். பேருந்து நிலையம், ரயில் நிலையம், ரயிலின் பொதுப்பெட்டியில் கழிப்பறை அருகே ஆகிய இடங்களில் தூங்குவது போன்றவற்றுக்கு மாலை நாளிதழ்கள் ஏற்றவை என அனுபவத்தால் சொல்கிறேன். சூடான செய்தி மீது படுப்பது குளிருக்கு அடக்கமாக இருக்கும். அபிமான நடிகை மீது படுப்பதற்காக மூன்று ரூபாய் தாராளமாகக் கொடுக்கலாம். நெருக்கமான ரயிலில் அமர்ந்து பிதுங்கிஅழுந்தி அரைத்தூக்கத்தில் செல்லும்போது ஆண்கள் அருகே பெண்கள் இருந்தால் நடுவே மாலைநாளிதழ் வைக்கப்படுவது கற்புக்கு அரண்.

மாலைநாளிதழ்களின் புகைப்படத்துக்கென ஒரு போஸ் உண்டு. இது 'தந்தி போஸ்' என்று யுனெஸ்கோவால் அங்கீகரிக்கப்பட்டுள்ளது. 'ராணி போஸ்' என்றும் சொல்லப்படுவதுண்டு. 'பொண்ணு பாக்கிறதுக்கு ராணி மாதிரி இருப்பா' என்ற சொல்லாட்சிக்கு பக்கவாட்டில் பார்க்கலாம் என்றே தென்தமிழ் நாட்டில் பொருள். கேமராவுக்கு நேராக தோள் இருக்கும்படி நின்று திரும்பிப்பார்த்து சிரிப்பது அது. முந்தானை கீழிறங்கியிருக்க வேண்டுமென்பதில்லை, அப்படித்தான் அது இருக்கும். எண்பதுகளில் மாலை நாளிதழ் புகைப்படக்காரர் பிராமண வார இதழில் வேலைக்குச் சென்று கர்நாடக சங்கீத நட்சத்திரத்திடம் 'அம்மா கொஞ்சம் இப்டி திரும்பி நின்னு புடவையை எறக்குங்க' என்று பழக்க தோஷத்தில் சொல்லி அமிருதவர்ஷினி ராகத்தில் பாடப்பெற்றதாகத் தகவல்.

காகிதக்கைக்குட்டைகள் பயன்பாட்டுக்கு வருவதற்கு முன்னரே நம் மாலை நாளிதழ்கள் அப்பணியை ஆற்றிவருகின்றன. கை, முகம்

துடைப்பதுடன் பின்பக்கம் துடைக்கவும் பயன்படுமென்பதை மதுரை மாட்டுத்தாவணி பேருந்து நிலைய வளாகங்கள் காட்டுகின்றன. வடை, போண்டா, பஜ்ஜி போன்றவற்றை நாளிதழ்களில் வைத்து ஓர் அழுத்து அழுத்தி எண்ணெய் அகற்றி உண்பது தமிழர் நாகரிகம். அவற்றையே சிலர் பின்பக்கக் காகிதமாக பயன்படுத்தும்போது நடப்பது எளிதாக ஆகிறது என்று சொல்லப்படுகிறது.

பெரும்பாலும் எல்லா தமிழ் மாலை நாளிதழ்களுக்கும் மும்பை தாராவியில் செம்பதிப்பு உண்டு. அங்கே பெண்கள் சமையலறையிலேயே நாளிதழ் விரித்து கடன்கழித்து பொட்டலமாக கட்டி ரயில்வேக்கு சமர்ப்பிக்கிறார்கள். மும்பையில் பொட்டலங்களை யாரும் எடுப்பதில்லை என்பது வெடிகுண்டுகளில் இருந்து அந்நகரைக் காக்கும் கவசம். தொல் தமிழர் மராத்தி நாளிதழை அதற்குப் பயன்படுத்துதல் பண்பாட்டிழுக்கு.

மாலை நாளிதழ்களை சில்லீஸ் இட்டிலி என்று இதழாளர் சொல்வதுண்டு. காலைநாளிதழையே பிய்த்துப்போட்டு அதில் காரமும் உப்பும் கடுமையாக்குவது சமையல் குறிப்பு. பொதுவாக வானொலி மாலை நாளிதழ்களுக்கு அவசியமானது. மாநிலச் செய்திகளை நேரடியாகவே எழுதி எடுத்துவிடலாம். மாலை நாளிதழ்களில் உலகச்செய்திகளும் வருவதுண்டு 'அழகிகளுடன் ஜல்ஸா, லண்டன் அமைச்சர் கைது?' 'எட்டுவகையில் சொறிந்து கொள்ளும் நைஜீரியக் குரங்கு' வகை. இவர்கள் லண்டன் அழகிகள். ஜல்ஸாவும் லண்டன் ஜல்ஸா.

மாலை நாளிதழ்களுக்கு மாலை நாளிதழ்களே போட்டி. ஒரு மாலை நாளிதழில் மாமனாருக்கு விஷம் கொடுத்துவிட்டு கொழுந்தனாருடன் ஓடிய பெண்ணைப்பற்றி படிக்கிறோம். மற்றொன்றில் எட்டுவயது இளம்பெண் கற்பழிக்கப்பட்டதைப்பற்றி படிக்கிறோம். இரண்டில் எது சூடான செய்தி என்பதை நம்மால் புரிந்துகொள்ள முடிவதில்லை. நடுவே 'ஆட்சிக்கலைப்பு?' என்றொரு வெடி. 'தனி ஈழத்துக்காக சாகத் தயார்' போன்ற நகைச்சுவைகள்.

இந்நிலையில் ஒரு காலை நாளிதழே மாலை நாளிதழுக்குப் போட்டியாக வந்துசேர்ந்தது. தலைப்புச் செய்திகளே ரத்தினச்சுருக்கமாக அமைந்தன: 'லபக்!' 'கோல்மால்!' போன்ற தமிழ்ச்சொற்களுடன் 'ஆ!' 'ஓ!!' 'அய்யய்யோ!!!' 'அய்யாங்!!!' போன்ற ஒலிகளும் தலைப்புச் செய்தியாக ஆயின. தலைப்புச் செய்திகளை மட்டும் வேகமாக வாசித்துவிட்டு ஆபீசுக்கு ஓடிவரும் எங்கள்

சூபர்வைஸர் பத்மனாபபிள்ளை அந்தப் பழக்கத்தை இதன் பின்னரும் மாற்றிக்கொள்ளவில்லை. 'நமக்கு அவ்வளவு நூஸ் போரும் சார்... நாம என்ன அரசியலா செய்யுகோம்?'

ஆனால், கிராமங்களில் மாலைநாளிதழ்களைக் கூவி விற்கும் தக்கலை சண்முகவேல் போன்றவர்களிடம் மாலை நாளிதழ் உதவியாசிரியர்கள் கற்றுக்கொள்ள எவ்வளவோ இருக்கிறது. 'தி.மு.க ஊழியர் கொலை, அ.தி.மு.க முன்னாள் அமைச்சர் கைது' என்ற கூப்பாட்டு இரு தனிச் செய்திகள் திறம்படக் கலந்து உருவாக்கப்பட்டது என்பதை நாம் மூன்று ரூபாயைக் கொடுத்த பின்னரே உணர்வோம்.

நாள்தோறும் ஏமாந்த பின்னரும் சண்முகவேலின் நாநயம் நம்மை ஏமாற்றிவிடுகிறது. ' மூதாட்டி கதறக்கதறக் கற்பழிப்பு, கல்லூரி மாணவருக்கு கலெக்டர் விருது' என்ற செய்தியை நம்பி, பஸ் கட்டணம் தவிர டீகுடிக்க வைத்திருந்த கடைசி மூன்றுரூபாயைக் கொடுத்து அவசரமாக ஒரு பிரதி வாங்கியமைக்காக என்னையும் மறுநாள் மாலை நாளிதழ் கொட்டைச்செய்தியில் போடுவதே முறை.

- நவம்பர் 20, 2014

65

எங்கும் குறள்

சுக்கில்லாத கஷாயம் இல்லை என்பது சித்த மரபு. குறளில்லாமல் பேச்சும் எழுத்தும் இல்லை என்பது தமிழ் மரபு. செந்நாப்போதார் சுவடியில் உள்ள அணுவை எழுத்தாணியால் துளைத்து ஏழ்கடலைப்புகுத்தி குறுகத்தறித்து அடுக்கி வைத்த குறளுக்குரிய சிறப்பம்சம் என்னவென்றால் அதைப்பற்றி என்ன சொன்னாலும் அதற்குப் பொருத்தமாக இருக்கும் என்பதே. மேலும் பேருந்தில் பல்வேறு மனநிலைகளில் நாம் குறளைப் படிக்க நேர்வதனால் குறள் நம்பமுடியாத மனநிலைகளுக்கெல்லாம் ஆதாரமாக நிற்கிறது.

குறள் மீதான வாசிப்பை இருவகைகளில் முக்கியமாகப் பகுக்கலாம். சொற்பொருள் தெரிந்து வாசிப்பது. தெரிந்து வாசிப்பவர்கள் அந்தரத்தில் ஏணியை நிறுத்தி ஏறும் வித்தைக்காரர் போல ஏறித் தங்களுக்குப் பிடித்தமான பொருள்களை அடைகின்றனர். 'எண்ணிய எண்ணியாங் கெய்துவர் எண்ணியார் திண்ணியராகப்பெறின்' என்று அதற்கு வள்ளுவப் பெருந்தகையே அனுமதியும் வழங்கியிருக்கிறார். பெண்ணியர் என்றும் பாடபேதம் உண்டு.

இரண்டாம் முறை, எப்பொருளும் தெரியாமல் வாசிப்பது. தமிழ்நாட்டில் பின்னதே அதிகம். வாசிப்பவரின் தேவையும் சூழலும் வாசிப்பை நியாயப்படுத்துகின்றன. கற்றிலன் ஆயினும்

கேட்க என்றுதானே குறளார் கூற்று?

அறிவுடையோர் ஆவ தறிவார் அஃதிலார்
அஃதறி கல்லாதவர்.

என்ற குறளை நெசவாளர் குடிப்பிறந்த எங்கள் கல்லூரித் தோழன் 'அறிவுடையோர் தறியில் அமர்ந்திருப்பார். கல்லாதவர் அதே தறியின் கல்லாவில் இருப்பார்கள்' என்று ஆத்மார்த்தமாகப்பொருள் கொண்டு சொல்லிவந்தான். வள்ளுவருக்கு நடைமுறை வாழ்க்கை தெரிந்திருப்பதற்கான அழியா ஆதாரமாக அவன் அதைச் சொல்லிச் சொல்லிக் களிப்படைவான். அதேபோல

யாகாவா ராயினும் நா காக்க காவாக்கால்
சோ காப்பர் சொல்லிழுக்கு பட்டு

என்ற குறளுக்கு 'யாகவா முனிவராக இருந்தாலும் நாவை அடக்குவது நல்லது. இல்லையேல் சோவிடம் மாட்டிக்கொண்டு இழுக்குப் படவேண்டியிருக்கும்' என்று ஒரு நண்பர் போதையில் பொருள் கொள்ளும்போது உடனிரு சாட்சியாக விளங்கா நின்றிருக்கிறேன்.

சின்னவயதில் குறள்பாக்களைத் திரித்து திரிக்குறள் அல்லது கிறள் அமைப்பது ஒரு இளமைப் பாண்டித்திய வெளிப்பாடு. பலான விஷயங்களை குறளில் சொல்வதென்பது சற்றே பயின்றபின் கைவரும் கலையாம். யான் கற்ற பள்ளியில் முப்பது வருடம் கழித்து இப்போதும் யானியற்றிய ஏராளமான நாலாவதுபால் கிறள்கள் புழங்குகின்றன என்பதை சமீபத்தில் அறிந்தேன். எழுச்சியுடன் எழுதப்படும் கவிதைக்கு அழிவில்லை என்பதற்கான சான்றாம் அது. 'எப்பொருள் யார் யார் வாய் கேட்பினும்' என்ற குறளுக்கு அடியேனளித்த கிறளுக்காகவே எம்மை உச்சிமோந்து போற்றுவர் உளர், காலணி கழற்றித் தூற்றுவர் பலர்.

தினைத்துணையாம் தப்பு வரினும் பனைத்துணைமார்க்
குறைப்பானே பலவேசம் பயல்.

செய்முறைப் பயிற்சி செய்தாஅடி செய்முறை
செய்யலேண்ணாலும் கிட்டும் அடி.

போன்ற எளிய கிறள்கள் இப்போது இளம் மாணாக்கர் நடுவே புழங்குவதை எம் மைந்தனாரிடம் கேட்டும் அறிய நேர்ந்தது.

கேள்வி வாரப்ப நிலம் நோக்கும் கேக்காதப்ப
தாம் நோக்கி மெல்ல நகும்.

என்ற கிறள் எம் மைந்தனார் வகுப்பில் கேள்விக்கு தாம் பதிலிறுக்கும் விதம் குறித்து அவரே இயற்றியது என்று அறிந்தேன். எம்மைந்தனாருக்கு பல் சற்றே எத்து ஆதலினால் இவர் அவற்றை கிளிப் போட்டு சரிசெய்து கொண்டார் (அப்போது இவர்தம் குரல் சற்றே மழலையாக இருந்தமையால் கிளிப்பேச்சு கேட்க வா என்று நண்பர் கூறுவதுண்டாம்). எனினும் பல்லவன் என்ற அடைமொழி இவருக்கு நீடிக்கிறது. இதையொட்டி இவர் குறளை மாசறக்கற்று வள்ளுவர் கூற்றாக இக்குறளைப் பள்ளியில் பரப்பினார்.

பல்லார் பகைகொண்டால் பத்து மடங்கு தீமையாக்கும்
நல்லோர் தொடர்பை விடுலே.

'பல்லோரை பகை கொண்டேண்ணா பத்து மடங்காக்கும்லே அடி!' என்று இவர் அடிக்கடி கூறுவதுண்டெனஅறிந்தோம். எண்ணெய் போட்டு அழுந்தச் சீவி விபூதி அல்லது சிலுவை போட்டு வந்து 'முருகா' என்றும் 'ஏசப்பா' என்றும் அடிக்கடி கூறும் நல்ல பையன்களை இவர் அறவே வெறுத்து அவருடன் சேர்பவர்களுக்கு அடி கொடுப்பது வழக்கம்.

குறளை ஒவ்வொருவரும் அவர்தம் நூலெனவே கருதி அவரவருக்குரிய குறள்களைக் கண்டடையலாம். அஞ்சல்துறை ஊழியர் கூட்டத்தில் துணைத்தலைவர் ஒருவர் தன் உரையை நிறைவுசெய்யுங்காலை

அஞ்சுவ தஞ்சாமை பேதமை அஞ்சுவது
அஞ்சல் அறிவார் தொழில்

என்ற குறளைச் சொல்லி 'அறிவார் தொழில் அஞ்சல். அவரை அஞ்சாதவர் பேதைமைகொண்டோர்' என்று விளக்கமளித்த பின் அப்பொருளே அச்சூழலில் புழங்குகின்றது.

எனினும் பொதுவாக அரசூழியர் அவர்களுக்கே உரிய குறளாக சிலவற்றை சென்னி மீது வைத்து போற்றி வருகின்றனர்.

தூங்குக தூங்கிச் செயற்பால, தூங்கற்க
தூங்காது செய்யும் வினை

தூங்கிக்கொண்டே செய்யவேண்டிய அலுவலக வேலையை அப்படித்தான் செய்யவேண்டும். ஆனால் வீட்டில் அதேபோல வேலைசெய்தால் வினையாக முடியும் என்பது இக்குறளின் சாரம்.

கை அறியாமை உடைத்தே பொருள்கொடுத்து
மெய் அறியாமை கொளல்

என்பது அரசூழியர் பலர் நெஞ்சில் ஆணியென அறையப்பட்ட குறள். கையோடு கை அறியாமல் பொருள் கொடுத்து அந்த உண்மை வெளியே தெரியாமல் பலன் பெறுவதே குடிமக்களின் கடமை என்பதே இக்குறளின் பொருள். மெய் என்பது அரசு குறித்த உண்மைகள் என்றும் பாட பேதம் உண்டு. வள்ளுவர் காலத்திலே கைநீட்டு அல்லது நீட்டுக்கை இருந்திருக்கிறது எத்துணை எழுச்சியூட்டும் எண்ணம்!

ஏன், பதநீர் விற்பனையாளர் சங்கம்கூட குறளுக்குள் தங்கள் இடத்தைக் கண்டடையவில்லையா என்ன?

தெளிவு இலதனை தொடங்கார் இளிவென்னும்
ஏதப்பாடு அஞ்சுபவர்

இளிக்க வைக்கும் பட்டைச் சாராயம் குடித்து ஏதப்பாடு படுவதற்கு கொஞ்சமேனும் அஞ்சக்கூடிய எவரும் காலையில் நல்ல தெளிவையே அருந்த விரும்புவார். தெளிவு என்றால் பதநீர் என்று வையாபுரிப்பிள்ளை அகராதியே சொல்கிறது. தெளிவழியக் குடிக்கவேண்டியதே தெளிவு.

சிசில் ஆப்டிகல்ஸ் கடையில் வள்ளுவர் கண்ணாடி பற்றி எழுதிய

கண்ணுக்கு அணிகலம் கண்ணோட்டம் அஃதின்றேல்
புண்ணென்று உணரப்படும்

என்ற குறளை எழுதி மாட்டியிருக்கிறார்கள். சரியான ஓட்டம் உடைய கண்ணாடி அணியாத கண்களில் புண்போல வலி ஏற்படும் என்பதே வள்ளுவர் கூற்று. வள்ளுவருக்கு மூக்குக் கண்ணாடி பற்றித் தெரியாமலிருந்திருக்க வாய்ப்பில்லை. ஏனென்றால் அவர் காலத்துக்கு முன்னரே கலீலியோ கண்ணாடி போட்டிருந்தாரெனத் தெரிகிறது. மேலும் முக்காலமறிந்த முப்பாலறிஞனுக்கு இதுகூட தெரிந்திருக்காதா என்ன?

வட்டிக்குப் பணமளிக்கும் நாகம் பிள்ளை

பற்றுக பற்றற்றான் பற்றை அப்பற்றைப்
பற்றுக பற்று விடற்கு

என்ற குறள் தனக்காகவே குறளாசிரியன் எழுதியதென எண்ணுகிறார். பற்று தீர்த்து அற்றுபடி செய்பவனிடம் மட்டுமே மேலும் பற்று வைக்கவேண்டும். அவன் பற்று தீர்ப்பவனாதலால் அவனுடைய பற்று வரவுக் கணக்கையே தொடச்சியாக முயற்சி செய்து தீர்த்துக்கொள்ளவும்வேண்டும் என்ற தொழில் நுட்பத்தைக் கற்றுத்தந்த ஞானியாகவே அவர் வள்ளுவரைக் காண்கிறார்.

இவர்களைத் தவிர தனக்கெனத் தானே குறளை யாப்பவரும் உளர். குறள் எவரும் எழுதத்தக்க எளிமையுடையதானதனால் ஆளுக்கு ஐந்து குறள் எழுதிக்கொளல் எவருக்கும் எளிதே. எழுதுபவர் கவிஞனாக வரலாற்றில் இடம்பெற்றவர் என்ற பெருமிதத்தை அடைந்து இப்பக்கம் கபிலனும் அப்பக்கம் வள்ளுவனும் தோள்களில் இடிக்க இடத்துக்காக இருவரையும் தோள்நகர்த்தி உந்துபவர் ஆகிறார்.

சிறுநீர் மருத்துவர்கள், சித்த மருத்துவர்கள், உணவே மருந்தென்பவர், மலர் மருத்துவம், சுவர் மருத்துவம் பார்ப்பவர், யோகக்கல் விற்பவர், ராசி சக்கரம் உருட்டுபவர் யாவருக்கும் உண்டு அவரவர் குறள்கள். சொந்தமாக குறளில்லார் சிந்திக்க அறியாதார் என்று சொல்வது பைந்தமிழ் மரபு.

அகலாது அணுகாது தீக் காய்வார் போல்க
அகல்யாவைக் காதலிப் பவர்.

நலம் வேண்டின் நாகம்மை வேண்டும், குலம் வேண்டின்
வேண்டுக கோலம்மை துணை

போன்ற உள்ளூர்க் கல்லூரி ஆக்கங்கள் குறளின் ஆக்கத்தை அதர் வினாய் சென்று ஊக்கம் கொண்டவை என்று சொல்லலாம்.

வல. சுப. சரவணமுத்துப்பிள்ளை சித்தர் நீரிழிவு மருத்துவமனையில் எழுதப்பட்டுள்ள குறள் ஒன்று மருத்துவரின் தமிழறிவைக் காட்டுகிறது.

நெடுநீர் மறவி மடிதுயில் நான்கும்
கெடு நீராரில் காணப்படும்

அடிக்கடி நிறைய சிறுநீர் வருதல், மறவிக்குணம், சோம்பல், தூக்கம் அதிகமாதல் ஆகிய நான்கு குணங்களும் கெடுநீர் என்ற நீரிழிவு நோயாளியின் அடையாளங்களாகுமாம். இவைபோக, மருத்துவரின் சொந்தக்குறள் ஒன்று நீரிழிந்தார் நெஞ்சில் பசுமரத்தாணி போல பதிந்து விளங்குகின்றது.

சுகரெனும் நோயேறிக்கொண்டார் சிறுநீர்
கணமேனும் காத்தல் அரிது.

- *ஆகஸ்ட் 5, 2012*

66

பழமொழிகள்

'**ஆ**னை கெடந்து சவிட்டு பெடுது பின்னயில்லா ஆனைப்பிண்டம்?' என்று பின்பக்கம் ஒரு குரல் கேட்டது. பிண்டம் என்றால் யானைச்சாணி. தக்கலை நாகர்கோயில் பஸ்ஸில். உச்சரிப்பு அது எங்களூர் என்று தெரிவித்தது. கன்யாகுமரி மாவட்டத்தில் உள்ள வட்டாரவழக்கு பொதுவாகப் பார்த்தால் மூன்றுவகை என்று சொல்லலாம். நாஞ்சில்நாடன் எழுதும் நாஞ்சில் வழக்கு. தோப்பில் முகமது மீரான் எழுதும் கடற்கரை வழக்கு. மூன்று எங்களூர் மலைவழக்கு. அல்லது மலையாள வழக்கு. மலையாளத்துடன் வழக்கு ஒன்றும் இல்லைதான். இதில் குலசேகரம் வட்டாரத்துக்கு அங்கே பிறந்தவர்கள் மட்டுமே அறியும் நுண்ணிய வேறுபாடு உண்டு. வல்லினங்களை வல்ல்ல்ல்லினங்களாக்குவது ஓர் அம்சம் அதில். நிறம் என்று சொன்னா அந்த றவில் இரும்பு உரசும் ஒலி கேட்கவேண்டும்.

'மக்கா அவனை நீ அப்பிடி நெனைக்காதே கேட்டியா, தாளி அவன் ஆளு மத்தவனாக்கும். தீட்டத்தில அரி பெறக்குத பய...' மலத்தில் செரிக்காத அரிசியைப் பொறுக்குபவன். எங்களூர்ப் பழமொழி களை வேறு நிலத்தில் பார்க்க முடியாது. எங்கேயிருந்து ஊறி வருகின்றன, எங்கே சேமிக்கப்படுகின்றன? அழியாத ஒரு மரபு. நாட்டாரியல் ஆய்வாளர்கள் பதிவுசெய்ய ஆரம்பித்தால் கலைக்களஞ்சியம் தேவைப்படும்.

‘எல்லாவனும் கணக்குதான் மாமா. தொளவடைக்கு ஒரு தொளையானா தோசைக்கு ஆயிரம் தொள. என்ன சொல்லுதே?’ இது பழமொழி தானா? இதைச் சொல்லாட்சி என்று சொல்லலாம். யார் கண்டது அந்தக் கணம் அந்தப் பேருந்தில் பிறந்து வந்ததாகக் கூட இருக்கலாம். வரலாறு அப்படி துளித்துளியாகத்தானே கடலாக ஆகிறது.

‘மக்கா லே நீ ஒரு காரியம் எண்ணிக்கோ கேட்டியா? சிரிக்கப்பட்ட சாயிப்பையும் சிரிக்காத்த நாயரையும் நம்பப்பிடாது. (சாயிப்பு - முஸ்லிம்) என்ன செல்லுதே? அவனைப் பாத்தா நல்ல நாயருக்கு பெத்தவனை மாதிரியாலே இருக்குவு? நாயரு களுவின வெள்ளம் விளுந்து முளைச்சவன் மாதிரில்லலே இருக்கான்?’

‘மார்த்தாண்டவர்மாவுக்கு கஸாயம் போடுகதுக்கு கொட்டைய பிடுங்கி குடுத்தாண்ணாக்கும் பேச்சு’ என்றான் சின்னவன்.

மூத்தவர் ‘அது பின்ன நாயம்மாருக்க ரோகமாக்குமே அது. மகாராஜா இங்கிணதான் தாற அவுத்தாருண்ணு திண்ணையக் காட்டுவான். அதுசெரி, மகாராஜாவுண்ணா ஆரு? நாயி மாதிரி ஒரெடத்தில தண்ணி குடிச்சு ஒம்பதெடத்தில மோளுதவன்லா? செரி போட்டு. நீ இவனுக்க காரியத்த கணக்குல வச்சுக்கோ. லே, இவன் மச்சுல காஞ்ச மூத்த தேங்காய்லா? ஏது வெள்ளத்திலயும் மெதப்பான் கேட்டுக்கோ.’

‘பைசாய எண்ணிட்டு அதுக்க சிங்கத்தையுமில்லா எண்ணுகான்? இவனையாக்கும் இந்நேற்று பிராஞ்சியண்ணன் நிலாவெட்டத்தில நிரோத்து தைச்சு போடுத பயண்ணு சென்னது... வெளங்காப்பய...’ இது பழமொழியே அல்ல. கிழிந்த நிரோத்தைத் தைத்து போடுபவன். அதுவும் விளக்கைப் போட சிக்கனம் பார்த்து நிலா வெளிச்சத்தில். எப்படி விளங்க?

‘ஒரு தொளிலுண்ணாக்க அதில பலதும் உண்டாவும். மலைத் தண்ணிக்கு மட்டுண்டா மாமா? தவள சாடி பசுவுக்கு செனைன்னா கேக்கவனுக்கு மனசிலாவ வேண்டாமா? நாம என்ன வேணும்ணு செய்யுகோமா... அதது அததுக்க நேரத்தில நடக்குவு. விதியத்தவன் வாறது பாத்தா தெங்கு மட்டை போடுது? அதுக்கு நிண்ணு சவுட்டு தான், ஏழு நீலி சேந்து கேறின அம்மன் கொண்டாடி மாதிரி... ஒரு கணக்கு வேண்டாமா? இல்ல கேக்கேன்...’

‘கெடக்கட்டுடே. ஓரோருத்தனுக்கும் அதுக்குண்டானத அளந்துல்லா குடுத்திருக்கு... ஆட்டுக்கு வாலும் கழுதைக்குக் கோலும்... என்ன சொல்லுதே.’

‘பின்ன, உள்ளதாக்குமே... ஆனா அவனுக்க அச்சி வந்து நிண்ணு பேசினா பாருங்க... சகிக்க ஒக்காது. அவளுக்க வாயிலே ஒரு பிடி நெல்லு வாரியிட்டா பொரியாவும்... அப்பம் அவளையும் கொண்ணுட்டு நானும் செத்திருக்கணும். கல்லு நிக்கா காலம் வரையில்லா சொல்லு நிக்கும்... எனக்க அம்மைக்க முலையில மூத்திரமாவே வந்தது?’

‘செரிடே ஆனமேல கேறினா விட்டிலும் நெளிஞ்சுதான் இருக்கும்...’

‘ஒருபாடு நெளிஞ்ச மூங்கிலு பல்லக்கு தூக்கும்... மாமா அதறியணும் மனுசனானா... பல்லு நிரப்புகொண்டுல்ல அழகு வாறது சொல்லு நிரப்பு வேணும்.’

‘பின்ன அல்லாம? நாய் பெற்ற எடமும் நாரி மூப்பெடுத்த எடமும் வெளங்குமா?’

‘பொம்பிளைக இருக்க வேண்டிய இடத்துல இருக்கணும் மாமா... கடுவனுக்கு மூத்திரம் அடியோடி பெட்டைக்கு மூத்திரம் பொறத்தோடி... எல்லாம் கண்டுல்லா வச்சிருக்கான் மேலே உள்ளவன்...’

‘அது போட்டுடே.... நீ மனசில வச்சுகிடாதே... இஞ்சிக்காட்டில வெளைஞ்சா சீனிக்கெழங்கும் காந்தும்.’

‘அதுகொண்டு, சுக்க காட்டிலும் சுக்கு காப்பி எரிக்கப்பிடாதுல்ல...? நான் அவளுக்கு வச்சிட்டுண்டு. நான் மனசில குறிச்சது செட்டி ஏட்டில குறிக்கது மாதிரியாக்கும். எண்ணமறியா எலி எண்ணாயிரம் குட்டி போடுத மாதிரியாக்கும் எனக்க கணக்கு. அவள நான் எடுப்பேன்...’

‘அத விடுடே அவ கண்ட ஆணாப்பெறந்தவன் அப்பிடி... ஊத்துல பிறந்த விராலுக்கு ஆறு என்னலே தெரியும்...’

‘மாமா, குளிக்கொளம் எவ்வளவு குண்டி கண்டிருக்கும். என்னைப் பத்தி அவளுக்கு தெரியாண்டாமா? நாட்டு நாயை நாடறி யாட்டாலும் நாயறியணும்ல? என்ன பேச்சு பேசிப்போட்டா தெரியுமா? அந்தப் பேச்சு அவளுக்க கெட்டினவனிட்ட பேசணும்... எனக்க கிட்ட பேசினா ஒலக்கைய கேற்றிப்போடுவேன்...’

‘விடுலே கெழக்கே கோட்டையில மொளைகொண்டு போறதுல என்ன?’

‘ஆங்ஹா அப்டி ஆச்சா அவளுக்கு? அதெல்லாம் அவளுக்க மத்தவனுக்கு... சக்கை கொழையும்போது சக்கைக்குருவும் கொழையாது பாத்துக்கிடுங்க.’

‘லே, இது பார்வதிபுரம்லா... எறங்காண்டாமா?’

‘ஓ... என்னத்த எறங்க? இனியிப்பம் எறங்கினாலும் காரியமில்ல...’

‘லே, குடுமியிலெ தீ பிடிச்சா பேனுக்கு கேடுண்ணு நெனைக்கப் பட்டவனாக்கும்லே ஆணாப்பொறந்தவன். அதை மனசில வச்சுகிடு... அல்லாம எருமையிட்ட சாணி மாதிரி கெடந்து கொழைஞ்சியானா ஒரு மனுசனும் மதிக்கப்பட்டான். பூவில்லேண்ணா எலையிருக்கணும். எலையில்லேண்ணா முள்ளிருக்கணும்லே மயிராண்டி...’

‘நீரு போவும் மாமா... அவனவன் கொட்டைக்க கனம் அவனவனுக்குல்லா தெரியும். நாகருகோவிலுக்குப் போயி வல்ல சினிமாப்படமோ மற்றதோ பாத்துட்டு போனாத்தான் எனக்க மனசு ஆறும்...’

‘நல்லாப்போச்சு... வைக்கலப் போட்டு தீய அணைக்கானே. ஏல, சினிமாலே நாலு பொட்டைக்குட்டிக வந்து நிண்ணு ஆடினா உனக்க கஷ்டம் போவுமாலே... இப்பிடி தீண்டாரி துடைச்ச துணி கணக்கா நம்ம சீவிதம் நாறிக்கெடக்கேண்ணு பின்னயுமில்லா துக்கம் கேறி வரும்...?’

‘அது உள்ளதாக்கும் மாமா... செத்தவனை நெனைச்சு பத்து பத்தினி அழுதாண்ணு கதையா அண்ணைக்கு ஒரு சினிமாவுக்குப்போயி உள்ள ஒரே சாவடியந்தர வீட்டுக்க சேலு. படை பயந்து பந்தளத்துக்கு போனா அங்கிண பந்தம் கெட்டிப்படை நிக்குது...’

‘லே... நாறப் பீயானாக்கூட அதையும் உருட்டிக்கிட்டுப் போறதுக்கு ஒரு சீவனை உண்டாக்கியிட்டுண்டு படச்சவன். பாம்பு சட்டைய உருவிச்சுண்ணு பரமன் கோமணத்த உருவினான்னு சொன்ன கதையா நாலாளைப் பாத்து நீயும் செண்ணு உள்ள பைசாவ செலவாக்கினா ஆருக்கிலே நட்டம்? இல்ல கேக்கேன். உனக்குண்ணு ஒருத்தி இருக்காளேல, மயிராண்டி. அவள நீ மறந்தியாக்கும்? ஆன குடுத்தாலும் ஆசை குடுக்கிலாமாலே? ஆச குடுத்து கெட்டின பெண்ணுக்கு அஞ்சும் குடுக்கவனாக்கும்லே ஆணாப்பெறந்தவன். லே, உனக்கம்மைக்கு ஒரு நெனைப்பு வந்திருந்தா நீ எனக்க பிள்ளையாக்கும் கேட்டுக்க. நான் சொல்லுகேன் பேசாம வீட்டுக்கு போ... என்னலே?’

‘அப்பிடிச் சொல்லிகியாளோ.’

‘பனையோலையிலே நாயி மோண்ட கதையா பின்ன என்ன நான் இம்பிடுநேரம் சொல்லிட்டிருந்தேன்? பேயாம எனக்ககூட வந்திரு... உனக்க நல்லதுக்கு சொல்லுகேன்.’

‘மாமா, நீரு பெரிய மனிசரு சொல்லுகேரு... நான் கேக்கேன். நெறைஞ்ச ஆலமரத்துக்கு நெலமெல்லாம் வேருண்ணு சொன்ன மாதிரி இருக்கேரு.’

‘பிள்ள, லே.’

‘என்ன மாமா?’

‘சக்கறம் வச்சிருக்கியா?’

‘அம்பது இருக்கு... கௌங்கும் மீனும் வாங்கிட்டுப்போனா கொள்ளாம்ணு தோணுது...’

‘கௌங்கு பஸ்டாக்கும். ஆனா உனக்கு மனசு செரியில் லேண்ணுல்லா சொன்னே?’

‘ஒருமாதிரி செரியாயிட்டுது மாமா... கண்டவன் சொன்னா நாம என்னத்துக்கு நெனைக்கணும்? நிலாவு கண்டு நாயி கொரைச்சா நிலாவுக்கு என்ன?’

‘இல்லலே... இப்பம் அடங்கி கெடக்கும்... இதெல்லாம் அப்டியாக்கும். காலில குத்துன காரமுள்ளுல்லா இது? போவப் போவல்லா நோவும்? நீ என்ன செய்யுகே, பேசாம எனக்க ஒப்பரம் வாறே.’

‘டாஸ்மாக்குக்கா?’

‘நீ வாலே, மயிராண்டி... மாமன்லா விளிக்குதேன்.’

போகிறவர்களுக்கு உண்மையில் என்ன நடந்தது, என்ன பிரச்னை, ஒன்றுமே புரியவில்லை. அதைவிட முக்கியமாக அவர்கள் டாஸ்மாக்கிலிருந்து இறங்கும்போது பழமொழியில் பேசுவார்களா இல்லையா?

- ஜூலை 26, 2012

67

ஆலயம் தொழுதல்

தமிழ்நாடு ஆஸ்திக மண்டலி மற்றும் இருபத்தேழு (ஏழும் இரண்டும் ஒன்பது) துணை அமைப்புகள் சார்பில் வெளியிடப்பட்ட 'ஆலய வழிபாடு, அருமையும் பெருமையும் வழிமுறைகளும் சடங்காசாரங்களும் இன்னபிறவும்' என்ற தலைப்பில் அமைந்த சின்னஞ்சிறு பிரசுரம் ஆத்திகர்களுக்கு மிக மிக உதவிகரமானதாகை யால் அதை இங்கே அளிக்கிறோம், சுருக்கமாக. ஆத்திகத்துக்குரிய அடாசு மொழி சற்றே நவீனப்படுத்தப்பட்டிருப்பதை ஆத்திக அன்பர்கள் மனமுவந்து மன்னிக்கவேண்டும்.

ஆலயம் என்பது இந்துப் பண்பாட்டின் அடிப்படையான அமைப்பாகும். ஆ+லயம் என்ற சொல்லாடியே ஆலயமானது என்று புராணகதாசாகரம் லட்சுமிகிருஷ்ணமாச்சாரியாரவர்கள் குறிப்பிட்டிருப்பதை இங்கே எடுத்துரைக்கிறோம். 'ஆ' என்று வாய்திறந்து லயித்து நிற்பதற்குரிய இடமென பொருள்படும். இஃது கோயில் என்றும் சொல்லப்படுவதுண்டு. கோயில் இல்லா ஊரில் குடியிருக்க வேண்டாம் என்று அறிவுரை உள்ளதல்லவா?' Go with will என்ற ஆங்கிலச் சொல்லாட்சியே அப்படி மருவிற்றென்று சிவநெறிக்காவலர் சிவ.வல.குழ. அருணாச்சலம் செட்டியார் அவர்கள் ஓருரையில் குறிப்பிட்டார்கள்.

ஆகவே, ஆலயம் தொழுவது சாலவும் நன்று. நன்றே செய்க அதுவும் இன்றே செய்க. தீதும் நன்றும் பிறர்தர வாரா. நன்றுக்கும் தீதுக்கும் அஃதே துணை (நினைவுக்கு வரும் இன்னவையன்ன பிற சொல்லாட்சிகளைச் சேர்த்துக்கொள்க. ஆசிரியர் குழு) ஆலயத்துக்குச் செல்லும்போது செய்யவேண்டிய சமயக்குறிப்பு களை இனி காணலாம்.

குளித்து கும்பிடுதல் நமது மரபு. ஆலயம் சென்று அங்குள்ள திருக்குளத்தில் நீராடி நீறோ மண்ணோ அணிந்து கைகூப்பி பக்தி மேலிட இறைநாமங்களைச் சொல்லியபடி ஆலயம் புகுதல் முறை. சுகாதாரம் கருதி ஆலயக்குளத்தில் நீராடுவதை தவிர்க்கலாமென்பது ஆஸ்திகமண்டலியின் கருத்து. ஆயினும் முறைவழுவலாகாது என்பதனால் வெளியே ரூ.இருபதுக்கு விற்கப்படும் குடிநீர்குப்பி ஒன்றைவாங்கிக்கொண்டு உள்ளே சென்று ஆலயக்குளத்தில் மெல்லமெல்ல வழுக்காமல் காலெடுத்து வைத்து இறங்கி கால் நகங்களைமட்டும் நனைத்து அக்கணமே மேலேறி குடிநீர் குப்பி திறந்து நல்லநீரால் கால்களைக் கழுவிக்கொள்ளவும். அவ்வாறு கழுவாமல் கோயிலுக்குள் செல்லக்கூடாது என்பதையே ‘அசுத்தம் செய்யாதீர்’ என்று ஆலய நிர்வாகிகள் அங்கே எழுதிவைத்திருக் கிறார்கள்.

ஆயினும் நம் சடங்குகளைக் கைவிடலாகாது. ஆங்கே பெரிய சாக்குப்பைகளில் வைத்து விற்கப்படும் பொரி சிலநாழி வாங்கி ஆலயக்குளத்தில் பக்தியுடன் கொட்டவேண்டும். குளத்து மீன்கள் பலவருடம் முன்னரே இறந்துவிட்டிருக்குமென்றாலும் அவற்றின் ஆவிகளுக்கு நாம் தர்ப்பணம் செய்தாக வேண்டியிருக்கிறது. கைவசம்கொண்டுவந்த வீட்டிலுள்ள பழைய பூசனைப் பொருட்களான வாடிய மாலைகள் காகிதப்பூக்கள் எலிப்புழுக்கை கலந்த மிஞ்சிய பொரிசுண்டல்கள் இன்னபிறவற்றையும் ஆலயக்குளத்தில் வீசலாம்.

அதன்பின்னர் நாம் ஆலயமுகப்புக்குள் செல்கிறோம். இங்கே கருங்கல் தரையில் பலவகையான மாந்தர் கால்களை நீட்டியும், குந்தியும், குடும்பமாகவும், குடும்பங்களை வெறித்துப் பார்க்கும் தனியர்களாகவும், பல கோணங்களில் நிரம்பி அமர்ந்திருக்கக் காணலாம். இவர்கள் நடுவே குழந்தைகள் வாழைப்பழம், தேங்காய், பொங்கல், சுண்டல் முதலியவற்றைத் தின்றும் அள்ளி இறைத்தும் மலசலம் கழித்தும் களித்து விளையாடுகின்றதைப் பார்க்கலாம். இங்குள்ள பெண்கள் சரம்சரமாக பூச்சூடி உரக்கப்பேசி ‘ய்யக்காவ்’ என்று அகவி பிறரை அழைத்து தத்தம் இருப்பை

நிறுவிக்கொண்டிருப்பார்கள். இவர்களினூடாக ஐம்புலன்களையும் குவித்து நடந்து உள்ளே செல்வதென்பது ஒரு வகை தியானமாகும்.

நுழையும்போதுள்ள மண்டபங்களில் பெரிய தூண்களில் ஏராளமான கருங்கற்சிலைகள் பல அடி உயரத்துக்கு நிமிர்ந்து நிற்பதைக் காணலாம். யாளிகளின் குறிகளைப் பார்க்கும் இளம்பெண்கள் கிளுகிளுத்துச் சிரித்து தோழிகளைக் கிள்ளுவதில் தவறில்லை யென்றாலும் குலமாதர் தத்தம் கணவர்களை அழுத்தமாக கிள்ளியோ நகம் இல்லாவிட்டால் ஊசியால் குத்தியோ கவன ஈர்ப்பு செய்து பளபளக்கும் உருண்டைமுலைகளில் இருந்து மீட்டு உள்ளே கொண்டுசெல்லும்படி கேட்டுக்கொள்ளப்படுகிறார்கள். அப்படி இருந்தும் கையெட்டும் உயரத்துச் சிலைகளில் முலைகள் தனி வழவழப்புடன் இருப்பதை ஆராய்ந்த மாதல்ல நாராயணையா கமிட்டி அவற்றில் இடமுலைகள் மேலும் எண்ணெய்ப் பிசுக்குடனிருப் பதை அடிப்படையாகக்கொண்டு பெரும்பாலான தமிழர்கள் வலதுகையர்கள் என்ற முதற்கட்ட முடிவுக்கு வந்திருக்கிறது.

இப்பகுதியின் தூணிடுக்குகளுக்கும் சிற்ப இடைவெளிகளுக்கும் பலவகை பயன்கள் உண்டு. கோயில்பணியாளர்களின் செருப்புகள் மஞ்சள்பைகள் போன்றவற்றை இறுக்கி வைத்துவிட்டு போவதற்கும் வெற்றிலை எச்சில் துப்புவதற்கும் பிரசாதப் பொட்டலங்களைப் போடுவதற்கும் அவற்றைப் பயன்படுத்தலாம். தாம்பூலப்பழக்கம் உள்ளவர்கள் சற்று கவனித்தால் எந்தச் சிலைமீது சுண்ணாம்பு தடவுதல் அங்கே மரபென்பதை அறிந்துகொள்ளலாம்.

கொடிமரத்தை அணுகியதுமே ஆண்கள் கரசரணங்களை அங்குள்ள புழுதித்தரையில் அழுந்தப்பதித்து விழுந்து கும்பிடுதல் நன்று. பெண்கள் முழந்தாளிடலாம். குண்டு மாமிகள் முழந்தாளிடுவது எப்படி என்று தனி கைப்பிரசுரம் எங்களிடம் கிடைக்கும். சில எளிய செய்முறைகள் இதோ. முதலில் மெல்ல சரிந்து இடக்கையை தரையில் ஊன்றவும். அதன் பின் இடது காலை மெல்ல மடித்து பகவானே என்ற கூக்குரலுடன் மெல்லமெல்லச் சரிந்து அதன்பின் வலக்காலையும் மடிக்கவும். பின்பு இரு கைகளையும் தரையில் ஊன்றி தலையை நிலம் சேர்த்து வணங்கும்போது பின்னல் தரையில் வீழ்ந்து பிறரால் மிதிபடாமலிருக்கவும் நந்தியென எண்ணி பிறபக்தர் காதில் குறைகள் சொல்ல வராமலிருக்கவும் கவனம் கொள்ளவும். எழுந்திருப்பது எப்படியானாலும் உங்கள் கையில் இல்லை, காலிலும். கூடவே வலுவான துணைகொண்டு செல்லவும்.

கொடிமரத்தில் இருந்து வலம் வந்து ஆலயபிராகாரத்தை சுற்றிவரல்

வேண்டும். மருமகளையும் பக்கத்து வீட்டுக்காரியையும் வைவது, பிற பெண்டிர் நகைகளை நோக்கி நொடிப்பது, சீரியல் விவாதம் போன்றவை இத்தருணத்தில் உகந்தவை. இளம்பெண்கள் தலையையும் கைகளையும் பலமாக ஆட்டி ஆனால் குரல் எழாமல் பேசிக்கொண்டு செல்லலாம். ஆண்கள் செல்ஃபோனை காதில் ஒட்டிவைத்து 'ஆ? ஆ? அப்டியா? ஆ? ஏ? ஓ! அதுசரி! அஹ்ஹஹ்ஹா!!!' என்று கூவியபடி சுற்றிவரலாம். நடுவே கல்மேடாக எதைக் கண்டாலும் கவனம் நில்லாமலேயே கன்னத்தில் போட்டு கும்பிட்டுச் செல்லவேண்டும், சற்று பழகினால் தண்டுவடமே இதைச்செய்ய ஆரம்பித்துவிடும்.

சிவன் கோயிலில் இடப்பக்கம் சண்டிகேஸ்வரர் சன்னிதி கோயில் கருவறைச்சுவரை நோக்கி நெருக்கமாக இருக்கும். உள்ளே செல்லும்போது ஆப்புபோல அவ்விடைவெளியில் சிக்கிக்கொள்ள வாய்ப்பிருக்கும் என்பதனால் எடையர்கள் நின்றுவிடுதல் நன்று. சண்டிகேஸ்வரரை கைதட்டிக் கும்பிடுதல் வேண்டும் - நம்முடைய கையை. அது ஆட்டோ ரிக்ஷாவைக் கூப்பிடுதலாகவும் அமைய லாகாது. பொதுக்கூட்டத்தில் தட்டுவதாகவும் அமையலாகாது. நடுவாந்தரமாக மென்மையாக அமையலாம், மிக்சர் பொரி சாப்பிட்டுவிட்டு கைகளைத் தட்டுவதுபோல.

அர்த்தமண்டபத்தில் பல வகையான சிலைகள். அவை ஒவ்வொன்றுக்கும் அவற்றுக்கான நோக்கம் உண்டு. சில சிலைகளின் மீது மிஞ்சிய குங்குமம் விபூதியை நாம் போடவேண்டும். சில சிலைகள் மீது வேட்டி, புடவை நுனிகளைப் பிய்த்து நூலைப்போட வேண்டும். சில சிலகளைப் பிடித்துக்கொண்டு எம்பி கருவறையைப் பார்க்கலாம். சில சிலைகள் மீது நாம்கொண்டு போகும் சிறு பைகளைத் தொங்கவிடலாம். அவற்றுக்கான அடையாளங்கள் அச்சிலைகள் இருப்பதை அவதானித்து அவற்றைச் செய்தல் நலம். புதுவேட்டி, புதுப்புடவை என்பதற்காக உள்ளாடைகளை வெளியே எடுத்து நூல் பிய்ப்பது மாண்பல்ல.

கோயில் கருவறைக்கு இருபக்கமும் இரு பெரும் சிலைகளைக் காணலாம். இவை துவாரபாலகர்கள் என்று சொல்லப்படுகின்றன. 'ஒரு ரூபாய்' என்று ஒரு சிலையும் 'உள்ளே கொடுங்கள்' என்று இன்னொரு சிலையும் கைகாட்டி மிரட்டி உறுத்து நோக்கி நம்மிடம் சொல்கின்றன. உள்ளே அர்ச்சகர்கள் இருப்பார்கள். இவர்கள் கட்டுக்குடுமியை தளர்வாகக் கட்டி தோளில் தவிட்டுநிறத்தில் அல்லது கறுப்பு நிறத்தில் ஒரு நூல் அணிந்திருப்பார்கள். இவர்களை நூல்கள் நூலோர் என்று சொல்கையில் அவர்கள் தங்களை மேலோர்

என்று சொல்லிக்கொள்கிறார்கள். பத்துநாள் தாடி, காவிப்பல், கைதூக்கி அக்குள் சொறியும் பழக்கம், உடம்பெங்கும் தேமல் போன்றவை இவர்களின் தோற்ற இலக்கணங்கள். சிவாச்சாரியார் களுக்கு பூச்சுத்தேமலும் பட்டர்களுக்கு பட்டைத்தேமலும் காணப்படும்.

கருவறைக்கு நேரெதிராக இருபக்கமும் இரு எவர்சில்வர் குழாய்கள் மாட்டப்பட்டு இடம் பிரிக்கப்பட்டிருக்கும். இறைச்சன்னிதி முன் பெண்டிரின் கற்பு காப்பாற்றவேண்டுமென்பதே நோக்கம். பெண்டிரை ஆண்கள் நேர்நின்று நோக்கும் வசதிக்கெனவும் ஆகமக்குறிப்பு உண்டு. கருவறைக்குள் இருட்டு நிறைந்திருக்கும். சிவாலயங்களில் தாழ்வான சிவலிங்கம் காணப்படும். அதனைச் சுற்றி வெள்ளியாலான வட்டம் அமைந்திருக்கும். இருபக்கமும் விளக்குகள் தொங்கி ஆடும். வைணவ ஆலயங்களில் கரியசிலைகள் நின்றோ படுத்தோ இருக்கையில் முன்னால் வெண்கலச்சிலைகள் அலங்காரங்களுடன் இருக்கும். அவையே கும்பிடுவதற்குரியவை. அவற்றைப்பற்றிய விவரணைகளுக்குள் செல்ல இங்கே இடமில்லை.

கருவறைக்குள் புகுதல் ஆகமமுறைப்படி வகுக்கப்பட்டுள்ளது. நூலோர் தவிர எலி, கரப்பாம்பூச்சி, பாம்பு, பல்லி, பூரான் போன்றவை உள்ளே அனுமதிக்கப்படலாம் எனினும் பெருச்சாளியே முதன்மையானது. பறப்பனவற்றில் வௌவாலுக்கு முதலிடம். இறை வழிபாட்டை மனமொன்றி செய்தல்வேண்டும். சாமிமீது கரப்பாம்பூச்சி ஊர்ந்து ஏறும்போது அங்கே கவனம் திரும்புதல் கூடாது. 'அம்மா சாமி மேலே கரப்பாம்பூச்சி... அம்மா பாத்தியா சாமி மேலே கரப்பாம்பூச்சி... அம்மா' என்று கத்தி நம் புடவையைப் பிடித்திழுக்கும் சிறு குழந்தைகளை மண்டையில் குட்டி அழச்செய்து வாயடைய வைக்க ஆகம அனுமதி உண்டு.

பொதுவாகவே குழந்தைகளை ஆலயங்களில் கண்டிப்பாக கட்டுப் படுத்தியிருக்கவேண்டும். தடுப்புக் கம்பிகளில் ஏறி விளையாடுதல், சக குழந்தைகளை நோக்கி உதடுகளைக் கோட்டிக் காட்டுதல், கையில் உள்ள பொருட்களை உண்டியல் துளையில் போடுதல், நந்தியை அடையாளம் தெரியாமல் 'பன்னி பாத்தியா பன்னி படுத்திருக்கு' என்று சொல்லி சுட்டிக்காட்டுதல் போன்றவை மன்னிக்கப்படலாமென்றாலும் சயனப்பெருமாளை நோக்கி 'சாமிக்கு ஜொரமா? படுத்தே கெடக்கு?' என்றும், நடராசரைப் பார்த்து 'இந்த சாமிக்கு காலிலே முள்ளு குத்திச்சு... பாவம்' என்றும் சொல்லும் குழந்தைகள் ஆகமவிதிகளை மீறுகின்றன என்று உணரல் வேண்டும். குழந்தைகளைக் கட்டுப்படுத்த செவி என்ற உறுப்பை

உருவாக்கிய வாஸ்துதேவனை நாம் இங்கே நினைவில்கொண்டு வழுத்துவோமாக.

அர்ச்சகர் ஒரு பெரிய தட்டில் கற்பூரச்சுடர், பூக்கள் போன்றவற்றுடன் வருவதைக் கண்டு உடலில் உள்ள எல்லா சட்டைப்பைகளுக்குள்ளும் கையைவிட்டு துழாவ ஆரம்பித்தல் பிழை. கோடு போட்ட அண்டர்வேரை வெளியே எடுத்து பணம் எடுப்பது பாவம். பெண்கள் முந்தானை விலக்கி ஜாக்கெட்டுக்குள் இருந்து எடுப்பதில் பிழையில்லை.

எனினும் முன்னரே சில்லறை மாற்றி வைத்தல் நன்று. போடுவது ஒரு ரூபாய்க்கு குறைவல்ல என்று உறுதிசெய்யவே அவர் அவ்விளக்கை வைத்திருக்கிறார் என்றும் பேருந்து நடத்துநர் சீட்டு அளிப்பதுபோல மலர் அளிக்கிறார் என்றும் எண்ணற்க. பெருமாள் ஆலயங்களில் அளிக்கப்படும் துளசி தீர்த்தத்தை உதடுகளில் வைத்து உடனே எடுத்துவிடுதல் உடலாரோக்கியத்துக்கு நன்று. அமீபாசுரன் தூணிலும் துரும்பிலும் இருக்கும் மாயாவியென்க. கற்பூரச்சுடரைத் தொட்டுக் கும்பிடும்போது அணைத்து வசைபெறல் உகந்ததல்ல.

இறை வழிபாட்டை மனமொன்றிச் செய்தல் வேண்டும். ஆகவே கையில் உள்ள குப்பைகளை எங்குபோடுவதென்று அலைமோதலாகாது. அங்கேயே அப்படியே போட்டுவிடுதல் நலம். அப்போது நினைவுக்கு வந்த பக்திப்பாடல்களை முன்னால் நிற்பவரின் செவி அதிரும்படி கதறுவது நெறியாகும். வரிகள் தெரியாதவர்கள் சிவசிவா என்றோ சம்போ மகாதேவா என்றோ நாராயணா பெருமாளே என்றோ கூப்பாடு போடலாம்.

கோயிலுக்கு நாம் என்ன செய்தாலும் அதை சாமி அறிந்து கொள்வதுடன் அவர் மறக்காமலும் இருக்கவேண்டும். ஆகவே நாம் அளிக்கும் பொருட்களில் நம் பெயரைக் குறித்துவைக்க வேண்டும். ஏழு ரூபாய் குண்டுபல்ப் வாங்கிக் கொடுத்தாலும்கூட 'பல்ப் சுப. வல. அருணாச்சலம் செட்டியார் வகையறா உபயம்' என்று எழுதி வைப்பது நல்லது. கோயிலை அத்தனை பெரிதாகக் கட்டிய பாண்டியர்களும் சோழர்களும் எழுதி வைக்காத காரணத்தால் எப்படி இருந்த இடம் தெரியாமல் போனார்கள் பார்த்தீர்கள் அல்லவா?

கருவறைக்கு முன் நாம் குடும்ப ஒற்றுமையை நிலைநாட்ட வேண்டும். 'மஞ்சூ அம்மா கையை புடிச்சுக்கோ... டேய் ராகவ், தண்டக் கருமாந்தரமே எங்க போற... ஏண்டி அவனை புடிச்சுக்கச் சொன்னா அங்க என்ன செய்து எழவெடுக்கிறே' என்று கூவி

நிலைமையை நம் கட்டுக்குள்கொண்டுவரலாம். ‘வந்து தொலை யேண்டி சனியனே’ என்று மனைவியை அழைத்து அடுத்த சன்னிதிக்குச் செல்வது தொல் தமிழ் மரபு.

மிஞ்சிய விபூதி குங்குமத்தை சிலைமீது கொட்டிவிட்டு வெளியே செல்லும்போதே பேசி நிறுத்திய மிச்சத்தைத் தொடரலாம். வெளியே வெவ்வேறு இடங்களில் பலவகையான நூலோர் நின்று பலவகையான வழிபாடுகளைச் சொல்லி நம்மை ஈர்ப்பதைக் காணலாம். இவ்வாறு ஆலயங்களில் நாள்தோறும் புதுப்புது வழிபாட்டுமுறைகள் உருவாகி வருகின்றன. அவற்றைக் கணக்கிலெடுத்து ஆகமங்களைத் திருத்தியமைப்பதற்காக கமிட்டி ஒன்று செயல்படுகிறது. சராசரியாக நாள்தோறும் பதினேழு புதிய சடங்குகள் உருவாகி வருகின்றன என்பது கணக்கு. சிலவற்றை ஈண்டு பட்டியலிடுவாம்.

ஆஞ்சனேயருக்கு வடைமாலை சார்த்துதல். காகிதத்தில் ராமஜெயம் எழுதி மாலையாகக் கட்டி அவர் கழுத்திலணிவித்தல். ஜெராக்ஸ், பிரிண்ட்அவுட் போன்றவையும் ஆகலாம் என்றானபின் கோடி ராமநாமம் வழக்கமாக உள்ளது. நாநூறுகோடி ராமநாமத்தை சூப்பர் கம்ப்யூட்டர் உதவியுடன் அச்செடுத்து சமர்ப்பிக்கும் ஒரு வேள்வி கூட இப்போது நிகழ்ந்தது. நிறைய அனுமன்கள் தேவைப் படுவதனால் சில இடங்களில் சுக்ரீவன், வாலி, அங்கதன் போன்ற சிலைகளுக்கும் இதேவழிபாடு செய்யப்படுகிறது.

காலபைரவன் காளி போன்ற சிலைகள் மீது வெண்ணெயை ‘பொச்சக்’ என்று தூக்கி வீசுவது. அதே வெண்ணெ வழித்தெடுக்கப் பட்டு மீண்டும் உருட்டி விற்கப்படுவதால் நாற்றம் குமட்டும் என்பதனால் கையில் வாங்கியதுமே சிலையை நோக்கி ஓடுவோர் முந்தையோர் இட்ட வெண்ணெயில் வழுக்கி விழுதல் நிகழ்வதுண்டு. பெருமாள் சிலைகளுக்கு மேலே சந்தனத்தை வீசுவதும் பிள்ளையார் மீது நாணயங்களை வீசுவதும் காணப் படுகிறது. நெல்லைமாவட்டத்தில் ஒரு ஆலயத்தில் ஆனாய நாயனார் மீது செல்பேசியை வீசும் மரபு இருப்பதாகச் சொல்லப்படுகிறது. ஆனால் குறிபார்ப்பதற்காக பலமுறை பொருட்களை சாமி முன்பு முன்னும் பின்னும் ஆட்டுவதும் ஒரு கண்ணைமூடிக்கொள்வதும் சம்பிரதாய விரோதமாகும்.

மூஞ்சூறு சிலைகளுக்கு பூசை செய்து எலித்தொல்லை நீங்கப் பெறுதல். கோயில் சுவர்களில் உள்ள பல்லி சிலைகளுக்கு குங்குமம் சார்த்தி பூசை செய்தல். இதனால் பல்லிவிழுந்த தோஷம் நீங்கும் என்று புது ஐதீகம். ஒரு கோயிலில் தேள்கடித்த தோஷம் தீர

அங்கே தேள் சிலைக்கு வெண்ணெய் சாத்தும் வழக்கம் சூடுபிடித்தபோது ஆய்வுக்குழு சென்று நோக்கி அது தேளல்ல பத்து கை கொண்ட ராவணனே என்று நிறுவியபோது பக்தர்கள் கடும் எதிர்ப்பு தெரிவித்தமையால் அந்த நிரூபணம் கைவிடப்பட்டது.

மூலமூர்த்திக்கு அபிஷேகம் செய்த எண்ணெயை ஒரு குழியில் சேமித்து அந்த எண்ணெயை அள்ளி நல்மருந்தென வணிகம் செய்தல். எண்ணெய்த்தேவை அதிகரிக்க அதிகரிக்க வடை மற்றும் அதிரசம் சுட்ட எண்ணெயும் அதில் கலக்கப்பட்டது. கன்னங்கரேலென இருப்பதனால் அதை குரூடாயில் என்று இந்திய எண்ணெய் சுத்திகரிப்பகத்துக்கு சிலர் செய்த புகார் தவறானது.

கோயில் கிணற்றில் சில்லறைகளை வீசுவது முறையென்றாலும் வீட்டிலெஞ்சிய செல்லாத சில்லறைகளைக்கொண்டுவந்து போட வேண்டிய இடமென அவ்விடத்தை எண்ணுதல் முறையன்று. பொதுவாக மூலச் சிலை அன்றி அத்தனை சிலைகளை நோக்கியும் சில்லறைகளை வீசியெறியலாம். திருப்பி நம்மை சாமி பணத்தால் அடிப்பார் என்பது ஆகம விதி. அதே மாதிரி சில்லறையால்தான் அடிக்கிறார், நோட்டைக் காணோமே என்றால் அது அவரவர் விதி.

செவிசாய்த்த நந்தியின் காதில் புருஷனைப்பற்றிய குறைகளைச் சொல்லலாம் என்பது சமீபத்திய கண்டுபிடிப்பு. ஒரு காதின் துளை வழியாக குச்சிவிட்டால் மறுகாதில் வெளிவரும் யாளியின் காதில் சொல்வது கணவனிடம் பேசும் இன்பத்தைச் சில பெண்டிருக்கு அளிப்பதனால் அதுவும் இப்போது மரபாகிவருகிறது. அந்த யாளி தன் வாய்க்குள் துப்பவோ விழுங்கவோ முடியாத கல்லுருளையுடன் நிற்குமென்றால் மேலும் விரும்பப்படுகிறது.

சிற்பக்கலையை ரசிப்பதற்கான எளியவழிகள் இப்போது அங்கீகாரம் பெற்றுள்ளன. தூண்களை சிறு கல்லால் தட்டிப்பார்த்து ஏழிசைக் கற்கள் என்று சொல்வது பல இடங்களில் உண்டென்றாலும் சில இடங்களில் நக்கிப் பார்த்து நவரசத்தூண்கள் என்று சொல்ல ஆரம்பித்திருப்பதை இன்னும் ஆகமக் கமிட்டி அங்கீகரிக்கவில்லை. பொதுவாக சிற்பங்களை கொட்டியும் தட்டியும் பார்த்து நல்ல ஓசை வரக்கூடிய சிற்பமே சிறந்தது என்ற முடிவுக்கு வருதல் எளிய வழி.

இதைத்தவிர அர்ச்சனை சார்ந்த சில புதிய சடங்குகளும் உள்ளன. சிவலிங்கத்துக்கு அழுக்குத் துண்டால் இடைக்கச்சை கட்டி விடுதல், கல்லிலேயே அலங்கார உடையணிந்த அம்மனுக்கு அதற்குமேல் நாலரை ரூபாய் சீட்டிப்பாவாடையை எண்ணெய்

பிசுக்குடன் கட்டிவிடுதல், கால்தூக்கி நின்றாடும் ஆடவல்லானுக்கு பஞ்சகச்சம் கட்டுதல், போர் கோலம் கொண்ட வீரபத்ரனுக்கு கோவணம் கட்டிவிடுதல் போன்றவை இப்போது பரவலாகக் கடைப்பிடிக்கப்படுகின்றன. திருவிடைநல்லூர் பக்கம் ஒரு கோயில்யானைக்கு ஜட்டி தைத்துப் போட்டதாகவும் சொல்லப்படுகிறது. அவை ஆராயப்பட்டு முறைப்படி ஆகமங்களில் சேர்க்கப்படும்.

ஆகமம் என்பது மாறாத விதி அல்ல. இலக்கியம் கண்டதற்கே இலக்கணம் என்பதைப்போலவேதான் இதுவும். 'அட! Come! Come!' என்ற சொல்லில் இருந்தே ஆகமம் வந்தது என்பதை தச்சநல்லூர் சங்கரநயினார் பிள்ளையவர்கள் ஒரு மேடையிலே அழகுற விளக்கினார் என்பதை இங்கே சுட்டிக்காட்டுகிறோம். 'நாலுபேருக்கு நல்லது செஞ்சா தப்பேயில்லை' என்று சைதாபேட்டை பாலகுமார சுவாமிகள் அருளிச்செய்ததும் நினைக்கற்பாலது.

- அக்டோபர் 25, 2015

68

தமிழியம் ஓர் ஆய்வு

காசிரங்கா தத்துவச்சிக்கல் தாளமுடியாமல் போனபின்னர் வேறுவழியில்லாமல் தமிழியர்களும் வேங்கடத்துக்கு மேலே தங்கள் கவனத்தைத் திருப்பி அதைப்பற்றி ஆய்வுசெய்தாக வேண்டிய கட்டாயத்தை அடைந்தார்கள். ஆகவே கோவையில் கொங்குமுனி அவர்களின் தமிழ்தேயம் இதழ் சார்பில் கருத்தரங்கு ஒன்று கூட்டப்பட்டது. அதன் அழைப்பிதழில் கீழ்க்கண்டவாறு இருந்தது. 'கன்னித்தமிழின் கற்பைக் காக்க வருக!' சோவியத் ருஷ்யா உடைந்த மூன்றாம் நாள் தமிழுக்கு ஏற்பட்டுள்ள ஆபத்தை உணர்ந்த கொங்குமுனி அன்றுமுதல் சோர்விலாது இவ்வழைப்பை விடுத்துவந்தபோதிலும் அனேகமாக பிற தமிழமைப்பாளரன்றி எவரும் அதை செவிமடுக்காமைக்குக் காரணமொன்றிருந்தது. நெடுங்காலமாகவே தமிழ்த்திரை கண்டுவளர்ந்த தமிழர் கற்பைக் காக்கத் துள்ளி வருவதற்குக் கடைசித்தருணம் வரை காத்திருக்க வேண்டுமென்ற எண்ணம்கொண்டிருந்தார்கள்.

கொங்குமுனி இவ்வாறு அறைகூவினார். 'நற்றமிழ் விலங்கு கொற்றவை ஊரும் யானை. அதை வடவர் கொள்ள பொறுப்பளோ தமிழன்னை? திரண்டுவருக! ஆனையை மீட்க அடர்களம் காண்போம்!' தமிழ்தேயம், கோ அம் புதூர். கோவையில் இருந்த ஒவ்வொரு தமிழமைப்பும் அந்நகரின் பெயரை அவரவருக்குரிய வகையில் கோ எம் புதூர், கோ வன் புதூர், கோ வெண் புதூர் என பலவகையில் சொற்பகுப்பு செய்து பொருள்கொண்டிருந்தனர்

என்பதனால் ஊர்ப்பெயரை மட்டும் எழுதினாலே சரியான விலாசத்துக்கு கடிதங்கள் சென்று கிடைக்கும் வாய்ப்பு இருந்தது. கிட்டத்தட்ட எண்பது வகையில் பிரிக்கப்பட்டு பொருள் கொள்ளப் பட்டபின் மேற்கொண்டு பிரிக்கமுடியாத காரணத்தாலேயே புதிய தமிழமைப்புகள் உருவாவது மட்டுப்பட்டது.

ஞாயிற்றுக்கிழமை காலை பத்துமணிக்கு கொங்குவேளாளர் அறக்கட்டளைப் பள்ளி அரங்கில் நிகழவிருந்த கருத்தரங்குக்கு கொங்குமுனி சீடனின் கரம் பற்றி ஒன்பதரைக்கே வந்து சேர்ந்தார். பதினொரு மணிக்கு எல்லா கூட்டங்களுக்கும் வந்து கூட்டம் தொடங்கியதுமே சென்றுவிடும் எஸ்.ஆர்.கஜேந்திரன் வந்து சேர்ந்தார். பதினொன்றரைக்கு சம தமிழமைப்பாளர்கள் மூன்று அமைப்புக்கு ஒருவர் என்ற மேனிக்கு வந்துசேர்ந்தார்கள். உழவர் சந்தைக்கு காய்கறி வாங்கப்போகும் வழியில் எதற்கு வம்பு என்று தலைகாட்ட வந்த எழுத்தாளர் குமரிநாடனைக் கண்டதும் கே. ஆர். கஜேந்திரன் எழுந்து சென்று மங்கலான புன்னகையுடன் வணங்கி விட்டு அவரது இரு கைகளையும் இறுகப்பற்றிக்கொண்டு அறுபது பாகையில் திரும்பி நின்று பக்கத்து சுவரைப்பார்த்துக்கொண்டு முணுமுணுவென்று சரளமாகப் பேச ஆரம்பித்தார். பத்துநிமிடம் தந்திரப்புன்னகையுடன் அந்த ஒலியை செவிமடுத்த குமரிநாடன் ஒரு விவரமறியாத இளமெழுத்தாளரை அருகழைத்து அவரை அறிமுகம் செய்யும் சாக்கில் அவர் கையை ஒப்படைத்துவிட்டு மெல்ல நழுவினார்.

ஒருவழியாக பன்னிரண்டு மணிக்கு கூட்டம் ஆரம்பம் ஆகியது. கோவைமுனி எழுந்து தன் முன்னுரையைச் சுருக்கமாக முடிப்பதாகச் சொல்லி யானையை வடவர் உரிமைகோருவதைப் பற்றி சில சொற்களைச் சொல்லிவிட்டு 'இன்று தமிழகம் அழிந்து கொண்டிருக்கிறது. எல்லாம் நாசமாகிக்கொண்டிருக்கிறது. தமிழனுக்கு தண்ணி இல்லை. தமிழனுக்கு மின்சாரம் இல்லை. தமிழனுக்கு நல்ல கல்வி இல்லை' என்று தன் புகழ்பெற்ற முதல் சொற்றொடரை தொடங்கினார். கூட்டத்தில் பெரும்பகுதி வெளியே சென்று அறிமுகம் புதுக்கல், தேநீர் அருந்துதல், புறணி கூறுதல் முதலிய கருத்தியல் செயல்பாடுகளில் ஈடுபட்டனர். குமரிநாடன் எப்போது சென்றார் என்பதை யாரும் அறிந்திருக்க வில்லை. கைப்பிடியை விடுவிக்கத் தெரியாத இளம் எழுத்தாளர் தொய்ந்து சுவரில் சாய்ந்துவிட்டிருந்தார்.

மாலை மூன்றரை மணி வாக்கில் கொங்குமுனி அவர்கள் 'அதனால் தான் சொல்கிறேன் தமிழனுக்கு தண்ணி வேணும். தமிழனுக்கு மின்சாரம் வேணும். நல்ல கல்வி வேணும்...' என்று தன்னுடைய

புகழ்பெற்ற முடிவுரையை சொல்ல ஆரம்பித்தார். நான்குமணிக்கு அவர் சொல்லிமுடித்தபின் கருத்தரங்கம் ஆரம்பித்தது.

முதலில்பேசிய வெண்கொற்றன் ‘முதல்ல காசிரங்கா என்று வடவர் சொல்லும் சொல்லின் உண்மையான தமிழ்வடிவம் என்ன என்பதை நாம் கண்டுபிடித்தாகவேண்டும். உலகில் உள்ள எல்லா சொற்களும் தமிழ்ச்சொற்களே என்பதை உணராமல் அந்தந்த மொழியினர் அவற்றை தவறாக உச்சரிக்கும் அறியாமையை நீக்கும் பெரும் பொறுப்பு தமிழனுக்கு உண்டு என்பதை பாவாணர் நிறுவியிருக்கிறார்’ என்று சொல்லி காசிரங்கா என்பது ‘காசு இரங்கா’ என்ற தமிழ்ச்சொல்லே என்று விளக்கினார். தொல் பழங்காலத்தில் அக்காட்டில் வாழ்ந்த மக்கள் வணிகத்துக்குச் சென்ற தமிழர்களிடம் பொருள்கொண்டுவிட்டு காசு கொடுக்காமல் சென்றமையால் அப்பெயர் வந்திருக்கலாம் என்று சொல்லியதும் சூடான விவாதங்கள் ஆரம்பமாயின.

தமிழ்வேள் (ஒவ்வொரு முறையும் பெயரெழுதும்போதும், சொல்லும்போது வேல் அல்ல என்பது அவருக்கொரு சீலமாகி விட்டிருந்தது) அவர்கள் எழுந்து காய் சிறு அங்கம் என்ற தூய தமிழ்ச்சொல்லே அப்படி ஆயிற்று என்று விரிவாக விளக்கினார். அங்கே அரசுக்கட்டிலில் துஞ்சிவிழித்த வேல்நெடுங்குன்றத்து பெருவழுதி வடவர்களின் தலையில் கல்லை ஏற்றும் பொருட்டு கடும்போரில் ஈடுபட்டபோது அவர்கள் அந்த நியாயமான கோரிக்கைக்குச் செவிமடுக்காமல் அவருடன் போரிட்டமையால் இவருக்கு சுட்டுவிரலில் காயம் பட்டு வலி எழுந்தபோது அப்பெயரை அந்தக் காட்டுக்குப் போட்டதாகச் சொல்லி சான்றாக நூல் ஒன்றையும் வாசித்துக்காட்டினார். அந்நூல் அவராலேயே எழுதப்பட்டதாகும்.

அதைத் தொடர்ந்து தமிழறிஞர் கணிமையார் எழுந்து காவல்சிறக்கா என்ற சொல்லை முதல்சொல்லாக அவர் கருதுவதாகச் சொன்னார். இடிமுழவார் அவர்கள் கால்சிறக்கா என்று ஏன் சொல்லலாகாது, தமிழருடன் போரிட்டு வடவர் பின்னங்கால் பிடரிபட ஓடியகாலை அவர்களால் விரைந்து ஓடமுடியாமை கருதி அப்பெயர் ஏன் சூட்டப்பட்டிருக்கலாகாது என வினவினார்.

பேராசிரியர் சந்திரசூடனார் அவர்கள் காய் சிறக்கா என்ற பொருளே மேலும் சிறந்த பொருத்தப்பாடு உடையது என்றார். ஏனென்றால் அந்தக் காட்டில் உள்ள காய்கள் தமிழர் தம் நாவுக்கு உகக்கவில்லை. ஆனால் அர.அர.குப்புசாமி அவர்கள் கா சிறக்கா என்ற பொருளே உயிரியலாளர் ஒப்பக்கூடியது என்றார். ஏனென்றால் அக்காட்டில் காகங்கள் அதிகம் கிடையாது என்பதை நந்தமிழர் கண்டறிந்தனர்.

அப்போது சைவப்பேழை திரு. முத்துவேலனார் அவர்கள் காசி என்ற பெயரிலிருந்து அச்சொல் வந்திருக்கலாகாதா என்று வினவ அக்கணமே பொங்கி எழுந்த மணவாளனார் ஏன் ரங்கா என்ற சொல்லில் இருந்து வந்திருக்கலாகாதா என்று கொதித்தார். தமிழ்வேள் எழுந்து 'காசி என்ற சொல்லே தமிழ்ச்சொல் அல்லவா?' என்றார். சீயக்கா என்ற சொல் பேச்சுவழக்கில் தலைகீழாகத் திரும்பியதே காசி. சீயக்கா சீயக்கா என்று பலமுறை வேகமாகச் சொன்னாலே காசி என்று வந்துவிடும். அக்காலத்து தமிழர் கங்கைக் கரையில் சிகைக்காய் போட்டு தலை கழுவி நீராடும் பழக்கம் இருந்திருக்கிறது. அதற்கும் நூலாதாரம் அவரது நூலிலேயே இருந்தது. ரங்கா என்ற சொல்லைப்பற்றி பேச்செடுக்காமல் மணவாளன் அமுங்கிக்கொண்டார்.

உற்சாகம் கொண்ட கணிமையார் கங்கை என்ற சொல்லே கண் கை என்ற இரு சொற்களில் இருந்து வந்ததல்லவா, கண்ணால் பார்க்கப்படும் இயற்கையின் கை அது என்ற தூய கவித்துவத்தில் இடப்பட்ட பெயரது என்றார். முட்டாள்தனமான சொற்பிரிப்புகள் வழியாக தமிழர்தன் ஆய்வுநேர்மையை வடவர் முன் இழிவு படுத்தக்கூடாதென சொல்லி எழுந்த பல்லாடனார் 'கவின் நகை அதாவது அழகிய புன்னகை என்ற பெயரில் அதற்கு தமிழ் மூதாதை போட்ட பெயரல்லவா அது... என்ன அறிவீனம்?' என்றார். அப்படி யானால் கொங்கைதான் திரிந்து கங்கையானது என்ற விழிச் செல்வனாரின் ஆய்வுநூல் கூற்றை எப்படி மறுப்பீர்கள் என்று கேட்ட மாங்காய்குடி மருதனார் கொங்கைகள் மிகுந்திருந்ததனால் தான் கொங்குமண்டலமென்ற பெயரே வந்தது என்றும் அந்நூலில் ஆய்வுசெய்துரைக்கப்பட்டிருப்பதாகச் சொன்னபோது கொங்குமுனி குறுநகை புரிந்தார்.

ஊடே புகுந்த ச.பரணன் 'ஐயா ஒரு விண்ணப்பம். யான் தொல் தமிழில் ஆய்வுசெய்துவருகிறேன். சங்கம் தொட்டு இங்குவரை நீளும் நந்தமிழர் மரபில் எங்கும் ஆண்குறி குறித்து ஒருசொல்லேனும் இல்லை. ஐயம் தெளிவுபெற அடியேன் சிற்பங்களில் நோக்கினேன். அங்கும் பெண்டிருக்கு குறியுளதே அல்லாமல் ஆண்களுக்கு காணப்படவில்லை. தொல்தமிழருக்கு குறியுளதா என்ற ஐயம் என்னை வாட்டுகிறது' என்றார். 'குறியியலும் குற்றியலுகரமும்' என்ற ஆய்வுநூலின் ஆசிரியரான ராஜபுத்தன் 'குறியிடம் சொல்லுதல் என்று சங்க கால நூல்களில் குறிப்பிடப்படுகிறதே' என்று விளக்கம் அளித்ததை ச. பரணன் ஏற்றுக்கொண்டார்.

தென்திசைமைந்தன் அப்போது கடும் சினத்துடன் எழுந்தார். காசிரங்கா என்ற சொல்லுக்கு இலக்கண ஆய்வு தேடுவது போன்று

மடமையேதுமில்லை என்றார். 'காய்ச்சிருக்கா?' என்று நந்தமிழ் மூதாதை கேட்ட ஒரு வினாவே அந்தப் பெயரானது என்பது வெள்ளிடை முலை (வெண்மையான இடை மற்றும் முலை என்ற அழகிய தமிழ்ச் சொல்லை சிலர் புரியாமல் சிதைத்துக்கூறுவது கண்டிக்கத்தக்கது). தமிழருக்கு இன்று தேவை பொருளியலாய்வு. ஒரு யானை ஒருநாளைக்கு எத்தனை கில்லக் கரமம் (கிலோ கிராம் என்பதன் மூலத்தமிழ்ச்சொல்) தழைகளை உண்கிறது எத்தனை கில்லக்கரமம் கழிகிறது இரண்டுக்கும் நடுவேயுள்ள வகுதசாரம் (விகிதாசாரம்) என்ன என்பதை என்றாவது நாம் கணக்கிட்டு நோக்கினோமா என்றார்.

'தமிழர்தம் பொருளியல் என்பது சொற்பொருளியல் அல்லவா? அதுவல்லமா மரபு?' என்றார் கொங்குமுனி. 'வேணுமென்றால் அறம்பொருளின்பத்தையும் சேர்த்துக்கொள்ளலாம். அறத்திலும் பொருளிலும் உள்ள இன்பத்தைப்பற்றி பாடுவதே தமிழ் மரபு.'

அப்போது இளம் ஆய்வாளர் வெங்கடமலை எழுந்து 'ஆய்வு என்ற பேரில் இங்கே கூத்தடிக்கிறீர்கள். இதன் மூலம்தான் தமிழ் அழிகிறது. செம்மொழித் தமிழுக்கு ஒரு செம்பதிப்பு அவசியம் தேவை' என்று சொல்லிவிட்டு 'இங்கே ச.பரணன் தமிழர்தம் குறியைப்பற்றி கேட்டார். இங்குள்ள சமணர் அருட்குறியும் பொருட்குறியும் மருட்குறியும் வெவ்வேறெனக் காட்டி குன்று தோறும் நிற்பதை அவர் கண்டதில்லையா?' என்றார். 'கண்டேன், ஆனால் அது களப்பிரக்குறி என்றார் மதுரைப் பல்கலை குறியியல் ஆய்வாளர் குமரவேல்' என்றார் ச. பரணர்.

கேரளப்பல்கலையில் இருந்து வந்திருந்த இன்னாசிமுத்து 'யானை என்பது பிழை. ஆனை என்பதே தமிழ். ஆனை என்ற சொல்லை கேரளத்தில் தேடவேண்டும். ஆனைப்பிண்டத்தை அள்ளலாம் ஆனையை அள்ள முடியுமா என்ற மலையாளப்பழமொழி இந்த உண்மையை தெளிவாகச் சொல்கிறது. மலையாள எழுத்து ஆ என்பது தும்பிக்கை சுருட்டியபடி ஒரு யானை நிற்பதைப்போலவே இருக்கிறது, ஆகவே மலையாளம்தான் மூலத்திராவிட மொழி. இதை ஸ்ரீமூலம் திருநாள் ஆய்வுமைய பேராசிரியர் அனந்தசயனன் நாயர் ஆய்வுசெய்து ஒரு நூல் எழுதியிருக்கிறார் என்றார்.

தமிழில் ஆ என்ற எழுத்து தாடை நீட்டி ஆ என்று திறந்திருக்கும் வாயின் சித்திர வடிவமே என்று பேரா குஞ்சிதபாதம் சொன்னார். தமிழ் எழுத்துக்களும் சிந்துவெளி சித்திர எழுத்துக்களும் என்ற தலைப்பில் அவர் முனைவர் ஆய்வு செய்து வருகிறார். இ என்பது தலையில் முக்காடு போட்டு ஒரு பெண் இருப்பதைப்போல உள்ளது. அதேபோல ஈ என்பது சன்னல்கம்பிகள் வழியாக வரும்

ஈயின் படத்தையே காட்டுகிறது. அவற்றில் ஒன்று ஆண் ஈ இன்னொன்று பெண் ஈ என்பது தமிழர்தம் நாகரிகம் எத்துணை நனிசிறந்திருந்தது என்பதற்கான சான்றாகும். சில எழுத்துக்கள் மாறி வந்துள்ளன என்பதையும் மறுக்க முடியாது. அரிவாள்மணை எப்படி உ ஆக ஆகியது என்பது ஆய்வுக்குரியது. ஊ என்பதில் அரிவாள் மணை மீது அமர்ந்து காய்கறி நறுக்கும் ஆச்சியையே காணமுடிகிறது. அதேபோல எ கால்மடக்கி அமர்ந்திருக்கும் எருதின் சித்திரத்தை அளிக்கவில்லையா? சிந்துசமவெளி சித்திர எழுத்துக்களை உருவாக்குவதற்கு முன்னரே தமிழர் தமிழ் எழுத்துக்களை உருவாக்கி விட்டிருந்தார்கள் என்பது தெளிவு.

வெங்கடமலை '...ஆனால் தமிழில் கிடைத்துள்ள பழைய எழுத்துக்கள் பிராமி எழுத்துக்கள் அல்லவா? இன்றைய எழுத்துருக்கள் பின்னர் வந்தவை அல்லவா?' என்று சொல்லி முடிப்பதற்குள் இருபதுபேர் சேர்ந்து அது ஆரியச்சதி என்று சொல்லிவிட்டார்கள். அதன்பின் எவராலும் எதுவும் சொல்ல முடியவில்லை. தென்திசைமைந்தன் 'புதிய பொருளியல் நோக்கில் நாம் குறளை ஆராய வேண்டும். பொருளிலார்க்கு இவ்வுலகம் இல்லை என்று சொல்லும் வள்ளுவர் செல்வம் இருந்தால் மட்டுமே இந்தியாவில் இருக்கமுடியும் என்பதுடன் அருளில்லார்க்கு அவ்வுலகும் இல் என்று சொல்லி கல்வி இல்லாதவர்களுக்கு அமெரிக்காவில் இடம் இல்லை என்பதையும் சொல்லிச்சென்றமை இறும்பூது களியுவகை முதலியவற்றை அடைவதற்குகந்தது' என்றபோது அவையினர் ஆளுக்கொன்றாக அவற்றை அடைந்தார்கள்.

அதுவரை நிகழ்ச்சிகளைக் கவனித்துக்கொண்டிருந்த கவிஞரும் திடீர்க்கட்டுரையாளருமான அழக அழகரசன் எழுந்து 'தமிழ்நீ' என்ற தடித்த இதழை அனைவருக்கும் வழங்கலானார். அதை வாங்கிய ஒருவர் 'சார் இத நான் ஏற்கெனவே வாசிச்சாச்சு' என்றார். 'இல்லையே இது இன்னிக்குத்தானே வந்தது?' என்றார் அழக அழகரசன். 'இந்த அட்டைய பாத்திருக்கேனே?' 'நல்லா பாருங்க. இதே சிற்பம்தான் ஆனா போனமாசம் நீல கலர்லே இருந்தது. இப்ப பச்சையில போட்டிருக்கோம்' என்றார். அதன் பின் அவர் அவையில் தன் கருத்துகளைச் சொல்லலானார்.

தமிழ் தமிழ் என்று பேசுபவர்கள் தமிழை வளரவிடாமல் அடிக்கிறார்கள் என்றார் அழக அழகரசன். தமிழை புதுக்கால கட்டத்துப் பயன்பாட்டுக்குக் கொண்டுவராமலிருந்தால் எங்ஙனம் தமிழ் வளரும்? தமிழை வளர்க்க வேண்டுமானால் இன்று மக்களுக்குத் தேவையானவற்றை நல்ல தமிழில் அளிக்க வேண்டும்.

இன்றைய இளைஞர்கள் பாலியல் தமிழை விரும்புவதனால்தானே சாறு சுரோணிதா போன்ற எழுத்தாளர்களின் கொடி பறக்கிறது? சங்கம் வைத்து கொங்கை பாடிய தமிழில் ஏன் அப்பாலுணர்வை எழுத இயலாது? ஒன்றுக்கு நூறெனஎழுத முடியும். ஆகவேதான் தமிழ்நீ இதழில் 'படவரலல்குலும் படமெடுத்தரவமும்' என்ற தலைப்பில் அழக அழகரசனார் ஒரு கட்டுரைத் தொடர் எழுதியிருக்கிறார். விரைவில் அதற்கு பழனியப்பா பிரதர்ஸ் நிறுவனம் தெளிவுரையும் வெளியிடவிருக்கிறது.

மேலும் திரைப்பட மதிப்புரையும் திரைவிண்மீன்கள் பற்றிய மந்தமந்தணமும் (கிசுகிசு) தூயதமிழிலேயே அவ்விதழில் அவரால் எழுதப்படவுள்ளன. 'தமிழருக்கெதிரான இனத்து பெயருள்ள கடவுள் நடிகரும் ஆலயவழிபாட்டுப் பெயருள்ள சிங்கள நடிகையும்கொண்டுள நட்பு குறிஞ்சி பெய்த மழையென கிளைத்து நெய்தலலையென நிலைத்து பாலை வெயில காய்தலெளயறிந் தோமென்பதையறிக' என்று அவரே எழுதிய சிறிய மந்தமந்தணத்தை வாசித்துக்காட்டியபோது தமிழறிஞர்கள் அகமகிழ்வடையாநின்றனர்.

ஆனால் செல்லப்பனார் மட்டும் அவ்விதழிலேயே இராகு. குப்புசாமி அவர்கள் குறளுக்கு எழுதும் மிகப்பெரிய விரிவுரை பற்றி வினவ அழக அழகரசன் அது மேலைநாடுகளில் இப்போது உருவாகிவரும் ஹைப்பர் ரீடிங் என்ற வகை எழுத்து என்றும் அதனை தமிழில் விவ்விரிவுரை எனலாமென்றும் சொன்னார். அது தமிழர்க்கு புதிதும் அல்ல. தடுக்கில் பாயச்சொன்னால் கோலத்தில் பாய்வது என்ற பழமொழி அதையே குறிக்கிறது. அது இன்றைய இளைஞர் குமுகத்தைக் கவரும் உத்தி. ஆயிரத்து முந்நூற்று முப்பது குறளையும் இக்கணினி காலகட்டத்தில் மனப்பாடம்செய்யும்படி இளைஞரிடம் சொல்வது வன்கொடுமை. ஒரே ஒரு குறளை வைத்தே தேவையான அனைத்தையும் சிந்தனைசெய்துகொள்ள முடியும் என்பதே இம்முறை காட்டும் வழியாகும் என்றார்.

மீண்டும் எழுந்த கொங்குமுனி அவர்கள் அங்கே காசிரங்கா காட்டுக்குள் யானையை வடவர் கொன்றழித்ததைப்பற்றி பேசுவதற்கு கூடியிருப்பதைக் குறிப்பிட்டு அந்த இனப்படு கொலையை கண்டித்துப் பேசும்படி உருக்கமாகக் கோரிக்கை விடுக்கலானார். காசிரங்கா காடு இருக்கும் அஸ்ஸாம் நிலப்பகுதியானது முன்பு தமிழில் அச்சமிலி என்று அழைக்கப்பட்ட ஒரு பெருவீரனின் நினைவாக உருவான பெயராக இருக்கலாம் என்று தமிழ்வேள் அவர்கள் சொன்னபோது முனைவர் தெய்வீகராகம் அவர்கள் சினந்தெழுந்து 'அது புனித தாமையரின் முதற் சீடர் சாம் என்பவரின் நினைவாக உருவான பெயர். அந்த சாம்

என்ற பொருளில் தாமையர் அசாம் என்று சொன்னதே அச்சொல்லின் வேர்' என்று சொன்னதை அறிஞர்குழு முழுமனதாக ஏற்றது.

காசிரங்கா காட்டில் தத்துவ விவாதத்துக்கு தமிழறிஞர்கள் அழைக்கப்படாததை வன்மையாகக் கண்டிக்கவேண்டுமென்றார் முத்துவேலனார். மேலும் அந்த விவாதமே தமிழில் நிகழ்ந்திருக்க வேண்டும். தமிழறியாத உலுத்தர்கள் அதில் பங்கெடுத்திருக்கவும் கூடாது. நற்றமிழ் யானை சவிமுள்ளாம் சமசுகிருதம் கேட்டு இன்னுயிர் நீத்து தமிழ்தெய்வமாகியது. அதை ஏத்தி அவர் எழுதிய நூற்று எட்டு வெண்பாக்களை அவையில் வாசிக்க அவர் அனுமதி கோரி அது மறுக்கப்படுவதற்குள் இரண்டு செய்யுட்களை வாசித்தும் முடித்தபின் பொதுவாக எவருக்கும் பேசும் திராணி இருக்கவில்லை.

இறுதியாக கொங்குமுனி முன்னரே எழுதி நகலெடுத்துக் கொண்டு வந்திருந்த கோரிக்கைப்படிவங்கள் கைச்சாத்து பெறப்பட்டு மாநாட்டு முடிவுகளாக அரசுக்கு அனுப்பப்படலாயின. அதில் உடனடியாக காசிரங்கா காட்டுப்பகுதியில் உள்ள யானைகளுக் கெல்லாம் தூய தமிழ்ப் பெயர் சூட்டப்படவேண்டும், காசிரங்கா காட்டை தமிழ்நாட்டுடன் சேர்க்கவேண்டும், கொல்லப்பட்ட யானைக்கு மெரீனா கடற்கரையில் (மர நாய் கடற்கரை. அங்கே முன்பு காடாக இருந்திருக்கிறது.) மணிமண்டபம் கட்டப்பட வேண்டும் என்ற கோரிக்கைகள் இருந்தன. அடுத்த இதழ் தமிழ்தேயம் தமிழ் யானை சிறப்பிதழாக வெளிவரும் என்று கொங்குமுனி குறிப்பிட்டபோது அவை கைதட்டவில்லை. காரணம் அனைவரும் வீடுதிரும்பிவிட்டிருந்தார்கள்.

- நவம்பர் 8, 2008

69

ஒரு பொருளியல் விபத்து

காலையில் எழுந்ததுமே தற்கொலை பற்றி ஏதோ எழுதவேண்டியிருந்தது. அதன்பின் தற்கொலை செய்து கொண்டவர்களைப்பற்றிய நினைவுகள். தற்கொலைசெய்துகொண்டவர்களை முன்பெல்லாம் உடனே நடுகல் நட்டு சாமியாக்கி வருடத்துக்கு ஒரு கோழி பலி கொடுத்து பிரச்னையை முடிவுக்குக் கொண்டுவந்துவிட்டிருக்கிறார்கள். இப்போதுபோல சிந்தனைசெய்து செய்து அவர்களை வானளாவ வளர விடுவதில்லை. 'தற்கொலை போல உண்மையான தத்துவச்சிக்கல் வேறில்லை' என்றான் காம்யூ. உண்மைதான். கொலை போல நடைமுறைச்சிக்கலும் வேறு இல்லை.

நடுவே இணையத்தின் கட்டணம் முடிந்துவிட்டது என்றது இணைப்பு. அருண்மொழி ஆபீஸ் போய்விட்டாள். அன்றாடச் செலவுக்கு அவளிடம் முன்னரே பணம் வாங்கி வைத்துக்கொள்வது வழக்கம். சட்டென்று ஏடிஎம் கார்டு நினைவுக்கு வந்தது. வட இந்தியப்பயணத்தின்போது எதற்கும் இருக்கட்டும் என்று வாங்கியது. 'ஒரு பைசாகூட எடுக்கப்பிடாது. சும்மா ஒரு இதுக்குத்தான் அது' என அருண்மொழி கடுமையாக எச்சரித்திருந்தமையால் நான் அதை பயன்படுத்தவே இல்லை. மேலும் பயணத்தில் செலவெல்லாம் பொதுநிதிவழியாகத்தான்.

திரும்பிவந்து நாகர்கோயிலில் ஒருமுறை பணம் எடுக்கச் சென்றேன். எந்திரத்தில் பணம் இல்லை என்றார்கள். அது எப்போதாவதுதான்

இருக்குமாம். பணம் இருக்கும் தகவல் தெரிந்தால் உடனே கிளம்பிவந்தால்தான் எடுக்கமுடியும். நகரின் மூன்று ஏடிஎம் எந்திரங்களிலும் பணம் இல்லை. சரி, யோகமில்லை என்று வந்துவிட்டேன்.

உலகம் முழுக்க நானறிந்தவரை சிக்கல் இல்லாமல் ஓடும் எந்திரம் என்றால் இந்த ஏடிஎம்தான். இந்தியாவில் அதில் பெரிய நிர்வாகச்சிக்கல். தேசியமய வங்கிகளில் எவருமே பொறுப்பாக பணத்தைக் கொண்டுவைக்கமாட்டார்கள். அதற்கென ஒரு ஊழியர் இருப்பார். ஒருமுறை கொஞ்சம் பணம்கொண்டுவைத்தால் அவர் மீண்டும் வரமாட்டார். ஏடிஎம்மை நம்பி இந்தியாவில் எங்குமே செல்லக்கூடாது என்று அனுபவசாலிகள் சொன்னார்கள்.

இப்போது ஏடிஎம்மைப் பயன்படுத்தி பணம் எடுத்தால் என்ன? தற்கொலைச் சிந்தனை விலகி சற்று உற்சாகம். காலையில் அலுவலகம் போனதுமே கிளம்பிச்சென்றேன். ஏடிஎம் இருக்கும் இடம் வங்கிக்கு நேர் எதிரில். கண்ணாடிக்கதவைத் திறந்து உள்ளே போகும் வழியில் இரண்டு பிச்சைக்காரர்கள் ‘அய்யா’ என்று இருபக்கமும் கை நீட்டினார்கள். எரிச்சலுடன் ‘உள்ளபோனாத் தானே பணம் இருக்கும்?’ என்றேன். முன்கூட்டியே சொல்லி வைக்கிறார்களாம்.

உள்ளே போனேன். பித்தான்களை அழுத்தி கார்டைச்செருகினேன். இந்தமாதிரி வேலைகளில் எனக்கு என்ன சிக்கல் என்றால் நான் சிந்தித்துக்கொண்டிருப்பவற்றை என்னால் நிறுத்த முடியாது. அச்சொற்களும் வெளித்தகவல்களின்கூடவே ஓடுமாதலால் எண்களை கவனித்து திருப்பி அழுத்துவது போன்றவற்றைச் செய்தால் எப்போதும் குளறுபடிதான். ‘ராணுவங்களும் தற்கொலை செய்துகொள்ளும்’ என்று தல்ஸ்தோய் எழுதியதை அப்போது நினைக்கவேண்டிய தேவையே இல்லைதான்.

கடைசியில் வெற்றி. காலையாதலால் பணமும் இருந்தது. ஐந்நூறு ரூபாய்தான். ஐந்து நூறு ரூபாய் நோட்டுகள். எடுத்து நாலைந்து முறை எண்ணிவிட்டு திரும்பி வந்து கதவைத் திறந்தேன். பூட்டியிருந்தது. இழுத்தேன். மீண்டும் இழுத்தேன். மீண்டும் மீண்டும் இழுத்தேன். பகீரிட்டது. மார்பு அடிக்க ஆரம்பித்தது

உள்ளே ஏஸி வேலைசெய்யவில்லை. மூச்சுத்திணறல் ஆரம்பித்தது. பிச்சைக்காரர் கண்ணாடிக்கதவுக்கு அப்பால் எழுந்து நின்று ‘என்ன?’ என்று நடித்தார். ‘திறக்க முடியவில்லை’ என்று நடித்தேன். மாறி மாறி உணர்ச்சிகரமாக நடித்தோம். அங்கே எந்தக் குமிழும்

எந்தப் பிடியும் கையில் சிக்கவில்லை. ஒரு தொலைபேசி இருந்தது. எதிர்பார்த்தபடியே அதில் தம்பூராநாதம்தான்.

ஆவேசத்துடன் கதவைப் பிடித்து இழுத்தேன். ஒரு முனகல் ஒலி. திறக்கிறது. கடுப்புடன் மீண்டும் இழுத்தேன். வெளியே அவரும் சற்று தள்ளினார். சலார் என்ற ஒலியுடன் கதவின் கண்ணாடிப்பரப்பு ஒன்று உடைந்து ஒருசில துண்டுகள் கீழே கொட்டின. நான் கையை எடுத்து அவசரமாக பின்னுக்கு நகர்ந்தபோது மொத்தக் கண்ணாடியும் கொட்டியது. பாதி உள்ளே மீதி வெளியே. என் உடம்பெங்கும் கண்ணாடித்தூள்.

வெளியே நின்ற பிச்சைக்காரர் 'என்ன சார்? உள்ள சுச்சு இருக்குமே... அத அமுக்கினாப்போருமே...' என்றார் 'எம்பிடு மட்டம் சொன்னேன்... மனுசனானா மனசிலாக்க வேண்டாமா?' ஆமாம் ஒரு சுவிட்ச் இருந்தது. அதன் மீதாக அதை அழுத்தினால் கதவு திறக்கும் என்று தமிழ் ஆங்கிலத்தில் எழுதியிருந்தது. பதற்றத்தில் அது மட்டும் என் கண்ணில் படவில்லை.

அமுக்கி, கதவைத் திறந்து வெளியே வந்தேன். அதற்குள் திருவனந்தபுரம் தேசிய நெடுஞ்சாலை எங்கும் என்னை வேடிக்கை பார்க்கும் கண்கள். தலையில் முக்காடு போட்ட நாலைந்து பீபிக்களுக்கு ஒருவர் என்னைச் சுட்டிக்காட்டி ஏதோ சொன்னார். இத்தனைவேகமாக பெருங்கூட்டம் கூடும் என நான் நினைக்க வேயில்லை. வேடிக்கை பார்ப்பதற்காகவே எக்கணமும் விழிப்பாக இருப்பார்கள்போல.

வங்கியில் இருந்து இரு ஊழியர்களும் பாதுகாவலரும் என்னை நோக்கி ஏதோ கூவியபடி வந்தார்கள். 'டேய், டேய்' என்று ஒருவர் கத்தினார். என்ன செய்வதென தெரியவில்லை. 'ஓடச்சுபிட்டாரு சாமி' என்றார் பிச்சைக்காரர். நிலைமை சரியில்லை, சரி பிறகு பார்ப்போம் இப்போது போய்விடுவோம் என்று நான் வேகமாக நகர்ந்தேன் - அதாவது மெள்ள ஓடினேன். 'பிடி பிடி' என்றெல்லாம் யாரோ கூவுவது கேட்டது

மூச்சிரைக்கச் செல்லும் வழியில் 'திருவட்டார் சிந்துகுமார்' என்ற குமுதம் நிருபர் பைக் நிறுத்தி காலை ஊன்றி என்னைத் தெருவில் மடக்கினார். 'சார் நல்லாருக்கேளா? பகவத்கீதை உபன்னியாசம் கேசட் குடுத்தேனே கேட்டேளா?' என்றார். எழுத்தாளனாக மீண்டும் மாறி 'கேட்டேன்' என்றேன். 'பிளாக்லே 'வற்கீஸின் அம்மா' கட்டுரை படிச்சேன் சார். நல்லா இருந்தது. வற்கீஸ் சார் நமக்கு ரொம்ப வேண்டிய ஆளாக்கும். முன்ன பீமன் மாதிரி இருந்தார். இப்ப கொஞ்சம் உடம்பு சரியில்லை...'

நான் 'ஆமா, மூணுநாள் முன்னாடி போயிப் பாத்தேன்' என்றேன்.

அலுவலகம் வந்து அமர்ந்தபோதுதான் மூச்சிரைக்கிறது என்று தெரிந்தது. ஷாஜி ஃபோனில் அழைத்து அவர் வேலைவிஷயமாக எர்ணாகுளம் போய் மோகன்லாலைப் பார்த்ததைப் பற்றி பரவசமாகப் பேசினார். சரியாகக் காதில் விழவில்லை. என்ன செய்வதென கொஞ்சம் கொஞ்சமாகப் புரிந்தது. ஃபோனில் வங்கியை அழைத்தேன். வங்கி மானேஜர் என் நல்ல வாசகர். ஆனால் அவர் அன்று லீவு. பொறுப்பில் இருந்த காஷியர் பதற்றமாக இருந்தார். 'நீங்கதானா... என்னசார்?' என்றார் 'போலீஸு வந்து பாத்தாச்சு... நான் திருநவேலிக்குக் கூப்பிட்டுச் சொல்லிட்டேன்...'

நான் நடந்ததைச் சொன்னேன். 'அங்க வெளியே இப்ப யாருமே கெடையாதே... பிச்சைக்காரங்க இல்லியே' என்றார். 'நான் ஏன் சார் பொய் சொல்லணும்?'

'எனக்கு ஒண்ணும் புரியல்லை. நான் இண்ணைக்கு மட்டும்தான் இன்சார்ஜ் கேட்டேளா? நான் திருநவேலிக்கு கூப்பிட்டு பேசுதேன். அங்க இன்ஸ்பெக்டர் வந்து பாக்குதாரு.'

போலீஸ்காரர்கள் உள்ளே வந்தால் நான் கண்ணாடியை உடைத்ததற்கு மட்டுமல்ல, ஏடிஎம் கார்டு வைத்திருந்ததற்கே என்னிடம் காசு கேட்பார்கள். கண்டிப்பாக, என்னுடைய பிறப்பு சம்பந்தமான கெட்டவார்த்தையும் சொல்வார்கள். பதற்றமாக தொழிற்சங்கத்தோழர் ஆறுமுகத்தை அழைத்தேன். பிரச்னையின் போதுதான் நமக்கு கம்யூனிஸ்டுக்கள் எத்தனை மகத்தானவர்கள் என்று புரிகிறது. 'பாத்துக்கலாம் சார்' என்றார் தன்னம்பிக்கையுடன்.

அவரது பைக்கில் வங்கிக்குச் சென்றோம். ஆறுமுகம் உள்ளே சென்று மேனேஜரை வரச்சொன்னார். தொழிற்சங்கத்தவர் என்றதுமே முகங்கள் மாறின. உட்காருங்கள் என்றார்கள். ஏஸி அறையில் காத்திருந்தோம். ஒருவர் உள்ளே வந்து 'கண்ணாடிய ஒடைச்சது ஆராக்கும்?' என்றார்.

'ஒடைஞ்சு போச்சு சார்' என்றேன்.

'ஒடைக்கப்பிடாதுலா? நம்ம நாட்டுக்க சொத்துல்லா? அப்டீன்னா நம்ம சொத்து' என்றார்.

'ஆமாசார்... தெரியாம ஒடைஞ்சு போச்சு' என்றேன்.

'தெரியணும்லா? நம்ம சொத்துல்லா அது?'

'மன்னிச்சுக்கிடுங்க.'

'ஒடைச்ச ஆளைப்பாப்பம்னு வந்தேன்... நான் இங்க காஷியராக்கும்.'

கொஞ்சநேரம் கழித்து பொறுப்பு மானேஜர் கவுண்டரில் இருந்து எழுந்து வந்து பதற்றத்துடன் மீண்டும் 'நான் இண்ணைக்கு மட்டும் தான் இன்சார்ஜ்' என்றார். திருநெல்வேலிக்குக் கூப்பிட்டார். அவர்கள் ஃபோனையே எடுக்கவில்லை.

'நான் இதுமாதிரி பாத்ததில்லை' என்றார். நீங்கள் இதற்கு முன்பு கண்ணாடியை உடைத்தபோது என்ன செய்தீர்கள் என்று கேட்கப் போகிறார் என நினைத்தேன்.

நான் மேனேஜரின் எண்ணைக் கேட்டேன். அவரது செல்ஃபோனை தேடி எடுத்து எண்களை ஒற்றி என்னிடம் நீட்டினார். அவரிடம் நான் நடந்தவற்றைச் சொன்னேன். சொல்ல ஆரம்பிக்கும்போது 'ஒண்ணுமில்ல சார், ஒரு சின்ன பிரச்னை' என்றது தவறோ என்று மனம் நடுவே ஓடியது. சின்னப்பிரச்னை மாதிரி தெரியவில்லையே.

சொன்னால் நம்ப மாட்டீர்கள், இத்தனைக்கும் நடுவே 'நம்முடைய பழைய புராணங்கள் இலக்கியங்கள் அனைத்திலுமே தற்கொலை ஒரு மகத்தான காரியமாக மட்டும்தான் சொல்லப்பட்டிருக்கிறது. குற்றமாகவோ தவறாகவோ அல்ல' என்ற ஒரு புதிய எண்ணமும் ஊடாக ஓடியது. பெரியவர்கள் பேசிக்கொண்டிருக்கும்போது ஊடாக சின்னப்பிள்ளை துணியில்லாமல் பொத்து பொத்தென்று ஓடுவதைப்போல.

'ஒன்றும் பிரச்னை இல்லை சார். நீங்கள் ஒரு லெட்டர் குடுங்க. இந்தமாதிரி தவறுதலா ஒடைஞ்சுபோச்சு, நான் பொறுப்பு ஏத்துக்கிடுதேன்னு...' என்றார் மேனேஜர்.

'சரி சார்... ரொம்ப தேங்ஸ்' என்று சொல்லிவிட்டு கீழே போய் காகிதம் வாங்கி வந்து எழுதி பொறுப்பு மேனேஜரிடம் கொடுத்தேன்.

'ஏதாவது பிரச்னைன்னா சொல்லுங்க... பாப்பம்' என்றார் ஆறுமுகம்.

அலுவலகம் வந்தேன். கொஞ்சம் ஆறுதலாக இருந்தது. 'நம்முடைய மரபில் தற்கொலை செய்துகொள்பவர்கள் எல்லாருமே சொர்க்கத்துக்குத்தான் போனார்கள். அது ஒரு பாவம் என்ற எண்ணம் அவர்கள் நரகத்துக்குப் போவார்கள் என்ற எண்ணம் எப்படி வந்தது? அது ஒரு கிறிஸ்தவக் கோட்பாடா?' இந்த மூளையை வைத்துக்கொண்டு ஒன்றுமே செய்யமுடியாது.

நிஜமாகவே தற்கொலை செய்துகொள்ளப் போனால்கூட இப்படித்தான் யோசிப்பேன் போலிருக்கிறது.

இரண்டு மணிநேரம் கழித்து ஃபோன் வந்தது. 'சார், கண்ணாடிக் கதவை சரி செய்ஞ்சாச்சு. பில் ஐநூற்றிஎண்பது ரூபா... கொண்டு வந்து கவுண்டர்ல குடுத்திடறீங்களா?'

கையில் பணம் இல்லை. எடுத்த பணத்துக்கு இணையத்தொடர்பு வாங்கிவிட்டேன். 'ஏடிஎம் கார்டு இருக்குல்ல... போய் எடுத்து குடுத்திருவோம் சார்' என்றார் ஆறுமுகம்.

'வேண்டாம்... ஏடிஎம்னாலே பயமா இருக்கு.'

'என்ன பயம்? வாங்க நானும் வாறேன்.'

பைக்கில் மீண்டும் போனால் ஏடிஎம் அறை முன்பு போலவே இருந்தது. ஆச்சரியம் என்னவென்றால் பிச்சைக்காரர்களும் இருந்தார்கள். அவர் என்னைப் பார்த்து நட்பாக புன்னகை செய்தார். உள்ளே போய் பணம் எடுத்துக்கொண்டுவந்து மேலே கவுண்டரில் கொடுத்தேன்.

'கண்ணாடிகளை எல்லாம் ஒடைக்கப்பிடாது சார்' என்றார் ஒருவர்.

பொறுப்பு மேனேஜருக்கு திருநெல்வேலி தொடர்பு கிடைத்ததா என்று கேட்கலாமென எண்ணினேன். எதற்கு வம்பு என்று அடக்கிக் கொண்டேன். இரண்டு பெண் ஊழியர்கள் கவுண்டருக்கு அப்பால் எழுந்து என்னை வேடிக்கை பார்த்தார்கள்.

திரும்பிவரும்போது 'தற்கொலை பற்றி இருத்தலியலாளர்கள் அளவுக்கு வேறு எந்த சிந்தனைமரபும் யோசித்தது இல்லை' என்ற எண்ணம் ஏற்பட்டது. 'அடச்சீ' என்று மண்டையை அறைந்தேன். அலுவலகம் போய் அமர்ந்ததும் ஷாஜி மீண்டும் கூப்பிட்டார். 'நான் மோகன்லாலைப்பற்றிச் சொன்னதை நீங்கள் அப்போது சரியாக கவனிக்கவில்லை என்று தோன்றியது. அதுதான் இன்னொருமுறை சொல்லலாம் என்று கூப்பிட்டேன்.'

நான் சோகமாக, 'ஷாஜி ஒரு பிராப்ளம்' என்றேன்.

'என்ன?' என்றார்.

நடந்தவற்றைச் சொன்னேன்.

ஷாஜி 'பிரச்சினை இனிமேல்தானே... அருண்மொழிக்கு அறுநூறு ரூபாய்க்கு எப்படி கணக்கு சொல்லப்போகிறீர்கள்?' என்றார்.

மாலை நான் வாயையே திறக்கவில்லை. எங்கள் வீட்டில் ஒன்பதரை மணிக்கு இரவுச் சாப்பாட்டின்போது ஒருமணிநேரம் ஏதாவது

நகைச்சுவையாகப் பேசிச் சிரிக்கும் வழக்கம் உண்டு. நாளெல்லாம் பள்ளியின் பதற்றத்திலும் அழுத்தத்திலும் இருக்கும் பிள்ளைகள் நன்றாகச் சிரித்தபின் தூங்கச்செல்வது நல்லது என்பது என் கோட்பாடு. வழக்கமாக முக்கிய நகைச்சுவை விருந்து நான் அளிப்பதுதான். இம்முறை நான் பேசாமல் இருந்தேன்.

ஒருசில சிரிப்புகளுக்குப் பின் நான் மெல்ல இந்த சோகச்சம்பவத்தை சொல்ல ஆரம்பித்தேன். அனுதாப அலை கிளம்பவில்லை, சிரிப்பலைகள்தான். 'அப்பா இழுத்தா வரலைன்னா உடனே சுவிட்ச் இருக்கான்னு பாக்கமாட்டியா?' என்றாள் சைதன்யா.

'சும்மாருடீ, அதான் ஒடைச்சதுக்கு அப்றம் பாத்திருக்காங்கல்ல? என்ன இப்ப? நீ மேலே சொல்லு அப்பா' என்றான் அஜிதன்.

கண்ணீர் வழிய சிரித்தபின் அருண்மொழி சாந்தமானாள்.

'ரொம்ப டென்ஷனாயிட்டேன்' என்றேன்.

'சரி விடு' என்றாள் அருண்மொழி.

'அந்த ஏடிஎம் மெஷின் கண்டுபிடிச்சபிறகு இன்னிக்கு வரைக்கும் இதுமாதிரி ஒரு சம்பவம் நடந்திருக்காது ஜெயன்... இந்த மாதிரி வேற யாருக்குமே தோணியிருக்காது... அதனாலதான் சொல்றேன் நீ ஒரு யுனீக் ரைட்டர்' என்றாள்.

அது பாராட்டுதானா என்று ஓரக்கண்ணால் அவள் முகத்தைப் பார்த்தேன். கண்டுபிடிக்க முடியவில்லை.

- மார்ச் 11, 2016

70

யதா யதாய

'**ம**ச்சினா, அம்பதாயிரம் ரூவா அட்வான்ஸ் வெங்கிப்போட்டு திண்ணவேலி சங்சனிலே வெத்திலப்பேட்ட சுப்பையாவை போட்டுத்தள்ளப்போன நம்ம 'கோழி' அர்ச்சுனனும் ஒப்பரம் போன 'உருண்டை' கிருஷ்ணனும் அங்கிண என்னதான் செய்யுகானுகோ? எளவு, நேரமாச்சுல்லா?'

என்று செல்ஃபோனில் பிலாக்காணம் வைத்த 'கறுத்தான்' நாராயணனுக்கு அவனுடைய மைத்துனனும் இளைஞனுமாகிய செருப்பாலூர் கணேசன் திருநெல்வேலி ஜங்ஷனில் ஒரு வெற்றிலைக்கடை அருகே மறைந்து நின்றுகொண்டு செல்ஃபோனை காதில் செருகி ரகசியமாக கீழ்க்கண்டவாறு சொல்லலுற்றான்.

'அந்நா கன்யாகுமரி எக்ஸ்பிரஸிலேருந்து எறங்கி வெத்திலப்பேட்ட சுப்பையாவும் அவனுக்க தாய்மாமன் சம்முகமும் பின்ன மத்தவனுகளும் சேந்து வாறானுக. கோனாரு இப்பம் நம்ம கோழிய கூட்டிட்டுப்போயி நேர் முன்னால நிப்பாட்டுதாரு. டேசனுக்க நடுசென்றர்மத்தியத்தில. அவன் சொல்லுகதை நான் சொல்லுதேன்.

இந்நாப்பாருலே இவனாக்கும் வெத்திலப்பேட்ட சுப்பையா. ஒப்பரம் வாறது அவனுக்க தாய்மாமன் சம்முகம். தொரப்பன் சம்முகம்னு சொல்லுவாக. அடிமுறை ஆசானாக்கும். பொறத்தால

வாறது ‘எருமை’ குமரேசன். அவனுக்க எடதுபக்கம் வாறது சுப்புரமணி. நம்ம எடலாக்குடி எசக்கிமுத்துக்க மருமகன். அதாம்லே அஞ்சுகிராமம் செவந்தி அண்ணாச்சிக்க தம்பி... லே மயிராண்டி, கன்யாகுமரியில பொம்மைக்கடவச்சிருக்காருல்லா மீசை முத்துநாயகம்? அவருக்க எளைய அனந்திரவன்லே... மத்தது ‘குப்பி’ சங்கரப்பாண்டி...

ஒடனே நம்ம கோழி தோளுக்குப்பின்னால கைய வச்சு நீட்டு இருக்கான்னு ஒருக்கா பாத்துப்போட்டு நேராட்டு போய் அவனுக முன்னால கூட்டத்துக்குள்ள ஒளிச்சு நிக்கான். எல்லாவனுகளையும் ஏறிட்டு ஒரு பார்வை பாக்குதான். ஒடனே சீட்டித்துணிய கிழிக்கப் பட்டதுமாதிரி பர்ர்ருனு ஒரு அழுகைச்சத்தம். நம்மாளுதான் கிளிஞ்சு கரையுதான். ஏம்லே மூதேவீன்னு கேக்காரு உருண்டை.

அண்ணாச்சி, இவிகள்லாம் நம்மாளுகள்லா? இந்த எருமை தானே எனக்கு மூணுசீட்டு படிப்பிச்சு குடுத்தான். சுப்புரமணியும் நானும் டாஸ்மாக்கிலே சில்லற சலம்பா சலம்பியிருப்போம். அண்ணாச்சி என்னைய மின்னல்ராபின்சன் முதமுதலா பிடிச்சு திருட்டுமுதலை தலையில ஏத்தி தெருவிலகொண்டுபோனப்ப வெலங்குக்க மத்த வளையத்தில இருந்தவன் ஆருன்னு நெனைக்கிய? அது இந்தக் குப்பியாக்கும். அவனுக்கு டம்ளர்ல குடிச்சா ஏறாது. குப்பியி லேருந்து ஏத்துவான் அண்ணாச்சி.

அண்ணாச்சி, எனக்கு ஒண்ணுக்கு வாற மாதிரி இருக்கு. ரெண்டு ஃபுல்லு சேத்து ராவா அடிச்சது மாதிரி கெறங்கிட்டு வருது. நிக்க முடியல்ல. தெரியாம கேக்கேன், எவனோ ஒருத்தன் பணம் குடுத்தான்னுட்டு நாம நம்ம ஆளுகளை போட்டுத்தள்ளினாக்க அது என்ன நாயம்?

அண்ணாச்சி, இவனுகளுக்கோ அறிவு கெடையாது. மடப்பயக்க, எவனாம் ஒருத்தன் ஆஃப் முட்டை பரோட்டா வேங்கிக்குடுத்தா போயி கொலைய செஞ்சுப்போட்டு வருவானுக. நமக்கு ஒரு இது இருக்குல்லா? என்ன நான் சொல்லுகது?

என்னத்துக்கு அண்ணாச்சி இதெல்லாம்? ஒருலெச்சம் ரூவாய்க் காட்டா? ஒருமாசம் இருந்து குடிச்சா தீந்துபோயிடுமே. இல்ல கேக்கேன், கக்கூஸில மூத்திரமா போகப்போற காரியத்துக்காட்டா நாம இங்க நின்னு பேசுதோம்? எனக்கு ஒண்ணும் வேண்டாம். எனக்க அப்பன் நட்டு வச்ச நாப்பதுமூடு ரப்பர் நிக்குது பேச்சிப் பாறையில. நான் போறேன்.’

அப்டீன்னு சொல்லிப்போட்டு நீட்டை எடுத்து கோனாரு கையில

குடுத்திட்டு அப்பிடியே தரையில குந்தி இருந்துபோட்டான் கோழி. கோனாரு பக்கபக்கன்னு முழிக்காரு. ஒண்ணும் புரியல்ல அவருக்கு' என்று சொன்ன செருப்பாலூர் கணேசன் மேலும் சொல்லலானான்.

'ஆனா உருண்டை ஆளு ஆரு? கெஜகில்லில்லா? ஒருமாதிரி சமாளிச்சுகிட்டு பேச ஆரம்பிச்சாரு. ஏலே கோளி, மயிரே, அறிவிருக்காலே உனக்கு? ஏல, சோத்தத் திங்கியா மண்ணத்திங்கியா? இருக்கான்பாரு அடைக்கோளி இருந்தது மாதிரி. லே, குவார்ட்டரோட நிப்பாட்டுன்னு எம்பிடுமட்டம்லே சொன்னேன், கழிச்சலிலே போறவனே.

நம்மாளுகளுக்கு ஒருநாளும் வரப்பிடாத்த ஃபீலிங்ஸ்லாடே இது? இது வந்தவனுகள்லாம் நேரா சென்டிரல் ஜெயிலுக்குல்லா போயிருக்கானுக. எந்திரி, எந்திரிலே, நான்லா சொல்லுகேன்? பெரிய லாயரு கணக்காட்டுல்லா பேசுகே? செய்யப்பட்டது பாத்தா பரட்ட கெளவி மாதிரி இருக்கு. லே எந்திரி. எந்திரிலே மயிராண்டி.

என்னத்துக்காட்டு இங்கிண நின்னுட்டு பெரிய பேச்சு பேசுதே? இவனுகள்லாம் ஆரு? வெட்டுக்குத்து பார்ட்டிய. ரோக்கியத இல்லா பயலுகளுக்காட்டு நாயம் பேசுகே. இவனுக இருந்தாலும் செத்தாலும் ஆரும் ஒண்ணும் கவலப்பட மாட்டாக பாத்துக்கோ.

லே மக்கா, இப்பம் நாம இருக்கோம். இதே கோட்டாறிலே முன்னாடி இரும்பன் சங்கரனும், கயிறு மணியும் இருந்தானுக. அதுக்கு முன்னால காதர்பாட்சான்னு ஒருத்தன் இருந்தான்னு சொல்லுவானுக. இப்பம் நாம செத்தா நம்ம பயக்க வருவானுக. எனக்க சின்னவன் பீதாம்பரனுக்கு இப்பமே நாலு கேஸ் ஆயாச்சு.

லே, நாம என்னைக்குமே இல்லாம இருந்தது கெடையாது. இனிமே இல்லாம இருக்கப்போறதும் கெடையாது. அதை நீ நெனைச்சுக்கிடணும் பாத்துக்க. இருக்கிறவனை நெனைச்சு சந்தோசப்படுகதும் போனவனை நெனைச்சு டாஸ்மாக்குக்கு போறதும் நம்ம மாதிரி ஆளுகளுக்குள்ள மார்க்கம் இல்ல. இந்த மாதிரி ஃபீலிங்ஸ்லாம் சினிமா பாக்கிறப்ப வச்சுகிட்டு சத்தம் காட்டாம வந்திரணும். அப்பதாம்லே நாம மனுசங்க.'

இல்ல கேக்கேன், நீ கொல்லல்லன்னா இவனுக என்ன நூறுவருசம் கெடந்து கோலு ஊணி நடக்கவா போறானுக? லே, இன்னைக்கு நீ வெட்டல்லேன்னா நாளைக்கு இன்னொருத்தன் வெட்டுவான். பிராய்லர் கோழிக்கு அறுவதாம் கல்யாணம் உண்டாலே? நீ கொன்னா இவனுக இல்லாம போயிருவானுகளா? ஏல,

இன்னொருத்தன் வருவான். இதெல்லாம் என்னைக்குமே இருந்திட்டிருக்கும்லே எரப்பாளி.

மயிரு மாதிரி பேசப்பிடாது. இவனுக ஆளுதான் மாறுவானுக. இந்த கேடித்தனம் இப்பிடித்தான் இருக்கும். இதுக்கு தொடக்கம் இல்ல. முடிவும் இல்ல. அப்ப நீ ஆரைக்கொல்லுதே? ஆரை கொல்ல வைக்குதே?

சாவுன்னா என்ன? சத்திரியன்னு விசயகாந்த் படம் பாத்தேல்ல? சூப்பர் பஞ்ச் டைலாக்கு உண்டு. சத்திரியனுக்கு சாவு கெடையாது. அழுக்குச் சட்டைய மாத்திட்டு வேர்வைக்கு பவுடர் அடிச்சுப் போட்டு மறுக்கா டாஸ்மாக்குக்கு போறது மாதிரியாக்கும் சாவுங்கியது.

லே மக்கா, சொல்லுகதைக் கேளும். நாம மனுசங்க. ஆனா உள்ள இருக்கப்பட்டது வேற. இப்பம் நீ இங்க இருக்க. உனக்க மனசு காளிவிலாஸிலே கொத்துபரோட்டாவும் பாயாவும் திங்குது. லே உன் மனசைக்கொல்லணுமானா காளிவிலாசுக்குல்லலே போகணும்? அங்க போனா அங்கிண நீ இருக்க மாட்டேல்ல?

அதாக்கும் அண்ணாச்சி சொல்லுதேன், நீட்டு வச்சு அதை வெட்ட முடியாது. தண்ணியவிட்டு நனைக்க முடியாது. தீ வச்சு எரிக்கவும் முடியாது. அதுபாட்டுக்கு சைலேண்டா இருந்திட்டிருக்கும். அதுக்கு காலு கெடையாது. கை கெடையாது. பின்ன மூக்கு மட்டும் இருக்குமாக்கும். நெனைச்சுப்பாரு.

செரி நீ நெனைச்சு கிளிச்சே. லே, அது நெனச்சாலும் பிடிகிட்டாததுலே. சும்மா இருந்து சிந்திச்சா ஒண்ணும் புரியாது. லே இஞ்சபாரு கண்ணதாசன் செட்டியாரு எளுதினான்லா? ‘வந்தது தெரியும் போவது எங்கே வழியில் நமக்கே தெரியாது. வந்தவரெல்லாம் தங்கிவிட்டால் இந்த பூமியில நமக்கே எடமேது’ அதாக்கும் காரியம். கண்ணைத்தொடை.

இந்த ரயிலு வாறது மாதிரியாக்கும் மனுசனுக்க வரவு. கைகாட்டி விழுந்து செவேப்பு லைட் எரிஞ்சா வரவு. கூவேன்னு சத்தம். ஆரவாரம். பின்ன இந்தா போறேனேன்னு ஒரு சத்தம். போனா தண்டவாளம் மட்டும் கெடக்கும் ஏணி கீள விளுந்தது மாதிரி. அதில இன்னொரு ரயிலு வரும்.

மக்கா அருவாள எடுத்துப்போட்டே. இனி அதை வச்சு நீ நாலு தலைய உருட்டினாத்தான் உனக்கு வாழ்வு பாத்துக்க. உனக்கு மேலே வீர சொர்க்கம் தெறந்து கெடக்கு. கீழ பாளையங்கோட்ட சப்ஜெயிலு. ரெண்டும் கணக்குதான். இங்கிண சோத்துக்கு மணியடிப்பானுக. இப்பம் நீ நீட்டை போட்டுட்டுப் போனேன்னாக்க நம்மாளுக உன்னையப் பத்தி என்னலே நெனைப்பானுக?

கேணையன்னுதானே? பின்ன என்ன மயித்துக்குலே ஜீவிக்கணும்? சொல்லு.

அதனால ஒண்ணியும் நெனைக்காம நீட்டை எடுத்துக்கோ. போயி வெட்டு. உனக்கு ஒரு கொறையும் வராது. அண்ணனாக்கும் சொல்லுதேன்.

லே, ஓரோருத்தனுக்கும் ஒண்ணு சொல்லியிட்டுண்டு பாத்துக்கோ. ஒருத்தன் பேப்பரில எளுதி எளுதி வெட்டுதான். இன்னொருத்தன் கசாப்பு வெட்டுதான். அவனவனுக்குள்ளத அவனவன் செஞ்சாக்க அவனுக்கு நல்லது. இப்பம் உன்னைய பிடிச்சு அந்த கண்ணாடி ஓட்டைக்கு பொறத்தால இருத்தி டிக்கெட்டு குடுலேன்னு சர்க்காரு சொன்னா நடக்குமா? பைசா தேறினா உன்னை பின்ன கொச்சியிலேல்லாலே பிடிக்கணும்?

இதாக்கும் உனக்க தொழிலு. உனக்க அப்பன் கோமணத்தை அவுத்தப்பமே அது தீருமானம் ஆயாச்சு. இனி அதை நீ நெனைச்சு மாத்த முடியாது பாத்துக்க. உனக்குண்டானதை நீ செய்தாக்க உனக்கு மோட்சம் உண்டு.

இப்பம் உனக்க கடமை சொன்னதைச் செய்யியது. நல்ல தலவெட்டுகாரன் ஒருநாளும் ஏன் செய்யணும் எதுக்கு செய்யணும் செஞ்சாக்க என்ன ஆவும் ஒண்ணையும் சிந்திக்கமாட்டான். சொன்னதைச் செஞ்சுட்டு டாஸ்மாக்குக்கு போயிட்டே இருப்பான். கடமைய செய்லே கட்டேல போறவனே, பலனை எதிர்பார்க்காதே.'

உருண்டை சொல்லி முடிச்சப்பம் கோளி எந்திரிச்சு நிக்கான். எங்க எங்கன்னு தேடுகான்...' என்று செருப்பாலூர் கணேசன் ஆவலுடன் கேட்டிருந்த கறுத்தான் நாராயணனுக்கு மேலும் சொல்லலானான்.

'ஆனாக்க அதுக்குள்ள டேசன்ல வந்து எறங்கினவனுகள்லாம் போயிட்டானுக. காலியாட்டு கெடக்கு. 'கடல கடல கடலேய்'ன்னு ஒரு பையன் வந்து கோனாரிட்டே கடல வேணுமா அண்ணாச்சின்னு கேக்கான். போல அந்தால, சீவிப்போடுவேன்னு சொல்லுதாரு.

இப்பம் என்ன அண்ணாச்சி செய்யுகது? ஒரு சந்தேகம்னு கேட்டாக்க சட்டுபுட்டுன்னு சொல்லி நிப்பாட்ட மாட்டேளா? எளவு, காளை மூத்திரம் போன சேலுக்கு வேதாந்தமாட்டு சொல்லிட்டே போறியளே?' ங்கியான் கோளி.

'செரிலே, இப்பம் என்ன? வந்தது போனது வரப்போறது

ஒண்ணுக்கும் கவலைப்படமாட்டான் பண்டிதன். நீ வாடே மக்கான்னு சொல்லுகாரு உருண்டை. ரெண்டுபேரும் நேராட்டு எதிரே இருக்கப்பட்ட டாஸ்மாக்குக்குள்ள போறாங்க. உள்ள துரும்பு பிடிச்ச மேசையில உக்காந்து நாலு புல்லையும் ரெண்டு சிக்கனும் சொல்லிட்டு ரம்மு ஃபுல்லுக்கு சொல்லுறாங்க.

ஃபுல்லு எந்த மயித்துக்கு காணும்னு கோளி சொல்லுகான். எதை நீ கொண்டு வந்தே, எதை நீகொண்டு போறேன்னு உருண்டை ஆரம்பிச்சப்ப இனிமே பேசினாக்க குப்பிய தூக்கி மண்டையில அடிப்பேன்னு சொல்லுகான் கோளி.

பின்ன ரெண்டு பேரும் காலும் கையும் கண்டபடி நாலு திக்கும் இளுத்துகிட்டு இருக்கிற நெலைமையில வெளிய வாறாங்க. தண்ணிக்குள்ள நீந்தி வாறது மாதிரி நடக்காங்க. கோளி உடுதுணியை உரிஞ்சு தலையில கெட்டியிருக்கான். ஒருத்தரை ஒருத்தர் தாங்கிக்கிட்டிருக்கதனால ரெண்டுபேருமே விளாம போறாங்க.

எங்க வீரனான கோளியும் விவேகமுள்ள உருண்டையும் இருக்காங்களோ அங்க பேலன்ஸ் உண்டுன்னு சொல்லலாம்' என்று செருப்பாலூர் கணேசன் சொல்லி முடித்ததும் வானிலிருந்து பூமாரி பெய்தது.

- மே 29, 2016

71

ஆத்மாவை நிரூபிக்க அரியவழி!

'**ஆ**த்மாவுக்கு அறிவியல் விளக்கம்! அரிய சாதனை!! அறிஞர் சவால்!!!' என்ற நாளிதழ் விளம்பரத்தை வெட்டி எடுத்துக்கொண்டு வெங்ஙானம்மூடு வாசுதேவன்பிள்ளை தேடிவந்தார். குடை, காலருக்குப் பின்னால் செருகப்பட்ட கைக்குட்டை, முழுக்கை சட்டை வேட்டி, எப்போதும் லேசாக அமிர்தாஞ்சன் வாசனை. 'பாத்தேளா, சொல்லிட்டே இருந்தேன்லா? என்னைக்காவது ஒருநாள் ஒரு ராட்சஸன் கௌம்பி இம்மாதிரி ஒரு குண்டைத் தூக்கிப் போடுவான்னுட்டு? வே... பாரும்... பகிரங்கமா சவால் விட்டிருக்கான் ' என்றபடி காகிதத்தை என்னை நோக்கி வீசினார்.

நான் காகிதத்துண்டை எடுத்துப் படித்தேன். பிரும்ஹஸ்ரீ சோற்றாலுமூடு ஸூர்யநாறாயண ஸாஸ்த்ரிகள் அதை வெளியிட்டிருந்தார். முதலில் பகவத்கீதை சுலோகம் ஒன்று. அதன் கீழே இருந்த விளம்பரத்தில் 'ஸ்ரீ பஹவதே நாறாயணாய நமஹா!' என்ற கட்டெறும்பு எழுத்துகளுக்குக் கீழே மேலே கண்ட கொட்டை வண்டு எழுத்துக்கள். தலைப்பையும் அதில் உள்ள ஆச்சரியக் குறிகளையும் மட்டும் நாளிதழின் ஆசிரியரே போட்டிருப்பார் போல. மிச்சமெல்லாம் பழைய நிலவிற்பனைப் பத்திரங்களின் மொழி. சாஸ்திரிகள் உபதொழிலாக பத்திரப்பதிவு ஏதாவது செய்கிறார் போலும்.

சாராம்சம் இதுதான். அவர் ஆத்மாவின் இருப்பை நிரூபித்து விட்டிருக்கிறார். அவரிடம் சவால்விட்டு மோதத் தயாராக வருபவர்களுக்கு அதை வெளிப்படுத்த தயார். ஆனால் பந்தயமாகப் பணம் கட்டிவைக்க வேண்டும். பகவத்கீதையில் சொல்லப் பட்டிருக்கும் கோட்பாடுகளின் அடிப்படையில் இந்த சோதனையும் நிரூபணமும் நடந்துள்ளது. பிரும்ஹஸ்ரீ சோற்றாலுமூடு ஸூர்யநாறாயண ஸாஸ்த்ரிகள் அவர்கள் ஹனும உபாசனையும் கடுமையான 'வ்ருததபானுஷ்டானாதி'களும் கொண்டவராதலால் இது ஸாத்யமாயிற்று. அன்னாரை பார்ப்பதற்கு ஐம்பது ரூபாய் கட்டணம் செலுத்தி காலை பத்துமணிமுதல் மதியம் ஒருமணிக்குள் செல்லவேண்டும்.

'எதுக்கெடுத்தாலும் பைசா பைசாங்கியானே?' என்று தயங்கினேன்.

'வே, அது அறிவுசார் சொத்துரிமையில்லா? சும்மாவா? பணம் மொடக்கி ஆராய்ச்சி செஞ்சிருப்பான்லவே?'

நான் மேலும் தயங்கி, 'இல்ல, இப்ப எப்டியும் சாஸ்திரிகள் ஆறுமாசத்திலே ராஜ்டிவி, இமையம் டிவி, தமிழன் டிவி எதிலயாவது வந்து எல்லாத்தையும் காட்டிருவார். அப்ப நாம சும்மா பாக்கலாமே?'

'வே அது டிவி... இது நாம நேரில பாக்கப்போறம். நீரு பைசா குடுக்க வேண்டாம். நான் குடுக்கேன். போருமா? பாத்திருக்கேன் பாத்திருக்கேன், நானும் எளுத்தாளர்களிலே இம்மாதிரி ஒரு கஞ்சனை பாத்ததில்லை.'

நான் சினந்து, 'நீரு எம்பிடு எளுத்தாளனை வே பாத்திருக்கேரு?'

'ஏன், நம்ம தோப்பிலு சாயிப்பை எனக்கு தெரியுமே?'

'அவரு செலவாளியோ?'

'செலவாளியா, நல்ல கதை. அவரு லோஹ மஹா கஞ்சன்லா? கஞ்சப்பிசுக்கிலே உம்மை எடுத்து மூக்குப்பொடி மாதிரி இளுக்கப்பட்ட மநுஷனாக்குமே...?'

'பின்ன?'

'இல்ல, நான் ஒரு பேச்சுக்கு சொன்னேன்...'

' என்ன பேச்சு? சும்மா ஒருமாதிரி மனுஷனை கடுப்பேத்திட்டு.'

'செரிவே, விடும்.'

'செரி வாரும், செலவு எனக்கு' என்றேன்.

‘வேண்டாம்வே, பொறவு உம்ம போஸ்டுக்கார அம்மா வந்து எனக்க தலையில ரப்பர்ஸ்டாம்ப அடிக்கியதுக்கா? பணம் இருக்கு வாரும்’ என்றார் பிள்ளைவாள்.

மார்த்தாண்டம் போய் அங்கிருந்து மஞ்சாலுமூடுக்குப் போய் அங்கிருந்து ஆட்டோ பிடித்து சோற்றாலுமூடுக்குப் போனோம். அங்கே ஆலமரம் ஒன்றும் இல்லை. அந்தக்காலத்தில் கீழே அமர்ந்து சோற்றுப்பொட்டலத்தைப் பிரிப்பதற்கேற்ற ஆலமரம் ஏதோ நின்றிருக்கிறது. பிரும்ஹஸ்ரீ ஸ்ரீமத் சோற்றாலுமூடு ஸூர்யநாறாயண ஸாஸ்த்ரிகளை விசாரித்தோம். ஊரில் அப்படி ஒரு அறிஞர் இருப்பதை ‘றாபின்ஸன்’ பலசறக்குக் கடை ‘றாபின்சன்’ அறிந்திருக்கவில்லை. பெயரைச் சொன்னபோது ‘றியல் எஸ்டேட்’ பிஸினஸ் செய்வாரே, அவரா என்றான். இல்லை என்றோம். அப்படி ஒரு அய்யர் மட்டும்தான் இங்கே உண்டு. சாஸ்தா கோயில் பூசாரி. தாடிக்காரர் என்றான்

அவராகத்தான் இருக்கவேண்டும், பார்த்துவிடுவோம் என்றார் பிள்ளைவாள்.

‘வே ரியல் எஸ்டேட்டு புரோக்கருங்கியானே?’

‘அது பின்ன இந்நாட்டிலே ஜீவிக்க வேண்டாமா? வே, இந்த மாதிரி ஆளுகளுக்கு என்னவே ஆத்மாவும் பிராணனும் தெரியும்? எதுவா இருந்தாலும் பிளாஸ்டிக் கவர்லே பேக் பண்ணி வந்தாத்தான் இந்த றாபின்சன் கையால தொட்டுப் பாப்பான்... பிளாஸ்டிக் கவர்லே ஆத்மாவை அடைச்சுவைக்க முடியுமாவே?’

நான் அது முடியாது என்று ஒத்துக்கொண்டேன்.

டீக்கடையில் ஒரு டீ குடித்துக்கொண்டிருந்தபோது வேட்டியை மடித்துக்கட்டிக்கொண்டு ஒருவர் துருப்பிடித்த டிவிஎஸ் மொபெட்டில் வேகமாக வந்தார். பெரிய சந்தனக்கோடும் அதில் குங்குமத்தடமும் அணிந்திருந்தார். தூரத்திலேயே அதுதான் துலக்கமாகத் தெரிந்தது. நரை கலந்த கறுப்புத்தாடி மார்புவரை கிடந்தது. முன் வழுக்கை. பின்கூந்தலை குடுமியாக கட்டியிருந்தார். பச்சைநிற சட்டை வியர்வையில் ஒட்டியிருந்தது. வெண்ணிறம். உயரமான தளதள உடம்பு.

உள்ளே வந்து ‘நானாக்கும் சாஸ்திரிகள்... ஆரு தேடிவந்தது?’

நான் பேசாமலிருக்க, பிள்ளைவாள் ‘... இந்த ஆத்மாவை நிரூபிச்சுக் காட்டினது?’

‘நாந்தான்... வாருங்க’ என்றார்.

போகும் வழியில் 'இங்க உள்ளவனுக முழுக்க நம்ம மேலே பொறாமை உள்ளவனுக... பலதும் சொல்லுவானுக...' என்றார்.

அவரது வீடு சாஸ்தா கோயிலை ஒட்டி இருந்தது. சாய்வான ஓட்டு வீடு. ஒரு பெண்குழந்தை தலையில் சிண்டு கட்டி அதில் செம்பருத்திப்பூ வைத்து படியில் உட்கார்ந்து சிலேட்டில் நாக்கைத் துருத்திக்கொண்டு ஏதோ எழுதிக்கொண்டிருந்தது. அவரைக் கண்டதும் 'அப்பா நீயா? உன்னைய பெருவட்டரு தேடினா' என்றது.

'போடி உள்ள போடி' என்று துரத்திவிட்டு உள்ளே எங்களை அழைத்து புல்பாய்போட்டு அமரச்செய்துவிட்டு ஃபேனைத் தட்டினார். 'ஒரு செக்கண்டு' என்று உள்ளே போனார்.

பாப்பா வந்து வாசலில் நின்று காலை ஆட்டியபடி எங்களை வேடிக்கை பார்த்தது. ஐஸ்வரியமான குட்டி. இங்கே வா என்று அழைத்தேன். போடா என்று தலையை அசைத்தது. வெளிறிப் போன ஒரு மாமி உம்மென்ற முகத்துடன் இரு டம்ளர்களில் லெமன் ஜூஸ் கொண்டுவந்து வைத்துவிட்டு தரதரவென குழந்தையை இழுத்துக்கொண்டு சென்றாள்.

'அந்தத் தாத்தா மூக்கை பாத்தியா?' என்று அது சொல்வது கேட்டது. பிள்ளைவாள் முன்பு பொடி போடும் பழக்கம்கொண்டிருந்தார்.

அப்போது சாஸ்திரிகள் வந்தார். வேட்டியைப் பஞ்சகச்சமாகக் கட்டி இடுப்பில் சிவப்புப்பட்டால் கச்சம் கட்டியிருந்தார். வெற்று மார்பில் பெரிய பூணூல். அதில் சிறிய சாவிக்கொத்து. குளித்து வந்த மெருகு தெரிந்த பளபள சருமம். தாடியில் இருந்து நீர்த்துளிகள் சொட்டின. உடம்பெங்கும் பலவகையான விபூதிசந்தன களபகுங்கும செந்தூரப் பூச்சுகள். பல வண்ணங்களில் தாயத்துக்கள். கையில் ஒரு சிறிய தாம்பாளம். அதில் பலவகையான பொருட்கள். அவற்றை மெல்ல எங்கள் முன் வைத்தார். சிறிய கிண்ணம் விளக்கு. பூஜைப்பொருட்கள். மாமி கிண்டியில் தண்ணீரைக்கொண்டு வைத்துவிட்டு உம்மென்று திரும்பிச் சென்றாள்.

பிள்ளைவாள் எழுந்து நின்று கும்பிட்டபோது நானும் கும்பிட வேண்டியதாயிற்று. அவர் அமரும்படி சைகை காட்டி தானும் அமர்ந்துகொண்டார். அமைதி. வெளியே நாய்கள் குரைத்தன. வேப்பமரத்தில் சில காக்காய்கள் சத்தம் போட்டன. எங்களைக் கூர்ந்து மிகக் கூர்ந்து மிகமிகக் கூர்ந்து பார்த்தார். சங்கடமாகப் பார்வையை விலக்கிக்கொண்டேன். அவரது முகம் உக்கிரமாக இருந்தது. அவர் ஒன்றும் பேசவில்லை. நாங்களும். கடிகாரம் 'உச் உச் உச்' என்றது.

கொஞ்சநேரம் கழித்து பிள்ளைவாள் தொண்டையைக் கனைத்து, 'இப்ப இந்த ஆத்மான்னு சொன்னாக்க...' என்றார்.

சாஸ்திரிகள் தட்டைக் காட்டினார். நானும் பிள்ளைவாளும் அதை தொட்டுக் கும்பிட்டோம். அவர் மீண்டும் தட்டைக் காட்டினார். நான் தட்டைத் தூக்கப்போனேன். பிள்ளைவாள் லௌகீக புத்தி. சட்டென்று புரிந்துகொண்டு ஒரு நூறு ரூபாய் நோட்டை அந்தத் தட்டில் போட்டார்.

பிரும்ஹஸ்ரீ ஸ்ரீமத் சோற்றாலுமூடு ஸூர்யநாறாயண சாஸ்த்ரிகளின் முகம் மாற்றமில்லாமல் போஸ்டர்முகம் போலிருந்தது. இன்னொரு நூறு ரூபாயைப் போட்டார் பிள்ளைவாள். மேலும் ஒரு நூறு ரூபாய் போட்டதும் தலை மெல்ல அசைந்து என்னைப் பார்த்தது. நான் பிரமை பிடித்து அமர்ந்திருந்தேன். அவரது பார்வை என்னை மோசமான ஆயுர்வேத வைத்தியர் மாதிரி வழித்துத் தடவிப் பிசைந்தது. நானும் இரண்டு நூறு ரூபாய் நோட்டுகளை எடுத்துப் போட்டேன். பிரும்ஹஸ்ரீ ஸ்ரீமத் சோற்றாலுமூடு ஸூர்யநாறாயண சாஸ்த்ரிகள் புன்னகை செய்தார்.

'ஆத்மாவைப்பத்தியாக்குமே பேசினது...' என்றார் பிள்ளைவாள்.

பிரும்ஹஸ்ரீ ஸ்ரீமத் சோற்றாலுமூடு ஸூர்யநாறாயண சாஸ்த்ரிகள் 'ஆமா' என்றார். 'நீங்க ஆத்மாவை அறிஞ்சுக்கிடணும், அம்பிடு தானே?'

'ஆமா சாமி. ஆத்ம ஞானம்தான் ஞானங்களிலே உசந்ததுன்னு சொல்லியிருக்கே. ஆத்மாவை அறிஞ்சவன் அனைத்தையும் அறிஞ்சவன். அண்டத்திலே உள்ளதாக்கும் பிண்டத்திலே. தன்னையறிஞ்சவனுக்கு தந்திரமேதுக்கடிண்ணுல்லா... உன்னையே நீ அறிவாய்னு மத்தவரும் சொல்லியிருக்காரு... எதுக்குச் சொல்றேன்னா...'

பிள்ளைவாளுக்கு அப்படி ஆயிரத்துக்குப் பக்கத்தில் மேற்கோள் தெரியும். ஆகவே நான் திகில் அடைந்தேன். ஆனால் பிரும்ஹஸ்ரீ ஸ்ரீமத் சோற்றாலுமூடு ஸூர்யநாறாயண சாஸ்த்ரிகள் 'ஆத்மாவைப் பாக்கணுமா?' என்றார்.

'ஆமாம் சாமி.'

அந்த பித்தளை டம்ளரைக் காட்டி 'உள்ள இருக்கு...' என்றார்.

'என்னது?'

'ஆத்மா... என் முதல் சம்ஸாரத்துக்க ஆத்மாவாக்கும்.'

நான் திகில் மேலெழுந்து எழுந்து விலகப்பார்த்தேன்.

பிள்ளைவாள் உற்சாகமாகி 'எங்க காணல்லியெ?' என்றார்.

பிரும்ஹஸ்ரீ ஸ்ரீமத் சோற்றாலுமூடு ஸூர்யநாறாயண சாஸ்த்ரிகள் 'ஊனக்கண்ணாலே சும்மா பாக்கமுடியாது. கீதை சொல்லுத ஞானக்கண் வேணும். ஞானமார்க்கம் வழியாட்டு பாக்கணும்...' என்றார்.

'ஆமா' என்று பிள்ளைவாள் ஒத்துக்கொண்டார்.

'இப்ப பாருங்க. ஆத்மாவை இல்லாம ஆக்கறதுக்கு எந்தக் கொம்பனாலேயும் முடியாது. ஐன்ஸ்டீனுக்க அப்பன் தேவேந்திரன் நெனைச்சாலும் முடியாது. இல்லாதது இருக்கப்பட்டதா ஆகாது. அதேமாதிரி இருக்கப்பட்டது இல்லாமலாவதும் கெடையாது. அதாக்கும் கீதையிலே பகவான் சொல்லியிருக்கது. ரண்டாம் அத்தியாயம் பதினாறாம் சுலோகம்.' பிரும்ஹஸ்ரீ சோற்றாலுமூடு ஸூர்யநாறாயண சாஸ்த்ரிகள் உரத்த குரலில் சுலோகத்தைச் சொன்னார். பிள்ளைவாள் கைகூப்பினார்.

'ஆத்மாவுக்கு பிறப்பும் இறப்பும் கெடையாது. தோற்றமும் மறைவும் கெடையாது. ஆத்மா இருக்கான்னு கேக்கப்பட்டவன் மடையன். ஏன்னாக்க அது இல்லேன்னு சொல்ல முடியாதுல்ல. அப்ப இருக்குன்னும் சொல்ல முடியாதே. அதனாலே இதுக்குள்ள இருக்கான்னு கேக்காதீங்கோ' என்றார் பிரும்ஹஸ்ரீ சோற்றாலுமூடு ஸூர்யநாறாயண சாஸ்த்ரிகள்.

'இல்ல சாமி, ஆத்மான்னா அதுக்கொரு மனுஷன் வேணுமே' என்று கூப்பிய கரங்களுடன் பிள்ளைவாள் இழுத்தார்.

'கீதையிலே என்ன ஓய் சொல்லியிருக்கு? 'மனிதர்கள் எவ்வண்ணம் பழைய வஸ்த்ரங்களைக் களைந்து புது வஸ்த்ரங்கள் போடுகிறார்களோ அவ்வண்ணமே உடல் கொண்ட ஆத்மா மட்கிய உடல்களை உதறி புதியவற்றைக் கொள்கிறது'ண்ணாக்குமே. ரெண்டுலே இருபத்திரண்டாம் சுலோகம்லா. இப்ப எனக்க பார்யாள் கங்காலட்சுமி அவளோட பழைய வஸ்திரத்தைக் கழட்டிண்டாள். புதுசு மாத்தறதுக்கு உள்ளறைக்குள்ள போயிருக்காள். இன்னும் தீர்மானம் பண்ணல்லை. பொம்மனாட்டி பாருங்கோ...'

பிள்ளைவாள் சற்றே எட்டிப் பார்க்க 'சே, என்னோட பார்யாள் வஸ்த்ரம் மாத்துறதை நீரு எப்டிவே பாக்கலாம்... சிவசிவ' என்றார் பிரும்ஹஸ்ரீ சோற்றாலுமூடு ஸூர்யநாறாயண சாஸ்த்ரிகள்.

பிள்ளைவாள் பயந்து 'அய்யோ... இல்ல... தெரியாம' என்றார்.

சாஸ்திரிகள் புன்னகை செய்து 'பரவால்ல, நீங்கதானே?' என்றார். 'மேக்கொண்டு புரூஃப் பாத்திருவோமா?'

பிள்ளைவாள் 'செரி' என்றார்.

பிரும்ஹஸ்ரீ சோற்றாலுமூடு ஸூர்யநாறாயண சாஸ்த்ரிகள் உற்சாகமாக 'கீதையிலே என்ன சொல்லியிருக்கு? ஆயுதங்கள் அதை வெட்டுவதில்லை. இப்ப பாருங்கோ' ஒரு சிறிய கத்தியை எடுத்து டம்ளருக்குள்விட்டு ஆட்டினார். 'பாத்தேளா? ஒண்ணுமே ஆகல்லை' என்றார். சமஸ்கிருத சுலோகத்தைச் சொல்லி 'தண்ணீர் அதை நனைப்பதில்லை, தீ அதை எரிப்பதில்லை' என்றபடியே மாயாஜால நிபுணரின் கைவண்ணத்துடன் சோதனைகளைச் செய்தார். அதற்குள் கொஞ்சம் நீரைவிட்டுத் திருப்பிக் கொட்டி காலி டம்ளரைக் காட்டினார். பின் ஒரு சிறு காகிதத்தைக் கொளுத்தி உள்ளே போட்டு எரியவிட்டு அதையும் கொட்டிவிட்டு காலி டம்ளரைக் காட்டினார். ஆச்சரியம்தான், அந்த காலி டம்ளருக்குள் எதுவுமே ஆகவில்லை.

'அது பிளக்க முடியாதது' என்றபடி இன்னொரு டம்ளருக்குள் அதைக் கவிழ்த்துக்காட்டி பின் முதல் டம்ளரைக் காட்டினார். 'அது மட்காதது' என்று சொல்லிவிட்டு என்னிடம் 'பத்து வருஷமா இதுக்குள்ள இருக்கு... ஒண்ணுமே ஆகல்லை, வேணுமானா நீங்களே உங்க கண்ணாலே பாருங்கோ' என்றார்.

சற்றுநேரம் அமைதி. நான் மெல்ல 'இல்லே... சொல்லுறேன்னு நெனைக்கப்பிடாது... எனக்கு ஒண்ணும் தெரியல்லியே' என்றேன்.

'அப்படிக்கேள்' என்ற பாவனையில் பிரும்ஹஸ்ரீ சோற்றாலுமூடு ஸூர்யநாறாயண சாஸ்த்ரிகள் புன்னகை புரிந்தார். புன்னகையுடனேயே பிள்ளைவாளைப் பார்க்க பிள்ளைவாளும் புன்னகை செய்தார். பிரும்ஹஸ்ரீ சோற்றாலுமூடு ஸூர்யநாறாயண சாஸ்த்ரிகள் தலையை அசைக்க பிள்ளைவாளும் தலையை அசைத்தார். அவர்கள் இருவரும் ஏதோ ரகசியத்தைப் பகிர்ந்து கொள்வதுபோல் இருந்தது.

'ஆத்மாவைப்பற்றி கீதை என்ன சொல்லுது?' என்றார் பிரும்ஹஸ்ரீ சோற்றாலுமூடு ஸூர்யநாறாயண சாஸ்த்ரிகள்.

'என்ன சொல்லுது?' என்றேன் அஞ்சி.

'அது சிந்தனைக்கு எட்டாதது. ஆகவே உணரப்படமுடியாதது. அத்தகைய ஆத்மாவை அறிந்தபின் வருத்தம் கொள்ளலாகாது...'

சுலோகத்தைக் கூவியபின் ‘சிந்திச்சாலும் புரிஞ்சுக்கிடமுடியாது. சென்ஸ் பண்ணிப்பாக்கிறதும் நடக்காது... அதாக்கும் கீதா வாக்யம். நீரு என்னன்னா காங்கலயேன்னு கேக்குறீரு...’ பிள்ளைவாளிடம் ‘பார் இவனை’ என்று தலையசைத்து என்னைப்பற்றிப் பரிதாபமாகப் புன்னகைசெய்தார். பிள்ளைவாளும் என்னிடம் பரிதாபம் காட்டி சிரித்தார்.

‘பின்ன எதுக்கு அதை அறியணும்னு சொல்லியிருக்கு?’ என்றேன்.

பிரும்ஹஸ்ரீ சோற்றாலுமூடு ஸூர்யநாறாயண சாஸ்த்ரிகள் சலிப்புடன் ‘அதான் ஸ்வாமி, அதை அறிஞ்சுக்கிட முடியாதுன்னு அறிஞ்சுக்கிடறது. உணர்ந்துகொள்ள முடியாதுன்னு உணர்ந்துக் கிடறது... அதைத்தான் பகவான் சொல்றான்...’

நான் பெருமூச்சுவிட்டேன்.

‘வருத்தப்படாதேள். அதையுமே பகவான் சொல்லிடறார்’ என்றார் சாஸ்திரிகள்.

‘இனி ஏதாவது சம்ஸயம் உண்டுமா?’ என்றார் சாஸ்திரிகள்.

பிள்ளைவாள் பவ்யமாக வணங்கி ‘எனக்கு தெளிஞ்சுட்டுது ஸ்வாமி...’ என்றார்.

நான் திருதிருவென விழித்தேன். ‘முழிக்காதீங்கோ... இங்க ஒருத்தரும் உங்களுக்கு பரீக்ஷ வைக்கல்லை.’ என்று சாஸ்திரிகள் சொன்னார். ‘கீதா மார்க்கத்திலே ஆத்மாவை இப்போ நிரூபிச்சுக் காட்டினேன் அவ்ளவுதான். இதுக்கே ப்ரமிச்சுப் போய்ட்டேளே கீதையிலே பகவான் என்ன சொல்றான் தெரியுமோ?’

‘என்ன?’ என்றேன் பயம் எகிற.

‘நீங்க ரெண்டுபேரும் இங்க வாறதைப்பத்தியே சொல்லியிருக்கார்.’

‘யாரு கிருஷ்ணபகவானா?’

‘ஏன் நம்பிக்கை வரல்லியோ? அவர் மகா யோகி. அதனாலே அவனை யோகீஸ்வரன்னு கீதை சொல்லுது. முக்காலமும் அறிஞ்சவன் யோகி. நீரு என்னடான்னா நம்ப மாட்டேங்கிறீர்’ என்று குற்றம்சாட்டும் பாவனையில் பார்த்தார்.

நான் ‘நம்பாம இல்லே’ என்று இழுத்தேன்.

‘ஒருவன் ஆத்மாவை விசித்ர வஸ்து என்று எண்ணுகிறான். பிறிதொருவனோ மகாவிசித்ரம் என்று கூறுகிறான். பிறிதும் ஒருவன் விசித்ரமோ என்று கேட்கிறான். யாருமே இதை

அறிவதில்லை அப்டீன்னு கீதை. சம்சயம் இருந்தா சாங்கிய யோகம் எடுத்து இருபத்தொன்பதாம் நம்பர் சுலோகத்தைப் பாருங்கோ. என்னமோ சொல்ல வாறேளே பெரிசா' என்றார் சாஸ்திரிகள் 'நம்ப மாட்டாராம் நம்ப... பேசாம போங்கோ.'

'நான் இப்ப நம்பலைன்னு சொல்லலியே' என்றேன்.

சட்டென்று அருள்கொண்டு புன்னகைசெய்து, 'சரி... நீங்க நம்பாம இல்லை. நம்பிட்டீங்க. நேக்குப் புரியறது' என்ற சாஸ்திரிகள் என்னைச் சுட்டிக்காட்டி பிள்ளைவாளிடம் 'அப்ப இவாளுக்கு ஆத்மா பத்தி சம்ஸயம் நிவர்த்தி ஆயிடுத்து, உங்க விஷயம் என்ன?' என்று கேட்டார்.

'எனக்கு அப்பவே தெளிஞ்சுட்டுதே. எதுக்குச் சொல்றேன்னா ஆத்மா அக்னியிலே சூடு மாதிரியும் தண்ணியிலே குளுமை மாதிரியும்.'

'சரி, இதிலே ஒரு கையெழுத்து போடுங்கோ' என்றார்.

'எதுக்கு?' என்றேன்.

'த்ருஷ்டாந்தமாத்தான். பாருங்கோ பெரிய பெரிய ஆளுகள்லாம் கையெழுத்து போட்டிருக்காங்க. கீதா மார்க்கத்திலே ஆத்மாவைப்பத்தின நிரூபணம் என் திருஷ்டி சாக்ஷியாக நடந்ததுன்னு எழுதி ஒப்பு போடுங்கோ... பெரிய மனுஷா கையெழுத்தெல்லாம் மேலே இருக்கு. பாருங்கோ. ஹைக்கோர்ட் லாயர் அனந்தகிருஷ்ணய்யர்கூட கையெழுத்து போட்டுட்டார்.'

'இவர்கூட பெரிய மனுஷர்தான்... பெரீய எழுத்துக்காரன்... நாவல் கதையெல்லாம் எழுதுவார்.'

'அப்டியா? சந்தோஷம்... இங்க நெறைய ரைட்டர்ஸ் வந்திருக்கா. பணகுடி கணபதி, நவல்காடு உமையொருபாகம், கிருஷ்ணப்பா, ராமலட்சுமி எல்லாருமே வந்திருக்காங்க... எழுதிட்டீங்களா?' என்றார் 'நமஸ்காரம் பண்ணுங்கோ. ஆசீர்வாதம் பண்றேன். சட்டுன்னு பண்ணிடுங்கோ நேரமாறதுல்லியா?'

என்ன நடக்கிறதென்றே தெரியவில்லை. நானும் பிள்ளைவாளும் அவர் காலில் விழுந்து ஆசி பெற்று விடைபெற்று கிளம்பினோம். நான் பிரமை பிடித்து நடந்தேன். பஸ் பிடித்து மெல்ல மார்த்தாண்டம் வந்தபோது ஒரு டீ குடிக்கலாமென்று கடைக்குள் நுழைந்தோம். அப்போது நான் மெல்ல 'எனக்கு என்னமோ நம்பிக்கை வரல்லை' என்றேன்.

பிள்ளைவாள் டீயை ஐயத்துடன் ஊதியபடி 'ஒருமாதிரி டவுட்டாத் தான் இருக்கு' என்றார். 'ஆனா அவரு சொன்னதெல்லாம் கீதையில சொல்லியிருக்கப்பட்டதுதான். நம்ம கண் முன்னாடி வச்சு நிரூபிச்சும் காட்டினாருல்ல?'

'அது உள்ளதுதான். ஆனா'.

பிள்ளைவாள் 'இப்ப என்ன? இன்னொரு வாட்டி போயி துல்லியமா பாத்திருவோம்' என்றார்.

அதற்குள் பல வேலைகள். பிள்ளைவாள் ஒரு வீடுகட்டினார். பையன்கூட பிலாயில் போய் ஒருமாசம் இருந்துவிட்டு வந்தார். அதன் பின் நாங்கள் போய்ப்பார்க்கலாமென விசாரித்தபோது சாஸ்திரிகள் மிகவும் பெரியவராக ஆகிவிட்டிருந்தார். நெடுமங்காட்டு மலையருகே நாநூறு ஏக்கரில் ஆசிரமம். ஆசிரம வேலைக்காக இருபது லெக்ஸஸ் கார்கள். சீடர்களாக மந்திரிகள், எம்.எல்.ஏக்கள். பத்திரிகை டிவியில் பேட்டிகள். தரிசனத்துக்கு பத்தாயிரம் ரூபாய் கட்டணம் கொடுத்து பதிவுசெய்யவேண்டும். இரண்டு வருடம் கழித்துத்தான் வாய்ப்பு கிடைக்கும், அதுவும் ஐந்து நிமிடங்கள். கட்டுப்படியாகாது என்றுவிட்டுவிட்டோம்.

ஆகஸ்ட் 21, 2012

72

அச்சுப்பிழை

அச்சுப்பிழை என்றால் என்ன? 'மொழியில் அமைந்த ஒரு ஆக்கத்தைத் தட்டச்சுசெய்யும்பொதோ, அச்சுப் போடும்போதோ, அல்லது கடைசியில் பிழைதிருத்தும்போதோ, கவனக்குறை வாகவோ அல்லது மிதமிஞ்சிய கவனம் காரணமாகவோ, மொழியறிவு இன்மையினாலோ அல்லது மிதமிஞ்சிய மொழியறி வினாலோ எழுத்துக்கள் மாறுவதன் மூலமும் அல்லது மாற்றப் படுவதன் மூலமும், எழுத்துக்கள் விடுபடுவதன் மூலமும் மற்றும் சேர்வதன் மூலமும், உருவாகும் சொற்களின் மாற்றுச்சாத்தியங்கள்' என இதை சுருக்கமாக வரையறை செய்யலாம். தமிழிலக்கியத்தில் இது ஒரு வலிமையான இணைச்சக்தியாகத் திகழ்ந்து வருகிறது.

அச்சுப்பிழையின் முறையை அவற்றின் உருவாக்கம் சார்ந்து இரு பெரும் பிரிவாகப் பிரிக்கலாம். அ. கட்டை அச்சு முறை உருவாக்கிய பிழை. ஆ. கணினி அச்சுமுறை உருவாக்கும் பிழை. முந்தைய தன் இடத்தை பிந்தையது எடுத்து விரிவாக்கம்செய்தது. இலக்கியக் கோட்பாட்டு முறைமையின்படி முந்தையதை கட்டைப்பிழைக் காலகட்டம் என்றும் பிந்தையதை பின்கட்டைப் பிழைக் காலகட்டம் என்றும் சொல்லலாம். பிந்தையதில் கட்டை எங்கே வந்தது என்ற கேள்வி பொருத்தப்பாடு இல்லாதது. அதையொட்டி கணினியை பின்கட்டை என்று சொல்லப்புகுவதும் பிழையே.

முந்தையதில் கம்பாசிட்டர்களின் கைகள் பழக்கம் காரணமாக

இயங்கின. பிந்தையதில் கணிப்பொறியின் விசைப்பலகை பழக்கம் காரணமாக இயங்குகிறது. இவ்விரு முறைகளும் நம் மொழியையும் அதன் வழியாக நம் கலாசாரத்தையும் பல எதிர்பாராத திசைகள் நோக்கி விரிவாக்கம் செய்பவை. பொதுவாக மொழி போன்ற அகவடிவங்களை இயந்திரங்கள் போன்ற புறவடிவங்கள் சந்திக்கும்போது உருவாகும் சாத்தியங்கள் எல்லை யற்றவை. பனையோலை நாலுவரி எழுதுமளவுக்குக் குறுகலாக இருந்ததனால்தானே வெண்பா விருத்தப்பா போன்ற நம்முடைய செய்யுள் வடிவங்கள் உருவாயின?

உதாரணமாக, 'கணினி மூலம் கண்கள் பரிசோதனை செய்து கொடுக்கப்படும்' என்ற அறிவிப்பு விசைப்பலகையின் விசை மூலம் 'கண்ணனி' என்றாகி தமிழறிஞரான பிழை திருத்துநரால் 'கண்ணணி' என்று திருத்தப்பட்டபோது மூக்குக்கண்ணாடிக்கு ஒரு அழகிய தமிழ்ச்சொல் கிடைக்கப்பெற்றது. 'கண்ணகி மூலம் கண்கள் பரிசோதனை செய்து கொடுக்கப்படும்' என்று அதை அந்தப் பிழைதிருத்துநர் மாற்றியிருக்க அதேயளவு வாய்ப்பு இருந்தது என்பதை நோக்குங்கால் தமிழுடன் விதி எப்படி இனிய விளையாட்டுகளை நிகழ்த்துகிறதென்பது புரிகிறது.

இருவகை அச்சுமுறைகளையும் அச்சுப்பிழைமூலமே ஒப்பிட்டு ஆய்ந்து ஒரு முனைவர்பட்டத்துக்கு முனைய வாய்ப்பிருக்கிறது. கட்டை அச்சில் தலைகீழாக அல்லது பக்கவாட்டில் பார்த்தால் ஒரேபோலத் தோன்றும் எழுத்துக்கள் மாறிவந்து பொருளை அடுத்தகட்டத்துக்குக் கொண்டுசெல்கின்றன. உதாரணம், 'புதுமை மய்தியவர்கள் கொமுப்பை தயிர்க்க வேண்டும்' 'நீங்கள் சூவலுடன் காத்திருந்த நிகழ்ச்சி இதோ நொடங்கவிருக்கிறது' 'கன்யாடுமரியில் வரம் நடு விழா.'

ஆனால் கணியச்சில் தட்டச்சுப்பலகையில் அருகருகே இருக்கும் எழுத்துக்கள் இடம்மாறுகின்றன. உதாரணமாக 'ஆட்கார் விருதுக்கு தமிழ் எனிமா'. அல்லது தப்பான இடத்தில் வார்த்தை பிரிந்து விடுகிறது. 'பாதிக்கப்பட்டவர்களுக்கு நிவா ரணம் வழங்க முதல்வர் ஆணையிட்டார்.' சமீபகால கணியச்சில் சொற்களுக்கிடையே இடைவெளி விடாமல் அச்சிடுவதும் வழக்கமாக உள்ளது. 'அமைப்பியல் விவாதங்களின் சிறப்பு விகுதிச் சொற்களை கவனித்தோமென்றால் நடைமுறைச் சிக்கல்களைக்கொண்டு இலக்கியத்தை அணுகுவதைக் கை விட்டிருப்பதைக் காண முடிகிறது' என்று ஒரு வார்த்தையை சமீபத்தில் படித்தேன்.

கணியச்சில் உள்ள வேறு பல சிக்கல்களையும் கோடிகாட்ட

வேண்டும். பல கோடி காட்ட முடியும். எழுத்துரு மாற்றம் நிகழும்போது ஆ இ போன்ற எழுத்துக்கள் விடுபட்டுவிடுவது சாதாரணம். ‘காயத்தில் பறக்கும் யிரக்கணக்கான பறவைகளை னந்தமாக டிப்பாடுகின்றனவா என்று அவன் ச்சரியப்பட்டான்’ என்றவரியை ச்சரியப்படாமல் படிக்க இணையவாசகர்கள் பழகிவிட்டிருக்கிறார்கள். சொற்களுக்கு அருகே தாந்த்ரீக மந்திரங்கள் அடைப்புக்குள் இருப்பதும் அவர்களை துணுக்குறச் செய்வதில்லை. ‘நம் நாட்டில் நாட்டாரியல் (ஊழுகூடூல்ச்) ஆய்வுமுறை 1987ல்தான் அறிமுகமாகியது’ யூனிகோடு வந்தபின்னர் ‘நூரமாசமியிடம் கபூட்டபோது சபுநூல்ல நூமட்டபூன் என்று அவன் சபுநூன்நூனன்’ என்ற சொற்றொடரைக்கூட ஜனங்கள் இன்பமாக வாசித்துச்செல்கிறார்கள்.

அச்சுப்பிழைக்கு நமக்கு நெடிய மரபுண்டு. பழைய சினிமா இதழ் ஒன்றில் தடிகை சாவித்ரி என்று அச்சிடப்பட்டிருந்ததாக சொல்வார்கள். ‘நீங்கள் முத்தக் காட்சியில் கடிப்பீர்களா?’ என்று ஒரு நடிகையிடம் கேட்கப்பட்டபோது அந்த அம்மையார் ‘கதைக்குத் தேவைப்பட்டால் சூதில் தவமில்லை’ என்று சொன்னார்.

ஆரம்ப நாட்களில் கல்யாண அழைப்பிதழ்களில் பிழை என்பது கண்ணேறுபடாமல் இருப்பதற்கான கரும்புள்ளிதான் என்று மங்கலமாகக் கருதப்பட்டது. அச்சகக்காரர்களால் உருவாக்கப்பட்ட நம்பிக்கை. ஊர்ப்பெயர்களைக் குத்துமதிப்பாகவே புரிந்துகொள் வார்கள். அச்சு அல்ல அச்சுக்குப்பின் உள்ள அச்சுக் கோர்ப்பவனின் நோக்கமே முக்கியமானது என்பது இதன் கொள்கையடிப்படை, மநுரை, விடுதுநகர், சோயில்பட்டி, திருதெல்வேலி, பாளையங் கேட்டை போன்ற ஊர்களை நீங்கள் சரியாகத்தானே படித்தீர்கள்? ஆனால் சவகாசி என்று அச்சிட்டிருந்தால் அடிவிழும். சவகுமார் களும் பொறுத்துக்கொள்ள மாட்டார்கள்.

மணமக்கள் சுற்றத்தார் பெயர்களும் தெரிந்தவர்களால் இயல் பாகவே வாசிக்கப்படும். மீசையை எடுத்துவிட்டு வந்தால் புருஷன் கொழுந்தனாகிவிடுவானா என்ன? கவைவாணி, குப்ரமணியம், சூத்தாலிங்கம்பிள்ளை போன்ற பெயர்களை நாம் பொருளை ஊகிக்கும் விபரீதத்துக்கு முயல்வதில்லை. இதற்கு அக்கால அச்சு முறையும் ஒருகாரணம். சாணித்தாளில் மை ஊறிய எழுத்துக்களை தொல்தமிழ் மரபில் உள்ள சுவடி வாசிக்கும் பயிற்சிமூலமே பலரும் வாசிக்கிறார்கள். கம்பன் என்ற சொல் கட்டுரை முழுக்க சும்பன் என்று அச்சாகியிருந்தும்கூட ஒரு சிற்றிதழில் எவருமே கவனிக்காமல் போனமைக்குக் காரணம் இதுவே.

ஆகவே, குழந்தைகளுக்கு விசித்திரமான பெயர்களைக் கற்பனையின் எல்லைக்கோட்டுக்கே சென்று போட்டு வைப்பவர்கள் அரைக்கணம் அச்சகத்தாரையும் எண்ணிப்பார்க்க வேண்டும். கார்க்கி என்ற பெயர் எப்போதுமே கார்க் என்று திருத்திய மைக்கப்படுகிறது. லூஷுன் என்று இலக்கிய கொந்தளிப்பால் பிள்ளைகளுக்குப் பெயரிட்டு பள்ளியில் அவர்களை லூசு என்று அழைக்கவைப்பது கொடுமை. என் நண்பர் ஒருவர் தன் பிள்ளை களுக்கு பண்ணன், தண்ணன், பணிமொழி என்று பெயரிட்டார். மூன்றுபெயரும் ஓர் அழைப்பிதழில் சரியாக அச்சாகிவரும்நாளை அச்சக தினம் ஆக அரசு அறிவித்துக் கொண்டாட வேண்டும் என்று அவர் சொல்வதுண்டு. தண்ணன் கண்ணனாக மாறுவது சரிதான். பணிமொழி மணிமொழியாக ஆவதும் பரவாயில்லை. ஆனால் பண்ணன் பெரும்பாலும் மண்ணன்தான். சிலசமயம் பண்ணல் ஆக ஆவதும் உண்டு.

இவ்வகைப் பிழைகள் அச்சுக்கோர்ப்பவரின் கையால் செய்யப்பட்டு கண்ணால் புறக்கணிக்கப்பட்டவை. இரண்டாம் வகைப்பிழைகள் அச்சகத்தில் உள்ளவர்கள் தங்கள் தமிழறிவால் உருவாக்குபவை. சர்வதாரி ஆண்டு சகோதரி ஆண்டு என்று சமீபத்தில் ஓர் அழைப்பிதழில் 'அதென்ன சர்வதாரி? சனியன் களுக்கும் தமிழும் தெரியாதா?' என்று தலையலடித்துக்கொண்டபடி அச்சுநிபுணரால் மாற்றியமைக்கப்பட்டது. சுந்தர ராமசாமி எப்போதுமே தினத்தந்தியில் (திருமதி) சுந்தரராமசாமியாகவே அச்சிடப்பட்டார் - அஞ்சலிச் செய்திவரை. தமிழண்ணல் தமிழண்ணன் ஆக தந்தியில் வருவதுண்டு.

இதேபோல வாசகர் தரப்பிலும் அச்சுப்பிழைகள் நிகழ்வதுண்டு. குமரி மாவட்டத்தில் அறிவிப்பை பாட்டாக்கள் அரிவைப்பு என்று தான் நெடுங்காலம் புரிந்துகொண்டிருந்தார்கள். திருநெல்வேலிப் பக்கம் ஆட்சியர் என்பது ஆச்சியின் ஆண்பால் என்ற நம்பிக்கை நிலவியது. மாவாட்டக் கலைக்குழு அனுப்பப்படுவதை மரபுக்கலை களின் மீட்சிக்கான முறை என்று நம்பிய பெண்கள் உண்டு.

இவ்விருவகை பிழைகளை செய்பிழைகள் செய்யாப்பிழைகள் என பிரிக்கலாம். செய்யவேண்டாதவற்றை செய்வதனாலும் செய்ய வேண்டியவற்றை செய்யாமையாலும் வரும். இப்பிழைகளையே வள்ளுவப் பெருந்தகை

> செய்தக்க அல்ல செயக்கெடும் செய்தக்க
> செய்யாமையானும் கெடும்

என்று சொல்லியிருக்கிறார்.

சிற்றிதழ்கள் அச்சுப்பிழைகளுக்காகவே நடத்தப்படுபவை என்ற எண்ணம் அவற்றை எப்போதாவது வாசித்துத் திகிலுறுபவர் நடுவே உண்டு. அச்சுப்பிழை சிற்றிதழ்சார் இலக்கியத்தின் சாத்தியங்களை அதிகரிக்கிறது. சிற்றிதழ் வாசகர்கள் பொதுவாக எதையும் இலக்கிய மாக வாசிக்கும் பயிற்சிகொண்டவர்கள். இப்பயிற்சியைத் தமிழுக்கு அளித்தவர்களில் பிரம்மராஜனுக்குப் பெரும்பங்கு உண்டு.

கண்ணாடி மாற்றும் இடத்தில் எழுதப்பட்டுள்ள 'வலசுடமு கடசழஉ இபஅழசன கிலவடுசில' போன்ற எழுத்துக்களைக்கூட

வலசுடமு
கடசழஉ?
இபஅழசன
கிலவடுமல!

என்று அதி நவீனக்கவிதையாக வாசிக்கும் மனம் கொண்ட சிற்றிதழ் வாசகர்களுக்கு அச்சுப்பிழைகள் என்பவை வாசிப்புக்கு புதிய வாசல்களைத் திறப்பவை.

இயற்கையில் நிகழ்ந்த ஒரு குரோமோசோம் அச்சுப்பிழை மூலம் மனிதன் உருவானான் என்பது அறிவியல். புதுக்கவிதையும் அப்படி உருவானதே. பிச்சமூர்த்தி எழுதிய பெட்டிக்கடை நாராணன் என்ற கதையின் அச்சுக்கட்டையை செல்லப்பா கீழே போட்டு அவசரமாகத் திருப்பி அள்ளி அச்சுக்கோப்பாளர் பார்ப்பதற்கு முன்னர் அடுக்கியமையால் தமிழில் நவீனகவிதை வடிவம் உருவானது என்ற நம்பிக்கை உண்டு.

தமிழ் உரைநடையில் அச்சுப்பிழையின் சாதனை என கோணங்கியைச் சொல்லலாம். உண்மையில் அவர் ஒழுங்காக எழுதிய ஒரு கதையை அன்னம்-அகரம் அச்சகத்து அச்சுக் கோர்ப்பாளர் கைபோன போக்கில் அச்சுவைத்துப் பிரசுரிக்க அதை விமரிசகர் நாகார்ச்சுனன் 'நவீனக் கதைசொல்லியின் வருகை' என்று கொண்டாட அதிலிருந்து கோணங்கி அந்தச் சாத்தியங்களைக் கண்டு கொண்டு அவரது தனித்துவம் கொண்ட நடையையே உருவாக்கிக் கொண்டார். பின்னாட்களில் அவர் படைப்புகளை பல மாதங்கள் எடுத்துக்கொண்டு 'புரூஃப்' பார்ப்பார். பிழைகளை உருவாக்கு வதையே அப்படிச் சொல்கிறார் என்பது இலக்கிய மர்மம். 'இருள்வ மௌத்திகம்' என்ற அவரது சமீபத்திய நாவலின் பிழைதிருத்தத்துக்கு முந்தைய தலைப்பு 'இருள்வரும் திசை' என்பதைக் கேள்விப்பட்டேன்.

புதுக்கவிதையை அனுப்பும் இளம்கவிஞர்கள் அதில் ஆழ்பிரதியை நிகழ்த்தும் பொறுப்பை இதழின் அச்சுக்கோர்ப்பாளருக்கே விட்டுவிடுகிறார்கள் என்பதை நாம் அறிவோம். தமிழ்க்கவிதையின் இருண்மை மற்றும் பொருட்செறிவுக்குத் தட்டச்சு முக்கியமான காரணம் என்பார் இலக்கிய வரலாற்றாசிரியர்.

நிறக்கும் பண்ணில் சீர்
விழியும் இந்நேரம்
அறியாத பொற்களம்
என்னை மூத்திரம்
நனைத்தாய் நீ!

என்ற புகழ்பெற்ற பின்நவீன-ஆபாசக்கவிதை பலநூறு நுண்வாசிப்புகளுக்கு ஆளானது என்பதை நாடறியும். உண்மையில் அது அச்சுப்பிழையால் உருவானது. அக்கவிதைமூலம் அழியாப்புகழ்பெற்ற இளங்கவிஞர் பேருருவன் உண்மையில் எழுதிய எளிய காதல் கவிதை கீழ்க்கண்டது.

திறக்கும் கண்ணில் நீர்
வழியும் இந்நேரம்
அழியாத சொற்களால்
என்னை மாத்திரம்
நினைத்தாய் நீ

காவ்யா பிரசுரம் அச்சுப்பிழைகளில் தமிழில் சாதனை புரிந்தது. முதல்பதிப்பில் வந்த அச்சுப்பிழைகளை இரா. நடராஜன் என்பவர் திருத்திக் கொடுத்தபோது அதை இன்னொரு புத்தகமாகத் தனியாக வெளியிட்டது காவ்யா என்று ஒரு அவதூறு சொல்லப்படுகிறது. இரண்டுமே இப்போது அச்சில் கிடைக்கின்றனவாம். மூன்றாம் பிழைதிருத்தம் வழியாக மேலுமொரு நூலை உருவாக்க இரா. நடராஜன் முனையவில்லை.

ஆனால் பாளையங்கோட்டை சரோஜினி- பாக்கியமுத்து தம்பதியினர் (பெரும்பாலும் பாக்கிமுத்து என்றே இவர் அச்சாகி வந்தார்) நடத்திய 'நண்பர் வட்டம்' சிற்றிதழ் அச்சுப்பிழையை உலகத்தரத்துக்குக் கொண்டுசென்றது. 'சுப்ர பாரதி மணியன், இவர் தொலைதொடர்புத்துறையில் பணிபுரிந்து வழிகிறார்' போன்ற சொற்றொடர்கள் இலக்கிய வரலாற்றில் இடம்பெறுபவை. 'காலணியாதிக்க காலம்' என்ற ஒன்றை இந்திய வரலாற்றில் கண்டுபிடித்து தேசிய வரலாற்றுக்கும் சேவையாற்றியிருக்கிறது இவ்விதழ். 'நவீன இலக்கிய கலாகட்டம்' என்ற சொல்லாட்சியும் புகழ்பெற்றது.

'ஜெயமோகன் ஒரு மாலையாளி' என்று எண்பதுகளில் மாலைசூடா இளைஞனாகிய இவ்வாசிரியர் குறிப்பிடப்பட்டதுண்டு. பின்னர் 'விஷ்ணுபுரம்' வந்தபோது அதில் விஷ்ணு முரண்டு படுக்கிறார் என்று அச்சாகியது. அவர் அப்படிச்செய்யாமல் சும்மாதான் படுத்திருந்தார் என்பதை தமிழ்கூரும் நல்லுலகம் அறியும். பின் தொடரும் நிழலின் குறள் என்ற பெருநூலை குறளின் உரையாக எண்ணி சிற்றிதழ் ஒன்றில் மதிப்புரை வந்துள்ளது.

சிற்றிதழ்க் கவிதைகளின் விபரீதமொழி அச்சகங்களைக் கலங்கச் செய்திருக்கிறது. படிமம் என்ற சொல்லை சரியாக அடிக்கும் அச்சகசாலையே தமிழ்நாட்டில் இல்லை. படிவம் என்று திருத்துவது சரி. பழமம்கூட பரவாயில்லை. புதிய ஒரு கலைச்சொல்லுக்கான வாய்ப்பு என்று ஆறுதல் அடையலாம். மடிமம் என்னும் சொல்லை பெண்களின் இடையழகைக் குறிக்க எடுத்தாளலாம். ஆனால், பெரும்பாலும் 'கடினம்' என்றுதான் அது அச்சாகும். 'படிமவியல்' என்ற சொல் 'பதுமையிவள்' என்று கவிநயத்துடன் திருத்தியமைக்கப்பட்டதுண்டு. ஆனால் மொத்தச் சொற்றொடரில் அதன்மூலம் சற்றே சிருங்காரச்சுவை மிக நேரிட்டது (பதுமையிவளைத் தழுவி உருவாக்கப்பட்ட படைப்புகள்).

சிற்றிதழ்களின் புகழ்பெற்ற சொற்களான பிரக்ஞை, உள்ளொளி போன்ற சொற்கள் அச்சக வட்டாரங்களில் கெட்டவார்த்தைகளாகப் புழங்கியிருக்கின்றன. 'ஒரு மாதிரி உள்ளோளித்தனம் காட்டப் பிடாது கேட்டேளா? நான் இதுமாதிரி பலதும் கண்டவன்... எனக்க கிட்ட வேண்டாம், சொல்லிப்போட்டேன்' என்று கொல்லிப்பாவை அச்சகத்தில் முனைவர் எம். வேதசகாயகுமார் வசைபாடப்பட்டிருக்கிறார். 'தெரிதா' என்ற சொல்லை 'தெரியுதா' என்றுதான் அச்சுகோர்ப்பேன் என்று பாளையங்கோட்டையில் ஒரு கம்பாசிட்டர் அடம்பிடித்த காரணத்தால்தான் எம்.டி. முத்துக்குமாரசாமி சென்னைக்கு இடம்பெயர்ந்தார் என்று சொல்கிறார்கள்.

சிற்றிதழ்களில் எழுத்தாளர்களின் பெயர்களைத் தனியாக இருமுறை மெய்ப்பு பார்க்கவேண்டும். க.நா.சுப்ரமணியம் கானா பாடகராக ஆகக்கூடும். செல்லப்பா சிசுவாவதும் சாதாரணமென்றாலும் பிரமிளா என்ற பெயரில் தன் கவிதை வெளியாவதை பிரமிள் விரும்புவதில்லை. தேவதச்சன் எப்போதுமே தேவநேசனாக மாற்றப்பட்டுவிடும். வேதசகாயகுமார் தேவசகாயகுமாராக மாற்றப்படாவிட்டால் வேறசகாயகுமாராக எழுத்து வேறாக அச்சாகியிருக்கும்.

க.பஞ்சாபகேசன் என்ற பழம்பெரும் எழுத்தாளர் அவர் பெயர் பஞ்சாப் கேசன் என்றும், சரித்திரபோதமுள்ள பிழை திருத்துநர் கண்ணில் பட்டால் பஞ்சாப் கேசரி என்றும் அச்சாவதைச் சொல்லியிருக்கிறார். மதுரையில் 'சொல் புதிது' அச்சான நாட்களில் எம். யுவன் பெயரை சம்புவன் என்று மாற்ற ஒரு பிழைதிருத்துநர் விசேஷ கவனம் எடுத்துக்கொண்டார். ஒருமுறை அட்டையே சொல் புதிதா என்று ஐயமாக அச்சாகவிருந்தது.

சொல்புதிது தமிழில் அச்சுப்பிழைகளைப் படைப்பூக்கம் கொண்ட அடுத்த கட்டத்துக்குக்கொண்டுபோன இதழ். எழுத்தாளர்களையே அது தமிழைப்பற்றி ஆழமாகச் சிந்திக்கச் செய்தது. பெருமாள் முருகனின் 'கூளமாதாரி' என்ற நாவலுக்கு நான் எழுதிய மதிப்புரைக் குறிப்பினை அன்றைய ஆசிரியராக இருந்த சரவணன்78 'கடமை தவறி' என்று தெளிவாகத் திருத்தியிருந்தார். அவர் முறைப்படி தமிழ் கற்றவர் என்பதே காரணம். நான் பெருமாள்முருகன் அடுத்த நாவலையும் எழுதிவிட்டாரா என்று வாசிக்கையில் என்னுடைய மொழிநடையைக்கண்டு நான் எழுத்துவெறியில் தூக்கத்திலும் நூல் மதிப்புரை எழுதுகிறேனா என்று நானே வியந்துகொண்டேன்.

ரோஜர் பென்ரோஸின் பெயர் 'ரோஜா என் ரோஸ்' என்று மாறி அச்சானதைக் கடைசி நிமிடத்தில் வயிறு பதைக்க மாற்றியமைத்தோம். ஆனால் மென்மை என்பது பெண்மை என்று மாறிவந்து நித்ய சைதன்ய யதியின் கட்டுரையை மேலும் நுட்பமாக ஆக்கியதை சரஸ்வதியின் திருவிளையாடல் என்றே எடுத்துக்கொண்டோம். சைதன்யா யதி சைதன்யா யாதி சைதன்யா வாதி சைதன்யதி என்றெல்லாம் இடத்துக்கு ஒன்றாக அவர் பெயர் அச்சாகும். அவற்றை ஒரே குருவின் பல அவதாரங்களாக எடுத்துக் கொண்டோம். ஆட்சி ஆச்சியாக மாறியிருக்கிறது. அதேபோல ஆட்சியர் குரவை என்ற புதிய கலை தோன்றுவது மயிரிழையில் தவிர்க்கப்பட்டது. கனவு களவு ஆக மாறியதை அப்படி விடமுடிய/வில்லை. இலட்சியக்களவு என்ற புதுக்கருத்தியல் உருவானால் நாடுதாங்குமா என்ன?

'சதங்கை'யும் அச்சுப்பிழைகளில் சிறப்பாக ஈடுபட்டது. ஒருமுறை சு. சமுத்திரத்தின் பெயரில் நெடில் மிகுந்துவிட்டதென அவரே கண்டுபிடித்து விடுதி அறை அதிர வெடித்துச் சிரித்தார். சென்னையிலிருந்து பொன் விஜயன் நடத்திய 'புதிய நம்பிக்கை' இதழில் அச்சுப்பிழைகளுடன் என்னுடைய கதைகள் அச்சாகியிருந்தன. நல்லவேளையாக சாதாரணமாகப் பேசும்போது அவர் 'அச்சுக்குப் போற நேரத்திலதான் சார் தலைப்பே தப்பா இருக்கது கண்ணுல

பட்டுது. மாடர்ன் மோட்சத்திலே ர்-விட்டுப்போயி அச்சாகியிருக்கு. உங்க மேனுஸ்கிருப்டிலேகூட நீங்க ர் இல்லாமல்தான் எழுதியிருக்கீங்க.'

'சார்!' என்று கதறினேன். 'ஓடிப்போயி மாத்துங்க... அது மாடன் மோட்சமேதான். கெடையாது.'

டார்த்தீனியம் கதையை பார்த்தீனியம் என்று திருத்தக்கூடாது என ஒரு ஃபத்வா விடுக்கும் எண்ணமே இருந்தது எனக்கு. ஒரு சிற்றிதழில் 'இரப்பர்' என்று என் நாவலை அவர்களே திருத்தி விமரிசனம் செய்திருந்தார்கள். இரப்பர்களைப்பற்றி ஏழாம் உலகம் என்று வேறு நாவல் எழுதியிருக்கிறேனே என்று கவலையுடன் கேட்டேன். 'பரவால்ல சார்...' என்றார்கள்.

இப்போதெல்லாம் நான் அச்சுப்பிழைகளுக்குப் பழகிவிட்டேன். வரலாறு தமிழுக்கு அளித்த ஒரு தனித்தன்மையாக ஏன் நாம் அச்சுப்பிழைகளை எடுத்துக்கொள்ளக்கூடாது? ஒரு கட்டுரைக்கு அச்சுப்பிழை திருத்தும் நேரத்தில் நாம் இன்னொரு கட்டுரையை எழுதிவிடமுடிகிறதே? ஆகவே இந்தக் கட்டுரைகளில் உள்ள அச்சுப்பிழைகளைப் படைப்பின் ஒரு பகுதியாக எடுத்துக்கொள்ள விண்ணப்பிக்கிறேன்.

- 2010, ஜனவரி 1, 2014

73

கல்வித்துறை ஒரு விவாதம்

அம்மாப்பாளையம் பரமசிவக் கவுண்டர் கலைக்கல்லூரி ஆட்சிமன்றக்கூட்டத்தில் தற்செயலாகத்தான் காசிரங்கா யானைப் பிரச்னை எழுந்துவந்தது. ஏற்கெனவே அவர்களுக்கு பல பிரச்னைகள். முக்கியமாக எல்லா கல்விநிறுவனங்களையும் திணறச் செய்துகொண்டிருக்கும் செம்மொழி நிதியை என்ன செய்வது என்ற சிக்கல். செம்மொழிமையத்தினர் பல்கலைகளை மாட்டி விட்டிருந்தார்கள். பல்கலையினர் கல்லூரிகளை மாட்டி விட்டிருந்தார்கள்.

காரணம், செம்மொழி மையத்துக்கு ஏராளமான நிதி வந்து கிடந்து என்ன செய்வதென்று தெரியாமல் விழித்துக்கொண்டிருந்ததுதான். 'நல்ல கூத்தாட்டுல்லாவே இருக்கு? பைசாவ என்ன செய்வானுக, பேசாம நாலுவட்டிக்கு விடணும்' என்று செம்மொழி உராய்வுமையத் தலைவர் முனைவர் அம்மமுத்துப்பிள்ளை சொன்னபோது செயலர் முனைவர் மரியஅற்புதம் பணிவாக 'இல்லசார், இது அதுக்குண்டான பணமில்ல...' என்றார்.

'பின்ன?'

'புக்குபோடுகதுக்குண்டான பணம்' என்றார் செயலர் முனைவர் மரிய அற்புதம்.

தலைவர் மின்னதிர்ச்சிகொண்டு 'என்னது புக்கா? அது என்னத்துக்குவே?' என்றார்.

‘அது யாருக்கு தெரியும்... போடணும்னு சொல்லுறான்.’

தலைவருக்கு ஆறவில்லை. ‘இப்ப ஆருவே இங்க புக்கு கேட்டு அழுதானுக... வேற சோலி இல்ல.’

‘போடல்லேன்னாக்க பணத்த திருப்பிக் குடுக்கணும். திருப்பிக் குடுத்தா அடுத்தவாட்டி பணத்தக் குறைச்சு குடுப்பாங்க. பணம் குறைஞ்சா அரசாங்கத்திலே நம்ம கிட்ட ஏன்னு கேப்பாங்க’ என்றார் செயலர் முனைவர் மரிய அற்புதம்.

‘என்னவே அக்குறும்பாட்டுல்லாவே இருக்கு? இத்தன ரூபாய்க்கு புக்கா? எங்கிணவே கொண்டாந்து அடுக்கி வைக்ய? செரி, புக்குன்னாக்க புக்கு... எளவுகள போடச்சொல்லும்வே...’ என்றார் முனைவர் அம்மமுத்துப்பிள்ளை.

‘அதுக்கு புக்கு வேணுமே.’

‘ஏம்வே? புக்குக்கா பஞ்சம்’ என்றார் முனைவர் அம்மமுத்துப் பிள்ளை.

‘இல்ல, பழைய புக்கை போடப்பிடாது. புதூ புக்கு வேணும்... அத யாரு எழுதுறது?’

அப்போதுதான் தலைவருக்கு சிக்கல் உறைத்தது.

‘அது செரியாக்கும்... எவன் எழுதுகான் புக்கு? வட்டிக்குக் குடுத்தா வாங்கி மறுவட்டி விடுவானுக.’

என்ன செய்வதென்று யோசித்தபோது பேரா.முத்து குமரேசனார் மகாபாரதக் கதை ஒன்றைச் சொன்னார். கர்ணன் பெரிய கொடையாளி என்று பெயர் வாங்கியதில் அர்ஜுனனுக்கு வருத்தம். அதைத் தீர்க்க கிருஷ்ணன் ஒரு வழி செய்தார். ஒரு மலையை தங்கமாக ஆக்கி அதை அர்ஜுனனுக்குக் கொடுத்து இரவுக்குள் அதை தானமாகக் கொடுத்துவிடவேண்டும் என்று சொன்னார். அர்ஜுனன் முக்கி முக்கி ஒரு சிறுபகுதியை உடைத்துவந்து கூடிய பிச்சைக்காரர்களுக்கு கொடுத்துக்கொண்டிருக்கும்போதே இரவாகி விட்டது. சரி, கர்ணன் என்ன செய்கிறான் என்று பார்க்கலாமென மறுநாள் கர்ணனிடம் அதேபோல சொன்னார் கிருஷ்ணன். கர்ணன் அங்கே வந்த தகுதியான ஒருவரை அழைத்து ‘இந்த மலையை எடுத்துக்கொள்’ என்று சொல்லிக் கொடுத்துவிட்டு போய்க் கொண்டே இருந்தான்.

தலைவர் முனைவர் அம்மமுத்துப்பிள்ளை கண் இமைக்காமல் பேரா. முத்து குமரேசனாரைப் பார்த்தார். பின்பு ‘அவனாருவே அப்பேற்பட்டவன்?’ என்றார்.

'அதைச் சொல்லணுமா? அவன் காண்டிராக்டர்லா...' என்று இழுத்த பேரா. முத்து குமரேசனார் குரலைத்தாழ்த்தி 'அந்தத் தங்க மலையில பத்து பர்சண்டேஜை அங்கநாட்டுத் தலைநகரிலே கொண்டாந்து ராணியம்மாகிட்ட குடுக்கதுக்கு ஏற்பாடு பண்ணியிட்டுல்ல கர்ணன் குடுத்தான்?' என்றார்.

முனைவர் அம்மமுத்துப்பிள்ளை புன்னகை செய்தார். விளைவாக மொத்த நிதியும் சடுதியில் பிரிக்கப்பட்டு பல்வேறு பல்கலைகளுக்கு அனுப்பப்பட்டது. பல்கலையினர் அதைப் பிரித்து கல்லூரிகளுக்கு அனுப்பினார்கள்.

நிதியை பல்வேறு வகைகளில் பகிர்ந்தளிக்க கற்பனையைத் தென்னெல்லை வரை ஓட்டித் திட்டங்கள் தீட்டப்பட்டன. வழக்கமாக நிதி கிடைத்ததுமே கருத்தரங்குதான் கூட்டுவார்கள். 'சங்க இலக்கியங்களில் மங்கையும் கொங்கையும்' 'பாணனும் பரணரும்' 'பரத்தையும் பத்தினித்தெய்வமும்' 'புறநானூற்றில் பூரி' போன்ற பல்லாயிரம் தலைப்புகளில் கல்லூரிகள்தோறும் கருத்தரங்குகள் இரவுபகலாக நடைபெற்றன. கருத்தரங்கப் பட்சிகளெல்லாம் மேடையிலேயே உண்டு உறங்கி சிறகோய்ந்து தூங்கின. கருத்தரங்கு மண்டைக்கு ஏறி எந்நேரமும் வாயில் சொற்பொழிவு கசிந்துகொண்டிருக்கும் நிலைக்கு அப்ஸெஸிவ் கம்பல்சிவ் செம்மொழியோ நியூரோஸிஸ் என்று பெயர்சூட்டினார் மதுரை மீன்விழி மிஷன் உளவியலாளரான டக்ளஸ் குமாரசாமி.

கருத்தரங்கக் கணக்குகள் நாலாபக்கமும் விரிக்கப்பட்டன. நெல்லையில் நடந்த ஒரு கருத்தரங்குக்கு ஓடிய கார்களுக்கு நான்கு சக்கரங்களுக்கும் தனித்தனியாக கணக்கு எழுதப்பட்டது என்று அறிந்த நாகர்கோயில் கருத்தரங்கு ஒன்றில் இரும்புநாற்காலிகளுக்கு ஒவ்வொரு காலுக்கும் தனியாக பில் போடப்பட்டது. அப்படியும் பணம் தீரவில்லை. 'என்னய்யா செய்றாங்க? நல்லா செலவுபண்ணி சாப்பிடச் சொல்லுங்கய்யா' என்றார் தமிழ்த்துறைத்தலைவர். 'எலைக்கு நாநூறுரூபாவீதம் போற வாற அத்தனைபேருக்கும் சாப்பாடு போட்டாச்சு. இப்ப நாட்டில தமிழாசிரியருங்களுக் கெல்லாம் வயித்துப்போக்கும் கடுப்புமா கெடக்கு... எல்லாரும் சாப்பிட்டுச் சலிச்சுப்போய் இப்ப அண்ணாச்சி இனிமே பழைய சோறும் கடிச்சுக்க வெங்காயமும் குடுங்க, மாறுதலா இருக்கும்னு சொல்றாங்க' என்றார் பேரா.கார்த்திகேயன்.

சரி, இனி இரண்டில் ஒன்றுதான் என்று துணிந்து வெளி அமைப்பு களுக்கும் கருத்தரங்கு, தெருமுனைக்கூட்டம் ஆகியவற்றுக்கு நிதி அளிக்கப்பட்டது. ஆசிரியர் சங்கங்கள், அரசூழியர் சங்கங்கள்

போன்றவை நிதி பெற்றபின் சுமைதூக்குவோர் சங்கம், பாரவண்டி இழுப்போர் சங்கம் ஆகியவற்றுக்கும் நிதி அளிக்கப்பட்டது. தெருவெங்கும் தமிழாய்வுகள் பீறிட்டன. முந்திரிப்பருப்புத் தொழிலாளர் சங்கம் சார்பில் கோவலன் கொலைக்கு நீதிவிசாரணை நடத்தவேண்டும் என்று கோரி ஆட்சியர் அலுவலகம் முன்பு மாலைநேர தர்ணா நடத்தப்பட்டபின்பு சீவகனின் காதலிகளைப் பற்றி ஆடிட்டர் ஜெனரல் ஆராயவேண்டுமென்று மாநில கணக்கன் சங்கம் சார்பில் ஒருநாள் அடையாள உண்ணாவிரதம் நிகழ்ந்தது. தென்னைமரம் ஏறும் தொழிலாளர்கள் மணிமேகலைக்கு ஆதரவு தெரிவித்து நடத்திய ஊர்வலம் ஒரு புள்ளியைக் கடக்க நாலரை மணிநேரம் ஆனது; அவர்கள் தங்கள் ஏணிகளுடன் வந்திருந்தார்கள்.

முற்போக்கு கைத்தொழிலாளர் சங்கம் சார்பில் செம்மொழி வளர்ச்சிக்கு அமைக்கப்பட்ட விளையாட்டுப்போட்டிகள் இளைஞர்கள் மத்தியில் செம்மொழி ஆர்வத்தைத் தூண்டின. செம்மொழி என்று எழுதப்பட்ட பலகையை ஓடிப்போய் தொட்டு விட்டுத் திரும்பும் ஓட்டப்பந்தயங்கள், தலையில் பெரிய புறநானூறு புத்தகத்தை வைத்துக்கொண்டு அது கீழே விழாமல் நடக்கும் போட்டிகள் போன்றவை பெரும்புகழ் பெற்றன. கரகாட்டக் கலைஞர் ஆறுமுகம் முதல்பரிசை தட்டிச்சென்றார். இவர் மொத்த பத்துப்பாட்டையும் தலையிலும் பதினெண்கீழ்க்கணக்கை கீழேயும் வைத்துக்கொண்டு எழுநூறடி தூரத்தை எட்டு நிமிடத்தில் கடந்தார்.

எல்லா முனைவர்களுக்கும் முடிந்தவரை ஆய்வேடுகள் எழுத நிதி அளிக்கப்பட்டது. ஆய்வேடுகளை அவர்கள் எழுதுவதற்கான பயிற்சிப்பட்டறையும் அமைக்கப்பட்டது. அதில் ஆய்வேடுகளை விரைவாக எழுதுவதற்கான வழிமுறைகள் சொல்லிக் கொடுக்கப் பட்டன. பழைய ஆய்வேடுகளைப் பிய்த்து ஒன்றுடன் ஒன்று கலந்து ஒளிநகல் எடுப்பது, முதல் இரு பக்கங்களுக்குப் பிறகு தினமலர், தினமணி, தினதந்தி, மாலைமுரசு செய்திகளை எழுதிச்சேர்ப்பது போன்ற வழிமுறைகளை எளிதில் பேராசிரியர்கள் கற்றுக்கொண்டார்கள். ஆனால் சினிக்கூத்து, பருவம், மூக்குத்தி போன்ற இதழ்களைச் சேர்க்கலாகாது என்று அறிவுறுத்தப்பட்டது.

அதிக ஆய்வேடுகளை உருவாக்கும் பேராசிரியர்களுக்கு விருதுகள் அறிவிக்கப்பட்டன. நாநூற்றி எழுபத்தேழு ஆய்வேடுகளை ஆறேமாதத்தில் உருவாக்கிய முனைவர். நாராயணசாமிக்கு சிறப்புப் பரிசு அளிக்கப்பட்டது. அவர் வீட்டில் ஒரு தொழிற்சாலையே இதற்கென இயங்கியது என்றார்கள். நாற்பதுபேர் கணினி சகிதம் வேலை பார்த்தார்கள். ஆய்வேடுகளை அரைத்து கூழாக்கி ஆலவாய் பல்கலை வாசலில் அய்யன் திருவள்ளுவருக்கு நூற்றுமுப்பத்து

மூன்றடி உயரமான சிலை அமைக்கப்படுமென துணை வேந்தரவர்கள் பலத்த கைதட்டலுக்கு இடையே அறிவித்தார்.

இந்நிலையில்தான் அம்மாப்பாளையம் பரமசிவக் கவுண்டர் கலைக்கல்லூரி ஆட்சிமன்றக்கூட்டத்தில் முனைவர் சாமிநாதன் காசிரங்கா யானையைப்பற்றி சொன்னார். 'அஸ்ஸாமிலே காசிபுரம்ங்கிற ஊரிலே ஒரு யானை தமிழிலே சத்தம்போட்டுட்டு செத்துப்போயிருக்குன்னு சொன்னாங்க. அந்த யானையை செம்மொழியானைன்னு சொல்லி ஒரு கருத்தரங்கு போட்டா என்ன?' எண்ணங்கள் ஓடாமல் ஸ்தம்பித்துப் போயிருந்த கும்பலுக்கு அது ஒரு பெரிய திறப்பாக இருந்தது.

'பிரம்மாதம்... நாம பயாலஜி டிபார்ட்மெண்டையும் கருத்தரங் கத்திலே சேர்த்துக்கலாம். யானையைப்பத்தி என்னமாம் சொல்லு வானுக...' என்றார் டாக்டர் பாலசுப்ரமணியம்.

'அவனுக வேண்டாம். தமிழுன்னாக்க அதை தமிழன் அனுபவிச்சாப்போறும்; உயிரியலன், பொருளியலன்லாம் உள்ள வந்தாங்கன்னா அவங்க இங்லீஷ்லே பேசியே எங்கள ஓரம்கட்டிரு வானுக' என்றார் முனைவர் சாமிநாதன்.

'அப்ப எங்களுக்கு ஃபண்ட் கிடைக்காதா?' என்று டாக்டர் சண்முகநாதன் கோபத்துடன் கேட்க பொருளியல்துறையினரும் சேர்ந்துகொண்டார்கள். 'காட்டு யானைகளை அதுங்களோட பிண்டத்தை வைச்சு கணக்கெடுக்க ஜப்பான் ஃபண்ட் வந்தப்ப நாங்க பங்கு கேட்டமா? இவ்ளவுக்கும் அந்த யானையெல்லாம் தமிழ் யானை' என்றார் முனைவர் சாமிநாதன்.

'யாரு சொன்னது? அதிலே இருபது யானை மேக்னா யானை. அதெல்லாம் சுத்த தெலுங்கு. அதுங்களை மேக்னா நாயிடுன்னு கிளாஸிபை பண்ணியிருக்கோம்' என்றார் டாக்டர் சண்முகநாதன்.

'சண்டை வேண்டாம், யானைபற்றி கருத்தரங்கு போடுவோம்' என்றார் முதல்வர்.

'யாரு செலவழிச்சா என்னய்யா, பணம் செலவழியணும், செம்மொழி வாழணும்... அதுதானே நம்ம லட்சியம்?' என்றதை அனைவரும் ஒப்புக்கொண்டார்கள்.

ஒருவழியாக கருத்தொருமை எட்டப்பட்டபின் கருத்தரங்கு கூட்டப் பட்டது. 'செம்மொழி நோக்கில் இந்திய யானையின் தமிழ்பண்புக் கூறுகளும் தொல்தமிழ் நாகரிகமும் - சங்க இலக்கியச் சிறப்புக் குறிப்புடன்' என்பது கருத்தரங்கின் தலைப்பு பரவலாக கவனத்தை

ஈர்த்தது. கருத்தரங்குக்கு தமிழகத்தின் அனைத்துக் கல்லூரிகளில் இருந்தும் தமிழறிஞர்கள் வந்துசேர்ந்தார்கள். எழுபத்தெட்டுபேர் கட்டுரைகள் படிக்கவும் நூற்றியெண்பதுபேர் விவாதிப்பவர் களாகவும் கலந்துகொண்டார்கள். அவர்களுக்கு நட்சத்திர விடுதி அறைகள் ஏற்பாடு செய்யப்பட்டன. சென்னையில் இருந்து விமானம் மூலம் உணவு வரவழைக்கப்பட்டது. பங்கேற்பாளர் களுக்குக் குலுக்கலில் முதல் பரிசாக ஒரு வெட்கிரைண்டரும் இரண்டாம் பரிசாக பத்து மிக்ஸிகளும் மூன்றாம் பரிசாக நூறு எவர்சில்வர் குடங்களும் அளிப்பதாக அறிவிக்கப்பட்டது.

கருத்தரங்கில் தலைமைவகித்த துணைவேந்தர் உள்ளூர் பிரமுகர் 'மணல்வீடு' சங்கரை சிறைக்கே சென்று சந்தித்து காலில் விழுந்து ஆசிவாங்கிவிட்டு வந்தமையால் கருத்தரங்கு சற்றே தாமதமாகியது. பல்கலைக்கழகம் சார்பில் செம்மொழி ஆய்வின் ஒரு பகுதியாக கௌரவ டாக்டர் பட்டங்கள் வழங்கிவருவதை எடுத்துச்சொன்ன அவர் மணல்குத்தகையாளர், மளிகை மொத்தவணிகர், வட்டச் செயலர், எம்.எல்.ஏ. ஆகியோருக்கு கௌரவ டாக்டர் பட்டம் வழங்கியவகையில் மொத்தம் பதினேழுகோடி ரூபாய் செலவாகியிருப்பதைப் பெருமையுடன் குறிப்பிட்டு கௌரவ டாக்டர் பட்டம் வேண்டுபவர்களின் வசதிக்காக ஒரு தனித்துறை உருவாக்கப்படும் என்றார். எதிர்காலத்தில் தமிழ்நாட்டில் கௌரவ டாக்டர் பெறாதவர்களே இல்லாத நிலை உருவாகவேண்டு மென்பதே பல்கலைக்கழகத்தின் அவா என்று சொல்லி கருத்தரங்கைத் தொடங்கிவைத்தார்.

கருத்தரங்கில் முதலில் பேசிய முனைவர் பாலமுருகன் (செல்லமாக லாபமுருகன்) ஆப்ரிக்க யானைக்கும் இந்திய யானைக்கும் இடையே பல வேறுபாடுகள் உள்ளன என்றாலும் அவை இரண்டும் யானைகள் என்ற அளவில் பெரிய அளவில் ஒற்றுமைகள் உள்ளன என்றார். இரண்டுக்குமே தும்பிக்கை இருப்பது சிறப்பாகக் கவனிக்கத்தக்கது. ஆப்ரிக்க மொழிகளில் சிலவற்றுக்கு தமிழுடன் நேரடித்தொடர்பு உள்ளது. அனுதாபம் தெரிவிப்பதற்காக நாம் தமிழில் 'உச்- உச்- உச்' என்ற ஒலியை எழுப்புவதையே கலஹாரி புஷ்மேன்கள் தங்கள் பெரும்பாலான தொடர்புகளுக்குப் பயன்படுத்துகிறார்கள் என்றார். செம்மொழிக்கும் கலஹாரிக்கும் இடையேயான உறவைப்பற்றி ஆராய்வதற்காக ஒரு குழு அங்கே அனுப்பப்படும் என்று தெரிவித்தார்.

அதைத் தொடர்ந்து கவிஞர் 'தச்சன்' பேசினார். கானம்பாடி இதழில் கவிதை என்று சந்தேகப்படமுடியாத கவிதைகளை எழுதி தமிழ்க் கவிதையில் திருப்புமுனையாக அமைந்தமைக்காக சாகித்ய

அகாதமி விருது பெற்றவர். தச்சன் சுருக்கமாக யானையைப்பற்றி அகராதிகள் கலைக்களஞ்சியங்கள் போன்றவற்றில் என்னென்ன சொல்லப்பட்டிருக்கின்றன என்று வரிசையாக எடுத்துச்சொல்லி செம்மொழி நிதி கிடைத்துள்ள இந்த நிலையிலாவது அபிதான சிந்தாமணிக்கு புதிய பதிப்பு அளிக்கப்பட வேண்டும் என்று தலைவரிடம் முறையிட்டார்.

தலைவர் உடனேயே எழுந்து மைக்கில் 'அந்த அம்மாள் உரிய முறையில் விண்ணப்பம் செய்துகொண்டால் உடனே ஆவன செய்யப்படும்' என்று அறிவிக்க அரங்கே கைதட்டி ஆராவாரம் செய்து அதை வரவேற்றது. மேலும் வையாபுரி இடைவிடாத நடிப்புப் பணிகள் நடுவிலும் பேரகராதி ஒன்றைத் தயாரித்திருப்பது கல்லூரி ஆசிரியர்களெல்லாம் முன்னுதாரணமாகக் கொள்ளத்தக்கது என்று தலைவர் சொன்னபோது தீவிரமான கரவொலி எழுந்தது.

அதன் பின்பு கட்டுரைகள் வாசிக்கப்பட்டன. பெரும்பாலான கட்டுரைகள் முனைவர்பட்ட ஆய்வேட்டுக்குரிய முறைமையைப் பின்பற்றி எழுதப்பட்டிருந்தன. அவை அச்சுபோடப்பட்டு அரங்கில் வினியோகம் செய்யப்பட்டன. 'காசிரங்கா யானையும் பெரும்பாணாற்றுப் படையும் ஓர் ஒப்பாய்வு - நைஜீரிய யானையின் சிறப்பு குறிப்புடன்' என்ற கட்டுரையை வாசித்த கரந்தைத் தமிழ் சங்கத்து விதிவண்ணன் இருபது பக்கக் கட்டுரைக்கு நூற்று நாற்பத்தேழு பக்க அடிக்குறிப்புகள் அளித்திருந்தார். யானைக்கு துதிக்கை உண்டு என்பதற்கு அவர் கலித்தொகை, குறுந்தொகை, பதிற்றுப்பத்து, ஐங்குறு நூறு ஆகியவற்றிலிருந்து ஆதாரம் காட்டியதோடு புகழ்பெற்ற உயிரியலாளர் 'யானை' பாலகிருஷ்ணன் மற்றும் அகமது அலி ஆகியோரின் நூல்களில் இருந்தும் ஆதாரங்கள் காட்டியது ஏற்றுக்கொள்ளப்பட்டாலும் மொத்த அடிக்குறிப்பு களைக் கூட்டி நாநூற்றி எண்பது என்று காட்டியிருந்ததற்கும் அடிக்குறிப்பு அளித்து அதில் எண்சுவடியை சான்றாதாரமாகக் காட்டியிருந்ததை சற்று மிகை என்றே அறிஞர்கள் கருதினார்கள்.

முனைவர் வீல்வேந்தன் சென்னைப்பல்கலையில் இருந்து துணைவியார் சங்கவை சகிதம் வந்திருந்தார். அவருக்குக் கேட்கத்தான் தெரியுமென்பதனால் யானையைப்பற்றி சகட்டுமேனிக்குக் கேள்வி கேட்டார். திராவிட யானைக்கும் ஆரிய யானைக்கும் உள்ள ஆறு வித்தியாசங்கள் என்ன என்ற அவரது கேள்வி பெரிதும் விவாதிக்கப் பட்டது.

அதைத் தொடர்ந்து முனைவர் 'மகிழவன்' முறைப்பியல் நோக்கில் யானையைப்பற்றி விரிவாகப்பேசினார். அவரது கட்டுரை எண்பது

பக்கங்களுக்கு நீண்டது. அதற்குக் காரணமென்ன என்பதை அவர் முன்னுரையிலேயே விளக்கியிருந்தார். அவர் தன் கட்டுரையை அமைப்பியல் நோக்கில் எழுத ஆரம்பித்து பத்து பத்திகள் தாண்டுவதற்குள் பாரீஸில் அமைப்பியல் காலாவதியாகி விட்டதென்று தகவல் வந்தது. உடனே ஃபோன் போட்டு விசாரித்ததில் பின்-அமைப்பியல் முளைத்து வந்திருக்கும் தகவல் தெரிந்தது. அந்தநோக்கில் கட்டுரையில் மறுநாள் மேலும் பத்துபத்திகள் எழுதிக்கொண்டிருக்கையில் பின்-அமைப்பியல் காலாவதியாகிவிட்ட தகவல்தெரியவே பதற்றமாகி நியூயார்க்குக்கு ஃபோன் செய்தபோது சிறப்பியல் என்று ஒரு புதுச்சிந்தனை கலிஃபோர்னியாப்பகுதிகளில் எதிர்பாராத இடங்களில் அவ்வப் போது தென்பட்டு மறைவதாக தெரியவந்தது. உடனே அந்த நோக்கில் எழுத ஆரம்பித்து முடிக்கப்போகும்போதுதான் முறைப்பியல் வந்தது. முடிவுரை முறைப்பியல் நோக்கில் எழுதப் பட்டுள்ளது என்றார் மகிழவன்.

முறைப்பியல் என்றால் என்ன என்பதை மகிழவன் சுருக்கமாக விளக்கினார். பிரதியானது வாசகனை நோக்கி முறைக்கிறது என்பதே இந்தக் கருத்தின் சாராம்சம். இதை நாம் பொதுவாக நவீன நாவல்களை வாசிக்கும்போது தெற்றென உணரமுடிகிறது. வாசகன் திருப்பி பிரதியை முறைக்கும்போது அவ்விரு நிகழ்வுகளும் சந்திக்கும் புள்ளியில் மிகச் சரியாக இலக்கியம் நிகழ்கிறது என்று சொன்னார். காசிரங்கா காட்டில் ஒரு யானையை தத்துவம் எதிர்கொண்டபோது அந்த யானை தன் தூல உருவத்தை விட்டுவிட்டு குறியீட்டுருவம் கொண்டது. ஒரு யானை மொழிக் குறியாக ஆகும்போது அதன் குறி என்னவாக ஆகிறது என்பதை நாம் ஆராயவேண்டும். யானையைக் கட்டுடைக்கும்போது அதைக் கட்டிப்போட்டுசெய்வது நல்லது என்றார் மகிழவன்.

பேராசிரியர் பழக்குலை எழுந்து மகிழவன் முன்வைக்கும் அதொன்றும் தமிழுக்குப் புதியதல்ல என்றும் தமிழ்மரபிலேயே முறைப்பா என்ற பெயரில் ஒரு பாடல்வகை இருந்திருக்கிறது என்றும் ஆசிரியப்பா மேலோங்கியபோது அது வழக்கொழிந்தது என்றும் சொன்னார். சித்த மருத்துவ நூல்களில் இஞ்சியைப்பற்றிய பல பாடல்கள் இந்த வடிவில் இருந்திருக்கின்றன. இனவிரைவியல் நோக்கில் யானையைப்பற்றி ஆராய்ந்து கவிதைகள் எழுதினால் இப்பிரச்சினைக்கு தீர்வு காணலாம். இனவிரைவியல் கவிதை ரயில்வே அட்டவணைக்குரிய மொழிநடையில் ஐயம் திரிபிலாது தெளிவுற அமைந்திருக்கும் என்றார் அவர். அதைப் புரிந்துகொள்ள அதைப் படிக்கவேண்டிய தேவையே இல்லை.

முனைவர் ராஜகுமார் எழுந்து மகிழவன் கட்டுரையில் 'பாடாவதி சிந்தனை' என்று நூற்றுக்கும் மேற்பட்ட இடங்களில் குறிப்பிடப் பட்டிருந்தாலும் அச்சிந்தனைகள் தெளிவுற வகுத்துரைக்கப்பட வில்லை என்றும் மேற்படி அம்மையாரைப்பற்றிய அடிக்குறிப்பும் அளிக்கப்படவில்லை என்றும் அஃதொரு குறை என்றும் தெரிவித்தார்.

பெண்ணியச் சிந்தனையாளர் முனைவர் கலாவதிதான் அச்சுப்பிழை யாக அங்ஙனம் குறிப்பிடப்பட்டிருக்கிறாரா என்று இன்னொருவர் கேட்டார். அமைப்பியல் கலாவதியாகிவிட்டது என்று இருப்பதன் பொருளை ஓர் ஆய்வாளர் கேட்க மகிழவன் அதுதான் அச்சுப்பிழை என்றும் பாடாவதி சிந்தனை என்பது நாம் கட்டுரையில் ஏற்கெனவே எழுதிவிட்ட சிந்தனைகளையே என்றும் விளக்கினார். அத்துடன் தன்பெயர் அச்சிடப்பட்டிருக்கும் இடங்களில் 'ம' என்ற எழுத்து சரியாக விழாமல் பலவகையான கருத்துக் குழப்பத்துக்கு இடமளித்திருப்பதாகவும் தெரிவித்தார்.

இளம் ஆய்வாளர் வேங்கிடமலை வாசித்த கட்டுரை தொல்பழம் நூலான மதங்கதரங்கிணி அல்லது யானைப்பானை என்ற நூலைப் பற்றியது. தென்காசி வைரவன் அண்ணாவியாரால் 1998ல் எழுதப்பட்டு அவரது மனைவியாரால் வெந்நீரடுப்பு வழியாக வழக்கொழியச்செய்யப்பட்ட இந்த பழம்பிரதியானது பரவலாக தமிழ்நாட்டு அறிவுலகில் அறியப்படாமலிருந்தது. தாய்லாந்தில் பாங்காங், அமெரிக்காவில் லாஸ் வேகாஸ், சிங்கப்பூரில் செந்தேசா போன்ற ஊர்களில் நிகழ்த்திய கடுமையான அகழ்வாராய்ச்சியின் பயனாக அந்நூலின் பெரும்பகுதியை மீட்டெடுத்து செம்பதிப்பாக அவர் கொண்டுவந்த வரலாற்றை விவரித்து எஞ்சிய பகுதியைத்தேட விரைவிலேயே மாஸ்கோ வழியாக ஃபின்லாந்துக்குச் செல்ல விருப்பதாகச் சொன்னபோது பிற ஆய்வாளர் துஞ்சுகளிறன்ன உயிர்த்து நெஞ்சு கலுழ்ந்தனர்.

உடனே ஆவேசமாக எழுந்த முனைவர் தேவகஷாயகுமார் 'இந்த முட்டாள்தனத்துக்கு அளவே கிடையாதா? நாம் எங்கே போய்க் கொண்டிருக்கிறோம்? புதுமைப்பித்தன் எழுதிய கதைகளையே இன்னமும் நாம் தேடிக்கண்டுபிடித்து முடிக்கவில்லை. அதைப் பற்றிய அக்கறை இல்லாமல் யானையைப்பற்றிப் பேசுவது அயோக்கியத்தனம், மொள்ளமாரித்தனம், பொறுக்கித்தனம். அதை நான் வன்மையாகக் கண்டிக்கிறேன்' என்றார். 'பால்பாயிண்ட் பேனாக்கள் வராத காலத்திலேயே நான் புதுமைப்பித்தன் கதைகளைக் கையால் பார்த்து பிரதிஎடுத்தவன்' என்று அவர் கண்ணீர்மல்கக் குறிப்பிட்டார்.

‘புதுமைப்பித்தன் கதைகள் இன்னும் மிச்சமுள்ளதா?’ என்று வீல்வேந்தன் கேட்டதற்கு கண்டிப்பாக உள்ளது என்று சொன்ன தேவகஷாயகுமார் தமிழ்ச்சமூகத்தின் நலன் கருதி அவற்றை தான் தன் தோட்டத்தில் பள்ளம் பறித்துப் புதைத்து வைத்திருப்பதாகவும் அந்தக் கதை இல்லாத எந்த புதுமைப்பித்தன் பதிப்பையும் தான் செம்பதிப்பாக ஏற்றுக்கொள்ள முடியாது என்றும் சொன்னார். பாரதி படைப்புகளுக்கு மெய்ப்பு நோக்குவதும் புதுமைப்பித்தன் கதைகளை தேடிக்கண்டுபிடிப்பதும் தமிழாய்வுலகின் முக்கியமான பொழுதுபோக்குகள் என்று சொன்ன தேவகஷாயகுமார் மேலும் மூன்றாமுலக நாடுகள் ஒடுக்கப்படும் சூழலில் அந்தக் கதைகள் வெளியாவதைத் தான் விரும்பவில்லை என்றும் குறிப்பிட்டார்.

வேறு ஒரு கேள்விக்குப் பதிலாக தேவகஷாயகுமார் கால்டுவெல் தான் மூன்றாமுலகம் என்ற கருத்தை உருவாக்கியதாகவும் அதை தமிழ்க்கடல் ராய.சொ மறைத்தது வரலாற்று மோசடி என்றும் வாதாடினார். அதை வீல்வேந்தன் ஆமோதித்தார். உடனே புதுமைப்பித்தனுக்கு ஒரு மறுசெம்பதிப்பு கொணரப்படவேண்டும் என்று அவர் கருத்து சொன்னார். ஆதிசங்கரரின் பிரம்மசூத்திர பாஷ்யத்துக்கு கடலைக்குடி நடேச சாஸ்திரி எழுதிய எண்ணூறுபக்க உரை நூலை இருமுறை வருடிப்பார்த்துவிட்டு அந்நூலின் மறுபதிப்பில் தன்பெயரை பெரிய எழுத்தில் முதலில் போட்டுக்கொண்ட அவருக்கு புதுமைப்பித்தன் செம்பதிப்பையும் வருடிப்பார்த்து புகழ்பெற ஆசை எழுந்தது இயல்பே.

முனைவர் தமிழேந்தி அவர்கள் ‘உலகசிந்தனைகளும் தமிழும்’ என்ற தலைப்பில் நீளமாக வாசித்த கட்டுரை முனைவர் நெருஞ்சி விழியனின் ‘தமிழிலக்கியத்தில் உலக ஆயுதம்’ என்ற பெரும்புகழ் பெற்ற நூலை அடியொற்றி அமைக்கப்பட்டிருந்தது. கி.மு. பத்தாம் நூற்றாண்டில் சாக்ரடீஸ் ஔவையாருக்கு எழுதிய கடிதத்தில் ‘சிறிய கள் பெறினே எமக்கீயும் மன்னே பெரிய கள் பெறினே...’ என்ற பாடலில் இருந்து அவர் ‘ஸ்பிரிச்சுவாலிட்டி’ என்ற கருத்தை உருவாக்கியிருப்பதற்கு நன்றி தெரிவித்திருப்பதைக் குறிப்பிட்டார். தலைவியின் கைவளை நெகிழ்தலில் இருந்து கலீலியோ உருவாக்கிய இயற்பியல் விதிகளையும் பரத்தையுடன் தலைவன் புதுப்புனலாடும்போது தலைவியின் முலைமேல் கண்ணீர் வழிந்ததை அடியொற்றி பிளேட்டோ கருத்துமுதல்வாதத்தை உருவாக்கியதையும் அவர் விரிவாக விளக்கினார்.

அதன்பின் கட்டுரைகள் வாசிக்கப்பட்டபடியே இருந்தன. நடுவே முனைவர் அக்காப் பெருமாள் ‘நாட்டாரியல் நோக்கில் யானையும் தமிழும்’ என்ற தலைப்பில் வாசித்த கட்டுரையில் வள்ளியூர் பக்கம்

கோணிமூலை என்ற ஊரில் குழியானை மாற்று என்ற சடங்கில் வருடம்தோறும் பதினேழு லட்சம் ரூபாய்செலவில் யானையை குழி தோண்டி புதைத்து திருப்பி தோண்டி எடுக்கும் பெரிய திருவிழா நடப்பதைக் குறிப்பிட்டு குழியானை என்று பழைய ஏட்டுச் சுவடியில் இருந்ததை முத்தாலம்மன் கோயில்களை புனருத்தாரணம் செய்த இந்து முன்னணியினர் தவறாகப்புரிந்துகொண்டதன் விளைவே அது என்றார்.

மேலும் அவர் தான் கள ஆய்வில் திரட்டிய நாட்டாரியல் தரவுகளைத் தனி இணைப்பாக சேர்த்திருந்தார். 'ஆனைக்க கொட்டைய ஆடு வச்சிருந்தா நடக்க முடியுமா?' 'ஆனைக்கு தும்பிக்கை மனுஷனுக்கு நம்பிக்கை' 'சேனைய திங்கிறவன் ஆனையத்திங்க முடியுமா?' 'ஆடு வாலாட்டினா ஆனை குண்டிய ஆட்டும்' போன்ற முந்நூறு பழமொழிகளைச் சேர்த்திருந்தார். ஈசாந்திமங்கலம் விலக்குதான் மேலே குறிப்பிட்ட களம். அங்கே ஒரு லார்ஜ் அதிகமாக செலுத்திக்கொண்ட 'சலம்பன்' குமரேசன் ஒரே மணிநேரத்தில் சொன்ன கேள்விப்படாத பழமொழிகள் அவை, அவற்றை அவனும் அதற்கு முன்னர் கேள்விப்பட்டதில்லை என்று அக்கா பெருமாள் அவர்கள் குறிப்பிட்டார்கள்.

நள்ளிரவில் தூங்கிவழியும் தலைவர் முன்னிலையில் கருத்தரங்கு முடிவுக்கு வந்தது. முடிவுரை நடந்துகொண்டிருக்கும்போதே பங்கேற்பாளர்களுக்கு தமிழகத்தின் பல பகுதிகளிலிருந்து அம்மாப்பாளையம் வந்துசெல்வதற்கான விமானச்செலவு மற்றும் படிகள் உறைகளில் போட்டு அளிக்கப்பட்டன. பேராசிரியர்களின் கல்வித்தகுதிக்கேற்ப உறைகளின் அளவு மாறியது. முதல்தரம் நச்சினார்க்கினியர் உறை என்றும் இரண்டாம் தரம் இளம்பூரணர் உறை என்றும் மூன்றாம்தரம் பரிமேலழகர் உறை என்றும் குறிப்பிடப்பட்டது.

தலைவர் தன் உரையில் தமிழ் செம்மொழிதான் என்பதை மொழிப் பகைவர் இத்தகைய கருத்தரங்குகளை வந்து பார்த்தால் ஐயமிலாது உணர்ந்துகொள்ள முடியும் என்றார். எதை வேண்டுமானாலும் எப்படி வேண்டுமானாலும் அளந்துவிடுவதற்கு வாய்ப்பளிக்கும் தமிழ்போன்ற ஒரு மொழி உலகிலெங்கும் உண்டா என்று அவர் அறைகூவி தமிழை வெம்மொழி என்று ஐக்கியநாடுகள் சபை அறிவிக்கும்வரை நமது போராட்டம் ஓய்வடைதல்கூடாது என்று கேட்டுக்கொண்டார்.

தஞ்சையில் இருந்து வந்த பேராசிரியர்கள் தங்கள் சொகுசுப் பேருந்தில் ஒட்டுமொத்தமாக அரிசிக்காரன் பாளையம்

நரசிம்மநாயிடு பள்ளியில் நடைபெற்ற கருத்தரங்குக்குக் கிளம்பினார்கள். கருத்தரங்குகள் தோறும் போகும் வசதிக்காக அவர்கள் அந்தப் பேருந்தை அமர்த்தித் தொடர்ச்சியாகப் பயணத்தில் இருந்தார்கள். பிற பேராசிரியர்களும் அவரவர் வசதிப்படி அடுத்த கருத்தரங்குகளுக்குக் கிளம்பிச் சென்றார்கள். கருத்தரங்க அறையில் 'வானமளந்தது அனைத்தும் அளந்திடும் வண்மொழி வாழியவே' என்ற பாடல் ஒலித்தது.

- டிசம்பர் 17, 2008

74

வழி

கூட்டமில்லாத மதியப் பேருந்தில் ஒரு தாத்தா எழுந்து எழுந்து எட்டிப் பார்த்தார்.

நான் அவரிடம் 'எங்க எறங்கணும்?' என்றேன்.

'ஆ?' என்றார்.

'இல்ல எங்க எறங்கணும்?'

அவர் என்னை சந்தேகமாகப்பார்த்து 'என்ன?' என்றார்.

'பாட்டா, எங்க எறங்கணும்?'

'வில்லுக்குறி வெலக்கு.'

'அய்யோ, வில்லுக்குறி வெலக்கு தாண்டியாச்சே...' என்றேன்.

'ஏ?'

'வில்லுக்குறி வெலக்கு தாண்டியாச்சுண்ணு சொன்னேன்.'

'இப்பம்தானே வில்லுக்குறிப்பாலம் போச்சு?' என்றார்.

'ஆமா, வில்லுக்குறி வெலக்கு தாண்டித்தான் வில்லுக்குறிப்பாலம் வரும்.'

'மொவ சொன்னது பாலம் தாண்டினாக்க வெலக்கு வரும்ணுல்லா? அங்கிண எறங்கி வரச்சொன்னாள்லா?'

ஒன்றும் புரியவில்லை. நிதானமாகத்தான் முள்ளுக்கும் சீலைக்கும் சேதமில்லாமல் கையாளவேண்டும் என்று முடிவு செய்தேன்.

‘பாட்டா எங்க எறங்கணும்?’

‘வில்லுக்குறி வெலக்குலே...’

‘வில்லுக்குறி வெலக்கு தாண்டி வந்தாச்சு...’ என்றேன்.

‘பாலம் இண்ணால்லா வருது?’ என்றார் பாட்டா.

‘பாலம் வாறது வெலக்கு தாண்டின பெறகாக்கும்.’

‘மொவ சொன்னா பாலம் தாண்டித்தான் வெலக்குவருமுண்ணு.’

மூச்சை நிதானமாக இழுத்துவிட்டேன். அமைதி. அறிவுடையார் ஆவதறிவார். பொறுத்தார் பூமியாள்வார். மெல்ல ‘தாத்தா, நீங்க எங்கேருந்து வாறிய?’ என்றேன்.

‘ஏ?’

‘ஊரு எங்கே? எங்கிணேருந்து வாறீய?’

‘நாகருகோவிலிலே இருந்து.’

அது சரி என்று எண்ணிக்கொண்டேன். ‘பாட்டா அது நாகருகோவிலிலே இருந்து வாறப்ப அப்பிடி. பாலம் தாண்டி வெலக்கு வரும். இப்ப நீங்க தக்கலையிலே இருந்து நாகருகோவிலுக்குப் போறீக. இப்பம் வெலக்கு தாண்டித்தான் பாலம் வரும்’ என்றேன்.

‘மொவ சொன்னா...’ என்றார் கிழவர்.

நான் அவரையே பார்த்தேன். பின்னர் சற்று கடுமையாக ‘இப்பம் நீங்க எறங்கல்லேண்ணா நேரா நாகருகோவிலுக்குத்தான் போவீய. பாலத்துல எறங்குங்க. மொள்ள நடந்தா நேரா வெலக்குக்கு போவலாம்.’

‘மொவ சொன்னா...’

எனக்குக் கடுமையான கோபம் வந்தது. ‘எறங்குறீயண்ணா எறங்குங்க.’

‘மொவ சொன்னா பாலம் தாண்டி...’

நான் வெளியே பார்த்து பேசாமலிருந்தேன். கிழவர் என்னிடம் ஈனஸ்வரத்தில் ‘மொவ சொன்னா பாலம் தாண்டினாக்க வெலக்குண்ணு... அவ ஸ்கூளு வாத்திச்சியில்லா?’ என்று மன்றாடினார்.

நான் தலையைத் திருப்பவில்லை. 'பாலம் தாண்டினா...' என்றார் கிழவர்.

கண்டக்டர் விசில் அடித்து 'வேய் பாட்டா எறங்குதீரா? வில்லுக் குறியில்லாவே டிக்கெட்டு எடுத்தீரு? வில்லுக்குறி வெலக்கு தாண்டியாச்சு.'

கிழவர் 'மொவ சொன்னா' என்றார்.

கண்டக்டர் இரட்டைவிசில் கொடுக்க பஸ் முன்னால் சென்றது. நான் கிழவரையே பார்த்தேன். என் கண்களைச் சந்தித்ததும் அவர் 'மொவ சொன்னா... பாலம்தாண்டி வெலக்குண்ணு... அவ டிரெயியினிங்கு பாஸாயிட்டுண்டு' என்றார்.

பஸ் ஓடிக்கொண்டிருந்தது. கண்டக்டர் அருகே வந்தார். 'டிக்கெட் எடும்வே' என்றார்...

'ஏ?'

'டிக்கெட் எடும்... வில்லுக்குறி தாண்டியாச்சுல்லா?'

'எனக்க மொவ சொன்னது பாலம்தாண்டியில்லா வெலக்கு?'

'டிக்கெட்டெ எடும்வே' என்றார் கண்டக்டர்.

கிழவர் பொக்கைவாய் திறந்து விழிக்க ஒருவர் 'செரி பாட்டா தப்பு பண்ணிப்போட்டார். போட்டும். டிக்கெட்டெல்லாம் வேண்டாம். பாட்டா இங்க எறங்கும். அங்கிணேருந்து டவுன் பஸ் வரும், அதில ஏறி வில்லுக்குறி வெலக்குல எறங்கும். பைசா இருக்கா?'

'இருக்கு பிள்ள. மவ குடுத்தா... அவ வாத்திச்சியாக்கும் குதிரப்பந்தி வெளை ஸ்கூலிலே.'

'செரி எறங்கும்' 'இங்கிணயா?'

'ஆமா... எறங்கும்... வளி தெரியுமா?'

'என்னது?'

'எங்க எறங்கணும் தெரியுமா?'

கிழவர் என்னைச் சுட்டிக்காட்டி 'இந்த பிள்ள செல்லிச்சுல்லா, வெலக்கு தாண்டி பாலம்...'

எனக்கு பகீரென்றது. 'அய்யோ... பாட்டா இங்கேருந்து திரும்பி போறப்ப பாலம் தாண்டியாக்கும் வெலக்கு.'

கிழவர் அசடே என்பதுபோல என்னைப் பிரியமாகப் பார்த்து 'வெலக்கு தாண்டில்லா பாலம்?' என்றார்.

‘பாட்டா அது தக்கலையிலே இருந்து வாறப்ப. இப்ப நீரு திரும்பியாக்கும் போறீரு... இப்ப பாலம் தாண்டியாக்கும் வெலக்கு... நீங்க சொன்னது செரி... நான் சொன்னத மறந்து போடுங்க’ என்றேன்.

‘நீ சொன்னது தப்பாக்குமா?’

‘ஆமா நீங்க சொன்னதுதான் சரி.’

‘அப்பம் செரி...’ என்று பாட்டா மீண்டும் இருக்கையில் அமர்ந்துகொண்டார். என்னிடம் ‘பாத்துட்டுல்லா சொல்லணும் மக்கா? நான் வயசானவனுல்லா?’ என்றார்.

நான் உடம்பே திகுதிகுக்க கண்ணீர் மல்கினேன்.

‘பாட்டா அவரு சொன்னது செரிதான்... எறங்குங்க’ என்றார் கண்டக்டர்.

‘அவன் தப்புண்ணுல்லா சொல்லுகான்?’

‘அவர் சொல்லுகது பஸ்ஸுக்கு உள்ள இருக்கும்பம் உள்ள காரியம்... எறங்கினா அது தப்பு’ என்று கண்டக்டர் தெளிவாக விளக்கினார். பாட்டா தலையை ஆட்டினார்.

‘எறங்குங்க.’

‘ஏ?’

‘எறங்குங்க பாட்டா... எறங்கி டவுன் பஸ்ஸிலே கேறி வில்லுக்குறிக்குப் போங்க’ கிழவர் தடுமாறியபடி இறங்கினார்.

‘பாலம் தாண்டியாக்கும் வெலக்கு, கேட்டுதா? பாட்டாவுக்க மக சொன்னதாக்கும் செரி.’

‘அப்பம் இவன் சொன்னது தப்பாக்குமா?’

‘ஆமா... பாட்டா எறங்கினதுமே இவர மறந்திடுங்க... நேராட்டு போங்க... பாட்டாவுக்க மக என்ன சொன்னா அங்க?’

‘வெலக்கு தாண்டினா பாலம் வரும்ணுல்லா மக சொன்னா... அவ வாத்திச்சியில்லா?’

நான் ‘அய்யோ’ என்று கூவினேன். கண்டக்டர் ‘பாட்டா அது இவரு சொன்னது... உம்ம மவ சொன்னது பாலம் தாண்டி வெலக்கு வரும்ணாக்கும்.’

பாட்டா என்னைக் கடுமையாக முறைத்துப் பார்த்தார்.

‘பாலம்தாண்டினா வெலக்கு... எறங்கி வேற பஸ்ஸிலே கேறும்வே.’

பாட்டா நடுங்கியபடி இறங்கினார். பஸ் நகர்ந்தது. பஸ் ஸ்டாண்டில் அவர் நிற்பதைப்பார்த்தேன்.

சட்டென்று ஓர் எண்ணம் நாகர்கோவிலில் இருந்து வருவதற்கான வழி சொல்லி அனுப்பப்பட்ட பாட்டா ஏன் தக்கலையில் இருந்து வருகிறார்? அப்படியானால் ஏற்கெனவே அவர் வழி தவறித் தக்கலைக்குப் போய்த் திரும்பிவந்திருக்கிறார். பாவமே.

போய்விடுவாரா? கேயாஸ் தியரியின்படி எப்படியெல்லாம் குழம்பினாலும் கடைசியில் வில்லுக்குறி விலக்குக்குச் சென்று சேர்ந்துவிடுவார் என்றுதான்பட்டது. ஆனால் ஒரே இடம் நாம் வரும் திசைக்கு ஏற்பத் தலைகீழாக மாறி நம்மை அலைக்கழிப்பது சற்றும் நியாயமில்லை என்று தத்துவார்த்தமாக எண்ணிக் கொண்டேன்.

- ஆகஸ்ட் 2, 2012

75

இலக்கிய விருதுகள்

இலக்கிய விருதுகள் அளிக்கப்படுவதற்கு இரண்டு காரணங்கள் உள்ளன. இன்னார் இன்னும் இலக்கியம் படைத்துக் கொண்டிருக்கிறார் என்று உலகுக்கு அறிவிப்பது, அல்லது இன்னார் படைப்பது இலக்கியமேதான் என்று உலகுக்கு அறிவிப்பது. இலக்கியம் என்பது விருது பெறுவதற்காகச் செய்யப்படும் ஓர் உழைப்பு என்ற முற்கோள் இவ்விடத்தில் உள்ளுறை என்பதும் இங்கே உலகு என்று சுட்டப்படுவது விருது பெறுவது குறித்த எதிர்பார்ப்புடன் இருக்கும் பிற எழுத்தாளர்கள் என்பதும் அறியற்பாலது.

விருது பெறுபவர்களைப்பற்றிய விவரணைக்கு ஒரு மலையாளப் பழமொழி சாலப்பொருத்தமானது. ‘களத்துக்கு வெளியே அல்லது வாத்தியாரின் நெஞ்சின்மீது’. வாத்தியார்களின் நெஞ்சுக்கு மீது நின்று நர்த்தனமிடும் மையர்கள் தொடர்ந்து விருது வாங்கும்போது ஏற்படும் பொதுவான அடிமுறைகளில் இருந்து தப்புவதற்காகக் களத்துக்கு வெளியே வயதேறி வாதபித்த கபங்களில் ஒன்றிரண்டு மேலோங்கி காடால் வரவேற்கப்பட்டு கழிவிரக்கப்பேச்சுடன் வாழும் ஒரு சேய்மையர் தெரிவுசெய்யப்பட்டு ஆனந்த அதிர்ச்சிக்கு உள்ளாக்கப்படுகிறார்.

மையர்கள் விருதுபெறும்போது இவருக்கு இருக்கும் திறமைக்கு இப்போதுதான் இவர் விருதுபெறுகிறாரா, என்ன ஒரு தன்னடக்கம்

என்ற எண்ணமே பரவலாக எழுகிறது. இவர் அடுத்ததாக என்ன விருது பெறக்கூடும் என்ற கேள்வி பூவுலகோர் உள்ளக்குவைகளில் எழுந்து நடமிடுகிறது. மாறாக சேய்மையர் விருதுபெறும்போது 'யார்யா இந்தாள்?' என்ற அதிர்ச்சியும் 'யோவ், இவரு இன்னும் இருக்காரா?' என்ற வியப்பும் ஏற்படுகிறது. ஒரு பெண்ணுக்காகப் பலர் மோதும்போது சண்டையைப் பார்த்துக்கொண்டு சுவரில் சாய்ந்து நின்றவன் பெண்ணைக் கொண்டுபோனதுபோல என்று சொல்லும் 'மண்ணில் சாய்ந்து நின்றவன் பெண்ணையும்கொண்டு போனான்' என்ற மலையாளப்பழமொழியை இதைச்சுட்டப் பயன்படுத்துவர் அறிஞர்.

விலங்குகளில் ஆழ்துயில் அல்லது ஹைபர்னேஷன் என்ற இயல்பு இருப்பதுபோல இலக்கியவாதிகளிலும் உண்டு என மனோன் மணியம் சுந்தரனார் பல்கலைக்கழக ஆய்வேடு ஒன்று சொல்கிறது. நீள்துயிலுக்கு ஆளாகியிருக்கும் இலக்கியவாதி சாகித்ய அகாதமியால் தீண்டப்படும்போது மெல்ல மெல்ல உயிர்பெற்று அவர் கடைசியாக அறிந்தவற்றில் இருந்து மேலே பேச ஆரம்பிக்கிறார். இரண்டாம் உலகப்போரைப்பற்றி ஒருவர் பேச ஆரம்பித்தாரென்றும் சொல்லப்படுகிறது.

இலக்கியவிருதுகள் ஏன் வழங்கப்படுகின்றன? ஏனென்றால் அவை ஒரு நடுவர்குழுவால் தேர்வுசெய்யப்படுகின்றன. ஆகவே வேறு வழியில்லை. ஏன் நடுவர் குழு அமைக்கப்படுகிறது என்றால் விருது வழங்கும் அமைப்பு அவர்களை அதற்காகப் பணிக்கிறது. ஆகவே அவர்களுக்கும் ஒன்றும் செய்வதற்கில்லை. ஏன் அந்த அமைப்பு செயல்படுகிறது என்றால் அந்த அமைப்பு அமைக்கப்பட்டிருக்கிறது. ஏன் அந்த அமைப்பு அமைக்கப்பட்டிருக்கிறது என்றால் சிலருக்கு அவ்வாறு தோன்றுகிறது என்பதனால். ஏன் தோன்றுகிறது என்றால் அதைப்பற்றி ஜெயகாந்தனின் ஒரு கதையின் தலைப்பையே குறிப்பிட வேண்டும். (நான் உத்தேசித்தது 'சில நேரங்களில் சில மனிதர்கள்'. வேறுசிலர் 'சினிமாவுக்குப்போன சித்தாளு' போன்ற நாவல்களை நினைவுகொண்டிருக்கலாம்.)

இலக்கிய விருதுகளினால் என்ன பயன்? முதல்பெரும்பயன் பணம்தான். பைல்ஸ், காட்ராக்ட் ஆபரேஷன் செய்துகொள்வது முதல் பல்செட் மாற்றுவது வரை பல இன்றியமையாத செலவுகளுக்கு அது பயன்படுகிறது. இரண்டாவதாக மனைவிக்கு முன்னால் எழுத்தாளர் தன்னை நிரூபித்துக்கொள்ள முடிகிறது. ஐம்பது வருடங்களுக்கும் மேலாக அந்த ஆசாமி இரவுபகலாக எழுதியதற்கு இப்படி ஒரு விளைவு இருக்கிறது என்ற புரிதலை அந்த அம்மையார் அப்போதேனும் அடைந்தால் மேலே சென்றபிறகாவது நிம்மதியாக இருக்கவிடக்கூடும்.

உபரியான விளைவு என்பது விளம்பரம். பத்திரிகைகள், தொலைக்காட்சி, வானொலி போன்றவற்றில் எழுத்தாளர்கள் பேட்டிகளுக்கும் செய்திகளுக்கும் உள்ளாக்கப்படுகிறார்கள். இதழ்களைப் பொறுத்தவரை மேற்படி எழுத்தாளர் எழுதுவது தவிர்த்து வேறு என்ன செய்கிறார் என்பதே முக்கியமானது. விவசாயம், பெட்டிக்கடை, கடிகாரப் பழுதுபார்ப்பு போன்றவற்றை அவர் செய்தால் மிக்க நல்லது. 'கடிகாரக்கடைக்காரருக்கு சாகித்ய அகாதமி!' 'கதை எழுதும் கடுகுவியாபாரி!' நீங்க எழுத்துக்கு வந்ததுக்கு என்ன காரணம் என்பது போன்ற சாகாவரம் பெற்ற வினாக்களுக்குகூடவே வாழும் வரம்பெற்ற பதில்களை அளிக்கலாம். வண்ணப்படங்கள் வெளிவரும்.

தொலைக்காட்சிப்பேட்டி என்பது அரசாங்கத்தின் ஆங்கிலக் 'கதவு தரிசனத்' தொலைக்காட்சியில் மட்டும்தான். வயதானவரென்றால் வண்ணச்சால்வை ஒன்றைத் தோளில் போட்டுக்கொள்ள அவர்களே தருவார்கள். மெல்லிய முக ஒப்பனையும் போட்டுவிடுவார்கள். 'ஒப்பனையில்லா கிராமத்துக் கதாபாத்திரங்களை உருவாக்கியவர்' என்று சொல்லப்படுபவர் 'என்னோட கதாபாத்திரங்கள்லாம் ரத்தமும் சதையுமான மனுசங்க... எங்கூர்லே... ' என்று பேசலாகும்.

அங்கும் 'உங்கள் இலக்கிய ஆர்வம் எப்படி உருவாயிற்று?' என்ற கேள்வி எழும். உண்மையில் இது ரிக் வேதத்தில் ரிஷி சார்ங்கன் ரிஷி பராசரரிடம் கேட்ட ஆதிக்கேள்வி என்று ஆய்வாளர் சொல்கிறார்கள். மிஞ்சிய கேள்விகளைத் தொலைக்காட்சி நிறுவனத்துக்குள் நுழைந்ததுமே எழுத்தாளரே எழுதிக்கொடுத்து விடவேண்டும்.

'இந்த விருது பெற்றது பற்றி என்ன நினைக்கிறீர்கள்?' என்ற கேள்விக்கு மூன்று வகையான பதில்கள் உண்டு. அ. இந்த விருது காலதாமதமாகக் கொடுக்கப்பட்டிருக்கிறது ஆ. விருதுகள் என்பவை சமூகம் அளிக்கும் அங்கீகாரம். இ. என்னைவிட மூத்த பலர் இருக்கிறார்கள். அவர்களுக்கு இவ்விருதை சமர்ப்பணம் செய்கிறேன். விருதுபெறுபவரின் வயது அ. எழுபதுக்குமேல் ஆ. அறுபதுக்குமேல் இ. அறுபதுக்குக்கீழ் என்னும் வரிசையில் அப்பதில்கள் தெரிவுசெய்யப்படவேண்டுமென்பது இலக்கிய நியதியாகும்.

இலக்கிய விருதுகள் அறிவிக்கப்பட்டதுமே விமரிசகர்கள் கிளம்பி விருதுக்குரியவரின் படைப்புகளைக் கிழிகிழியெனக் கிழித்து அவை ஆழமற்றவை என்றோ அழுத்தமற்றவை என்றோ இரண்டும் இல்லாதவை என்றோ சொல்லப்புகுவார்கள். விருதுக்குழுவினர் மற்றும் நடுவர்களும் சந்திக்கு இழுக்கப்பெறுவதுண்டு. நாற்பது

வருடம் திராபையான கதைகளை எழுதிய ஒருவர் செய்த ஒரே தவறு அதற்காக விருது ஒன்றைப்பெற்றுக்கொண்டது மட்டுமே என்ற நிலைப்பாடு பொதுவாக விமரிசனச்சூழலில் காணப்படுகிறது. விருது பெற்றவர் ஓய்வுபெற்ற ஆசிரியராகவோ மளிகைக்கடைக் காரராகவோ இருக்கும்போது உருவாகும் எதிர்ப்பின் வீரியம் சம்பந்தப்பட்டவர் முட்டிக்குமுட்டி தட்டும் வாய்ப்புகள் கொண்ட பதவியிலிருப்பவர் என்றால் மழுங்கிவிடுவதை இலக்கிய இயல்பெனக்கொள்க.

இலக்கிய விருதுகள் தேடிவரவேண்டும். ஆக்கம் அதர் வினாவி வரவேண்டுமென்பது செந்நாப்போதார் வாக்கு. அதரை நாமே உருவாக்க வேண்டுமென்பதுடன் அதன் திருப்புமுனைகளில் உரியவர்களை நிறுத்தி வைப்பதும் அவசியமென்பது இலக்கிய உலக நியதி. முயற்சி திருவினை ஆக்கும் என்றதும் அதே தாடிக்காரர் அல்லவா? நூல்களைத் தொடர்ச்சியாக 'அய்யா அவர்களின் மேலான பார்வைக்கு' (கிட்டப்பார்வை தூரப்பார்வை தவிர பெரியவர்களுக்கு இருக்கும் இன்னொரு பார்வைக்கோளாறு) என அனுப்பிக்கொண்டே இருப்பதில் தொடங்கி அமைப்புக்குழுத் தலைவரை அவ்வப்போது அன்பளிப்புடன் கண்டு அன்னார் எழுதிய 'சர்ர்ரீகலிச சொட்டுநீலம்' போன்ற நூல்களைப் படிக்காமலேயே புகழ்வது வரை இதில் பல முறைகள் உள்ளன. பேராசிரியப் பெருமக்களை இல்லம் தேடிச் சென்று வணங்கிக் கையுறை யளித்தல் போன்றவை இன்றியமையாதவை.

பெரும்பாலான விருதுகள் பேரளவிலான பரிந்துரையாளர்களின் கருத்துகள் கேட்டுத் தொகுக்கப்பட்ட பின்னரே முடிவெடுக்கப் படுகின்றன. பரிந்துரைகளில் குறிப்பிடப்படுபவரின் பெயர்களைத் தவிர்த்துவிடுவதற்கே அவை கோரப்படுகின்றன என்ற அறிதலை ஏழெட்டு முறை பரிந்துரைகள் செய்தபின்னரே பொது வாசகர்கள் அறிய முடியும். ஜனநாயகம் என்பதே பெருவாரியான மக்களைப் பங்கேற்கச்செய்து அவர்களுக்குப் பிடிக்காதவர்களைத் தேர்வு செய்யும் நுண்கலை அல்லவா?

குரைக்கும் நாய் கடிக்காது என்ற பழமொழி இங்கே முக்கியமானது. ஒருவருடத்தில் இன்னாருக்கே விருது என்று பேச்சு பரவிற்றென்றால் அவர் பெயர் ஏற்கெனவே தவிர்க்கப்பட்டுவிட்ட தென்றே பொருள். ஒரு தேர்வுக்குழு உறுப்பினரே தொலைபேசியில் அழைத்து இவ்வருடம் உங்களுக்கே, விரைவில் அறிவிப்பு வரும் என்று சொன்னாரென்றால் அவ்வருடம் அவரது பெயர் மிகுந்த உழைப்புடன் வெளியே தள்ளப்பட்டுவிட்டதென்றும் அதற்கு முன்னணியில் நின்றவரே அவர்தானென்றும் பொருள்.

பரிசுபெறப்போகிறவர் இருளுக்குள் கறுப்புக்குதிரைபோல இலக்கை நோக்கி மௌனமாக ஓடிக்கொண்டிருப்பார் அந்நேரம்.

இலக்கிய விருதுகள் பலவகை. நல்லகாமன் கருப்பப்பட்டி முத்து வீரப்பனார் நினைவு அறக்கட்டளை விருது முதல் ஞானபீடம் வரை அவை பல இனத்தவை, பல நிறத்தவை. ரூ.இரண்டாயிரமும் கையால் வண்ண அட்டையிலெழுதப்பட்ட பாராட்டுப் பத்திரமும் முதல் மூன்று லட்சமும் வெண்கலச்சிலையும் வரை அவற்றின் எடையும் மாறுபடுகிறது. 'எல்லா விருதும் விருதல்ல சான்றோர்க்கு டெல்லி விருதே விருது' என்ற மூதுரையும் சில பிராந்தியங்களில் காணப்படுகிறது.

முந்தைய வகை விருதுகளில் அந்த இரண்டாயிரத்திலேயே பயணப்படி மற்றும் தங்குமிடச்செலவுகளும் அடங்கும் என்ற உபவிதி இருப்பதை முன்னதாகக் கவனிக்கவேண்டும். இத்தகைய விருதுகளில் பல சின்னஞ்சிறு இக்கட்டுகள் எழுத்தாளர்களுக்கு உருவாவதுண்டு. நல்லகாமன்பட்டி முத்துவீரப்பனாரின் அருமை பெருமைகளை அவர்தம் கொள்ளுப்பேரர்கள் அச்சடித்து அளிக்கும் துண்டுப் பிரசுரத்தை வாசித்தறிந்து மேடையில் ஒப்புவிப்பதைத் தாங்கிக்கொள்ளலாம். ஆனால் எழுத்தாளர் முன்னதாகவே மேடைக்குக்கொண்டு சென்று அமரச்செய்யப்பட்டு மொத்தக் கூட்டமும் காத்திருக்க தானும் சடைந்து காத்திருந்து அமைப்பின் தாளாளர் வெண்ணிற உடையும் வெண்ணிற செருப்புகளும் வெண்ணிறச் சிரிப்புமாக குத்துப்பாட்டில் அறிமுகமாகும் கதாநாயகன் போல மலர்மாரி மற்றும் வாழ்த்துரைகள் நடுவே கும்பிட்டபடியே மென்னடையில் வருகையளிக்கும்போது கும்பலுடன் பதறியெழுந்து மரியாதைசெலுத்தும் நிலைமை சற்றே கடினமானது.

தன் பிறந்தநாளை கொத்தனார் தினமாக அறிவித்து ஏழைகளுக்கு அன்னதானம், வஸ்திரதானத்துடன் இலக்கியவிருதுகளையும் வழங்கும் கொத்தனார் முனுசாமியின் இல்லத்து விருதைப் பெறப்போகும்போது கொத்தனாரின் சிறப்புகளைப்பற்றிப் பேசும்படி மேடைக்குப்பின்புறம் நின்று அன்னாரின் அடிப்பொடி மென்மையாக வற்புறுத்துவதை எதிர்கொள்வது அதனினும் கடினமானது.

உச்சகட்டக் கொடுமை என்பது நாற்பது வருடங்களாக இலக்கியம் படைத்து நொந்துபோன முன்னோடிக்கும் கூட்டாலுமூடு பாலையா, கொக்கிரக்குளம் குத்தாலிங்கம் பிள்ளை இலுப்பையடி கருப்பசாமி முதலான இருபதுபேருக்கும் ஒரே மேடையில் ஒரே தருணத்தில்

வரிசையாக இலக்கியச் சாதனையாளர் விருது வழங்குவதுதான். திருப்பூரில் ஒரு விருதுக்கு புதுமையான தேர்வுமுறை இருந்ததாகச் சொல்கிறார்கள். கிடைத்த நூல்களை ஒரு பெரிய டென்னிஸ் மேஜையில் பரப்பி வைப்பார்கள். நிரந்தர நடுவரான பெண் காவல் உயரதிகாரி வந்து கையில் லத்திக்கம்புடன் மிடுக்காக நடந்து அவ்வப்போது ஒரு நூலை லத்தியாலேயே சுட்டிக்காட்டுவார். அதை எடுத்து அடுக்கிக்கொள்வார்கள். விருது அளிக்கப்படும். ஒரு பதிப்பகத்தின் விலைப்பட்டியல் நூலுக்கு விருது கிடைத்தது இவ்வாறுதான்.

இவ்வகை விருதுகளை ஒருசிலர் மறுக்க முற்பட்ட பின்னர் தற்போது மேற்படி விருதுகளுக்கு எழுத்தாளர்கள் முறைப்படி விண்ணப்பிக்க வேண்டும் என்ற நடைமுறை கொண்டுவரப் பட்டுள்ளது. விண்ணப்பப் படிவங்களும் சில இடங்களில் அச்சிடப் பட்டிருக்கின்றன. 'ஐயா நான்...' என்று ஆரம்பித்து தகவல்களை அளித்து 'ஆகவே என் குடும்பநலனையும் உடல்நிலையையும் உத்தேசித்து எனக்கு இந்த விருதை அளித்து கௌரவிக்கும்படி மெத்த தாழ்மையுடன் கேட்டுக்கொள்கிறேன்' என்று அதில் எழுதப்பட்டிருக்கும். பெயர், வயது, சிபாரிசு செய்பவர் யார் போன்ற வினாக்களுடன் 'விருது பெறுவதற்கான காரணம்' என்ற கட்டத்தில் 'வயதாகிவிட்டது' என்று எழுதுபவர்கள் உடனடியாகப் பரிசீலனை செய்யப்படுவார்கள்.

விருதுகளில் இரண்டு விருதுகள் முக்கியமானவை. ஒன்று சாகித்ய அகாதமி. இரண்டு கலைமாமணி விருது. சாகித்ய அகாதமி விருது அவற்றைப் பெறுபவர்கள் மேற்கொண்டு ஏதும் எழுதலாகாது என்ற கோரிக்கையுடன் அளிக்கப்படுகிறது- அதைப் பெரும்பாலும் எல்லா எழுத்தாளர்களும் நிறைவேற்றியிருக்கிறார்கள். சாகித்ய அகாதமி விருது 'உன்னை நான் தொட்டேன், இனி என்னை நீ தொடு' என்ற ஆட்டவிதிகளுக்கு இணங்க அளிக்கப்பட்டு வருகிறது. பணத்துடன் அளிக்கப்படும் சான்றிதழில் தேசியச் செய்தியில் அதைப் பெறுபவர்களின் இறப்புச் செய்தி அறிவிக்கப்படும் என்ற உறுதிமொழியைத்தான் அச்சிட்டிருக்கிறார்கள்.

கலைமாமணி விருது பல்வேறு திறமைகளுக்காக வழங்கப் படுகிறது. திரைப்படம், இலக்கியம், தமிழாய்வு ஆகியவற்றுடன் கரகம், கும்பம், மயிலாட்டம், ஒயிலாட்டம் மற்றும் நாக்கால் மூக்கைத் தொடுதல், தலையைச்சுற்றிக் காதைத் தீண்டுதல் போன்ற பல கலைகளுக்கு இது வழங்கப்படுகிறது. விருதுகளை ஒரு குறிப்பிட்ட நாளில் தலைமைச்செயலக வாசலில் உள்ள அட்டைப் பெட்டியிலே போட்டுவிடுவார்கள். அப்போது அங்கே

செல்பவர்கள் முண்டியடித்து அவற்றை எடுத்துக்கொள்ளலாம். இங்கே 'கையூக்கம் உடையவன் காரியக்காரன்' என்ற மலையாளப் பழமொழி செயல்படுகிறது.

தமிழுக்கான சாகித்ய அகாதமி விருதுகள் நெடுங்காலமாக இலக்கியப்படைப்பாளிகளை விட அவ்விலக்கியப்படைப்பு களைப் பற்றிக் கட்டுரை எழுதுபவர்களுக்கு அளிக்கப்பட்டு வந்தன. நாவல்களை எழுதுபவர்கள் அவற்றைப் படிக்கவேண்டியதில்லை, கட்டுரையாளர் படித்தாகவேண்டுமே என்ற விளக்கம் அதற்கு அளிக்கப்பட்டது. சமீபகாலமாக வெளிநாட்டு இலக்கிய விருதுகள் இலக்கியத்தை மொழிபெயர்ப்பவர்கள், மெய்ப்பு நோக்கியவர்கள் போன்றவர்களுக்கு அதே நியாயப்படி அளிக்கப்படுகின்றன. இலக்கியம் படைக்கும்போது டீ பொறை அளித்து உதவியவர் களுக்கும் விருதுகள் அளிக்கப்படலாமென ஒரு கோரிக்கையும் அடிபடுகிறது.

வருடம்தோறும் வரும் பலநூறு நூல்களில் எவற்றையெல்லாம் தவிர்ப்பது என்பதே பொதுவாக இன்றைய இலக்கிய வாசகனின் கவலையாக இருக்கிறது. இலக்கிய விருதுகள் அவ்வேலையை எளிதாக்குகின்றன என்பதே அவை அளிக்கும் இலக்கியத்தொண்டு எனலாம்.

- ஆகஸ்ட் 30, 2012

76

காந்தமுள்

'ஐயா வணக்கம்.'

'தமிழ் வணக்கம் தம்பி'

'இல்லீங்க... நான் வேற.'

'என்ன சொல்றீங்க தம்பி?'

'தமிழ் வேற நிகழ்ச்சிக்கு வாறவருங்க. எம்பேரு பிரபு... நான்தான் இவரை சந்தியுங்க நிகழ்ச்சிக்கு வாறவன்.'

'நல்லா இருங்க... வாழ்க தமிழ்.'

'அப்டிச் சொல்றீங்களா?'

'ஆமா தம்பி தமிழ் எனக்கு மூச்சு... '

'சரிங்க விட்டுகிட்டே இருங்க... அப்ப கேள்விகளை ஆரம்பிக்கலாமுங்களா?'

'தாராளமா... வெல்க தமிழ்!'

'ஐயா இப்ப நீங்க இருக்கீங்க... நீங்க உங்கள தமிழியர்னுட்டு சொல்லிக்கிடறீங்க. அதனால மத்தவங்களும் ஒங்களை தமிழியர்னு சொல்றாங்க... அதனால நாம பொதுவா உங்கள தமிழியர்னு சொல்லலாம் இல்லீங்களா?'

‘ஆமாந் தம்பி... நான் ஒரு தமிழியன்.’

‘சரிங்க... இப்ப பாத்தீங்கன்னா இந்த தமிழியர்னாக்க என்னங்க அர்த்தம்?’

‘தமிழே மூச்சு என்று வாழ்கிறவர்கள் தமிழியர் என்க.’

‘மூச்சுன்னாக்க இப்ப நீங்க விடுறமாதிரி இல்லீங்களா?’

‘வெல்க தமிழ்!’

‘சரிங்க... அய்யா இப்ப பாத்தீங்கன்னா தமிழர்னு சொல்றாங்க அதுக்கும் தமிழியர்ங்கிறதுக்கும் என்னங்க வித்தியாசம்?’

‘தமிழரே தமிழியராக முடியும். ஆயின் தமிழரெல்லாம் தமிழியரல்ல... தமிழணங்கின் சீரிளமைத்திறம் வியந்து தினந்தோறும் வாழ்த்தும் உள்ளங்களைச் சுட்ட சான்றோர் இட்ட பெயர் அது...’

‘தமிழ்த்தாய் வாழ்த்து பாடணும்கிறீங்க?’

‘உங்களுக்கு மேலே எதுனா சந்தேகம் இருந்தாக்க கேளுங்க தம்பி சும்மா அதுலயே போட்டு நோண்டாம...’

‘அய்யா மன்னிக்கணும்... இப்ப பாத்தீங்கன்னா தமிழர்னாலே என்னான்னு பலருக்கு தெரியறதில்லை.’

‘உங்களுக்கு தெரியுதா?’

‘இல்லீங்க... அந்த பலரிலே நானும் ஒருத்தன்.’

‘சரியாப்போச்சு... தம்பி தமிழன் என்பவன் தமிழ்த் தந்தைக்கும் தமிழ்த் தாய்க்கும் பொறந்தவன்...’

‘தமிழர் தந்தைன்னா பெரியார் அய்யா இல்லீங்களா?’.

‘இல்ல தம்பி இது வேற... கவனியுங்க, எவனொருவன் தமிழிலே பேசி தமிழிலே கற்று தமிழால் வாழ்கிறானோ அவனே தமிழன். தமிழ்ப் பகைவரைக் கருவறுக்க களம் புகக் காத்திருப்பவன் எவனோ அவனே தமிழன்.’

‘அப்டீங்களா? ஐயா இப்ப பாத்தீங்கன்னா நம்ம நாட்டிலே பலபேருக்கு தமிழ்ப் பகைவர்னாக்க என்னான்னே தெரியறதில்லீங்க...’

‘உங்களுக்கு தெரியுமா தம்பி?’

‘இல்லீங்க... நானும் அதிலே ஒருத்தன்.’

'தம்பி தமிழனுக்கு பகைவர்கள் பலர். வெளியூர் பகைவர்கள் உள்ளூர் பகைவர்கள் என அவர் இருவகை. வெளியூர் பகைவரை இனங்கண்டுகொள்ளுதல் எளிது. அவர்கள் தமிழருக்கு தண்ணீர் தரமாட்டார்கள்.'

'அப்டீங்களா கர்நாடகக்காரங்களையும் மலையாளிங்களையும் தெலுங்குக்காரங்களையும் சொல்லலாமுங்களா?'

'சரியாகச் சொன்னீர்கள். தமிழரல்லாதாரெல்லாம் தமிழ்ப் பகைவரே என்பதே நம் ஆய்ந்தவிந்த கொள்கை.'

'அய்யா இப்ப பாத்தீங்கன்னாக்க உள்ளூர் பகைவர்களைப் பற்றி சொன்னீங்க...'

'ஆமாம் தம்பி உள்ளூர் பகைவரை இனம்கண்டுகொள்ளல் மிக்க எளிது... அவர்கள் பூணூல் போட்டிருப்பார்கள்.'

'போடல்லேன்னாக்க?'

'அவர்கள் தந்தையர் போட்டிருப்பார்கள்... அல்லது அவர்கள் பாட்டனார் போட்டிருப்பார்கள்... தம்பீ, இப்ப பாலாறுன்னு சொல்றோம். அங்க என்ன ஆறா ஓடுது... ? எப்பவோ ஆறு ஓடின தடம்தானே அது? என்ன சொல்றீங்க?'

'சரியாச் சொன்னீங்கய்யா... இந்தத் தமிழ்ப் பகைவர்கள் என்ன செய்றாங்க?'

'பகைவர் என்ன செய்வாங்க? நாள்தோறும் தமிழரையும் தமிழ்ப் பண்பாட்டையும் அழிக்கும் திட்டங்களை தீட்டிவருகிறார்கள்...'

'அப்டீங்களா? கேக்கவே ஆச்சரியமா இருக்குங்க.'

'பின்ன? என்ன தம்பி நீங்க? மீடியாவிலே இருக்கீங்க இதுகூட தெரியல்லீங்களா? தமிழ் அழிஞ்சுகிட்டு இருக்கு தம்பி... இந்த தொலைக்காட்சிகள் வந்து நந்தமிழை அன்றாடம் கொன்று கொண்டிருக்கின்றன...'

'அய்யா இப்ப பாத்தீங்கன்னா, இதுக்கு எதிரா நீங்க என்ன பண்றீங்க?'

'தம்பீ, பாவேந்தர் பாரதிதாசன் சொன்னார் பொங்குதமிழர்க்கின்னல் வந்தால் சங்காரம் நிஜமென்று சங்கே முழங்கு... பிரச்னை என்னனாக்க சங்க எடுத்துரணும்ல... நாங்க அதான் முழங்கிட்டிருக்கோம்...'

'எங்கய்யா?'

‘டிவியிலேதான்... வேற எங்க? நீங்க நான் பேசுற நிகழ்ச்சியைப் பாக்கிறதில்லியா? சங்கே முழங்குன்னு ஓபனிங் சாங்கூட இருக்கே.’

‘இல்லீங்க... நான்லாம் டிவி பாக்கிறதில்லை... நம்ம வேலைக்கே நேரம் சரியா போகுதுங்க.’

‘பாக்கணும்ல தம்பி?’

‘அய்யா இன்னொரு கேள்வி... இப்ப தமிழர்கள் நடுவே தமிழுணர்வு அழிஞ்சுக்கிட்டிருக்கு இல்லீங்களா?’

‘தமிழுணர்வே கெடையாது... புள்ளைங்களை கழுத்துப்பட்டி கட்டி சீருடை அணிவித்து ஆங்கிலப்பள்ளிக்கு அனுப்புகிறார்கள்... தமிழ் பேசத் தெரிந்த தமிழனே குறைந்துவருகிறான்.’

‘அதுக்கு காரணம் என்னன்னு நெனைக்கறீங்க?’

‘தமிழ் பகைவர்களான பார்ப்பனர்தான்... என்னதம்பி... இதையெல்லாம் கேக்கணுமா? அவனுங்க கான்வெண்டு ஸ்கூலுக்கு புள்ளைங்களை அனுப்பறதைப் பாத்துத்தானே நம்மாளுங்க அனுப்பறாங்க...’

‘அப்டிச்சொன்னா எப்டீங்க? இப்ப எல்லாரும்தான் ஐடி துறைக்கு போகணும்னு ஆசைப்படறாங்க.’

‘அந்த ஆசை எப்படி வந்தது? தமிழ்ப் பகைவர் ஐடி துறைக்குப்போய் சம்பாதிப்பதைக் கண்டுதானே நந்தமிழனும் நலம்கெட்டு அவ்வாறு எண்ணப் புகுந்தான்? எண்ணிப்பார்க்கவேண்டாமா நாம்?’

‘அய்யா நீங்க சொல்றது ரொம்ப ஓவரா இருக்கிறமாதிரி இருக்குங்க...’

‘இப்ப பாருங்க தம்பி நாம தமிழுடையான வேட்டியை ஏன் அணிவதில்லை?’

‘ஏன்?’

‘பார்ப்பனர்கள் வேட்டியைக் குறுக்காக எடுத்து கால்சட்டைபோல ஆக்கி அணிந்துகொண்டு அதை பஞ்சகச்சம் என்றார்கள். அதைக் கண்டுதானே தமிழரும் அறிவுகெட்டு அதேபோல அணிய விரும்பி இன்று கால்சட்டை அணிந்து கத்தரிக்கோல் போல நடக்கிறார்கள்? என்ன கொடுமை இது?’

‘அய்யா... அப்டி சொல்லிட்டே போனா எப்டீங்க? இப்ப பாத்தீங்கன்னா உ.வே.சாமிநாதய்யர்தானே சங்க இலக்கியங்களை மீட்டுக்கொடுத்தார்? புஸ்தகத்திலே அப்டித்தானே போட்டிருக்கு?’

‘தம்பி நீங்க சின்ன வயசு... பார்ப்பனச் சதியைப் புரிந்துகொள்ள உங்களுக்கு இன்னும் பக்குவம் வரவில்லை... இல்ல கேக்கிறேன்யா, உ.வே.சாமிநாதய்யர் ஏன் கஷ்டப்பட்டு புறநானூறு அகநானூறுன்னு நானூறுகளா மீட்டுக்கொண்டாந்தார்? தமிழ்ப்பாடம் கஷ்டமா ஆகணும், தமிழ்ப் புள்ளைங்க தமிழ் படிக்காம ஃபிரெஞ்சு லத்தீன்னு இரண்டாம் மொழி எடுத்துப் படித்து வீணாப்போகணும்னுதானே? சோழியன் குடுமி சும்மா ஆடாது தம்பி, சொல்லி வச்சிருக்காங்க. சாமிநாதனுக்கு தஞ்சாவூர்பக்கம்தான் நெனைப்பிலே வச்சுக்கிடுங்க.’

‘சரிங்க... இப்ப பாத்தீங்கன்னாக்க... பலபேர் இருந்திருக் காங்களே... பாரதியார்...’

‘அவரு வெள்ளைக்காரன்கிட்ட சரண்டர் ஆனவர் தம்பி... அவர் என்ன எழுதினார்? நீங்க ஏன் அவரைப் படிக்கிறீங்க? பேசாம பாரதிதாசனைப் படிங்க.’

‘அவரு வெள்ளைக்காரனை எதுத்தாருங்களா?’

‘அவரு ஏன் எதுக்கணும்? அவரு பாப்பானை எதுத்து எழுதினார்...’

‘இல்லீங்க பாரதியார் நம்ம தேசிய கவிஞர்...’

‘அவரு ஆரியனைப் புகழ்ந்து தமிழை இழிவுபடுத்தி எழுதினாரு... செந்தமிழ் நாடென்னும் போதினிலே இன்பத் தேன் வந்து பாயுது காதினிலேங்கிறாரு... தமிழைக் கேட்டா ராத்திரியிலே காதிலே எறும்பா கடிக்குதுன்னு எவ்வளவு வெஷத்தோட சொல்றான் பாத்தீங்களா? அவரு பாட்டையே பாருங்க... ஸ்வதேச கீதங்கள்னு சொல்றான்... தமிழை மொழிக்கலப்பால அழிக்கிறதுதானே அவனோட நோக்கம்? என்ன சொல்றீங்க?’

‘அய்யா அப்டி பாத்தாக்க இப்ப பாரதிதாசன் கவிதை சொன்னீங்க... அதிலேகூட சங்காரம், நிஜம்னு வடமொழிச்சொல்லைத்தானே போட்டிருக்கார்?’

‘பாத்தீங்களா நீங்களே சொல்லிட்டீங்க... பாரதிதாசன் யாரு? சுத்த தமிழ்க் கவிஞன்... அவரோட மொழியையும் கலப்பு மொழியா ஆக்கி அவரையும் கெடுத்தது யாரு? நல்லா சிந்திச்சுப்பாக்கணும் நீங்க.’

‘அய்யா எனக்கு ஒண்ணுமே புரியல்லீங்க...’

‘பாத்தீங்களா தம்பி இன்னைக்கு இப்டி ஒரு ஊடகத்துறையிலே இருக்கிற உங்களுக்கே ஒண்ணும் புரியாம அடிச்சிருக்காங்கன்னா அவங்களோட வலிமை என்னன்னு நாம பாக்கணும். உங்களையே

முட்டாளா ஆக்கிட்டான் பாத்தீங்களா? ஒண்ணும்புரியாத கேணையனா ஆக்கிட்டு போய்ட்டான் பாத்தீங்களா?'

'அய்யா நான் ஒரு பேச்சுக்கு சொன்னேன்...'

'பாத்தீங்களா ஒருபேச்சுக்கு சொல்ற ஆளா உங்கள ஆக்கிட்டானுக.'

'அய்யா...'

'சரி சரி...'

'அய்யா... அத விடுங்க. இப்ப பாத்தீங்கன்னாக்க நெறையபேர் இருக்காங்களே... கல்கி, சாண்டில்யன், நா. பார்த்தசாரதி... இப்ப தமிழ் மன்னர்களோட கதையை எல்லாம் கல்கிதானே எழுதினார்? ராஜராஜசோழன், மாமல்லன் எல்லாரைப்பத்தியும்?'

'ஆமா எழுதினார். எதுக்கு? எதுக்கு எழுதினார்? நல்லா யோசிச்சுப்பாக்கணும்...'

'எதுக்குங்க?'

'தமிழனை முட்டாளா ஆக்கறதுக்கு! தலைகாணி தலைகாணியா அவனுக எழுதற சரித்திரத்தையெல்லாம் தமிழன் படிச்சுட்டு ஒக்காந்திட்டிருப்பான். அவன் ஆங்கிலம் படிச்சு அமெரிக்காவிலே வேலைக்குப் போவான்... என்ன தந்திரம் பாத்தீங்களா?'

'அய்யா பார்ப்பனர்கள் ஏன் அப்டிச்செய்யணும்? அவங்களுக்கு இதனாலே என்ன லாபம்?'

'ஏன்னா தமிழரை ஒழிக்கணும்னு அவங்க திட்டம் போடுறாங்க... ஏன்னா தமிழருக்கு அவங்கதான் பகைவருங்க. கொலைவாளினை எடடா மிகு கொடியோர் செயல் அறவேன்னு பாரதிதாசன் சும்மா பாடிடலை... சாதிவெறி... சாதிவெறியாலே அப்டிச்செய்றாங்க.'

'ஆனா அவங்களைத்தவிர மத்த சாதிங்க தானே சங்கம்லாம் வச்சு தீவிரமா இருக்காங்க?'

'தமிழன் இன உணர்வுகொள்ளும்போது அப்படித்தான் சங்கம் வைப்பான்... அந்தக் காலத்திலேயே மதுரையிலே சங்கம் வச்சவங்க தமிழருங்க...'

'இன உணர்வுன்னாக்க சாதி உணர்வுங்களா?'

'இன உணர்வுன்னா திராவிடஇன உணர்வு... நாமெல்லாம் திராவிட இனம்... கன்னடமும் களி தெலுங்கும் கவின் மலையாளமும் துளுவும்... பாட்டிலே கேட்டிருப்பீங்க...'

‘அவங்கள்லாம் நமக்கு தண்ணி தராதவங்கள்ல?’

‘ஆமா... தமிழ் பகைவர்கள் தமிழரோட ஒண்ணாச்சேந்தா திராவிடஇனம்னு சுருக்கமா புரிஞ்சுக்கலாம்.’

‘வேண்டாங்க... நான் புரிஞ்சுக்கறதையே விட்டாச்சு... எதுக்குங்க வம்பு... நீங்க சொல்லுங்கய்யா... இப்ப தமிழர் இப்டி சாதிகளா பிரிஞ்சு கிடக்கிறதனாலேதானே சாதிக்கலவரம் வருது?’

‘தம்பி இப்பதான் நீங்க விஷயத்துக்கே வறீங்க. ஆதித்தமிழனை சாதித்தமிழனா ஆக்கினது யார்? யார் சொல்லுங்க தம்பி?’

‘சரி, அவங்கன்னு வச்சுக்குவோம்... அப்ப இந்த நாடார் தேவர் வன்னியர் எல்லா அடையாளத்தையும் நாமவிட்டுடலாமே...’

‘தம்பி என்ன சொல்றீங்க? அதெல்லாம் தமிழரோட பண்பாட்டு அடையாளங்கள்... நந்தமிழரோட இனச்சின்னங்களே அதெல்லாம் தானே? அதைவிட்டுட்டா அப்றம் தமிழருக்கு என்ன மிச்சமிருக்கு சொல்லுங்க...’

‘ஆனா இப்டி சாதி அடையாளத்தோட இருந்தா சண்டை வந்திருதே.’

‘வருமே... வரணும்னுதானே நால்வருணமா நம்மையெல்லாம் பிரிச்சான் பார்ப்பனன்?’

‘அய்யா கடைசியா ஒரு கேள்வி.’

‘கேளுங்க தம்பி, நீங்க இன்னைக்கு முழுக்க கேட்டுகிட்டே இருந்தாலும் நம்ம கிட்ட வரலாற்றுபூர்வமான பதில்கள் இருக்கு.’

‘இல்லீங்கய்யா... தமிழர்களோட கெட்ட விஷயங்கள்லாம் பார்ப்பனர்களாலேதான் வந்திருக்கு?’

‘ஆமாம்... அதிலென்ன ஐயம்?’

‘இல்லீங்கய்யா இப்ப பாத்தீங்கன்னா தமிழர்களோட கெட்ட விஷயங்களிலே ஏதாவது ஒண்ணாவது தமிழராலேயே வந்தது இருக்குங்களா?’

‘அதென்ன தம்பி அப்டி கேட்டுட்டீங்க? இல்லாம இருக்குமா? ஒண்ணு இருக்கு... அந்தக் கெட்ட விஷயம் தமிழராலேயே வந்ததுதான்.’

‘அது என்னங்கய்யா?

‘பார்ப்பனர்களை நம்புற கெட்ட பழக்கம்தான்...’

‘அய்யா இப்டி எதுக்கெடுத்தாலும் ஒரு சிறுகூட்டத்தை குறைசொல்ற பழக்கம் சரியா? தெரியாம கேக்கிறேன்... தப்பா நெனைக்காதீங்க.’

‘தம்பீ, இப்டி எதுக்கெடுத்தாலும் அவங்களையே குறைசொல்ற ஆளுங்களா நம்மள ஆக்கிவச்சிருக்காங்க பாருங்க... எவ்ளவு கொடுமை... நம்ம எனத்துமேலேயே செலுத்தப்பட்ட வன்முறை இல்லீங்களா இது? சொல்லுங்க.’

‘வணக்கம்ங்கய்யா ... நேயர்களே நீங்கள் இதுவரை கேட்டது தமிழியர் அறி.இல.அருளப்பன் அவர்களுடன் ஒரு நேர்காணல். நடத்தியவர் பிரபு வெங்கடேஷ். வணக்கம்.’

- ஜூலை 20, 2012

77

விலாங்கு

'ஐயா வணக்கம்.'

'நமஸ்காரம். க்ஷேமமா இருங்கோ...'

'இல்லீங்க... இப்ப பேட்டியெல்லாம் எடுக்கிறதுன்னாக்க அதுக்கு ஒரு மொறை இருக்குங்க... அப்டித்தான் இருக்க முடியும்...'

'அதான் சொல்றேன்... நன்னா க்ஷேமமா இருங்கோ.'

'அப்டிச் சொல்றீங்களா? சரிங்க... கேள்விகளை ஆரம்பிக்கலா முங்களா?'

'பேஷா கேளுங்கோ... பிரஸ்னோத்தரம் இதம் ஏவம் வ பிரம்ம வதிஷ்யாமின்னு சொல்லியிருக்கே.'

'யாருங்க?'

'பெரியவா...'

'பெரியவான்னாக்க?'

'ரிஷிகள்...'

'அப்டீங்களா? அய்யா இப்ப நீங்க சொன்னதை திரும்ப ஒருவாட்டி சொன்னீங்கன்னாக்க நல்லாருக்கும்... வேகமா சொல்லிட்டீங்க காதிலே உழுவல்லை.'

‘ஆபத்ஸ்தம்பஸூத்ரத்திலே உள்ளதுடா அது. ரொம்ப ஸூக்ஷ்மமான அர்த்தம்லாம் அதுக்கு உண்டு... அதைப்பத்தி பேச ஆரமிச்சா இன்னிக்கெல்லாம் பேசிண்டே இருக்கலாம்... நேரமில் லேன்னோ? நீ கேள்விகளைக் கேளு...’

‘இல்லீங்கய்யா... நீங்க அந்த பாட்டை ஒருவாட்டி மறுபடியும் சொல்லீட்டீங்கன்னாக்க கேள்விகளுக்குள்ர போயிடலாம்...’

‘அது பாட்டு இல்லை... வேதவாக்யம்... சூக்ஷ்ம ஸ்ரத்தயோடே மந்த்ரணம் பண்ண வேண்டியது...’

‘ஆமாங்க... அதான் சொல்லிட்டு மேலே போகலாம்னு...’

‘என்ன போட்டு படுத்தறாய்? பிரஸ்ன குணோ மனஸ் இதம் பிரம்ம பவிஷ்யாமின்னு சொன்னாக்க பிரம்மத்திலே எல்லாத்தையும் அர்ப்பணம் பண்ணிண்டு காரியங்களை செய்றதுன்னு அர்த்தம்.’

‘இல்லீங்க... நீங்க மொதல்லே வேற மாதிரி சொன்னமாதிரி இருந்திச்சு... அதான்’

‘இல்லியே... அது வேதவாக்யம்னா... மாத்தப்படாது... அபச்சாரம்...’

‘அப்டீங்களா? நான் மொதல்ல வேற மாதிரி கேட்டுதோன்னு கொழம்பிட்டேன்...’

‘என்ன கொழப்பம்ங்கிறேன்? பிரஸ்ன மனோ வாக்ய குணோ தத்ர வதிஷ்யாமின்னு சொன்னா பிரம்மத்திலே எல்லாத்தையும் அர்ப்பணம் பண்ணிண்டு காரியங்களை செய்றதுன்னு அர்த்தம்.’

‘அய்யா இப்ப நீங்க சொன்னது முன்னாடி சொன்னது இல்ல... இது.’

‘அதாண்டா சொல்றேன், பிரச்னஸ்வர நிதோ...’

‘சரிங்க இப்ப கேள்விகளுக்குள்ள போலாங்களா?’

‘அதான் அப்பவே புடிச்சு சொல்லிண்டிருக்கேனே...’

‘சரிங்க... இப்ப பாத்தீங்கன்னு சொன்னா இந்துமதத்திலே பல பிரிவுகள் இருக்குங்க... ஒண்ணுக்கொண்ணு பல குழப்பங்கள் இருக்கு.’

‘யாருக்கு?’

‘பலபேருக்கு இருக்கு... எனக்கும் இருக்கு.’

'என்னத்தை கொழப்பம்?'

'இல்லீங்க... இப்ப பாத்தீங்கன்னு சொன்னா சைவம் பெரிசா அசைவம்... ஸாரி வைஷ்ணவம் பெரிசான்னு சிலபேரு ஆர்க்யூ பண்றாங்க.'

'பாவம்... அரியும் சிவனும் ஒண்ணு இதை அறியாதவர் வாயிலே மண்ணு... இது பழம்பாட்டு... அரியும் சிவனும் ஒண்ணுன்னா அந்த ஒண்ணு என்ன?'

'என்ன?'

'அதான் கேழ்வி... என்ன?'

'சொல்லுங்க...'

'பிரம்மம்! அதான் பரிபூரணம். பிரம்மத்திலேருந்து எதை எடுத்தாலும் பிரம்மம்தான் மிச்சமிருக்கும்... பிரம்மத்திலே எதைப் போட்டாலும் பிரம்மம்தான் மிச்சமிருக்கும்... தெளிவாச் சொல்லணும்னா பிரம்மத்தோட பிரம்மத்தைச் சேர்த்தாலும் பிரம்மம்தான் மிச்சமிருக்கும்... இன்னும் தெள்ளத் தெளிவாச் சொல்லணுமானா பிரம்மத்தோட லக்ஷம்கோடி பிரம்மத்தை ஒண்ணு சேத்தாலும் பிரம்மம்தான் மிச்சமிருக்கும்... புரியற தோல்லியோ?'

'புரியுதுங்க.'

'சரி மேலே கேளுங்கோ.'

'அய்யா இப்ப பிரம்மம்னு சொன்னீங்க... அதை யாராலயும் ஒண்ணும் செய்யமுடியாதுன்னு சொன்னீங்க... ஆனா சிவனும் விஷ்ணுவும்...'

'தம்பி சிவனும் விஷ்ணுவும் ஒண்ணும் கெடையாது... அதெல்லாம் மானஸ பாவங்கள். சகுண உபாஸனையிலே பரம்பொருளை அப்டி பலவகையா ரூபகம் பண்ணி ஸேவிக்கிறது நம்ம ஸனாதன மதத்தோட வழக்கம்...'

'இல்லேன்னா சொல்றீங்க?'

'ஹிந்து தர்மப்பிரஹாரம் இல்லே...'

'அப்டீன்னா?'

'அதாவது இருக்குன்னா இருக்குன்னு அர்த்தம் இல்லேன்னா இல்ல...'

‘புரியறதுங்க... இப்ப பாத்தீங்கன்னா...’

‘தம்பிக்கு புரியல்லை... இப்ப இது என்னது?’

‘சட்டை.’

‘இது?’

‘பான்ட்டு.’

‘சரி... இது?’

‘என்னங்க நீங்க? இது கர்சீபுங்க.’

‘இது எல்லாத்தையும் துணிதான்னு சொன்னா நீ ஏத்துக்குவியா?’

‘ஆமாங்க.’ ‘அவ்ளவுதான்... அதை மாதிரித்தான்... துணீன்னு ஒட்டுமொத்தமாப் பாத்தா துணி... சட்டை பான்ட்டுன்னு பாத்தா சட்டை பான்ட்டு...’

‘சரிங்க... இப்ப ஒரு கேள்விங்க... இந்தத் துணிய யாரோ சட்டை பான்ட்டா தச்சிருக்காங்கல்ல...’

‘பெரிய தத்துவக்கேள்வியா கேட்டுப்பிட்டீரே... பிரம்மத்தை யாருமே வெட்டமுடியாது தெக்க முடியாது... அயர்ன் பண்ணவும் முடியாது... அதுவெ அதையெல்லாம் பண்ணிண்டிடும்.’

‘எதுக்கு?’

‘போது போக வேண்டாமா... என்ன கேழ்வி இது? அது அப்டீல்லாம் பண்ணல்லேன்னா நாம எதுக்கு அதைப்பத்திப் பேசப்போறம்?’

‘சரிங்க ... இப்ப பிரம்மம்னா என்னன்னு சொல்ல முடியுங்களா?’

‘பேஷா சொல்லலாமே... அதைப்பத்தி எட்டு விஷயங்கள் சொல்லலாம்னு சொல்லியிருக்கு... அதாவது அதைப் பாக்க முடியாது, கேக்கமுடியாது, தொடமுடியாது, அதை ருசிக்க முடியாது. அதோட....’

‘சரிங்க... அப்ப அதை எப்டீங்க அறியிறது?’

‘புஸ்தகத்திலே படிச்சுதான்... அதைப்பத்தி புஸ்தகங்களிலே நெறைய சொல்லியிருக்காங்க... ஈஸோ வாஸ்யம் இதம் சர்வம்னா என்ன?’

‘சர்பத்தோட வாசம் எதமா இருக்கு...’

‘அப்டியும் சொல்லலாம்... ஆனா பெரியவா அதை இங்க உள்ள

எல்லாமே அதுதான்னு சொல்லியிருக்க்கா... இந்த மைக்கு, நீ வச்சிருக்கிர மூக்குக்கண்ணாடி, அந்தா அங்க சோடாப்புட்டி வச்சுண்டு நிக்கிறானே ஒரு அசடு அவன் எல்லாமே பிரம்மம்தான்... பிரம்மம்னா என்னான்னு கேக்கப்படாது... ஏன்னா எல்லாமே பிரம்மம்தான்...'

'ஸாரிங்க தெரியாம கேட்டுட்டேன்...'

'பரவால்ல... சின்னப்பையன் தானே நீ.'

'சரிங்க... இப்ப சிவனும் விஷ்ணுவும் ஒண்ணும் இல்லேன்னா எதுக்குங்க கோயில்லாம்?'

'முட்டாப்பயலா இருக்கியே? பிரம்மத்த எப்டி கோயிலிலே வெக்க முடியும்? அந்தக் கோயிலே அதானே? வச்சாலும் பக்தாள் கண்ணுக்கு தெரியாதுல்லியோ? என்னத்துக்கு வம்பு... அதான் சிவனையும் விஷ்ணுவையும் வச்சு கும்பிடுறது... தம்பிக்கு சிவ வழிபாடா விஷ்ணுவழிபாடா?'

'ரெண்டுமே கெடையாதுங்க.'

'நாஸ்திகம், இல்ல? மோரையைப்பாத்தப்பவே நெனைச்சேன்...'

'அதுவும் கெடையாதுங்க... இந்த வேலைய முடிச்சு வீட்டுக்கு போனாக்க ராத்திரி பன்னிரண்டு மணி ஆயிரும்ங்க... அப்டியே தூங்கிடறது... காலம்பற எட்டுமணிக்கு எந்திரிச்சா குளிச்சு சாப்பிட்டுட்டு நேரா வந்திடறதுங்க... அங்கங்க சிக்னல்களிலே ரெஸ்ட்டு எடுக்கிறதுதானுங்க... இப்டியே போய்ட்டிருக்கு... சாமி பூதம்னு ஒண்ணையுமே யோசிக்கிறதில்லீங்க...'

'சரி, ஹாலிடேய்ஸ்ல?'

'சிக்கன் எடுப்போம்... அப்றம் டிவியிலே சினிமா... மானாட மயிலாட.... ஜெயிக்கப்போவது யாரு... அப்ரம் போரடிச்சா எப்பவாச்சும் தியேட்டர் ஓட்டல்னு போறது...'

'பாத்தீங்களா, நீங்க ஒரு சரியான ஹிந்து லைஃப்லே இருந்துண்டிருக்கீங்க... நீங்க ஹிந்துதான்... இனிமே கேட்டா ஹிந்துன்னு சொல்லிடுங்கோ.'

'அப்டீங்களா? நமக்குத்தான் சிவன் விஷ்ணு ஒண்ணுமே தெரியறதில்லீங்களே...'

'எதுக்குத்தெரியணும்? தெரிஞ்சா நீங்க சைவாளோ வைஷ்ணவாளோ ஆயிடறீங்க... ஒண்ணுமே தெரியல்லேன்னா நீங்க ஹிந்து... சாமியப்பத்தி நீங்க எதுக்கு தெரிஞ்சுகிடணும்?

அவாளுக்கு ஒங்களைப்பத்தி தெரிஞ்சாபோறாதா?'

'அதெப்டி தெரியும்?'

'அதான் நாங்க இருக்கோமே... என்ன பூஜை வேணும்னாலும் சொல்லுங்கோ அமோஹமா செஞ்சுப்பிடலாம்.'

'இல்லீங்க... எனக்கு அதெல்லாம் நம்பிக்கை கெடையாது... இப்ப கேள்விக்கு போவமுங்களா?'

'சரி... கேட்டுண்டே இருங்கோ.'

'அதாவது வந்து, இப்ப பாத்தீங்கன்னு சொன்னா சிவன் இருக்காரு...'

'பாத்தேளா, நீங்க உங்க வாயாலே சிவன் இருக்காருன்னீட்டீங்க... அப்ரமென்ன... ஒரு பிரதோஷ பூஜை ஒண்ணு பண்ணிடுங்கோ...'

'எதுக்குங்க?' 'ஹிந்துக்கள் அதெல்லாம் பண்ணணும்டா.'

'எதுக்குங்க?'

'எல்லா ஹிந்துக்களும் எதுக்கு பண்றா? போர் அடிக்குதேன்னு தான்... உனக்கும் போரடிக்குதுல்ல? பண்ணிப்பிடறது...'

'அய்யா இப்ப பிரம்மம்தான் இருக்கு... அதனாலே சிவன் விஷ்ணு பேதம்லாம் கெடையாதுன்னீங்க... அப்றம் பூஜை எல்லாம் பண்ணணும்கிறீங்க.'

'ஹிந்து தர்மம் அதெல்லாம் தெளிவா சொல்லியிருக்குடா... பிரம்மத்தை தியானம் பண்ணணும் சிவனை கும்பிடணும்... சிவனை கும்பிடறப்பக்கூட பிரம்மத்தை தியானம் பண்ணலாம். அதான் சிவனையே பிரம்மஸ்வரூபமேன்னு ஸ்துதிகள் சொல்றது...'

'புரியல்லீங்க.'

'இப்ப சாதத்துக்கு கொழம்புவிட்டு காய்கறி தொட்டுகிடற தில்லியா... அத மாதிரின்னு வை...'

'சரிங்க... இப்ப பிரம்மம்தான் எல்லாம்னு சொல்லிட்டீங்க... அப்டீன்னா ஒருநாயும் பிரம்மம்தானா?'

'பின்ன? என்ன கேட்டுட்டே? அது பிரம்மாவோட வாஹனம்னா?'

'சரிங்க, பன்னி?'

'அய்யோ அது பெருமாளோட அவதாரம்னா?'

‘அப்டீன்னா எல்லா மனுஷங்களும் பிரம்மம்தானே.’

‘சரியா சொன்னே... உன் வாய்க்கு சக்கரை போடணும்...’

‘அப்ப சாதிவேறுபாடுகள்லாம் இந்துமதத்லே இருக்கப்பிடாது தானே...’

‘ஆமாம். ஆனா இந்துமதத்திலே எங்க சாதிவேறுபாடு இருக்கு?’

‘அப்டிச்சொன்னா என்னங்க?’

‘தம்பி ஹிந்து ஸமூஹத்திலேதான் சாதிவேறுபாடெல்லாம் இருக்கு...’

‘இருந்தாலும் எல்லாருமே பிரம்மம்னு இந்துமதம் சொல்லுது... அப்ப எதுக்குங்க சாதிவேறுபாடு? எல்லாத்தையும் ஒண்ணா ஆக்கிடலாமே.’

‘தம்பி இதே கேழ்விய ராமகிருஷ்ண பரமஹம்ஸர்ட்டே ஒத்தன் கேட்டான். எல்லாமே பிரம்மம்னா நான் ஒங்கள அடிக்கவான்னான். அவரு ஒரு கதை சொன்னார், ஒரு யானை கோபமா ஓடிவந்திச்சாம். அப்ப ரோட்டிலே போன ஒரு வேதாந்தி நானும் பிரம்மம் அதுவும் பிரம்மம் பயப்படறதுக்கு ஒண்ணுமில்லைன்னு நேரா போனான். யானை அவனை தூக்கிப்போட்டுட்டுது. அவன் அழுதிண்டே போயி அவனோட குருகிட்டே நியாயம் கேட்டானாம். அவர் சொன்னாராம் டேய் முட்டாளே, அந்த யானைக்குப் பின்னாலே யானைப்பாகன் ஒத்தன் ஒத்திப்போ ஒத்திப்போன்னு சத்தம் போட்டுண்டே வந்தானே அதை நீ ஏன் கேக்கல்லை, அவனும் பிரம்மம்தானேன்னு.’

‘அதே மாதிரிங்கிறீங்களா?’

‘தம்பி... எல்லாம் பிரம்மம்தான். ஆனாக்க மனுங்கிற ஒரு பிரம்மம் சாதிகளைப் பிரிச்சு வச்சிருக்கிறாரே. அந்த பிரம்மம் சொல்றதை எப்டி மீற முடியும்?’

‘மீறுங்கன்னு நான் சொன்னா? நானும் பிரம்மம்தானே?’

‘கண்டிப்பா... ஆனா மனு பெரிய பிரம்மம். எல்லா பிரம்மமும் சமம்னாலும் சில பிரம்மம் கொஞ்சம் கூடுதலா சமம்னு ஒரு துரை சொல்லியிருக்கான்... கேழ்விப்பட்டிருப்பாய் ஜார்ஜ் ஆர்வெல்னு சொல்லுவாங்க.’

‘அப்ப பிரம்மத்திலே எல்லாத்துக்கும் ஒரு வழி இருக்குங்கிறீங்க...’

'ஆமா தம்பி... சின்ன வயசிலே நாம என்ன பண்றோம்? வெளியே போய் வெளையாடுறப்ப சண்டை பிரச்னைன்னு வந்தா ஓட்டமா ஓடியாந்து ஆத்துக்குள்ள ஒளிஞ்சுகிடுறோம் இல்லியா? பிரம்மம்னா நம்ம வீடுமாதிரி... எப்ப வந்தாலும் உள்ள எடமிருக்கும்... வேணுங்கிறப்ப வெளியே போய்க்கலாம்... என்ன நான் சொல்றது?'

'அய்யா இப்ப வெளியே நெறையபேர் பார்ப்பனிய ஒழிப்புன்னு பேசறாங்களே அவங்களை பாத்து நீங்க பயப்படுறதில்லியா?'

'எதுக்கு பயப்படணும்...? அவாளை தனியா பாக்கிறப்ப தம்பி நல்லாருக்கியா, ஒரு தோஷம் இருக்கிறாப்ல தெரியறதேன்னா கிலியாகிடுவாங்க... பிரதோஷம் ஏகாதஸின்னு பணத்த வாங்கிண்டு காதோடு காது வச்சமாதிரி வந்திடவேண்டியதுதான்...'

'சாதி ஒழிப்பு பத்தி நீங்க என்ன நெனைக்கிறீங்க?'

'சாதி ஒழிய வேண்டியதுதான்... அப்பதான் பிராமணா பிராமணா அல்லாதவாங்கிற ரெண்டு வர்ணம் மட்டும் இருக்கும்... லோஹம் க்ஷேமமா இருக்கும்.'

'ரொம்ப தெளிவா பேசினீங்கய்யா நன்றி.'

'ஆசீர்வாதம்.'

'நேயர்கள் இதுவரை கேட்டது இஞ்சிக்குடி பஞ்சாட்சரம் அவர்களுடன் நேர்காணல். நடத்தியவர் பிரபு வெங்கடேஷ். வணக்கம்.'

- ஆகஸ்ட் 1, 2012

78

விழியில் விழுந்த கவிதை

நான்குநாட்களுக்கு முன் ஆபீஸுக்குப் போய்க்கொண்டிருந்த போது வழியில் ஒரு கூட்டம். ஏதோ சிறு விபத்து என்று முதலில் நினைத்தேன். ஆனால் ஜனங்கள் மகிழ்ச்சியாக இருப்பதுபோலப் பட்டது. அப்படியானால் ஏதாவது கர்ப்பிணிப்பெண் தாய்வீடு வந்திருக்கலாம். அமெரிக்க மென்பொருள்மைந்தன் வீடு திரும்பி யிருக்கலாம். சுவிசேஷ ஆராதனைக்கூட்டத்தை எவராவது வீட்டிலேயே ஒழுங்கு செய்திருக்கலாம்.

அருகே நெருங்கியபோது சொன்னார்கள், படப்பிடிப்பு என்று. 'என்ன படம்?' என்றேன். ஏதோ மலையாளப்படப்பிடிப்புபோல தெரிகிறது என்றார் ஒருவர். அங்குமிங்கும் வயர்கள் ஓடின. ஒரு படப்பிடிப்பு வேன் நின்று அதிர்ந்துகொண்டிருந்தது. வெயிலில் சில பிரதிபலிப்பான்கள் கண்ட கண்ட இடங்களில் ஒளியைத் திருப்பி அனுப்பியபடி கைவிடப்பட்டு பலவகைகளில் சரிந்து கிடந்தன. ஒரு ஆள் பெஞ்சில் அமர்ந்து பீடி பிடித்துக்கொண்டிருந்தார்.

சினிமாப் படப்பிடிப்பு என்றால் இன்னும் சத்தமும் கூட்டமும் இருக்குமே என்று எண்ணிக்கொண்டேன். இங்கே ஒரே ஒரு வேன் மட்டும்தான். இரண்டே விளக்குகள். தொலைக்காட்சித் தொடராக இருக்கும் என்று நினைத்தேன். அருகே ஒருவரிடம் கேட்டேன், அவர் மலையாளி என்பது தெரிந்தது. பீடியைப் பார்த்தால் சகாவாக

இருக்கவும் வாய்ப்புண்டு என்றுபட்டது. படப்பிடிப்புத் தொழிலாளி. அவரிடம் 'என்ன படம்?' என்றேன். 'வழியில் விழுந்த கவிதா' என்றார்.

அதிர்ச்சியுடன் 'என்ன படம்?' என்றேன்.

'தமிழு படம் சார்...'

இன்னொருவர் 'இடைப்பட்டு' விளக்கினார். '...இல்ல சார், இது தமிழு சினிமயாக்கும். மிழியில் விழுந்ந கவிதா எந்நாக்கும் பேரு. இவனுக்கு தமிழு தெரியாமல் தப்பாய் சொல்லுந்நான்.'

சரிதான், 'விழியில் விழுந்த கவிதை' என்ற தமிழ்ப்படம். ஒருகணம் நின்று பார்த்தேன். ஒரு இளம்பெண் பவுடர் போட்டுக் கண் தீட்டி செவ்வாய்ச் சிரிப்புடன் நின்றுகொண்டிருக்க ஒரு இளைஞனை பைக்கில் அமரச்செய்து அவனுக்கு ஒரு கால்சட்டை இளைஞர் ஏதோ சொல்லிக்கொடுத்துக்கொண்டிருந்தார்.

நேரமானதனால் ஆபீஸ் போய்விட்டேன். மாலை திரும்பும்போது பார்வதிபுரம் அக்ரஹாரம் வழியாக வந்தால் அங்கே மீண்டும் விழியில் விழுந்த கவிதை. பெண்கள் நைட்டியின்மேல் ஒரு துண்டை எடுத்து முந்தானையாகப் போட்டுக்கொண்டு வேடிக்கை பார்த்தார்கள். கையில் நோட்டுப் புத்தகத்துடன் கதாநாயகி நடந்துகொண்டிருந்தாள். மாலையில் வாழைப்பழம் வாங்க அதே வழியில் சென்றேன். அக்ரஹாரத்தின் நடுவே உள்ள பெரிய வீட்டில் - இப்போது அது ஒரு கல்யாண மண்டபம் - ஏராளமான நடமாட்டம். அந்த வேன் நின்றுகொண்டிருந்தது.

'என்ன அங்கே?' என்று கேட்டேன். இரவுப்படப்பிடிப்பா? இல்லை, இங்கேதான் படப்பிடிப்புக் குழு தங்கியிருந்து படம் எடுக்கிறது என்றார்கள். 'அவனுக ஒரு டீம் சார்... இங்கிணயே கூட்டமாட்டு தாமசிச்சு, சமைச்சு சாப்பிட்டு, படம் எடுக்கிறானுக.'

நான் சந்தேகத்துடன் '...மொத்தப் படமும் சாரதா நகரிலேதானா?' என்றேன்.

'பின்னே? இது என்னா சார் ஊரு? நம்ம பயகளுக்கு கண்ணு தெரியல்ல... எங்கிணயோ உள்ளவன் அறிஞ்சு வந்து சினுமா எடுக்குதான்' என்றார் தங்கப்பன் நாடார்.

'பொள்ளாச்சி இப்டித்தான் ஃபேமஸ் ஆச்சுன்னு பேப்பரிலே சொல்லுகான். இப்பம் அங்கிண அஜித்தும் விஜய்யும் நடந்து போனாலும் ஆரும் மைண்டு செய்ய மாட்டினுமாம்' என்றான் வாழையிலைக்கட்டுடன்கூட நின்ற நேசமணி. சாரதா நகரில் அஜித்

நடந்துபோக நான் அவரிடம் பதிமூன்று பி போய்விட்டதா என்று கேட்டுவிட்டு அவசரமாகக் கடந்து செல்வதைக் கற்பனை செய்தேன். அதுவே நயன்தாரா என்றால் முடியுமா? 'நான் கடவுளு'க்குப் பின் அந்த அம்மா என்னை செருப்பாலடித்தாலும் அடிக்கும்; பாலாவுக்குப் போகவேண்டியது.

இன்று மாலை நானும் நாஞ்சில்நாடனும் அ.கா.பெருமாளும் டாக்ஸியில் வந்தபோது என் வீட்டுமுன்னாலேயே படப்பிடிப்பு. விளக்குகள் பளீரென்று எரிய கதாநாயகியும் கதாநாயகனும் தெருவில் ஆட்டோவில் வந்து இறங்குகிறார்கள். ஒருவர் ஓடிவந்து 'சார் க்ஷமிக்கணம்... ஒரு ஷூட்டிங்காக்கும் 'என்றார்.

'என்ன சினிமா?' என்றார் நாஞ்சில்நாடன்.

அவர் விஸ்கிமணக்க 'விளியில் விளுந்த கவிதே' என்றார்.

தமிழை வந்து அடைவதற்காகக் கடுமையாக உழைத்திருக்கிறார். நாங்கள் காத்திருந்தோம். இயக்குநர் அவசரமாக ஏதோ சொல்ல படப்பிடிப்பு ஆரம்பமாகியது.

'எவ்ளவு ஆளு வேலை செய்கானுக' என்றார் நாஞ்சில்நாடன்.

'இது மாதிரி அம்பதுமடங்குபேர் பாலா யூனிட்டில் வேலை செய்வாங்க சார்... சும்மா ஆயிரம்பேர்... எங்க பாத்தாலும் எந்நேரமும் சாப்பிட்டுட்டே இருப்பாங்க. பாலா மட்டும்தான் யூனிட்டிலே சாப்பிடாம இருப்பார்.'

படுத்துக் கிடப்பார்கள். சீட்டு தாயம் விளையாடுவார்கள். ராணி, தேவி, குமுதம் படிப்பார்கள். பலவகையான கிரேன்கள், டிராலிகள் அம்போவென்று கிடக்கும்.

நானும் இதற்குள் நான் ஒரு சினிமா ஆத்மாவாக மாறிவிட்டிருந்தேன். என்னால் எங்கும் படுத்துத் தூங்கமுடியும். எங்கும் சாப்பிட முடியும். காசியில் முதலில் மண்வெட்டியால் மலங்களைப் புதைத்த பின் நாற்காலி போட்டு சாப்பாடு பரிமாறுவார்கள். நாற்காலிகளை எடுத்துவிட்டு ஒரு பிளாஸ்டிக் துண்டை அதன் மீது விரித்தால் படுத்துத் தூங்க முடியும். ஆரியாவும் 'எலி' செந்திலும் அருகருகே ஓய்வெடுக்கும் ஜனநாயக வெளி.

'ரொம்ப சிம்பிளா எடுக்கிறாங்க' என்றேன்.

நாஞ்சில், 'நம்ம சண்முகம் ஒருநாள் மதுரையில பத்துத்தூண் சந்துலே அவரோட கடைக்குப் போறப்ப வாசலிலே ஷூட்டிங். ஒரு அஞ்சுபேரு நின்னு என்னமோ எடுக்கிறாங்க. அவர்

கடைவாசலிலே ஒரு குள்ளமான குண்டுப்பொண்ணு உக்காந்து மேக்கப் போடுது... ஏய், எந்திரிம்மான்னு சொல்லி உள்ளே போனாராம். ஷூட்டிங் பாக்கலியான்னு கடைப்பொண்ணுகிட்டே கேட்டாராம். என்ன சார் இதெல்லாம் ஒரு படமா... நாலுபேர் நின்னு எடுக்கிறாங்க. உப்புமா கம்பெனின்னு அந்தப் பொண்ணே சொல்லிட்டுதாம்' என்று சொன்னார்.

'அப்றம்?' என்றேன்.

'அந்தப் படம் பயங்கரமா ஓடியிருக்கு. கடைப்பொண்ணு அந்தப் படத்தை நாலுதடவை பாத்தாளாம். வாசலிலே உக்காந்திருந்த படத்தோட ஹீரோயின் பெரிய ஸ்டார் ஆயிட்டா... என்ன படம் தெரியும்ல?' என்றார் நாஞ்சில்.

'காதல் தானே?' என்றேன்.

'ஆமா... பாலாஜி சக்திவேல் அப்டித்தான் படம் எடுத்தார்.'

'இதுவும் 'காதல்' மாதிரி பெரிசா வரட்டும்...' என்றேன்.

விளக்குகள் அணைந்தன. இன்னொரு விஸ்கிவாசனை பாய்ந்து வந்தது. 'ஸாரி ஸார், ஒரு சினிமா ஷூட்டிங்காக்கும். முடிஞ்சுட்டுது... நீங்க போங்கோ' என்றது.

கேட்காமல் எப்படி முன்னால் செல்வேன்? 'என்ன படம்?'

அவர் வாசனைக்கு சற்றே வாய் பொத்தி பணிவாக 'விஷியில் விஷூந்த கவிதாய்' என்றார். ஆங்கிலத்தில் தலைப்பை வாசித்திருப்பார்போல.

- ஜூலை 31, 2012

79

விளம்பரம்

பொய்யை திருப்பித் திருப்பிச் சொன்னால் அது உண்மையாகி விடுகிறது என்பது இந்த உலகில் பல உண்மைகள் புழங்குவதி லிருந்து தெரிகிறது. இந்தப் பாதையில் பொய் கிட்டத்தட்ட உண்மையாக ஆகி நிற்கும் ஒரு பரிணாமப் படிநிலையை விளம்பரம் என்ற சொல்லால் குறிப்பிடுகிறார்கள். இப்பிரபஞ்சத்தில் எல்லாமே மூன்றுவகை இருப்புநிலைகள் கொண்டவை. இகம், பரம், விளம்பரம். நம்மிடம் இருப்பவை இகம். இல்லாதவை பரம். இருக்க நாம் ஆசைப்படுபவையே விளம்பரம்.

எத்தனை முறை திருப்பிச்சொன்னால் ஒரு பொய் விளம்பரமாக ஆகும் என்பதற்கு ஒரு கணக்கு இருக்கிறது. 'அளக்கிறான் பயல்' என்று கேட்பவர் நினைப்பதுதான் பொய். 'என்ன இது திருப்பித்திருப்பிச் சொல்றானே' என்று கேட்பவர் எண்ணும்போது அது விளம்பரமாக ஆகிவிட்டிருக்கிறது. 'அய்யோ அய்யோ... போதும்யா நிப்பாட்டு...கொல்லாதே' என்று கேட்பவர் கதறும் போது அது உண்மை ஆக வளர்சிதைமாற்றம் அடைந்திருக்கிறது.

விளம்பரம் என்பது தொன்மைக்காலம் தொட்டே இருந்து வந்திருக்கிறது. அப்போதெல்லாம் விளம்பர முகவர்கள் நேரடியாக நுகர்வோரை தேடிச்சென்று விளம்பரம் செய்தார்கள். உதாரணமாக ஞானப்பழத்தைக் கொண்டுசென்று ஈசன் குடும்பத்தில் விற்ற நாரதரை சொல்லலாம். மலைமீது ஏசு தியானத்தில் இருந்தபோது

வந்து நின்று ஈரேழு பதிநான்கு உலகங்களின் அருமைகளைப் பற்றிப் பேசிய லூஸிஃபரையும் சிறந்த விளம்பர முகவராகக் கொள்ளலாம்.

விளம்பரத்தில் ஐந்து வகை இருக்கிறது. ஒரு பொருளில் உள்ள சிறப்புகளை நம்பும்படியாக எடுத்துச்சொல்லி விளம்பரம் செய்வது. 'நம்புறாப்லதான் இருக்கூ...' என நுகர்வோர் தயங்குமிடத்தில் விளம்பரம் வெற்றிபெறுகிறது. தொலைக்காட்சிப் பெட்டியின் திரை ஐஸ்வர்யா ராயின் இடுப்பைப்போல் இருப்பதாகச் சொல்லும் விளம்பரம் இதற்கு உதாரணம்.

இரண்டாவது வகை, ஒரு பொருளில் இல்லாத அருமை பெருமை களை கொஞ்சம்கூட நம்ப முடியாதபடி எடுத்துரைப்பது. ஒரு ஆஃப்டர்ஷேவ் கிரீமை பயன்படுத்தினால் பெண்கள் கொக்கி போடப்பட்டவர்களைப்போல பின்னால்வருவார்கள் என்னும் விளம்பரம் உதாரணம். 'யோவ்... என்னய்யா இதெல்லாம்!' என்று நுகர்வோர் அலறிக் கூவும்போது விளம்பரம் வெற்றிபெறுகிறது. குறிப்பிட்ட சோப் அல்லாததை பயன்படுத்தி தன் மகள் கற்பிழக்கக் கூடுமென பதறியபடி தெருவில் ஓடும் தாய் இன்னொரு உதாரணம்.

மூன்றாம் வகை விளம்பரம் பொருளின் தீமையைப் பற்றி எடுத்துச் சொல்வது. அதற்குச் சிறந்த உதாரணம் ஒனிடா தொலைக்காட்சிப் பெட்டி விளம்பரம்தான். சும்மா தட்டினாலே திரை உடைந்துவிடும் என்பதைச் சொல்லியே 'அதையும்தான் பாப்பமே' என்ற உரிமை யாளர்களின் அகங்காரத்தைத் தூண்டி வெற்றிபெற்றது அந்த விளம்பரம். அதற்கு கருத்தூக்கமளித்த முதல் விளம்பரத்தை கடவுளே செய்தார் என்கிறார்கள். ஏவாளிடம் ஏடன் தோட்டத்து ஆப்பிளை எக்காரணத்தாலும் 'திங்கப்படாது' என்று சொன்னபின் அந்தப் பக்கமாகப்போய் அவர் கண்ணடித்ததைப் பார்த்தவர்கள் இருக்கிறார்கள்.

நான்காம் வகை விளம்பரம் பொருளுடன் எந்தச் சம்பந்தமும் இல்லாத விஷயங்களைச் சொல்வது. பட்டுக்கோட்டைக்கு வழிகேட்டால் கொட்டைப்பாக்கு காசுக்கு எட்டு என்பது இதன் சூத்திரம். ஒரு பெண் ஒருவனைக் காதலிக்கிறாள். ஆகவே அந்தக் காப்பி சுவையானது. ஒரு பையன் ஐஸ்கிரீம் சாப்பிடுகிறான். ஆகவே அந்த சோப் நல்ல சோப். இப்படி கற்பனையைத் தூண்டும் தொடர்பில்லாமைகளை விளம்பரமாகப் பயன்படுத்தலாம்.

ஐந்தாம் வகை விளம்பரமே நேரடியானது, தொன்றுதொட்டு வருவது. விற்பவரே நா தடிக்கக் கூவி விற்பது. தருமபுரி மாவட்டத்தில் சாலையில் 'செமென் வேணுமா செமென்? அம்மா

செமென் வேணுமா?' என்று ஒரு கட்டுமஸ்தான ஆசாமி சைக்கிளில் கூவிக்கொண்டு சென்றான். கோலம்போடுவதற்குரிய செம்மண்ணைத் தான் சலித்து கோணியில் கட்டி கொண்டுசென்று விற்கிறான் என அறிவதற்குள் நான் அறிவியல் வளர்ச்சியை நினைத்து இறும்பூது எய்தியிருக்கக்கூடாதுதான். 'மூளையிருக்கா?' என்று கேட்பது போல முளைக்கீரே என்று கத்துவது. 'அப்றம்?' என்று அப்பள விற்பனைக்காரர் தெருவில் உறுமிக்கொண்டு செல்வது எல்லாம் இவ்வகைப்படும்.

இதையே தி.நகர் கடைகளில் சிறப்பாகப் பயன்படுத்துகிறார்கள். ஜெயச்சந்திரன் விமானத்தை தவறவிட்டு அழைக்கப்படுவதுபோல நொடிக்கு இருபதுமுறை ஜெயச்சந்திரன், ஜெயச்சந்திரன், ஜெயச்சந்திரன் என்று கூப்பாடுபோடும் விளம்பரம். 'வாய் மணக்க நிஜாம் பாக்கு. பல் கறுக்க நிஜாம் பாக்கு செம்புள்ளிபோட நிஜாம் பாக்கு' என்று கூச்சலிடுவது இன்னொரு உதாரணம்.

விளம்பரங்களில் இதுவே ஆக வெற்றிகரமான வழிமுறை என்பதை நிரூபித்தது கோபால் பல்பொடி. தினமும் இலங்கை வானொலியில் பன்னிரண்டாயிரத்தி நாநூறு முறை கோபால் பல்பொடி என்று கூவிக்கூவி பெரும்பாலானவர்கள் மனதில் பல்பொடி என்னும் சொல்லுடன் கோபாலும் இணைந்துவிட்டது. இதை எல்கேஜி விளைவு என்று விளம்பரத்துறையில் சொல்கிறார்கள். எல்கேஜியில் குழந்தை 'அமர்ந்து'விட்டதென்றால் அதன் பின் 'அம்மா எனக்கு ஒரு ஏ ஃபார் ஆப்பிள் வேணும்' என்றுதான் கேட்கும்.

கோபால் பல்பொடியின் விளைவுகள் அழுத்தமான பண்பாட்டு மாற்றங்களைத் தென்மாவட்டங்களில் கொண்டுவந்திருக்கின்றன. கோபால்கள் எல்லாமே பல்பொடி என்று அழைக்கப்பட்டார்கள். அதேபோல ஆற்றோரக் கடையில்போய் ஒரு கோபால் என்றால் பல்பொடிப் பொட்டலம் கிடைக்கும். செங்கல்தூளை நுகர் பொருளாக்க முடியுமென்றால் எதையுமே எதுவாகவும் ஆக்க விளம்பரத்தால் முடியுமென நிரூபித்தது அந்த விளம்பரம்.

சிலப்பதிகாரத்திலேயே விளம்பரத்துக்கு பாலியல் பயன்படுத்தப் பட்டிருக்கிறது. ஆய்ச்சியர் வாளிப்பான பெண்களாக இல்லாம லிருந்தால் மதுரையம்பதி மாந்தர் பால்தயிர்வெண்ணெய் வாங்கி யிருப்பார்களா என்ன? இன்றுவரை இந்த விஷயம் தொடர்கிறது. சம்பந்தப்பட்ட பெண்ணின் தொப்புள் நன்றாக இருக்கிறது என்பதற்காக நாம் பேரீச்சைப்பழ தேனை வாங்கி பிள்ளைகளுக்குக் கொடுத்துக்கொண்டுதானே இருக்கிறோம்?

நடிகர்களை விட்டு வருமானவரி கட்டச்சொல்லும் விளம்பரத்தைக்

கண்டு ஊக்கம்பெற்று திருடர் ஒருவரே தோன்றி வெளியூர் செல்லும்போது வீட்டைப்பூட்டித் தகவலைப் பக்கத்து போலீஸ் ஸ்டேஷனில் சொல்லிவிட்டுப் போங்கள் என்று அறிவுறுத்தும் விளம்பரம் ஒன்றைத் தயாரிக்க சென்னை போலீஸ் துணைகமிஷனர் முயன்றதாகச் சொல்லப்படுகிறது. போலீஸே போதும், திருடன் எதற்கு என்று கமிஷனர் சொல்லிவிட்டாராம்.

விளம்பரம் பண்பாட்டுக்கூறுகளுடன் நுட்பமாக உரையாடுகிறது. அதைக் கவனித்து அறியும் விளம்பரநிபுணர்கள் வெற்றி பெறுகிறார்கள். உதாரணமாக பிவிசி பைப்புகள் விற்பனைக்கான விளம்பரம் ஒன்றில் அந்த பைப்பின் வழியாக தண்ணீர் கொட்டோ கொட்டென்று கொட்டுவதுபோல காட்டி கொங்கு மண்டலத்தில் வெற்றிபெற்றார்கள். அவ்விளம்பரம் மதுரை வட்டாரத்தில் எடுபடவில்லை. அதே பிவிசி பைப்பை சிலம்பாகச் சுழற்றியபடி வந்த ஒரு மீசைக்காரச் சண்டியர் ஒயிலாக நின்று 'உறுதியானது' என்று சொன்னபோது தீயாகப் பற்றிக்கொண்டது என்பது வரலாறு.

இசைத்தமிழ் வசைத்தமிழ், நாடகத்தமிழ், இயல்தமிழ், அயல்தமிழ் என பலவகைகள் தமிழில் இருப்பதைப்போல விளம்பரத்தமிழும் தனியாக உள்ளது. இந்தத் தமிழ் அதற்கே உரிய மந்திர அமைப்பு கொண்டது. ஓம், நமஹ போன்ற முன் பின் இணைப்புச்சொற்கள் மூலமே நாம் வரிகளை மந்திரமாக ஆக்குகிறோம். அதேபோல 'இப்போது', 'புதிய' போன்ற சொற்கள் விளம்பரச்சொற்றொடர் களை உருவாக்குகின்றன. 'நறுமணம் மிக்க அகல்யா மஞ்சள் தூள்' என்னும் சொற்றொடரை 'இப்போது புதிய நறுமணம் மிக்க அகல்யா மஞ்சள் தூள்' என்று மாற்றும்போது விளம்பரச்சுவை மிகுந்திருப்பதை நீங்களே உணர்வீர்கள்.

இதைத்தவிர இன்னும் பல சிறப்புகளும் விளம்பரத் தமிழுக்கு உண்டு. எழுவாய் பயனிலை அமைப்பில் அவற்றுக்கே உரிய தனித்தன்மைகளைக் காணலாம். 'இப்போது புதிய ஹமாம் நறுமணம் உங்கள் கைகளே!' என்னும் வரியின் சொல்லிணைவு களின் சாத்தியங்களை அறிந்தாலொழிய நல்ல விளம்பரவரிகளை எழுதமுடியாது. 'இப்போது, நிர்மா, பாடுங்கள் தூயவெண்மை அதிக பளிச் பாரினிலே' போன்ற சொற்றொடர்களை நாம் தேன்சிட்டு வகையைச்சேர்ந்தவை என்று சொல்லலாம். முன்னாலும் பின்னாலும் குப்புறவும் அப்புறவும் பறக்க அவற்றால் இயலும்.

விளம்பரங்களை எளிய மக்கள் பல்லாயிரம் கோணங்களில் புரிந்து கொள்கிறார்கள். லியோ காப்பி ஆண்கள் சமைக்கும் வீடுகளுக்கு மட்டும் உரியது என்று எண்ணிய ஒருவரை எனக்குத் தெரியும்.

சன்ரைஸ் காபியை தனக்கு கணவர் போட்டுத்தரவில்லை என்று மனஸ்தாபம் கொண்ட ஒரு மனைவியைப்பற்றி கேள்விப் பட்டிருக்கிறேன். ஆனால் விஸ்பர் நாப்கின் மீது நீலநிறமான மையைக் கொட்டியபின் பொருத்திக்கொண்ட ஒரு கிராமத்துப் பெண்ணைப்பற்றி கேள்விப்பட்டது கொஞ்சம் மிகைப்படுத்தப் பட்டதாக இருக்கலாம்.

பொதுவாக மக்கள் விளம்பரங்களைக் கூர்ந்து கவனிக்கிறார்கள். உட்வர்ட்ஸ் கிரைப் வாட்டர் குடும்பத்தில் ‘நீ சின்னக்குழந்தையாக இருக்கறச்சே அதான் குடுத்தேன்’ என்று சொல்லும் பாட்டி வரிசையில் அத்தனைபேரும் பெண் வீட்டில் அமர்ந்து தின்பது நியாயமா என்று ஒரு மாமா என்னிடம் கவலையுடன் கேட்டார். நானும் ‘அதானே’ என்று கவலையுடன் எண்ணிக்கொண்டேன்.

விளம்பரங்கள் சமூக யதார்த்தத்தின் கண்ணாடிகள் அல்ல. சமூகம்தான் விளம்பர யதார்த்தத்தின் கண்ணாடி. விளம்பரங்களில் வரும் அழகிய மனைவி, அன்பான கணவன், கொழுகொழுவென்று குழந்தைகள் கொண்ட குடும்பத்தை அடைவதற்காக சமூகம் அல்லும் பகலும் பாடுபடுவதை நாம் அறிவோம். அவர்கள் கோல்கேட்டால் பல்தேய்த்து, ஹென்கோவால் துணி ஊறவைத்து, அதற்கு உஜாலா சொட்டு நீலம் போட்டு, விர்ல்பூல் வாஷிங் மெஷினில் துவைத்து அணிந்துகொண்டு, நெஸ்கஃபே சன்ரைஸ் குடித்து, தேவைப்படும்போது விஸ்பர் ஒட்டிக்கொண்டு, கில்லட் டின் பிளேடால் ஷேவ்செய்து, ஹீரோஹோண்டாவில் போய் வந்து, மார்ட்டின் கொசுவாயுவை பொருத்தி தூங்கிவிழித்ததுமே மீண்டும் கோல்கேட்டைப் பயன்படுத்தி இலட்சியக்குடும்ப வாழ்க்கையை வாழ முனைகிறார்கள்.

குழந்தைகள் மொழியைக் கற்றுக்கொள்ளவும் விளம்பரங்கள் உதவுகின்றன. நம் பிள்ளைகள் பள்ளியில் ஆங்கிலம் படிக்கின்றன. வீட்டில் நாம் பெரும்பாலான நேரங்களில் அவசர கைசோலியால் இருப்பதனால் அவர்களுடன் பேசுவது குறைவு. சின்னப்பிள்ளை களாக அவை இருக்கும்போதே தொட்டிலுடன் அவற்றைத் தள்ளி டிவி பக்கமாக வைத்துவிடுகிறோம். ஆகவே நம் குழந்தைகள் டிவியின் மடியில் விளம்பரம் கேட்டு மொழிப்புலன் விழிக்கப் பெறுகின்றன. தாய்மொழிக்கல்வி முழுக்க முழுக்க விளம்பரத்தினால் அமைகிறது. ‘தம்பி மூச்சா போனியாடா?’ என்று கேட்கும் பாட்டிக்கு நம் குழந்தைகள் ‘எப்பவுமே!’ என்றுதானே பதில் சொல்கின்றன?

விளம்பரம் நம் காலப்பிரக்ஞையை ஒரு கட்டொழுங்குக்குள்

கொண்டுவந்திருக்கிறதென்பதை நாம் இன்னமும் உணரவில்லை. நவீன கிறித்தவ போதகர் ஒருவர் ஆண்டவரானவர் பூமியை ஆறுநாட்களில் படைத்துவிட்டு ஏழாவது நாள் விளம்பர இடைவேளை விட்டுவிட்டார் என்று மேடையில் முழங்கினாராம். பெரும்பாலான தேவாலயநிகழ்ச்சிகள் பதினைந்துநிமிடப்பேருரையும் ஐந்துநிமிட விளம்பரப்பாடல்களுமாகத்தானே செல்கின்றன?

ஆகவே, பள்ளிகளில் இருபத்தைந்து நிமிடம் வகுப்பு நடத்தப் பட்டதுமே நான்கு நிமிடம் விளம்பரமும் ஒரு நிமிடம் பள்ளியின் அடையாள அறிவிப்பும் முன்வைக்கப்படவேண்டும். ஆசிரியர்களே விளம்பரத்தைச் சொல்லலாம். ஆடிப்பாடிச் சொல்லும் ஆசிரியர்களே கிடைப்பார்கள். அதன்மூலம் கல்வித்துறைக்கு வந்து கொட்டப்போகும் கோடிகள் இந்தியக் கல்விமுறையின் முகத்தையே மாற்றிவிடாதா என்ன?

கிரிக்கெட் ஆட்டக்காரர்கள்போல அதிகமாகத் தொலைக்காட்சியில் தோன்றும் அமைச்சர்கள், காவல் உயரதிகாரிகள் போன்றவர்கள் நெற்றியிலும் மார்பிலும் விளம்பரப்பட்டைகளை அணியலாம். அவர்களே கூட விளம்பர வாசகங்களைச் சொல்லலாம். ‘நகரில் சட்ட ஒழுங்கைப் பாதுகாக்க காவல்துறை உறுதி பூண்டிருக்கிறது. பொதுமக்கள் பீதியடையவேண்டாம் என இதனால் கேட்டுக்கொள்ளப்படுகிறது. வாங்கி அணியுங்கள் ராம்ராஜ் பனியன்கள் ஜட்டிகள். சிட்டி கமிஷனர் சிவகுமார் விரும்பி அணிவது ராம்ராஜ் பனியன்கள் ஜட்டிகள்! ஆம், ராம்ராஜ் பனியன்கள் ஜட்டிகள்!’ என்று சிட்டி கமிஷனர் சிவகுமார் பேசுவதை நாம் கேட்கும் நாள் வரத்தானே போகிறது. அதன்பின் நம்முடைய வரிச்சுமை பெரிதும் குறைய வாய்ப்பிருக்கிறது.

விளம்பரத்தில் புரட்சிகரமான மாற்றங்கள் எதிர்காலத்தில் நிகழ வாய்ப்பிருக்கிறது என்று நண்பர் ஷாஜி சொல்கிறார். புதிய வகையான ஊடகங்களைக் கண்டுபிடிக்கலாம். உதாரணமாக சென்னை நகரமெங்கும் திரியும் பசு, நாய், பன்றி போன்ற உயிரினங்களைப் பிடித்து அவற்றின் உடலில் வண்ணத்தால் விளம்பரங்கள் வரைந்து உலவவிட்டால் எத்தனை லட்சம்பேர் திரும்பத் திரும்ப பார்ப்பார்கள்? பசுவின் பின்பக்கம் புனித மானதாகையால் ஊதுவத்தி போன்ற பூசைப்பொருட்கள் மற்றும் ஆன்மிக விஷயங்களை விளம்பரம்செய்ய உகந்தது.

ஏன், நம் ஊரில் காக்காய்களைப் பிடித்து அவற்றின் கழுத்துகளில் சிறிய விளம்பர அட்டைகளைத் தொங்கவிட்டால் என்ன? சென்னையில் மட்டும் குறைந்தது ஒருகோடி காக்காய்கள்

இருக்காதா என்ன? அவை சென்று சேராத இடமுண்டா? புறாக் களைக்கூட பயன்படுத்தலாம். இது நம்முடைய பாரம்பரியத்துக்கு உகந்ததும் கூட. நளன் அன்னப்பறவையை விளம்பரத்துக்குப் பயன்படுத்தியிருக்கிறானே?

சமமான பரப்பை முழுக்கவே விளம்பரத்துக்குப் பயன்படுத்தலாம் என்பதனால் அவையெல்லாமே கோடிகளை அறுவடைசெய்யும் வயல்கள் என இப்போது கண்டடையப்பட்டிருக்கிறது. அரசு அலுவலகங்கள் பொதுச்சுவர்கள் எல்லாமே ஏற்கெனவே விளம் பரமயமாகியிருக்கின்றன. அரசு ஊழியர்களுக்கு சீருடை அறிவித்து அச்சீருடையின் முன்னும் பின்னும் விளம்பரங்களை பொறிக் கலாம். அரசுக்கு கோடானுகோடிகள் வந்து கொட்டக்கூடிய ஒரு சாத்தியத்தை யாரும் கவனித்ததாகவே தெரியவில்லை. நம் நாடெங்கும் உள்ள சாலைகளை முழுக்க விளம்பரங்கள் வரைய வாடகைக்கு விடலாமே? ‘அந்நியன்’ படம் பார்த்த பின்னருமா அந்த எண்ணம் எழவில்லை?

‘இந்த பூமி கடவுளின் சான்று பத்திரம்’ என்றார் ஆன்மிக உபதேசகர் ஓரல் ராபர்ட்ஸ். கடவுளின் விளம்பரப்பலகை என்று சொல்வது இன்னும் ஆன்மிகமாகத் தெரிகிறது. இதை நாம் மானுடத்தின் விளம்பரமாக மாற்றுவதே உழைப்பின் வெற்றி. நிலவிலிருந்து பார்க்கும்போது பூமி ஒரு மாபெரும் விளம்பர உருண்டையாகத் தெரியும் பொன்னாள் நெருங்கிக்கொண்டிருக்கிறது என்றே எண்ணுகிறேன்.

- ஏப்ரல் 22, 2015

80

கடன்

ஒரு வீடு கட்டுவதற்கான காரணங்கள் பல இருக்கலாம். தங்குவதற்கு இடம் தேவைப்படுவது. நாலுபேரால் மதிக்கப் படுவது, நல்ல முதலீடு, கடன் கிடைப்பது. நடைமுறையில் கடைசிக் காரணத்தால்தான் வீடுகள் கட்டப்படுகின்றன. சாலை யோரங்களில் பெரிய விளம்பரங்களில் மக்கான சாதுக்கணவன் தன்னுடைய துடிப்பான அழகிய மனைவி மற்றும் சூட்டிகையான இரு குழந்தைகளுடன் ஒரு வீட்டின் முன்நின்று திருப்பதி உண்டியல் போல மீசையில்லா வாயைத் திறந்து சிரித்துக்கொண்டிருக்கும் காட்சியைப் போகும்போதும் வரும்போதும் காணநேர்கிறது. அதையே தொலைக்காட்சி விளம்பரங்களிலும் காண்கிறோம். வீடுகட்டியதுமே கணவன் மனைவிக்கு இடையே காதல்வந்து அவன் அவள் இடுப்பைத் தொட்டதுமே அவளுக்கு ஆர்கஸம் வரும் என்பதையும் பிள்ளைகள் உற்சாகமாகப் படிக்கும் என்பதையும் தெரிந்துகொள்ள நேர்கிறது.

அதைவிட, வங்கிகளில் இருந்து இளம்பெண்கள் தொலைபேசியில் அழைத்து 'சார் நீங்க மிஸ்டர் குணசேகரன்தானே?' என்று தேன் சொட்டுகிறார்கள்.

'ஆமா... நீங்க?'

'நாங்க. எம்.ஓ.பி பேங்கிலேருந்து கூப்பிடறோம். உங்களுக்கு ஹவுஸிங் லோன் அஞ்சு லட்சம் சாங்ஷன் ஆகியிருக்கு சார்.'

‘அய்யோ!’

‘ஆமா சார்…’

‘நோ இன்டிரெஸ்ட்’ ஸ்கீமிலே போட்டிருக்கோம்… டைம் கிடைக்கிறப்ப நீங்க உங்க ரேஷன் கார்டு, நாலு ஃபோட்டோ, ஆபீஸ்லே வேலை பாக்கிறதுக்குண்டான ஒரு லெட்டர் எல்லாத்தையும் எடுத்திட்டு நேரா எங்க வடசேரி ஹெட்டாபீஸ்லே போயி செக் வாங்கிக்குங்க.’

மூச்சைத் திரும்ப சேகரித்தபின், ‘இல்ல, ஒண்ணுமில்லை… தப்பா நெனைக்கப்பிடாது. நான் அப்ளை பண்ணவே இல்லியே’ என்றால் ‘என்ன சார், நீங்க அப்ளை பண்ணினாத்தானா நாங்க குடுக்கணும்? எங்களுக்குன்னு ஒரு பிரின்ஸிப்பிள் இருக்குல்ல…’

‘அப்றம் எங்கிட்ட ரேஷன் கார்டு இல்லியே.’

‘சரிதான் சார்… வோட்டர் கார்டு போரும்.’

‘அதுவும் இல்லியே.’

‘டிரைவிங் லைசென்ஸ் இருந்தாலே போரும் சார்.’

‘அதுவும் இல்லியே.’

‘அப்ப கேஸ் வச்சிருக்கிற கார்டு…’

‘ஆக்சுவலா எங்கிட்ட கேஸ் கனெக்‌ஷனே கெடையாது. நாங்க வச்சிருக்கிற அடுப்பு இருக்கே அது…’

‘சரி, பேங்க் கணக்கு இருக்குமே.’

‘நாங்க போஸ்டாபீஸ்லேதான் கணக்கு…’

‘அப்டியா?’

‘அப்றம் நான் வேலைபாக்குறது ஃபர்னிச்சர் கடையிலே. எங்க மொதலாளி வேலை பாக்குற சர்டிஃபிகெட்டெல்லாம் குடுக்க மாட்டார்…’

‘அப்டியா? நீங்க எங்க குடியிருக்கீங்க?’

‘நானா? நாங்க மரியாள்நகரிலே… வாட்டர் டாங்க் இருக்கில்ல அதுக்கு பக்கமாட்டு ஒரு சந்து இருக்கு பாருங்க. ஞானையா லேன்னுட்டு அதிலே லெஃப்ட்டுல பாத்தீங்கன்னாக்க…’

‘சரி, அங்க பக்கத்தில இருக்கிறவங்களுக்கெல்லாம் ரேசன் கார்டு இருக்கா?’

'இருக்குன்னு நெனைக்கேன்... எங்க பக்கத்துவீட்டுக்காரரு சம்முகம். ஆஸ்பத்திரியிலே வேலை பாக்கார்...'

'அவரோட ரேசன் கார்டை வாங்கி ஒரு ஜெராக்ஸ் எடுத்துட்டு வாங்க... வேலை பாக்கறதுக்கு...'

'முதலாளி பர்த்டேயிலே நான் கடையில நிக்கிற மாதிரி ஒரு ஃபோட்டோ எடுத்தாங்க... அது போருமா?'

'அய்யோ அது தாராளமாப் போரும் சார்... கொண்டுட்டு வாங்க.'

'அதிலே எனக்க பக்கத்துல ஒரு நாயி நிக்கும் பாத்துக்கிடுங்க. பரவால்லியா?'

'என்ன நாயி?'

'டாபர்மான்... எங்க மொதலாளிக்க நாயி.'

'டாபர்மான் தானே? அப்ப பிரச்னையே கெடையாது... பேசாம கொண்டு வாங்க.'

இவை அனைத்துமாக தலைமை அலுவலகம் போனால் அங்கே குளிரூட்டப்பட்ட பெரிய ஆபீஸ். உள்ளே அமர்வதற்கு சோபா. மேலே சுவரில் நாய் பிராண்டியது போன்ற ஓவியம். சுடிதாரில் முலைப்பிளவு பிதுங்கும் பெண்கள் கம்ப்யூட்டர் திரைகளில் பார்த்துக்கொண்டு அழகாக இருக்கிறார்கள்.

'வணக்கம்மா.'

'வாங்க உக்காருங்க... டீ சாப்பிடறீங்களா?'

'இப்பதான் சாப்பிட்டேன். டீ புடிக்கலைங்க... கேஸ் இருக்கு பாத்தீங்களா'

'என்ன விசயம்?'

'லோனு குடுக்கதாட்டு...'

'இந்தாங்க அப்ளிகேஷன்... ரொப்பிக் குடுங்க.'

'அய்யய்ய, அதெல்லாம் வேணாங்க... நம்பளுக்கு லோன் சாங்ஷன் ஆயாச்சு...'

'இல்ல அப்ளிகேஷன் குடுத்தாத்தான் லோன் கெடைக்கும்...'

'லோன் வந்தாச்சுன்னு சொன்னாங்களே.'

'யாரு?'

'உங்காபீஸ்லே ஒரு பொண்ணு.'

'ஃபோன் வந்திச்சா?'

'ஆமா... நல்ல தன்மையான பொண்ணு...'

'அவங்க எங்காபீஸ் கெடையாதுங்க... நாங்க அதை வெளிய செர்வீஸ்காரங்களுக்கு விடுறோம்... அவங்க கூப்பிடுறாங்க... ஒரு காலுக்கு அஞ்சரூபா குடுக்கிறோம்.'

'அஞ்சு ரூபாய்க்கா சண்டாளி அப்டி கொழைஞ்சா?'

'என்னங்க?'

'இல்ல இப்ப நீங்க இங்க வேலை பாக்கறீங்களா இல்ல?'

'நாங்க இங்கதாங்க வேலை பாக்கறோம்... சொல்லுங்க.'

'அப்ளிகேசன் பூர்த்தி பண்ணினா போருமா?'

'நீங்க எதுக்குங்க பூர்த்தி பண்றீங்க? நாங்களே எல்லாத்தையும் பூர்த்தி பண்ணியாச்சு... நாங்க இண்ட்டு போட்டிருக்கிற எடத்திலே எல்லாம் நீங்க கையெழுத்த போட்டா போரும்...'

'இது யாருங்க எங்க தகவல் எல்லாம் குடுத்தது?'

'உங்க வீட்டுக்கு வந்திருப்பாங்களே... உங்க வைஃப் குடுத்திருப்பாங்க...'

'நெனைச்சேன் மனைவிபேரு ஸினேகான்னு இருக்குல்ல... அவ பேரு கோலம்மைன்னாக்கும். அதான் ரிக்கார்டுலே உள்ள பேரு...'

'...அப்டீங்களா ஸ்னேகா என்கிற கோலம்மைன்னு மாத்திருறோம்... கையெழுத்த போடுங்க. கேஸ் இருக்கா?'

'அப்பவே சொன்னேனே இருக்கு... அதான் நான் ஜாஸ்தி டீ குடிக்கிறதில்லை... பால்னாக்க...'

'அதில்லைங்க. கேஸ் கனெக்ஷன்...'

'இல்ல... என் பொஞ்சாதி அவ தங்கச்சி கனெக்ஷனை வச்சிருக்கா... அவங்க கேரளாவுக்கு வேலைக்குப் போயிட்டாங்க... சரி இப்பவே செக் கெடைக்கும்களா?'

'இருங்க... எங்க மேனேஜர் பிராஸசிங் பாக்கணும்லே... அப்டி உக்காருங்க.'

'சரிங்கம்மா' குளிரில் பவ்யமடைந்து இருக்கும்போது அழைப்பு.

'யாருங்க மிஸ்டர் க்யூனஷேக்ரான்?' உள்ளே போனால் பிரமாண்ட மான கண்ணாடி மேஜைக்கு அப்பால் இருந்த டைகட்டிய மீசையிலி 'உங்க லோன் சாங்க்ஷன் ஆகியிருக்கு.'

‘சொன்னாங்க.’

‘உடனே உங்களுக்கு செக் போட்டிருவோம்...’

‘சரிங்கய்யா... ரொம்ப உபகாரம்...’

‘ஆனா நீங்க பிராஸசிங் ஃபீ கட்டணும்... ஜஸ்ட் செவென் தௌசண்ட் பைவ் ஹன்ட்ரட் தர்ட்டி ஃபைவ்...’

‘சரிங்க. எப்பங்க?’

‘இப்ப... கட்டி சலானை இங்க சப்மிட் பண்ணிட்டு செக்கை வாங்கிக்கலாம்...’

‘இல்லீங்க... அதைக் கொறைச்சுட்டு மிச்சத்துக்கு செக் போடுங்க...’

‘அதெப்டி நீங்க பணம் கட்டின பிறகுதானே செக் போட முடியும்?’

‘அப்டீங்களா?.’

‘அப்டித்தான் பிராசசிங்...’

உடனே கிளம்பி மனைவியின் ஒரே செயினை அடகு வைத்துப் பணம் புரட்டி (‘செத்த சவமே அறிவிருக்கா பாரு... அடிபட்ட நாயி மாதிரில்லா மோங்குகா. ஏட்டி இப்பம் செக்கு கிட்டினதுமே நேரா போயி நகைய மூக்க முடியாதா? மண்டை இருந்தா போறாது உள்ள அறிவுண்ணு வல்லதும் இருக்கணும்... வந்திட்டா...’)

பணத்தைக் கட்டி செலானை மீண்டும் நிர்மீசையிடம் கொடுத்ததும் அவர் அதை வாங்கி வாசித்து அப்படியே ஒரு ஃபைலில் செருகிவிட்டு ‘வெல் நீங்க செக் வாங்கிக்கலாம்... ஆனா சில ரெகுலேஷன்ஸ் இருக்கு...’

‘சொல்லுங்க.’

‘நீங்க பணத்தை நீங்களே வாங்கிக்க முடியாது... நாங்க பிராப்பர்ட்டியத்தான் கன்ஸிடர் பண்ணுவோம். இப்ப நீங்க எங்க வீடு கட்டப்போறீங்க?’

‘அது இன்னும் எடம் பாக்கலீங்க.’

‘பாருங்க... எடத்தைப் பாத்து வெலையை முடிச்சுட்டு அந்தப் பத்திர நகலோட வந்தீங்கன்னா யாருக்கு அந்த பேமெண்ட் போகுமோ அவங்களுக்கு நாங்க செக் போட்டிருவோம்... நிலப் பத்திரம் எங்க கைலே இருக்கும்...’

‘அப்ப பணம் எனக்கு கெடையாதா?’

‘டோண்ட் கன்ப்யூஸ் ப்ளீஸ்... நெலம் உங்களுக்குத்தானே.’

'இப்ப என்ன பண்றது?'

'நேரா போயி ஒரு பிளாட்டைப் பாத்து ஃபிக்ஸ் பண்ணிட்டு வாங்க...'

'பணம் குடுக்காம ஃபிக்ஸ் பண்ணுவானா.'

'சார் இப்பல்லாம் எல்லா நெலமும் அப்டித்தான் விக்கிறாங்க... ரெடி கேஷ் குடுத்து யாருமே நெலம் வாங்கறதில்லை...'

'அப்டீங்களா?'

'ஃபைன்.'

'சரிங்க.'

'தென்...'

'பண்றேங்க.'

'வெல்...'

'பாப்பம்... வீடுகட்ட யோகம் இருந்தா நடக்கும்...'

'நைஸ்...'

'எல்லாமே அவனவன் தலையெழுத்து மாதிரி... என்ன சொல்றீங்க.'

'அப்பம் பாப்பம்.'

'அடப்பாவி இம்பிடு நேரம் அதைத்தான் சொன்னியா?.'

'என்னது?.'

'ஒண்ணுமில்ல வாறேன்...'

ரியல் எஸ்டேட் சிவசுடலைமாடபிள்ளை அண்ட் சன்ஸ் தன்மையாகப் பேசுகிறார் '... இப்ப உங்களுக்குப் பாத்தீங்கன்னாக்க மூணு ஸ்கீம் இருக்குங்க... மூணுமே பெஸ்டு... ஒண்ணு நீங்க எங்க கிட்டேயே இன்ஸ்டல்மெண்டுல நெலம் வேங்கலாம்...'

'இல்லீங்க லோன் இருக்கு.'

'அப்ப செரி... இப்ப உங்களுக்குப் பாத்தீங்கன்னாக்க ஈசியான வழி இருக்கு. அட்வான்ஸ் குடுத்துட்டு அக்ரிமெண்ட் போட்டுக்கலாம்... நாங்க உடனேயே பத்திரம் பதிஞ்சிருவோம்... அதோட காப்பிய நீங்க அங்க குடுத்து எங்க லெட்டரையும் குடுத்தா பணம் வந்திரும்...'

'அட்வான்ஸா?'

'ஆமாங்க, இப்ப உங்களுக்கு பாத்தீங்கன்னாக்க நாங்க நெலத்தைக் குடுக்கிறதா பத்திரம் பதியணுமானா நீங்க பணம் குடுத்துட்டு

மிச்சத்த பேங் செக்கா குடுக்கிறோம்னு அதில சொல்லணும் இல்லீங்களா? இப்ப உங்களுக்கு பாத்தீங்கன்னாக்க அதானே அதோட மொறை?'

'நாறச்சனியனே... சொன்னா சொன்னசொல்லு வெளங்குதா பாரு... உனக்க கிட்ட என்னமாம் கேட்டேனா? அடுக்களையில போயி மீனைக் கழுவுடீ... அதான் அவனே சொல்லுகான். அட்வான்ஸா பணத்தக் குடுத்தா அவன் செக்கை குடுக்கான். அந்த செக்கில இருந்து நம்ம அட்வான்ஸ் பணத்த திருப்பி எடுத்திட்டு சின்னதுபோல ஒரு வீட்டை கெட்டினா அது ஐடியா... சொன்னா மனசிலாக்கணும்...'

'ஏங்க... நாம மார்பிள் போட்டாப்போரும்...'

'அடிசெருப்பாலே... நான் இங்க கெடந்து தீ தின்னுதேன்... மார்பிளா கேக்கே.'

'செவாமி வீட்டிலே மார்பிள் போட்டிருக்கே...'

'அது மார்பிள் இல்ல... என்னமோ சுண்ணாம்புக்கல்லு...'

'என்னமாம் போட்டிருக்காளே அவ்வோ.'

'போடுவோம்டீ. பேயாம கெட. வந்து வாச்சிருக்கு ஒரு ஒலக அறிவிருக்கா பாரேன்...'

அ-மீசை ராஜதந்திரமாகப் புன்னகைசெய்து 'கன்கிராட்ஸ்... செக் போட்டுட்டோம்... அவங்க வாங்கிட்டுப் போய்ட்டாங்க... ரசீதை நீங்க வாங்கிக்குங்க... செவெண்டி தௌசெண்ட் ருபீஸ்... பார்வதி.'

'சார்!'

'எஸ்.'

'அஞ்சு லெட்சம்னீங்க.'

'யா... ஃபைவ் லேக்ஸ்...'

'இப்ப இப்டீங்கிறீங்க...'

'சார் சொல்றதைப் புரிஞ்சுக்கங்க... லேன் வேல்யூ பாத்துத்தானே நாங்க பணம் குடுப்போம்... இப்ப இந்த லேண்ட் மேலே நீங்க வீடு கட்றீங்க... வீடு கட்டக்கட்ட அந்த அளவுக்கு நாங்க எங்க லோனை ரிலீஸ் பண்ணுவோம்... அதான் பிராசஸ்...'

'சார் அப்பகூட நெலம் மதிப்பே ஒண்ணர லட்சம் ஆயிருக்கே.'

'ஆமா, அதோட மதிப்புக்குள்ளதானே எங்க லோன் இருக்கும். ஆக்சுவலி லோன் பிளஸ் அதோட அஞ்சுவருஷ வட்டி இவ்வளவுக்கும் சமானமா அந்த பிராப்பர்ட்டி மதிப்பு இருக்கணும்.'

‘சார், நான் இப்ப என்ன செய்றது... ஏகப்பட்ட பணத்த இதிலே போட்டிருக்கேனே...’

‘என்ன இப்டி கேட்டிருக்கீங்க... இப்ப இந்த லோனை நீங்க வாங்க வேண்டாமா...? அதுக்கு நீங்க வீடு கட்டணும். ஏன்னா வீடு கட்டத்தானே லோன் வாங்கியிருக்கீங்க...’

‘ஆமா.’

‘வீடு கட்ட ஆரம்பிச்சிட்டீங்கன்னா மிச்ச அமௌண்டுக்கும் செக் குடுத்திருவோமே...’

‘அதுக்கு பணம் வேணுமே...’

‘அதை வேற எங்கியாம் நீங்க லோன் வாங்கலாம்... இப்ப பல லோன் ஸ்கீம்ஸ் இருக்கு... நாங்களேகூட வெஹிகிள் ஸ்கீம் ஒண்ணு வச்சிருக்கோம்... நீங்க அதைப்போடுங்க...’

‘அதுக்கு வண்டி வாங்கணுமே.’

‘வேண்டியதில்லை... நடுச்சந்து எசக்கியம்மன் முக்குலே டெரிஃபிக் ஆட்டோமொபைல்சுக்கு போனீங்கன்னாக்க அவனே கொட்டேஷன் வண்டி, நம்பர் எல்லாம் குடுத்திருவான். அது பேரிலே நாங்க லோன் குடுப்போம்...’

‘அப்டியா, சும்மா குடுத்திருவானா?’.

‘சும்மாதான்... அவங்க ஒரு டென் பர்ஸண்டேஜ் பிராஸசிங் ஃபீஸ் போட்டுக்குவாங்க...’ .

‘சரி, அந்த லோனை எப்டி சார் நான் கட்றது...’

‘பல வழிகள் இருக்கு... வெல்...’

பெருமூச்சுடன் ‘சார் இப்ப நான் வீடு கட்டலேன்னாக்கா என்ன பண்ணுவீங்க?’

‘நாங்க லேண்டை திருப்பி எடுத்துக்குவோமே...’

‘அப்ப அப்டி செய்ங்க சார்... அந்த எழுபத்தஞ்சாயிரத்த எடுத்திட்டு மிச்சத்தை குடுத்திருங்க சார்... பிளீஸ்.’

‘வெளையாடறீங்களா? நாங்க லேண்டை அட்டாச் பண்ணி அதை ஏலம் விடுவோம்... அதில வர்ர அமௌண்டிலே எங்க ஏலத்துக்கான பிராசசிங் ஃபீஸ் அப்றம் நீங்க பணம் கட்டாததுக்கான ஃபைன் இன்டிரெஸ்ட் எல்லாத்தையும் கழிச்சுட்டு...’

‘சரி, கழிச்சுட்டு மிச்சம் உண்டானத குடுங்க சார்... புடிச்ச பீடை அப்பவே போகட்டும்...’

‘இல்ல கழிச்சுட்டு பாத்தா நீங்கதான் எங்களுக்கு எப்டியும் டென் தௌஸெண்ட் மேலே தரவேண்டியிருக்கும்னு சொல்லவந்தேன்…’

‘சார்!!!’

‘எங்க ரூல்ஸ் சார்… அப்ளிகேஷன் ஃபார்மிலே எல்லாம் எழுதியிருக்கோமே…’

‘அப்ளிகேஷன் ஃபார்மிலேயா? எங்க சார்?’

‘இந்தாங்க… கீழே.’

‘சார் கீழே என்னமோ புள்ளி புள்ளியாட்டுல்லா இருக்கு?’

‘அதெல்லாம் லெட்டர்ஸ்தான். பாயிண்ட் ஒன் எழுத்திலதான் நாங்க அச்சடிப்போம்… அதான் எங்க மெதட். பாயிண்ட் எய்ட் பூதக் கண்ணாடி கொண்டாந்து நீங்கதான் பாத்திருக்கணும்…’

‘அப்பம் ரெசீதைக் குடுங்கசார்… நான் வாறேன்…’

‘உங்கள சந்திச்சதிலே சந்தோஷம்.’

‘இருக்குமே சந்தோஷம் இருக்காதாபின்னே? வாரேன்… வீட்டைக் கெட்ட முடியுமான்னு பாக்கேன்… ஆ!’

‘என்னது?’

‘அறுபத்தெட்டுன்னு இருக்கு…’

‘யா, எங்க பிராஸசிங் ஃபீஸ் ஒரு மாச இன்ஸ்டால்மெண்ட் அப்றம் அப்ளிகேஷன் ஃபீஸ் இவ்ளவையும் பிடிச்சிருக்கு…’

‘வட்டியா?’

‘ஆமா… செவென் பர்செண்டேஜ்தான்…’

‘சார் இண்ட்ரெஸ்ட் ஃப்ரீன்னு சொன்னாங்களே…’

‘ஆமா, அது இந்த ஸ்கீமோட பேரு… ஆக்சுவலா இதுலே நாங்க ஒன் பாயிண்ட் டூ பர்சண்டேஜ் இண்ட்ரெஸ்ட் ஃப்ரீயா விட்டுடறோம்… அதனால இந்த பேரு… இன்னொண்ணுகூட இருக்கு கேப்பிட்டல் ஃப்ரீன்னுட்டு… அதிலே நாங்க…’

‘சார் இந்த இண்ட்ரெஸ்ட் எப்டி வருசத்துக்கா?’

‘இல்ல மாசாமாசம் கணக்கு போடுவோம்…’

‘ஏழரதானே…’

‘ஷ்யூர்… அதில எங்களுக்கு ஒரு மெதட் இருக்கு… இப்ப அஞ்சு லட்சம்னா அதுக்கு ஏழரை சதவீதம் வட்டி. அந்த வட்டிக்கும் ஏழரை சதவீதம் வட்டி வரும்ல.’

'ஆமா.'

'அந்த வட்டிக்கும் மறுபடி ஏழரை சதவீதம் வட்டி உண்டு. அப்றம் அந்த வட்டிக்கும் ஏழரை சதவீதம்... அந்த வட்டிக்கு எட்டு சதவீதம். அந்த வட்டிக்கும்...'

'போரும் சார்... சார் இந்த அறுபதாயிரத்துக்கு நான் இதுவரை எழுவத்தஞ்சாயிரம் செலவு பண்ணியிருக்கேன்...'

'நெலம் வந்திருக்கே... நீங்க இப்ப ஒரு பிராப்பர்ட்டி ஓனர்ல?'

'அது உங்க கையிலே இல்ல சார் இருக்கு... அவன் நெலத்த நீங்க வாங்கி வச்சுட்டு என்னைய பணம் கட்ட சொல்றீங்க...'

'ரொம்ப கொழப்பறீங்க... இப்ப நீங்க இதிலே வீடு கட்டினாக்க வீடு உங்களுக்குத்தானே...'

'ஆமா...'

'அப்ப வீட்டை கட்டுங்க...'

'சரிசார்... கர்ம வினை மாதிரி... கட்டித்தானே ஆகணும்.'

வெளியே வரும்போது வாசலில் 'ஆறு லட்சம் சாங்க்ஷன் ஆகியிருக்காம் சார்... சொன்னாங்க... நல்ல தன்மையான பொண்ணு கேட்டேளா? சர்க்காராபீசிலே போனா சள்ளு சள்ளுன்னுல்ல விழுவாளுக தேவ்டியா மிண்டைக... அண்ணைக்கு கலக்டராபீசுக்குப் போனா ஒரு பொண்ணாப் பொறந்தவ என்ன பேச்சு பேசிட்டாங்கிறிய?' என்று நிற்கும் ஆசாமியைக் கண்கலங்கப் பார்த்துவிட்டு வீடு திரும்புகிறோம். பின்பக்கம் குரல் நீள்கிறது: 'ரேசன் கார்டுல இருக்கப்பட்ட மாதிரி பேரு எளுதணுமாம். எளவு ரேசன் கார்டுலே என்ன இருக்குன்னு எப்பமும் நெனைவிருக்குமா? என்ன நெனைவு வருதோ அதைத்தானே எளுத முடியும்? இல்லேன்னாலும் அந்த மாதிரி ஆப்பீசிலே இருந்தா நஞ்சவிஞ்சு தானே போவாளுக... இங்க பாத்தா என்னமா குளுமை செஞ்சு வச்சிருக்கான்... கார்த்திகை மாசம் மாதிரில்லா இருக்கு. நாயக் கொண்டாந்து விட்டா ஏறுகதுக்குத் தேடுமே...'

- ஜூலை 23, 2012

81

விவசாயிகள்

விவசாயம் இந்திய அரசியல் சட்டத்தாலும் இந்திய குற்றநடை முறைச்சட்டத்தாலும் ஒரு தொழிலாக அங்கீகரிக்கப்பட்டிருப்பதனால் அது ஒரு தொழில். இதைச் செய்பவர்கள் விவசாயிகள் என்று சொல்லப்படுகிறார்கள். வேறு எந்தத் தொழிலையும் குறிப்பிட முடியாதவர்களையும் விவசாயிகள் என்று சொல்லலாம் என்பது இந்தியக் காவல் துறை மரபு. எனவே, இந்திய மக்களில் பெரும் பான்மையினர் விவசாயிகளாவார். விவசாயிகளின் நாட்டின் முதுகெலும்பைப் போன்றவர்கள்.

விவசாயம் செய்பவர்களைப் பல பிரிவுகளாகப் பிரிப்பது மரபாகும். இவர்களில் இருசாரார் உள்ளனர். விவசாயத்தில் தள்ளப் பட்டவர்கள், விவசாயத்தில் வந்து விழுந்தவர்கள். முந்தையவர்கள் கொஞ்சம் வளர்ந்தபின் தாய் தந்தையர்களால் இதில் ஈடுபடுத்தப் படுகிறார்கள். பிந்தையவர்கள் இளம் வயதிலேயே தாய் தந்தையர் களால் இதில் ஈடுபடுத்தப்படுகிறார்கள். அந்தத் தாய் தந்தையர்கள் அவர்களின் தாய் தந்தையர்களால் அவ்வாறு ஈடுபடுத்தப்பட்டவர் களாக இருப்பார்கள். இந்த வன்கொடுமை பல தலைமுறைகளாக இந்தியாவில் நீடிக்கிறது என்று உலக வங்கி ஆய்வுகள் தெரிவிக்கின்றன.

இரண்டாவது வகை பிரிவினை அந்தஸ்து அடிப்படையிலானது. நிறைய நிலம் வைத்திருந்து நிறைய லோன் வாங்கி நிறைய நிறைய

நஷ்டம் அடைந்து கடன் நிலுவை வைத்திருப்பவர்கள் பெரு விவசாயிகள் என்றும் குறைவாக நிலம் வைத்திருந்து குறைவாக லோன் வாங்கி குறைவாக நஷ்டம் அடைந்து குறைவாக கடன் நிலுவை வைத்திருப்பவர்கள் சிறு விவசாயிகள் என்றும் அழைக்கப் படுகிறார்கள். பெரு விவசாயிகளுக்கு ஜப்தி நோட்டீஸ் அவர் களைத் தேடி வந்து அளிக்கப்படும். சிறு விவசாயிகளுக்கு ஜப்தி நோட்டீஸ் வங்கிகளில் பட்டியலாகவே ஒட்டப்படும். முந்தையவர்களை வேளாண் பெருங்குடி மக்கள் என்று சொல்வது தமிழ் மரபு. பிந்தையவர்கள் குடியானவர்கள் என்று அழைக்கப் படுவார்கள். அவர்கள் இறந்த காலத்தில் குறிப்பிடப்படுவது கவனிக்கத்தக்கது.

விவசாயம் செய்தல் என்பது சமீபகாலமாக அரசாங்கம் பயன் படுத்திவரும் சொல்லாட்சி. நெடுங்காலமாக உழல்தல் என்ற சொல்லே பயன்படுத்தப்பட்டது என்பதை 'சுழன்றும் ஏர்ப்பின்னது உலகம், அதனால் உழன்றும் உழவே தலை' என்ற குறளால் அறிகிறோம். விவசாயியைப் பார்த்து 'நிலமென்னும் நல்லாள் நகும்' என்றும் குறள் குறிப்பிடுகிறது. உழவர்கள் அக்காலத்திலேயே கணக்கு பார்க்கும் கெட்ட வழக்கத்தையும்கொண்டிருந்தார்கள் என்பதை 'உழுதவன் கணக்கு பார்த்தால் உழக்கோலும் மிஞ்சாது' என்ற பழமொழியில் இருந்து அறிகிறோம்.

ஆய்வாளர் அ.கா. பெருமாள் அவர்கள் அக்கால நாஞ்சில்நாட்டு உழவர்கள் உழவு முடிந்து களையெடுப்புக்காக செலவுக்கு உழக்கோலையும் அடமானம் வைக்கும் வழக்கம் இருந்தமைக்கு இந்தப் பழமொழியை ஆதாரமாகக் காட்டுகிறார்.

வேளாண்குடிமக்கள் பொதுவாகப் பொறுமையாக இருப்பது அவசியம். பொறுத்தார் பூமியுழுவார் என்ற பழமொழி இதையே சொல்கிறது. இந்தப் பழமொழிக்கு பாடபேதங்களும் உண்டு. எங்கும் இவர்கள் தங்கள் தனியடையாளத்துடன் திகழ்தல் வேண்டும். ஆகவே பெரிய முண்டாசு இவர்களின் இயல்பாக உள்ளது. முண்டாசு இல்லாதவர்களுக்கு சில வங்கிகள் லோன் அளிப்பதில்லை. கை இல்லாத பனியன் சட்டை, காமராஜர் சட்டை போன்றவற்றையும் மேல்துண்டையும் அணிதல் பெரு விவசாயிகளின் அடையாளம். இவர்கள் பொதுவாக அடர்ந்த தொங்குமீசையுடனும் காணப்படுவார்கள்.

விவசாயிகளுக்கு உதவி அவர்களைத் திறம்பட வேளாண்மை செய்ய வைக்கும்பொருட்டு நம் அரசு வேளாண் விஞ்ஞானிகளை உருவாக்குகிறது. இவர்கள் மண்ணில் எதையெல்லாம்

போடவேண்டும் என்று முதலிலும் அவற்றையெல்லாம் ஏன் போடக்கூடாது என்று பின்னரும் விவசாயிகளுக்குத் தெளிவாக விளக்கும் திறன் கொண்டவர்கள். கோரைப்புல்குளத்தைக் கண்டு 'இத்தனை செழிப்பாக வளர்ந்த நெல்லுக்கு என்ன அடியுரம் போட்டீர்கள்' என்று கேட்கும் இளைஞனை அல்லது இளைஞியை வேளாண் அறிவியலாளர் என்று உடனே உணர்ந்து விவசாயிகள் மரியாதை அளிப்பார்கள்.

வேளாண் அறிவியலாளர் விவசாயிகளை அறிவிலிகளாக நடத்த வேண்டும். அறிவு என்றால் ஆங்கிலம். உழவை மிக்ஸ் என்றும் மறு உழவை ரீமிக்ஸ் என்றும் இவர்கள் சொல்வதை விவசாயிகள் மகிழ்ந்து நோக்குவதுண்டு. இச்சொற்களை வானொலியில் சொல்லும்போது பதிலுக்கு இன்னும் சிக்கலான தமிழ்ச் சொற்களைப் பயன்படுத்தவும் வேளாண் அறிவியலாளர்கள் பயின்றிருக்கிறார்கள். விவசாயிகள் பொதுவாக சற்றே அவசர வேலைகள் உள்ளவர்களாதலால் நீண்ட பெயர்களை வசதியாகச் சுருக்கிக் கொள்வதுண்டு. பயிற்சி வழி தொடர்புத் திட்டம் என்பது தொடப்பு என்றும் ஊரக வளர்ச்சி முகமை என்பது 'மொகம்' என்றும் சுருங்கியதை ஏற்றுக்கொண்ட வேளாண் அறிவியல் மணிகள் 'அசோஸ் பைரில்லம்' என்பது 'அசோக்குப்பய' என்று ஆனதை ஏற்க சற்றே திணறினார்கள்.

நம் நாட்டில் விவசாயிகளுக்கு தொலைக்காட்சி, வானொலி முதலியவற்றின் மூலம் தாய்வரம் தந்தவரம் தாவரம் போன்ற கருத்துகள் புகட்டப்படுகின்றன. வேளாண்நிபுணர்கள் தொலைக் காட்சிகளில் வந்து சரிந்து அமர்ந்துகொண்டு 'இப்ப நீங்க ஆக்சுவலா எனிடைம் ஆஸ் யுவர் கன்வீனியன்ஸ் இதைச்செய்யலாம். சப்போஸ் அட் எ கிவன் டைம் இது சரியா வர்க் ஆகலீன்னாக்கூட நீங்க பானிக் ஆகாம அதுக்குண்டான ரெமிடீஸை நீங்களே செஞ்சுக்கலாம். எண்டோசல்பேன் எப்டி கெமிக்கல்லா ரியாக்ட் பண்ணுதுன்னாக்கா எண்டமாலஜியிலே இதுக்கு நாங்க... ஆக்சுவலா இதை நாம வேற ஒரு ஆங்கிள்லயும் பாக்கலாம். சொல்லப்போனா ஆல் தீஸ் ஆர் ஜஸ்ட் ஃபஸ்ட் ஹாண்ட் ஆக்டிவிடீஸ்... அல்டிமேட்லி அவர் பர்ப்பஸ் என்னன்னாக்க...' என்ற வகையில் சொல்லும் சிந்தனைகளை அவர்கள் போதிய அளவில் கூர்ந்து கவனிப்பதில்லை என்று வியன்னாவை மையமாக்கி ஆய்வுநடத்தும் வேளாண் ஆய்வு அமைப்பு தன்னுடைய அரசு சாரா அமைப்புகள் மூலம் கண்டறிந்துள்ளதாக அந்த அரசுசாரா அமைப்புகளே வெளியிட்ட தகவல்கள் தெரிவிக்கின்றன.

இன்றைய விவசாயிகள் நுண்ணுயிரி உரம் போன்றவற்றைப் பயன்படுத்தி விவசாயம் செய்வதை மூத்த விவசாயிகள் ஏற்பதில்லை. இம்முறை தங்கள் பாரம்பரியத்துக்கு எதிரானது என்றும் இவற்றால் நிலவளம் குறைந்து எல்லாமே குட்டிச்சுவராகப் போய்விடும் என்றும் இவர்கள் கருதுகிறார்கள். ஆனால் இளைய விவசாயிகள் இதெல்லாம் மூத்து நரைத்த பழமைவாதிகளின் பிலாக்கணம் என்றும் விஞ்ஞானம் முன்னோக்கித்தான் செல்லும் என்றும் சொல்கிறார்கள். மரபுவாதிகளான முதியவர்கள் தங்கள் இளமைக்காலத்தில் யூரியா, அம்மோனியம் சல்பேட் போன்ற வற்றைப் பயன்படுத்தி எப்படி மண்ணைப் பொன்னாக்கினோம் என்றும் அக்காலத்தில் மழையும் மும்மாரிப் பெய்தது என்றும் குலதெய்வங்களும் சந்தோஷமாக இருந்தன என்றும் வெத்திலை பாக்குக் கடைகளில் அமர்ந்து பேசி மறுகுகிறார்கள்.

வேளாண்பொருட்களுக்கு உரிய விலை கிடைக்கவேண்டும் என்பது நம் இந்திய அரசின் கொள்கை. தொல்துறையிலும் வணிகத் துறையிலும் உள்ள கடைசிகட்ட ஊதியமாவது விவசாயிகளுக்குக் கிடைக்கவேண்டும் என நம் அரசு வகுத்துள்ளது. ஆகவே, ஒரு மூட்டை கத்தரிக்காயின் விலை அதை சந்தையில் சுமந்துகொண்டு வைக்கும் தொழில்துறை கடைநிலை உழைப்பாளியின் ஊதியத்தின் அளவுக்கும் அதில் ஒரு கிலோவை விற்கும் சிறுவணிகரின் லாபம் அளவுக்கும் இருக்கவேண்டும் என்று வகுத்துள்ளது. இந்த நிலை எதிர்காலத்தில் உருவாவதற்கு அரசு ஆவன செய்யும் என்று அறிவிக்கப்பட்டிருக்கிறது.

நூறு மாங்காயின் உற்பத்திச்செலவில் இருந்து நூறுமாங்காய்க்கான சுமைகூலி போக்குவரத்துச்செலவு ஆகியவற்றையும் நூறு மாங்காய்க்கான வணிக லாபத்தையும் கழித்தால் வருவது ஒரு மாங்காயின் சந்தைவிலை. ஆகவே ஒரு மாங்காயின் சந்தைவிலை என்பது அதை உற்பத்திசெய்த விவசாயிக்கு ஒரு மாங்காயில் கிடைக்கும் விலையின் நூறுமடங்காகும் என்பதே இதன் சூத்திரமாகும். இந்த சூத்திரம் சிக்கலாக இருப்பதாக எண்ணுபவர்கள் வேளாண்மைசெய்யத்தான் லாயக்கு.

விவசாயிகள் வணிகர்களால் கொள்முதல் பண்ணப்படுவதில் அநீதிகள் உள்ளன என்பது அரசால் அடையாளம் காணப் பட்டிருக்கிறது. கரும்பு காய்ந்து சுள்ளியான பிறகும் மரவள்ளி முற்றி வேரான பிறகும் நெல் சரிந்து முளைத்தபின்னரும் கொள் முதல்செய்வதென்பது இந்தியாவில் வழக்கமாக இருக்கிறது. இதன்மூலம் தேசிய இழப்புகள் ஏற்படுவதனால் சம்பந்தப்பட்ட தொழிற்சாலைகளுக்கு இழப்பீடு அளிக்கப்படும் என்று அரசு அறிவித்திருக்கிறது.

விவசாயத்துக்கு மேலே விவசாயிகளுக்குப் பல தேசியக் கடமைகள் இருக்கின்றன. முதலில் அவர்கள் நம் தேசத்தின் சொத்துகள். அடமானம் வைக்க அவர்கள்தான் இருக்கிறார்கள். தேசிய ஒருமைப்பாடு, ஊரக வளர்ச்சி முதலியவற்றை அவர்கள்தான் செய்யவேண்டும். சுற்றுச்சூழலைப் பாதுகாக்கும் கடமையும் அவர்களுக்கு உண்டு. இதைத்தவிர அவர்கள் நேரம் கிடைத்தால் நாட்டின் எதிர்காலத்தையும் தீர்மானிக்க வேண்டும்.

விவசாயிகள் இந்தக் கடமைகளை உணராமல் தற்கொலை செய்துகொள்வது ஆபத்தான போக்கு என்று பிரதமர் கருத்து தெரிவித்தார். தற்கொலை செய்ய எண்ணமுடைய விவசாயிகள் ஏன் ராணுவத்தில் சேர்ந்து காஷ்மீருக்கும் மேற்குவங்காளத்துக்கும் சென்று நாட்டுக்காக அதைச் செய்யக்கூடாது என்று அவர் உணர்ச்சிகரமாகக் கேட்டார். எதிர்காலத்தில் விவசாயிகளின் கடன் மனுக்கள்மேல் அவர்கள் தற்கொலை செய்துகொள்ளமாட்டார்கள் என்ற உறுதிமொழி வாங்கப்படும் என்றும் அதை மீறும் பட்சத்தில் கடுமையான நடவடிக்கைகள் மேற்கொள்ளப்படும் என்றும் வங்கி ஆலோசனைக்குழு தெரிவித்தது.

தற்கொலை செய்துகொள்ளும் விவசாயிகள் தங்கள் மாடுகள், நாய்கள், மனைவிகள் போன்ற வாயில்லாப்பிராணிகளையும் சேர்த்தே கொல்ல முனைவதை மேனகா காந்தி கடுமையாகக் கண்டித்தார். விவசாயிகள் தற்கொலைசெய்வதன் மூலம் அநாதையாகும் அவர்களின் நாய்களை உரியமுறையில் பாதுகாக்க நடவடிக்கை எடுக்கப்படவேண்டும் என அவர் வலியுறுத்தினார். கடந்த நான்குவருடங்களில் ஆயிரம் விவசாயிகள் தங்கள் பூச்சிமருந்தைக் குடித்து உயிரிழந்திருப்பதே தங்கள் மருந்து பயனற்றது என்ற குற்றச்சாட்டுக்கு பதில் என 'போயர் ஆண்ட் மேயர்' நிறுவனம் தெரிவித்தது.

'தேவைக்குமேல் உற்பத்தியைப் பெருக்குவதில் முனைந்து நிற்கும் ஒரே உற்பத்தியாளர்' என்று நிபுணர்களால் வரையறை செய்யப் பட்டுள்ள விவசாயிகள் பொதுவாகக் கூட்டம் கூட்டமாக கிராமங்களில் வாழ்கிறார்கள். குலசாமிக்குப் பொங்கல் போடுவது, வாரம்தோறும் சந்தை, சாதிக் கலவரம் போன்ற கலாசார நடவடிக்கைகளில் இவர்கள் ஈடுபடுகிறார்கள். தேர்தல்களில் இவர்கள் வாக்களிக்க வைக்கப்படுகிறார்கள். சமீப கால ஆய்வுகளின்படி ஒவ்வொரு தேர்தலுக்குப் பின்னரும் இவர்களின் மொழிவளம் அதிகரிக்கிறது என்பது கண்டடையப்பட்டிருக்கிறது. பணப்புழக்கம், பற்றாக்குறை, பொருளாதார இறுக்கம், அகவிலை போன்ற சொற்களை இவர்கள் இவ்வாறுதான் கற்றுக் கொள்கிறார்கள்.

அவற்றை அவர்கள் தங்களுக்கே உரிய முறையில் பயன்படுத்துகிறார்கள். 'இப்ப யூரியா இல்லைன்னா ஒரு மாதிரி பற்றாக்குறை ஆயிடுதுங்க... வரப்பிலே புல்லு ஏறி ஒரு பொருளாதார இறுக்கம் ஆயிடுதுங்க பாத்தேளா? அப்பம் அருகு வெட்டல்லேன்னாக்க நஷ்டம் வந்துபோடும்... அததுக்கு அததுக்குண்டான அகவெலை இருக்கில்லா?' என்று இவர்கள் நவீனச் சொல்லாடல்களுக்குள் வந்து சேர்கிறார்கள். இவர்களின் சமூகப் பயன்பாடு பன்முகம் கொண்டதாகும். இவர்களின் குடிசைகளில் தலைவர்கள் தொலைக்காட்சி கேமரா முன் தூங்குகிறார்கள். கயிற்றுக்கட்டிலில் அமர்ந்துகொண்டு பச்சை வெங்காயத்துடன் சப்பாத்தியும் சாப்பிடப் படுகிறது. இவர்கள் ஆடும் நடனங்களில் அமெரிக்க ஜனாதிபதியின் மனைவிகூட ஆடிவிட்டு வண்டர்ஃபுல் என்று சொல்வதுண்டு.

நவீன வேளாண் அறிவியல் முரணியக்கத்தையே வேளாண்மைக் கான அடிப்படை விதியாகக்கொண்டிருக்கிறது. அதாவது மண் ஒரு சக்தி. இதற்கு நேர் எதிரான சக்தி உரம். உரம் மண்ணை அழிக்கப் போராடும்போது மண் உரத்தை உறிஞ்சி அழிக்க முனைகிறது. பயிர் மண்ணுக்கு எதிரான சக்தி. ஏனென்றால் அது மண்ணுக்கு எதிராகவே வளர்கிறது. ஆகவே உரமும் பயிரும் நட்பு சக்திகள். பயிருக்கு பூச்சி எதிர் சக்தி. ஆகவே பூச்சிக்கு மண் நட்பு சக்தி. பூச்சிமருந்துக்கு பூச்சி எதிர் சக்தி. ஆகவே பூச்சி மருந்து பயிருக்கு நட்பு சக்தி. ஆகவே அது மண்ணுக்கு எதிர்சக்தியாகவே இருக்க முடியும்.

மொத்தத்தில் இவ்வாறு நிகழும் வேளாண்மை என்னும் செயல் பாட்டுக்கு எதிர் சக்தியாக விவசாயி இருக்கிறான். விவசாயிக்கு எதிர் சக்தியாக வியாபாரி இருக்கிறார். வியாபாரிக்கு எதிர் சக்தியாக நுகர்வோர் இருக்கிறார். நுகர்வோருக்கு எதிர் சக்தியாக அரசாங்கம் காணப்படுகிறது. ஆகவே அது விவசாயிக்கு எதிராகவே இருக்க முடியும். அதே சமயம் அது மண்ணுக்கு ஆதரவானது. எனவே அது பூச்சிகளுக்கும் ஆதரவானது. இந்த எளிமையான வாய்ப்பாட்டை மிச்சிகன் பல்கலைக்கழக பேராசிரியர் ஸ்டுவர்ட் மேட்வண்டர் உருவாக்கி இந்திய சிந்தனையாளர்களான எஸ்.ஆர். ரங்கசாமி மற்றும் அழ. தமிழழகன் ஆகியோர் அதை இந்து நடுப்பக்கக் கட்டுரைகளிலும் ரூபா அன் கோ பேப்பர்பேக் நூல்களிலும் விளக்கியிருக்கிறார்கள். இதன் அடிப்படையில் மத்திய அரசு தன்னுடைய வேளாண்கோட்பாடுகளை உலகவங்கி உதவியுடன் உருவாக்கி வருகிறது.

நம்முடைய நாட்டில் விவசாயிகளின் எதிர்காலம் பிரகாசமாகவே இருக்கிறது. அவர்களின் நிலைமை நாளுக்குநாள் மேம்பட்டு

வருகிறது. தொண்ணூறுகளில் தற்கொலை செய்துகொண்ட விவசாயிகளுக்குத் தலா ஐம்பதாயிரம் ரூபாய்தான் அளிக்கப் பட்டது. இப்போது அது ஐந்து லட்சமாக ஆகியிருக்கிறது. வரும் காலத்தில் தற்கொலை செய்துகொண்ட விவசாயிகளுக்காக அவர்களின் வருவாய்க் கோட்ட அலுவலகத்தில் தேசியக்கொடி அரைக்கம்பத்தில் பறக்கவிடப்படும் என்று அரசு அறிவிக்க விருக்கிறது.

- ஜூலை 29, 2012

82

பயணக்கட்டுரை

பயணம் சென்ற அல்லது செல்லாத ஒருவர் அப்பயணத்தில் நிகழ்ந்த அல்லது நிகழ்ந்ததாக அவர் எண்ணுகிற அல்லது அப்படி சொல்ல விரும்புகிற அனுபவங்களை எழுதுவது பயணக்கட்டுரை என்று சொல்லப்படுகிறது. பயணக்கதை என்றும் சொல்லப் படுவதுண்டு. இரண்டுக்கும் அதிக வேறுபாடு இல்லை.

பயணக்கதைகள் தமிழகத்தில் ராணுவ வீரர்களினால் உருவாக்கப் பட்டவை என்பதற்கான கல்வெட்டு ஆதாரம் உள்ளது என்று ஆய்வாளர்கள் சொல்கிறார்கள். தமிழர்கள் அதிகமாக ஊர்விட்டு ஊர் சென்றது பட்டாளத்துக்குத்தான். போன இடத்தில் என்ன செய்தாலும் வந்த இடத்தில் அனுபவங்கள் பெருகுவதென்பது மானுட இயல்பே. மேலும் ராணுவம் என்பது ஒரு ஒற்றைப்பெரும் அமைப்பு. அதில் உள்ள ஒருவரின் அனுபவம் என்பது அனைவருடைய அனுபவம் அல்லவா?

ஆகவே, பொதுவாக ராணுவத்துக்குப் போய்வந்த அனைவருமே 'எழுவத்தெட்டிலே நான் சியாச்சினிலே இருந்தப்ப இப்டித்தான்...' என்று ஆரம்பிப்பது மரபாக உள்ளது. சியாச்சின் என்பது ராணுவ வீரர்கள் அன்றாடம் சென்றுவரும் கொல்லைப்பக்கம் என்ற நம்பிக்கையே நம் நாட்டில் பரவலாக கிராமப்புறங்களில் நிலவியது. 'சியாச்சினிலே எல்லாம் ஒண்ணுக்கடிச்சா மூத்திரம் அப்டியே பனிக்கம்பியாட்டு வளைஞ்சு நிக்கும்லா?'

'பொறவு?'

'அப்டியே நுனிய ஒடிச்சுவிட்டுட்டு வந்துட்டே இருப்போம்ல?'

எச்சில் துப்பி அந்தப் பனியுருளையைப் பயன்படுத்தி கோலி விளையாடுவது சியாச்சினிலே சாதாரணம். ஏன் ஒரு சர்தார்ஜி அப்புக்குட்டன் அண்ணனின் தலையில் தேங்காயெண்ணெயை எடுத்து அடிக்க அவருக்கு ரத்தக்காயம் ஏற்பட்டுத் தழும்பாகி விட்டது. 'எண்ணெய்க் குப்பியயா எடுத்து அடிச்சான் பாவி?'

'லே மயிராண்டி, வெறும் எண்ணெயைலே... சியாச்சின்னுன்னா பின்ன என்னான்னு நெனைக்கே? தேங்காயெண்ணெய் குளுந்து கல்லாட்டு கெடக்கும்லா?'

பயணக்கட்டுரைகளின் இரண்டாவது ஊற்றுமூலம் என்பது தீர்த்த யாத்திரைகள். தமிழர்கள் வீட்டைவிட்டு வெளியே கிளம்பவேண்டு மென்றால் மூதாதையர் எதையாவது சாமிக்கு வேண்டித்தொலைத் திருக்கவேண்டும். பயணம் போவதற்கென்றே 'எப்பா பழனி யாண்டவா இந்தபெயலுக்கு சொறி குணமானா உனக்கு இவனைக் கொண்டு ஒரு மொட்டையெ போட்டுவிட்டுருதேன்பா' என்று கூப்பாடு போடும் பாட்டிகள் நம் நாட்டில் அனேகம். போய் வந்தால் போன கதையைக் கேட்க அண்டை அசல் வந்து கூடும்.

'யக்கா என்னாத்த சொல்ல போங்க... இந்தால நிக்கு ஒளுகிணசேரி வண்டி. அதைப் பிடிக்கதுக்கு என்னா பாடுங்குதீய? கூட்டமானா கூட்டம் அம்புட்டு கூட்டம். ஒருத்தி நிக்கா பட்டும் பவிசுமாட்டு... அவா மொகத்திலே மாவு மாதிரில்லா பவுடரு போட்டிருக்கா... மூளியலங்காரி...' என ஆரம்பித்துப் பயணத்தின் நுணுக்கமான தகவல்கள் அடங்கிய பயணக்கதைகளில் கண்டிப்பாக அற்புத அம்சம் உண்டு ' ...உன்னாணை அக்கா உள்ள போயி நிண்ணேன் பாரு பழனியாண்டவன் என்னைய பாத்து சிரிச்சு, வந்தியா குட்டீ வாடீன்னு சொல்லுகதை என் கண்ணால கண்டேன்... இனி இந்த சென்மத்துக்கு போரும்...' என்று முந்தானையால் முகத்தைத் துடைத்துக் கொள்வதுண்டு. கதை கேட்பவர் கிளம்பிச் செல்லும் போது 'எளவு பூசாரி கண்ணைக் காட்டினத பாத்துப்போட்டுவந்து பளனியாண்டவன் கண்ணடிச்சான்னு கதை விடுகா... எங்க போனாலும் சவத்து மூதிக்கு கண்ணை காட்டுத சோலிதான்லா...' என்று மனதுக்குள் பினாத்தியபடி செல்வார்.

பயணக்கட்டுரைகள் பின்னர் அச்சிதழ்களில் வளர்ச்சி பெற்றன. மேலே சொன்ன இரு வகைகளும் இரு மாதிரிகளாக ஆகின. முதல்வகையை மணியன் என்பவர் தமிழில் பிரபலப்படுத்தினார்.

இரண்டாவது வகை தொ.மு.பாஸ்கர தொண்டைமான் மற்றும் பரணீதரன் ஆகியோர் வழியாகப் பிரபலம் அடைந்தது.

முதல்வகை ஆச்சரியங்களும் திடுக்கிடும் திருப்பங்களும் நிறைந்தது. 'அலாஸ்காவிலே ஐஸ்கிரீம் செய்வதில்லை. முற்றத்தில் ஒரு டம்ளரில் சீனி போட்டு வைத்துவிடுகிறார்கள். எடுத்து சாப்பிட வேண்டியதுதான்' என்பது போன்ற வரலாற்றுத் தகவல்கள். 'அண்டார்டிகாவில் பெங்குயின்களைப் பழக்கி வீட்டு வேலைக்கு வைத்திருக்கிறார்களாம்' போன்ற ஆம்கள் ஆச்சரியத்தை அளிக்காமல் போகுமா என்ன. 'வக்காலி, இங்க பார்லே' என்று கிராமத்தில் வியப்பொலிகள் கிளம்பும்.

உணவும் உடையும் இவ்வகைக் கட்டுரைகளில் சிறப்பாகப் பேசப்படவேண்டும். அதாவது உணவின் பெருக்கமும் உடையின் சுருக்கமும். 'சிங்கப்பூரில் நண்டின் அருகே ஒரு மீனைக்கொண்டு செல்கிறார்கள். நண்டு மீனைத் தன் கால்களால் பிடித்ததும் இரண்டையும் சேர்த்து அவ்வாறே பொரித்துவிடுகிறார்கள். இது நண்டு மீன் என்று அங்கே பிரபலம்' என்றவகை குறிப்பு ஒருபக்கம் என்றால் 'கஜகஸ்தானில் ஒரே ஒரு மாமிக்கு மட்டும்தான் தயிர்சாதம் செய்யத் தெரியும். அந்த மாமியை என் நண்பர் டெலெக்ஸில் தொடர்புகொண்டபோது அவர் தாஜிஸ்தானில் இருந்து ரயிலில் வந்துகொண்டிருப்பதாகத் தகவல் கிடைத்தது. நாங்கள் காரில் கிளம்பி கஜகஸ்தானுக்குச் சென்றபோது சித்ராமாமி தயிர் சாதத்தைக் கிளறிக்கொண்டிருந்தார். மணம் மூக்கை நிறைத்தது. ஆ களக்!' என்றவகை எழுத்துக்கு திருவல்லிக்கேணி-மயிலாப்பூர் -ஆழ்வார் பேட்டை வட்டாரங்களில் தனி மதிப்பு உண்டு.

பக்திச் சுற்றுலா என்பது இருவகை. பெரும்பாலான தமிழ்க் கோயில்கள் ஒரேவகையானவை என்பதனால் ஒரு பானைச் சோற்றுக்கு ஒரு சோறு பதம். ஆகவே 'கோபுரத்தை தாண்டிச் சென்றதுமே கன்னி மூலை கணபதி அமர்ந்திருந்தார். அவருக்கு ஒரு கும்பிடு போட்டுவிட்டு நேராக செம்புக் காப்பு போடப்பட்ட கொடிமரத்துக்கு வந்து சாஷ்டாங்கமாக விழுந்து வணங்கினோம். கொடிமரத்துக்கு அப்பால் விரிந்த முகமண்டபம். அந்த மண்டபத்து சிலைகள் மிக அற்புதமானவை…' என எந்தக் கோயிலைப்பற்றியும் எழுதிவிடமுடியும்.

எந்தக் கோயிலும் அர்ச்சகர் (பெயர்கூட அநேகமாக சாமா, சம்பு என்றுதான் இருக்கும்) கிட்டத்தட்ட ஒரே கதையைத்தான் சொல்வார். அநேகமாக ஏடாகூடம் நிறைந்த கதை. 'ஒருமுறை நாரதருக்கு முதுகில் நமைச்சல் ஏற்பட்டபோது இதற்கு என்ன

பரிகாரம் செய்யலாமென அவர் பராசரரிடம் கேட்க 'எந்த ஊரில் சிவபெருமான் நமைச்சல் தீர்த்த நாயகனாக அமர்ந்திருக்கிறாரோ அங்கே போய் அங்குள்ள வில்வமரத்தில் முதுகைத் தேய்த்தால் போதும்' என்று சொல்ல அவர் இந்தத் தலத்துக்கு வந்தாராம். அதற்கேற்ப இங்கே வில்வத்தில் முள் இருந்ததை நாங்களே கண்ணால் பார்த்தோம். மேலும் அந்த வில்வ மரத்தடி தேய்ந்து போயிருந்தது' போன்ற கதைகள். கூடவே அல்லிக்கேணி அகன்றறியா அய்யர்கள் அப்பாவித்தனமாக 'இந்தத் தலத்தில் உள்ள யானைக்கு சிலசமயம் ஐந்தாவது கால் ஒன்று இருப்பதையும் கண்டோம்' என்று அற்புதப்படுவதும் உண்டு.

இரண்டாவது வகை எழுத்தில் சகஜமாக எழுதுவதற்காக மாமாத்தன மான நகைச்சுவைகள் பரிமாறப்படுவதுண்டு. 'என்ன ஓய், கும்பகோணம் போனா கும்பம் கரைஞ்சிடும்கிறாளே நெஜம்மா' என்றார் நண்பர். 'அதெப்டி சொல்றீர்' என்றேன் நான். அப்டித்தான் ஓய்... என்றார் அவர். எப்டி சொல்லுமேன் என்றேன். அவர் எதைச் சொல்றது போங்கோ என்றார். 'சொல்லும் ஓய் பிகு பண்ணாமல்' என்றேன். அவர் உடனே ஒருவாய் பாக்கைக் கடித்துவிட்டு சொல்ல ஆரம்பித்தார்...' என்று எடுப்பது பொதுவான வழக்கம்.

முதல்வகைக் கதைகள் சரசமாக அமைய ஒரு நண்பர் தேவை. இவர் அப்பாவியாக, குடிகாரராக அல்லது அதிஜாக்ரதைக்காரராக இருப்பார். அப்படியானால் அவர் கண்டிப்பாக இல்லா ஆள்தான் என நாமே ஊகிக்கலாம். 'நண்பர் பாஸ்போர்ட்டை எடுத்துக் கடலிலே போடப்போனார். அடாடா ஏன்யா என்றோம். 'இங்கே பாஸ் தெ போர்ட் அன் தென் டு சீ என்று போட்டிருக்கிறதே' என்றார்' என்பது போன்ற நகைச்சுவைகள் விழுந்து விழுந்து சிரிக்க வைப்பவை.

'ஏர்போர்ட்டிலே இறங்கியதுமே மாமா 'அமெரிக்கால்லாம் கம்யூனிச நாடா என்ன? எல்லா இடத்திலேயும் அரிவாள்னு எழுதி வச்சிருக்கே' என்றார். 'அய்யோ மாமா அது அரைவல் என்று சொன்னோம்.'

திடுக்கிடும் திருப்பங்கள்! 'அந்த ஏழடி உயரமான நீக்ரோ கருப்பர் எங்களை நோக்கி வந்தார். அவரது வருகையே ஏதோ விபரீதம் நிகழப்போகிறது என்பதை எனக்கு உணர்த்தியது. நான் சப்தநாடியும் ஒடுங்கிப்போனேன் - தொடரும்' என்று முடித்து அடுத்த இதழிலே 'அந்தக் கருப்பர் என்னிடம் 'எக்ஸ்யூச் மி வேர் கேன் ஐ கெட் எ கப் ஆஃப் பீர்?' என்று கேட்டார். நாங்கள் பப்பைச் சுட்டிக்காட்டியதும் 'தேங்க் யூ பிரதர்' என்று சொல்லிவிட்டுச் சென்றார்' என்று

முடிக்கும்போது ஒரு வாரமாகக் கூச்செறிந்து நின்ற தலைமயிர் சமநிலைக்கு வருகிறது.

இந்தப் பயணக்கட்டுரைகள் இப்போது ஆழமான தத்துவ விசாரங்களுடன் தனிக்கட்டுரைத் தொடர் வடிவம்கொண்டிருப்பதை இங்கே சுட்டிக்காட்டியாகவேண்டும். ‘படுகாப்பூரில் தெருக்களில் அலைந்துகொண்டிருந்தபோது ஒரு யானையின் பிடரி எலும்பைக் கண்டடைந்தேன். அந்த எலும்பைத் தூக்கிக்கொண்டு தெருக்களில் அலைந்துகொண்டிருந்தபோது இந்த யானை எத்தனை பேரைத் தன் மத்தகத்தில் ஏற்றியிருக்கும் இப்போது இதன் மத்தகத்தை நான் ஏற்றிக்கொண்டு அலைகிறேனே என்று எண்ணிக் கண்கலங்கினேன்’ என்று எழுதலாம். யானை எலும்பைக் கண்டு அந்த ஊரில் போக்குவரத்து ஸ்தம்பிக்கவில்லை என்பதைச் சொல்ல வேண்டியதில்லை.

பொதுவாக இவ்வகைக் கட்டுரைகளில் சற்றே ஞானக்கசிவு இருந்துகொண்டிருக்கும். ‘ஓடிக்கொண்டிருக்கும் ஆற்றைப் பார்த்த போது இந்த ஆறு இப்படியே எத்தனை காலம் ஓடிக்கொண்டிருக்கிறது இன்னும் எத்தனை காலம் ஓடும் என்ற எண்ணம் ஏற்பட்டது. ஆறுபோலத்தான் நாமும் ஓடிக்கொண்டிருக்கிறோம் இல்லையா?’ என்று முடிக்கும்போது கவித்துவம் உருவாகிறது.

பயணக் கட்டுரைகள் வந்துகொண்டுதான் இருக்கும். இதில் ஆகப் பெரிய சிக்கல் என்னவென்றால் அமெரிக்கா ஆஸ்திரேலியா போன்ற நாடுகளில் ஆன்மிக எழுத்தாளர்கள் பயணம்செய்யும்போதுகூடவே அவரை அழைத்தவர்களும் வந்துகொண்டே இருப்பதுதான். இதனால் கட்டுரைகளில் சுவைக்காக பெருங்காயம், வெந்தயம் போன்றவை சேர்க்க முடியாத நிலை ஏற்படுகிறது. இந்த வேண்டாத சாட்சிகளைக் களைய பதிப்பகத்தார் ஆவன செய்தால் ஆன்மிக பயணக்கட்டுரை இலக்கியம் மேலும் தழைக்க வாய்ப்புள்ளது.

- ஜூலை 25, 2012

83

காந்தி (அல்லது வெற்றிகரமாகச் சுடப்படுவது எப்படி?)

அரசாங்க ஆவணங்களில் மகாத்மா என்றும் மற்றவர்களால் மோகன்தாஸ் என்றும் அழைக்கப்படும் காந்தி பிற்பாடுவந்த பல காந்திகளில் காந்தி அல்லாதவர்களை வடிகட்டிவிட்டால் எஞ்சுபவர். வாசிக்கும் பழக்கம் இல்லாதவராதலால் இவர் ஏராளமாக எழுதி சிந்தனையாளராக ஆனார். இந்தியாவுக்குச் சுதந்திரம் பெறுவதற்காக முப்பதாண்டு காலம் பலவகையிலும் போராடி சம்பந்தமில்லாத வேறு ஒருவகை சுதந்திரத்தைப் பெற்று சம்பந்தமில்லாதவர்களின் கையில் கொடுத்தமையால் இவரை தேசப்பிதா என்றும் அழைக்கிறார்கள்.

இவர் தேசிய விடுமுறைநாளான அக்டோபர் இரண்டாம் தேதியன்று குஜராத்தில் போர்பந்தர் ஊரில் ஒரு பனியா குடும்பத்தில் 1822ல் பிறக்க நேர்ந்தது. இவர்களின் குடும்பத்தில் சமணத் தாக்கம் இருந்தமையால் சின்ன வயதில் இவர் யாரோ சமணத்துறவியைச் சாகும்நிலையில் கண்டதாகவும் அவர் மிகவும் கஷ்டப்படுவதனால் அவர் மகாத்மாதான் என்று சொல்லிக் கேள்விப்பட்டதாகவும் அன்றிலிருந்து அவர் தானும் ஒரு மகாத்மாவாக ஆவதற்காக மிஞ்சின வாழ்நாள் முழுக்க அல்லும்பகலும் பாடுபட்டதாகவும் தெரியவருகிறது.

சிறுவயதில் இவர் அதற்கான பரிசோதனைகளை ஆரம்பித்து விட்டார். கெட்டில் என்ற சொல்லை தப்பாக எழுதி காதைப்பிடித்து திருகும் கலையில் வல்லவரான ஆசிரியரிடம் சிலேட்டைக் காட்டியது இவர் செய்த முதல் சோதனை. வேகாத ஆட்டிறைச்சியைத் தின்று அஜீரணத்தில் சிரமப்பட்டிருக்கிறார். மனைவிக்கு எழுத்தறிவித்தல்கூட சிறந்த வழிதான் என்று உணர்ந்தாலும் அதை இவரால் அதிக நாள் நீட்டிக்க முடியவில்லை. கல்விக்கும் மகாத்மாக்களுக்கும் நேரடித் தொடர்பு இல்லை.

அதன்பின்னர்தான் லண்டன் தன் சோதனைகளுக்கு மிகச் சிறந்த ஊர் என்று கேள்விப்பட்டு கிளம்பிச்சென்றார். லண்டனின் கடும் குளிரில் இவர் தினமும் காலையில் கொஞ்சம் கொஞ்சமாக மகாத்மாவாக மாறுவதை உணர்ந்துகொண்டிருந்தார். அதற்கேற்ப இவரது அன்னையிடம் கிளம்பும்போதே இரு சத்தியங்களை அளித்திருந்தார். மாமிச உணவைத் தொடுவதில்லை என்பது முதல் சத்தியம். இது இவர் மகாத்மாவாக ஆவதற்காக. பிறபெண்டிரைத் தீண்டுவதில்லை என்பது இரண்டாவது சத்தியம், இது அவர்களும் மகாத்மாக்களாக ஆவதைத் தடுப்பதற்காக.

லண்டனில் இவர் சைவ உணவுகளில் ஆராய்ச்சிகள் செய்தார். உணவை எந்த அளவுக்கு சகிக்க முடியாததாகச் செய்கிறோமோ அந்த அளவுக்கு அது ஆன்ம விடுதலையை அளிக்கிறது என்று இவர் கண்டுபிடித்தார். '1/உணவின்சுவை = ஆன்மிக விடுதலை' என்ற இவரது தேற்றம் காந்தித்தேற்றம் எனப்படுகிறது. இது பின்னர் ரயில்வே கேண்டீன்களின் விதியாக அமைச்சகத்தால் அங்கீகரிக்கப் பட்டது.

பலவகையான சோதனைகளுக்குப் பின்னர் 'மகாத்மா இன் மேக்கிங்' ஆக இவர் இந்தியா திரும்பி பம்பாயில் வாடகை வீடு பிடித்தார். அப்போது அது இன்றைபோல மகாத்மா ஆவதற்கான வழியாக அமையவில்லை. அதன்பின்னர் நீதிமன்றங்களுக்குச் சென்று சிவில் வழக்குகளைக் கவனித்து, ஆவணங்களை வாசித்து, பலவகையான கடும் ஆன்ம சோதனைகளுக்குத் தன்னை ஆளாக்கிக்கொண்டார். தான் மேற்கொண்ட எல்லா வழக்குகளிலும் இவர் மகாத்மாச் சோதனைகளைச் செய்தாலும்கூட அவை நீதிமன்றங்களில் வெற்றிபெற்றன. இதை மகாத்மாக்களுக்கு இறைவன் கொடுக்கும் சோதனை என்றுதான் சொல்லவேண்டும்.

ஆகவே இவர் இந்திய வழக்கறிஞர்கள் தாக்கப்படும் நிகழ்ச்சிகள் நிறைந்த தென்னாப்ரிக்காவுக்குச் சென்று சேர்ந்தார். அங்கும் வழக்குகள் இவரது ஆன்ம முன்னேற்றத்துக்கு உதவவில்லை.

இந்நிலையில் கறுப்பர்களுக்கு தடைசெய்யப்பட்ட முதல்வகுப்பில் இவர் ஏறி அமர்ந்திருந்தார். டிக்கெட் பரிசோதகரிடம் இவர் அந்த ஸ்டேஷனின் பெயரான Pietermaritzburg என்பதை குஜராத்தி உச்சரிப்பில் சொல்லி அவரை வன்கொடுமைக்கு ஆளாக்கியமை யால் தூக்கி ஸ்டேஷனில் கடாசப்பட்டார். அங்கே அமர்ந்து காந்தி ஆனந்தக் கண்ணீர்விட்டார். எப்படியும் மகாத்மா ஆகிவிடுவோம் என்பது அங்கேதான் அவருக்கு உறுதிப்பட்டது.

அடிவாங்கி அமரர் ஆவதற்கான போராட்டமுறையாக இவர் சத்யாக்கிரகம் என்ற போராட்ட முறையை உருவாக்கினார். சத்யம் என்றால் உண்மை. மகாத்மா ஆவதே அவரது உண்மையான ஆசை என நாம் அறிந்திருக்கிறோம். ஆக்ரகம் என்பது ஆசை. மேற்படி ஆசையுடன் இவர் ஆயுதப்படைகள் முன் வெறுங்கைகளை வீசிக்கொண்டு சென்றார். ஆனால், பிரிட்டிஷ் ஆட்சிமரபு என்பது எது முன்னுதாரணமோ அதைச் செய்வதாகும். முன்னுதாரணம் இல்லாத விஷயம் முன்னால் வந்தால் பிரிட்டிஷ் அரசு இயந்திரம் ஸ்தம்பித்துவிடும். இது சத்யாக்கிரகத்தின் பெரும் வெற்றியாகக் கொண்டாடப்பட்டது.

மேலும் இக்காலகட்டத்தில் காந்தி ஒரு பனியாவை பிறர் கழு வேற்றுவதற்கு தேவையான காரணங்களான எல்லாவற்றையும் செய்தார். தானே செருப்பு தைத்தார், முடிவெட்டினார். உயிர்த்தி யாகத் துணிவுடன் பிறருக்கும் இவர் முடிவெட்டிவிட்டதாகத் தெரிகிறது. தாழ்ந்த சாதிகளைத் தன்னுடன் சேர்ந்து தங்கவைத்தார். அவர்களின் மலத்தை அள்ளுமாறு மனைவியிடம் சொல்லிப் பார்த்தார். விளைவு நிகழவில்லை, அந்த அம்மையார் ஒரு அப்புராணி.

பெரும்புகழுடன் காந்தி இந்தியாவுக்குத் திரும்பிவந்தார். காங்கிரஸ் மாநாட்டில் மதியச் சாப்பாட்டுக்குப் பின்னர் சுகமாக தாம்பூலம் மென்று மல்லாந்திருந்த பிரதிநிதிகள் நடுவே அவர்கள் ஏன் கக்கூஸ் கழுவக்கூடாது என்று பேசினார். அவர் எதிர்பார்த்ததுபோல அவரை மகாத்மாவாக ஆக்காமல் அவர்கள் திகைத்து வாய்பிளந்து நின்று விட்டார்கள். ஏன் என்றால் அவர்களெல்லாம் பிரிட்டிஷ் கைடு புத்தகங்களை வாசித்து தேர்வு எழுதி ஜெயித்தவர்கள். கைடு புத்தகத்தில் இல்லாத விஷயங்களை அவர்கள் கேட்டால் வாய் திறந்து கண் பிதுங்கிவிடும்.

அக்காலத்தில் கடுமையான பஞ்சத்தால் கிராமவாசிகள் கஷ்டப் பட்டுக்கொண்டிருந்தார்கள். எங்கும் சாப்பாடு இல்லை. பிரிட்டிஷார் அவர்களுக்கு மேலும் வரிகளை விதித்தார்கள். ஆகவே காந்தி அங்கே சென்று அவர்களுக்கு உண்ணாவிரதப்

போராட்டத்தைக் கற்பித்தார். அவர்கள் மிக எளிதாக அதைக் கற்றுக்கொண்டு போராடியபோதிலும் அவர்கள் போராடுகிறார்களா இல்லை வழக்கமான பட்டினியா என்பது அரசுக்கு தெரியவில்லை.

ஆகவே அரசுக்கு அவர்கள் கிளர்ந்து எழுந்துவிட்டார்கள் என்பதை தெரிவிப்பதற்காக காந்தி ஒரு போராட்டவழியை மேற்கொண்டார். அவர்கள் தங்கள் தெருக்களில் வீட்டருகே மலம் கழிக்கும் வழக்கத்தை நிறுத்திவிட்டு கக்கூஸ்களைத் தோண்டி அதிலே மலம் கழிக்கச் செய்தார். மாறுதலைத் தெற்றென உணர்ந்த அரசு சமூக ஒழுங்கைக் குலைப்பதாகச் சொல்லி காந்தியை வலுக்கட்டாயமாக வெளியேற்றியது.

காந்தி அதை மறுத்து சிறைக்குப் போனார். அங்கே அவர் தனக்குத் தானே எனிமா கொடுத்துக்கொள்வதைக் கண்ட அரசு அஞ்சி அவருடன் பேச்சுவார்த்தைக்கு சம்மதித்தது. போராட்டம் வெற்றி பெற்றதும் காந்தியை அம்மக்கள் மகாத்மா என்று அழைக்கத்தலைப் பட்டார்கள். காந்தி உடனே அங்கிருந்து நேராக இமயமலைக்குப் போவதற்காக தயாரானார்.

அப்போது அவரைச் சந்தித்த ஒரு காங்கிரஸ்காரர் அவரை வெறுமே காந்தி என்று அழைத்ததாகவும் ஆகவே பயணத்தை ஒத்திப்போட்டு விட்டு மிச்சப்பேரையும் மகாத்மா என்று அழைக்க வைப்பதற்காக அவர் ஒத்துழையாமைப்போராட்டத்தை ஆரம்பித்ததாகவும் சொல்லப்படுகிறது. சர்க்கார் சொல்வதில் முக்கியமில்லாத விஷயங் களைச் செய்ய மறுப்பதே ஒத்துழையாமைப் போராட்டமாகும். அதாவது ரயிலில் ஏறலாம், அரசாங்கவேலைக்குப் போகக் கூடாது.

காந்தி அன்னியத்துணிகளைத் தீயிலே போடும்படி சொன்னார். தீ கட்டுக்கடங்காமல் போகுமென்றால் அதை அணைப்பதற்காக கதர் என்ற துணிவகையை இவர் கண்டுபிடித்தார். அதை உற்பத்திசெய்ய அனைவரும் சர்க்காவை சுற்றவேண்டும் என்று கேட்டுக்கொண்டார்.

இக்காலகட்டத்தில் பல்வேறு நபர்கள் பல்வேறு வழிகளில் சுதந்திரப்போராட்டத்தை நடத்த முன்வந்தார்கள். நேருவும் அவரது நண்பர் கிருஷ்ணமேனனும் நாட்டு ஆங்கிலத்தில் சொற்பொழி வாற்றினால் வெள்ளையன் ஓடாமல் இருக்கமாட்டான் என்றார்கள். சுபாஷ் சந்திரபோஸ் வீட்டுக் கறிகாய்கத்தியால் துரையின் குஞ்சாமணியை நறுக்குவது ஒரு நல்ல வழிமுறை என்றார். சந்திர சேகர ஆசாத், பகத்சிங் போன்றவர்கள் ரயில் தண்டவாளத்தைப் பெயர்க்கலாம்; வெள்ளைக்காரந்தானே ரயிலை விட்டது என்று வாதாடினார்கள்.

அவர்கள் முறையே ஜனநாயக சோஷலிசம், புரட்சிகர சோஷலிசம், புரட்சிகர புரட்சிகரம் போன்ற பெரிய விஷயங்களைப் பேசியபோது மகாத்மா ஆவதற்கு இதுவே தருணம் என்று கண்ட காந்தி உப்புதான் உயிர்ப்பிரச்னை என்று சொல்லி 'எல்லாரும் போய் ஆளுக்கொரு உப்பு அள்ளுங்கப்பூ' என்றார். யாராவது ஒரு தரப்பு தன்னை போட்டுத்தள்ளும் என எதிர்பார்த்தார். அவர்கள் பிரிட்டிஷ் அரசு அதை செய்யட்டும் என்றார்கள். பிரிட்டிஷ் அரசு அவர்களே செய்வார்கள் என்று நினைத்தார்கள். அதன் விளைவாக யாரும் ஒன்றும் செய்யாமல் உப்புசத்யாக்கிரகம் வெற்றிபெற்றது.

காந்தியும் இர்வினும் ஒப்பந்தம் போட்டுக்கொண்டார்கள். அதன்படி இர்வின் காந்தியை மகாத்மா என்றும், காந்தி இர்வினை இர்வின் என்றும் ஒப்புக்கொண்டார்கள். வட்டமேஜை மாநாட்டுக்கு காந்தி கடும் குளிரில் சட்டையில்லாமல் சென்று, காலரா பரவியிருந்த வண்ணார்காலனியில் தங்கி, கோவணத்துடன் மகாராணியைப் பார்க்கச்சென்று, அவர்களின் விருந்தில் சாப்பிட்டு பல கோணங்களில் முயற்சிசெய்தும் அவரது மகாத்மா நோக்கம் நிறைவேறவில்லை.

ஆகவே, அவர் அம்பேத்காருடன் போரில் ஈடுபட்டார். அம்பேத்கார் இந்தியச் சாதிமுறையினால் ஒடுக்கப்பட்டவர். ஒடுக்கியவர்கள் எங்கே என்று ஆவேசமாகத் தேடியபோது அவர்கள் செத்துப்போய் இருபது நூற்றாண்டு ஆகிவிட்டது என்ற தகவல்தெரிந்து கடுப்பில் இருந்தார். காந்தி நான் அவனே என்று அவர் முன் காட்சியளித்து மகாத்மாவாக முயன்றார். அம்பேத்கார் அதற்குத் தயங்கியபோது அவர் வந்து ஊட்டிவிட்டால்தான் சாப்பிடுவேன் என்று உட்கார்ந்தும் பார்த்தார். அம்பேத்கார் ஊட்டிவிடவும் தயாரானதனால் அந்த முயற்சியும் பாழ்பட்டது.

காந்தி பலமுறை உண்ணாவிரதம் இருந்திருக்கிறார். நடக்காத விஷயங்கள் நடக்கும்வரை சாப்பிடமாட்டேன் என்று சொல்வது அவரது பாணி. ஆனால் அவரது உண்ணாவிரதங்களை திட்டமிட்டு பிறர் முறியடித்து அவரை பழரசம் அருந்த வைத்திருக்கிறார்கள். 'நாநூறுவழிகளில் பிறரைக் கடுப்பேற்றுவது எப்படி' என்ற நூல் இவரது சுயசரிதையை அடிப்படையாகக்கொண்டு எழுதப்பட்டது தான். தன்னைச் சந்திக்க வருபவர்களிடம் சர்க்கார் வேலையை விட்டுவிடும்படி சொல்வதும் அதன் பின் அவர்கள் மனைவியரிடம் கூப்பிட்டு நலம் விசாரிப்பதும் இவரது பாணி. மூவாயிரம் ரூபாய் கணக்குவழக்கில் மூன்று பைசாவுக்கு மூன்றுமணிநேரம் கணக்கு கோருவதும் உண்டு.

உண்ணாவிரதத்துக்கு முன்னால் எனிமா கொடுப்பதும் கொஞ்சம் மூத்திரம் அருந்துவதும் இவரது வழக்கம். பிறரும் மூத்திரம்

அருந்தலாம் என்று இவர் சொன்னாலும் அதை காங்கிரஸ் காரிய கமிட்டி முறைப்படி ஏற்கவில்லை. ராஜேந்திரபிரசாத்துக்கு அந்தச் சுவை பிடிக்கவில்லை என்று சொல்லப்பட்டது. தொழுநோய்க்கு தண்ணீர்விட்டு கழுவுதல், காசநோய்க்கு தண்ணீர்விட்டு வாயைக் கழுவுதல், காலராவுக்கு தண்ணீரில் உப்பு போட்டு ஆசனவாயைக் கழுவுதல் போன்ற சிகிச்சை முறைகளை இவர் அந்நோய்கள் தனக்கு இல்லாதபோது தனக்கே வெற்றிகரமாக செய்து பலன் கண்டார். இவை காந்திய சிகிச்சை எனப்படுகின்றன.

காமத்தைப்பற்றி இவர் மகாத்மாத்தனமான கொள்கைகளைக் கொண்டிருந்தார். ஆணும் பெண்ணும் கடவுளை மனதில் நினைத்துக்கொண்டே அகிம்சை வழியில் கலவியில் ஈடுபட வேண்டும் என்று இவர் சொன்னார். அப்போது பெண்கள் ரகுபதி ராகவ ராஜாராம், வைஷ்ணவ ஜனதோ போன்ற பாடல்களைப் பாடுவதும் நல்லது. வருடத்துக்கு ஒருமுறை உறவு கொண்டால் போதும். அதை அரை அரையாக ஆறுமாதத்துக்கு ஒருமுறை செய்யலாம்.

காமத்தை நினைவூட்டும் எதையுமே செய்யக்கூடாது என்று காந்தி சொன்னார். ஆகவே இசை, ஆடல், பாடல், ஓவியங்கள், நாடகம், சினிமா போன்ற எல்லா நுண்கலைகளையும் விலக்கினார். ஏப்பம் விடுவது சாப்பாட்டை நினைவூட்டுவதனால் அதுவும் இவரால் தடைசெய்யப்பட்டது. உண்ணாவிரதத்தை சிறந்த காட்சிக் கலையாகவும் எனிமா கொடுத்தலை நிகழ்த்துகலையாகவும் இவர் கண்டதாக வரலாற்றாசிரியர்கள் தெரிவிக்கிறார்கள்.

தான் அம்பேத்காரால் ஊட்டப்பட்டதை மேல் ஜாதியினர் எதிர்க்கிறார்கள் என்று கண்டதும் இவர் உற்சாகம் அடைந்து சாதியை ஒழிக்கவேண்டும் என்று சொன்னதோடல்லாமல் மேல்சாதியினர் வாழும் இடங்களுக்கு மூன்றாம்வகுப்பு ரயிலில் பயணம் வேறுசெய்து பார்த்தார். அவர்மேல் குண்டுகள் வீசப்பட்டன. ஆனாலும் பயன் கிடைக்கவில்லை.

இந்நிலையில் ஜின்னா என்பவர் உயர்சாதி முஸ்லிம்களுக்காக ஒருநாடு தேவை என்று நினைத்து பாகிஸ்தான் கோரிக்கையை எழுப்பினார். ஆகவே வழக்கம்போல தென்னாட்டைச் சேர்ந்த கீழ்சாதி முஸ்லிம்கள் அதை ஆதரித்து ஓட்டுபோட்டார்கள். நேரடி நடவடிக்கை அல்லது மறைமுக ஜிகாத் என்ற செயல்மூலம் அவர் பாகிஸ்தானை கொடுக்காவிட்டால் இந்தியா பாகிஸ்தான் ஆகும் என்று தெளிவாகக் காட்டினார். காந்தி அகிம்சை சத்தியம் தர்மம் என்றெல்லாம் பேசி ஜின்னாவைக் கொடுமைசெய்தாலும் அவரும் மகாத்மாநிலையை நோக்கி இவரை உயர்த்துமளவுக்கு துணியவில்லை.

காந்தி ‘சர்க்கா சர்க்கா’ என்று சொன்னதை ‘சர்க்கார் சர்க்கார்’ என்று புரிந்துகொண்டு மக்கள் ரகளைகளில் இறங்கவே தொல்லை தாங்க முடியாமல் வெள்ளைக்காரர்கள் ஊரைவிட்டுப் போக முடிவு செய்தார்கள். இந்தியாவில் இருந்த எல்லா ஜமீன்தார்களையும் கூப்பிட்டு ‘நாட்டை வைச்சுக்கங்க. ஜாலியா சமர்த்தா சண்டை போடணும் என்ன?’ என்று சொல்லிவிட்டு கிளம்பினார்கள்.

இந்துக்களும் முஸ்லிம்களும் சண்டைபோட ஆரம்பித்தபோது கிட்டத்தட்ட காந்தி இங்கேதான் தனக்கு வாய்ப்பு என முடிவு கட்டினார். முஸ்லிம்கள் இந்துக்களைக் கொல்லும் இடத்துக்குப் போய் அகிம்சை பிரசாரம் செய்தால் முஸ்லிம்கள் மட்டுமே எதிரியாவார்கள், இந்துக்கள் ஆதரிப்பார்கள். இந்துக்கள் முஸ்லிம் களைக் கொல்லும் இடங்களுக்குப் போய் அகிம்சை பிரசாரம் செய்தால் இந்துக்கள் எதிரியாவார்கள், முஸ்லிம்களும் எதிரிகளா வார்கள் என்று உணர்ந்து நவகாளி என்ற ஊருக்குப்போய் அகிம்சை உபதேசம் செய்தார்.

நினைத்தது மாதிரியே இந்துக்கள் கடுப்பானார்கள். வினாயக் நாதுராம் கோட்ஸே என்பவர் விதியால் இதற்காக அனுப்பப் பட்டிருந்தார். இவர் பெண்கள் சம்பந்தமாக கட்டைப்பிரம்மசாரி. பிராமணர். ஆகவே காந்தியை கொல்ல இவர் துப்பாக்கியுடன் வந்து பிரார்த்தனை மண்டபத்தில் காத்திருந்தார். காந்தி கும்பிட்ட படி வந்ததும் இவர் திருப்பிக் கும்பிட்டுவிட்டு சுட்டார்.

காந்தி ‘ஹேராம்’ என்று சொல்லிக்கொண்டே இறந்தார். இல்லை ‘ஹராம்’ என்றுதான் சொன்னார் என்று மதச்சார்பின்மைவாதிகளும் ‘அராம்’ என்றுதான் சொன்னார் என்று இந்திவாதிகளும் உண்மையில் அவர் ‘யாராம்?’ என்றுதான் கேட்டார் என்று தேவைநியாயப் பாவாணர் அவர்களும் சொன்னார்கள். எதுவாக இருந்தாலும் அவர் உடனடியாக மகாத்மாவாக ஆகி ரூபாய் நோட்டிலே சிரிக்கலானார்.

கிட்டத்தட்ட எழுபது வருடங்கள் கடுமையாக முயற்சி செய்து மகாத்மாவாக ஆன காந்தியின் கதை இளைய சமூகத்துக்கு முன்னுதாரணமாக ஆகத்தக்கது. முயற்சி திருவினை ஆக்கும் என செந்நாப்போதார் சொன்ன மொழிக்கு அண்ணல் அவர்களின் வாழ்க்கையே சிறந்த உதாரணம்.

- பிப்ரவரி 15, 2016

84

அகிம்சை

'**அ**வரவர் ஹிம்சை' என்ற சொல்லின் சுருக்கமே அகிம்சை. அடக்கப்பட்ட ஹிம்சை என்ற பொருளிலும் அதைச் சொல்பவர்கள் உண்டு. அக ஹிம்சையே அகிம்சை ஆகியது என்றும் சில ஆய்வாளர்கள் சொல்கிறார்கள். ஃப்ராய்டிய உளவியலாளர்கள் மஸோக்கிஸமும் சாடிஸமும் சரியாக இணையும் தருணத்தில் அகிம்சை உருவாகிறது என்கிறார்கள்.

அதாவது அகிம்சை என்பது செய்யப்படுபவர்கள் ஒத்துக்கொள்ளும் படி அவர்களை ஹிம்சை செய்வதாகும். இதன்மூலம் அவர்கள் நம்மைத் திருப்பி ஹிம்சை செய்வதை நாம் ஒத்துக்கொள்ளச் செய்யப்படுகிறோம். ஆகவே அவர்களும் அகிம்சை செய்ய வைக்கப்படுகிறார்கள். விளைவாக மொத்த நடவடிக்கையுமே அகிம்சையாக ஆகிறது. இதுவே அகிம்சைப்போராட்டம்.

1906 வாக்கில் பின்னர் மகாத்மா என்று சொல்லி அஹிம்சை செய்யப்பட்ட மோகன்தாஸ் கரம்சந்த் காந்தி கண்டுபிடித்த இந்த வழி இன்று உலகமெங்கும் ஆயுதம் வாங்கும் சக்தியில்லாதவர்களால் அந்தச் சக்தியை அடையும்வரை பரவலாகக் கடைப்பிடிக்கப் படுகிறது. ஆயுதங்கள் தீர்ந்து அடித்து நொறுக்கப்பட்டபின்னர் மீண்டும் பேசப்படுகிறது. பொதுவாக இது செய்வதையும் செய்து விட்டு லபோதிபோ என்று நாலாபக்கமும் முறையிடுவதற்கான சிறந்த சாக்கு என்று அரசியல் நிபுணர்கள் கருதுகிறார்கள்.

காந்தி சிறுவயதிலேயே மாமிசம் முதலியவற்றைத் தின்றும் ஆங்கிலம் கற்றும் அஹிம்சை செய்வதற்குப் பழக முயன்றாலும் பனியாக்களின் வழக்கப்படி அவரால் மனைவியை மட்டுமே அஹிம்சை செய்ய முடிந்தது. ஆகவே பொதுவாழ்வில் ஒரு பனியாவால் செய்யத்தக்க போராட்டமுறைக்காகத் தேடிய காந்தி கண்டடைந்ததே அகிம்சைமுறை.

அகிம்சை முறை என்பது பல படிகள் கொண்டது. பப்புகளில் நுழைந்து ஆரஞ்சு பழச்சாறு கேட்பதும் மிதமிஞ்சி கஞ்சிபோட்ட கழுத்துக்குட்டையைக் கட்டிக்கொண்டு பொது இடங்களில் ஆஜராவதும் இதன் ஆரம்ப படிநிலைகள். மென்மையான நாகரிகமான கனவான்களிடம் இதுவே போதுமானதாகும். அற்ற கைக்குத் தனக்குத்தானே கோணலாக முடிவெட்டிக்கொள்ளலா மென்றும் காந்தி கண்டுபிடித்திருக்கிறார். கொடிய எதிரிகளை வெல்ல பலவகை மது மாமிசங்களுடன் அவர்கள் உல்லாசமாக உணவருந்தும் இடத்துக்கு வெட்டிய வெள்ளரிக்காயை மட்டும் கொண்டுவைத்து சாவகாசமாக மதிய உணவருந்துவது உதவும். களிமண் பத்து போடப்பட்ட தலையுடன் காந்தி வைஸ்ராய் வேவல் துரையைப் பார்க்கப்போய் அவருக்கு காய்ச்சல் வரவழைத்ததை பிரிட்டிஷ் வரலாற்றாசிரியர்கள் பீதியுடன் எழுதியிருக்கிறார்கள்.

பேச்சுவார்த்தைகள் சூடேறும்தோறும் மேலும் மேலும் சாந்தமடைவது, நம்மை நோக்கிக் கத்துபவர்களை நோக்கிப் பல் இல்லாத வாயால் புன்னகை செய்வது, கோட்டு சூட்டு போட்டு கூடவரும் ஏழடி உயர வெள்ளைக் கனவானின் தோளில் புகைப் படக்காரர் கிளிக்கிடும் கடைசித்தருணத்தில் சட்டென்று எம்பிக் கையைப் போட்டுக்கொள்வது, அவர்களுக்கு குஜராத்தி பழமொழி களைச் சொல்வது, அவர்களின் சீமாட்டிகளுடன் சட்டைபோடாமல் நின்று கடலைபோட்டு பல்லில்லாமல் கெக்கெக் என்று சிரிப்பது, வைஸ்ராய்களுக்கு வரலாற்றுச் சிறப்புள்ள கடிதங்களை டாய்லெட் பேப்பரில் எழுதி அனுப்புவது, அதற்கு முனை மழுங்கிய பென்சிலைப் பயன்படுத்துவது, அந்தப் பென்சிலைத் தொலைத்து விட்டு மொத்த சீடர்குழாமையும் தவழ்ந்து தேடவைப்பது, தமிழில் கையெழுத்துப்போடுவது என்று பல அகிம்சைப்போராட்டங்களை காந்தி பயன்படுத்தியிருக்கிறார். அவை சூரியன் அஸ்தமிக்காத பிரிட்டிஷ் பேரரசை கதிகலங்கச் செய்தன என்பது வரலாறு.

ஓய்வு ஒழிவில்லாமல் எழுதுவது ஒரு நல்ல அகிம்சைப் போராட்டமுறை என்றால் நம்மிடம் பேசவருபவர்களிடம் துண்டுப் பேப்பரைக் காட்டி எழுதிக்கொடுங்கள் என்பது அதைவிடச் சிறந்த

அகிம்சைப்போராட்டமுறையாகும். தொப்பை உள்ளவர்கள் என்றால் மணிக்கு ஐம்பது கிலோமீட்டர் வேகத்தில் கம்பை ஊன்றியபடி பாய்ந்தோடிச் செய்யும் காலைமாலை நடைகளில் கூடவே கூட்டிச் சென்றபடி பேச்சுவார்த்தைகளில் ஈடுபடலாம். வெள்ளைக்காரச் சிந்தனையாளர்களை மூன்றாம் வகுப்பு ரயிலில் கூட்டிச்செல்லலாம். கழிவறைகுறித்து அவர்கள் மனக்குறைப் பட்டால் அவர்களையே கழுவச் சொல்லலாம். கூடவே நின்று கழுவினால் அவர்களால் தப்பியோடவும் முடியாது.

மூன்றாம் அகிலத்தின் எதிர்காலம் குறித்து விவாதிக்க வருபவர் களிடம் வேர்க்கடலையின் மலமிளக்கும் இயல்பு குறித்தும், மத்தியக்கிழக்கில் ஐரோப்பியப் படைக்குவிப்பு குறித்து பேச விரும்புகிறவர்களிடம் சத்தியத்தைக்கொண்டே குடல்வால் அழற்சியைக் குணப்படுத்தமுடியும் என்பதைப்பற்றியும் விவாதிக் கலாம். விவாதத்துக்குப் பின்னர் அவர்கள் குழம்பிப்போயிருக்கும் போது அவர்களுக்கு அனைத்தையும் தெளிவுபடுத்தும் முகமாக விரிவாகவும் துல்லியமாகவும் மௌனமாக இருந்துவிடலாம். இளைஞர்களிடம் புலனடக்கத்தைப் பற்றியும், முதியவர்களிடம் அமைதியான மரணத்தைப் பற்றியும், இளம்பெண்களிடம் துறவைப்பற்றியும், முதிய பெண்களிடம் அரசியலைப்பற்றியும் விரிவாகப் பேசுவதும் காந்தி சிறப்பாக கடைப்பிடித்து வெற்றிகண்ட அகிம்சைமுறைகளாகும்.

நாஜி பட்டினி முகாம்களில் உண்ணாவிரதப் போராட்டத்தைப் பரிந்துரைத்தும், ஹிட்லருக்கு ராணுவ விருந்துகளில் ஆட்டுப் பாலைப் பரிந்துரைத்தும், சர்ச்சிலுக்குப் பொதுக்கூட்டத்தில் மௌனவிரதத்தைப் பரிந்துரைத்தும் காந்தி அகிம்சைப் போராட்டத்தை சர்வதேச அளவுக்குக் கொண்டுசென்றிருக்கிறார். ஈ.வே.ராமசாமிநாயக்கரிடம் தினம் இருவேளை குளிப்பதைப் பரிந்துரைத்து அரசியல் கொந்தளிப்புகளுக்கு வழிவகுத்திருக்கிறார். இருபது வருடங்கள் பொறுத்திருந்த ஈவேரா நேருவின் இந்தியாவுக்கு காந்திதேசம் பெயரை வைக்கலாம் என்று சொல்லி காந்தி மீது கடுமையான அகிம்சையை ஏவினார் என்பது வரலாறு.

திருமணம் ஒரு நல்ல அகிம்சை முறை என்று காந்தி நம்பினார். ஆனால் தம்பதிகள் அதைக் குறைந்தது நாற்பது வருடங்களுக்காவது ஒத்திப்போடுவது நல்லது. அகிம்சைமுறையில் ஆழமான பயிற்சி அவர்களுக்கு அதன் மூலம் கிடைக்கும். திருமணத்தின்போது அகிம்சையின் பகுதியாக ஒருவருக்கொருவர் கதர்மாலைகள் அணிவிக்கலாம். திருச்செங்கோடு ஆசிரமத்தில் கதரைவிட சிறந்த அரிப்பு அளிக்கக்கூடிய கற்றாழைநாரை சக்ரவர்த்தி

ராஜகோபாலாசாரியார் கண்டுபிடித்தபின்னர் தென்னகமெங்கும் அதுவே பயன்படுத்தப்பட்டது. திருமணமான தம்பதிகள் தினமும் அனாசக்தியோகம் படிப்பதும் பரமார்த்திக விஷயங்களை மட்டுமே பேசிக்கொள்வதும் அகிம்சையை வளர்க்கும் என்று காந்தி கருதினார். அதையும் மீறி அவர்களுக்குக் குழந்தைகள் பிறப்பதை மட்டும் அவரால் சரியாகப் புரிந்துகொள்ள முடியவில்லை.

காந்தி தினமும் அகிம்சையைச் செய்துவந்தார் என்று அவரது வரலாற்றாசிரியர்கள் சொல்கிறார்கள். இதற்காக அவர் சர்க்கா என்ற கருவியை வைத்திருந்தார். இந்தியாவில் உள்ள பெண்கள் எல்லாம் காதலிக்கும்போதும்கூட அதைச் சுழற்றவேண்டும் என்று சொல்லி அவர் கணவர்களை அகிம்சைப்படுத்தினார் என்று வரலாறு சொல்கிறது. மீன், மது போன்றவற்றை விலக்கும்படி சொல்லி அவர் தேசபக்தர்களையெல்லாம் போட்டு அகிம்சை செய்ததை நாமக்கல் கவிஞர் ராமலிங்கம் பிள்ளை பதிவுசெய்திருக்கிறார்.

அகிம்சை என்பது மானுடருக்கு மட்டும் உரியதல்ல, பிற உயிர்களிலும் காணப்பட்டிருக்கிறது. உதாரணமாக, டோடோ என்ற பறவை அகிம்சையில் நம்பிக்கை உள்ளது. இது வேடர்களைக் கண்டால் ஓடுவதில்லை என்பது மட்டுமல்ல பணிவுடன் நின்று அம்பைப் பெற்றுக்கொள்ளும். இதனால் மனமுருகும் வேடர்கள் நன்றாக மிளகாய் போட்டுக் கண்ணீர் மல்கியபடிதான் இதன் மாமிசத்தை உண்பார்கள். துரதிருஷ்டவசமாக இந்த அகிம்சைப்பறவை இப்போது இனஅழிவுக்கு ஆளாகிவிட்டிருக்கிறது.

அகிம்சை என்பது கோழைகளின் ஆயுதமல்ல என்று காந்தி சொன்னார், அவர்களுக்கு வேறு ஆயுதங்கள் இருக்கின்றன. அகிம்சை தைரியம் கொண்டவர்களின் ஆயுதம். காரணம் பலசமயம் அவர்களிடம் வேறு ஆயுதங்கள் இருப்பதில்லை. எதிர்த் தரப்பிலும் அதே ஆயுதம் இருந்தால் மட்டுமே அவர்கள் அஞ்சவேண்டும். அகிம்சையைக் கடைப்பிடிக்க நேரும்போது நாம் நம்பிக்கை இழக்கலாகாது, காரணம் எப்படியானாலும் அதைவிட பாதுகாப்பற்ற நிலைக்கு நம்மால் போகமுடியாது.

பொதுவாக நம் எதிரிகள் மனமுவந்து ஒத்துக்கொள்ளும் ஹிம்சை என்பது நாம் நம்மைநாமே செய்துகொள்ளும் ஹிம்சையே. ஆகவே காந்தி இதை அதிகமாகச் செய்திருக்கிறார். ஒரு பனியாவின் வாழ்வில் அவர் செய்துகொள்ளும் ஆகப்பெரிய ஹிம்சை என்பது எனிமா கொடுத்துக்கொள்ளுதலே என்று கண்ட காந்தி அதை ஒரு போராட்டமுறையாகவே வடித்தெடுத்தார். எனிமாவுக்கு முன்னும்பின்னும் அவர் உண்ணாவிரதம் இருப்பது மௌனவிரதம்

இருப்பது போன்ற செயல்களிலும் ஈடுபட்டார். காந்தியின் எனிமா காரணமாகவே மேலைநாட்டு ஆய்வாளர் அவரை ஒரு எனிக்மா என்று சொன்னார்கள்.

உச்சகட்ட துன்பங்களை அனுபவிப்பது வழியாக எதிரிமேல் அகிம்சையைச் செலுத்துவதில் காந்தி கண்டுபிடித்த வழிகளில் ஒன்று ரகுபதி ராகவ ராஜாராம் என்ற பாடலாகும். இதை முப்பது வருடம் தினமும் காலையிலும் மாலையிலும் இவர் பாடிக் கேட்டுவந்திருக்கிறார். இந்தப் பாடலைப்பாடி உபன்யாசம் செய்யும்போது காலை விதவிதமாக ஒடித்து அமர்ந்துகொண்டு பிறரையும் அவ்வாறு அமரச்செய்வதும் அகிம்சை வழக்கம். பேசவருபவர்கள் எழுந்திருக்கும்போது கைத்தாங்கலாக தூக்கிவிட ஆசிரமத்தில் ஆளிருந்திருக்கிறார்கள். பூனா ஒப்பந்தத்தில் கையெழுத்து போடும்வரை தூக்கிவிடமுடியாது என்று அம்பேத்கார் மிரட்டப்பட்டார் என்பது வதந்தியாக இருக்கலாம்.

'இன்னா செய்தாரை ஒறுத்தல் அவர் நாண நன்னயம் செய்துவிடல்' என்ற திருக்குறள் பாடலில் இருந்தே காந்தி அகிம்சை குறித்த தன் கருத்துகளை எடுத்துக்கொண்டார் என்கிறார்கள். இது அகிம்சையின் உச்ச நிலை. நடைமுறையில் 'இன்னா செய்தாரை ஒறுத்தல் அவர் நாண என்னமாம் செய்து விடல்' என்ற அளவிலேயே இது வெற்றிகரமாக இருந்திருக்கிறது.

வயதான காலத்தில் காந்தி தன்னை சிலுவையில் அறைவதை விரும்பினார். ஆனால் கத்தோலிக்க சபை அதைத் தங்கள் மத அடையாளமாக மாற்றியிருக்கும் தகவல் அவருக்குச் சொல்லப் பட்டது. ஆகவே தான் துப்பாக்கியால் சுடப்படலாம் என்றார் காந்தி. அதை அவர் பேட்டிகளில் சொல்லக்கேட்டு நாதுராம் கோட்ஸே என்ற இளைஞர் செய்தார். காந்தியால் ஒத்துக்கொள்ளப்பட்ட செயலாகையால் அதுவும் அகிம்சையே என்று கருதப்படுகிறது.

இறுதி ஊர்வலத்தில் காந்தியின் உடல் பீரங்கி வண்டியில் வைக்கப்பட்டு மயானத்துக்குக் கொண்டுசெல்லப்பட்டது. அது அகிம்சையா என்று கேட்கப்பட்டபோது அது குண்டு இல்லாத பீரங்கி, ஆகவே அகிம்சைக்கு சிறத்த குறியீடுதான் என்று நேரு சொன்னதாக வரலாற்றாசிரியர்கள் சொல்கிறார்கள்.

- ஜூலை 16, 2012

85

பாடபேதம்

பாடபேதம் என்றால் மனம் போனபடி புரிந்துகொள்வது. பாடங்கள் எல்லாவற்றுக்கும் அதற்கான வாய்ப்புண்டு என்பது நவீன சித்தாந்தம். பிரதி இல்லை, எழுத்தாளன் இல்லை, வாசகன் மட்டுமே இருக்கிறான்; ஏனென்றால் அவன்தான் காசுகொடுத்துப் புத்தகம் வாங்குகிறான் என்று சொன்ன ழாக் தெரிதா என்ற பிரெஞ்சு ஆய்வாளர்தான் பாடபேதம் மட்டுமே உள்ளது, பாடம் கிடையாது என்ற கருத்தையும் சொல்லியிருக்கிறார். அந்தக் கருத்தைத் தனக்கே உரிய முறையில் புரிந்துகொண்ட தமிழவன் ஆகவே வாசகனும் கிடையாது, அத்வைதம் போல பாடபேதம் என்ற கோட்பாடு மட்டுமே உள்ளது என்று சொல்லி, அவனுக்கு பாடபேதி என்று பெயர் சூட்டியது தமிழ் கோட்பாட்டாய்வுத்தளத்தில் ஓர் அரியநிகழ்வாகும்.

பாடபேதங்கள் பலவகையானவை. இவை பாடத்தில் வாசகன் எந்த உறுப்பால் தொடர்புகொள்கிறான் என்பதை வைத்து முடிவாகின்றன. பெரும்பாலான கிராமவாசிகள் காதை மட்டுமே அதற்குப் பயன்படுத்துகிறார்கள்.

'ஆடிக்காத்தில அம்மையும் பறப்பாள், என்ன சொல்லுகியோ?' என்ற பழமொழிபேதம் இவ்வாறு உருவானதுதான்.

'அது எப்டீங்க அம்மை பறப்பா?' என்ற ஐயத்துக்கு 'அது நாலாளு சொல்லுகதுல்லா ஊரோடு உண்டு வாழ்னுல்லா சொல்லியிருக்கு.'

‘இல்லிங்க... ஊரோடு ஒத்து வாழ்னு தான் அந்தப் பழமொழி.’

‘ச்சீ நாம நம்ம வாயாலா அந்த மாதிரி வார்த்தை சொல்லலாமா?’

‘இல்லீங்க... இது வேற.’

‘செரி இப்பம் என்ன? சித்தம் போக்கு சீவன் போக்கு. சீவன் போச்சுண்ணாக்க பின்ன ஆளுண்டான்னு சொல்லுங்க. இருக்கப் பட்ட நேரத்திலே நல்லபடியா இருந்தா நாட்டுக்கு நல்லது. எதுக்கு சொல்லுகேன்னாக்க கற்க கச்சோடம்னாக்குமே திருவள்ளுவ நாயனார் சொல்லியிருக்கப்பட்டது.’

‘அவரு சொன்னது வேறயாக்கும்.’

‘சொல்லுவாரு பின்ன, அவரு ரிஸில்லா. ரிஸிமாருக்கு அதுக்குண்டான நேக்குண்டு பாத்துக்கிடுங்க. திருமூலர்னு ஒருத்தர் ஐயாயிரம் வருசத்துக்கு ஒருக்கா கண்ணைத் தெறந்து ஒரு பழத்தைத் தின்னுட்டு ஒரு பாட்டு பாடுகாரு. அய்யாயிரம் வருசத்துக்கு ஒரு பழம் மட்டுமின்னா பின்ன வெளிக்கு கிளிக்கு போற சோலி இல்லை. ஒரு குசுவோ மற்றோ விட்டா அவருக்க பாரம் எறங்கும். என்ன பாடுகாருன்னா, நட்ட கல்லும் பேசுமோ நாத்தம் உள்ளிருக்கையிலேன்னு. என்னா ஒரு மூளை பாத்தேளா? நாத்தத்த உள்ள வச்சுப்போட்டு என்னத்த பேச்சு பேசுகது? ஏ, உனக்க மனசிலே நாத்தமிருந்தா நீ என்னப்பா பேசுவே? நாத்தம் உள்ள இருந்தா பேச்சாலே வரும், எளவு குசுவில்லாலே வரும். நம்ம நாட்டிலே பாதிப்பேரு பேச்சா பேசுகான்? இல்ல கேக்கேன், குசுவில்லாவே விடுகான்?’

‘பின்ன அல்லாமா?’ என்று சொல்லி ஒருவர் சம்மதிக்கிறார்.

தத்துவத்தில் ஆர்வம் கொண்ட ஒரு சிறு கூட்டம் கூடியிருக்கிறது. பண்டிதருக்கு ஒரு டீ சொல்லுகிறார் ஒருவர். அவருக்கும் உற்சாகம், மனநிறைவு. பெருமிதத்துடன் கூட்டத்தைச் சுற்றிப்பார்த்து ‘அதாக்கும் வேதத்திலே சொல்லியிருக்கிறது. கறுத்தாவாகிய ஏசு கிறிஸ்து பூமிக்கு வந்தார். கறுத்தா யாரு? ஏல, நாம பூசெ செய்யப் பட்ட கறுத்தான் வேற ஆருங்கே? வேதத்திலே தெளிவாட்டு சொல்லியிருக்குல்லா கறுத்தாவாகிய நான்னு. அது தெரியாம இங்கிண சிலபேரு சண்டை போடுதான். அதுகொண்டுல்லா வெள்ளக்காரன் வச்சிருக்கான் சண்டேன்னா அடுத்து என்னது, மண்டே! ஏலே, சண்ட போட்டா மண்ட ஒடயாமல் என்னலே செய்யும்? வெள்ளக்காரன் புத்தியுள்ளவன். அறிஞ்சுதான்லே வச்சிருக்கான். ஒண்ணுன்னா ஒண்ணு. ஏலே, ரெண்டுண்ணா? தூன்னு காறித் துப்பிப்போட்டான் பாத்தியா?’

சிங்கிள் டீ இப்போது புட்டு கடலையாக ஆகிவிடுகிறது. பாடபேதப் பெருவெள்ளம். ஒவ்வொரு பாடமும் இத்தனை பாடபேதங்களை உள்ளூர ஒளித்துவைத்திருக்கிறது என்பது பீதியைக் கிளப்புகிறது. ‘வெள்ளைக்காரன்னா என்னலே மயிரா? அவன் அறிஞ்சவன்லா? அதையும் முளுசாட்டு சொல்ல வராம நம்மாளு அறிஞன்ங்கியான் என்னத்த சொல்ல? கலையறிஞ்சவன்னு சொல்லாம கலைஞன்ங்கியான். என்னத்த ஞய், பூன கதவிடுக்கிலே மாட்டினது மாதிரி? ஏலெ வெள்ளக்காரன் என்ன சொல்லுகான்? நம்மள பாத்ததுமே அவன் என்ன கேக்கான்? அவ் டூ யூ டூங்கியான். எப்டி போச்சுன்னு அதுக்கு அர்த்தம். என்ன போச்சு? உனக்க அம்மைக்க தாலி. ஏலே, காலம்பற ஒருத்தன பாத்து அப்டி கேட்டா என்ன அர்த்தம்? காலையிலே போறது சொகமா போச்சான்னு கேக்கான்லே சவத்து மூளி. மலமறுத்தவன் யோகி. மலம் போனா உடம்பு சுத்தமாகும்.’

சுய அனுபவத்தில் எப்போதுமே இதைப் பயன்படுத்த வேண்டும் ‘எனக்க கிட்ட இந்நேற்று நம்ம ஒய்எம்சியே சாயிப்பு அவ்டூயூடூன்னு கேட்டப்ப கிளீன் சாயிப்பே கிளீன்னு சொன்னேன். சிரிச்சுப் போட்டான். அவனுக்கு அப்டி ஒரு சந்தோசம். அறிவுள்ளவன்லா? மும்மலமும் முறையே போகணும்ணாக்கும் சித்த வைத்தியம் சொல்லுகது. ஆணவம் கம்மம் மாயாவின்னு அது மூணு இருக்கு. வைத்தியனுங்க கிண்டி பாத்தா தெரிஞ்சுகிடுவானுக. வெள்ளைக்காரன் வைத்தியமறிஞ்சவன்லா. நாம கைரேகை பாக்கது மாதிரி அவன் நாக்கு ரேகை பாத்து ரோகம் சொல்லுகான். அப்பேர்ப்பட்ட வெள்ளைக்காரனை காந்தி போடான்னு அனுப்பிப்போட்டு இவரு ஒரு பண்டிதப்பயல பிடிச்சு நீதான் ராஜான்னு வச்சான். பண்டிதன் மருந்து குடுக்கணும், நாடாண்டா வெளங்குமா? செரி போட்டு. நம்ம காலம் முடிஞ்சு போச்சு. இம்பிடு போயில எடுடே மக்கா.’

வேறு உறுப்புகளைப் பயன்படுத்துபவர்களும் உண்டு. லிங்கமைய வாதிகள் என்று அழைக்கப்படும் இவர்களால் எதையுமே அதுவாக ஆக்க முடியும். ஒரு சாய்வான சிரிப்புடன் அழுத்திச் சொன்னால் போதும்.

‘மச்சினா மூணு தொங்கிட்டுல்லா வருது.’

மூன்றாம் எண் பஸ் வந்ததும் ‘மச்சினா என்ன நிக்கே தெறந்துல்லா கெடக்கு, கேறு.’

இப்படி போய்க்கொண்டே இருக்கும். சில்லடிச்சான் வைத்தியர் வாயெடுத்தால் பாடபேதம்தான் வருகிறது வழிநடைக்கு

மரியாதையில்லை என்று பெண்டுகளுக்கு புகார். பிரச்னையான போது வைத்தியர் கேட்டார். 'அதுக்கு நான் என்ன செய்யியது மக்கா. தமிளு அந்த மாதிரி பாசைல்லா. எந்த வார்த்தைய எடுத்தாலும் டபுள் அர்த்தமுல்லா?'

'போவும் வே, நாங்களும் தமிளு தின்னுதான் வளந்தோம். சும்மா வேளம் பேசப்பிடாது.'

'மாப்பிள்ளே, இப்பம் நீரு டபுள் அர்த்தம் இல்லாத்த ஒரு வார்த்த சொல்லு பாப்பம். அப்பம் தெரியும் நான் சொல்லப்பட்டது என்னான்னு'.

யோசித்து நண்பர்களைப் பார்த்து கண்ணால் பேசி மேலும் குழம்பி புல்லறுக்கப்போகும் எஸ்டேட் பெயரையே சொன்னான் ஞானப்பன். 'மணலோடை' வைத்தியர் சிரித்தார்.

'போலே, அவனுக்க அம்மைக்க மணலோடை!'

ஒரு கணக்கில் யோசித்தால் பாடம்தான் எதற்கு? பாடம் ஒருமாதிரி இரும்புத்தூண் போல நின்றுகொண்டிருக்கிறது. மூலம் திருநாள் மகாராஜா நட்டு வைத்த விளக்குக் கம்பம் மாதிரி. ஒன்றுக்கும் பிரயோசனம் இல்லை. வெற்றிலைக்கு மிஞ்சிய சுண்ணாம்பை வேண்டுமானால் தேய்க்கலாம். பாடபேதம் அந்தந்த ஊரில் அந்தந்தத் தருணத்தின் தேவைக்கு ஏற்ப கச்சிதமாக வடிவம் எடுக்கிறது. பயன் முடிந்ததுமே வீசப்படுகிறது. தோப்பில் ஒதுங்கி விட்டு அவசரத்துக்கு கைநீட்டி எடுக்கும் சில்லுக் கருங்கல் மாதிரி. ஆங்கிலத்தில் ஹேண்டி என்று சொல்கிறார்கள். அதைத்தான் தெரிதா ஊகித்துச் சொல்லியிருக்கிறார். சொல்லின் மீது அர்த்தம் வழுக்கிச்செல்கிறது என்று. என்ன இருந்தாலும் அவரும் வெள்ளைக்காரர் அல்லவா?

மேலும் பழமொழிகள் என்பவை என்ன? அவற்றில் பாடம் என்று ஏதாவது உண்டா என்ன? முந்தைய பாடபேதம் அடுத்ததுக்குப் பாடமாக அமைகிறது. நாஞ்சில்நாட்டுப்பக்கம் சைவப்பிள்ளைமார் 'ஊத்தைக்குழி உப்பிருந்த பாண்டம்' என்கிறார்கள். கல்குளம் பக்கம் இன்னும் துல்லியமாக 'ஊத்தின குழி உப்பிருந்த பாண்டம்' என்கிறார்கள். விளவங்கோட்டில் அது 'ஊத்தின குழியில உப்பின பண்டம்' என்றாகிறது. ஏனென்றால் பாண்டம் போலுள்ள சிக்கலான தமிழெல்லாம் அங்கே புழக்கத்திலே இல்லை. விஷயத்தை உள்ளூரிலே அனுபவபூர்வமாக விளக்க முடியா விட்டால் அந்தப் பழமொழியால் என்ன பயன்?

அதைக்கேட்டு கல்குளம் பக்கமிருந்து வந்த வைத்தியர் பொன்னப்பன் குபீரென்று சிரித்து பாடத்திருத்தம் செய்ய முற்படுவதில் என்ன அர்த்தமிருக்க முடியும்?' இவனுகளுக்கு எல்லாம் வேற மாதிரில்லாவே இருக்கு. போறபோக்கப் பாத்தா மூணாம் கொலையிலே நாலு இருக்கும்னுல்லா தோணுது!' என்றவர் 'இந்நேற்று ஒருத்தன் ஒரு பழமொளி சொல்லுகான். மத்த பளமொளி உண்டுல்லாவே. ஆட்டைக் குடிச்சு மாட்டைக் குடிச்சு மனுசனைக் குடிக்க வருதுன்னுட்டு. அது நம்ம நாகராஜா சாமியப்பத்தியுள்ள பாட்டுல்லா? மேயப்போற ஆடிலயும் மாடிலயும்தான் நாகம் கேறிப் பாலைக் குடிக்கும். பிறவு அந்த மணத்துக்கு வந்திடும். பாலு குடுக்கப்பட்ட ஸ்திரீகள் உறங்கிட்டு கெடந்தாளுகள்னா பதுக்கே போயி அவளுகளுக்க முலையில இருந்து குடிச்சுப்போடும். அவளுகளுக்கும் சொகமா இருக்குமாம். அத இந்த போக்கணம் கெட்டவனுக என்ன சொல்லுகானுன்னா ஆட்டைக் கடிச்சு மாட்டை கடிச்சு மனுசனைக் கடிக்க வருதுன்னு. எளவு, நாகராஜா சாமிய நாயா ஆக்கிப்புட்டானுகலே.'

அதீத மன வருத்தம்கொண்டு வைத்தியர் சொன்னார் 'எளுதினவன் ஏட்டை கொடுத்தான் படிச்சவன் பாட்டை கொடுத்தான். நம்ம மூப்பிலாம்மாரு குடுத்த விதம் அப்டியாக்கும். எண்ணும் எளுத்தும் கண்ணுள்ளதாக்கும்னு சொன்னாங்க. அதாக்கும்வே பளமொளி. சும்மா வாயி புளிக்கேல்லன்னா மாங்காயில புளிப்புன்னு பேசிட்டு கெடக்கப்பிடாது. எல்லாத்துக்கும் ஒரு இது உண்டில்லா?'

'அதிப்பம் வைத்தியரே, ஓரோ திக்கிலே ஓரோ மொளியில்லா?'

'ஓகோ, அப்பம் உங்க ஊரிலே அப்பனை மாப்புள்ளன்னு விளிப்பியளோ? லே, மொளி ஒண்ணாக்கும். அதை மாத்துகதுக்கு மத்தவ, சரசதி நெனைச்சாலும் முடியாது. மறந்திரப்பிடாதுன்னு அவ எளுதி கையிலேயே வச்சிருக்கா. வாறானுக...'

பொதுவாக ஊர்ப்பெயர்களில் பாடபேதம் இருந்தாலும் யாரும் வேறு ஊருக்குப் போனதுமாதிரி கேள்விப்பட்டதில்லை. 'சூடு செங்கல்லு அண்ணாச்சி, நல்ல ஆராம்புளி செங்கல்லு. கல்லுக்கு ஒண்ணார் ரூவா. சொல்லட்டா?'

'அருவாமுளியிலே உள்ள செங்கல்லுல மணலு கூடுதலாக்கும் கேட்டியா. வெள்ளத்திலே இட்டா உப்பு கணக்கா அலிஞ்சு போகும்.'

'இப்ப திண்ணவேலி பிள்ளமாரு முளுக்க ஆர்வாழி கல்லுதான்லா யூஸ் செய்யுகானுக... ஒண்ணும் சொல்லி கேக்கல்லியே.'

‘மக்கா, திருணேலியிலே அது வேற. அங்கிண மள இல்லல்லா? அப்பம் செங்கல்லு என்ன மயிராட்டா அலியும்?’

‘தீர்ணல்லிய சொல்லுகியோ. இங்கிண உவரியிலே என்னா காத்து! காத்திலே கருங்கல்லு உருகிபோயி நிக்குவு. ஆராமூளி செங்கல்லு நின்னு கேக்குதே... சும்மா பேசப்பிடாது.’

‘லே, இப்பம் சொல்லுகேன், பணோடி தாண்டி ஆருவாழிக்கு இந்தால ஒற்ற ஒரு இடத்திலே இந்த செங்கல்லு வச்சு ஒரு நல்ல வீடு கட்டிருக்கான்னா எனக்க மீசை உனக்குலே.’

‘உனக்க மீச எனக்கு என்னத்துக்கு, நல்ல வெளக்குமாத்து வேற இருக்கு வீட்டிலே. லே, ஓவரியிலேயும் பணவுடியிலேயும் என்ன, இந்தால நாரோயிலிலே நம்ம மதினா ஓட்டலு சாயிப்புக்க நாலுமாடி கெட்டடம் நல்ல அருமூளி செங்கல்லிலேல்லா கெட்டியிருக்கு.’

‘பணேடியிலே கெட்டலாம். அங்கிண சாஞ்ச மழை இல்ல. நாவரூலிலே கெட்டினா சுவரு செம்மிப்போயிரும்...’

ஒரு சிக்கலும் இல்லை. செய்தித் தொடர்பியலில் எல்லாச் சொல்லும் பொருள்குறித்தனவே என்று சும்மாவா சொல்லி யிருக்கிறார்கள்? ஆய்வாளர் அ.கா.பெருமாள் சொன்னார். ‘ஆரல்வாய்மொழின்னு இப்பம் சொல்லுகா. சிலர் சரியான பேரு அரண்வாய்வழின்னு சொல்லுகதுண்டு. அது சும்மா ஒரு ஊகத்திலே சொல்லப்பட்டது. அது பண்டு சேர ராஜ்யத்துக்க வாசல்ங்கிறதுனால அந்த பேருங்கியா. அப்டி இல்ல, பழைய ஏடுகளிலே ஆரல்வாய்னு மட்டும்தான் இருக்கு. ஆரல்னா மலைன்னும் பொருள் உண்டு. மலைவழின்னு சொல்லி இப்டி ஆயிருக்கு.’ அந்தப் பழைய பாடத்தை நாம் இப்படி பேதம் செய்கிறோமா இல்லை இந்தப் பாடத்துக்கு அந்தக் கால பாடபேதம் உருவாக்குகிறோமா?

ஆன்மிக விஷயங்களில் பாடபேதம் உருவாக்குவதே ஞான ஆராய்ச்சி என்று சொல்லப்படுகிறது. பொதுவாக ஆன்மிகச் சொற்கள் கள்ளி மாதிரி, வேர் இலை தண்டு எங்கிருந்தும் முளைத்தெழும். ‘யோகம் செய்யணுமானா அதுக்கான யோகம் இருக்கணும். சொல்றது புரியுதோ? யோகத்திலே தியானம்னா என்ன? தியா - நம்னு பெரியவா சொல்லியிருக்கா. நம்மை தியாகம் பண்றதுதான் தியானம். கண்ணை மூடிண்டு மந்தரத்திலே மனசை நிறுத்திண்டு ஐம்புலங்களை அடக்கி ஆமை மாதிரி இருக்கறது தியானம். அப்டி பண்றச்சே என்னாறது, நம்ம குண்டலினி அப்டியே மெல்ல வாலை ஆட்டறது. குண்டலினின்னா நம்ம

மூலாதாரத்திலே சுருண்டு கெடக்கிற பாம்பு. ஸ்நேக். அந்த வார்த்தையத்தான் நம்மாளுங்க தெரியாம குண்டின்னு சொல்லிண்டிருக்கா. படிச்சவா அப்டியெல்லாம் சொல்லப்படாது. தப்பு. மூலாதாரம் ஒரு தாமரை. அங்கே தாம் அரையா இருக்கறதனாலே அப்டி பேரு சொன்னாங்க. அதுக்கு மேலே ஒன்பது தாமரைகள் இருக்கு.'

'தியானத்திலே இப்ப என்ன பண்றோம்? கண்ண மூடிண்டு ஒக்காந்துடறோம். அப்ப என்னாறது? முந்தானை வெலகியிருக்கா வெளியே போட்டிருக்கற செருப்ப எவனாவது எடுத்துண்டு போயிடுவானான்னு ஜாக்ரதையா இருக்கோம்ல? அதான் ஜாக்ரத்துன்னு பெரியவா சொன்னா. அப்பறம் காலம்பற பொங்கல் தயிர்சாதம் சாப்பிட்டதனாலே அப்டியே தூங்கிடறோம். அதை ஸ்வப்னான்னு சொன்னா. அப்றம் சுஷுப்தி. அது நம்ம ஒருமாதிரி சுஷுப்தியா இருக்கிற நெலைமை. சுஷுப்தின்னா என்னன்னு கேட்டுண்டு இருக்கப்படாது. அது அநிர்வசனீயம். சொல்லவே முடியாததுன்னு பெரியவா சொல்லியிருக்கா. அநிர்வசனீயம்னா என்னான்னும் கேக்கப்படாது. அதான் சொல்லமுடியாதுன்னு சொல்லியிருக்கே, அப்பறம் என்ன? அதுக்குமேலே துரியம். துரியோதனன் அந்த நெலைமையிலே இருந்ததனாலே அவனுக்கு அப்டி பேரு வச்சிட்டா' என்று சென்றுகொண்டே இருக்கலாம்.

ஞானப்பொழிவுக்கு ஞானமே வழிகாட்டி. ஞானம் என்பதே முடிவில்லாத பாடபேதம்தானே என்று விஷ்ணுபுரம் நாவலிலே ஒரு பொன்மொழி வருகிறது. அதை எழுதியவர் சங்கர்ஷணர் என்கிற ஜெயமோகன் என்று பாடம். இல்லை அவர் திரிவிக்ரமன் நாயர் என்று வேறு யாரோ என்றும் பாடபேதம் உண்டு.

மதுரைப்பக்கம் ஒரு கல்லூரியில் நான் அழைக்கப்பட்டிருந்தபோது என்னுடைய பாடபேதங்களை நானே பார்க்கும் பேறு பெற்றேன். 'பைந்தமிழ்ப் புலவர் செயமோகனார் ஒரு தமிழ்த்தேனீ. சிந்தனைச் சிற்பி. நற்றமிழ்க் கொற்றன்' என்று சொன்னபோது நான் வேறு யாரோ என்றிருந்தாலும் 'முத்தமிழ் வித்தவர்' என்று சொல்லப்பட்ட போது என்னைத்தானோ என்ற ஐயம் ஏற்பட்டது. 'இவர் அருமை யான கவிதைகளை யாத்து நந்தமிழ் அன்னைக்கு நவமணிகளாய் அணிவித்த பெருமை உடைத்தவர்' என்றபோது சரிதான் வேறு யாரோ என்று நிம்மதி. பொதுவாக எதையும் உடைக்கும் வழக்கமுள்ளவன் அல்ல நான்.

மேலும் 'பெற்றதாயும் பிறந்த பொன்னாடும் நற்றமிழ் வானிலும் நனி சிறந்தனவே' எனக் கற்ற தமிழைக் கரைசேர்ப்பதற்காகவே வாழ்க்கையை அர்ப்பணித்துக்கொண்டிருக்கும் இவர் ஒரு

பீயெஸென்னல் ஊழியர். நாஞ்சில்தமிழ் இவர் நாவில் கொஞ்சி விளையாடும். இவர் 'நான் கடவுளா?' என்ற திரைப்படத்திலே அகோரா என்ற வேடத்திலே நடித்திருக்கிறார். இவரைத் தமிழ் விருந்தளிக்க வருக வருக என வரவேற்கிறேன்' என்று அம்மணி முடித்தபோது மேடையில் ஒரு ஏழெட்டு நான்கள் நிற்கக் கண்டேன்.

அவர்களில் யார் பாடம் யார் பேதம் என்று என்னாலேயே கண்டு பிடிக்க முடியவில்லை. ஏன், இப்போதுகூட நான் அங்கேயே எங்கோ தடுமாறிக்கொண்டிருக்க என்னுடைய பாடபேதம்தான் என் வீட்டுக்கு வந்துவிட்டதோ என்ற சந்தேகம் அவ்வப்போது ஏற்படுகிறது.

- ஜூலை 12, 2012

௪௬

சாமியார்

சாமியாராக ஆவது என்பது அனைத்திலும் இருந்து விடுதலை அடைவது. அதன் பொருட்டு அனைத்தையும் துறந்து செல்வது. சுற்றுமுற்றும் நம்முடைய வாழ்க்கையைப் பாருங்கள். இரண்டே அறைகள் கொண்ட வீடு. சமையலறை, ஸ்டோர் அறை, பெண்டுகள் துணிமாற்றும் அறை எல்லாமே ஒன்றுதான். மிச்ச அனைத்துக்குமே கூடம். அதிலே பரணில் உலகத்தில் உள்ள மொத்தத்தையும் அடைத்து வைத்திருக்கிறோம். யாராவது வந்தால் பழையதுணிகளையும் மற்ற தட்டுமுட்டு சாமான்களையும் அள்ளி அகற்றி துருப்பிடித்த மடக்கு நாற்காலியை விரித்து உட்காரச் சொல்ல வேண்டியிருக்கிறது.

துருவேறிய பழைய டிவிஎஸ் பிஃப்டியில் தயிர்சாதமும் நார்த்தங்காய் ஊறுகாயும் எடுத்துக்கொண்டு ஆபீஸ் போகிறோம். அங்கே மேலதிகாரிகளின் லபோ திபோ. ஏன் சார், ஊரிலே அவனவன் எப்படியெல்லாம் வாழ்கிறார்கள். நாமும் பத்திரிகை சினிமாவிலே படிக்கத்தானே செய்கிறோம்? வயிறு எரியவில்லை? எப்படி நமக்கு ஒரு விடிமோட்சம்? அதற்குத்தான் சாமியார் ஆகிறது. இதெல்லாம் சம்சாரம். இதையெல்லாம் உதறிவிட்டு ஒரு காவியைக் கட்டிக்கொண்டு கிளம்பினால் நல்ல சாமியார் வாழ்க்கை. நாற்பது அறை கொண்ட பங்களா. போக வர பென்ஸ் கார். கைகால் அமுக்கிவிட ஏ முதல் இஸட் வரையிலான ஆங்கில எழுத்துக்களில் ஆரம்பிக்கும் பெயர் கொண்ட நடிகைகள்.

‘மண்ணில் நல்லவண்ணம் வாழலாம்’ என்று அப்பரோ வேறு யாரோவோ சும்மாவா சொன்னார்கள். துறவு என்பது வீடுபேறுக்காகத்தான். புத்தியோடு பிழைத்தால் பங்களாபேறுகூட உண்டு. அது உங்கள் சாமர்த்தியம் அதிருஷ்டம்.

சாமியார் என்பவர் வேறு ஆள். ஆகவே அவர் வேறுமாதிரி இருக்க வேண்டும். காவியை நன்றாகப் பளீரென்று கட்டிக்கொள்ளலாம். தலைப்பாகை தாடி மீசை முதல் துல்லியமான மொட்டை வரை பலவகையான தோற்றங்கள் உண்டு. ஆறடிக்கூந்தல், பம்பைத்தலை, சடாமுடி, குடுமி எது வேண்டுமானாலும் வைத்துக்கொள்ளலாம். இதில் எது சரிவருகிறதோ அதை தக்கவைத்துக்கொள்ள வேண்டியது தான். எல்லாவற்றையும் போட்டுக்குழப்புவதும் நல்ல உத்தியே. ஜீன்ஸ் பான்ட்டும் தலைப்பாகையும், வேட்டியும் லெதர் ஜாக்கெட்டும், பெர்முடாஸும் ஜிப்பாவும் என பல வகையாக முயன்று பார்க்கலாம்.

ஊத்துக்குளி பக்கம் ஒரு சாமியார் புடவை ஜாக்கெட்கூட அணிந்திருந்தார். எதுவுமே அணியாமல் இருக்கலாம். ஆனால் அதற்கு உண்மையிலேயே புலனடக்கம் தேவை. மனோகரா மாதிரி திமிறிக்கொண்டு எழுந்ததென்றால் வம்பு. எந்த வேடமாக இருந்தாலும் பார்ப்பதற்கு முதலில் சிரிப்பு வரவேண்டும். அதைப் பற்றி நாலுபேர் பேசவேண்டும். எதை ஜனங்கள் கேலிசெய் கிறார்களோ அதைத்தான் திரும்பத் திரும்பப் பார்ப்பார்கள். மற்றவர்களிடம் சொல்வார்கள். அப்படியே நிறையபேருக்கு தெரிந்துவிட்டால் பிரபலமாகிவிடுவோம். பிரபலமான பிறகு பிரபலமாக இருப்பதே பிரபலமாக ஆவதற்கான வலுவான காரணம் ஆகின்றது. அதன் பிறகு யாரும் சிரிக்கமாட்டார்கள்.

ஆசிரமம் என்பது மர்மமாக இருப்பது நல்லது. மர்மம் இல்லாத ஆசிரமங்களை ஜனங்கள் விரும்புவதில்லை. நள்ளிரவில் விளக்குகள் எரிவது, பெண்கள் வந்து செல்வது, ஜன்னல்களில் மண்டை ஓடுகள் இருப்பது, மாபெரும் காம்பவுண்டு சுவருக்குள் கட்டடங்கள் எப்போதும் மூடியே கிடப்பது, வாசலில் கூர்க்கா முறைப்பாக இருப்பது ஆகியவை மர்மங்களை உருவாக்கக் கூடியவை.

மர்மத்துக்கான காரணங்களை புலனாய்வு இதழ்களில் எழுதும் ஆந்தைகள், கழுகுகள், காக்காகள், சிக்கன் சிக்ஸ்டிஃபைவ்கள் உருவாக்கிக் கொள்வார்கள். அடிக்கடி தரிசனம் கொடுப்பதும் ஆகாது. போதிய ஆள் திரட்டி மகாளய அமாவாசை பின்னிரவு, அல்லது சதுர்த்தியில் விடியற்காலை போன்ற நேரங்களில் சில

நிமிடங்கள் தரிசனம் அளிக்கலாம். அப்போது மர்மமாகப் பேசுவது பேசாமல் மர்மமாக இருப்பது போன்றவை உதவும். நல்ல புகைப்படக் கலைஞர்கள் இல்லாமல் நல்ல சாமியார் இல்லை. 'படமாடும் கோயில்' என்று அதைத்தான் சொல்லியிருக்கிறார்கள். மிகச் சிறந்த புகைப்படங்கள் எடுக்கப்பட்டு அவை தொடர்ச்சி யாகப் பலவகைகளில் பிரசுரமாகவேண்டும். அந்தப் படங்களில் நாம் எப்படி இருக்கிறோமோ அதை மாதிரி அன்றாட வாழ்க்கையிலும் இருப்பதற்குப் பயிற்சிகள் எடுத்துக்கொள்ள வேண்டும்.

நல்ல சாமியார் உபதேசங்கள் புரியவேண்டும். உபதேசங்களில் இருவகை உண்டு. முதல் வகை உபதேசங்களை மாத்ருபாவம் என்கிறார்கள். தாயினும் சாலப்பரிந்து இவை கூறப்படுகின்றன. நல்ல பிள்ளையாக இருக்க வேண்டும், தண்ணியடிக்கக் கூடாது, மாசத்துக்கு ஒரு சினிமா போதும், பெண்களை டாவடிப்பது கடலைபோடுவது பின்னால் செல்வது எல்லாம் வேண்டாம், சாப்பாட்டில் அடக்கி வாசிக்க வேண்டும், சொன்னபேச்சு கேள்டா கட்டேலே போறவனே- இன்னபிற.

இவற்றின் இயல்பென்ன என்றால் இப்படி நம்மிடம் ஒருவர் சொல்வது நமக்கு பிடிக்கும். இப்படியெல்லாம் நாம் இருந்தாலும் இருந்துவிடுவோம் என்று நம்பித்தானே அவர் சொல்கிறார். எவ்வளவு நல்லவர். நாம் இவற்றை கடைப்பிடிக்கப் போவதில்லை என்று அவருக்கும் தெரியும் நமக்கும் தெரியும். இருந்தாலும் நடுவே ஒரு நம்பிக்கை ஓடுகிறதல்லவா? 'த சும்மா கெட, தொணதொணன்னுட்டு' என்று பிரியமாகச் சொல்கிறோம். இந்தவகை சாமியார்களை நாம் மிகவும் விரும்புகிறோம். இவர்களுக்கு கொஞ்சம் வயது இருக்குமென்றால் ரொம்ப நல்லது.

இன்னொரு வகை மித்ரபாவம் என்கிறார்கள். இது நண்பனின் இடத்தில் இருந்து சொல்வது. 'சரிதான் விடுடா மச்சி நாம மட்டுமா இதெல்லாம் பண்றோம். ஊரிலே அவனவன் பண்ற அட்டூழி யத்துக்கு இதெல்லாம் ஜுஜுபிடா இந்தா இத பிடி, நான்ல சொல்றேன்.' இப்படிச் சொல்பவரையும் நமக்குப் பிடிக்கும். இவர் நம்மை யூத்தாக உணரச் செய்கிறார். நம்மால் எது முடியுமோ அதையே செய்யச் சொல்கிறார்.

இரு பாவங்களிலும் நாம் கட்டுரைகள் எழுதலாம். உரைகள் ஆற்றலாம். ஒவ்வொன்றுக்கும் அதற்கான வடிவம் உண்டு. முதல் வகைக்கு மரபில் இருந்து உதாரணம் தேவை. ஜடபரதன் கதை, முள்ளங்கி நாயனார் சரிதம் போன்றவற்றில் இருந்து கதைகள்

கண்டிப்பாக இருக்க வேண்டும். ஞானப்பேழை, ஞானச்சாவி போன்ற தலைப்புகள் இன்றியமையாதவை. இரண்டாம் வகை, கொஞ்சம் புரட்சிகரமானது. தலைப்புகளில் வித்தியாசம் தேவை. 'முந்தானை விலகட்டும்' 'அடிச்சு நொறுக்கு மாமே' போன்ற உற்சாகமூட்டும் தலைப்புகள் அவசியம். செய்தி எளிமையாக இருக்கவேண்டும். பொதுவாக 'இப்ப இன்னான்றே?' என்ற ஒரு தோரணை இவ்வகை கட்டுரைகளுக்கு மிகவும் இன்றியமையாதது.

மப்படிப்பது முதல் கப்படிப்பது வரை எல்லாமே சரிதான், மனசு மட்டும் சுத்தமாக இருந்தால் போதும் என்று சொல்லலாம். மிச்ச அனைத்தையும் கேவலமாக வைத்துக்கொண்டால் ஒப்பு நோக்க மனசு சுத்தமாகத்தானே இருக்கும் என்பது இதற்கான விளக்கம். ஆனால் எந்த உரையாக இருந்தாலும் மிக எளிமையாக இருக்க வேண்டும். தத்துவம் கொள்கை என்று போட்டு அறுக்கக்கூடாது.

'மனம் என்பது ஒரு மின்விசிறி மாதிரி. சுவிட்சைப் போட்டால் சுழல்கிறது. போடாவிட்டால் சும்மா இருக்கிறது' என்பது போன்ற உவமைகள் 'இந்த உலகம் ஞானத்தை உயர்ந்ததாக நினைக்கிறது. ஆகையால் ஞானமே உயர்ந்த விஷயம். ஆகவே ஞானத்தை நாம் உயர்ந்த விஷயமாக நினைக்கவேண்டும்' போன்ற கருத்துகள் தேவையானவை. முதல்வகை உரைகளுக்கு நடுநடுவே காக்கா வடைசுட்ட கதை போல எளிமையான கதைகளைச் சொல்லலாம். அம்புலிமாமா தொடர்ந்து வாசித்தால் அவை கிடைக்கும். பிந்தைய வகை உரைகளுக்கு பிளேபாய்.

உபதேசங்கள் மட்டும் என்றால் வேலைக்காகாது. யோக சாதனைகள், தாந்த்ரீக வித்தைகள் தேவை. அதற்கு முதலில் தேவை யானவை கலைச்சொற்கள். பொதுவாக இவை கொஞ்சம் அடிவயிற்றைக் கலக்குவதுபோல இருப்பது நல்லது. தமிழ்நாட்டில் எல்லா சமஸ்கிருத வார்த்தைகளும் கலக்கிகள்தான் என்பதனால் பிரச்னை இல்லை. அல்லது சித்த வைத்தியத்தில் இருந்து கலைச்சொற்களை எடுத்துக்கொள்ளலாம். மகாகுண்டலீகரண மந்த்ரா, பஞ்சமகோராத்ர யோகா, மிருத்யுஞ்சயாத்ரகாத்ர தியானா போன்ற சொற்கள் கேட்பவர்களைக் கவர்வதுடன் அவர்களும் மற்றவர்களிடம் கம்பீரமாகச் சொல்லிக்கொள்ள பிடித்தமானதாக இருக்கும். காயகல்பதரு யோகம், சிட்டுக்குருவி மந்திரம் போன்றவையும் பயனளிக்கும் சொற்களே.

இந்தமாதிரி யோகம், தியானம் சார்ந்த விஷயங்களில் மேலும் சில விஷயங்கள் தேவை. முதல் வகை மந்திரங்கள். அவற்றைச் சொல்லும்போது சுற்றியிருப்பவர்கள் பீதி கொள்ளும்போது

சொல்பவர் அடையும் உவகையில் அவருக்கான ஞானம் உறைந்திருக்கிறது. மந்திரங்களைத் தமிழ்நாக்கு சரியாகச் சொல்லாது என்பதில் இருந்து கண்டுபிடிக்கப்பட்டதே முத்ரா. இது விதவிதமாக கைகளை வைத்துக்கொள்வது. மூக்குப்பொடி சிமிட்டா முதல் சட்டைப்பித்தான் அவிழ்ப்பதுவரை விதவிதமான முத்திரைகள் நம் அன்றாட வாழ்க்கையில் நம்மால் கடைப்பிடிக்கப் படுகின்றன அல்லவா? இவற்றைச் செய்யும்போது 'அப்பா மூத்ரயோகா செஞ்சுட்டிருக்கார்ல. அங்க போகப்பிடாது' என்று நம் மனைவிகள் ஜாக்ரதையாகிறார்கள். அவர்கள் நம் கட்டுக்குள் நிற்காத தருணங்களில்கூட இந்த முத்திரைகளைத் திறம்பட பயன்படுத்தலாம்.

பொதுவாக யோகிகளுக்கு ஞானதிருஷ்டி உண்டு. முக்காலமும் அவர்களுக்குத் தெரியும். போலி வாக்காளர்போல ஒரேசமயம் அவர்கள் பல இடங்களில் இருக்கமுடியும். அவர்களிடமிருந்து நம்முடைய வங்கி இருப்பு உட்பட எதையுமே நாம் மறைக்க முடியாது. இந்த ஞானதிருஷ்டி என்பது மெட்டல் டிடெக்டருக்கு நேர் எதிரானது. அதாவது, ஒரு மெட்டல் டிடெக்டரிடம் இருந்து எதையெல்லாம் நீங்கள் மறைக்கமுடியுமோ அதையெல்லாம் ஞான திருஷ்டி காட்டிக்கொடுத்துவிடும். ஆகவே ஒரு மெட்டல் டிடெக்டரில் எவையெல்லாம் சிக்குமோ அவை ஞானதிருஷ்டிக்குத் தெரியாது. உதாரணம் ரகசியக் கேமராக்கள்.

ஞானதிருஷ்டி யோகம் மூலம் கூர்மை அடைகிறது. யோகம் என்பது யோகமிருந்தால் கிடைப்பது என்பதுடன் கூடுவது என்றும் சமஸ்கிருத அர்த்தம் உடையது. கூடும்போது கேமராக்களை என்ன செய்வதென்பது சாமியார்களுக்கு சிக்கலான விஷயம்தான். இந்தச் சிக்கலைச் சமாளித்த ஒரே சாமியார் ஓஷோதான், அவரே கேமரா வைத்து எடுத்து வெளியிட்டார். வாழ்க்கை வரலாற்றில் இருந்து தப்புவதற்கு ஒரே வழி சுயசரிதை எழுதுவதுதான் என்றும் சொல்லியிருக்கிறார்.

சாமியார்கள் அறிவுஜீவிகளை வளர்ப்பது நல்லது. அவர்கள் சிறந்த பிரசார பீரங்கிகள். தங்களை வளர்க்க சாமியார்களை வளர்க்கும் கலை அவர்களுக்குத் தெரியும். இதழாளர்களும் தேவை. சாமியாருக்குரிய உரைகளை எழுதவும் அவற்றைப் புத்தகமாக ஆக்கவும் இவர்கள் உதவுகிறார்கள். மேலும் எசகு பிசகாக மாட்டிக் கொள்ளும்போது 'பார்த்தீர்களா யோகாசனத்தின் சக்தியை, எப்படி விசுக் என்று எழுந்து அமர்கிறார்' என்ற தோதில் விளக்கமும் இவர்களால் அளிக்க முடியும். தந்திரமாகச் செய்யப்படும் விஷயங்கள்தான் தந்த்ரா என்று இவர்கள் விளக்கினால்

பொதுமக்கள் ஏற்றுக்கொண்டுதானே ஆகவேண்டும்? இது தூந்த்ராவில் இருந்து வந்தது, அங்கெல்லாம் பனிக்கட்டிக்குள் ஆணும் பெண்ணும் நிர்வாணமாக கட்டிப்பிடித்து தூங்குவார்கள் என்றும் விளக்கலாம். அறிவுஜீவிகளுக்குச் செலவிடும் பணம் எப்போதுமே நஷ்டமாவதில்லை. சாமி இருந்தாலும் ஆயிரம் பொன் தலைமறைவானாலும் ஆயிரம்பொன் என இவர்கள் நப்போல் வளையும் தன்மை கொண்டவர்கள் என்பார்கள் வரலாற்றாசிரியர்கள்.

சாமியார்கள் அற்புதங்களைச் செய்தாகவேண்டும். காலையில் சுமுகமாக வெளிக்குப்போவதே ஓர் அற்புதம் என்று எண்ணும் நடுத்தர மக்களுக்கு பொதுவாக அற்புதங்களை நம்பும் ஆற்றல் அதிகம். கையில் விபூதி எடுப்பது நல்லது. ஆனால் தோசைக்கு மிளகாய்ப்பொடி எடுக்க நம்மால் முடியாதென்பதையும் தெளிவு படுத்தாவிட்டால் நமக்கு எப்போதும் வெறும் தோசையே கிடைக்கும் அபாயமுண்டு.

ஹீலிங் என்றால் நோய்களைக் குணப்படுத்துவது. பொதுவாக நடுத்தர வர்க்கம் நாலுபேர் சொல்வதை மறுக்கும் திராணி இல்லாதது. எல்லாரும் பார்க்கும் சினிமாவைப் பார்த்து, எல்லாரும் போகும் கோயிலுக்குப் போய், எல்லாரும் ஓட்டுபோடும் கட்சிக்கு ஓட்டுபோட்டு வாழ்வது. ஆகவே நாலுபேர் கூடி 'பேசப்பிடாது எல்லாம் சரியாப்போச்சு, போ' என்று சொன்னால் 'சும்மாவா சொல்வாங்க... சரியாத்தான் போயிருக்கும். எதுக்கு வம்பு' என்று 'ஆமுங், நஸ்மாலுமே சரியாய்ப் போச்சுங்' என்பார்கள்.

இதேபோல ஒரே சமயம் இரண்டு இடங்களில் இருப்பது, ஒரே சமயம் இரண்டு நாற்காலிகளில் அமர்வது, ஒரேசமயம் இரண்டு பெண்களோடு இருப்பது போன்ற பல அற்புதங்களைச் செய்யலாம். கூடுவிட்டு கூடு பாய்வது இதன் உச்சம். எடுத்ததற்கெல்லாம் முழுசாக ஏன் பாயவேண்டும் என்று ஒரு சிறு பகுதியை மட்டுமே பாயவும் வைக்கலாம், கேமராக்கள் இல்லாதபோது.

சாமியார்களின் வெற்றி என்பது வேறு சாமியார்களை உருவாக்குவதில்தான் உள்ளது. அவர்கள் கொஞ்சம் கம்மியான வேறு சாமியார்களை உருவாக்குகிறார்கள். அவர்கள் இன்னும் கொஞ்சம் மாற்றுக்குறைவான சாமியார்களை உருவாக்குகிறார்கள். கடைசியில் அடித்தளத்தில் சாமியாரா என்ற சந்தேகத்துக்கு இடமளிக்கும் மனிதர்களும் சாமியாராக இருக்க வாய்ப்பில்லாமல் இல்லையோ என்ற சந்தேகத்தை உருவாக்க வாய்ப்புள்ள மனிதர்களும் உருவாகிறார்கள். இவர்களால் ஆன ஒரு பெரிய சாமியாரமைப்புக்கு நாம் சாமியாராகிவிடலாம்.

இதில் உள்ள முக்கியமான சவாலே எவரும் நம்மைப்போல முழுச் சாமியார் ஆகி நமக்கே கேமரா வைக்கும் அபாயம் ஏற்படாமல் தடுப்பதுதான். லட்சக்கணக்கானோர் ஒன்றாம் வகுப்பில் நுழைய ஒருவருமே பிளஸ்டூ பாஸாகாமல் இருக்கும் ஒரு பள்ளிக்கூடத்தை நடத்துவது போன்றது இது. சாமியார்களை சாமியார்கள் என்று அங்கீகரிக்கும் தகுதி சம்சாரிகளுக்கு உள்ளது. ஆகவே, சம்சாரிகளை சாமியார்கள் அங்கீகரிக்கவேண்டும் என்று இல்லை. ஆகவே சாமியார்கள் ஜூரிகளைக் கவரும் குற்றவாளி போல சம்சாரிகளிடம் நடந்துகொள்ள வேண்டும். குற்றவாளிகளே ஜூரிகளாக இருக்கும்படி பார்த்துக்கொள்வது மிக நன்று.

சாமியார்களில் நல்ல சாமியார்கள் கெட்ட சாமியார்கள் என இருவகை உண்டு. நல்ல சாமியார்களுக்கு எப்படி நல்ல சாமியாராக தெரிவது என்று தெரிவதில்லை. ஆகவே நாம் 'சில்லற இல்ல, போப்பா. காலங்காத்தால வந்துட்டானுக' என்று சொல்கிறோம். கெட்ட சாமியார்கள் ரொம்ப நல்ல சாமியார்கள் மாதிரி தெரிவதற்காக செலவழிக்கும் பணத்தை நாமே அவர்களுக்கு கட்டணங்களாகக் கொடுக்கிறோம். அவர்கள் கெட்ட சாமியார் களாகச் செயல்படுவதற்கான செலவையும் நாமே வகிக்கிறோம் என்பதும் ஆச்சரியமில்லை. பொதுவாக நல்ல சாமியார்கள் கெட்டசாமியார்கள் என்ற பிரிவினையை தொண்ணூறு சதவீதம் கெட்டவர்களாகிய நாமேதான் தீர்மானிக்கிறோம் என்பதனால் கெட்ட சாமியார்கள் நாம் போதுமான அளவுக்கு ஏமாறும்வரை நல்ல சாமியார்களாக நமக்கு தெரிகிறார்கள். 'ஏமிரா, வச்சுட்டியே கேமிரா' என்ற பிரபல பஞ்ச் டயலாக்கை நினைவுகூர்க.

பிறர் தூங்கும்போது விழித்திருப்பவர்கள் இருவகை யோகிகள், திருடர்கள். யோகிகளை நாம் திருடர்களுடன் சேர்த்து சிலுவைகளில் அறைந்து வழிபடுகிறோம். அப்படியானால் திருடர்களை யோகிகளாக வணங்குவதுதானே நியாயம்?

- மார்ச் 29, 2001

87

மனிதராகி வந்த பரம்பொருள்!

நெடுங்காலமாகவே எனக்கு கடவுள் நம்பிக்கை இல்லை. அதற்குக் காரணம் நான் வளர்ந்த பின்னணி. என் அப்பா அம்மா இருவருக்குமே கடவுள் நம்பிக்கை இல்லை. அப்பா சாஸ்திரத்துக்காக ஏதாவது கோயில் சடங்கில் கலந்துகொள்வாரென்றாலும் அம்மா அதுகூட செய்வதில்லை. அம்மாவுக்கு இலக்கியம்தான் மதம்.

அந்தப் பின்னணியில் வளர்ந்ததனால் நான் சாமி கண்ணைக்குத்தும் என்ற நம்பிக்கை இல்லாமல்தான் வளர்ந்தேன். நண்பனின் மரணம் காரணமாக ஆழமான அதிர்ச்சி ஏற்பட்டபோது என்னால் வழக்க மான நாத்திக வாதங்களை வைத்து அதை விளக்க முடியவில்லை. வாழ்க்கையின் அர்த்தம், பிரபஞ்சம் என்ற பிரம்மாண்ட இயக்கத்தில் மனித இருப்பு கொள்ளும் இடம் இதெல்லாம் மரணம் மூலம் நமக்கு மண்டையில் அடித்ததுபோலத் தெரியவருகிறது அல்லவா? ஆனால் வழக்கமான பக்திக்கும் என்னால் செல்ல முடியவில்லை.

நான் நூல்களை வாசிக்க ஆரம்பித்தேன். கீதை வழியாக சித்பவானந்தரை அறிந்துகொண்டேன். விவேகானந்தர் அரவிந்தர் என எல்லாரையும் வாசித்தேன். அதன் பின்னர் ஊரைவிட்டு கிளம்பி சாமியாராக அலைந்தேன். ஏராளமான சாமியார்களை அறிமுகம் செய்துகொண்டிருக்கிறேன். நிறைய ஆசிரமங்களிலே தங்கி யோக சாதனைகள் எல்லாம் செய்திருக்கிறேன். எதிலுமே திருப்தி இல்லாமல் திரும்பி வந்தேன். வேலைக்குச் சேர்ந்து

திருமணம் செய்த பின்னரும் அந்தத் தேடல் தொடர்ந்தது. நிறைய வாசித்துக்கொண்டிருந்தேன்.

இந்நிலையில்தான் நான் நித்ய சைதன்ய யதி என்ற எஸ். ஜெயச்சந்திரப்பணிக்கரைச் சந்தித்தேன். அவர் ஒரு சாமியார். நான் அவரை குரு என்று ஏற்றுக்கொண்டு வேதாந்தம் கற்றுக் கொண்டேன். கீதை முதலிய நூல்களை அவரிடமிருந்து கற்றேன். என்னை ஒரு சுத்த அத்வைதியாக நினைத்துக்கொண்டு நிறைய நூல்களை வாசித்தேன். நிறைய கட்டுரைகளையும் எழுதினேன்.

இந்த இணையதளத்திலே நீங்கள் நான் வேதாந்த நோக்கிலே கீதை முதலிய நூல்களுக்கு எழுதிய உரைகளை வாசித்திருப்பீர்கள். அவற்றையெல்லாம் நான் ஒரு உன்மத்த நிலையில் எழுதியிருக்கிறேன் என்பது இப்போதுதான் தெரிகிறது.

இந்நிலையில் விதி என் வாழ்க்கையில் அற்புதமான ஒரு விளையாட்டை நடத்தியது. நான் சிலநாட்களுக்கு முன்பு ஒரு தனிப்பட்ட விஷயமாக சங்கரன்கோயிலுக்குச் சென்றிருந்தேன். சங்கர நயினார் கோயிலைப் பார்க்கலாம் என்று சென்றேன். கூட்டம் இல்லை. வாசலில் செருப்பைக் கழற்றிப்போடலாம் என்று போனேன். அங்கே ஒரு சாமியார் திருவோட்டை நீட்டியபடி நின்றிருந்தார். நான் அவரிடம் ஒரு ரூபாய் காசை நீட்டினேன். அவர் சிரித்துக்கொண்டே 'ஜெயமோகன், ஒரு ரூபாய் மதிப்புதானா எனக்கு?' என்று கேட்டார்.

என்னடா இது நம்மைத் தெரிந்த சாமியாராக இருக்கிறாரே என்று நான் ஆச்சரியம்கொண்டு 'என்னை தெரியுமா?' என்று கேட்டேன். 'எனக்கு எல்லாரையுமே தெரியும்' என்றார். பீலா விடுகிறாரே என்று நினைத்து நான் 'அப்படியானால் அதோ போகும் அந்த சுடிதார் அணிந்த பெண்ணின் பெயர் என்ன?' என்று கேட்டேன். 'சுனிதா' என்றார். நான் உடனே 'சுனிதா' என்று கூப்பிட்டேன். அந்தப் பெண் திரும்பிப் பார்த்தாள். 'ஸாரி நான் வேறு யாரோ என்று நினைத்தேன்' என்று சொல்லி சமாதானம் செய்துவிட்டேன்.

எனக்கு ஒருமாதிரி ஆகிவிட்டது. இவரை எப்படியாவது சோதனை செய்துவிடவேண்டும் என்று நினைத்தேன். 'நான் என்ன வேலை பார்க்கிறேன்?' என்றேன். 'பிஎஸ்என்எல்லிலே கிளார்க். இதுகூடவா தெரியாது?' என்றார். ஆச்சரியத்துடன் 'சரி, என்னுடைய ஆபீசர் பெயர் என்ன?' என்றேன். அதையும் சரியாகச் சொல்லிவிட்டார். கடைசியாக ஒன்று கேட்கவேண்டும் என்று நினைத்து 'சரி நேற்று காலை பத்துமணிக்கு என்னை வந்து பார்த்தது யார்?' என்றேன். 'அருமனையைச் சேர்ந்த ஒரு பெண்மணி நீ எழுதிய நூல்களில் பிஎச்டி செய்ய வேண்டும் என்று வந்தாள்.'

எனக்கு வியர்த்துவிட்டது. 'சரி அவள் பெயர்?' என்றேன். அதையும் சரியாகச் சொல்லிவிட்டார். எனக்கு மூத்திரமே முட்டிவிட்டது. 'கடைசியாக நீ இங்கே வரும்போது அந்த ஆயிரத்தில் ஒருவன் போஸ்டரைப்பார்த்தாய். எம்ஜிஆர் நடித்த ஆயிரத்தில் ஒருவன் படம் சாண்டில்யனின் கடல்புறாவை நினைத்து எடுத்தது என்று நினைத்து சாண்டில்யனைப்பற்றி நினைத்துக்கொண்டே வந்தாய்.'

நான் மூச்சுத்திணறி 'இதெல்லாம் எப்படி தெரிகிறது?' என்று கேட்டேன். 'எனக்கு எல்லாமே தெரியும். இந்த தெருவிலே போகும் எல்லாருடைய வாழ்க்கையும் தெரியும். இந்த நகரத்தில் உள்ள எல்லாரையும் தெரியும். ஏன் உலகத்தில் உள்ள எல்லாருடைய வாழ்க்கையும் நினைப்புகளும் தெரியும். நான் முக்காலமும் அறிந்தவன்' என்றார். என்னுடைய எல்லா நூல்களின் பெயரையும் சொல்லி 'வேண்டுமென்றால் முழு விஷ்ணுபுரத்தையும் மனப்பாடமாகச் சொல்கிறேன்' என்றார்.

இதெல்லாம் கொஞ்சம்கூட பொய் கிடையாது. கற்பனை கிடையாது. நான் பிரமித்து செயலிழந்து போய்விட்டேன். அப்படியே அவரது காலிலே விழுந்துவிட்டேன். 'என்னை உங்கள் சீடனாக ஏற்றுக்கொள்ளவேண்டும்' என்றேன். 'சரி, அதற்காகத்தான் நான் உன்னை தடுத்தாட்கொண்டிருக்கிறேன். உள்ளே போய் சாமி கும்பிட்டுவிட்டு வா' என்றார். சொன்னால் நம்ப மாட்டீர்கள், உள்ளே அதே சாமியார் சுற்றி வந்து சாமி கும்பிடுவதைக் கண்டேன்!

சாமியாருடன் சென்றேன். அவரது பெயர் சுவாமி சிவானந்தலகரி மகராஜ். அருகே ஒரு வீட்டிலே அவர் தங்கியிருக்கிறார். அவர் சாப்பிடுவதே கிடையாது. பசிக்கும்போது கீழே கிடக்கும் ஒரு கூழாங்கல்லை எடுத்து வாயிலே போட்டு தின்கிறார். நான் அதை எப்படி தின்பது என்று கேட்டேன். அவர் எனக்கும் ஒரு கல்லை எடுத்துக் கொடுத்தார். அதை வாயிலிட்டு சாப்பிட்டேன். கற்கண்டு மாதிரி இருந்தது.

சுவாமி சிவானந்தலகரி மகராஜ் நடக்கும்போது ஒன்றைக் கவனித்தேன். அவரது நிழல் தரையிலே விழுவதில்லை... என்னால் ஆச்சரியம் தாள முடியாமல் கேட்டுவிட்டேன். சிரித்துக்கொண்டு 'நீ அறிந்துகொள்ள இன்னும் நிறைய இருக்கிறது' என்று சொன்னார். நாம் பிரமிக்கும் விஷயங்களாகவே செய்துகொன்டிருக்கிறார். அவரது முச்சுக்காற்றில் எப்போதுமே ஒரு சுகந்தம் இருக்கிறது. அவர் கண்களை இமைப்பதே இல்லை என்று கண்டபோது எனக்கு மூச்சே நின்றுவிட்டது.

அங்கே அமர்ந்ததும் அவர் எனக்கு ஞான தீட்சை கொடுத்தார். அதற்கு முன்னால் என்னுடைய தோளிலே அவர் கையை வைத்ததும் என் நெடுநாள் தோள்வலி பறந்து போய்விட்டது. என்னை அமரச் செய்து என்னுடைய நெற்றியிலே கையை வைத்தார். எனக்கு உலகமே சுழல்வது போல இருந்தது. நான் நட்சத்திரங்கள் நடுவே பறந்து செல்வதைப்போல உணர்ந்தேன். என்னுடைய ஏழு பிறப்பையும் நான் அப்போது புரிந்துகொண்டேன். அதையெல்லாம் வெளியே சொல்லக்கூடாது.

அதன்பின்னர் சுவாமி சிவானந்தலகரி மகராஜ் 'நீ ஊருக்கு போ' என்று சொன்னார். 'சுவாமியை எப்படி சந்திப்பது?' என்று நான் கேட்டேன். 'அது ஒன்றும் பெரிய விஷயமில்லை. நீ எங்கிருந்தாலும் அங்கே நான் வருவேன். அதற்கான வித்யாஞான சக்தி எனக்கு இருக்கிறது' என்று சொன்னார். நான் அவரை கும்பிட்டேன். அப்போது அவர் கண்மூடி நிஷ்டையில் ஆழ்ந்துவிட்டார். அப்போது ஒரு நாகப்பாம்பு ஊர்ந்து வந்து அவரது மடியில் ஏறி படுத்துக் கொண்டது.

நான் கிளம்பி ஊர் வந்துசேர்ந்தேன். என்னுடைய மனைவி எனக்கு ஒரு மணிமாலையைத் தந்தாள். அந்த மாலையை ஒரு சாமியார் வந்து கொடுத்ததாகச் சொன்னாள். அந்தச் சாமியார் எப்படி இருப்பார் என்று அவள் சொன்னது அச்சு அசல் சுவாமி சிவானந்தலகரி மகராஜ் மாதியே இருந்தது. எனக்குப் புல்லரித்துவிட்டது.

நான் அதன் பின் தினமும் மூன்று மணி நேரம் நிர்விகல்ப சமாதியில் உட்கார்ந்திருக்கிறேன். இப்போதுகூட சமாதியில் இருந்து எழுந்து டாய்லெட் போய்விட்டு வந்துதான் இதை எழுதுகிறேன். நான் இந்த இணைய தளத்தில் சாமியார்கள் அற்புதங்கள் எல்லாம் செய்ய முடியாது அது தப்பு என்று எழுதியிருந்தேன். அது நாத்திகக் கருத்து. அதை அறிந்தபின்னர்தான் சுவாமி என்னை ஆட்கொண்டிருக்கிறார்.

நான் இதுவரை எழுதிய ஆன்மிகக் கட்டுரைகள், கேள்வி பதில்கள், விஷ்ணுபுரம் மாதிரியான நாவல்கள் எல்லாவற்றையும் கொளுத்தி விடுவதாக முடிவு கட்டியிருக்கிறேன். இணையத்தில் இருந்து அவற்றை அழிக்கப்போகிறேன். அவற்றை வாசித்தவர்களும் மறக்கும்படி கேட்டுக்கொள்கிறேன். அதற்கு முன்னால் நான் ஏற்கெனவே குரு என்று நினைத்திருந்த நித்ய சைதன்ய யதி என்ற ஜெயச்சந்திரப் பணிக்கர் குரு ஒன்றும் இல்லை, சாதாரண ஈழவர்தான் என்பதைச் சொல்ல விரும்புகிறேன்.

நான் இதுவரை சொன்னதெல்லாம் தப்பு. இப்போது சொல்வது தான் உண்மை. பிரம்மம் பிரபஞ்ச மனம் என்று ஏதும் இல்லை. ஏனென்றால் நான் பரம்பொருளை ரத்தமும் சதையுமாக நேரிலே கண்டுவிட்டேன். தினமும் ஞானமார்க்கமாக அதனுடன் உரையாடிக் கொண்டிருக்கிறேன். சுவாமி சிவானந்தலகரி மகராஜ் தான் கண்கண்ட பரம்பொருள். ஓம் சிவானந்தலகரியே நமஹ!

மனிதனாகி வந்த பரம்பொருள் 2

வாசகர்கள் என்னை தயவுசெய்து மன்னிக்கவேண்டும். இணையத்தில் உலவியபோது இந்தப் படத்தை கீழ்க்கண்ட இணைய தளத்தில் பார்த்தேன். கொஞ்சம் உணர்ச்சிவசப்பட்டு விட்டேன். ஏப்ரல் ஒன்றாம் தேதி இந்தமாதிரி உணர்ச்சி மீதூர நேர்கிறது. ஏனென்றே தெரியவில்லை. நான் எழுதிய இந்தக்கட்டுரை பொய் என்றும் அதற்கு முன்னால் எழுதிய எல்லா கட்டுரைகளும் உண்மை என்றும் சொல்ல விரும்புகிறேன். நான் சொன்னதை ஏற்று அக்கட்டுரைகளை மறந்து போன வாசகர்கள் திரும்ப நினைவுகூரவேண்டும் என்று கேட்டுக்கொள்கிறேன்.

http://www. povertyisland.com/Indiapics/images/page_2. htm

அதாவது சாமியார்கள் மாயமந்திரங்கள் செய்கிறார்கள் என்பதெல்லாம் பொய். அவர்களுக்கு அற்புத சக்திகள் என ஒன்றுமே இல்லை. மனதின் ஆற்றலைத்தான் நாம் அற்புத சக்தியாகக் கொண்டாடு கிறோம். இதுவே நான் ஏற்கெனவே எழுதியது என்பதை மீண்டும் வாசித்து உறுதிப்படுத்திக்கொள்ள வாசகர்களிடம் கோருகிறேன்.

ஆனால் அது முழுக்க உண்மையா என்றும் எனக்குச் சந்தேகமாக இருக்கிறது. ஏனென்றால் நான் கீழே படத்தில் தெரியும் குலாப் தஸ்தகீர் ஜாமூன் பாபா என்ற சூஃபி ஞானியை நேற்று சந்தித்தேன். இவர் மாலைவேளைகளில் தன்னுடைய கோட்டை விரித்து பெரிய காக்கா போல பறந்து செல்வதை என் கண்ணால் பார்த்தேன்...

அவரது கண்களில் தெரியும் ஒளியை ஐந்து நிமிடம் உற்றுப் பாருங்கள். அப்படிப் பார்க்கும்போது அனல் ஹக் என்று ஐம்பது முறை சொல்லிக் கொண்டால் கம்ப்யூட்டர் திரை மெல்ல அதிர்வதைக் காண்பீர்கள். அனேகமாக உங்களை யாரோ செல்ஃபோனில் கூப்பிடுகிறார்கள். செல்ஃபோனை அப்படி திரை பக்கத்திலே வைக்கக்கூடாது...

மனிதராகி வந்த பரம்பொருள் 3

ஏப்ரல் ஒன்றாம் தேதி எனக்கு ஏற்பட்ட மகத்தான மனத் தடுமாற்றத்தைப்பற்றி நிறையபேர் கேட்டார்கள். என்னுடைய

நோக்கம் உண்மையில் பகடி அல்ல. ஏப்ரல் ஒன்று ஆனதனால் அதைப் பயன்படுத்திக்கொண்டேன், அவ்வளவுதான். இந்தக் கட்டுரை ஒரு பரிசோதனை மட்டுமே.

இந்தக் கட்டுரைக்கு வந்த எதிர்வினைகளின் கணிசமானவை - கிட்டத்தட்ட கால்பங்கு - ஏதோ ஒருவகையில் அந்த அற்புதங்களை நம்பியோ அல்லது நிராகரிக்க முடியாமலோ எழுதப்பட்டவை. அதுதான் என்னுடைய கேள்விக்கான இடம். எப்படி அற்புதங் களுக்கான இந்த வேட்கை நம்முடைய மனத்தில் எழுகிறது?

என்னுடைய இந்த இணையதளத்தில் பௌதிக விதிகள் என்பவை மனிதன் என்ற சின்னஞ்சிறு உயிரினத்தால் மீறக்கூடிய அளவுக்கு எளிமையாக இருக்க நியாயமில்லை என்று எழுதியிருக்கிறேன். அவை மகத்தானவை, ஆகவே அவையே அற்புதங்கள். அவற்றை ஒருவர் மீற முடியும் என்றால் அவற்றை உருவாக்கிய இறைவன் என்ற கருத்தே அடிபட்டுப் போகிறது - அதாவது அற்புதம் என்ற பேச்சே இறை மறுப்பாகும். அதுவும் சமீபமாக அற்புதங்களுக்கு எதிராக விரிவாக எழுதியிருக்கிறேன். இருந்தும் எப்படி என் இணையதள வாசகர்களிலேயே ஒரு சாராருக்கு அந்த நம்பிக்கை தேவையாகிறது?

சின்னஞ்சிறு வயதில் குழந்தை எதிர்கொள்ளும் முதல் பிரம்மாண்டமே பௌதிக விதிதான். ஒரே சமயம் இரு நாற்காலிகளில் இருக்க முடியாதென்ற விதி. ஏன் என்னால் அங்கே போக முடியவில்லை, ஏன் சின்ன பாத்திரத்தில் பெரிய பாத்திரத்தை நுழைக்க முடியவில்லை என்று குழந்தை பீதியடைகிறது. குழம்புகிறது. விழுந்து அடிபட்டு ரத்தம் சிந்தி பௌதிக விதிகளை மீறமுடியாதென்று அது புரிந்துகொள்கிறது.

ஆனால் அதற்கான விழைவு மனதுக்குள் எங்கோ இருந்து கொண்டே இருக்கிறது. எல்லா குழந்தைக் கதைகளும் பௌதிக விதிகள் மீறப்படுவதைப்பற்றிப் பேசுபவையே. எல்லா கனவுகளிலும் பௌதிக விதிகள் மீறப்படுகின்றன. எப்போதுமே நம் மனம் மாயாஜாலங்களுக்காக ஏங்குகிறது. அந்த ஆழ்மன விழைவை நாம் கண்காணிப்பதில்லை. நம்மையறியாமலே அதற்கு ஆட்படுகிறோம்.

நாம் அறியும் ஒரு யதார்த்தம் உண்மை. மனித மனம் அந்த பௌதிக விதிகளுக்கு கட்டுப்பட்டதல்ல. ஆகவே மனதின் அபாரமான ஆற்றலால் ஏதேனும் ஒரு வழியில் பௌதிக விதிகளை வெல்ல முடியுமா என எண்ணுகிறோம். அத்துடன் அதில் நம் அகங்காரமும் கலந்துகொள்கிறது. இந்த மாபெரும் பிரபஞ்சத்தில் நம் இடம்

மிகமிகச் சிறிதே, நாம் அற்பமான துளிகளே என நாம் உணர்வதில்லை. நம்மை பிரபஞ்ச நாயகமாக கற்பனை செய்து கொள்கையில் அந்த அற்புதங்களை நிகழ்த்துவது சாத்தியமே என நினைக்கிறோம்.

அற்புதம் ஒன்று உள்ளது. இந்தக் கதை நடராஜகுருவின் உரையில் வருகிறது. நதியில் ஒரு சருகு ஒரே திசைக்கே செல்ல முடியும். அந்நதியில் போகும் படகு மூன்று திசைகளைத் தேர்வுசெய்ய முடியும். அந்த நதியில் உள்ள மீனோ நான்கு திசையிலும் செல்ல முடியும். அந்த நதிக்குமேல் பறக்கும் பறவை ஐந்து திசைக்கும் செல்லும்.

ஆனால் அதனருகே அமர்ந்து யோகம் செய்யும் யோகியின் மனம் எல்லா திசைகளுக்கும் செல்லும். அதுவே உண்மையான அற்புதம். அங்குமட்டுமே மானுடன் பௌதிக விதிகளை மீறிச்செல்கிறான்.

- ஏப்ரல் 1, 2010

88

யோகம்

யோகம் என்றால் சும்மா இருப்பது. பெரும்பாலும் நாம் சும்மாதான் இருக்கிறோம், ஆனால் யோகம் என்பது சும்மா இருக்கிறோம் என்று நமக்கே தெரியும் நிலை. அப்போது அடாடா சும்மா அல்லவா இருக்கிறோம் என்று நினைத்து மனச்சள்ளைப்படும் செயலைச் செய்ய ஆரம்பிப்பதனால் நம்மால் சும்மா இருக்க முடியவில்லை. அசங்கி அமர்கிறோம். இடுப்பைச் சொறிகிறோம். ஏப்பம் விடுகிறோம். மணி என்ன இருக்கும் என நினைக்கிறோம். வெளியே அம்பாசிடர் இருமுவதைக் கவனிக்கிறோம். அவ்வப் போது அரைக்கண்ணைத் திறந்து என்ன நடக்கிறது உலகில் என்று பார்த்துக்கொள்கிறோம். பக்கத்தில் இருக்கும் மளிகைக்கடைக்காரர் ஏன் புருவத்தை அப்படி சுளித்து ஏதோ துர்நாற்றம் வருவதுபோல முகத்தை வைத்திருக்கிறார் என்று புரிவதில்லை.

எதிரே இருக்கும் பெண்ணின் பின்பக்கம் அத்தனை சப்பையாகத் தரையில் பதிந்திருப்பது உங்களுக்கு ஆச்சரியமாக இருக்கிறது. ஆண்களுக்கு இப்படி சப்பையாகப் பதிவதில்லையோ என்ற ஐயம் ஏற்படுகிறது. இடுப்பு வேறு கொஞ்சம் வலிக்கிறது. எப்போது இவ்வளவு நேரமா என்ற எண்ணம் வருகிறதோ அப்போதே பொறுமை இழந்துவிடுகிறோம். ஒருவழியாகக் கண்ணைத் திறந்ததும் இருபது நிமிடம்கூட ஆகவில்லை என்பதைக் கண்டு எரிச்சல் உறுகிறோம். சுற்றியிருப்பவர்கள் பரவசமாக எதையாவது சொல்வதைக் கண்டு நாமும் பரவசம் அடைந்து அவர்கள்

சொன்னதற்கு அரை இஞ்ச் மேலே ஏற்றி நாமும் எதையாவது சொல்கிறோம்.

'அப்டியே மேகத்திலே போறது மாதிரி. ஒடம்பு வெயிட்டே இல்ல. அப்ப பாத்தீங்கன்னா, இந்த சுவத்திலே ஒரு வெளக்கு தெரிஞ்சா எப்டி இருக்கும் அதுமாதிரி ஒரு லைட்டு... ஜோதி... அது குளுமையா நெலா மாதிரி இருக்குங்க. அப்டியே அமைதியா நின்னுட்டிருக்கு. ஓம்னு ஒரு முழக்கம் கேட்டுட்டே இருக்கு. ஜோதி அப்டியே நம்மள நெருங்கி வராப்ல இருந்தது. நேரா நெத்திப் பொட்டைப் பார்த்து... கிரேட்' என்று தோளைக் குலுக்கி புன்னகை செய்கிறோம்.

வீட்டிலே எழவெடுத்தவள் சமைத்தாளா இல்லை சீரியலிலேயே உட்கார்ந்துவிட்டாளா என நினைத்துக்கொண்டிருந்திருக்கக்கூடிய பக்கத்து மளிகைக்கடைக்காரர் உற்சாகமாக, 'அதாங்க முதல் ஸ்டெப்பு. உங்களுக்கு குண்டலினி கண் திறந்திருக்கு. அப்டியே கொஞ்சநாள் வந்திட்டே இருங்க. பாருங்க, அந்த லைட்டிலே சின்னதா ஒரு வேரியேஷன் இருக்கும். ப்ளூ லைட் மாதிரி ஆகி அதுக்கு சுத்தி ஆரஞ்சு நெறத்திலே ஒரு ஓரா தெரியும். அதாங்க சௌரஞ்சினீங்கிற ஒளி. அது வந்தா மனசே வேற மாதிரி ஆயிடும்ங்க. எதுவுமே பெரிசில்லைன்னு தோணிடும். அது ஒரு ஸ்டேட். அது வந்துட்டுதுன்னா விடமாட்டீங்க.'

மனதுக்குள் சௌரஞ்சினி என்று ஒருமுறை சொல்லிக்கொள்கிறீர்கள். ஆபீஸில் போய் அசத்திவிடவேண்டியதுதான். ஆனால் எதிர் ஆள் உண்மையிலேயே அந்த மாதிரி எதையாவது உணர்ந்திருக்கிறாரா இல்லை பீலாவிடுகிறாரா? வீட்டிலே மனைவியிடம் சண்டை என்றால் வாசலில் கிடந்த செருப்பைத் தூக்கி உள்ளே அவள்மேல் எறிகிற ஆள். ஏதாவது உறைக்கிற மாதிரி சொல்லலாமா? சொல்லப்போய் உண்மையிலேயே இந்த ஆளுக்கு அந்தமாதிரி ரஞ்சிதா ஒளி தெரிந்து விட்டிருந்தால்? அய்யய்யோ, ரஞ்சிதா இல்லை வேறு யாரோ.

இங்கே நிற்கிறது, வரமாட்டேன் என்கிறது. பாரதிராஜா படத்தில் கூட நடித்திருக்கிறாள். கனகா? அவள் கரகாட்டக்காரனில் அல்லவா நடித்தாள்? ஆரம்பத்தில் இருந்தே பார்த்தால் ஸ்ரீதேவி, ராதிகா, ரத்தி. ரத்திதான் இதிலே பார்க்கிறதற்கு பெஸ்ட். என்ன ஒரு மூக்கு! அப்புறம் நிறைய பெண்கள். பலபேருக்கு இப்போது ஆளுயரப் பையன்கள் இருக்கலாம். கரெக்ட் ரஞ்சினி! கறுப்பாக இருப்பாள். அம்சமான பெண். ரஞ்சினி விரதம் இருந்து இவருக்கு ஞானதிருஷ்டி மாதிரி எதுவோ திறந்திருக்கிறது. எதற்கு வம்பு?

உங்கள் மௌனத்தைப் பார்த்து எதிராளி உற்சாகம் கொள்கிறார். ‘யோகான்னா நீங்க சும்மா சாதாரணம்னு நினைக்கிறீங்க. சத்குரு சுவாமி ஏதோ டியூஷன் நடத்துறார்னு நெனைச்சுட்டு வந்துடறீங்க. உங்களுக்கு எல்லாமே வெளையாட்டுதான். உங்க மனசிலே என்ன இருக்குன்னு இப்ப நான் சொல்றேன். சினிமா சார். தமிழ் நாட்டுக்காரன் மனசிலே வேற என்ன இருக்கும்? தமிழும் சினிமாவும் ஒண்ணுதான் சார். சினிமா மட்டும்தான். எல்லாத்தையும் செருப்ப கழட்டுற மாதிரி கழட்டிப்போட்டுட்டு வாங்க. நானே சொல்லித் தர்றேன். யோகம்னா அது ஒரு கடல். இப்ப நான் ம ஹா கு ண் ட லி னீ ஹா ம் ஸா ய ச க் ரா தி ஃ பி கே ஷ ன் பண்ணிட்டிருக்கேன். உங்களை மாதிரி சாதாரண ஆளுங்களுக்கெல்லாம் ஒரு கோர்ஸ் அஷ்டவிரதயோகாவே போறும். என்னமோ ஏதோன்னு பயந்திடக்கூடாது பாருங்க. எதுக்குச் சொல்றேன்னா...’ என்று உங்களை மிதித்து தரையில் தேய்த்ததுடன் காலைப்போட்டு அரக்கவும் ஆரம்பித்துவிடுகிறார்.

கொலைவெறியைப் புன்னகையாக மாற்றும் கலை கற்ற நடுத்தராத்மாதானே நீங்களும். எதிராளி உங்களுக்கு அடுத்ததாக உற்சாகமூட்ட ஆரம்பிக்கிறார். ‘எதையுமே முடியாதுன்னு நெனைக்கக்கூடாது சார். நம்மாலே முடியும். நினைச்சா நம்மால சாதிக்க முடியும். என்னாலேயே முடியும்கிறப்ப உங்களுக்கு என்ன சார்? படிச்சவர். நல்ல வேலையிலே இருக்கீங்க. நாம யாரு சார்? வெறும் புழுக்கள். இப்ப என்னையே எடுத்துக்கிடுங்க. நான் யாரு? ஒண்ணுமே இல்ல. கட வச்சு வியாபாரம் பண்றவன். சத்குருவோட கால் பட்டா கல்லெல்லாம் மாணிக்கமாயிடும் சார். இன்னைக்கு நான் சொன்னா அது நடக்குது. ஒரு கை விபூதி எடுத்துக் குடுத்து ‘போடா எல்லாம் நல்லபடியா நடக்கும்’னா அது நடந்திரும் சார். அற்புதம்னு சொல்றாங்க. எதுவும் நம்ம கையிலே இல்லை. நாம யாரு? புழு. எல்லாம் அவன் விளையாட்டு. அவன் நாமளா நம்ம வடிவிலே இருந்து அவன் ஆட்டத்த நடத்திட்டிருக்கான். ஏன் சார்?’

கடைஞானி அடுத்த கட்டத்துக்கு எப்படி நளினமாக நழுவிச் செல்கிறார் என்பதை நீங்கள் அதிகமும் உணர்வதில்லை. ‘நாம ஒண்ணு சொன்னா அது நடக்குது சார். நம்ம சொல்லால ஜனங்களுக்கு நல்லது நடக்கணும். அதானேசார் நமக்கு வேணும். பின்ன நமக்கு என்ன? அன்னைக்கு இப்டித்தான் ஒருத்தன் வந்து என் வாழ்க்கையிலே ஒளி ஏத்திட்டீங்க, நீங்க மனுஷனே இல்லை கடவுள்னு பொத்துன்னு காலிலே விழறான். கூடவே அவன் பொஞ்சாதி வேற. டேய் எந்திரிடா, மடப்பயலே, நான்லாம் ஒண்ணுமே இல்லைடா. சத்குருதான் கடவுள் அங்க போன்னு

சொல்லி விபூதி குடுத்தேன். அவரு சூரியன், நான்லாம் சாட்டிலைட். ஏன் சார்? நம்ம கையிலே என்ன இருக்கு?'

அவர் காலிலே விழ வேண்டுமென எதிர்பார்க்கிறாரா என்ற ஐயம் உங்களுக்குள் எழுகிறது. பையிலேயே விபூதி வைத்திருப்பாரோ?

'எதுக்குச் சொல்றேன்னா, என்னடாது நம்ம பக்கத்திலேயே இருக்கானேன்னு உங்களுக்கு தோணிடப்படாது. அதிலே நாம கவனமா இருந்துக்கறது. நாம யாரு என்னன்னு எங்கியுமே காட்டிக்கிடறதில்லை. பேசாம போறது, வாறது, நம்ம ஜோலிகளைக் கவனிச்சுக்கிடறது. அவ்ளவுதான். நீங்க யாரு? எனக்கு சமானமான மனுஷன்தானே. அப்டித்தானே சார் நான் உங்கள நடத்தறேன். ஒரு நாலஞ்சு ஸ்டெப் மேலே போயிட்டோம் கிறதுக்காக நாம மனுஷனே இல்லேன்னு ஆயிடுமா? எல்லாருமே மனுஷங்கதான். சத்குரு மட்டும்தான் தெய்வம். ஓம் சத்குருவே நமஹா! நான் டீ சாப்புடறதில்லை சார். பால்தான்.'

டீக்கும் பன்னுக்கும் பணம் நீங்கள்தான் கொடுத்தாகவேண்டுமென ஆகிவிட்டது. அந்த ஆளின் கடைக்குப் போய் சாமான் வாங்கலாமா கூடாதா என்றே உங்களுக்கு சந்தேகம் வந்துவிட்டது. வெள்ளாடு மாதிரி கண்களுடன், டம்ளரை சுழற்றிச் சுழற்றிப் பாலை ஊதி ஊதிக் குடிக்கிறான். 'மாஸ்டர், கொஞ்சம் சக்கரை' என்று கேட்டு வாங்கிக் கொள்கிறான். உண்மையிலேயே எத்தனை ஸ்டெப் போயிருப்பான்? பீலா விடுகிறானா, இல்லை? என்ன சந்தேகம், பீலாவேதான். ஆனால் இதே பீலாவை ஆபீஸிலே நாம் விடமுடியும். இரண்டுக்கும் துணிந்து ஆபீஸுக்குப் போய் கிழட்டு பிராஞ்ச் மேனேஜரை 'குழந்தாய்' என்று கூப்பிட்டுவிட்டால் என்ன?

நீண்ட காவி ஜிப்பா ஜீன்ஸ் தோளில் புரண்ட தலைமுடியுடன் வரும் ஆசாமியை தியான மையத்தில் பார்த்திருக்கிறீர்கள். அலட்சியமாக வந்து 'என்ன கிருஷ்ணன், என்ன பாலா? ம்ம்? மாங்காய்ப்பால் வேணாம்னு தேங்காய்ப்பால் குடிக்கிறீங்களாக்கும்?' என்று சொல்லி கடைக்காரரிடம் 'ஒரு வில்ஸ் ஃபில்டர்' என்கிறார்.

அவரது தோரணை மட்டுமல்ல, அவரைப் பார்த்து கிருஷ்ணன் குறுகுவதும் உங்களிடம் ஆழ்ந்த விளைவை உருவாக்குகின்றன. 'நமஸ்தேஜி' என்கிறீர்கள்.

'நமஸ்தே... இந்த ஃபார்மாலிட்டிகள்லாம் எதுக்கு? ஃபார்மாலிட்டியோடா பொறந்தோம்? அம்மணமா பொறந்து வந்து மேனர்ஸே இல்லாம கீ கீன்னு அழுதவங்கதானே நாமள்லாம். என்னை நீங்க சும்மா ராஜான்னே கூப்பிடுங்க. மரியாதயெல்லாம் மனசிலே இருந்தாப்போரும்... என்ன சொல்றீங்க கிருஷ்ணன்?'

கிருஷ்ணன் முதுகிலே தட்டிக்கொடுத்து சிகரெட்டைப் பற்றவைக்கிறார்.

'நீங்க இங்கதான் இருக்கிறீங்களா?' என்று சொல்லிவிட்டு 'ராஜா சார்' என்று கேட்கிறீர்கள்.

'இங்க இருக்கிறேன்னு நீங்க நினைக்கிறீங்க. நான் எங்க இருக்கிறேன்னு நான் நினைக்கணும்ல? இங்க இருக்கிறதுதான் எங்கியுமே இருக்கு. எங்கயுமே இருக்கிறது இங்க இருக்கு. எங்க இருக்கிறோம்ங்கிறதிலே என்ன இருக்கு? எங்கியுமே இருக்கிறோம்கிறதுதான் முக்கியம். என்ன கிருஷ்ணன்?'

- என்று புகைவிட்டு 'சும்மா, வெளையாட்டுக்குச் சொன்னேன். பயந்திராதீங்க. எல்லாமே வெளையாட்டுதான். நான் வெளையாடுறேன், நீங்களும் வெளையாடுறீங்க. நம்ம சாமியாரும் வெளயாடுறார்...'

'சத்குருவ சொல்றீங்களா?'

'குருவா? யாருக்கு யார் குரு? குருவிலே இருந்து குருவா நிக்கிறது எது? எல்லாரும் நண்பர்கள். நாமெல்லாம் நண்பர்கள். சேர்ந்து ஆடிப்பாடணும். ஒரு பீர் அடிக்கிறதானா அடிக்கணும். ஓஷோ சொல்றது மாதிரி ஆடறவங்க ஆடட்டும் பாடறவங்க பாடட்டும்... என்ன கிருஷ்ணன்...'

கிருஷ்ணனை முதுகில் ஓங்கி அறைந்து 'கிருஷ்ணன் நல்ல பக்தியுள்ள ஆத்மா. கோயிலுக்கு தேங்காயோட போறதுக்கு பதிலா இங்க வர்றார்... சினிமா சந்தேகம்லாம் நெறைய கேப்பார். வெட்கப்படாதீங்க கிருஷ்ணன். தமிழன் சினிமாவத்தானே கேப்பான். தமிழ்நாட்டுக்காரன் மனசிலே வேற என்ன இருக்கும்? தமிழும் சினிமாவும் ஒண்ணுக்குள்ள ஒண்ணு.'

கடைசி பஃபை ஆழ இழுத்து வீசி உற்று நோக்கி 'மனசு திறந்தா சினிமாவே எல்லா வாசல்களையும் திறக்கிற சாமியா ஆயிடும்.'

தத்துவமாக எதைக் கேட்டாலும் பரவச பாவனையைக் காட்டப் பழகிய நடுத்தராத்மா நீங்கள். 'நீங்க ஸ்க்ரீன்ல பாக்கிற சினிமா உண்மையிலேயே அங்க இருக்கா? இல்ல. எல்லாமே வெறும் பிம்பங்கள். உண்மையிலே இருக்கிறது என்ன? ஒரு ஃபிலிம். எல்லாமே அதிலே இருக்கு. அதன் மேலே நாம வீசுற ஒளிதான் பிம்பங்களா ஆகுது. கார்கள் ஓடுது லவ்வர்ஸ் டான்ஸ் ஆடுறாங்க. மனுஷங்க சாகிறாங்க' அவர் படுதீவிரமாக உங்களைப் பார்த்து 'லிஸன், ஆனா அந்த ஃபிலிம், அது ரியலா? கிடையாது. அது

எங்கியோ நாலுபேரு ஷூட் பண்ணின டிராமா. அந்த டிராமா உண்மையா? கிடையாது. அதை எவனோ யோசிச்சிருக்கான் இல்லை. அவன் மூளைதான் ரியல்...'

அவன் மூளை உண்மையா, இல்லை என அவர் மேலே செல்வார் என நீங்கள் எதிர்பார்க்கிறீர்கள். அவர் காறி கால்வாயில் துப்பிவிட்டு உங்களைப் பார்த்து புன்னகை செய்து 'யோசியுங்க' என்றார்.

அவரிடம் ஆழமான சந்தேகங்களைக் கேட்டாக வேண்டிய கட்டாயத்துக்கு ஆளான நீங்கள் 'சார், பத்மாசனம்னா என்ன?' என்கிறீர்கள்.

'என்ன கிருஷ்ணன், சொல்றது...' என்று அவர் கிருஷ்ணனிடம் சிரித்துக்கொண்டே சொல்ல கிருஷ்ணன் பணிவான ஒரு பாவனை காட்டிப் பேச ஆரம்பிப்பதற்குள் 'பத்மாவோட ஆசனம்னு சொல்லிடாதே. அப்றம் பத்மாசனம் போடச்சொன்னா இவர் ஓடிடப்போறார். அஹஹ்ஹாஹா!' என்கிறார் ராஜா.

'உண்மையச் சொன்னா அது பதமாசனம். பதமா உக்காருறதுக்கான ஆசனம், அவ்ளவுதான். அதை அப்டி அலங்காரமா ஆக்கிட்டாங்க. நம்மாளுகளுக்கு எதையுமே ஆடம்பரமா சொன்னாத்தானே பிடிக்கும். மிஸ்டிஃபை பண்ணாதீங்க. மண்ணுல நில்லுங்க. அதான் நான் சொல்றது.'

'சரிங்க' என்று கிருஷ்ணன் கைகூப்பி சொன்னார். 'நாராயணனும் அதைத்தான் சொல்றான்' என்றார் ராஜா.

'கீதையிலயாங்கஜீ?'

'சே, நம்ம சாமியாரைச் சொன்னேன். அவன் பேரு நாராயணன் தானே... எதையும் சாதாரணமா யோசியுங்க. ஈஸியா இருங்க. ஜாலியா இருங்க. மனசு அப்பதான் மலரும். பூ மாதிரி மலர்ந்திரும். மனசு மலர்ந்தா ஆத்மா மலர்ந்திரும். ஆத்மா மலர்ந்தா பிரபஞ்சம் மலர்ந்திரும். பிரபஞ்சம் மலர்ந்தா...' அவர் ஒருமுறை இருமுகிறார். அதை அப்படியேவிட்டுவிட்டு 'அதனாலே ஈஸியா இருங்க. எதையுமே கும்பிடாதீங்க. எல்லாமே சாதாரணம்தான். நான் சாதாரணம், இவரு சாதாரணம்...'

'அப்டி சொல்லிட முடியுமாஜீ... நீங்க யாரு... எங்கியோ இருக்கீங்க?' என்று கிருஷ்ணன் கும்பிட அவர் கிருஷ்ணன் முதுகில் தட்டி 'முட்டாள், எங்க இருக்கேன்? எல்லாம் இங்க தான் இருக்கேன். உங்ககூடவேதான் இருக்கேன்... எப்பவுமே இருப்பேன்' என்று ஆதூரத்துடன் சொல்ல கிருஷ்ணன் 'எங்களுக்கு உங்க காவல்தான்' என்றார்.

‘நான் யாருக்கு காவல்? பிரபஞ்சத்துக்கு பிரபஞ்சமே காவல்...’

‘இப்ப பிரபஞ்சம் மலர்ந்தா என்னாகும்ங்க?’ என்று நீங்கள் கேட்பதை அப்படியே விட்டுவிட்டு ‘நான் எங்கியுமே என்னை மேலே காட்டிக்கிடறதில்லை. என்னைப்பத்தி அப்டி நினைக்கிறதை நான் வெறுக்கிறேன். நான் சர்வ சாதாரணமானவன். இந்த நாயி மாதிரி... எனக்குன்னு ஒண்ணுமே இல்லை. இந்த பிரபஞ்சம் மட்டும்தான் எனக்கு.’

‘பிரபஞ்சம் மலருறப்ப...’ என்று நீங்கள் கேட்கப்போக அதைத் தாண்டிச் சென்று ‘என்னை யாரும் மிஸ்டிக்னு சொல்லக்கூடாது. என்னை யோகின்னு சொல்லக்கூடாது. நான் ஞானி இல்லை. பரமஹம்சர் இல்லை. சும்மா ரோட்டிலே போறவன். ராமகிருஷ்ண பரமஹம்ஸர் அப்டித்தான் சொல்லிக்கிட்டார். கிருஷ்ணாஜி அப்டித்தான் சொல்லிக்கிட்டார். ஓஷோ அப்டித்தான் சொல்லி கிட்டார். எந்த மனுஷனையுமே கும்பிடாதீங்க. மிஸ்டிஃபை பண்ணாதீங்க. அதான் என்னோட மெஸேஜ்’ என்றபின் உங்கள் முதுகில் ஓங்கி அறைந்து ‘ஓக்கே பாய்... லெட்டஸ் ஸீ அகெய்ன்’ என்று போகிறவரை உற்றுப்பார்த்து ஒருமாதிரி கிராக்கு இல்ல என்று சொல்லலாமா என்று நீங்கள் யோசிப்பதற்குள் ‘பெரிய மகான். சத்குருவையே பேரு சொல்லிக் கூப்பிடறார் பாத்தீங்களா?’ என்கிறார் கிருஷ்ணன்.

நீங்கள் யோசித்துக்கொண்டே செல்லும்போது கிருஷ்ணன் ‘பெரிய பவர் உள்ள ஆளு சார். ஒருநாள் எங்கிட்ட ஒரு பூவைக் குடுத்து இதைக்கொண்டுட்டு போய் உன் வீட்டு பூஜையறையிலே வச்சு சாமி கும்பிடுன்னு சொன்னார். நானும்கொண்டுபோயி வச்சு பூஜை பண்ணினேன். என் வீட்டுக்காரி என்னவோ அழுகின வாசனை வருதுங்கிறா. எனக்கு தெரியல்லை. அப்றம் அய்யய்ய பூஜை ரூம்லே யாருங்க எறச்சித்துண்ட கொண்டாந்து வச்சதுன்னு கேக்கிறா. நான் உள்ள போயி பாத்தா பூவு பொன்னால செஞ்சது மாதிரி தகதகன்னு இருக்கு. என்னாடி பேத்தறேன்னேன். நீங்கதான் பேத்தறீங்கன்னு அவ சொல்றா. சொல்லிட்டே பூவ எடுத்து வெளிய போடப்போனவ ஆன்னு கத்திட்டா. கை சுட்டுட்டுது சார். அய்யோ இது தீன்னு கத்துறா. நான் போயி அதை எடுத்து கையிலே வச்சுகிட்டேன். அப்டியே என் காலிலே விழுந்துட்டா. இப்பகூட வெள்ளி செவ்வா ரெண்டுநாளும் எனக்கு பாதபூஜை பண்ணிட்டு தான் சார் அவ பச்சத்தண்ணி குடிப்பா’ என்கிறார்.

நீங்கள் விடைபெற்றுச் செல்லும் வழியில் உங்கள் பக்கத்து வீட்டுப் பெருமாளைப் பார்க்கிறீர்கள். ‘பஜாஜை விக்கிறதா

சொல்லியிருந்தீங்களாமே சார். உங்க வீட்டிலே சொன்னாங்க' என்கிறார்.

'எல்லாம் விற்பனைதானே பெருமாள். இப்ப நீங்க உங்க மனசை விக்கிறீங்க. கைகால்களை விக்கிறீங்க. இந்த உலகமே ஒரு விற்பனை சாலை' என்கிறீர்கள்.

'வாஸ்தவமான பேச்சு' என்று அவர் சந்தேகத்துடன் சொல்ல, நீங்கள் மந்தஹாசம் பொழிந்து 'எல்லாம் லாப நஷ்டக் கணக்குதான். ஆனா லாபமும் நஷ்டமும் இல்லாத வியாபாரம்னு ஒண்ணு இருக்கு. நித்யமான வியாபாரம். அதை நாம செய்யணும், என்ன சொல்றீங்க?' என்கிறீர்கள். பெருமாள் அரண்டு போவது தெரிகிறது.

'யோகா கிளாஸ் போறதா வீட்டுல சொன்னாங்க.'

'ஆமா' என்கிறீர்கள்.

'ஆனா யோகான்னா என்ன? நாம ஏதோ கழுத்துவலிக்கு வைத்தியம் பாத்து பலனில்லாம போயி உக்காருற எடம்னு நினைச்சுட்டு இருக்கோம். சினிமாவப்பத்தி நெனைச்சுட்டு அரைமணி நேரம் உக்காந்தா யோகா ஆயிடுமா? தமிழனுக்கு சினிமாதானே சார் எல்லாமே? அவன் மனசுக்குள்ள சினிமா நடிகைகள்தானே இருக்காங்க. உங்கள சொல்லலல்ல. பொதுவா சொன்னேன். செருப்பக் கழட்டுறது மாதிரி கழட்டிட்டு பத்மாசனத்திலே உக்காந்து கண்ணை மூடிட்டிருந்தா ஒரு ஒளி சார். அதுக்கு மகாரஞ்சிதான்னு பேரு. இதையெல்லாம் நம்ம கிட்ட இருந்து மறைச்சிட்டாங்க. சத்குரு வாசலைத் திறந்து போட்டிருக்கார். ஓம் சத்குருவாயஹாஹாஹ நமயாயஹாஹ!'

'ஆமா சார். நான்கூட அன்னைக்கு நம்ம கற்பக வினாயகர் கோயிலிலே நின்னுட்டிருந்தப்ப ஒரு வைப்ரேஷன் சார். என்னான்னே தெரியல்லை... ஒருமாதிரி ஒரு அதிர்வு...' என்று பெருமாள் சொல்ல,

'கரெக்ட். அது அதிர்வேதான். நீங்க முதல்படியிலே நின்னுட்டிருக்கீங்க. பயந்திரக்கூடாது. நிதானமா இருக்கணும். அடுத்தடுத்து பல நிலைகள் இருக்கு. மேலே வந்திட்டீங்கன்னா நானே பல விஷயங்களைச் சொல்றேன் உங்களுக்கு. அன்னைக்கு இப்டித்தான் நான் யோகா பண்ணிட்டிருந்தப்ப நம்ம வீட்டு ஓனர் வந்து கூப்பிட்டான். வாங்க மலையப்பன்னு சொன்னேன். மலையப்பன் அவரோட கொள்ளுத்தாத்தாவாம். அவரோட ஜாதகம் உட்பட எல்லாத்தையும் சொல்லி அவர்தாண்டா நீன்னுட்டேன். அப்டியே காலிலே விழுறான். டேய், என் காலிலே எதுக்குடா

விழுறே? நான் ஒண்ணுமே இல்ல. போயி சத்குரு காலிலே விழுடான்னு சொன்னேன். நாம யாரு சார், புழு! நம்ம கிட்ட இருக்கிற சக்தியெல்லாம் சத்குரு குடுக்கிற சக்தி. பிரபஞ்சம் மலர்ந்தா எல்லாமே சரியாப்போயிடும்... ஓம்.'

பெருமாள் பீதியுடன் போவதைக் காணும்போது நீங்களே உங்களை நம்பி உங்கள் விரல்நுனிகளைப் பார்த்துக்கொள்கிறீர்கள். தேஜஸ் தெரிகிறதா? இல்லாமல் இருக்குமா என்ன என்றும் படுகிறது. ஆனால் சொந்தமாக யோகா செண்ட்டர் உடனே ஆரம்பிக்க வேண்டாம். அதிகப்பிரசங்கமாகிவிடும். ஒரு பத்துநாள் போகட்டும்.

- ஜூலை 13, 2012

89

ஹலோ! ஹலோ!

'**நே**யர்களுக்கு அன்பான வெனெக்கம். இப்ப நம்மகூட பிரபல நீரிழிவு மருத்துவர் டாக்டர் எம். ஸ்ஸெக்ரபாநி எம்டி அவர்கள் வந்திருக்காங்க. திரு ஸ்ஸெக்ரபாநி அவர்கள் இன்னிக்கு நீரிழிவு மருத்துவத்திலே னம்பர் ஒன் டாக்டரா இருக்காங்க. அவங்க இப்ப இங்க வந்து னம்ம நேயர்கள் கேக்கிற கேல்விகளுக்கு பதில் ஸொல்றதிலே எங்களுக்கு ரொம்பவே சந்தோஷமா இருக்கு. னேயர்கள் உங்க கேல்விகல னேரடியாகவே திரு ஸ்ஸெக்ரபாநி அவர்கள் கிட்ட கேட்கலாம். வெனெக்கம் திரு ஸ்ஸெக்ரபாநி'

'வணக்கம்' 'டாக்டர், இப்ப இந்த னீரிழிவுங்கிற னோயிலே நீங்க ஸிறப்பா ரிஸேர்ச் ஸெய்துட்டு வரீங்க இல்ல? னீரிழிவுன்னா என்ன? அதோட ஆரிகூரிகள் என்னென்ன?'

'ரொம்ப நல்ல கேள்வி. இப்ப நீரிழிவுன்னா ஆக்சுவலி நெறையபேரு சுகர்னு சொல்றாங்கன்னாலும் சீரியஸ்லி ஸ்பீக்கிங் நீரிழிவுன்னாக்க அது ஒரு நோய்னு சொல்ற அதே நேரத்திலே எக்ஸாட்டா சொல்லணுமானா வி ஹேவ் டு மேக் ஸெர்ட்டெய்ன் கிளாரிஃபிகேஷன்ஸ் இன் த பாயிண்ட் பட்... ஆக்சுவலி இந்த நீரிழிவுங்கறது...'

'ரொம்ப ஸரியா ஸொன்னீங்க டாக்டர். அதுக்குள்ள இப்ப ஒரு னேயர் லைன்ல இருக்கார். கேக்கலாமா?'

‘ஓக்கே.’

‘ஹலோ ஹலோ ஹலோ... ஹலோ யார் பேசறது?’

‘ம்ங்கஸனமங்கர்ஸி.’

‘ஹலோ யார் பேசறது? ஹலோ? ஹலோ, டாக்டரிடம் கேளுங்கள் நிகல்ஸ்ஸியிலே இருந்து ஸின்பாப்பா பேஸறேன். ஹலோ...’

‘ம்ம்... மங்கயர்கரசி.’

‘யாரு மங்கயர்க்கரசியா?’

‘ம்ம்ம் மங்கயர்க்கரசி அயனாவரத்திலே இருந்து பேசறேன்.’

‘சொல்லுங்க, அயனாவரம் மங்கயர்க்கரசி... னீங்க என்ன கேக்கணும்?’ ‘ம்ம்ம்... டாக்டர்கிட்ட பேசணும்.’

‘சொல்லுங்க மங்கயர்க்கரசி.’

‘ம்ம்ம்... நான் இப்ப ஹலோ... ஹலோ...’

‘சொல்லுங்க’

‘ம்ம்ம்ம்... எங்க மாமனாருக்கு காது கேக்கல்லை. அவருக்கு சுகர் உண்டான்னுட்டு கேக்கலாம்னுட்டு...’

‘மங்கயர்க்கரசி உங்க மாமனாருக்கு என்ன வயசு?’

‘அது இருக்கும் ஒரு எம்பது எம்பத்தஞ்சு.’

‘எண்பத்தைந்து வயதானா காது கொஞ்சம் கேக்காம போறது நேச்சுரல்தான். இதுக்கு நீங்க ஒரு இஎன்டி நிபுணரை கலந்தாலோசிக்கலாம். அதுக்கு முன்னாடி அவருக்கு சுகர் இருக்கான்னு செக் பண்ணிக்கலாம்.’

‘ம்ம்ம்... சரிங்க.’

‘ஓக்கே மங்கயர்க்கரசி. கூப்பிட்டதுக்கு ரொம்பவே தாங்க்ஸ்... அப்றம் டாக்டர் னீங்க னீரிழிவைப்பத்தி சொல்லிட்டிருந்தீங்கள்ல?’

‘யா... ஆக்சுவலி இந்த நீரிழிவுன்னா... டெஃபனிட்லி இட் இஸ் எ பிக் பிராப்ளம் இன் அவர் கண்ட்ரி வி ஹேவ் டு அண்டர்ஸ்டேண்ட் எ லாட் இன் திஸ் ஏரியா... பட்’

‘நீங்க நீரிழிவுன்னு எதை ஸொல்வீங்க டாக்டர்?’

‘குட் கொஸ்டின். ஆக்சுவலா வி ஸே இட் ஆஸ் சுகர் கம்ப்ளெயிண்ட்... மெடிக்கல்லி இட் ஹேஸ் எ லாட் ஆஃப்...’

'ரொம்பவே தெலிவா விளக்கினீங்க டாக்டர். அதுக்குள்ள இன்னொரு னேயர் லைன்ல இருக்கார்... பாப்பமா?'

'ஷ்யூர்.'

'ஹலோ ஹலோ ஹலோ... யார் பேசறது?'

'ர்ர்ர்ர்ர்ர்... குமாரசாமி... திருநெல்வேலி.'

'சொல்லுங்க குமார்ஸாமி...'

'டாக்டரவுஹ இருக்காஹளா?'

'ஹலோ நான் டாக்டர் சக்கரபாணி பேசறேன்.'

'ஹலோ! ஹலோ.'

'ஹலோ... ஹலோ.'

'ஹலோ ஹலோ... சொல்லுங்க.'

'ஹலோ?'

'ஹலோ!'

'ர்ர்ர்...'

'ஸாரி கட்டாயிடிச்சு. ஸொல்லுங்க டாக்டர்... இப்ப னீரிழிவுன்னா னாம எதைப்பத்திச் சொல்றோம்?'

'வெரி இன்ட்ரெஸ்டிங் கொஸ்டின். ஆக்சுவலி எ லாட் ஆஃப் பீப்பிள் ஹேவ் த ஸேம் கொஸ்டின்... பட் பலபேர் இப்டி கேக்கிறதில்லை.'

'ஸரியா ஸொன்னீங்க டாக்டர். இப்ப பலபேர் டாக்டர்கிட்ட டவுட்ஸ் கேட்டு க்லியேர் பன்னிக்கிறதில்லை. ஸோ தே ஹேவ் எ லாட் ஆஃப் பிராப்லம்ஸ். ஆக்சுவலி..... அதுக்கு முன்னாடி ஒரு காலர்...'

'ஓக்கே.'

'ஹலோ ஹலோ?'

'ஹலோ.'

'ஹலோ, சொல்லுங்க ...'

'ஹலோ?'

'ஹலோ, சொல்லுங்க... இது டாக்டரிடம் கேளுங்கள் நிகல்ஸி. னான் ஸின்பாப்பா பேசறேன்.'

'சின்னப்பாப்பாவா?'

‘ஆமங்க.’

‘நல்லா இருக்கீங்களா மேடம்?’

‘னான் னல்லாவே இருக்கேன். னீங்க எப்டி இருக்கீங்க?’

‘நல்லா இருக்கேன்... வீட்ல எல்லாரும் சௌக்கியங்களா?’ ‘ஸௌக்யமா இருக்காங்க... ஸொல்ங்க என்ன கேக்கணும்?’ ‘டாக்டர்கிட்ட கேக்கணும்’ ‘கேளுங்க, உங்கபேரு?’ ‘நான் அம்பத்தூர் குணசேகர் மேடம். தினம் ஒரு பிரச்சினை நிகழ்ச்சியிலே நான் உங்ககிட்ட கூப்ட்டு பேசியிருக்கேன். அப்றம் தேன்விழுது நிகழ்ச்சியிலேகூட ஒரு பாட்டு டெடிகேட் பண்ணினேன்’ ‘ஓ, அவரா னீங்க? வேரி னைஸ்! ஸொல்ங்க கூணஸேகர்...’ ‘டாக்டர்கிட்ட கேள்விங்க’ ‘கேளுங்க குணசேகர்.’

‘இல்லீங்க டாக்டர், இப்ப இந்த நீரிழிவு எல்லாருக்கும் வருமா?’

‘நல்லா கேட்டீங்க குணசேகர். நீரிழிவுன்னா ஆக்சுவலா எவ்ரி ஒன் ஹேஸ் த ரிஸ்க் ஆஃப் ஹேவிங் இட். ஜெனரல்லி த ரிஸ்க் ஃபேக்டர் இஸ் செவெண்டி பெர்ஸெண்ட் இன் இண்டியா. பிகாஸ் வி ஹேவ் எ லாட் ஆஃப் ஸப்போர்ட்டிங் ஃபேக்டர்ஸ் ஹியர். அவர் டிரெடிஷன் காண்ட்ரிபியூட்ஸ் எ லாட். ஆண்ட் அவர் ஃபுட் ஹேபிட்ஸ்... ஆண்ட் டெஃபனிட்லி அவர் ஜெனெடிக் ஸ்ட்ரக்சர்... இட்ஸ் ரியலி காம்ப்லிகேட்டட்...’

‘சரிங்க’

‘என்ன பண்றீங்க குணசேகர்?’

‘ஓட்டல் ஸார்.’

‘ஓட்டல் வச்சிருக்கீங்களா?’

‘இல்ல சார் நைட் புரோட்டா கடை.’

‘ஸோ னைஸ்... குணசேகர். உங்க கிட்ட பேஸ்னதுக்கு ரொம்பவே மகில்ஸி. மறுபடியும் ஸந்திப்போம்... ஸொல்ங்க டாக்டர், இப்ப னீரிழிவுன்னா என்னான்னு பேஸ்ட்டிருந்தோம் இல்லியா?’

‘யா... நீரிழிவுன்னா அது நம்ம கிராமத்திலே டிரெடிஷனலா சொல்லிட்டு வர்ரது. ஆக்சுவலி அது சித்த வைத்தியம்... அதாவது இந்த நாட்டு வைத்தியம்... நீரிழிவுன்னா அது ஆக்சுவலி ஒரு நோய்னாக்கூட... எதுக்குச் சொல்றேன்னா வி ஹேவ் டு நோ எ லாட் ஆஃப் திங்ஸ் இன் திஸ் ஏரியா. இன்னும் அது பத்தின விழிப்புணர்ச்சி நம்ம ஜனங்களுக்குள்ள ஏற்படலை...’

‘ஸரியாச்சொன்னீங்க டாக்டர்... அந்த விலிப்புனர்ஸ்ஸியை உருவாக்கறதுக்காஹத்தான் னாம இந்தமாதிரி புராக்ராம்லாம்

னடத்தறோம். இப்ப ஒரு னேயர் லைன்ல காத்திட்டிருக்கார். பேசலாமா?'

'டெஃபனிட்லி.'

'ஹலோ?'

'ஹலோ மேடம்.'

'ஹலோ, ஸொல்ங்க.'

'ஹலோ மேடம்.'

'ஹலோ.'

'ஹலோ மேடம்.'

'ஹலோ ஸொல்ங்க.'

'ஹலோ நான் ஈஸ்வரன். திருச்சியிலே இருந்து பேசறேன்.'

'ஹலோ ஸொல்ங்க டிர்ஸ்ஸி ஈஸ்வரன்...'

'ஹலோ.'

'ஸொல்ங்க.'

'வணக்கம் டாக்டர்.'

'வணக்கம் சொல்லுங்க.'

'ஹலோ?'

'சொல்லுங்க ஈஸ்வரன்.'

'சார்!'

'சொல்லுங்க ஈஸ்வரன்.'

'ஸார் இந்த சுகர் இருந்தா குழந்தை பிறக்குமா?' 'அருமையா கேட்டீங்க ஈஸ்வரன். தாய்க்கு டயபடிஸ் இருந்தா குழந்தைக்கும் டயபடிஸ் இருக்க வாய்ப்பிருக்கு. டயபடீஸ் இருக்கிற குழந்தை தாராளமா பிறக்கும்.'

'இல்லசார்... அத கேக்கல்லை... குழந்தைக்கு சுகர் இருக்கறத சொல்லலை.'

'சொல்லுங்க ஈஸ்வரன்'

'ஹலோ?'

'ஹலோ.'

'ஹலோ?'

'சொல்லுங்க.'

‘சார் குழந்தைய சொல்லலை.’

‘தாய்க்கு சுகர் இருந்தாலும் குழந்தை பிறக்கும்.’

‘அப்டீங்களா? ஹலோ.’

‘ஹலோ, சொல்லுங்க.’

‘தாய்க்கு இல்ல சார்... ஃபாதருக்கு சுகர் இருந்தா?’

‘ஃபாதருக்கு சுகர் இருந்தாலும் குழந்தை பிறக்கும்.’

‘டைம் ரொம்ப லேட் ஆயிடுச்சு சார்.’

‘யா... தாய்க்கு சுகர் இருந்தா குழந்தை கொஞ்சம் லார்ஜ் சைஸ்லே இருக்கிறதனாலே ஆக்சுவலி இட் டேக்ஸ் ஸம் டைம் டு கம் அவுட்... ஜெனரலி...’

‘அதில்லை சார்... இப்ப டைம் லேட் ஆறதனாலே என்னாகுதுன்னாக்க...’

‘ஓக்கே டாக்டர், அந்த கால் கட்டாயிடிச்சு. னாம பேஸிட்டிருந்ததை பாக்கலாமா?’

‘ஷ்யூர்...’

‘னீரிழிவுன்னா என்னான்னு அருமையா வெலக்கிக் காட்டிட்டிருந்தீங்க.’

‘ஆமா... நீரிழிவுன்னா வி ஹேவ் டு லுக் இன் டு இட் வெரி கிளியர்லி. டயபடிஸ் இஸ் கால்ட் ஆஸ் நீரிழிவு. அதை நம்ம ஜனங்க இழிவா நினைச்சிட்டிருக்காங்க. இட் இஸ் ராங். நீரிழிவுன்னா ஆக்சுவலா இட் இஸ் நாட் எ டிஸீஸ்...’

‘ரொம்பவே தெலிவா ஸொன்னீங்க டாக்டர், இப்ப ஒரு காலர் லைன்ல இருக்கார். பேஸ்லாமா?’

‘ஓக்கே.’

‘ஹலோ ஹலோ ஹலோ’

‘ஹலோஹலோ.’

‘ஹலோஹலோ.’

‘ஸொல்ங்க நாங்க டாக்டரிடம் கேல்ங்க நிகல்ஸ்ஸியிலே இருந்து பேஸ்ரோம்.’

‘ஹலோ.’

‘ஹலோ.’

‘நான் சந்திரமோகன் சேலம்.’

‘ஸொல்ங்க ஸென்ரமோஹென்...’

‘நான் நீரிழிவ பத்தி ஒரு கவிதை எழுதியிருக்கேன். அதை சொல்லலாம்னு நினைக்கிறேன்.’

‘ஓ வாவ்... சொல்லுங்க.’

‘நானிழிவில்லை அவரிழிவில்லை நீரிழிவு என்றால் நீர் இழிவாக நினைப்பதில்லை.’

‘ஓ! நைஸ்.’

‘நீரிழிவல்ல நிலமிழிவல்ல. வானிழிவல்ல வரப்பு இழிவல்ல. நீரிழிவை நீக்குதல் நன்று.’

‘ஓ, வெரி குட். அப்பறம்.’

‘அவ்ளவுதாங்க கவிதை.’

‘வேரி குட்... சந்திரமோகன் கூப்பிட்டதுக்கு ரொம்பவே னன்றி. அப்றம் டாக்டர் னாம இப்ப னீரிழிவைப்பத்தி பேஸ்ட்டிருந்தோம் இல்லியா. அதை நாம கண்டினியூ பண்ணுவோமா?’

‘எஸ்... டெஃபனிட்லி.’

‘ஸோ, னீரிழிவுன்னா என்ன?’

‘வேரி குட் கொஸ்டின். நீரிழிவுன்னா இட் இஸ் எ ஸ்டிரேஞ்ச் ஃபிஸிகல் ஃபினாமினன்.’

‘எக்ஸலண்ட் டாக்டர்... அதுக்குள்ள ஒரு காலர் லைன்ல இருக்கார். ஹலோ.’

‘ஹலோ.’

‘ஹலோ.’

‘ஹலோஹலோ.’

‘ஹலோஹலோ.’

‘ஹலோ, நான் பிரபாகரன் பேசறேன்... கோவில்பட்டி... கோவில்பட்டி.’

‘ஸொல்ங்க கோவில்பட்டி பிரபாகரன்.’

‘ஸார் இப்ப இந்த காசினிகீரய மூணுவேளை மசிச்சு சாப்பிட்டா சுகர் எறங்குமா சார்?’

‘கண்டிப்பா... காஸினிகீரை இஸ் குட் ஃபார் லூஸ் மோஷன். தினம் ஏழெட்டுவேளை மோஷன் போனா கண்டிப்பா சுகர் குறையும்... பிகாஸ்...’

‘தேங்க்ஸ் சார்.’

‘வச்சிட்டார்... ஸொல்ங்க சார் னீரிழிவுன்னா என்ன?’

‘அதான் நான் இப்ப சொல்லிட்டிருக்கேன். நீரிழிவுன்னா இட்ஸ் எ ஃபினாமினன். எ கைண்ட் ஆஃப்... யூ நோ... ஆக்சுவலி நீரிழிவுன்னா டயபாடீஸ்...’

‘மிக ஸ்ஸிரப்பா உங்க கருத்துக்கலை எல்லாருக்கும் புரியறாப்ல தெலீவா எடுத்து ஸொன்னீங்க. உங்க கருத்துக்கலாலே ஏராளமான னேயர்கலுக்கு பயன் கிடைஸ்ஸிருக்கும்னு னம்பறோம். னிறையவே இதைப்பத்தி பேஸ்லாம். ஆனாலும் டைம் இல்லாதத னாலே இப்ப இந்த நிகல்ஸ்ஸிய னிரைவு ஸெய்ரோம். எங்க னிகல்ஸ்ஸியிலே வந்து பார்டிஸிபேட் பன்னி அரிய கருத்துக்கலை ஸொன்னதுக்கு ரொம்பவே நன்றி. வெனக்கம்.’

‘வணக்கம்.’

‘வெனக்கம் னேயர்கலே னிகல்ஸ்ஸியை ரஸிச்சிருப்பீங்க... அடுத்த வாரம் இதே னிகல்ஸ்ஸியிலே குடல்வால் அறுவை னிபுணர் டாக்டர் அகர்வால் னம்ம கிட்ட பேஸ்றதுக்கு வரதா இருக்கார். நேயர்கள் அவர்கிட்ட எல்லா கேல்விகலையும் கேட்டு தெலிவு பெறலாம். வெனக்கம்.’

- ஜூலை 14, 2012

௯௦

ஆண்மகன்

தினமும் வீட்டுக்கு வந்து குப்பையை எடுத்துச் செல்வார் ஒருவர். பெயர் கணேசன். ஒல்லியான சிரித்த முகம். கடுமையான குடியாளர். மாலை மயங்கினால் அதி உற்சாகமாக இருப்பார். நேருக்குநேர் பார்த்தால் ஓங்கி ஒரு சல்யூட் அடித்துவிட்டு சிரித்துக் கொண்டே பின்னால் வருவார். அப்போது ஆங்கிலம் மட்டுமே பேசப்படும். ஃபிகேசன் என்று சேர்த்துக்கொண்டால் எச்சொல்லும் ஆங்கிலமாகிவிடுமென அறிந்தவர்.

வழக்கமாக வாசலில் ஏழரை மணிக்கே வந்து நின்று 'அம்மா வேஸ்ட்! வேஸ்ட் அம்மா!' என்று கூச்சலிடுவார்.

'அம்மா உன்னை கணேசு கூப்பிடுறார்' என்று சொல்லி அருண் மொழியிடம் கடும் வசவைப் பெற்றான் அஜிதன் ஒருமுறை. குப்பைகளைச் சேகரித்து மாநகராட்சி குப்பை போடுமிடத்தில் கொண்டுபோடுவது தொழில். மாதம் வீட்டுக்கு நூறு ரூபாய். எண்பது வீடுகள் முழுக்கட்டுப்பாட்டில் இருந்தன.

இதுபோகக் குப்பையில் கொஞ்சம் மதிப்புமிக்க பொருட்கள் இருந்தாகவேண்டும். 'சும்மா குப்பையக் கொண்டாந்து போட்டா நமக்குக் கட்டுமா?' என்று சத்தம்போடுவார். அதுதான் அன்றாடக் கைச்செலவுக்கு. கூடவே நண்பர்களுக்கும் வாங்கிக்கொடுக்க வேண்டியிருப்பதனால் செலவு அதிகம்.

‘அவனுகளுக்கு ஸ்திரம் தொளிலு இல்லல்லா?’

பழைய டிவியை போட்டோம். ‘இத சைக்கிளிலே வச்சுக்கொண்டு போகமுடியாதுல்லா. வெள்ளம்குடிக்க அஞ்சு ரூபா குடுங்க’ என்று வாங்கிக்கொண்டார்.

வாசலில் மணியோசையுடன் நின்றார் கணேசு. அருண்மொழி அலுவலகம் போய்விட்டிருந்தமையால் நான் சென்று ‘என்ன கணேசு?’ என்றேன்.

‘சார் சம்பளம்?’ என்றார்.

நான் துணுக்குற்று ‘அம்மா இருக்கிறப்ப வாறதுதானே?’ என்றேன்.

‘மறந்துட்டேன் சார். நீங்க குடுங்க... நூறுரூவாதானே.’

‘எங்கிட்ட ஏது அவ்வளவு பணம் கணேசு. இருபத்தஞ்சுரூபாதான் இருக்கு’ என்றேன்.

கணேசு நம்பாமல் பார்த்தார்.

‘சத்தியமா... அவ்வளவுதான் குடுத்திட்டுப் போனா... எனக்கு வேற கூரியர் அனுப்பவேண்டிய செலவு இருக்கு.’

கணேசு முகத்தில் புன்னகை விரிந்தது. ‘ஓக்கே சார்’ என்று அடுத்த வீட்டுக்குச் சென்றார். அவரது சிரிப்பு அர்த்தம் நிறைந்ததாக இருந்தது என்றுபட்டதனால் நான் ஒல்லியான பின்பக்கத்தைப் பார்த்துக்கொண்டு நின்றேன். திரும்பி வரும்வழியில் என்னைக் கண்டு சைக்கிளை நிறுத்திவிட்டு ‘வீட்டில ஒற்றைக்கா சார்?’ என்றார்.

‘ஆமா’ என்றேன்.

‘வெளிய போகமுடியல்ல இல்லியா?’

அதற்கும் ‘ஆமா’ என்றேன்.

‘ஒரு கணக்கில செரியாக்கும் உள்ள காசோ பணமோ நேராக்கொண்டுவந்து பொண்ணாப் பிறந்தவளுக்க கையிலே குடுத்துட்டோம்னு சொன்னா வீட்டில ஒரு அடுக்கும் சிட்டையும் இருக்கும். அவளுக பாத்து வல்லதும் குடுத்தா நம்ம சிலவிலெயும் ஒரு இது இருக்கும். அல்லாமப்பின்ன நம்ம கையிலே ரூவா இருந்தா அப்பப்ப எல்லாம் மண்ணாப்போவும்’ என்றார் கணேசு.

‘உண்மைதான்’ என்றேன்.

‘அஞ்ஞூறு ரூவான்னா இன்னைக்கு பெரிய ரூவா. ஆனா நின்னு குடிச்சா ரெண்டு ஏப்பத்துக்கு வராது இல்லியா? காசில்லாதப்ப பல

செலவுகள். காசு கையில வந்தாச்சுன்னு சென்னா பின்ன ஒற்ற ஒரு செலவாக்கும்' என்றார்.

நான் அதற்கும் பலவீனமாகப் புன்னகை புரிந்து 'பின்னே?' என்றேன்.

'பகலிலே குடிச்சா பின்ன சோலி முடிஞ்சுது. நான் செத்தாலும் காலம்பற பதினொண்ணு மணிக்குள்ள கையால தொட மாட்டேன். ஆனா நமக்கு அதுவரை நல்ல சோலி கிடக்கு. ஆனா சார் இப்டி வீட்டிலெ சும்மா இருந்தா மத்தவன் இருக்க விடமாட்டானே... வா வான்னுல்லா விளிப்பான்?'

நான் பீதியுடன் 'ஆரு?' என்றேன்.

'மத்தவன், சொடலமாடன்... என்ன செய்விய?'

நான் வீட்டுக்குள் அச்சத்துடன் பார்த்தேன். சுடலை சஞ்சாரமா வீட்டுக்குள்? கணேசே சிரித்தபடி 'என்ன செய்விய? பச்ச வெள்ளம் சவைச்சுக் குடிச்சிட்டு இருக்க வேண்டியதுதான். அதில்லா பப்படம் எண்ணுகது மாதிரி ரூவாய எண்ணிக் குடுத்திட்டுப் போயிருக்கு அம்மா... செரி போவட்டும் வையும்பம் வந்த பிறவு எப்டி படியறுமா?'

'குடுப்பாள்' என்றேன்.

'அங்க விட்டிரப்பிடாது சார். சண்டையப் போட்டு வேங்கிப்பிடணும்... குடிக்காதவனுக்கு ஆயிரம் சந்தோசம் குடிக்கிறவனுக்கு குடிதான் சந்தோசம். என்ன சொல்றியோ?'

ஒருமாதிரி நிலமை எனக்குப் புரியவந்தது. 'கணேசு நான் குடிக்கமாட்டேன்' என்றேன்.

'செரி சார் நமக்குள்ள என்ன?'

'இல்ல சத்தியமா குடிக்கிறதில்ல.'

'செரிசார்... லெகரி ஆம்புளைங்களுக்குள்ளதாக்கும். அதில தெற்றில்லே கேட்டேளா? ஆனா ஒண்ணு, உள்ள வேங்கி வச்சுக் குடிச்சா குடி மண்ணா வெளங்கும்... சொல்லுகேன்னு தெற்றா நினைக்கப்பிடாது. இப்பம் திற்பரப்பு அருவியப் பாத்தா என்னா ஒரு கோலாகலம், ஏது? நூறடி இந்தால வந்தா ஆனைக்கயம் சும்மாக் கெட்டிக்கிடக்கு. அருவியப்பாக்கல்லா பாண்டி நாட்டிலே இருந்து கெட்டும் கெட்டி வாறானுக. ஆனைக்கயத்தில எருமை குண்டி களுவுது... என்ன சொல்லுகேன்னா சொடலைன்னா அவன் எளகணும். மத்த பிராமணனுகளுக்க சாமி மாதிரி தேனத்திலே

இருந்தா போராது. சாடினாலாக்கும் குருதைக்கு வெலை... இப்பம் சார் கள்ளன் கன்னம் வைக்குதது மாதிரி குடிக்குதிய. தெற்றுன்னு சொல்ல வரேல்ல. கௌரவமுள்ள காரியமாக்கும். ஆனா நான் என்ன சொல்லுகேன்னாக்க தீயின்னா அது நாலெடத்திலே பற்றிப்பிடிச்சு கேறி எரியணுமில்லியா? சும்மா நின்னா அத பிளாஸ்டிக்கு தாளுன்னு நெனைச்சு பீயள்ள எடுத்துப் போடுவானுக... அதாக்கும்.'

நான் அயர்ந்து 'செரி...' என்று உள்ளே செல்லப் போனேன்.

'இப்பம் நமக்கு சில போலீஸு தொந்தரவுகள் உண்டு கேட்டேளா? பதினஞ்சுநாள் டேசன்ல கையெளுத்துப் போட்டுக் குடுக்கணுமின்னாக்கும் ஏட்டு சொல்லுகாரு. நம்ம கோனாருதான். செரி போட்டும், நல்லாளு, அன்பா சொல்லுகாரு. அதுகொண்டு நான் காலம்பற வந்தேன்னு இருக்காது. காசவேங்கி நாளைக்கு வச்சிருங்க. குடும்பப் பொம்பிளையள மாதிரி சார் இப்ப குடும்ப ஆம்புளையில்லா? சோலிக்குப் போக்கு இல்லேன்னு சொன்னாவ.'

'ஆமா.'

'நல்லதாக்கும். சோலி என்ன மயிருக்கு? அம்மைக்கு சோலி இருக்குல்லா? செரி பைசாவ வேங்கி வைங்க. ஓக்கே?'

'ஓக்கே' என்றேன்.

'நல்ல காரியமாக்கும் சார். உள்ள பைசாவ குடுத்திட்டு அன்னன்னைக்குள்ள சிலவுக்கு வேங்கினா வீணாப்போவாது. காலம்பற உறங்கி எந்திருக்கும்பம் மனசில ஆவலாதி இருக்காது. உள்ள சோறு சிந்தாம செதறாம பிள்ளையளுக்க வயித்துக்குள்ள போவும்' என்றார்.

நான் 'அப்ப கணேசும் அந்தமாதிரி செய்தா என்ன?' என்றேன்.

'சீ, சார் என்ன சொல்லுது? பொட்டைகள அப்டி ஏத்தி விட்டா பின்ன அவளுக்களுக்க காலுநக்கி குடிக்கணும் சார். பொட்டைகள வைக்கிற எடத்தில வச்சா ஆம்புள ஆம்புளயா இருப்பான். நாமள்லாம் ரைட்டுராயலு தாட்டுபூட்டு சிங்கப்பூரு சார். என்னான்னு கேட்டாள்னா ஏரியாவ கலக்கிடுவேன்ல... நாளைக்கு சாம்ராஜை கூட்டிட்டுவாறேன், கேட்டுப்பாருங்க. ஒருமாதிரி மசக்கின கௌங்குமாதிரி இருக்கதுக்கு கணேசனைக் கிட்டாது... வரட்டா. பைசாவ வேங்கி வைங்க.'

- செப்டம்பர் 15, 2012

91

ஊட்டி இலக்கியச் சந்திப்பு நிபந்தனைகள்

அன்புடையீர்,

ஊட்டி இலக்கியச்சந்திப்பின் நிபந்தனைகளை தங்களுக்கு தபாலில் அனுப்புவதில் பேருவகை கொள்கிறோம். இவ்வகையான உவகைகள் எங்களுக்கு எப்போதாவதுதான் கிடைக்கின்றன என்பதனால் அவற்றைத் தவிர்க்க விரும்பவில்லை. இலக்கியக் கூட்டங்கள் இலக்கிய வாசகர்களுக்காக நடத்தப்படுபவை என்பதை நீங்கள் அறிவீர்கள். இலக்கியவாசகர்கள் பொதுவாக இலக்கியம் என்பது ஒன்றும் பெரிய விஷயமல்ல என்று அறிந்தவர்கள். இந்தச் சிக்கலைச் சமாளிக்கவே கீழ்க்கண்ட நிபந்தனைகள் என்பதைக் குறிப்பிட விரும்புகிறோம்.

எங்கள் இலக்கியக்கூட்டம் தரையில் அமர்ந்து நிகழ்த்தப்படுவது. மொத்தம் எட்டு அமர்வுகள். ஆகவே அரங்கில் படுப்பதும் நிற்பதும் அனுமதிக்கப்படுவதில்லை. அப்படி வேறுவழியில்லாமல் அனுமதிக்கப்படுமென்றால் அவற்றுக்கு நிற்பு மற்றும் கிடப்பு என்று பெயர் சூட்டப்படும். பேசும்போது ஒலி உரத்தலாகாது, குருகுலத்தில் ஆவிக்குரிய எழுப்புதல் நிகழ்வதாக அபவாதம் ஏற்பட ஏதுவாகும்.

தேனீர் உடைவு போன்றவற்றுக்கு நேரம் ஒதுக்கப்பட முடியாது. உடைந்தவற்றை சீர்செய்ய நெடுநேரமாகிறது என்பதுடன்

பெரும்பாலான பேச்சாளர்கள் அந்த உடைவு வழியாக சொந்தக் கவலைகளுக்கு திரும்பிச்செல்லுதலும் நிகழ்கிறது. இயற்கை உபாதைகளில் அப்பகுதியிலேயே கடைசியில் எஞ்சக்கூடியவற்றில் கவிதை தவிர பிற அனுமதிக்கப்படுவதில்லை.

அரங்கில் புரட்சி குறித்த பேச்சுகள் வரவேற்கப்படுகின்றன. ஆனால் அப்போதே அங்கேயே அதை நிகழ்த்திவிடவேண்டும் என்ற அதீத உற்சாகம் ஏற்றுக்கொள்ளத்தக்கதல்ல. சம்பந்தப்பட்டவர் ஊருக்குத் திரும்பினால் மேலதிகாரி மற்றும் மனைவியின் அனுமதியை அதற்கு வாங்க முடியாது என்ற காரணமும் நிராகரிக்கப்படுகிறது. மிக அவசியமென்றால் அவர் தன் தனியறைக்குள் அதைச் செய்து கொள்ளலாம். ஒலி வெளியே கேட்கக்கூடாது.

பார்ப்பனீயம் பற்றி உரையாடுவது அனுமதிக்கப்படுகிறது. கூடவே கவுண்டரீயம் நாடாரீயம் வேளாளரீயம் (தங்கம் என்று சொல்ல வேண்டும் என்ற சிலருடைய வாதம் ஏற்றுக்கொள்ளப்படவில்லை) நாயரீயம் (இது உத்தரீயம் என்றும் சொல்லப்படும்) முதலியாரீயம் போன்றவையும் அனுமதிக்கப்படும். பின்னவை பிரச்னைகளை உருவாக்கும் என நம்புபவர்கள் முதலில் உள்ளதையும் வேண்டாமென ஒத்துக்கொள்ளவேண்டும் என்று கோரப்படுகிறது.

கருத்துகளை டிவிட்டர் அல்லது குறள் வடிவில் சுருக்கமாகச் சொல்வது வரவேற்கப்படுகிறது. அதற்காக தேவதேவன் பாணியில் தலையசைப்பு மற்றும் புன்னகை வழியாக இலக்கியக் கருத்துகளை வெளிப்படுத்துவது சிறந்த முன்னுதாரணமாக அமையாது என்பதை தெரிவித்துக்கொள்கிறோம். காரணம் இந்த இலக்கியவிவாதம் தமிழில் நிகழ்கிறது, மேலேசொல்லப்பட்ட வெளிப்பாடுகள் தமிழுக்குள் வருமா இல்லையா என்பதைப்பற்றிய சந்தேகம் அறிவுலகில் நீடிக்கிறது.

விவாதங்கள் ஆரோக்கியமாக நிகழவேண்டியிருக்கிறது. ஆகவே அனைவரும் குளித்துவிட்டு வந்தமர்தல் வேண்டும் என்று கேட்டுக் கொள்கிறோம். அத்துடன் பிறர் பேசும்போது கண்களைமூடி ஆழமாகச் சிந்தனை செய்வதன் விளைவாக தலைப்பகுதி மென்மை யாக அசைவது, தத்துவ விவாதங்களை கொட்டாவி மூலம் எதிர்கொள்வது ஆகியவை தவிர்க்கப்படவேண்டும். தோள்களைக் குலுக்குவது கைகால்களை நீட்டிக்கொள்வது இடுப்பை அசக்கி அமர்வது போன்றவை அனுமதிக்கப்படுகின்றன. ஏப்பம் விடுமளவுக்கு உணவு அமையாது.

கேள்விகளில் ‘இப்ப தமிழ்க்கவிதையை எடுத்துக்கொண்டா நான் என்ன சொல்றேன்னாக்க பொதுவா பாக்கிறப்ப கவிதை சம்பந்தமான

விஷயங்களிலே சொல்றதுக்கு இருக்கிற விஷயங்களிலே என்னைப் பொறுத்தவரை எது முக்கியம்னா ஒரு நல்ல கவிதை ஆக்சுவலா எப்டி இருக்கணும்னா நாம எல்லாருக்குமே தெரிஞ்சதுமாதிரி அந்தக் கவிதையோட சாராம்சத்திலே இருக்கிறத எப்டிச் சொல்றதுன்னே தெரியலை இருந்தாலும் டிரை பண்றேன். எதுக்குச் சொல்றேன்னா' போன்று அதிகமான அசைச்சொற்றொடர்களை பயன்படுத்துவதைத் தவிர்க்கலாம். தவிர்ப்பது கடினம் என்றால் அவற்றை விவாதம் முடிந்த பிறகு தனியாக வைத்துக்கொள்ளலாம்.

கவிதைகளில் நுண்ணிய அர்த்தங்கள் எடுப்பது வரவேற்கப் படுகிறது, அரைப்புள்ளி காற்புள்ளி ஆச்சரியக்குறிகளை குறியீடு களாக எடுத்துக்கொள்ளும் அணுகுமுறைக்கு அனுமதி இல்லை, நேரம் கருதி. அரங்குக்கு வெளியே கருத்துப்பரிமாற்றம் இருசாராருக்கும் உடலூறு நிகழாவண்ணம் நடப்பது ஊக்குவிக்கப்படும்.

எந்தக் கருத்தும் மறுக்கப்படலாம் என்பதைத் தெரிவித்துக் கொள்ளும் அதேசமயம் மறுக்கப்பட்டவர் மிஞ்சிய அரங்கு முழுக்க மறுத்தவரை மறுக்கும் கட்டாயத்துக்கு ஆளாகிறார் என்பதை நினைவில் கொள்ளுமாறு இந்த அரங்கமைப்பாளர் அரங்கசாமி கோருகிறார். அவரை அரங்காசாமி என்று குறிப்பிடுவது தடை செய்யப்படுகிறது.

விவாதங்களில் மட்டுறுத்தல் உண்டு. பேச்சு மிக நீளமாகச் செல்லு மென்றால் அது தொட்டுறுத்தலாகவும் அமையும். அதுசார்ந்த உறுத்தல்கள் ஏற்படக்கூடாதென்பதனால் முன்னரே சொல்லிக் கொள்கிறோம். விவாதங்கள் திசைமீறிச் செல்லுவதைத் தவிர்க்க வேண்டும். தேவதேவனைப்பற்றி பேசும்போது தேவேந்திரநாத் தாகூரைப்பற்றி பேசுவது எப்படியோ தவிர்க்கமுடியாததாக ஆகிவிடுகிறதென்றாலும் தேடிவந்த மாப்பிள்ளையைப்பற்றி பேசுவது கொஞ்சம் அதிகச் சுற்றலாகவே கருதப்படும்.

அரங்கு இந்திய முறைப்படி நிகழும். இந்து ஞானமரபின்படி முமுட்சு அல்லது ஞானதாகி என்னும் மாணவர் லௌகீகமாகக் கடும் துன்பங்களை அனுபவிப்பதன் மூலம் கல்வியை இன்பமானதாகக் காணும் மனநிலைக்குக் கொண்டுசெல்லப்படும் வழக்கம் உள்ளதைச் சுட்டிக்காட்ட விரும்புகிறோம். ஆகவே உணவு பௌத்த முறைப்படியும் உறைவிடம் சமண முறைப்படியும் அமைக்கப்படும். உடைகளை இந்து முறைப்படி அணிதல் வேண்டும், சமணமுறை கண்டிப்பாக விலக்கப்படுகிறது - கதவைமூடிக் குளிக்கும்நேரம் தவிர.

அரங்கில் சோமபானம், சுராபானம் ஆகியவற்றை மட்டுமே அருந்த அனுமதி. வேத முறைப்படி அந்தந்த பானங்கள் அந்தந்த

தேவர்களின் அனுமதியுடன் அருந்தப்படவேண்டுமென்பதனால் அவர்களின் கையெழுத்திடப்பட்ட சான்றொப்பக் கடிதங்கள் அவசியம். பிற மது வகைகள் அனுமதிக்கப்படுவதில்லை. அறிவுஜீவிகள் தாங்களே உலகின் மையம் என்ற எண்ணம் கொண்டவர்கள். மது அருந்தும்போது தன்னகங்காரம் மீதூறி உலகமே தங்களை மையம் கொண்டதாக எண்ண ஆரம்பிக்கிறார்கள். பிற அறிவுஜீவிகள் அதை ஒத்துக்கொள்வதில்லை.

மேலும், வேறு பல கருத்தரங்க விளைவுகளில் இருந்து அறியப் பட்டதென்னவென்றால் மது அருந்தியவர்கள் கோட்பாடுகளை முன்வைத்துப் பேசும்போது அவர் வழக்கம்போல உளறுகிறாரா மதுவால் உளறுகிறாரா என்று கண்டுபிடித்து பின்னதை மன்னிப்பது கடினமாகிறது. மது அருந்தியவர்களுடன் மது அருந்தாதவர்கள் தீவிரமாக உரையாடும்போது பின்னவர் மது அருந்தியிருப்பதாக மனைவியர் எண்ணுவதற்கு இடமாகிறது. மது அருந்தியவர்கள் மது அருந்தியவர்களிடம் உரையாடும்போது அவர்கள் சந்தித்துக்கொள்ளும் அந்தரப் புள்ளியை மது அருந்தாதவர்கள் கண்டுபிடிக்க முடிவதில்லை. மது அருந்தியவர்களுக்கு அது நினைவில் நிற்பதும் இல்லை.

மேலும் இலக்கிய நுண்ணுணர்வற்ற காவல்துறையினர் கவிஞர்கள், மது அருந்திய கவிஞர்கள், மது அருந்தாத கவிஞர்கள், மது அருந்திய கவிஞரல்லாதவர்கள், மது அருந்தாத கவிஞரல்லாதவர்கள், மது அருந்தியதாக கருதப்படும் கவிஞர்கள், மது அருந்தியதாக கருதப்படும் கவிஞரல்லாதவர்கள், மது அருந்தாதவர்களாக கருதப்படும் மது அருந்திய கவிஞர்கள், மது அருந்தியதாகக் கருதப்படும் மது அருந்தாத கவிஞரல்லாதவர்கள் ஆகியோருக் கிடையே தெருமுனை விவாதங்களில் நிலவும் நுண்ணிய வேறுபாட்டைக் கண்டுபிடிக்க முயலாமல் மொத்தமாக கொத்தோடு அள்ளிக்கொண்டு போகும் அவலம் தமிழகத்தில் நிகழ்கிறது. பீதியில் அவர்கள் அழுவதானால் கவிதையைத் தற்காப்புக்கு அவர்களால் பயன்படுத்த முடியாத நிலையும் உள்ளது.

மேலும் லத்தி முனையில் பெயர் கேட்கப்படும்போது புனை பெயரையா நிஜபெயரையா எதைச் சொல்வதென்றறியாமல் கவிஞர்கள் கண்ணீர்விட்டு இரண்டையும் கலக்கிச் சொல்லி அடிபெறும் நிலை நீடிக்கிறது. 'அண்டப்பிரவாகன்' என்று சொல்லிய கவிஞனை நோக்கி உள்ளூர் ஏட்டு 'சார் அண்டப்புளுகன்னு சொல்றான் சார்' என்று சொல்லி மேலும் தீவிரமாக விசாரிக்க தலைப்பட்டதாகவும் அவரிடமிருந்த பின்நவீனத்துவக் கவிதைத்தொகுதியைப் பிடுங்கி அவரே அமர்ந்து வாசித்து கடும்

பீதியடைந்ததாகவும் தெரியவந்துள்ளது. அதன் பின் அவர் ‘சுரோணித நாயே’ என்று கைதிகளைத் திட்டியிருக்கிறார்.

நிலையத்தில் நிலைமறந்திருக்கும் கவிஞர்களை ஜாமீனில் மீட்கச் செல்லும் அமைப்பாளர்களை நிலைய காவல் ஆய்வாளர் ‘நானும் கவிஞந்தான் சார்’ என்று சொல்லி ‘தை மகளே வருக தமிழ்கொண்டு தருக’ என்று தொடங்கி மேலே செல்லும் நாநூற்றிச் சொச்சம் வரிகள் கொண்ட கவிதை ஒன்றை வாசித்துக்காட்டி வன்முறையைச் செலுத்தி மேற்கொண்டு கவிதையரங்குகளே தேவையில்லை என்ற நிலைக்கு அவரை ஆளாக்கிய வரலாறும் உள்ளது.

அரங்குக்கு வெளியே மது அருந்துவது முற்றிலும் தடைசெய்யப் படுகிறது. படிமக்கவிதைக்கும் படியாத கவிதைக்குமான உறவைப் பற்றி 1962ல் க.நா.சு., சி.சு. செல்லப்பாவிடம் என்ன சொன்னார் என்பது சம்பந்தப்பட்ட இருவருக்குமே நினைவுக்கு வராத நிலையில் அதைப்பற்றி விடிய விடிய விவாதிப்பதையும் மறுநாள் நாற்பது முறை பேதிபோன பிஷன்சிங் போல வெளுத்துப்போய் அரங்கிலமர்ந்திருப்பதையும் மன்னிக்கலாமென்றாலும் ‘செல்லப் பாவைச் சொன்னவனை நில்லப்பான்னு சொன்னாலும் விடேன்’ என்று வன்முறையில் ஈடுபடுவது அரங்கமைப்பாளர்களுக்கு சட்டச்சிக்கல்களை உருவாக்குவதைத் தெரிவிக்க விரும்புகிறோம்.

பங்கேற்பாளர்கள் எல்லா அரங்கிலும் கலந்துகொண்டாக வேண்டும். இந்த நிபந்தனைக்கான முக்கியமான காரணம் பெரும் பாலான கவிஞர்களும் இலக்கிய ஆர்வலர்களும் அவசியமில்லாத விவாதங்களில் கலந்துகொள்ள விரும்புவதில்லை, தங்களைத்தவிர பிறவற்றை அவசியமென கருதுவதும் இல்லை. அத்துடன் படிமக்கவிதை விவாதத்தின் நாலாம் நாள் பதிமூன்றாம் அமர்வுக்கு அன்றலர்ந்து வந்தமர்ந்து ‘படிமம்னாக்க இந்த தாசில்தார் ஆபீஸிலே குடுப்பாங்களே’ என்று கேட்கும் வாசகர்களையும் நாம் கணக்கில் கொள்ளவேண்டியிருக்கிறது. மேலும் விவாதநேரத்தில் கடைத்தலுக்கு (ஷாப்பிங்) போய் மீண்டு நுண்ணுணர்வின் அடித்தளங்களைப்பற்றிய விவாதம் நடுவே காகிதம் சொரசொரக்க பொருட்களை எடுத்து மறுபரிசீலனைசெய்பவர்களைத் தவிர்க்க வேண்டிய தேவையும் உள்ளது.

இலக்கிய அரங்குகள் இருவகை. முதல்வகை அரங்குகளை கலகரங்கு என்று சொல்கிறார்கள். வருடம் முந்நூற்று அறுபது நாளும் அலுவலக விதிகளுக்குக் கட்டுப்பட்டு மனைவிக்குக் கட்டுப் பட்டு போக்குவரத்து போலீஸுக்கு மாமூல்பட்டு வாழும் இலக்கிய வாதிகள் நான்குநாள் ஓர் இடத்தில் கூடி பலர்மீது நீட்டிய மொந்தை

வாங்கி பெரிய கள் பெற்றால் பிறர்க்கீந்து தானருந்தி சிறிய கள்பெற்றால் தானே அருந்தி சேற்றில் விழுந்த ஜெல்லிமீன் போல இலக்கிய விவாதங்களில் திளைத்து சுவர்மூலைகளில் வாந்தி எடுத்து காலிப்புட்டிகளால் சக கலைஞர்களைத் தாக்கி இலக்கிய நிகழ்ச்சிகளில் சுவர்பற்றி நுழையும்போது அமைப்பு சற்றே ஆட்டம் காண்கிறது. மூன்று லார்ஜுக்குமேல் என்றால் குப்புற விழுந்தும் விடுகிறது.

நிபந்தனைகள் உள்ள எங்கள் அரங்கு மேலே சொன்ன கலகரங்குக்கு எதிரான கலகம். இது கலகலரங்கு என்று சொல்லப்படுகிறது. முதலில் சொன்ன அரங்குகளில் பங்கேற்றவர்கள் பேசியவற்றையும் கேட்டவற்றையும் நினைவில்கொண்டுவர முயன்றபடி திரும்பு வார்கள், இதில் பங்கேற்பவர்கள் அவற்றை மறக்க முயன்றபடி திரும்பிச் செல்வார்கள் என்பதே மையமான வேறுபாடாகும்.

அன்புடன்,

அமைப்பாளர்.

பி.கு.

இந்நிபந்தனைகள் மூலம் எங்களுக்கு கட்டுப்படியாகுமளவுக்கு பங்கேற்பாளர் எண்ணிக்கை மறுநிர்ணயமாகாவிடில் மேலதிக நிபந்தனைகள் விதிக்கப்படும் என்பதைத் தெரிவித்துக் கொள்கிறோம்.

- மே 14, 2014

92

இலக்கியக்கோட்பாடுகள்

இலக்கியக் கோட்பாடு என்பது இலக்கியத்தை எப்படி எழுதுவது, எப்படி வாசிப்பது என்று அதை எழுதுபவர்கள் மற்றும் வாசிப்பவர்கள் அல்லாத மூன்றாம் தரப்பினரால் கூறப்படும் உறுதியான கருத்து நிலைப்பாடு.

இலக்கியத்தைப்பற்றி யோசிக்கும்போது கருத்துகள் தோன்று கின்றன. பிற்பாடு இவை கொள்கைகளாகவும் கோட்பாடுகளாகவும் ஆகின்றன. ஒரு எண்ணம் சற்று சந்தேகத்துடன் முன்வைக்கப் படும்போது அது கருத்து எனப்படுகிறது. உறுதியாக முன்வைக்கப் பட்டால் அதை கொள்கை என்கிறார்கள். சொன்னவருக்குக் கொஞ்சம் சந்தேகம் வந்த பிறகும் பிறருக்கு அதன்மேல் உறுதிப்பாடு இருக்கும் என்றால் அது கோட்பாடு. இலக்கியக் கருத்தைக்கொண்டு இலக்கியத்தைப் புரிந்துகொள்ளமுடியும், கொள்கையைக்கொண்டு அதைச் சொன்னவரை புரிந்துகொள்ள முடியும், கோட்பாட்டைக்கொண்டு கோட்பாட்டினைப் புரிந்து கொள்ள முடியும் என்பதே இவற்றின் பயன்பாடு.

கோட்பாடுகளைப் பொதுவாக மேலைக்கோட்பாடு கீழைக் கோட்பாடு என்று இரண்டாகப் பிரிப்பார்கள். மேலே இருப்பது மேல் என்பது 'மிஷனரி பொசிஷன்' என்று பிற்கால ஆய்வாளர் களால் குறிப்பிடப்பட்டது. ஆகவே மேலைக்கோட்பாடு கருவுரு வாக்கம் கொண்டதாகவும் கீழைக்கோட்பாடு கருச் சுமப்பதாகவும்

காணப்படுகிறது. ஏராளமாக உற்பத்தி செய்து அவற்றை இயன்ற இடமெல்லாம் பரப்பி அவை என்னாகின்றன என்று தெரிந்து கொள்ள முயலாமல் மேலே செல்வது மேலைக்கோட்பாட்டின் உயிரியல் இயல்பு. எல்லாக் கோட்பாடுகளையும் தனக்குப்பின்னால் ஓடவிட்டு முந்திவருவதை ஏற்று பூட்டிக்கொண்டு விழிபிதுங்குவது கீழைக்கோட்பாட்டின் உயிரியல்பு.

ஒரு உற்சாகத்தில் மேலைக்கோட்பாடு விளையாடியதன் விளைவை கையில் ஏந்தி அவர்களின் வாசலில் கண்ணீருடன் சென்று நின்று கீழைக் கோட்பாடு நிற்கும்போது 'மூஞ்சிய பாத்தா என்னோடது மாதிரியே இல்லியே' என்று மேலைக்கோட்பாடு கதவைச் சாத்திக் கொள்வதும் அடிக்கடி நிகழ்கிறது. கீழை நாட்டு பல்கலைகளில் அனாதைக்கோட்பாடுகள் அலைந்து திரியும் நிலை இதனால் உருவாகிறது. சிலசமயம் ஒரு தாலாட்டுப் பாடலின் அடிப்படையில் அவை ஒன்றை ஒன்று ஆரத்தழுவி 'அண்ணா! தம்பீ!' என்று மெய்சிலிர்ப்பதும் உண்டு. நிறைய கீழைக்கோட்பாடுகளின் கழுத்தில் உச்சகட்டத்தில் திறந்து பார்க்கவேண்டிய டாலர்கள் தொங்குவதும் சாதாரணம்.

மேலைக்கோட்பாட்டின் முக்கியமான தொடக்கம் என்று அரிஸ்டாட்டில் என்ற அறிஞர் உருவாக்கிய கதார்ஸிஸ் என்பதைக் குறிப்பிடுவது பள்ளிப்பாட வழக்கம். 'அரிசித்தட்டிலி' என்ற செந்தமிழ்ச் சொல்லின் மரூஉவே அப்பெயரென்றும் கதார்ஸிஸ் என்பது கதையுரசல் என்ற தீந்தமிழ்ச் சொல்லே என்றும் அறிஞர் வேதநேயர் சொல்வதை இங்கே குறிப்பிட்டாக வேண்டும். இலக்கியப்படைப்பில் ஒன்றி கதறி அழும் வாசகர்கள் அதன் மூலம் அப்படைப்பை வாசித்ததையும் சேர்த்து அனைத்துப் பாவங் களையும் களைந்து தூய்மை அடைவதே இவ்வாறு குறிப்பிடப் படுகிறது. ஏராளமாக வாசிப்பவர்கள் அதிக தூய்மை அடைந்து அடைந்து ஒரு கட்டத்தில் அழுக்குகளுக்காக வெளியே தேடியலைய ஆரம்பிக்கும் நிலை ஏற்படுகிறது.

இதை முன்னுணர்ந்தே அரிஸ்டாட்டிலின் முன்னோடியான பிளேட்டோ (பாளையத்தான் என்ற தூயதமிழ்ச் சொல்லின் மரூஉ, பார்க்க: செந்தமிழ் சொல்முறிப்பகராதி) இலக்கியம் முதலிய கலைகளை அவற்றை ரசிக்கும் உணர்ச்சியே இல்லாத தத்துவஞானிகள் எப்போதும் தங்கள் கட்டுப்பாட்டில் வைத்திருக்க வேண்டும் என்று குறிப்பிட்டார். பிற்பாடு மத அறிஞர்களும் அதன் பின்னர் அரசியல் அறிஞர்களும் அதன்பின்னர் புரட்சிக்காரர்களும் இக்கருத்தையே முன்னெடுத்தார்கள். இன்று கோட்பாட்டாளர்கள் அதைக் கடைப்பிடிக்கிறார்கள்.

நல்ல கலை என்பது உள்ளடக்கத்தில் தத்துவத்தைக் கொண்டிருக்கும். தத்துவத்தைக் கேட்பவர்கள் உடனடியாக அதை மறுக்கிறார்கள். ஆகவே கலைக்குள் தத்துவத்தை பேரீச்சையில் கொட்டையைப்போல உள்ளே வைத்துக்கொடுக்கவேண்டும் என்பது ரோமாபுரியில் உதித்த ஹெலனிஸ்டிக் அழகியல். கொட்டையைப் பக்குவமாகத் துப்பிவிட்டு பேரீச்சையைச் சாப்பிடுவதே நுண்ணிய ரசனை எனப்படுகிறது. சதையைத் துப்பி விட்டுக் கொட்டையை மெல்வது கலையிலக்கிய விமரிசனம். கொட்டையின் அடிப்படையில் பேரீச்சையை மதிப்பிடுவதன் மூலமே மேலதிக இலக்கியக் கலைக்கோட்பாடுகள் உருவாகின்றன. அவற்றில் இருந்து தந்திரமாகத் தப்புவதற்கான முயற்சியின்மூலம் கலையிலக்கியங்கள் புதிய அழகியலைக் கண்டுபிடிக்கின்றன. இந்த முரணியக்கம் இலக்கியச் செயல்பாட்டின் அடிப்படை விதியாகும். இந்த முரணியக்கத்தை இலக்கியவாதிகள் விமர்சகர்களைக் கண்டதும் ஓடிப்போய் கட்டிப்பிடித்து நலம்விசாரித்துவிட்டு திரும்பும்போது கெட்டவார்த்தையை வாய்க்குள் முணுமுணுக்கும் பரவலான வழக்கத்தில் இருந்து அறியலாம்.

உயர்ந்த கலை என்பது உயர்ந்த மனிதர்களைப் படைக்கும் என்று நம்பிய மேலைக்கோட்பாடுகூடவே அக்கலைஞர்கள் கீழ்மையான வர்கள் என்று வகுத்தது. இவ்வாறாக கீழ்மையானவர்கள் கீழ்மை யானவர்களாக ஆக எண்ணுபவர்களை மேன்மைப்படுத்தும் பொருட்டு உருவாக்குவதே கலை என்ற வரையறை உருவாகியது. இது மத்தியகாலகட்ட கலைக்கோட்பாடு என்று சொல்லப் படுகிறது. இதன் மூலம் கலைக்கு இரு பக்கமும் இருவகை மக்கள் உருவானார்கள். ஒருசாரார் கீழே இருந்துகொண்டு அதை மேலே தூக்குகிறார்கள் இன்னொருசாரார் மேலே இருந்துகொண்டு அதைக் கீழே குனிந்து தூக்குகிறார்கள். முதல்வகையினர் படைப்பாளிகள், கலை அவர்களின் தலைக்குமேலே உள்ளது. இரண்டாம் வகையினர் ரசிகர்கள், கலை அவர்களின் காலுக்குக் கீழே உள்ளது. பிந்தையவர்கள் முந்தையவர்களுக்கு பணம் அளித்து புரக்க கடமைப்பட்டவர்கள் என்பது மத்தியகால நம்பிக்கை. உணர்ச்சிமீதூறும்போது கையுறைகளைக் கழற்றி கலைஞர்கள்மேல் வீசும் வழக்கம் இக்காலகட்டத்தில் உருவானது, அக்காலத்தில் ஆணுறைகள் கண்டுபிடிக்கப்படவில்லை.

மத்திய காலகட்ட கலைக்கோட்பாடு கலைஞர்களை மூன்று வகையாகப் பிரிக்கிறது. ஜிப்சிகள், ஜிப்ஸிகளைப்போன்றவர்கள், கிட்டத்தட்ட ஜிப்ஸிகளைப் போன்றவர்கள். முறையே இவர்கள் கீழ்த்தரக் கலைஞர்கள், நடுத்தரக் கலைஞர்கள், உயர்தரக்கலைஞர்கள் என்று பிரிக்கப்பட்டார்கள். கீழ்த்தரக்கலைஞர்கள் பிரபுக்களின்

இல்லங்களில் மதுவிருந்துகளில் உயர்தர பரிசுகள் பெற்றுக் கொண்டு ஆடுவார்கள். நடுத்தரக் கலைஞர்கள் மக்கள்கூடும் சந்திப்புகளில் சில்லறைகள் விட்டெறியப்பட்டு நடிப்பார்கள். உயர்தரக் கலைஞர்கள் ஆளில்லாத தேவாலயங்களில் பியானோவை இசைத்து தங்களுக்குள் பாடிக்கொள்வார்கள். அவர்களுக்காக பாதிரிகள் பிரார்த்தனை செய்வார்கள். அவர்கள் எழுதுவது காவியம் என்றும் பாடுவது செவ்வியல் இசை என்றும் அவர்கள் பாடுவதைக் கேட்டு பாடத்தெரியாத பாதிரிகள் பாடுவது காஸ்பல் இசை என்றும் சொல்லப்பட்டது. நல்ல கலை என்பது தூக்கத்துக்கோ துக்கத்துக்கோ இட்டுச்செல்லவேண்டும் என எதிர்பார்க்கப்பட்டது.

நவீனகாலக் கலைக்கோட்பாட்டை உருவாக்கியவர் என்று ஜான் ரஸ்கின் சொல்லப்படுகிறார். இவர் நவீன ஓவியர்களைப்பற்றி ஒரு மிகக் கனமான நூலை எழுதினார். அதில் அவர்கள் கலைஞர்களை பொறுக்கிகள் அல்லது நாடோடிகள் என்று சொல்லி அவமதிக்கும் மத்தியகால வழக்கத்தை மிகமிகக் கடுமையாகக் கண்டிக்கிறார். அவர்களை கிறுக்கர்கள் என்று சொல்வதே முறை என்று நிறுவுகிறார். இந்நூல் அத்தனை பெரியதாகையால் அதை வாசிக்காத அனைவருமே அதை நம்பும் நிலை ஏற்பட்டது. விளைவாக கலைஞர்களும் கிறுக்கர்களாக ஆகவேண்டிய வரலாற்றுக் கட்டாயத்துக்கு ஆளானார்கள். அவர்கள் மிதமிஞ்சி மதுவருந்திவிட்டு முச்சந்திச் சண்டைகளில் ஈடுபடுவது காது முதலிய உறுப்புகளை வெட்டி காதலிகளுக்கு அனுப்புவது சிபிலிஸ் நோய் பெறுவது போன்ற வழக்கங்கள் உருவாயின.

இந்தக் காலகட்டத்தில் கலைஞர்கள் தங்களைக் கிறுக்காகக் காட்டிக்கொள்ளும் பொருட்டு விசித்திரமான செயல்களைச் செய்து கொண்டே போக அவர்களைப் பின்தொடர்ந்து செல்லும் தத்துவ ஆசிரியர்களும் இலக்கிய விமர்சகர்களும் அவற்றுக்கு உளவியல் விளக்கமும் குறியியல் விளக்கமும் கொடுத்து அவற்றை கிறுக்கில்லாமல் ஆக்கிக்கொண்டே போகும் வழக்கம் பிறந்தது. ஆகவே புதிய புதிய கிறுக்குகளுக்காக கலைஞர்கள் தேட ஆரம்பித்தார்கள். சால்வடோர் தாலி என்பவர் மீசைக்கு நவச்சாரம் போட்டுக்கொண்டார். அந்தோனின் ஆர்ட்டாட் என்பவர் ஆணுறை என்பது ஒருவகை ஆடையே என்று கண்டுபிடித்தார். அவற்றை கலைஞர்களின் அன்றாடப்பழக்கமே என விமர்சகர்கள் நிரூபிக்கும்வரை அவர்கள் பிறரைத் துணுக்குற வைப்பது நீடித்தது.

பொதுவாக ஒரு கலைஞரின் படைப்பூக்கக் கிறுக்குத்தனத்தை அவரைப் பார்க்கவருபவர்களும் சாதாரணமாகச் செய்ய ஆரம்பிக்கும் போது அது முடிவுக்கு வருகிறது. இந்த முரணியக்கம் மூலம் கலை

முன்னகர்ந்தது. வான்காவின் காதுக்கு மொழியியல் விளக்கம் அளிக்கப்பட்டது. அதுவே காதுமைய மொழியியல் என்று பிற்கால பாடநூல்களில் இடம்பெற்றது. மாப்பசானின் சிஃபிலிசுக்கு அளிக்கப்பட்ட குறியியல் விளக்கம் ஆச்சரியமாக அமெரிக்கச் சமூகநலத்துறையில் 'பாத்துப் போடு' (Play safe) என்ற கோட்பாடாக மாறி சுவரொட்டிகளில்கூட இடம்பெற்றது.

கலைஞர்களை உளப்பகுப்பு செய்யும் முறை அதைத் தொடர்ந்து உருவாகியது. சிக்மண்ட் ஃப்ராய்ட் என்பவர் மனநோயாளிகளை சாய்வுப்படுக்கையில் படுக்கவைத்து இருட்டில் அமர்ந்து கேள்விகள் கேட்டு அவர்களை வசியம் செய்தபோது அவர்கள் பல நாவல்களில் தாங்கள் வாசித்த கதைகளின் சாயலில் தாங்கள் புனைந்த பலான கதைகள் மூலம் அவரை திருப்பி வசியம் செய்தார்கள். அந்த முறையே உளப்பகுப்புமுறை என்று சொல்லப் படுகிறது. சிக்மண்ட் ஃப்ராய்ட் நோயாளிகள் பேசுவது இலக்கியம் போல இருப்பதனால் இலக்கியம் என்பதும் ஒரு நோயே என்ற கோட்பாட்டை வகுத்தளித்தார். இதனடிப்படையில் இலக்கியப் படைப்புகளை வாசித்து விரிவாக நோய் நிர்ணயம் செய்து அதற்கு மருந்துகளை பரிந்துரைப்பதே உளப்பகுப்பு இலக்கிய விமரிசனக் கோட்பாடு என்று சொல்லப்பட்டது.

இக்கோட்பாட்டின்படி எல்லா மானுடச்செயல்பாடுகளும் காமத்துக்காகவே செய்யப்படுகின்றன. காமத்தில் நேரடியாக ஈடுபட வாய்ப்பில்லாதவர்கள் கிரிக்கெட் விளையாடுவது, பியானோ வாசிப்பது, அரசியல்கிளர்ச்சிகளில் ஈடுபடுவது, உளப்பகுப்பாய்வு செய்வது போன்ற மாற்று முயற்சிகளில் ஈடுபடுகிறார்கள். இலக்கியமும் அத்தகையதேயாகும். இந்தக் கோட்பாட்டின் அடிப்படையில் இலக்கியவடிவங்கள் தீர்மானிக்கப் பட்டன. ஒரே ஒரு உச்சம் இருப்பதனால் சிறுகதை ஆண்தன்மை கொண்டது என்றும் நாவல் பல உச்சங்களுக்கு வாய்ப்புள்ள பெண்மை வடிவம் என்றும் ஆய்வாளர் வகுத்தமை குறிப்பிடத்தக்கது. புதுக்கவிதை சிட்டுக்குருவித்தன்மை கொண்டது என்றும் மரபுக்கவிதை நாய்த்தன்மை கொண்டது என்றும் மேலதிக விளக்கங்கள் இவர்களால் அளிக்கப்பட்டன.

ஃப்ராய்டின் நண்பர் சி.ஜி.யுங் என்பவர் ஆழ்படிமம் என்ற கோட்பாட்டை முன்வைத்தார். உலகத்தில் உள்ள அத்தனை பேரும் அவர்களின் பாட்டி சொன்ன கதைகளையே திருப்பிச் சொல்லிக் கொண்டிருக்கிறார்கள் என்பதே இதன் அடிப்படை. அவ்விஷயம் யுங்குக்கு அவரது பாட்டியால் சொல்லிக்கொடுக்கப்பட்டது. எல்லா கதைகளையும் சுருக்கி சுருக்கி பாட்டிக்கதைகளாக ஆக்க முடியும்,

எல்லா பாட்டிக்கதைகளையும் பாட்டிகளாக ஆக்க முடியும், எல்லா பாட்டிகளையும் ஒரே பாட்டியாக ஆக்க முடியும், அந்தப் பாட்டியே எல்லாவற்றுக்கும் காரணம் என்று அவர் நிறுவினார். அந்தப் பாட்டி முன்னரே செத்துப்போய்விட்டாள் என்பதனால் மேற்கொண்டு ஒன்றும் செய்ய முடியாது. ஆகவே இலக்கியத்தை அதன் பாட்டுக்குவிட்டுவிடலாம் என்பதே அவரது நம்பிக்கை. ஃப்ராய்ட் யுங் இருவரும் நிறைய நூல்களை எழுதியிருக்கிறார்கள். ஃப்ராய்ட் எழுதிய நூல்கள் தெளிவாக புரியக்கூடியவை. யுங் எழுதிய நூல்களை வாசித்தபின் ஃப்ராய்ட் புரியாமலாகிவிடுவார் என்பதனால் அவர்கள் இருவரையும் சேர்த்தே வாசிப்பது கல்வித்துறை மரபு.

புரட்சியிலக்கியம் என்பது இதற்குச் சமகாலத்தில் உருவாகி வந்த ஒன்று. ஜெர்மனிய யூதரான கார்ல் மார்க்ஸ் அவரது நண்பர் ஃப்ரடரிக் எங்கல்ஸுடன் இணைந்து மூலதனம் என்ற மாபெரும் நூலை எழுதினார். இதன்படி அவர் ஒட்டுமொத்த சமூகத்தையும் மூன்றாகப் பிரித்தார். அடக்கி ஆளும் முதலாளிகள், சுரண்டப்படும் தொழிலாளிகள், நடுவே மாட்டிக்கொண்டு முதலாளிக்கு முன் தொழிலாளிகளாகவும் தொழிலாளிக்கு முன் முதலாளியாகவும் தோற்றமளிக்கும் நடுத்தரவர்க்கம். இந்தப் பிரிவினையை மார்க்ஸ் அவரது குடும்பத்திலேயே கண்டடைந்தார். மார்க்ஸ் குடும்பத்தின் முதலாளி. அவரால் பாலியல் ரீதியாகச் சுரண்டப்பட்ட வேலைக்காரி ஹெலன் டெமுத் உழைக்கும் வர்க்கம். இருவரையும் சமாதானப்படுத்திய ஜென்னி மார்க்ஸ் நடுவர்க்கம். மார்க்ஸ் நோயுற்றபோது அதிகாரம் ஜென்னியின் கைகளுக்குச் சென்று சேர்ந்தது. அதுவரை மார்க்ஸுக்கு சேவைசெய்த ஹெலன் டெமுத் ஜென்னிக்கு சேவைசெய்யலானார்.

இந்தப் பிரிவினை அக்காலத்து ஐரோப்பியக் குடும்பங்கள் அனைத்திலும் இருந்தமையால் எளிமையாகப் புரிந்துகொள்ளப் பட்டு பிரபலம் அடைந்தது. இதை இலக்கியத்தில் அப்படியே போட்டுப் பார்க்கலாமென்று பலர் முயன்றபோது முற்போக்கு இலக்கியம் உருவாயிற்று. முற்போக்கு இலக்கியம் தொழிலாளிகள் புரட்சி செய்து முதலாளியை ஒழித்துவிட்டு அதிகாரத்தை புரலட்டேரியன்கள் எனப்படும் நடுத்தரவர்க்கத்தினரிடம் பணிவுடன் ஒப்படைப்பதைப்பற்றி பேசுவதாகும். இதை பெரும்பாலும் நடுத்தரவர்க்கத்தவரே எழுதி அவர்களே வாசித்து இன்புற்று அவர்களே விமர்சனக் கோட்பாடுகளையும் உருவாக்கிக்கொண்டார்கள்.

சோவியத் ருஷ்யாவில் இருவகையான ஆட்சிக்கோட்பாடுகள் இருந்தன. போருக்குப்போகும் சிப்பாய்களுக்கு சொர்க்கம்

கிடைக்கும் என்று ஜார் மன்னர் சொன்னார். அரசாங்கம் கிடைக்கும் என்று லெனின் சொன்னார். இரண்டுமே படைவீரர்களுக்குத் தெரியாதவை என்பதனால் பாதிப்பேர் சொர்க்கத்தையும் மீதிப்பேர் அரசாங்கத்தையும் தேர்ந்தெடுத்தார்கள். அவர்கள் முறையே வெண்படை, செம்படை என்று சொல்லப்பட்டார்கள். செம்படை வென்று கம்யூனிச அரசை உருவாக்கியது. வெண்படையினருக்கு நரகமும் செம்படையினருக்கு சைபீரியாவும் அளிக்கப்பட்டது.

செம்படை அரசின் தலைவராக இருந்தவர் ஸ்டாலின். இவருக்கு எழுதப் படிக்கத் தெரியாதென்பதனால் பிறர் இவருக்காக எழுதினார்கள். ஆகவே இவர் தத்துவ ஞானியாக ஆகி இலக்கியக் கோட்பாடுகளை உருவாக்க ஆரம்பித்தார். இக்கோட்பாடுகளில் முக்கியமானது சோஷலிச யதார்த்தம் என்பதாகும். அதில் உள்ள சோஷலிசத்தை யதார்த்தமும் யதார்த்தத்தை சோஷலிசமும் சமன் செய்வதனால் அதன் முரணியக்கம் செவ்வனே நிகழ்கிறது என்று ஸ்டாலின் கருதினார். சோஷலிசத்தை ஏற்காதவர்கள் சைபீரியா என்ற யதார்த்தத்தை ஏற்கவேண்டும் என்ற கருத்து அவரால் நடைமுறைப்படுத்தப்பட்டது. சோஷலிசத்தை ஏற்றுக்கொண்டவர்கள் யதார்த்தத்தை அதன் அடிப்படையில் உருவாக்கவேண்டும். சோஷலிச யதார்த்தம் கெட்டி அட்டையுள்ள மலிவுவிலை நூல்கள் மூலம் சோஷலிசம் இல்லாமல் யதார்த்தம் மட்டுமே இருந்த நாடுகளுக்குக் கொண்டுசெல்லப்பட்டது. இந்நாடுகளில் இது 'மொழிபெயர்ப்பு யதார்த்தவாதம்' என்றும் சொல்லப்பட்டது. 'மலிவுவிலை யதார்த்தவாதம்' என்ற பெயர் அவதூறாளர்களால் சொல்லப்பட்டது.

இக்காலகட்டத்தில் மார்ட்டின் ஹைடெக்கர் என்ற பலவீனமான கணவர் மனிதனின் ஆகப் பெரிய பிரச்னை 'ஏன்?' என்று மௌனமாகக் தனக்குள் மீண்டும் மீண்டும் கேட்டுக்கொள்வதே என்று கண்டுபிடித்தார். பதில் இல்லாத அளவில் அந்தக் கேள்வியைக் கேட்கும்போது ஏண்டா கேட்டோம் என்றாகிற நிலையை அவர் இருத்தலியல் பறதி (ஆங்ஸ்ட்) என்று குறிப்பிட்டார். உயிரோடு இருக்கத்தான் வேண்டுமா என்ற எண்ணம் எழுந்துவிடுகிறது. அது இருத்தலியல் கேள்வி என்று சொல்லப்படுகிறது. இருக்கிறேனா இல்லையா என்ற கேள்வி அதற்கு அடுத்த நிலை. இது இருத்தலியல் பதிலின்மை எனப்படுகிறது. இருந்தாரா இல்லையா என்ற கேள்வி ஆயுள்காப் பீட்டுழியர்களால் பின்னர் எழுப்பப்படுகிறது. இது இருத்தலியல் சமன் என்று சொல்லப்படுகிறது. மூன்றும் கலந்ததே இருத்தலியல்.

இருத்தலியல் என்பது இருப்பை அர்த்தமற்றதாக்குகிறது என்றவர் ஜீன் பால் சார்த்ர். ஆகவே படுத்தலே சிறந்தது. இருத்தலியலின் சிக்கலே தனிமைதான். ஆகவே சேர்ந்து படுப்பது அதற்கு தீர்வு. இதற்காக அவர் சீமோன் த பூவா என்ற பெண்மணியுடனும் அவர் தேடிக்கொடுத்த அவரது மாணவிகளுடனும் அதை செய்து பார்த்தார். இவ்வனுபவங்களை 'வாந்தி' என்றபெயரில் தத்துவக் குறிப்புகளாக எழுதிவைத்தார். மனிதனின் சிக்கலை துளை என்ற தத்துவக்கட்டுரையில் அலசும் சார்த்ர் துளையை அடைத்தல் என்பதே ஒட்டுமொத்த மானுடவாழ்க்கையின் குறியீடு என்று சொல்கிறார். மரணம் ஒரு பெரிய துளை. இலக்கியம் அதைவிட பெரிய துளை, அதை இலக்கிய விமர்சனம் என்ற கார்க்கை வைத்தே அடைக்க முடியும்.

ஆகவே சார்த்ர் இருத்தலும் இன்மையும் என்ற நூலை முடிந்தவரை சிக்கலாக பிரம்மாண்டமாக எழுதி அதை எவரும் படிக்கமுடியாத படி செய்தபின், அதில் உள்ள கருத்துகளைச் சுருக்கமாகச் சொல்லி அவற்றை அந்நூலை வாசிக்காமல் மறுக்கமுடியாத நிலையை உருவாக்கி சிந்தனைத்துறையில் வெற்றி பெற்றார். மனிதன் இருந்தாலும் இல்லாவிட்டாலும் ஒரு புண்ணாக்கும் இல்லை என்ற ஆழமான கருத்தை அதில் அவர் சொல்லியிருந்தார். அந்தக் கருத்தை ஏற்றுக்கொண்டு இருக்கிறேனா, இல்லை இல்லையா, அல்லது இல்லாமலிருக்கிறேனா என்றெல்லாம் கொள்கைக்குழப்பம் அடையும் கதாபாத்திரங்களை காஃப்கா, காம்யூ போன்ற எழுத்தாளர்கள் எழுதினார்கள். அவற்றை வாசித்து வாசித்தோமா, இல்லை வாசிக்காமலேயே இருந்தோமா, இல்லை வாசிக்காமல் இல்லாமலிருந்தோமா என்ற சந்தேகத்தை உலகமெங்கணும் உள்ள வாசகர்கள் அடைந்தார்கள். இதை இருத்தலிய அலை என்ற கோட்பாட்டுக்கொந்தளிப்பாகக் குறிப்பிடுகிறார்கள்.

இருத்தலியல் எளிதாகக் கீழைநாடுகளில் புரிந்துகொள்ளப்பட்டது. பொதுவாக நடுவயது முற்போக்குப் பிராமணர்கள் இதை அடைந்தார்கள் என வரலாறு பதிவுசெய்கிறது. சிறுவயதில் பூணூல் போட மறுக்கையில் அவர்கள் மார்க்சியர்களாக ஆகிறார்கள். திரும்பப் போடுவதா வேண்டாமா என்ற குழப்பம் அவர்களை நடுவயதில் இருத்தலியலாளர்களாக ஆக்குகிறது. 'சரிதான் கழுதை' பையனுக்கு பூணூல் போட முடிவெடுக்கும்போது பின்நவீனத்துவர் களாக ஆகிறார்கள். பிராமணரல்லாதவர்களில் இது வேறுவகையில் செயல்படுகிறது. மதுக்கடையில் இரண்டு வலிது தாண்டப் படுகையில் அவர்களுக்கு இருத்தலியல் சிக்கல்கள் ஏற்படுகிறது. ஆனால் சிறுநீர் கழித்தல் மூலம் அவர்கள் இருப்புணர்வை வலுவாக அடைகிறார்கள். ஆகவே அவர்களில் இது நீடிப்பதில்லை.

பூவாத்தாள் இரண்டாவது பாலினம் என்ற புத்தகத்தை எழுதினார். அந்நூலை உலகமெங்கும் ஆண்கள் வாசித்து கிளர்ச்சி அடைந்தார்கள். பெண் விடுதலை பேசும் பெண் இன்னமும் கவர்ச்சியானவள் என்று ஆண்கள் கருத ஆரம்பித்ததும் உலகமெங்கும் பெண்களிடையே அந்த மோஸ்தர் காட்டுத்தீ போல பரவியது. பெண்விடுதலைச் சட்டைகள், பெண்விடுதலைக் காதணிகள், பெண்விடுதலை உதட்டுச்சாயங்கள், பெண்விடுதலை உயர்குதிக்காலணிகள் பிரபலமடைந்தன. பெண்கள் நாலாதிசையிலும் கவிதைகள் எழுத ஆரம்பித்தார்கள். இது பெண்ணிலக்கியம் என்று சொல்லப்பட்டது. பெண்விடுதலையை ஏற்றுக்கொண்ட இலட்சியத் தோழனை கணவனாக ஏற்றுக்கொண்டபின் காதலனைப்பற்றி கவிதைகள் எழுதுவது பெண்ணிலக்கியத்தின் மையக்கருப் பொருளாகும். அழகான பெண்கள் அழகைப்பற்றியும் அழகில்லாத பெண்கள் யோனியைப்பற்றியும் கவிதைகள் எழுதும் மரபு கடைப்பிடிக்கப்படுகிறது.

சோவியத் ருஷ்யாவில் கல் உடைப்பவர்கள் கல்லூரிக்கும் கல்லூரி ஆசிரியர்கள் கல்லுடைக்கவும் செல்லக்கூடிய நிலை உருவாகியது. இதை கல்லாசார புரட்சி என்று சொன்னார்கள். கல்லுடைப்பதற்குச் சென்ற சில பேராசிரியர்கள் கல்லை உடைக்க கல்லின் அமைப்பை முக்கியமாகக் கருதவேண்டும் என்று கண்டறிந்து கோட்பாட்டை உருவாக்கினார்கள். அவர்கள் திரும்பவும் கல்லூரிக்கு வந்தபோது அந்தக் கோட்பாட்டைச் சொல்லுடைக்க பயன்படுத்திக் கொண்டார்கள். மிகயீல் பக்தின் என்ற பேராசிரியர் மிகவும் பக்தியுடன் உருவாக்கிய இக்கோட்பாடு பின்னர் பலவகைகளில் வளர்ந்து அமைப்பியல் என்று பெயர்பெற்றது. பிரெஞ்சுக்காரர்களுக்குப் பின்பக்கம் மிகவும் பிடிக்கும் என்று பாலியலாளர் ஹாவ்லக் எல்லிஸ் சான்றுரைத்திருக்கிறார். ஆகவே அவர்கள் பின்அமைப்புவாதத்தை வளர்த்தெடுத்தார்கள். இதை தெரிதா என்ற அறிஞர் முதலில் உருவாக்கியதாகச் சொல்லப்படுகிறது.

பூவாத்தாள் காலத்தில் பெண்கள் முன்பக்கம் விடுதலை பெறுவது அவர்களில் பலவகையான புதிய அசைவுகளை உருவாக்கி விடுதலையுணர்வை அளிக்கிறது என்று கண்டுபிடிக்கப்பட்டது. இது சமூகத்திலும் பலவகையான சலனங்களை உருவாக்கியது. இந்த வழக்கம் உலகமெங்கும் பரவியதனால் பெண்களில் வளர்ச்சி துரிதப்பட்டது. இந்தவகையான வளர்ச்சியை விரும்பாத ஆண்கள் கச்சிதமான வடிவத்துக்காக குரல் கொடுக்க ஆரம்பித்தார்கள். எந்த ஒரு கலைப்படைப்பும் உரிய கட்டுக்குள் மூச்சுத்திணறியபடி இருக்கவேண்டும் என்று இவர்கள் வாதிட்டார்கள். வடிவத்தால்

கட்டுப்படுத்தப்படாத கட்டற்ற அழகியல் என்பது சரிவுக்கு இடம்கொடுக்கும் என்றார்கள். இந்த முரணியக்கம் மூலம் உருவான சிந்தனைச் சுழற்சியே நவீனத்துவம் என்று சொல்லப்பட்டது. வழக்கம்போல இதற்கு பிரெஞ்சுக்காரர்கள் உருவாக்கிய அடுத்தகட்ட வளர்ச்சி பின்நவீனத்துவம் என்று சொல்லப்பட்டது.

எழுத்தாளனுக்குள் ஊடுருவி ஆராய்ச்சி செய்வதற்கு எப்போதுமே மேலைத்தத்துவக் கோட்பாடு விழைந்திருக்கிறது. உளவியல் விமரிசனங்கள் அவற்றின் எல்லைகளை அடைந்தபோது மேலே செல்ல வழியில்லாமல் தவித்த ஆய்வாளர்கள் எழுத்தாளனை விட அவன் சடலம் இன்னும் நுட்பமாக ஆய்வுக்கு உதவுகிறது என்று கண்டடைந்தார்கள். குறைந்தபட்சம் அது எதிர்வினை யாற்றுவதில்லை. ஆகவே எழுத்தாளன் இறந்துவிட்டான் என்று ரோலான் பார்த் என்ற அறிஞர் சொன்னார். ஆமாம் இறந்துவிட்டான் என்று மற்ற விமர்சகர்களும் சொன்னார்கள். எழுத்தாளர்கள் விமர்சகர்களை மறுப்பது பண்பாடல்ல என்பதனால் அவர்களும் அதை ஒத்துக்கொண்டார்கள். இதன் பின் எழுத்தாளர்கள் விமர்சகர் களுக்கு சுயவிலாசமிட்ட தபால் உறையை அனுப்பி தங்களைப்பற்றி தெரிந்துகொள்ளும் வழக்கம் பிறந்தது.

இந்த கருத்துநிலையை ழாக் தெரிதா படைப்புக்குள் மேலெடுத்தார். படைப்பை வாசகன் தன் இஷ்டத்துக்கு வாசிக்கலாமென்று அவர் கண்டுபிடித்தார். வாசிக்கும்போதுதான் படைப்பு உருவாகிறது. வாசித்து முடித்ததும் அது இல்லாமலாகி குறிப்புகள் மட்டும் எஞ்சுகின்றன. அவை உடனே கட்டுரைகளாக ஆகி, கோட்பாடுகளாகப் பிரிந்து, நூல்களாக வளர்ந்து, மானியங்களாக உருவம் பெற்று வங்கிகளுக்குச் சென்று சேர்கின்றன. இச்செயல்பாட்டை அவர் வாசிப்புமையவாதம் என்று சொன்னார். தெரிதாவில் இருந்து முன்னகர்ந்த கிரீன்பிளாட் என்பவர் வாசிப்பதற்கு நூலே தேவையில்லை வாசிப்பவனின் செயல்களை வைத்தே நூல்களை நாம் கற்பனைசெய்து கொள்ளலாம் என்றார். இது வாசக எதிர்வினைக் கோட்பாடு என்று சொல்லப்படுகிறது.

இந்தக்காலகட்டத்தில் பின்நவீனத்துவர்களுக்கும் மார்க்சியர் களுக்கும் இடையே சண்டை உக்கிரமாக நடந்தது என்பதை நாம் கவனிக்க வேண்டும். மார்க்ஸியர்கள் கடவுள் இல்லாமல் தட்டுத்தடுமாறிய காலகட்டத்தில் லெனின் வரலாறு என்ற கடவுளைக் கண்டுபிடித்தார். ஸ்டாலின் வரலாற்றின் மைந்தர் என்று அழைக்கப்பட்டார். ‘வரலாறு தன் ஒரே பேறான புதல்வனை மண்ணுக்கு அனுப்பி இவ்வாறாக மனித குலம் மீது கருணை

கூர்ந்தது' என்று மார்க்சிய வாய்ப்பாடு சொல்வதை நினைவு கூரலாம். சிறைக்கு அனுப்பப்பட வாய்ப்பிருந்தபோது ஃபிடல் காஸ்ட்ரோ என்ற புனிதர் 'வரலாறு என்னை விடுதலை செய்யும்' என்று ஆற்றிய உக்கிரமான பிரார்த்தனை இன்றும் மெய்சிலிர்ப்புடன் அவர்களால் சொல்லப்படுகிறது. நிகழ்ந்தது நிகழ்வது நிகழப்போவது எல்லாமே வரலாற்றின் லீலைகள் என்று சொல்லப்பட்டது.

பின்நவீனத்துவர்கள் இதை வரலாற்றுவாதம் என்று சொல்லி மறுத்தார்கள். வரலாறு என்று ஒன்று இல்லை, அது வரலாற்றின் பூசாரிகள் காசு தண்டல்செய்வதற்காக கண்டுபிடித்தது என்றார்கள். 'அடப்பாவி, வரலாற்றையா சொல்கிறாய், நாக்கு அழுகிப் போகாதா?' என்று மார்க்சியர்கள் வசைபாடினார்கள். நாற்பத்தேழாயிரத்துச் சொச்சம் நூல்கள் வழியாக இந்த உரையாடல் நடைபெற்றது. கடைசியில் வரலாற்றுவாதம் பேசிய மார்க்சியர்களில் சிலர் புலம்பெயர்ந்த யாழ்ப்பாண வேளாளர் சிலரை டிம் ஹார்ட்டன் காபி கடையில் சந்தித்து உரையாடும்போது கந்தபுராணம் பற்றி அறியநேர்ந்தது. சூரபத்மனும் முருகனுடைய தோற்றமே என்ற யாழ்ப்பாணிகளின் கூற்று புதிய திறப்பாக அமைந்தது. வரலாற்றை மறுக்கும் வாதங்களும் வரலாற்றின் விளையாட்டே என்று வாதிட்டார்கள். இது திருவிளையாடல்கோட்பாடு என்றும் புதுவரலாற்றுவாதம் என்றும் சொல்லப்பட்டது.

விளைவாக பின்நவீனத்துவம் இரண்டாகப் பிளக்கப்பட்டு வரலாற்றின் ஆயுதமும் கொடியுமாக ஆக்கப்பட்டது. மார்க்ஸியப் பின்நவீனத்துவம் அல்லது பின்நவீனத்துவ மார்க்சியம் அல்லது பின்மார்க்ஸிய நவீனத்துவம் உருவாகி அது மேலும் நூல்களாக வளர ஆரம்பித்தது. இலக்கியக்கோட்பாட்டின் விதிகளில் ஒன்று குழப்பம் மிகும்தோறும் அதிக கோட்பாடுகள் உருவாகும் என்பதே. ஆகவே இந்த இணைப்பின் விளைவாக விளிம்புநிலைவாதம், பின்காலனியவாதம், கீழையியம் என்றெல்லாம் மேலும் மேலும் கோட்பாடுகள் வர ஆரம்பித்தன. கோட்பாடுகளின் சுமை தாங்காமல் இலக்கியத்தின் கிளைகள் ஒடிய ஆரம்பித்தபோது கோட்பாடுகளைக் கட்டுப்படுத்தும் புதிய கோட்பாடுகள் உருவாகி வந்தன. ஒருகட்டத்தில் கோட்பாடுகளின் போக்குவரத்து ஸ்தம்பித்து எங்கும் ஆரன் ஒலிகள் மட்டும் நிறைந்தது.

இந்நிலையை ஆராய்ந்த சென்னை அய்யரான ராமச்சந்திரன் என்பவர் இதற்கு முன்னுதாரணம் ஏதேனும் உள்ளதா என்று இந்திய மரபை கவனித்தார். பன்னிரண்டு முதல் பதினான்காம் நூற்றாண்டு வரை தமிழகச் சூழலில் அத்வைதம் விசிஷ்டாத்வைதம், துவைதம்,

துவைதாத்வைதம், அத்வைதாதுவைதம், அத்தைவிசிஷ்டம், விசிஷ்டதுவைதம், துவைதவிசிஷ்டம், துவையலத்வைதம், அத்வைதவிஷிஷ்டம் என்றெல்லாம் கொள்கைகளும் அக்கொள்கைகளுக்கு உரைகளும் அந்த உரைகளுக்கு உரைகளும் அந்த உவ்வுரைகளுக்கு சொல்லடைவுகளும் அச்சொல்லடைவு களுக்கு அகராதிகளும் அந்த அகராதிகளுக்கு தோத்திரங்களும் அந்த தோத்திரங்களுக்கு மறு விளக்கங்களும் உருவான நிலை இருந்ததைக் கண்டடைந்தார். இதை அவரது தாத்தா ஒட்டுமொத்த மாக பகவான்லீலை என்று வரையறுத்திருந்தார்.

ராமச்சந்திரன் அதை ஆங்கிலத்தில் மூளையின் லீலைகள் என்று விளக்கி ஃபாண்டம்ஸ் ஆஃப் பிரெயின் என்று ஒரு புத்தகத்தை எழுதினார். அழகியல் என்பது மூளையின் சிக்கலே என்று அவர் சொன்னது அக்கணமே ஒரு கோட்பாடாக ஆன விந்தையைக் கண்டு மனமுடைந்து அவர் உளப்பகுப்பாளரிடம் சென்று மல்லாந்தபோது அவர் ‘கோட்பாடுகளை ஒன்றும் செய்ய முடியாது. கோட்பாடுகளை எதிர்ப்பவர்கள் கோட்பாடுகளை உருவாக்குபவராக ஆவார். உலகில் உள்ள அத்தனை கோட்பாட்டாளர்களும் கோட்பாடுகளை எதிர்த்தவர்களே’ என்ற கோட்பாட்டைச் சொல்லி மருந்து எழுதிக் கொடுத்ததாகக் கூறப்படுகிறது.

- செப்டம்பர் 2, 2015

93

மகாமகோகிருமி

மகாமகோகிருமி என்று மேலையறிஞர்களால் மெய்சிலிர்ப்புடன் புகழப்பட்ட சென்னை மெட்டால்லோ லாக்டமேஸ்- 1 அல்லது சி. எம்-1 கி.பி. 2010 நவம்பரில் அமெரிக்காவில் பாஸ்டன்நகரில் கண்டடையப்பட்டது. ஏற்கெனவே புகழ்பெற்ற நியூடெல்ஹி மெட்டல்லோ லாக்டமேஸ் வரிசையில் ஒன்றுமுதல் முந்நூற்று எழுபத்திரண்டு வரையிலான மகாகிருமிகள் இந்த கிருமிக்குமுன் சேவகர்களாகவும் எடுபிடிகளாகவும் வேலைபார்ப்பவை மட்டுமே என்று கண்டறியப்பட்டது. சி.எம். 1 கிருமியானது இன்று மனிதர்கள் கண்டுபிடித்திருக்கிற எந்த ஒரு நோய்முறி மருந்துக்கும் எவ்வகையிலும் கட்டுப்படாது என்பதுடன் அத்தகைய நோய்முறி மருந்துகளை அது மிகுந்த விருப்பத்துடன் ஏற்றுக்கொண்டு அவற்றை கிரியாஊக்கியாக ஆக்கிக்கொள்ளும் தகவலும் அறிவியலாளர்களால் வெளிப்படுத்தப்பட்டது.

சி.எம். 1 கிருமியின் தோற்றுவாய் எது என்பதை மருத்துவ அறிஞர்கள் ஆராயத்தலைப்பட்டார்கள். ஆனால், அதற்கு மருத்துவர்கள் மட்டும்போதாது, சமூகவியல், அரசியல், இலக்கிய, மொழியியல் அறிஞர்களின் உதவிதேவைப்படும் என்பதனால் இதற்காக ஒரு குழு அமைக்கப்பட்டது. பொதுவாக இந்திய மருத்துவர்கள் அபாரமான திறமை உடையவர்கள். இந்திய மருத்துவம் மலிவானது. இவை இரண்டுமே முக்கியமான காரணங்கள் என்று கண்டுபிடிக்கும்படி பன்னாட்டு மருந்து

நிறுவனங்களின் கூட்டமைப்பு பரிந்துரைத்ததன் பேரில் அவ்வாறே கண்டுபிடிக்கப்பட்டது.

திறமையான இந்திய மருத்துவர்கள் அதன் காரணமாக அற்புதமான தன்னம்பிக்கை கொண்டவர்கள். சுண்டல் சாப்பிட்டபடியே குடலாபரேஷன் செய்த ஒரு கோவை மருத்துவரைப் பேட்டி எடுத்த குழு மானுட வரலாற்றில் உணவுக்குழாயின் தொடுகை கிடைக்காமல் குடலை அடைந்த முதல் சுண்டலைக் கண்டுபிடித்து அதை மேலதிக ஆய்வுக்காக அமெரிக்காவுக்கு தனி விமானத்தில் அனுப்பிவைத்தது. இதய அறுவை சிகிச்சையை பன்னீர்புகையிலை குதப்பி சீர்காழி கோவிந்தராஜன் பாட்டைப் பாடியபடி நிகழ்த்தும் திருச்சி டாக்டர் கோவிந்தப்பாவின் திறமையை அது பாராட்டியது. இவர் டிராக்குலா கோவிந்து என்றழைக்கப்படுவதற்கு கண்ணாடி வழியாக அவர் அறுவை செய்வதைப் பார்த்து பதைக்க நேர்ந்த ஒரு பாமரரே காரணமெனக் கண்டடைந்து குழு ஆறுதல் தெரிவித்தது.

இந்திய மருத்துவம் கடுமையான போட்டி காரணமாக மலிவில் இருந்து மலிவுநோக்கிச் சென்றது என்று பதிவுசெய்த குழு ஒருகட்டத்தில் சிறுகுடலறுவை செய்துகொண்டால் மலக்குடலறுவை இலவசம் என்ற அளவில் சிகிச்சைகள் அளிக்கப்பட்டன எனக் கண்டறிந்தது. இதனால் இந்திய நோயாளிகளுக்கு வருமுன்காக்கும் நோக்கம் மிகுதியாகி வரப்போகும் நோய்களுக்கான சிகிச்சைகளை முன்னரே செய்துகொண்டார்கள். இருபதுவருடம் கழித்து கீல்வீக்கம் வருமென இப்போதே அறுவைசெய்துகொள்ளும் போக்கு மிகுதியாகி விபத்துகளுக்குக்கூட முன்னரே எலும்புமுறிவுச் சிகிச்சைகள் செய்துகொள்ளப்பட்டன.

இந்தியாவுக்கு வரும் சுற்றுலாப்பயணிகளுக்கு மட்டுமே இந்த சி. எம். 1 கிருமி தாக்குதல் நடந்திருக்கிறது என்பதைக் குழு கண்டடைந்தது. இது எவ்வாறு நிகழ்ந்தது என்பதை குழு அவதானித்து அறிக்கை அளித்தது. அதன்படி இந்தச் சுற்றுலாப் பயணிகள் அவர்களின் ஊர்களிலேயே இந்தியச்சுற்றுலாவுக்கான அனைத்து ஏற்பாடுகளையும் செய்துவிடுகிறார்கள். அவர்களுக்கு இந்தியப்பண்பாட்டின் ஒரு பக்கம் மட்டுமே அறிமுகம் செய்யப் படுகிறது. மதுரை கோபுரம், பரதநாட்டியம், ஜல்லிக்கட்டு, இட்லி, கலைஞர் மு.கருணாநிதி போன்ற பாரம்பரியச்சின்னங்கள் தமிழக அரசின் விளம்பரங்கள் மூலம் தெரிவிக்கப்படுகின்றன. கிழக்கு கடற்கரைச்சாலை நட்சத்திரவிடுதிகளில் அறை எடுத்து பெட்டி களுடன் அவர்கள் மீனம்பாக்கம் வந்திறங்குகிறார்கள்.

கால்வைத்த கணம் முதல் மாற்று இந்தியப்பண்பாடு அவர்களை எதிர்கொள்கிறது. மூக்கில்விட்டு சிறுகை அளாவிய கூழை துடைக்காமல் கடவுச்சீட்டை வாங்கி நோக்கி திருப்பி அளிக்கும் அதிகாரி, கழிப்பிடத்தில் வாசனையடிக்கும் தொன்மையான சிறுநீர், துருப்பிடித்து தூசு பிடித்த அம்பாசிடர் கார்கள், அவற்றுக்கு குறுக்கே மஞ்சள்பையுடன் பாய்ந்துசெல்லும் மக்கள் என அவர்கள் அதை ஒரே மூச்சில் எதிர்கொள்கிறார்கள். பலவற்றை அவர்கள் உடனடியாகப் புரிந்துகொண்டாலும் நகரச்சாலைகளின் ஓரங்களில் மஞ்சளாக பிசின் போல கிடப்பது என்ன என்று கண்டுபிடிப் பதற்குள் அதை மிதித்து மிதித்த காலை தொட்டுப்பார்த்து தொட்டுப்பார்த்த கையை டிஷ்யூதாளில் துடைத்து துடைத்ததாளை கைப்பைக்குள் போட்டுக்கொள்கிறார்கள்.

நட்சத்திரவிடுதியில் அவர்கள் கமழ்ந்தபடி நுழையும்போதே வயிற்றுக்குள் பலவகையான ஒலிகளைக் கேட்கிறார்கள். குதிரைப் பந்தயம் பார்க்க மரக்காலரியில் அமர்ந்திருப்பது போல இருந்தது என ஒரு அம்மையார் இதை பதிவுசெய்திருக்கிறார். இரவில் அவர்கள் நிலையழிகையில் அதற்குள் அவர்களுக்கு இந்திய ஆங்கிலத்தின் சாத்தியங்களை அறிமுகம் செய்திருக்கும் விடுதி மேலாளர் அதற்குக் கருவேப்பிலை மற்றும் வெந்தயம் போட்ட குளிர்ந்த மோர் சிறந்த மருந்தாக ஆகுமென அறிவிக்கிறார்.

இந்திய மண்ணில் யாரும் யாருக்கும் எதற்கும் மருத்துவ ஆலோசனை சொல்லலாம் என்றும், அவ்வாறு சொல்வது வணக்கம் சொல்வதைப்போன்றது மட்டுமே என்றும், சொன்னவருக்கு திருப்பி ஒரு மருத்துவ ஆலோசனை சொல்லி நின்றுவிடவேண்டும் என்றும் அறியாத பயணி உடனே அதை வரவழைத்து அருந்துகிறார். கருவேப்பிலைகளைத் தின்பதா இல்லை திருப்பிக் கொடுத்துவிடவேண்டுமா என்பது உணவுக்குறிப்பில் ஏன் விளக்கப்படுவதில்லை என்பதைக் கேட்டு தெரிந்துகொள்கிறார். அந்த மோர் கூவமோரத்து குந்தியிருப்புக்கடை ஒன்றில் முத்தம்மா ஆயாவால் கூவத்தின் பங்களிப்போடு உறைகுத்தி கடையப்பட்டு மாதக்குத்தகை முறையில் தினமும் விடுதிக்கு கொடுக்கப்படுவது என்பதனால் காலையில் பயணி வெளுத்த மாபெரும் பல்லிபோல படுக்கையில் இருந்து நட்சத்திர மருத்துவமனைக்குக் கொண்டு செல்லப்படுகிறார்.

மணிப்பூரைச் சேர்ந்த சமையற்காரர்களால் வைக்கப்படும் சாம்பாரை உண்டு அந்நிலை அடைந்த பயணிகளும் உண்டு. தொலைக் காட்சியில் நெடுந்தொடர்களைப் பார்த்து வீழ்ந்தவர்களும் பதிவு செய்யப்பட்டிருக்கிறார்கள். விடுதியின் நடன அறையில்

இந்தியபாணி குத்துநடனம் ஆடி கைகால் உடைந்தவர்களும் இருக்கிறார்கள். பிறர் இந்தியாவில் தயாரான வெளிநாட்டு மது என்ற விபரீத பெயர் ஏந்திய புளித்து மேலும் புளிக்கவிடப்பட்ட கரும்புச்சாக்கடைத் தெளிவை அருந்தி அந்நிலைக்குக்கொண்டு செல்லப்பட்டவர்கள். இந்த பானமே த ஸ்பிரிட் ஆஃப் இண்டியா என்று விளம்பரங்களில் சொல்லப்படுகிறது என்று அவர் புரிந்து கொள்கிறார். இண்டியன் ஸ்பிரிச்சுவாலிட்டி கனமானது என்பதை அவர் மருத்துவமனை படுக்கையில் உயிர்நீர் சொட்டுசொட்டாக உள்ளே செல்வதைப் பார்த்தபடி புரிந்துகொள்கிறார்.

இந்தியாவில் அறுவைசிகிச்சை மலிவு என்பதனால் அதுவே இந்தியாவின் சிகிச்சை முறையாக அமைவதில் ஆச்சரியமில்லை. நோயுற்ற பகுதியைக் கையால் தொட்டுக் கண்ணால் பார்க்காமல் சிகிச்சை அளிப்பதில்லை என்பது இந்திய மருத்துவர் கூற்று. கூற்று என்பதை எமன் என்று பொருள்கொள்ளவேண்டாம். மேலும் டாலருடன் வரும் ஒரு நோயாளியை அறுவைசெய்யாமல் விடுவது அவரது சுற்றுலாவை முழுமை செய்யாமல் விடுவதைப்போன்றதே. இந்த உபசரிப்புக்கு இந்திய அரசு மருத்துவச் சுற்றுலா என்று பெயரிட்டிருக்கிறதென்பதை உணர்க. சுற்றுலாவே மருத்துவம் மருத்துவமே சுற்றுலா என்பதே இதன் சாரம்.

ஆகவே நோயாளிக்கு உடனடியாக அறுவை சிகிச்சை செய்யப் படுகிறது. நாடெங்கிலும் இருந்து அறுவை செய்து தேறிய மருத்துவர்கள்தான் உயர்தர மருத்துவமனைகளில் வேலை செய்கிறார்கள். இவர்கள் முதலில் சடலங்களிலும் பின்னர் கிராமத்து மக்களிலும் அறுவை செய்து ஐயம்தீரக் கற்றவர்களாகவே இருப்பார்கள் என்பதனால் எந்தக் கவலையும் தேவையில்லை என்று அரசு தெரிவிக்கிறது. தமிழக நாட்டுப்புறங்களில் மருத்துவர் மட்டுமல்ல அவரது ஆசிபெற்ற கம்பவுண்டர், நர்சம்மா, மருத்துவரின் மகன், அவருக்கு சாப்பாடுகொண்டு வருபவர்கள் என எவரும் அறுவை சிகிச்சை செய்யலாம். மேலும் வறுமைக் காலங்களில் கிட்னி, நுரையீரல் போன்ற பலவகையான உறுப்பு களைக் கிழித்து எடுத்து விற்கும் வழக்கமும் இங்கே காணப் படுகிறது. ஆகவே அறுவைசிகிச்சை தமிழகத்தின் தேசியப் பண்பாடாக உள்ளது.

அறுவைசிகிச்சையின்போது கைமறதியாக உள்ளே வைக்கப்பட்ட பஞ்சு, கத்தரிக்கோல், மூக்குக்கண்ணாடி, துப்பறியும் நாவல் போன்றவற்றை மீட்டு எடுக்க அகழ்வாய்வு நிபுணர்களும் பங்கெடுக்கும் இரண்டாவது அறுவையும் தென்தமிழ்நாட்டில் பிரபலமாக இருந்தது. அறுவை சிகிச்சைக்குப் பின்னர் உதிர

இழப்புக்கு ஈடாக காக்டெயில் குருதி என்ற முறைப்படி பலவகையில் கலக்கப்பட்ட குருதியை ஏற்றுவது இந்திய வழக்கம். அறுவை செய்யப்பட்ட நோயாளியை வராண்டா, கிணற்றடி, தொழுவம், சமையலறை, கழிப்பறை என எங்கே இடமிருக்கிறதோ அங்கே படுக்க வைப்பது இந்தியாவில் பொதுவாக அங்கீகரிக்கப்பட்ட வழக்கமாக உள்ளது. இந்தியாவின் சமூக அடுக்குகளுக்கு ஏற்ப கட்டில்களுக்கு அடியிலும் நோயாளிகள் தங்க வைப்பதுண்டு.

இந்திய சிகிச்சைமுறை உலகமெங்கும் இல்லாத பலவகையான சிறப்புகள் கொண்டது. மருத்துவமனைகள் குடியிருப்புப் பகுதியுடன் இணைந்திருப்பதனால் மருத்துவமனைக் கிருமியை சமையலறைக் கிருமி சமன்செய்கிறது. இது திருப்பியும் நிகழ்கிறது. மருத்துவமனையில் அறுவை செய்து எடுக்கப்பட்ட உடலுறுப்புகள், ரத்தம், சீழ் முதலியவை குடிநீராதாரங்களில் போடப்படுகின்றன. இவை சுத்திகரிக்கப்பட்ட குடிநீர், பன்றிகள் மற்றும் ஆடென உண்ணப்படும் தெருநாய்கள் வழியாக மனிதர்களிடம் சென்று நோய் எதிர்ப்பு சக்தியை உருவாக்குகின்றன என்பது இந்தியாவில் நடந்த சோதனைகள் மூலம் வெற்றிகரமாகக் கண்டறியப்பட்டது. நோய்களுக்கான மருந்துகளை எட்டாம்வகுப்பு படித்த நர்ஸுகளின் சேவைகளைப் பயன்படுத்திக்கொண்டு மாற்றிக்கலந்து கொடுப்பதன் விளைவாகவும் புதிய நோய்முறி சாத்தியங்கள் கண்டடையப்படுகின்றன. மாற்றிக்கொடுக்கப்பட்ட மருந்தால் நோயாளி இறந்தால் அம்மருந்தின் விலையும் நோயாளியின் பில்லில் சேர்க்கப்படுகிறது.

இவ்வாறு தொடர்ச்சியாகச் செய்யப்படும் அறுவைகள் மூலம் படிப்படியாக மகாமகோ கிருமி உருவாகியிருக்கலாமென குழு கண்டடைந்தது. இந்திய கிராமங்களில் மருத்துவர்களும் அவர்களைப் போன்றவர்களும் எந்நோய்க்கும் உடனடியாக உக்கிரமான மருந்துகளை அளிக்கிறார்கள். ஆகவே வழக்கமான மருந்துகள் சீக்கிரமே வலுவிழக்கின்றன. உடனே மருந்துகளின் வீரியத்தை மேலும் கூட்டுகிறார்கள். ஒரு கட்டத்தில் அசாத்தியமான மருந்துகளைக்கூட அவர்கள் சோதனைசெய்து பார்க்கிறார்கள். மதுரையில் ஒரு மருத்துவர் கீரையில் பூச்சி வராமலிருக்க அடிக்கப்படும் எண்டோசல்பைனைக் குறைவான அளவில் நோயாளிக்குக் கொடுத்தால் அது சிறந்த பாக்டீரிய எதிர்ப்பு என்று கண்டுபிடித்தார். அதன் பின்னர் பாலிடால்கூட அதற்கு பயன் படுத்தப்பட்டது. அவ்வாறு எல்லா மருந்துகளையும் வென்று மேலெழும் பாக்டீரியா உருவாகிவந்தது என்று குழு ஊகித்தது.

இந்த பாக்டீரியா ஒரு நட்சத்திர மருத்துவமனையில் செய்யப்பட்ட அறுவை சிகிச்சையின்போது கத்தி போன்ற கருவிகள் வழியாக பயணி ஒருவரில் நுழைந்திருக்கலாமென நம்பப்படுகிறது. ஆனால் அவர்கள் எப்படியும் கருவிகளைக் கழுவாமல் பயன்படுத்தப் போவதில்லை. கழுவப்பட்ட கருவிகளினூடாக எப்படி சி. எம். 1 கிருமி பரவியது என்று ஆராயப்புகுந்த குழு அவை கூவம் நீரில் மாசறக் கழுவப்பட்டன என்று கண்டடைந்தது. 2010 மார்ச் மாத வாக்கில் கூவத்தின் கிருமிகளும் மகாமகோ கிருமியும் சந்தித்து உறவுகொண்டிருக்கலாம் என்று ஆய்வாளர் சொல்கிறார்கள். இந்த உறவு சிவசக்தி லீலை போன்றிருந்ததாக விளக்கிய ஆன்மிக அறிஞர்கள் புதிய மகாமகோ கிருமிக்கு கார்த்திகேயன் என்று பெயரிட்டார்கள். கார்ட் 2010 என்ற புதுப்பெயர் கொண்ட இக்கிருமி ஆறு வெள்ளைக்காரப் பெண்களிடம் ஏக காலத்தில் வளர்ந்ததாகவும் தெரிகிறது.

கார்ட் 2010 உலகத்துக்கு இந்தியாவின் கொடை என்று அறிவித்த முதல்வர் 'எல்லாரும் அமர நிலை அடையும் வழியை இந்தியா உலகுக்கு அளிக்கும்; ஆம் இந்தியா உலகுக்கு அளிக்கும், ஆம் ஆம் இந்தியா உலகுக்கு அளிக்கும்' என்று பாரதி பாடிய தீர்க்கதரிசனம் தான் என்னே என்று இறும்பூது எய்தினார்.

- ஆகஸ்ட் 16, 2010

94

இரு நாய்கள்

அப்பாவின் நாயின் பெயர் டைகர். அவர் நாயில்லாமல் இருந்ததே இல்லை. நாய் என்பது ஓர் அழியாத ஆத்மா என அவர் நம்பியிருக்கலாம். அவரிடம் இருந்த டைகர்களின் உடல்கள் மட்டும் மாறிக்கொண்டே இருந்தன. தூய கரிய உடலும் மின்னும் கண்களும் கொண்ட டைகர் கனத்த குட்டியாக வீட்டுக்கு வந்து சகல மூலைகளிலும் சொட்டு சொட்டாக சிறுநீர் கழித்து வீட்டை உரிமைப்படுத்தி, அப்பாவின் கட்டிலின் காலடியிலும் நாற்காலியின் இடப்பக்கத்திலும் தன் இடத்தைக் கண்டடைந்தபின் முதிர்ந்து கிழத்தன்மை எய்தி, ஒருநாள் அவரது அருகில் படுத்து இறந்த சில நாட்களிலேயே மீண்டும் சுழலும் வாலும் உலகத்தையே அறிந்து விடத் துடிக்கும் மூக்கும் தீவிரப்பசியுமாக, புதிய கறுப்புநிறக்குட்டி உடலுடன் திரும்பிவந்துவிடும்.

உரிமையாளரின் குணத்தை நாய்களும்கொண்டுவிடும் என்று தோன்றுகிறது. ஏனென்றால் நாய் உரிமையாளரை மிகமிகக் கவனமாக பார்த்துக்கொண்டே இருக்கிறது. டைகர் அதன் நாய்த் தன்மையை வெளியேகொண்டுவரும் ஈக்கள், பூனைகள் போன்ற உயிரினங்கள் குறுக்கிடாதபோதெல்லாம் வாகான இடத்தில் படுத்து அப்பாவையே பார்த்துக்கொண்டிருக்கும். அவர் வெற்றிலைப் போதையில் மோனம்கொள்ளும்போது அதுவும் அங்கே இருக்கும். எழுந்து சோம்பல் முறிக்கும்போது அதுவும் முதுகை கீழ்நோக்கி

அழுத்தி நிமிரும். அவர் தொண்டையைக் கனைத்து அம்மாவை வரவழைக்கும்போது அதுவும் அதிகாரமாக அம்மாவைப் பார்க்கும். என்னை அது பார்க்கும்போதெல்லாம் ‘எப்படி இவனை வளர்த்து ஆளாக்கப்போகிறேன்’ என்ற கவலை அதன் முகத்தில் தெரியும்.

அப்பா தூங்குவதற்கு நேரமாகும். இரவில் ஒரு சட்டியில் தீ போட்டு அருகே வைத்துக்கொண்டு நாற்காலியில் தொழுவத்தில் அமர்ந்து பசுக்களுக்கு உண்ணி பொறுக்கிக்கொண்டிருப்பார். அப்போது மென்மையாகப் பசுக்களிடம் உரையாடுவார். பசுக்களும் கழுத்தை வளைத்து செவி தாழ்த்தி அவற்றின் உயிரியல்பின் வேலிக்கு அப்பாலிருந்து புரியாத மொழியில் கசிந்துவரும் பேரன்பைக் குடித்தபடி காற்று கடந்து செல்லும் புல்வெளிபோல மயிர்ச்சருமம் ஆங்காங்கே புல்லரிக்க நின்றிருக்கும். அப்பா பசுக்களிடம் மட்டுமே அவரது ஆத்மாவைப் பகிர்ந்துகொண்டார். ஆகவே டைகருக்கும் பசுக்களை மிகவும் பிடித்தாகவேண்டியிருந்தது. ஆனால் அது தன்னை அப்பாவின் பக்கம் சேர்த்துக்கொண்டு பசுக்களை மிருகாபிமானத்துடன் நடத்தியது.

அப்பாவின் அருகே மிகுந்த கம்பீரத்துடன் தலையைத் தூக்கி வைத்துக்கொண்டு கிடக்கும் டைகரை நான் நன்றாகவே நினைவு கூர்கிறேன். இந்த ஈக்கள் மட்டும் இல்லையென்றால் அதன் தோரணை முழுமையடைந்து அதுவும் ஒருநாள் சார்பதிவாளர் அலுவலகத்துக்குக் கையில் பையுடன் கிளம்பிச் செல்லமுடியும் என்று தோன்றும். ஈயை வாயால் அள்ளிக்கடிக்க அது அடிக்கடி சட் சட் என்று முயலும்போதுதான் அது மிருகத்துக்குரிய செல்லமான அசட்டுத்தனம் கொண்டதாக ஆகிவிடுகிறது. மற்றபடி அனாவசிய மாகக் குரைப்பதில்லை. உறுமுவதும் அவசியத்துக்கே. பார்வை மற்றும் கெத்தாகத் திரும்பிப்பார்த்தல் ஆகியவற்றிலேயே தன் குணசித்திரத்தைக் காட்டிவிடும்.

அப்பாவுக்கு அலுவலகத்தில் பழைய ஆவணங்களைப் பாதுகாப்பதே வேலை. அவர் ஒன்றும்செய்யாமலிருந்தாலே அவை பாதுகாப்பாக இருக்கும்படி அலுவலகம் அமைக்கப்பட்டிருந்தது. பழைய காகிதங்கள்மேல் அவருக்கு மோகம் அதிகம். அவை தூசியில் புதையுண்டிருந்தால் மேலும் பிரியம். கண்டுபிடிக்க முடியாமல் பிற காகிதங்களில் புதையுண்டிருந்தால் மோகவெறி. முகர்ந்து முகர்ந்து பார்ப்பார். பூதக்கண்ணாடி வைத்து அதிகூர்ந்து படிப்பார். டைகரும் எல்லா வாழைத்தடங்களிலும் எதையாவது புதைத்து வைத்து அவ்வப்போது தோண்டி எடுத்துப் பரிசோதனை செய்தபின் திரும்பப் புதைத்து வைக்கும்.

டைகர் புதிதாகச் சிலவற்றைத் தோண்டியும் எடுக்கும். எங்கள் வீட்டுக்குப் பின்பக்கம் வைக்கோற்போருக்கு அடியில் இருந்து ஒரு சிறுகுழந்தையின் மண்டை ஓட்டை அப்படித்தான் எடுத்தது. அப்பா அதை ஆராய்ந்து அது அரை நூற்றாண்டுக்கு முன்னர் இறந்த அவரது பெரியப்பாவாக இருக்கலாமெனக் கண்டுபிடித்தார். அக்காலங் களில் தலைச்சன் குழந்தையை வீட்டுக்குள்தான் புதைப்பார்கள். அந்த வீடு இருந்த இடத்தில்தான் பின்னர் வைக்கோற்போர் உருவானது. அப்பா அந்த மண்டை ஓட்டைப் பட்டுத்துணியில் சுற்றி பூஜைப்பொருட்களுடன் மிகப் பத்திரமாக ஒரு பானையில் போட்டு கிழக்குப்பக்க மூலையில் புதைத்தார். 'மண்டை காலியா இருந்தாத்தான் உங்கப்பாவுக்கு பிடிக்கும்' என்றாள் அம்மா.

டைகர் அம்மாவை கறாராகவே நடத்தியது. அதற்கு காலையில் ஒருவேளை மட்டும்தான் உணவு அளிப்பது. அது சரியான நேரத்தில் கிடைக்கவேண்டுமென அது எதிர்பார்த்தது. காலை பத்துமணிக்கு உரப்புரை அருகே வந்து சத்தமே இல்லாமல் கம்பீரமாகத் தலைதூக்கி அமர்ந்துகொள்ளும். அம்மா கஞ்சி ஊற்றியதும் சத்த மில்லாமல் குடித்துவிட்டு திரும்பிவிடும். அம்மாவுடனான உறவு அவ்வளவுதான். வாலாட்டுவதில்லை. அம்மாவைப் பார்த்தால் எழுந்திருப்பதுமில்லை. அம்மாவைப் பார்த்தமைக்கு அடையாள மாகக் காதுகள் பின்பக்கமாக லேசாக மடியும். பொதுவாகவே டைகர் பெண்களை மதிப்பதில்லை. வைக்கவேண்டிய இடத்தில் அவர்களை வைக்கவேண்டுமென்ற கொள்கை.

பகல் முழுக்க டைகர் வாசலில் மாமரத்தடியில் படுத்து அரைக்கண் மூடித் தூங்கிக்கொண்டிருக்கும். வாசலைக் கடந்து உள்ளே வர அதன் வாலைத் தாண்டவேண்டியிருக்கும் பல சமயம். உரிய முறையில் அனுமதி பெற்று வராமல்போனால் அது ஆபத்தானது என்பது ஊராருக்குத் தெரியும். டைகர் பெண்களைக் கண் திறந்து பார்த்து பின் கண்களை மூடிக்கொள்ளும். ஆண்களுக்கு எழுந்து உடலை நீட்டி கொட்டாவி விட்டோ வாலை மெல்ல ஆட்டியோ வரவேற்பளிக்கும். பிச்சைக்காரர்கள், சிறுவணிகர்களுக்கு அவர்களின் அருகே வந்து அமைதியாக நின்று அவர்கள் சென்றபின் திரும்பிப் படுத்துக்கொள்ளும். அவர்கள் விற்கலாம் வாங்கலாம் சாப்பிடலாம், எதையும் எடுத்துக்கொள்ளக்கூடாது.

டைகரின் பற்கள் ஊரில் பிரபலம். வீட்டுக்குள் புகுந்து ஒரு செம்பை எடுத்துக்கொண்டு ஓடியவனை அது அரைகிலோமீட்டர் துரத்திப் பிடித்து கீழே வீழ்த்தி ஏழெட்டு இடங்களில் கடித்துக் குதறி அப்பாவை போலீஸ் ஸ்டேஷன்வரை செல்லவைத்திருக்கிறது.

வருடத்துக்கு இருவர் கடிபடுவார்கள். இரவில் அப்பா உறங்கியபின் வீட்டைச் சுற்றியும் தோட்டத்திலும் உலவிக் கொண்டே இருக்கும். பெருச்சாளிகள், முயல்கள், சிறு சாரைப் பாம்புகள் எனப் பிடித்துக் கிழித்து சாப்பிடும். கிட்டத்தட்ட ஒரு கிலோமீட்டர் சுற்றளவில் இருக்கும் எங்களது எந்தத் தோட்டத்திலும் டைகர் இருக்க வாய்ப்பிருந்தது. ஒரு சிறிய அசாதாரண சலனம் இருந்தாலும் அங்கே சென்றுவிடும். ஒருமுறை தெற்குத் தோட்டத்தின் உள்ளிருந்து ஆற்றங்கரை வரை கட்டி கட்டியாக மனிதக் காலடிகளில் குருதி உறைந்திருப்பதைப் பார்த்தோம், காலையில் டைகரே கூட்டிக்கொண்டுசென்று காட்டியது. அப்பா பாராட்டாக 'உம்' என்றார்.

அப்பாவிடமிருந்து மிருகபாசம் எனக்கும் தொற்றிக்கொண்டது. சொந்தமாக வீடுகட்டியதுமே நான் நாய் வளர்க்க விரும்பினேன். 'வளத்துக்கோ, நான் எங்கம்மா வீட்டுக்குப் போயிடறேன்' என்று அருண்மொழி கறாராகச் சொல்லிவிட்டாள். சைதன்யா மற்றும் அஜிதனை நான் ஏற்கெனவே மிருகநேயர்களாக மாற்றியிருந் தமையால் வேறு வழியில்லை. ஆனால், வாங்கியபின் அருண் மொழிதான் நாய்களுக்குப் பிரியமான அம்மா. ஒரு நாள்கூட 'குட்டீஸுக்கு சாப்பாடு வச்சாச்சா, இதுகள் சாப்பிட்டுதுங்களா?' என்று கேட்காமலிருக்கமாட்டாள்; இரண்டாவதாகச் சொல்வது குழந்தைகளை.

நான் எப்போதுமே கரியநாய்களையே தேர்வுசெய்கிறேன், நாய் நம் நிழல். அப்படியானால் அது கருமையாகத்தானே இருந்தாக வேண்டும்? ஹீரோ நிழலுக்கு நிழலிருந்தால் எப்படி இருப்பானோ அந்த நிறம். லாப்ரடார் சாதி. பளபளவென எண்ணெய்ப்பூச்சுள்ள முடிமேனி. 'போன ஜென்மத்திலே என்னைய மாதிரி நிக்க நேரமில்லாம அலைஞ்சிருக்கும்னு நெனைக்கிறேன். சேத்து வச்சு ரெஸ்ட் எடுக்குது' என்பாள் அருண்மொழி. பெரும்பாலான நேரம் ஈரமாக இஸ்திரிபோட்ட கருப்புக்கைக்குட்டை மாதிரி தரையோடு தரையாக ஒட்டித் தூங்கிக்கொண்டிருப்பான். உலகில் என்ன நிகழ்கிறது என்றறிய ஒற்றைக்காதைக் கொஞ்சம் தூக்கிப் பார்த்தாலே போதும் என்ற எண்ணம்.

சாப்பாடு கொண்டுவைக்கும்போதுகூட படுத்தபடியே சாப்பிட விரும்புவான். நாக்குக்கு எட்டாமல் இருந்தால் 'அறிவே கிடையாதா?' என்பது போல ஒரு சலித்த பார்வை. நீக்கி வைத்தால் படுத்துக்கொண்டே பக்கவாட்டு வாய்வழியாகச் சாப்பிடுவான். பக்கத்துவீட்டு பூனை வந்து அருகே அமர்ந்து 'என்னடே' என்று

கேட்டுக்கொண்டே இருக்கும். விலா அதிர உறுமி லேசாக தலைதூக்கி 'பவ்'வித்து அதன்மேலும் அது போகவில்லை என்றால் முன்காலைத் தூக்கி அமர்ந்து மெல்லப் பின்னங்கால்களையும் தூக்கி வைத்து நான்குகால்களும் ஊன்றப்பட்டுவிட்டதை உறுதி செய்தபின் குரைத்தபடி பாயும்போது பூனை கூரைமேல் சௌகரிய மாக அமர்ந்து வாலையும் நன்றாக அடியில் சுருட்டி வைத்து நுனிக்காதைத் திருப்பி கூரிய மீன்முள் பற்களைக் காட்டிச் சிரிக்கும்.

இரவில் ஹீரோ ஓய்வெடுக்கும் இடத்தை மாற்றிக்கொள்வான். என்னுடைய அறைக்கு வெளியே ஜன்னலோரமாகப் படுத்து இளம்குளிர் காற்றில் கண்வளர்வான். திடீர் என்று சுறுசுறுப்பு வரவேண்டுமென்றால் கனவு வந்திருக்க வேண்டுமென பொருள். அவனாக வந்து குளிர்ப்பெட்டி முன்னால் நின்று வாலை மின்விசிறி போல சுழற்றினால் பிஸ்கட், முறுக்கு என ஏதோ ஆழ்மனத்தில் இருந்து வெளிவந்திருக்கிறதென அறிந்து உடனே திறந்து கொடுப்போம். வாங்கிக்கொண்டு தன் இடத்துக்குச் சென்று அதை இரு கைகளாலும் அழுத்தமாகப் பற்றிக்கொண்டு ஆர்வமாக உண்பான்.

அடிப்படையில் ஹீரோ ஒரு பூதாகரமான நாய்க்குட்டி. அவனுடைய உடல் அந்த அளவுக்குப் பெரிதானதற்கு அவன் ஒன்றும் செய்வதற்கில்லை. குழந்தைகள் விளையாடாதபோது தூங்கிக்கொண்டுதானே இருக்கவேண்டும்? அவனுக்கு விளையாட ஒரு பாலிதீன் கவர் போதும், அதன் வழியாகத் தெரியும் தன் காலுக்கு ஏன் தன் காலின் வாசனை இல்லை என்ற தத்துவப்புதிர் அவனை ஆறு வருடமாக வாட்டிக்கொண்டிருக்கிறது. டப்பாக்களை முடிவிலாமல் உருட்டி விளையாடுதல், மரக்கட்டைகளைக் கரம்புதல், தபாலில் வரும் கவிதைத் தொகுதிகளைத் தண்ணீர்த் தொட்டிக்கு அப்பால் கொண்டுவைத்து கிழித்துப் பார்த்தல் என அவனுடைய விளையாட்டுகள் பல.

எம்ஜியார், சிவாஜி கட்டுரை வந்து அது தொடர்பான மிரட்டல் காலகட்டத்தில் எங்கள் வீடே உச்சகட்ட விரைப்புநிலையில் இருந்தது. ஒருநாள் நாலைந்துபேர் திமுதிமுவென வீட்டுக்கு வந்து முகப்புக் கதவைத் திறந்து உள்ளே வந்து அழைப்புமணியை அழுத்தினார்கள். நல்ல கட்டுமஸ்தான மனிதர்கள். நான் பீதியுடன் 'எனக்கு ஏதாவது ஆச்சுன்னா...' என்று உரிய தேய்வழக்குகளை ஆரம்பிப்பதற்குள் 'சும்மா இரு... நான் போய்ப் பாக்கிறேன்' என்றாள் அருண்மொழி. 'நாய் இருக்குல்ல அப்பா' என்றாள் சைதன்யா எனக்கு ஆறுதலாக. வெளியே ஹீரோ வந்தவர்களை

ஆவலாகப் பார்த்துக்கொண்டு நிற்க ஒருவன் அவனுக்குத் தலைகோதிவிடக் கண்டேன்.

அருண்மொழி 'என்ன வேணும்?' என்றுகேட்க 'ஸ்போக்கன் இங்கிலீஷ் கோர்ஸுக்கு ஆளு சேக்கிறோம் அம்மா... புள்ளைங் களை சேக்கலாம்' என்றார் அவற்றில் மூத்தவர்.

'பையனுக்கு நெறைய டியூஷன் இருக்கு... டைம் இல்லை' என்றாள்.

'அப்ப வீட்டுக்காரரை சேரச்சொல்லுங்க... சும்மா இருக்கிற நேரத்திலே இங்கிலீஷ் கத்துக்கிட்டா நல்லதுதானே?' என்றார்.

எப்படி சரியாக கண்டுபிடிக்கிறார்கள் என்று தெரியவில்லை.

'அவருக்கு அந்தமாதிரில்லாம் மூடு இல்லைங்க...'

அவர் 'அப்ப சரிம்மா... நாயி ரொம்ப நல்ல நாயி... லாப்ரடாரா?' என்றார்.

அருண்மொழி அவர்கள் போனபின்னர் என்னிடம் 'நாயி வளக்கிற லெச்சணம் பாரு... போய் வாலாட்டிட்டு நிக்குது... பெரிய அகிம்சாவாதி... சோறு போடக்கூடாது. நாலு தெருவிலே அலைஞ்சு சோத்துக்கு அலமலந்தா தானா வன்முறை வந்திடும்...' என்றபின் 'மூஞ்சிய காட்டாதே... ராத்திரி சோறு இல்லை' என்று அவனிடம் சொன்னாள். ஹீரோ அவனிடம் யார் எதுபேசுவதையும் விரும்பி மகிழ்வான். வாலாட்டி எம்பி குதித்தான். 'மூக்கப்பாரு... என்ன சொன்னாலும் துள்ளி குதிச்சிட்டு' என்று உள்ளே வந்தாள். அவ்வளவுதானா என்று அவன் கம்பிகள் வழியாகப் பார்த்தான்.

'எங்கப்பா வச்சிருந்த நாயி இருக்கே, டைகர்...' என்று நான் ஆரம்பிக்க 'அவன் சாப்பிட்ட சட்டி இருக்கான்னு பாருங்க. அதில இவனுக்கு சோறுபோட்டாலாவது புத்திவருதான்னு பாப்போம்' என்றாள்.

நான் ஹீரோவைப் பார்த்தேன். 'நல்ல நாய்களுக்கு இங்கே முறுக்கு உண்டா?' என்ற பாவனையில் பார்த்தான்.

சட்டியையே தின்றாலும் புத்திவரும் என்று படவில்லை. டைகர் வாழ்ந்த காலம் அப்படியே மண்ணுக்குள் போய்விட்டது என்றுபட்டது. ஹீரோ போவது தெரிந்தது, பின்பக்க அசைவிலேயே அசாதாரணமான பவ்யம். அது ஆபத்து என என் உள்ளுணர்வு எச்சரிக்கவே பாய்ந்துபோனேன். சைதன்யாவின் சாக்ஸை எடுத்துக்கொண்டு சென்றிருந்தான். அவன் பற்களில்

இருந்து அதை நான் இழுக்க நான்கு காலையும்பரப்பி எதிர் அடம் புரிந்தான். பிடுங்கியபோது கிழிந்து வந்தது. 'நீதான் கிழிச்சே' என்ற பாவனையில் அவன் தன் கூண்டுக்குச் சென்றான். அங்கே இருந்து ஒரு விரிவான கொட்டாவி. அடுத்த தூக்கம் அலையலையாக வருகிறது போல.

- ஜூலை 21, 2012

95

கூட்டமோ கூட்டம்

ரயிலில் அருகே இருந்தவர் கரைவேட்டி அணிந்திருப்பதை பிறகுதான் குனிந்து பார்த்தேன், அதற்கு முன்னரே அவர் கட்சிக்காரர் என்று தோரணை காட்டியது. அதிபிரம்மாண்டமான உடல். கைக்குத் தொப்பை இருப்பதை அவரிடம்தான் பார்த்தேன். மூச்சுவாங்க வியர்த்தபடி அமர்ந்தார். ஏஸி அவரது உள்ளுறுப்பு களைச் சென்றடைய இன்னும் நேரமாகும். நல்ல வெட்டரிவாள் மீசை. பாந்தமான சிரிப்பு. அவரை வழியனுப்பிவைத்தவர்கள் கும்பிட்டுச்சென்றதும் 'டப்பா உங்களோடதுங்களா?' என்றார்.

'இல்லை' என்றேன்.

அவர் டப்பா என்றது சூட்கேஸை என்று உணர்ந்ததும் 'ஆமா சார்' என்றேன்.

'பரவாயில்லீங்க' என்றார்.

மன்னிக்கும் பண்புடைய எளிய மனிதராகத் தெரிந்தார்.

'சாருக்கு எந்த ஊரு? 'என்றார்.

'நான் நாகர்கோயில்' என்றேன்.

'நமக்கு இங்கதான்சார்... சொந்த ஊரு காஞ்சீவரம். மெட்ராஸுக்கு வந்தது அப்பாரு காலத்திலே...'

‘அரசியலிலே இருக்கீங்களா?’

மகிழ்ச்சியுடன் ‘ஆமாசார்’ என்றார்.

‘கட்சிவேலைதானுங்க நமக்கு ஆதிகாலத்திலே இருந்தே... இப்பதான் ஒரு பொறுப்பு கெடைச்சிருக்கு... இல்லேன்னா இந்த ஏஸி டப்பாவிலே ஊருக்குப்போறதெல்லாம் நமக்கு எங்கங்க?’

பெட்டி என்பதை எப்போதுமே டப்பா என்றுதான் சொல்கிறார் என்று புரிந்துகொண்டேன்.

‘எப்டீங்க கட்சிவேலை போய்ட்டிருக்கு?’ என்றேன்.

‘என்னா சார் போங்க... எலக்சன் வருதுல்ல... வேல பெண்டு நிமிருது... காலமடக்கி உக்கார நேரமில்லேன்னா பாத்துக்கிடுங்க...’

‘ஆனால் கட்சிவேலைன்னா அது எலக்சனிலதானே.’

‘ஏங்க? அதைப்பாத்தா போறுமா? நம்ம சோறுல்ல?’

‘பின்னே’ என்றேன். ‘எப்டி ஜெயிக்கிற வழி இருக்கா?’

‘உண்மையச் சொல்லணுமானா இல்லேன்னுதான் சார் எல்லாரும் சொன்னாங்க. ஆனா கோயம்புத்தூரிலே வந்த கூட்டத்த பாத்து அப்டி சொன்னவங்களுக்கு அதிர்ச்சி. ஆனா எங்க தலைமைக்கு அதைவிட டபுள் அதிர்ச்சி... அங்க ஆரம்பிச்சுது சார்... உடனே ஆளும்கட்சி அதைவிட டபுள் கூட்டத்த கூட்டியாகணும்னு ஆரம்பிச்சுட்டாங்க. அவங்களுக்கு என்ன பணம், பதவி எல்லாம் இருக்கு. ஒரு இண்டு இடுக்குவிடாம நோண்டி நொங்கெடுத்து அத்தனை ஜனத்தையும் கொண்டாந்து கொட்டினாங்க... பாத்தாங்க எங்க தலைமையிலே, திருச்சியிலே அதைவிட டபுள்கூட்டம் கூடியாகணும்னு கண்டிசனா சொல்லிட்டாங்க.’

‘அடாடா.’

‘பாத்தீங்களா, உங்களுக்கே பாவமா இல்ல? நாங்க தெருத்தெருவா அலைஞ்சோம். கண்டவன் காலிலே எல்லாம் விழுந்தோம். உள்ள பணத்தை எல்லாம் அள்ளிவிட்டோம். கூட்டிக்காட்டிட்டோம் சார். மொத்த ஜில்லாவிலே பாதிப்பேர திருச்சி ரயில்வே மைதானத்திலே கூட்டிக்காட்டிட்டோம்ல? அசந்துட்டாங்க ஆளும்கட்சி சார்பிலே.’

‘அப்றம்?’

‘அப்றமென்ன அதுக்கு டபுள் கூட்டம் வேணும்னு தாத்தா கண்டிசனா சொல்லிட்டாராம். விடுவானுகளா? சர்க்காருல்ல இருக்கு கையிலே? டேய் எங்க கூட்டத்தில கலந்துக்கலைன்னா

ரேசன் கெடையாதுடான்னு கிராமம் கிராமமா மோளம் கொட்ட வச்சிட்டாங்க... ஊருசனம் அத்தினிபேரும் வந்து கூடி சிட்டிய மொச்சிட்டாங்கள்ல? அன்னிக்கு அவனுக அடிச்ச மூத்திரம் காய மூணுநாளாச்சுன்னு நூஸ் வந்திருக்கு சார்... சில்லாவிலே அத்தன ஊரும் காலியா கெடந்திருக்கு... ஆளில்லாததக் கண்டு நாயெல்லாம் பயந்துபோயி ஊளை போட்டுட்டே இருந்திருக்குன்னா பாத்துக்கிடுங்க.'

'உங்கம்மா விடமாட்டாங்களே.'

'நல்ல கத அவுங்க யாரு? டேய், மருதையிலே அதுக்கு டபுள் கூட்டம் கூட்டியாகணும், என்னா செய்வீங்களோ ஏது செய்வீங்களோன்னு சொல்லிட்டாங்க. நாங்களும் எறங்கிட்டோம் சார். ரெண்டுல ஒண்ணு பாத்துப்போடுறதுன்னு. மதுரை, ராம்நாடு, காமராசர் மாவட்டங்களிலே ஒத்த ஒரு தலைய விடல. தெக்குஜில்லா முழுசையும் அப்டியே பத்திக்கிட்டு வந்து மருதையிலே குமிச்சிட்டோம்ல... மொத்த மருதையே நிறைஞ்சாச்சு... ஹெலிகாப்டர்லே இருந்து பார்த்தாங்க அம்மா. டேய் மேலூர் ரோட்டிலே எடவெளி தெரியுதுன்னாங்க... அதுக்கு திருப்பத்தூர், காரைக்குடி வட்டாரத்திலே இருந்து கொண்டாந்து கொட்டினோம்ல...'

நான் கொஞ்சம் விபரீதமாக உணர்ந்தேன்.

'சாருக்கு தெரியும், பெரிசு சும்மா இருக்காதுன்னு. வாள்க்கைப் பிரச்ன பாருங்க... டேய், அதே மதுரையிலே டபுள்கூட்டத்த காட்டுங்கடான்னுட்டார். அன்னிக்கு இந்தப் பக்கம் விருதுநகர், அந்தப் பக்கம் திண்டுக்கல், கெழக்கே திருப்பத்தூர் வரை ஒரே தலைதான். ஆனாக்க மதுரைக்கு தெக்க திருநெல்வேலி, இந்தப்பக்கம் புதுக்கோட்டை, அந்தப் பக்கம் பழனி தாராபுரம் வரை ஒரு ஊரிலகூட ஒரு ஆளுகூட கெடையாது. மொத்த ஊரே காலி.'

நான் சோர்வுடன் 'அப்றம்?' என்றேன்.

'அடுத்தாப்ல எங்களுக்கு தஞ்சாவூரிலே ஆர்ப்பாட்டம். டேய், அதுக்கு டபுள் கொண்டாங்கடான்னாங்க. இதுக்குள்ள ஒருமாதிரி எல்லாம் பழகிப்போச்சுங்களா? எல்லாத்துக்கும் ஆளு, ஏசெண்டுன்னு ஆகிப்போச்சு. மருதையிலே கூடின மொத்தக்கூட்டத்தையும் ஒரு சகாய ரேட்டுக்கு பேசி அப்டியே ஒட்டுமொத்தமா பத்திகிட்டு தஞ்சாவூருக்குக் கொண்டாந்தாங்க. தஞ்சாவூரிலே இருந்து இந்தப் பக்கம் கடலூரு பாண்டிச்சேரி சேத்து மொத்த ஊரையும் காலி

பண்ணி கூட்டம் கூட்டியாச்சு. சொன்னா நம்பமாட்டீங்க சார், அந்தக் கூட்டத்தோட மொத்தப் பரப்பளவு இருக்கே அது தஞ்சாவூரோட பரப்பளவேதான். பேராவூரணிபக்கம் கொஞ்சம் கேப் இருந்தது... மூணுமணி நேரத்திலே அடைச்சிட்டோம்.'

நான் மேலே கேட்கவில்லை. அவரே சொன்னார்.

'அவங்க அதுக்கு டபுளா நடத்தினாங்க. அவங்களோட கூட்டத் தோட பரப்பளவு மொத்த தஞ்சை புதுக்கோட்டை ஜில்லாக்களோட பரப்பளவேதான் சார்...'

'நீங்க என்ன பண்ணினீங்க?'

'இப்பல்லாம் ஜனங்க வீடுகளுக்கே போறதில்லீங்க... போக விடுறதில்லைன்னு வச்சுக்கிடுங்க... அப்டியே கூட்டத்திலே இருந்து கூட்டத்துக்குப் போறதுதான்... நாங்க அந்தக் கூட்டத்த அப்டியே பத்திக்கிட்டு ஈரோட்டுக்குக்கொண்டு போனோம். அவங்க அப்டியே தர்மபுரிக்குக்கொண்டு போனாங்க... கடேசியிலே போனவாரம் நாகர்கோயிலில் கூட்டம்... அதான் அதோட பீக்கு...'

'ம்ம்' என்றேன். படபடப்பாக இருந்தது.

'சொன்னா நம்ப மாட்டீங்க சார்... மொத்த தமிழ்நாட்டோட பாதி சனத்தொகைய நாங்க நாகர்கோயிலிலே கூட்டிட்டோம்ல... அதப்பாத்துட்டு அவங்க முக்காவாசி ஜனத்தொகைய அங்க கொண்டாந்துட்டாங்க... ஜனங்க நிக்க எடமில்லாம பல எடங்களிலே பலக வச்சு பால்கனி கட்டி மேலே மேலேயாக நிக்கவச்சாங்க சார்...'

'ம்.'

'அப்றம் என்னாச்சுன்னாக்க பெரீய பிரச்சினயா ஆகிப்போச்சுங்க.'

'என்ன?'

அவர் ஏப்பம் விட்டார். 'என்னாச்சுன்னாக்க ரயிலெல்லாம் பின்னாடி ஓட ஆரம்பிச்சிட்டுது சார்.'

'ரயிலா?'

'ஆமா சார். மெட்ராஸ் போற கேகே எக்ஸ்பிரஸ் மதுரையிலே இருந்து பின்னால வந்து மணியாச்சி தாண்டுறப்ப புடிச்சிட்டாங்க. அப்றம்தான் தெரிஞ்சுது ஏகப்பட்ட ரயில்கள் அப்டி தெக்குப்பக்கமா வர ஆரம்பிச்சுட்டுதுன்னு... பல எடங்களிலே ஏரிகளோட கரைகள்

உடைச்சிருக்கு... பெரிய பில்டிங்குகள் கொஞ்சம் சரிஞ்சாப்பல இருந்தப்ப கண்டுபுடிச்சுட்டாங்க...'

'என்னாது? 'என்றேன் குலை நடுங்க.

'சார்... தமிழ்நாடே தெக்குப்பக்கமா கொஞ்சம் சரிஞ்சிருக்கு சார், எடை தாங்காம.'

நான் சிறுநீர் அழுத்தத்துக்கு ஆளானேன்.

'... இப்ப கூட்டத்த நாங்க அப்டியே மொத்தமா பத்திக்கிட்டு வடக்க கொண்டுட்டு போறம்... மெட்ராஸிலே நாளன்னிக்கு எங்களுக்குக் கண்டன ஆர்ப்பாட்டம் இருக்கு சார்... ஒன்பது கோடி பேர் கலந்துக் கிடறாங்க... அதான் இப்ப பிரச்னை... தமிழ்நாடு வடக்குப் பக்கமா சரிஞ்சா என்னாகும்?'

'என்னாகும்?'

'என்னா சார் படிச்சவங்க இப்டி கேக்கறீங்க? மேட்டூர் தண்ணி திரும்ப கர்நாடகாவுக்கு போயிடும்சார்... பாலாறு தண்ணி ஆந்திராவுக்கு போயிரும் சார்... அதான் எங்கம்மா ஒரு புதிய அணிய உருவாக்கியிருக்காங்க.'

'என்னது?'

'கழக அகத்தியர் அணின்னு பேரு சார்... என்னையமாதிரி ஒரு பத்தாயிரம்பேர நேரா எதிர்த் திசைக்கு அனுப்பறது... நாங்க எடைய சமப்படுத்திருவோம்ல?'

நான் ஆசுவாசம் அடைந்தேன். இந்தமட்டுக்கும் தமிழகத்தின் மீது அரசியல்கட்சியினருக்கு அக்கறை இருப்பதே பெரிய விஷயம். ஆனால் ஒரு சிறு ஐயம். 'இல்ல, உங்க கூட்டத்துக்கு டபுளா அவங்க கூட்டத்துக்கு ஆள் வரணுமானா என்ன செய்வாங்க?' என்றேன்.

'அது ஒண்ணுமில்ல சார்... கள்ள ஓட்டையும் சேத்தா கவுண்டு வந்திரும்' என்றார். இதுதான் கொஞ்சம் குழப்புகிறது.

- மார்ச் 23, 2016

96

ஓர் இரவு

ஷாஜி விமான நிலையத்துக்கு வந்திருந்தார். வழக்கம்போல அமெரிக்கக் கறுப்பர்களுக்கு உரிய ஆடும் நடையில் வந்து என் பெட்டியைச் சுழற்றித் தூக்கி காருக்குள் போட்டார். நான் உள்ளே அமர்ந்ததும் 'எப்டி போய்ட்டிருக்கு?' என்றேன்.

'என்ன போறது? விமர்சனத்துக்கே விமர்சனம். மவனே இசை விமர்சகன்னு மட்டும் சொன்னே கீசிடுவேன்னு சொல்றாங்க' என்றார்.

நான் பீதியுடன் 'இல்ல, நான்கூட நாளைக்கு சாயங்காலம் இசையைப் பற்றி பேசணுமே' என்றேன்.

'ஏன்? என்ன பிரச்சினை? ' என்றார்.

'எனக்கு இசையைப்பற்றி ஒண்ணுமே தெரியாதே.'

'அது உங்கள் வாசகர்களுக்கு எல்லாம் தெரியுமே...' என்றார்.

தெரியாத விஷயங்களைப்பற்றி பேசுவதற்கு எழுத்தாளர்களுக்கு அடிப்படை உரிமை உள்ளது என நம்புகிறவன் நான். தெரியாத விஷயங்களைப்பற்றி தெரிந்ததுபோல பேசுபவன் இலக்கியவாதி, தெரியாத மாதிரியே பேசுபவன் அரசியல்வாதி. இசை தமிழகத்துக்கு அவசியத் தேவை என்று ஒரே போடாகப் போட்டுவிட்டால் என்ன? ஆனால் கிட்டத்தட்ட அதே கருத்தை எஸ். ராமகிருஷ்ணனும்

சொல்லக்கூடும். இசை என்றால் 'இந்த ரேடியோ பெட்டியிலே காலையிலே கேக்குமே அதானே' என்ற அளவில் அவரும்தான் சிறுவயதிலேயே இசையை அறிந்து வைத்திருக்கிறார். இளவயது நினைவுகளில் அலைவதற்கு அவருக்கு புனைவுலக உரிமைப் பதிவு வேறு இருக்கிறது.

ஏதாவது ஒப்பேற்றிக்கொள்ளலாம் என்ற நம்பிக்கையில் நான் ஷாஜியுடன் ஓட்டல் துளசி பார்க்குக்கு வந்தேன். ஷாஜி பதற்றமாக இருந்தார், சும்மாவே பதற்றமாக இருப்பது வழக்கம், இப்போது உரிய காரணங்களுடன். இதோ வருகிறேன் என்று கிளம்பிச் சென்றார். நான் என் மடிக்கணினியை விரித்தேன். இப்படியே போனால் இரும்பு உருக்குவது, கோழி வளர்ப்பது பற்றியெல்லாம் பேச அழைத்துவிடுவார்கள் என அச்சமாக இருந்தது. இதை ஒப்பேற்றிவிட்டால் இசைத் தெய்வத்துக்கு ஒரு தேங்காய் உடைத்துவிடலாம் என்று வேண்டிக்கொண்டேன்.

ஏற்கெனவே இசை பற்றி கொஞ்சம் யோசித்து வைத்திருந்தேன். அதை திரும்பவும் வாசித்துப் பார்த்தேன். உலக வரலாற்றிலேயே முதல் முறையாக இசைப்பது, கேட்பது இரு அம்சங்களும் இல்லாமல் இசை பற்றி எழுதப்பட்ட கட்டுரை. பாப்புலர் இசை என்பதை பரப்பிசை என்று மொழியாக்கம் செய்திருந்தேன். சோவியத் கலைச்சொல். அவர்களுக்கு இம்மாதிரி விஷயங்களில் பொதுவாகத் துணிவு அதிகம். அதை திரும்ப ஆங்கிலத்தில் மொழியாக்கம் செய்து பார்த்தால் சரியாக வரவேண்டும் என்பது ஒரு விதி. பார்த்தேன். அகல இசை என்றோ தட்டை இசை என்றோ வந்தது. தமிழைப் பொறுத்தவரை மொழியாக்கம் சரிதான் என்ற நிறைவு உருவானது.

ஆனால், நல்ல உரையில் பொன்மொழிகள் தேவை. வள்ளுவர் இசை கேட்கும் வழக்கம் இல்லாதவரென்று நினைக்கிறேன். 'என்னத்தை குழலும் யாழும்? என் புள்ளை பேசுறான்பாரு' என்ற தோதில் ஏதோ அவர் எழுதியிருக்கிறார். 'ஈதல் இசைபட வாழ்தல்' ஆனால் அது இசைபற்றிதானா? பாட்டைக்கேட்டு ஈ என இளிக்கும் என்னைப்போன்றவர்களைப்பற்றியா? 'நல்ல இசை சோகமானது' அரிய கருத்து, ஆனால், அதை ஏற்கெனவே பாரதி சொல்லி விட்டார். 'நல்ல இசை விமர்சனமும் சோகமானது' என்று சொல்லிப்பார்த்தால் ஷாஜிக்கு நியாயம் செய்வதாக ஆகும். அவரை அறிந்தவன் என்றமுறையில் 'நல்ல இசை விமர்சகன் சோகமானவன்' என்றால் என்ன? கொஞ்சம் அதீதமோ?

அருண்மொழியைக் கூப்பிட்டு வந்துசேர்ந்த விஷயத்தைச் சொன்னேன். 'பாத்துப்பேசு. நீ என்ன சொன்னாலும் ரெண்டு தரப்பும் தப்பாத்தான் புரிஞ்சுகிடுவாங்க' என்றாள்.

‘அப்ப?’ என்றேன்.

‘புரியாமலே பேசிடறது ரொம்ப நல்லது’ என்றாள்.

அதுவும் சரிதான். ஆனால் நெடுங்காலமாக அது எனக்கு பழக்கம் இல்லை. குறைந்தபட்சம் எனக்குப் புரியக்கூடிய முறையில்தான் நான் பேசிக்கொண்டிருக்கிறேன். மேலும் தப்பாகப் புரிந்து கொள்ளப்படுவதற்கு சரியாக புரிந்துகொள்ளப்பட வேண்டிய தேவை இல்லையே. நானும் கடந்த இருபதாண்டுகளாக தொடர்ந்து தவறாகப் புரிந்துகொள்ளப்பட்டுப் பழகிப்போனவன். சரியாகப் புரிந்துகொண்டவர்கள் எதிரிகளாக இருக்கிறார்கள்.

சரிதான் என்று அந்தக் கட்டுரையை மூடிவிட்டு இன்னொரு கட்டுரையை விரித்து வாசித்தேன். ஊரில் இருந்து கிளம்பும்போது தான் அதை எழுதியிருந்தேன். சொரேர் என்றது, தொ. பரமசிவன் பற்றிய கட்டுரை. அவர் எனக்கு சுத்தமாக உடன்பாடில்லாத கருத்துநிலை கொண்டவர். ஆனால் ‘அழகர் கோயில்’ நூல் வழியாக ஒரு புதிய பாதை காட்டியவர் என்ற முறையில் அவர்மீது ஆழமான அபிமானமும்கொண்டிருந்தேன். கட்டுரை மட்டையடியாக இருந்தது. ஒரு புத்தகத்தில் பன்னிரு கட்டுரைகள், பன்னிரண்டும் தகவல்பிழை என்றால் வாசகனுக்கு எழும் வயிற்றெரிச்சல். ஆனால் தொ. பரமசிவனைப் பொறுத்தவரை பின்.தொ.ப., முன்.தொ.ப. என இருவர் உள்ளனர். இருவரையுமே காய்தல் உவப்பன்று. குருநிந்தனை ஏற்கெனவே நிறையச் செய்தாயிற்று.

கட்டுரையை ஏற்கெனவே இணையத்தில் ஏற்றி நள்ளிரவு 12 மணிக்கு வெளியாகும்படி அமைத்திருந்தேன். உடனே வெளியே சென்று இணைய நிலையத்துக்குப் போய் கட்டுரையை எடுத்து விஷப்பற்களைப் பிடுங்கிவிடலாம். ஆனால் கதவு தட்டப்பட்டது. பூனைபோல பவ்யமாக திறந்துகொண்டு கெ.பி.வினோத் வந்தார். ஆபீஸில் இருந்து மூன்றுமணிக்கே தப்பிவிட்டதாகச் சொன்னார். கொஞ்ச நேரத்தில் கோவை அரங்கசாமி முழுக்கை சட்டை முழுக்கால் பான்ட் போட்டு, கோவை சிறு தொழிலதிபர்களுக்கே உரிய அடக்கமான சிரிப்புடன் வந்தார். அதன்பின் சிறில் அலெக்ஸ் (வல்லின றி, மறக்காமல் போடவேண்டும்). கொஞ்ச நேரத்தில் ஷாஜியும் வந்தார். அதன்பின் தனசேகர்.

அரங்கசாமியிடம் அவரது ரிலையன்ஸ் இணைய இணைப்பை வாங்கி என்னுடைய மடிக்கணினியில் பொருத்தித் திறந்தேன். வழக்கமாக ரிலையன்ஸ் இணைப்பை ஐஆர்8 அரிசிபோல என்பார்கள். என் அம்மாவெல்லாம் அந்தக் காலத்தில் காலையில்

எழுந்ததுமே கண்ணைக்கூடத் திறக்காமல்போய் மதியச்சோற்றுக்கு அரிசியை அடுப்பில் களைந்து போட்டுவிடுவார்கள். பன்னிரண்டரை மணிவாக்கில் வடிக்கமுடியும். நான் என் ஜிமெயிலைத் திறந்து வைத்துவிட்டு அவர்களிடம் பேசப்போனால் அது சட்டென்று திறந்தது. மின்னஞ்சல்களைப் பார்த்தேன். உற்சாகமாக இருந்தது. ஹமீதுடன் என் சண்டை தொடரவேண்டும் என உலகம் முழுக்க பரவலாக கருத்து நிலவுவது தெரியவந்தது. கோமதி சங்கரின் மாற்றுக்கருத்தை மட்டும் பிரசுரித்துவிட்டு என் இணையதளத்தை திறந்தால் ஐஆர்8 குணம் காட்டியது. திறக்கவில்லை.

'அது அப்டி ஆகும். மெயிண்டெனன்ஸ் பண்ணுவாங்க' என்று சொன்னார் சிறில். உலகிலேயே சிறப்பாக மெயிண்டெனன்ஸ் பண்ணப்படும் இணையதளம் வேர்ட் பிரஸ், தினம் நான்குமுறை. சரி என பேச்சில் கலந்துகொண்டேன். விஷயம் 'ஷாஜி இசை விமர்சகரா?.'

இசையைப்பற்றி எழுதினாலே அது இசை விமர்சனம்தானே என்ற கருத்தில் இருந்து ஆரம்பித்தது. ஆனால் ஷாஜி ஏன் அவரைப் பற்றியும் எழுதுகிறார்? அவர் இசை கேட்கிற விஷயம் கட்டுரையில் வரவில்லை என்றால் எப்படி வாசக நம்பிக்கை ஏற்படும்? ஆனால் ஷாஜி இசை விமர்சகரல்ல என்று எப்படிச் சொல்லலாம்?

'ஆனா அது ஒரு தரப்பு' என்றார் சிறில். உலகில் நிலவும் எல்லா கருத்துகளும் ஏதோ ஒரு தரப்பு என்று அடிப்படையில் ஒத்துக் கொள்ளும் பரிபக்குவம் அவருக்கு உண்டு.

தரப்பு என்ற சொல் அரங்கசாமியை மகிழ்வித்தது. 'சிறில் அலெக்ஸ் சொல்றது அவரோட தரப்பு' என்றார்.

பீர் அருந்திக்கொண்டே மேலே பேசலாமே என்ற கருத்து ஷாஜியால் முன்வைக்கப்பட்டது. சொந்தச் செலவில் சூனியம் என நான் நினைத்துக்கொண்டு கவலையுடன் கணினியைப் பார்த்தேன். இன்னமும் பராமரிப்பு வேலை நிகழ்ந்துகொண்டே இருந்தது. தனசேகர் குடிமறுத்தார். ஷாஜியின் கட்டுரையில் சுதிசேரவில்லை என்று சேதுபதி அருணாச்சலம் சொல்வதைக் கேட்டுத்தான் ஷாஜி முற்படுகிறாரா என்ற ஐயமும் எழுந்தது. கெ.பி.வினோத் குளிக்காமல் பீர் அருந்துவது விஜய் மல்லய்யாவின் உணர்வுகளைப் புண்படுத்துவது என்று எண்ணம்கொண்டிருந்தார். ஓடிப்போய் திரும்பும் அருகில்தான் அவர் வீடு. இதோ வருகிறேன் என்று வெளியே பாய்ந்தார்.

மற்றவர்கள் பீர் அருந்தினார்கள். 'அப்ப நாம என்ன பேசிட்டிருந்தோம்?'

'இசையைப்பற்றி என்பது எல்லாருக்கும் நினைவில் இருந்தது. 'பரப்புக்கலையை மதிப்பிடுறதைப்பத்தி என்ன சொல்றேன்னா...' என்றேன்.

'பருப்புக்கலைன்னா? நீ என்னடா பெரிய பருப்பான்னு கேப்போமே அதுவா?' என்றார் ஷாஜி.

நான் கவலையுடன் பார்த்தால் என் இணையதளம் திறக்கவில்லை. உலகில் உள்ள அனைத்து இணையதளங்களும் இனிதே திறந்தன. எனக்கு தொ. பரமசிவன் பற்றி கொஞ்சம் கவலை ஏற்பட்டது. இசை விமர்சனத்தின் அதி நுண்மைகளை நோக்கிச் சென்றது விவாதம். இசை விமர்சனமே தேவை இல்லை என்ற எல்லையை எட்டியது. கெ.பி.வினோத் வந்து சேர்ந்தார்.

'இசையிலே பல வகை இருக்கு... எல்லா இசையும் இசைன்னாக் கூட...' என்று சிறில் பேசிக்கொண்டிருக்க நான் என் தளத்தைப் பார்த்தேன். ஊப்ஸ், ஒண்ணுமே பண்ண முடியலை என்றது இண்டெர்நெட் எக்ஸ்புளோரர். திரும்பினால் '...எங்க ஊர்ல பாதிரிமார்களைப்பத்தி வேற மாதிரி சொல்வாங்க...' என்று பேச்சு ஓடிக்கொண்டிருந்தது. என்ன ஆயிற்று? கைத்தவறுதலாக ரிமோட்டில் விரல்பட்டு சேனல் மாறுவதுபோல ஒட்டுமொத்த அறையே வேறு விவாதத்தை நோக்கிச் சென்றுவிட்டிருந்தது. இத்தனைக்கும் நான் கணினியை மட்டுமே தொட்டிருந்தேன்.

பலவகையான பாதிரிமார்கள். பலவகை சினிமா நடிகர்கள். என்.டி ராமராவின் நடனத்தை ஷாஜி ஆடிக்காட்டினார். நான் சிரித்து குப்புற விழுந்து எழுந்து கணிப்பொறியைப் பார்த்தேன். ஒன்றும் நிகழவில்லை. மேலும் பீர் புட்டிகள் உறைந்த மீன்கள் போல பனிபடர்ந்து வந்து சேர்ந்தன. ஷாஜி உடனடியாக வீடு செல்ல வேண்டும் என்று சொல்லி கிளம்பினார். நான் இசைக்கட்டுரையில் ஏதாவது உருப்படியான தகவல்களை சேர்க்கமுடியுமா என்று பார்த்தேன். பொதுவாக ஒரு கட்டுரையில் ஒன்று இரண்டு என்று எண்ணிக்கை போட்டு விஷயங்களைச் சொன்னால் ஒரு கனம் வருகிறது. ஆகவே ஆறு பரப்புக்கலைகளைப்பற்றிச் சொன்னேன். ஆறுக்கும் ஆறு திசை தேவதைகள்.

கெ.பி.வினோத் 'அப்ப நம்மளோட போஸ்டர் ஒட்டுறது பரப்புக்கலை இல்லியா?' என்றார்.

சேர்க்கவேண்டும்தான். 'வாழ்த்த வயதில்லை வணங்குகிறேன்', 'தமிழே தமிழுக்காக நடத்தும் தமிழ்மாநாட்டில் தமிழ் அழைக்கிறது' போன்ற கவித்துவச் சாத்தியங்கள் நிகழும் கலை

அது. ஆனால் அதைச் சேர்த்தால் தர்ணா, சாலைமறியல் எல்லாவற்றையும் சேர்க்கவேண்டும். அவற்றை நாட்டுப்புறக்கலை என்றும் சொல்லலாமே. பரப்புக்கலை குறித்த விவாதம் உக்கிரமாக நடந்தது. மெல்ல விவாத யந்திரத்தின் பற்சக்கரங்கள் நடுவே க்ரீஸ் சாலப்பெய்ய ஆரம்பித்து அவை கொழ கொழ என தங்கள் அச்சுகளில் தாங்களே இனிது சுழல ஆரம்பித்தன.

'...ஆனா அது ஒரு தரப்புதான்' என்றார் சிறில்.

மணி பன்னிரண்டு. சிறில் தள உரிமையாளரிடம் பேசியபோது காலையிலாகிவிடும் என்றார்கள். கட்டுரை பிரசுரமான பின்னர் தூக்குவதை அரங்கசாமி ஆட்சேபித்தார். உடனே அதை கப்பென பிடித்து இணையத்தில் ஏற்றி ஹிட்லர் டைரிகளைப்பற்றி பேசும் உற்சாகத்துடன் நுண்விவாதத்தில் ஈடுபட ஒரு கும்பலே இருக்கிறது என்றார். நான் கவலையுடன் கடைசியாக தொ.பரமசிவன் பற்றிய கட்டுரையை வாசித்தேன். இந்தமட்டுக்கும் நிதானமாகத்தான் இருக்கிறதென ஆறுதல் கொண்டேன். நானெல்லாம் சின்னவயதில் இதை எழுதியிருந்தால் முதல் வரியிலேயே 'டாய் என்னாடா நெனைச்சுக்கிட்டே? வெளியே வாடா' ரீதியில் ஆரம்பித்திருப்பேன்.

அரங்கசாமி ஒரே விஷயத்தை ரொம்பநேரமாக திரும்பத்திரும்ப சொல்வதுபோல இருந்தது. கவனித்தேன், அது குறட்டை. கெ.பி.வினோத் 'நான் என்ன நினைக்கிறேன்னா, அரங்கசாமி தூங்கிட்டார்னு நினைக்கிறேன். நீங்க என்ன நினைக்கிறீங்க?' என்றார்.

சிறில் 'அது பிரச்னையே இல்லை. அது ஒரு தரப்பு, நாம எதைப்பற்றி பேசிட்டிருந்தோம்?' என்றார்.

'ஒரு இசைக்கட்டுரை ஒரு வசைக்கட்டுரை. ரெண்டுமே பிராப்ளம்' என்றார் கெ.பி.வினோத்.

'அப்ப நாம கிளம்பலாமா?' என்று சொல்லி இருவரும் கிளம்பிச் சென்றார்கள்.

வடபழனி தாண்டிச்செல்லும்போது காரை ஓட்டிய சிறில் திடீரென தன்னருகே கெ.பி.வினோத் இருப்பதை உணர்ந்து 'நீங்க எங்க போறீங்க வினோத்?' என்று கேட்டிருக்கிறார்.

'உங்களை டிராப் பண்ணணும்ல?'

சிறில் 'தேங்க்ஸ்' என்றபின் இருபது நிமிடம் சிந்தனைசெய்து 'இல்ல, அமெரிக்காவிலே எல்லாம் டிராப் பண்றவங்கதான் காரை ஓட்டுவாங்க' என்றார்.

கெ.பி. வினோதும் அதை உணர்ந்து 'ஆமா, அதைத்தான் நானும் ரொம்ப நேரமா நினைச்சிட்டிருக்கேன். அப்டீன்னா நீங்கதான் என்னை டிராப் பண்ணணும். ஏன்னா நீங்கதான் கார் ஓட்டுறீங்க.'

இருவருமாக அதை விரிவாகப் பேசி தெளிவுபடுத்திக்கொண்டபின் சிறில் 'அப்ப உங்க வீடு எங்க இருக்கு?'

'துளசி பார்க் பக்கத்து கட்டடம். என்னை துளசி பார்க்கிலே இறக்கி விட்டால் நான் நடந்தே போய்டுவேன்.'

'இப்ப நாம எங்க இருக்கோம்?' என்றார் சிறில்.

'வடபழனின்னு நினைக்கிறேன்.'

துளசி பார்க் வாசலுக்கு வந்ததும் கெ.பி.வினோத் அக்கறையுடன் 'சிறில் ரொம்ப நேரமாச்சு, நான் வேணுமானா உங்களை டிராப் பண்ணவா?' என்றார்.

'அதுக்கு உங்க கிட்ட கார் இல்லியே...'

'உங்க காரிலதான்.'

'அப்ப எப்டி நீங்க திரும்பி வருவீங்க?'

இருவரும் அதை விவாதித்து தெளிவுபடுத்திக்கொண்ட பின்னர் வீடு திரும்பியிருக்கிறார்கள்.

ஷாஜி கூப்பிட்டார். 'அவங்க போய்ட்டாங்களா' என கேட்டார் ஷாஜி.

'நீங்க கிளம்பினதுமே அவங்க மறுபடியும் பீர் குடிக்க ஆரம்பிச்சாங்க' என்றேன்.

'என்னது?' என்று ஷாஜி கூவினார்.

'இப்ப எங்க இருக்காங்க?'

என் மெத்தைக்கு பக்கத்து மெத்தையில் அப்படியே எழுந்து ஒரு பிஸினஸ் ஒப்பந்தத்தைக் கையெழுத்து போடும் உடைகளுடன் அரங்கசாமி தூங்கிக்கொண்டிருந்தார்.

நான் இணையதளத்தைப் பார்த்தபின் இசைக்கட்டுரையில் சில மாற்றங்கள் செய்தேன். தொ.பரமசிவன் கட்டுரை இனி விதியின் கைகளில். இந்த இருண்ட இரவில் கோடானுகோடி நட்சத்திரங் களில் கோடானுகோடி உலகங்களில் கோடானுகோடி செயல் களைக் கட்டுப்படுத்தும் விதி இதையும் எதையாவது செய்து சமாளித்துக்கொள்ளும். என் மின்னஞ்சலைத் திறந்து கடைசியாகக்

கடிதங்களைப் பார்த்தேன். தொ.பரமசிவம் கட்டுரைக்கு சண்முகத்தின் எதிர்வினை. அய்யய்யோ என்று என் இணையதளத்தைத் திறந்து பார்த்தேன். பிரசுரமாகியிருந்தது.

மணி இரண்டு, வேறுவழியில்லை தூங்கவேண்டியதுதான். 'தொ.பரமசிவன் சரியான இசை விமர்சகர்தானா?' என சிந்தனை ஓடியதை நானே உணர்ந்து கொஞ்சம் திடுக்கிட்டேன். விஜய் மல்லய்யா காற்றிலேயே போதையைப் பரப்பும் பீர் எதையாவது கண்டுபிடித்திருக்கிறாரா எனக் கொஞ்சம் சந்தேகமாக இருந்தது.

- செப்டம்பர் 21, 2010

97

வினவு

தோழர் ஜெயமோகன் அவர்களுக்கு,

இந்த இணைய இணைப்பை உங்களுக்கு அனுப்புகிறேன். உங்களுக்கு சுயபரிசோதனை செய்துகொள்ளவும் உங்கள் அடிப்பொடி களுக்கு மூக்கு சிந்தவும் இது உதவியாக இருக்கும் என நினைக்கிறேன். www.vinavu.com/2010/09/28/sundara-ramasami/

தோழமையுடன்

சாம்

அன்புள்ள சாம்,

எங்களூரில் சாந்தப்பன் என்ற ஒரு பூசாரி இருந்தார். பேயோட்டு வதற்கு அவர் சிறந்த ஒரு வழி வைத்திருந்தார். பாரம்பரிய மானதுதான். பேயை நோக்கிக் கண்டபடி வசைபாடுவது. கற்பனைத்திறனும் சொல்வளமும் கம்பனுக்கு நிகராக இருக்கும். வசையின் அதிர்வால் கண்ணாடிச் சன்னல்கள் எல்லாம் உடையும் என்றால் பார்த்துக்கொள்ளுங்கள்.

ஒருநாள் நள்ளிரவில் கொஞ்சம் எரிப்பன் மாந்தி திரும்பும்காலை சாலையோரமாக ஒரு வெண்ணிறப்பேய்! முக்காடுப்பேயை விரட்ட சாந்தப்பன் பூசையை ஆரம்பித்தார். விடியவிடிய. தொண்டை கட்டியதுதான் மிச்சம். வழக்கமாக இரண்டாவது சுற்றில் எந்த மானரோஷமுள்ள பேயும் சரண் அடைவதே வழக்கம்.

காலையில்தான் ரகசியம் தெரிந்தது. பேய்மீது பேச்சிப்பாறை 45 கி.மீ. என எழுதியிருந்தது.

சுரண்டலதிகாரம் மீது குசுவிட்டே அதைத் துரத்தமுடியும் என்ற கொள்கையுடன் தமிழக அதியதி தீவிர இடதுசாரி இயக்கங்கள் நாவாயுதப்போராட்டத்தில் ஈடுபட ஆரம்பித்து இப்போது ஐம்பதாண்டுகள் ஆகின்றன. நானும் கடந்த இருபதாண்டு காலத்தில் எத்தனை இதழ்களை, துண்டுப்பிரசுரங்களைப் பார்த்திருப்பேன்.

கல்லூரி நாட்களில் எனக்குத் தெரிந்த நண்பர் ஒருவர் எல்லா இதழ்களையும் வாங்குவார். ‘மச்சி இந்த குரூப்புதான் டாப்பு. அவனுகளோடதிலே இந்தளவு மப்பு இல்லை பாத்துக்கோ’ என்று தரம் பிரிப்பார். இதழைப் பரபரப்புடன் வாசித்து முடித்ததும் மெல்ல வியர்த்து களைத்து அடங்குவார். முகத்தில் நிம்மதி மிளிரும். உங்கள் இதழ்கள் செய்வது ஒரு மாபெரும் உளவியல் சேவை. வாழ்க.

‘பிளருவதே வளருவது’ என்ற கொள்கைப்படி ஆங்கில எழுத்துக் களில் அனைத்தையுமே பயன்படுத்தி பிரிவுகள் உங்களுக்குள் உருவாகிக்கொண்டிருக்கின்றன. புரட்சியில் இந்தளவுக்கு ஊழலுக்கு வாய்ப்புண்டு, இந்த ஆட்டத்தைவிட்டு விலகிய எந்தத் தலைவருமே ஓட்டாண்டியாக விலகியதில்லை என்ற உண்மையெல்லாம் உள்ளே நுழைந்து கொஞ்சநாளிலே தெரிந்ததும் சிலர் சண்டைபோட்டு பிளந்து செல்கிறார்கள். உளச்சிகிச்சை அவர்களுக்கும் தேவையாகிறது.

உங்கள் அழைப்பை ஏற்று இணையதளத்தைச் சென்று வாசித்தேன்.

வாசித்தபோது உங்கள் அதியதிதீவிரங்கள் அப்படியே இருப்பதைக் கண்டு புளகாங்கிதம் அடைந்தேன் (www.vinavu.com/2010/10/05/split/). நமது பாரம்பரியப் பண்பாட்டுச்சின்னங்களில் குறைந்தது ஒன்றாவது சிதிலமடையாமல் அப்படியே அதே குணங்களுடன் நீடிப்பதறிந்து நிம்மதி.

விளையாட்டுப்போல அரைநூற்றாண்டு தாண்டிவிட்டது. மூன்று தலைமுறையினர் உள்ளே வந்து பயின்று ம.தி.மு.க பா.ம.க என்று செட்டில் ஆகிவிட்டார்கள். எந்த கல்விக்கூடமும் போலவே புதியவர்கள் உள்ளேயும் வருகிறார்கள். இன்று இணைய தலைமுறைக்கு எத்தனையோ மன அழுத்தம். உங்கள் வசைசிகிச்சை தேவையான இடம் இது. வினவு தளத்தை சிலமுறை மேலும் பார்த்தேன். அடாடா, என்ன ஒரு தீவிரம், என்ன ஒரு கச்சிதம். அரசு மானியம்கூட அளிக்கலாமெனப்படுகிறது.

என் வாசகர்களுக்கும் அறிமுகம் செய்கிறேன். அவர்களுக்கும் எத்தனையோ மன அழுத்தங்கள்.

- அக்டோபர் 9, 2010

98

மோவாயிசம்

பல பிற இசங்களைப்போலவே மோவாயிசத்துக்கு பிறந்த இடமும் பிரிட்டன்தான். ஆனால் அதை நடைமுறைக்காகக் கறந்த இடம் சீனா. ஆகவே உலகம் முழுக்க சீனாவையே இதற்கு மூலமாகக் கொள்வது இயல்பே. 'பிறந்திடத்தை நாடுதே பேதை மடநெஞ்சம் கறந்திடத்தை நாடுதே கண்' என்று சான்றோர் சொன்னதை கூர்க. இன்று உலகமெங்கும் கற்றோர் மற்றும் காசுள்ளோரிடம் செல்வாக்குடன் இருக்கும் மோவாயிசம் உலகின் மிகப் பிரபலமான இசங்களில் ஒன்று என்றால் மிகையல்ல.

பதினேழாம் நூற்றாண்டு இங்கிலாந்தில் நீளமான கழுத்தே அழகெனக் கொள்ளப்பட்டது. காரணம் ஆங்கிலோ சாக்ஸன்களுக்கு பொதுவாக நீளமான கழுத்து இருந்தது. ஆங்கிலோ சாக்ஸன்கள் இங்கிலாந்துக்கு குடியேறியவர்கள். ஒரு நாட்டில் குடியேறியவர்கள் அந்நாட்டு பூர்வகுடிகளைவிட இனமேன்மை கொண்டவர்கள் என்ற உயிரியல் உண்மை ஆங்கிலோ சாக்சன்களால் நிறுவப்பட்டது. ஆகவே நீள்கழுத்து உயர்வானதாகவும் அழகானதாகவும் எண்ணப்பட்டது.

அக்கால இங்கிலாந்தில் மேல்சட்டைகளில் ரஃபிள் (ruffle) என்று அழைக்கப்பட்ட குட்டைத்துணியை கழுத்தைச்சுற்றி வரும்படி அமைக்கும் வழக்கம் இருந்தது. அந்தச் சட்டையானது பற்பல மடிப்புகளுடன் உடலோடு ஒட்டியதாக இருக்கும். இந்த ஆடை கெமீஸ் என்று அழைக்கப்பட்டது. அக்கால அகராதி ஒன்றில் அது

'கனவான்கள் படுக்கையில் கடைசியாக கழற்றும் ஆடை' என்று அர்த்தம் அளிக்கப்பட்டிருந்தது. இது கெட்ட அர்த்தம் அளிக்கலாமென்பதனால் 'படுக்கையில் இருந்து எழுந்ததும் முதன் முதலாக அணிவது' என்று திருத்திக்கொள்ளும்படி மேன்மைதங்கிய மகாராணியின் ஆணை இருந்திருக்கிறது.

கெமீஸ் என்ற சொல்லின் மூலத்தைத் தேடிச்சென்றால் கெமிசியா என்ற இத்தாலியச் சொல்லைச் சென்றடைகிறோம். அது அதே சொல்லால் ஆன லத்தீன் சொல்லில் இருந்து வந்தது. அந்த லத்தீன் சொல்லுக்கு குஆமிஸ் என்ற அராபிய சொல்லும், அதற்கு கமீஸ் என்ற பாரசீகச் சொல்லும், அதற்கு வேறு எழுத்துக்களில் கமீஸ் என்றே ஒலிக்கும் இந்திச் சொல்லும், அதற்கு அந்த ஆடையும் மூலமாக இருந்துள்ளதை சரித்திரம் காட்டுகிறது.

மொகலாய ஆட்சிக்காலத்தில் சேடிப்பெண்கள் அணிய எளிதில் கழற்றும்படி ஒரு ஆடையை கண்டுபிடிக்கும்படி மாமன்னர் ஷாஜகான் ஆணையிட்டதாகவும் அரசவை ஆடைநிபுணர் மொகம்மது அல் மொகம்மது அதை வடிவமைத்ததாகவும் அவருக்கு டெல்லி அரண்மனையின் மாபெரும் தூண்களுக்கு சுற்றப் பட்டிருந்த பட்டுத்திரை தூண்டுதலாக இருந்ததாகவும் சரித்திரம் சொல்கிறது. அந்த ஆடையில் கழுத்தில் அணியப்பட்டிருந்த ஒரு பட்டியில் முகவாயருகே அமையும் ஒரு முடிச்சை மாமன்னர் இழுத்ததும் ஆடை ஒட்டுமொத்தமாக விலகும் பண்புநலன் கொண்டதாக இருந்தது. ஆட்சியாளர்கள் சிலைகளைத் திறந்து வைக்கும் மரபு இவ்வாறுதான் உருவாகியது.

அந்தப் பட்டியும் முடிச்சும் முறையே பாரசீகம், அரேபியா வழியாக இத்தாலி சென்று இங்கிலாந்துக்கு வந்தபோது அதற்கு இங்கிலாந்தில் பெருத்த வரவேற்பிருந்ததில் ஆச்சரியமில்லை - ஏனென்றால் இதற்கெல்லாம் யாரும் ஆச்சரியம் கொள்வதில்லை. இந்தப் பட்டியை ஆங்கிலேய ஆடைநிபுணர்கள் பலவாறாக ஆய்வு செய்தபின் அதை ரஃப் (ruff) என்ற கழுத்தாடையாக மாற்றிக் கொண்டார்கள். தாடையாடை என்பதும் பொருத்தமே. இது மனிதர்களின் கழுத்தைச்சுற்றி வட்டமாகவோ அல்லது சாத்தியமான பிற வடிவங்களிலோ அமையும்.

ஆண்கள், பெண்கள் மற்றும் மதகுருக்கள் இந்த ஆடைத்துணுக்கை அணிந்தார்கள். மேலிருந்து பார்க்கும் தேவதூதர்களுக்கு மனித உடல் தெரியாமல் தலைமட்டும் ஒரு தாம்பாளத்தில் தெரிவது போல தோன்றவேண்டுமென்பதே இதன் இறையியல் விளக்கமாகும். போதையில் சிந்தும் மது ஆடையில் விழாமல் தடுக்கிறது என்பது நடைமுறை விளக்கம்.

ரஃப்-ஐ முடிந்த வரை பெரிதாக அணிவதை பதினாறாம் நூற்றாண்டு பிரிட்டிஷ் குடிகள் குடிப்பெருமிதமாகக் கருதினார்கள். ஆங்கில அரசைக் கைப்பற்றிய ஆங்கிலோ சாக்ஸன்கள் இதை ஒரு போட்டியாக முன்னெடுத்தனர். நீளமான கழுத்து காரணமாக பிறர் அவர்களிடம் போட்டியிட முடியாத நிலை ஏற்பட்டது. அக்காலத்தில்தான் போர்ரிஜ் எனப்படும் ஓட்ஸ் கஞ்சியை போதையில் ரஃப் மீது கொட்டிக்கொண்ட விஞ்செஸ்டர் கோமகனின் சலவைக்காரர் ஒருவர் ஆடைகளுக்கு கஞ்சி போடுவதைத் கண்டுபிடித்தார். அதன் பின்னர் ரஃப்கள் மேன்மேலும் ஆண்மை கொள்ள ஆரம்பித்தன.

ஒரு தர்மசங்கடமான சந்தர்ப்பத்தில் தன் ஆசைக்கிழத்தி தன்னைப் பற்றிச் சொன்ன சொற்றொடர் ஒன்றில் இருந்து ரஃப்களுக்குள் ஏன் கம்பு அல்லது சிம்பு வைத்துக் கட்டக்கூடாது என்ற எண்ணத்தை அடைந்த கோமகன் ஒருவர் அதில் இறங்க ஒரு கட்டத்தில் ரஃப் இரண்டடி அகலத்தைக்கூட எட்டியது. இதில் வண்டிச்சக்கர ரஃப் என்ற ஒன்று பிரபலமாக இருந்தது. மழையில் நனைந்து சென்றால் உடலில் ஒரு துளி நீர் படாது என்பது இதன் சிறப்பியல்பு.

பதினாறாம் நூற்றாண்டுக்குப் பின்னர் ரஃப் காலராக உருவம் மாறியது. காலரை கஞ்சிபோட்டு விரைப்பாக்கி கழுத்தைச் சுற்றி நிறுத்திக்கொண்டார்கள். கம்பிகள் மூலம் அவை மோசமான வானிலையிலும் தாக்குப்பிடிக்கச் செய்தார்கள். இக்காலகட்டத்தில் ஆங்கிலோ சாக்ஸன்கள் மற்ற இனங்களில் பரவி ஊடுருவி விட்டிருந்தமையால் நீள்கழுத்து இனமேன்மையாக அமையாது போய்விட்டதென்றாலும் உயரமான காலர் மேட்டிமைச் சின்னமாக நீடித்தது.

உயரமான காலர் அமைத்துக்கொண்ட மனிதர் கழுத்தை வளைக்க இயலாது. அவரது மோவாய் முடிந்தவரை மேலே தூக்கி இருந்தாக வேண்டியிருக்கிறது. பின்னர் காலர் இல்லாதபோதுகூட இவ்வாறு மோவாய் மேலே தூக்கி இருப்பது உயர்குடிப்பிறப்பாக கருதப்பட்டது. பிற்பாடு இது பெருமிதத்தின் உடல்மொழியாகியது. நாட்டுப்பற்றுக்கு அடையாளமாக மாறியது. முகவாயை உயரத் தூக்கியபடி போரில் சாவதே சிறந்த பிரிட்டிஷ் வீரனின் பிறவிப்பயன் என்று எண்ணப்பட்டது.

ஆனாலும் ஆங்கிலத்தில் இதை ஒரு சொலவடையாக ஆக்கியது பென்சில்வேனியா செய்தியிதழான த ஈவினிங் டெமகிராட் என்றும் 1900த்தில் அது வெளியிட்ட கட்டுரை ஒன்றில் Keep your chin up என்ற சொல்லாட்சி பயன்படுத்தப்பட்டிருந்ததாகவும் கலைக் களஞ்சியம் சொல்கிறது. ஆச்சரியகரமாக இங்கே அது ஒரு

ஆரோக்கியக் குறிப்பாகவே பயன்படுத்தப்பட்டது. அன்றைய அமெரிக்கச்சாலையில் ஒருவர் மோவாயைத் தூக்கியபடி தூரத்தை மட்டுமே பார்த்து நடந்தால் நாற்றமடிக்கும் தரையின் சேற்றைப் பாராமல் வந்து விடமுடியும். அவ்வாறு செல்பவரே மேல்குடி என்று கருதப்பட்டது.

இவ்வாறு மோவாயை மேலே தூக்குவதற்காக சின் அப் என்ற உடற்பயிற்சிமுறை கண்டுபிடிக்கப்பட்டது. ஒரு கம்பியைப் பிடித்தபடி எம்பி உடலைத் தூக்கி மோவாயை அதற்கு மேலே எழுப்ப முயல்வது இது. பிரிட்டிஷ் ராணுவத்துக்கு அளிக்கப்பட்ட இப்பயிற்சி உலகமெங்கும் பரவலாகியது.

இவ்வாறுதான் மோவாயிசம் பத்தொன்பதாம் நூற்றாண்டில் ஒரு சிந்தனைப்போக்காக உருவம் கொண்டது. ஒரு கோட்பாடாக இதை இவ்வாறு வகுக்கலாம்: 'சிறிய விஷயங்களை முழுமையாக உதறிவிட்டு தனக்குரிய பெரிய விஷயங்களில் மட்டுமே ஈடுபடும் பெரியமனிதப்போக்கு.' இதை 'தொலைவை மட்டும் பார்த்து வழியில் தடுக்கிவிழும் போக்கு' என்றும் சொல்வதுண்டு.

மோவாய் தமிழிலே நாடி என்று சொல்லப்பட்டிருக்கிறது. நாடிவாதம் என்று தொல்தமிழர் இதை வழங்கினர். உலகில் உள்ள எல்லாவற்றைப்பற்றியும் பேசியிருக்கும் தொல்தமிழ் முதனூலான குறளில் இதைப்பற்றி சொல்லப்பட்டிருப்பதில் ஆச்சரியமில்லை. தமிழெதிரிகளின் ஆச்சரியம் கணக்கில் கொள்ளப்படாது. 'நோய்நாடி நோய்முதல் நாடி அதுதணிக்கும் வாய்நாடி வாய்ப்பச் செயல்' என்கிறார் செந்நாப்போதார்.

'நாடியைத் தூக்கி வைத்துக்கொள்ளுதல் என்பது ஒரு நோய். அந்த நோய்க்கு ஆதாரமாக இருப்பது மோவாயே. அந்த மோவாயை தாழ்த்திக்கொள்வதற்கு அவசியமாக இருப்பது மனிதனின் வாய். அந்த வாயை வாய்ப்புள்ள அளவில் பயன்படுத்திக்கொள்ள வேண்டும்' இதுவே இக்குறள் கூறும் பொருளாகும். குறளாசிரியர் மோவாயிசத்தை ஒரு தீங்கெனவே எண்ணினார் என்பதும் அதற்கு வாயைப்பயன்படுத்தும்படி சொன்னார் என்பதும் தெளிவு. வாயை எப்படி பயன்படுத்துவதென்று அவர் சொல்லவில்லை. அதை நாம் சித்த மருத்துவத்திலேயே தேடவேண்டும்.

மோவாயிசம் இந்திய மரபில் பல வடிவங்களில் இருந்துள்ளது. சமூக வாழ்க்கையில் இதன் வண்ணங்கள் பல நடைமுறைகளாக நீடிக்கின்றன. தமிழ்நாட்டில் மோவாயைத் தூக்குவதற்காக மேல்துண்டு பயன்படுத்தப்பட்டிருக்கிறது. வெற்றிலைச்சாற்றை முன்வாயில் கீழுதட்டுக் கிண்ணத்தில் தேக்கிக்கொள்வதும்

பண்ணையார்களிடம் வழக்கமாக இருந்திருக்கிறது. நள்ளிரவில் குடைபிடிப்பதும் ஏதோ ஒரு காலத்தில் இருந்ததற்கு ஆதாரம் உள்ளது.

அறிவுலகில் மோவாயிசத்தின் செல்வாக்கைப்பற்றியே நாம் மையமாகக் கருதவேண்டும். தமிழில் நெடுங்காலம் இலக்கணமே மோவாயிசத்தின் ஆயுதமாக இருந்தது. இலக்கியத்தின் எல்லா பாடுபொருட்களையும் திருணமாகக் கருதி காலெடுத்து வைத்துச் செல்வதுதான் அறிஞர் வழக்கம். இதற்கு தொல்காப்பியர் எழுதிய தொல்காப்பியம் பயன்பட்டது. ஆகவே, தொல்காப்பியருக்கு திருணதூமாக்கினி என்ற பெயர் அளிக்கப்பட்டிருந்தது. இந்நூல் அறிஞர்களுக்கு மட்டும் அவர்கள் விரும்பிய பொருளை அளிக்கத்தக்கதாக இருந்தது.

பின்னர் இந்நூலின் நடையை ஒட்டி ஒரு நடை உருவாக்கப்பட்டது. இதை மோவாயிசத் தமிழ்நடை என்று சொல்லலாம். ‘கொடிதாகிய புலியின் உருவொப்ப வேங்கை பூத்ததென்றதனை களவின்கட் பெறாநின்ற இன்பம் நீங்குதலிற் கொடிதுபோற் றோன்றி கற்பின்கண் இல்லறப் பயனொடு கூடிப் பேரின்ப நுகர்வுக்கிடமாகுந் தன்மையினாற்...’ என்று செல்லும் நூல்களை மோவாயைத் தூக்கி வைத்தாலொழிய வாசிக்க இயலாது. வாசிப்பவர் மோவாயும் மேலே செல்லும் என்பர்.

வடமொழியில் மோவாயிசம் பெரும் செல்வாக்கைச் செலுத்தியது. வடமொழியே மோவாயிசமாக பின்னர் விளங்க ஆரம்பித்தது. இது மணிப்பிரவாளம் என்று தமிழில் சொல்லப்பட்டது. ‘அநாதிக்காலம் திறந்து கிடந்த வாசலெல்லாம் நுழைந்து எல்லாராலும் பரிபூதனான நான் தேவரீர் உகந்து தொட்டாலும் எதிர்த்தலைக்கு அகத்தியை விளைவிப்புக்கும் நிஹீதயை உடைய நான்...’ என்று இம்மொழி நீளும்.

பின்னர் தமிழில் நவீன இலக்கியங்கள் தோன்றலாயின. இவற்றில் நவீன மோவாயிசம் ஒன்று உருவாகி வந்தது. இதன் பிறப்பிடம் சென்னைப் பல்கலைக்கழகம் என்று வரலாற்றாசிரியர்கள் சொல்வதுண்டு. அங்கே வெள்ளைய ஆசிரியர்கள் உள்ளூர் மாணவர் களுக்கு ஆங்கில இலக்கியத்தைச் சொல்லிக்கொடுத்தார்கள். ஷேக்ஸ்பியரையும் கூல்ரிட்ஜையும் மோவாயைத் தூக்கியபடி சொன்னால் மட்டுமே அழகாக இருக்கும் என்பது பிரிட்டிஷ் அழகியல் கோட்பாடு. அவ்வாறு மோவாயிசத்தைப் பழகியவர்கள் தமிழையும் அவ்வண்ணமே கற்று எழுத ஆரம்பித்தபோது புதுவகை மோவாயிசம் உருவாகியது.

இத்தகைய மோவாயிசம் இட்டிலித்தட்டில் இடியாப்பம் பிழிந்தது போன்ற மொழிநடை ஒன்றை உருவாக்கியது, ஆங்கிலத்தில் பிழிந்த தமிழ். சிக்கலை விடுவிக்காமல் அப்படியே சாப்பிடவேண்டும் என்று தெரியாத பாமரர்கள் இருட்டில் முட்டிமோதுகையில் மோவாயிசர்கள் மகிழ்ச்சியாக இதில் திளைத்தார்கள். ‘ஓர் எழுத்து எந்த அளவுக்கு புரியாமல்போகிறதோ அந்த அளவுக்கு அது பன்முக அர்த்தங்களை அடையும்’ என்ற தேற்றம் செல்வாக்கு பெற்றது. படிமம், அழகியல் என்று இவர்களுக்கென தனியான கலைச்சொற்கள் உண்டு.

இவர்களைப்பற்றி ‘ஊருக்கு நாலுபேர்’ என்ற பிரபல நவீனம் எழுதப்பட்டிருக்கிறது. ஊர் என்றால் இங்கே மாவட்டம் என்று பொருள்படுகிறது. ‘அந்த நாலுபேருக்கு நன்றி’ என்ற உருக்கமான பாடல் இவர்களைப்பற்றியதே. இவர்கள் மூக்கருகே முலை போட்ட படம் அச்சடிக்கப்பட்ட சிற்றிதழ்களில் எழுதினார்கள். இந்த மொழியில் பற்பல பரிசோதனைகள் செய்யப்பட்டன. அவற்றின்மூலம் இருந்தபெரும் தமிழணங்கை பல்வேறு யோகாசன நிலைகளில் குந்தச்செய்தனர்.

மோவாயிசத்தில் பிற்போக்கு, முற்போக்கு என்று இரு மரபுகள் உண்டு. முதலாளிகளை ஒழித்து தொழிலாளர்களின் சர்வாதி காரத்தை உருவாக்குவதற்காக உழைக்க முன்வந்த முதலாளிவீட்டு பிள்ளைகளால் இந்தியாவில் மார்க்ஸியம் அறிமுகம்செய்யப் பட்டது. இவர்கள் லண்டனில் பார்-அட்-லா படிக்கச்சென்றபோது பூங்காப் பிரசங்கங்கள் வழியாக அதைக் கற்றார்கள். இங்கே வந்து ரயிலைக் கவிழ்ப்பது, கறுப்பு டீ சாப்பிடுவது, தொழிற்சங்கம் நடத்துவது, ஆங்கில நாளிதழ்களை நடத்துவது, நாடாளுமன்றம் செல்வது, அரசுகளை ஆள்வது முதலிய செய்கைகள் வழியாக இவர்கள் அதைப் பரப்பினார்கள்.

இந்தத் தரப்பு தங்களை முற்போக்கு என்று சொல்லிக்கொண்டது. முற்போக்காக இருக்கும்பொருட்டு இவர்கள் சிலரைப் பிற்போக்கு என்று திட்ட ஆரம்பித்தார்கள். இவ்வாறு மோவாயிசத்தில் உருவான பிரிவினைச் சிந்தனையில் பெரும் பிளவாக மாறியது. முற்போக்கு மோவாயிசம் கோட்பாட்டுமொழியை உருவாக்கியது. அதற்கு வர்க்கம், உபரி, பாட்டாளி, அடிக்கட்டுமானம் போன்ற பல புது கலைச்சொற்கள் உருவாகிவந்தன. அடிக்கட்டுமானத்தைக் கோவணம் என்று புரிந்துகொள்பவர்கள் பாட்டாளிகள். அது மேல்கட்டுமானத்துக்கு அடியில் இருப்பது என்று புரிந்து கொள்பவர்கள் கட்சித்தோழர்கள்.

ஆனால், மேல்கட்டுமானத்தை சொந்தமான புரிதலுக்கு ஆளாக்குபவர்கள் தோழர்களால் லும்பன்கள் என்று வையப்பட்டார்கள். நாளடைவில் கலைச்சொற்கள் பிறருக்குப் புரிய ஆரம்பிக்கும்போது

அவற்றை மாற்றிவிடுவது முற்போக்கு மோவாயிசத்திலும் வழக்கம் தான். பிற்போக்கு, முற்போக்கு மோவாயிசங்கள் கலைச்சொற்களை ஒருவருக்கொருவர் பரிமாறிக்கொள்வதுமுண்டு. சோஷலிச யதார்த்த வாதம் போன்று உலோகக்கலவைகள் இவ்வாறு உருவாகி வந்தன.

மோவாயிசத்தின் கடைசி நிலை என்று சொல்லப்படுவது முற்போக்குக்கும் முற்போக்கு. இவர்களின் வழி நேரடிப் புரட்சியாகும். இது காடுகளுக்குள் செய்யப்படுகிறது. காடுகளுக்குள் பழங்குடிகள் மட்டும் இருப்பதனால் அவர்களைக்கொண்டு இது நிகழ்த்தப்படுகிறது. அதற்கு முதலில் கோட்பாட்டுப்பயிற்சி அளிக்கப்படுகிறது. கோட்பாட்டின் மையம் துப்பாக்கியின் விசை. அதைச் சுட்டுவிரலால் அழுத்துவதே கோட்பாட்டுச் செயல்பாடு. துப்பாக்கிமுன் எவர் நிற்கவேண்டும் என்பதை தலைமை முடிவு செய்கிறது. தலைமையை கேள்விகேட்காமல் அங்கீகரிப்பது தொண்டர்கள் துரோகிகளாக ஆவதில் இருந்து பாதுகாக்கும்.

இந்த மோவாயிசத்தை இவர்கள் மாவோயிசம் என்று பிழையாக அழைக்கிறார்கள். இதன் தலைவர்கள் தலைமறைவாக இருக்கிறார்கள். அவர்களுக்கு கட்டளையிடுபவர்கள் மட்டுமே அந்தத் தலைகளைப் பார்க்கமுடியும் என்ற நிலை நிலவுகிறது. தலைகள் மாறினாலும் தலைமை மாறாமலிருக்க இது ஒரு சிறந்த வழியாக அமைகிறது. மோவாய் தூக்கியிருப்பதனால் இவர்களின் கண் எப்போதும் டெல்லியை நோக்கியே இருக்கும். வழியே காலில் இடறும் சின்ன ஊர்களின் சின்ன பிரச்னைகளைக் கவனிக்கமுடியாது.

டெல்லியைக் கைப்பற்றியதும் முதல் வேலையாக இவர்கள் வறுமையை ஒழிப்பார்கள். வறுமையால் அதுவரைக்கும் ஒழிந்தவர்கள் போக எஞ்சியிருப்பவர்களுக்கு மீட்பு கிடைக்கும் என இவர்கள் சொல்கிறார்கள். இவர்களின் தொண்டர்கள் மட்டுமே எஞ்சியிருப்பார்களாதலால் அது சாத்தியமும்கூட. இவர்களின் ஆதர்ச தலைவரான போல்பாட் நாட்டின் மக்கள்தொகையைப் பாதியாகக் குறைப்பதன் மூலம் உணவுப்பஞ்சத்தைப் பாதியாகக் குறைத்து அதற்கு வழிகாட்டியிருக்கிறார்.

மாவோயிசம் மோவாயிசமே என்பதற்கு அவர்களின் சீருடைகளும் மொழிகளுமே சான்றாக உள்ளன. இந்த மோவாயிசம் பிற மோவாயிசங்களில் இருந்து முற்றிலும் மாறுபட்டது. இது உண்மையில் மற்ற மோவாயிசங்களை முழுமையாக ஒழித்துக்கட்ட எண்ணக்கூடியது. ஏனென்றால், இது மோவாயிசங்களால் புறக்கணிக்கப்பட்ட ஏழைமக்களுக்காக உருவான மோவாயிசமாகும்.

- ஜூலை 4, 2012

99

மாடல்ல மற்றையவை

நாகர்கோயில் பண்பலை வானொலியைக் காலையில் அருண்மொழி கேட்பாள். அதில் ஒரு வரி ஒரு வார்த்தைகூட அவள் காதில் விழாது. காரணம் அவள் அதைக்கேட்பதே நேரம் காட்டும் ஒலியாகத்தான். காலையில் அலுவலகம் செல்வதற்காக அவள் பதினாறு கைகளுடன் வேலை செய்துகொண்டிருக்கும்போது குறைந்து குறைந்து வரும் நேரத்தை அது அவளுக்கு ஒலித்துக் காட்டுகிறது. காலை எழுந்ததும் 'ஏ ரீங்கா ரிங்கா' போன்ற கனிவு கொடுக்கும் பாடல்கள். கீழே பேப்பர் வாசிக்க வரும்போது அதை நானும் கேட்பேன். அவ்வப்போது சில விஷயங்கள் காதில் நுழையும். மண்ணடிக்கோணம் அம்புறோஸ் அவர்களின் பேட்டி போல.

பேட்டியாளர் கனத்த ரேடியோக்குரலில் கேட்க மண்ணடிக் கோணத்தார் தன் முன்னால் மைக் இருப்பதை சில கணங்களில் மறந்துவிட்டதாகத் தெரிந்தது. 'வணக்கம் திரு மண்ணடிக்கோணம் அம்புறோஸ் அவர்களே. நீங்கள் பால்மாடுகள் வளர்ப்பதில் நீண்ட அனுபவம் உடைய மூத்த விவசாயி என்ற முறையில் நாகர்கோயில் பண்பலை வானொலிக்காக உங்களைப் பேட்டி எடுப்பதில் பெருமகிழ்ச்சி அடைகிறேன்.'

'வோ... சேரி.'

'நன்றி. நீங்கள் இந்தமாதிரி பால்மாடுகளை எவ்வளவு வருடங்களாக வளர்த்துவருகிறீர்கள்?'

‘அது கெடக்குல்லா ஒருபாடு காலம்... கொறே காலமாச்சு கேட்டியளா?’

‘எவ்வளவு வருடம் என சொல்லமுடியுமா?’

‘நான் சின்னபிள்ளையா இருக்கும்பம் தொடங்கினதாக்கும்.’

‘உங்கள் வயது எவ்வளவு?’

‘எளுவது இருக்குமா? நீங்க என்ன நினைக்குதிய?’

‘அப்படியென்றால் கிட்டத்தட்ட எழுபது வருடங்களாக நீங்கள் மாடு வளர்த்து வருகிறீர்கள் என்று சொல்லலாமா?’

‘இல்ல பிள்ள, எனக்க அப்பனும் மாடாக்கும் வளத்தது...’

‘நன்றி... இந்த எழுபது வருட அனுபவத்தில் நீங்கள் சில கருத்துகளை சொல்ல முடியுமா?’

‘வோ.’

‘சொல்லுங்கள்’.

‘மாடு வளக்கியது நல்லதாக்கும்.’

‘சரி... நீங்கள் எவ்வளவு மாடுகளை வளர்க்கிறீர்கள்?’

‘நாலு... மூணு ஜெழ்சி ஒரு கூஸா... பிறவு ஒரு எருமையும் உண்டு... அதுகளுக்க கண்ணுகுட்டிகளை சேக்கபிடாதா சேக்கலாமா?’

‘நன்றி ஐயா... நீங்கள் மாடு வளர்க்கும் முறையை விளக்க முடியுமா?’

‘செம்மையா வளக்குதேன்... வோ.’

‘அதில்லை... நீங்கள் காலையில் எழுந்ததும் மாடுகளை கவனிப்பீர்களா?’

‘வோ... நான் காலத்த ஒரு நாலு மணிக்கு எந்திரிப்பேன்... ஒடனே பாலு கறவையாக்கும்... கறந்து தீர எப்பிடியும் அஞ்சு ஆவும்... பாலைக்கொண்டுசெண்ணு கடைகளிலே குடுத்திட்டு ஆறரைக்கு வந்திருவேன்...’

‘வந்ததும் என்ன செய்வீர்கள்?’

‘பளஞ்சி குடிப்பேன்.’

‘இல்லை ஐயா... மாடுகளுக்கு என்ன செய்வீர்கள்?’

‘மாடுகள குளிப்பாட்டுவேன்... மாடுகள காலம்ப்ற குளிப்பாட்டுகது

நல்லதாக்கும்... சாணமெல்லாம் இருக்கும் பாத்தியளா? எல்லாம் நல்லா வைக்கப்பிரி இட்டு தேச்சு களுவினா நல்லா மேயும்... இல்லேன்னா அதில ஈச்சயும் உண்ணியும் கடிச்சு மேயாது பாத்துக்கிடுங்க.'

'எத்தனை மணிக்கு குளிப்பாட்டி முடிப்பீர்கள்?'

'ஆத்திலகொண்டுபோயி குளிப்பாட்டி வாறதுக்கு எப்பிடியும் எட்டாயிடும்...'

'பிறகு என்ன செய்வீர்கள்?'

'உடனே மாடுகளுக்கு வெள்ளம் குடுக்கணும்லா? நல்லா புண்ணாக்கும் கஞ்சிவெள்ளமும் எல்லாம் இட்டு கலக்கி குடுப்பேன்... எள்ளுப் புண்ணாக்கு நல்லது. தேங்காப் புண்ணாக்கு வெல கூடுதலாக்கும்.'

'அரிய கருத்து ஐயா... அதன்பின் என்ன செய்வீர்கள்?'

'மாடுகள கொண்டுபோயி வயலிலயோ இல்லேன்னா வெளையிலயோ கெட்டுவேன்... மேயணும்லா?'

'சரி, நீங்கள் என்ன செய்வீர்கள்?'

'நான் கடவத்த எடுத்துகிட்டு புல்லு பறிக்க போவேன்லா?'

'எப்போது திரும்பி வருவீர்கள்?'

'அது ஆவும், ஒரு மூணு நாலு மணி... நாலுமாட்டுக்கும் புல்லு வேணும்லா? கறக்குத மாட்டுக்கு நல்லா பச்சப்புல்லு வேணும்... உணக்க வைக்கலு தின்னா அது பீச்சும்... பாலு அம்பிடும் பீச்சலாட்டு போயிரும்லா?'

'முக்கியமான கருத்து ஐயா... அதன்பின்னர் என்ன செய்வீர்கள்?'

'பருத்திக்குரு ஊறவச்சுகிட்டாக்கும் நான் புல்லறுக்க போறது... அதை ஆட்டுக்கல்லிலே இட்டு ஆட்டி பாலெடுப்பேன்... பசுவுக்கு பருத்திப்பால் நல்லதாக்கும்... பாலு ஊறும்.'

'முக்கியமான தகவல் ஐயா... அதை கொடுத்து முடித்ததும் என்ன செய்வீர்கள்?'

'சாயங்காலம் பாலு கறக்கணுமே? அதை கறந்துகொண்டு கடையிலே குடுத்திட்டு ஒரு அஞ்சரைக்கு வந்திருவேன்... வந்ததும் மாடுகள பின்னயும் குளிப்பாட்டுவேன்.'

‘இரண்டுமுறை குளிப்பாட்டுவீர்களா?’

‘மேயும்பம் சாணம் பட்டிருக்கும்லா... அப்டியே கெட்டினா கொசு கடிக்குமே...’

‘சரி ஐயா.’

‘கொசுவும் ஈச்சயும் கடிச்சு ரெத்தம் உறிஞ்சினா பசு தீனி எடுக்காம நிக்கும்... அதனால சாயங்காலம் அதுக்க ஒப்பம் தொளுத்தில இருப்பேன்...’

‘இருந்து என்ன செய்வீர்கள்?’

‘பொகை போடுகது... பலசரக்கு கடையிலே போயி நல்லா உள்ளித்தோலுகொண்டுவருவேன்... அதை தீயில போட்டாக்கும் பொகையிடுகது...’

‘உள்ளித்தோல் என்றால் என்ன என்று சொல்ல இயலுமா?’

‘உள்ளின்னா சவாளாவாக்கும்.’

‘சவாளா என்றால்?’

‘சவாளான்னா இந்த இது இருக்குல்லா... பெல்லாரி...’

‘மன்னிக்கவேண்டும், பெல்லாரி என்றால் என்ன?’

‘பெல்லாரின்னாக்க... பெரியவெங்காயம்னு பாண்டியில சொல்லுவானுகள்லா?’

‘பெரிய வெங்காயம்... சரி... அதன் தோலைப் போட்டு புகை போடுவீர்கள்... பிறகு?’

‘பிறவு ஒரு சுருளு கொசுமருந்தும் கொளுத்தி வைக்கணும்...’

‘ஏன்?’

‘பொகைத்தீ அணஞ்சிரும்லா?’

‘இப்படி எவ்வளவு நேரம் செய்வீர்கள்?’

‘எவ்வளவு நேரம்னு இல்ல... ஒறக்கம் வாறது வரைக்கும் செய்யிலாம்.’

‘எப்போது உறக்கம் வரும்?’

‘மேஞ்ச பசுவில்லா? ஒரு பத்துபத்தரைக்கு உறங்கிரும்... அதுக்குப்பிறவு நான் போயி வெந்நி போட்டு குளிச்சிட்டு இம்பிடு சுக்கும்வெள்ளம் குடிச்சிட்டு படுப்பேன்... காலத்த

எந்திரிக்கணும்லா?'

'பசுக்களை அருமையாக வளர்க்கிறீர்கள் ஐயா.'

'வோ, நான் அதுகள பெத்த பிள்ளையள மாதிரியாக்கும் வளக்குதது...'

'நன்றி ஐயா... மாடுகளைப் பராமரிப்பது பற்றி அருமையாக விளக்கினீர்கள்... இந்த பால்மாடு வளர்ப்பால் உங்களுக்கு எவ்வளவு வருடாந்தர நிகர ஆதாயம் கிடைக்கிறது?'

'என்ன சொன்னிய?'

'அதாவது உங்களுக்கு கிடைக்கும் லாபம் என்ன?'

'வோ?'

'லாபம்? என்ன லாபம்?'

'லாபமா? நட்டம்!'

'மன்னிக்கவும் ஐயா... பசுக்களை வளர்ப்பதனால் உங்கள் நிகர லாபம்...'

'மாசம் ஒரு ரெண்டாயிரம் ரூவா வரை கைநட்டம் வரும். அத எனக்க மவன் குடுப்பான்... அவன் பள்ளிக்கொடத்திலே வாத்தி யாராக்கும்... பணம் தாறப்ப நாலு கடுத்தவார்த்த சொல்லுவான்... ஆனா தருவான். நல்ல பயலாக்கும்...'

'விவசாயிகள் பால்மாடு வளர்ப்பதில் உள்ள நிகர லாபம்... அதாவது...'

'பிள்ள இஞ்ச பாக்கணும்... லாபம் பாத்தா பசுவ வளக்கமுடியாது... லாபத்தக் கண்டா நாம பிள்ளையள வளக்கோம்? என்ன சொல்லுதிய?'

'வணக்கம் ஐயா. அருமையான கருத்துகளை சிறப்பாக எடுத்துச் சொன்னீர்கள். நன்றி. வணக்கம் நேயர்களே. இதுவரை பால்மாடு வளர்ப்பதைப்பற்றி தெரிந்துகொள்வதற்காக விவசாயி மண்ணடிக் கோணம் அம்புறோஸ் அவர்களை சந்தித்தோம்...'

- *பிப்ரவரி 26, 2012*

100

‘வாழ்க பல்லாண்டு. வாழ்க நலம் சூழ’

‘இப்ப கொஞ்சநாளாவே இங்கதான் வந்திட்டிருக்கேன் சாமி. பைல்ஸ் இருக்கு. மூட்டு ஆப்பரேஷனும் பண்ணிட்டிருக்கேன்... இருந்தாலும் விடாப்பிடியா வந்திட்டிருக்கேன்...’

‘நீங்க எங்க கோர்ஸுகளை விடாம ஃபாலோ பண்ணினீங்கன்னா-’

‘எல்லா கோர்ஸும் முடிச்சாச்சு சாமி. சொல்லப்போனா கோர்ஸுகளிலே நான்தான் ஃபஸ்ட். வெள்ளிக்கிண்டிகூட பிரைஸா குடுத்தாங்க.’

‘வெரிகுட்...’

‘அதெல்லாம் சிஸ்டமேட்டிக்கா பண்ணிடுவேன்... எல்லா ஹேண்ட்புக்கையும் கரெக்டா படிச்சிருவேன். பிராக்டீஸெல்லாம் கரெக்டா பண்ணுவேன்.’

‘வைபரேஷன் இருந்திருக்குமே.’

‘நான் ஆஃப் மோடிலே போட்டுக்கறது... சார்ஜ் தீராது பாத்தீங்களா?’

‘வெரிகுட்.’

‘அப்றம் கேட்டேன், மேக்கொண்டு கோர்ஸ் ஒண்ணும் கெடையாதுன்னு சொல்லிட்டாங்க. ஆனா என்னோட பிராப்ளம் அப்டியேதான் இருந்தது. அதை நாலஞ்சு கேள்வியா கேட்டேன். பரமானந்தாவும் ஆத்மானந்தாவும் சத்யானந்தாவும் நீங்க இத சித்குருகிட்டேதான் கேக்கணும்னு சொல்லிட்டாங்க... சரீன்னு ஆறுமாசமா வெயிட்பண்ணி இந்த ஒன்னவர் அப்பாயின்மெண்டை வாங்கியிருக்கேன்... எனக்கு நீங்கதான் வழிகாட்டணும்.’

‘கேளுங்க.’

‘சாமி, வாழ்க்கைக்கு என்ன அர்த்தம்?’

‘புரியலை.’

‘அதாவது நாம எதுக்காக பிறக்கிறோம் எதுக்காக வாழறோம் எதுக்காக சாகறோம்?’

‘இதைத்தான் நசிகேதன்-’

‘கடோபநிஷத் கிளாஸ்லாம் அட்டெண்ட் பண்ணிட்டேன். நான் கேக்குறது எனக்குண்டான பதிலை... நீங்க வழிகாட்டணும்.’

‘சரி, அப்ப ஒண்ணு பண்ணுவோம்... நீங்க உங்க வாழ்க்கைய விரிவா சொல்லுங்க... நான் அதுக்கான அர்த்தமென்னன்னு சொல்றேன். சரியா?’

‘சரிங்க சாமி...’

‘உங்கபேரு, அப்பா அம்மா பேரு, ஊரு, வேலை, குடும்பம் மத்த டீடெயிலெல்லாம் ஏற்கெனவே ஃபைலிலே இருக்கு. பாத்துட்டேன். நீங்க சொல்லவேண்டியது சம்பவங்கள... உங்க ஞாபகத்திலே என்ன இருக்கோ அதை வரிசையா சொல்லுங்க.’

‘என் ஞாபகத்திலே இருக்கிற முதல் விஷயம்னாக்க நான் சின்ன வயசிலே பிரிகேஜி போனதுதான் சாமி. அப்பா மெட்ராஸிலேதான் வேலை பார்த்தார். அங்கியே செட்டிலாயிட்டோம். எனக்கு ஒண்ணேமுக்கால் வயசா இருக்கிறப்ப வீட்டிலே கண்டதையும் கடியதையும் எடுத்து தின்னு ரகளை பண்றேன்னுட்டு நேரா கொண்டுபோயி பிரிக்கேஜியிலே சேத்துட்டாங்க. ரெண்டுவயசு தாண்டியாச்சுன்னு பொய் சொல்லிட்டாங்க. அப்ப எனக்கு பேச்சு வராது. அம்மா அப்பா டிவி மூணும்தான் சொல்லுவேன். நாங்க சின்ன ஃப்ளாட்டிலேதான் இருந்தோம். ஸ்கூல் அதைவிட கொஞ்சம் சின்ன இன்னொரு ஃப்ளாட். கூட்டிட்டுபோய் திரும்பக் கொண்டாந்துவிட ஆட்டோ வந்திரும். நான் எங்கப்பாகூட

ஸ்கூட்டரிலே ஏறி முதல்முதலா ப்ரிஸ்கூலுக்குப்போனது ஞாபகமிருக்கு. எங்க அம்மா அன்னிக்கு கற்பகவல்லியம்மன் கோயிலுக்குப்போயி வேண்டுதல் பண்ணி பிரசாதம்கொண்டுவந்து நெத்தியிலே போட்டுவிட்டாங்க. நல்லா படிப்பு வரணும்னுட்டு.'

'ஓகோ... நீங்க நல்லா படிச்சிருப்பீங்களே.'

'ஆமா சார். எல்லாத்திலேயும் நான்தான் ஃபஸ்டு. அதுக்கு எங்கம்மா தான் காரணம். அம்மாவுக்கு என் படிப்பு மேலே பெரிய வெறி. சொல்லப்போனா ப்ரிஸ்கூலுக்கு போறதுக்கு ஒருவாரம் முன்னாடியே எங்கம்மா எனக்கு வீட்டிலே கோச்சிங் ஆரம்பிச்சிட்டாங்க. கைக்குழந்தையா இருக்கிற நாளிலே இருந்து எங்கம்மா எங்கிட்ட ஸ்கூல்பாடத்த மட்டும்தான் பேசியிருக்காங்க... சமையல்செய்றப்ப மேடையிலே ஒக்காந்து படிக்க வைப்பாங்க. அவங்களும் சொல்லிக்குடுப்பாங்க. வெளியே கூட்டிட்டுப்போனா போற வழி முழுக்க பாடம்தான் சொல்லிக்குடுப்பாங்க. ராத்திரி சாப்பாடு ஊட்டிட்டே பாடம் சொல்லிக்குடுத்து பக்கத்திலே படுக்கவைச்சு பாடம் சொல்லிக்குடுத்து தட்டித்தட்டி தூங்க வைப்பாங்க.'

'அப்றம்?.'

'ப்ரிக்கேஜி படிக்கிற காலத்திலேயே எங்கம்மா காலையிலே அஞ்சுமணிக்கெல்லாம் எழுப்பிடுவாங்க... அதிகாலையிலே எந்திரிக்கிற பழக்கம் அப்பதாங்க ஆரம்பிச்சுது. இப்பகூட காலம்ப்ற நாலுமணிக்குமேலே தூங்குறதில்ல. எந்திரிச்சதும் போர்ன்விட்டா. டாய்லெட் போய்ட்டுவந்ததும் கோச்சிங் ஆரம்பிச்சிருவாங்க. எட்டு எட்டரைக்கெல்லாம் முடிச்சுட்டு குளிச்சு கௌம்பினா ஆட்டோ வந்திரதுக்குள்ள ரெடியாயிருவேன்... குளிப்பாட்டுறப்ப ஷூபோட்டு விடுறப்ப ஈஸியான பாடமா எடுப்பாங்க... சாயங்காலம் ஸ்கூல் விட்டா நேரா டியூஷன்... ஏழரைக்கு வீட்டுக்குவந்ததும் கைகால்முகம் கழுவிட்டு உக்காந்தா அம்மா பாடம் சொல்லிக் குடுக்க ஆரம்பிச்சிருவாங்க... அப்டி படிச்சேங்க.'

'நல்ல ஸ்டூடண்டா இருந்திருக்கீங்க.'

'ஆமா சாமி. எப்பவும் நான்தான் ஃபஸ்டு. அது ஒண்ணும் சின்ன விசயம் இல்ல. எங்க ஸ்கூலிலே எல்லா பசங்களும் என்னைய மாதிரியே படிக்கிறவங்கதான். அவங்களிலே நம்பர் ஒன்னா இருக்கிறதுங்கிறது ரொம்ப கஷ்டம்... ஒரு செகண்ட் அசந்தா போயிரும்... எங்கப்பாவையும் சொல்லணும். அவருக்கு நேரமில்ல. இருந்தாலும் ராத்திரி ஒருமணிநேரம் கோச்சிங்

குடுப்பார். ஞாயித்துக்கெழமை வெளியே பார்க் கடற்கரைன்னு கூட்டிட்டு போயி அங்கவச்சு பாடம் சொல்லிக்குடுப்பார்... போறவழியிலே பைக்லே நான் படிச்ச பாடங்கள ஒப்பிச்சுகிட்டே இருப்பேன்... அம்மாவுக்கு இதெல்லாம் பிடிக்காது. டைவர்ஷன்னு சொல்லி கத்துவா... பிள்ளைங்களுக்கு ஒரு ரிலாக்ஸ் வேணும்டீன்னு அப்பா சொல்லுவார். அவரு ரொம்ப ஃப்ரீ டைப்பு... ஒம்பதாம் கிளாஸுக்குமேலே அப்பா எக்ஸாம் டைமிலே லீவு போட்டிருவார். பத்தாம் கிளாஸிலே வருஷம் முழுக்க அப்பா அம்மா ரெண்டுபேருமே வீட்டிலே இருந்து கோச்சிங் குடுத்தாங்க... எங்கப்பா என்னை பைக்லே உக்காரவச்சு ஸ்கூல் கூட்டிட்டுப் போவார். போறவழியிலே நான் ஒப்பிச்சுகிட்டே போவேன்... பிளஸ்டூவிலே இருந்து நான் தெனம் மூணுமணிநேரம் தூங்குற பழக்கத்துக்கு வந்துட்டேன். எங்கப்பா அம்மா ரெண்டுபேரும் நான் தூங்கினபிறகு தூங்கி நான் முழிக்கிறதுக்குள்ள எந்திரிச்சிருவாங்க.'

'பிளஸ்டூவிலே நல்ல மார்க் எடுத்திருப்பீங்களே.'

'நல்ல மார்க்குன்னு சொல்லணும்... தொண்ணூத்தொன்பது பர்சண்டேஜ் இருந்திச்சு. ஆனா ஸ்டேட் லெவல்லே பதினாறாயிரத்தி பதிமூணாம் ரேங்கு. டாக்டருக்கு கெடைக்கலை. அதனால எஞ்சீனியரிங் சேர்ந்தேன். அங்கியும் படிப்புதான். படிப்பு முக்கியம்டா, கேம்பஸ் இண்டர்வியூவிலே வந்திரணும்டான்னு அப்பா சொல்லிட்டே இருப்பார். வீட்டிலே டிவி, ரேடியோ, நியுஸ்பேப்பர் ஒண்ணும் கெடையாது. ஸ்கூலைவிட்டா எங்கியுமே போறதில்ல. அட்டென்ஷன் டைவர்ட் ஆயிடும்ல? அப்பா நான் படிக்கிற நேரம் முழுக்ககூடவே அவரும் இருப்பார். கேள்விகள் கேப்பார். அம்மா நான் படிக்கிறதுக்குண்டான சமையல் எல்லாம் பாத்துக்குவார்...'

'நல்ல மார்க் வாங்கி பாஸாயிருப்பீங்க.'

'ஆமா சாமி... ஆனாலும் கடுமையான போட்டி. நாநூத்தி எட்டாம் பிளேஸ்தான் நான். வேலையிலே சேர்ந்துட்டே பல கோர்ஸுகள் படிச்சேன். அப்றம் வேலையவிட்டுட்டு மூணுவருஷம் எம்பீஏ பண்ணினேன். இன்னொரு கம்பெனியிலே சேந்தேன். அங்க நல்லவேலைதான். ஆனா நாம அப்டேட் பண்ணிக்கலைன்னா போட்டியிலே தட்டிருவானுக. அதனால அங்கயும் படிச்சேன். மொத்தம் பதினேழு கோர்ஸ் முடிச்சிருக்கேன்...'

'சரி... அப்றம் கல்யாணம்...'

'அம்மா அப்பா பாத்துவச்சதுதான்... கரெக்டா பத்தாம் மாசம் பிரபா பிறந்துட்டா. அடுத்தவருசம் பிரசன்னா. சரி போறும்னு கல்யாணி

சொன்னா. ரெண்டையும் படிக்கவச்சு ஆளாக்கறதுன்னா கஷ்டமில்லியா?'

'நல்லமுடிவுதான்.'

'முழுகாம இருக்கிறான்னு டாக்டர் சொன்னப்பவே கல்யாணி சொல்லிட்டா புள்ளைங்க பத்மாசேஷாதிரிலே படிக்கணும்னு... பழைய ஃப்ளாட்ட வித்துட்டு ஸ்கூல் பக்கமா ஃப்ளாட் வாங்கினோம். கொழந்தைக்கு இப்பல்லாம் ஒருவயசுக்குள்ளேயே எஸென்ஷியல் கோச்சிங் குடுக்கிறாங்க...'

'ஓ, ஸ்பெஷலிஸ்டுகள் இருக்காங்களா?'

'இல்ல... நாமதான் கோச்சிங் குடுக்கணும். அதுக்கு நமக்கு கோச்சிங் உண்டு. பிள்ளை உண்டானதுமே சேந்திரணும். பிரபாவுக்கு நான் ஆறுமாசத்திலே கோச்சிங் ஆரம்பிச்சுட்டேன்... ஒண்ணர வயசிலே ப்ரிகேஜியிலே சேத்தோம். அதுக்குள்ள சின்னவன். அவனுக்கு பேஸிக் கோச்சிங். இவளுக்கு எலிமெண்டரி கோச்சிங். காலையிலே நாலுமணிக்கு எந்திரிச்சு ஆரம்பிச்சா ராத்திரி பத்துமணிக்கு ரெண்டையும் தூங்க வச்சுட்டு என்னோட கோர்ஸுக் குண்டானத படிச்சுட்டு நான் தூங்க பன்னிரண்டோ ஒருமணியோ ஆயிடும்...'

'சரி.'

'ரெண்டும் நல்லபடியா படிச்சுதுங்க... நாம சொல்லிக் குடுக்கிறதிலேதான் இருக்கு எல்லாம். நானும் வைஃபும் அதில கொறைவைக்கல்லை. சொல்லப்போனா நாங்க எந்த டைவர்ஷனும் வச்சுக்கிடறதில்லை சாமி. டிவி, பத்திரிகை, சினிமா, பாட்டு, ஒண்ணும் கெடையாது. ஜெயலலிதா எலக்‌ஷனிலே தோத்த தகவல் எனக்கு ஒருவருசம் கழிஞ்சுதான் தெரிஞ்சுதுன்னு சொன்னா ஆச்சரியப்படுவீங்க... அதை என் வீட்டுக்காரிகிட்டே சொன்னா ஜெயலலிதாவா யாருன்னு கேக்கிறா... எங்களுக்கு புள்ளைங்க படிப்புதான் முக்கியம்... நான் போன ஒரே கோயில்னாக்க கபாலீஸ்வரர் கோயில்தான்... அதும் சின்னவயசிலே எப்பவோ. மெட்ராஸ்லே ஒரு தியேட்டருக்கு போனதில்லை. சொல்றதுக் கென்ன நான்லாம் ரஜினியோ கமலோ நடிச்ச ஒரு படம்கூட பாத்ததில்ல... போஸ்டரிலே மொகம் பாத்ததோட சரி.'

'சரவணபவன்ல சாப்பிட்டிருப்பீங்களே.'

'அது எந்த எடம்? ஓட்டலா?'

'ஆமா... ஒருவழியா பிள்ளைங்கள கரையேத்திட்டீங்க.'

‘பின்ன? அதுக்குன்னே வாழ்ந்தோம் சாமி... இருவத்தெட்டு வருஷம் அதுதான் கனவும் நனவும் எல்லாம்... நான் என் மனைவி கிட்ட பிள்ளைங்க படிப்பைப்பத்தி மட்டும்தான் பேசியிருக்கேன். வேற ஒரு வார்த்தை பேசினதில்ல... பிள்ளைங்ககிட்டகூட வேற ஒரு வார்த்தை பேசினதில்லை. டைவர்ட் ஆயிடக்கூடாது பாருங்க... சரிதான் பேச எங்க நேரம்? படிக்கிறதுக்கே மலை மலையா இருக்கும். இப்பல்லாம் புக்ல இருக்கிற புள்ளி கமால்லாம் சரியாப்போட்டாத்தான் நூறுமார்க் குடுக்கிறாங்க... பிரசன்னா ஒருவாட்டி தொண்ணூத்தொன்பது வாங்கிட்டான். போய்ட்டேன்ல? புக்கோட போய் கேட்டேன்... பாத்தா இந்தக் கேனையன்தான் தப்பு பண்ணியிருக்கான். ஊட்டிக்கிட்டே கோச்சிங் குடுத்ததனால ஒரு கடுகு பாடப்புத்தகத்திலே விழுந்து ஒட்டியிருக்கு. முட்டாப்பய அதை ஃபுள்ஸ்டாப்னு நெனைச்சு போட்டு தொலைச்சிட்டான்... அப்றம் புக்கை ஈரத்துணியாலே மெள்ளமா தொடைச்சதுக்குப்பிறவுதான் கோச்சிங் குடுக்கிறது...’

‘பிள்ளைங்க நல்லா இருக்காங்கள்ல?’

‘ஆமா சாமி ... மூத்தவ பிளஸ்டூ முடிக்கிறப்ப சின்னவன் பிளஸ் ஒன். பிரபாவுக்கு ஒடனே பிளேஸ்மெண்ட் ஆயிடுச்சு. அவ மேக்கொண்டு படிக்கிறா. அவ அங்கியே ஒரு பையன பாத்துட்டா. ரெண்டுபேரும் சேர்ந்து என்னமோ கோர்ஸ் படிச்சிருக்காங்க. அவங்களே சொன்னதனால கல்யாணம் பண்ணிவச்சோம். அவங்க ரெண்டுபேரும் இப்ப ஜப்பான்ல இருக்காங்க. அவ அங்க புதுசா ஒரு கோர்ஸிலே இப்பதான் சேந்திருக்கா... பிரசன்னா எஞ்சீனியரிங் முடிச்சான். பிறகு எம்பீஏ முடிச்சான். நாலஞ்சு கோர்ஸ்பண்ணிட்டு இப்ப அமெரிக்கால இருக்கான். போனவருஷம் அவனுக்கும் ஒரு கல்யாணத்த பண்ணிவச்சோம். அங்க எப்டியாவது எம்மைட்டியிலே சேர்ந்து படிக்கணும்னு கடுமையா கோச்சிங் எடுத்துக்கறான்... இப்ப நானும் வைஃபும் அமிஞ்சிக்கரையிலே ஒரு ஃப்ளாட்டிலே இருக்கோம்...’

‘சுருக்கமாவே சொல்லிட்டீங்க.’

‘இப்ப எனக்கு நெறைய ஃபிலாசபிக்கலா டவுட்டுங்க இருக்கு சாமி. அதாவது இந்த மனுஷப்பிறவிக்கு என்ன அர்த்தம்? இப்ப இந்த வாழ்க்கைய ஒரு பரீட்சையா வச்சுக்கிட்டோம்னா நாம ஜெயிச்சோமா தோத்தோமாங்கிறத எப்டி தெரிஞ்சுக்கிடறது?’

‘எப்ப இந்த கேள்வி ஆரம்பிச்சது?’

‘போனவருஷம் எனக்கு ஒரு ஹார்ட் அட்டாக் வந்திச்சு... அப்பதான் நினைச்சேன். இப்டியே செத்துட்டேன்னா நம்ம வாழ்க்கைக்கு

என்னதான் அர்த்தம்னு... ஓடனே உங்க கோர்ஸிலே சேந்துட்டேன். எல்லா கோர்ஸிலேயும் நான்தான் ஃபஸ்ட். கிண்டி கெடைச்சிருக்கு. ஆனாலும் கேள்வி அப்டியே இருக்கு. வாழ்க்கைக்கு என்ன அர்த்தம்?'

'இந்த கேள்விக்கு பதிலை நேரடியா சொல்லமுடியாது... ஏதாவது பரீட்சை வச்சுத்தான் சொல்லமுடியும்.'

'சொல்லுங்க சாமி... நான் எதுக்கும் ரெடி.'

'இதப் பாத்தீங்கள்ல?'

'உங்க புக்ஸ்...'

'மொத்தம் நாநூத்தி எம்பெத்தெட்டு புக்ஸ் இருக்கு. எல்லாத்தையும் ஒக்காந்து படியுங்க.'

'படிச்சுடறேன் சாமி.'

'ஈரத்துணியால தொடைச்சுட்டு படிக்கணும்... கமா ஃபுள்ஸ்டாப் ஒண்ணும் தப்பாயிடக்கூடாது.'

'அதெல்லாம் கவனமா படிப்பேன் சாமி.'

'அப்றம் இங்க ஒரு எக்ஸாம் வைப்போம். இருநூறு மார்க். அம்பது மார்க்கு அப்ஜெக்டிவ் டைப். அதில இருநூறுக்கு இருநூறு எடுத்தீங்கன்னா பதிலை சொல்லிருவோம்.'

'ரொம்ப சந்தோஷம் சாமி... சரியா எழுதிடறேன்...'

'ஒரு வருஷம் எடுத்துக்கிடுங்க.'

'சரிங்க சாமி... கொஞ்சம் கஷ்டம்தான்... இருந்தாலும் பாப்போம்... இந்த வாய்ப்புக்கு நான் நன்றிக்கடன் பட்டிருக்கேன்.'

'வாழ்க பல்லண்டு. வாழ்க நலம் சூழ.'

- ஜுலை 10, 2012

101

கவிப்பெருக்கம்

என் மின்னஞ்சலுக்கு வந்த இந்தக் கடிதம் பீதியைக் கிளப்பியது.

சிறப்பு அழைப்பு!!!

உலக சாதனைக்காக, 5005 கவிஞர்கள் ஆசிரியர்களாக இணைந்து படைக்கும் ஒரு நூலுக்குத் தங்களின் கவிதையை வேண்டிக் கேட்டு இச்சிறப்பு அழைப்பைத் தனிப்பட்ட முறையில் அனுப்புகிறோம். பிரபல கவிஞர்களாகிய தாங்கள் இதில் ஓர் ஆசிரியராகப் பங்கு பெறுவது வளரும் இளம் கவிகளுக்கு உற்சாகம் ஊட்டுவதாகவும், கவிப் பெருக்க ஒரு தளமாகவும் அமையும் என்பது திண்ணம்.

தாங்கள் படைத்த ஒரு கவிதையை (20 வரிகளுக்குள்) கீழ்க்கண்ட முகவரிக்கு அனுப்பித் தரும்படி கேட்டுக் கொள்கிறேன். நன்றி...!

முகவரி
செ. பா. சிவராசன்,
எண்-42, ஆவடி, சென்னை-62.
mail: cpsivarasan@gmail.com
விளம்பரங்கள் ஏற்றுக் கொள்ளப்படும்.
தொடர்புக்கு : 8438263609
http://www. vahai. ewebsite. com/

வண்ணப் படத்துடன் கவிதை வெளியிடப்படும் நாள் : 14-01-2013.

கவிதைகள் வந்து சேரவேண்டிய கடைசி நாள் : 25-09-2012.

அரசியல் மதம் சாராத கவிதைகள் ஏற்றுக்கொள்ளப்படும். தாங்கள் விரும்பும் தலைப்பில் கவிதை இருக்கலாம். மின்னஞ்சல் முகவரிக்கும் அனுப்பலாம். -mail / Post - மூலம் கவிதை அனுப்புபவர்கள் வீட்டு முகவரி, அலைபேசி எண், வயது குறிப்பிட்டு அனுப்பவும்.

கட்டணம் இல்லை.

இதன் விபரீதங்களை யோசிக்க யோசிக்கத் தூக்கம் பிடிக்கவில்லை. தமிழகத்தில் சிலநூறு கவிஞர்கள் மட்டுமே உள்ளனர் என்பது என் எண்ணம். அவர்கள் ஜப்பானிய விசிறி போல ஒருவர் பலராகிப் பலநூறு கவிஞர்களாக விரிகிறார்கள் என்றே எண்ணியிருக்கிறேன். இந்த சிறிய சமூகமே தமிழகத்தில் ஒரு பண்பாட்டுக்கொந்தளிப்பை நிகழ்த்திக்கொண்டிருக்கிறது. போஸ்ட்கார்டு கவிதைகள், ஸ்டாம்பு சைஸ் கவிதைகள் என வகைவகையாக எழுதுகிறார்கள். படகுக் கவியரங்கம், நீர்மூழ்கிக்கவியரங்கம் என்றெல்லாம் அசத்துகிறார்கள்.

ஆனால் ஐயாயிரத்தி ஐந்து கவிஞர்கள் என்றால்!!! சங்குடைந்து போய் 'பூதம்வணங்கும்கண்டன்சாஸ்தா பொன்னுதம்புரானே' என்று 'விளிச்சா விளி கேக்கும்' பக்கத்துத்தெரு கடவுளை நோக்கிக் கதறிவிட்டேன். அதன்பின் ஒரு ஆறுதல். அவ்வளவெல்லாம் கண்டிப்பாகத் தேறாது. சும்மா தெருவில் போகிறவர்களை எல்லாம் கூப்பிட்டு மகஜரில் கையெழுத்து வாங்குவதுபோல ஏதாவது செய்வார்கள். அற்றகைக்கு பிரியாணிப்பொட்டலம் குவார்ட்டர் கூட அளிப்பார்களாக இருக்கும். இருந்தாலும்...

வயிற்று நமநமப்பு குறையவில்லை. வயது வேறுபாடு இல்லை என்கிறார்கள். கைக்குழந்தைகளையும் சேர்க்கலாம். ஆனால் அரசியலும் மதமும் பேசப்படக்கூடாது. அதாவது தமிழ்ப் பண்பாட்டின் தலைவிழுமியங்களில் மானமும் வீரமும் விலக்கு. அப்படியென்றால் எஞ்சுவது காதல். ஐயாயிரம் கவிஞர்கள் காதல்வசப்படும் அபாயம் புவிவெப்பமயமாதலுக்கு ஏதாவது பங்களிப்பாற்றுமா? சூழியலாளர் யாராவது இதையெல்லாம் கண்காணிக்கிறார்களா?

எப்படித் தேற்றுவார்கள்? ஈழக்கவிஞர் மு.பொன்னம்பலத்தை அணுகலாம். அவர்தான் ஒருமுறை ஈழக்கவிதையை நான் ஏதோ

சொல்லிவிட்டேன் என்று அங்கே எழுதிக்கொண்டிருக்கும் முந்நூற்றி எழுபத்தேழு கவிஞர்களின் பெயர்களைப் பட்டியலிட்டு ஒரு கடிதம் எழுதியிருந்தார். புனைபெயர்களை எல்லாம் தனிமனிதர்களாகக் கணக்கிட்டிருப்பார் என்று நினைக்கிறேன். 'அன்புடன்' புகாரி ஒரு நூறு தேற்றிக்கொடுப்பார். சுரதா போய்ச் சேர்ந்துவிட்டார். பத்து இருபது வருடம் அவர் ஒரு ஐம்பது கவிஞர் களைப் பத்திக்கொண்டு திரிந்தார். ஆனாலும் மிச்சம் கிடக்கிறதே...

அதிமுக, மதிமுக, திமுக, பாமக, சமக அமைப்புகளில் இலக்கிய அணிகள் உள்ளன. அங்கே அவர்கள் கொஞ்சம் கவிஞர்களைத் தேற்றி ஒதுக்கிவைக்க வாய்ப்புள்ளது. கைமாற்றாகக் கேட்டால் கொடுக்காமலிருக்கமாட்டார்கள். திருப்பிக் கொடுக்கும்போது மாற்றிக் கொடுத்துவிடக்கூடாது, அவ்வளவுதான்.

ஒன்றுசெய்யலாம். கவிதை ஞானஸ்நானம் கொடுக்கலாம். உள்ளூர் டாஸ்மாக்கிலேயே. முக்கி எழுந்ததும் கவிதைக்கான குறியீட்டைக் கழுத்திலே மாட்டிவிட்டால் போயிற்று. என்னைத் தனியாகக் கேட்டால் வைணவர்கள் ஐந்து நாமங்களை சூடு போட்டுக் கொள்வதைத்தான் சிபாரிசு செய்வேன், ஐம்பது இடங்களில். முன், பின், பக்கவாட்டு என எப்படிப் பார்த்தாலும் கவிஞர் என்று தெரியவேண்டும் பாருங்கள்.

ஆனால், இங்கே ஒரு ஐயம். என்னை பிரபல கவிஞர்கள் என்கிறார் கடிதமனுப்பியவர். என் மனைவி மக்களையும் சேர்த்துவிட்டாரா? ஒருவர் கவிஞர் என்றால் அவருக்குத் தொடர்புள்ள மற்றவர்களும் அதில் இணைக்கப்பட்டுவிடுவார்களா என்ன? ஃபேஸ்புக் மாதிரி ஏதாவது மென்பொருள் அதற்கிருக்கிறதா?

நான் கவிப்பெருக்கத்துக்கு வழிகோலவேண்டும் என்கிறார்கள். அது ஓர் இன்றியமையாத நிகழ்வு என்று வரிகளில் தெரிகிறது. சரியாகத்தான் எழுதியிருக்கிறார்களா, இல்லை இனப்பெருக்கத்தை அப்படிக் கைமறதியாக எழுதிவிட்டார்களா? உயிர்களுக்கு இனப் பெருக்கம் தேவை. இனப்பெருக்க உறுப்புகளும் உள்ளன. கவிப்பெருக்க உறுப்புகள் சிலருக்கு இருக்குமோ? நமக்கு இருக்கக் கூடுமென்றால் எங்கே தேடிப்பார்க்கவேண்டும்? தெரியவில்லை.

மனம் கிடந்து அடித்துக்கொள்கிறது. எப்படித் தேற்றுவார்கள் ஐயாயிரத்தை. ஐயாயிரம் ஆகிவிட்டதென்றால் அந்த ஐந்துபேர் சேர்வது பெரிய பிரச்னை இல்லை. ஐயாயிரம் கவிதைகளைத் தட்டச்சு செய்பவர், பிழைதிருத்துபவர், தபால்காரர், எட்டிப்பார்க்கும் பக்கத்துவீட்டுப் பெரியவர் எல்லாரும் கவிதையொளி பெறக்கூடும்.

ஆம், ஒரு வழி இருக்கிறது? ஆம் வே அண்ணாச்சி! ஆம்வே! ஒருவர் ஐந்து கவிஞர்களைக் கண்டுபிடித்துக்கொடுத்தால் அவர் கவிஞர் என்று அறியப்படுவார். அவருக்குச் சான்றிதழும்பட்டமும் தபாலில் அனுப்பப்படும். அந்த ஐவரும் இருபத்தைந்து கவிஞர் களை உருவாக்குவர். ஒரே வாரத்தில் தமிழகத்தில் அத்தனைபேரும் கவிஞர்கள் ஆகிவிடுவார்கள். ஐயாயிரம் என்ன ஐந்துகோடிக் கவிஞர்கள்!

என்ன ஒரு அரிய வாய்ப்பு! நாம் கவிதைகளைப் பதப்படுத்தி ஏற்றுமதிகூட செய்யலாம். சென்னை, தூத்துக்குடி துறைமுகங் களுக்கு அருகே அதற்காகப் பண்டகசாலைகளை அமைக்கலாம். ‘கவிதையோட சொந்தம் நாடு’ போன்ற வரிகளை உருவாக்கி சிறந்த பேக்கிங்குடன் அவற்றை அனுப்பினால் வெள்ளைக்காரர்கள் விரும்பி வாங்குவார்கள். தொழில்வளம் பெருகும். மிஞ்சிய கவிதைகளை உலரவைத்துப் பாதுகாக்க அரசு ஆவண செய்ய வேண்டும். மத்திய அரசில் இதற்காக துறை ஒதுக்கப்பட்டால் கவிதாயினி கனிமொழிக்கு துணையமைச்சராக ஒரு வாய்ப்பும் அமையும்.

கவிதை இத்தனை சாத்தியங்கள் உள்ளது என்று இப்போதுதான் தெரிகிறது. கவிதை என்பது கைவிதை! அய்யய்யோ அப்படி யென்றால் நானும் கவிதை எழுத ஆரம்பித்துவிட்டேனா!

- ஆகஸ்ட் 17, 2012

102

நகைச்சுவையும் தமிழ்சினிமாவும்

என்னுடைய மனதுக்குகந்த நகைச்சுவைக் காட்சிகளில் அனேகமாக எல்லாமே மலையாள சினிமா அல்லது ஆங்கில சினிமா சம்பந்த மானவை. மிகமிகக் குறைவாகவே நான் தமிழ் நகைச்சுவைக் காட்சிகளை ரசிக்கிறேன். பலசமயம் திரையரங்கில் சிரிப்பேன், ஆனால் நினைத்துப்பார்த்தால் அய்யே இதற்கா என்றிருக்கும். தமிழ் நகைச்சுவைக்கும் எனக்கும் இடையே நீண்டதூரம் உள்ளது.

ஏன் உங்களுக்கு தமிழ் நகைச்சுவை பிடிக்கவில்லை என்று கேட்பார்கள். சிலசமயம், சரி நீங்கள் ரசிக்கும் வகையான நகைச் சுவையை நீங்கள் எழுதும் சினிமாக்களில் சேர்க்கலாமே என்பார்கள். அது எளிதல்ல. சினிமா என்பது அதை எடுப்பவர்களால் தீர்மானிக்கப்படுவதில்லை. அது ஓர் வணிகம். ஆகவே அங்கே நுகர்பவரே எல்லாவற்றையும் தீர்மானிக்கிறார். தமிழ்மக்கள் எதை விரும்புகிறார்களோ அதை மட்டுமே தமிழ் சினிமா கொடுக்கமுடியும்.

என்னுடைய அவதானிப்பில் பொதுவாகத் தமிழ்நாட்டில் நகைச்சுவை உணர்ச்சி மிகமிகக் குறைவு. என் சொந்தப் புரிதலைவைத்து இந்தியாவிலேயே தமிழ்மக்கள்தான் நகைச்சுவையற்றவர்கள் என நான் மதிப்பிட்டிருக்கிறேன். இது ஒரு பொது அவதானிப்பாகவே என் மனதில் இருந்தது. ஆனால் சினிமாவுக்குச் சென்றபின் அது உறுதிப்பட்டது. சினிமா, அதிலும் வணிக சினிமா,

முழுக்கமுழுக்கப் பின்னூட்டங்களின் அடிப்படையில் தன்னை வடிவமைத்துக்கொண்டது. தன் நூறாண்டுக்காலப் பின்னூட்ட அவதானிப்பில் இருந்து பிற எந்தத் துறைகளைக் காட்டிலும் தமிழ் சினிமா தமிழ் உளவியலையும் சமூகமனநிலையையும் துல்லியமாகப் புரிந்துகொண்டிருக்கிறது.

சினிமா விவாதங்களில் அனுபவசாலிகள் சர்வசாதாரணமாக என் கணிப்புகளைச் சொல்லிக் கேட்டிருக்கிறேன். அவற்றை இப்படித் தொகுத்துக் கொள்ளமுடியும்.

1. நுட்பமான, பூடகமான நகைச்சுவை தமிழகத்தில் புரிந்து கொள்ளப்படமாட்டாது. திரை விவாதத்தில் அப்படி எதையாவது சொன்னதுமே 'அதெல்லாம் மலையாளத்துக்கு சரி சார், இங்கே ஒண்ணுமே புரியாம அப்டியே ஒக்காந்திட்டிருப்பாங்க' என்று நிராகரித்துவிடுவார்கள். தமிழ் ரசிகர்களுக்கு ஒரு நகைச்சுவை அப்பட்டமாகச் சொல்லப்படவேண்டும்.

அதாவது சாம்பாரில் செத்த எலி மிதப்பதைக் காட்சியாகக் காட்டியபின்புகூட ஒரு கதாபாத்திரம், 'என்னது, சாம்பாரிலே எலியா?' என்று கத்தியாகவேண்டும். ஒரு சின்ன விஷயம் பூடகமாக சொல்லப்பட்டால் அதை உடனே அடுத்த கதாபாத்திரம் அப்பட்டமாக விவரிக்கவேண்டும். 'வெள்ளைச்சட்டை போட்டுட்டுப் போனேன். மானேஜர் இன்னிக்கு என்னை பல்டாக்டர்னு நினைச்சு வாயைத் திறந்துகாட்டுறார்' என்றால் அடுத்த வசனம் 'அதாவது மானேஜருக்கு அறிவில்லைன்னு சொல்றே' என்று.

2. யதார்த்தத்தில் ஓடும் நகைச்சுவை இங்கே புரிந்துகொள்ளப்பட மாட்டாது. காரணம் அன்றாட வாழ்க்கையில் உள்ள நகைச் சுவையை இங்கே சாதாரணமாக எவரும் கவனிப்பதோ சிரிப்பதோ இல்லை. நகைச்சுவை என்பது இங்கே நெடுங்காலமாக நகைச்சுவைக்காகவே உள்ள கோமாளிகள், கட்டியங்காரர்கள் மற்றும் பிறவசனக்காரர்களால் மட்டுமே நிகழ்த்தப்படும் ஒன்றாக உள்ளது. தெருக்கூத்து, பாவைக்கூத்துமுதல் சினிமா வரை அதுவே வழக்கம்.

ஆகவே ஒரு விஷயம் நகைச்சுவை என்றால் அது நகைச்சுவை என்று முதலிலேயே ஐயம் திரிபற எடுத்துச் சொல்லப்பட்டாக வேண்டும். அந்த நகைச்சுவையை அதற்கான நடிகர்கள் அல்லது பேச்சாளர்கள் மட்டுமே சொல்லவேண்டும். அவர்கள் அதற்கான உடல் மொழியுடன், அதற்கான உச்சரிப்புடன் அதைச் சொல்லவேண்டும். அவர்கள் நாகேஷ், சந்திரபாபு, உசிலைமணி போல வழக்கத்துக்கு மாறான உடல்கொண்டிருப்பார்கள். அல்லது விவேக், சந்தானம்

போல சாதாரண உடலை சேஷ்டைகள் செய்து விசித்திரமாக ஆக்கிக்கொள்வார்கள்.

வடிவேலுவையோ சாலமன் பாப்பையாவையோ பார்த்ததுமே நம்மவர் சிரிப்பார்கள். அவர்கள் என்ன சொன்னாலும் அது 'காமெடி' எனப்படும். அதை இன்னொருவர் சொன்னால் சிரிக்காமல் திகைத்துப் பார்த்துக்கொண்டிருப்பார்கள். இப்போதெல்லாம் பின்னணியில் சிரிப்பொலியையே போட்டுக்காட்டுகிறார்கள்.

இக்காரணத்தால் நகைச்சுவை என மேற்கோள் இடப்படாத பகுதிகளில் அன்றாட வாழ்க்கையின் ஒரு வேடிக்கையான தருணம், ஒரு முரண்பாடு, ஒரு குழப்பம் கண்ணுக்குப்பட்டால் அதில் உள்ள நகைச்சுவை ரசிக்கப்படுவதில்லை. அது முழுக்கமுழுக்க 'சீரியஸாக'வே பார்க்கப்படும்.

அந்த 'காமெடி டிராக்' எல்லைக்குள், அதன் இலக்கணத்துக்குள் நல்ல பல சித்திரங்களை அளிக்க தமிழில் முடிந்திருக்கிறது. தமிழ் வாழ்க்கையின் சில தருணங்கள் வெளிவந்துள்ளன. நான் நகைச்சுவை எழுத்தாளர் ஏ. வீரப்பன் அவர்கள் கவுண்டமணி-செந்திலுக்காக எழுதிய சில 'டிராக்கு'களையே அவ்வகையில் சிறந்தவையாக நினைக்கிறேன்.

ஆனால், பெரும்பாலானவை ஒரே மாதிரியான டிராக்குகள். பழைய படங்களில் வேலைக்காரன், இன்று நண்பன் டிராக். வீட்டோடு இருக்கும் தண்டச்சோறு டிராக் எப்போதுமே உள்ள ஒன்று.

என் நண்பர் ஒருவர் மலையாளத் திரைப்படங்களில் தமிழ்த் திரைப்படங்களைப்போல நகைச்சுவை இல்லையே ஏன் என்று என்னிடம் கேட்டார். நான் அதிர்ச்சி அடைந்தேன். அவர் மேலும் பேசப்பேசத்தான் புரிந்துகொண்டேன். நண்பர் 'காமெடி டிராக்' மட்டுமே நகைச்சுவை என நினைக்கிறார் என. பெரும்பாலான மலையாள நகைச்சுவை நடிகர்கள் நகைச்சுவைக்கான கோமாளி நடிகர்கள் அல்ல. அவர்கள் கதையின் ஒருபகுதியாக கதாபாத்திரங் களையே நடிக்கிறார்கள். வெவ்வேறு படங்களில் வெவ்வேறு கதாபாத்திரங்களைக் காட்டுகிறார்கள். அந்தக் கதாபாத்திரத்தின் இயல்பில்தான் நகைச்சுவை இருக்கும். ஆனால் நண்பர் அவற்றை நகைச்சுவையாக நினைக்கவில்லை.

3. தமிழர்கள் பெரும்பாலும் ஒரே நகைச்சுவையைத் திரும்பத் திரும்ப ரசிக்கவே விரும்புவார்கள். புதிய நகைச்சுவைகளை விரும்புவதில்லை. அதாவது எது நகைச்சுவை என அவர்களுக்குத்

தலைமுறைகளாகச் சொல்லப்பட்டிருக்கிறதோ அதுவே நகைச்சுவை. அதற்கு மட்டுமே சிரிப்பார்கள். உதாரணமாக என்.எஸ். கிருஷ்ணனை தமிழ் சினிமாவின் முதல் நகைச்சுவை நட்சத்திரமாகக் கொள்ளலாம். அவரது நகைச்சுவை என்பது நம்முடைய கூத்துமரபில் பல நூற்றாண்டுகளாக இருந்து வரும் கட்டியங்காரன் நகைச்சுவையேதான். அவரது நகைச்சுவைத் துணுக்குகள்கூட பழைமையானவை. அதற்குப்பின் அவருக்குப் பல வாரிசுகள்.

கவுண்டமணி-செந்தில் நகைச்சுவை அப்படியே பொம்மலாட்டத்தில் உள்ள உச்சிக்குடும்பன் - உளுவத்தலையன் நகைச்சுவை. வடிவேலு அத்தனை படத்திலும் செய்யும் நகைச்சுவையை நம்மூர்க் கரகாட்டங்களில் வந்து வீராப்புப் பேசி தவுல்காரராலும் பலராலும் அடிபடும் பஃபூன், பரட்டத்தலையன் போன்ற கதாபாத்திரங்களில் காணலாம். உடல்மொழி, வசனங்கள் எல்லாமே அப்படியே அங்கிருந்து வந்தவை. 'டேய் நாங்க இமயமலைக்கே வெள்ளை அடிச்சவுங்க' 'அண்ணனுக்கு எப்ப பொங்கவச்சு தரப்போறே?' 'சோடி போட்டுக்கலாமா?' போன்ற வடிவேலு வசனங்களை நான் என் எட்டு வயதில் இருந்து கரகாட்டத்தில் கேட்டுவருகிறேன்.

என்.எஸ்.கிருஷ்ணன் முதல் சந்தானம் வரை நம்முடைய எந்த நகைச்சுவை நடிகரும் விதவிதமாக நடித்ததில்லை. வெவ்வேறு கதாபாத்திரங்களை முன்வைத்ததில்லை. அவர்கள் நடிக்கக்கூடிய கதாபாத்திரம் என ஒன்று உருவாகிவிட்டால் அதை மட்டுமே செய்யமுடியும். விவேக் 'என்னாங்கடா டேய்' என்றும் சந்தானம் 'ஆமா இவுரு பெரீய...' என்றும்தான் பேசமுடியும். வேறுவகையில் அவர்கள் நடிக்க முடியாது. நடித்தால் மக்கள் சிரிக்கமாட்டார்கள்.

நம் நகைச்சுவை நடிகர்களில் பலர் உண்மையில் மிகத் திறமையான நடிகர்கள். ஆனால் அவர்களுக்காக ஏதாவது புதிய கதாபாத்திரத்தை நாம் சொன்னால் உடனே அனுபவம் மிக்கவர்கள் 'அதெல்லாம் தமிழுக்கு சரியா வராது சார். மக்கள் அவர இப்டி மட்டும்தான் பார்க்க விரும்பறாங்க' என்பார்கள். அது உண்மை. நாகேஷ் என்றால் துடுக்கு, கவுண்டமணி என்றால் முரட்டு அப்பாவித்தனம், விவேக் என்றால் இடக்குமடக்கான பேச்சு, வடிவேலு என்றால் வீராப்பு - இதுதான் நம் புரிதல். அவர்கள் செய்யும் நகைச்சுவை ஒன்றே ஒன்றுதான். திரும்பத் திரும்ப அதை நாம் வருடக்கணக்காக நூற்றுக்கணக்கான படங்களில் ரசிக்கிறோம்.

இணையத்திலோ நம் அன்றாடப்பேச்சிலோகூட நாம் நக்கலுக்கும் கிண்டலுக்கும் புதிய சொல்லாட்சிகளை உருவாக்குவதில்லை.

திரும்பத்திரும்ப 'அவ்வ்' என்போம். 'ஆணியே புடுங்கவேணாம்' என்போம். சலிக்காமல் ஒரே வசனத்தை வருடக்கணக்காக 'வேடிக்கையாக' சொல்லிக்கொண்டிருப்போம். வடிவேலுசொன்ன வசனங்களுக்கு அப்பால் ஒரு சொந்த வேடிக்கைவரியைச் சொல்லும் ஆசாமியை தேடித்தான் பிடிக்கவேண்டியிருக்கிறது. நகைச்சுவையும் நக்கலுமாக வாழவேண்டிய வயதில் இருக்கும் கல்லூரி மாணவர்கள்கூட இப்படித்தான் இருக்கிறார்கள்.

4. இங்கே வசைக்கும் விமர்சனத்துக்கும் நகைச்சுவைக்கும் இடையேயான வேறுபாடு மிகப் பெரும்பாலானவர்களுக்குத் தெரியாது. ஒரு கேலியை விமர்சனமாகவோ வசையாகவோ மட்டுமே எடுத்துக்கொள்வார்கள். ஆகவே சினிமாவில் நகைச்சுவை என்பது நகைச்சுவைக்கான பேசுபொருட்கள் என ஏற்கெனவே ஒப்புக்கொள்ளப்பட்டவை சார்ந்தே இருக்கவேண்டும்.

இக்காரணத்தால் தான் தமிழில் திரையில் நகைச்சுவை என்பது மிகப் பெரும்பாலும் 'காமெடி' யாக இருக்கிறது. அங்கதமோ கிண்டலோ சாத்தியமில்லாமலிருக்கிறது. விதிவிலக்குகள் சிலவே. மைக்கேல் மதனகாமராஜனில் காமேஸ்வரன் சம்பந்தமான காட்சிகள், தசாவதாரத்தில் போலீஸ்கார நாயுடு சம்பந்தமான காட்சிகள் போல சில விதிவிலக்குகளே உள்ளன. அவையும் கமல் முயற்சி எடுத்துக் கொண்டமையால்தான் சினிமாவில் அனுமதிக்கப்பட்டன. கமலிடம் நாம் அந்தக் காட்சிகளைச் சொல்லியிருந்தால் தமிழிலே அதெல்லாம் சரியா வராது சார் என்று அவரே சொல்லியிருக்கவும் கூடும்.

5. இங்கே நுட்பமான நகைச்சுவை ரசிக்கப்படுவதில்லை என்பதற்கு ஆதாரமாகப் பலவற்றைச் சொல்லமுடியும். அவை புரிவதே இல்லை. அவற்றைப் புரிந்துகொண்டு ரசிக்கத் தேவையான பின்னணி ஞானம் பெரும்பாலானவர்களிடம் இல்லை. ஒரு பிரபலமான தகவலைத் திரித்துச் சொல்வது நகைச்சுவையின் வழக்கம். ஆனால் அந்தத் தகவல் பெரும்பாலானவர்களுக்கு தெரியவில்லை என்றால் என்ன செய்யமுடியும்?

சினிமா, டாஸ்மாக் தவிர வேறெந்தத் தளத்திலும் இருந்து ஒரு தகவலை அல்லது அவதானிப்பை முன்வைத்து இங்கே ஒரு பகடியை எழுதிவிட முடியாது. 'தாம்பரத்தைத் தாண்டாது சார்' என்று சொல்லிவிடுவார்கள் சினிமா நிபுணர்கள்.

6. மொழியை நுட்பமாக வளைத்துச்செய்யப்படும் நகைச்சுவை (wit) உலகமெங்கும் பிரபலம். ஆனால், தமிழில் அதைச்செய்ய முடியாது. பொதுவாக, தமிழர்கள் மிகக் குறைவான சொற்களைக்கொண்டு அன்றாடப்பேச்சை நிகழ்த்துபவர்கள்.

சந்தேகமிருந்தால் பக்கத்தில் உள்ளவர்களைக் கவனியுங்கள். ஒரு சந்தர்ப்பத்துக்கு அவர் எப்போதும் ஒரே சொற்றொடரைத்தான் பயன்படுத்துவார். உதாரணமாக நன்றாக இருக்கிறது என்பதற்கு 'சான்ஸே இல்ல' என்று சொல்வாரென்றால் வருடக்கணக்காக அதை மட்டுமே சொல்வார். வேறொரு வரியைச் சொல்லவே மாட்டார்.

தான் பேசும் மொழியைத் தானே கவனித்து புதிய சொல்லாட்சிகளை நோக்கிச் சென்றுகொண்டே இருக்கும் மக்களுக்கு மட்டுமே மொழிசார்ந்த நகைச்சுவை பிடிகிடைக்கிறது. இங்கே அது காற்றோடு போய்விடும். 'அந்த மாதிரி நகைச்சுவையை ஒருதடவைக்குமேலே சொன்னா கடியாயிடும். போறபோக்கிலே அது மின்னிட்டுப் போகணும். அதைத் தமிழிலே கவனிக்கவே மாட்டாங்க சார். ஒரு நகைச்சுவையை ரெண்டுமுறை சொல்லலேன்னா சினிமாவிலே எடுபடாது' என்பார்கள்.

சினிமாவில் அப்படி எடுபடாது போகும் நகைச்சுவை பிறகு டிவியில் அந்தசினிமா திரும்பத்திரும்பக் காட்டப்படும்போது எடுபடுகிறது. மைக்கேல் மதனகாமராஜன் தமிழின் மிகச்சிறந்த பல மொழிப்பகடிகள் கொண்டது. அது ஒரு தோல்விப்படம். டிவியில் தான் வெற்றிபெற்றது என்பதைச் சுட்டிக்காட்டுவார்கள்.

ஆகவே வேறுவழியே இல்லை. டிராக்தான். ஒருகல் ஒருகண்ணாடி, கலகலப்புதான். அவை சிரிப்பு வாயு போல. சிரிப்பதற்கு அறிவே தேவை இல்லை. முகர்ந்தாலே கெக்கே பிக்கே சிரிப்பு. உத்தரவாதமான சிரிப்பு. சினிமாவுக்குத் தேவை அதுதானே?

- செப்டம்பர் 16, 2012

103

சமூகம் என்பது நாலுபேர்

இளைஞர்தான். ஆனால் கொஞ்சம் வேறுமாதிரி தெரிந்தார். எனக்குள் எழுந்த அந்த வினோத உணர்ச்சியை என்னால் புரிந்து கொள்ளமுடியவில்லை. அதை பி.டி.சாமி அல்லது இந்திரா சௌந்தரராஜன் மொழியில்தான் சுமாராகவேணும் சொல்ல முடியும்.

அவர் வந்து வெளியே நின்று என்னை 'சார்!' என்று அழைத்தபோது நாலைந்துபேர் ஏதோ வசூல் விஷயமாக வந்திருப்பதாகத்தான் நினைத்தேன். வழக்கம்போல 'வீட்டில வீட்டுக்காரம்மாதான் சார் சம்பாரிக்கிறாங்க. அவுங்க இப்ப இல்லை' என்று சொல்வதற்காக எட்டிப் பார்த்தால் ஒரே ஒரு இளைஞர். குட்டி மீசை, கண்ணாடி.

அப்பால் பார்த்துவிட்டு 'வாங்க' என்றேன்.

அவர் திரும்பி மிச்சபேரை வரச்சொல்வார் என நினைத்தால் அவர் மட்டும் ஏறி உள்ளே வந்து 'நாய் ஒண்ணு வந்து பாத்துட்டு ஓடிப்போச்சே சார்' என்றார்.

'அவ கொஞ்சம் நாட்டுப்புறம். டோரான்னு பேரு. அன்னிய புருஷங்க முன்னாடி நிக்கமாட்டா' என்று சொல்லி அமரச் சொன்னேன். அமர்ந்தார். டீ கொடுக்கலாமா என்று எண்ணியகணமே வீட்டில் பால் இருக்க வாய்ப்பில்லை என்பதும் தோன்றியது.

‘நான் சென்னை சார். இங்க மதுரைக்கு ஒரு நிகழ்ச்சிக்காக வந்திருந்தேன். அப்டியே உங்களையும் பாத்துட்டுப்போலாம்னு வந்தேன். நல்லா இருக்கிகளா?’

நான் ‘உங்க சொந்த ஊர் எங்க?’ என்றேன்.

‘பூர்விகம் தென்காசிப்பக்கம். நல்லகுத்தாலம்பிள்ளைன்னு எங்கப்பா பேரு. எம்பேரு அருணாச்சலம். நான் உங்களுக்கு லெட்டர்லாம் போட்டிருக்கேன்.’

‘சரி’ என்றேன்.

கடிதத்துக்கு நான் ஒன்றும் தப்பாக ஏதும் எழுதவில்லையே என எண்ணிக்கொண்டேன்.

‘மதுரையில என்ன நிகழ்ச்சி?’

‘டிவிட்டு மச்சி டிவிட்டுன்னு ஒரு நிகழ்ச்சி சார். எழுத்தாளர் மாநாடு மாதிரி டிவிட்டர் ரைட்டர்ஸ்லாம் ஒண்ணா சேந்து ஒருநாள் சந்தோஷமா இருக்கிற மாதிரி ஒரு நிகழ்ச்சி.’

‘சந்தோஷமான்னா?’ என்றேன்.

அவர் வெட்கி ‘அதேதான் சார். இப்பல்லாம் சந்தோஷம்னா வேற என்னங்க?’ என்றார்.

‘சரிதான்...’ என்றேன்.

‘நான்லாம் வழக்கமா பீர்தான். நிகழ்ச்சிக்காக கொஞ்சம்போல ரம்மு’ என்றார்.

‘பரவாயில்லை. அப்றம் எத்தனைபேர் வந்திருந்தாங்க?’

‘இப்ப, வந்திருந்தாங்கன்னா, அதாவது உடலோட வந்தவங்க எம்பத்திமூணுபேர் சார்’.

எனக்கு கொஞ்சம் குழப்பமாக இருந்தது. இது ஏதும் ஆவி அமுதா நிகழ்ச்சியோ? ‘புரியல்லை.’

‘மொத்தம் எழுநூற்றி எம்பத்தெட்டு ஐடி வந்திருந்திச்சு சார். நாங்க அதைத்தான் கணக்கில வச்சுக்குவோம்.’

எனக்கு இன்னும் சரியாகப் புரியவில்லை. ‘அதெப்டிங்க? அப்ப நேர்ல வராததெல்லாம் ஃபேக் ஐடியா?’ என்றேன்.

‘அதெப்டி சார் சொல்லமுடியும்? நேரில வந்திருக்கிறதுகூட ஃபேக் ஐடியா இருக்கலாம்லியா?’

என்னால் இதை அவ்வளவு துல்லியமாகப் புரிந்துகொள்ளமுடியாது என்பதை உணர்ந்தேன். ‘சரி, அப்ப எம்பது பேரு உக்காந்து பேசிக்கிட்டிருந்தீங்க?’ என்றேன்.

‘இல்லசார்... பாத்தீங்கன்னா அரங்கில எழுபதுபேருதான். ஆனா நாம அதையே இன்டர்நெட் வழியா பாத்தாக்க கிட்டத்தட்ட எண்ணூறு பேரு...’

‘இருங்க நீங்க கொஞ்சம் தெளிவா பேசினா நல்லாயிருக்கும். நீங்க நேரில வந்திருக்கீங்க. அப்ப நேரிலதானே பேசுவீங்க?’

‘நேரிலயும் பேசுவோம் சார். அதைப்பத்தி டிவிட்டர்லயும் பேசிக்குவோம். எல்லார் கையிலயும் செல் இருக்குல்ல?’

‘அதாவது எம்பதுபேர் உக்காந்து நேரில பேசிக்கிறப்பவே அதை டிவிட்டர்லயும் பேசுவீங்க?’

‘ஆமா சார்.’

‘அங்க உக்காந்துட்டே?’

‘ஆமாசார்.’

‘ஒக்கே, இப்ப புரிஞ்சுது’ என்றேன்.

‘அதில பாத்தீங்கன்னாக்க அந்த எண்ணூறுபேரும் அந்த அரங்கில ஒக்காந்திருக்கறவங்கதான்...’

நான் ‘குமாரகோயில் முருகா!’ என மனமுருகியபின் ‘கொஞ்சம் தெளிவா சொல்லமுடியுமா?’ என்றேன்.

‘இப்ப தெளிவா சொல்லணுமானா எனக்கு நாலு ஐடி இருக்கு சார்.’

‘எதுக்குங்க அது?’

‘இப்ப நான் ஒரு விசயத்தைச் சொல்லிட்டேன்னா அதைப்பத்தி நாலுபேர் நாலுவிதமா பேசுவாங்கன்னு ஒரு கியாரண்டி வந்திடுது பாத்தீங்களா? அதுக்குத்தான்.’

அதை அப்படியே தாண்டிச்செல்வதே உசிதமென எண்ணினேன். ‘ஜாலியா இருந்திருக்குமே’ என்றேன்.

‘கும்மாளம் சார்’ என்றார் முகம் மலர்ந்து.

‘குடிக்காதவங்களே இல்லியா?’

‘சிலபேரு இருந்தாங்க. அவுங்கள்லாம் ஃபேக் ஐடியில குடிச்சாங்க. வீட்டுல தெரிஞ்சா பிரச்னையாயிடும்ல?’

அதை என்னால் புரிந்துகொள்ள முடியாது என்று தெரிந்தது. 'பெண்கள் நெறையபேர் உண்டோ?' என்றேன்.

'அதாவது சார், பெண்களோட நூத்தியாறு ஐடி வந்திருந்திச்சு.'

'இல்ல, அதோட சேர்ந்து அவங்க உருவமும் வந்திருக்குமே' என்றேன்.

'தெரியல்ல சார்... வந்திருப்பாங்கபோல. நான் பாக்கலை.'

'அவங்கள்லாம் ஃபேக் ஐடியோ ஒருவேள?'

'சார் நாம எப்டி சொல்றது? வந்திருந்தவங்க ஃபேக் ஆம்புளைங் களாக்கூட இருந்திருக்கலாமே?'

நான் பெருமூச்சுவிட்டேன். 'வாஸ்தவம்தான்' என்றேன்.

'பொம்புளைங்கள வழக்கம்போல நெறையவே கலாய்ச்சோம். என்னோட ஃபேக் ஐடிய ஒருத்தி கடுமையா திட்டிட்டா சார். அவள நான் திட்டினேன். அவ என்னோட இன்னொரு ஃபேக் ஐடிகிட்ட ஐடியா கேட்டப்ப அது திட்டிவிட்டுது. அத வாசிச்சு நான் அப்டியே டெஸ்ப் அடிச்சு ஒக்காந்துட்டேன்.'

'ஏன்? ' என்றேன்.

'அவன் திட்டினதில தவறுதலா எம்பேரும் வந்திட்டுதே.'

'அடாடா' என்றேன்.

'பக்கத்தில பாத்தா ஒருத்தரோட ஃபேக் ஐடிய ஒருத்தன் ரேப் பண்ணவே ட்ரை பண்ணியிருக்கான். அது அந்த ஹாலிலேயே நடந்திருக்கு. என்ன கொடுமை பாத்தீங்களா?'

நானே கொஞ்சம் டெஸ்ப் அடித்து அமர்ந்துவிட்டேன். பின்பு கேட்டேன் 'சாப்பாடெல்லாம் எப்டி? செலவு எகிறியிருக்குமே?'

'எம்பது சாப்பாடுதானே? பெரிசா ஒண்ணும் ஆகல்லை. ஆனா சரக்குச் செலவுதான் எகிறிட்டுது.'

'ஏன்?'

'சரக்குன்னா ஃபேக் ஐடிகளும் வந்து குடிச்சிரும் சார்...'

'சரிதான் அங்க என்ன பேசினீங்க?'

'எங்க?'

'மீட்டிங்ல?'

'ஹாலிலயா டிவிட்டிலயா?'

'ரெண்டிலயும்.'

'ஹாலில பெரிசா ஒண்ணும் பேசல... எல்லாரும் ஒக்காந்து டிவிட்டுதான் போட்டோம்.'

'சரி டிவிட்டுல?'

'ஹாலில பேசினதை பத்தித்தான் சார்.'

ஆசுவாசப்படுத்திக்கொண்டு 'ஹாலில பெரிசா அடிதடீல்லாம் ஒண்ணும் இல்லல்ல?' என்றேன்.

'அதெல்லாம் இல்ல சார். சண்டைல்லாம் ஃபேக் ஐடி ஃபேக் ஐடி கிட்ட போட்டுக்கிடறதுதானே?'

'ஆனா அதெல்லாம் அங்க வந்திருந்திச்சே?'

'ஆமா சார். ஆனா ஹாலில அதெல்லாம் இல்லியே.'

அதற்குமேல் என்னால் தாக்குப்பிடிக்க முடியவில்லை. அவர் சொல்வதை விழித்து பார்த்துக்கொண்டிருந்தேன்.

'இப்ப பொம்புளைங்க பொம்புளைங்களுக்காக டிவிட்டோன்னு தனியா ஒரு நிகழ்ச்சி வைக்கப்போறாங்க சார்.'

'அதில ஆம்புளைங்க போகமுடியாதுல்ல?'

'எப்டிசார்? இது டெக்னாலஜி யுகம். ஃபேக் ஐடியில ஏகப்பட்டபேரு உள்ர இருப்பாங்க.'

'பொடவ கட்டிகிட்டு போகமுடியாதுல்ல?'

'நெட்ல போலாமே' என்றார். 'ஆம்புளைங்க உள்ரபோயி பொம்புளைங்கள கலாய்ச்சு தள்ளீருவாங்கள்ல?'

'எப்டி' என்றேன் அழமாட்டாக்குறையாக.

'இப்ப இங்க பொம்புளை ஐடிங்க வந்து ஆம்புளைங்கள கலாய்க்கிறாங்கள்ல? அதே மாதிரி.'

நான் 'நான் அவசரமா டாக்டரைப் பாக்கணும். எனக்கு உடம்புசரியில்ல முதுகில வலி' என்றேன்.

'முதுகுவலி இல்லாத ஒரு ஃபேக் ஐடி கிரியேட் பண்ண வேண்டியதுதானே சார்?' என்றார்.

'கிரியேட் பண்ணினா?'

'முதுகுவலி போயிடுமே.'

‘யாருக்கு?’

‘அந்த ஃபேக் ஐடிக்கு.’

‘நான் அவசரமா போகணும்... என் மனைவிகூட வீட்டில இல்லை’ என்றேன் அழாக்குறையாக.

‘சரிசார்’ என்று கிளம்பினார்.

நான் பின்னால் சென்று ‘தப்பா நினைக்கப்பிடாது... இப்ப உங்ககூட அந்த நாலு ஃபேக் ஐடியும் வந்திருக்கா?’ என்றேன்.

‘எப்டி சார் தெரியும்?’ என்றார். ‘இதோ இப்பகூட டிவிட்டர்ல செம சண்ட ஓடிட்டிருக்கு... உங்கள நான் இப்ப சந்திச்சிட்டிருக்கிறதப் பத்தி நாலுபேர் நாலுவிதமா நாக்கில நரம்பில்லாம பேசிட்டிருக் காங்க.’

‘அப்டீங்களா?’

‘ஆமாங்க... இது கருத்துச்சுதந்திரத்தோட யுகம் இல்லீங்களா?’

நான் துயரத்துடன் ‘சரிங்க’ என்றேன்.

அவர் விடைபெற்று வாசலருகே சென்று தயங்கி ‘தப்பா நினைச்சுக்காதீங்க. கொஞ்சம் சொல்லி வைங்க’ என்றார்.

‘யார்ட்ட?’

‘உங்க ஃபேக் ஐடி கிட்ட. நேத்து அங்க விளாவில ஒரே அழிச்சாட்டியம்... குடிச்சுட்டு வாந்தி கீந்தி எடுத்து... நாறடிச் சிட்டுது.’

‘அய்யய்யோ, எனக்கு ஒரிஜினல் ஐடியேகூட இல்லீங்க’ என்றேன்.

‘அதுக்கு என்ன சார்? ஃபேக் ஐடில்லாம் அதுவே உண்டாயிரும்... டெக்னாலஜி வளர்ந்திட்டுது பாத்தீங்களா?’

‘சார்’ என பின்னால் சென்றேன். ‘இப்ப அந்த ஃபேக் ஐடிய கண்டிக்க என்னங்க வழி?’

‘வேற வழியே இல்லசார். அவன் வாய அடைக்க இன்னொரு ஃபேக் ஐடிய உண்டுபண்ணவேண்டியதுதான்’ என்றார்.

நான்குபேரின் எடையுடன் அவர் நடந்துசெல்வதுபோலத் தோன்றியதும் ஒரு பெரும் பீதி எழுந்தது. இப்போது உலகின் உண்மையான மக்கள்தொகை என்ன?

- மே 14, 2014

104

முன்னாளெழுத்தாளர் டாட் காம்

‘ஆரம்பிச்சாச்சு சார்’ என்றார். ‘தவக்களைங்கள அள்ளி தராசுத் தட்டுல போடுறமாதிரித்தான்னு வச்சுக்கிடுங்க. ஆனா வேற வழி இல்ல. இப்டியே விட்டா இவ்ளோ பெரிய விஷயம் இப்டியே அழிஞ்சுகூட போய்டும். அதான் படாப்பாடுபட்டு தொடங்கியாச்சு.’

அவரையே எனக்கு அதிகம் பழக்கமில்லை. ஏதோ இலக்கியக் கூட்டத்தில் பார்த்தேனா? இல்லை சரவணபவனில் எனக்கு பின்னால் நின்று வேகமாகச் சாப்பிடும்படி என்னை ஊக்குவித்த முகமா?

‘நீங்க?’ என்றேன்.

அவர் ஏமாற்றத்துடன் ‘என்னையத் தெரியலியா சார்? நான்தான் கிரௌஞ்சன்’ என்றார்.

‘சார்?’ என்றேன்

‘கிரௌஞ்சன் சார்... எழுத்தாளர்.’

‘எழுத்தாளரேவா?’

‘ஒருமாதிரி சொல்லிக்கலாம் சார்’

‘ஓகோ... சாரி சார் நான்லாம் அதிகமா குமுதம் விகடன் படிக்கிறதில்ல.’

‘சேச்சே, அந்த கமர்ஷியல் குப்பைலல்லாம் யார்ங்க எழுதுவா? நான்லாம் சீண்டறதே இல்ல.’

‘இல்லீங்க... நானெல்லாம் சாதாரண மிடில்கிளாஸ். இந்த புரட்சிப் பத்திரிகைல்லாம் வாசிச்சா கெட்ட சொப்பனமா வருதுன்னு...’

‘அவன்லாம் ஃபேக்கு சார்... எங்கிட்ட கேளுங்க புட்டுப்புட்டு வைக்கிறேன்.’

‘அப்ப...’

‘நான்லாம் லிட்டில் மேகஸீன்ல ஒண்டி எழுதறது. ஆனா இப்ப எழுதறதில்லை.’

‘ஏன்?’ என்றேன்.

‘நான்லாம் முன்னாளெழுத்தாளர் சார்.’

‘ஓ’ என்றேன் புரியாமல் ‘அதாவதூ...’

‘அப்டி ஒரு தனீ குரூப்பு இருக்கு சார். இன்னிக்கு தமிழிலக்கியத்தில ஆக்டிவா இருக்கிறவங்க நாங்கதான். சொல்லப்போனா எழுத்தாளர்களும் நாங்களும் ஒண்ணுக்கு நாப்பத்திமூணூங்கிற விகிதத்தில இருக்கோம்.’

‘ஓகோ’ என்றேன். ‘அதாவதூ... எழுதறத நிப்பாட்டினவங்கதான் முன்னாளெழுத்தாளர்ங்களா?’

‘சேச்சே... நிப்பாட்டணும்னு இல்ல சார்.’

‘எழுதிட்டிருந்தாலுமா?’

‘அதெப்டி? எழுதறவங்கள்லாம் எழுத்தாளனுங்கள்ல? நாங்க முன்னாளெழுத்தாளர் சார்.’

‘புரியல சார்.’

‘அதாவது சார், எழுதத் தொடங்காட்டிக்கூட முன்னாளெழுத்தாளர் ஆயிடலாம்.’

‘அதெப்டீங்க?’

‘இதுல பலவகை இருக்குசார். இப்ப என்னைய எடுத்துக்கிட்டீங் கன்னாக்க நான் 1986ல ஆகஸ்டு பத்தாம் தேதி வந்த கலாவாணிங்கிற சிறுபத்திரிகையிலே ‘ஊர்ந்து செல்லும் எறும்பு சேர்ந்து செல்லும் பாதை’ன்னு ஒரு கவிதைய எழுதினேன்.’

‘தலைப்பு நல்லாருக்கு.’

‘தலைப்பு கெடையாது சார். நவீனக்கவிதைக்கு எதுக்கு தலைப்பு?’

‘அப்ப?’

‘நான் சொன்னதுதான் கவிதை. ஓம்போது வரியா மடிச்சு மடிச்சு எழுதியிருப்பேன்.’

‘ஆறு வார்த்தைதானே இருக்கு.’

‘எறும்புங்கிற வார்த்தைய நாலா ஒடிச்சு எழுதியிருப்பேன். பாத்தா எறும்பு ஊருற மாதிரியே இருக்கும்.’

‘அதான் முதல் கவிதைங்களா?’

‘ஆமாங்க. அதுக்குமேலே கவித எழுதல.’

‘கதைக்கு வந்திட்டீங்களா?’

‘இல்லீங்க. அப்ப என் வைஃபுக்கு காலில சிரங்கு மாதிரி ஒண்ணு வந்திச்சு. அதுக்கு ட்ரீட்டுமெண்டு எடுக்கிறது அது இதுன்னு அப்டியே லைஃப் போச்சு. அப்றம் மூத்தபொண்ணு பொறந்திட்டுது. அது என்னடான்னா கணக்குல வீக்கு. அப்றம் ரெண்டாவது புள்ள. அதுக்கு இங்கிலீஷ் வராது. என்னத்த சொல்ல, அப்டியே லைஃப் போய்டுச்சு சார். நடுவில லோன்போட்டு வீடு கட்டினேன். பிரமோஷன் ஆச்சு. கொஞ்சம் அப்டி இப்டி பைசா வரப்போக இருந்ததனால நாலு பிளாட்டு வாங்கிப்போட்டேன்... நடுவில எங்கிட்டு எழுதறது?’

‘பாவம்தான்.’

‘என்னைய மாதிரி ஏகப்பட்டபேரு இருக்காங்க சார். மூத்தவள கெட்டிக்குடுத்து அனுப்பியாச்சு. எளையவன் வேலைக்குப் போறான். சரி, ஒழியுதேன்னு வந்து பாத்தா இன்டர்நெட்டுங்கிறான். எலக்கியங்கிறான். எவனெவனோ வந்து தலகாணியா எழுதறானுக. சீனியருக்கு மதிப்பே இல்லாமப்போச்சு.’

‘அப்டீங்களா?’

‘எம்பத்தாறுக்குப்பொறவு எலக்கியம் செத்துப்போச்சு சார்!’

‘ஓகோ.’

‘அதான் எறங்கிட்டேன். மொதல்ல நானே எளுநூறு ரூவாய எறக்கி சுரோணிதம்னு ஒரு சிறுபத்திரிகையை ஆரம்பிச்சுட்டேன். அதில இந்த புதுடிரெண்டெயெல்லாம் போட்டு கிளிகிளின்னு கிளிச்சு நாலு கட்டுரையப் போட்டு சாத்தினேன். என்னோட கவிதைய படிக்காதவனையும் பாராட்டாதவனையும் நாறடிச்சிட்டேன்ல.’

'பிறவு?'

'தமிழ்ச்சூழலோட விதி. லிட்டில் மாகஸீன் எவன் படிக்கான்? அதனால நேரா நானும் இன்டெர்நெட்டுக்கே போய்ட்டேன். ஃபேஸ்புக்ல ஒரு பேஜ் ஆரம்பிச்சாச்சு. எலக்கியம்னா அது சிறுபத்திரிகையில மட்டும்தான் இருக்கும்னு அதில இதுவரைக்கும் நாநூத்திச் சொச்சம் ஸ்டேட்டஸ் போட்டாச்சு. மூவாயிரத்துச் சொச்சம் செல்ஃபி வேற போட்டிருக்கேன்.'

'அது எதுக்குங்க?'

'நமக்கு வெளம்பரமே புடிக்காது சார். எதுக்கு மத்தவன் எடுக்கற ஃபோட்டோவ போடணும், சொல்லுங்க... ஃபேஸ்புக்கில நல்ல ரெஸ்பான்ஸ் இருக்கு சார். நெறையபேர் லைக் பண்றாங்க.'

'சரிதான்.'

'ஏன்னா சின்னப்பசங்க நெறையபேரு பருவம், சிவப்புநாடா, சரோஜாதேவிதான் சிறுபத்திரிகைன்னு நெனைக்கிறான்... நானும் அப்டியே உட்டுடறது... நமக்கு பசங்க ஜமாதானே சார் தேவை?'

'பின்ன?'

'முன்னாளெளுத்தாளர்னா ஒரு மதிப்பு இருக்கணும்னு சகட்டு மேனிக்கு எல்லா எளுத்தாளரையும் வெய்யணும்னு தெரிஞ்சு போச்சு சார். இன்னிக்கு எவன்லாம் எழுதறானோ அவன்லாம் எளுதவேகூடாது, எளுதுறவரைக்கும் விடமாட்டேன்ங்கிறதுதான் பாலிசி.'

'விமர்சனம் எளுதுவீங்களோ? அது நல்லதுதானே? முன்னாடி க.நா.சுகூட....'

'இது வேறமாதிரி சார். விமர்சனம்லாம் எளுதினா ஃபாலோயர்ஸ் வரமாட்டானுக. இதெல்லாம் - த்தா -ம்மாளங்கிற மாதிரி ஒரு தனிமொழியில எழுதுறது. மெட்டாலேங்குவேஜுனு இத லத்தீனமேரிக்காவில தொரைங்க சொல்றாங்க. சும்மா ஜிகிர்ரா இருக்கும்...'

'ஓ'என்றேன்' 'எனக்கு அதெல்லாம் கேட்டாலே கொஞ்சம் பயம் சார்.'

'அந்த பயம் இருந்தாத்தான் வேலைக்காகும் சார். அதை படிக்கிறதுக்குன்னு நல்ல கூட்டம் வந்திட்டிருக்கும். பிரதோஷம், துவாதசி, செவ்வா சனி கெழமைகளில கூட்டம் அம்மும்.'

‘சரி, நீங்க என்ன எளுதினீங்கன்னு கேக்கமாட்டாங்களா?’

‘எவன் கேப்பான்? வந்தோமா படிச்சோமா லைக்கு போட்டமா போனோமான்னு இருப்பான் சார். நான் என்னோட மொத்த படைப்புலகத்தையும் அப்டியே என் கூகிள் அக்கவுண்ட்டுக்கு புரஃபைலாவே வச்சிருக்கேன். அதை இதுவரை எவனுமே படிச்சதில்லேன்னா பாத்துக்கிடுங்க.’

‘படைப்புலகம்னாக்க?’

‘அதான் அந்தக் கவிதை… நான் அதொண்டித்தான் எழுதியிருக்கேன்… சொன்னேன்ல?’

‘அப்ப சரி.’

‘சுரோணிதம் கிரௌஞ்சன்னா இலக்கியத்தில ஒரு எடம் இருக்கு சார்…’

‘அப்டீங்களா?’

‘எலக்கியம்னாக்க அந்த எம்பத்தாறு ஆகஸ்டு கலைவாணி இதழ்தானே?’

‘அப்ப சரிங்க.’

‘எவனுமே படிக்கிறதில்லை சார். நான்லாம் எம்பத்தஞ்சு எம்பத்தாறில எவ்ளோவ் படிச்சிருக்கேன். கணையாளி மூணு இஷ்யூ தீபம் ரெண்டு இஷ்யூ… அப்றம் அசோகமித்திரன் கதை மூணு… சுந்தர ராமசாமியோட வாள்வும் வசந்தமும் கதையக்கூட ஓரளவு படிச்சிருக்கேன்னா பாத்துக்கிடுங்க… இப்ப இவனுகள்லாம் சும்மா டப்பா.’

‘ஆமாங்க.’

‘ஆனா எல்லாரையும் திட்டுறதனால நம்மளையும் எளுத்தாளன் தான்னு ஒத்துக்கிட்டானுக… அப்பதான் கண்டுபுடிச்சேன். எல்லா முன்னாளெழுத்தாளர்களும் ஃபேஸ்புக்கிலதான் இருக்காங்க. அங்க இங்க செதறிக்கெடக்கிறாங்க.’

‘எல்லாருமே எழுதாதவங்களா?’

‘ஆமாங்க. ஒரு புக்கு போட்டவரு, ஒரு கவித எளுதினவரு, எளுத நினைச்சவரு, நினைச்சவர தெரிஞ்சவரு, அவருக்கு வாங்கி ஊத்தினவருன்னு பலவாக்கில இருக்காங்க. எல்லாருமே இப்ப எளுதுறவங்கள கடுமையா விமர்சனம் பண்ணிட்டுருக்காங்க. இதில சேலம் நாமக்கண்ணுன்னு ஒருத்தர் புள்ளையார் சுழி மட்டும்தான்

போட்டிருக்கார். எம்பத்தேளு வயசாவுது. அவருதான் சீனியர். அவருகூட இப்ப எளுதியிருந்தாரே. எளுத்தாளனுக்கு மரியாத இல்லாத நாடு உருப்படாதுன்னுட்டு.'

'நான் ஃபேஸ்புக்லாம் வாசிக்கிறதில்லீங்க.'

'அப்டீங்களா? ஏகப்பட்ட எளுத்து இருக்குங்க. இப்ப ஜாஸ்தி எளுதறதே முன்னாளெள்ளுத்தாளருங்கதான். தெனம் பத்து கட்டுரை எளுதறவங்ககூட இருக்காங்க.'

'அப்ப அவங்க எப்டிங்க முன்னாளெழுத்தாளர் ஆகமுடியும்?'

'இன்னாளெளுத்தாளர்லாம் எளுதவே கூடாதுன்னுதானே நாங்கள்லாம் எளுதறோம்.'

'அப்டி என்னதான் எழுதுவீங்க?'

'வையறதுதான்... எதையும் எப்டியும் வையலாம்ங்க. இப்ப முன்னாள் கவிஞர் குஞ்சரகேசரி ஒரு எளுத்தாளரோட கட்டுரையில பங்சுவேசன் அம்புட்டும் தப்புன்னு சொல்லி கிளிகிளின்னு கிளிச்சுட்டார். அப்றம் பாத்தா கம்யூட்டர் முன்னாடி ஒக்காந்து பொடிபோட்டு தும்மிட்டு கட்டுரைய படிச்சிருக்கார். இவரு கமா புள்ஸ்டாப்புன்னு நினைச்சது அம்பிடும் ஸ்கிரீன்ல விளுந்த மூக்குப்பொடிப்புள்ளிங்க... விடுவாரா? அவரோட கட்டுரை வாசிச்சா தும்மலு வருதுன்னு அடுத்த கட்டுரைய எளுதிட்டாருல்ல?'

'இப்ப நீங்க இருவத்தஞ்சு வருசமா ஒண்ணும் தெரிஞ்சுக்கல. உங்களுக்கு இன்னிக்குள்ள எலக்கியம் ஒண்ணும் புரியாதே.'

'ஏன் புரிஞ்சுக்கிடணும்? எம்பத்தாறில நான்லாம் எளுதின எலக்கியம் இருக்கே? நீங்க அத வந்து புரிஞ்சுகிடுங்க... ஆறாயிரம் பேருக்கு என் படைப்புலகத்த எஸ்.எம்.எஸ். பண்ணினேன். எவனும் வாசிக்கல. எலக்கியத்துக்கான மரியாத அந்த லெச்சணத்தில இருக்கு. நாயிங்கள விடமுடியாது. ரெண்டுல ஒண்ணு பாத்திருவோம்.'

நான் பெருமூச்சுவிட்டேன்.

'அதான் இப்டி எல்லாரையும் ஒண்ணாச்சேக்கலாம்னு முடிவுசெஞ்சு தான் முன்னாளெழுத்தாளர் டாட் காம்னு ஒண்ணு ஆரம்பிச்சிருக்கு. இதில எல்லா முன்னாளெழுத்தாளருங்களும் ஒண்ணாச்சேர்ந்து எலக்கியத்த வளக்கப்போறம்... நெறையபேரு இருக்கம்... எல்லாருக்கும் நல்லா வெய்ய வருது...'

'அப்டீங்களா?'

'ஆமா. அம்புட்டுபேரும் சேந்தா தமிழ்நாடே அலறணும். தாயோளி, இனிமே எவனும் எதுவும் எளுதப்பிடாது. தப்புதப்பாவா எளுதுறீங்க? எங்க படைப்புலகத்தில ஒரு தப்பு உண்டா? இப்ப நம்ம கச்சேரிச்சாமி கவித எளுதியிருக்கார். பதிமூணு கவித. அவருக்கு ஒரு அங்கீகாரம் உண்டா?'

'நல்ல கவிதைங்களா?'

'நல்ல கவிதைதான்... அதேமாதிரி பிரமிள் முன்னாடியே எளுதினார்னா பிரமிளையும் சேத்துப் பாராட்டு... அவர எப்டி விடலாம்? இல்ல கேக்கிறேன்.'

'ஓகோ.'

'எம்பத்தாறிலேயே எளுதியாச்சுல்ல? அப்ப எலக்கியம் இருந்த காலம்ல? அவனவன் எளுவதிலேயே எளுதிட்டிருக்கான்... இப்ப எதுக்கு இந்த டாட்காம்னா திட்டுற வெறியில நாங்க முன்னா ளெளுத்தாளர் ஒருத்தர ஒருத்தர் வைய ஆரம்பிச்சிரக்கூடாதுல்ல... அதான்.'

'நல்ல விஷயம்தாங்க... நான் கொஞ்சம் அவசரமா-' என்று கிளம்பினேன்.

'எதுக்கு பாக்கவந்தேன்னா நீங்க நல்ல எனர்ஜெட்டிக்கா எளுதறீங்க. எதுக்கு உளைப்பை வீணடிக்கணும்? முன்னாளெளுத்தாளரா வந்து எங்ககூட சேந்துட்டு மிச்ச பேத்த வையலாமே... நெறைய லைக்கு விளும். ஃபேஸ்புக்கில லைக்குக்கு காசு குடுக்கிற ஐடியாகூட இருக்காம். அப்ப ராயல்ட்டிகூட வரும்.'

'இல்ல சார்... நான்லாம்.'

'முன்னாளெழுத்தாளர் ஆகிறதுதான் சார் ஈஸி... எழுத்தாளரா இருக்கிறது கஷ்டம்ங்க... திட்டுவாங்கணும்ல?'

'முன்னாளெழுத்தாளர திட்டமாட்டாங்களா?'

'எதவச்சு திட்டுவான்? நாங்கதான் ஒண்ணும் எழுதலியே... ஹெஹெஹெஹெ... வெய்யறத வச்சு திட்டுனா அதவச்சே மறுக்கா வைவோம்ல? ஹெஹெஹெ.'

'அதுசரி' என்றேன்.

'பொதுவா நம்மாளுங்க நல்ல மனசுக்காரனுக. முன்னாளெழுத் தாளன்னாலே பரிதாபப்படுவாங்க. பாவம் அவருக்கு அங்கீகாரமே

இல்லேன்னு சொல்லிடுவானுக... என் படைப்புலகத்த படிக்காதவன்லாம் பரிதாபமா உச்சு உச்சூன்னு சொல்றான்னா பாத்துக்கிடுங்க... அன்னிக்கு புத்தகக் கண்காட்சியில என்னையப் பார்த்த நாலஞ்சுபேரு அப்டியே கண்ணால தண்ணி விடுறான்... அதுக்குன்னே ஜிப்பாவ போட்டுட்டு கையில பழைய கலைவாணி எதழோட கௌம்பிடுறது...' என்றார். 'வந்திருங்க. வீயாரெஸ் குடுத்திட்டீங்கள்ல?'

'ஆமா சார்.'

'அல்ஸர், சுகர், பிரசர் இருக்கா?'

'இல்லீங்க.'

'வேணுமே' என்று கவலையுடன் 'அப்ப என்ன இருக்கு?' என்றார்.

'இப்பல்லாம் லேசா முதுகுவலி...'

'போரும்... தாராளமா போரும்... வந்திருங்க. நான் சொல்றேன். நீங்க முன்னாளெழுத்தாளர். அந்தக் காலத்திலேன்னு சொல்லி கண்ணச்சொருகிக்க உங்களுக்கு ரைட் இருக்கு. அம்புட்டுப்பேரையும் கிளி கிளீன்னு சும்மா பச்சக்கிளியா கிளிச்சிரலாம்... ஒரு அட்மிசன் போட்ரலாங்களா?' என்று ஃபைலைத் திறந்தார்.

'பாக்கறேன். ஒருவார்த்தை பொஞ்சாதி புள்ளைங்ககிட்ட சொல்லிட்டு வந்திடறேன்...' என்றேன்.

'அது நியாயம்... இந்தாங்க கார்டு வச்சுகிடுங்க' என்று நீட்டி 'எலக்கியம்லாம் இப்ப எவன் சார் எளுதறான். 1986 ஆகஸ்ட் பத்தாம்தேதி கலாவாணியோட எல்லாம் முடிஞ்சுபோச்சு' என்று பெருமூச்சுவிட்டபின் 'வாறேன்' என்றார்.

- ஜூலை 12, 2014

105

பேய்கள்

ஒருமுறை திருவனந்தபுரத்தில் ஒரு விழாவுக்குக் கூப்பிட்டிருந்தார்கள். போயிருக்கவே கூடாது. ஆனால் அடிக்கடி அதுபோல நிகழ்ந்துவிடும். தூரத்துச் சொந்த அண்ணனும் கேரளக் காவல் துறையின் ஓய்வுபெற்ற தலைமைக்காவலருமான பப்பண்ணன் என்னும் மடுவில் பத்மநாபன் பிள்ளை மிகுந்த பெருமிதத்துடன் 'என் தம்பி ரைட்டர்! பெரீய ரைட்டர்! அவனை ஜனாதிபதியே ரைட்டர்னு சொல்லிட்டார்' என்று திருவிழா கமிட்டிக் கூட்டத்தில் சொல்லப்போக மத மாநாட்டை ஒட்டிய இலக்கிய அரங்கில் நான் பேசலாமே என்று கமிட்டித்தலைவர் சொல்லிவிட்டார். 'நாம ஒரு சான்ஸ் குடுப்பமே... நல்ல பையன்னு சொல்லிறீய.'

'வருவாரா?' என்று இன்னொருவர் ஐயப்பட 'வராம பின்ன? என் முன்னால அவன் உக்கார மாட்டான். நான் அவனை அந்தக் காலத்திலே எங்க பாத்தாலும் அடிப்பேன்ல?' என்றார் அண்ணா. இரண்டுமே உண்மைதான். அடிப்பதன் வழியாக ஒருவன் நினைவில் இளமைக்கால இனிய நினைவாக எஞ்ச முடியும் என அண்ணா நம்புவது விசித்திரமானதுதான். என்னை அடிப்பது வழியாகவே அவர் காவலராக பரிணாமம் அடைந்தார். 'இடியன்' பப்பன் நாயர் அக்காலகட்டத்தில் நெடுமங்காடு பிராந்தியங்களில் பிரபலம். ஓட்டல்காரர்கள் நடுங்குவார்கள், பில் கொடுக்காமல் நிறைவாகச் சாப்பிடுவார்.

ஆகவே, நான் ஸ்ரீ ஆலும்மூடு நாகபத்ரகாளி கோயில் எட்டாம் திருவிழாவின் அகில கேரள இலக்கிய மாநாட்டில் பங்கேற்க நேரிட்டது. உள்ளூர் மலையாள ஆசிரியரும் சோதிடருமான சந்தனப் பொட்டுக்காரர் தலைமை. இன்னொரு குங்குமப்பொட்டுக் காரர் பேருரை. அவரைப் பார்த்ததுமே ஆறுதலடைந்தேன். அவர் பேசிமுடித்தபின்னர் நான் அதிகம் பேசவேண்டியிருக்காது. கதகளிக்காரர்கள் செண்டையுடன் வந்து அருகே நிற்பதுவரை அவர் பேசினார். நான் பேச எழுந்தபோதே செண்டைக்காரர் இருமுறை கொட்டி அவர்களின் ஆட்டம் தொடங்கவிருப்பதை அறிவித்தார். நான் ரத்தினச்சுருக்கமாகப் பேசினேன்.

குங்குமப்பொட்டுக்காரர் பேசியபின் சரஸ்வதியிடமே சொற்கள் எஞ்சாது என்றேன். நான் பேசி முடித்ததுமே அவர் என்னை ஆரத்தழுவி பாராட்டினார். அமர்ந்ததுமே செண்டைக்காரர் மேடை ஏறிவிட்டார். அவரை அமர்த்திவிட்டு மேடைக்கு வந்த உள்ளூர் வட்டித்தொழில் பிரமுகரும் தர்மகர்த்தாவுமான சங்கரநாராயண பிள்ளை எங்களை வெற்றிலைத் தெறிப்புடன் பாராட்டி ஆளுக்கொரு நினைவுப்பொருள் அளித்தார். விபரீதமான ஒரு வெண்கலச்சிற்பம். ஒரு மரப்பீடத்தின் மீது பத்தி விரித்த ஏழுதலை நாகம். அதன் கண்களில் சிவப்புக் கற்கள். வாயில் செந்நிறம். அதன் பத்தியில் ஏதோ எழுதியிருந்தது. மந்திரித்திருப்பார்களோ என்று கேட்டேன். ‘இல்லை, அது இங்கே கபடிப் போட்டிக்குக் கொடுத்த மெமெண்டோ. நாகதேவியின் பத்தியில் எழுதியிருந்த அந்த எழுத்துகளை சுரண்டி அழித்தோம்’ என்றார்கள். இருந்திருக்கலாம், நான் கபடி ஆடுவதுண்டு என்பதற்கான சான்றாக இருந்திருக்கும்.

அன்றிரவு அண்ணா வீட்டில் தங்கி இரவு நெடுநேரம் அவரது போலீஸ் வாழ்க்கையின் மெய்சிலிர்க்க வைக்கும் சாகசங்களைக் கேட்டேன். பெரும்பாலான பெண்கள் பணம் வாங்கிக்கொண்டு சமரசத்துக்கு வந்திருந்தார்கள். மயக்கின மரவள்ளிக்கிழங்கும் மீன்கறியும் சாப்பிட்டேன்.

திரும்பியது நாகர்கோயில் வரும் குளிர்சாதன ரயிலின் கூபேயில். திருவனந்தபுரம் தாண்டியபின் அந்தப் பெட்டியிலேயே மானுட சலனம் இருப்பதில்லை. திருவனந்தபுரம் ரயில்நிலையத்தில் வந்து என்னை ஏற்றிவிட்டார் அண்ணா. அந்த நினைவுப்பரிசையும் ரத்தச்சிவப்பு நிறத்தில் மின்னிய பொன்னாடையையும் ஏழுதலை நாகப்பாம்பு பொறிக்கப்பட்டிருந்த மஞ்சள்பையில் போட்டு என்னிடம் கொடுத்திருந்தார்கள். அண்ணா அவரது அன்பளிப்பாக கோயில்பிரசாதத்தை இலையில் பொதிந்து ஒரு பையில் போட்டுக் கொடுத்தார். கூடவே பெரிய மலர்மாலைகள் இரண்டு. ‘தேவிக்கு

சாத்தினதாக்கும். வீட்டிலே ஒரு அஞ்சுநாள் இருக்கட்டும். பேய் கீய் இருந்தா ஓடிரும்.'

பைகளுடன் ஃபிளாட்பாரத்தில் வரும்போது கனத்த பெட்டிகளுடன் சென்ற ஒரு தள்ளுவண்டியில் சிக்கி நினைவுச்சின்னப்பைகூடவே சென்று கீழே விழுந்து சக்கரத்தில் மாட்டிவிட்டது. அண்ணா பழைய போலீஸ் மலையாளத்தில் பேசி அதை மீட்டு என்னிடம் அளித்தார். அந்த தனிமொழியைக் கேட்டதுமே அவரை தலைமைக் காவலர் என்று அறிந்துகொண்ட போர்ட்டர் மன்னிப்பு கேட்டுக் கொண்டார், கேரள போர்ட்டர்கள் போலீஸ் மலையாளம், கம்யூனிஸ்டு மலையாளம் இரண்டையும் மதிப்பவர்கள். ஏறி அமர்ந்து ரயில் அசைந்ததும்தான் சற்று ஆறுதல் ஏற்பட்டது. கெட்ட கனவு ஒன்றில் இருந்து விடுபட்டதுபோல.

கதவு திறந்து கரிய குள்ளமான மனிதர் உள்ளே வந்து நல்ல ஆங்கில உச்சரிப்பில் 'குட்மாணிங்' என்றார். நான் புன்னகையுடன் 'வணக்கம்' என்றேன். அவர் நீலநிற கோட் சூட் அணிந்திருந்தார். ராடோ வாட்ச். ரேபான் கண்ணாடி. மற்றவையும் உயர்தர பிராண்டு களாகவே இருக்கவேண்டும். என் முன் அமர்ந்துகொண்டு பெட்டியைக் கீழே வைத்தார். புட்டியைத் திறந்து நீர் அருந்தினார். நான் என் உடை பற்றிய உணர்வை அடைந்தேன். மத மாநாடு ஆனதனால் வெள்ளை வேட்டியும் சட்டையும் அணிந்து வரும்படி அண்ணா சொல்லியிருந்தார். அதில் அம்மன் கோயிலின் மஞ்சள் விழுந்து பிரசாதம் சகட்டுமேனிக்குப் பூசியிருந்தது.

அவர் என்னைக் கூர்ந்து நோக்கி புன்னகை செய்தார். 'ஐ யம் டாக்டர் சிவசங்கரன். ஆக்சுவலி ஐயம் எ டாக்டர்' என்று ஒரு விசிட்டிங் கார்டை நீட்டினார். நான் வாங்கிவிட்டு மங்கலான புன்னகையை அளித்தேன். நான் டாக்டர்களைப்பற்றி கடுப்பில் இருந்த நேரம். காரணம் டிவியில் பார்க்க நேர்ந்த சில மருத்துவ நிகழ்ச்சிகள். 'கான்ஸர்னு சொன்னா ஆக்சுவலி இட் இஸ் எ கைண்ட் ஆஃப்... யூ நோ... அதனால ரொம்ப பெய்ன்... அட் தி எண்ட் ஆஃப் த டே... பட் வி கேன் ஸே... எதுக்குன்னா' என்று பேசிச்செல்லும் கோட்டு சூட்டர்களை என்னசெய்யலாம் என்று சிந்திப்பதற்காகவே பத்மநாபபுரம் அரண்மனைக்குச் சென்று பழங்காலச் சித்திரவதைக் கருவிகளைப் பார்த்துவந்தேன். தேங்காய்த்துருவி போன்ற ஒன்று நன்றாக இருந்தது. அது என்ன செய்யும் என்று கேட்டேன். என்னவேண்டுமானாலும் செய்யலாம் என்றார்கள். அண்ணாக்கை தேங்காய் மாதிரி துருவலாமா என்று கேட்டேன். பதில் சொன்ன வழிகாட்டி பீதியுடன் விலகிச்சென்றார்.

திருவனந்தபுரம் ரயில் நிறையவே வளையும். என் பை சரிந்தது. நான் குனிந்து என் பையின் பொருட்களை எடுத்து திருப்பி அடுக்கினேன். ரத்தச் சிவப்பான பட்டு. அம்மனுக்குச் சார்த்துவதையே பொன்னாடையாக மறுசுழற்சி செய்திருந்தார்கள். நினைவுச் சின்னத்தின் அந்த பீடம் தனியாகக் கழன்று உள்ளே கிடந்தது. நான் வெண்கலப்பாம்பை எடுத்து இருக்கையில் வைத்து பொன்னாடையை மடித்துவைத்தேன். இன்னொரு பையிலிருந்த மலர்மாலைகளைச் சுருட்டி வைத்து பாம்பை அதனுள் செருகி விட்டு நிமிர்ந்தேன். டாக்டர் சிவசங்கரன் எம். பி. பி. எஸ், எம். டி என்னை ஏறிட்டு பார்த்து 'ஆண்ட் யூ ஆர்?' என்றார்

நான் நிதானமாக 'என் பேரு ஜெயமோகனன் நாயர்' என்றேன்.

'ஓ' என்றார்.

'எங்கள் குலதெய்வம் ஜெயமோகினி தேவி. அதான் அந்தப்பேரு. கேட்டிருப்பீங்க, எங்க குடும்பம். மாஞ்சாறைக்கல் வீடு.'

அவர் இல்லை என தலையசைத்தார்.

'நாங்க தான் தெக்குதிருவிதாங்கூரிலேயே பெரிய மாந்த்ரீகர்கள். எங்க மாமாதான் கணியாம்பாறை யக்ஷியை கொண்டுவந்து அந்த சூலாயுதத்திலே தளைத்தது. கணியாம்பாறை யக்ஷியை பாத்திருப்பீக.'

அவர் இல்லை என்று சொல்லி எச்சில் விழுங்கினார்.

'உங்க வீடு எங்க?' என்றேன்.

'பொன்னப்பநாடார் காலனி' என்றார்.

'அய்யோ, அங்க தெக்கூட்டு ஏக்கியை நாங்கதானே தளைச்சோம். அந்த ஏரியால ஒம்பது யக்ஷிகளை நாங்கதான் கட்டினது. எல்லாம் இப்ப நல்லபடியா கொடையும் பலியும் வாங்கி இருக்குதுக...' என்றேன்.

'எப்பமாம் உதிரம் குடுக்கவிட்டுட்டானுகன்னா கெளம்பி அதகளம் செஞ்சிரும்... நாலஞ்சு தலை சாயும். எங்களுக்கு ஆளவிடுவானுக.'

கொஞ்சநேரம் அவர் மூச்சை அடக்கியே வைத்திருந்தார். பின்னர் 'நீங்க என்ன செய்றீக?' என்றார்.

'மாந்த்ரீகம்தான்' என்றேன்.

'நாந்தான் இப்பம் தமிழ்நாட்டிலேயே பெரிய மாந்திரீகன்... கேள்விப்பட்டிருப்பீக.'

அவர் 'இல்லை' என்றார்.

'என்னசார்? பேப்பரிலே எல்லாம் நம்ம படத்தோட செய்தி வந்திருக்கே?' என்றேன்.

அவர் 'நான் ஹிண்டு ஒண்டிதான் படிக்கிறது' என்றார்.

'சின்ன வயசிலேயே எனக்கு ஆர்வம் வந்திட்டுது. எங்க அம்மாவன் சி.வி.ராமன்பிள்ளைன்னு ஒருத்தர். அவர்தான் பெரிய மாந்த்ரீகன். அப்றம் தகழி சிவசங்கரப்பிள்ளைன்னு ஒருத்தர். அவரும் பெரிய மாந்த்ரீகர். பிறவு வைக்கம் முகமது பஷீர்னு ஒரு மஸ்தான். ஆளு கெஜகில்லி... அவங்கள மாதிரி ஆகணும்னுதான் நானும் மந்திரத்துக்கு ஒக்காந்தது' என்றேன்.

ஈனஸ்வரத்தில் 'ஓ' என்றார்.

'சீண்டரம் பிடிச்ச சோலி சார். வருசக்கணக்கா கிரந்தங்களை படிக்கணும். மந்திரங்கள நெட்டுரு போடணும். இப்ப ஒருமாதிரி கைத்தேர்ச்சி வந்திட்டுது...' மீண்டும் அந்த நாகப்பாம்பை எடுத்துப் பார்த்தேன். 'இது இப்ப போன மாந்த்ரீகத்துக்குள்ளது. செம்பட்டும் மாலையும் எல்லாம் அதுக்குத்தான்' என்றேன்.

அவர் 'அங்க கோயிலிலயா?' என்றார்.

'ஆமா சார். கேரளப் பேய்களெல்லாம் கொஞ்சம் ஆட்டம் காட்டும். பல வகை இருக்கு. பழங்காலப் பேய்னா அதெல்லாம் செவ்வியல்னு சொல்லிருவோம். பாக்க சாதாரண மாதிரி இருந்தா அதை யதார்த்தவாதம்னு சொல்றது. சிலது இருக்கு, ஒரே இங்கிலீஷா கொட்டும். அதை நவீனத்துவம்னு சொல்லுவோம்'.

'இப்டீல்லாம் கேட்டதில்லை' என்றார். 'அதுசரி. இப்ப நாங்க உங்க கிட்ட வயித்தையும் குண்டியையும் கொண்டுவந்து காட்டுதோம். நீங்க கீறி முறிக்கிறீக. நம்ம கிட்ட சில இங்கிலீஷ் பேருகளச் சொல்லி காசு கறக்கிறீக. நாங்களும் செய்யணும்லா? இப்ப உங்க பெஞ்சாதிக்கு பேய் புடிச்சிபோட்டுன்னு வைங்க. இதில எந்தப் பேய்னு கண்டுபிடிக்கணும்ல?'

அவர் முகம் வெளிறி 'ஐ ஸீ' என்றார்.

'நீங்கள்லாம் படிச்சவங்க. உங்களுக்கெல்லாம் வாற மாதிரி பின்நவீனத்துவம்னு ஒரு பேய் இருக்கு. தாறுமாறா வெளையாடும். சாரு நிவேதிதான்னு கேள்விப்பட்டிருக்கியளா?'

அவர் மூச்சுவாங்கி 'இல்ல' என்றார்.

'இப்ப நம்பர் ஒன் பேயி அதான். புடிச்சா புடிச்சதுதான். கொஞ்சநாள் ஆட்டம் காட்டிப்போடும்.'

‘அப்டியா?’ என்றார். வாசலை அடிக்கடி பார்த்துக்கொண்டிருந்தார்.

‘ரெமி மார்ட்டின் சாராயத்தை படைச்சா எறங்கீரும். ஆனா கோணங்கீன்னு ஒண்ணு கெடக்கு. பேசினா ஒரு வார்த்த வெளங்காது பாத்துக்கிடுங்க. அதை சமாளிக்கணும்னா அது பேசுதத நாம கேக்கப்பிடாது. அதேமாதிரி நாம பேச ஆரம்பிச்சிரணும். இப்டி பலது. யுவன்னு ஒண்ணு-’

அவர் ஆர்வம் தாளாமல் ‘சின்ன வயசோ?’ என்றார்.

‘சேச்சே… அதுக்கு இருக்கும் ஆயிரம் ரெண்டாயிரம் வயசு. பேச்சு அப்டி. ஒரு விசயத்தச் சொல்ல ஒம்போது கதை சொல்லும்…’

ரயில் சென்றுகொண்டிருந்தது. பை தடாரென விழுந்தது. நாகம் வெளியே வந்து உருண்டது. ‘பாத்தீயளா, அமைஞ்சு இருக்காளா பாருங்க… இப்பம் நெடுமங்காட்டிலே ஒழிப்பிச்ச பேயாக்கும். பேரு சுகதகுமாரி. பாட்டா பாடி கொல்லும். நாகயட்சி. அதனால நாகப்பாம்பு மேலே ஆவாகிச்சு கொண்டாந்துட்டேன். இதை கொண்டுபோய் ஊரிலே நாகலிங்க மரத்துக்கு அடியிலே பிரதிஷ்டை பண்ணுதவரை கண்ணுறக்கமில்லை. தப்பிப் போயிட்டான்னு வைங்க… பின்ன அம்பிடுதான்.’

நான் அந்த செம்பட்டை எடுத்து இருக்கையில் விரித்து நாகத்தை எடுத்து அதன்மேல் வைத்து மலர்மாலையைச் சூட்டினேன். பார்க்க எனக்கே பயமாக இருந்தது.

‘இருங்கசார், பாத்ரூம் போய்ட்டு வந்திடறேன்’ என்று எழுந்து ஓடினார். நானும் சென்று கதவருகே நின்றுகொண்டேன். சரியாக இருபது நிமிடம். கதவைத் திறந்து வெளியே வந்த டாக்டர் வெளிறிய முகத்துடன் ‘இங்க நிக்கிறீங்களா? சிகரெட் புடிக்கணும் அதான்’ என கம்மிய புன்னகையுடன் சொன்னார். கைநடுங்க ஒரு சிகரெட்டை எடுத்தார்.

‘நாம எங்க போனாலும் பேய்கள்தான் சார். வாழ்க்கை இப்டியே பேயோட பேயா போய்ட்டிருக்கு… மந்திரம் கையவிட்டு போனதும் எல்லா பேய்களுமா சேந்து நம்மளையும்கொண்டுட்டு போயிரும். நாமளும் பேயா அலைவோம். மத்த மந்திரவாதிக நம்மள ஓட்டுவானுக. இப்பிடித்தான் சார் ஜி. நாகராஜன்னு ஒரு பேய். ரயிலிலே பாத்ரூம் பக்கத்திலேதான் நின்னுட்டிருக்கும். பட்டைச்சாராயப்பார்ட்டி…’ என்று தொடங்கியபோது ‘ஐ வில் கம்’ என்று சொல்லி மறுபக்கம் நோக்கி கிட்டத்தட்ட ஓடினார்.

- டிசம்பர் 18, 2014

106

பெருங்கதையாடல்

‘சண்டாளி, அவ நல்லாருப்பாளா? கண்ணப்பாரு கண்ண. அவ கண்ணுல கொள்ளிய வச்சு பொசுக்க’ என்று மாமியாரின் குரல் பக்கத்து அறையில் கேட்டது. அதிலிருந்த அதியுக்கிரம் என்னை ஆறுதல்படுத்தியது. ஒன்றுமில்லை, சீரியல்தான். ‘என்னா பேச்சு பேசுறா? அவங்க புருசனும் பொஞ்சாதியும் ஆயிரம் பேச்சு பேசுவாங்க. இந்த நொள்ளக்கண்ணு மிண்டைக்கு அதில என்ன? வாறா பாரு பாவய நீட்டிட்டு.’

உள்ளே வந்த மனைவியிடம் நைச்சியமாக ‘என்ன சீரியல்’ என்றேன்.

‘இது சீரியல் இல்ல ஜெயன். கதையல்ல கருத்துங்கிற ரியாலிட்டி ஷோ’ என்றாள்.

‘ஓ’ என்றேன். எங்கள் வீட்டில் எட்டு வருடங்களாக டிவி இல்லை. ஆகவே இந்த உலகமே எனக்குக் கொஞ்சம் அன்னியம்தான். ‘ரியாலிட்டி ஷோன்னா?’

‘அது ஒண்ணுமில்ல. வீட்டிலே நமக்கு வெளிய சொல்ல முடியாத பிரச்னைல்லாம் இருக்கும்ல?’

‘ஆமா.’

‘அதை நாம இவுங்க நிகழ்ச்சியில போயி சொன்னா காதும் காதும் வச்சமாதிரி பேசி முடிச்சிருவாங்க... சோஷியல் செர்வீஸ்.’

'இரு இரு, டிவியிலன்னா...'

'இந்த நிகழ்ச்சியிலதான்.'

'அய்யோ... அப்ப எல்லாரும் பாப்பாங்க இல்ல.'

'ஆமா. பாத்தாத்தானே ரெவினியூ வரும்?'

'இல்ல, நான் கொஞ்சம் குழம்பிட்டேன். அதாவது -'

'இதுக்கு மேலே தெளிவாச் சொல்ல என்னால முடியாது' என்று டீக்கோப்பையை எடுத்துக்கொண்டு திரும்பிப்போனாள்.

மெல்ல எழுந்து சென்று கதவின் விரிசல் வழியாகப்பார்த்தேன். ஒருபெண் குமுறிக்குமுறி அழுதுகொண்டிருந்தாள். விசும்பல்கள் சுவரில் எதிரொலித்தன. தலையை வைக்கோல்பிரி நிறத்தில் மாற்றியிருந்த குடும்பஸ்திரீ ஒருத்தி உச்சு உச்சு கொட்டிக் கொண்டிருந்தாள். ரொம்ப நேரம் அதுவே கேட்டுக்கொண்டிருந்தது.

நான் செல்பேசியில் மனைவியைக் கூப்பிட்டேன். 'என்ன?' என்றாள்.

'இல்ல, ஏதாவது பிரச்னையா? ரொம்பநேரமா அழுகைச்சத்தமா கேக்குது.'

'இது ரியாலிட்டி ஷோல்ல... அழுவாம பின்ன சிரிப்பாங்களா... உசிர வாங்காத. எனக்கு அடுக்களையிலே ஆயிரம் வேல கெடக்கு.'

இருபது நிமிடம். திடீரென்று இசைச்சுழல். அதிரடிக்குரல் மாமியார் ஆங்காரமாக, 'ஆமா, நாறமிண்ட நீ சொல்லித்தான் நான் சோப்பு வாங்கணுமாக்கும்? நீதானே பாலில வெசத்தப்போட்டு காமாட்சிய கொன்னிருவேன்னு சொன்ன... சோப்பில என்னத்த வச்சிருக்கியோ' என்றார்.

மீண்டும் மனைவியை அழைத்தேன். 'கொஞ்சம் வந்திட்டு போ ப்ளீஸ்.'

வந்து 'என்ன இப்ப?' என்றாள்.

'தெரியாம கேக்கேன். இப்ப இது யாரு?'

'இது குத்துவிளக்கு சீரியலிலே வாற ராகினி.'

'அவ எதுக்கு சோப்பப்பத்தி சொல்றா?'

'அய்யோ. அவ அதில தேவிஸ்ரீயா வாறா. இது சோப்பு விளம்பரம்.'

ஒருமாதிரி பிடி கிடைத்தது. 'சரி' என்றேன்.

'பேசாம ஏதாச்சும் பின்நவீனத்துவமா எடுத்துப்படி. உனக்கெல்லாம் அதான் லாயக்கு. என்னத்துக்கு இதையெல்லாம் கேட்டு என் உசிர எடுக்கிறே?' என்று திரும்பிச் சென்றாள்.

நான் ஒரு சிற்றிதழை எடுத்தேன். பெருங்கதையாடல்களைக் கட்டுடைப்பதைப்பற்றிய கட்டுரை. நாலைந்து பத்திகள் வாசிப்பதற்குள் பின்மண்டையில் ஒரு நரம்பதிர்வு. ஆசுவாசப் படுத்திக்கொண்டேன்.

அப்பால் டிவியில் ஒருவன் 'அப்டித்தாண்டி இருப்பேன். ஆம்பிளைன்னா ஆயிரம் இருக்கும்' என்றான். கற்புக்கரசி என்று அழுகை கலந்த குரலால் வெளிப்படுத்திய பெண் ஒருத்தி 'நான் என்ன தப்பு பண்ணினேன்?' என்றாள்.

மாமியார் 'ஆமா, நீ பெரிய பத்தினி... கண்ணாடிச் சொக்காய போட்டுட்டு பப்லுகூட நீ திங்கு திங்குன்னு ஆடினப்பவே நினைச்சேன்... பொண்ணா லெச்சணமா இருந்தா ஆம்புள மதிப்பான்' என்றார்.

மெல்ல இறங்கி முற்றத்துக்குச் சென்று அப்படியே பின்பக்கமாக நடந்து சமையலறைக்குள் சென்றேன்.

'என்ன இப்ப? பசிச்சா வட தாரேன். மீன் வறுக்க நேரமாகும்.'

'இல்ல. என்னால உக்காந்திருக்க முடியல... ஒரே குழப்பம். இது என்ன கதை. இந்த பொண்ணு எதுக்கு அப்டி டான்ஸ் ஆடினா?'

எட்டிப்பார்த்து 'ஜெயன், எத்தன வாட்டி சொல்றது. இவ அம்பிகாவா நடிக்கிற சோனி. இவதான் மானாட மயிலாட புரோக்ராமிலே பப்லுகூட ஆடினா.'

'அது இந்த சீரியலுக்குள்ள வாற டான்ஸா?'

'அய்யோ... அது வேற புரோக்ராம்...'

'உன் கையால இந்தத் தாலிய என் கழுத்தில கட்டாமவிட மாட்டேன்' என்றாள் வில்லினி.

'ஆம, நீ கிளிச்சே. உன் புருஷன் மாலினிய வச்சிருக்கான்... போயி அதப்பாரு' மாமியார் சொன்னார்.

என் ஒழுக்கமனம் திமிறி எழுந்தது. 'என்ன இது கதை. இவ எதுக்கு புருஷனவிட்டுட்டு இவன கட்ட தாலியோட அலையறா?'

'அது சண்முகம்-செம்பகம் சீரியலிலே. இவ அதில செம்பகமா நடிக்கிறா இல்ல? அதில அவ புருஷன்விட்டுட்டு போயிட்டான். இதில இவளுக்கு கல்யாணம் ஆகல...'

'வாழ்க்கைன்னா நாலும் இருக்கும். நாமதான்டீ அனுசரிச்சுப் போகணும்' என்றது பழக்கமான பெண்குரல்.

‘ஏங்க இவதானே சின்னப்பொண்ணா இருந்தப்ப ராஜீவ்காந்தி செத்துப்போனத சொன்னா…’

‘அது வேற. அவ ஷாலினியோட மாமியார். இவ இந்தவாரம் சினிமா நிகழ்ச்சிய நடத்தினவ.’

‘ஒருகுடும்பப் பொண்ணுக்கு குங்குமம்தாண்டீ முக்கியம்.’

‘ஆமா, நீ சினிமாவப் பாத்து விமர்சனம் செஞ்சுட்டு அலை. உம்பொண்ணு வாழ்க்க லெச்சணமால்ல இருக்கும்’ என்றார் மாமியார்.

பளீரென்று எனக்கு ஒரு தெளிவு வந்தது. ‘பெருங்கதையாடல்!’

‘என்னது?’ என்றாள்.

‘பக்தின் இதைத்தான் சொல்றார். நம்ம சமகால டிவி அப்டியே கலந்து ஒரேகதையா மாறிடிச்சு…’

மனைவி புன்னகைத்தாள், அவள் புன்னகை அழகாக இருக்கும்.

‘என்னிக்குமே பொறுமையா இருக்கிற பொண்ணுதான் ஜெயிப்பா…’

‘நீ சொல்லு அத… பொறுமையா இருந்துல்ல சுமதியோட வாழ்க்கை அந்த கெதியாச்சு?’ என்றார் மாமியார்.

‘சுமதி எந்த சீரியலிலே?’ என்றேன்.

‘உளறாதே. அவ நம்ம அருணாச்சலம் மாமாவோட பொண்ணு… அவ ஹஸ்பெண்ட்கூட பிராப்ளம்ல? அதச் சொல்றாங்க.’

‘கலைச்செல்வி செத்த அன்னிக்குதானே சுமதிக்கு அவன் நோட்டீஸ் அனுப்பினான்? பாவிப்பய.’

‘கலைச்செல்வி யாரு? எப்ப செத்தாங்க?’

‘அவளா? மஞ்சள்மகிமை ஹீரோயின் அவ. மாடியிலே இருந்து கீழவிழுந்து செத்தாளே?’

நான் திக்பிரமை பிடித்து சில கணங்கள் நின்றுவிட்டு திரும்பி விட்டேன். அவ்வளவு பிரம்மாண்டமான பெருங்கதையாடலை எதிர்கொள்ள என் பின்நவீனத்துவ மூளைக்குத் திராணி இருக்கவில்லை.

- ஜனவரி 5, 2015

107

சொலல் வல்லன் சோர்விலன்

செல்லக்குமரன் நல்லமுத்து 2014 அக்டோபர் மாதம் 12 ஆம் தேதி ஜேம்ஸ் பர்கர் நியூயார்க்கில் காலமானதற்கு மறுநாள் அரசு மருத்துவமனையில் காலமானார். ஜேம்ஸ் பர்கர் ஒரு டாக்ஸி ஓட்டுநர். அவர் காலமானது அவரது குடும்பத்துக்கு மட்டும்தான் தெரியும். செல்லக்குமரன் நல்லமுத்து தன் விதவையையும் அவள் பெற்ற நான்கு பிள்ளைகளையும் விட்டுச்சென்றார். விதவை அவர் இறந்தபோதுதான் அப்படி ஆனாள் என்பது குறிப்பிடத்தக்கது.

செல்லக்குமரன் நல்லமுத்து ஒரு மேடைப்பேச்சாளர். பட்டி மன்றங்கள் முதல் பேருரைகள் வரை சகாய ரேட்டில் நிகழ்த்தி வந்தார். பஜாஜ் ஸ்கூட்டரும் எழுநூறு சதுர அடி புறநகர் வீடும் அருகிலேயே இன்னொரு காலிமனையும் வங்கியில் ஒன்றேகால் லட்சமும் மனைவியின் நாற்பத்தெட்டு பவுன் நகைகளும் அவர் பேசிப்பேசி ஈட்டியவை. அதேயளவுக்கு டாஸ்மாக்கிலும் செலவிட்டிருக்கிறார்.

செல்லக்குமரன் நல்லமுத்துவின் மேடையுரைகளில் பட்டி மன்றங்கள் பட்டிமன்றத் தலைவர் ரோமேன் சாலையா அவர்களின் முக்கல் முனகல்கள் பின்னணியில் ஒலிக்க ஒலிநாடா வடிவில் வெளிவந்துள்ளன ('நடுவரவர்களே நன்றாக கவனித்துக் கேட்கவேண்டும்.' 'கேட்டுக்கிட்டுத்தான்யா இருக்கேன்.

ஆஆஆஅங்ங்ங்... 'சிரிப்பொலிகள்'. அவை எவையும் இன்று முக்கியமல்ல. இன்று எவையுமே முக்கியமல்ல...)

செல்லக்குமரன் நல்லமுத்து அவர்கள் இறந்தபின் அவரது மனைவியால் கண்டெடுக்கப்பட்ட ஓர் ஆவணம் எதிர்காலச் சந்ததியினருக்கு முக்கியமானதாக இருக்கக்கூடும். 'தமிழக மேடை, பேச்சாளர் கையேடு' என்ற இந்நூலை அறிஞர்கள் விரும்பா விட்டாலும் மேடைப்பேச்சை தொழிலென எடுக்கப்போகும் இளையதலைமுறையினர் பொன்னேபோல போற்றி கண்ணில் வைத்து பயிலக்கூடும். அதன் சாராம்சம் கீழே.

மேடைப்பேச்சாளர் என்பவர் பேசுபவர் அல்ல மேடையில் திகழ்பவர் என்பதை நினைவில் கொள்க. மேடையில் எதையுமே பேசாமல் வெறுமே முனகல்கள் வழியாக மட்டுமேகூட பெரும்புகழ் பெறமுடியும். மேடையில் திகழும் விதங்களில் பேச்சும் ஒன்று. அவற்றை சில பொதுத்தலைப்புகளில் தொகுக்கலாம்.

1. வருகை

மேடைப்பாவனைகளில் மேடைக்கு வருவது மிக முக்கியமானது. மூன்று வகையில் மேடைக்கு வரலாம். இவை சார்த்தூல விக்ரீடிதம், மிருகநடனம், சர்ப்ப கமனம் என சமஸ்கிருத நூல்களிலே சொல்லப்பட்டிருக்கின்றன. தமிழில் சிம்மநடை, மான்நடை, பாம்புநடை என்று சொல்லலாம்.

சிம்மம் போல நடந்து வருபவர் அதற்கேற்ற உடை அணிந்திருக்க வேண்டும். மேலே வெள்ளையும் கீழேயும் வெள்ளையும் (இதை சொள்ளை என்பார்கள்) உகந்தது. வேட்டி சட்டை அணியலாம். ஆண்பால் கவிஞர் என்றால் வெள்ளைச் சுடிதார் நன்று. வேட்டி சட்டைக்கு மேலாடை அவசியம். சுடிதாருக்கு துப்பட்டா இதுவரை யாரும் போடவில்லை. ஆரம்பிக்கலாம்.

முடிச்சாயம், முகச்சுண்ணம் (பெண்பால் தவிர்க்கவும்) இன்றியமையாதது. உதட்டுச்சாயமும் தோதுபோல. விழிகள் சற்றே சிவந்திருக்க சமூகக்கோபம் அல்லது ஓட்கா உதவலாம்... நிமிர்ந்த தலையுடன் இறுகிய வாயுடன் கழுத்தை நன்றாக இழுத்து இறுக்கி மிக மெல்ல நடந்து வரவேண்டும். கண்கள் அரைவாசி மூடியிருப்பது நன்று. சமூகக்கோபம் கொண்டவர், அரசியலில் சீறி எழுந்தவர், ஊழல் குற்றச்சாட்டுக்குப் பதில் சொல்பவர் இம்முறையைக் கடைப் பிடிக்கலாம். சிம்மநடையுடன் சிம்மக்குரலும் இணைந்திருக்க வேண்டும்.

மான்நடை என்பது நகைச்சுவை பேச்சாளர்களுக்கு உகந்தது. 'அடுத்தபடியாக இன்சுவைக் கன்னல் நன்னிலம் பொன்னனார் பேசுவார்கள்' என்று சொல்லி முடிப்பதற்குள்ளே மைக்கருகே பாய்ந்து வருவதை ரசிகர்கள் விரும்புவார்கள். 'நாங்கொஞ்சம் ஸ்பீடு... ஆமா' என்று அதையே நகைச்சுவையாக ஆக்கிக் கொள்ளலாம். கையில் நோட்டுப்புத்தகம் குறிப்பேடு இருக்கலாம். பேசிக்கொண்டே சுருட்டிவிடத் தோதான கைகள் கொண்ட சட்டை நன்று. கணீர்க்குரல் கொண்டவர்களுக்குரிய பாவனை இது. இவ்வகை பேச்சில் 'நச்சினார்க்கினியராக மெச்சினார் உரைகேட்டு உச்சியிலே அமர்ந்திருக்கும் தலைவர் கச்சிராப்பள்ளி காத்தவராயன் அவர்களே' பாணி உரைத்தொடக்கங்கள் ஒவ்வாது. சட்டென்று அறுந்த சொற்றொடரில் 'அதாவது சங்கதி என்னன்னாக்க இப்ப நம்மாளு இங்க சொன்னாரு...' என்றவகையில் ஆரம்பிக்கவேண்டும்.

பாம்பு நடை என்பது மேடையில் வருவது தெரியாமல் வருவது. பாம்பறியும் பாம்பின்கால் என்பதனால் கவனம் தேவை. மெல்ல வந்து பொல்லென நின்று ஆன்மா மட்டுமே வந்து நின்று பேசுகிறதோ என ஆரம்பிக்கவேண்டும். முதலிரு சொற்றொடர்கள் எவருக்குமே கேட்கக் கூடாது. நடுவில் எங்கோ ஒரு கனைப்பு. சட்டென்று உரத்த குரலில் 'என்னய்யா நடந்திட்டிருக்குது இங்க?' என பொங்கலாம். தார்மிகக் கோபத்துக்கு உகந்தது இது. எப்படிவேண்டுமானாலும் உடையணியலாம். நன்றாக மட்டும் அணிந்திருக்கக்கூடாது.

2. குரல்

மேடைப்பேச்சில் குரல் முக்கியமானது. சிம்மக்குரல், தொண்டைக் குரல், பலகுரல் தனிக்குரல், அவலக்குரல் என குரல்கள் பலவகை. சிம்மக்குரல் என்பது மூச்சொலியை முறையாகக் கலந்து எழுப்பப்படுகிறது. திருவிளையாடல் வசனத்தில் சிவாஜி 'உண்மையாகே?' 'சத்தியமாகே?' என நாகேஷிடம் கேட்கு மிடத்தில் விடும் மூச்சுபோல. 'நான் கேட்க ஆசைப்படுகின்றேன்... ஏஹ்! இந்த மேடையிலே நின்று கேட்கின்றேன் ஏஹ்!' என அது ஒலிக்கவேண்டும். சிம்மக்குரல் தொடர்ந்து அப்படியே ஒலிக்க மைக்குக்கு மிக அருகே வாயை வைத்துப்பேசவேண்டும்.

தொண்டைக்குரல் என்பது நான்குநாள் பனியில் நின்றதுபோல பேசுவது. இவ்வகைப்பேச்சு ஒருவகை ஒப்பித்தல் தொனியிலமைந் திருக்கலாம். 'நான்மாடக்கூடலிலே நான்குவழிச் சாலையிலே நாற்றமடிக்கும் சந்திலே நாநிலத்தோர் நாண நாத்தழும்பேற

நாவடக்கமில்லாமல் பேசி நாடிவந்தவரை நாடிழுக்கச்செய்து நாணல்போல் நின்றிருக்கும் நாய்களின் கூட்டமல்ல நாமென்று சொல்லிக்கொண்டிருக்கும் அதேவேளையிலே எத்தர்கள் எத்தனைபேர் எதிர்த்து வந்து நின்றாலும் ஏற்றமுற எடுத்தகால் பின்வைக்காமல் எஞ்சிய வாழ்நாளெல்லாம் எந்தமிழ் நாட்டினிலே...' என்று போய்க்கொண்டே இருக்கும் பேச்சுக்கு இக்குரல் உகந்தது. சொற்றொடர்கள் முடிவடைவது இந்த வகை பேச்சில் விரும்பப்படுவதில்லை.

பலகுரல் பேச்சு எம்.ஆர்.ராதா அவர்களிடமிருந்து முளைத்தது. மையப்பேச்சுக்கு ஒரு குரல். அது முதலிருவகை குரலாக இருக்கலாம். நடுவே சம்பந்தமே இல்லாமல் ஒரு கீச்சுக்குரல் வந்து முதல் குரலை 'காமெடி' செய்துவிட்டுப் போகும். 'தமிழ் எங்கள் அசதிக்குச் சுடர் தந்த தேன். தமிழெங்கள் அறிவுக்குத் தோள்! - அத தேள்னு பரிச்சையிலே எளுதி வைக்கான் நம்மாளு... ஆமா' என்று செல்லும் உரையில் இரண்டாவது வரியைச் சொல்வது மறுகுரல். இந்த மறுகுரல் அனைத்துவகையான ஒழுங்குகளுக்கும் எதிரானது. விடலைத்தனமானது. மனைவியிடம் பூரிக்கட்டையால் அடிவாங்குவது. 'லேட்டாப்போனா திண்ணையிலதான் தூக்கம். மார்கழிப்பனி அய்யா மார்கழிப்பனி... ஆங்.'

தனிக்குரல் என்பது அதுபாட்டுக்கு போய்க்கொண்டே இருக்கும். பேராசிரியர்களின் பேச்சுக்குரல் இது. இதை ரிஷபமூத்ரா என்று பாணினியோ அவரது மனைவி மாலினியோ சொல்லியிருக்கிறார்கள். வண்டிக்காளை மூத்திரமடித்துச்செல்வது என பொருள். அவலக்குரல் என்பது சமூக அவலங்களைத் தோலுரிப்பது. பெண்களுக்காக கண்ணீர் விடுவது. 'அந்தப் பெண்தான் பாவம் என்ன செய்வாள். அவள் தமிழ்ப் பெண் அல்லவா?' என்றவகை பேச்சுக்கு உகந்தது.

3. பாவனைகள்

மேடையில் பேச்சு எவ்வளவு முக்கியமோ அவ்வளவு பாவனைகள் முக்கியமானவை. அவற்றின் விதிகளைக் கீழ்க்கண்டவாறு தொகுக்கலாம்.

மேடைக்கு வந்ததுமே செய்யப்படும் சில அசைவுகள் முக்கிய மானவை. பேச்சாளரை அரங்கு கூர்ந்து கவனிக்கும் நேரம் இது. அங்கே செய்யப்படும் ஒவ்வொன்றுக்கும் உட்பொருள் உண்டு. மைக்கின் கழுத்தைத் திருகி சரிசெய்தல் (சொல்லவிருப்பது மிக முக்கியமானது. அனைவருக்கும் கேட்கவேண்டும்), கழுத்துச்

சால்வையை இருபக்கமும் இழுத்துச் சரிசெய்வது (உணர்ச்சிக் கொந்தளிப்புடன் இருக்கிறார். நிதானமாக ஆகி பேசப்போகிறார்), உதவியாளரிடம் திரும்பி எதையாவது கேட்பது (ஆணைகள் இடும் தலைமைப்பண்பு), தலையைத் தடவுவது மீசையை நீவுவது (ஆழமான சிந்தனை கிளம்பி வருகிறது). ஆனால் மூக்குக்குள் கைவிட்டு நோண்டுவது. பல்லில் மாட்டிய பிரியாணியை எடுப்பது போன்றவை விரும்பத்தக்கதல்ல. பிற பேச்சாளர் பேசும்போது மேடையில் செய்யவேண்டியவை அவை.

பேச்சுடன் ஏராளமான கையசைவுகள் இருப்பது நல்லது. பாம்பு மகுடி நுனியைப் பார்ப்பதுபோல பேச்சாளரின் கையைப் பார்க்கும் வழக்கம் ரசிகர்களுக்கு உண்டு என்பதனால் அவர்கள் விலக மாட்டார்கள். பேராசிரியர்கள் சாக்பீஸ் டஸ்டர் போன்றவற்றை கையில் வைத்து சுழற்றிக்கொண்டு பேசலாம். பென்சில் பேனா நல்லது. இருகைகளும் கண்டபடி சுழல பேசும்போது பேச்சாளர் கடும் உழைப்பைச் செலுத்துவதாக ஒரு சித்திரம் எழுகிறது.

பேச்சு நடுவே பலவிதமான பாவனைகள் சிறப்பான பொருளை அளிக்கும். எங்கே கைதட்டல் விழவேண்டுமோ அங்கே பேச்சை நிறுத்திவிட்டு சுட்டுவிரலைக் கீழ்நோக்கி கொத்துவதுபோல காட்டினால் கைதட்டவேண்டும் என தமிழ்மக்கள் பயின்றிருக் கிறார்கள். பொதுவாக சுட்டுவிரல் நாக்கு அளவுக்கே பேச்சில் முக்கியமானது. எச்சரிக்கை செய்யலாம் (நான் ஒன்று சொல்லிக் கொள்கிறேன்). சுட்டிக்காட்டலாம் (சுட்டிக்காட்ட கடமைப் பட்டிருக்கிறேன்). குற்றம்சாட்டலாம் (நீ யார் அதைக் கேட்க?). விரலை திருப்பிக்காட்டி ஒற்றைவிரல் சல்யூட் அடிப்பது இந்தியாவில் பிரபலமாகவில்லை. அது ஓட்டு போட்டுவிட்டு பிரபலங்கள் காட்டும் சைகையாகவே இங்கே அறியப்படுகிறது.

பொதுவாக அரங்குக்குத் தோளைக்காட்டி சரிந்து நின்று பேசுவதே புரட்சிகரமானது. ஒரு கருத்தைச் சொல்லிவிட்டு அறுபது பாகையில் மறுபக்கமாகத் திரும்புவது நாடகத்தனம். சால்வையை இரு பக்கமும் வேகமாக இழுப்பது நடுத்தர நாடகத்தனம். இதில் உருவாகும் மின்சாரம் ஆற்றல் தருகிறது. முக்கியமான கருத்தைச் சொல்லிவிட்டு அப்படியே இறங்கிச் சென்றுவிடுவதுபோல ஒரு கணநேர அசைவைக் காட்டுவது அதிநாடகத்தனம். மெல்லிய குரலில் பேசிக்கொண்டே சென்று உச்சக்குரலில் வெடித்தெழுவது தமிழ்மக்களைத் தட்டி எழுப்பும். உச்சக்குரல் முடிந்தபின் சற்றே மௌன இடைவெளிக்குப்பின் நாத்தழுதழுக்க பேச ஆரம்பிப்பது

கண்ணீர் மல்கலை உருவாக்கும். விம்மி அழுவதும், தேம்பி தேம்பி அழுவதும், கேவுவதும் எல்லாருக்கும் பொருந்தாது. வேடிக்கையாக ஆகிவிடும். கருஞ்சாயக் கட்டைமீசையுடன் சிம்மக்குரலில் பேசுபவரே அதைச்செய்யவேண்டும். ஆனால் சர்ர்ர் என மூக்கைச் சிந்தக்கூடாது. நாசூக்காகச் செய்யவேண்டியது அது.

4. பேச்சின் உள்ளடக்கம்

அதெல்லாம் யாருக்கு வேண்டும்? உள்ளடக்கம் வேண்டுமென்றால் வாசித்துத் தெரிந்துகொள்ளவேண்டியதுதானே? எதற்கு மேடைப் பேச்சைக் கேட்க வரவேண்டும்?

- ஜனவரி 13, 2015

108

அங்கே அப்பா காத்திருக்கிறார்!

வாழ்க்கையைப்பற்றி சுருக்கமான தத்துவங்களுக்கு எப்போதுமே நல்ல மவுசு உண்டு. அந்தக் காலத்தில் குமுத விகடங்களில் 'யாரோ' என்ற ஞானி அரிய பல கருத்துகளைச் சொல்லி வாசித்திருக்கிறேன். சாணக்கியன் சொல் தந்தியில் இன்றைக்கும் வாசிக்கப்படுகிறது. 'என்பான் புத்திசாலி' என்ற வார்த்தைகளுக்கு முன்னால் எதை வேண்டுமானாலும் சேர்க்கலாம் என்பது அதன் வடிவ ஒருமை.

இன்றைக்கு காலை நான் ஒரு வரியைக் கண்டடைந்தேன். 'வாழ்க்கை என்பது அப்பாவாக ஆகிக்கொண்டே இருப்பது' ரத்தினச் சுருக்கம். ஆனால் என்ன ஒரு ஆழம்! நானே அரைமணிநேரம் மகிழ்ந்துகொண்டேன் என்றால் நம்பமாட்டீர்கள். சத்தியமாக என்றால் நம்புவீர்கள்.

என் அப்பாவுக்கு அக்காலத்தில் நான் வியந்து சிரித்த பல பழக்கங்கள் உண்டு. அவருக்கு இனிப்பு மிகவும் பிடிக்கும்; பழங் களும். சீனிபோட்ட வாழைப்பழத்தைச் சோற்றில் பிசைந்து சாப்பிடுவார். ஆனால் எவர் எப்போது இனிப்பைகொண்டுவந்து நீட்டினாலும் கறாராக 'வேண்டாம் வேண்டாம்!' என்று சொல்வார். அவர்கள் உரியமுறையில் வற்புறுத்தாவிட்டால் கொந்தளித்து விடுவார்.

அப்பா எப்போதுமே குளிரை விரும்புவார். அவரது அறை வழக்கமாகவே எல்லா சன்னல்களிலும் குளிராக காற்று பீறிடுவதாகவே இருக்கும். எங்களூரில் பெரும்பாலான நாட்களில் மழை உண்டு. இருந்தாலும் சன்னலோரம் சாக்குப்பையை கட்டி அதில் அடிக்கடி தண்ணீர் நனைத்து குளிர்காற்று உள்ளே வரும்படிச் செய்திருப்பார். கொஞ்சம் காற்று குறைந்தாலும் விசிறத் தொடங்கி விடுவார்.

ஆனால், மே மாத வெயிலில்கூட வெந்நீரில்தான் குளியல். காசநோயாளிகளன்றி எவருமே வெந்நீரில் குளிக்காத ஊரில், தெளிந்த நீர் ஓடும் ஆற்றின் அருகில்! அந்தப் பழக்கத்தை நம்பாமல் நேரில் பார்த்து உறுதி செய்ய ஆட்கள் வந்தபடியே இருப்பார்கள். வெந்நீர் கொஞ்சம் கொதிக்கவும் வேண்டும்.

அப்பாவால் ஒருநாள்கூட தலைக்குக் குளிக்காமல் இருக்கமுடியாது. எந்தக் காய்ச்சலிலும் அதைத் தவிர்க்கமாட்டார். தினம் இரண்டு வேளை குளிப்பார். குளிக்கும்போது வழுக்கைத்தலையை கையால் உரசி உரசி தேய்த்துக்கொள்வார். ‘கறிக்கரைத்த அம்மியைக்கூட இப்படி கழுவ மாட்டார்கள்’ என்று அம்மா சொல்வதுண்டு.

அப்பா நாவின் சுவையை கொஞ்சம் அதிகப்படியாகவே மதிப்பிடுகிறாரோ என்ற ஐயம் எனக்கு இருந்தது-கிட்டத்தட்ட கடவுளுக்கு நிகராக. ‘வறுத்தரைத்த தீயலி’ல் சின்னவெங்காயத்தை எண்ணையில் புரட்டிப்போடவேண்டும். பச்சையாகப் போட்டதனால் சுட்டுவிரலால் அவர் தட்டை நீக்கிவைத்துவிட்டார் என்பது ஊரிலேயே அனைவருக்கும் தெரியும்.

அப்பா எதற்கெடுத்தாலும் கோபப்பட்டு எகிறிவந்தவர். அடிதடி ஆசாமி. வயதானபின்னர் கோபப்படுவதற்குரிய இடத்திலும் ‘போடே’ என்ற முகபாவனையுடன் அவர் பாட்டுக்கு அமர்ந்திருக்கத் தொடங்கினார். ஒழுக்கமீறல்கள், எதிர்த்துப் பேசுதல்கள் என எதுவும் அவரைச் சீண்டமுடியவில்லை. எவரேனும் மிருகங்களை வதைத்தால் மட்டும் கொந்தளித்து எழுவார்.

காலையில் குளித்துக்கொண்டிருந்தேன். நான் சிலநாட்களாகத் தங்கியிருக்கும் கேரளத்தில் வயநாட்டில் உள்ள இந்தக் காட்டு விடுதியில் காலையில் வெந்நீர் வரவில்லை. இங்கே வியர்வையே இல்லை. ஆனாலும் குளிக்காமலிருக்க என்னால் முடியவில்லை.

நம்ப மறுத்த கரீம் பலமுறை வற்புறுத்தியபின்னர் நடுமதியத்தில் அவனே காய்ச்சிய வெந்நீரை பக்கெட்டில்கொண்டுவந்து

வைத்தான். வெளியே வெயில். எதிரே தூய நீர் மின்னும் பெரிய ஆறு. 'சார், எப்பவும் வெந்நீரிலேதான் குளிப்பதா?' என்றான். 'ஆம், என் அப்பாவும் அப்படித்தான்' என்றேன்.

அதன்பின் பகீருடலுடன் எண்ணிக்கொண்டேன். அப்பாவைப் போல! எல்லாமே அப்பாவைப்போலத்தான். என்னால் வெயிலையும் வெப்பத்தையும் சகித்துக்கொள்ளமுடியவில்லை. எப்போதும் குளிரில் இருக்கவிரும்புகிறேன். பெரும்பாலும் குளிர்பதன அறைகளில். அல்லது மலைகளில்.

ஆனால், கோடைவெயிலில் மதியக்குளியல்கூட வெந்நீரில்தான். குளிர்நீர் உடலில் படுவதை நினைத்தாலே உடம்பு உலுக்கிக் கொள்ளும். ஆனால் குளிக்காமலிருக்க முடியாது. குளிக்கவில்லை என்ற உணர்வு உடம்பை ஒரு அரிப்புபோல நமைச்சல்போல மூடியிருக்கும்.

அது பெரும்பாலும் உளவியல் சார்ந்தது என்றார் டாக்டர். தோலில் உருவாகும் ஈஸ்ட் உருவாக்கும் பிரச்னையாகவும் இருக்கலாம். தோலுக்கு வயதாகிறது. குளிக்காவிட்டால் தலை அரிக்கிறது என்றேன். வழுக்கை விழுவதன் விளைவு என்றார்.

அப்பாவைப்போல நானும் இனிப்பில் பற்றுகொண்டிருக்கிறேன். லட்டு, ஜிலேபி முதலியவற்றை கடும் தயக்கத்துக்குப்பின் அள்ளி எடுத்துக்கொள்கிறேன். முன்பெல்லாம் தினம் மும்முறை கடும் கோபம் கொள்வதுண்டு. இப்போது வாரம் ஒருமுறைதான். ஆனால் மிருகங்களைக் கண்டால்... விரிவாக ஏன், அப்பாவேதான்.

நினைத்துக்கொண்டேன். சிறுவயதில் நான் அப்பாவாக அல்லாமலிருக்க என்னால் ஆன அளவுக்கு முயன்றேன். இனிப்பை கையாலும் தொடுவதில்லை. வெயிலில் நாள்கணக்கில் சுற்றுவேன். சாத்தியமான கடைசி எல்லைவரை குளிப்பதில்லை. குளித்தால் ஆற்றில்தான், மணிக்கணக்காக.

அப்பாவுக்கு பிடிக்காது என்பதனால்தான் வாசிக்க ஆரம்பித்தேன். அப்பா என்னை ஆடிட்டர் ஆக்கவேண்டும் என்று கனவு கண்டதனால்தான் எழுத்தாளன் ஆனேன். அப்பாவிலிருந்து குதிகால் தெறிக்க விலகி ஓடி ஐம்பதாண்டுகாலப் பயணத்தில் இதோ வயக்கவீட்டு சங்கரப்பிள்ளை மகன் பாகுலேயன் பிள்ளையைச் சென்றடைந்துகொண்டிருக்கிறேன்.

அவரும் வயக்கவீட்டு சங்கரப்பிள்ளையைவிட்டு ஓடியவர்தான். மதுரையில் ரேஷன்கடையில் வேலை பார்த்தார். அடிமுறையும்

ஆயுர்வேதமும் கற்பதை வெறுத்தார். பாவம் திரும்பி அங்கேதான் வந்து சேர்ந்தார்.

பயமாக இருந்தது, வயதான காலத்தில் அதே சாய்வு நாற்காலிதானோ என்று.

- *நவம்பர் 26, 2014*

109

அளவுகள்

டீ குடிக்க வந்த இடத்தில்தான் தையல்காரரைப் பார்த்தேன். செபாஸ்டின் என்று பெயர். நான் அந்தக்காலத்தில் நிறையச் சட்டைகளை அவரிடம் கொடுத்துத் தைத்ததுண்டு. பத்தாண்டு களாயிற்று அளவெடுத்துச் சட்டை தைத்து.

'காணுகதுக்கே இல்ல?' என்றார்.

'இங்க கட வச்சிருக்கேளா?' என்றேன்.

'ஆமா, பளையகடைக்கு வாடகை கூடுதல். இங்கிண முக்குக்குள்ள ஒரு வீட்டுவராந்தாவிலே வச்சு தைக்கேன். இப்பம் தையலு குறவில்லா?' என்றார்.

பாவமாக இருந்தது. ஒருகாலத்தில் தீபாவளிச்சட்டையை பொங்கலுக்குக் கொடுப்பார். கண்ணைப் பார்த்துப்பேசமாட்டார். கைகள் துணியை வெட்டிச்செல்ல காதில் பென்சில் அமர்ந்திருக் கும். விலைமதிப்புள்ள துணி என்றால் நம் கண்முன்னாலேயே நுனியை வெட்டி கார்டில் பின் அடித்து வைத்தபின் கரகரவெனச் சுருட்டி அதிலேயே கிழித்துக் கட்டி தூக்கி மூலையிலிருக்கும் குவியல்நோக்கிக் கடாசுவார். தலைநிமிராமலேயே 'பொறவு வாருங்க. எப்பம் தாறதுண்ணு சொல்லுதேன்' என்பார்.

நான் அஞ்சிய கேள்வியை அவர் கேட்டார். 'சார் இப்பம் தைக்கியதில்லியா?'

நான் 'இல்ல, இப்பம் ரெடிமேடாக்கும்' என்றேன்.

'இப்பம் எல்லாரும் ரெடிமேடுதான்' என்றார் இன்னொருவர்.

'ரெடிமேடுன்னா அது ஒரு பொது அளவாக்கும். நம்ம அளவ நாம அளந்து தைச்சா அதுக்க அளகு வேறல்லா. தெரிஞ்சவங்களுக்குத் தெரியும்' என்றார் செபாஸ்டின்.

'அதெல்லாம் பளைய காலம். இப்பம் எல்லா அளவிலயும் துணி வருது' என்றார்.

'எத்தன அளவிலே? இல்ல கேக்கேன். எத்தனை அளவிலே? லோகத்திலே முப்பத்தாறாயிரம்கோடியாக்கும் சனத்தொகை. எல்லாத்துக்கும் அளவுக்குச் சட்டை உண்டா? அவன் நாலஞ்சு அளவு வச்சிருக்கான். நாம வேங்கி போடுதோம்' என்றார் செபாஸ்டின்.

நான் மெள்ளக் களத்திலிறங்கினேன். 'இப்பம் டெக்னாலஜி வளந்தாச்சுல்லா? எல்லா அளவிலயும் சட்டைகள் இருக்கு' என்றேன்.

'எல்லா அளவிலயும்னா?' என்றார்.

'எல்லாம் கம்ப்யூட்டராக்கும். நாம ஒரு சட்டைய அளந்து சரியா எடுத்தா நம்ம பேரும் அட்ரஸும் போட்டோவும் அவனுகளுக்குப் போயிரும். செரியா நம்ம அளவிலேயே சட்டை கடையிலே வந்து இருக்கும். உலகத்திலே உள்ள அத்தனைபேருக்க அளவும் கம்பூட்டரிலே இருக்கும். தெரிஞ்சு எடுத்தாப்போரும்.'

'ஆமா, இப்பம் எல்லாருக்க கைரேகையும் ஆதார்ல இருக்குல்லா?' என்றார் ஒருவர்.

'ஆனா சட்டை ஆளு வளருதப்ப அளவு மாறும்லா?' என்றார் செபாஸ்டின்.

'மாறும். ஆனா நம்ம அளவ வச்சு கம்யூட்டர் கணக்குப்போடும். நாம ஒரு வருசம் களிஞ்சு கடைக்குப்போய் நம்ம பேரச்சொன்னா நாம அப்ப இருக்கப்பட்ட அளவ ஆட்டமாட்டிக்கா சொல்லிரும். கரெக்டா இருக்கும்'.

அவர் குழம்பி பிறரை நோக்கி 'அப்பம் நாம தின்னு தடிச்சா?' என்றார்.

நான் உற்சாகமாக ‘அதுக்கும் சாஃப்ட்வேர் இருக்கு. நாம மளிகை வேங்குத கடைய இண்டர்னெட்ல சேத்துக்கிடுவாங்க. நாம திங்குத சோத்துக்க அளவு அதில கேறிரும். எல்லா தகவல் களையும் ஒண்ணா ஆக்கிட்டா ஒருத்தனுக்கு ரகசியம்ணு ஒண்ணு இல்லல்ல?’

‘நம்ம ஏட்டியெம்மிலே போலீஸுகாரன் வந்து போட்டோ சிடி எடுத்துட்டு போறான்லா?’ என்றார் வாட்ச்மேன்.

நான் ‘அதுக்கும் மேலே இருக்கு. நாம ரோட்ல நடக்குறப்ப நம்மள அறியாம போட்டோ எடுப்பாக. அதை ஒண்ணாச்சேத்து நம்ம அளவுகளை கம்ப்யூட்டரே சொல்லிடும். வே உம்மகிட்ட நாலு நீலச்சட்ட இருக்கில்லா? பொறவு என்ன மசுத்துக்குவே மறுக்காவும் நீலச்சட்ட எடுக்கேருண்ணு சொல்லிப்போடும்’ என்றேன்.

செபாஸ்டின் வாயைப்பிளந்தார். ‘இனிமே ரகசியமே இல்ல. நாம செருப்பு வாங்கப்போனா நம்ம சம்பளம் என்ன, செய்யுத தொளிலு என்ன, பளைய செருப்ப எப்ப வேங்கினோம், அது எப்டி எத்தன மாசத்திலே தேஞ்சுது எல்லாத்தையும் கம்பூட்டரே சொல்லிரும். நாம எடுக்கவேண்டிய செருப்ப அதுவே எடுத்துக்குடுத்திரும். நாம பைசா மட்டும் குடுத்தாப்போரும்’.

செபாஸ்டின் பெருமூச்சுவிட்டார்.

‘இனியாக்கும் வித்தை கெடக்குதது. நாம எடுக்குத சட்டை செருப்பு எல்லாம் கம்ப்யூட்டரிலே இருக்கும்லா? நம்ம பய கடைக்குப்போனதும் அதைவச்சு அவனுக்க பாரம்பரியத்தையே சொல்லிரும். லே, நீ மத்தவனுக்க மகன்லா. உனக்கு இந்தா இந்தச் சட்டைப்போரும்னு சொன்னா மறுபேச்சு பேச முடியுமா?’

‘காலம்போறபோக்கு’ என்றார் செபாஸ்டின்.

நான் டீக்கு காசு கொடுத்து கிளம்பும்போது டிரைவர் முத்துசாமி உடன் வந்தார். ‘அப்பம் நம்ம பெஞ்சாதிக்க அளவுகல்ள்லாம் நல்லபெருமாளு கடையிலே இருக்கும் இல்லியா?’ என்றார்.

‘ஆமாம்’ என்று தலையாட்டினேன்.

‘எல்லா பொம்புளையாளுகளுக்க அளவும் இருக்குமா?’

நான் உற்சாகமாக ‘பின்ன?’ என்றேன்.

அவர் எந்தப் பெண்ணை நினைக்கிறார் என ஊகிக்கமுடியவில்லை.

- பிப்ரவரி 21, 2016

•●•

ஜெயமோகனின் புத்தகங்கள்

நாவல்கள்

ரப்பர்
விஷ்ணுபுரம்
பின்தொடரும் நிழலின் குரல்
கன்யாகுமரி
காடு
அனல்காற்று
இரவு
உலோகம்
கன்னிநிலம்
வெள்ளையானை
ஏழாம் உலகம்
கொற்றவை

சிறுகதைத் தொகுப்பு

திசைகளின் நடுவே
மண்
ஆயிரங்கால் மண்டபம்
கூந்தல்
ஜெயமோகன் சிறுகதைகள்
ஜெயமோகன் குறுநாவல்கள்
ஊமைச்செந்நாய்
அறம்
வெண்கடல்
ஈராறுகால்கொண்டெழும் புரவி
விசும்பு (அறிவியல் புனைகதைகள்)
பேய்க்கதைகளும் தேவதைக்கதைகளும்

ஆன்மிகம்/தத்துவம்

இந்திய ஞானம்
சிலுவையின் பெயரால்
இந்துமதம் சில விவாதங்கள்
இந்து ஞான மரபில் ஆறு தரிசனங்கள்

நகைச்சுவை

அபிப்பிராய சிந்தாமணி

அரசியல்

சாட்சிமொழி
இன்றைய காந்தி

பண்பாடு/வரலாறு

பண்படுதல்
தன்னுரைகள்
எதிர்முகம்
கொடுங்கோளூர் கண்ணகி (மொழியாக்கம்)

வாழ்க்கை வரலாறு

சுரா: நினைவின் நதியில்
முன்சுவடுகள்
கமண்டல நதி
லோகி (லோகிததாஸ் நினைவு)
கடைத்தெருவின் கலைஞன் (ஆ. மாதவன் பற்றி)

இலக்கிய அறிமுகம்

சங்கச் சித்திரங்கள்
மேற்குச்சாளரம் (மேலை இலக்கிய அறிமுகம்)
கண்ணீரைப் பின்தொடர்தல் (22 இந்தியநாவல்கள்)
பொன்னிறப்பாதை
விதிசமைப்பவர்கள்
சொல்முகம்
நாவல் (கோட்பாடு)
எழுதும் கலை
நவீன தமிழ் இலக்கிய அறிமுகம்

இலக்கிய விமர்சனம்

ஆழ்நதியைத் தேடி
நவீனத்துவத்துக்குப் பின் தமிழ் கவிதை - தேவதேவனை முன்வைத்து
உள்ளுணர்வின் தடத்தில் (கவிதை விமர்சனம்)
தனிக்குரல்

ஈழ இலக்கியம்
இலக்கிய முன்னோடிகள் வரிசை
ஏழு நூல்கள்
முதற்சுவடு
கனவுகள் இலட்சியங்கள்
சென்றதும் நின்றதும்
மண்ணும் மரபும்
அமர்தல் அலைதல்
நவீனத்துவத்தின் முகங்கள்
கரிப்பும் சிரிப்பும்
புதியகாலம்
பூக்கும் கருவேலம் பூமணியின் படைப்புலகம்
ஒளியாலானது தேவதேவனின் புனைவுலகம்
எழுதியவனைக் கண்டுபிடித்தல்
இலக்கியவிவாதக் கட்டுரைகள்

அனுபவம்
நிகழ்தல் – அனுபவக்குறிப்புகள்
இன்று பெற்றவை (நாட்குறிப்புகள்)
ஜெ. சைதன்யாவின் சிந்தனை மரபு
நாளும்பொழுதும்
வாழ்விலே ஒரு முறை (அனுபவக்குறிப்புகள்)
இவர்கள் இருந்தார்கள் (நினைவுக்குறிப்புகள்)

தொகைநூல்கள்
அசோகமித்திரன் (அறுபதாண்டு நிறைவுவிழா மலர்)
சுந்தர ராமசாமி (அறுபதாண்டு நிறைவுவிழா மலர்)
இலக்கிய உரையாடல்கள்

பயணம்
புல்வெளிதேசம் (ஆஸ்திரேலிய பயணக்கட்டுரை)
அருகர்களின் பாதை
குகைகளின் வழியே
இந்தியப் பயணம்
நூறு நிலங்களின் மலை
சூரியதிசைப் பயணம்

நாடகம்
வடக்கு முகம்

மொழிபெயர்ப்பு
தற்கால மலையாளக் கவிதைகள்
இன்றைய மலையாளக் கவிதைகள்
சமகால மலையாளக் கவிதைகள்

மலையாளம்
நெடும்பாதையோரம்
உறவிடங்கள்
நூறு சிம்ஹாசனங்கள்

பொது
நலம் (ஆரோக்கியக் கட்டுரைகள்)

வெண்முரசு (மகாபாரதம் நாவல் வடிவில்)
முதற்கனல்
மழைப்பாடல்
வண்ணக்கடல்
நீலம்
பிரயாகை
வெண்முகில் நகரம்
இந்திரநீலம்
காண்டீபம்
வெய்யோன்
பன்னிரு படைக்களம்
சொல்வளர்காடு

வெண்முரசு (நாவல் பகுதிகள்)
எரிமலர்
புல்லின் தழல்
செம்மணிக்கவசம்
இருள்விழி
ஆயிரம் கைகள்

www.ingramcontent.com/pod-product-compliance
Lightning Source LLC
LaVergne TN
LVHW100411051026
849518LV00004B/1235